ਇਕਬਾਲੀਆ ਬਿਆਨ

(ਕਹਾਣੀਆਂ)

ਏਸੇ ਕਲਮ ਤੋਂ

ਮੈਂ, ਕਹਾਣੀ ਤੇ ਉਹ (ਕਹਾਣੀ ਸੰਗ੍ਰਹਿ)	— 1990
ਤੁਸੀਂ ਨਹੀਂ ਸਮਝ ਸਕਦੇ (ਕਹਾਣੀ ਸੰਗ੍ਰਹਿ)	— 1996,99, 2007
	— 1997 (ਹਿੰਦੀ)
	— 1998 (ਸ਼ਾਹਮੁਖੀ ਲਿਪੀ ਪਾਕਿਸਤਾਨ 'ਚ)
ਬੇਲੋੜੇ (ਸੰਪਾਦਤ ਕਹਾਣੀ ਸੰਗ੍ਰਹਿ)	— 1997
ਕਵਾਸੀ ਰੋਟੀ (ਵਿਅਕਤੀ ਚਿੱਤਰ)	— 1998
ਨਹੀਂ, ਮੈਂ ਨਹੀਂ (ਕਹਾਣੀ ਸੰਗ੍ਰਹਿ)	— 2000, 2004
ਬਿਨਾਂ ਵਜ੍ਹਾ ਤਾਂ ਨਹੀਂ (ਕਹਾਣੀ ਸੰਗ੍ਰਹਿ)	— 2004
ਜੇ ਇਹ ਸੱਚ ਹੈ ਤਾਂ ? (ਰੇਖਾ ਚਿੱਤਰ)	— 2004
ਸੰਪਾਦਕ : ਸ਼ਬਦ (ਤ੍ਰੈਮਾਸਿਕ)	

ਇਕਬਾਲੀਆ ਬਿਆਨ

(ਦਲਿਤਾਂ ਦੀ ਜ਼ਿੰਦਗੀ ਨਾਲ ਸੰਬੰਧਤ ਕਹਾਣੀਆਂ)

ਸੰਪਾਦਕ

ਜਿੰਦਰ

Fiction/Short Fiction/Collection

Iqbalia Biaan

Edited By

JINDER

984, Model House Jalandhar-144003

M : 98148 03254

2009

Published by Lokgeet Parkashan
S.C.O. 26-27, Sector 34 A, Chandigarh-160022
India
Ph.0172-5077427, 5077428
Punjabi Bhawan Ludhiana, 98154-71219
Type Setting & Design PCIS
Printed & bound at Unistar Books (Printing Unit)
11-A, Industrial Area, Phase-2, Chandigarh (India)
98154-71219

ਦਲਿਤ ਭਾਈ ਬਲਬੀਰ ਮਾਧੋਪੁਰੀ

ਦੇ

ਨਾਂ

ਤਤਕਰਾ

"ਗਿਆਨ ਇਕ ਸ਼ਕਤੀਰੂਪ ਹੈ। ਸਚਮੁੱਚ ਜਿਸ ਦਾ ਗਿਆਨ 'ਤੇ ਅਧਿਕਾਰ ਹੈ, ਉਹੀ ਸਮਾਜਿਕ, ਸੰਸਕ੍ਰਿਤਕ ਤੇ ਆਰਥਿਕ ਰੂਪ ਨਾਲ ਸੱਤਾਵਾਨ ਵੀ ਹੈ।" ਮਿਸ਼ੇਲ ਫੂਕੋ।

ਕਿਸੇ ਵੀ ਦੇਸ਼ ਦੇ ਸਮਾਜ ਦੇ ਵਿਕਾਸ 'ਚ ਵਿੱਦਿਆ ਦਾ ਅਹਿਮ ਰੋਲ ਹੁੰਦਾ ਹੈ। ਜੇਕਰ ਕਿਸੇ ਜਾਤ ਨੂੰ ਗਿਆਨ ਤੋਂ ਦੂਰ ਰੱਖਣਾ ਹੋਵੇ ਤਾਂ ਉਸ ਨੂੰ ਵਿਦਿਆ ਤੋਂ ਦੂਰ ਕਰ ਦਿਉ। ਉਹ ਜਾਤ ਬਹੁਤ ਹੀ ਜ਼ਿਆਦਾ ਪਛੜ ਜਾਵੇਗੀ, ਇੱਥੋਂ ਤੱਕ ਕਿ ਉਹ ਆਪਣਾ ਆਤਮ ਵਿਸ਼ਵਾਸ ਵੀ ਗੁਆ ਬੈਠੇਗੀ। ਅਜਿਹਾ ਭਾਰਤੀ ਸਮਾਜ 'ਚ ਦਲਿਤਾਂ ਨਾਲ ਹੋਇਆ ਹੈ। ਉਨ੍ਹਾਂ ਨੂੰ ਵਿਦਿਆ ਤੋਂ ਕੋਹਾਂ ਦੂਰ ਰੱਖਿਆ ਗਿਆ ਸੀ। ਪਿੰਡ ਦੇ ਇੱਕ ਕੋਨੇ ਜਾਂ ਹਟਵੀਂ ਜਗ੍ਹਾ 'ਤੇ ਉਨ੍ਹਾਂ ਦੇ ਮੁਹੱਲੇ/ਬਸਤੀਆਂ ਹੁੰਦੀਆਂ ਸਨ। ਉਨ੍ਹਾਂ ਲਈ ਵੇਦਬਾਣੀ ਪੜ੍ਹਣੀ ਤਾਂ ਦੂਰ, ਵੇਦਾਂ ਨੂੰ ਸੁਣਨਾ ਵੀ ਵਰਜਿਤ ਸੀ। ਜੇਕਰ ਕਿਸੇ ਮੱਠ ਜਾਂ ਮੰਦਿਰ ਕੋਲੋਂ ਲੰਘਦਿਆਂ ਕਿਸੇ ਦਲਿਤ ਦੀ ਕੰਨੀਂ ਕੋਈ ਵੇਦਾਂ ਦੀ ਆਵਾਜ਼ ਪੈ ਜਾਂਦੀ ਸੀ ਤਾਂ ਉਸ ਦੇ ਕੰਨਾਂ ਤੇ ਗਲ 'ਚ ਸ਼ੀਸ਼ਾ ਪਾ ਦਿੱਤਾ ਜਾਂਦਾ ਸੀ ਤਾਂ ਕਿ ਉਹ ਵੇਦਬਾਣੀ ਨੂੰ ਦੁਬਾਰਾ ਨਾ ਸੁਣ ਸਕੇ ਜਾਂ ਕਿਸੇ ਹੋਰ ਨੂੰ ਦੱਸ ਨਾ ਸਕੇ। ਦਲਿਤਾਂ ਨਾਲ ਸਮਾਜਿਕ, ਆਰਥਿਕ ਤੇ ਰਾਜਨੀਤਿਕ ਪੱਖੋਂ ਹਰ ਤਰ੍ਹਾਂ ਦਾ ਸ਼ੋਸ਼ਣ ਹੁੰਦਾ ਆਇਆ ਹੈ।

ਭਾਰਤ ਦੇ ਦੂਜੇ ਰਾਜਾਂ ਦੇ ਮੁਕਾਬਲੇ ਦਲਿਤਾਂ ਦੀ ਪੰਜਾਬ 'ਚ ਉਹੋ ਜਿਹੀ ਸਥਿਤੀ ਨਹੀਂ ਸੀ। ਜੇ ਅਸੀਂ ਇਸ ਦੀਆਂ ਜੜ੍ਹਾਂ ਇਤਿਹਾਸ 'ਚੋਂ ਤਲਾਸ਼ੀਏ ਤਾਂ ਦੇਸਰਾਜ ਕਾਲੀ ਆਪਣੀ ਇਕ ਇੰਟਰਵਿਊ 'ਚ ਕਹਿੰਦਾ ਹੈ, "ਪੰਜਾਬ 'ਚ ਜਿਹੜੇ ਕਸੀਲੇ ਰਹੇ ਨੇ, ਗਣਰਾਜ ਰਹੇ ਨੇ, ਉਨ੍ਹਾਂ 'ਤੇ ਬੁੱਧ ਧਰਮ ਦਾ ਪ੍ਰਭਾਵ ਰਿਹਾ ਹੈ, ਨਾਥਾਂ ਜੋਗੀਆਂ ਦਾ ਮੱਤ ਪ੍ਰਭਾਵਤ ਕਰਦਾ ਰਿਹਾ ਹੈ। ਫਿਰ ਤੁਰਕਾਂ ਦੇ ਆਉਣ ਨਾਲ ਮੰਡੀ ਆ ਗਈ। ਬਹੁਤ ਕੁਝ ਹੈ, ਜਿਸ ਨੇ ਜਾਤ-ਪਾਤ ਦੇ ਸਿਲਸਿਲੇ ਨੂੰ ਬਾਕੀ ਭਾਰਤ ਤੋਂ ਨਿਖੇੜੀ ਹੋਇਆ ਹੈ।" ਕਿਸੇ ਹੱਦ ਤੱਕ ਸਿੱਖ ਧਰਮ ਦੀ ਸਾਂਝੀਵਾਲਤਾ, ਕਮਿਊਨਿਸਟ ਪਾਰਟੀਆਂ ਤੇ ਇਥੋਂ ਦਾ ਮੁਖ ਕਿੱਤਾ 'ਕਿਸਾਨੀ ਹੋਣ ਕਰਕੇ ਜੱਟ ਸੀਰੀ ਦੀ ਸਾਂਝ ਨੇ ਵੀ ਜਾਤ ਪਾਤ ਦੇ ਬੰਧਨਾਂ ਨੂੰ ਢਿੱਲਾ ਕੀਤਾ ਹੈ। ਇੱਥੇ ਇਹ ਵੀ ਦੇਖਣ ਵਾਲੀ ਗੱਲ ਹੈ ਕਿ ਸਮਾਜ ਦੀਆਂ ਤਹਿਆਂ 'ਚ ਜਾਤੀ ਪ੍ਰਣਾਲੀ ਸਿਸਟਮ ਪਿਆ ਹੈ। ਕਿਸੇ ਨਾ ਕਿਸੇ ਤਰ੍ਹਾਂ ਦਾ ਵਖਰੇਵਾਂ ਪਿਆ ਸੀ ਤੇ ਪਿਆ ਹੈ। ਜਿਵੇਂ ਜੇ ਕੋਈ ਦਲਿਤ ਆਈ. ਏ. ਐਸ. ਅਫ਼ਸਰ ਬਣ ਗਿਆ ਜਾਂ ਮੰਤਰੀ ਜਾਂ ਕਿਸੇ ਹੋਰ ਉੱਚੇ ਪਦ 'ਤੇ ਜਾ ਬੈਠਾ-ਇਸ

ਨਾਲ ਉਸ ਦਾ ਆਰਥਿਕ ਵਰਗ ਬਦਲ ਗਿਆ-ਪਰ ਸਮਾਜਿਕ ਹੈਸੀਅਤ 'ਚ ਉਹੋ ਜਿਹੀ ਤਬਦੀਲੀ ਨਹੀਂ ਆਈ। ਉਸ ਨੂੰ ਕਦੇ ਨਾ ਕਦੇ ਪਿੱਠ ਪਿੱਛੇ ਸੁਣਨਾ ਹੀ ਪੈਂਦਾ ਹੈ ਕਿ 'ਆਖਿਰ ਹੈ ਤਾਂ ਉਹੀ ਨਾ'। ਇਥੇ ਲੜਾਈ ਨੇ ਇਕ ਨਵਾਂ ਰੂਪ ਲੈ ਲਿਆ ਤੇ ਇਹ ਹੈ ਸਮਾਜਕ ਸਨਮਾਨ ਦੀ ਲੜਾਈ। ਸਮਾਜਿਕ ਬਰਾਬਰੀ ਦੀ ਲੜਾਈ। ਚੰਗੀ ਸਥਿਤੀ 'ਚ ਆ ਜਾਣ ਦੇ ਬਾਵਜੂਦ ਵੀ, ਜਿਸ ਤਰ੍ਹਾਂ ਦੀ ਬਰਾਬਰੀ ਦੀ ਉਹ ਕਮਾਨਾ ਕਰਦਾ ਹੈ ਉਹੀ ਜਿਹੀ ਬਰਾਬਰੀ ਉਹ ਨੂੰ ਨਹੀਂ ਮਿਲਦੀ।

ਡਾ. ਅੰਬੇਡਕਟਰ ਤੋਂ ਬਾਅਦ ਕਾਂਸ਼ੀ ਰਾਮ-ਮਾਇਆਵਤੀ ਦੇ ਉਭਾਰ ਨਾਲ ਦਲਿਤਾਂ 'ਚ ਰਾਜਨੀਤਕ ਚੇਤਨਾ ਪੈਦਾ ਹੋਈ ਹੈ। ਉਹ ਆਪਣੇ ਰਾਜਨੀਤਿਕ ਹੱਕਾਂ ਪ੍ਰਤੀ ਜਾਗਰਿਤ ਹੋਏ ਹਨ। ਦਲਿਤ ਸਾਹਿਤ, ਦਲਿਤ ਚੇਤਨਾ, ਦਲਿਤ ਚਿੰਤਨ-ਇਹ ਸ਼ਬਦ ਕੁਝ ਕੁ ਸਾਲਾਂ ਤੋਂ ਹੀ ਪੰਜਾਬੀ ਸਾਹਿਤ 'ਚ ਸੁਣਨ ਨੂੰ ਮਿਲੇ ਹਨ। ਦਲਿਤ ਸਾਹਿਤ ਕਈ ਦਹਾਕੇ ਪਹਿਲਾਂ ਵੀ ਲਿਖਿਆ ਗਿਆ ਸੀ ਪਰ ਉਦੋਂ ਇਸ ਨੂੰ ਕਿਸੇ ਚਿੰਤਨ ਜਾਂ ਚੇਤਨਾ ਨਾਲ ਜੋੜ ਕੇ ਨਹੀਂ ਦੇਖਿਆ ਗਿਆ ਸੀ।

ਜਿਉਂ-ਜਿਉਂ ਦਲਿਤਾਂ ਨਾਲ ਸੰਬੰਧਤ ਸਾਹਿਤ ਲਿਖਿਆ ਜਾਣ ਲੱਗਾ ਹੈ ਤਿਉਂ-ਤਿਉਂ ਕਈ ਅਹਿਮ ਮਸਲੇ ਉਭਰਨ ਲੱਗੇ ਹਨ। ਸਭ ਤੋਂ ਅਹਿਮ ਮਸਲਾ ਇਹ ਪੈਦਾ ਹੋਇਆ ਹੈ ਕਿ ਕੀ ਇਕ ਦਲਿਤ ਲੇਖਕ ਵੱਲੋਂ ਰਚਿਆ ਗਿਆ ਸਾਹਿਤ ਹੀ ਉਤਕ੍ਰਿਸ਼ਟ ਜਾਂ ਪ੍ਰਮਾਣਕ ਦਲਿਤ ਸਾਹਿਤ ਹੈ। ਕੀ ਕੋਈ ਗੈਰ-ਦਲਿਤ ਲੇਖਕ ਦਲਿਤਾਂ ਜ਼ਿੰਦਗੀ ਬਾਰੇ ਇਮਾਨਦਾਰੀ ਨਾਲ ਨਹੀਂ ਲਿਖ ਸਕਦਾ ? ਜਾਂ ਉਸ ਕੋਲ ਜ਼ਿੰਦਗੀ ਦੇ ਉਹੋ ਜਿਹੇ ਅਨੁਭਵ ਨਹੀਂ ਹੁੰਦੇ ਜਿਹੋ ਜਿਹੇ ਇਕ ਦਲਿਤ ਲੇਖਕ ਕੋਲ ਹੁੰਦੇ ਹਨ। ਇਹ ਮਸਲਾ ਰਾਸ਼ਟਰੀ ਪੱਧਰ 'ਤੇ ਵਿਚਾਰਿਆ ਜਾ ਰਿਹਾ ਹੈ। ਡਾ. ਨਾਮਵਰ ਸਿੰਘ ਇਸ ਵਖਰੇਵੇਂ ਸੰਬੰਧੀ ਆਪਣਾ ਖਦਸਾ ਜਾਹਿਰ ਕਰਦੇ ਹੋਏ ਕਹਿੰਦੇ ਹਨ, "ਅਜਿਹਾ ਲਿਖੋ ਕਿ ਦਲਿਤ ਵਿਅਕਤੀ ਵੀ ਉਸ ਦੇ ਨਾਲ ਆਪਣੇ ਆਪ ਨੂੰ ਆਈਡੈਨਟਿਫਾਈ ਕਰ ਸਕੇ ਕਿਉਂਕਿ ਉਹ ਸਾਰਿਆਂ ਲਈ ਲਿਖ ਰਿਹਾ ਹੈ। ਕੇਵਲ ਦਲਿਤਾਂ ਲਈ ਨਹੀਂ ਲਿਖ ਰਿਹਾ। ਦਲਿਤ ਦੁਆਰਾ ਲਿਖਿਆ ਹੋਇਆ, ਦਲਿਤ ਦੇ ਬਾਰੇ ਵਿਚ ਲਿਖਿਆ ਹੋਇਆ ਤਕ ਤਾਂ ਠੀਕ ਹੈ ਪਰ ਜੋ ਲਿਖਿਆ ਜਾ ਰਿਹਾ ਹੈ, ਉਹ ਸਿਰਫ਼ ਦਲਿਤਾਂ ਬਾਰੇ ਹੀ ਜੇਕਰ ਲਿਖਿਆ ਜਾ ਰਿਹਾ ਹੈ ਤਾਂ ਉਹ ਸੀਮਤ ਪਾਠਕਾਂ ਸਰੋਤਿਆਂ ਲਈ ਲਿਖਿਆ ਜਾ ਰਿਹਾ ਹੈ। ਇਹ ਉਹ ਸਾਹਿਤ ਨਹੀਂ ਜੋ ਦੂਜਿਆਂ ਨੂੰ ਪ੍ਰਭਾਵਤ ਕਰ ਸਕੇ।" ਰਾਜੇਂਦਰ ਯਾਦਵ ਵੀ ਦਲਿਤਾਂ ਵੱਲੋਂ ਲਿਖੇ ਜਾ ਰਹੇ ਸਾਹਿਤ ਬਾਰੇ ਇਸ ਗੱਲ ਨੂੰ ਮੰਨਦੇ ਹਨ, "ਇਹ ਰੇਜਿਸਟੇਨਸ ਦੀਆਂ ਕਹਾਣੀਆਂ ਲਿਖ ਰਹੇ ਨੇ। ਮੈਂ ਮੰਨਦਾ ਹਾਂ ਕਿ ਇਹ ਕਲਾਤਮਕ ਨਹੀਂ ਹੈ। ਮੈਂ ਇਹ ਵੀ ਮੰਨਦਾ ਹਾਂ ਕਿ ਉਨ੍ਹਾਂ 'ਚ ਵਿਵਿਧਤਾ ਨਹੀਂ ਹੈ, ਭਾਸ਼ਾ ਨਹੀਂ ਹੈ।"

ਪੰਜਾਬੀ ਸਾਹਿਤ 'ਚ ਇਹ ਵਿਚਾਰਧਾਰਕ ਲੜਾਈ ਅਜੇ ਤੱਕ ਸਿੱਧੇ ਰੂਪ 'ਚ ਸਾਹਮਣੇ ਨਹੀਂ ਆਈ, ਅਸਿੱਧੇ ਰੂਪ 'ਚ ਕਈ ਕੁਝ ਦੇਖਣ/ਸੁਣਨ ਨੂੰ ਮਿਲ ਰਿਹਾ ਹੈ। ਡਾ. ਗੁਰਮੀਤ

ਕਲਰਮਾਜਰੀ ਕਹਿੰਦਾ ਹੈ, "ਦੂਸਰੀ ਕੋਟੀ ਵਿਚ ਉਹ ਰਚਨਾਕਾਰ ਸ਼ਾਮਲ ਹਨ ਜਿਹੜੇ ਗੈਰ-ਦਲਿਤ ਜਾਤੀ ਸਮੂਹ ਨਾਲ ਸੰਬੰਧਿਤ ਹਨ, ਉਹਨਾਂ ਨੇ ਜੀਵਨ ਵਿਚ ਆਰਥਕ ਸੰਤਾਪ ਤਾਂ ਸ਼ਾਇਦ ਭੋਗਿਆ ਹੋਵੇ, ਪ੍ਰੰਤੂ ਜਾਤੀਗਤ ਹੀਨ ਭਾਵਨਾ 'ਚ ਉਪਜਿਆ ਸਮਾਜਕ ਸਭਿਆਚਾਰਕ ਸੰਤਾਪ ਭੋਗਣ ਦਾ ਮੌਕਾ ਉਹਨਾਂ ਨੂੰ ਨਹੀਂ ਨਸੀਬ ਹੋਇਆ। ਆਰਥਕ ਸੰਤਾਪ ਨਿੱਜੀ ਪੱਧਰ ਤੇ ਬੇਸ਼ੱਕ ਮਨੁੱਖੀ ਮਨ ਨੂੰ ਵਧੇਰੇ ਵਲੂੰਧਰਦਾ ਹੈ ਪ੍ਰੰਤੂ ਇਹ ਚਿਰ ਸਥਾਈ ਨਹੀਂ ਰਹਿੰਦਾ। ਆਰਥਿਕ ਸਥਿਤੀ ਦੇ ਠੀਕ ਹੋਣ ਤੇ ਸੰਤਾਪ ਆਪਣੇ ਆਪ ਹੀ ਖਤਮ ਹੋ ਜਾਂਦਾ ਹੈ। ਜਦੋਂ ਕਿ ਜਾਤ ਆਧਾਰਤ ਸਮਾਜਕ, ਸਭਿਆਚਾਰਕ ਦਾਬਾ ਤੇ ਨਫ਼ਰਤ ਨੂੰ ਆਰਥਕ ਸਫਾਂ 'ਚ ਚੰਗੀ ਬਣਨ ਤੇ ਵੀ ਖਤਮ ਨਹੀਂ ਕੀਤਾ ਜਾ ਸਕਦਾ ਹੈ।"

ਪੰਜਾਬੀ ਸਾਹਿਤ 'ਚ ਦਲਿਤ ਸਾਹਿਤ ਅਜੇ ਮੁਢਲੀ ਅਵਸਥਾ 'ਚ ਹੈ। ਕੁਝ ਚਿਰ ਬਾਅਦ ਹੀ ਇਸ ਦੇ ਬੱਝਵੇਂ ਸਿਧਾਂਤ ਜਾਂ ਰੂਪ ਰੇਖਾ ਉਭਰ ਕੇ ਸਾਹਮਣੇ ਆਵੇਗੀ। ਉਦੋਂ ਹੀ ਇਸ ਗੱਲ ਦਾ ਨਿਖੇੜਾ ਕੀਤਾ ਜਾਵੇਗਾ ਕਿ ਦਲਿਤ ਸਾਹਿਤ ਕੌਣ ਲਿਖ ਸਕਦਾ ਹੈ। ਅਜੇ ਤਾਂ ਇਹ ਦੇਖਣ 'ਚ ਆ ਰਿਹਾ ਹੈ ਕਿ ਦਲਿਤਾਂ ਵੱਲੋਂ ਲਿਖਿਆ ਬਹੁਤਾ ਸਾਹਿਤ, ਖਿੱਝ, ਨਫ਼ਰਤ, ਰੰਜਿਸ਼ ਆਦਿ 'ਚੋਂ ਪੈਦਾ ਹੋ ਰਿਹਾ ਹੈ। ਸਹਿਜਤਾ ਨਾਲ ਬਹੁਤ ਘੱਟ ਲਿਖਿਆ ਗਿਆ ਹੈ। ਕਈ ਦਲਿਤ ਲੇਖਕ ਤਾਂ ਸਾਹਿਤ 'ਚ ਵੀ ਰਿਜ਼ਰਵੇਸ਼ਨ ਦੀ ਗੱਲ ਕਰ ਰਹੇ ਹਨ। ਅਜਿਹੀਆਂ ਬਹੁਤ ਸਾਰੀਆਂ ਗੱਲਾਂ ਹੋਣੀਆਂ ਹਨ। ਇਸ ਨਾਲ ਕਈ ਤਰ੍ਹਾਂ ਦੇ ਖਦਸ਼ੇ ਵੀ ਪੈਦਾ ਹੋਣਗੇ। ਇੱਕ ਇੰਟਰਵਿਊ 'ਚ ਅਭਿਨੇਤਾ ਓਮ ਪੁਰੀ ਨੇ ਕਿਹਾ ਸੀ, "ਇਕ ਬੱਚਾ ਜਿਸ ਨੂੰ ਜਾਤੀਗਤ ਆਧਾਰ 'ਤੇ ਰਿਜ਼ਰਵੇਸ਼ਨ ਦਿੱਤੀ ਜਾਂਦੀ ਹੈ, ਕਾਬਿਲ ਹੋਣ ਤੇ ਵੀ ਹਰ ਮੁਕਾਮ ਤੇ ਉਸ ਨੂੰ ਇਹੀ ਸੋਚਣਾ ਪਵੇਗਾ ਕਿ ਇਹ ਸਭ ਕੁਝ ਉਸ ਨੂੰ ਦਲਿਤ ਹੋਣ ਦੀ ਵਜ੍ਹਾ ਨਾਲ ਮਿਲਿਆ ਹੈ।" ਓਮਪੁਰੀ ਦੀ ਗੱਲ ਸਾਨੂੰ ਸੋਚਣ ਲਾ ਦਿੰਦੀ ਹੈ।

'ਇਕਬਾਲੀਆ ਬਿਆਨ' ਕਹਾਣੀ ਸੰਗ੍ਰਹਿ 'ਚ ਮੈਂ ਗੈਰ-ਦਲਿਤ ਕਹਾਣੀਕਾਰਾਂ ਵੱਲੋ ਲਿਖੀਆਂ ਗਈਆਂ ਕਹਾਣੀਆਂ ਨੂੰ ਹੀ ਸ਼ਾਮਿਲ ਕੀਤਾ ਹੈ। ਇਨ੍ਹਾਂ ਕਹਾਣੀਆਂ 'ਚ ਸ਼ੋਰ ਘੱਟ ਤੇ ਖਾਮੋਸ਼ੀ ਜ਼ਿਆਦਾ ਹੈ। ਡਾ. ਹਰਿਭਜਨ ਸਿੰਘ ਮੰਨਦੇ ਹਨ, "ਸ਼ੋਰ ਦੇ ਮੁਕਾਬਲੇ ਖਾਮੋਸ਼ੀ ਨੂੰ ਸੁਣਨ ਲਈ ਵਧੇਰੇ ਧਿਆਨ ਦੀ ਲੋੜ ਪੈਂਦੀ ਹੈ। ਸ਼ੋਰ ਆਪਣੇ ਸਰੋਤਿਆਂ ਤੱਕ ਪਹੁੰਚਣ ਲਈ ਆਪ ਕਾਹਲਾ ਹੁੰਦਾ ਹੈ, ਖਾਮੋਸ਼ੀ ਤੱਕ ਪਹੁੰਚਣ ਲਈ ਸਰੋਤਿਆਂ ਨੂੰ ਆਪ ਯਤਨ ਕਰਨਾ ਹੁੰਦਾ ਹੈ।"

ਹਰੀਸ਼ਪੁਰੀ ਹੋਰਾਂ ਪੰਜਾਬ ਦੇ ਦਲਿਤ ਜੀਵਨ ਬਾਰੇ ਖੋਜ ਭਰਭੂਰ ਲੇਖ ਲਿਖਿਆ ਹੈ- ਮੈਂ ਉਨ੍ਹਾਂ ਦਾ ਅਤੀ ਧੰਨਵਾਦੀ ਹਾਂ ਕਿ ਉਨ੍ਹਾਂ ਮੈਨੂੰ ਲੰਮੀ-ਚੌੜੀ ਭੂਮਿਕਾ ਲਿਖਣ ਤੋਂ ਫਾਰਿਗ ਕਰ ਦਿੱਤਾ।

-ਜਿੰਦਰ

ਪੱਟੀਦਰਜ (ਦਲਿਤ) ਜਾਤੀਆਂ ਦੀ ਬਦਲਦੀ ਹਾਲਤ

ਡਾ. ਹਰੀਸ਼ ਪੁਰੀ

"ਸਾਡਾ ਸੰਘਰਸ਼ ਧਨ ਜਾਂ ਸੱਤਾ ਲਈ ਨਹੀਂ ਸਗੋਂ ਆਜ਼ਾਦੀ ਲਈ ਹੈ। ਸਾਡਾ ਸੰਘਰਸ਼ ਮਨੁੱਖੀ ਸ਼ਖ਼ਸੀਅਤ ਦੀ ਮੁੜ ਤੋਂ ਪ੍ਰਾਪਤੀ ਲਈ ਹੈ।"

- ਡਾ. ਬੀ. ਆਰ. ਅੰਬੇਡਕਰ

"ਕੋਈ ਸਮਾਂ ਸੀ ਜਦੋਂ ਸਾਡੇ ਨਾਲ ਪਸ਼ੂਆਂ ਜਿਹਾ ਸਲੂਕ ਕੀਤਾ ਜਾਂਦਾ ਸੀ। ਹੁਣ ਅਸੀਂ ਬੰਦਿਆਂ ਵਾਂਗ ਮਹਿਸੂਸ ਕਰਦੇ ਹਾਂ। ਇਹ ਸਾਰਾ ਕੁੱਝ ਅੰਬੇਡਕਰ ਦੇ ਸਕਦਾ ਹੈ।"

-ਨਾਮਦਿਓ ਢਾਸਲ

ਮੌਜੂਦਾ ਅਧਿਐਨ ਇਸ ਗੱਲ ਨਾਲ ਸੰਬੰਧ ਰੱਖਦਾ ਹੈ ਕਿ 1947 ਵਿਚ ਦੇਸ਼ ਦੀ ਆਜ਼ਾਦੀ ਤੇ ਪੰਜਾਬ ਦੀ ਵੰਡ ਤੋਂ ਪਿਛੋਂ ਪੰਜਾਬ ਵਿਚ ਦਲਿਤਾਂ (ਪੱਟੀਦਰਜ ਜਾਤੀਆਂ) ਦੇ ਜੀਵਨ ਵਿਚ ਕਿਸ ਕਿਸਮ ਦੀਆਂ ਤਬਦੀਲੀਆਂ ਆਈਆਂ। ਬਹੁਤੇ ਲੋਕ ਨਹੀਂ ਜਾਣਦੇ ਕਿ ਪੱਟੀਦਰਜ ਜਾਤੀਆਂ ਪੰਜਾਬ ਰਾਜ ਵਿਚ ਵਸੋਂ ਦਾ ਚੋਖਾ ਹਿੱਸਾ ਹਨ। 2001 ਦੀ ਮਰਦਮ ਸ਼ੁਮਾਰੀ ਅਨੁਸਾਰ ਇਸ ਰਾਜ ਵਿਚ ਪੱਟੀਦਰਜ ਜਾਤੀਆਂ ਦੀ ਗਿਣਤੀ 28.9 % ਸੀ। ਪੱਟੀਦਰਜ ਜਾਤੀਆਂ ਦੇ ਲੋਕ, ਜਿਨ੍ਹਾਂ ਨੂੰ ਆਮ ਬੋਲੀ ਵਿਚ ਦਲਿਤ ਕਿਹਾ ਜਾਂਦਾ ਹੈ, ਸਾਡੇ ਸਮਾਜ ਦਾ ਅੱਤ ਅਪਮਾਨਤ ਭਾਗ ਰਹੇ ਹਨ।

ਇਸ ਲੇਖ ਦਾ ਮੰਤਵ ਇਸ ਗੱਲ ਦੀ ਘੋਖ ਪਰਖ ਕਰਨਾ ਹੈ ਕਿ ਪੱਟੀਦਰਜ ਜਾਤੀਆਂ ਦੇ ਲੋਕਾਂ ਦੀਆਂ ਬਾਹਰਮੁਖੀ ਤੇ ਅੰਤਰਮੁਖੀ ਜੀਵਨ ਹਾਲਤਾਂ ਵਿਚ ਕਿਸ ਕਿਸਮ ਦੀਆਂ ਤਬਦੀਲੀਆਂ ਆਈਆਂ।

ਬਾਹਰਮੁਖੀ ਤਬਦੀਲੀਆਂ ਦਾ ਸੰਬੰਧ ਇਸ ਗੱਲ ਨਾਲ ਹੈ ਕਿ ਉਹ ਕਿਵੇਂ ਸੋਚਦੇ ਤੇ ਕਿਸ ਦ੍ਰਿਸ਼ਟੀ ਨਾਲ ਦੇਖਦੇ ਹਨ। ਇਹਨਾਂ ਤਬਦੀਲੀਆਂ ਦਾ ਸੰਬੰਧ ਇਸ ਗੱਲ ਨਾਲ ਵੀ ਹੈ ਕਿ 50ਵਿਆਂ ਤੋਂ ਲੈ ਕੇ ਹੁਣ ਤੱਕ ਦੇ ਅਰਸੇ ਵਿਚ ਪੱਟੀਦਰਜ ਜਾਤੀਆਂ ਦੇ ਲੋਕ ਆਪਣੇ ਆਪ ਨੂੰ ਕਿੰਞ ਦੇਖਦੇ ਹਨ ਅਤੇ ਹੋਰਨਾਂ ਲੋਕਾਂ ਦਾ ਉਹਨਾਂ ਪ੍ਰਤੀ ਕੀ ਵਤੀਰਾ ਜਾਂ ਵਿਚਾਰ ਹੈ। ਐਂਥਰੋਪਾਲੋਜੀਕਲ ਸਰਵੇ ਆਫ਼ ਇੰਡੀਆ ਦੀ 'ਹਿੰਦ ਦੇ ਲੋਕ' ਨਾਂਅ ਦੀ ਲੀਹ ਉਲੀਕਦੀ ਰੀਪੋਰਟ ਨੇ ਇਸ ਗੱਲ ਦਾ ਤੱਤ ਪਾ ਲਿਆ ਜਾਪਦਾ ਹੈ ਕਿ ਪੱਟੀਦਰਜ ਜਾਤੀਆਂ ਨਾਲ

ਸੰਬੰਧਤ ਵਿਅਕਤੀ ਆਪਣੇ ਆਪ ਦਾ ਕੀ ਮੁੱਲ ਪਾਉਂਦੇ ਹਨ। ਰੀਪੋਰਟ ਆਖਦੀ ਹੈ, "ਵਾਸਤਵ ਵਿਚ ਸਵੈ-ਆਦਰ ਦੀ ਇਕ ਨਵੀਂ ਭਾਵਨਾ ਚੌਹੀਂ ਪਾਸੀਂ ਮਹਿਸੂਸ ਕੀਤੀ ਜਾ ਸਕਦੀ ਹੈ। ਜਿਹੜੀਆਂ ਪੁਰਾਣੀਆਂ ਮਿਥਿਆਵਾਂ ਅਪਮਾਨ ਭਰੀ ਜ਼ਿੰਦਗੀ ਨੂੰ ਉਚਿੱਤ ਠਹਿਰਾਉਂਦੀਆਂ ਸਨ, ਉਹ ਛੱਡੀਆਂ ਜਾ ਰਹੀਆਂ ਹਨ।" ਵੀ . ਐਸ. ਨੈਪਾਲ ਨਾਲ ਆਪਣੀ ਗੱਲਬਾਤ ਵਿਚ ਨਾਮਦਿਓ ਢਾਸਲ ਦਾ ਕਹਿਣਾ ਸੀ, "ਕੋਈ ਸਮਾਂ ਸੀ ਜਦੋਂ ਸਾਡੇ ਨਾਲ ਪਸ਼ੂਆਂ ਵਾਲਾ ਸਲੂਕ ਹੁੰਦਾ ਸੀ। ਹੁਣ ਅਸੀਂ ਇਨਸਾਨਾਂ ਵਾਂਗ ਜਿਉਂਦੇ ਹਾਂ। ਇਹ ਸਾਰਾ ਕੁਝ ਡਾ. ਅੰਬੇਡਕਰ ਦੇ ਸਦਕਾ ਹੋਇਆ।" ਇਸ ਕਿਸਮ ਦੀ ਤਬਦੀਲੀ, ਜਿਹੜੀ ਪੰਜਾਬ ਵਿਚ ਬਹੁਤ ਸਾਰਿਆਂ ਵੱਲੋਂ ਮਹਿਸੂਸ ਕੀਤੀ ਜਾ ਰਹੀ ਹੈ, ਬਹੁਤ ਹੌਲੀ ਹੌਲੀ ਆਈ ਹੈ। ਇਹਨਾਂ ਤਬਦੀਲੀਆਂ ਦਾ ਪ੍ਰਭਾਵ ਵੱਖ ਵੱਖ ਖੇਤਰਾਂ ਦੇ ਵਿਚਕਾਰ ਨਾ-ਬਰਾਬਰ ਢੰਗ ਨਾਲ ਪਿਆ ਹੈ। ਸ਼ਹਿਰੀ ਖੇਤਰਾਂ ਵਿਚ ਸਥਿਤੀ ਹੁਣ ਪੇਂਡੂ ਖੇਤਰਾਂ ਦੀ ਸਥਿਤੀ ਨਾਲੋਂ ਕਿਤੇ ਵੱਧ ਵੱਖਰੀ ਤੇ ਬਿਹਤਰ ਹੈ। ਦੁਆਬੇ ਦੇ ਇਲਾਕੇ ਵਿਚ ਵਾਲਮੀਕੀਆਂ, ਮਜ਼ਬੀਆਂ ਤੇ ਹੋਰ ਭਾਈਚਾਰਿਆਂ ਨਾਲੋਂ ਆਦਿ-ਧਰਮੀ ਤੇ ਮੇਘ ਭਾਈਚਾਰੇ ਵਧੇਰੇ ਗਿਣਤੀ ਵਿਚ ਸ਼ਹਿਰਾਂ ਵਿਚ ਆ ਵਸੇ ਹਨ, ਉੱਤੇ ਉੱਠਣ ਦੇ ਪੱਖੋਂ ਵਧੇਰੇ ਗਤੀਸ਼ੀਲ ਹਨ, ਵਧੇਰੇ ਸਵੈ-ਵਿਸ਼ਵਾਸ ਰੱਖਦੇ ਹਨ ਤੇ ਰਾਜਨੀਤਕ ਪੱਖੋਂ ਵਧੇਰੇ ਰਸੂਖ ਰੱਖਦੇ ਹਨ। ਅੰਬੇਡਕਰ ਨੇ ਆਪਣੇ ਪੈਰੋਕਾਰਾਂ ਨੂੰ ਮਸ਼ਵਰਾ ਦਿੱਤਾ ਸੀ ਕਿ ਉਹ ਸ਼ਹਿਰਾਂ ਵਿਚ ਵੱਸਣ ਕਿਉਂਕਿ ਪਿੰਡਾਂ ਵਿਚ ਉਹਨਾਂ ਲਈ ਕੋਈ ਆਸ ਨਹੀਂ। ਅੰਬੇਡਕਰ ਪਿੰਡ ਨੂੰ 'ਜਹਾਲਤ ਦੇ ਅੱਡੇ' ਸਮਝਦੇ ਸਨ। ਤਾਂ ਵੀ 2001 ਦੀ ਮਰਦਮਸ਼ੁਮਾਰੀ ਅਨੁਸਾਰ ਪੰਜਾਬ ਦੇ ਸ਼ਹਿਰਾਂ ਵਿਚ ਪੱਟੀਦਰਜ ਜਾਤੀਆਂ ਦੀ ਵਸੋਂ 20.7 % ਹੀ ਸੀ, ਪੱਟੀਦਰਜ ਜਾਤੀਆਂ ਦਾ 80 % ਹਿੱਸਾ ਅਜੇ ਵੀ ਪਿੰਡਾਂ ਵਿਚ ਹੀ ਰਹਿੰਦਾ ਸੀ। ਵਰਤਮਾਨ ਅਧਿਐਨ ਉਪਰੋਕਤ ਪਰਿਵਰਤਨ ਦੀ ਤੇ ਪਰਿਵਰਤਨ-ਪ੍ਰਕ੍ਰਿਆਵਾਂ ਦੀ ਮੁੱਢਲੀ ਅਸਲੀਅਤ ਉੱਤੇ ਹੀ ਕੇਂਦਰਿਤ ਹੈ ਅਰਥਾਤ ਇਸਦਾ ਮੰਤਵ ਇਹ ਜਾਨਣਾ ਹੈ ਕਿ ਪੱਟੀਦਰਜ ਜਾਤੀਆਂ ਦੇ ਲੋਕ ਆਪਣੀ ਰੋਜ਼ਾਨਾ ਜ਼ਿੰਦਗੀ ਵਿਚ ਕਿਵੇਂ ਮਹਿਸੂਸ ਕਰਦੇ ਹਨ ਜਾਂ ਆਮ ਸੂਝ ਦੇ ਪੱਖੋਂ ਇਸ ਸਥਿਤੀ ਨੂੰ ਕਿਵੇਂ ਸਮਝਿਆ ਜਾ ਸਕਦਾ ਹੈ। ਇਸ ਮੰਤਵ ਲਈ ਲੇਖਕ ਨੇ ਉਹਨਾਂ ਦੀਆਂ ਜ਼ਿੰਦਗੀਆਂ ਦਾ ਨਿਰੀਖਣ ਕੀਤਾ ਹੈ-

1. ਵੱਖ ਵੱਖ ਪੱਟੀਦਰਜ ਜਾਤੀਆਂ , ਵੱਖ ਵੱਖ ਉਮਰਾਂ ਤੇ ਵੱਖੋਂ ਵੱਖ ਇਲਾਕਿਆਂ ਨਾਲ ਸੰਬੰਧਤ ਦਲਿਤਾਂ ਨਾਲ ਵਿਸਥਾਰ ਭਰੇ ਢੰਗ ਨਾਲ ਗੱਲਾਂ-ਬਾਤਾਂ ਕੀਤੀਆਂ ਤੇ ਉਹਨਾਂ ਨੂੰ ਧਿਆਨ ਨਾਲ ਸੁਣਿਆ, ਇਸਦੇ ਲਈ ਲੇਖਕ ਬਹੁਤ ਸਾਰਿਆਂ ਦੇ ਘਰਾਂ ਵਿਚ ਵੀ ਗਿਆ ਤੇ ਉਹਨਾਂ ਦੇ ਦਿਨ-ਤਿਉਹਾਰਾਂ ਵਿਚ ਸ਼ਾਮਲ ਹੋਇਆ।

2. ਉਹਨਾਂ ਦੀਆਂ ਯਾਦਾਂ, ਤਜਰਬਿਆਂ ਤੇ ਮੁਸ਼ਾਹਦਿਆਂ ਤੋਂ ਜਾਣੂ ਹੋਇਆ ਜਿਸ ਵਿਚ ਕੁਝ ਇਕ ਹੰਢੇ ਹੋਏ ਦਲਿਤ ਆਗੂਆਂ ਵੱਲੋਂ ਨਿਸ਼ਚਤ ਪ੍ਰਸ਼ਨਾਂ ਦੇ ਲਿਖਤੀ ਉੱਤਰ ਵੀ ਸ਼ਾਮਲ ਹਨ।

3. ਦਲਿਤਾਂ ਦੀਆਂ ਸਵੈ-ਜੀਵਨੀਆਂ ਤੇ ਸਾਹਿਤਿਕ ਲਿਖਤਾਂ ਵੀ ਪੜ੍ਹੀਆਂ ਹਨ ਤੇ ਪੰਜਾਬੀ ਗਲਪ ਤੇ ਲੋਕ ਕਥਾਵਾਂ ਵਿਚ ਪੱਟੀਦਰਜ ਜਾਤੀਆਂ ਦੀ ਹਾਲਤ ਦੇ ਵਰਨਣ ਦਾ ਅਧਿਐਨ ਕੀਤਾ ਹੈ। ਇਸ ਗੱਲ ਦੀ ਵੀ ਕੋਸ਼ਿਸ਼ ਕੀਤੀ ਗਈ ਹੈ ਕਿ 'ਭੌਤਿਕ ਤੱਥਾਂ' ਤੇ

'ਮਾਨਸਿਕ ਤੱਥਾਂ' ਵਿਚਲੇ ਨਿਖੇੜੇ ਨੂੰ ਧਿਆਨ ਵਿਚ ਰੱਖਿਆ ਜਾਏ ਭਾਵੇਂ ਮਗਰਲੀ ਕਿਸਮ ਦੇ ਤੱਥ ਪ੍ਰਤੱਖ ਤੌਰ ਤੇ ਭੌਤਿਕ ਤੱਥਾਂ ਉੱਤੇ ਹੀ ਆਧਾਰਤ ਹੁੰਦੇ ਹਨ। ਸਮਾਜੀ ਤੱਥਾਂ ਨੂੰ ਅਜਿਹੇ ਤੱਥਾਂ ਵਜੋਂ ਲਿਆ ਜਾ ਸਕਦਾ ਹੈ ਜਿਹੜੇ ਬਾਹਰਮੁਖੀ ਵੀ ਹੁੰਦੇ ਹਨ ਅਤੇ ਅੰਤਰਮੁਖੀ ਵੀ, ਅਤੇ ਜਿਨਾਂ ਵਿਚ ਕਿਸੇ ਹੱਦ ਤੱਕ 'ਪ੍ਰਸਪਰ-ਅੰਤਰਮੁਖੀ ਆਮ ਸੂਝ' ਦਾ ਵੀ ਦਖ਼ਲ ਹੁੰਦਾ ਹੈ।

4. ਇਸ ਲੇਖ ਦੇ ਪਹਿਲੇ ਭਾਗ ਰਾਹੀਂ ਆਪਣੇ ਮਨਾਂ ਵਿਚ ਇਸ ਗੱਲ ਦੀ ਮੋਟੀ ਜਿਹੀ ਤਸਵੀਰ ਉਭਾਰਨਾ ਹੈ ਕਿ ਜਦੋਂ ਦੇਸ਼ ਨੇ ਆਜ਼ਾਦੀ ਹਾਸਲ ਕੀਤੀ, ਉਸ ਵੇਲੇ ਪੱਟੀਦਰਜ ਜਾਤੀਆਂ ਦੀ ਜ਼ਿੰਦਗੀ ਕਿਹੋ ਜਿਹੀ ਸੀ, ਉਹ ਕਿਸ ਤਰ੍ਹਾਂ ਰਹਿੰਦੇ ਵਿਚਰਦੇ ਸਨ, ਤੇ ਉਹਨਾਂ ਦੇ ਮਨਾਂ ਵਿਚ ਕਿਹੋ ਜਿਹੇ ਵਿਸ਼ਵਾਸ ਤੇ ਵਿਚਾਰ ਹੁੰਦੇ ਸਨ। ਦੂਸਰੇ ਭਾਗ ਦਾ ਸੰਬੰਧ ਇਸ ਗੱਲ ਦਾ ਜਾਇਜ਼ਾ ਲੈਣ ਨਾਲ ਹੈ ਕਿ ਆਈ ਤਬਦੀਲੀ ਕਿਸ ਢੰਗ ਦੀ ਹੈ, ਪੱਟੀਦਰਜ ਜਾਤੀਆਂ ਦੀਆਂ ਪਦਾਰਥਕ ਹਾਲਤਾਂ ਵਿਚ ਕੀ ਤਬਦੀਲੀ ਆਈ ਹੈ ਤੇ ਉਹ ਸਮਾਜੀ ਤਬਦੀਲੀ ਨੂੰ ਕਿਵੇਂ ਮਹਿਸੂਸ ਕਰਦੇ ਹਨ। ਉਹਨਾਂ ਦਾ ਸਮਾਜੀ ਦਰਜਾ ਹੁਣ ਕੀ ਹੈ ਅਤੇ ਉਹਨਾਂ ਲਈ ਇਸਦੇ ਕੀ ਅਰਥ ਹਨ, ਸਣੇ ਉਹਨਾਂ ਦੀਆਂ ਆਸਾਂ ਤੇ ਸੰਸਿਆਂ ਦੇ। ਜਾਤੀ ਸੰਬੰਧਾਂ ਵਿਚ ਆਈ ਤਬਦੀਲੀ ਪ੍ਰਤੀ ਗ਼ੈਰ-ਪੱਟੀਦਰਜ ਜਾਤੀਆਂ ਕੀ ਆਖਦੀਆਂ ਹਨ, ਇਸ ਦਾ ਵੀ ਇਸ ਲੇਖ ਦੇ ਵਿਸ਼ੇ ਨਾਲ ਡੂੰਘਾ ਸੰਬੰਧ ਹੈ। ਜੇ ਸਾਧਾਰਨ ਜਿਹੇ ਮਾਮਲਿਆਂ ਨੂੰ ਜ਼ਰਾ ਨੇੜਿਓਂ ਤੱਕਿਆ ਜਾਏ ਤਾਂ ਇਸ ਨਾਲ ਵੀ ਦ੍ਰਿਸ਼ਟੀ ਸੀਮਾ ਤੇ ਸੂਝ ਦੀ ਕੁਝ ਵਧੇਰੇ ਥਾਹ ਪੈ ਜਾਂਦੀ ਹੈ। ਲੇਖਕ ਨੂੰ ਕੁਝ ਇੰਝ ਹੀ ਜਾਪਿਆ ਹੈ।

ਭਾਗ-1

1947 ਦੇ ਨੇੜੇ ਤੇੜੇ ਦਲਿਤ ਜੀਵਨ ਦਾ ਚਰਿਤਰ

ਰਿਤੂ ਮੈਨਨ ਤੇ ਕਮਲਾ ਭਸੀਨ ਦੀ 'ਹੱਦਾਂ ਤੇ ਸਰਹੱਦਾਂ' ਅਤੇ ਬਾਅਦ ਵਿਚ ਉਰਵਸ਼ੀ ਬੁਟਾਲੀਆ ਦੀ 'ਚੁੱਪ ਦਾ ਦੂਸਰਾ ਪਾਸਾ' ਪੜ੍ਹਨ ਤੋਂ ਬਾਅਦ ਲੇਖਕ ਦੇ ਮਨ ਵਿਚ ਆਇਆ ਕਿ ਇਹ ਦੇਖਣਾ ਚਾਹੀਦਾ ਹੈ ਕਿ ਵੰਡ ਦੀ ਹਿੰਸਾ ਸਮੇਂ ਦਲਿਤਾਂ (ਜਿਹਨਾਂ ਨੂੰ ਉਦੋਂ ਹਰੀਜਨ ਕਿਹਾ ਜਾਂਦਾ ਸੀ) ਨਾਲ ਕੀ ਬੀਤੀ। ਇਹ ਹਕੀਕਤ ਦਾ ਇਕ ਅਜਿਹਾ ਭਾਗ ਹੈ ਜਿਹੜਾ ਪ੍ਰਾਪਤ ਅਧਿਐਨਾਂ ਵਿਚ ਅਣਗੌਲਿਆ ਹੀ ਰਿਹਾ ਹੈ। ਇਸ ਬਾਰੇ ਇਤਿਹਾਸਕਾਰਾਂ ਦੀ ਅਤੇ ਹੋਰ ਲੇਖਕਾਂ ਤੇ ਮੀਡੀਆ ਦੀ ਚੁੱਪ ਦੇਖਕੇ ਹੈਰਾਨੀ ਹੁੰਦੀ ਹੈ। ਵਾਸਤਵ ਵਿਚ, ਜਿਵੇਂ ਬੁਟਾਲੀਆ ਦੀ ਟਿੱਪਣੀ ਹੈ, "ਇਹ ਤੱਥ ਕਿ ਵੰਡ ਵੇਲੇ ਦੀ ਹਿੰਸਾ ਵਿਚੋਂ ਹਰੀਜਨ, ਕਿਸੇ ਹੱਦ ਤੱਕ, ਅਣਦਿਸਦੇ ਹੀ ਰਹਿਣ ਦਿੱਤੇ ਗਏ ਹਨ, ਇਕ ਹੋਰ ਕਿਸਮ ਦੀ ਅਦ੍ਰਿਸ਼ਟਤਾ ਦਾ ਰੂਪ ਧਾਰਨ ਕਰ ਗਿਆ ਹੈ ਅਤੇ ਇਹ ਹੈ ਇਤਿਹਾਸ ਦੀ ਆਪਣੀ ਅਦ੍ਰਿਸ਼ਟਤਾ।"

ਅਜਿਹੀ ਇਕ ਕਹਾਣੀ, ਅਤੇ ਇਹ ਆਪਣੀ ਕਿਸਮ ਦੀ ਇਕੋ ਕਹਾਣੀ ਹੈ ਜੋ ਸਾਡੇ ਤੱਕ ਪਹੁੰਚੀ ਹੈ, ਬੁਟਾਲੀਆ ਦੀ ਪੁਸਤਕ ਵਿਚ ਅੰਕਤ ਹੈ। ਇਹ ਕਹਾਣੀ ਦੀਨਾ ਨਗਰ, ਜ਼ਿਲ੍ਹਾ ਗੁਰਦਾਸਪੁਰ, ਦੀ ਹਰੀਜਨ ਲੜਕੀ ਮਾਇਆ ਰਾਣੀ ਦੀ ਹੈ, ਜਿਸ ਨਾਲ ਬੁਟਾਲੀਆ

ਨੇ 40 ਸਾਲ ਹੋਏ ਵੰਡ ਤੋਂ ਪਿਛੋਂ ਉਸ ਜ਼ਿਲ੍ਹੇ ਦੇ ਕਸਬਾ ਬਟਾਲਾ ਵਿਚ ਗੱਲਬਾਤ ਕੀਤੀ ਸੀ। ਮਾਇਆ ਉਦੋਂ ਬਾਲੜੀ ਹੀ ਸੀ ਜਿਸਨੇ ਕਤਲੋਗ਼ਾਰਤ ਤੇ ਲੁੱਟਮਾਰ ਦੇਖੀ ਸੀ, ਪਹਿਲਾਂ ਮੁਸਲਮਾਨਾਂ ਹੱਥੋਂ ਹਿੰਦੂਆ ਤੇ ਸਿੱਖਾਂ ਦੀ ਜਦੋਂ 1947 ਦੇ ਅੱਧ ਵਿਚ ਇਹ ਅਫ਼ਵਾਹ ਉੱਡੀ ਹੀ ਸੀ ਕਿ ਜ਼ਿਲ੍ਹਾ ਗੁਰਦਾਸਪੁਰ ਨੂੰ ਪਾਕਿਸਤਾਨ ਵਿਚ ਸ਼ਾਮਲ ਕੀਤਾ ਜਾ ਰਿਹਾ ਹੈ। ਉਦੋਂ ਇਸ ਬਾਰੇ ਝਗੜਾ ਚੱਲ ਰਿਹਾ ਸੀ ਕਿ ਕੀ ਇਹ ਮੁਸਲਮ ਬਹੁਗਿਣਤੀ ਜ਼ਿਲ੍ਹਾ ਹੈ ਜਾਂ ਗੈਰ-ਮੁਸਲਿਮ ਬਹੁਗਿਣਤੀ ਜ਼ਿਲ੍ਹਾ। ਜਦੋਂ ਇਹ ਖ਼ਬਰ ਆਈ ਕਿ ਇਹ ਜ਼ਿਲ੍ਹਾ ਹਿੰਦੁਸਤਾਨ ਵਿਚ ਹੀ ਰਹੇਗਾ ਤਾਂ ਮਾਇਆ ਰਾਣੀ ਨੇ 'ਹੋਰਨਾਂ' ਹੱਥੋਂ ਮੁਸਲਮਾਨਾਂ ਦੀ ਕਤਲੋਗ਼ਾਰਤ ਤੇ ਲੁੱਟਮਾਰ ਦੇਖੀ।

ਮਾਇਆ ਆਪਣੀ ਉਮਰ ਦੀਆਂ ਕੁੜੀਆਂ ਦੀ ਟੋਲੀ ਵਿਚ ਸ਼ਾਮਲ ਸੀ ਜਿਨ੍ਹਾਂ ਨੂੰ ਉੱਧੜਧੁਮੀ ਤੇ ਹਨੇਰ ਗਰਦੀ ਵਿਚੋਂ ਬਾਹਰ ਆਉਣ ਦਾ 'ਅਵਸਰ' ਨਜ਼ਰ ਆਇਆ ਸੀ। ਉਹ ਛੱਤਾਂ ਟੱਪ ਕੇ ਮੁਸਲਮਾਨਾਂ ਦੇ ਉੱਜੜੇ ਜਾਂ ਸੜ ਰਹੇ ਘਰਾਂ ਵਿਚ ਜਾਂਦੀਆਂ ਅਤੇ ਫਰੋਲਾ ਫਰਾਲੀ ਕਰਕੇ ਕਈ ਕਿਸਮ ਦਾ ਸਾਮਾਨ ਆਪਣੇ ਘਰਾਂ ਨੂੰ ਲੈ ਆਉਂਦੀਆਂ। ਇਹਨਾਂ ਵਿਚ ਵਰਤੋਂ ਦਾ ਸਾਮਾਨ, ਵੱਡੇ ਵੱਡੇ ਦੇਗਚੇ ਤੇ ਪਤੀਲੇ, ਪਰਾਤਾਂ ਤੇ ਹਮਾਮਾਂ ਤੋਂ ਇਲਾਵਾ ਲੀੜੇ ਕਪੜੇ, ਰਜ਼ਾਈਆਂ, ਆਟਾ ਅਤੇ ਕਈ ਵਾਰ ਦੇਸੀ ਘਿਓ ਤੇ ਬਦਾਮ ਵੀ ਸ਼ਾਮਲ ਹੁੰਦੇ ਸਨ।

"ਅਸੀਂ 11ਕੁੜੀਆਂ ਸਾਂ ਅਤੇ ਸਾਰੀਆਂ ਨੇ ਇਸ ਤਰ੍ਹਾਂ ਇਕੱਠੇ ਕੀਤੇ ਸਾਮਾਨ ਨਾਲ ਆਪਣੇ ਦਾਜ ਬਣਾ ਲਏ ਸਨ।" ਉਸਨੇ ਬੁਟਾਲੀਆ ਨੂੰ ਦੱਸਿਆ।

"ਕੀ ਤੁਹਾਨੂੰ ਡਰ ਨਹੀਂ ਸੀ ਆਉਂਦਾ ? " ਬੁਟਾਲੀਆ ਨੇ ਮਾਇਆ ਨੂੰ ਪੁਛਿਆ।

"ਨਹੀਂ, ਸਾਨੂੰ ਡਰ ਨਹੀਂ ਸੀ ਆਉਂਦਾ।" ਮਾਇਆ ਨੇ ਦੱਸਿਆ। "ਸਾਨੂੰ ਹਰ ਕੋਈ ਡਰਾਉਂਦਾ ਸੀ, ਸਾਡੇ ਮਾਪੇ ਵੀ ਸਾਨੂੰ ਡਰਾਉਂਦੇ ਸਨ। ਪਰ ਉਸ ਇਲਾਕੇ ਦੇ ਸਾਰੇ ਹੀ ਬੱਚਿਆਂ ਵਾਂਗ ਸਾਨੂੰ ਵੀ ਡਰ ਨਹੀਂ ਸੀ ਆਉਂਦਾ... ਸਾਡੇ ਮਾਪੇ ਚਿੰਤਾ ਜ਼ਰੂਰ ਕਰਦੇ ਹਨ। ਉਹ ਕਹਿੰਦੇ ਸਨ ਕਿ ਕਿਸੇ ਨੇ ਤੁਹਾਨੂੰ ਮਾਰ ਦੇਣਾ ਹੈ। ਪਰ ਅਸੀਂ ਸੋਚਦੀਆਂ ਸਾਂ, ਸਾਨੂੰ ਕਿਸਨੇ ਚੁੱਕਣਾ ਹੈ, ਸਾਨੂੰ ਕਿਸਨੇ ਮਾਰਨਾ ਹੈ ? ਅਸੀਂ ਆਪਣੇ ਆਪ ਨੂੰ ਹਰੀਜਨ ਕਹਿੰਦੀਆਂ ਸੀ ਨਾ ਹਿੰਦੂ, ਨਾ ਇਸਾਈ... ਸਾਨੂੰ ਚੁੱਕਣ ਵਾਲਾ ਕੌਣ ਸੀ... ਸਾਨੂੰ ਕੋਈ ਖ਼ਤਰਾ ਨਹੀਂ ਸੀ। ... ਕਿਉਂਕਿ ਅਸੀਂ ਹਰੀਜਨ ਸਾਂ। ਭਾਵੇਂ ਪਾਕਿਸਤਾਨ ਬਣਦਾ ਜਾਂ ਹਿੰਦੁਸਤਾਨ, ਸਾਨੂੰ ਕੋਈ ਫ਼ਰਕ ਨਹੀਂ ਸੀ ਪੈਂਦਾ।"

ਬੁਟਾਲੀਆ ਦੇ ਨਿਰੀਖਣ ਅਨੁਸਾਰ, "ਮਾਇਆ ਨੂੰ ਸਪੱਸ਼ਟ ਸੀ ਕਿ ਉਹ ਤੇ ਉਹਨਾਂ ਦੇ ਮਾਪੇ ਹਰੀਜਨਾਂ ਵਜੋਂ ਆਪਣੇ ਆਪ ਨੂੰ ਹਿੰਦੂ ਜਾਂ ਈਸਾਈ ਜਾਂ ਕੁੱਝ ਵੀ ਹੋਰ ਨਹੀਂ ਸਨ ਸਮਝਦੇ। ਅਸਲ ਵਿਚ ਉਹਨਾਂ ਦੀ ਆਪਣੀ ਵੱਖਰੀ ਪਛਾਣ ਉਹਨਾਂ ਦੀ ਕੋਈ ਪਛਾਣ ਨਾ ਹੋਣ ਵਿਚ ਸੀ, ਮੁੱਖ ਧਾਰਾ ਹਿੰਦੂ ਸਮਾਜ ਵਿਚ ਉਹਨਾਂ ਦੀ ਰਵਾਇਤੀ ਅਦ੍ਰਿਸ਼ਟਤਾ ਇਸ ਗੱਲ ਵਿਚ ਸੀ ਕਿ ਉਹ ਸਵਰਨ ਹਿੰਦੂ ਸਮਾਜ ਦੇ ਘੇਰੇ ਤੋਂ ਬਾਹਰ ਸਨ... ਦੇਸ਼ ਦੀ ਵੰਡ ਸਮੇਂ ਹਰੀਜਨ ਅਦ੍ਰਿਸ਼ਟ ਹੋ ਕੇ ਰਹਿ ਗਏ ਸਨ।" ਦਲੀਲ ਇਹ ਹੈ ਕਿ ਇਹੀ ਅਦ੍ਰਿਸ਼ਟਤਾ ਉਹਨਾਂ ਦੇ ਬਚਾਅ ਦਾ ਕਾਰਨ ਬਣੀ ਅਤੇ ਇਸੇ ਕਾਰਨ ਹਰੀਜਨ ਔਰਤਾਂ ਬਲਾਤਕਾਰ ਅਤੇ ਅਗਵਾ ਤੋਂ ਬਚੀਆਂ ਰਹੀਆਂ। (ਜ਼ੋਰ ਮੇਰੇ ਵੱਲੋਂ) ਸ਼ਾਇਦ ਇਸ ਵਿਚ ਇਕ ਕਾਰਨ ਹੋਰ

ਵੀ ਸੀ। ਜਿਸ ਸਮਾਜ ਵਿਚ ਕਿਸੇ ਵਿਅਕਤੀ ਨੂੰ ਇਸ ਗੱਲੋਂ ਮਾਪਿਆ ਜਾਂਦਾ ਹੈ ਕਿ ਉਸਦਾ ਪਰਿਵਾਰ ਕਿੰਨੀ ਕੁ ਜ਼ਮੀਨ ਜਾਇਦਾਦ ਦਾ ਮਾਲਕ ਹੈ, ਉਸ ਸਮਾਜ ਵਿਚ ਜ਼ਮੀਨ ਜਾਂ ਇਸੇ ਵੀ ਹੋਰ ਸੰਪਤੀ ਤੋਂ ਵਿਰਵੇ ਅਛੂਤਾਂ ਨੂੰ 'ਨੰਗਾ ਪੁੱਤ ਚੋਰਾਂ ਵਿਚ ਖੇਡੇ' ਦੇ ਮੁਹਾਵਰੇ ਅਨੁਸਾਰ ਵੰਡ ਜਿਹੇ ਹਿੰਸਕ ਸਮਿਆਂ ਵੇਲੇ 'ਆਪਣੀ ਕਿਸਮ ਦੀ ਛੋਟ' ਹਾਸਲ ਹੋ ਜਾਂਦੀ ਹੈ ਭਾਵੇਂ ਇਸਨੂੰ ਅਵੱਲੀ ਕਿਸਮ ਦੀ ਛੋਟ ਹੀ ਕਿਹਾ ਜਾ ਸਕਦਾ ਹੈ। ਦੇਸ਼ ਦੀ ਵੰਡ ਦੇ ਘਟਨਾਚੱਕਰ ਸਮੇਂ ਜਿਹੜੇ ਯਾਦ-ਪੱਤਰ ਵੱਖ ਵੱਖ ਗਰੁੱਪਾਂ ਵੱਲੋਂ ਪੇਸ਼ ਕੀਤੇ ਗਏ ਹਨ ਉਹਨਾਂ ਵਿਚ ਵੀ 'ਕੰਮੀ' ਅਖਵਾਉਂਦੇ ਵਰਗ ਦਾ ਘੱਟ ਹੀ ਕੋਈ ਜ਼ਿਕਰ ਹੁੰਦਾ ਸੀ। ਇਹ ਇਸ ਗੱਲ ਦਾ ਮੂੰਹ ਬੋਲਦਾ ਸਬੂਤ ਹੈ ਕਿ "ਉਹਨਾਂ ਦੇ ਵਿਅਕਤਿਤਵ ਤੋਂ ਇਨਕਾਰ ਕੀਤਾ ਜਾਂਦਾ ਸੀ ਪਰ ਉਹਨਾਂ ਦੀ ਮਿਹਨਤ ਉੱਤੇ ਹੱਕ ਜਮਾਇਆ ਜਾਂਦਾ ਸੀ।"

ਇਸ ਸੰਬੰਧ ਵਿਚ ਇਥੇ ਉਸ ਗਵਾਹੀ ਦਾ ਹਵਾਲਾ ਦੇਣਾ ਮੁਨਾਸਿਬ ਹੀ ਹੋਵੇਗਾ, ਜਿਹੜੀ ਸ. ਹਰਨਾਮ ਸਿੰਘ ਨੇ ਪੰਜਾਬ ਬਾਊਂਡਰੀ ਕਮਿਸ਼ਨ ਅੱਗੇ ਇਸ ਦਾਅਵੇ ਦੇ ਹਿੱਸੇ ਵਜੋਂ ਦਿੱਤੀ ਸੀ ਕਿ ਕੇਂਦਰੀ ਪੰਜਾਬ ਦੇ ਜ਼ਿਲ੍ਹਿਆਂ ਦੀ ਨਿਸ਼ਾਨਦੇਹੀ 'ਸਿੱਖ ਹੋਮਲੈਂਡ' ਵਜੋਂ ਕਰ ਦਿੱਤੀ ਜਾਏ। ਉਸਦੀ ਦਲੀਲ ਇਹ ਸੀ ਕਿ "ਸਿੱਖ ਧਰਤੀ ਦੇ ਅਸਲ ਸਪੂਤ" ਅਰਥਾਤ ਮਾਲਕ ਕਿਸਾਨ ਹਨ ਜਾਂ ਘੱਟੋਂ ਘੱਟ ਮੌਰੂਸੀ ਮੁਜ਼ਾਰੇ ਜ਼ਰੂਰ ਹਨ ਅਤੇ ਉਹਨਾਂ ਦੀਆਂ ਜੜ੍ਹਾਂ ਇਹਨਾਂ ਜ਼ਿਲ੍ਹਿਆਂ ਦੀ ਧਰਤੀ ਵਿਚ ਹਨ। ਹਰਨਾਮ ਸਿੰਘ ਦੀ ਦਲੀਲ ਸੀ ਕਿ ਮੁਸਲਮਾਨਾਂ ਦੀ ਬਹੁਤੀ ਵਸੋਂ ਫ਼ਕੀਰਾਂ, ਮੰਗਤਿਆਂ, ਜੁਲਾਹਿਆਂ, ਚਰਵਾਹਿਆਂ, ਮੋਚੀਆਂ, ਘੁਮਿਆਰਾਂ, ਮਸੱਲੀਆਂ, ਤਰਖਾਣਾਂ, ਤੇਲੀਆਂ, ਗਾ ਕੇ ਮੰਗਣ ਵਾਲਿਆਂ, ਨਾਈਆਂ, ਲੁਹਾਰਾਂ, ਧੋਬੀਆਂ, ਮਾਛੀਆਂ, ਕਸਾਈਆਂ ਤੇ ਮਰਾਸੀਆਂ ਉੱਤੇ ਆਧਾਰਤ ਹੈ... ਇਹ ਅਜਿਹੇ ਲੋਕ ਹਨ ਜਿਨ੍ਹਾਂ ਨੂੰ ਸੈਟਲਮੈਂਟ ਰੀਪੋਰਟਾਂ ਵਿਚ ਬੇਜ਼ਮੀਨੇ ਤੇ ਕੰਮੀ ਕਿਹਾ ਗਿਆ ਹੈ।"

ਪਾਲ ਬਰਾਸ ਨੇ ਇਸ ਗੱਲ ਨੂੰ ਉਭਾਰਿਆ ਕਿ ਜਿਥੇ ਸਿੱਖ ਤਰਜਮਾਨ ਮਜ਼ਹਬੀਆਂ (ਤੇ ਨੀਵੀਂ ਸ਼੍ਰੇਣੀ ਦੇ ਹੋਰ ਸਿੱਖਾਂ ਨੂੰ) ਆਪਣੀ ਵਸੋਂ ਦੇ ਕੁੱਲ ਜੋੜ ਵਿਚ ਸ਼ਾਮਲ ਕਰਦੇ ਸਨ, ਉੱਥੇ ਉਹਨਾਂ ਦੀ ਦਲੀਲ ਇਹ ਸੀ ਕਿ ਉਪਰੋਕਤ ਕਮਿਊਨਿਟੀਆਂ ਦੇ ਲੋਕਾਂ ਨੂੰ "ਮੁਸਲਮ ਕਮਿਊਨਿਟੀ ਦੀ ਵਸੋਂ ਦੀ ਕੁੱਲ ਗਿਣਤੀ ਵਿਚ ਸ਼ਾਮਲ ਨਾ ਕੀਤਾ ਜਾਏ।" ਦੂਸਰੇ ਲਫ਼ਜ਼ਾਂ ਵਿਚ ਉਪਰੋਕਤ ਕਮਿਊਨਿਟੀਆਂ ਦੇ ਲੋਕ "ਵਿਅਕਤੀ ਜਾਂ ਬੰਦੇ ਨਹੀਂ ਸਨ" ਇਹਨਾਂ ਅਣ-ਵਿਅਕਤੀਆਂ ਨੂੰ ਬਾਹਰ ਰੱਖ ਕੇ ਇਹਨਾਂ ਜ਼ਿਲ੍ਹਿਆਂ ਵਿਚ ਮੁਸਲਮਾਨ ਜਿਹੜੇ 1941 ਦੀ ਮਰਦਮਸ਼ੁਮਾਰੀ ਅਨੁਸਾਰ ਬਹੁਗਿਣਤੀ ਵਿਚ ਸਨ, ਘੱਟਗਿਣਤੀ ਵਿਚ ਬਦਲੇ ਜਾ ਸਕਦੇ ਸਨ।

ਦੂਸਰੇ ਪਾਸੇ, ਇਹ ਵੀ ਰੀਪੋਰਟ ਹੈ ਕਿ ਮਿ. ਐਮ. ਏ. ਜਿਨਾਹ ਨੇ ਇਹ ਸੁਝਾਅ ਦਿੱਤਾ ਸੀ ਕਿ ਕੰਮੀ (ਜਿਹੜੇ ਨਾ ਮੁਸਲਮਾਨਾਂ ਵਿਚ ਸ਼ੁਮਾਰ ਹੁੰਦੇ ਸਨ, ਨਾ ਹਿੰਦੂ-ਸਿੱਖਾਂ ਵਿਚ) ਹਿੰਦੂ ਤੇ ਪਾਕਿਸਤਾਨ ਵਿਚਾਲੇ ਅੱਧੋ-ਅੱਧ ਵੰਡ ਲਏ ਜਾਣ। ਅੰਤ ਨੂੰ ਦੋਹਾਂ ਹੀ ਰਾਜਾਂ ਨੂੰ ਸਫ਼ਾਈ ਕਰਨ ਵਾਲਿਆਂ, ਭੰਗੀਆਂ ਤੇ ਚਮੜਾ ਰੰਗਣ ਵਾਲਿਆਂ ਦੀ ਲੋੜ ਸੀ। ਅੰਬੇਡਕਰ ਨੇ ਨਹਿਰੂ ਨੂੰ ਪੱਟੀਦਰਜ ਜਾਤੀਆਂ ਦੇ ਲੋਕਾਂ ਦੀ ਪਾਕਿਸਤਾਨ ਤੋਂ ਬੰਦਖਲਾਸੀ ਲਈ ਨਿੱਜੀ ਤੌਰ 'ਤੇ ਦਖਲ ਦੇਣ ਲਈ ਆਖਿਆ ਕਿਉਂਕਿ ਪਾਕਿਸਤਾਨ ਸਰਕਾਰ ਨੇ ਜ਼ਰੂਰੀ ਸੇਵਾਵਾਂ

ਬਾਰੇ ਵਿਸ਼ੇਸ਼ ਆਰਡੀਨੈਂਸ ਰਾਹੀਂ ਇਹਨਾਂ ਲੋਕਾਂ ਦੇ ਪਾਕਿਸਤਾਨ ਤੋਂ ਹਿੰਦ ਅਉਣ 'ਤੇ ਰੋਕ ਲਾ ਦਿੱਤੀ ਸੀ। ਅਜਿਹੀ ਰੋਕ ਉਸ ਪ੍ਰਚੱਲਤ ਤਰਕ ਦੇ ਅਨੁਕੂਲ ਹੀ ਸੀ ਜਿਸ ਅਧੀਨ ਇਹਨਾਂ ਲੋਕਾਂ ਦੇ "ਵਿਅਕਤੀ ਹੋਣ ਤੋਂ ਇਨਕਾਰ ਕੀਤਾ ਜਾਂਦਾ ਸੀ ਪਰ ਉਹਨਾਂ ਦੀ ਮਿਹਨਤ ਉੱਤੇ ਦਾਅਵਾ ਜਿਤਾਇਆ ਜਾਂਦਾ ਸੀ।"

2,50,000 (50,000 ਪਰਿਵਾਰ) ਅਛੂਤ ਸ਼ਰਨਾਰਥੀਆਂ ਲਈ ਸਹਾਇਤਾ ਕਾਰਜਾਂ ਤੇ ਮੁੜ ਵਸੇਬੇ ਲਈ ਕੀਤੇ ਗਏ ਪ੍ਰਬੰਧਾਂ ਦੇ ਸੰਬੰਧ ਵਿਚ ਵੀ ਕੁਝ ਇਸੇ ਕਿਸਮ ਦੀਆਂ ਸਮੱਸਿਆਵਾਂ ਦੇਖਣ ਵਿਚ ਆਈਆਂ, ਰੀਲੀਫ਼ ਕੈਂਪਾਂ ਦੇ ਅਧਿਕਾਰੀਆਂ ਨੇ ਇਹਨਾਂ ਨੂੰ ਸ਼ਰਨਾਰਥੀ ਕੈਂਪਾਂ ਵਿਚ ਦਾਖ਼ਲ ਹੋਣ ਦੀ ਆਗਿਆ ਦੇਣ ਤੋਂ ਨਾਂਹ ਕਰ ਦਿੱਤੀ। ਅੰਬੇਡਕਰ ਨੇ ਪ੍ਰਧਾਨ ਮੰਤਰੀ ਨਹਿਰੂ ਕੋਲ ਸ਼ਿਕਾਇਤ ਕੀਤੀ ਕਿ "ਪੱਟੀਦਰਜ ਜਾਤੀਆਂ ਦੇ ਉੱਜੜ ਕੇ ਆਏ ਲੋਕਾਂ ਨੂੰ ਨਾ ਤਾਂ ਸ਼ਰਨਾਰਥੀ ਕੈਂਪਾਂ ਵਿਚ ਪਨਾਹ ਮਿਲ ਰਹੀ ਹੈ ਅਤੇ ਨਾ ਹੀ ਉਨਾਂ ਨੂੰ ਕੋਈ ਸਹਾਇਤਾ ਮਿਲ ਰਹੀ ਹੈ।" ਰਾਜੇਸ਼ਵਰੀ ਨਹਿਰੂ ਨੇ ਪੰਡਤ ਨਹਿਰੂ ਨੂੰ ਲਿਖੇ ਇਕ ਪੱਤਰ ਵਿਚ ਉਹਨਾਂ ਦਾ ਧਿਆਨ ਮੁੜ ਵਸੇਬੇ ਬਾਰੇ ਨੇਮਾਂ ਵੱਲ ਦੁਆਇਆ ਸੀ ਜਿਨ੍ਹਾਂ ਵਿਚ 'ਹਰੀਜਨ ਸ਼ਰਨਾਰਥੀਆਂ' ਨੂੰ ਕਿਸੇ ਖਾਤੇ ਵਿਚ ਹੀ ਨਹੀਂ ਰੱਖਿਆ ਗਿਆ। ਨੇਮਾਂ ਅਨੁਸਾਰ ਮੁਆਵਜ਼ੇ ਵਜੋਂ ਦਿੱਤੀ ਜਾਣ ਵਾਲੀ ਜ਼ਮੀਨ ਕੇਵਲ ਕਾਸ਼ਤਕਾਰਾਂ ਨੂੰ, ਅਰਥਾਤ ਉਹਨਾਂ ਨੂੰ ਹੀ ਮਿਲ ਸਕਦੀ ਸੀ ਜਿਹੜੇ ਜ਼ਮੀਨ ਦੇ ਮਾਲਕ ਸਨ। ਹਰੀਜਨ ਕਾਸ਼ਤਕਾਰ ਤਾਂ ਸਨ ਪਰ ਹਲਵਾਹਕ ਤੋਂ ਵੱਧ ਨਹੀਂ। ਉਹ ਜ਼ਮੀਨ ਦੇ ਮਾਲਕ ਨਹੀਂ ਸਨ। ਵੰਡ ਪਿਛੋਂ ਸਾਰੀ ਜ਼ਮੀਨ ਸਿੱਖਾਂ ਨੇ ਸਾਂਭ ਲਈ, ਇਥੋਂ ਤੱਕ ਕਿ ਸ਼ਾਮਲਾਟ ਦਾ ਕੋਈ ਟੁਕੜਾ ਵੀ ਪਿੰਡ ਵਿਚ ਨਾ ਛੱਡਿਆ ਗਿਆ। ਕੰਮੀ ਹੋਰ ਵੰਡੇ ਗਏ ਤੇ ਹੋਰ ਕਮਜ਼ੋਰ ਹੋ ਗਏ।

ਜਿਹੜੀ ਦੂਸਰੀ ਕਹਾਣੀ ਲੇਖਕ ਆਪਣੇ ਪਾਠਕਾਂ ਨਾਲ ਸਾਂਝੀ ਕਰਨਾ ਚਾਹੁੰਦਾ ਹੈ, ਉਹ ਉਸਦੀ ਆਪਣੀ ਯਾਦਦਾਸ਼ਤ ਦਾ ਹਿੱਸਾ ਹੈ। ਇਹ 1948 ਦੇ ਨੇੜੇ ਤੇੜੇ ਦੀ ਗੱਲ ਹੈ ਜਦੋਂ ਮੈਂ ਦਸ ਸਾਲ ਦਾ ਸਾਂ, ਮੈਨੂੰ ਸਫ਼ਾਈ ਕਰਨ ਵਾਲੀ ਬੀਬੀ ਅਜੇ ਤੱਕ ਯਾਦ ਹੈ ਜਿਹੜੀ ਜੈਤੋ ਮੰਡੀ ਵਿਚ ਸਾਡੇ ਦੋ ਮੰਜ਼ਲੇ ਘਰ ਦੇ ਉੱਤੇ ਬਣੀ ਟੱਟੀ ਸਾਫ਼ ਕਰਨ ਲਈ ਹਰ ਰੋਜ਼ ਆਉਂਦੀ ਸੀ। ਜੈਤੋ ਮੰਡੀ ਉਦੋਂ ਰਿਆਸਤ ਨਾਭਾ ਵਿਚ ਸ਼ਾਮਲ ਹੁੰਦੀ ਸੀ। ਇਹ ਔਰਤ ਉਦੋਂ ਜਵਾਨ ਉਮਰ ਦੀ ਹੀ ਸੀ ਤੇ ਮੇਰੀ ਯਾਦ ਅਨੁਸਾਰ ਉਹ ਸਾਂਵਲੇ ਰੰਗ ਦੀ ਕਾਫ਼ੀ ਸਿਹਤਮੰਦ ਕੁੜੀ ਸੀ। ਉਦੋਂ ਉਹ 20 ਕੁ ਸਾਲਾਂ ਦੀ ਹੋਵੇਗੀ। ਉਸਨੂੰ 9-10 ਸਾਲਾਂ ਦੇ ਸਾਡੀ ਉਮਰ ਦੇ ਬਾਲਾਂ ਨਾਲ ਯੱਕੜ ਵੱਡਣ ਦਾ ਝੱਸ ਸੀ। ਦੁਪਹਿਰ ਪਿਛੋਂ ਦੋ ਦੋ ਰੋਟੀਆਂ ਇਕੱਠੀਆਂ ਕਰਨ ਦੇ ਆਪਣੇ ਫੇਰੇ ਵੇਲੇ ਉਹ ਮੇਰੀ ਮਾਂ ਨਾਲ ਬੈਠ ਕੇ ਏਧਰ ਓਧਰ ਦੀਆਂ ਗੱਪਾਂ ਮਾਰਨ ਜਾਂ ਆਪਣੇ ਨਿੱਜੀ ਦੁੱਖ ਸੁੱਖ ਫਰੋਲਣ ਬੈਠ ਜਾਂਦੀ। ਉਸਨੂੰ ਗੱਲ ਗੱਲ ਉੱਤੇ ਹੱਸਣ ਦੀ ਆਦਤ ਸੀ ਅਤੇ ਕਈ ਵਾਰ ਉਹ ਖਿੜ ਖਿੜ ਕੇ ਹੱਸ ਉੱਠਦੀ। ਪਰ ਮੈਨੂੰ ਇਹ ਵੀ ਯਾਦ ਹੈ ਕਿ ਕਦੇ ਕਦਾਈਂ ਉਹ ਭੜਕ ਵੀ ਉੱਠਦੀ ਸੀ ਜੇ ਉਹ ਸਮਝਦੀ ਕਿ ਉਸ ਨਾਲ ਵਧੀਕੀ ਹੋ ਰਹੀ ਹੈ। ਅਜਿਹੀ ਹਾਲਤ ਵਿਚ ਉਹ ਅਜਿਹੀਆਂ ਨਾ ਛਪਣਯੋਗ ਗਾਹਲਾਂ ਕੱਢਦੀ ਤੇ ਅਜਿਹੇ ਬੋਲ ਬੋਲਦੀ ਕਿ ਬਹੁਤੀਆਂ ਔਰਤਾਂ ਕੰਨਾਂ ਉੱਤੇ ਹੱਥ ਧਰ ਲੈਂਦੀਆਂ। ਮੇਰੀ ਯਾਦ ਦੀ ਇਕ ਪਰਤ ਉਸਦੀ ਸਵੇਰ ਦੀ ਫੇਰੀ ਨਾਲ ਸੰਬੰਧਤ ਹੈ ਜਦੋਂ ਉਹ ਟੱਟੀ ਸਾਫ਼ ਕਰਨ ਆਉਂਦੀ ਸੀ। ਇਸ

ਯਾਦ ਨਾਲ ਜੁੜੇ ਹੋਏ ਵੇਰਵਿਆਂ ਦੇ ਅਰਥ ਮੈਨੂੰ ਜ਼ਿੰਦਗੀ ਵਿਚ ਬਹੁਤ ਚਿਰ ਪਿਛੋਂ ਖੁੱਲ੍ਹੇ ਕਿਉਂਕਿ ਅਸੀਂ ਬੱਚੇ ਖੇਡਾਂ ਖੇਡਦੇ ਹੋਏ ਪੌੜੀਆਂ ਉਤਰਦੇ ਤੇ ਚੜ੍ਹਦੇ ਰਹਿੰਦੇ ਸਾਂ, ਉਹ ਡਿਓੜ੍ਹੀ ਵਿਚ ਦਾਖ਼ਲ ਹੁੰਦਿਆਂ ਹੀ ਉੱਚੀ ਉੱਚੀ ਆਖਣਾ ਸ਼ੁਰੂ ਕਰ ਦਿੰਦੀ, "ਕਾਕਾ ਜੀ, ਬੀਬਾ ਜੀ, ਪਰ੍ਹੇ ਰਹੋ ਜੀ, (ਮੇਰੇ ਨਾਲ਼ ਲੱਗ ਕੇ) ਭਿਟ ਨਾ ਜਾਓ ਜੀ", ਉਸਦੀ ਆਵਾਜ਼ ਵਿਚ ਭੈ ਜਿਹੇ ਦੀ ਕੰਬਣੀ ਹੁੰਦੀ ਸੀ। ਇਕ ਵਾਰ ਉਸ ਨਾਲ ਇਸ ਗੱਲੋਂ ਬੜੀ ਕੁਪੱਤ ਹੋਈ ਸੀ ਕਿ ਉਹ ਬੱਚਿਆਂ ਤੋਂ ਦੂਰ ਨਹੀਂ ਸੀ ਰਹਿੰਦੀ। ਸ਼ਾਇਦ ਇਹ ਗੱਲੋਂ ਉਹ ਅੰਦਰੋਂ ਦੁੱਖੀ ਸੀ ਜਦੋਂ ਉਸ ਨੇ ਮੈਨੂੰ ਆਪਣੀ ਮਾਂ ਹੱਥੋਂ ਕੁੱਟ ਖਾਂਦੇ ਨੂੰ ਦੇਖਿਆ ਸੀ ਕਿਉਂਕਿ ਮੈਂ ਭਿੱਟੇ ਜਾਣ ਪਿਛੋਂ ਅੰਦਰ ਜਾ ਕੇ ਰਸੋਈ ਵੀ ਭਿੱਟ ਦਿੱਤੀ ਸੀ। ਉਦੋਂ ਤਾਂ ਸਾਡੇ ਘਰ ਵਿਚ ਕੁਹਰਾਮ ਹੀ ਮੱਚ ਉੱਠਿਆ ਸੀ ਤੇ ਮੈਨੂੰ ਇਸਦੀ ਚੋਖੀ ਸਜ਼ਾ ਭੁਗਤਣੀ ਪਈ ਸੀ। ਉਦੋਂ ਉਸ ਔਰਤ ਨੇ ਆਪਣੀ ਬੇਧਿਆਨੀ ਲਈ ਰੋ ਕੇ ਮੇਰੀ ਮਾਂ ਤੋਂ ਮੁਆਫ਼ੀ ਮੰਗੀ ਸੀ ਤੇ ਮਿੰਨਤ ਕੀਤੀ ਸੀ ਕਿ ਮੇਰੀ ਮਾਂ ਮੈਨੂੰ ਕੁਝ ਨਾ ਆਖੇ। ਸ਼ਾਇਦ ਇਸੇ ਕਰਕੇ ਉਹ ਹਰ ਰੋਜ਼ ਬੱਚਿਆਂ ਨੂੰ ਪਰ੍ਹੇ ਰਹਿਣ ਦਾ ਹੋਕਾ ਦਿੰਦੀ ਸੀ। ਮੈਨੂੰ ਇਹ ਸਾਰੀ ਘਟਨਾ ਇਕ ਅਜਿਹੇ ਪਰਮਾਣ ਵਜੋਂ ਯਾਦ ਹੈ ਜਿਹੜਾ ਦਰਸਾਉਂਦਾ ਹੈ ਕਿ ਉਸ ਔਰਤ ਨੇ ਇਸ ਗੱਲ ਨੂੰ ਸਵੀਕਾਰ ਕਰਕੇ ਕਿੰਝ ਆਪਣੇ ਆਂਤ੍ਰਿਕ ਮਨ ਦਾ ਹਿੱਸਾ ਬਣਾ ਲਿਆ ਸੀ ਕਿ ਉਸਦੀ ਛੋਹ ਭਿੱਟ ਦਿੰਦੀ ਹੈ ਅਤੇ ਇਹ ਕਿ ਹੀਣਤਾ ਉਸਦੀ ਹੋਣੀ ਹੈ। ਹੋ ਸਕਦਾ ਹੈ, ਉਹ ਇਸ ਨੂੰ ਉੱਕਾ ਹੀ ਅਨਿਆਈ ਸਮਝਦੀ ਹੋਵੇ, ਪਰ ਫੇਰ ਵੀ ਉਸਨੇ ਇਸ ਨੂੰ ਜ਼ਿੰਦਗੀ ਦੀ ਅਜਿਹੀ ਹਕੀਕਤ ਸਮਝ ਕੇ ਕਬੂਲ ਕਰ ਲਿਆ ਸੀ ਜਿਸ ਨਾਲ ਉਸਨੂੰ ਤੇ ਉਸ ਜਿਹੇ ਹੋਰ ਲੋਕਾਂ ਨੂੰ ਜਿਉਣਾ ਹੀ ਪੈਣਾ ਹੈ। ਛੂਤ-ਛਾਤ ਉਸ ਵੇਲੇ ਅਤੇ ਉਸਤੋਂ ਕਾਫ਼ੀ ਸਮਾਂ ਪਿਛੋਂ ਤੱਕ ਸਮਾਜੀ ਜ਼ਿੰਦਗੀ ਦੀ ਸਰਵ-ਵਿਆਪੀ ਹਕੀਕਤ ਬਣੀ ਰਹੀ।

ਜ਼ਿੰਦਗੀ, ਜਿਵੇਂ ਉਦੋਂ ਜੀਵੀ ਜਾਂਦੀ ਸੀ

ਉਸ ਸਮੇਂ ਜੀਵੀ ਜਾਂਦੀ ਜ਼ਿੰਦਗੀ ਬਾਰੇ ਲੇਖਕ ਦੀ ਦਲਿਤਾਂ ਨਾਲ ਗੱਲਬਾਤ ਨੇ ਉਸਨੂੰ ਇਸ ਗੱਲ ਦਾ ਬੇਹੱਦ ਤਿੱਖਾ ਅਹਿਸਾਸ ਕਰਵਾਇਆ ਕਿ ਉਸ ਜ਼ਿੰਦਗੀ ਨੂੰ ਯਾਦ ਕਰਨਾ ਸਾਰੇ ਹੀ ਦਲਿਤਾਂ ਲਈ ਇਕ ਬੇਹੱਦ ਦੁੱਖਦਾਈ ਤਜਰਬਾ ਹੈ, ਇਹ ਸਰੀਰਕ ਕਸ਼ਟਾਂ, ਨਦਾਮਤ, ਜਹਾਲਤ, ਜ਼ਿੱਲਤ ਤੇ ਨਿਪੁੰਸਕ ਰੋਹ ਨੂੰ ਮੁੜ ਤੋਂ ਜਿਉਣ ਵਾਂਗ ਹੈ। ਲਾਲ ਸਿੰਘ ਦਿਲ ਨੇ ਬੜੇ ਹੀ ਬੇਬਾਕ ਢੰਗ ਨਾਲ ਦੱਸਿਆ, "ਮੈਂ ਬੀਤੀ ਜ਼ਿੰਦਗੀ ਦੀ ਅਜਿਹੀ ਇਕ ਵੀ ਘਟਨਾ ਨਹੀਂ ਗਿਣਾ ਸਕਦਾ, ਜਿਸਨੇ ਮੈਨੂੰ ਖੁਸ਼ੀ ਦਿੱਤੀ ਹੋਵੇ।"

ਉਸ ਸਮੇਂ ਕਿਸੇ ਵਿਹੜੇ, ਠੱਠੀ ਜਾਂ ਚਮਾਰੜ੍ਹੀ, ਜਿਥੇ ਇਹ ਲੋਕ ਰਹਿੰਦੇ ਸਨ, ਦੀ ਫੇਰੀ ਇਕ ਅਜਿਹੇ ਨਰਕ ਦਾ ਨਕਸ਼ਾ ਪੇਸ਼-ਕਰਦੀ ਸੀ ਜਿਹੜੀ ਕਈ ਕਿਸਮ ਦੀਆਂ ਬਦਬੂਆਂ ਵਿਚ ਡੁੱਬੀ ਹੁੰਦੀ ਸੀ, ਹੱਡਾਰੋੜੀ ਵਿਚ ਪਸ਼ੂਆਂ ਦੇ ਗਲ ਸੜ ਰਹੇ ਪਿੰਜਰ, ਸੁੱਕਣ ਤੇ ਰੰਗਣ ਲਈ ਖਿਲਾਰੀਆਂ ਕੱਚੀਆਂ ਖੱਲਾਂ, ਬੂ ਮਾਰਦੇ ਗੰਦੇ ਪਾਣੀ ਦੇ ਚਲ੍ਹੇ ਜਿਹਨਾਂ ਵਿਚ ਸਾਰੇ ਪਿੰਡ ਦਾ ਗੰਦਾ ਪਾਣੀ ਵਹਿ ਕੇ ਨੀਵੀਂ ਵੱਸੀ ਬਸਤੀ ਵਿਚ ਇਕੱਠਾ ਹੁੰਦਾ ਸੀ, ਰੂੜੀਆਂ ਦੀ ਸੜ੍ਹੇਹਾਣ ਅਤੇ ਇਸੇ ਤਰ੍ਹਾਂ ਦੀ ਹੋਰ ਗ਼ੰਦਗੀ। ਮੌਰੂਸੀ ਜ਼ਮੀਨ (ਅਰਥਾਤ ਪਿੰਡ

ਦੀ ਸ਼ਾਮਲਾਤ) ਉੱਤੇ ਹਰ ਪਰਿਵਾਰ ਲਈ ਇਕ ਕੱਚਾ ਕੋਠਾ ਉਸਰਿਆ ਹੁੰਦਾ ਸੀ। ਕੋਠੇ ਹੇਠਲੀ ਜ਼ਮੀਨ ਦੀ ਮਲਕੀਅਤ ਪਰਿਵਾਰ ਦੀ ਨਹੀਂ ਸੀ ਹੁੰਦੀ। ਉਸ ਤੌੜ ਉੱਤੇ ਪੱਕੀਆਂ ਇੱਟਾਂ ਦਾ ਕੋਠਾ ਉਸਾਰਨ ਦਾ ਸਵਾਲ ਹੀ ਪੈਦਾ ਨਹੀਂ ਸੀ ਹੁੰਦਾ। ਰਿਵਾਜ ਤੇ ਕਾਨੂੰਨ ਅਧੀਨ ਪੱਟੀਦਰਜ ਜਾਂ ਹੋਰ ਨੀਵੀਆਂ ਜਾਤੀਆਂ ਦੇ ਮਰਦਾਂ ਤੇ ਔਰਤਾਂ ਲਈ ਵਗਾਰ ਲਾਜ਼ਮੀ ਹੁੰਦੀ ਸੀ। ਇਹ ਕਾਨੂੰਨ ਕੇਵਲ 1957 ਵਿਚ ਆ ਕੇ ਹੀ ਖਤਮ ਹੋਇਆ। ਉਸ ਤੋਂ ਕੁੱਝ ਸਾਲ ਬਾਅਦ ਉਸ ਵੇਲੇ ਦੇ ਕੇਂਦਰੀ ਕਾਨੂੰਨ ਮੰਤਰੀ ਬੀ. ਆਰ. ਅੰਬੇਡਕਰ ਨੇ ਇਕ ਹੋਰ ਕਾਨੂੰਨ ਮਨਸੂਖ ਕਰਵਾਇਆ, ਇਹ ਸੀ. 1900 ਦਾ ਏਲੀਏਨੇਸ਼ਨ ਆਫ਼ ਲੈਂਡ ਐਕਟ ਜਿਹੜਾ ਗੈਰ-ਕਾਸ਼ਤਕਾਰ ਜਾਤੀਆਂ ਨੂੰ ਵਾਹੀਯੋਗ ਜ਼ਮੀਨ ਖਰੀਦਣ ਉੱਤੇ ਰੋਕ ਲਾਉਂਦਾ ਸੀ।

ਛੂਤ-ਛਾਤ ਦੇ ਸਥਾਪਤ ਨੇਮਾਂ ਅਧੀਨ ਪੱਟੀਦਰਜ ਜਾਤੀਆਂ ਦੇ ਲੋਕਾਂ ਦੀ ਜ਼ਿੰਦਗੀ ਦੇ ਹਰ ਪੱਖ ਨੂੰ ਛੋਂਹਦੀ ਰੀਤੀ ਦਰਜ ਸੀ ਜਿਵੇਂ ਕਿੱਤਾ, ਵਿਅਕਤੀ ਦਾ ਨਾਂਅ, ਉਸਨੂੰ ਹੋਰਨਾਂ ਵੱਲੋਂ ਕਿਸ ਢੰਗ ਨਾਲ ਬੁਲਾਇਆ ਜਾਣਾ ਹੈ (ਸਣੇ ਕੁਨਾਵਾਂ ਤੇ ਗਾਹਲਾਂ ਆਦਿ ਦੇ) ਅਤੇ ਪੱਟੀਦਰਜ ਜਾਤੀਆਂ ਦੇ ਲੋਕਾਂ ਨੇ ਹੋਰਨਾਂ ਨੂੰ ਕਿਵੇਂ ਬੁਲਾਉਣਾ ਹੈ, ਉਹਨਾਂ ਦਾ ਪਹਿਰਾਵਾ ਕਿਹੋ ਜਿਹਾ ਹੋਣਾ ਚਾਹੀਦਾ ਹੈ, ਉਤਲੀਆਂ ਸ਼੍ਰੇਣੀਆਂ ਦੀ ਹਾਜ਼ਰੀ ਵਿਚ ਉਹਨਾਂ ਕਿਵੇਂ ਖੜ੍ਹੇ ਹੋਣਾ ਤੇ ਬੈਠਣਾ ਹੈ, ਉਹਨਾਂ ਨੂੰ ਕਿਹੋ ਜਿਹਾ ਅੰਨ ਖਾਣ ਦੀ ਆਗਿਆ ਹੈ ਅਤੇ ਇਸੇ ਕਿਸਮ ਦੀਆਂ ਅਣਗਿਣਤ ਹੋਰ ਸਮਾਜੀ ਮਨਾਹੀਆਂ। ਕੰਗਾਲੀ ਇਸ ਜ਼ਿੰਦਗੀ ਦਾ ਜ਼ਰੂਰੀ ਅੰਸ਼ ਸੀ। ਅੱਜ ਕਲ੍ਹ ਕੇਂਦਰੀ ਸਰਕਾਰ ਵਿਚ ਨਿਯੁਕਤ ਪਹਿਲੇ ਦਰਜੇ ਦੇ ਇਕ ਅਧਿਕਾਰੀ ਨੇ ਦੱਸਿਆ ਕਿ ਉਹਨਾਂ ਦੇ ਘਰ ਵਿਚ ਮਰੀ ਹੋਈ ਮੱਝ ਦੇ ਮਾਸ ਨੂੰ ਸੁਕਾ ਕੇ ਉਸਨੂੰ ਕਈ ਦਿਨ ਰਿੰਨ੍ਹਿਆ ਜਾਂਦਾ ਸੀ ਤੇ ਉਸਦੀ ਚਰਬੀ ਨੂੰ ਖਾਣਾ ਪਕਾਉਣ ਲਈ ਸਾਂਭ ਲਿਆ ਜਾਂਦਾ ਸੀ। ਸਾਨੂੰ ਉਦੋਂ 'ਮੈਲ ਖਾਣੇ' ਦੇ ਕੁਨਾਂਅ ਨਾਲ ਸੱਦਿਆ ਜਾਂਦਾ ਸੀ ਕਿਉਂਕਿ ਗੁੜ ਤੇ ਸ਼ੱਕਰ ਬਨਾਉਣ ਵੇਲੇ ਗੰਨੇ ਦੇ ਰਸ ਤੋਂ ਲੱਥਣ ਵਾਲੀ ਮੈਲ਼ ਸਾਨੂੰ ਇਕੱਠੀ ਕਰਨ ਲਈ ਕਿਹਾ ਜਾਂਦਾ ਸੀ। ਨਿੱਜੀ ਸਫ਼ਾਈ ਨੂੰ ਬਹੁਤੀ ਅਹਿਮੀਅਤ ਨਹੀਂ ਸੀ ਦਿੱਤੀ ਜਾਂਦੀ। ਜਿਸ ਤਰ੍ਹਾਂ ਦਿਹਾਤੀ ਮਜ਼ਦੂਰ ਸਭਾ ਦੇ ਇੱਕ ਆਗੂ ਨੇ ਦੱਸਿਆ, "ਸਾਬਣ ਦੀ ਗਾਚੀ ਖਰੀਦਣੀ ਉਦੋਂ ਨਸੀਬ ਹੋਈ ਜਦੋਂ 1960 ਵਿਆਂ ਦੇ ਅਖੀਰ ਵਿਚ ਹਰੇ ਇਨਕਲਾਬ ਨੇ ਪਹਿਲੀ ਵਾਰ ਨਕਦ ਪੈਸੇ ਹਰੀਜਨਾਂ ਦੇ ਹੱਥਾਂ ਵਿਚ ਦਿੱਤੇ। ਜਦੋਂ ਹੱਡ-ਭੰਨਵੀਂ ਮਿਹਨਤ ਤੋਂ ਕੁੱਝ ਵਿਹਲ ਮਿਲਦੀ, ਉਦੋਂ ਅਸੀਂ ਵਾਲਾਂ ਤੇ ਕੱਪੜਿਆਂ ਤੋਂ ਜੂੰਆਂ ਚੁੱਗਦੇ ਸਾਂ ਤੇ ਆਪਣੇ ਆਪ ਨੂੰ ਕੋਸਦੇ ਸਾਂ। ਧਮਕੀਆਂ, ਡਰਾਵਿਆਂ, ਝਈਆਂ ਤੇ ਅੱਖਾਂ ਕੱਢ ਕੇ ਦੇਖਣ ਵਰਗੇ ਤਰੀਕਿਆਂ ਤੇ ਕੁੱਤੀ ਜਾਤ, ਕਮਜਾਤ, ਕੁਤੀੜ, ਭਿੱਟ, ਚੰਮ, ਵੱਢੀ-ਟੁੱਕੀ ਜਾਤ, ਜੂਠ ਵਰਗੇ ਕੁਨਾਵਾਂ ਨਾਲ ਹਰ ਵੇਲੇ ਇਹ ਯਾਦ ਕਰਾਇਆ ਜਾਂਦਾ ਸੀ ਕਿ ਅਸੀਂ ਬੰਦੇ ਨਹੀਂ, ਗੰਦ ਹਾਂ। ਪਿੰਡ ਵਿਚ ਚੋਰੀ ਜਾਂ ਕੋਈ ਹੋਰ ਵਾਰਦਾਤ ਹੋ ਜਾਣੀ ਤਾਂ ਉਸਦਾ ਇਲਜ਼ਾਮ ਤੁਰੰਤ ਅਛੂਤ ਲੋਕਾਂ ਦੇ ਸਿਰ ਲੱਗ ਜਾਂਦਾ ਸੀ ਤੇ ਪੁਲਸ ਉਹਨਾਂ ਨੂੰ ਵਲ ਕੇ ਲੈ ਜਾਂਦੀ ਸੀ ਅਤੇ ਕੁਟਾਪਾ ਚਾੜ੍ਹਦੀ ਸੀ।"

ਸਮਾਜੀ ਮੇਲ਼ਜੋਲ਼ ਜਾਂ ਆਪਸੀ ਗੱਲਬਾਤ ਬਾਰੇ ਯਾਦਾਂ ਫਰੋਲਦਿਆਂ ਉਹ ਅਕਸਰ ਕੂੜ ਤੇ ਗਾਹਲਾਂ ਤੋਂ ਕੰਮ ਲੈਂਦੇ ਸਨ ਕਿਉਂਕਿ ਇਹ ਉਹ ਆਪਣੇ ਘਰਾਂ ਤੇ ਬਸਤੀਆਂ ਵਿਚ

ਇਹੀ ਕੁਝ ਸਿੱਖਦੇ ਸਨ ਤੇ ਇਹੀ ਉਹਨਾਂ ਦਾ ਸਾਧਾਰਨ ਚਲਣ ਸੀ। ਸਵੈ-ਹੀਣਤਾ ਤੇ ਸਵੈ-ਘਿਰਣਾ ਉਹਨਾਂ ਦੀ ਗੱਲ ਵਿਚੋਂ, ਉਹਨਾਂ ਦੇ ਹਿੰਸਕ ਵਿਹਾਰ ਵਿਚੋਂ ਤੇ ਉਹਨਾਂ ਦੇ ਅਜਿਹੇ ਵਤੀਰੇ ਵਿਚੋਂ ਸਾਫ਼ ਨਜ਼ਰ ਆਉਂਦੀ ਸੀ, ਜਿਸਨੂੰ ਹੋਰ ਲੋਕ ਗ਼ੈਰ-ਸਮਾਜੀ ਵਤੀਰਾ ਕਰਾਰ ਦਿੰਦੇ ਹਨ। ਜਜਮਾਨੀ ਪ੍ਰਣਾਲੀ, ਜਿਹੜੀ ਪੇਂਡੂ ਕਾਮਿਆਂ ਤੇ ਜ਼ਿਮੀਦਾਰਾਂ ਵਿਚਾਲੇ ਪੀੜ੍ਹੀ ਦਰ ਪੀੜ੍ਹੀ ਚਲਦੀ ਸੀ ਤੇ ਜਿਸ ਅਧੀਨ ਮਾਲਕਾਂ ਨੂੰ ਹੱਕ ਹੁੰਦਾ ਸੀ ਕਿ ਆਪਣੇ ਨਾਲ ਬੱਝੇ ਹੋਏ ਕਾਮੇ ਪਰਿਵਾਰ ਦੇ ਕਿਸੇ ਜੀ ਨੂੰ ਲੋੜ ਪੈਣ ਉੱਤੇ ਜਦੋਂ ਚਾਹੇ ਬੁਲਾ ਲਏ, ਇਹ ਪ੍ਰਣਾਲੀ ਇਕ ਗੱਲੋਂ ਮਾਲਕ-ਚਾਕਰ ਨਾਤੇ ਦੇ ਬੇਨਾਮ ਜਿਹੇ ਸੰਬੰਧਾਂ ਦਾ ਪੱਖ ਤਾਂ ਰੱਖਦੀ ਸੀ ਪਰ ਇਹਨਾਂ ਸੰਬੰਧਾਂ ਵਿਚ ਇੱਜ਼ਤ ਜਾਂ ਗੌਰਵ ਜ਼ਿਮੀਦਾਰ ਦਾ ਹਿੱਸਾ ਹੀ ਹੁੰਦੀ ਸੀ।

ਪਰ ਕੁਝ ਗੱਲਾਂ ਪ੍ਰਤੱਖ ਤੌਰ ਤੇ ਅਸਪੱਸ਼ਟ ਤੇ ਸਵੈ-ਵਿਰੋਧੀ ਸਨ। ਦਾਈਆਂ, ਜਿਹੜੀਆਂ ਉੱਚੀ ਜਾਤੀ ਦੀਆਂ ਔਰਤਾਂ ਦੇ ਸਾਰੇ ਹੀ ਜਣੇਪਿਆਂ ਵਿਚ ਮੱਦਦ ਕਰਦੀਆਂ ਸਨ, ਦਲਿਤ ਹੀ ਹੁੰਦੀਆਂ ਸਨ। ਜੱਚਾ ਔਰਤ ਤੇ ਬੱਚੇ ਨਾਲ ਇਹਨਾਂ ਦਾਈਆਂ ਦੇ ਅਸਾਧਾਰਨ ਸਰੀਰਕ ਸੰਪਰਕ ਨੂੰ ਆਮ ਜਿਹੀ ਗੱਲ ਸਮਝਿਆ ਤੇ ਪਰਵਾਨ ਕੀਤਾ ਜਾਂਦਾ ਸੀ। ਦੁੱਖਦਾਈ ਕਟਾਕਸ਼ ਇਹ ਹੈ ਕਿ ਇਹਨਾਂ ਦਾਈਆਂ ਦੇ ਭਾਈਚਾਰਿਆਂ ਵਿਚ ਮਾਂ ਅਤੇ ਬਾਲ ਮੌਤ ਦਰ ਸੱਭ ਤੋਂ ਵੱਧ ਹੁੰਦੀ ਸੀ। ਜਿਸ ਤਰ੍ਹਾਂ ਨਾਵਲ 'ਮਸ਼ਾਲਚੀ' ਵਿਚ ਉਲੇਖ ਹੈ, "ਸਾਡੇ ਸੁਰਤੂ ਦਾ ਅਠਵਾਂ ਮੁੰਡਾ ਮਸਾਂ ਮਗਰ ਲਗਿਐ... ਪਹਿਲਾਂ ਸਾਰੇ ਛਿਲੇ ਵਿਚੇ ਹੀ ਮਰਦੇ ਰਹੇ।" ਮਾਵਾਂ ਆਪਸ ਵਿਚ ਦੁੱਖ ਸਾਂਝੇ ਕਰ ਲੈਂਦੀਆਂ ਸਨ। ਇਸ ਕਿਸਮ ਦਾ ਦੁੱਖ ਆਮ ਤੌਰ 'ਤੇ ਅਛੂਤ ਪਰਿਵਾਰਾਂ ਦਾ ਹੀ ਨਸੀਬਾ ਹੁੰਦਾ ਸੀ। ਅਨਪੜ੍ਹਤਾ ਰੋਗੀਆਂ ਦੇ ਦੁਰਬਲਤਾਂ ਨੂੰ ਟੂਣੇ ਟੋਟਕੇ ਵਾਲਿਆਂ ਤੇ ਮਾਂਦਰੀਆਂ ਦੇ ਦਰੀਂ ਲੈ ਜਾਂਦੀ ਸੀ ਜਿਹੜੇ ਭੂਤ ਪ੍ਰੇਤ ਕੱਢਦੇ ਸਨ, ਕਿਉਂਕਿ ਵਹਿਮ ਇਹ ਹੁੰਦਾ ਸੀ ਕਿ ਸਾਰੇ ਰੋਗ ਤੇ ਸਾਰੇ ਦੁੱਖ ਬਦਰੂਹਾਂ ਦੀ ਕਰੋਪੀ ਦਾ ਸਿੱਟਾ ਹੁੰਦੇ ਹਨ। ਭਾਵੇਂ ਛੂਤ ਛਾਤ ਤੋਂ ਬਚਾਅ ਲਈ ਬੜੇ ਸਖ਼ਤ ਮਾਪਦੰਡ ਲਾਗੂ ਹੁੰਦੇ ਸਨ ਪਰ ਇਹ ਸਾਰੇ ਮਾਪ ਦੰਡ ਦਲਿਤ ਇਸਤਰੀਆਂ ਨੂੰ ਜੱਟਾਂ ਹੱਥੋਂ ਬੇਪਤੀ ਤੇ ਬਲਾਤਕਾਰ ਤੋਂ ਨਹੀਂ ਸਨ ਬਚਾਉਂਦੇ। ਜ਼ਿਮੀਦਾਰਾਂ ਦੇ ਜਵਾਨ ਹੁੰਦੇ ਮੁੰਡਿਆਂ ਦੇ ਵਿਆਹ ਤੋਂ ਪਹਿਲਾਂ ਦੇ ਲਿੰਗਕ ਕਿੱਸੇ ਲੋਕਯਾਨ ਦਾ ਹਿੱਸਾ ਹੁੰਦੇ ਸਨ। ਲੇਖਕ ਦੀ ਯੂਨੀਵਰਸਿਟੀ ਦੇ 25 ਸਾਲ ਦੀ ਉਮਰ ਦੇ ਇਕ ਮਜ਼੍ਹਬੀ ਵਿਦਿਆਰਥੀ ਨੇ ਲੇਖਕ ਨੂੰ ਦੱਸਿਆ ਕਿ ਉਹਨਾਂ ਦੇ ਪਰਿਵਾਰਾਂ ਦੇ ਬੱਚੇ ਇਸ ਜਾਣਕਾਰੀ ਨਾਲ ਪਲ਼ਦੇ ਸਨ ਕਿ ਉਹਨਾਂ ਦੇ ਰਿਸ਼ਤੇਦਾਰਾਂ ਵਿਚੋਂ ਕਿਹੜੀ ਕਿਹੜੀ ਔਰਤ ਨੂੰ ਬੇਹੁਰਮਤੀ ਦੇ ਹੌਲਨਾਕ ਤਜਰਬੇ ਵਿਚੋਂ ਲੰਘਣਾ ਪਿਆ, ਚੀਕਾਂ ਵਜਦੀਆਂ, ਚੁੱਪ ਸਾਧੀ ਜਾਂਦੀ, ਸ਼ਰਮ, ਡੁਸਕਣੀ ਤੇ ਡਰ ਦਾ ਵਾਤਾਵਰਣ ਹੁੰਦਾ। ਬਜ਼ੁਰਗ ਨਸੀਹਤ ਕਰਦੇ, "ਇਹੀ ਸਾਡੀ ਹੋਣੀ ਹੈ। ਪੁਲਸ ਕੋਲ ਸ਼ਕਾਇਤ ਕੀਤਿਆਂ ਵੀ ਕੁੱਝ ਨਹੀਂ ਹੋਣਾ।" ਕਈ ਵਾਰ ਸਖ਼ਤ ਰੋਸ ਦੇ ਸਿੱਟੇ ਵਜੋਂ ਰਾਜ਼ੀਨਾਵਾਂ ਕਰਵਾ ਦਿੱਤਾ ਜਾਂਦਾ ਜਿਸਦੇ ਹਿੱਸੇ ਵਜੋਂ ਵਧੀਕੀ ਦਾ ਸ਼ਿਕਾਰ ਹੋਣ ਵਾਲੇ ਪਰਿਵਾਰ ਨੂੰ ਮੁਆਵਜ਼ੇ ਦੀ ਸ਼ਕਲ ਵਿਚ ਕੁੱਝ ਨਾ ਕੁੱਝ ਦੇ ਦਿਵਾ ਦਿੱਤਾ ਜਾਂਦਾ। ਜ਼ਿਮੀਦਾਰਾਂ ਦੇ ਘਰਾਂ ਦੀਆਂ ਔਰਤਾਂ, ਜਿਵੇਂ ਪੰਜਾਬੀ ਗਲਪ ਵਿਚ ਜ਼ਿਕਰ ਆਉਂਦਾ ਹੈ, ਆਮ ਤੌਰ 'ਤੇ ਦਲਿਤ ਔਰਤਾਂ ਉੱਤੇ ਦੋਸ਼ ਲਾਉਂਦੀਆਂ ਕਿ ਉਹ ਜਾਦੂ ਟੂਣੇ ਰਾਹੀਂ ਨਰ ਕਿਸਮ ਦੇ ਜੱਟ ਮਰਦਾਂ ਨੂੰ ਭਰਮਾਂ ਲੈਂਦੀਆਂ ਹਨ। ਜੇ ਕਿਸੇ ਦਲਿਤ ਦੇ ਘਰ ਗੋਰੇ ਰੰਗ ਦਾ

ਬੱਚਾ ਪੈਦਾ ਹੋ ਜਾਂਦਾ ਤਾਂ ਉਸ ਵੇਲੇ ਇਹ ਦੰਦ ਕਥਾ ਸ਼ੁਰੂ ਹੋ ਜਾਂਦੀ ਸੀ ਕਿ ਇਹ ਬੇਰੜਾ ਬੱਚਾ ਕਿਸ ਦਾ ਹੋ ਸਕਦਾ ਹੈ। ਗੁਰਚਰਨ ਸਿੰਘ ਰਾਓ ਦੇ ਨਾਵਲ 'ਮਸ਼ਾਲਚੀ' ਵਿਚ ਜਦੋਂ ਜ਼ੈਲਦਾਰ ਆਪਣੇ ਮਜ਼੍ਹਬੀ ਸੀਰੀ ਭਗਤੂ ਨੂੰ ਝਾੜਦਾ ਹੈ, "ਤੇਰਾ ਮੁੰਡਾ ਮੇਰੇ ਸਕੂਲ ਜਾਂਦੇ ਮੁੰਡੇ ਨਾਲ ਆਕੜ ਕੇ ਬੋਲਿਆ" ਤਾਂ ਭਗਤੂ ਦਾ ਉੱਤਰ ਸੀ, "ਸਰਦਾਰ ਜੀ, ਅਜਿਹੇ ਮੁੰਡੇ ਤੁਹਾਡੀ ਔਲਾਦ ਹੀ ਹੋ ਸਕਦੇ ਹਨ। ਇਹ ਮੁੰਡਾ ਔਰਤਾਂ ਦੇ ਪੇਟ ਵਿਚ ਉਦੋਂ ਦਾਖਲ ਹੋਇਆ ਹੋਵੇਗਾ ਜਦੋਂ ਉਹ ਖੇਤਾਂ ਵਿਚ ਕੰਮ ਕਰਨ ਗਈਆਂ ਹੋਣਗੀਆਂ। ਜੇ ਉਹ ਸਾਡੀ ਔਲਾਦ ਹੁੰਦਾ ਤਾਂ ਉਸਨੇ ਤੁਹਾਡੇ ਸਾਹਮਣੇ ਕੁਸਕਣਾ ਨਹੀਂ ਸੀ... ਅਸੀਂ ਬੁੱਢੇ ਹੋ ਗਏ ਹਾਂ ਪਰ ਕੀ ਤੁਸਾਂ ਸਾਨੂੰ ਆਪਣੇ ਸਾਹਮਣੇ ਮੂੰਹ ਖੋਲ੍ਹਦੇ ਦੇਖਿਆ ਹੈ!!" ਬਰਤਾਨਵੀ ਬਸਤੀਵਾਦੀ ਢਾਂਚੇ ਵਿਚ 'ਨੋਟੀਫਾਈਡ ਜਰਾਇਮ ਪੇਸ਼ਾ ਕਬੀਲੇ' ਕਾਨੂੰਨੀ ਤੌਰ ਤੇ ਵੱਖਰੀ ਤਰ੍ਹਾਂ ਦਾ ਨਿਰਧਾਰਤ ਵਰਗ ਸਨ ਜਿਸ ਵਿਚ ਪੰਜਾਬ ਦੀਆਂ ਮੌਜੂਦਾ ਪੱਟੀਦਰਜ ਜਾਤੀਆਂ ਵਿਚੋਂ 7 ਜਾਤੀਆਂ ਸ਼ਾਮਲ ਸਨ। ਜਿਸ ਤਰ੍ਹਾਂ ਨਿਕੋਲਸ ਡਰਕਸ ਨੇ ਧਿਆਨ ਦੁਆਇਆ ਸੀ, 'ਵਫ਼ਾਦਾਰ' ਤੇ 'ਮਾਰਸ਼ਲ' ਜਾਤੀਆਂ ਨਿਸ਼ਚਿਤ ਕਰਨ ਦੇ ਨਾਲ ਨਾਲ ਇਸਦੇ ਉੱਲਟੇ ਪਾਸੇ ਵਜੋਂ ਕੁਝ ਅਜਿਹੀਆਂ ਜਾਤੀਆਂ ਵੀ ਨਿਸ਼ਚਿਤ ਕੀਤੀਆਂ ਗਈਆਂ ਜਿਹੜੀਆਂ 'ਵਫ਼ਾਦਰ ਤੇ ਭਰੋਸੇਯੋਗ ਨਹੀਂ ਸਨ' ਤੇ ਇਸ ਤਰ੍ਹਾਂ ਖ਼ਤਰਨਾਕ ਤੇ 'ਧਾੜਵੀ' ਸਨ। ਇਸ ਸਾਰੇ ਨੋਟੀਫਾਈਡ ਜਰਾਇਮ ਪੇਸ਼ਾ ਕਬੀਲੇ- ਸਾਂਸੀ ਬਾਗਲੀ, ਬੰਜਾਰਾ, ਨਟ, ਬੌਰੀਆ, ਬਰਾੜਾ, ਗੰਧੀਲਾ, ਮਹਾਤਮ ਤੇ ਧਰਮਕੋਟ-ਸਭ ਤੋਂ ਹੇਠਲੀਆਂ ਜਾਤੀਆਂ ਵਿਚੋਂ ਸਨ। ਭੂਮੀਹੀਣ ਤੇ ਪੱਕੇ ਵਸੇਬੇ ਤੋਂ ਵਿਰਵੇ ਇਹ ਟੱਪਰਵਾਸੀ ਗਰੀਬ ਲੋਕ ਜਮਾਂਦਰੂ ਅਪਰਾਧੀਆਂ ਵਿਚ ਗਿਣੇ ਜਾਂਦੇ ਸਨ। ਉਹਨਾਂ ਦੇ ਮਾਮਲੇ ਵਿਚ ਜੁਰਮ ਵਿਅਕਤੀਗਤ ਫਿਅਲ ਨਹੀਂ ਸੀ ਸਮਝਿਆ ਜਾਂਦਾ ਸੀ। ਇਹਨਾਂ ਬਾਰੇ ਨੋਟੀਫਿਕੇਸ਼ਨ ਵਾਪਸ ਲੈਣ ਦਾ ਹੁਕਮ 1952 ਵਿਚ ਜਾਰੀ ਹੋਇਆ ਸੀ ਜਿਸਦੇ ਸਿੱਟੇ ਵਜੋਂ 'ਜਰਾਇਮ ਪੇਸ਼ਾ' ਦੀ ਦਰਜੇਬੰਦੀ ਦਾ ਖਾਤਮਾ ਹੋਇਆ ਅਤੇ ਇਹ ਕਬੀਲੇ 'ਵਿਮੁਕਤ ਜਾਤੀਆਂ' ਵਜੋਂ ਜਾਣੇ ਜਾਣ ਲੱਗੇ। ਉਹਨੀਂ ਦਿਨੀਂ ਸਵਾਏ ਅਜਿਹੇ ਸਕੂਲਾਂ ਦੇ ਜਿਹੜੇ ਆਰੀਆ ਸਮਾਜ ਤੇ ਸਿੰਘ ਸਭਾ ਵੱਲੋਂ ਸਥਾਪਤ ਕੀਤੇ ਗਏ ਸਨ, ਕਿਸੇ ਦਲਿਤ ਬੱਚੇ ਨੂੰ ਕਿਸੇ ਹੋਰ ਸਕੂਲ ਵਿਚ ਦਾਖਲ ਕਰਾਉਣਾ ਪਿੰਡ ਦੇ ਅਛੂਤ ਪਰਿਵਾਰਾਂ ਦੀ ਸੋਚ ਵਿਚ ਵੀ ਨਹੀਂ ਸੀ ਆ ਸਕਦਾ। ਉੱਤਲੀਆਂ ਜਾਤੀਆਂ ਦੀ ਹੈਸੀਅਤ ਲਈ ਨਿਰਾਦਰ ਗਿਣੇ ਜਾਣ ਕਰਕੇ ਹਰੀਜਨ ਵਿਦਿਆਰਥੀਆਂ ਨੂੰ ਸਕੂਲ ਦੇ ਅਧਿਆਪਕ ਤੇ ਪਿੰਡ ਦੇ ਪਤਵੰਤਿਆਂ, ਦੋਹਾਂ ਦੇ ਅਤਾਬ ਦਾ ਸ਼ਿਕਾਰ ਹੋਣਾ ਪੈਂਦਾ ਸੀ। ਦੇਸ਼ ਦੀ ਆਜ਼ਾਦੀ ਤੇ ਕਈ ਸਾਲ ਪਿਛੋਂ ਅੱਜ ਵੀ ਸਕੂਲਾਂ ਵਿਚ ਦਾਖਲ ਗਿਣੇ ਚੁਣੇ ਦਲਿਤ ਵਿਦਿਆਰਥੀਆਂ ਨੂੰ ਅਕਸਰ ਇਹ ਯਾਦ ਕਰਾਇਆ ਜਾਂਦਾ ਹੈ ਕਿ ਉਹ ਪੜ੍ਹਾਈ ਦੇ ਕਾਬਲ ਨਹੀਂ ਹਨ ਅਤੇ ਉਹਨਾਂ ਨੂੰ ਸਕੂਲ ਦੀਆਂ ਗਰਾਉਂਡਾਂ ਜਾਂ ਕਮਰੇ ਸਾਫ਼ ਕਰਨ ਦੇ ਹੁਕਮ ਦਿੱਤੇ ਜਾਂਦੇ ਹਨ। 60ਵਿਆਂ ਦੇ ਸ਼ੁਰੂ ਵਿਚ ਘਿਰਣਾ ਤੇ ਅਪਮਾਨਜਨਕ ਟਿੱਚਰਾਂ ਦੇ ਆਪਣੇ ਤਜਰਬੇ ਨੂੰ ਯਾਦ ਕਰਦਿਆਂ ਲਾਲ ਸਿੰਘ ਦਿਲ ਕਹਿੰਦਾ ਹੈ, "ਜੇ ਸਕੂਲ ਦਾ ਅਰਥ ਤੁਹਾਨੂੰ ਹਰ ਰੋਜ਼ ਤੁਹਾਡੀ ਨੀਵੀਂ ਜਾਤੀ ਦੀ ਯਾਦ ਦੁਆਉਣਾ ਹੀ ਸੀ ਤਾਂ ਸਕੂਲ ਜਾਣ ਦਾ ਕੀ ਅਰਥ ਰਹਿ ਜਾਂਦਾ ਸੀ।"

ਭਾਗ- 2

ਜ਼ਿੰਦਗੀ ਦੀਆਂ ਹਾਲਤਾਂ ਵਿਚ ਤਬਦੀਲੀ

ਆਜ਼ਾਦੀ ਤੋਂ ਅੱਧੀ ਸਦੀ ਦੇ ਸਮੇਂ ਵਿਚ ਤਬਦੀਲੀ ਦੀ ਗੁੰਝਲਦਾਰ ਤੇ ਬਹੁ-ਆਯਾਮੀ ਪ੍ਰਕ੍ਰਿਆ ਕੰਮ ਕਰਦੀ ਨਜ਼ਰ ਆਉਂਦੀ ਹੈ। ਸਭ ਤੋਂ ਵੱਡੀ ਤਬਦੀਲੀ ਵੰਡ ਤੋਂ ਬਾਅਦ ਤੇ ਉਸ ਤੋਂ ਪਿੱਛੋਂ ਪੰਜਾਬ ਰਾਜ ਦੇ ਮੁੜ ਗਠਨ ਦੇ ਸਿੱਟੇ ਵਜੋਂ ਜਨਸੰਖਿਆ ਵਿਚ ਆਈ ਤਬਦੀਲੀ ਸੀ। ਪੰਜਾਬ ਦੇ ਉੱਘੇ ਦਲਿਤ ਕਵੀਆਂ ਵਿੱਚੋਂ ਸਿਰਮੌਰ ਕਵੀ ਲਾਲ ਸਿੰਘ ਦਿਲ ਨੇ ਉਸ ਦੁੱਖ ਭਰੇ ਧੱਕੇ ਦਾ ਜ਼ਿਕਰ ਕੀਤਾ ਹੈ। ਜਿਹੜਾ ਬਦਕਿਸਮਤ ਅਛੂਤਾਂ ਨੂੰ ਵੰਡ ਕਾਰਨ ਲੱਗਾ ਸੀ। ਮੁਸਲਮਾਨਾਂ ਦੇ ਜਾਣ ਨਾਲ ਸ਼ੂਦਰਾਂ ਦੀਆਂ ਬਾਹਵਾਂ ਭੱਜ ਗਈਆਂ। ਵਰਤਮਾਨ ਪੰਜਾਬ ਦੇ ਪਿੰਡਾਂ ਵਿਚ ਗਰੀਬ ਮੁਸਲਮਾਨ ਦਸਤਕਾਰਾਂ ਦੀ ਮੌਜੂਦਗੀ ਜੱਟ ਜ਼ਿਮੀਦਾਰਾਂ ਹੱਥੋਂ ਜ਼ਾਲਮਾਨਾਂ ਜਬਰ ਦੀ ਹਾਲਤ ਵਿਚ ਅਛੂਤਾਂ ਲਈ ਸਮਾਜੀ ਤੇ ਇਖ਼ਲਾਕੀ ਸਮਰਥਨ ਦੇਣ ਵਾਲਾ ਇਕ ਢਾਸਣਾ ਸੀ। ਉਸਨੂੰ ਯਾਦ ਹੈ ਕਿ ਉਸਦੇ ਪਿੰਡ ਵਿਚ ਉਸਦੇ ਲੋਕਾਂ ਨੇ ਦੁਕਾਨ ਖੋਲ੍ਹੀ ਸੀ, ਅਜਿਹਾ ਮੁਸਲਮਾਨਾਂ ਦੀ ਮੌਜੂਦਗੀ ਤੇ ਹਮਾਇਤ ਸਦਕਾ ਹੀ ਸੰਭਵ ਹੋ ਸਕਿਆ ਸੀ। ਉਸਨੂੰ ਪਿੰਡ ਦੀ ਇਕ ਹੋਰ ਘਟਨਾ ਯਾਦ ਹੈ, ਮੁਸਲਮਾਨਾਂ ਤੇ ਅਛੂਤਾਂ ਨੇ ਰਲ ਕੇ ਜ਼ਿਮੀਦਾਰਾਂ ਦੇ ਇਕ ਟੋਲੇ ਨਾਲ ਲੜਾਈ ਲੜੀ ਸੀ, ਜਿਸਦੇ ਸਿੱਟੇ ਵਜੋਂ ਜ਼ਿਮੀਦਾਰਾਂ ਦੇ ਟੋਲੇ ਨੂੰ ਭੱਜਣਾ ਪਿਆ ਸੀ। ਵੰਡ ਤੋਂ ਬਾਅਦ ਸ਼ਰਨਾਰਥੀਆਂ ਦੇ ਮੁੜ ਵਸੇਬੇ ਤੇ ਇਸ਼ਤੇਮਾਨ ਅਰਾਜ਼ੀ ਨੇ ਸਿੱਖ ਜੱਟ ਜ਼ਿਮੀਦਾਰਾਂ ਨੂੰ ਹੋਰ ਮਜ਼ਬੂਤ ਕਰ ਦਿੱਤਾ ਸੀ। 1966 ਵਿਚ ਪੰਜਾਬ ਰਾਜ ਦੇ ਪੁਨਰਗਠਨ ਤੇ ਹਰੇ ਇਨਕਲਾਬ ਤੋਂ ਬਾਅਦ ਜੱਟ ਜ਼ਿਮੀਦਾਰਾਂ ਦਾ ਸਮਾਜੀ ਤੇ ਆਰਥਕ ਗ਼ਲਬਾ ਹੋਰ ਜਰਵਾਣਾ ਹੋ ਗਿਆ। ਸਿੱਖਾਂ ਨੇ ਸਾਰੀਆਂ ਹੀ ਜ਼ਮੀਨਾਂ ਮੱਲ ਲਈਆਂ... ਇਥੋਂ ਤੱਕ ਕਿ ਸ਼ਾਮਲਾਟਾਂ ਜਿਹਨਾਂ ਨੂੰ ਵਰਤਣ ਦੀ ਅਛੂਤਾਂ ਨੂੰ ਥੋੜ੍ਹੀ ਜਿਹੀ ਖੁੱਲ੍ਹ ਸੀ, ਵੀ ਨਾ ਛੱਡੀਆਂ ਗਈਆਂ। ਪੰਜਾਬ ਦੇ ਸਿੱਖ ਬਹੁਗਿਣਤੀ ਰਾਜ ਬਨਣ ਪਿੱਛੋਂ ਸਿੱਖ ਧਰਮ ਉੱਤੇ ਜੱਟ ਜ਼ਿਮੀਦਾਰਾਂ ਦੀ ਸ਼੍ਰੇਣੀ ਦਾ ਕਬਜ਼ਾ ਹੋ ਗਿਆ। ਸਿੱਖ ਪਿੰਡਾਂ ਦਾ ਜਿਹੜਾ ਸੰਜੀਦਾ ਮਾਨਵ ਵਿਗਿਆਨ ਅਧਿਐਨ ਇੰਦਰਪਾਲ ਸਿੰਘ ਨੇ ਕੀਤਾ ਉਸ ਵਿਚ ਉਸ ਨੇ ਦੇਖਿਆ ਕਿ ਬਹੁਤੀਆਂ ਸਿੱਖ ਕਦਰਾਂ ਜੱਟ ਕਦਰਾਂ ਹੀ ਹਨ ਅਤੇ ਜੱਟਾਂ ਦਾ ਇਹ ਦਾਅਵਾ ਹੈ ਕਿ ਉਹ ਸਿੱਖ ਜਾਤੀਆਂ ਵਿਚ ਸਭ ਤੋਂ ਉੱਚਾ ਦਰਜਾ ਰੱਖਦੇ ਹਨ। ਸੱਤਾ ਤੇ ਰਾਜ ਦੀ ਨੌਕਰੀਸ਼ਾਹੀ ਵਿਚ ਉਹਨਾਂ ਦੀਆਂ ਸਾਕ ਸਕੀਰੀਆਂ ਦੇ ਕਾਰਨ ਸਰਕਾਰ ਦੀ ਭੂਮੀ ਸੁਧਾਰਾਂ ਦੀ ਨੀਤੀ ਵੀ ਅਸਫ਼ਲ ਬਣਾ ਦਿੱਤੀ ਗਈ। ਜੱਟਵਾਦ, ਜਿਹੜਾ ਜੱਟ ਹੈਂਕੜ ਜਾਂ ਸੱਤਾ ਦੇ ਅੱਖੜ ਕਿਸਮ ਦੇ ਘੁੰਮਡ ਤੇ ਜਬਰ ਨੂੰ ਦਰਸਾਉਂਦਾ ਹੈ, ਪੇਂਡੂ ਦਲਿਤਾਂ ਲਈ ਜੱਟ ਜਬਰ ਤੇ ਅਪਮਾਨ ਦੀ ਅਲਾਮਤ ਬਣ ਗਿਆ। ਦੂਸਰੇ ਪਾਸੇ ਇਹ ਤੱਥ ਕਿ ਪੱਟੀਦਰਜ ਜਾਤੀਆਂ ਦੀ ਗਿਣਤੀ ਵਧ ਕੇ 28.9 % ਤੇ ਕਈ ਪਿੰਡਾਂ ਵਿਚ 40 % ਤੋਂ ਵੀ ਵੱਧ ਹੋ ਗਈ। ਉਹਨਾਂ ਲਈ ਇਹ ਗਿਣਤੀ ਤਾਕਤ ਤੇ ਇਕ ਤਰ੍ਹਾਂ ਨਾਲ ਜਾਤੀ ਪਛਾਣ ਲਈ ਇਕ ਤੁਲ ਬਣ ਗਈ। ਪੰਜਾਬੀ ਲੇਖਕਾਂ ਦੇ ਹਾਲ ਹੀ ਵਿਚ ਹੋਏ ਇਕੱਠ ਅੰਦਰ ਜਿਹੜੀ ਵਿਚਾਰ ਚਰਚਾ ਹੋਈ ਉਸ ਵਿਚ

ਵਰਤਮਾਨ ਹਕੀਕਤ ਨੂੰ ਇਹ ਆਖ ਕੇ ਪਰਵਾਨਿਆ ਗਿਆ ਕਿ "ਜਾਤੀ ਸਾਡੇ ਅਵਚੇਤਨ ਵਿਚ ਬੈਠੀ ਹੋਈ ਹੈ।" ਆਜ਼ਾਦੀ ਤੋਂ ਬਾਅਦ ਦੀਆਂ ਅਦਲਾ ਬਦਲੀਆਂ ਨੇ ਪੰਜਾਬ ਵਿਚ ਪੱਟੀਦਰਜ ਜਾਤੀਆਂ, ਜੀਵਨ ਦੀਆਂ ਹਾਲਤਾਂ ਤੇ ਦਰਜੇ ਵਿਚ ਵਰਨਣਯੋਗ ਪਰਿਵਰਤਨ ਲਿਆਂਦਾ ਹੈ। ਸਮਾਜੀ ਨਿਆਂ ਲਈ, ਖਾਸ ਤੌਰ 'ਤੇ ਛੂਤ-ਛਾਤ ਦੇ ਖਾਤਮੇ ਲਈ ਚੁੱਕੇ ਗਏ ਸੰਵਿਧਾਨਕ ਤੇ ਕਾਨੂੰਨੀ ਕਦਮ, ਜਿਨ੍ਹਾਂ ਨੇ ਕਿਸੇ ਨਾ ਕਿਸੇ ਸ਼ਕਲ ਵਿਚ ਛੂਤ-ਛਾਤ ਨੂੰ ਕਾਨੂੰਨ ਅਧੀਨ ਕਾਬਲੇ ਸਜ਼ਾ ਜ਼ੁਰਮ ਕਰਾਰ ਦੇ ਦਿੱਤਾ ਹੈ, ਬਹੁਤ ਮਹੱਤਵਪੂਣ ਸਾਬਤ ਹੋਏ ਹਨ। ਇਹਨਾਂ ਕਦਮਾਂ ਵਿਚ ਸ਼ਾਮਲ ਹਨ, ਸ਼ਹਿਰੀ ਹੱਕਾਂ ਦੀ ਰਾਖੀ ਬਾਰੇ 1955 ਦਾ ਐਕਟ, ਅਤੇ ਪੱਟੀਦਰਜ ਜਾਤੀਆਂ ਤੇ ਪੱਟੀਦਰਜ ਕਬੀਲਿਆਂ (ਅਤਿਆਚਾਰ ਦੀ ਮਨਾਹੀ) ਬਾਰੇ 1989 ਦੇ ਬਹੁਤ ਹੀ ਵਿਆਪਕ ਐਕਟ ਦਾ ਬਨਣਾ ਅਤੇ ਬੇਗਾਰ ਤੇ ਲੈਂਡ ਐਲੀਏਨੇਸ਼ਨ ਐਕਟ 1901 ਵਰਗੇ ਐਕਟਾਂ ਦੀ ਮਨਸੂਖੀ। ਦੇਸ਼ ਦੀ ਆਜ਼ਾਦੀ ਤੋਂ ਬਾਅਦ ਰੈਜ਼ਰਵੇਸ਼ਨਾਂ, ਸਮਾਜੀ ਭਲਾਈ ਬਾਰੇ ਸਰਕਾਰ ਵੱਲੋਂ ਕੀਤੀਆਂ ਗਈਆਂ ਸਾਰਥਕ ਕਾਰਵਾਈਆਂ, ਸਰਵਵਿਆਪਕ ਬਾਲਗ ਮੱਤਦਾਨ ਅਧਿਕਾਰਾਂ ਤੇ ਬਕਾਇਦਾ ਚੋਣਾਂ ਨੇ ਵੀ ਸਥਿਤੀ ਵਿਚ ਬਿਹਤਰੀ ਲਿਆਂਦੀ ਹੈ। ਮੌਜੂਦਾ ਸਥਿਤੀ ਦੀ ਤਸਵੀਰ ਉੱਤੇ ਨਜ਼ਰ ਮਾਰਿਆਂ, ਜਿਨ੍ਹਾਂ ਦਲਿਤਾਂ ਨਾਲ ਲੇਖਕ ਨੇ ਗੱਲਬਾਤ ਕੀਤੀ ਉਹਨਾਂ ਵਿਚੋਂ ਬਹੁਤਿਆਂ ਦਾ ਅਨੁਭਵ ਹੈ, "ਚੋਣਾਂ ਨੇ ਵੱਡਾ ਯੋਗਦਾਨ ਪਾਇਆ ਹੈ, ਲੋਕਾਂ ਨੂੰ ਨਜ਼ਦੀਕ ਲਿਆਂਦਾ ਹੈ।"

ਹਰੇ ਇਨਕਲਾਬ ਤੇ ਇਸਦੇ ਨਾਲ ਨਾਲ ਸ਼ਹਿਰੀਕਰਣ, ਵਿਦਿਅਕ ਸਹੂਲਤਾਂ ਦੇ ਪਸਾਰ, ਰੁਜ਼ਗਾਰ ਦੇ ਨਵੇਂ ਮੌਕਿਆਂ ਦਾ ਪੈਦਾ ਹੋਣਾ ਅਤੇ ਮਨੁੱਖੀ ਅਧਿਕਾਰਾਂ ਬਾਰੇ ਲਹਿਰ ਦੇ ਸ਼ੁਰੂ ਹੋਣ ਵਰਗੀਆਂ ਜਿਹੜੀਆਂ ਤਬਦੀਲੀਆਂ ਅਰਥਚਾਰੇ ਤੇ ਸਮਾਜੀ ਖੇਤਰਾਂ ਵਿਚ ਆਈਆਂ, ਉਹਨਾਂ ਨੇ ਵੀ ਵੱਖਰੀ ਤਰ੍ਹਾਂ ਦੇ ਕਈ ਫਰਕ ਪਾਏ। ਦਲਿਤ ਕਾਰਕੁਨਾਂ ਦਾ ਕਹਿਣਾ ਹੈ ਕਿ ਉਹਨਾਂ ਦੇ ਸੰਗਠਿਤ ਰਾਜਨੀਤਕ ਤੇ ਸਭਿਆਚਾਰਕ ਹੰਭਲੇ ਨੇ ਅਤੇ ਪੱਟੀਦਰਜ ਜਾਤੀਆਂ ਦੇ ਮਸੀਹਾਂ ਵਜੋਂ ਅੰਬੇਡਕਰ ਦੇ ਵਧਦੇ ਪ੍ਰਭਾਵ ਨੇ ਵੀ ਜਿਹੜਾ ਅਸਰ ਪਾਇਆ ਉਹ ਘੱਟ ਵਰਨਣਯੋਗ ਨਹੀਂ। ਦਲਿਤ ਜੀਵਨ ਦਾ ਕੋਈ ਪੱਖ ਅਣਛੋਹਿਆ ਨਹੀਂ ਰਿਹਾ।

ਹੁਣ ਸਥਿਤੀ ਇਹ ਹੈ ਕਿ ਪੰਜਾਬ ਵਿਚ, ਅਤੇ ਸ਼ਹਿਰੀ ਖੇਤਰਾਂ ਵਿਚ ਵਧੇਰੇ ਨਿਸਚਿਤ ਤੌਰ 'ਤੇ, ਛੂਤਛਾਤ ਵਿਚ ਯਕੀਨ ਅਮਲੀ ਤੌਰ 'ਤੇ ਖਤਮ ਹੋ ਗਿਆ ਹੈ। ਸਰਕਾਰਾਂ ਵੱਲੋਂ ਕਰਵਾਏ ਗਏ ਬਹੁਤ ਸਾਰੇ ਅਧਿਐਨਾਂ ਨੇ ਅਤੇ ਲੇਖਕ ਵੱਲੋਂ ਵੱਖ ਵੱਖ ਪੱਧਰਾਂ ਉੱਤੇ ਇਸ ਸੰਬੰਧ ਵਿਚ ਕੀਤੀ ਪੁੱਛਗਿੱਛ ਤੇ ਨਿਰੀਖਣਾਂ ਨੇ ਇਸ ਗੱਲ ਦੀ ਪੁਸ਼ਟੀ ਕੀਤੀ ਹੈ ਕਿ ਛੂਤ-ਛਾਤ ਤੇ ਇਸ ਤੋਂ ਸ਼ੁੱਧੀ ਦੀਆਂ ਰਸਮਾਂ ਦੀ ਹੁਣ ਕੋਈ ਮਹੱਤਤਾ ਨਹੀਂ ਰਹੀ। ਪਿਛਲੇ ਦੋ ਦਹਾਕਿਆਂ ਤੋਂ ਅਜਿਹੀ ਕੋਈ ਮਿਸਾਲ ਘੱਟ ਹੀ ਸੁਨਣ ਵਿਚ ਆਈ ਹੈ ਕਿ ਉੱਤਲੀ ਜਾਤੀ ਦਾ ਕੋਈ ਵਿਅਕਤੀ ਕਿਸੇ ਅਛੂਤ ਨਾਲ ਲੱਗ ਕੇ ਕਥਿਤ ਤੌਰ 'ਤੇ ਭਿੱਟੇ ਜਾਣ ਪਿਛੋਂ ਸ਼ੁੱਧ ਹੋਣ ਲਈ ਅਸ਼ਨਾਨ ਕਰਨ ਤੁਰ ਪਿਆ ਹੋਵੇ। ਵੱਖਰੇ ਭਾਂਡਿਆਂ ਤੇ ਪਿਆਲਿਆਂ ਦੀ ਵੀ ਕੋਈ ਮਿਸਾਲ ਅਮਲੀ ਤੌਰ 'ਤੇ ਸਾਹਮਣੇ ਨਹੀਂ ਆਉਂਦੀ। ਹੁਣ ਦਲਿਤਾਂ ਨੂੰ ਬਚਿਆ ਖੁਚਿਆ ਜਾਂ ਜੂਠਾ ਭੋਜਨ ਪੇਸ਼ ਕਰਨ ਦੀ ਜੁਅਰਤ ਵੀ ਕੋਈ ਨਹੀਂ ਕਰਦਾ। ਜਿਨ੍ਹਾਂ ਦਲਿਤਾਂ

ਨੇ ਪੁੱਛਗਿੱਛ ਦਾ ਉੱਤਰ ਜਾਂ ਹੁੰਗਾਰਾ ਦਿੱਤਾ ਉਹਨਾਂ ਵੀ ਸਮੇਂ ਨਾਲ ਆਈ ਤਬਦੀਲੀ ਨੂੰ ਅਕਸਰ ਸਲਾਹਿਆ ਤੇ ਕਿਹਾ, "ਪਹਿਲਾਂ ਵਰਗੇ-ਨਿਖੇੜੇ ਤੇ ਭੇਦ ਭਾਵ ਦਾ ਘੇਰਾ ਹੁਣ ਬਹੁਤ ਘੱਟ ਗਿਆ ਹੈ।" ਹਿੰਦੂ ਮੰਦਰਾਂ ਜਾਂ ਕੁਝ ਮਾਮਲਿਆਂ ਵਿਚ ਸਿੱਖ ਗੁਰਦਵਾਰਿਆਂ ਤੇ ਡੇਰਿਆਂ ਨੂੰ ਛੱਡ ਕੇ, ਧਾਰਮਕ ਅਸਥਾਨਾਂ ਵਿਚ ਵੀ ਦਲਿਤਾਂ ਦੇ ਦਾਖਲੇ ਉੱਤੇ ਕੋਈ ਰੋਕ ਨਜ਼ਰ ਨਹੀਂ ਆਉਂਦੀ। ਇਸਦੇ ਉੱਲਟ ਬਹੁਤ ਸਾਰਿਆਂ ਨੇ ਦੱਸਿਆ ਕਿ ਸਿੱਖ ਪਾਠੀਆਂ ਤੇ ਕੀਰਤਨੀ ਜੱਥਿਆਂ ਵਿਚ ਅਤੇ ਇਥੋਂ ਤੱਕ ਕਿ ਗੁਰਦਵਾਰਿਆਂ ਦੇ ਲੰਗਰਾਂ ਵਿਚ ਵੀ ਹੁਣ ਪੱਟੀਦਰਜ ਜਾਤੀਆਂ ਦੇ ਬਹੁਤ ਸਾਰੇ ਲੋਕ ਸ਼ਾਮਲ ਹਨ। "ਮਜ਼੍ਹਬੀ ਸਿੱਖਾਂ ਦਾ ਲਾਂਗਰੀ ਲੱਗਣਾ ਆਮ ਜਿਹੀ ਗੱਲ ਹੈ।"

ਪੱਟੀਦਰਜ ਜਾਤੀਆਂ ਦੇ ਬਹੁਤ ਸਾਰੇ ਲੋਕਾਂ ਵੱਲੋਂ ਇਸ ਗੱਲ ਦੀ ਚੇਤੰਨ ਕੋਸ਼ਿਸ਼ ਕੀਤੀ ਗਈ ਹੈ ਕਿ ਉਹ ਅਜਿਹੇ ਰਵਾਇਤੀ ਕਿੱਤਿਆਂ ਤੋਂ ਪਾਸਾ ਵੱਟ ਲੈਣ, ਜਿਹੜੇ ਕਥਿਤ ਤੌਰ 'ਤੇ ਕਲੰਕਤ ਹਨ। ਪੰਜਾਬ ਦੇ ਤਿੰਨ ਖਿੱਤਿਆਂ ਵਿਚ ਪੈਂਦੇ 51 ਪਿੰਡਾਂ ਵਿਚ ਜਿਹੜਾ ਅਧਿਐਨ ਹੁਣੇ ਜਿਹੇ (2002) ਸੁਰਿੰਦਰ ਐੱਸ. ਜੋਧਕਾ ਨੇ ਕੀਤਾ, ਉਸ ਅਨੁਸਾਰ 20ਫ਼ੀ ਸਦੀ ਪੱਟੀਦਰਜ ਲੋਕ ਹੀ ਰਵਾਇਤੀ ਕਿੱਤਿਆਂ ਨਾਲ ਜੁੜੇ ਰਹਿ ਗਏ ਸਨ। ਇਸ ਵਰਤਾਰੇ ਨੂੰ "ਅਸਬੰਧਨ, ਫਾਸਲਾ ਅਤੇ ਖੁਦਮੁਖਤਿਆਰੀ" ਦਾ ਨਾਂਅ ਦਿੱਤਾ ਗਿਆ ਹੈ। 34 ਪੱਟੀਦਰਜ ਜਾਤੀਆਂ ਵਿਚੋਂ ਕੇਵਲ 15 % ਹੀ ਖੇਤ ਮਜ਼ਦੂਰਾਂ ਵਜੋਂ ਕੰਮ ਕਰਦੇ ਹਨ। ਜ਼ਿਲ੍ਹਾ ਅੰਮ੍ਰਿਤਸਰ ਖੇਤ ਮਜ਼ਦੂਰ ਸਭਾ ਦੇ ਸਕੱਤਰ ਜਿਹੜੇ ਆਪ ਵੀ ਮਜ਼੍ਹਬੀ ਹਨ, ਨੂੰ ਯਕੀਨ ਹੈ ਕਿ ਕੋਈ ਦਲਿਤ ਅਜਿਹੇ ਜ਼ਿਮੀਦਾਰ ਨਾਲ ਕੰਮ ਕਰਨਾ ਨਹੀਂ ਮੰਨਦਾ ਜਿਹੜਾ ਚੰਗਾ ਸਲੂਕ ਨਾ ਕਰਦਾ ਹੋਵੇ। ਬਹੁਤੇ ਦਲਿਤਾਂ ਨੂੰ ਇਸ ਗੱਲ ਦੀ ਖੁਸ਼ੀ ਹੈ ਕਿ ਉਹਨਾਂ ਵਿਚੋਂ ਕਾਫ਼ੀ ਗਿਣਤੀ ਵਿਚ ਲੋਕਾਂ ਨੇ ਸਵਰਨਕਾਰੀ, ਦੁਕਾਨਕਾਰੀ, ਰਾਜਗੀਰੀ, ਤਰਖਾਣ, ਰੇਹੜੀ ਆਦਿ ਜਿਹੇ ਕਿੱਤੇ ਅਪਣਾ ਲਏ ਹਨ। ਅੰਮ੍ਰਿਤਸਰ ਜ਼ਿਲ੍ਹੇ ਵਿਚ ਚੋਖੀ ਗਿਣਤੀ ਵਿਚ ਦਲਿਤਾਂ ਨੇ ਡੇਅਰੀ ਫਾਰਮਿੰਗ ਜਾਂ ਦੁੱਧ ਵੇਚਣ ਦਾ ਧੰਦਾ ਅਪਣਾ ਲਿਆ ਹੈ। ਉੱਤਲੀ ਸ਼੍ਰੇਣੀ ਦੇ ਘਰਾਂ ਵਿਚ ਦਲਿਤ ਔਰਤਾਂ ਵੱਲੋਂ ਰਸੋਈ ਸਮੇਤ ਘਰੇਲੂ ਕੰਮਾਂ ਕਾਰਾਂ ਵਿਚ ਸਹਾਇਤਾ ਵੀ ਪਿੰਡਾਂ ਵਿਚ ਆਮ ਗੱਲ ਹੋ ਗਈ ਹੈ। ਨਿੱਜੀ ਸਫ਼ਾਈ ਤੇ ਸਾਫ਼ ਸੁਥਰੀ ਜ਼ਿੰਦਗੀ ਲਈ ਜਿਹੜੀ ਗਿਣੀ ਮਿਥੀ ਕੋਸ਼ਿਸ਼ ਹੋ ਰਹੀ ਹੈ, ਉਸਨੂੰ ਵੀ ਸਲਾਹਿਆ ਜਾ ਰਿਹਾ ਹੈ। ਜਿਸ ਤਰ੍ਹਾਂ ਲੇਖਕ ਨੇ 'ਉੱਤਲੀਆਂ ਜਾਤਾਂ' ਦੇ ਵਿਆਹ ਸ਼ਾਦੀਆਂ ਸਮੇਂ ਦੇਖਿਆ, ਇਸ ਗੱਲ ਦੀ ਪਰਵਾਹ ਕਿਸੇ ਨੂੰ ਘੱਟ ਹੀ ਸੀ ਕਿ ਖਾਣਾ ਵਰਤਾਉਣ ਤੇ (ਕਈ ਹਾਲਤਾਂ ਵਿਚ ਖਾਣਾ ਬਨਾਉਣ) ਬਨਾਉਣ ਵਾਲੇ ਪੱਟੀਦਰਜ ਜਾਤੀਆਂ ਵਿਚੋਂ ਸਨ। ਅੰਮ੍ਰਿਤਸਰ ਵਿਚ ਬੈਂਡ ਵਾਜੇ ਵਾਲੇ ਤਕਰੀਬਨ ਸਾਰੇ ਹੀ ਮੈਂਬਰ ਵਾਲਮੀਕੀਆਂ ਜਾਂ ਕਥਿਤ ਤੌਰ 'ਤੇ ਨੀਵੀਆਂ ਜਾਤੀਆਂ ਵਿਚੋਂ ਹੁੰਦੇ ਹਨ। ਪਦਾਰਥਕ ਆਧਾਰ 'ਤੇ ਜਾਤੀ ਵਿਚਾਲੇ ਕੜੀ ਦੇ ਟੁੱਟਣ ਦਾ ਇਹ ਇਕ ਹੋਰ ਪ੍ਰਮਾਣ ਹੈ। ਵਰਤਮਾਨ ਅੰਦਾਜ਼ਿਆਂ ਅਨੁਸਾਰ ਪੰਜਾਬ ਵਿਚ 2 ਲੱਖ ਦਲਿਤ ਸਰਕਾਰੀ ਮਹਿਕਮਿਆਂ ਅਤੇ ਬੈਂਕਾਂ, ਐਲ. ਆਈ. ਸੀ., ਐਫ. ਸੀ. ਆਈ. ਮਿਊਂਸਪਲ ਬਾਡੀਆਂ ਜਿਹੇ ਪਬਲਿਕ ਖੇਤਰ ਅਦਾਰਿਆਂ ਵਿਚ ਮੁਲਾਜ਼ਮਤ ਕਰ ਰਹੇ ਹਨ। ਇਹਨਾਂ ਵਿਚ ਆਈ. ਏ. ਐਸ. , ਆਈ. ਪੀ. ਐਸ. ਤੇ ਪੀ. ਸੀ. ਐਸ. ਅਫ਼ਸਰ, ਡਾਕਟਰ, ਇੰਜੀਨੀਅਰ ਆਦਿ

ਵੀ ਸ਼ਾਮਲ ਹਨ। ਬਹੁਤ ਸਾਰੇ ਹੋਰ ਦਲਿਤ ਕਾਰੋਬਾਰ ਤੇ ਵਪਾਰ ਵਿਚ ਹਿੱਸਾ ਲੈ ਰਹੇ ਹਨ। ਜਲੰਧਰ ਦੀ ਇਕੱਲੀ ਬੂਟਾ ਮੰਡੀ ਵਿਚ ਹੀ ਪੱਟੀਦਰਜ ਜਾਤੀਆਂ ਨਾਲ ਸਬੰਧਤ 100 ਤੋਂ ਵੱਧ ਵਿਅਕਤੀ ਕਰੋੜਪਤੀ, ਸਨਅਤਕਾਰ ਤੇ ਵਪਾਰੀ ਗਿਣੇ ਜਾ ਸਕਦੇ ਹਨ। ਇਸ ਜਾਤੀ ਦੇ ਪਦਾਰਥਕ ਆਧਾਰ ਦੇ ਟੁੱਟਣ ਨਾਲ ਜਾਤੀ ਉਲੇਖ ਜਾਂ ਅਹਿਸਾਸ ਰਸਮੀ ਜਿਹਾ ਹੀ ਹੋ ਕੇ ਰਹਿ ਜਾਂਦਾ ਹੈ ਜਾਂ ਇੰਝ ਕਹਿ ਲਵੋ ਕਿ ਨਾਗਰਿਕ ਸਭਾਵਾਂ ਦੀ ਮੈਂਬਰਸ਼ਿਪ ਜਿਹਾ ਸੰਕੇਤਕ ਰੂਪ ਧਾਰਨ ਕਰ ਲੈਂਦਾ ਹੈ। ਲੇਖਕ ਨੂੰ ਅਜਿਹੇ ਬਹੁਤ ਸਾਰੇ ਲੋਕਾਂ ਨਾਲ ਮਿਲਣ ਦਾ ਮੌਕਾ ਮਿਲਿਆ ਜਿਹਨਾਂ ਨੂੰ ਆਪਣੀ ਜਾਣ ਪਛਾਣ ਆਦਿ ਧਰਮੀ, ਰਵੀਦਾਸੀਆ, ਕਬੀਰਪੰਥੀ ਜਾਂ ਮਜ਼ਬੀ ਵਜੋਂ ਕਰਾਉਣ ਵਿਚ ਕੋਈ ਝਿਜਕ ਨਹੀਂ ਸੀ। ਇਹ ਗੱਲ ਪਿੰਡਾਂ ਬਾਰੇ ਵੀ ਆਖੀ ਜਾ ਸਕਦੀ ਹੈ। ਇਹ ਤੱਥ ਕਿ ਪੱਟੀਦਰਜ ਜਾਤੀਆਂ ਨਾਲ ਸੰਬੰਧਤ 90 % ਲੋਕਾਂ ਦੇ ਪੱਕੀਆਂ ਇੱਟਾਂ ਦੇ ਘਰ ਹਨ, ਪੁਰਾਣੇ ਲੋਕਾਂ ਲਈ ਛੋਟੀ ਗੱਲ ਨਹੀਂ , "ਹੁਣ ਤਾਂ ਕੱਚਾ ਕੋਠਾ ਘੱਟ ਹੀ ਲੱਭਦਾ ਹੈ। ਹੁਣ ਅੱਧੇ ਦਲਿਤ ਪਰਿਵਾਰਾਂ ਦੇ ਘਰ ਕੱਚੇ ਹਨ ਅਤੇ ਵਿਚ ਮਜ਼ਬੀਆਂ ਦੇ ਪੱਕੇ ਹਨ।" ਸ਼ਹਿਰੀ ਇਲਾਕਿਆਂ ਵਿਚ ਤਕੜੀ ਗਿਣਤੀ ਵਿਚ ਦਲਿਤ ਵਧੀਆ ਕਾਲੋਨੀਆਂ ਵਿਚ ਜਾ ਵਸੇ ਹਨ। ਤਾਂ ਵੀ ਇੱਕੋ ਜਾਤੀ ਦੇ ਬਹੁਗਿਣਤੀ ਲੋਕ ਪਿੰਡਾਂ ਤੇ ਸ਼ਹਿਰਾਂ ਵਿਚ ਵੱਖਰੀਆਂ ਕਾਲੋਨੀਆਂ ਜਾਂ ਮੁਹੱਲਿਆਂ ਵਿਚ ਜੁੜਕੇ ਰਹਿੰਦੇ ਹਨ। ਇਸਦੇ ਕਾਰਨਾਂ ਬਾਰੇ ਹੋਈ ਗੱਲਬਾਤ ਵਿਚ ਇਹ ਗੱਲ ਸਾਹਮਣੇ ਆਈ ਕਿ ਇਸਦਾ ਸੰਬੰਧ ਮਾਨਸਿਕ ਸੰਤੁਸ਼ਟੀ ਜਾਂ ਸਮਾਜੀ ਸੁਰੱਖਿਆ ਦੀਆਂ ਲੋੜਾਂ ਨਾਲ ਹੈ।

"ਪੜ੍ਹਾਈ ਕਰਕੇ ਹੀ ਜਾਤ ਬਰਾਦਰੀ ਦੇ ਪਛੜੇਵੇਂ ਉੱਤੇ ਕਾਬੂ ਪਾਇਆ ਜਾ ਸਕਦਾ।" ਇਹ ਹੈ ਦਲਿਤ ਆਕਾਂਖਿਆਵਾਂ ਦਾ ਇਕ ਹੋਰ ਉਘੜਵਾਂ ਪੱਖ। ਉਹ ਆਪਣੀ ਔਲਾਦ ਨੂੰ ਅਕਸਰ ਆਖਦੇ ਹਨ, "ਪੁੱਤਰ ਦੱਬ ਕੇ ਪੜ੍ਹ ਲੈ, ਦਲਿਦਰ ਚੁੱਕ ਹੋ ਜੂ। ਜੱਟਾਂ ਦੀ ਗ਼ੁਲਾਮੀ ਨਾ ਕਰਨੀ ਪਊ।" ਇਸ ਮੰਤਵ ਲਈ ਕੁਰਬਾਨੀ ਕਰਨਾ ਤੇ ਮਿਹਨਤ ਕਰਨਾ, ਬੱਚਿਆਂ ਤੇ ਮਾਪਿਆਂ, ਦੋਹਾਂ ਲਈ ਮਾਣਯੋਗ ਉੱਦਮ ਦਾ ਦਰਜਾ ਅਖਤਿਆਰ ਕਰ ਗਿਆ ਹੈ। 1961 ਵਿਚ ਇਸਤਰੀ ਸਾਖਰਤਾ ਕੇਵਲ 2 % ਸੀ ਪਰ 1991 ਵਿਚ ਇਹ ਵੱਧ ਕੇ 31% ਹੋ ਗਈ ਸੀ। ਜ਼ਿਲ੍ਹਾ ਹੁਸ਼ਿਆਰਪੁਰ ਵਿਚ ਇਹ 51.8 % ਸੀ।

60ਵਿਆਂ ਦੇ ਅੱਧ ਤੋਂ ਪੱਟੀਦਰਜ ਜਾਤੀਆਂ ਦੇ ਲੋਕਾਂ ਦਾ ਬਾਹਰਲੇ ਦੇਸ਼ਾਂ ਨੂੰ ਪਰਵਾਸ, ਖਾਸ ਤੌਰ ਤੇ ਦੁਆਬੇ ਦੇ ਜਲੰਧਰ, ਹੁਸ਼ਿਆਰਪੁਰ ਤੇ ਨਵਾਂ ਸ਼ਹਿਰ ਜ਼ਿਲ੍ਹਿਆਂ ਤੋਂ, ਇਹਨਾਂ ਤੇ ਇਹਨਾਂ ਦੇ ਰਿਸ਼ਤੇਦਾਰਾਂ ਵੱਲੋਂ ਬਦੇਸ਼ਾਂ ਤੋਂ ਆਈਆਂ ਰਕਮਾਂ ਨੇ ਇਹਨਾਂ ਦੇ ਪਰਵਾਰਾਂ ਦੀਆਂ ਜ਼ਿੰਦਗੀਆਂ ਤੇ ਆਕਾਂਖਿਆਵਾਂ ਵਿਚ ਪ੍ਰਤੱਖ ਤਬਦੀਲੀ ਲਿਆਂਦੀ। ਇਹ ਖਿਆਲ ਕੀਤਾ ਜਾਂਦਾ ਹੈ ਕਿ ਹੁਸ਼ਿਆਰਪੁਰ-ਨਵਾਂ ਸ਼ਹਿਰ, ਨਕੋਦਰ-ਜਲੰਧਰ ਪੱਟੀ ਵਿਚ ਹਰ ਚੌਥੇ ਆਦਿ-ਧਰਮੀ ਪਰਿਵਾਰ ਦਾ ਘੱਟੋ ਘੱਟ ਇੱਕ ਜੀਅ ਕਿਸੇ ਬਾਹਰਲੇ ਦੇਸ਼ ਗਿਆ ਹੋਇਆ ਹੈ। ਵੱਡੇ ਵੱਡੇ ਘਰਾਂ ਦੀ ਉਸਾਰੀ ਆਪਣੀ ਸਫ਼ਲਤਾ ਦਰਸਾਉਣ ਦਾ ਇਕ ਢੰਗ ਸੀ। ਕਾਰਾਂ, ਟੈਲੀਵਿਜਨ, ਫਰਿਜ਼, ਮੋਟਰ ਸਾਈਕਲ, ਗਹਿਣੇ ਤੇ ਵਧੀਆ ਕਿਸਮ ਦੇ ਕਪੜੇ ਤੇ ਬੂਟ ਵੀ ਸਫ਼ਲਤਾ ਪ੍ਰਗਟਾਉਣ ਦਾ ਸਾਧਨ ਸਨ। 2003 ਵਿਚ ਵੈਨਕੂਵਰ ਵਿਚ ਹੋਈ ਪਹਿਲੀ ਅੰਤਰ-ਰਾਸ਼ਟਰੀ ਦਲਿਤ ਕਾਨਫਰੰਸ ਵਿਚ ਪਹਿਲੇ ਪੰਜਾਬੀ ਕਰੋੜਪਤੀ ਦਲਿਤ ਦਾ

ਸਨਮਾਨ, ਇਕ ਦਲਿਤ ਐਨ. ਆਰ.ਆਈ. ਵੱਲੋਂ ਜਲੰਧਰ ਦੇ ਨੇੜੇ ਸੱਚਖੰਡ ਬੱਲਾਂ ਦੇ ਸੰਤ ਸਰਵਨ ਦਾਸ ਡੇਰੇ ਨੂੰ ਅੱਖਾਂ ਦੇ ਹਸਪਤਾਲ ਦੀ ਉਸਾਰੀ ਲਈ ਇਕ ਕਰੋੜ ਰੁਪਏ ਦਾ ਦਾਨ, ਇਕੱਲੇ ਯੂ. ਕੇ. ਵਿਚ 21 ਰਵੀਦਾਸ ਮੰਦਰਾਂ ਦੀ ਉਸਾਰੀ ਜਾਂ ਆਪਣੇ ਮੰਦਰਾਂ ਦੇ ਗੁੰਬਦਾਂ ਉੱਤੇ ਸੋਨਾ ਮੜ੍ਹਨ ਜਿਹੇ ਮਾਮਲੇ ਵੀ ਇਸ ਕਮਿਊਨਿਟੀ ਦੇ ਉੱਪਰ ਉੱਠਣ ਦੇ ਚਿੰਨ੍ਹ ਵਜੋਂ ਸਾਹਮਣੇ ਆਏ।

"ਸਾਡੇ ਵੀ ਦਿਨ ਬਦਲ ਰਹੇ ਹਨ" ਜਿਹੇ ਜਿਹੜੇ ਪ੍ਰਗਟਾਵੇ ਨਿੱਜੀ ਰੂਪ ਵਿਚ ਵੀ ਤੇ ਸਰਵਜਨਕ ਰੂਪ ਵਿਚ ਵੀ ਕੀਤੇ ਜਾਂਦੇ ਹਨ, ਉਹਨਾਂ ਵਿਚ ਅਜਿਹੇ ਵਿਸ਼ਵਾਸ ਤੇ ਆਸ਼ਾਵਾਦ ਦੀ ਝਲਕ ਹੁੰਦੀ ਹੈ ਕਿ ਅਸੀਂ ਵੀ ਆਪਣੇ ਪੈਰਾਂ ਉੱਤੇ ਖੜ੍ਹੇ ਹੋ ਰਹੇ ਹਾਂ। ਵਾਸਤਵ ਵਿਚ ਉਹਨਾਂ ਦੀ ਇਹ ਸਮਾਜੀ ਗਤੀਸ਼ੀਲਤਾ ਇਸ ਹਕੀਕਤ ਦੇ ਮੁਕਾਬਲੇ ਉੱਤੇ ਹੋਰ ਵੀ ਉੱਘੜਵੀਂ ਲਗਦੀ ਹੈ ਕਿ ਉਹਨਾਂ ਉੱਤੇ ਸਮਾਜੀ ਦਬਾ ਰੱਖਣ ਵਾਲੇ ਜੱਟ ਜ਼ਿੰਮੀਦਾਰਾਂ ਦੇ ਵੱਡੇ ਹਿੱਸੇ ਦੀ ਹਾਲਤ ਪਤਲੀ ਹੋ ਰਹੀ ਹੈ ਕਿਉਂਕਿ ਉਹਨਾਂ ਦੀਆਂ ਮਾਲਕੀਆਂ ਛੋਟੀਆਂ ਹੁੰਦੀਆਂ ਜਾਂਦੀਆਂ ਹਨ ਜਿਸ ਕਰਕੇ ਉਹਨਾਂ ਵਿਚੋਂ ਬਹੁਤੇ ਕਰਜ਼ੇ ਦੇ ਭਾਰ ਹੇਠ ਦੱਬੇ ਹੋਏ ਹਨ ਅਤੇ ਕੁਝ ਇਕ ਤਾਂ ਆਤਮਘਾਤ ਕਰਨ ਉੱਤੇ ਮਜਬੂਰ ਹੋ ਰਹੇ ਹਨ। ਪੱਟੀਦਰਜ ਜਾਤੀਆਂ ਦੀ ਹਾਲਤ ਵਿਚ ਆ ਰਹੀ ਇਸ ਬਿਹਤਰੀ ਨੂੰ ਆਪਣੇ ਢੰਗ ਨਾਲ ਰੇਖਾ-ਅੰਕਿਤ ਕਰਦਿਆਂ ਇਕ ਨੌਜਵਾਨ ਰੀਟਾਇਰਡ ਅਧਿਕਾਰੀ ਨੇ ਲੇਖਕ ਨੂੰ ਦੱਸਿਆ ਕਿ ਕਰਤਾਰਪੁਰ, ਅਲਾਵਲਪੁਰ, ਭੋਗਪੁਰ, ਆਦਮਪੁਰ, ਮੁਕੇਰੀਆਂ ਤੇ ਸਰੋਇਆ ਬਲਾਕਾਂ ਵਿਚ ਤਾਂ "ਜੱਟ ਹੁਣ ਨੁੱਕਰੇ ਲੱਗੇ ਹੋਏ ਨੇ।" ਲੇਖਕ ਨੇ ਦੇਖਿਆ ਹੈ ਕਿ ਪੱਟੀਦਰਜ ਜਾਤਾਂ ਦੇ ਸਾਰੇ ਹੀ ਵਰਗਾਂ ਨੂੰ ਇਹ ਡੂੰਘਾ ਅਹਿਸਾਸ ਹੈ ਕਿ ਉਹ ਵੀ ਹੁਣ ਰਾਜਨੀਤਕ ਮਹੱਤਤਾ ਰੱਖਦੇ ਹਨ। ਉਹ ਇਹ ਵੀ ਜਾਣਦੇ ਹਨ ਕਿ ਉਹਨਾਂ ਦੀ ਵੋਟਿੰਗ ਸ਼ਕਤੀ ਦਾ ਅਤੇ ਰਾਖਵੀਆਂ ਸੀਟਾਂ ਦਾ ਕਿੰਨਾ ਮੁੱਲ ਹੈ। ਉਹਨਾਂ ਨੂੰ ਪਤਾ ਹੈ ਕਿ ਕਿਸ ਤਰ੍ਹਾਂ ਚੋਣਾਂ ਵੇਲੇ ਸਾਰੀਆਂ ਹੀ ਰਾਜਨੀਤਿਕ ਪਾਰਟੀਆਂ ਉਹਨਾਂ ਨੂੰ ਰਿਝਾਉਣ ਦੀ ਕੋਸ਼ਿਸ਼ ਕਰਦੀਆਂ ਹਨ। ਉਹਨਾਂ ਨੂੰ ਇਹ ਵੀ ਪਤਾ ਹੈ ਕਿ ਕੋਈ ਵੀ ਹੋਸ਼ਮੰਦ ਰਾਜਨੀਤਕ ਆਗੂ ਅਜਿਹੀ ਟਿੱਪਣੀ ਜਾਂ ਤਬੱਸਰਾ ਕਰਨ ਦਾ ਹੌਸਲਾ ਨਹੀਂ ਕਰ ਸਕਦਾ ਜਿਹੜਾ ਪੱਟੀਦਰਜ ਜਾਤੀਆਂ ਨੂੰ ਬੁਰਾ ਲੱਗੇ। ਇੰਝ ਹੀ ਜਿਸ ਤਰ੍ਹਾਂ ਆਂਦਰੇ ਬੈਤੀਲ ਨੇ ਪੱਟੀਦਰਜ ਜਾਤੀਆਂ ਬਾਰੇ ਕਿਹਾ ਹੈ, "ਭਾਰਤੀ ਸਮਾਜ ਵਿਚ ਉਹਨਾਂ ਦੀ ਮੌਜੂਦਗੀ ਨੂੰ ਹੁਣ ਅੱਖੋਂ ਪਰੋਖੇ ਨਹੀਂ ਕੀਤਾ ਜਾ ਸਕਦਾ। ਦਲਿਤਾਂ ਦੀ ਸਥਿਤੀ ਵਿਚਲੇ ਪਰਿਵਰਤਨ ਦਾ ਸਭ ਤੋਂ ਉੱਘੜਵਾਂ ਸਬੂਤ ਇਹ ਹੈ ਕਿ ਸਮਾਜੀ ਤੇ ਰਾਜਨੀਤਿਕ ਖੇਤਰਾਂ ਵਿਚ ਉਹਨਾਂ ਦੀ ਹੋਂਦ ਦੀ ਪ੍ਰਤੱਖਤਾ ਵਧੀ ਹੈ।" ਵਾਸਤਵ ਵਿਚ ਸਰਵਜਨਕ ਮੈਦਾਨ ਵਿਚ ਆਪਣੀ ਹੋਂਦ ਨੂੰ ਦਰਸਾਉਣ ਦੀ ਤਾਂਘ ਦੇ ਹਿੱਸੇ ਵਜੋਂ ਉਹ ਵੱਖ ਵੱਖ ਚੋਣਾਂ ਵਿਚ ਆਪਣੀਆਂ ਵੋਟਾਂ ਦੀ ਮਹੱਤਤਾ ਦਾ ਪੂਰਾ ਵਿਖਾਵਾ ਕਰਦੇ ਹਨ, ਰਾਜਨੀਤਿਕ ਰੋਸ ਮੁਜ਼ਾਹਰਿਆਂ ਵਿਚ ਵਧ ਚੜ੍ਹ ਕੇ ਹਿੱਸਾ ਲੈਂਦੇ ਹਨ, ਅੰਬੇਡਕਰ, ਰਵੀਦਾਸ, ਵਾਲਮੀਕ ਤੇ ਕਬੀਰ ਦੇ ਜਨਮ ਦਿਵਸਾਂ ਉੱਤੇ ਵੱਡੇ ਵੱਡੇ ਇਕੱਠ ਕਰਦੇ ਅਤੇ ਜਲੂਸ ਜਥੇਬੰਦ ਕਰਦੇ ਹਨ, ਅੰਬੇਡਕਰ ਦੇ ਬੁੱਤ ਸਥਾਪਤ ਕਰ ਰਹੇ ਹਨ, ਬਸਤੀਆਂ, ਸੜਕਾਂ, ਯੂਨੀਵਰਸਿਟੀ, ਕਾਲਜਾਂ ਆਦਿ ਦੇ ਨਾਂਅ ਆਪਣੀਆਂ ਆਦਰਸ਼ਕ ਸ਼ਖ਼ਸੀਅਤਾਂ ਦੇ ਨਾਵਾਂ ਉੱਤੇ ਰੱਖਣ

ਲਈ ਸੰਘਰਸ਼ ਕਰਦੇ ਹਨ ਅਤੇ ਇਹ ਸਾਰੀਆਂ ਗੱਲਾਂ ਉਹਨਾਂ ਦੀਆਂ ਆਕਾਂਖਿਆਵਾਂ ਦਾ ਇਕ ਉੱਘੜਵਾਂ ਪੱਖ ਬਣ ਗਈਆਂ ਹਨ। ਜਿਸ ਤਰ੍ਹਾਂ ਕੁਝ ਇਕ ਸਮਾਜ ਵਿਗਿਆਨੀਆਂ ਨੇ ਨੋਟ ਕੀਤਾ ਹੈ, ਹਿੰਦ ਵਿਚ ਜਮਹੂਰੀਅਤ ਦੀ ਇਕ ਮਹੱਤਵਪੂਰਨ ਪ੍ਰਾਪਤੀ ਇਹ ਹੈ ਕਿ ਸਮਾਜ ਦੇ ਜਿਹੜੇ ਵਰਗ ਬਾਹਰ ਧੱਕੇ ਹੋਏ ਸਨ ਤੇ ਹਾਸ਼ੀਏ ਉੱਤੇ ਰਹਿ ਰਹੇ ਹਨ, ਉਹ ਇਸਦਾ ਫਾਇਦਾ ਉਠਾਉਣ ਦੀ ਤੀਬਰ ਇੱਛਾ ਰੱਖਦੇ ਹਨ ਤਾਂ ਜੋ ਉਹ ਆਪਣੀ ਗੁਆਚੀ ਆਵਾਜ਼ ਮੁੜ ਤੋਂ ਹਾਸਲ ਕਰ ਸਕਣ, ਆਪਣੇ ਲਈ ਕੋਈ ਥਾਂ ਬਣਾ ਸਕਣ, ਕੋਈ ਹੈਸੀਅਤ ਕਾਇਮ ਕਰ ਸਕਣ, ਪ੍ਰਭਾਵੀ ਸੱਤਾ ਲਈ ਕੋਈ ਕਦਮ ਅੱਗੇ ਵਧਾ ਸਕਣ। ਲੇਖਕ ਨੂੰ ਕਾਂਸ਼ੀ ਰਾਮ ਦੀ "ਦਲਿਤ ਰਾਜ ਕਰਨਗੇ" ਦੀ ਪੇਸ਼ੀਨਗੋਈ ਕਰਦੀ ਨਾਅਰੇਗਤ ਤਕਰੀਰ ਦੀ ਜ਼ੋਸੀਲੀ ਗੂੰਜ ਮੁੜ ਤੋਂ ਸੁਨਣ ਦਾ ਮੌਕਾ ਮਿਲਿਆ ਸੀ, ਜਦੋਂ ਪੱਟੀਦਰਜ ਜਾਤੀਆਂ ਨਾਲ ਸੰਬੰਧਤ ਪੰਜਾਬ ਸਰਕਾਰ ਦੇ ਇਕ ਮੰਤਰੀ ਨੇ ਜਲੰਧਰ ਦੇ ਇਕ ਖੁੱਲ੍ਹੇ ਜਲਸੇ ਵਿਚ "ਚਮਾਰਾਂ ਦੇ ਰਾਜ" ਦੀ ਗੱਲ ਕੀਤੀ ਸੀ। ਜੇ ਅਜਿਹੀ ਸ਼ੋਰੀਲੀ ਬਿਆਨਬਾਜ਼ੀ ਵੱਲ ਬਹੁਤਾ ਧਿਆਨ ਨਾ ਵੀ ਦਿੱਤਾ ਜਾਏ, ਤਾਂ ਵੀ, ਬਾਬਾ ਸਾਹਿਬ ਅੰਬੇਡਕਰ ਵੱਲੋਂ ਉਲੀਕੇ ਗਏ ਹਿੰਦ ਦੇ ਸੰਵਿਧਾਨ ਨੂੰ ਸ੍ਰੇਸ਼ਠ ਦਲਿਤ ਤਬਕੇ ਵੱਲੋਂ ਇਕ ਅਜਿਹੇ ਹਥਿਆਰ ਵਜੋਂ ਲਿਆ ਜਾ ਰਿਹਾ ਹੈ ਜਿਸਦੀ ਮੱਦਦ ਨਾਲ ਨਵਾਂ ਰਾਜਨੀਤਕ ਨਿਜ਼ਾਮ ਉਸਾਰਿਆ ਜਾ ਸਕਦਾ ਹੈ। ਜਦੋਂ ਵਾਜਪਈ ਦੀ ਅਗਵਾਈ ਹੇਠਲੀ ਐੱਨ. ਡੀ. ਏ. ਸਰਕਾਰ ਨਾਲ ਸਾਲ 2000 ਵਿਚ ਸੰਵਿਧਾਨ ਦੀ ਕਾਰਜ ਪ੍ਰਕਿਰਿਆ ਦੇ ਜਾਇਜ਼ੇ ਲਈ ਇਕ ਕਮਿਸ਼ਨ ਨਿਯੁਕਤ ਕੀਤਾ ਸੀ ਤਾਂ ਜਿੰਨੀ ਨਾਰਾਜ਼ਗੀ ਪੱਟੀਦਰਜ ਜਾਤੀਆਂ ਨੇ ਪ੍ਰਗਟਾਈ ਸੀ, ਓਨੀ ਹੋਰ ਕਿਸੇ ਵਰਗ ਨੇ ਨਹੀਂ ਸੀ ਪ੍ਰਗਵਾਈ। ਪੰਜਾਬ ਵਿਚ ਦਰਜਨਾਂ ਦਲਿਤ ਜਥੇਬੰਦੀਆਂ ਨੇ ਬੀ. ਜੇ. ਪੀ. ਦੇ ਦਲਿਤ ਵਿਰੋਧੀ ਇਰਾਦਿਆਂ ਵਿਰੁੱਧ "ਬਾਬਾ ਸਾਹਿਬ ਅੰਬੇਡਕਰ ਦੇ ਸੰਵਿਧਾਨ" ਦੀ ਰਾਖੀ ਲਈ ਸੈਮੀਨਾਰ ਤੇ ਮੁਜ਼ਾਹਰੇ ਜਥੇਬੰਦ ਕੀਤੇ ਸਨ। ਇਹ ਮਹਿਸੂਸ ਕੀਤਾ ਜਾ ਰਿਹਾ ਸੀ ਕਿ ਇਹ ਕਮਜ਼ੋਰ ਵਰਗ ਹਨ ਜਿਹਨਾਂ ਦੇ ਹਿਤ ਸੰਵਿਧਾਨਕ ਰਾਜਨੀਤਕ ਪ੍ਰਬੰਧ ਦੇ ਠੀਕ ਤਰ੍ਹਾਂ ਨਾਲ ਕੰਮ ਕਰਦੇ ਰਹਿਣ ਨਾਲ ਡੂੰਘੀ ਤਰ੍ਹਾਂ ਬੱਝੇ ਹੋਏ ਹਨ।

ਇੰਝ ਹੀ ਆਪਣੇ ਹੱਕਾਂ ਤੇ ਇਹਨਾਂ ਹੱਕਾਂ ਦੀ ਰਾਖੀ ਲਈ ਡੱਟਣ ਦੀ ਲੋੜ ਬਾਰੇ ਉਹਨਾਂ ਦੇ ਮਾਨਸਿਕ ਵਤੀਰਿਆਂ ਵਿਚ ਆਈ ਵਰਨਣਯੋਗ ਤਬਦੀਲੀ ਨੂੰ ਪਛਾਣੇ ਬਿਨਾ ਨਹੀਂ ਰਿਹਾ ਜਾ ਸਕਦਾ। ਹੁਣ ਉਹ ਉੱਤਲੀਆਂ ਜਾਤੀਆਂ ਦੇ ਗਲਬੇ ਨੂੰ 'ਕਰਮਾਂ ਦਾ ਫਲ' ਜਾਂ ਤਕਦੀਰ ਵਜੋਂ ਪਰਵਾਨ ਨਹੀਂ ਕਰਦੇ ਅਤੇ ਨਾ ਹੀ ਕਿਸੇ ਹੋਰ ਅਜਿਹੀ ਦਲੀਲ ਨੂੰ ਮੰਨਦੇ ਹਨ ਜਿਹੜੀ ਉਹਨਾਂ ਦੇ ਨੀਵੇਂ ਹੋਣ ਨੂੰ ਉਚਿੱਤ ਠਹਿਰਾਉਂਦੀ ਹੋਵੇ। ਜੱਟ-ਜ਼ਿਮੀਦਾਰਾਂ ਦੇ ਗਲਬੇ ਨੂੰ, ਜਿਸਨੂੰ ਪਿੰਡਾਂ ਵਿਚ ਅਕਸਰ ਜੱਟਵਾਦ ਕਿਹਾ ਜਾਂਦਾ ਹੈ, ਇਸ ਗੱਲ ਦਾ ਸਿੱਟਾ ਸਮਝਿਆ ਜਾਂਦਾ ਹੈ ਕਿ ਇਹ ਵਰਗ ਸਾਰੀ ਦੀ ਸਾਰੀ ਵਾਹੀਯੋਗ ਜ਼ਮੀਨ ਉੱਤੇ ਕਾਬਜ਼ ਸੀ। "ਸਾਨੂੰ ਹਰ ਪਰਿਵਾਰ ਲਈ ਦੋ ਦੋ ਤਿੰਨ ਤਿੰਨ ਏਕੜ ਵਾਹੀਯੋਗ ਜ਼ਮੀਨ ਦੇ ਦਿਓ, ਅਸੀਂ ਜੱਟਾਂ ਦੀ ਆਕੜ ਭੰਨ ਕੇ ਰੱਖ ਦਿਆਂਗੇ।" ਇਹ ਹੈ ਜਜ਼ਬਾ ਜਿਹੜਾ ਲੇਖਕ ਨੂੰ ਅਕਸਰ ਸੁਨਣ ਨੂੰ ਮਿਲਿਆ। ਇਸ ਤੋਂ ਪਹਿਲਾਂ ਜੱਟਾਂ ਦੀ ਕਿਸੇ ਹੇਠੀ ਭਰੀ ਗੱਲ ਦੇ ਖਿਲਾਫ਼ ਡਟਣ ਦਾ ਅਰਥ ਝਗੜੇ ਫ਼ਸਾਦ ਨੂੰ ਸੱਦਾ ਦੇਣ ਵਾਂਗ ਹੁੰਦਾ ਸੀ। ਇਸ ਲਈ ਭਲਾ

ਇਸੇ ਵਿਚ ਸਮਝਿਆ ਜਾਂਦਾ ਸੀ ਕਿ ਗੁੱਸਾ ਜ਼ਾਹਰ ਨਾ ਹੋਣ ਦਿੱਤਾ ਜਾਏ ਤੇ ਝੂਠਮੂਠ ਦੀ ਦੀਨਤਾ ਤੋਂ, ਅਧੀਨਗੀ ਦੇ ਪ੍ਰਗਟਾਵੇ ਤੋਂ ਕੰਮ ਲਿਆ ਜਾਏ। ਹੁਣ ਪੱਟੀਦਰਜ ਜਾਤੀਆਂ ਦੀ ਨੌਜਵਾਨ ਪੀੜ੍ਹੀ ਇਸ ਗੱਲ ਵਿਚ ਕੋਈ ਲੁਕੋ ਨਹੀਂ ਰੱਖਦੀ ਕਿ ਜਾਤ ਨੂੰ ਲੈ ਕੇ ਕੀਤੇ ਅਪਮਾਨ ਦੀ ਹਾਲਤ ਵਿਚ ਇੱਟ ਦਾ ਜਵਾਬ ਪੱਥਰ ਵਿਚ ਹੋਵੇਗਾ, ਹੁਣ ਉਹ ਸਵੈ-ਵਿਸ਼ਵਾਸ ਤੋਂ ਕੰਮ ਲੈਂਦੇ ਹਨ ਅਤੇ ਕੁੱਟਮਾਰ ਤੋਂ ਵੀ ਨਹੀਂ ਝਿਜਕਦੇ। ਜਿਸ ਤਰ੍ਹਾਂ ਇਕ ਨਾਵਲ ਵਿਚ ਇਕ ਪਾਤਰ ਕਹਿੰਦਾ ਹੈ, "ਪੱਟੀਦਰਜ ਜਾਤੀਆਂ ਉਹੀ ਕੁਝ ਕਰਨਗੀਆਂ, ਜੋ ਕੁੱਝ ਜੱਟ ਕਰਦੇ ਰਹੇ ਹਨ।" ਜਾਂ "ਇਕ ਦਿਨ ਇਹਨਾਂ ਨੇ ਜੱਟਾਂ ਨੂੰ ਕੁੱਟਣਾ ਸ਼ੁਰੂ ਕਰ ਦੇਣੈ" ਅਤੇ ਇਹ ਗੱਲ ਨਾਵਲਾਂ ਤੱਕ ਹੀ ਸੀਮਤ ਨਹੀਂ, ਆਮ ਜ਼ਿੰਦਗੀ ਵਿਚ ਵੀ ਅਜਿਹੀਆਂ ਘਟਨਾਵਾਂ ਸੁਨਣ ਨੂੰ ਮਿਲਦੀਆਂ ਹਨ। ਆਪਣੀ ਰਵਾਇਤੀ ਬਰਤਰੀ ਤੇ ਗ਼ਲਬੇ ਵਿਰੁੱਧ ਉੱਠ ਰਹੀ ਇਸ ਵੰਗਾਰ ਪ੍ਰਤੀ ਜੱਟਾਂ ਦੇ ਰੋਸੇ ਦੀ ਭਾਵਨਾ ਸਪੱਸ਼ਟ ਮਹਿਸੂਸ ਕੀਤੀ ਜਾ ਸਕਦੀ ਹੈ। ਪੱਟੀਦਰਜ ਜਾਤੀਆਂ ਦੀ ਪੁਰਾਣੀ ਪੀੜ੍ਹੀ ਤੇ ਨਵੀਂ ਪੀੜ੍ਹੀ ਵਿਚਲਾ ਫ਼ਰਕ ਦਲਿਤ ਲੇਖਕਾਂ ਵੱਲੋਂ ਲਿਖੇ ਗਏ ਤਕਰੀਬਨ ਸਾਰੇ ਹੀ ਰਚਨਾਤਮਕ ਸਾਹਿਤ ਵਿਚ ਸਪੱਸ਼ਟ ਪੜ੍ਹਿਆ ਜਾ ਸਕਦਾ ਹੈ। ਇਹ ਗੱਲ ਆਪਣੇ ਆਪ ਵਿਚ ਦਿਲਚਸਪੀ ਤੋਂ ਖਾਲੀ ਨਹੀਂ ਕਿ ਪਿਛਲੇ ਕੁਝ ਸਮੇਂ ਵਿਚ ਪੰਜਾਬੀ ਬੋਲੀ ਵਿਚ ਦਲਿਤ ਰਚਨਾਤਮਕ ਲੇਖਕਾਂ ਦੀ ਗਿਣਤੀ ਵਿਚ ਚੋਖਾ ਵਾਧਾ ਹੋਇਆ ਹੈ। ਤ੍ਰੈ-ਮਾਸਿਕ ਪੱਤਰ 'ਲਕੀਰ' ਨੇ ਪਿਛੇ ਜਿਹੇ ਕੀਤੇ ਇਕ ਸਰਵੇਖਣ ਵਿਚ ਅਜਿਹੇ 45 ਵਰਨਣਯੋਗ ਲੇਖਕਾਂ ਦੇ ਨਾਂਅ ਗਿਣਾਏ ਸਨ ਜਿਹੜੇ ਪੱਟੀਦਰਜ ਜਾਤੀਆਂ ਨਾਲ ਸੰਬੰਧ ਰੱਖਦੇ ਹਨ।

ਤਾਂ ਵੀ ਪੱਟੀਦਰਜ ਜਾਤੀਆਂ ਦੇ ਸੰਬੰਧ ਵਿਚ ਸਮਾਜੀ ਪਰਿਵਰਤਨ ਤੇ ਸਮਾਜੀ-ਜ਼ਿੰਦਗੀ ਦੀ ਮੌਜੂਦਾ ਹਕੀਕਤ ਵੱਖ ਵੱਖ ਖੇਤਰਾਂ ਤੇ ਜਾਤੀ ਵਰਗਾਂ ਲਈ ਬੜੀ ਪੇਚੀਦਾ ਅਤੇ ਵਖਰੇਵੇਂ ਭਰੀ ਹੈ। ਇਸ ਪਾਸੇ ਸਪੱਸ਼ਟ ਤੌਰ 'ਤੇ ਪਛਾਣਿਆ ਜਾ ਸਕਣ ਵਾਲਾ ਅਜਿਹਾ ਵਰਗ ਹੈ, ਜਿਹੜਾ ਸ਼ਹਿਰੀਕਰਣ ਦੇ ਘੇਰੇ ਵਿਚ ਆ ਚੁੱਕਾ ਹੈ ਤੇ ਪੜ੍ਹਿਆ ਲਿਖਿਆ ਹੈ, ਇਹ ਵਰਗ ਆਰਥਕ ਤੌਰ 'ਤੇ ਖ਼ੁਸ਼ਹਾਲ ਹੈ, ਜਿਸ ਨੂੰ ਪਹਿਲਾਂ 'ਦਲਿਤ ਬੁਰਜੁਆਜ਼ੀ' ਦਾ ਨਾਂਅ ਦਿੱਤਾ ਜਾਂਦਾ ਸੀ। ਬਹੁਤੀ ਵਾਰ ਉਹਨਾਂ ਦੀ ਗੁੱਝੀ ਸਮੱਸਿਆ ਇਹ ਹੁੰਦੀ ਹੈ ਕਿ ਕਥਿਤ ਤੌਰ 'ਤੇ ਉੱਚੀ ਜਾਤੀ ਦੇ ਉਹਨਾਂ ਦੇ ਸਾਥੀ ਉਹਨਾਂ ਦੀ ਨੀਵੀਂ ਜਾਤ ਦਾ ਟੇਢੇ ਢੰਗ ਨਾਲ ਜ਼ਿਕਰ ਕਰਦੇ ਹਨ ਜਾਂ ਮੂੰਹੋਂ ਕੁਝ ਆਖਣ ਦੀ ਬਿਜਾਏ ਸਰੀਰਕ ਇਸ਼ਾਰਿਆਂ ਰਾਹੀਂ ਉਹਨਾਂ ਪ੍ਰਤੀ ਘਿਰਣਾ ਦਾ ਪ੍ਰਗਟਾਵਾਂ ਕਰਦੇ ਹਨ। ਹਰਿੰਦਰ ਸਿੰਘ ਖਾਲਸਾ ਨੇ ਪੱਟੀਦਰਜ ਜਾਤੀਆਂ ਦੇ ਉੱਪਰ ਉੱਠ ਚੁੱਕੇ ਤੇ ਪੜ੍ਹੇ-ਲਿਖੇ ਵਿਅਕਤੀਆਂ ਦੀਆਂ ਭਾਵਨਾਵਾਂ ਦਾ ਪ੍ਰਗਟਾਵਾਂ ਕਰਦਿਆਂ ਕਿਹਾ ਕਿ ਉੱਤਲੀ ਜਾਤੀ ਦੇ ਲੋਕ ਆਪਣੀ ਦਿਮਾਗ਼ੀ ਛੂਤ-ਛਾਤ ਦਾ ਭਰਮ ਇਹ ਨੀਵੀਂ ਜਾਤ ਵਰਗੀਆਂ ਟਿੱਪਣੀਆਂ ਰਾਹੀਂ ਪਾਲਦੇ ਹਨ। ਉਹਨਾਂ ਲਈ ਇਸ ਹਕੀਕਤ ਨੂੰ ਪਰਵਾਨ ਕਰਨਾ ਔਖਾ ਹੈ ਕਿ ਪੱਟੀਦਰਜ ਜਾਤੀਆਂ ਵੀ ਵਧੇਰੇ ਅਕਲਮੰਦ, ਵਧੇਰੇ ਸੋਚਵਾਨ, ਸਿਹਤ ਸਫ਼ਾਈ ਬਾਰੇ ਵਧੇਰੇ ਸੁਚੇਤ ਤੇ ਵਧੇਰੇ ਉਚੇਰੀ ਜ਼ਿੰਦਗੀ ਜਿਉਣ ਦੇ ਯੋਗ ਹੋ ਸਕਦੀਆਂ ਹਨ।

ਪੱਟੀਦਰਜ ਜਾਤੀਆਂ ਦਾ ਇਕ ਸ੍ਰੇਸ਼ਠ ਵਰਗ ਮਾਣਹਾਨੀ ਤੇ ਸ਼ਰਮ ਬਾਰੇ ਵਧੇਰੇ ਹੀ

ਸੰਵੇਦਨਸ਼ੀਲ ਹੈ। ਉਹਨਾਂ ਦੇ ਇਸ ਕਥਨ ਦਾ ਆਮ ਹਵਾਲਾ ਦਿੱਤਾ ਜਾਂਦਾ ਹੈ, "ਜਦੋਂ ਉਹ ਕਹਿੰਦਾ ਹੈ ਕਿ ਮੈਂ ਜੱਟ ਹਾਂ ਤਾਂ ਉਸਦੀ ਹਿੱਕ ਚੌੜੀ ਹੋ ਜਾਂਦੀ ਹੈ। ਪਰ ਜਦੋਂ ਸਾਨੂੰ ਚਮਾਰ ਕਹਿਣਾ ਪੈਂਦਾ ਹੈ ਤਾਂ ਅਸੀਂ ਕੱਖੋਂ ਹੌਲੇ ਹੋ ਜਾਂਦੇ ਹਾਂ।" ਉਹ ਅਜਿਹੇ ਆਮ ਸੁਣੇ ਜਾਂਦੇ ਗੀਤਾਂ ਦਾ ਜ਼ਿਕਰ ਕਰਦੇ ਹਨ, "ਪੁੱਤ ਜੱਟਾਂ ਦੇ ਬੁਲਾਉਂਦੇ ਬੱਕਰੇ।" ਅਤੇ ਸਮਝਦੇ ਹਨ ਅਜਿਹੇ ਗੀਤਾਂ ਦਾ ਮੰਤਵ ਦਲਿਤਾਂ ਦਾ ਅਪਮਾਨ ਕਰਨਾ ਹੁੰਦਾ ਹੈ। ਪੰਜਾਬੀ ਨਾਵਲਾਂ ਜਾਂ ਕਹਾਣੀਆਂ ਵਿਚ ਜੱਟ ਪਾਤਰ ਆਮ ਹੀ ਸ਼ੇਖੀ ਮਾਰਦੇ ਚਿਤਰੇ ਜਾਂਦੇ ਹਨ, "ਅਸੀਂ ਜੱਟ ਜ਼ਿਮੀਦਾਰ ਹੁੰਦੇ ਹਾਂ। ਅਸੀਂ ਨਿੱਕੀ ਸੁੱਕੀ ਜਾਤ ਨਹੀਂ।" ਅਜਿਹੀਆਂ ਗੱਲਾਂ ਬਹੁਤ ਚੁੱਭਦੀਆਂ ਹਨ। ਪੱਟੀਦਰਜ ਜਾਤੀਆਂ ਦੇ ਬਹੁਤ-ਸਾਰੇ ਮੁਲਾਜ਼ਮ ਜਾਂ ਤਾਂ ਆਪਣੀ ਜਾਤ ਨੂੰ ਲੁਕਾਣ ਦੀ ਰੁਚੀ ਰੱਖਦੇ ਹਨ ਜਾਂ ਅਜਿਹੀ ਸੰਗਤ ਜਾਂ ਸਥਿਤੀ ਤੋਂ ਬਚਣ ਦੀ ਕੋਸ਼ਿਸ਼ ਕਰਦੇ ਹਨ ਜਿਥੇ ਉਹਨਾਂ ਨੂੰ ਆਪਣੀ ਬੇਇੱਜ਼ਤੀ ਜਾਂ ਅਪਮਾਨ ਹੋਣ ਦਾ ਸੰਸਾ ਹੋਵੇ। ਦਲਿਤ ਲੇਖਕ ਅਜਿਹੇ ਪਾਤਰ ਚਿਤਰਦੇ ਹਨ ਜਿਹੜੇ ਆਪਣੇ ਘੱਟ ਖੁਸ਼ ਕਿਸਮਤ ਸਾਕ ਸੰਬੰਧੀਆਂ ਤੋਂ ਕਤਰਾਉਂਦੇ ਹਨ ਜਾਂ ਉਹਨਾਂ ਨਾਲ ਰਿਸ਼ਤਿਆਂ ਤੋਂ ਇਨਕਾਰ ਕਰਦੇ ਹਨ। ਕਾਂਸ਼ੀ ਰਾਮ, ਜਿਹੜੇ ਪਹਿਲਾਂ ਏ. ਐੱਮ. ਸੀ. ਈ. ਐੱਫ. ਦੇ ਤੇ ਬਾਅਦ ਵਿਚ ਬੀ. ਐੱਸ. ਪੀ. ਦੇ ਸੰਸਥਾਪਕ ਪ੍ਰਧਾਨ ਸਨ, ਨੇ ਦਲਿਤਾਂ ਦੀ ਮੁੱਢਲੀ ਮਾਨਸਿਕ ਪੀੜ ਨੂੰ ਬਿਆਨ ਕਰਦਿਆਂ ਠੀਕ ਦੁੱਖਦੀ ਰਗ ਉੱਤੇ ਉੱਗਲ ਰੱਖੀ ਜਦੋਂ ਉਹਨਾਂ ਕਿਹਾ, "ਸਾਡੀ ਸਮੱਸਿਆ ਅਪਮਾਨ ਹੈ, ਕੰਗਾਲੀ ਨਹੀਂ।" ਇਹ ਨਾਅਰਾ ਉਹਨਾਂ ਦੀ ਪਾਰਟੀ ਲਈ ਲਾਮਬੰਦੀ ਦਾ ਮੁੱਖ ਨਾਅਰਾ ਸਾਬਤ ਹੋਇਆ। ਉਸਦੀ ਵਿਚਾਰਧਾਰਕ ਪੁਜੀਸ਼ਨ ਪਬਲਿਕ ਖੇਤਰ ਵਿਚਲੇ ਉਹਨਾਂ ਮੁਲਾਜ਼ਮਾਂ ਦੇ ਤਲਖ਼ ਤਜਰਬੇ ਉੱਤੇ ਆਧਾਰਤ ਸੀ, ਜਿਹੜੇ ਪੱਟੀਦਰਜ ਜਾਤੀਆਂ ਨਾਲ ਸੰਬੰਧ ਰੱਖਦੇ ਸਨ। ਤਾਂ ਵੀ ਲੇਖਕ ਦਾ ਅਨੁਭਵ ਹੈ ਕਿ ਪੜ੍ਹੇ-ਲਿਖੇ ਮਾਪਿਆਂ ਦੇ ਸਿੱਖਿਆ ਪ੍ਰਾਪਤ ਨੌਜਵਾਨ ਹੁਣ ਇਸ ਮਾਮਲੇ ਬਾਰੇ ਬਹੁਤੀ ਪਰਵਾਹ ਨਹੀਂ ਕਰਦੇ। ਉਹ ਅਜਿਹੀਆਂ ਘਟਨਾਵਾਂ ਨੂੰ ਸਰਸਰੀ ਜਿਹੇ ਢੰਗ ਨਾਲ ਹੀ ਲੈਂਦੇ ਹਨ। ਉਹ ਜਾਂ ਤਾਂ ਅਜਿਹੀਆਂ ਘਟਨਾਵਾਂ ਬਾਰੇ ਹੱਸ ਛੱਡਦੇ ਹਨ ਜਾਂ ਫਿਰ ਜਵਾਬ ਵਿਚ ਅਗਲੇ ਦੀ ਲਾਹ ਪਾਹ ਕਰ ਦਿੰਦੇ ਹਨ। ਮੁਕਾਬਲਤਨ ਘੱਟ ਅਵਸਰ-ਪ੍ਰਾਪਤ ਦਲਿਤ ਤੇ ਸਮਾਜੀ ਕਾਰਕੁਨ ਦੋਵੇਂ ਹੀ ਅਮੀਰ ਤੇ ਪੜ੍ਹੇ ਲਿਖੇ ਦਲਿਤਾਂ ਨੂੰ ਇਸ ਗੱਲੋਂ ਨਿੰਦਦੇ ਹਨ ਕਿ ਉਹਨਾਂ ਆਪਣੇ ਬਾਕੀ ਦੇ ਘੱਟ ਖੁਸ਼ਕਿਸਮਤ ਲੋਕਾਂ ਵੱਲੋਂ ਮੂੰਹ ਮੋੜ ਲਿਆ ਹੈ। ਇਹ ਸਮਝਿਆ ਜਾਂਦਾ ਹੈ ਕਿ ਅਜਿਹੇ ਨਵੇਂ ਰੱਜੇ ਲੋਕ ਬੜੀ ਮੁਸ਼ਕਲ ਹਾਲਤ ਵਿਚ ਫਸੇ ਹੋਏ ਹਨ, ਨਾ ਤਾਂ ਉਹਨਾਂ ਨੂੰ ਉੱਤਲੀਆਂ ਸ਼੍ਰੇਣੀਆਂ ਆਪਣੇ ਬਰਾਬਰ ਸਮਝਦੀਆਂ ਹਨ ਅਤੇ ਨਾ ਹੀ ਉਹਨਾਂ ਦੇ ਆਪਣੇ ਲੋਕ ਉਹਨਾਂ ਦੀ ਇੱਜ਼ਤ ਕਰਦੇ ਹਨ। ਲਾਹੌਰੀ ਰਾਮ ਬਾਲੀ ਇਸ ਸ਼੍ਰੇਣੀ ਦੇ ਦਲਿਤਾਂ ਦੀ ਜਿਸ ਇਕ ਹੋਰ ਗੱਲ ਲਈ ਨਿੰਦਿਆ ਕਰਦੇ ਹਨ ਉਹ ਹੈ ਇਹਨਾਂ ਵੱਲੋਂ ਆਪਣੀ ਨਵੀਂ ਅਮੀਰੀ ਦਾ ਘਟੀਆ ਵਿਖਾਵਾ। ਬਿਜਾਏ ਇਸਦੇ ਕਿ ਇਹ ਲੋਕ ਆਪਣੇ ਵਿਆਹ ਤੇ ਹੋਰ ਰਸਮਾਂ ਪਹਿਲਾਂ ਵਾਂਗ ਸਾਦਾ ਢੰਗ ਨਾਲ ਕਰਨ, ਉਹਨਾਂ ਆਪਣਾ ਪੈਸਾ ਤੜਕ ਭੜਕ ਭਰੇ ਵਿਆਹਾਂ ਤੇ ਬਰਸੀਆਂ ਉੱਤੇ ਕੀਤੇ ਜਾਂਦੇ ਇਕੱਠਾਂ ਤੇ ਇਸੇ ਤਰ੍ਹਾਂ ਦੀਆਂ ਹੋਰ ਗੀਤਾਂ ਰਸਮਾਂ ਉੱਤੇ ਖਰਚ ਕਰਨਾ ਸ਼ੁਰੂ ਕਰ ਦਿੱਤਾ ਹੈ। ਜ਼ਿਲ੍ਹਾ ਹੁਸ਼ਿਆਰਪੁਰ ਵਿਚ ਕੀਤੇ ਗਏ ਇਕ ਸਰਵੇਖਣ ਅਨੁਸਾਰ ਪੱਟੀਦਰਜ ਸ਼੍ਰੇਣੀ ਦੇ

ਨਵ-ਧਨੀ ਵਿਅਕਤੀ ਨਾ ਕੇਵਲ ਕੁੜੀਆਂ ਨਾਲੋਂ ਮੁੰਡਿਆਂ ਨੂੰ ਤਰਜੀਹ ਦਿੰਦੇ ਹਨ ਸਗੋਂ ਆਪਣੇ ਪਰਿਵਾਰਾਂ ਵਿਚ ਬੱਚੀ ਦੇ ਜਨਮ ਨੂੰ ਰੋਕਣ ਦੀ ਰੁਚੀ ਵੀ ਰੱਖਦੇ ਹਨ। ਸਿਵਾਏ ਕੁਝ ਇਕ ਹਾਲਤਾਂ ਦੇ ਪੜ੍ਹੇ ਲਿਖੇ ਦਲਿਤ ਪੀ. ਡੀ. ਐੱਨ. ਟੀ. (ਪੇਟ ਵਿਚ ਭਰੂਣ ਦੀ ਲਿੰਗ ਪਰਖ) ਵਿਚ ਤੇ ਬੱਚੀ ਹੋਣ ਦੀ ਹਾਲਤ ਵਿਚ ਗਰਭਪਾਤ ਕਰਵਾਉਣ ਵਿਚ ਵਧੇਰੇ ਝੁਕਾਅ ਰੱਖਦੇ ਹਨ, ਠੀਕ ਉੱਝ ਹੀ ਜਿਵੇਂ ਉੱਤਲੀਆਂ ਸ਼੍ਰੇਣੀਆਂ ਦੇ ਖਾਂਦੇ ਪੀਂਦੇ ਲੋਕ ਕਰਦੇ ਹਨ। ਪੰਜਾਬ ਵਿਚ ਪੱਟੀਦਰਜ ਜਾਤੀਆਂ ਬਾਰੇ ਇਕ ਹੋਰ ਸਰਵੇਖਣ ਵਿਚ ਇਹ ਗੱਲ ਸਾਹਮਣੇ ਆਈ ਕਿ ਹਰੇ ਇਨਕਲਾਬ ਤੋਂ ਬਾਅਦ ਦੇ ਸਮੇਂ ਵਿਚ ਪੱਟੀਦਰਜ ਜਾਤੀਆਂ ਦੇ ਜਿਸ ਛੋਟੇ ਜਿਹੇ ਵਰਗ ਨੇ ਆਰਥਿਕ ਖੁਸ਼ਹਾਲੀ ਪ੍ਰਾਪਤ ਕੀਤੀ, ਉਹ ਨਾ ਕੇਵਲ ਆਪਣੀਆਂ ਔਰਤਾਂ ਉੱਤੇ ਬੰਦਸ਼ਾਂ ਕਰੜੀਆਂ ਕਰਨ ਤੇ ਮਰਦਾਉਪੁਣੇ ਦਾ ਮੁਜ਼ਾਹਰਾ ਕਰਦੇ ਹਨ। ਵਾਸਤਵ ਵਿਚ ਦੇਖਣ ਨੂੰ ਇਹ ਗੱਲ ਆਈ ਕਿ ਪੱਟੀਦਰਜ ਜਾਤੀਆਂ ਵਿਚ ਇਹ ਰੁਚੀ ਗ਼ੈਰ-ਪੱਟੀਦਰਜ ਜਾਤੀਆਂ ਵਿਚ ਪਾਈ ਜਾਂਦੀ ਇਸੇ ਕਿਸਮ ਦੀ ਰੁਚੀ ਤੋਂ ਵੱਧ ਤਿੱਖੀ ਹੋ ਗਈ ਹੈ।

ਦੂਸਰੇ ਪਾਸੇ ਪੇਂਡੂ ਪੱਟੀਦਰਜ ਜਾਤੀਆਂ ਦੀ ਵਿਸ਼ਾਲ ਬਹੁਗਿਣਤੀ ਦਾ ਧਿਆਨ ਰੋਜ਼ ਦਿਹਾੜੀ ਦੀਆਂ ਆਰਥਿਕ ਔਕੜਾਂ ਉੱਤੇ ਲੱਗਾ ਰਹਿੰਦਾ ਹੈ। ਰਾਜ ਦੀਆਂ ਸਮਾਜ ਕਲਿਆਣ ਸਕੀਮਾਂ ਅਧੀਨ ਹੋਈ ਚੋਖੀ ਬਿਹਤਰੀ ਦੇ ਬਾਵਜੂਦ ਉਹ ਅਜੇ ਵੀ ਗਰੀਬ ਹੀ ਹਨ। ਇਕ ਅੰਦਾਜ਼ੇ ਅਨੁਸਾਰ ਜਿਹੜੇ ਲੋਕ "ਕੰਗਾਲੀ ਦੀ ਰੇਖਾ ਤੋਂ ਥੱਲੇ" ਜਿਉਂ ਰਹੇ ਹਨ, ਉਹਨਾਂ ਵਿਚੋਂ ਅੱਧੇ ਪੱਟੀਦਰਜ ਜਾਤੀਆਂ ਦੇ ਲੋਕ ਹਨ। ਪੱਟੀਦਰਜ ਜਾਤੀਆਂ ਵਿਚ ਉਹਨਾਂ ਲੋਕਾਂ ਦੀ ਮਾਤਰਾ 66 ਫ਼ੀਸਦੀ ਹੈ ਜਿਹੜੇ ਕੰਗਾਲੀ ਦੀ ਪੱਧਰ ਤੋਂ ਥੱਲੇ ਜਿਉਂ ਰਹੇ ਹਨ । ਪਿਛਲੇ ਕੁਝ ਸਾਲਾਂ ਵਿਚ ਵਿਦਿਆ ਤੇ ਸਰਵਜਨਕ ਸਿਹਤ ਦੇ ਖਰਚਿਆਂ ਵਿਚ ਸਰਕਾਰ ਵੱਲੋਂ ਕੀਤੀਆਂ ਗਈਆਂ ਕਟੌਤੀਆਂ ਦਾ ਮੁੱਖ ਨਿਸ਼ਾਨਾ ਵੀ ਇਹੀ ਲੋਕ ਬਣੇ। ਸਕੂਲਾਂ ਦੀ ਪੜ੍ਹਾਈ ਨੂੰ ਵਿਚੇ ਛੱਡ ਜਾਣ ਵਾਲੇ ਪੱਟੀਦਰਜ ਜਾਤੀ ਬੱਚਿਆਂ ਦੀ ਬਹੁਤ ਵੱਡੀ ਗਿਣਤੀ ਵੀ ਇਹੀ ਕੁਝ ਦੱਸਦੀ ਹੈ। ਅੰਮ੍ਰਿਤਸਰ ਤੇ ਗੁਰਦਾਸਪੁਰ ਜ਼ਿਲ੍ਹਿਆਂ ਵਿਚ ਇਹਨਾਂ ਜਾਤੀਆਂ ਵਿਚ ਭੂਤ ਪ੍ਰੇਤਾਂ ਬਾਰੇ ਵਹਿਮਾਂ-ਭਰਮਾਂ ਵਿਚ ਚੋਖਾ ਵਾਧਾ ਵੀ ਦੇਖਣ ਨੂੰ ਮਿਲਦਾ ਹੈ। ਕੁਝ ਪਿੰਡਾਂ ਵਿਚ ਮਜ਼੍ਹਬੀਆਂ ਦੇ ਈਸਾਈ ਧਰਮ ਅਖਤਿਆਰ ਕਰਨ ਪਿੱਛੇ ਕੰਮ ਕਰਦੇ ਕਾਰਨਾਂ ਵਿਚ ਕਿਸੇ ਰੋਗ ਦੇ ਇਲਾਜ ਲਈ ਧਾਰਮਿਕ ਵਿਸ਼ਵਾਸ਼ਾਂ 'ਤੇ ਟੇਕ ਤੇ ਪ੍ਰਚਾਰ ਵੀ ਸ਼ਾਮਲ ਸਮਝੇ ਜਾਂਦੇ ਹਨ। ਉਹਨਾਂ ਦੀ ਹੀਣਤਾ ਤੇ ਪਿਛੜੇਵੇਂ ਦਾ ਇਕ ਬੁਨਿਆਦੀ ਕਾਰਨ ਉਹਨਾਂ ਦਾ ਬੇਜ਼ਮੀਨੇ ਹੋਣਾ ਹੈ। ਜਿਸ ਸਮਾਜ ਵਿਚ ਕਿਸੇ ਵਿਅਕਤੀ ਦੀ ਹੈਸੀਅਤ ਤੇ ਵਸਫ ਇਸ ਆਧਾਰ ਉੱਤੇ ਨਿਸ਼ਚਿਤ ਹੁੰਦੇ ਹਨ ਕਿ ਉਹ ਕਿੰਨੀ ਜ਼ਮੀਨ ਦਾ ਮਾਲਕ ਹੈ, ਉੱਥੇ ਬੇਜ਼ਮੀਨੇ ਲੋਕ ਨਿਤਾਣੇ ਹੀ ਨਹੀਂ ਸਗੋਂ ਹੈਸੀਅਤ ਤੋਂ ਵੀ ਹੀਣੇ ਹੁੰਦੇ ਹਨ। ਉਹਨਾਂ ਵਿਚੋਂ ਬਹੁਤਿਆਂ ਨੂੰ ਅਜਿਹੀ ਕੋਈ ਆਸ ਨਹੀਂ ਕਿ ਨੇੜ ਭਵਿੱਖ ਵਿਚ ਭੂਮੀ ਸੁਧਾਰ ਲਾਗੂ ਹੋਣਗੇ। ਇਸ ਲਈ ਵਿਦਿਆ ਤੇ ਮੁਲਾਜ਼ਮਤ ਪੱਟੀਦਰਜ ਜਾਤੀਆਂ ਦੀਆਂ ਦੋ ਮੁੱਖ ਲੋੜਾਂ ਗਿਣੀਆਂ ਜਾਂਦੀਆਂ ਹਨ ਅਤੇ ਇਸ ਲਿਹਾਜ਼ ਨਾਲ ਉਹਨਾਂ ਦੀ ਵਿਸ਼ਾਲ ਬਹੁਗਿਣਤੀ ਇਸ ਵਾਸਤਵਿਕ ਸੰਸੇ ਨਾਲ ਜਿਉਂਦੀ ਹੈ ਕਿ ਕੋਈ ਮਾੜੀ ਗੱਲ ਵਾਪਰੀ ਕਿ ਵਾਪਰੀ। ਕਾਮਰੇਡ ਸਵਰਨ ਸਿੰਘ, ਜਿਹੜੇ ਬਹੁਤ ਲੰਮੇਂ ਸਮੇਂ ਤੋਂ ਪਿੰਡ ਦੇ ਗਰੀਬ ਦਲਿਤ ਖੇਤ ਮਜ਼ਦੂਰਾਂ ਵਿਚ ਕੰਮ ਕਰਦੇ ਆ ਰਹੇ

ਹਨ, ਨੇ ਸਾਰੀ ਸਥਿਤੀ ਨੂੰ ਕੁਝ ਇਸ ਤਰ੍ਹਾਂ ਬਿਆਨ ਕੀਤਾ, "ਮੁਲਾਜ਼ਮਤ ਨਾ ਮਿਲਣ ਕਾਰਨ ਜਵਾਨ ਲੜਕੇ, ਪੜ੍ਹਨ ਲਿਖਣ ਤੋਂ ਬਾਅਦ ਵੀ ਬੇਕਾਰ ਹੀ ਰਹਿੰਦੇ ਹਨ। ਕਿਉਂਕਿ ਮੁੰਡਿਆਂ ਲਈ ਕੁਝ ਵੀ ਕਰਨ ਲਈ ਨਹੀਂ ਹੁੰਦਾ ਇਸ ਲਈ ਉਹ ਆਵਾਗੌਣ ਦੀ ਭਾਉਂਦੇ ਰਹਿੰਦੇ ਹਨ... ਅਤੇ ਅੰਤ ਨੂੰ ਨਸ਼ੇ ਕਰਨ ਲੱਗ ਪੈਂਦੇ ਹਨ। ਪੈਸੇ ਵਾਲੇ ਲੋਕ ਅਫੀਮ ਜਾਂ ਇਸੇ ਕਿਸਮ ਦੇ ਹੋਰ ਨਸ਼ੇ ਕਰਦੇ ਹਨ ਪਰ ਸਾਡੇ ਮੁੰਡੇ ਜਾਂ ਤਮਾਕੂ ਖਾਂਦੇ ਹਨ, ਜਾਂ ਫਿਰ ਸੁੱਖਾ ਤੇ ਭੰਗ ਰਗੜ ਕੇ ਪੀਂਦੇ ਹਨ।" ਪੰਜਾਂ ਰੁਪਈਆਂ ਦਾ ਭੰਗ ਦਾ ਗਲਾਸ ਮਿਲ ਜਾਂਦਾ ਹੈ। ਇਸ ਦਾ ਰਿਵਾਜ ਐਨਾ ਵੱਧ ਗਿਆ ਹੈ ਕਿ ਕੋਈ ਅੰਤ ਹੀ ਨਹੀਂ। ਪਹਿਲਾਂ ਘਰ ਦੀ ਕੱਢੀ ਸ਼ਰਾਬ ਮਿਲ ਜਾਂਦੀ ਸੀ। ਟੱਬਰ ਆਪਸ ਵਿਚ ਮਿਲ ਕੇ ਆਪਣੀ ਦਾਰੂ ਕੱਢ ਲੈਂਦੇ ਸਨ ਤੇ ਦਾਰੂ ਦੀ ਇਹ ਬੋਤਲ ਪੰਜਾਂ ਰੁਪਈਆਂ ਨੂੰ ਮਿਲ ਜਾਂਦੀ ਸੀ। ਪਰ ਹੁਣ ਇਹ ਨਹੀਂ ਮਿਲਦੀ। ਕਈ ਘਰਾਂ ਵਿਚ ਨਸ਼ਿਆਂ ਦੇ ਆਦੀ ਮਰਦ ਆਪਣੀਆਂ ਕੰਮ ਕਰਦੀਆਂ ਔਰਤਾਂ ਤੋਂ ਨਸ਼ੇ ਖਰੀਦਣ ਲਈ ਪੈਸੇ ਖੋਹਣ ਲਈ ਉਹਨਾਂ ਨੂੰ ਮਾਰਦੇ ਕੁੱਟਦੇ ਹਨ। ਕਈ ਔਰਤਾਂ ਤਾਂ ਆਪਣੇ ਪਰਿਵਾਰਾਂ ਦੇ ਮਰਦਾਂ ਵਿਰੁੱਧ ਡੱਟ ਜਾਂਦੀਆਂ ਹਨ। ਪਰ ਆਪਣੇ ਪੁੱਤਰਾਂ ਨੂੰ ਕੋਸਦੀਆਂ ਹਨ। (ਲੇਖਕ ਵੱਲੋਂ ਕੀਤੀ ਮੁਲਾਕਾਤ ਵਿਚੋਂ)

ਜਾਤੀ ਅਤਿਆਚਾਰਾਂ ਬਾਰੇ ਵਧਰੇ ਵਾਕਿਆਤ ਇਕ ਹੋਰ ਵਰਤਾਰਾ ਹੈ। 1998 ਤੋਂ 2003 ਦੇ ਵਿਚਕਾਰ ਦਲਿਤਾਂ ਉੱਤੇ ਅਤਿਆਚਾਰਾਂ ਬਾਰੇ ਅਖ਼ਬਾਰੀ ਖ਼ਬਰਾਂ ਦੇ ਸਰਵੇਖਣ ਤੋਂ ਅਜਿਹੀਆਂ ਦਰਜਨ ਤੋਂ ਵੱਧ ਘਟਨਾਵਾਂ ਸਾਹਮਣੇ ਆਈਆਂ ਜਿਹਨਾਂ ਵਿਚ ਦਲਿਤ ਇਸਤਰੀਆਂ ਨੂੰ ਬਲਾਤਕਾਰ ਜਾਂ ਸਮੂਹਕ ਬਲਾਤਕਾਰ ਦਾ ਸ਼ਿਕਾਰ ਬਣਾਇਆ ਗਿਆ ਜਾਂ ਉਹਨਾਂ ਨੂੰ ਨਿਰਵਸਤਰ ਕੀਤਾ ਗਿਆ ਅਤੇ ਨਿਰਵਸਤਰ ਕਰਕੇ ਪਿੰਡ ਵਿਚ ਘੁੰਮਾਇਆ ਗਿਆ। (ਪੁਰੀ 2003-2699, 2707) । ਦਲਿਤਾਂ ਨਾਲ ਸਮਾਜੀ ਬਾਈਕਾਟ ਦੀਆਂ ਘਟਨਾਵਾਂ ਵੀ ਪਿਛਲੇ ਦਹਾਕੇ ਵਿਚ ਅਕਸਰ ਛਪਦੀਆਂ ਰਹੀਆਂ ਹਨ। ਪੰਜਾਬ ਵਿਚ ਦਲਿਤ ਦਾਸਤਾ ਵਿਰੋਧੀ ਅੰਦੋਲਨ ਨੇ ਦਲਿਤਾਂ ਨੂੰ ਕਰਜ਼ੇ-ਬੱਧੀ ਮਜ਼ਦੂਰੀ ਵਿਚ ਜਕੜਨ ਦੇ ਮਾਮਲਿਆਂ ਦੀ ਇਕ ਵਿਵਰਣ-ਸੂਚੀ ਤਿਆਰ ਕੀਤੀ ਸੀ ਅਤੇ ਅਜਿਹੇ ਨੀਮ ਗੁਲਾਮ ਮਜ਼ਦੂਰਾਂ ਦੀ ਰਿਹਾਈ ਲਈ ਸੰਘਰਸ਼ ਕੀਤਾ ਸੀ। ਇਹਨਾਂ ਮਾਮਲਿਆਂ ਦਾ ਸੰਬੰਧ ਅਜਿਹੇ ਭੱਠਾ ਮਜ਼ਦੂਰ ਮਰਦਾਂ ਤੇ ਔਰਤਾਂ ਨਾਲ ਸੀ ਜਿਹੜੇ ਪੇਸ਼ਗੀ ਰਕਮਾਂ ਸੂਦ ਉੱਤੇ ਜਾਂ ਉਧਾਰ ਲੈ ਬੈਠੇ ਸਨ ਪਰ ਆਪਣੀਆਂ ਉਜਰਤਾਂ ਰਾਹੀਂ ਕਰਜ਼ਾ ਨਹੀਂ ਸਨ ਲਾਹ ਸਕਦੇ। ਕਦੇ ਖ਼ਤਮ ਨਾ ਹੋਣ ਵਾਲੀ ਕਰਜ਼ੇ ਦੀ ਜਕੜ ਵਿਚ ਜਕੜੇ ਜਾਣ ਕਾਰਨ ਹੱਡਤੋੜਵੀਂ ਮਿਹਨਤ, ਸਰੀਰਕ ਅੱਤਿਆਚਾਰ ਤੇ ਔਰਤਾਂ ਦਾ ਬਲਾਤਕਾਰ ਉਹਨਾਂ ਲਈ ਕਰਜ਼ੇ ਦਾ ਭੁਗਤਾਨ ਨਾ ਕਰਨ ਦੀ ਸਜ਼ਾ ਬਣ ਗਿਆ ਸੀ। (ਪੀਟਰ 2004) ਪੰਜਾਬੀ ਲੇਖਕ ਦੱਸਦੇ ਹਨ ਕਿ 1980 ਤੋਂ ਪਹਿਲਾਂ ਤੁਹਾਨੂੰ ਇਹ ਗੱਲ ਘੱਟ ਹੀ ਸੁਨਣ ਵਿਚ ਆਉਂਦੀ ਸੀ ਕਿ ਕਿਸੇ ਦਲਿਤ ਇਸਤਰੀ ਨਾਲ ਬਲਾਤਕਾਰ ਬਾਰੇ ਕੋਈ ਮੁਕੱਦਮਾ ਦਰਜ ਹੋਇਆ ਹੋਵੇ। ਦਲਿਤਾਂ ਨੂੰ ਇਹ ਹਿੰਮਤ ਨਹੀਂ ਸੀ ਪੈਂਦੀ ਕਿ ਉਹ ਰੀਪੋਰਟ ਦਰਜ ਕਰਵਾ ਸਕਣ, ਪੁਲਿਸ ਕੋਈ ਧਿਆਨ ਹੀ ਨਹੀਂ ਸੀ ਦਿੰਦੀ। ਮੀਡੀਆ ਪਰਵਾਹ ਨਹੀਂ ਸੀ ਕਰਦਾ। ਇਸ ਵੇਲੇ ਮੀਡੀਆ ਤੇ ਰਾਜਨੀਤਕ ਆਗੂਆਂ ਦਾ ਧਿਆਨ ਦੁਆਉਣ ਲਈ ਖੁੱਲ੍ਹੇ ਮੁਜ਼ਾਹਰੇ 'ਤੇ ਧਰਨੇ ਕੋਈ ਅਸਧਾਰਨ ਗੱਲ

ਨਹੀਂ ਰਹੇ। ਹੁਣ ਅਜਿਹੇ ਰੋਸ ਪ੍ਰਗਟਾਵਿਆਂ ਰਾਹੀਂ ਮੁਕਦਮੇ ਦਰਜ ਕਰਨ ਅਤੇ ਦੋਸ਼ੀਆਂ ਨੂੰ ਗ੍ਰਿਫਤਾਰ ਕਰਨ ਲਈ ਜ਼ੋਰ ਪਾਇਆ ਜਾ ਸਕਦਾ ਹੈ। ਤਾਂ ਵੀ ਜੇ ਬਲਾਤਕਾਰ, ਸਮਾਜੀ ਤੇ ਹੋਰ ਕਿਸਮ ਦੇ ਅਤਿਆਚਾਰਾਂ ਵਿਚ ਵਾਧਾ ਹੋ ਰਿਹਾ ਹੈ ਤਾਂ ਇਸਦਾ ਕਾਰਨ ਦਲਿਤਾਂ ਦੀ ਨਜ਼ਰ ਵਿਚ ਇਹ ਹੈ ਕਿ ਪਿੰਡਾਂ ਵਿਚ ਪੱਟੀਦਰਜ ਜਾਤੀਆਂ ਦਾ ਉਤਾਂਹ ਉੱਠਣਾ ਤੇ ਦਬਾ ਨਾ ਮੰਨਣਾ ਜੱਟ ਵਸੋਂ ਨੂੰ ਸੁਖਾਂਦਾ ਨਹੀਂ। ਜਿਸ ਦ੍ਰਿੜਤਾ ਭਰੇ ਢੰਗ ਨਾਲ ਦਲਿਤ ਵਿਤਕਰਿਆਂ ਦੇ ਖਿਲਾਫ਼ ਡਟ ਰਹੇ ਹਨ ਉਹ ਅੱਜ ਦੇ ਸਮੇਂ ਦਾ ਬੜਾ ਵਰਨਣਯੋਗ ਵਰਤਾਰਾ ਹੈ। ਇਸਦੀ ਇਕ ਨਿਸ਼ਾਨੀ ਇਹ ਹੈ ਕਿ ਰਵੀਦਾਸੀਏ, ਕਬੀਰ ਪੰਥੀ, ਮੱਜ਼੍ਹਬੀ ਤੇ ਵਾਲਮੀਕ ਆਪਣੇ ਵੱਖਰੇ ਗੁਰਦਵਾਰੇ, ਮੰਦਰ ਤੇ ਹੋਰ ਧਰਮ ਅਸਥਾਨ ਅਤੇ ਇਸਦੇ ਨਾਲ ਨਾਲ ਵੱਖਰੇ ਸ਼ਾਮਸ਼ਾਨ ਘਾਟ ਧੜਾ ਧੜ ਬਣਵਾ ਰਹੇ ਹਨ। 1960 ਤੋਂ ਪਹਿਲਾਂ ਸਭ ਜਾਤੀਆਂ ਦੇ ਲੋਕ ਆਪਣੇ ਮਰਨ ਵਾਲਿਆਂ ਦਾ ਸੰਸਕਾਰ ਇਕੋ ਥਾਂ ਕਰਦੇ ਸਨ। ਹੁਣ ਤਕਰੀਬਨ ਹਰ ਪਿੰਡ ਵਿਚ ਵੱਖੋ ਵੱਖਰੇ ਸ਼ਮਸਾਨਘਾਟ ਹਨ। 'ਨਵਾਂ ਜ਼ਮਾਨਾ' ਵਿਚ ਆਪਣੀ ਇਕ ਲੰਮੀ ਲੇਖ ਲੜੀ ਵਿਚ ਦੇਸ ਰਾਜ ਕਾਲੀ ਨੇ ਅਜਿਹੀਆਂ ਧਾਰਮਿਕ ਥਾਵਾਂ ਦੀ ਮਾਲਕੀ ਬਾਰੇ ਵੱਖ ਵੱਖ ਜਾਤੀਆਂ ਵਿਚਾਲੇ ਝੱੜਪਾਂ ਦੀਆਂ ਘਟਨਾਵਾਂ ਦਾ ਵਿਸ਼ਲੇਸ਼ਣ ਕੀਤਾ, ਜਿਹੜੀਆਂ ਪਹਿਲਾਂ ਪਿੰਡਾਂ ਦੀਆਂ ਸਾਂਝੀਆਂ ਥਾਵਾਂ ਮੰਨੀਆਂ ਜਾਂਦੀਆਂ ਸਨ (ਕਾਲੀ, 2003) ਇਸ ਸੰਬੰਧ ਵਿਚ ਪੱਟੀਦਰਜ ਜਾਤੀਆਂ ਦਾ ਡੱਟਣਾ ਦੱਸਦਾ ਹੈ ਕਿ ਉਹ ਆਪਣੇ ਸਵੈਧੀਨ ਹੋਣ ਦਾ ਅਧਿਕਾਰ ਤੇ ਵੱਖਰੀ ਪਛਾਣ ਮੰਨਵਾਉਣਾ ਚਾਹੁੰਦੇ ਹਨ। ਵਿਪੱਖ ਦੀ ਧਿਰ ਅਰਥਾਤ ਭਾਰੂ ਜੱਟ ਭਾਈਚਾਰੇ ਨੂੰ ਅਤੇ ਜਿਨ੍ਹਾਂ ਗੱਲਾਂ ਨੂੰ ਇਹ ਭਾਈਚਾਰਾ ਆਪਣੇ ਭਾਰੂ ਹੋਣ ਦਾ ਚਿੰਨ੍ਹ ਸਮਝਦਾ ਹੈ, ਉਹਨਾਂ ਨੂੰ ਵੰਗਾਰਨਾ ਅਤੇ ਇਸਦੇ ਲਈ ਟੱਕਰ ਲੈਣ ਤੋਂ ਵੀ ਪਿਛੇ ਨਾ ਹੱਟਣਾ ਪੱਟੀਦਰਜ ਜਾਤੀਆਂ, ਖਾਸ ਤੌਰ 'ਤੇ ਇਹਨਾਂ ਦੇ ਨੌਜਵਾਨ ਵਰਗ ਵਿਚ ਆਈ ਤਬਦੀਲੀ ਦਾ ਹੀ ਸੰਕੇਤ ਹੈ।

ਪਿੰਡਾਂ ਅੰਦਰ ਸਮਾਜੀ ਸਮੀਕਰਣ ਵਿਚ ਆਈਆਂ ਤਬਦੀਲੀਆਂ ਨੂੰ ਬਹੁਤੇ ਜੱਟਾਂ ਲਈ ਕਬੂਲ ਕਰਨਾ ਔਖਾ ਹੈ। ਰਾਜ ਵਿਚ ਉਹ ਅਕਾਲੀ ਦਲ ਤੇ ਕਾਂਗਰਸ, ਦੋਹਾਂ ਉੱਤੇ ਉਹ ਭਾਰੂ ਰਹੇ ਹਨ। ਕਿਉਂਕਿ ਲੀਡਰਸ਼ਿਪ ਜੱਟਾਂ ਦੇ ਹੱਥਾਂ ਵਿਚ ਹੁੰਦੀ ਸੀ ਇਸ ਲਈ ਗਰੀਬ ਜੱਟਾਂ ਵਿਚ ਇਹ ਭਰਮ ਕਾਇਮ ਰਹਿੰਦਾ ਸੀ ਜਿਵੇਂ ਉਹ ਸ੍ਰੇਸ਼ਠ ਜਾਤੀ ਨਾਲ ਸੰਬੰਧ ਰੱਖਦੇ ਹਨ, ਭਾਵੇਂ ਉਹਨਾਂ ਦੀਆਂ ਜੀਵਨ ਹਾਲਤਾਂ ਪੱਟੀਦਰਜ ਜਾਤੀਆਂ ਨਾਲੋਂ ਵੀ ਮੰਦੀਆਂ ਹੀ ਕਿਉਂ ਨਹੀਂ ਸਨ ਹੁੰਦੀਆਂ। ਇਹ ਸੀ ਇਕ ਕਾਰਨ ਜਿਸ ਕਰਕੇ ਜੱਟਾਂ ਤੇ ਦਲਿਤਾਂ ਵਿਚਾਲੇ ਮੁੱਖ ਤਜ਼ਾਦ ਨਾਲੋਂ ਵਧੇਰੇ ਜ਼ੋਰ ਦੇਣ ਦੀ ਰੁਚੀ ਰੱਖਦੇ ਹਨ।

ਇਹ ਤਬਦੀਲੀ ਨਿਸ਼ਚੇ ਹੀ ਅੰਸ਼ਕ ਹੈ ਅਤੇ ਕਈ ਤਰ੍ਹਾਂ ਦੀਆਂ ਵਿਰੋਧਤਾਈਆਂ ਨੂੰ ਦਰਸਾਉਂਦੀ ਹੈ। ਦਲਿਤਾਂ ਲਈ ਆਪਣੀ ਪਛਾਣ ਦੀ ਸਮੱਸਿਆ ਉੱਨਤੀ ਦੇ ਅਵਸਰਾਂ ਦੀ ਮੁੜ ਤੋਂ ਵੰਡ ਤੇ ਇਹਨਾਂ ਤੱਕ ਪਹੁੰਚ ਅਤੇ ਸਮਾਜੀ ਨਿਆਂ ਦੀਆਂ ਸਮੱਸਿਆਵਾਂ ਨਾਲੋਂ ਵਧੇਰੇ ਅਹਿਮ ਹੋ ਗਈ ਹੈ ਹਾਲਾਂ ਕਿ ਮਗਰਲੀਆਂ ਸਮੱਸਿਆਵਾਂ ਉਹਨਾਂ ਦੇ ਗਰੀਬ ਤੇ ਅਨਪੜ੍ਹ ਭਰਾਵਾਂ ਦੀ ਜ਼ਿੰਦਗੀ ਵਿਚ ਕੇਂਦਰੀ ਮਹੱਤਤਾ ਰੱਖਦੀਆਂ ਹਨ। ਦੂਸਰੇ ਪਾਸੇ ਪਛਾਣ ਦੀ ਚੇਤਨਾ ਨੇ ਅੰਦਰਲੀ ਜਾਤੀ ਦਰਜੇਬੰਦੀ ਨੂੰ ਮਜ਼ਬੂਤ ਕਰਨ ਵਿਚ ਹਿੱਸਾ ਪਾਇਆ। ਆਦਿ ਧਰਮੀਆਂ ਤੇ ਕਬੀਰਪੰਥੀਆਂ ਦਾ ਮਜ਼੍ਹਬੀਆਂ ਤੇ ਵਾਲਮੀਕੀਆਂ ਪ੍ਰਤੀ ਅਪ੍ਰਤੱਖ

ਜਿਹਾ ਭੇਦ ਭਾਵ ਸਹਿਜੇ ਹੀ ਦੇਖਿਆ ਜਾ ਸਕਦਾ ਹੈ । ਪੰਜਾਬ ਵਿਚ ਕਾਂਸ਼ੀ ਰਾਮ ਦੀ ਬੀ. ਐਸ. ਪੀ. ਮੁੱਖ ਤੌਰ 'ਤੇ ਆਦਿ-ਧਰਮੀ ਚਮਾਰ ਜਥੇਬੰਦੀ ਹੀ ਰਹੀ ਅਤੇ ਪੱਟੀਦਰਜ ਜਾਤੀਆਂ ਦੇ ਹੋਰ ਵਰਗ ਇਸ ਤੋਂ ਬਾਹਰ ਹੀ ਰਹੇ। ਲੁਧਿਆਣੇ ਵਿਚ ਹੇਰਾਂ ਪਿੰਡ ਦੇ ਮਜ਼ਬੀਆਂ ਨੇ, ਜਿਹਨਾਂ ਨੇ ਅੱਠ ਸਾਲ ਪਹਿਲਾਂ ਪਿੰਡ ਦੇ ਰਾਮਦਾਸੀਆਂ ਨਾਲ ਮਿਲ ਕੇ ਵੱਖਰਾ ਗੁਰਦਵਾਰਾ ਉਸਾਰਿਆ ਸੀ, 2002 ਵਿਚ ਨਿਰੋਲ ਮਜ਼ਬੀ ਸਿੱਖਾਂ ਲਈ ਵੱਖਰਾ ਗੁਰਦਵਾਰਾ ਉਸਾਰਨ ਦਾ ਫ਼ੈਸਲਾ ਕੀਤਾ। ਮਜ਼ਬੀ ਵਰਗ ਦੇ ਲੋਕਾਂ ਨੂੰ ਗੁੱਸਾ ਸੀ ਕਿ ਰਾਮਦਾਸੀਆ ਔਰਤਾਂ ਨੇ ਉਹਨਾਂ ਦੀਆਂ ਔਰਤਾਂ ਦਾ ਨਿਰਾਦਰ ਕੀਤਾ ਜਦੋਂ ਉਹਨਾਂ ਇਹ ਕਿਹਾ ਕਿ ਜੇ ਮਜ਼ਬੀ ਵਰਗ ਦੀਆਂ ਔਰਤਾਂ ਗੁਰਦਵਾਰੇ ਵਿਚ ਦਾਖਲ ਹੋਈਆਂ ਤੇ ਉਹ ਬੁਰੀ ਕਰਨਗੀਆਂ। (ਪੁਰੀ 2003. 2700) ਪਿੱਛੇ ਜਿਹੇ ਗੁਹਾਣਾ (ਹਰਿਆਣਾ) ਵਿਚ ਵਾਲਮੀਕੀ ਬਸਤੀ ਨੂੰ ਅੱਗ ਲਾਏ ਜਾਣ ਦੇ ਖਿਲਾਫ਼ ਪੰਜਾਬ ਵਿਚ ਵਾਲਮੀਕੀਆਂ ਨੇ ਵਿਸ਼ਾਲ ਪੱਧਰ ਉੱਤੇ ਮੁਜ਼ਾਹਰੇ ਕੀਤੇ ਤਾਂ ਜਲੰਧਰ ਤੇ ਅੰਮ੍ਰਿਤਸਰ ਵਿਚ ਆਦਿ ਧਰਮੀਆਂ ਨੇ ਉਹਨਾਂ ਦਾ ਸਾਥ ਘੱਟ ਹੀ ਦਿੱਤਾ। ਇੰਝ ਹੀ ਜਲੰਧਰ ਦੇ ਪਿੰਡ ਤਲ੍ਹੱਣ ਦੇ ਗੁਰਦਵਾਰੇ ਬਾਰੇ ਬੂਟਾ ਮੰਡੀ ਵਿਚ ਆਦਿ ਧਰਮੀਆਂ ਵੱਲੋਂ ਕੀਤੀ ਗਈ ਐਜੀਟੇਸ਼ਨ ਤੋਂ ਜਲੰਧਰ ਦੇ ਭਾਰਗਵ ਕੈਂਪ ਦੇ ਮੇਘ ਭਾਈਚਾਰੇ ਤੇ ਵਾਲਮੀਕੀ ਕਾਲੋਨੀ ਨੇ ਪਾਸਾ ਵੱਟੀ ਰੱਖਿਆ। ਪੱਟੀਦਰਜ ਜਾਤੀਆਂ ਦੇ ਬਹੁਗਿਣਤੀ ਵਰਗ ਤਕਰੀਬਨ ਸਾਰੇ ਹੀ ਕਸਬਿਆਂ ਤੇ ਪਿੰਡਾਂ ਵਿਚ ਆਪੋ ਆਪਣੀਆਂ ਵੱਖਰੀਆਂ ਬਸਤੀਆਂ ਵਿਚ ਰਹਿਣਾ ਪਸੰਦ ਕਰਦੇ ਹਨ। ਪੱਟੀਦਰਜ ਜਾਤੀਆਂ ਦੀਆਂ ਸਾਰੀਆਂ ਕਮਿਊਨਿਟੀਆਂ ਕਰੜੀ ਕਬੀਲਾ ਵੰਡ ਦੀਆਂ ਸ਼ਿਕਾਰ ਹਨ।

ਪਛਾਣ-ਆਧਾਰਤ ਆਕਾਂਖਿਆਵਾਂ ਦਾ ਇਕ ਹੋਰ ਪੱਖ ਉਚੇਰੇ ਸਮਾਜੀ ਦਰਜੇ ਲਈ ਧਾਰਮਿਕ ਰਾਹ ਅਪਨਾਉਣ ਦੀ ਵਧਦੀ ਰੁਚੀ ਨਾਲ ਸੰਬੰਧਤ ਹੈ। "ਸਾਡੀ ਕਮਿਊਨਿਟੀ ਲਈ ਸਭ ਤੋਂ ਫਾਇਦੇਮੰਦ ਕੀ ਹੈ ਧਰਮ ਜਾਂ ਸਿਆਸਤ ?" ਇਹ ਹੈ ਸਵਾਲ ਜਿਹੜਾ ਬੜੀ ਗੰਭੀਰਤਾ ਨਾਲ ਬਹੁਤ ਚਿਰ ਪਹਿਲਾਂ ਉਠਾਇਆ ਗਿਆ ਸੀ। ਇਹ ਗੱਲ ਦੇਖਣ ਵਿਚ ਆ ਚੁੱਕੀ ਹੈ ਕਿ ਨਿਸ਼ਚਿਤ ਜਾਤੀਆਂ ਆਪੋ ਆਪਣੇ ਲਈ ਨਿਵੇਕਲੇ ਜਾਤੀ-ਆਧਾਰਤ ਸਮਾਜੀ ਸੱਭਿਆਚਾਰਕ ਮੁਹਾਂਦਰੇ ਲੱਭਣ ਤੇ ਮਜ਼ਬੂਰ ਕਰਨ ਲਈ ਯਤਨਸ਼ੀਲ ਹਨ ਤੇ ਇਸਦੇ ਹਿੱਸੇ ਵਜੋਂ ਉਹਨਾਂ ਵਿਸ਼ੇਸ਼ ਧਾਰਮਕ ਚਿੰਨ੍ਹ, ਗੀਤਾਂ, ਰਸਮਾਂ, ਪੁਰਬ, ਜੈਕਾਰੇ ਤੇ ਆਰਤੀਆਂ ਅਰਦਾਸਾਂ ਅਪਣਾ ਲਈਆਂ ਹਨ। (ਜੂਨਗੈਨਜਮੇਅਰ 1982. 260. 68) ਪੱਟੀਦਰਜ ਜਾਤੀਆਂ ਦੇ ਬਹੁਤ ਵੱਡੇ ਹਿੱਸਿਆਂ ਨੇ ਮਾਨਸਿਕ ਸੰਤੋਖ ਦੀ ਪ੍ਰਾਪਤੀ ਲਈ ਰਾਧਾ ਸਵਾਮੀ, ਸੱਚਾ ਸੌਦਾ, ਸਿਰਸੇ ਦਾ ਸੱਚਾ ਸੌਦਾ ਡੇਰਾ, ਡੇਰਾ ਵੱਡਭਾਗ ਸਿੰਘ, ਨਿਰੰਕਾਰੀ, ਨਾਮਧਾਰੀ, ਡੇਰਾ ਸੱਚਖੰਡ ਬੱਲਾਂ ਆਦਿ ਜਿਹੀਆਂ ਸੰਪਰਦਾਵਾਂ ਨੂੰ ਅਪਣਾਇਆ ਹੈ। ਪੰਜਾਬ ਵਿਚ ਰਵੀਦਾਸੀ ਸੰਤਾਂ ਤੇ ਡੇਰਿਆਂ ਦੀ ਜਿਹੜੀ ਮੋਟੀ ਜਿਹੀ ਸੂਚੀ ਇਕ ਖੋਜਕਾਰ ਨੇ ਤਿਆਰ ਕੀਤੀ, ਉਸ ਅਨੁਸਾਰ ਪੰਜਾਬ ਵਿਚ ਅਜਿਹੇ ਡੇਰਿਆਂ ਦੀ ਗਿਣਤੀ 64 ਹੋ ਚੁੱਕੀ ਸੀ (ਭਾਰਤੀ 2004, 11.1.4)। ਰਾਧਾਸਵਾਮੀ ਵਾਲਮੀਕੀ ਨਾਲੋਂ ਆਪਣੇ ਆਪ ਨੂੰ ਹੋਰਨਾਂ ਵਾਲਮੀਕੀਆਂ ਨਾਲੋਂ ਵੱਖਰਾ ਅਤੇ ਦਰਜਾ ਕੁ ਉੱਚਾ ਸਮਝਦਾ ਹੈ। ਪਰ ਐਲ. ਆਰ. ਬਾਲੀ ਤੇ ਹੋਰ ਅੰਬੇਡਕਰਵਾਦੀ ਸਮਝਦੇ ਹਨ ਕਿ ਧਰਮ ਵੱਲ ਅਜਿਹਾ ਝੁਕਾ ਨਾ ਸਿਰਫ ਰੂੜੀਵਾਦ ਹੈ ਸਗੋਂ ਦਲਿਤ ਯਕਜਹਿਤੀ ਉਸਾਰਨ ਦੇ ਰਾਹ ਵਿਚ ਅੜਿੱਕਾ ਵੀ ਹੈ।

ਬੀਤੇ ਦੇ ਮੁਕਾਬਲੇ ਅੱਜ ਦੀ ਸਥਿਤੀ ਵੱਲ ਦੇਖਦਿਆਂ ਪੰਜਾਬ ਦੀਆਂ ਪੱਟੀਦਰਜ ਜਾਤੀਆਂ ਆਪਣੀ ਜ਼ਿੰਦਗੀ ਵਿਚ ਆਈਆਂ ਤਬਦੀਲੀਆਂ ਨੂੰ ਮਹੱਤਵਪੂਰਣ ਹੀ ਨਹੀਂ ਸਗੋਂ 'ਵਰਨਣਯੋਗ' ਸਮਝਦੀਆਂ ਹਨ। ਪੱਟੀਦਰਜ ਜਾਤੀਆਂ ਦੇ ਬਹੁਤ ਸਾਰੇ ਲੋਕ ਛੂਤ ਛਾਤ ਤੇ ਵੱਖਰੇਵੇਂ ਦੀ ਲਾਅਨਤ ਤੋਂ ਛੁਟਕਾਰੇ ਦੀ ਭਾਵਨਾ ਦਾ ਪ੍ਰਗਟਾਵਾ ਕਰਦੇ ਹਨ। ਉਹਨਾਂ ਨੂੰ ਹੁਣ ਨਿੱਜੀ ਗੌਰਵ ਦੀ ਭਾਵਨਾ ਉੱਤੇ ਅਤੇ ਇਸ ਗੱਲ ਉੱਤੇ ਮਾਣ ਹੈ ਕਿ ਉਹ ਸਰਵਜਨਕ ਖੇਤਰ ਵਿਚ ਸਿਰ ਚੁੱਕ ਕੇ ਤੁਰ ਸਕਦੇ ਹਨ। ਉਹ ਹੁਣ ਆਪਣੇ ਅਧਿਕਾਰਾਂ ਤੇ ਚੋਣ ਰਾਜਨੀਤੀ ਵਿਚ ਆਪਣੀ ਭੂਮਿਕਾ ਤੋਂ ਵੀ ਸੁਚੇਤ ਹਨ ਅਤੇ ਇਹ ਗੱਲ ਉਹਨਾਂ ਦੇ ਸਵੈ-ਮਾਣ ਵਿਚ ਵਾਧਾ ਕਰਦੀ ਹੈ। ਉਹਨਾਂ ਨੂੰ ਇਹ ਦੇਖ ਕੇ ਵੀ ਤਸੱਲੀ ਹੁੰਦੀ ਹੈ ਕਿ ਪਿੰਡਾਂ ਵਿਚ ਹੁਣ ਉਹੀ ਗਰੀਬ ਨਹੀਂ। ਉਹ ਦੇਖ ਰਹੇ ਹਨ ਕਿ ਅਖੌਤੀ ਉੱਤਲੀਆਂ ਸ਼੍ਰੇਣੀਆਂ ਦਾ ਇਕ ਹਿੱਸਾ ਵੀ ਉਹਨਾਂ ਜਿਹੀ ਕੰਗਾਲੀ ਤੇ ਦੁੱਖਾਂ ਦਾ ਸ਼ਿਕਾਰ ਹੈ ਤਾਂ ਵੀ ਸਮੁੱਚੇ ਰੂਪ ਵਿਚ ਉਹਨਾਂ ਵਿਚ ਅਧਿਕਾਰਤ ਹੋਣ ਦੀ ਭਾਵਨਾ ਦਾ ਅੱਜ ਅਭਾਵ ਹੀ ਹੈ। ਬੀਤੇ ਦੇ ਦਿਮਾਗੀ ਬੋਝ ਨੇ ਅਜੇ ਵੀ ਉਹਨਾਂ ਨੂੰ ਦੱਬਿਆ ਹੋਇਆ ਹੈ। ਦਲਿਤ ਲੇਖਕਾਂ ਦੀਆਂ ਕਹਾਣੀਆਂ, ਜਿਵੇਂ ਅਤਰਜੀਤ ਦੀ 'ਬਠਲੂ ਚਮਾਰ' ਤੇ 'ਨੂਹਾਂ', ਜਿੰਦਰ ਦੀ 'ਸੌਰੀ' (ਨੋਟ : ਜਿੰਦਰ ਦਲਿਤ ਨਹੀਂ ਹੈ) ਅਤੇ ਪ੍ਰੇਮ ਗੋਰਖੀ ਦੀ 'ਅਰਜਨ ਸਫੈਦੀ ਵਾਲਾ' ਉੱਤਲੀ ਕਿਸਮ ਦੇ ਕਟਾਖ ਤੇ ਵਿਰੋਧਤਾਈਆਂ ਨੂੰ ਬੜੇ ਜ਼ੋਰਦਾਰ ਢੰਗ ਨਾਲ ਬਿਆਨ ਕਰਦੀਆਂ ਹਨ। ਵਿਜਾਏ ਇਸਦੇ ਕਿ ਜਾਤੀਵਾਦ ਪੂਰੀ ਤਰ੍ਹਾਂ ਖਤਮ ਹੁੰਦਾ ਪੱਟੀਦਰਜ ਜਾਤੀਆਂ ਵਿਚ ਵੀ ਜਿਹੜੀ ਦਰਜੇਬੰਦੀ ਪੈਦਾ ਹੋ ਗਈ ਹੈ ਉਹ ਬ੍ਰਾਹਮਣੀ ਅੰਦਾਜ਼ ਦੀ ਹੈ, ਇਥੋਂ ਤੱਕ ਕਿ ਛੂਤ-ਛਾਤ ਵੀ ਇਸ ਦਰਜੇਬੰਦੀ ਦਾ ਹਿੱਸਾ ਬਣ ਗਈ ਹੈ। ਦਲਿਤ ਲੇਖਕ ਰੀਜ਼ਰਵੇਸ਼ਨ ਤੋਂ ਲਾਭ ਉਠਾਉਣ ਵਾਲੇ ਵਰਗ ਨੂੰ ਇਸ ਗੱਲੋਂ ਅਕਸਰ ਨਿੰਦਦੇ ਹਨ ਕਿ ਉਹ ਆਪਣੇ ਲੋਕਾਂ ਵੱਲ ਉੱਤਲੀ ਜਾਤੀ ਵਾਲੀ ਜ਼ਹਿਨੀਅਤ ਅਪਣਾ ਰਹੇ ਹਨ। ਇਹ ਹੈ ਜ਼ਹਿਨੀਅਤ ਜਿਸਨੂੰ ਕਿਸੇ ਵੱਖਰੇ ਸੰਦਰਭ ਵਿਚ 'ਸਫ਼ਲਤਾ ਦਾ ਵਖਰੇਵਾਂ' ਕਿਹਾ ਗਿਆ ਹੈ। ਪਦਾਰਥਕ ਤਬਦੀਲੀ ਅਤੇ ਪੱਟੀਦਰਜ ਤੇ ਗੈਰ-ਪੱਟੀਦਰਜ ਜਾਤੀਆਂ ਦੇ ਵਤੀਰੇ ਤੇ ਸੋਚ ਵਿਚ ਅਜੇ ਬਹੁਤ ਵੱਡਾ ਪਾੜਾ ਹੈ। ਪਰ ਗਰੀਬ ਤੇ ਪੱਛੜੀਆਂ ਹੋਈਆਂ ਪੱਟੀਦਰਜ ਜਾਤੀਆਂ ਦੀਆਂ ਸਰਲ ਜਿਹੀਆਂ ਆਸਾਂ ਨੂੰ ਵੀ ਸਭ ਤੋਂ ਵੱਧ ਧੱਕਾ ਇਸ ਗੱਲ ਦਾ ਲੱਗਾ ਕਿ ਸਮਾਜੀ ਖੇਤਰ ਵਿਚ ਸਟੇਟ ਆਪਣੀਆਂ ਜ਼ਿੰਮੇਵਾਰੀਆਂ ਤੋਂ ਤੇਜ਼ੀ ਨਾਲ ਪਿੱਛੇ ਹਟ ਰਹੀ ਹੈ ਅਤੇ ਇਹ ਵੀ ਕਿ ਚੰਗੇ ਰਾਜ ਪ੍ਰਬੰਧ ਦੀ ਯੋਗਤਾ ਖਤਮ ਹੋ ਰਹੀ ਹੈ। "ਸਾਡੀ ਟੇਕ ਸਰਕਾਰ ਤੇ ਸੀ, ਉਸਨੇ ਵੀ ਪੱਲਾ ਝਾੜ ਦਿੱਤਾ। ਹੁਣ ਅਸੀਂ ਜਾਈਏ ਤਾਂ ਕਿੱਥੇ ਜਾਈਏ। ਅਧਿਕਾਰਤ ਹੋਣ ਤੇ ਜਬਰ ਦਾ ਸ਼ਿਕਾਰ ਹੋਣ ਦਾ ਦਵੰਦ ਕਈ ਤਰ੍ਹਾਂ ਦੇ ਤਜ਼ਾਦ ਪੈਦਾ ਕਰ ਰਿਹਾ ਹੈ।"

ਉਦਾਂਬਰਾ/ਮਨਮੋਹਨ ਬਾਵਾ

'ਉਦਾਂਬਰਾ' ਨਾਮ ਦੀ ਜਾਤਕ ਕਥਾ 'ਤੇ ਅਧਾਰਤ ਇਹ ਕਹਾਣੀ ਅੱਜ ਤੋਂ ਦੋ ਕੁ ਹਜ਼ਾਰ ਸਾਲ ਪਹਿਲਾਂ ਦੀ ਹੈ। ਪਿੱਛਲ-ਭੂਮੀ ਅੱਜ ਦਾ ਰੋਪੜ ਜੋ ਉਸ ਵੇਲੇ ਰੂਪ ਨਗਰ ਕਰਕੇ ਜਾਣਿਆ ਜਾਂਦਾ ਸੀ ਅਤੇ ਪੁਰੁਸ਼ਿਨੀ ਨਦੀ ਜੋ ਅੱਜ ਦਾ ਰਾਵੀ ਦਰਿਆ ਹੈ।

ਜੈਅਦੇਵ ਦੀ ਸਿੱਖਿਆ ਦੇ ਜਦ ਤੱਕ ਪੰਜ ਸਾਲ ਪੂਰੇ ਹੋਏ ਤਦ ਤੱਕ ਆਚਾਰੀਆ ਕਲਿਆਣ ਮਿੱਤਰ ਦੀ ਪੁੱਤਰੀ ਕਲਿਆਨੀ ਵੀ ਜਵਾਨ ਹੋ ਗਈ। ਜੈਅਦੇਵ, ਆਸ਼ਰਮ ਦੇ ਸਾਰੇ ਵਿਦਿਆਰਥੀਆਂ 'ਚੋਂ ਸੂਝਵਾਨ ਅਤੇ ਮਿਹਨਤੀ ਸੀ। ਯਾਦ ਸ਼ਕਤੀ ਏਨੀ ਤੇਜ਼ ਕਿ ਇਕ ਵਾਰੀ ਸੁਣਿਆ, ਹਰਫ਼-ਬ-ਹਰਫ਼ ਯਾਦ ਹੋ ਜਾਂਦਾ। ਕਲਿਆਨੀ ਜਦ ਵੀ ਆਸ਼ਰਮ ਦੇ ਵਿਦਿਆਰਥੀਆਂ ਦੇ ਕੋਲੋਂ ਦੀ ਲੰਘਦੀ ਤਾਂ ਸਾਰੇ ਚੋਰ ਅੱਖਾਂ ਨਾਲ ਉਸ ਵੱਲ ਵੇਖੇ ਬਿਨਾਂ ਨਹੀਂ ਸਨ ਰਹਿ ਸਕਦੇ। ਉਸਦੇ ਸਰੀਰ ਦੇ ਅੰਗ ਜਿਵੇਂ ਕੱਪੜਿਆਂ ਨੂੰ ਪਾੜ ਕੇ ਆਜ਼ਾਦ ਹੋਣ ਲਈ ਕਾਹਲੇ ਪੈ ਰਹੇ ਹੋਣ। ਅੱਖਾਂ 'ਚ ਮਸਤੀ ਅਤੇ ਬੁੱਲ੍ਹਾਂ 'ਤੇ ਵਿਸਮਾਦ ਭਰੀ ਮੁਸਕਾਨ। ਪਰ ਕੀ ਮਜ਼ਾਲ ਕਿ ਕਲਿਆਨੀ ਦੀ ਇਹ ਸੁੰਦਰਤਾ ਜਾਂ ਝਾਂਜਰਾਂ ਦੀ ਝਣਕਾਰ ਜੈਅਦੇਵ ਦੀ ਇਕਾਗਰਤਾ ਨੂੰ ਭੰਗ ਕਰ ਸਕਦੀ।

ਸਿੱਖਿਆ ਪੂਰੀ ਹੋ ਜਾਣ ਤੋਂ ਬਾਅਦ ਜੈਅਦੇਵ ਆਪਣੇ ਘਰ ਰੂਪ ਨਗਰ (ਰੋਪੜ) ਵਾਪਸ ਪਰਤਣ ਦੀ ਤਿਆਰੀ ਕਰ ਰਿਹਾ ਸੀ ਤਾਂ ਉਸ ਸਮੇਂ ਦੀ ਪਰੰਪਰਾ ਅਨੁਸਾਰ ਆਚਾਰੀਆ ਕਲਿਆਣ ਮਿੱਤਰ ਨੇ ਆਪਣੀ ਪੁੱਤਰੀ ਕਲਿਆਨੀ ਦਾ ਵਿਆਹ ਆਪਣੇ 'ਪ੍ਰਮੁੱਖ ਸ਼ਿਸ਼' ਜੈਅਦੇਵ ਨਾਲ ਕਰ ਕੇ ਉਸ ਨਾਲ ਤੋਰ ਦਿੱਤਾ।

ਜੈਅਦੇਵ ਕਲਿਆਨੀ ਨੂੰ ਲੈ ਕੇ ਘਰ ਵੱਲ ਤੁਰ ਪਿਆ। ਤੁਰਨ ਤੋਂ ਪਹਿਲਾਂ ਉਨ੍ਹਾਂ ਦੋਹਾਂ ਇੱਕ ਰਾਤ ਇਕ ਕਮਰੇ 'ਚ ਬਿਤਾਈ। ਕਲਿਆਨੀ ਬਹੁਤ ਦੇਰ ਤੱਕ ਆਪਣੇ ਪਲੰਗ 'ਤੇ ਬੈਠੀ ਜੈਅਦੇਵ ਦੀ ਉਡੀਕ ਕਰਦੀ ਰਹੀ, ਪਰ ਜੈਅਦੇਵ ਭੁੰਜੇ ਚਟਾਈ ਵਿਛਾ ਕੇ ਅਤੇ ਉਸ ਵੱਲ ਪਿੱਠ ਕਰਕੇ ਲੰਮਾ ਪੈ ਗਿਆ। ਜਦ ਉਹ ਸੰਗਦੀ ਸੰਗਦੀ ਉਸ ਕੋਲ ਆ ਕੇ ਬੈਠੀ ਤਾਂ ਜੈਅਦੇਵ ਪਲੰਘ ਉਤੇ ਜਾ ਬੈਠਾ। ਸਾਰੀ ਰਾਤ ਇਸੇ ਤਰ੍ਹਾਂ ਬੀਤ ਗਈ।

ਕਲਿਆਨੀ ਨੇ ਸੋਚਿਆ : ਹਾਲੇ ਸ਼ਰਮਾਉਂਦਾ ਹੈ ਜਾਂ ਸ਼ਾਇਦ ਪਤਾ ਹੀ ਨਹੀਂ ਇਸ ਨੂੰ ਵਿਆਹੁਤਾ ਜੀਵਨ ਦੇ ਸੰਬੰਧਾਂ ਬਾਰੇ...! ਖ਼ੈਰ! ਕੋਈ ਗੱਲ ਨਹੀਂ। ਇਕ ਦੋ ਦਿਨਾਂ 'ਚ ਸਭ ਕੁਝ ਸਮਝ ਆ ਜਾਵੇਗਾ ਇਸ ਬ੍ਰਹਮਚਾਰੀ ਨੂੰ ਅਤੇ ਆਉਣ ਵਾਲੇ ਸਮੇਂ ਦੀ ਕਲਪਨਾ ਕਰਦਿਆਂ ਉਹ ਮਨ ਹੀ ਮਨ ਹੱਸ ਪਈ।

ਹੁਣ ਜੈਅਦੇਵ ਦੇ ਨਾਲ ਨਾਲ ਤੁਰਦਿਆਂ ਕਲਿਆਨੀ ਸੋਚ ਰਹੀ ਸੀ: ਅਜੀਬ ਆਦਮੀ ਹੈ ? ਕੀ ਇਸ ਨੂੰ ਮੇਰੇ ਅੰਗਾਂ ਤੋਂ ਫੁੱਟਦੀ ਅੱਗ ਦਾ ਸੇਕ ਅਨੁਭਵ ਨਹੀਂ ਹੋ ਰਿਹਾ ? ਕੀ ਮੇਰੀਆਂ ਲਿਸ਼ਕਦੀਆਂ ਅੱਖਾਂ, ਸ਼ਹਿਦ ਵਰਗੇ ਬੁੱਲ੍ਹਾਂ 'ਚ ਕੋਈ ਖਿਚ ਨਜ਼ਰ ਨਹੀਂ ਆ ਰਹੀ ? ਇਸ ਜੰਗਲੀ ਪਗਡੰਡੀ 'ਤੇ ਤੁਰਦਿਆਂ ਕੀ ਇਹ ਚਹਿਕਦੇ ਪੰਛੀ, ਇਹ ਮਸਤ ਹਿਰਨਾਂ ਦੇ ਜੋੜੇ ਇਸ ਨੂੰ ਕੋਈ ਸੰਦੇਸ਼ਾ ਨਹੀਂ ਦੇ ਰਹੇ ? ਤੇ ਇਹ ਬੁੱਧੂ ਤੁਰਦਾ ਜਾ ਰਿਹਾ ਹੈ, ਚੁੱਪਚਾਪ, ਮੇਰੀ ਹੋਂਦ ਤੋਂ ਬੇਖ਼ਬਰ.....! ਚੰਗਾ, ਅੱਜ ਰਾਤ ਪੈ ਜਾਣ ਦੇ। ਮੈਂ ਵੀ ਵੇਖਾਂਗੀ ਕਿੰਨਾ ਕੁ ਸੰਜਮ ਹੈ ਇਸ ਵਿੱਚ ?

ਸੂਰਜ ਛਿੱਪਣ ਤੱਕ ਉਹ ਪੁਰੂਸ਼ਿਨੀ (ਰਾਵੀ) ਨਦੀ ਕੱਢੇ ਆ ਕੇ ਰੁਕ ਗਏ। ਬੇੜੀ ਕੰਢੇ 'ਤੇ ਕਿੱਲੇ ਨਾਲ ਬੰਨ੍ਹੀ ਪਈ ਸੀ। ਪਰ ਮਲਾਹ ਗਾਇਬ ਸੀ। ਸ਼ਾਇਦ ਘਰ ਚਲਿਆ ਗਿਆ ਸੀ।

ਲੱਕੜਾਂ ਬਾਲ ਕੇ ਉਹ ਅੱਗ ਸਾਹਮਣੇ ਬੈਠ ਗਏ। ਘਰੋਂ ਲਿਆਂਦੀਆਂ ਰੋਟੀਆਂ ਖਾਣ ਤੋਂ ਬਾਅਦ ਕਲਿਆਨੀ ਨੇ ਆਪਣੀਆਂ ਬਾਹਾਂ ਉਚੀਆਂ ਕਰਕੇ ਆਕੜੀ ਲਈ ਤਾਂ ਉਸ ਦੀ ਪਿੱਠ ਪਿੱਛੇ ਬੰਨ੍ਹੀ ਗੰਢ ਖੁੱਲ੍ਹ ਗਈ ਜਾਂ ਉਸ ਨੇ ਜਾਣ ਕੇ ਪਹਿਲਾਂ ਹੀ ਗੰਢ ਢਿੱਲੀ ਕਰ ਛੱਡੀ ਸੀ। ਕਲਿਆਨੀ ਨੇ ਅੰਗ ਢੱਕਣ ਦਾ ਯਤਨ ਨਹੀਂ ਕੀਤਾ ਅਤੇ ਨਸ਼ਿਆਈਆਂ ਅੱਖਾਂ ਨਾਲ ਜੈਅਦੇਵ ਵੱਲ ਤੱਕਦੀ ਉਸ ਨਾਲ ਜੁੜ ਕੇ ਬੈਠ ਗਈ। ਜੈਅਦੇਵ ਤ੍ਰਬਕ ਕੇ ਉਠਿਆ ਅਤੇ ਉਸ ਤੋਂ ਦੂਰ ਜਾ ਕੇ ਖੜ੍ਹਾ ਹੋ ਗਿਆ।

ਕਲਿਆਨੀ ਦੀਆਂ ਅੱਖਾਂ 'ਚ ਕਰੋਧ ਝਲਕ ਉਠਿਆ ਅਤੇ ਉਹ ਜ਼ਖ਼ਮੀ ਸ਼ੇਰਨੀ ਵਾਂਗ ਉਸ ਵੱਲ ਤੱਕਦਿਆਂ ਬੋਲੀ, "ਕੀ ਤੁਹਾਨੂੰ ਮੇਰੇ ਅੰਗਾਂ ਦੇ ਉਭਾਰਾਂ, ਗੋਲ-ਸਡੋਲ ਪੱਟਾਂ, ਬਾਹਾਂ 'ਚੋਂ ਕੋਈ ਆਕਰਸ਼ਨ ਅਨੁਭਵ ਨਹੀਂ ਹੋ ਰਿਹਾ ? ਕੀ ਮੇਰਾ ਇਸਤਰੀਤਵ ਤੁਹਾਡੀ ਮਰਦਾਨਗੀ ਨੂੰ ਵੰਗਾਰਦਾ ਨਹੀਂ ਦਿੱਸਦਾ........?"

ਜੈਅਦੇਵ ਨੂੰ ਆਪਣੇ ਅੰਦਰ ਕੁਝ ਜਾਗਦਾ, ਉਭਰਦਾ ਮਹਿਸੂਸ ਹੋਇਆ, ਹੜ੍ਹ 'ਚ ਆਏ ਦਰਿਆ ਦੀਆਂ ਲਹਿਰਾਂ ਦੀ ਤਰ੍ਹਾਂ।..... ਪਰ ਛੇਤੀ ਹੀ ਉਸ ਨੇ ਆਪਣੇ ਆਪ ਨੂੰ ਸੰਭਾਲਿਆ ਅਤੇ ਸ਼ਾਂਤ ਆਵਾਜ਼ 'ਚ ਬੋਲਿਆ :

"ਮੈਨੂੰ ਖ਼ਿਮਾਂ ਕਰਨਾ ਦੇਵੀ ਕਲਿਆਨੀ। ਤੁਸੀਂ ਮੇਰੇ ਸਤਿਕਾਰਯੋਗ ਗੁਰੂ ਦੀ ਪੁੱਤਰੀ ਹੋ। ਤੇ......।"

"ਗੁਰੂ ਪੁੱਤਰੀ!" ਉਹ ਉਸ ਦੀ ਗੱਲ ਕਟਦਿਆਂ ਵਿਅੰਗ ਨਾਲ ਬੋਲੀ, "ਕੀ ਮੈਂ ਤੁਹਾਡੀ ਪਤਨੀ ਨਹੀਂ ? ਜਾਂ...ਜਾਂ...।" ਕਹਿੰਦਿਆਂ ਉਹ ਚੁੱਪ ਹੋ ਗਈ।

"ਬੈਠ ਜਾਓ ਕਲਿਆਨੀ ਤੇ ਮੈਨੂੰ ਵੀ ਬੈਠ ਜਾਣ ਦੇਵੋ। ਮੈਂ ਬਹੁਤ ਥੱਕ ਗਿਆ ਹਾਂ।" ਫੇਰ ਕੁਝ ਦੇਰ ਬਾਅਦ ਬੋਲਿਆ :

"ਮੇਰੇ ਕੋਲ ਤੇਰੇ ਪ੍ਰਸ਼ਨਾਂ ਦਾ ਕੋਈ ਉਤਰ ਨਹੀਂ ਕਲਿਆਨੀ, ਸਿਵਾਏ ਇਸ ਦੇ ਕਿ ਮੈਂ ਤੁਹਾਡਾ ਪਤੀ ਹੋਣ ਦੇ ਯੋਗ ਨਹੀਂ। ਇਹ ਗੱਲ ਮੈਂ ਗੁਰੂ ਜੀ ਨੂੰ ਵੀ ਕਹੀ ਸੀ, ਪਰ ਉਨ੍ਹਾਂ ਮੇਰੀ ਇਕ ਨਾ ਸੁਣੀ। ਜੋ ਤੁਸੀਂ ਵੇਖ ਰਹੇ ਹੋ, ਵਾਸਤਵ 'ਚ ਮੈਂ ਉਹ ਨਹੀਂ। ਮੇਰਾ ਕੋਈ ਨਾ ਅਤੀਤ ਹੈ ਨਾ ਭਵਿੱਖ। ਮੈਂ ਤੇ ਇਹੀ ਕਹਾਂਗਾ, ਹਾਲੇ ਵੀ ਵੇਲਾ ਹੈ। ਕੁਝ ਨਹੀਂ ਵਿਗੜਿਆ। ਤੁਸੀਂ ਘਰ ਪਰਤ ਜਾਓ...।"

ਉਹ ਬਹੁਤ ਦੇਰ ਤੱਕ ਇਸੇ ਤਰ੍ਹਾਂ ਬੋਲਦਾ ਰਿਹਾ, ਬੇ-ਸਿਰ ਪੈਰ। ਕਲਿਆਨੀ ਨੂੰ ਕੁਝ ਸਮਝ ਨਹੀਂ ਆਇਆ ਕਿ ਉਹ ਕੀ ਕਹਿ ਰਿਹਾ ਹੈ। ਉਹ ਵੀ ਬਹੁਤ ਥਕਾਨ ਅਨੁਭਵ ਕਰ ਰਹੀ ਸੀ, ਸਾਰਾ ਦਿਨ ਤੁਰਦੇ ਰਹਿਣ ਅਤੇ ਮਾਨਸਿਕ ਘਾਲਣਾ ਕਰਕੇ। ਉਹ ਆਪਣੇ ਗੋਡਿਆਂ 'ਤੇ ਸਿਰ ਰੱਖ ਕੇ ਬੈਠ ਗਈ ਤੇ ਉਸ ਨੂੰ ਪਤਾ ਹੀ ਨਾ ਲੱਗਾ, ਕਦੋਂ ਉਸ ਨੂੰ ਨੀਂਦ ਨੇ ਆ ਘੇਰਿਆ।

ਸਵੇਰੇ ਅੱਖ ਖੁੱਲ੍ਹੀ ਤਾਂ ਵੇਖਿਆ ਇਕ ਭੂਰੇ ਰੰਗ ਦਾ ਕੰਬਲ ਉਸ ਉਤੇ ਪਿਆ ਹੋਇਆ ਹੈ। ਜੈਅਦੇਵ ਉਥੇ ਨਹੀਂ ਸੀ ਅਤੇ ਪੱਤਣ ਉਤੇ ਕਿੱਲੇ ਨਾਲ ਬੱਝੀ ਬੇੜੀ ਵੀ ਗਾਇਬ ਸੀ।

****

ਰਾਜਾ ਵਿਸ਼ਨੂੰ ਵਰਮਨ ਆਪਣੇ ਕੁਝ ਸੈਨਕਾਂ ਨਾਲ ਸ਼ਿਕਾਰ ਵਾਸਤੇ ਜੰਗਲ 'ਚ ਘੁੰਮ ਰਹੇ ਸਨ ਕਿ ਨਦੀ ਕੰਢੇ ਇਕ ਉਦਾਂਬਰ (ਅੰਜੀਰ) ਦੇ ਰੁੱਖ ਉਤੇ ਇਕ ਸੁੰਦਰ ਕੁੜੀ ਨੂੰ ਚੜ੍ਹਿਆ ਵੇਖ ਕੇ ਬਹੁਤ ਹੈਰਾਨ ਹੋਏ। ਕੁੜੀ ਰੁੱਖ 'ਤੇ ਚੜ੍ਹੀ ਅੰਜੀਰ ਖਾਣ 'ਚ ਵਿਅਸਥ ਸੀ। ਰਾਜਾ ਨੂੰ ਵੇਖ ਕੇ ਉਹ ਥੱਲੇ ਉਤਰ ਆਈ।

"ਤੂੰ ਕੌਣ ਏਂ ? ਤੇ ਇਕੱਲੀ ਇਸ ਜੰਗਲ 'ਚ ਕੀ ਕਰ ਰਹੀ ਏਂ ?" ਰਾਜਾ ਨੇ ਪੁੱਛਿਆ।

ਕਲਿਆਨੀ ਨੇ ਪਹਿਲਾਂ ਰਾਜੇ ਅਤੇ ਫੇਰ ਉਸ ਦੇ ਸੈਨਕਾਂ ਵੱਲ ਤੱਕਿਆ। ਕੁਝ ਦੇਰ ਸੋਚਦੀ ਰਹੀ, ਫੇਰ ਬੋਲੀ।

"ਮੈਂ ਜੋ ਵੀ ਬੋਲਾਂਗੀ, ਉਸ 'ਤੇ ਤੁਹਾਨੂੰ ਯਕੀਨ ਨਹੀਂ ਆਏਗਾ। ਬੱਸ ਏਹੀ ਸਮਝ ਲਓ ਕਿ ਮੈਂ ਇਕੱਲੀ ਹਾਂ ਇਸ ਦੁਨੀਆਂ ਵਿੱਚ। ਨਾ ਕੋਈ ਅੱਗੇ, ਨਾ ਪਿੱਛੇ।"

"ਮੈਂ ਕੀ ਲੈਣਾ ਤੇਰਾ ਅੱਗਾ ਪਿੱਛਾ ਜਾਣ ਕੇ।" ਰਾਜਾ ਨੇ ਉਸ ਦੀ ਸੁੰਦਰਤਾ ਨੂੰ ਵੇਖਦਿਆਂ ਮਨ ਹੀ ਮਨ ਕਿਹਾ। ਫੇਰ ਬੋਲਿਆ, "ਕੀ ਤੂੰ ਮੇਰੇ ਨਾਲ ਜਾਣਾ ਚਾਹੇਂਗੀ ?"

"ਇਸ ਵਿੱਚ ਪੁੱਛਣ ਦੀ ਕੀ ਗੱਲ।" ਕੋਲ ਖੜ੍ਹੇ ਇਕ ਸੇਵਕ ਨੇ ਰਾਜਾ ਦੀ ਨੀਅਤ ਨੂੰ ਭਾਂਦਿਆਂ ਆਖਿਆ, "ਸ਼ਾਸਤਰਾਂ 'ਚ ਲਿਖਿਆ ਹੈ ਜੋ ਵਸਤੂ ਐਵੇਂ ਹੀ ਪਈ ਮਿਲੇ ਅਤੇ ਜਿਸ ਦਾ ਕੋਈ ਮਾਲਕ ਨਾ ਹੋਵੇ, ਉਹ ਰਾਜਾ ਦੀ।"

"ਤੇਰਾ ਨਾਓਂ ਕੀ ਏ ?" ਰਾਜਾ ਨੇ ਪੁੱਛਿਆ।

"ਮੈਂ ਆਪਣਾ ਅਤੀਤ, ਆਪਣਾ ਸਭ ਕੁਝ ਭੁੱਲ ਜਾਣਾ ਚਾਹੁੰਦੀ ਹਾਂ, ਆਪਣਾ ਨਾਮ ਵੀ।"

"ਇਹ ਵੀ ਠੀਕ ਏ। ਤੂੰ ਮੈਨੂੰ ਉਦਾਂਬਰ ਦੇ ਰੁੱਖ 'ਤੇ ਬੈਠੀ ਮਿਲੀ। ਮੈਂ ਤੈਨੂੰ ਉਦਾਂਬਰਾ ਦੇ ਨਾਮ ਨਾਲ ਬੁਲਾਇਆ ਕਰਾਂਗਾ।"

****

ਉਦਾਂਬਰਾ ਕੁਝ ਦਿਨ ਰਖੇਲ ਦੇ ਤੌਰ 'ਤੇ ਰਾਜਾ ਦੇ ਰਣਵਾਸ 'ਚ ਰਹੀ। ਪਰ ਛੇਤੀ ਹੀ ਉਹ ਆਪਣੀ ਸੁੰਦਰਤਾ, ਸੂਝ-ਬੂਝ ਅਤੇ ਚਤੁਰਾਈ ਨਾਲ ਚਹੇਤੀ ਰਾਣੀ ਬਣ ਗਈ। ਵਿਦਵਾਨ ਪਿਤਾ ਕੋਲ ਰਹਿਣ ਕਾਰਨ ਵੇਦ-ਸ਼ਾਸਤਰਾਂ 'ਚੋਂ ਬਹੁਤ ਕੁਝ ਜ਼ਬਾਨੀ ਯਾਦ ਹੋ ਗਿਆ ਸੀ। ਗੱਲਾਂ ਗੱਲਾਂ ਵਿੱਚ ਸ਼ਾਸਤਰਾਂ ਦੀਆਂ ਟੂਕਾਂ ਸੁਣਾ ਕੇ ਸੁਣਨ ਵਾਲੇ ਨੂੰ ਪ੍ਰਭਾਵਿਤ ਕਰ ਦਿੰਦੀ।

ਬਹੁਤ ਵਾਰੀ ਰਾਜਾ ਉਸ ਕੋਲੋਂ ਰਾਜ ਦੇ ਕੰਮਾਂ ਅਤੇ ਸਮੱਸਿਆਵਾਂ ਬਾਰੇ ਸਲਾਹ-ਮਸ਼ਵਰਾ ਵੀ ਕਰ ਲੈਂਦਾ।

ਇਕ ਦਿਨ ਜਦ ਰਾਜਾ ਵਿਸ਼ਨੂੰ ਵਰਮਨ ਉਦਾਂਬਰਾ ਨਾਲ ਨਦੀ ਤੋਂ ਸੈਰ ਕਰਕੇ ਵਾਪਸ ਪਰਤ ਰਹੇ ਸਨ ਤਾਂ ਇਕ ਬ੍ਰਾਹਮਣ ਹੱਥ ਜੋੜ ਕੇ ਸਾਹਮਣੇ ਆ ਖੜ੍ਹਾ ਹੋਇਆ। ਪੁੱਛਣ 'ਤੇ ਬੋਲਿਆ।

"ਮੈਂ ਇੱਕ ਵਿਦਵਾਨ ਬ੍ਰਾਹਮਣ ਹਾਂ। ਮੈਨੂੰ ਪਤਾ ਲੱਗਿਆ ਹੈ ਕਿ ਤੁਹਾਡੇ ਸੰਦੇਸ਼-ਲੇਖਕ ਸੁਰਗਵਾਸ ਹੋ ਗਏ ਹਨ। ਮੈਨੂੰ ਉਸ ਦੀ ਥਾਂ ਤੁਹਾਡੀ ਸੇਵਾ ਕਰਨ ਦਾ ਅਵਸਰ ਪ੍ਰਾਪਤ ਹੋ ਜਾਏ ਤਾਂ ਆਪਣੇ ਧੰਨਭਾਗ ਸਮਝਾਂਗਾ।"

"ਤੂੰ ਠੀਕ ਸੁਣਿਆ ਏ। ਪਰ ਮੈਨੂੰ ਇਕ ਅਨੁਭਵੀ ਅਤੇ ਕੁਸ਼ਲ ਲੇਖਕ ਚਾਹੀਦਾ ਹੈ।" ਰਾਜਾ ਉਸ ਦੀ ਆਯੂ ਦਾ ਅਨੁਮਾਨ ਲਾਉਂਦਿਆਂ ਬੋਲੇ।

"ਮੇਰੀ ਆਯੂ ਵੇਖ ਕੇ ਅਨੁਮਾਨ ਨਾ ਲਾਓ ਰਾਜਨ। ਤੁਸੀਂ ਵੇਖੋਗੇ ਕਿ ਮੈਂ ਆਪਣੀ ਕੁਸ਼ਲਤਾ ਤੋਂ ਬਹੁਤ ਘੱਟ ਦੀ ਮੰਗ ਕਰ ਰਿਹਾ ਹਾਂ।"

ਉਦਾਂਬਰਾ ਨੂੰ ਬ੍ਰਾਹਮਣ ਦੀ ਆਵਾਜ਼ ਜਾਣੀ-ਪਛਾਣੀ ਜਾਪੀ। ਉਸ ਨੇ ਗਰਦਨ ਘੁਮਾ ਕੇ ਵੇਖਿਆ ਤਾਂ ਉਹ ਹੋਰ ਕੋਈ ਨਹੀਂ, ਜੈਅਦੇਵ ਹੀ ਸੀ, ਉਸ ਦਾ ਪਤੀ ਜੈਅਦੇਵ।

ਉਸੇ ਵੇਲੇ ਜੈਅਦੇਵ ਦੀਆਂ ਨਜ਼ਰਾਂ ਵੀ ਉਸ ਨਾਲ ਮਿਲੀਆਂ ਅਤੇ ਉਸ ਨੇ ਰਾਣੀ ਉਦਾਂਬਰਾ ਅੱਗੇ ਸਤਿਕਾਰ ਪੂਰਵਕ ਸਿਰ ਨਿਵਾ ਕੇ ਨਜ਼ਰਾਂ ਝੁਕਾ ਲਈਆਂ। ਉਦਾਂਬਰਾ ਨੂੰ ਲੱਗਿਆ ਜਿਵੇਂ ਜੈਅਦੇਵ ਨੇ ਉਸ ਨੂੰ ਪਛਾਣਿਆ ਨਹੀਂ। ਉਸ ਦੀਆਂ ਨਜ਼ਰਾਂ 'ਚ ਕੋਈ ਐਸਾ ਸੰਕੇਤ ਨਹੀਂ ਸੀ।

ਉਦਾਂਬਰਾ ਦੇ ਮਸਤਕ 'ਚ ਇਕਦਮ ਪੁਰੁਸ਼ਿਨੀ ਨਦੀ ਕੰਢੇ ਬਿਤਾਈ ਰਾਤ ਦਾ ਦ੍ਰਿਸ਼ ਘੁੰਮ ਗਿਆ। ਉਸ ਨੇ ਜੈਅਦੇਵ ਵੱਲ ਤੱਕਿਆ ਅਤੇ ਆਪਣੇ ਮਨ 'ਚ ਉਠ ਰਹੇ ਕ੍ਰੋਧ ਨੂੰ ਦਬਾਉਂਦਿਆਂ ਵਿਅੰਗ ਨਾਲ ਬੋਲੀ :

"ਕਦੇ ਕਿਤੇ ਕੋਈ ਕੰਮ ਵੀ ਕੀਤਾ ਹੈ ਜਾਂ ਵੇਦ-ਸ਼ਾਸਤਰ ਹੀ ਰਟਦੇ ਰਹੇ ਸਾਰੀ ਉਮਰ ?" ਉਸ ਦਾ ਦਿਲ ਧਕ ਧਕ ਕਰ ਰਿਹਾ ਸੀ। ਉਤਸੁਕਤਾ ਸੀ ਕਿ ਜੈਅਦੇਵ ਨੇ ਉਸ ਨੂੰ ਪਛਾਣਿਆ ਕਿ ਨਹੀਂ।

ਇਹ ਵੇਖ ਕੇ ਕਿ ਉਸ ਨੇ ਨਹੀਂ ਪਛਾਣਿਆ, ਉਦਾਂਬਰਾ ਦੇ ਮਨ ਵਿਚ ਉਸ ਪ੍ਰਤੀ ਕ੍ਰੋਧ ਉਭਰ ਆਇਆ। "ਏਨਾ ਬੇਪ੍ਰਵਾਹ, ਬੇਲਾਗ, ਮੇਰੇ ਵਜੂਦ ਤੋਂ ? ਇਸ ਨੇ ਸ਼ਾਇਦ ਮੇਰੇ ਵੱਲ ਕਦੇ ਧਿਆਨ ਨਾਲ ਤੱਕਿਆ ਹੀ ਨਹੀਂ ਹੋਵੇਗਾ ? ਖ਼ੈਰ! ਹੁਣ ਲਵਾਂਗੀ ਸਾਰੇ ਬਦਲੇ ਇਸ ਆਦਮੀ ਤੋਂ।

"ਮੈਂ ਪਾਟਲੀ ਪੁੱਤਰ ਦੇ ਪੁਸਤਕਾਲੇ 'ਚ ਸ਼ਸਤਰਾਂ ਦੀਆਂ ਪ੍ਰਤਿਲਿੱਪੀਆਂ ਬਣਾਈਆਂ ਅਤੇ ਕੁਝ ਦੇਰ ਤ੍ਰੈਗਾਰਤਾ (ਕਾਂਗੜਾ) ਦੇ ਰਾਜੇ ਦੀ ਸੇਵਾ ਕੀਤੀ ਹੈ।"

ਉਦਾਂਬਰਾ ਨੇ ਅੱਖਾਂ ਹੀ ਅੱਖਾਂ 'ਚ ਰਾਜਾ ਨੂੰ ਇਸ਼ਾਰਾ ਕੀਤਾ। ਉਸ ਦਾ ਸੰਕੇਤ ਸਮਝ ਕੇ ਰਾਜਾ ਜੈਅਦੇਵ ਨੂੰ ਸੰਬੋਧਨ ਕਰਦਿਆਂ ਬੋਲਿਆ :

"ਠੀਕ ਏ ! ਕੱਲ੍ਹ ਉਪਸਥਿਤ ਹੋ ਜਾਣਾ। ਵੇਖਾਂਗੇ ਕਿੰਨੀ ਕੁ ਕੁਸ਼ਲਤਾ ਹੈ ਤੇਰੇ ਵਿੱਚ।"

ਪਰ ਇਹ ਵੀ ਉਦਾਂਬਰਾ ਦਾ ਭੁਲੇਖਾ ਸੀ ਕਿ ਜੈਅਦੇਵ ਨੇ ਉਸਨੂੰ ਪਛਾਣਿਆ ਨਹੀਂ। ਉਹ ਇਸ ਰਾਜ 'ਚ ਆਇਆ ਹੀ ਉਸ ਦੇ ਇੱਥੇ ਹੋਣ ਬਾਰੇ ਸੁਣ ਕੇ ਸੀ। ਉਦਾਂਬਰਾ ਨੂੰ ਭੁਲੇਖੇ 'ਚ ਰੱਖਣ ਦੀ ਸਫਲਤਾ ਲਈ ਉਸਨੂੰ ਪ੍ਰਸੰਨਤਾ ਸੀ ਅਤੇ ਉਹ ਇਹ ਵੀ ਜਾਣ ਗਿਆ ਸੀ ਕਿ ਉਦਾਂਬਰਾ ਨੇ ਉਸਨੂੰ ਪਛਾਣ ਲਿਆ ਹੈ।

ਪਿਛਲੇ ਤਿੰਨ ਚਾਰ ਵਰ੍ਹਿਆਂ ਦੇ ਦੌਰਾਨ ਥਾਂ ਥਾਂ ਭਟਕਦਿਆਂ ਉਸ ਦੇ ਮਨ ਵਿਚ ਕਲਿਆਨੀ ਨੂੰ ਵੇਖਣ ਅਤੇ ਉਸ ਬਾਰੇ ਜਾਣਨ ਦੀ ਇੱਛਾ ਉਭਰ ਆਈ ਸੀ। ਹੁਣ ਉਹ ਕਾਫ਼ੀ ਚਤੁਰ ਅਤੇ ਅਨੁਭਵੀ ਹੋ ਗਿਆ ਸੀ। ਦੋ ਤਿੰਨ ਥਾਈਂ ਉਸ ਨੂੰ ਬ੍ਰਾਹਮਣਾਂ ਹੱਥੋਂ ਖੁਆਰ ਵੀ ਹੋਣਾ ਪਿਆ। ਇੱਥੇ ਆ ਕੇ ਉਹ ਕੀ ਕਰੇਗਾ ? ਇਸ ਬਾਰੇ ਉਸ ਨੇ ਕੋਈ ਸਾਫ਼ ਧਾਰਨਾ ਨਹੀਂ ਸੀ ਬਣਾਈ। ਪਰ ਇਹ ਵਿਸ਼ਵਾਸ ਜ਼ਰੂਰ ਸੀ ਕਿ 'ਰਾਣੀ' ਉਦਾਂਬਰਾ ਉਸ ਦੀ ਵਿਆਹੁਤਾ ਹੈ। ਸੱਚੇ ਮਨ ਨਾਲ ਕਦੇ ਉਸ ਨੇ ਪਿਆਰ ਵੀ ਕੀਤਾ ਹੋਵੇਗਾ ਉਸ ਨਾਲ। ਤੇ ਇੱਥੇ ਆਉਣ ਦਾ ਪਰਿਣਾਮ ਜੇ ਸੁਖਦਾਈ ਨਾ ਵੀ ਹੋਵੇ, ਹਾਨੀਕਾਰਕ ਵੀ ਨਹੀਂ ਹੋਵੇਗਾ।

****

ਛੇ ਮਹੀਨੇ ਬੀਤ ਗਏ।

ਉਹ ਪੱਤਰ ਲੇਖਕ ਦਾ ਪੱਤਰ ਲੇਖਕ ਹੀ ਰਿਹਾ। ਕੋਈ ਤਰੱਕੀ ਨਹੀਂ। ਨਾ ਰਾਜਾ ਵੱਲੋਂ ਕੋਈ ਵਿਸ਼ੇਸ਼ ਪੁੱਛ-ਗਿੱਛ। ਰਹਿਣ ਲਈ ਵੀ ਦੋ ਕਮਰੇ ਦਾ ਇਕ ਛੋਟਾ ਜਿਹਾ ਮਕਾਨ।

ਪਿਛਲੇ ਛੇ ਮਹੀਨਿਆਂ 'ਚ ਕੁਝ ਐਸੇ ਅਫਸਰ ਵੀ ਆਏ ਜਦ ਉਦਾਂਬਰਾ ਅਤੇ ਜੈਅਦੇਵ ਇਕ ਦੂਜੇ ਦੇ ਸਨਮੁੱਖ ਇਕੱਲੇ ਸਨ, ਪਰ ਜੈਅਦੇਵ ਨੇ ਉਸ ਨਾਲ ਕੋਈ ਅਪਣਾਪਣ ਜਤਾਉਣ ਦਾ ਯਤਨ ਨਹੀਂ ਕੀਤਾ। ਉਦਾਂਬਰਾ ਮਨ ਹੀ ਮਨ ਚਾਹੁਣ ਲੱਗੀ ਸੀ ਕਿ ਜੈਅਦੇਵ ਉਸ ਉਤੇ ਆਪਣਾ ਕੋਈ ਹੱਕ ਜਤਾਵੇ। ਰਾਤ ਨੂੰ ਲੰਮੇ ਪਿਆ ਕਦੇ ਕਦੇ ਉਹ ਉਸ ਬਾਰੇ ਸੋਚਣ ਲੱਗਦੀ ਅਤੇ ਉਸ ਦਾ ਸਰੀਰ ਉਸ ਦੀ ਛੋਹ ਪ੍ਰਾਪਤ ਕਰਨ ਲਈ ਵਿਆਕੁਲ ਹੋ ਉਠਦਾ।

ਨਹੀਂ, ਨਹੀਂ, ਮੈਨੂੰ ਇੰਜ ਨਹੀਂ ਸੋਚਣਾ ਚਾਹੀਦਾ। ਮੈਂ ਹੁਣ ਰਾਣੀ ਹਾਂ ਅਤੇ ਆਪਣੀ ਮਾਣ-ਮਰਿਯਾਦਾ ਕਾਇਮ ਰੱਖਣ ਲਈ ਜ਼ਰੂਰੀ ਹੈ ਕਿ ਇਹ ਦੂਰੀ, ਇਹ ਨਾ-ਪਛਾਣਨਾ ਇਸੇ ਤਰ੍ਹਾਂ ਬਣਿਆ ਰਹੇ।

ਪਰ ਨਾਲ ਹੀ ਨਾਲ ਉਸ ਪ੍ਰਤੀ ਰੋਸ ਅਤੇ ਕ੍ਰੋਧ ਵੀ ਉਤਪੰਨ ਹੋ ਉਠਦਾ। ਇਕ ਉਤਸੁਕਤਾ ਵੀ, ਉਸ ਕਾਰਨ ਨੂੰ ਜਾਣਨ ਦੀ, ਜਿਸ ਕਾਰਨ ਜੈਅਦੇਵ ਉਸ ਨੂੰ ਜੰਗਲ ਦੇ ਵਿੱਚ ਇਕੱਲਿਆਂ ਛੱਡ ਕੇ ਨੱਸ ਗਿਆ ਸੀ।

ਤੇ ਫੇਰ ਉਦਾਂਬਰਾ ਨੇ ਆਪਣੀ ਇਕ ਵਿਸ਼ਵਾਸਪਾਤਰ, ਸੁੰਦਰ ਦਾਸੀ, ਕੰਚਨ ਮਾਲਾ ਨੂੰ 'ਸਭ ਕੁਝ' ਚੰਗੀ ਤਰ੍ਹਾਂ ਸਿੱਖਾ ਕੇ ਜੈਅਦੇਵ ਵੱਲ ਭੇਜ ਦਿੱਤਾ।

ਅਗਲੀ ਸਵੇਰ ਜਦ ਜੈਅਦੇਵ ਨਦੀ ਤੋਂ ਇਸ਼ਨਾਨ ਕਰ ਕੇ ਪਰਤ ਰਿਹਾ ਸੀ ਤਾਂ ਲੋਕਾਂ ਨੇ ਸੰਘਣੇ ਰੁੱਖਾਂ ਵਿਚਕਾਰੋਂ ਕਿਸੇ ਇਸਤਰੀ ਦੀ ਚੀਕ ਪੁਕਾਰ ਸੁਣੀ। ਕੋਲ ਜਾ ਕੇ ਵੇਖਿਆ ਤਾਂ ਦਾਸੀ ਕੰਚਨ ਮਾਲਾ ਦੇ ਕੱਪੜੇ ਪਾਟੇ ਹੋਏ ਸਨ ਅਤੇ ਉਹ ਰੌਲਾ ਪਾ ਰਹੀ ਸੀ ਕਿ

ਜੈਅਦੇਵ ਨੇ ਉਸ ਨਾਲ ਬਲਾਤਕਾਰ ਕਰਨ ਦੀ ਨੀਅਤ ਨਾਲ ਉਸ ਦੀ ਇਹ ਦਸ਼ਾ ਕੀਤੀ ਹੈ....।

ਮਾਮਲਾ ਰਾਜਾ ਵਿਸ਼ਨੂੰ ਵਰਮਨ ਤੱਕ ਪਹੁੰਚਿਆ।

ਉਦਾਂਬਰਾ ਨੇ ਕ੍ਰੋਧਿਤ ਹੁੰਦਿਆਂ ਆਖਿਆ : "ਇਸ ਨੇ ਮੇਰੀ ਦਾਸੀ ਨਾਲ ਬਲਾਤਕਾਰ ਕਰਨ ਦਾ ਯਤਨ ਕੀਤਾ ਹੈ। ਇਸ ਨੂੰ ਸਖ਼ਤ ਸਜ਼ਾ ਮਿਲਣੀ ਚਾਹੀਦੀ ਹੈ, ਕੋੜਿਆਂ ਦੀ....।"

ਰਾਜਾ ਦਾ ਵਿਚਾਰ ਸੀ ਕਿ ਜੈਅਦੇਵ ਅਤੇ ਕੰਚਨ ਮਾਲਾ, ਦੋਹਾਂ ਨੂੰ ਵੱਖਰਾ ਵੱਖਰਾ ਬੁਲਾ ਕੇ ਚੰਗੀ ਤਰ੍ਹਾਂ ਪੁੱਛ-ਗਿੱਛ ਕੀਤੀ ਜਾਏ। ਕੀ ਪਤਾ ਵਿਚੋਂ ਗੱਲ ਕੋਈ ਹੋਰ ਹੀ ਹੋਵੇ ? ਤੇ ਜੇ ਇਹ ਸੱਚ ਵੀ ਹੋਇਆ ਤਾਂ ਉਸ ਨੂੰ ਉਸ ਦੇ ਪਦ ਤੋਂ ਹਟਾ ਕੇ ਰਾਜ ਤੋਂ ਬਾਹਰ ਕੱਢ ਦੇਣਾ ਕਾਫ਼ੀ ਹੋਵੇਗਾ। ਬ੍ਰਾਹਮਣ ਵਿਦਵਾਨ ਹੈ। ਕੋੜਿਆਂ ਦੀ ਸਜ਼ਾ ਦੇਣਾ ਉਚਿਤ ਨਹੀਂ।

ਉਦਾਂਬਰਾ ਮਨ ਹੀ ਮਨ ਘਬਰਾ ਗਈ। ਜੇ ਵਾਸਤਵਿਕਤਾ ਪ੍ਰਗਟ ਹੋ ਗਈ ਤਾਂ ਕਿਤੇ ਬਾਜ਼ੀ ਉਲਟੀ ਹੀ ਨਾ ਪੈ ਜਾਏ ?

ਰਾਜੇ ਨੇ ਜੈਅਦੇਵ ਨੂੰ ਬੁਲਾ ਕੇ ਪੁੱਛਿਆ, "ਜੋ ਅਸਾਂ ਸੁਣਿਆ ਹੈ, ਕੀ ਉਹ ਸੱਚ ਹੈ ?"

ਜੈਅਦੇਵ ਨੇ ਤਿੱਖੀ ਨਜ਼ਰ ਨਾਲ ਕੋਲ ਖੜ੍ਹੀ ਉਦਾਂਬਰਾ ਵੱਲ ਤੱਕਿਆ। ਉਸ ਦੀਆਂ ਅੱਖਾਂ 'ਚ ਇਸ ਵਾਰ ਉਦਾਂਬਰਾ ਪ੍ਰਤੀ ਪਛਾਣ ਸੀ ਅਤੇ ਇਕ ਵੰਗਾਰ ਵੀ। ਫੇਰ ਰਾਜਾ ਨੂੰ ਸੰਬੋਧਿਤ ਹੁੰਦਿਆ ਬੋਲਿਆ :

"ਮੈਂ ਇੱਕ ਗਰੀਬ ਬ੍ਰਾਹਮਣ ਹਾਂ ਅਤੇ ਉਹ ਮਹਾਰਾਣੀ ਦੀ ਦਾਸੀ। ਜੋ ਉਹ ਕਹਿੰਦੀ ਹੈ ਤਾਂ ਠੀਕ ਹੀ ਹੋਵੇਗਾ।

"ਠੀਕ ਹੈ ਜਾਂ ਠੀਕ ਹੀ ਹੋਵੇਗਾ ? ਸਾਫ਼ ਸਾਫ਼ ਬੋਲੋ ?"

"ਇਹ ਕੀ ਬੋਲੇਗਾ ਸਾਫ਼ ਸਾਫ਼।" ਉਦਾਂਬਰਾ ਜੈਅਦੇਵ ਵੱਲ ਤਿੱਖੀਆਂ ਨਜ਼ਰਾਂ ਨਾਲ ਤਕਦਿਆਂ ਬੋਲੀ, "ਮੈਂ ਚੰਗੀ ਤਰ੍ਹਾਂ ਜਾਣਦੀ ਹਾਂ ਇਸ ਤਰ੍ਹਾਂ ਦਿਆਂ ਆਦਮੀਆਂ ਨੂੰ। ਹੁਣ ਭੋਲਾ ਭਾਲਾ ਬਣਨ ਦਾ ਨਾਟਕ ਕਰ ਰਿਹਾ ਹੈ। ਪਤਾ ਨਹੀਂ ਕਿਸ ਕਿਸ ਦੇ ਜੀਵਨ ਨਾਲ ਖੇਡਦਾ ਰਿਹਾ ਹੈ ਇਹ ਬ੍ਰਾਹਮਣ।" ਉਸ ਦੇ ਬੋਲਾਂ ਵਿੱਚ ਤਲਖ਼ੀ ਸੀ ਅਤੇ ਬਦਲੇ ਦੀ ਭਾਵਨਾ।

ਜੈਅਦੇਵ ਚੁੱਪ ਚਾਪ ਖੜ੍ਹਾ ਰਿਹਾ ਸੀ।

"ਹੁਣ ਤੇਰੇ ਅੱਗੇ ਦੋ ਸੁਝਾਅ ਹਨ।" ਰਾਜਾ ਕੁਝ ਸੋਚਦਿਆਂ ਬੋਲਿਆ, "ਮੇਰੇ ਰਾਜ 'ਚੋਂ ਨਿਕਲਣਾ ਜਾਂ ਕੋੜਿਆਂ ਦਾ ਦੰਡ ?"

"ਆਦਮੀ ਅਣਜਾਨੇ 'ਚ ਬਥੇਰੀਆਂ ਭੁੱਲਾਂ ਕਰ ਬੈਠਦਾ ਹੈ ?" ਉਹ ਰਾਜਾ ਨੂੰ ਘੱਟ ਅਤੇ ਉਦਾਂਬਰਾ ਨੂੰ ਜ਼ਿਆਦਾ ਸੁਣਾਉਂਦਿਆਂ ਬੋਲਿਆ, "ਭਾਵੁਕਤਾ-ਵੱਸ ਜਾਂ ਕਿਸੇ ਹੋਰ ਕਾਰਨਾਂ ਵੱਸ, ਉਹ ਐਸਾ ਕੁਝ ਵੀ ਕਰ ਬੈਠਦਾ ਹੈ ਜਿਸ ਦੇ ਉਚਿਤ ਅਣਉਚਿਤ ਹੋਣ ਬਾਰੇ ਵੀ ਮਨ ਵਿਚ ਸ਼ੰਕਾਵਾਂ ਉਤਪੰਨ ਹੋ ਉਠਦੀਆਂ ਹਨ। ਜੇ...ਜੇ ਕੋੜਿਆਂ ਦੇ ਦੰਡ ਤੋਂ ਬਾਅਦ ਮੇਰਾ ਅਪਰਾਧ ਖਿਮਾ ਕਰ ਦਿੱਤਾ ਜਾਏ ਤਾਂ ਆਪਣੇ ਆਪ ਨੂੰ ਭਾਗਸ਼ਾਲੀ ਸਮਝਾਂਗਾ।"

ਰਾਜਾ ਨੇ ਇਕ ਵਾਰੀ ਰਾਣੀ ਵੱਲ ਅਤੇ ਫੇਰ ਬੂਹੇ ਪਿੱਛੇ ਖੜ੍ਹੀ ਕੰਚਨ ਮਾਲਾ ਵੱਲ ਤੱਕਦਿਆਂ ਆਖਿਆ, "ਠੀਕ ਏ। ਜਿਵੇਂ ਤੇਰੀ ਇੱਛਾ।"

ਕੰਚਨ ਮਾਲਾ ਹੈਰਾਨ ਖੜ੍ਹੀ ਸੋਚ ਰਹੀ ਸੀ : "ਰਾਣੀ ਨੇ ਇਹ ਸਾਰਾ ਖੜਯੰਤਰ ਕਿਉਂ ਰਚਿਆ ? ਕੀ ਵੈਰ ਹੈ ਇਸ ਨੂੰ ਇਸ ਵਿਚਾਰੇ ਬ੍ਰਾਹਮਣ ਨਾਲ... ? ਤੇ ਇਹ ਵੀ ਕਿਉਂ ਸਹਿ ਰਿਹਾ ਹੈ, ਚੁੱਪ ਚਾਪ, ਇਹ ਸਭ ਕੁਝ... ?"

ਤੇ ਜਦ ਸੈਨਕ ਉਸ ਨੂੰ ਫੜ ਕੇ ਲੈ ਜਾ ਰਹੇ ਸਨ ਤਾਂ ਕੰਚਨ ਮਾਲਾ ਨੇ ਹੌਸਲਾ ਕਰਦਿਆਂ ਸੈਨਕਾਂ ਨੂੰ ਜਾ ਕੇ ਆਖਿਆ, "ਮਹਾਰਾਜ ਦਾ ਆਦੇਸ਼ ਹੈ ਕਿ ਇਨ੍ਹਾਂ ਨੂੰ ਕੋੜੇ ਹਲਕੇ ਹਲਕੇ ਮਾਰੇ ਜਾਣ। ਬਹੁਤੀ ਸੱਟ ਨਾ ਲੱਗੇ...।" ਉਂਜ ਮਨ ਹੀ ਮਨ ਮਹਾਰਾਜ ਵਿਸ਼ਨੂੰ ਵਰਮਨ ਦੀ ਵੀ ਇਹੀ ਇੱਛਾ ਸੀ ਸ਼ਾਇਦ।

****

ਉਸ ਦਿਨ ਰਾਜਾ ਸ਼ਿਕਾਰ ਖੇਡਣ ਗਿਆ ਹੋਇਆ ਸੀ ਤਾਂ ਉਦਾਂਬਰਾ ਨੇ ਕੰਚਨ ਮਾਲਾ ਦੇ ਹੱਥ ਸੁਨੇਹਾ ਭੇਜ ਕੇ ਜੈਅਦੇਵ ਨੂੰ ਬੁਲਾ ਲਿਆ।

ਜੈਅਦੇਵ ਆਇਆ ਤਾਂ ਉਦਾਂਬਰਾ ਉਸ ਨੂੰ ਸੰਬੋਧਿਤ ਹੁੰਦਿਆਂ ਬੋਲੀ, "ਮੈਂ ਇਕ ਸੰਦੇਸ਼ਾ ਭੇਜਣਾ ਚਾਹੁੰਦੀ ਹਾਂ, ਉਸ ਆਦਮੀ ਨੂੰ, ਜੋ ਮੈਨੂੰ ਪੂਰੂਸ਼ਿਨੀ ਕੰਢੇ ਰਾਤ ਦੇ ਹਨੇਰੇ 'ਚ ਇਕੱਲਿਆਂ ਛੱਡ ਕੇ ਚਲਾ ਗਿਆ ਸੀ।"

ਜੈਅਦੇਵ ਨੇ ਪਹਿਲੀ ਵਾਰੀ ਉਦਾਂਬਰਾ ਦੀਆਂ ਅੱਖਾਂ 'ਚ ਅੱਖਾਂ ਪਾ ਕੇ ਵੇਖਿਆ ਤੇ ਬੋਲਿਆ :

"ਜੇ ਤੁਸੀਂ ਪਛਾਣ ਹੀ ਲਿਆ ਸੀ, ਤਾਂ ਇਹ ਸਭ ਨਾਟਕ ਕਰਨ ਦੀ ਕੀ ਲੋੜ ?"

"ਉਂਜ ਨਾਟਕ ਤੇ ਤੁਸੀਂ ਕਰਦੇ ਰਹੇ ਹੋ ਮੇਰੇ ਨਾਲ। ਪਛਾਣ ਤੇ ਤੁਸਾਂ ਵੀ ਲਿਆ ਸੀ। ਮੇਰਾ ਤੇ ਕੇਵਲ ਇਹੀ ਦੋਸ਼ ਕਿ ਮੈਂ ਤੁਹਾਡੀ ਅਸਲੀਅਤ ਪ੍ਰਗਟ ਕਰ ਕੇ ਤੁਹਾਨੂੰ ਕਿਸੇ ਦੁਵਿਧਾ 'ਚ ਨਹੀਂ ਸੀ ਪਾਉਣਾ ਚਾਹੁੰਦੀ।"

"ਤੇ ਅੱਜ ਕਿਵੇਂ ਯਾਦ ਕੀਤਾ ?"

"ਮੈਂ ਸਿਰਫ਼ ਇਹ ਜਾਣਨਾ ਚਾਹੁੰਦੀ ਹਾਂ ਕਿ ਉਹ ਕੀ ਕਾਰਨ ਸੀ ਜੋ ਤੁਸੀਂ ਮੈਨੂੰ ਜੰਗਲ 'ਚ ਛੱਡ ਕੇ ਚਲੇ ਗਏ ? ਕੀ ਮੈਂ ਲੰਗੜੀ ਲੂਲੀ ਸਾਂ ? ਕਰੂਪ ਸਾਂ ? ਜਾਂ ਕਿਸੇ ਉਚ-ਕੁੱਲ ਪਰਿਵਾਰ ਦੀ ਪੁੱਤਰੀ ਨਹੀਂ ਸਾਂ ?

"ਕ੍ਰੋਧਿਤ ਨਾ ਹੋਵੇ ਕਲਿਆਨੀ...।"

"ਕਲਿਆਨੀ।" ਉਦਾਂਬਰਾ ਦੇ ਮੂੰਹੋਂ ਨਿਕਲਿਆ, "ਤਾਂ ਯਾਦ ਹੋ ਤੁਹਾਨੂੰ ਮੇਰਾ ਨਾਮ !"

"ਸਭ ਕੁਝ ਯਾਦ ਹੈ ਤੇ ਇਹ ਵੀ ਕਿ ਤੁਸੀਂ ਇਕ ਵਿਦਵਾਨ ਬ੍ਰਾਹਮਣ ਦੀ ਪੁੱਤਰੀ ਹੋ। ਇਸੇ ਕਾਰਨ ਮੈਂ ਤੁਹਾਨੂੰ ਛੱਡ ਕੇ ਚਲਾ ਗਿਆ ਸਾਂ।"

"ਇਸੇ ਕਾਰਨ ? ਮੈਂ ਸਮਝੀ ਨਹੀਂ।"

"ਜੇ ਸੱਚ ਪੁੱਛੋ ਤਾਂ ਮੈਂ ਉਦੋਂ ਵੀ ਨਾਟਕ ਕਰ ਰਿਹਾ ਸਾਂ। ਮੈਂ ਨਹੀਂ ਜਾਣਦਾ ਕਿ ਸੱਚ ਜਾਣਨ ਤੋਂ ਬਾਅਦ ਤੁਸੀਂ ਮੈਨੂੰ ਖਿਮਾਂ ਕਰ ਸਕੋਗੇ ਕਿ ਨਹੀਂ।"

"ਮੈਨੂੰ ਸਾਫ਼ ਸਾਫ਼ ਦੱਸੋ ਤੇ ਹੋਰ ਗੁੰਝਲਾਂ ਨਾ ਪਾਓ ?"

"ਸੱਚ ਇਹ ਹੈ ਕਲਿਆਨੀ, ਕਿ ਮੈਂ ਬ੍ਰਾਹਮਣ ਨਹੀਂ, ਇਕ ਗਰੀਬ ਸ਼ੂਦਰ-ਪੁੱਤਰ ਹਾਂ।"

ਉਦਾਂਬਰਾ ਦਾ ਮੂੰਹ ਖੁੱਲ੍ਹੇ ਦਾ ਖੁੱਲ੍ਹਾ ਰਹਿ ਗਿਆ ਅਤੇ ਹੈਰਾਨੀ ਭਰੀਆਂ ਨਜ਼ਰਾਂ ਨਾਲ ਉਸ ਵੱਲ ਤੱਕਣ ਲੱਗੀ।

ਜੈਅਦੇਵ ਆਪਣੀ ਗੱਲ ਜਾਰੀ ਰੱਖਦਿਆਂ ਬੋਲਿਆ :

"ਮੇਰੇ ਪਿਤਾ ਇਕ ਮਲਾਹ ਸਨ, ਜਦੋਂ ਮੇਰਾ ਜਨਮ ਹੋਇਆ ਅਤੇ ਮੈਂ ਕੁਝ ਵੱਡਾ ਹੋਇਆ ਤਾਂ ਮੇਰਾ ਰੰਗ-ਰੂਪ, ਸੂਝ-ਬੂਝ ਵੇਖ ਕੇ ਲੋਕ ਕਹਿੰਦੇ : ਜੇ ਛੱਤਰੀ-ਬ੍ਰਾਹਮਣ ਦੇ ਘਰ ਪੈਦਾ ਹੋਇਆ ਹੁੰਦਾ ਤਾਂ...। ਜ਼ਰੂਰ ਇਸ ਦੇ ਪੁਰਖਿਆਂ 'ਚੋਂ ਕੋਈ ਛੱਤਰੀ ਜਾਂ ਬ੍ਰਾਹਮਣ ਰਿਹਾ ਹੋਵੇਗਾ...।"

"ਜਦੋਂ ਮੈਂ ਚੌਦਾਂ ਪੰਦਰਾਂ ਵਰ੍ਹਿਆਂ ਦਾ ਹੋਇਆ ਤਾਂ ਇਕ ਛੋਟੀ ਜਿਹੀ ਘਟਨਾ ਵਾਪਰ ਗਈ। ਉਂਜ ਇਸ ਤਰ੍ਹਾਂ ਦੀਆਂ ਘਟਨਾਵਾਂ ਨੀਵੀਂ ਜਾਤੀ ਦੇ ਲੋਕਾਂ ਨਾਲ ਵਾਪਰਦੀਆਂ ਹੀ ਰਹਿੰਦੀਆਂ ਨੇ। ਉਸ ਦਿਨ ਮੇਰੇ ਪਿਤਾ ਸ਼ਤਾਦ੍ਰੂ (ਸਤਲੁਜ) ਨਦੀ ਦੇ ਆਰ ਪਾਰ ਕਈ ਫੇਰੇ ਲਾ ਚੁੱਕੇ ਸਨ। ਖੂਬ ਥੱਕ ਗਏ ਸਨ। ਮਾਂ ਰੋਟੀ ਲੈ ਕੇ ਉਡੀਕ ਕਰ ਰਹੀ ਸੀ। ਉਹ ਉਸ ਤੋਂ ਰੋਟੀ ਲੈ ਕੇ ਖਾਣ ਲੱਗ ਪਏ। ਹਾਲੇ ਅੱਧੀ ਰੋਟੀ ਹੀ ਖਾਂਦੀ ਸੀ ਕਿ ਪੰਜ ਛੇ ਉਚ ਕੁੱਲ ਦੇ ਆਦਮੀ ਨਦੀ ਕੰਢੇ ਆ ਪਹੁੰਚੇ। ਉਹਨਾਂ 'ਚ ਇਕ ਬ੍ਰਾਹਮਣ ਸੀ ਅਤੇ ਬਾਕੀ ਛੱਤਰੀ। ਸ਼ਾਇਦ ਬਹੁਤ ਕਾਹਲੀ 'ਚ ਸਨ। ਆਉਂਦਿਆਂ ਹੀ ਉਹਨਾਂ ਬਾਪੂ ਨੂੰ ਰੋਹਬ ਨਾਲ ਆਖਿਆ,

"ਉਠ ਕੇ ਛੇਤੀ ਨਾਲ ਸਾਨੂੰ ਉਸ ਪਾਰ ਪਹੁੰਚਾ ਦੇ।"

ਬਾਪੂ ਬੋਲਿਆ, "ਜ਼ਰਾ ਮੈਂ ਰੋਟੀ ਖਾ ਲਵਾਂ, ਫੇਰ ਚਲਦਾ ਹਾਂ।"

"ਰੋਟੀ ਫੇਰ ਆ ਕੇ ਖਾ ਲਵੀਂ। ਸਾਨੂੰ ਬਹੁਤ ਛੇਤੀ ਹੈ।" ਦੂਜੇ ਨੇ ਰੋਅਬ ਨਾਲ ਬਾਪੂ ਨੂੰ ਝਿੜਕਦਿਆਂ ਆਖਿਆ।

ਬਾਪੂ ਡਰ ਗਿਆ। ਅੱਧੀ ਰੋਟੀ ਉਵੇਂ ਹੀ ਛੱਡ ਦਿੱਤੀ। ਛੇਤੀ ਛੇਤੀ ਨਦੀ ਤੋਂ ਹੱਥ ਧੋ ਕੇ ਹੱਥ ਝਾੜੇ ਜਾਂ ਸ਼ਾਇਦ ਦੋ ਚਾਰ ਛਿੱਟੇ ਬ੍ਰਾਹਮਣ ਉਤੇ ਪੈ ਗਏ। ਬ੍ਰਾਹਮਣ ਕ੍ਰੋਧ 'ਚ ਆ ਗਿਆ ਤੇ ਬੋਲਣ ਲੱਗਾ : ਮੇਰਾ ਜਨਮ ਭ੍ਰਿਸ਼ਟ ਕਰ ਦਿੱਤਾ ਇਸ ਨੀਚ ਨੇ। ਹੁਣ ਮੈਨੂੰ ਇਸ਼ਨਾਨ ਕਰਨਾ ਪਊ। ਹੋਰ ਦੇਰ ਹੋ ਜਾਊ...। ਅਤੇ ਉਨ੍ਹਾਂ ਛੱਤਰੀਆਂ ਨੇ ਮੇਰੇ ਬਾਪੂ ਨੂੰ ਬਹੁਤ ਕੁੱਟਿਆ। ਕੁੱਟ-ਕੁੱਟ ਕੇ ਸ਼ਾਇਦ ਮਾਰ ਹੀ ਸੁੱਟਦੇ ਜੇ ਉਨ੍ਹਾਂ ਨੇ ਬੇੜੀ ਰਾਹੀਂ ਪਾਰ ਨਾ ਜਾਣਾ ਹੁੰਦਾ।

"ਫੇਰ," ਉਦਾਂਬਰਾ ਬੋਲੀ।

"ਪਤਾ ਨਹੀਂ ਮੇਰੇ ਬਾਪੂ ਦੇ ਮਨ ਵਿੱਚ ਕੀ ਕੀ ਬੀਤੀ ? ਜਾਂ ਇਸ ਤਰ੍ਹਾਂ ਦੀਆਂ ਹੋਰ ਕਿੰਨੀਆਂ ਘਟਨਾਵਾਂ ਕੀਤੀਆਂ ਹੋਣਗੀਆਂ ਉਸ ਉਤੇ। ਆਪਣੇ ਕ੍ਰੋਧ ਨੂੰ ਕਾਬੂ 'ਚ ਕਰਦਿਆਂ ਬਾਪੂ ਨੇ ਚੱਪੂ ਚੁੱਕੇ। ਉਨ੍ਹਾਂ ਛੇਆਂ ਵੱਲ ਖੂਨੀ ਨਜ਼ਰਾਂ ਨਾਲ ਤੱਕਿਆ ਤੇ ਸਾਰਿਆਂ ਨੂੰ ਬੇੜੀ 'ਚ ਬਿਠਾ ਕੇ ਚੱਪੂ ਚਲਾਣੇ ਸ਼ੁਰੂ ਕਰ ਦਿੱਤੇ। ਮੈਂ ਅਤੇ ਮੇਰੀ ਮਾਂ ਬੇਵੱਸ ਜਿਹੇ ਬੇੜੀ ਨੂੰ ਨਦੀ ਵਿਚਕਾਰ ਜਾਂਦਿਆਂ ਵੇਖਣ ਲੱਗੇ। ਬਾਪੂ ਨੇ ਇਕ ਦੋ ਵਾਰੀ ਸਾਡੇ ਵੱਲ ਭਾਵ-ਪੂਰਨ ਨਜ਼ਰਾਂ ਨਾਲ ਤੱਕਿਆ ਜਿਵੇਂ ਕੁਝ ਕਹਿਣਾ ਚਾਹੁੰਦਾ ਹੋਵੇ। ਬੇੜੀ ਜਦ ਨਦੀ ਦੇ ਐਨ ਵਿਚਕਾਰ ਪਹੁੰਚੀ ਤਾਂ ਅਸਾਂ ਵੇਖਿਆ ਬੇੜੀ ਡਾਵਾਂ ਡੋਲੇ ਖਾਣ ਲੱਗੀ ਤੇ ਫੇਰ ਇਕ ਦਮ ਉਲਟ ਗਈ। ਉਹ ਛੇਉਂ ਤੇ ਮੇਰਾ ਬਾਪੂ, ਸੱਤੋਂ ਪਾਣੀ ਵਿੱਚ ਡੁੱਬ ਮੋਏ।"

"ਤੇ ਤੁਹਾਡਾ ਬਾਪੂ ਵੀ ?" ਉਦਾਂਬਰਾ ਕੁਝ ਸੋਚਦਿਆਂ ਬੋਲੀ।

"ਮੇਰੇ ਬਾਪੂ ਚੰਗੇ ਤੈਰਾਕ ਸਨ। ਪਰ ਉਨ੍ਹਾਂ ਛੇਆਂ ਵਿਚੋਂ ਸ਼ਾਇਦ ਇਕ ਜਣਾ ਤੈਰਨਾ ਵੀ ਜਾਣਦਾ ਸੀ। ਜਦੋਂ ਉਹ ਤੈਰਨ ਲੱਗਾ ਤਾਂ ਬਾਪੂ ਨੇ ਉਸ ਨੂੰ ਜਾ ਫੜਿਆ ਤੇ ਇਸ ਤਰ੍ਹਾਂ ਉਹ ਦੋਵੇਂ ਵੀ ਡੁੱਬ ਮੋਏ।"

ਉਦਾਂਬਰਾ ਕੁਝ ਦੇਰ ਚੁੱਪ ਚਾਪ ਬੈਠੀ ਰਹੀ। ਲੱਗਦਾ ਸੀ ਇਸ ਘਟਨਾ ਦਾ ਉਸ 'ਤੇ ਕਾਫ਼ੀ ਪ੍ਰਭਾਵ ਪਿਆ ਸੀ। ਜੈਅਦੇਵ ਨੇ ਆਪਣੀ ਗੱਲ ਜਾਰੀ ਰੱਖਦਿਆਂ ਆਖਿਆ, "ਸ਼ੁਕਰ ਇਹ ਕਿ ਇਸ ਘਟਨਾ ਨੂੰ ਕਿਸੇ ਹੋਰ ਨੇ ਨਹੀਂ ਵੇਖਿਆ। ਨਹੀਂ ਤੇ ਇਸ ਦਾ ਦੰਡ ਸਾਨੂੰ ਦੋਹਾਂ ਨੂੰ ਭੁਗਤਣਾ ਪੈਂਦਾ।"

"ਮਲਾਹ ਦੀ ਮੌਤ ਪਾਣੀ ਵਿੱਚ ਅਤੇ ਸੈਨਕ ਦੀ ਮੌਤ ਲੜਾਈ ਦੇ ਮੈਦਾਨ 'ਚ ਹੋਵੇ ਤਾਂ ਕੋਈ ਹੈਰਾਨੀ ਦੀ ਗੱਲ ਨਹੀਂ। ਕੁਝ ਦਿਨ ਰੋਣ ਧੋਣ ਤੋਂ ਬਾਅਦ ਜਦ ਮੈਂ ਚੱਪੂ ਸੰਭਾਲੇ ਤਾਂ ਮੇਰੀ ਮਾਂ ਨੇ ਮੈਨੂੰ ਬੁਲਾ ਕੇ ਆਖਿਆ :

"ਵੇਖ ਪੁੱਤਰ, ਮੈਂ ਨਹੀਂ ਚਾਹੁੰਦੀ ਕਿ ਤੂੰ ਵੀ ਪਸ਼ੂਆਂ ਵਰਗਾ ਜੀਵਨ ਬਿਤਾਏ। ਤੂੰ ਸਾਡੇ ਵਾਂਗ ਮੂਰਖ ਵੀ ਨਹੀਂ। ਸੂਝ ਬੂਝ ਹੈ ਤੇਰੇ ਵਿਚ। ਤੂੰ ਕਿਸੇ ਚੰਗੇ ਗੁਰੂ ਕੋਲ ਜਾ ਕੇ ਵਿਦਿਆ ਪ੍ਰਾਪਤ ਕਰ। ਪੁਰੁਸ਼ਿਨੀ ਪਾਰ, ਸੁਣਿਆ ਹੈ, ਕੋਈ ਜਾਤ-ਪਾਤ ਬਾਰੇ ਬਹੁਤੀ ਪੁੱਛ ਪੜਤਾਲ ਨਹੀਂ ਕਰਦਾ।" ਤੇ ਮੇਰੀ ਮਾਂ ਨੇ ਆਪਣੇ ਆਪ ਨੂੰ ਕਿਸੇ ਸ਼੍ਰੇਸ਼ਟ ਕੋਲ ਵੇਚ ਕੇ ਮੈਨੂੰ ਸੋਨੇ ਦੀਆਂ ਮੁੰਦਰਾਂ ਫੜਾ ਕੇ ਤੁਹਾਡੇ ਪਿਤਾ ਕੋਲ ਭੇਜ ਦਿੱਤਾ। ਉਸ ਨੇ ਮੇਰੀ ਖਾਤਰ ਆਪਣੇ ਆਪ ਨੂੰ ਵੇਚਿਆ, ਇਸ ਦਾ ਮੈਨੂੰ ਬਾਅਦ 'ਚ ਪਤਾ ਲੱਗਾ।"

"ਇਸ ਦਾ ਭਾਵ ਇਹ ਕਿ ਤੁਸਾਂ ਮੇਰੇ ਪਿਤਾ ਕੋਲ ਆ ਕੇ ਝੂਠ ਬੋਲਿਆ। ਇਸ ਤਰ੍ਹਾਂ ਦਾ ਝੂਠ ਬੋਲਣਾ ਕੇਵਲ ਅਪਰਾਧ ਹੀ ਨਹੀਂ ਪਾਪ ਹੈ।"

"ਇਸ ਬਾਰੇ ਵੀ ਮੈਂ ਬਹੁਤ ਸੋਚਦਾ ਰਿਹਾ ਹਾਂ ਅਤੇ ਹੁਣ ਵੀ ਸੋਚ ਰਿਹਾ ਹਾਂ। ਇਕ ਆਦਮੀ ਨੂੰ ਆਦਮੀ ਨਾ ਸਮਝਣਾ, ਉਸ ਨਾਲ ਬਿਨਾਂ ਕਿਸੇ ਕਾਰਨ ਪਸ਼ੂਆਂ ਤੋਂ ਵੀ ਭੈੜਾ ਵਰਤਾਓ ਕਰਦੇ ਰਹਿਣਾ, ਇਸ ਤੋਂ ਵੱਡਾ ਅਪਰਾਧ ਤੇ ਪਾਪ ਹੋਰ ਕੋਈ ਹੋ ਨਹੀਂ ਸਕਦਾ। ਮੈਨੂੰ ਲੱਗਦਾ ਹੈ ਕਿ ਮੈਂ ਤੁਹਾਡੇ ਪਿਤਾ ਕੋਲ ਪੰਜ ਸਾਲ ਤੱਕ ਜੇ ਸਾਰਾ ਨਹੀਂ ਤਾਂ ਅੱਧੇ ਤੋਂ ਵੱਧ ਝੂਠ ਹੀ ਪੜ੍ਹਿਆ ਹੈ। ਪਤਾ ਨਹੀਂ ਕਿਸ ਵੇਲੇ, ਕਿਸ ਤਰ੍ਹਾਂ ਦੇ ਲੋਕਾਂ ਨੇ ਬੈਠ ਕੇ ਇਹ ਛੜਯੰਤਰ ਰਚਿਆ ਕਿ ਅੱਧੇ ਤੋਂ ਵੱਧ ਲੋਕਾਂ ਨੂੰ ਆਪਣਾ ਦਾਸ ਬਣਾ ਲਿਆ, ਜਨਮਾਂ ਜਨਮਾਂ ਲਈ।"

ਜੈਅਦੇਵ ਨੂੰ ਲੱਗਿਆ ਜਿਵੇਂ ਉਹ ਕੁਝ ਜ਼ਿਆਦਾ ਹੀ ਬੋਲ ਗਿਆ ਹੈ। ਉਹ ਚੁੱਪ ਕਰ ਗਿਆ ਅਤੇ ਉਦਾਂਬਰਾ ਉਸ ਦੇ ਚਿਹਰੇ 'ਤੇ ਪਸਰੀ ਹੋਈ ਵੇਦਨਾ ਤੇ ਬੇਵੱਸੀ ਵੇਖਦੀ ਰਹੀ।

"ਸ਼ਾਇਦ ਤੁਸੀਂ ਹੁਣ ਸਮਝ ਹੀ ਗਏ ਹੋਵੋਗੇ," ਉਹ ਆਪਣੀ ਗੱਲ ਅੱਗੇ ਤੋਰਦਿਆਂ ਬੋਲਿਆ, "ਇਹੀ ਕਾਰਨ ਸੀ ਕਿ ਮੈਂ ਤੁਹਾਨੂੰ ਪੁਰੁਸ਼ਿਨੀ ਕੰਢੇ ਰਾਤ ਨੂੰ ਛੱਡ ਕੇ ਭੱਜ ਗਿਆ। ਮੈਂ ਨਹੀਂ ਸੀ ਚਾਹੁੰਦਾ ਕਿ ਤੁਹਾਡੇ ਸਾਹਮਣੇ ਸਾਰੀ ਉਮਰ ਬ੍ਰਾਹਮਣ ਹੋਣ ਦਾ ਨਾਟਕ ਖੇਡਦਾ ਰਹਿੰਦਾ ਜਾਂ ਤੁਹਾਨੂੰ ਵੀ ਸ਼ੂਦਰਤਾ ਵੀ ਦਲਿਦਰਤਾ 'ਚ ਘਸੀਟਦਾ। ਦਲਿਦਰਤਾ, ਗਰੀਬੀ ਬੜੀ ਘਾਤਕ ਵਸਤੂ ਹੈ। ਨਪੁੰਸਕ ਬਣਾ ਦਿੰਦੀ ਹੈ ਆਦਮੀ ਨੂੰ।"

"ਜੋ ਤੁਸੀਂ ਆਖਿਆ," ਉਦਾਂਬਰਾ ਕੁਝ ਦੇਰ ਚੁੱਪ ਰਹਿਣ ਤੋਂ ਬਾਅਦ ਬੋਲੀ, "ਮੈਂ

ਬੇਸ਼ੱਕ ਸਭ ਕੁਝ ਤੇ ਨਹੀਂ, ਥੋੜ੍ਹਾ ਬਹੁਤ ਸਮਝ ਸਕਦੀ ਹਾਂ। ਪਰ ਮੇਰੇ ਬਾਰੇ ਵੀ ਸੋਚਿਆ ਹੈ ਕਦੀ ? ਤੁਸੀਂ ਹੀ ਦੱਸੋ ਮੈਂ ਕੀ ਕਰਾਂ ?।"

"ਸਮਝ ਲੈ ਕਲਿਆਨੀ ਕਿ ਅਗਨੀ ਦੁਆਲੇ ਜੋ ਫੇਰੇ ਅਸਾਂ ਲਏ ਸਨ, ਉਹ ਨਾਟਕ ਸੀ ਅਤੇ ਜੋ ਅੱਜ ਹੈ ਅਸਲੀਅਤ।"

"ਕਹਿਣ ਨਾਲ ਤੇ ਸੱਚ ਝੂਠ ਅਤੇ ਝੂਠ ਸੱਚ ਨਹੀਂ ਹੋ ਜਾਂਦਾ।"

"ਸੱਚ ਨੂੰ ਜਾਣਨਾ ਬਹੁਤ ਗਹਿਰੀ ਸਮੱਸਿਆ ਹੈ ਕਲਿਆਨੀ। ਸੱਚ ਨੂੰ ਜਾਣੇ ਬਿਨਾਂ ਸੱਚ ਨੂੰ ਜਾਣਿਆ ਨਹੀਂ ਜਾ ਸਕਦਾ।"

****

ਕਈ ਦਿਨ, ਕਈ ਮਹੀਨੇ ਹੋਰ ਲੰਘ ਗਏ।

ਜੈਅਦੇਵ ਸੰਦੇਸ਼ ਲੇਖਕ ਤੋਂ 'ਸੰਧੀ ਮੰਤਰੀ' ਬਣ ਗਿਆ। ਉਸ ਨੇ ਰਾਜਾ ਵਿਸ਼ਨੂੰ ਵਰਮਨ ਨਾਲ ਸਾਕਲ (ਸਿਆਲਕੋਟ), ਸੁਨੇਤਰਾ (ਲੁਧਿਆਣਾ) ਅਤੇ ਸਭ ਤੋਂ ਮਹੱਤਵਪੂਰਨ ਮਗਧ ਸਮਰਾਟ ਚੰਦਰਗੁਪਤ ਨਾਲ ਸੰਧੀ ਕਰਵਾਉਣ 'ਚ ਵਿਸ਼ੇਸ਼ ਯੋਗਦਾਨ ਦਿੱਤਾ ਸੀ। ਪਾਟਲੀਪੁੱਤਰ ਦੇ ਸੰਧੀ ਮੰਤਰੀ ਨੇ ਸੰਧੀ ਪੱਤਰਾਂ ਦਾ ਵਟਾਂਦਰਾ ਕਰਦਿਆਂ ਤਿੱਖੀਆਂ ਨਜ਼ਰਾਂ ਨਾਲ ਜੈਅਦੇਵ ਵੱਲ ਤੱਕਿਆ ਅਤੇ ਖਚਰੀ ਜਿਹੀ ਹਾਸੀ ਹੱਸਦਿਆਂ ਆਖਿਆ ਸੀ : "ਆਸ ਹੈ ਕਿ 'ਆਚਾਰੀਆ' ਜੈਅਦੇਵ ਪਾਟਲੀਪੁੱਤਰ ਨਾਲ ਆਪਣੇ ਪੁਰਾਣੇ ਸੰਬੰਧਾਂ ਨੂੰ ਧਿਆਨ 'ਚ ਰੱਖਦਿਆਂ ਸਮਰਾਟ ਚੰਦਰਗੁਪਤ ਦੇ ਹਿਤ ਦਾ ਵੀ ਧਿਆਨ ਰੱਖਣਗੇ।" (ਉਹ ਉਸ ਦੇ 'ਸ਼ੂਦਰ' ਹੋਣ ਬਾਰੇ ਜਾਣਦੇ ਸਨ)।

ਰਾਜਾ ਵਿਸ਼ਨੂੰ ਵਰਮਨ ਦੇ ਬਹੁਤ ਸਾਰੇ ਦਿਨ ਰਾਜ ਭਵਨ ਤੋਂ ਬਾਹਰ ਹੀ ਬੀਤਦੇ। ਕਦੇ ਰਾਜ ਦੇ ਕੰਮਾਂ ਲਈ ਅਤੇ ਕਦੇ ਸ਼ਿਕਾਰ ਕਰਦਿਆਂ। ਜਦੋਂ ਉਹ ਇਸ ਤਰ੍ਹਾਂ ਬਾਹਰ ਹੁੰਦੇ ਤਾਂ ਉਦਾਂਬਰਾ ਕੰਚਨ ਮਾਲਾ ਨੂੰ ਭੇਜ ਕੇ ਕਿਸੇ ਨਾ ਕਿਸੇ ਬਹਾਨੇ ਜੈਅਦੇਵ ਨੂੰ ਆਪਣੇ ਕੋਲ ਬੁਲਾ ਲੈਂਦੀ।

****

ਉਸ ਦਿਨ ਵੀ ਰਾਜਾ ਸ਼ਿਕਾਰ ਖੇਡਣ ਗਿਆ ਹੋਇਆ ਸੀ। ਉਦਾਂਬਰਾ ਨੇ ਕੰਚਨ ਮਾਲਾ ਨੂੰ ਕਿਹਾ ਕਿ ਜੈਅਦੇਵ ਨੂੰ ਜਾ ਕੇ ਕਹੋ ਕਿ ਰਾਣੀ ਨੇ ਬੁਲਾਇਆ ਹੈ। ਜ਼ਰੂਰੀ ਕੰਮ ਹੈ।

ਕੰਚਨ ਮਾਲਾ ਨੇ ਭਾਵ ਪੂਰਕ ਨਜ਼ਰਾਂ ਨਾਲ ਰਾਣੀ ਵੱਲ ਤੱਕਿਆ ਅਤੇ ਜੈਅਦੇਵ ਨੂੰ ਜਾ ਸੰਦੇਸ਼ ਦਿੱਤਾ।

"ਕੀ ਕੰਮ ਹੋ ਸਕਦਾ ਹੈ ਰਾਣੀ ਨੂੰ ਮੇਰੇ ਨਾਲ ?" ਜੈਅਦੇਵ ਨੇ ਸਮਝਦਿਆਂ ਹੋਇਆਂ ਵੀ ਕੰਚਨ ਮਾਲਾ ਨੂੰ ਸੰਬੋਧਨ ਕਰਦਿਆਂ ਆਖਿਆ :

"ਮੈਂ ਕੀ ਜਾਣਾਂ ? ਤੁਸੀਂ ਜਾਣੋ ਜਾਂ ਰਾਣੀ ਜਾਣੇ।" ਉਸ ਨੇ ਬੋਲਾਂ 'ਚ ਲੁਕਿਆ ਹੋਇਆ ਵਿਅੰਗ ਸੀ।

"ਠੀਕ ਹੈ," ਕਹਿ ਕੇ ਜੈਅਦੇਵ ਜਾਣ ਲਈ ਤਿਆਰ ਹੋਣ ਲੱਗਾ। ਕੰਚਨ ਮਾਲਾ ਗਈ ਨਹੀਂ। ਉਹ ਜੈਅਦੇਵ ਦੇ ਕਮਰੇ 'ਚ ਖਿਲਰੇ ਸਾਮਾਨ ਨੂੰ ਸਲੀਕੇ ਨਾਲ ਰੱਖਣ-ਟਿਕਾਉਣ ਲੱਗੀ। ਉਹ ਜਦ ਵੀ ਕਦੀ ਰਾਣੀ ਦਾ ਸੰਦੇਸ਼ ਲੈ ਕੇ ਜਾਂ ਹੋਰ ਕਿਸੇ ਕੰਮ ਆਉਂਦੀ ਤਾਂ ਇੰਜ

ਹੀ ਕਰਿਆ ਕਰਦੀ ਸੀ। ਸ਼ੁਰੂ ਸ਼ੁਰੂ 'ਚ, ਜਦ ਜੈਅਦੇਵ ਦਾ ਕੋਈ ਦਾਸ ਨੌਕਰ ਨਹੀਂ ਸੀ ਤਾਂ ਕੰਚਨ ਮਾਲਾ ਉਸ ਲਈ ਚੌਂਕੇ 'ਚ ਜਾ ਕੇ ਰੋਟੀ ਵੀ ਬਣਾ ਦਿੰਦੀ।

ਹੁਣ, ਉਸ ਦੇ ਕਮਰੇ ਦੀਆਂ ਚੀਜ਼ਾਂ ਸਲੀਕੇ ਨਾਲ ਰੱਖਦਿਆਂ ਕੰਚਨ ਮਾਲਾ ਖੜ੍ਹੀ ਹੋ ਗਈ ਅਤੇ ਚੁੱਪ ਚਾਪ ਜੈਅਦੇਵ ਵੱਲ ਵੇਖਣ ਲੱਗੀ।

"ਕੀ ਗੱਲ ਏ ? ਕੁਝ ਕਹਿਣਾ ਚਾਹ ਰਹੀ ਏਂ ਕੰਚਨ ਮਾਲਾ ?" ਜੈਅਦੇਵ ਉਸ ਨੂੰ ਇੰਝ ਤੱਕਦਿਆਂ ਵੇਖ ਕੇ ਬੋਲਿਆ।

"ਨਹੀਂ, ਕੁਝ ਨਹੀਂ।" ਉਸ ਨੇ ਸੰਗਦਿਆਂ ਆਖਿਆ।

"ਫੇਰ ਵੀ ?"

"ਫੇਰ ਵੀ ?"

"ਸੋਚ ਰਹੀ ਹਾਂ...ਮੈਂ ਤੁਹਾਡੇ 'ਤੇ ਦੋਸ਼ ਲਾਇਆ, ਕੋੜਿਆਂ ਦੀ ਮਾਰ ਪਵਾਈ, ਤੁਸੀਂ ਫੇਰ ਵੀ ਮੇਰੇ ਪ੍ਰਤੀ ਕੋਈ ਰੋਸ ਪ੍ਰਗਟ ਨਹੀਂ ਕੀਤਾ।"

"ਇਸ ਵਿੱਚ ਭਲਾ ਤੇਰਾ ਕੀ ਦੋਸ਼। ਜੋ ਰਾਣੀ ਨੇ ਆਖਿਆ, ਤੂੰ ਉਸੇ ਅਨੁਸਾਰ ਕੀਤਾ।"

"ਤਾਂ ਫੇਰ ਦੋਸ਼ ਕਿਸ ਦਾ ? ਉਂਜ ਮੈਂ ਪੁੱਛ ਨਹੀਂ ਰਹੀ, ਬੱਸ ਸੋਚ ਰਹੀ ਹਾਂ ਤੇ ਇਹ ਵੀ ਕਿ ਤੁਸੀਂ ਇਹ ਨਹੀਂ ਜੋ ਦਿੱਸ ਰਹੇ ਹੋ...।"

"ਤੂੰ ਠੀਕ ਹੀ ਕਹਿ ਰਹੀ ਏਂ ਕੰਚਨ। ਸੱਚ ਉਹ ਨਹੀਂ ਜੋ ਦਿੱਸਦਾ ਹੈ। ਸੱਚ ਉਹ ਹੈ ਜੋ ਆਦਮੀ ਸੋਚਦਾ ਹੈ। ਉਂਜ ਸੱਚ ਉਹ ਵੀ ਨਹੀਂ। ਸੱਚ ਦੀ ਵੀ ਇਕ ਸੀਮਾ ਹੁੰਦੀ ਏ, ਹਰ ਆਦਮੀ ਦੀ ਆਪਣੀ ਸੋਚ-ਸ਼ਕਤੀ ਅਨੁਸਾਰ।"

"ਤੁਸੀਂ ਮੇਰੀ ਸੀਮਾ ਦੀ ਗੱਲ ਕਰ ਰਹੇ ਹੋ ?"

"ਨਹੀਂ ਕੰਚਨ, ਤੂੰ ਵੀ ਉਹ ਨਹੀਂ ਜੋ ਤੈਨੂੰ ਕਰਨਾ ਪੈ ਰਿਹਾ ਹੈ। ਜੇ ਤੂੰ ਕਿਸੇ ਉਚ ਕੁੱਲ 'ਚ ਜਨਮ ਲਿਆ ਹੁੰਦਾ ਤਾਂ ਸ਼ਾਇਦ...।" ਕਹਿੰਦਿਆਂ ਅਤੇ ਕੰਚਨ ਮਾਲਾ ਵੱਲ ਤੱਕਦਿਆਂ ਉਹ ਚੁੱਪ ਹੋ ਗਿਆ।

****

ਰਾਣੀ ਉਦਾਂਬਰਾ ਨੇ ਜੈਅਦੇਵ ਦਾ ਹਾਲ ਚਾਲ ਪੁੱਛਿਆ। ਫੇਰ ਬਹੁਤ ਦੇਰ ਤੱਕ ਇਧਰ ਉਧਰ ਅਤੇ ਰਾਜ ਦੀਆਂ ਗਤੀਵਿਧੀਆਂ ਬਾਰੇ ਗੱਲਾਂ ਕਰਦੀ ਰਹੀ। ਜਦ ਹਨੇਰਾ ਪਸਰਨ ਲੱਗਾ ਅਤੇ ਕੰਚਨ ਮਾਲਾ ਕਮਰੇ ਵਿਚ ਦੀਵਾ ਜਗਾ ਕੇ ਚਲੀ ਗਈ ਤਾਂ ਜੈਅਦੇਵ ਨੇ ਉਠਣ ਦਾ ਯਤਨ ਕਰਦਿਆਂ ਆਖਿਆ।

"ਹੁਣ ਆਗਿਆ ਦੇਵੋ। ਮੈਨੂੰ ਜਾਣਾ ਚਾਹੀਦਾ ਹੈ।"

"ਜੇ ਜਾਣਾ ਹੀ ਸੀ ਤਾਂ ਆਏ ਹੀ ਕਿਉਂ ?" ਉਦਾਂਬਰਾ ਭਾਵਪੂਰਨ ਨਜ਼ਰਾਂ ਨਾਲ ਉਸ ਵੱਲ ਤੱਕਦਿਆਂ ਬੋਲੀ।

"ਇਹ ਵੀ ਮੇਰੀ ਭੁੱਲ ਸੀ। ਹੁਣ ਸੋਚਦਾ ਹਾਂ ਕਿ ਮੇਰਾ ਇੱਥੋਂ ਚਲੇ ਜਾਣਾ ਹੀ ਉਚਿਤ ਹੋਵੇਗਾ, ਤੁਹਾਡੇ ਅਤੇ ਮੇਰੇ ਦੋਵਾਂ ਲਈ।"

"ਉਚਿਤ ?" ਉਦਾਂਬਰਾ ਦੇ ਚਿਹਰੇ ਤੇ ਦੁੱਖ ਅਤੇ ਕ੍ਰੋਧ ਝਲਕਣ ਲੱਗਾ, "ਕੀ ਉਹ ਉਚਿਤ ਸੀ ਜਦੋਂ ਮੈਨੂੰ ਪੁਰੂਸ਼ਿਨੀ ਕੰਡੇ ਇਕੱਲਿਆਂ ਛੱਡ ਕੇ ਚਲੇ ਗਏ ਸੀ ?"

"ਵਾਰ ਵਾਰ ਮੇਰੀਆਂ ਗ਼ਲਤੀਆਂ ਵੱਲ ਸੰਕੇਤ ਕਰਕੇ ਮੈਨੂੰ ਸ਼ਰਮਿੰਦਾ ਨਾ ਕਰੋ ਕਲਿਆਨੀ। ਮੈਂ ਤੁਹਾਡੀਆਂ ਭਾਵਨਾਵਾਂ ਨੂੰ ਸਮਝਦਾ ਹਾਂ।"

"ਕੀ ਸਮਝਦੇ ਹੋ ? ਮੈਂ ਉਸ ਆਦਮੀ ਨਾਲ ਇਕ ਪਤਨੀ ਦੇ ਤੌਰ 'ਤੇ ਰਹਿ ਰਹੀ ਹਾਂ ਜਿਸ ਨੇ ਮੇਰੇ ਨਾਲ ਪੂਰੀ ਤਰ੍ਹਾਂ ਵਿਆਹ ਵੀ ਨਹੀਂ ਕਰਾਇਆ ਅਤੇ ਜਿਸ ਨਾਲ ਅਗਨੀ ਦੁਆਲੇ ਫੇਰੇ ਲਏ, ਉਸ ਸਾਹਮਣੇ ਅਜਨਬੀ ਹੋਣ ਦਾ ਨਾਟਕ ਕਰਨਾ ਪੈ ਰਿਹਾ ਹੈ ਮੈਨੂੰ।"

"ਇਹ ਗੱਲ ਨਹੀਂ ਕਲਿਆਨੀ ਕਿ ਇਸ ਬਾਰੇ ਮੈਂ ਕਦੀ ਸੋਚਿਆ ਹੀ ਨਾ ਹੋਵੇ। ਜੇ ਸੱਚ ਪੁੱਛੋ ਤਾਂ ਇਸ ਦੇ ਇਲਾਵਾ ਮੇਰੇ ਪਾਸ ਕੁਝ ਹੋਰ ਹੈ ਹੀ ਨਹੀਂ ਸੋਚਣ ਲਈ। ਤੂੰ ਮੇਰਾ ਦੁਖਾਂਤ ਵੀ ਵੇਖ ਕਲਿਆਨੀ। ਮੈਂ ਆਪਣੇ 'ਦੁਸ਼ਮਣ' ਆਪਣੇ ਜਨਮ ਜਾਤ ਦੇ ਵਿਰੋਧੀ ਦੇ ਰੂਪ 'ਚ ਜੀ ਰਿਹਾ ਹਾਂ। ਦਰਅਸਲ ਸਾਡਾ ਦੁਖਾਂਤ ਇਹ ਹੈ ਕਿ ਅਸੀਂ ਦੋਵੇਂ ਹੀ ਬਹੁਰੂਪੀਏ ਹਾਂ ਅਤੇ ਆਪਣੇ ਅਸਲੀ ਰੂਪ 'ਚ ਆਉਣ ਦੀ ਹਿੰਮਤ ਨਹੀਂ ਸਾਡੇ ਵਿੱਚ।"

ਤੇ ਫੇਰ ਕੁਝ ਦੇਰ ਚੁੱਪ ਰਹਿੰਦਿਆਂ ਬੋਲਿਆ, "ਮੇਰੇ ਪਿਤਾ ਜੰਮਦਿਆਂ ਹੀ 'ਹਾਰੇ' ਹੋਏ ਸਨ ਪਰ ਉਨ੍ਹਾਂ ਆਪਣੇ ਅੰਤ ਵੇਲੇ 'ਜਿੱਤ' ਦਾ ਅਨੁਭਵ ਕੀਤਾ। ਮੈਂ ਐਨਾ ਕੁਝ ਪ੍ਰਾਪਤ ਕਰਨ ਤੋਂ ਬਾਅਦ ਵੀ ਆਪਣੇ ਆਪ 'ਚ ਹਾਰਿਆ-ਟੁੱਟਿਆ ਅਨੁਭਵ ਕਰ ਰਿਹਾ ਹਾਂ।"

ਉਦਾਂਬਰਾ ਕੁਝ ਦੇਰ ਉਸ ਦੇ ਉਦਾਸ, ਵੇਦਨਾ ਭਰੇ ਚਿਹਰੇ ਵੱਲ ਤੱਕਦੀ ਰਹੀ। ਫੇਰ ਬੋਲੀ,

"ਮੈਂ ਤੇ ਇਹੀ ਸੁਝਾ ਦਿਆਂਗੀ ਕਿ ਭੁੱਲ ਜਾਓ ਆਪਣੇ ਅਤੀਤ ਨੂੰ, ਕਿ ਤੁਸੀਂ ਕਿਸੇ ਮਲਾਹ ਦੇ ਘਰ ਜਨਮ ਲਿਆ ਸੀ। ਵਾਸਤਵਿਕਤਾ ਇਹ ਹੈ ਕਿ ਤੁਸੀਂ ਇਕ ਸੂਝਵਾਨ, ਪੰਡਿਤ ਪੁਰੁਸ਼ ਹੋ, ਇਸ ਰਾਜ ਦੇ ਸੰਧੀ ਮੰਤਰੀ ਹੋ। ਅਗੇ ਹੋਰ ਵੀ ਬਹੁਤ ਕੁਝ ਹੋ ਸਕਦੇ ਹੋ। ਜੇ 'ਹੈ' ਉਸ ਨੂੰ ਮਾਣੋ, ਜੇ 'ਨਹੀਂ ਹੈ, ਉਸ ਪਿੱਛੇ ਕਿਉਂ ਦੁਖੀ ਹੁੰਦੇ ਹੋ ?"

"ਜੋ ਮੈਂ ਵਾਸਤਵਿਕ ਵਿੱਚ ਹਾਂ, ਉਹੀ ਹੋਣਾ ਲੱਗਦਾ ਹਾਂ। ਪਰ ਮੇਰੀ ਵਾਸਤਵਿਕਤਾ ਕੀ ਹੈ ? ਮੈਨੂੰ ਹਾਲੇ ਤੱਕ ਇਹ ਹੀ ਨਹੀਂ ਪਤਾ ਕਿ ਮੈਂ ਸ਼ੂਦਰ ਹਾਂ ਜਾਂ ਪੰਡਿਤ ? ਤੁਹਾਡਾ ਪਤੀ ਹਾਂ ਜਾਂ ਰਾਜੇ ਦਾ ਵਿਸ਼ਵਾਸ-ਘਾਤਕ ?"

"ਬਹੁਤਾ ਸੋਚ ਸੋਚ ਕੇ ਐਵੇਂ ਦੁਖੀ ਨਾ ਕਰੋ ਆਪਣੇ ਆਪ ਨੂੰ। ਮਨੁੱਖ ਆਪਣੇ ਆਪ ਵਿੱਚ ਕੁਝ ਵੀ ਨਹੀਂ। ਮਨੁੱਖ ਸਮੇਂ ਅਤੇ ਹਾਲਾਤ ਦੀਆਂ ਲਹਿਰਾਂ 'ਚ ਵਹਿੰਦਾ ਜਾਂਦਾ ਹੈ ਸਾਰੀ ਉਮਰ...ਪਲ ਪਲ ਬਦਲਦਾ ਤੁਰਿਆ ਜਾਂਦਾ ਹੈ। ਨਾ ਤੁਸੀਂ ਉਹ ਹੋ ਜੋ ਉਸ ਦਿਨ ਪੁਰੂਸ਼ਿਨੀ ਕੰਢੇ ਸੀ ਅਤੇ ਨਾ ਮੈਂ ਉਹ 'ਕਲਿਆਨੀ' ਜੋ ਉਦਾਬਰ ਦੇ ਰੁੱਖ 'ਤੇ ਚੜ੍ਹੀ ਅੰਜੀਰ ਖਾ ਰਹੀ ਸੀ।"

ਉਦਾਂਬਰਾ ਨੇ ਇਕ ਲੰਮਾ ਸਾਹ ਭਰਿਆ ਅਤੇ ਜੈਅਦੇਵ ਦੇ ਕੋਲ ਬਹਿ ਕੇ ਉਸ ਦੇ ਮੋਢੇ 'ਤੇ ਸਿਰ ਰੱਖਦਿਆਂ ਬੋਲੀ, "ਸਮਾਂ ਬਹੁਤ ਸ਼ਕਤੀਸ਼ਾਲੀ ਹੈ ਜੈਅਦੇਵ। ਸਾਨੂੰ ਹੀ ਢਾਲਣਾ ਪਵੇਗਾ ਆਪਣੇ ਆਪ ਨੂੰ ਸਮੇਂ ਅਤੇ ਪ੍ਰਸਥਿਤੀਆਂ ਅਨੁਸਾਰ...।"

****

ਰਾਜਾ ਵਿਸ਼ਨੂੰ ਵਰਮਨ ਇਸ ਵਾਰ ਸ਼ਿਕਾਰ ਖੇਡਣ ਲਈ ਨਹੀਂ ਬਲਕਿ 'ਸ਼ਿਕਾਰ ਦੀ ਤਿਆਰੀ' ਕਰਨ ਗਏ ਸਨ। ਜੈਅਦੇਵ ਦੇ ਰਾਜਾ ਦੀਆਂ ਨਜਰਾਂ 'ਚ ਉਚਾ ਉਠਣ ਅਤੇ 'ਸੰਧੀ ਮੰਤਰੀ' ਦੀ ਪਦਵੀ ਪ੍ਰਾਪਤ ਕਰਨ ਤੋਂ ਬਾਅਦ ਉਹ ਕਈ ਮੰਤਰੀਆਂ, ਸਾਮੰਤਾਂ ਦੀਆਂ ਅੱਖਾਂ 'ਚ ਰੜਕਣ ਲੱਗਾ ਸੀ। ਜਦੋਂ ਉਨ੍ਹਾਂ ਨੂੰ ਜੈਅਦੇਵ ਅਤੇ ਰਾਣੀ ਉਦਾਂਬਰਾ ਦੇ ਵਧਦੇ ਮੇਲ-ਜੋਲ ਬਾਰੇ ਪਤਾ ਲੱਗਾ ਤਾਂ ਉਨ੍ਹਾਂ ਰਾਜੇ ਦੇ ਕੰਨ ਭਰਨੇ ਸ਼ੁਰੂ ਕਰ ਦਿੱਤੇ ਅਤੇ ਇਹ ਵੀ ਆਖਿਆ ਕਿ ਜਦੋਂ ਵੀ ਮਹਾਰਾਜ ਕੁਝ ਦਿਨਾਂ ਲਈ ਬਾਹਰ ਜਾਂਦੇ ਹਨ ਤਾਂ ਇਸ ਅਵਸਰ ਦਾ ਲਾਭ ਉਠਾਇਆ ਜਾਂਦਾ ਹੈ।

ਇਸੇ ਕਾਰਨ ਅੱਜ ਰਾਜਾ ਸ਼ਿਕਾਰ ਦਾ ਬਹਾਨਾ ਕਰ ਕੇ ਗਏ ਸਨ, ਪਰ ਛੇਤੀ ਹੀ ਮੁੜ ਆਏ। ਉਨ੍ਹਾਂ ਆਪਣੇ ਸੈਨਕਾਂ ਨੂੰ ਰਾਣੀ ਦੇ ਭਵਨ ਦੁਆਲੇ ਘੇਰਾ ਪਾਉਣ ਲਈ ਕਿਹਾ ਅਤੇ ਆਪ ਚੁੱਪ ਚਾਪ, ਦੱਬੇ ਪੈਰੀਂ ਰਾਣੀ ਦੇ ਕਮਰੇ ਵੱਲ ਵਧੇ। ਉਸ ਵੇਲੇ ਰਾਤ ਦੇ ਦੋ ਪਹਿਰ ਬੀਤ ਚੁੱਕੇ ਸਨ। ਰਾਜਾ ਨੂੰ ਆਪਣੇ ਗੁਪਤਚਰਾਂ ਤੋਂ ਪਤਾ ਲੱਗਿਆ ਕਿ ਹਾਲੇ ਜੈਅਦੇਵ ਬਾਹਰ ਨਹੀਂ ਨਿਕਲੇ, ਅੰਦਰ ਹੀ ਹਨ।

ਉਸ ਵੇਲੇ ਦਾਸੀ ਕੰਚਨ ਮਾਲਾ ਨੇ ਉਦਾਂਬਰਾ ਦੇ ਕਮਰੇ ਦਾ ਦਰਵਾਜ਼ਾ ਹੌਲੀ ਜਿਹੀ ਖੋਲ੍ਹਿਆ ਅਤੇ ਬੋਲੀ.......

"ਖਿਮਾ ਕਰਨਾ ਰਾਣੀ, ਮਹਾਰਾਜ ਵਿਸ਼ਨੂੰ ਵਰਮਨ ਆ ਰਹੇ ਹਨ।"

ਉਦਾਂਬਰਾ ਘਬਰਾ ਕੇ ਪਲੰਘ ਤੋਂ ਉਠੀ, ਆਪਣੇ ਕੱਪੜੇ ਠੀਕ ਕੀਤੇ ਅਤੇ ਡਰੀਆਂ ਅੱਖਾਂ ਨਾਲ ਜੈਅਦੇਵ ਵੱਲ ਤੱਕਣ ਲੱਗੀ।

ਜੈਅਦੇਵ ਨੇ ਵੀ ਪ੍ਰਸ਼ਨ ਭਰੀਆਂ ਅੱਖਾਂ ਨਾਲ ਉਦਾਂਬਰਾ ਵੱਲ ਤੱਕਿਆ ਜਿਵੇਂ ਕਹਿ ਰਿਹਾ ਹੋਵੇ : "ਲੁਕਾਉਣ ਦਾ ਹੋਰ ਕੋਈ ਲਾਭ ਨਹੀਂ। ਇਕੋ ਉਪਾਅ ਹੈ, ਕਿ ਸਾਫ਼ ਸਾਫ਼ ਦੱਸ ਦਿੱਤਾ ਜਾਏ। ਇਕੋ ਝਟਕੇ ਨਾਲ ਛੁਟਕਾਰਾ ਪਾ ਲਈਏ।"

ਹੁਣ ਰਾਜਾ ਦੇ ਪੈਰਾਂ ਦੀ ਆਵਾਜ਼ ਸੁਣਾਈ ਦੇਣ ਲੱਗੀ। ਰਾਜਾ ਦੇ ਕਮਰੇ ਦਾ ਦਰਵਾਜ਼ਾ ਖੋਲ੍ਹਣ ਤੋਂ ਕੁਝ ਪਲ ਪਹਿਲਾਂ ਦਾਸੀ ਕੰਚਨ ਮਾਲਾ ਇਕ ਦਮ ਦੂਜੇ ਬੂਹਿਓਂ ਅੰਦਰ ਆ ਵੜੀ ਤੇ ਉਦਾਂਬਰਾ ਨੂੰ ਬਾਹੋਂ ਫੜ ਕੇ ਬੂਹੇ ਥਾਣੀਂ ਕਮਰਿਓਂ ਬਾਹਰ ਕੱਢਦਿਆਂ ਜੈਅਦੇਵ ਕੋਲ ਆ ਖੜ੍ਹੀ ਹੋਈ।

ਗੁੱਸੇ ਨਾਲ ਲਾਲ ਅਤੇ ਆਪਣੀ ਤਲਵਾਰ ਦੀ ਮੁੱਠ 'ਤੇ ਹੱਥ ਧਰਿਆ ਜਦ ਰਾਜਾ ਨੇ ਦਰਵਾਜ਼ਾ ਖੋਲ੍ਹ ਕੇ ਕਮਰੇ 'ਚ ਪੈਰ ਧਰਿਆ ਤਾਂ ਕੰਚਨ ਮਾਲਾ ਆਪਣੇ ਅਰਧ-ਨਗਨ ਅੰਗਾਂ ਨੂੰ ਆਪਣੇ ਅੰਗ ਵਸਤਰ ਨਾਲ ਢੱਕਣ ਦਾ ਯਤਨ ਕਰ ਰਹੀ ਸੀ।

ਅੱਧੇ-ਅਧੂਰੇ/ਲਾਲ ਸਿੰਘ

ਕਿਸੇ ਮੋਟਰ-ਗੱਡੀ ਦੀ ਲੱਥੀ ਹੱਥ 'ਚ ਲੱਕੜ ਦੀ ਹੱਥੀ ਵਾਲੀ ਲੋਹੇ ਦੀ ਹਥੌੜੀ ਲਗਾਤਾਰ ਵੱਜੀ। ਸਕੂਲ ਲੱਗਣ ਦੀ ਇਹ ਤੀਜੀ ਘੰਟੀ ਸੀ। ਸਕੂਲ ਹੈੱਡ ਰਾਮਪਾਲ ਸਟਾਫ਼ ਸਮੇਤ ਪ੍ਰਾਰਥਨਾ ਥੜ੍ਹੇ ਲਾਗੇ ਜਾ ਖੜੋਇਆ। ਘੜੀਆਂ ਪਲਾਂ ਅੰਦਰ ਹੀ ਸਾਰੇ ਬੱਚੇ ਸਵੇਰ ਦੀ ਸਭਾ ਲਈ ਆ ਜੁੜੇ। ਗਿੱਲ ਪੀ. ਟੀ. ਆਈ. ਨੇ ਥੜ੍ਹੇ ਦੀ ਮੂਹਰਲੀ ਬਾਹੀ 'ਤੇ ਖੜੋ ਕੇ ਕਸਵਾਂ ਕਾਸ਼ਨ ਦਿੱਤਾ-ਸਾਵੱ....! ਸਾਰੇ ਵਿਦਿਆਰਥੀ ਸਾਵਧਾਨ ਹੋ ਗਏ। ਵਿੱਸ਼...! ਉਸੇ ਹੀ ਸੁਰ 'ਚ ਉਸ ਦਾ ਇਹ ਅਗਲਾ ਕਾਸ਼ਨ ਸੀ। ਇਹਨਾਂ ਦੀ ਮਸ਼ਕ ਉਸਨੇ ਕਈ ਵਾਰ ਕੀਤੀ। ਫਿਰ ਸਭ ਨੂੰ ਉਸਨੇ ਪ੍ਰਾਰਥਨਾ ਮੁਦਰਾ 'ਚ ਖੜ੍ਹੇ ਕਰ ਲਿਆ। ਨੌਵੀਂ ਦਾ ਗੁਰਮੇਲ, ਅੱਠਵੀਂ ਦਾ ਹਰਜੀਤ, ਛੇਵੀਂ ਦਾ ਮਿੰਕੀ ਆਪਣੇ ਆਪ ਥੜ੍ਹੇ 'ਤੇ ਚੜ੍ਹੇ। ਵਾਰੀ ਸਿਰ। ਉਹਨਾਂ ਦਾ ਚੌਥਾ ਸਾਥੀ ਦੀਪੂ ਅਜੇ ਸਕੂਲ ਨਹੀਂ ਸੀ ਪੁੱਜਾ।

ਸਕੂਲ ਮੁਖੀ ਰਾਮਪਾਲ ਸਮੇਤ ਉਹਨਾਂ ਇਕ-ਦੋ ਵਾਰ ਉਸਦੀ ਜਮਾਤ ਵੱਲ, ਪਿੱਛੋਂ ਆਉਂਦੇ ਰਾਹ ਵੱਲ ਨਿਗਾਹ ਘੁੰਮਾਈ, ਉਹ ਕਿਧਰੇ ਵੀ ਦਿਖਾਈ ਨਾ ਦਿੱਤਾ।

ਦੀਪੂ ਉਸ ਦਿਨ ਥੋੜ੍ਹਾ ਕੁ ਪਛੜ ਕੇ ਪੁੱਜਾ ਸੀ ਸਕੂਲ।...ਸਾਹੋ ਸਾਹ ਹੋਏ ਨੇ ਉਸਨੇ ਛੇਤੀ ਦੇ ਕੇ ਆਪਣਾ ਬਸਤਾ ਪਹਿਲੇ ਟਾਟ ਦੇ ਅਖੀਰਲੇ ਸਿਰੇ ਲਿਆ ਰੱਖਿਆ। ਆਪਣੀ ਜਮਾਤ ਵਾਲੀ ਕਤਾਰ 'ਚ ਸਭ ਤੋਂ ਪਿੱਛੇ ਜਾ ਖੜੋਣ ਦੇ ਇਰਾਦੇ ਨਾਲ ਉਹ ਦੌੜਨ ਹੀ ਲੱਗਾ ਸੀ ਕਿ ਉਹ ਮੁੜ ਝੇਂਪ ਗਿਆ।

ਸੁੱਕੇ ਟਾਂਡਿਆਂ ਵਰਗੀਆਂ ਬੱਗੀਆਂ ਨੰਗੀਆਂ ਲੱਤਾਂ ਉਸ ਪਾਸੇ ਵੱਲ ਜਾਣੋਂ ਜਿਵੇਂ ਅੜ ਹੀ ਖਲੋਈਆਂ।

ਉਹਨੀਂ ਪੈਰੀਂ ਮੁੜਦੇ ਨੇ ਉਸਨੇ ਵੱਡੀ ਗਰਾਊਂਡ 'ਚ ਖੜ੍ਹੇ ਅਧਿਆਪਕਾਂ, ਵਿਦਿਆਰਥੀਆਂ ਤੋਂ ਅੱਖ ਬਚਾ ਕੇ ਬੁੱਢੀ ਟਾਹਲੀ ਦੇ ਮੋਟੇ ਤਣੇ ਉਹਲੇ ਸ਼ਰਨ ਲੈ ਲਈ।

ਕੱਚੀ ਥਾਂ 'ਤੇ ਵਿਛੇ ਪੰਜਾਂ ਟਾਟਾਂ ਉੱਤੇ ਛੱਤਰੀ ਬਣੀ ਮੋਟੀ ਭਾਰੀ ਟਾਹਲੀ ਨੇ ਜਿਵੇਂ ਉਸਨੂੰ ਆਪਣੀ ਬੁੱਕਲ 'ਚ ਲੁਕਦਾ ਕਰ ਲਿਆ ਸੀ।

'ਜੋ ਮਾਂਗੇ ਠਾਕੁਰ ਅਪਨੇ ਸੇਏ, ਸੋਈ ਸੋਈ ਦੇਵੈ'...ਦਾ ਪੂਰਾ ਸ਼ਬਦ, ਸਾਰੇ ਵਿਦਿਆਰਥੀ, ਗੁਰਮੇਲ-ਹਰਜੀਤ-ਮਿੰਕੀ ਦੇ ਪਿੱਛੇ ਪਿੱਛੇ ਉੱਚੀ ਹੇਕ ਲਾ ਕੇ ਪੜ੍ਹ ਹਟੇ। ਪਿੱਛੋਂ ਅਰਦਾਸ ਕਰਨੀ ਸੀ। ਉਹ ਤਿੰਨਾਂ 'ਚੋਂ ਆਉਂਦੀ ਨਹੀਂ ਸੀ ਕਿਸੇ ਨੂੰ।...ਬਾਰੀ ਕਿਸੇ ਜੁੱਟ ਦੀ ਵੀ ਹੁੰਦੀ, ਅਰਦਾਸ ਦੀਪੂ ਨੂੰ ਹੀ ਕਰਨੀ ਪੈਂਦੀ। ਹੋਰ ਕਿਸੇ ਨੇ ਸਿੱਖੀ ਨਾ। ਜਿਸ ਦਿਨ ਦੀਪੂ, ਢਿੱਲਾ-

ਮੱਠਾ, ਬੀਮਾਰ-ਠਮਾਰ ਹੁੰਦਾ..ਸਕੂਲ ਨਾ ਆਉਂਦਾ, ਪ੍ਰਾਰਥਨਾ ਸਭਾ ਬਿਨਾਂ ਅਰਦਾਸ ਕੀਤਿਆਂ ਮੁਕਾ ਲਈ ਜਾਂਦੀ।

ਉਸ ਦਿਨ ਤਾਂ ਉਸਨੂੰ ਜਮਾਤ ਤੱਕ ਪੁਜਦਿਆਂ ਕਈਆਂ ਨੇ ਦੇਖ ਲਿਆ ਸੀ।

ਸਾਹਮਣੇ ਖੜ੍ਹੇ ਬੱਚਿਆਂ ਦੀ ਘੁਸਰ-ਮੁਸਰ ਤੋਂ ਸਕੂਲ ਪੀ. ਟੀ. ਆਈ. ਤਕ ਸੂਚਨਾ ਪੁੱਜੀ ਕਿ ਦੀਪੂ ਟਾਹਲੀ ਉਹਲੇ ਐ। ਸਕੂਲ ਪੀ. ਟੀ. ਆਈ. ਦੇ ਤੇਵਰ ਪੂਰੇ ਦੇ ਪੂਰੇ ਉਪਰ ਨੂੰ ਚੜ੍ਹ ਗਏ-'ਉਸਦੇ ਸਕੂਲ 'ਚ ਐਹੋ ਜਿਹੀ ਹਿਮਾਕਤ..।'

"ਓਏ ਦੀਪੂ ਦੇ ਬੱਚੇ, ਐਧਰ ਆ ਜਾ ਛੇਤੀ, ਜਾਨ ਚਾਹੀਦੀ ਐ ਤਾਂ...! ਆ ਜਾ ਫੱਟਾ-ਫੱਟ...। ਲੈਨਾਂ ਮੈਂ ਤੇਰੀ ਖਬਰ ਵੱਡੇ ਗਿਆਨੀ ਦੀ, ਕੁੱਤੀਏ ਜਾਤੇ..।"

ਸਕੂਲ ਪੀ. ਟੀ. ਆਈ. ਅੰਦਰਲਾ ਗਿੱਲ ਪੀ. ਟੀ. ਆਈ. ਜਿਵੇਂ ਇੱਕੋ ਵਾਰੀ ਜਾਗ ਉਠਿਆ। ਉਸਨੂੰ ਜਿਵੇਂ ਚੇਤਾ ਹੀ ਨਾ ਰਿਹਾ ਕਿ ਉਹ ਆਪਣੇ ਖੇਤੀਂ, ਕੰਮੀਂ ਲੱਗੇ ਕਿਸੇ ਕੰਮੀ ਕਾਮੇ ਦੀ ਝਾੜ-ਝੰਭ ਕਰ ਰਿਹੈ, ਜਾਂ ਸਕੂਲ ਸ਼ਿਸ਼ਟਾਚਾਰ ਦੀ ਹੱਦ-ਹਦੂਦ ਅੰਦਰ ਖੜ੍ਹਾ 'ਗੈਰਹਾਜ਼ਰ' ਵਿਦਿਆਰਥੀ ਨੂੰ ਹਾਜ਼ਰ ਕਰ ਰਿਹੈ।

ਸਹਿਮਿਆਂ ਡਰਿਆ ਦੀਪੂ ਟਾਹਲੀ ਉਹਲਿਉਂ ਨਿਕਲ ਕੇ ਸਕੂਲ ਗਰਾਊਂਡ ਵੱਲ ਨੂੰ ਹੋ ਤੁਰਿਆ। ਥੜ੍ਹੇ ਤੱਕ ਪਹੁੰਚਦਿਆਂ ਉਸਦੇ ਸਾਰੇ ਅੰਗ-ਪੈਰ-ਪੰਜ-ਭੱਖ ਚੜ੍ਹੇ ਬੁਖਾਰ ਨਾਲ ਕੰਬਦੀ ਦੇਹ ਵਾਂਗ ਕੰਬਣ ਲੱਗ ਪਏ।

ਸਕੂਲ ਪੀ. ਟੀ. ਆਈ. ਨੂੰ ਉਸਦੀ ਢਿੱਲੀ-ਢਿਲਕੀ ਤੋਰ, ਹੋਰ ਵੀ ਤਲਖੀ ਚਾੜ੍ਹ ਗਈ।

ਪ੍ਰਾਰਥਨਾ-ਥੜ੍ਹੇ ਦੀਆਂ ਤਿੰਨ ਪਉੜੀਆਂ ਚੜ੍ਹਨ ਲਈ ਦੀਪੂ ਨੇ ਪਹਿਲੀ ਪਉੜੀ 'ਤੇ ਇਕ ਪੈਰ ਧਰਿਆ ਹੀ ਸੀ ਕਿ ਨਾਅ ਕਰਦੀ ਬੈਂਤ ਉਸਦੀਆਂ ਨੰਗੀਆਂ ਪਿੰਨੀਆਂ 'ਚ ਆ ਵੱਜੀ। ਨਾਲ ਹੀ ਜ਼ੋਰਦਾਰ ਦਬਕਾ-"ਸਾਲਿਆ ਕੱਲਰ ਉਤਰਿਆ ਆ ਤੇਰੀਆਂ ਲੱਤਾਂ 'ਚ! ਹਿੱਲ ਮਰ ਨਈਂ ਹੁੰਦਾ..ਕੁੱਤਿਆ ਤਖਾਣਾਂ..ਵਰਦੀ ਨਈਂ ਪਾਈ...!"

"ਹਾਏ ਓਏ ਮਰ ਗਿਆ ਓਏ...ਦੀਪੂ ਦੀ ਰੋਣ ਵਰਗੀ ਲੇਅਰ ਸਕੂਲ ਪੀ. ਟੀ. ਆਈ. ਦੀ ਗਰਜਵੀ ਆਵਾਜ਼ ਹੇਠ ਦੱਬ ਕੇ ਵੀ ਸਾਹਮਣੇ ਖੜ੍ਹੇ ਬੱਚਿਆਂ ਤੱਕ ਚੀਸ ਬਣ ਕੇ ਫੈਲ ਗਈ।

ਡਰਿਆ ਸਹਿਮਿਆ..ਹਟਕੋਰੇ ਭਰਦਾ ਦੀਪੂ ਉਸ ਦਿਨ ਰਟੀ-ਰਟਾਈ ਅਰਦਾਸ ਅੰਦਰ, ਦਸਾਂ ਗੁਰੂਆਂ ਦੇ ਨਾਵਾਂ ਪਿੱਛੋਂ ਚਾਰ ਸਾਹਿਬਜਾਦਿਆਂ, ਪੰਜਾਂ ਪਿਆਰਿਆਂ, ਚਾਲ਼ੀ-ਮੁਕਤਿਆਂ ਸਮੇਤ ਅਨੇਕਾਂ ਸ਼ਹੀਦ ਸਿੰਘਾਂ-ਸਿੰਘਣੀਆਂ ਨੂੰ ਯਾਦ ਕਰਨਾ ਹੀ ਭੁੱਲ ਗਿਆ। ਸਿਹਤਦਾਨ, ਵਿਦਿਆਦਾਨ, ਗਿਆਨਦਾਨ, ਦਾਨਾਂ ਸਿਰ ਦਾਨ ਸ੍ਰੀ ਅੰਮ੍ਰਿਤਸਰ ਸਾਬ੍ਹ ਜੀ ਦੇ ਦਰਸ਼ਨ ਅਸ਼ਨਾਨ ਵਰਗੀਆਂ ਅਨੁਪੂਰਕ ਮੰਗਾਂ ਵੀ ਉਸਤੋਂ ਅੱਗੜ-ਦੁੱਗੜ ਕਰਕੇ ਖਿੱਲਰ ਜਿਹੀਆਂ ਗਈਆਂ।

ਬੈਂਤ ਦੀ ਪੀੜ ਤੇ ਵਰਦੀ-ਰਹਿਤ ਲੱਤਾਂ ਨੇ ਉਸਦੀ ਸੁਰਤੀ ਰਤੀ ਭਰ ਵੀ ਕਿਧਰੇ ਇਕਾਗਰ ਨਹੀਂ ਸੀ ਹੋਣ ਦਿੱਤੀ।

ਘਰੋਂ, ਕਾਹਲ-ਕਾਹਲ 'ਚ ਘੁੱਗੂ ਬਣਾ ਕੇ ਖਾਧੀ ਰੋਟੀ ਵੀ ਅੱਧ-ਪਚੱਧੀ ਅਜੇ ਤੱਕ

ਉਸਦੀ ਛਾਤੀ-ਵੱਖੀ 'ਚ ਫਸੀ ਪਈ ਸੀ।

ਡੌਰ-ਭੌਰ ਹੋਇਆ, ਉਹ ਥੜ੍ਹੇ ਤੋਂ ਉਤਰ ਕੇ ਆਪਣੀ ਜਮਾਤ ਵਾਲੀ ਪਾਲ੍ਹ ਤੱਕ ਦੀ ਪਛਾਣ ਵੀ ਨਾ ਕਰ ਸਕਿਆ।

ਮੁੱਖ ਅਧਿਆਪਕ ਰਾਮਪਾਲ ਨੂੰ ਉਸ ਦਿਨ ਦਾ ਵਰਤਾਰਾ ਬੇ-ਹੱਦ ਅਜੀਬੋ-ਗਰੀਬ ਲੱਗਾ। ਉਸ ਅੰਦਰ ਦੀਪੂ ਲਈ ਹਮਦਰਦੀ ਨਾਲੋਂ ਵੱਧ ਸਕੂਲ ਪੀ. ਟੀ. ਆਈ. ਲਈ ਰੰਜਸ਼ ਜਾਗ ਉਠੀ।

ਪ੍ਰਾਰਥਨਾ ਮੁੱਕਣ 'ਤੇ ਉਸਨੇ ਸਕੂਲ ਪੀ. ਟੀ. ਆਈ. ਨੂੰ ਦਫ਼ਤਰ ਸੱਦ ਕੇ ਆਪਣੇ ਅਹੁਦੇ ਦੇ ਪ੍ਰਭਾਵ ਅਧੀਨ ਉਸਨੂੰ ਚਿਤਾਰਨ ਵਰਗੀ ਸਲਾਹ ਦਿੱਤੀ-"ਗਿੱਲ ਸਾਬ੍ਹ ਏਹ ਜਾਤਾਂ-ਗੋਤਾਂ ਦੀ ਗਾਲ੍ਹ ਸਕੂਲ ਦੀ ਹੱਦ-ਹਦੂਦ ਅੰਦਰ ਸੋਭਾ ਨਈਂ ਦਿੰਦੀ। ਇਕ ਤਾਂ ਅਧਿਆਪਕ ਦਾ ਆਪਣਾ ਮੂੰਹ ਗੰਦਾ ਹੁੰਦਾ, ਸਤਿਕਾਰ ਘਟਦਾ ਉਸਦਾ, ਦੂਜੇ..ਦੂਜੇ ਹੀਣ-ਭਾਵਨਾ ਪੈਦਾ ਹੁੰਦੀ ਆ ਬੱਚੇ 'ਚ।"

"ਹੀਣ ਭਾਵਨਾ, ਕਾਦ੍ਹੀ ਹੀਣ-ਭਾਵਨਾ। ਜੇੜ੍ਹਾ ਹੈ ਈ ਤਖਾਣ ਉਨ੍ਹੇ ਤਖਾਣ ਈ ਰੈਣਾਂ...। ਉਹ ਭਾਮਾਂ ਮੁੱਖ-ਮੰਤਰੀ ਛੱਡ ਕੇ ਰਾਸ਼ਟਰਪਤੀ ਬਣ ਜੇਏ...।"

ਹੈੱਡਮਾਸਟਰ ਰਾਮਪਾਲ ਨੂੰ ਲੱਗਾ ਸਕੂਲ ਪੀ. ਟੀ. ਆਈ. ਨੇ ਉਸਦੀ ਗੱਲ ਦਾ ਉੱਤਰ ਬਿਲਕੁਲ ਫਜ਼ੂਲ ਦਾ ਦਿੱਤਾ ਤੇ ਦਿੱਤਾ ਵੀ ਉਚ ਜਾਤੀ ਥੰਮਲੇ 'ਤੇ ਖੜ੍ਹੋ ਕੇ। ਦੀਪੂ ਦੀ ਪਛੜੀ ਜਾਤ ਦੇ ਨਾਲ ਨਾਲ ਉਸਨੇ ਮੁੱਖ ਅਧਿਆਪਕ ਦੀ ਅਨੁਸੂਚਿਤ ਜਾਤ ਵੀ ਚਿਤਾਰੀ ਹੈ।

ਉਸਦੀ ਸਿੱਧੀ-ਸਪਾਟ ਚੋਟ ਰਾਮਪਾਲ ਤੋਂ ਬਰਦਾਸ਼ਤ ਨਾ ਹੋਈ। ਨਾ ਉਹ ਚੁੱਪ ਰਹਿਣ ਜੋਗਾ ਰਿਹਾ, ਨਾ ਉਸ ਨਾਲ ਸਿੱਧਾ ਉਲਝਣ ਦੇ ਕਾਬਿਲ ਸਮਝਦਾ ਸੀ ਆਪਣੇ ਆਪ ਨੂੰ। ਓਪਰੀ ਥਾਂ ਹੋਣ ਕਰਕੇ।

ਤਾਂ ਵੀ ਉਸਦੀ ਮੁੱਖ ਅਧਿਆਪਕੀ ਥੋੜ੍ਹਾ ਕੁ ਤਲਖ਼ ਜ਼ਰੂਰ ਹੋਈ..."ਸਕੂਲ ਪੁੱਜ ਕੇ ਪੀ. ਟੀ. ਆਈ, ਨਾ ਕੋਈ ਤਖਾਣ ਹੁੰਦਾ, ਨਾ ਚਮਾਰ, ਨਾ ਜੱਟ। ਸਾਰੇ ਵਿਦਿਆਰਥੀ, ਵਿਦਿਆਰਥੀ ਹੁੰਦੇ ਆ, ਸਾਰੇ ਇਕ ਬਰਾਬਰ।"

"ਏਹ ਬੜੀ-ਬਰੋਬਰੀ ਸੱਭ ਕੈਹਣ-ਕਹਾਉਣ ਦੀਆਂ ਗੱਲਾਂ ਈ ਆਂ, ਮੂੰਹ ਜ਼ਬਾਨੀ ਦੀਆਂ...ਤੁਸੀਂ ਬਹੁਤੀ ਨਾ ਰੈਅ ਕਰੋ ਏਨ੍ਹਾਂ ਦੀ..ਏਹ ਕੁਤੀੜ ਸਾਲੀ ਹੈਈ ਏਸ ਲੈਕ..." ਕਰੀਬ ਉਸ ਹੀ ਰੌਅ 'ਚ ਬੋਲਿਆ ਸਕੂਲ ਪੀ. ਟੀ. ਆਈ. ਸਕੂਲ ਹੈੱਡ ਦੇ ਕਮਰੇ 'ਚੋਂ ਉਹਨੀਂ ਪੈਰੀਂ ਬਾਹਰ ਚਲਾ ਗਿਆ।

ਰਾਮਪਾਲ ਨੂੰ ਉਸਦੀ ਇਹ ਹਰਕਤ ਹੋਰ ਵੀ ਭੈੜੀ ਲੱਗੀ। ਉਸਦੇ ਕਮਰੇ ਦੀ ਗੱਦੇਦਾਰ ਕੁਰਸੀ, ਉਸਨੂੰ ਤਿੱਖੀਆਂ ਸੂਲਾਂ ਚੋਭਣ ਲੱਗ ਪਈ।...ਉਸਨੂੰ ਲੱਗਾ ਕਿ ਜਾਤਾਂ-ਗੋਤਾਂ ਦੀ ਊਚ-ਨੀਚ ਨਾਲ ਅੱਟੇ ਪਏ ਉਸਦੇ ਆਲੇ-ਦੁਆਲੇ, ਰਾਹ-ਖਹਿੜੇ, ਘਰ-ਵਿਹੜੇ ਨੇ ਹੁਣ ਉਸਨੂੰ ਪੂਰੀ ਤਰ੍ਹਾਂ ਘੇਰ ਵਗਲ ਲਿਆ ਹੈ, ਉਸਦੀ ਪਿੱਠ 'ਤੇ ਸਵਾਰੀ ਕਰ ਲਈ ਹੈ, ਪੱਕੀ-ਪੀਡੀ!..ਉਸਦਾ ਜੋਟੀਦਾਰ ਕੈਲਾ ਵੀ ਉਸ ਲਈ ਉਹ ਨਹੀਂ ਸੀ ਰਿਹਾ। ਚੜ੍ਹਦੀ ਪੱਤੀ ਵਾਲਾ ਕਰਨੈਲ। ਲੰਬੜਦਾਰ ਇੰਦਰ ਸਿੰਘ ਦਾ ਲੜਕਾ।...ਦੋਨੋਂ, ਇਕੱਠੇ ਪੜ੍ਹੇ ਸਨ, ਪਿੰਡ ਦੇ ਹਾਈ

ਸਕੂਲੇ। ਲਾਗਲੇ ਸ਼ਹਿਰ 'ਚ ਵੱਡੀ ਪੜ੍ਹਾਈ ਵੀ ਉਨ੍ਹਾਂ ਇਕੱਠਿਆਂ ਕੀਤੀ ਤੇ ਅਧਿਆਪਕੀ ਕੋਰਸ ਵੀ ਇਕੋ ਥਾਂ। ਕੈਲਾ ਖੇਡਾਂ 'ਚ ਮੋਹਰੀ ਸੀ, ਰਾਮੂ ਪੜ੍ਹਾਈ 'ਚ ਅੱਵਲ। ਦੋਨੋਂ ਆਪਣੀ ਆਪਣੀ ਥਾਂ ਕਪਤਾਨ। ਆਪਣੇ ਆਪਣੇ ਖੇਤਰ ਦੇ ਨਾਇਕ। ਸਕੂਲੀਂ-ਕਾਲਜੀਂ ਉਹਨਾਂ ਦਾ ਬਹਿਣ-ਉਠਣ ਆਉਣ-ਜਾਣ ਵੀ ਇਕੱਠਾ ਰਿਹਾ ਸੀ। ਨਾ ਕੋਈ ਵੱਡਾ ਸੀ, ਨਾ ਛੋਟਾ। ਨਾ ਕੋਈ ਉੱਚਾ ਸੀ, ਨਾ ਨੀਵਾਂ। ਪਰ ਹੁਣ-ਹੁਣ ਥੋੜ੍ਹੇ ਕੁ ਚਿਰਾਂ ਤੋਂ ਬਰਾਦਰੀ ਹੋਂਦ ਨੂੰ ਉਭਾਰਦੀ ਦਲਿਤ ਲਹਿਰ ਨਾਲ ਜੁੜ ਕੇ ਰਾਮਪਾਲ ਮੁੜ ਤੋਂ ਉਹੀ ਸੀ, ਕੰਮੀ-ਕਮੀਣ, ਸਿੱਬੂ ਚਮਾਰ ਦਾ ਮੁੰਡਾ ਰਾਮੂ ਚਮਾਰ ਤੇ ਕੈਲਾ, ਕਰਨੈਲ ਸਿੰਘ ਵਲਦ ਇੰਦਰ ਸਿੰਘ, ਲੰਬੜਦਾਰ। ਰੰਧਾਵਾ ਖਾਲਸ ਜੱਟ। ਕਹਿੰਦਾ ਕਹਾਉਂਦਾ ਜ਼ਿਮੀਂਦਾਰ। ਸਿੱਬੂਕਿਆਂ ਦੇ ਟੱਬਰ ਨੂੰ ਦਿਹਾੜੀ-ਟੱਪਾ ਦੇਣ ਵਾਲਾ ਵੱਡਾ ਅਲਾਟੀਆ।

ਪੜ੍ਹਾਈ ਮੁਕਦੀ ਕਰਕੇ ਉਹ ਦੋਨੋਂ ਇਕ-ਦੂਜੇ ਤੋਂ ਨਿੱਖੜਦੇ ਕਰੀਬ-ਕਰੀਬ ਕੱਟੇ ਜਿਹੇ ਗਏ।

ਰਾਖਵੇਂ ਕੋਟੇ 'ਚੋਂ ਰਾਮਪਾਲ ਨੂੰ ਕੈਲੇ ਨਾਲੋਂ ਪਹਿਲਾਂ ਮਿਲੀ ਸਕੂਲ ਅਧਿਆਪਕੀ ਦੋਨਾਂ ਵਿਚਕਾਰਲੀ ਵਿੱਥ ਨੂੰ ਕਿੰਨਾ ਸਾਰਾ ਹੋਰ ਵੱਡਾ ਕਰ ਗਈ।

ਕੈਲੇ ਦੀ ਸਾਰੀ ਦੀ ਸਾਰੀ ਲੰਬੜਦਾਰੀ ਜਿਵੇਂ ਸੂਲੀ ਟੰਗੀ ਗਈ। ਭੱਜ-ਦੌੜ ਕਰਕੇ ਉਹ ਕਈ ਚਿਰੀਂ ਰਾਮਪਾਲ ਨਾਲ ਰਲਿਆ ਈ ਰਲਿਆ ਤਾਂ ਉਸਤੋਂ ਕਿੰਨਾ ਸਾਰਾ ਜੂਨੀਅਰ, ਕਿੰਨਾ ਸਾਰਾ ਹੇਠਾਂ। ਇਕੋ ਸਕੂਲ ਦੇ ਇਕੋ ਸਟਾਫ-ਰੂਮ 'ਚੋਂ ਬੈਠੇ ਵੀ ਉਹ ਇਕ ਦੂਜੇ ਤੋਂ ਕੋਹਾਂ ਦੂਰ। ਬੋਲ-ਚਾਲ, ਗੱਲ-ਬਾਤ, ਲਗਭਗ ਬੰਦ। ਸਰਕਾਰੀ ਕੰਮ-ਕਾਜ ਹਿਤ ਜੇ ਕਿਧਰੇ ਮਾੜੀ-ਪਤਲੀ ਹੂੰ-ਹਾਂ ਕਰਨੀ ਈ ਪੈਂਦੀ ਤਾਂ ਐਵੇਂ ਰੁੱਖੀ-ਰੁੱਸੀ ਜਿਹੀ, ਸੜੀ-ਭੁੱਜੀ ਜਿਹੀ।

...ਪਦ-ਉਨਤੀ ਕਰਕੇ ਕੈਲੇ ਤੋਂ ਕਾਫੀ ਦੂਰ ਆਏ ਰਾਮਪਾਲ ਨੂੰ ਲੱਗਾ ਕਿ ਉਸਦਾ 'ਜੋਟੀਦਾਰ' ਕਰਨੈਲ ਉਸ ਤੋਂ ਪਹਿਲਾਂ ਹੀ ਉਸਦੇ ਨਵੇਂ ਸਕੂਲ ਪਹੁੰਚ ਗਿਆ ਹੈ। ਹੋਰ ਤਾਂ ਹੋਰ ਉਸਦੇ ਪਿਛਲੇ ਸਕੂਲ ਦਾ ਸਟਾਫ ਰੂਮ ਵਰਤਾਰਾ, ਇਸ ਸਕੂਲ ਦੇ ਸਾਰੇ ਕਮਰਿਆ ਸਾਰੀਆਂ ਥਾਵਾਂ ਤੱਕ ਖਿਲਰ-ਫੈਲ ਗਿਆ ਹੈ।

ਪ੍ਰਾਰਥਨਾ ਸਭਾ ਪਿੱਛੋਂ, ਉਸਦੇ ਆਪਣੇ ਕਮਰੇ 'ਚ ਹੁਣੇ ਵਾਪਰੀ ਘਟਨਾ, ਉਸਦੇ ਸਾਰੇ ਵਜੂਦ ਨੂੰ ਸੜਦੀ ਬਲਦੀ ਜੂਹ ਅੰਦਰ ਸੁੱਟਦਾ ਕਰ ਗਈ।

ਪਲ ਦੀ ਪਲ ਉਸਦੀ ਰੀਜ਼ਰਵ ਕਲਾਸ ਪਦ-ਉਨਤੀ ਉਸ ਨੂੰ ਸਰਾਪ ਜਿਹੀ ਜਾਪੀ। ਉਸਨੂੰ ਸਮਝ ਨਾ ਲੱਗੀ ਕਿ ਸਕੂਲ ਪੀ. ਟੀ. ਆਈ. ਅੰਦਰੋਂ ਨਿਕਲੇ ਰੁੱਖੇ-ਭੱਦੇ ਬੋਲ, ਉਸਦੀ ਛੋਟੀ ਉਮਰ ਨੂੰ ਮਿਲੀ ਵੱਡੀ ਕੁਰਸੀ ਕਾਰਨ ਨਿਕਲੇ ਹਨ ਜਾਂ ਗਿੱਲ ਪੀ. ਟੀ. ਆਈ. ਦੀ ਵੱਡੀ ਉਮਰ ਹੇਠਲੀ ਨੀਵੀਂ ਕੁਰਸੀ ਨੂੰ ਹੋਈ ਰੰਜਸ਼ ਕਾਰਨ।

ਤਰਲੋਮੱਛੀ ਹੋਇਆ ਉਹ ਝਟਕਾ ਜਿਹਾ ਮਾਰਕੇ ਉਠਦਾ ਕਮਰਿਉਂ ਬਾਹਰ ਆ ਖੜ੍ਹਾ ਹੋਇਆ।

ਇਕ-ਦੋ ਨੂੰ ਛੱਡ ਕੇ ਸਾਰੇ ਅਧਿਆਪਕ ਆਪਣੀਆਂ ਜਮਾਤਾਂ ਵਿਚ ਜਾ ਚੁੱਕੇ ਸਨ। ਗਿੱਲ ਪੀ. ਟੀ. ਆਈ. ਉਸ ਨੂੰ ਕਿਧਰੇ ਦਿਖਾਈ ਨਾ ਦਿੱਤਾ। ਸਕੂਲ ਚੌਕੀਦਾਰ ਸਾਧੂ ਦਫਤਰੋਂ ਬਾਹਰ ਬੈਂਚ 'ਤੇ ਬੈਠਾ ਕਿਸੇ ਡੂੰਘੀ ਥਾਂ ਡੁੱਬਾ ਪ੍ਰਤੀਤ ਹੋ ਰਿਹਾ ਸੀ।

ਉਲਝੇ-ਬਿਖਰੇ ਰਾਮਪਾਲ ਨੇ ਸਾਧੂ ਚੌਕੀਦਾਰ ਨੂੰ ਥੋੜ੍ਹਾ ਕੁ ਕੱਸਵੀਂ ਆਵਾਜ਼ ਮਾਰੀਂ ਅਕਾਰਨ। ਉਹ ਜਿਵੇਂ ਕਰੰਟ ਲੱਗਣ ਵਾਂਗ ਖੜ੍ਹਾ ਹੋਇਆ "ਜੀਈ....ਸਾਬ੍ਹ!"

ਰਾਮਪਾਲ ਕੋਲ ਉਸਨੂੰ ਦੱਸਣ ਕਹਿਣ ਲਈ ਵੀ ਕੁਝ ਨਹੀਂ ਸੀ।

"ਗਿੱਲ ਸਾਬ੍ਹ ਨੂੰ ਬੁਲਾਈਂ।...ਨਾਹੀਂ ਸੱਚ ਦੀਪੂ ਨੂੰ ਬੁਲਾਈਂ, ਕੇੜ੍ਹੀ ਜਮਾਤ ਆ ਭਲਾ ਦੀਪੂ ਦੀਈ..?"

"ਜੀ ਸੱਤਮੀਂ ਜੀਈਂ...ਭਾਈਆਂ ਕੇ ਦੀਪੂ ਦੀ ਸੱਤਮੀਂ ਜਮਾਤ ਆ ਜੀਈ...।" ਸਾਧੂ ਤਿੱਖੀ ਚਾਲੇ ਖੁੱਲ੍ਹੇ ਇਹਾਤੇ ਦੇ ਪਾਰਲੇ ਸਿਰੇ ਵਾਲੀ ਵੱਡੀ ਟਾਹਲੀ ਵੱਲ ਨੂੰ ਤੁਰਿਆ ਈ ਸੀ ਕਿ ਹੈੱਡਮਾਸਟਰ ਰਾਮਪਾਲ ਨੇ ਪਿਛਿਉਂ 'ਵਾਜ਼ ਮਾਰੀ ਲਈ-"ਅੱਛਾ ਰੈਹਣ ਦੇ ਹਜੇ..ਮੈਂ...!"

ਸਾਧੂ ਉਹਨੀਂ ਪੈਰੀਂ ਮੁੜਦਾ ਮੁੜ ਆਪਣੇ ਸਟੂਲ ਲਾਗੇ ਆ ਖੜ੍ਹਾ ਹੋਇਆ-ਸਕੂਲ ਮੁਖੀ ਦਾ ਅਗਲਾ ਆਦੇਸ਼ ਜਾਨਣ ਲਈ।

ਰਾਮਪਾਲ ਘੜੀ ਪਲ ਚੁੱਪ-ਚਾਪ ਖੜ੍ਹਾ ਰਿਹਾ। ਫਿਰ..ਫਿਰ, ਉਸ ਅੰਦਰ ਰਿਝਦੀ-ਕੜ੍ਹਦੀ ਹਾਂਡੀ ਨੂੰ ਜਿਵੇਂ ਉਬਾਲ ਜਿਹਾ ਆਇਆ ਹੋਵੇ। ਥੋੜ੍ਹੇ ਕੁ ਜਿੰਨੇ ਬੇ-ਤਰਤੀਬੇ ਬੋਲ ਆਪ-ਮੁਹਾਰੇ ਉਸ ਦੇ ਮੂੰਹੋਂ ਨਿਕਲ ਕੇ ਸਾਧੂ ਚੌਕੀਦਾਰ ਵੱਲ ਨੂੰ ਵਧੇ "...ਆਹ ਜੇੜ੍ਹਾ ਪੀ. ਟੀ. ਆਈ. ਆ ਸਾਧਾ ਸਿਆਂ, ਕਦੋਂ ਕੁ ਦਾ ਆ, ਮੇਰਾ ਮਤਲਬ ਐਸ ਸਕੂਲੋਂ ਐਥੇ?"

"ਸਾਬ੍ਹ ਜੀ, ਏਹ ਸਰਦੈਰ ਹੋਣੀ, ਐਥੇ ਈ ਆ ਜੀਈ ਮੁੱਢ ਤੋਂ। ਏਹ ਤਾਂ ਸਕੂਲ ਈ ਏਨ੍ਹਾਂ ਦਾ ਸੀਗਾ ਜੀਈ, ਏਨ੍ਹਾਂ ਦੇ ਭਾਪਾ ਜੀ ਦਾ, ਸਰਦੈਰ ਬਾਦ੍ਹਰ 'ਜਾਗਰ ਸੂਹ ਦਾ। ਏਹ ਤਾਂ ਜੀਈ ਥੋੜ੍ਹੇ ਕੁ ਚਿਰਾਂ ਤੋਂ ਸਰਕਾਰੂ ਹੋਇਆ, ਪਹਿਲੋਂ ਏਹੋ ਸਰਦਾਰ ਹੋਣੀਂ ਮਾਲਕ ਹੁੰਦੇ ਸੇਏ, ਐਥੇ...।"

"ਹੂੰਅ..ਅ...ਅ..", ਰਾਮਪਾਲ ਅੰਦਰੋਂ ਨਿਕਲੀ ਲੰਮੀ ਹੂੰਅ...ਅ ਵਿਚ ਦਰਦ ਸੀ ਜਾਂ ਹਿਰਖ, ਰੋਹ ਸੀ ਜਾਂ ਖਿਝ, ਘੜੀ ਪਲ ਤਾਂ ਉਸਨੂੰ ਆਪ ਨੂੰ ਵੀ ਸਮਝ ਨਾ ਲਗੀ ਤਾਂ ਵੀ ਸਰਕਾਰੀ ਸੇਵਾ 'ਚ ਆਉਣ ਤੋਂ ਪਹਿਲਾਂ, ਰਵੀਦਾਸ ਹਾਈ ਸਕੂਲੇ ਬਿਤਾਏ ਢਾਈ ਕੁ ਵਰ੍ਹੇ ਉਸਦੇ ਦਿਲ ਦਿਮਾਗ 'ਤੇ ਸੂਲ ਵਾਂਗ ਚੁਭ ਗਏ।...ਕਿੰਨੀ ਖੁਸ਼ਾਮਦ ਕਰਨੀ ਪਈ ਸੀ ਉਸਨੂੰ ਪ੍ਰਧਾਨ, ਸਕੱਤਰ, ਮੈਨੇਜਰ ਸਮੇਤ ਸਾਰੇ ਪ੍ਰਬੰਧਕੀ ਅਮਲੇ ਦੀ। ਕੱਲੇ-ਕੱਲੇ ਦੇ ਗੋਡੀਂ ਹੱਥ ਲਾਉਣਾ ਪਿਆ ਸੀ। ਪਹਿਲਾਂ ਨੌਕਰੀ ਲੈਣ ਲਈ, ਪਿੱਛੋਂ ਦਿਨ-ਕਟੀ ਕਰਨ ਲਈ, ਖਾਸ ਕਰ ਕਮੇਟੀ ਪ੍ਰਧਾਨ ਦੇ, ਜਿਸ ਦੇ ਹੁਕਮ ਤੋਂ ਬਿਨਾਂ ਪੱਤਾ ਨਹੀਂ ਸੀ ਹਿਲਦਾ ਸਾਰੇ ਸਕੂਲ 'ਚ।

ਪ੍ਰਧਾਨ ਜੀ ਦੀ ਮੁੱਠੀ-ਚਾਪੀ ਉਸਨੂੰ ਕਈ ਚਿਰ ਕਰਨੀ ਪਈ ਸੀ। ਕਦੀ ਉਸ ਵੱਲੋਂ 'ਹਾਂ' ਹੋ ਜਾਂਦੀ, ਕਦੀ 'ਨਾਂਹ'।

ਆਖਰ ਉਸਦੇ ਪਿਓ ਸਿਬੂ ਨੇ ਉਸਦੀ ਕੁਟੀਆ ਪਹੁੰਚ ਕੇ ਜਾਣੋਂ ਉਸਦੇ ਪੈਰ ਹੀ ਫੜ ਲਏ ਸਨ। ਪ੍ਰਸੰਨ-ਚਿੱਤ ਹੋਏ 'ਬਾਬਾ ਜੀ' ਨੇ ਸਿੰਬੂ ਨੂੰ ਹਾਂ ਕਰ ਦਿੱਤੀ-"ਅੱਛਇਆ, ਭੇਜ ਦੇਨਾ ਲਟਕੇ ਕੋ ਆਸ਼ਰਮ, ਕਲ ਕੌਅ...।"

ਪਰ, ਥਾਂ ਥਾਂ ਟੱਕਰਾਂ ਮਾਰਦੇ ਰਾਮਪਾਲ ਤੋਂ ਕਲ੍ਹ ਦੀ ਉਡੀਕ ਨਹੀਂ ਸੀ ਹੋਈ। ਉਹ ਉਸੇ ਸ਼ਾਮ ਉਸਦੇ ਆਸ਼ਰਮ ਜਾ ਪੁੱਜਾ ਸੀ। ਸਕੂਲ ਪ੍ਰਧਾਨ, 'ਸੰਤ-ਮ੍ਹਾਰਾਜ' ਉੱਚੇ ਗੱਦੇ-ਦਾਰ ਆਸਣ 'ਤੇ ਬਿਰਾਜਮਾਨ ਸਨ, ਗੋਲ ਚੌਕੜੀ ਮਾਰੀ। ਪੂਰੀ ਸਾਧ ਬਿਰਤੀ। ਇਕ ਹੱਥ ਮਾਲਾ,

ਲਿਸ਼-ਲਿਸ਼ ਕਰਦੀ ਦਿੱਖ ਆਲੇ-ਦੁਆਲੇ ਕਿੰਨੀ ਸਾਰੀ ਸੰਗਤ।

ਰਾਮਪਾਲ ਸਾਰੇ ਦਾ ਸਾਰਾ ਨਿਵ ਕੇ, ਡੰਡੌਤ ਬੰਦਨਾ ਕਰਕੇ, ਉਸਦੇ ਨੇੜੇ ਜਿਹੇ ਹੋ ਕੇ ਜਾ ਬੈਠਾ ਸੀ।

"ਅੱਛਇਆ ਕਿਤਨੀ ਜਮਾਤੇ ਪੜ੍ਹਾ ਹੈਅ ਤੂੰ...?" ਗੱਦੀਦਾਰ ਪ੍ਰਧਾਨ ਨੇ ਪੈਂਦੀ ਸੱਟੇ ਉਸ ਨੂੰ ਸਵਾਲ ਕੀਤਾ ਸੀ।

"ਜੀਈ ਮੈਂ ਬੀ. ਐੱਸ. ਸੀ..ਬੀ. ਐੱਡ. ਆਂ...।"

"ਬੀ. ਸੀ. ਤੋਂ ਹੂਈ, ਤੂੰ ਨੇ ਮਾਸਟਰੀ ਵੀ ਪੜ੍ਹੀ ਐ ਨਾ..?"

ਰਾਮਪਾਲ ਨੂੰ ਉਸਦੀ ਆਗਿਆਨਤਾ 'ਤੇ ਹਾਸਾ ਵੀ ਆਇਆ ਤੇ ਗੁੱਸਾ ਵੀ। ਉਹ ਅੰਦਰੋਂ ਅੰਦਰ ਜਿਵੇਂ ਕਲਪ ਉਠਿਆ ਸੀ, ਵਿਦਿਆ-ਖੇਤਰ ਨਾਲ ਹੋ ਰਹੇ ਖਿਲਵਾੜ ਤੋਂ ਖਿਝ ਉੱਠਿਆ, ਪਰ ਗੌਂਅ ਸੀ ਉਸਨੂੰ, ਲੋੜ ਉਸਨੂੰ ਸੀ, ਉਸਨੇ ਦੜ ਹੀ ਵੱਟੀ ਰੱਖੀ ਸੀ।

ਝੱਟ ਹੀ ਲਾਗੇ ਬੈਠੇ ਸੇਵਕਾਂ 'ਚੋਂ ਕਿਸੇ ਨੇ 'ਸੰਤ-ਮ੍ਹਾਰਾਜ' ਨੂੰ ਵਿਆਖਿਆ ਕਰ ਸਮਝਾਈ ਸੀ-'ਏਸ ਲੜਕੇ ਦੀ ਪੜ੍ਹਾਈ ਬਹੁਤ ਵਧੀਆ ਐ, ਸਾਇੰਸ ਦੀ ਪੜ੍ਹਾਈ ਨਾਲ ਮਾਸਟਰੀ ਕੋਰਸ।'

"ਫਿਰ ਤੋ ਬਹੁਤ ਅੱਛੀ ਬਾਤ ਹੈਅ..। ਹਾਂ ਤੋ ਮਾਸਟਰ ਨੌਕਰੀ ਕੇ ਸਾਥ ਸਾਥ ਡੇਰੇ ਕੀ ਸੇਵਾ-ਸੰਭਾਲ ਕਾ ਵੀ ਧਿਆਨ ਰਖਨਾ...ਪਹਿਲੇ ਕੀ ਤਰਾ ਬੇ-ਮੁਖ ਨਾ ਹੋਨਾ..।"

ਰਾਮਪਾਲ ਕੋਲ ਉਸ ਸਮੇਂ ਸਕੂਲ ਪ੍ਰਧਾਨ ਨੂੰ ਸਤਿ-ਬਚਨ ਕਹਿਣ ਤੋਂ ਸਿਵਾ ਕੋਈ ਚਾਰਾ ਨਹੀਂ ਸੀ ਬਚਿਆ, ਨਾ ਈ ਉਸ ਤੋਂ ਪਿੱਛੋਂ।

ਉਹ ਪੂਰੀ ਤਰ੍ਹਾਂ ਵਿਆਕੁਲ ਹੋ ਉਠਦਾ ਸੀ, ਅੱਧੀ ਤਨਖ਼ਾਹ ਲੈ ਕੇ ਪੂਰੀ 'ਤੇ ਦਸਖ਼ਤ ਕਰਨ ਲੱਗਾ। ਤਾਂ ਵੀ ਸਤਿ ਬਚਨ।

ਪੂਰੇ ਢਾਈ ਸਾਲ ਉਹ ਕੰਨ 'ਚ ਪਾਇਆ ਨਹੀਂ ਸੀ ਰੜਕਿਆ, ਨਾ ਸਕੂਲ ਅੰਦਰ, ਨਾ ਸਕੂਲੋਂ ਬਾਹਰ।

ਸਾਧੂ ਚੌਕੀਦਾਰ ਦੇ ਅਧੀਨਗੀ ਭਰੇ ਵਤੀਰੇ ਦੀ ਉਸਨੂੰ ਇਕ-ਦਮ ਸਮਝ ਆ ਗਈ। ਪਰ, ਨਾਲ ਦੀ ਨਾਲ ਥੋੜ੍ਹਾ ਜਿੰਨਾ ਗੁੱਸਾ ਵੀ ਆਇਆ ਉਸ 'ਤੇ-ਹੁਣ ਕਾਹਦੀ ਲਾਚਾਰਗੀ ਸੀ ਉਸਨੂੰ। ਹੁਣ ਤਾਂ ਉਹ ਗੁਲਾਮ ਨਹੀਂ ਸੀ ਗਿੱਲ ਮਾਲਕਾਂ ਦਾ। ਹੁਣ ਤਾਂ ਉਸਨੂੰ ਆਪਣੀ ਥਾਂ... ਰਾਮਪਾਲ ਅੰਦਰ ਜਾਗੀ ਪਦਵੀ-ਹਉਂ ਝੱਟ ਹੀ ਉਸਦੀ ਜ਼ੁਬਾਨ ਤਕ ਆ ਪੁੱਜੀ-"ਹੁਣ ਕਿੱਥੇ ਆ ਉਹ...?"

ਰਾਮਪਾਲ ਦਾ ਸੰਬੋਧਨ ਇਸ ਵਾਰ ਪਹਿਲਾਂ ਨਾਲੋਂ ਵੀ ਰੁੱਖਾ ਸੀ।

"ਕੌਣ ਜੀਈ...? ਗਿੱਲ ਸੈਬ੍ਹ...! ਉਹ ਤਾਂ ਚਲੇ ਗਏ ਹੋਣੇ ਆ ਜੀ ਕੋਠੀ। ਐਸਲੇ ਕੁ ਮੁੜ ਜਾਂਦੇ ਹੁੰਦੇ ਆ ਘਰ ਨੂੰ, ਲੱਸੀ ਪਾਣੀ ਪੀਣ...।"

"ਮੁੜ ਜਾਂਦੇ ਹੁੰਦੇ ਆ...ਲੱਸੀ ਪਾਣੀ ਪੀਣ.....! ਏਹ ਸਕੂਲ ਆ ਕਿ ਭੰਗਾੜਖਾਨਾ..? ਜਾਹ, ਜਾ ਕੇ ਲਿਆ ਬੁਲਾ ਕੇ। ਆਖੀਂ ਹੈੱਡਮਾਸਟਰ ਸਾਬ੍ਹ ਬੁਲਾਉਂਦੇ ਆ ਸਕੂਲੇ।"

"ਜੀ ਸਾਬ੍ਹ, ਪਰ ਜੀਈ ਕੋਈ ਹੋਰ ਤਰ੍ਹਾਂ ਦੇ ਜੇ ਬੰਦੇ ਆਏ ਘਰੇ ਤਾਂ ਵੀ..।"

"ਹੋਰ ਤਰ੍ਹਾਂ ਦੇ ਕਿੱਦਾਂ ਦੇ...?"

"ਕੋਈ ਏਨ੍ਹਾਂ ਦੀ ਪਾਲਟੀ ਆਲਾ, ਕੋਈ ਲੀਡਰ-ਸ਼ੀਡਰ, ਕੋਈ ਸਰਕੈਰੀ ਅਫ਼ਸਰ..। ਆਹ ਹੁਣ ਜਿਹੇ ਉਨ੍ਹਾਂ ਦੇ ਘਰੋਂ ਜੀਈ ਸਰਪੰਚਣੀ ਬਣੀ ਆ ਨਾ ਜੀਈ...ਸੌ ਆਇਆ-ਗਿਆ ਰੈਂਦਾ। ਆਪ ਤਾਂ ਬੀਬੀ ਜੀ ਜਾਂਦੇ-ਜੂੰਦੇ ਨਈਂ ਕਿਧਰੇ...ਗਿੱਲ ਸੈਬ੍ਹ ਈ ਕਰਦੇ ਆ ਉਨ੍ਹਾਂ ਨੇ ਵੱਟੇ ਦਾ ਸਾਰਾ ਕੰਮ-ਕਾਜ, ਪੀ.ਟੀ. ਸੈਬ...।"

"ਅੱਛਾ ਕੋਈ ਨਾ ਰੈਹਣ ਦੇ..ਜਿਸ ਵੇਲੇ ਆਉਣ, ਸਿੱਧੇ ਦਫਤਰ ਭੇਜ ਦੇਈਂ..।" ਸਕੂਲ ਮੁਖੀ ਦਾ ਸੰਬੋਧਨ ਫਿਰ ਬਹੁ-ਬਚਨੀ ਹੋ ਗਿਆ।

"ਠੀਅਕ ਆ ਜਨਾਬ..ਜੋ ਹੁਕਮ।"

ਸਕੂਲ ਚੌਕੀਦਾਰ ਸਾਧੂ ਰਾਮ ਦਾ ਉੱਤਰ ਇਸ ਵਾਰ ਸਹਿਜ ਨਹੀਂ ਸੀ ਰਿਹਾ। ਰਵਾਇਤੀ ਹਲੀਮੀ ਕਾਇਮ ਰੱਖਦਿਆਂ ਵੀ ਇਹ ਕਈ ਸਾਰਾ ਹਿਰਖਿਆ ਗਿਆ ਸੀ।

ਉਸ ਨੂੰ ਲੱਗਾ ਸਕੂਲ ਪੀ. ਟੀ. ਆਈ. ਈ. ਦੀ ਆੜ 'ਚ ਰਾਮਪਾਲ ਉਸਦੀ ਖਾਹਮੁਖਾਹ ਦੀ ਹੇਠੀ ਕਰ ਰਿਹੈ, ਮਾੜੀ ਧਿਰ ਸਮਝ ਕੇ।

ਬੋਲ-ਬਾਣੀ ਤਾਂ ਪਹਿਲੇ ਦਿਨ ਤੋਂ ਅੱਖੜਦੀ ਰਹੀ ਸੀ ਸਾਧੂ ਨੂੰ ਉਸਦੀ, ਤਾਂ ਵੀ ਚੌਥਾ ਦਰਜਾ ਕਰਮਚਾਰੀ ਹੋਣ ਨਾਤੇ ਉਹ ਸਹਿੰਦਾ-ਸਹਾਰਦਾ ਹੀ ਰਿਹਾ।

ਹੁਣ ਉਸਦਾ ਅੰਦਰਲਾ ਵੱਟ ਜਿਹਾ ਖਾ ਕੇ ਜਿਵੇਂ ਮੂਕ ਬੋਲੀ ਬੋਲਿਆ ਹੋਵੇ-'ਕੋਈ ਨਾ ਪੁੱਤ ਜੀਈ, ਦੇਖਦਾਂ ਕਿੰਨੇ ਕੁ ਪਾਣੀਆਂ 'ਚ ਆਂ ਤੂੰ...।' ਉਸਦਾ ਅਗਲਾ ਵਾਰ ਰੋਕਣ ਦੇ ਇਰਾਦੇ ਨਾਲ ਸਾਧੂ ਚੌਕੀਦਾਰ ਨੇ ਚੌਕੀਦਾਰ-ਢਾਲ ਮੂਹਰੇ ਕਰ ਦਿੱਤੀ। ਥੋੜ੍ਹਾ ਕੁ ਜਿੰਨਾ ਲਗੜ-ਜੋੜ ਲਾ ਕੇ ਉਸਨੇ ਗਰੇਵਾਲ ਹੈੱਡ ਨਾਲ ਹੋਈ ਬੀਤੀ, ਇਕ ਸਾਰ ਆਖ ਸੁਣਾਈ-"ਸਾਬ੍ਹ ਜੀ ਇਕਗੱਲ ਦੱਸਾਂ ਜੀਈ...ਊਂ ਤਾਂ ਤੁਸੀਂ ਸਿਆਣੇ ਓ ਜੀਈ..ਦੱਸਣ ਨੂੰ ਚਿੱਤ ਤਾਂ ਨਈਂ ਕਰਦਾ ਜੀਈ...ਫੇਅਰ ਵੀ ਜਾਤ-ਬਰਾਦਰੀ ਕਰਕੇ ਜੀਈ-ਤਾਈਓਂ ਜੀਈ..ਹੈਅ ਜੀਈ...ਫੇਅਰ ਵੀ ਜੱਦੀ-ਪੁਸ਼ਤੀ ਸਰਦੈਰੀ, ਸਰਦੈਰੀ ਰੈਂਦ੍ਹੀ ਆ.।...ਐਂ ਗਰੇਵਾਲ ਹੈੱਡ ਵੀ ਬੜੇ ਧੜੱਲੇਦਾਰ ਬੰਦੇ ਸੇਏ ਜੀਈ...ਲੀਡਰ ਲੂਡਰ ਵੀ ਸੀਗੇ ਸਾਰੇ ਹੈੱਡਾਂ ਦੇ।...ਉਹ ਵੀ ਐਕਣੇ ਸਰਦੈਰ ਹੋਣਾਂ ਨਾਲ ਉਲਝ ਗਏ..ਗਿੱਲ ਸੈਬ੍ਹ ਹੋਣਾਂ ਨਾ..ਆਖਣ ਲੱਗੇ-'ਪੀ. ਟੀ. ਆਈ. ਸਿਆਂ, ਜਿੰਨਾ ਚਿਰ ਮੈਂ ਏਥੇ ਆਂ, ਤੂੰ ਤਿੰਨ ਗੱਲਾਂ ਨੀ ਕਰਨੀਆਂ। ਇਕ ਤੰਬਾ ਲਾ ਕੇ ਸਕੂਲ ਨਈਂ ਆਉਣਾ...ਓਦੋਂ ਸਰਦੈਰ ਹੋਰੀਂ ਤੰਬਾ ਲਾ ਕੇ ਸਕੂਲ ਆਉਂਦੇ ਸੇਏ। ਦੂਜੇ, ਜਿੰਨਾ ਚਿਰ ਸਕੂਲ ਟੈਮ ਹੁੰਦਾ ਕਿਧਰੇ ਨਈ੍ਹ ਜਾਣਾਂ, ਨਾ ਘਰ ਨਾ ਕਿਧਰੇ ਹੋਰਥੇ..ਓਦੋਂ ਵੀ ਐਕਣੇ ਚਲੇ ਜਾਂਦੇ ਸੇਏ ਘਰ ਨੂੰ ਜੀਕਣ ਹੁਣ ਗਏ ਆ। ਤੇ...ਤੀਜੀ ਗੱਲ ਸ਼ਰਾਬ ਪੀਤੀ ਤੇ ਸਕੂਲ ਨਈਂ ਆਉਣਾ..।"

"ਲਓ ਸਾਬ੍ਹ ਜੀਈ, ਮੈਨੂੰ ਤਾਂ ਐਉਂ ਲੱਗੇ ਜਿਉਂ ਦੋ ਸਾਨ੍ਹ ਭਿੜ ਪਏ ਸਿੱਧੇ। ਇਕ ਆਖੇ ਮੈਂ ਵੱਡਾ, ਦੂਜਾ ਆਖੇ ਮੈਂ ਤਕੜਾ। ਕੋਈ ਇਕ ਦੂਜੇ ਦੀ ਗੱਲ ਨਾ ਮੰਨੇ। ਫੇਅਰ ਪਤਾਅ ਕੀ ਹੋਇਆ? ਫੇਅਰ ਸਾਬ੍ਹ ਜੀਈ ਸਾਡੇ ਸਰਦੈਰ ਹੋਣੀ ਆਪਣੇ ਆਈ ਤੇ ਆ ਗਏ ਕੇਏ। ਉਨ੍ਹ ਸਿੱਧਾ ਸਪਾਟ ਆਖ ਮਾਰਿਆ-'ਓਏ ਗਰੇਵਾਲਾ ਮੈਨੂੰ ਤੇਰੀਆਂ ਤਿੰਨੋਂ ਗੱਲਾਂ ਮੰਜੂਰ ਨਈਂ। ਮੈਨੂੰ ਇਕ ਹੋਰ ਗੱਲ ਮੰਜੂਰ ਆ, ਚੌਥੀ ਗੱਲ! ਉਨ੍ਹਾਂ ਪੁੱਛਿਆ-ਓਹ ਕੇੜ੍ਹੀ?...ਦੱਸ! ਸਰਦੈਰ ਹੋਣੀ ਕੇਹਾ-'ਉਹ ਦੱਸਣ ਆਲੀ ਨ੍ਹਈਂ, ਪਤਾ ਲਾਉਣ ਆਲੀ ਆਂ'।"

ਆਪਣੀ ਰੌਅ 'ਚ ਰੁੜ੍ਹੇ ਤੋਂ ਉਸਤੋਂ, ਨਵੇਂ ਆਏ ਸਕੂਲ ਮੁਖੀ ਨੂੰ ਅਣਮੰਗੀ ਸਲਾਹ ਵੀ ਦਿੱਤੀ ਗਈ।...ਝੱਟ ਉਸਨੂੰ ਪਹਿਲੀ ਘੰਟੀ ਬਜਾਉਣ ਦਾ ਵਕਤ ਚੇਤੇ ਆ ਗਿਆ। ਤਿੰਨ-ਮਿੰਟ ਉਪਰ ਹੋ ਚੁੱਕੇ ਸਨ। ਐਨਾ ਲੇਅਟ...! ਉਸਨੂੰ ਆਪਣੇ ਆਪ 'ਤੇ ਢੇਰ ਸਾਰੀ ਗਿਲਾਨੀ ਹੋਈ।...ਐਊਂ ਤਾਂ ਕਦੀ ਵੀ ਨਹੀਂ ਸੀ ਹੋਇਆ ਉਸਤੋਂ!

ਡਰਨੇ ਵਾਂਗ ਡੋਲਦਾ ਉਹ, ਥੋੜ੍ਹਾ ਕੁ ਹਟਵੀ ਪਈ, ਹੱਥ ਘੰਟੀ ਵਿਚ ਲੱਕੜ ਦੀ ਹੱਥੀ ਵਾਲਾ ਲੋਹੇ ਦਾ ਹਥੌੜਾ ਮਾਰਕੇ ਮੁੜ ਆਪਣੀ ਥਾਂ ਪਰਤ ਆਇਆ।

ਢੱਕਾਂ 'ਤੇ ਹੱਥ ਰੱਖੀ ਖੜ੍ਹੇ ਰਾਮਪਾਲ ਦੀ ਗਜ਼ਟਿਡ ਪਦ-ਉਨਤੀ ਚੌਕੀਦਾਰ ਦੀ ਬਾਤ-ਵਾਰਤਾ ਸੁਣ ਕੇ ਕਿੰਨੀ ਸਾਰੀ ਝੇਂਪ ਜਿਹੀ ਗਈ ਸੀ। ਤਾਂ ਵੀ ਅਧੀਨ ਅਮਲੇ ਅੱਗੇ ਇਕ ਦਮ ਹੀਣਾ ਹੋਣ ਲਈ ਉਹ ਤਿਆਰ ਨਾ ਹੋਇਆ। ਦਫਤਰ ਮੂਹਰੇ ਖੜ੍ਹੇ ਨੇ ਪਹਿਲਾਂ ਉਸਨੇ ਦੋ ਕਦਮ ਸਕੂਲ ਗਰਾਊਂਡ ਵੱਲ ਨੂੰ ਪੁੱਟੇ, ਫਿਰ ਝੱਟ ਹੀ ਆਪਣੀ ਕੁਰਸੀ ਵੱਲ ਨੂੰ ਮੁੜਦੇ ਕਰ ਲਏ।

ਕੁਰਸੀ ਜਿਵੇਂ ਉਸਦੀ ਇਕੋ ਇਕ ਸ਼ਰਨਗਾਹ ਹੋਵੇ। ਇਸ ਤੋਂ ਬਿਨਾਂ ਉਹ ਜਿਵੇਂ ਅੱਧਾ-ਅਧੂਰਾ ਹੋਵੇ। ਰਾਜਪਾਲ ਦੀ ਬਜਾਏ ਨਿਰਾ ਈ ਰਾਮੂ। ਦੀਪੂ ਦੀ ਹੋਂਦ ਨਾਲੋਂ ਵੀ ਇਕ ਪੈਰ ਪਿਛਾਂਹ।

ਦੀਪੂ ਦੇ ਡੁਸਕਦੇ ਬੋਲਾਂ 'ਚੋਂ ਨਿਕਲੀ ਅੱਧੀ-ਅਧੂਰੀ ਅਰਦਾਸ ਮੁੜ ਉਸਦੇ ਕੰਨਾਂ 'ਚ ਘੁਸਰ-ਮੁਸਰ ਕਰਨ ਲੱਗ ਪਈ। ਉਸਦੇ ਅੰਗਾਂ-ਪੈਰਾਂ ਨੂੰ ਛਿੜਿਆ ਕਾਂਬਾ ਜਿਵੇਂ ਰਾਮਪਾਲ ਦੇ ਆਪਣੇ ਅੰਗਾਂ-ਪੈਰਾਂ ਵੱਲ ਨੂੰ ਸਰਕ ਆਇਆ।....ਉਸ ਨੂੰ ਲੱਗਾ ਕਿ ਮੁਖ ਅਧਿਆਪਕੀ ਕਮਰੇ ਵੱਲ ਨੂੰ ਤੁਰਦੀਆਂ ਉਸਦੀਆਂ ਲੱਤਾਂ ਵੀ ਦੀਪੂ ਦੀਆਂ ਲੱਤਾਂ ਵਾਂਗ ਨੰਗੀਆਂ ਹਨ। ਪੈਰੀਂ ਪਾਈ ਜੁੱਤੀ, ਥਾਂ ਪੁਰ ਥਾਂ ਟੁੱਟੀ ਪਈ ਹੈ। ਗਲ ਪਈ ਕਮੀਜ਼ ਦਾ ਅਗਲਾ ਪਾਸਾ ਗੋਹੇ-ਪਿਸ਼ਾਬ ਦੇ ਛਿੱਟਿਆਂ ਨਾਲ ਲਿਬੜਿਆ ਪਿਐ।...ਉਸਦੇ ਐਨ ਸਾਹਮਣੇ ਖੜ੍ਹਾ ਗਿੱਲ ਪੀ. ਟੀ. ਆਈ. ਉਸ ਵੱਲ ਦੇਖਦਾ ਠਹਾਕਾ ਮਾਰ ਕੇ ਹੱਸਿਆ ਹੈ।

ਖਿਝਿਆ ਖਪਿਆ ਉਹ ਗਿੱਲ ਪੀ. ਟੀ. ਆਈ....ਨੂੰ ਘੂਰਨ-ਝਿੜਕਣ ਵਰਗੇ ਬੋਲ-ਬੋਲਣ ਹੀ ਲੱਗਾ ਸੀ ਕਿ ਝੱਟ ਹੀ ਗਿੱਲ ਦੀ ਥਾਂ ਕੈਲਾ ਆ ਖੜ੍ਹਿਆ....ਮਾਸਟਰ ਕਰਨੈਲ। ਉਸਦੇ ਬਚਪਨ ਦਾ ਜੋਟੀਦਾਰ। ਉਸਦੀ ਹਮਜਮਾਤੀ।

"ਹੈਅ...ਅ, ਤੂੰ...ਅ..ਅ..", ਉਸਦੇ ਉਲਝੇ-ਬਿਖਰੇ ਬੋਲ, ਅਜੇ ਉਸਦੇ ਬੁਲ੍ਹਾਂ ਤਕ ਨਹੀਂ ਸਨ ਪੁੱਜੇ ਕਿ ਕੈਲੇ ਦੀ ਥਾਂ ਉਸਦੀ ਬੇਬੇ ਖੜ੍ਹੀ ਦਿਸੀ ਕਿਰਪੀ, ਕਿਰਪਾਲ ਕੌਰ। ਕਿਰਪਾਲ ਕੌਰ ਦੇ ਹੱਥਾਂ 'ਚ ਕਿੰਨੇ ਸਾਰੇ ਕਪੜੇ, ਧੋਤੇ-ਸੁਆਰੇ। ਤਿੰਨ ਚਾਰ ਨਿੱਕਰਾਂ, ਚਾਰ-ਪੰਜ ਕਮੀਜ਼ਾਂ।-"ਲੈ ਰਾਮੀ ਪੁੱਤ, ਲੈ ਆਹ ਤੂੰ ਪਾ ਲੈ-ਕੈਲੇ ਮੇਰੇ ਦੇ ਆਉਂਦੀਆਂ ਨਈਂ ਸੁੱਖਨਾਂ।...ਤੂੰ...ਤੂੰ ਖਬਨੀ ਐਹੋ ਜਿਹਾ ਈ ਰੈਣਾਂ। ਕੁਸ਼ ਖਾਇਆ ਪੀਆ ਕਰ....।"

"ਪਾਣੀ ਸਾਬ੍ਹ ਜੀਈ...।" ਇਕ ਦਮ ਉਸਦੀ ਸੁਰਤ ਮੁੜ ਥਾਂ ਸਿਰ ਪਰਤ ਆਈ। ਸਾਧੂ ਚੌਕੀਦਾਰ ਜੱਗ-ਗਲਾਸ ਲਈ ਉਸ ਦੇ ਲਾਗੇ ਖੜ੍ਹਾ ਪਾਣੀ ਪੀਣ ਲਈ ਪੁੱਛ ਰਿਹਾ ਸੀ।

"ਹੈਂ...ਹੈਅ..ਹਾਂ...ਪਾਣੀ! ਹਾਂ..ਲਿਆ...." ਉਸਤੋਂ ਭਰਿਆ ਗਲਾਸ ਫੜੀ ਖੜ੍ਹਾ-ਖੜੋਤਾ ਰਾਮਪਾਲ ਕੁਰਸੀ 'ਤੇ ਬੈਠ ਗਿਆ। ਘੁੱਟ-ਘੁੱਟ ਕਰਕੇ ਪੀਂਦੇ ਦੀ ਉਸਦੀ ਸੁਰਤੀ ਮੁੜ

ਹੁਣੇ ਹੁਣੇ ਦੇਖੇ 'ਸੁਪਨੇ' ਦੀ ਜ਼ੱਦ-ਅੰਦਰ ਪਹੁੰਚ ਗਈ।...ਉਹ ਅਜੇ ਦੀਪੂ ਕੁ ਦੀ ਉਮਰ ਦਾ ਸੀ, ਅੱਵਲ ਉਸ ਤੋਂ ਵੀ ਛੋਟਾ! ਉਹ ਆਪਣੇ ਪਿੰਡ ਲਾਗਲੇ ਵੱਡੇ ਸਕੂਲ ਅਜੇ ਪੜ੍ਹਨੇ ਨਹੀਂ ਸੀ ਪਿਆ। ਕੈਲੇ ਨਾਲ ਵੀ ਅਜੇ ਉਸਦੀ ਬਹੁਤੀ ਸਾਂਝ ਨਹੀਂ ਸੀ ਬਣੀ। ਆਪਣੇ ਵਿਹੜੇ ਦੇ ਰਵੀਦਾਸ ਦੁਆਰੇ ਸਮੇਤ ਉਸਦੀ ਬੀਬੀ ਪੁਰਬਾਂ-ਤਿਓਹਾਰਾਂ 'ਤੇ ਪਿੰਡ ਦੇ ਵੱਡੇ ਗੁਰਦਵਾਰੇ ਦਾ ਖੁੱਲ੍ਹਾ ਵਿਹੜਾ ਜ਼ਰੂਰ ਸੁੰਬਰਦੀ ਸ਼ਰਧਾ ਵੱਸ। ਰਾਮੇ ਨੂੰ ਨਾਲ ਲੈ ਕੇ। ਨਾਲ ਨਾਲ ਝਾੜੂ-ਬਹਾਰੀ ਨਾਲ ਨਾਲ 'ਵਾਖੁਰ-ਵਾਖੁਰ'। ਵਿਚਕਾਰ ਅਰਜੋਈ, ਅੱਖਾਂ ਮੁੰਦ ਕੇ, ਸਿਰ ਝੁਕਾ ਕੇ-'ਹੇਅ ਛੱਚਿਆ ਪਾਅਸ਼ਾਅ, ਜਾਣੀ-ਜਾਣ ਛੱਤਗੁਰਾ, ਮੇਰੇ ਰਾਮੇ ਪੁੱਤ ਨੂੰ ਤੰਦਰੁਸਤੀ ਬਖਸ਼ੀ, ਏਦ੍ਹੀ ਝੋਲੀ 'ਚ ਬਓਤੀ ਛਾਰੀ ਵਿਦਿਆ ਪਾਈਂ, ਏਨੂੰ ਵੱਡਾ ਅੱਫਛਰ ਬਣਾਈ, ਕਿਤੇ ਮੇਰੀ ਗਰੀਬਣੀ ਦੀ 'ਜੂਨ! ਬੱਸ ਏਹੋ ਜੋਦੜੀ ਆ ਤੇਰੇ...ਦਰ ਤੇਰੇ।' ਉਸ ਦਿਨ ਦੇ ਕੰਮ-ਕਾਜ ਬਦਲੇ ਉਸਨੇ ਕਦੀ ਵੀ ਕਿਸੇ ਤੋਂ 'ਮੇਨ੍ਹਤ-ਮਜ਼ੂਰੀ' ਨਹੀਂ ਸੀ ਮੰਗੀ। ਤਾਂ ਵੀ ਰਾਧਾ ਸੂੰਹ ਭਾਈ ਉਸਨੂੰ ਖਾਲੀ ਹੱਥ ਨਾ ਮੋੜਦਾ-ਢੇਰ ਸਾਰੇ ਚੜ੍ਹਾਵੇ 'ਚੋਂ ਡੰਗ ਦੋ ਡੰਗ ਦਾ ਆਟਾ, ਥੋੜ੍ਹੀ ਕੁ ਦਾਲ ਜਾਂ ਹੋਰ ਕੋਈ ਚੜ੍ਹਤ-ਚੀਜ਼ਾਂ ਵਿਚ ਵਾਰ ਪੰਡ ਭਰ ਰੁਮਾਲਿਆਂ 'ਚੋਂ ਬੀੜ-ਸਾਬ੍ਹ ਤੋਂ ਅੰਗ-ਮੁਕਤ ਹੋਏ, ਬਿਰਧ ਹੋਏ ਰੁਮਾਲੇ-ਰੇਸ਼ਮੀ, ਸਿਲਕੀ, ਜ਼ਰੀਦਾਰ। ਪ੍ਰਸਿੰਨੀ, ਜੋ ਕੁਝ ਮਿਲਦਾ ਦੋਨੋਂ ਹੱਥ ਜੋੜਕੇ, ਸਿਰ ਨਿਵਾ ਕੇ ਪ੍ਰਸ਼ਾਦ ਲੈਣ ਵਾਂਗ ਕਬੂਲ ਕਰਦੀ, ਪੂਰੀ ਵਿਉਂਤ ਲਾ ਕੇ ਇਨ੍ਹਾਂ ਦਾ ਕੁਝ ਨਾ ਕੁਝ ਸੀਂਅ ਬਣਾ ਲੈਂਦੀ - ਆਪਣੇ ਸਿਰ ਦਾ ਲੀੜਾ, ਕੁੜੀਆਂ ਲਈ ਝੱਗੇ ਜਾਂ....।

ਸਕੂਲ ਦਫਤਰ 'ਚ ਬੈਠੇ ਘੁੱਟ-ਘੁੱਟ ਕਰਕੇ ਪਾਣੀ ਪੀਂਦੇ ਰਾਮਪਾਲ ਦਾ ਇਕ ਹੱਥ ਸਹਿਸੁਭਾ ਉਸਦੀਆਂ ਲੱਤਾਂ-ਪਿੰਨੀਆਂ ਤੱਕ ਅੱਪੜ ਗਿਆ। ਉਸਦੇ ਤੇੜ ਵਧੀਆ ਪੈਂਟ ਸੀ, ਗਾਵਰਡੀਨ ਦੀ। ਖੁੱਲ੍ਹੇ ਪਹੁੰਚਿਆਂ ਵਾਲੀ। ਅੱਧੀ ਸਿਲਕੀ, ਅੱਧੀ ਸੂਤੀ।...ਉਸਨੂੰ ਲੱਗਾ, ਕਿਸੇ ਭਰ ਸਿਆਲ 'ਚ ਉਸਦੀ ਬੀਬੀ ਨੇ ਦੋ ਰੁਮਾਲ ਜੋੜ ਕੇ ਉਸਦੀਆਂ ਨੰਗੀਆਂ ਲੱਤਾਂ ਢਕਣ ਲਈ ਗੰਢ-ਤੁੱਪ ਕੀਤਾ ਪਜਾਮਾ, ਫਿਰ ਜਿਵੇਂ ਉਸਦੇ ਤੇੜ ਆ ਪਿਆ ਹੋਵੇ।

ਇਕ ਪਹੁੰਚਾ ਹੋਰ ਇਕ ਹੋਰ।

ਕਈ ਦਿਨ ਉਸਦੇ ਜੋਟੀਦਾਰ-ਹਮਜੋਲੀ ਉਸਦੀ ਛੇੜ-ਛਾੜ ਕਰਦੇ ਰਹੇ। ਕਈ ਦਿਨ ਉਹ ਘਰੋਂ ਬਾਹਰ ਨਹੀਂ ਸੀ ਗਿਆ। ਕਿਸੇ ਨਾਲ ਕੌਡ-ਕਬੱਡੀ ਨਹੀਂ ਸੀ ਖੇਲਿਆ। ਤਾਂ ਵੀ, ਉਸਨੇ ਨੰਗੀਆਂ ਲੱਤਾਂ ਦੇ ਕੱਜ ਨੂੰ ਸਾਰਾ ਸਿਆਲ ਆਪਣੇ ਤੋਂ ਵੱਖ ਨਹੀਂ ਸੀ ਹੋਣ ਦਿੱਤਾ।

...ਸੁਬਹ-ਸਵੇਰੇ ਪ੍ਰਾਰਥਨਾ-ਥੜ੍ਹੇ 'ਤੇ ਦੀਪੂ ਨਾਲ ਹੋਈ ਵਾਪਰੀ, ਉਸਦੇ ਹੋਰ ਵੀ ਨੇੜੇ ਢੁਕ ਕੇ ਖੜ੍ਹੋ ਗਈ।

ਉਸਦੇ ਮਨ 'ਚ ਆਈ ਕਿ ਸਾਧੂ ਚੌਕੀਦਾਰ ਨੂੰ ਬੁਲਾ ਕੇ ਦੀਪੂ ਦੇ ਘਰ-ਬਾਰ, ਮਾਂ-ਬਾਪ ਬਾਰੇ ਪੂਰੀ ਜਾਣਕਾਰੀ ਲਵੇ। ਹੋਰ ਨਹੀਂ ਤਾਂ ਸਕੂਲ-ਫੰਡਾਂ 'ਚੋਂ ਉਸ ਲਈ ਸਕੂਲ-ਵਰਦੀ ਸੰਵਾ ਦੇਣ ਦਾ ਪ੍ਰਬੰਧ ਕਰੇ। ਨੰਗੀਆਂ ਲੱਤਾਂ ਕਾਰਨ ਉਸ ਅੰਦਰ ਆਈ ਹੀਣ-ਭਾਵਨਾ ਦੂਰ ਕਰਨ ਦਾ ਉਪਰਾਲਾ ਕਰੇ।

ਖਾਲੀ ਕੀਤਾ ਗਲਾਸ ਮੇਜ਼ 'ਤੇ ਰੱਖਦਿਆਂ ਉਸਨੇ ਸਾਧੂ ਚੌਕੀਦਾਰ ਨੂੰ ਕੱਸਵੀਂ ਆਵਾਜ਼ ਮਾਰੀ-"ਓ..ਓ...ਸਾਧੂ...।"

"ਜੀਈ...ਈ. ਸਾਬ੍ਹ...," ਸਾਧੂ ਆਪਣੇ ਰਵਾਇਤੀ ਢੰਗ ਨਾਲ ਝੁਕਿਆ, 'ਫਿਰ ਉਸਦੇ ਸਾਹਮਣੇ ਆ ਖੜ੍ਹਾ ਹੋਇਆ।

"ਦੀਪੂ ਨੂੰ ਬੁਲਾ ਕੇ ਲਿਆ।..ਪਤਾ ਦੀਪੂ ਦਾ ?" ਰਾਮਪਾਲ ਨੂੰ ਬਿਲਕੁਲ ਚੇਤੇ ਨਹੀਂ ਸੀ ਕਿ ਉਸਨੇ ਸਾਧੂ ਨੂੰ ਪਹਿਲੇ ਵੀ ਲਗਪਗ ਇਹੋ ਸ਼ਬਦ ਆਖੇ ਸਨ।

"ਹਾਂ ਜੀ ਹਾਂਅ, ਪਤਾਅ ਆ ਜੀਈ...ਭਾਈਆਂ ਕਾ ਦੀਪੂ। ਬੜਾ ਲੈਕ ਮੁੰਡਾ ਆ ਜੀਈ...।ਓਹ ਤਾਂ ਜੀਈ ਘਰਦਿਆਂ ਵੰਨੀਓਂ ਬਾਹਲਾ ਈ ਹਿੱਲਿਆ ਵਾ ਆ ਜੀਈ, ਨਈ੍ਹ ਤਾਂ ਅੱਵਲ ਆਏ ਜੀਬੀ ਸਭ ਕਾਸੇ 'ਚੋਂ।"

ਇਸ ਵਾਰ ਸਕੂਲ ਚੌਕੀਦਾਰ ਦੇ ਆਖੇ-ਦੱਸੇ 'ਚ ਰਾਮਪਾਲ ਨੂੰ ਕੋਈ ਗੱਲ ਓਪਰੀ ਨਾ ਲੱਗੀ।

"ਕੀ ਗੱਲ ਕੰਮ-ਕਾਰ ਨਈਂ੍ਹ ਕਰਦਾ ਉਦ੍ਹਾ ਪਿਓ..?"

"ਪੇਏ ਓਦ੍ਹਾ ਐਹੇ-ਜੇਆ ਈ ਆ।..ਪੈਲ੍ਹਾਂ ਛਾਅ ਵੇਲੇ ਤੀਕ ਗੁਰਦੁਆਰੇ ਵੜਿਆ ਰਊ, ਸਰਦੈਰ ਹੋਣਾਂ ਦੇ, ਗਿੱਲ ਸੈਬ੍ਹ ਹੋਣਾ ਦੇ ਗੁਰਦੁਆਰੇ।ਊ ਸਾਬ੍ਹ ਜੀਈ ਹਾਡੇ ਪਿੰਡ ਕਿੰਨੇ ਸਾਰਿਓ ਈ ਗੁਰਦੁਆਰੇ ਆ।ਤਖਾਣਾ ਦਾ, ਲਬਾਣਿਆਂ ਦਾ, ਚਮਾਰਾ ਦਾ, ਜੱਟਾਂ ਦਾ।ਜੱਟਾਂ 'ਚ ਵੀ ਗਿੱਲ ਸੈਬ੍ਹ ਹੋਣਾ ਦਾ ਅੱਡ ਆ।ਤੁਆਡਾ ਰੱਬ ਭਲਾ ਕਰੇ ਸਾਰੇਈ ਇਕ ਦੂਜੇ ਤੋਂ ਅੱਗੇ ਲੰਘਣ ਲਈ ਜ਼ਾਦਾ ਤੋਂ ਜ਼ਾਦਾ ਪਾਠ-ਪੂਠ ਪੜ੍ਹਦੇ ਆ।ਸੇਵਾ ਸੂੰਹ ਭਾਈ ਦਾ ਪਾਠ ਪੜ੍ਹਨ 'ਚ ਲੰਬਰ ਆ, ਦੀਪੂ ਦੇ ਪੇਏ ਦਾ ਜੀਈ!..ਊਂ ਪੰਜਾਂ-ਸੰਤਾਂ ਘਰਾਂ ਦੀ ਸੇਪ ਵੀ ਹੈਗੀ ਆ ਉਦ੍ਹੇ ਕੋਆ।ਸਰਦੈਰ ਸੈਬ੍ਹ ਹੋਣਾਂ ਦੀ ਵੀ ਆ, ਗਿੱਲ ਸੈਬ੍ਹ ਹੋਣਾਂ ਦੀਈ....।"

ਸਾਧੂ ਚੌਕੀਦਾਰ ਮੂੰਹੋਂ ਮੁੜ-ਘੜੀ ਗਿੱਲ ਪੀ. ਟੀ. ਆਈ. ਦਾ ਨਾਂ ਸੁਣ ਕੇ ਸਕੂਲ ਮੁਖੀ ਰਾਮਪਾਲ ਨੂੰ ਇਕ ਜ਼ੋਰਦਾਰ ਝੁਣਝੁਣੀ ਜਿਹੀ ਆਈ।ਨਾਲ ਈ ਰੋਅ-ਦਾਅਬ ਦਬਾਕਾ- "ਪੀ. ਟੀ. ਆਈ. ਆਇਆ ਨਈਂ੍ਹ ਹਜੇ...। ਜਾਂਹ, ਬੁਲਾ ਕੇ ਲਿਆ ਉਨ੍ਹੂੰ ਘਰੋਂ। ਆਖੀ ਹੈੱਡਮਾਸ ਸਾਬ੍ਹ ਬੁਲਾਉਂਦੇ ਛੇਤੀਂ...।"

"ਦੀਪੂ ਨੂੰ ਰੈਣ੍ਹ ਦਿਆਂ ਜੀਈ..?" ਦੋਨਾਂ ਹੁਕਮਾਂ 'ਚੋਂ ਪਹਿਲੀ ਵਾਰੀ ਲਾਉਣ ਦਾ ਨਿਰਨਾ ਕਰਾਉਣ ਲਈ ਸਾਧੂ ਨੇ ਇਕ ਵਾਰ ਫਿਰ ਰਾਮਪਾਲ ਵੱਲ ਨੂੰ ਸਵਾਲੀਆ ਨਜ਼ਰਾਂ ਸੁੱਟੀਆਂ।

"ਹਾਂ, ਹਾਂ ਦੀਪੂ ਨੂੰ ਰੈਣ੍ਹ ਦੇ, ਪਹਿਲਾਂ ਗਿੱਲ ਨੂੰ...।"

"ਗਿੱਲ ਦੀ ਕੀ ਲੋੜ ਪੈ ਗਈ...।" ਕਮਰੇ ਦੀ ਓਟ ਵੱਲੋਂ ਅਛੋਪਲੇ ਜਿਹੇ ਆਏ ਸਰੂਪ ਸਿੰਘ ਗਿੱਲ ਨੇ ਰਾਮਪਾਲ ਦੇ ਬੋਲ ਜਿਵੇਂ ਮੂੰਹੋਂ ਬੋਚ ਲਏ।

ਸਕੂਲ ਮੁਖੀ ਇਕ ਤਰ੍ਹਾਂ ਨਾਲ ਜਿਵੇਂ ਚੋਰੀ ਕਰਦਾ ਮੌਕੇ 'ਤੇ ਫੜਿਆ ਗਿਆ ਹੋਵੇ।

ਇਹ ਸਾਧੂ ਚੌਕੀਦਾਰ ਦੀ ਸੁਣਾਈ ਬਾਤ-ਵਾਰਤਾ ਦਾ ਅਸਰ ਸੀ ਜਾਂ ਤਲਖ ਬੋਲੇ ਬੋਲਾਂ ਦਾ ਪਛਤਾਵਾਂ, ਛਿੱਥਾ ਜਿਹਾ ਪਿਆ, ਉਹ ਕੁਰਸੀ ਤੋਂ ਉਠ, ਮੁੜ ਕਮਰਿਉਂ ਬਾਹਰ ਆ ਖੜ੍ਹਾ ਹੋਇਆ।

"...ਬੜੀ ਉਮਰ ਆ ਤੁਹਾਡੀ। ਤੁਆਡੀਆਂ ਈ ਗੱਲਾਂ ਕਰਦੇ ਸੀਈ', ਉਸ ਅੰਦਰੋਂ ਪਹਿਲੋਂ ਵਾਰੀ ਤੁਲਖ਼ੀ ਕਿਧਰੇ ਉੱਡ-ਪੁੱਡ ਗਈ ਸੀ।

"ਸਾਡੀਆਂ ਗੱਲਾਂ ਤਾਂ ਕਈ ਕਰਦੇ ਆ, ਕੀਦ੍ਹੀ ਕੀਦ੍ਹੀ ਸੁਣੀਏ..." ਸਕੂਲ ਪੀ. ਟੀ. ਆਈ. ਅੰਦਰਲਾ ਗਿੱਲ ਸਰਦਾਰ ਹੋਰ ਵੀ ਉਭਾਸਰਦਾ ਖਿੜ-ਖਿੜ ਕਰਕੇ ਹੱਸਿਆ।

ਰਾਮਪਾਲ ਨੂੰ ਉਸਦਾ ਵਤੀਰਾ ਹੋਰ ਵੀ ਭੈੜਾ ਲੱਗਾ। ਉਸਦੇ ਮਨ 'ਚ ਆਈ ਕਿ ਵਿੰਗੇ ਜਿਹੇ ਢੰਗ ਨਾਲ ਹੱਸੇ ਸਕੂਲ ਪੀ. ਟੀ. ਆਈ. ਨੂੰ ਤਹਿ ਸਿਰ ਕਰਨ ਲਈ ਕਸਵੀਂ ਜਿਹੀ ਝਿੜਕ ਮਾਰਕੇ ਪੁੱਛੇ-"ਏਹ ਕੀ ਢੰਗ ਤਰੀਕਾ ? ਏਹ ਸਕੂਲ ਆ ਕਿ ਭੰਗਤੜਖਾਨਾ.... ? ਜਦ ਮਰਜ਼ੀ ਆਓ, ਜਿਧਰ ਮਰਜ਼ੀ ਘੁੰਮੀ ਜਾਓ...।"

ਪਰ, ਝੱਟ ਹੀ ਉਸਨੇ ਸਵੇਰੇ-ਸਵੇਰੇ ਹੋਣ ਵਾਲੀ ਬਦਕਲਾਮੀ ਤੋਂ ਬਚਦਿਆਂ ਆਪਣਾ ਆਪ ਸੰਭਾਲ ਲਿਆ। ਸਾਧੂ ਚੌਕੀਦਾਰ ਵੱਲੋਂ ਉਸ ਬਾਰੇ ਦਿੱਤੀ ਸੂਚਨਾ ਵੀ ਮਨ-ਘੜਤ ਹੀ ਲੱਗੀ ਸੀ।

ਕਲਾਸ ਕਮਰਿਆਂ ਪਿਛਵਾੜੀਉਂ ਨਿਕਲੀਆਂ ਘੋਲ੍ਹੀ-ਕਬੱਡੀ ਟੀਮਾਂ, ਥੋੜ੍ਹਾ ਕੁ ਹਟਵੀਂ ਬੰਬੀ ਵੱਲ ਨੂੰ ਜਾਂਦੀਆਂ, ਉਸ ਅੰਦਰ ਉਠੇ ਤੂਾਨ ਨੂੰ ਕਿੰਨਾ ਸਾਰਾ ਸ਼ਾਂਤ ਕਰ ਗਈਆਂ।

ਰਹਿੰਦਾ ਬਚਦਾ ਰੋਹ ਉਸਨੇ ਸਾਧੂ ਚੌਕੀਦਾਰ ਵੱਲ ਨੂੰ ਰੇੜ੍ਹਦਿਆਂ ਇਕ ਤਬਕ ਹੋਰ ਮਾਰੀ-"ਕੀ ਆਖਿਆ ਸੀ ਤੈਨੂੰ... ? ਸੁਣਿਆ ਨਹੀਂ..ਬੋਲਾ ਆ ਤੂੰ.. ? ਤੈਨੂੰ ਕਿਹਾ ਸੀ ਦੀਪੂ ਨੂੰ ਬੁਲਾ ਕੇ ਲਿਆ....।"

ਡਰਿਆ-ਘਾਬਰਿਆ ਸਾਧੂ, ਹਚਕੋਲੇ ਜਿਹੇ ਖਾਂਦਾ, ਵੱਡੀ ਟਾਹਲੀ ਹੇਠ ਬੈਠਦੀ, ਸੱਤਵੀਂ ਜਮਾਤ ਵੱਲ ਨੂੰ ਹੋ ਤੁਰਿਆ। ਦੀਪੂ ਨੂੰ ਬੁਲਾਉਣ।...ਦੀਪੂ ਆਪਣੀ ਜਮਾਤ ਵਿਚੋਂ ਗਾਇਬ ਸੀ। ਪ੍ਰਾਰਥਨਾ-ਥੜ੍ਹੇ ਤੋਂ ਮੁੜਦਿਆਂ ਉਸਦੀਆਂ ਨਿੱਕਰ-ਰਹਿਤ ਲੱਤਾਂ, ਬਾ-ਵਰਦੀ ਹਮਜਾਤੀਆਂ ਲਾਗੇ ਬੈਠਣੋਂ ਅੜ ਹੀ ਖਲੋਈਆਂ ਸਨ। ਉਹ ਅੱਖ ਬਚਾ ਕੇ ਸਕੂਲ ਦੇ ਵੱਡੇ ਗੇਟ ਰਾਹੀਂ ਬਾਹਰ ਨਿਕਲ ਗਿਆ ਸੀ।....ਉਸ ਦਿਨ, ਉਸਦੀ ਖਾਕੀ ਨਿੱਕਰ ਫਿਰ ਨਹੀਂ ਸੀ ਲੱਭੀ, ਘਰੋਂ।

ਉਸਨੇ ਵਾਹ ਲਗਦੀ ਨੂੰ ਆਪਣੀ ਇਕੋ-ਇਕ ਨਿੱਕਰ ਦਾ ਕਦੀ ਵਿਸਾਹ ਨਹੀਂ ਸੀ ਕੀਤਾ। ਸਕੂਲੋਂ ਮੁੜਦਾ ਹੀ ਇਸਨੂੰ ਤਹਿ ਕਰਕੇ ਦਰੀ ਹੇਠ ਰੱਖ ਲੈਂਦਾ। ਘਰ ਦੇ ਕੱਲੇ-ਕਹਿਰੇ ਕਮਰੇ 'ਚ ਡਿੱਠੇ ਰਹਿੰਦੇ ਮੰਜੇ 'ਤੇ ਵਿਛੀ ਰਹਿੰਦੀ ਦਰੀ ਹੇਠ। ਸਵੇਰੇ ਉਠਦਾ, ਉਸਦੇ ਥਾਂ ਸਿਰ ਪਈ ਹੋਣ ਦਾ ਨਿਸ਼ਚਾ ਵੀ ਕਰ ਲੈਂਦਾ।

ਉਸ ਦਿਨ ਇਸ ਪੱਖੋਂ ਪਤਾ ਨਹੀਂ ਕਿਉਂ ਅਵੇਸਲਾ ਹੋਇਆ ਰਿਹਾ। ਸਿਰ 'ਤੇ ਆਏ ਕੱਚੇ ਇਮਤਿਹਾਨਾਂ ਦੀ ਤਿਆਰੀ ਕਾਰਨ ਜਾਂ....।

ਉਸਨੇ ਦੋ-ਤਿੰਨ 'ਵਾਜ਼ਾਂ ਛਿੰਦੋ ਨੂੰ ਮਾਰੀਆ, ਵੱਡੀ ਭੈਣ ਛਿੰਦੋ ਨੂੰ। ਝਾੜੂ-ਬੁਹਾਰੀ ਕਰਦੀ ਨੇ ਉਸਨੇ ਕੋਈ ਉੱਤਰ ਨਹੀਂ ਸੀ ਦਿੱਤਾ।

ਖਿਝੇ-ਖਪੇ ਨੇ ਇਕ ਵਾਰ ਫਿਰ ਉਸਤੋਂ ਤਲਖ਼ ਹੋ ਕੇ ਪੁੱਛਿਆ ਸੀ-"ਮੇਰੀ ਨਿੱਕਰ ਕਿੱਥੇ ਆ.... ?"

ਇਸ ਵਾਰ ਚੁੱਲ੍ਹੇ ਲਾਗੇ ਬੈਠੀ ਉਸਦੀ ਮਾਤਾ ਦੀ ਰੁੱਖੀ-ਗੁਲੈਸੀ ਨਿਗਾਹ, ਉਸ ਵੱਲ ਨੂੰ ਘੁੰਮੀ ਸੀ, ਨਾਲ ਹੀ ਹਲਕੀ ਜਿਹੀ ਝਿੜਕ-"ਤੇਰਾ ਤਾਂ ਰੋਜ਼" ਦਾ ਕੀ ਕੰਮ ਆ, ਛਿੰਦੋ ਫਾਹਾ ਲਏ....!"

ਐਧਰ-ਓਧਰ ਹੱਥ ਪੈਰ ਮਾਰਦੇ, ਰੋਣ-ਹਾਕੇ ਹੋਏ ਦੀ ਫਿਰ ਜਿਵੇਂ ਉਸਦੀ ਚੀਕ ਹੀ ਨਿਕਲ ਗਈ ਸੀ-"ਐਥੇ ਤਾਂ ਰੱਖੀ ਸੀਈ...।"

ਉਸਦੀ ਮਾਤਾ ਨੇ ਉਸਤੋਂ ਵੀ ਤਿੱਖੀ ਸੁਰ 'ਚ ਮੋੜਵਾਂ ਉੱਤਰ ਦਿੱਤਾ ਸੀ-ਕੇੜ੍ਹੇ ਖੂਹ 'ਚ ਜਾ ਡਿੱਗੀ ਫੇਏ...। ਕਿੱਡੀ ਕੁ ਗਿੱਲਾਂ ਦੀ 'ਵੇਲ੍ਹੀ ਆ ਪੇਏ ਤੇਰੇ ਦੀ, ਜਿਥੋਂ ਲੱਭਦੀ ਨਈਂ!!...ਜਾਹ ਕੁੜੇ ਉਠ ਕੇ ਲੱਭ ਦੇਏ ਉਨੂੰ।...ਉਠ ਵੀ ਪਿਆ ਕਰ ਤੂੰ, ਇਕ-ਅੱਧ 'ਵਾਜ਼ 'ਤੇ।"

ਸਭ ਨੂੰ ਥੋੜ੍ਹਾ-ਥੋੜ੍ਹਾ ਪਲੇਥਣ ਲਾਉਂਦੀ ਉਸਦੀ ਮਾਤਾ...ਮੁੜ ਚੁੱਲ੍ਹੇ ਦੀ ਬੁਝੀ ਅੱਗ ਨੂੰ ਤਾੜਨ ਲੱਗ ਪਈ ਸੀ।

ਬੱਧੀ-ਰੁੱਧੀ ਛਿੰਦੋ ਨੇ ਵੀ ਮੰਜੇ ਹੇਠ ਪਈ ਸੰਦਾਂ ਵਾਲੀ ਟੋਕਰੀ ਪਿੱਛੇ ਦੇਖਿਆ। ਨਿੱਕਰ ਉਥੇ ਵੀ ਨਹੀਂ ਸੀ। ਲੱਕੜ ਦੀ ਵੱਡੀ ਪੇਟੀ ਹੇਠ ਨਿਗਾਹ ਮਾਰੀ, ਓਥੇ ਵੀ ਉਸਨੂੰ ਨਾ ਦਿਸੀ- "ਹੈਅ ਨਈਂ ਲੱਭਦੀ ਕਿਤੇ ਵੀ।" ਖਿਜੀ-ਖਪੀ ਉਹ ਮੁੜ ਆਪਣੇ ਕੰਮ ਜਾ ਲੱਗੀ ਸੀ।

ਥਿੰਦੇ-ਮੈਲੇ ਕਪੜਿਆਂ ਦੀ ਧੂਹ-ਖਿੱਚ ਕਰਦੇ ਪਲੇ-ਪੱਸਰੇ ਚੂਹੇ ਦੀਪੂ ਦੀ ਨਿੱਕਰ ਪਤਾ ਨਈਂ ਕਿਹੜੀ ਨੁੱਕਰੇ ਲੁਕਦਾ ਕਰ ਗਏ ਸਨ।

ਸਕੂਲ ਲੱਗਣ ਦੀ ਪਹਿਲੀ ਘੰਟੀ ਵੱਜਣੀ ਬੰਦ ਹੋ ਗਈ ਸੀ। ਥੋੜ੍ਹੇ ਕੁ ਚਿਰ 'ਚ ਦੂਜੀ ਵੱਜਣੀ ਸੀ, ਨਾਲ ਹੀ ਜੁੜਵੀ ਤੀਜੀ।

ਉਸਨੇ ਇਕ ਹੱਥ ਘੁੱਟੀ ਰੋਟੀ ਦਾ ਘੁੱਗੂ ਬਣਾ ਕੇ ਚੱਬਣਾ ਸ਼ੁਰੂ ਕਰ ਦਿੱਤਾ। ਬਸਤਾ ਚੁੱਕ ਉਸੇ ਤਰ੍ਹਾਂ ਸਕੂਲੇ ਦੌੜ ਪਿਆ ਸੀ। ਛੀਂਟ ਦੀ ਕੱਛੀ ਪਾਈ।

ਨੰਗੀਆਂ ਲੱਤਾਂ, ਨੰਗੇ ਪੈਰ।

ਪਿੰਡ ਦੀ ਹੱਦ-ਹਦੂਦ ਅੰਦਰਲੇ ਸਕੂਲ ਤੱਕ ਪੁੱਜਣ ਲਈ, ਵਿਚਕਾਰਲੀ ਸਿੱਧੀ ਗਲੀਉਂ ਲੰਘਣ ਦਾ ਉਸਦਾ ਹੀਆ ਨਹੀਂ ਸੀ ਪਿਆ। ਉਹ ਬਾਹਰਲੀ ਵੱਡੀ ਫਿਰਨੀ ਹੋ ਚੜ੍ਹਿਆ।

ਪਹਿਲਾ ਮੋੜ ਮੁੜਦਿਆਂ ਉਸਦੇ ਦੌੜਦੇ ਕਦਮਾਂ 'ਚ ਜਿਵੇਂ ਢੇਰ ਸਾਰੀ ਚਾਬੀ ਭਰ ਗਈ ਸੀ।

ਦੂਜੀ ਘੰਟੀ ਸੁਣਦਿਆਂ ਸਾਰ।

ਸਕੂਲ ਚੌਕੀਦਾਰ ਇਸ ਪੱਖੋਂ ਕਦੀ ਲੇਟ ਨਹੀਂ ਸੀ ਹੋਇਆ। ਤੀਜੀ ਘੰਟੀ ਵੀ ਉਸਨੇ ਐਨ ਸਮੇਂ ਸਿਰ ਵਜਦੀ ਕਰ ਦਿੱਤੀ। ਹਿਆ-ਖਿਆ ਦੀਪੂ ਅਗਲਾ ਮੋੜ ਲੰਘ ਕੇ ਸਕੂਲ ਨੂੰ ਜਾਂਦੇ ਪੱਕੇ ਰਾਹ 'ਤੇ ਚੜ੍ਹਿਆ। ਕਰੀਬ ਦੋ ਫਰਲਾਂਗ ਪੈਂਡਾ ਅਜੇ ਬਾਕੀ ਸੀ. ਉਸਨੇ ਆਪਣੀ ਦੌੜ ਹੋਰ ਤੇਜ਼ ਕਰ ਦਿੱਤੀ।

ਉਸਨੂੰ ਡਰ ਜਿਹਾ ਲੱਗਣ ਲੱਗਾ-'ਸਕੂਲ ਪੀ. ਟੀ. ਆਈ. ਫਿਰ ਉਸਨੂੰ ਗੇਟ ਸਾਮਹਣੇ ਖੜ੍ਹਾ ਦਿੱਸੇਗਾ। ਉਸਦੀ ਜ਼ੋਰਦਾਰ ਝਿੜਕ ਫਿਰ ਉਸਨੂੰ ਉਭਾਸਰ ਕੇ ਪਵੇਗੀ। ਝਿੜਕ ਨਾਲੋਂ ਵੱਧ ਡਰਾਉਣੀ ਉਸਦੀ ਗੰਦੀ-ਮੰਦੀ ਗਾਲੀ-ਗਲੋਚ।...ਲੇਟ ਆਉਣ ਦੀ ਸਜ਼ਾ ਵੱਖ, ਬਿਨਾਂ ਵਰਦੀਉਂ ਸਕੂਲ ਆਉਣ ਦੀ ਸਜ਼ਾ ਵੱਖ। ਘੱਟੋ-ਘੱਟ ਦੋ ਬੈਂਤਾਂ ਉਸਨੂੰ ਜ਼ਰੂਰ ਬਰਦਾਸ਼ਤ ਕਰਨੀਆਂ ਪੈਣਗੀਆਂ। ਹੱਥਾਂ 'ਤੇ ਜਾਂ ਫਿਰ ਕੁੱਲ੍ਹਿਆਂ 'ਤੇ, ਕੰਨ ਫੜ ਕੇ। ਉਹ ਹੱਥ-ਕੁਲ੍ਹੇ

ਮਲਦਾ ਸੀ-ਸੀ ਪਰ ਕਰਦਾ, ਮੁੜ ਆਪਣੀ ਜਮਾਤ ਵਿਚ ਜਾ ਰਲੇਗਾ। ਪਰ, ਉਸ ਦਿਨ...ਉਸ ਦਿਨ ਹੱਥਾਂ-ਕੁੱਲ੍ਹਿਆਂ 'ਤੇ ਦੋ ਬੈਂਤਾਂ ਦੀ ਥਾਂ ਉਸਦੀਆਂ ਲੱਤਾਂ 'ਚ ਵੱਜੀ, ਇਕੋ ਇਕ ਬੈਂਤ ਉਸਤੋਂ ਬਰਦਾਸ਼ਤ ਨਹੀਂ ਸੀ ਹੋਈ। ਪ੍ਰਾਰਥਨਾ ਸਭਾ 'ਚੋਂ ਮੁੜਦਾ ਉਹ ਪਹਿਲੀ ਘੰਟੀ ਸ਼ੁਰੂ ਹੋਣ ਤੋਂ ਪਹਿਲਾਂ ਹੀ ਸਕੂਲੋਂ ਖਿਸਕ ਗਿਆ ਸੀ।

...ਪਹਿਲੀ ਘੰਟੀ ਮੁੱਕਣ 'ਤੇ ਕਲਾਸ ਕਮਰਿਆਂ 'ਚੋਂ ਉਠੀ ਹਲਕੀ ਜਿਹੀ ਬੋਲ-ਚਾਲ, ਦੋ-ਚਾਰ ਮਿੰਟਾਂ ਅੰਦਰ ਹੀ ਬੰਦ ਹੋ ਗਈ। ਪਰ, ਦਫ਼ਤਰੋਂ ਬਾਹਰ ਚੁੱਪ-ਚਾਪ ਖੜ੍ਹੋਤੇ ਰਾਮਪਾਲ ਅੰਦਰਲੀ ਹਲਚਲ ਅਜੇ ਵੀ ਉਵੇਂ ਦੀ ਉਵੇਂ ਤਰਲੋ-ਮੱਛੀ ਹੋ ਰਹੀ ਸੀ।

ਉਸ ਲਾਗਿਉਂ ਬਿਨਾਂ ਰੁਕੇ ਸਾਹਮਣਲੇ ਕਲਾਸ ਕਮਰਿਆਂ ਵੱਲ ਲੰਘੇ, ਗਿੱਲ ਪੀ.ਟੀ. ਆਈ. ਦਾ ਬੇ-ਤਰਤੀਬਾ ਹਾਸਾ ਅਜੇ ਤੱਕ ਉਸਦੇ ਦਿਲ-ਦਿਮਾਗ਼ 'ਤੇ ਠੱਕ-ਠੱਕ ਵੱਜ ਰਿਹਾ ਸੀ।

ਤਰਲੋ-ਮੱਛੀ ਹੋਏ ਦੀ ਢਿੱਲੀ-ਢਿਮਕੀ ਤੋਰ, ਉਸਨੂੰ ਮੁੜ ਦਫਤਰ ਅੰਦਰਲੀ ਗੱਦੇਦਾਰ ਕੁਰਸੀ ਵੱਲ ਨੂੰ ਲੈ ਤੁਰੀ।

ਪਿੱਛੇ-ਪਿੱਛੇ ਉਸਦੀ ਪੈੜ ਨੱਪਦਾ ਸਾਧੂ "ਸਾਬ੍ਹ ਜੀ, ਦੀਪੂ ਤਾਂ ਹੈਅ ਨਈਂ ਜੀਈ, ਜਮਾਤ 'ਚ, ਉਹ ਤਾਂ ਜੀ ਚਲਿਆ ਗਿਆ ਕਿਤੇ....!"

"ਹੈ ਨਈਂ...! ਚਲਾ ਗਿਆ- !! ਕਿੱਥੇ ਚਲਾ ਗਿਆ.... ?" ਹੈਰਾਨ ਹੋਇਆ ਰਾਮਪਾਲ ਕੁਰਸੀ ਤੱਕ ਪਹੁੰਚ ਕੇ ਵੀ ਇਸ ਲਾਗੇ ਖੜ੍ਹਾ-ਖੜ੍ਹੋਤਾ ਹੀ ਰਿਹਾ, ਬੈਠ ਨਾ ਸਕਿਆ।

"ਪਤਾਅ ਨਈਂ ਜੀਈ ਕਿੱਥੇ ਗਿਆ...ਸ਼ੈਤ ਸਰਦੈਰ ਹੋਰੀਂ ਨਾ ਭੇਜਿਆ ਹੋਵੇ ਕਿਤੇ, ਗਿੱਲ ਸੈਬ੍ਹ ਹੋਣੀ..." ਆਦਤ ਅਨੁਸਾਰ ਸਾਧੂ ਚੌਕੀਦਾਰ ਨੇ ਦੀਪੂ ਦੀ ਗੈਰਹਾਜ਼ਰੀ ਫਿਰ ਗਿੱਲ ਪੀ.ਟੀ. ਆਈ. ਦੀ ਸਕੂਲ ਸਰਦਾਰੀ ਨਾਲ ਜੋੜ ਦਿੱਤੀ।

"ਪਤਾ ਕਿਉਂ ਨਈਂ...! ਕੀਤਾ ਕਿਉਂ ਨਈਂ ਪਤਾ...!! ਭੇਜਿਆ ਕੀ ਕਰਨ ਸੀ ਤੈਨੂੰ... ? ਐਥੇ ਮੂੰਹ ਦੇਖਣ ਆਇਆਂ ਮੇਰਾ ! ਜਾਹ ਜਾ ਕੇ ਪਤਾ ਕਰ ਪੂਰਾ। ਸਿਰ ਤੋਂ ਕੰਮ ਵੀ ਲੈ ਲਿਆ ਕਰ ਕਦੀ। ਹਰ ਵੇਲੇ ਗੱਲਾਂ ਦਾ ਕੁਤਰਾ ਕਰੀ ਜਾਨਾ ਰੈਨ੍ਹਾਂ। ਹਰ ਵੇਲੇ ਓਹੀ ਮਹਾਰਨੀ। ਹਰ ਵੇਲੇ ਗਿੱਲ ਸੈਬ੍ਹ, ਸਰਦੈਰ ਸੈਬ੍ਹ ! ਗਿੱਲ...ਐ ਕਿ ਹਊਆ...!" ਤਲਖ਼ ਹੋਏ ਰਾਮਪਾਲ ਨੇ, ਉਸ ਦੀ ਸਾਂਗ ਜਿਹੀ ਲਾਉਂਦਿਆਂ ਸਾਧੂ ਚੌਕੀਦਾਰ ਦੀ ਕਿੰਨੀ ਸਾਰੀ ਝਾੜ-ਝੰਭ ਕਰ ਦਿੱਤੀ।

ਇਸ ਵਾਰ ਸਕੂਲ ਚੌਕੀਦਾਰ ਡਰਿਆ-ਘਾਬਰਿਆ ਨਹੀਂ। ਨਿੰਮੋਝਾਣ ਨਹੀਂ ਹੋਇਆ। ਸਗੋਂ ਉਸਦੀ ਹੇਠਾਂ ਡਿੱਗੀ ਨਿਗਾਹ ਉਪਰ ਵੱਲ ਨੂੰ ਉੱਠ ਕੇ ਸਕੂਲ ਮੁਖੀ 'ਤੇ ਗੱਡੀ ਗਈ। ਜਿਵੇਂ ਕਹਿਣਾ ਚਾਹ ਰਿਹਾ ਹੋਵੇ- 'ਐਨੀ ਗੱਲ ਉਦ੍ਹੇ ਸਾਹਮਣੇ ਕਹਿੰਦਾ ਤਾਂ। ਪਿੱਠ ਪਿੱਛੇ ਸਾਨ੍ਹ ਬਣਿਆ ਫਿਰਦਾਂ। ਚੰਗਾ ਆਪਣਾ ਬੰਦਾ ਆਂ ਤੂੰ ! ਤੈਨੂੰ ਬੋਲਣ -ਕੂਣ ਦੀ ਵੀ ਜਾਚ ਨਈਂ। ਜਾਤ-ਬਰਾਦਰੀ ਕਰਕੇ ਮੈਂ ਤੈਨੂੰ ਗਰੇਵਾਲ ਹੈੱਡ ਦੀ ਕਥਾ-ਕਹਾਣੀ ਦੱਸੀ, ਨਈਂ ਮੇਰੇ ਅਲੋਂ ਪੈ ਢੱਠੇ ਖੂਹ 'ਚ....।"

ਪਰ, ਉਸਦੀ ਚੌਥਾ ਦਰਜਾ ਹੈਸੀਅਤ ਨੇ ਉਸਨੂੰ 'ਏਨੀ ਖੁੱਲ੍ਹ ਦਿੱਤੀ ਨਾ। ਉਸਦੇ ਲੜਖੜਾਉਂਦੇ ਪੈਰ ਮੁੜ ਬਾਹਰ ਵੱਲ ਨੂੰ ਹੋ ਤੁਰੇ। ਕਮਰਿਉਂ ਬਾਹਰ ਆਕੇ, ਉਸਦੇ ਮੂੰਹੋਂ ਨਿਕਲੀ ਕਿੰਨੀ ਸਾਰੀ ਬੁੜ-ਬੁੜ ਪੂਰਾ ਯਤਨ ਕਰਨ 'ਤੇ ਵੀ ਰਾਮਪਾਲ ਤੋਂ ਸਮਝੀ ਨਾ ਗਈ।

ਇਸ ਵਾਰ ਰਾਮਪਾਲ ਨੇ ਹੋਰ ਵੀ ਜ਼ੋਰਦਾਰ ਦਬਕੇ ਮਾਰਕੇ ਉਸਨੂੰ ਰੋਕਿਆ-ਟੋਕਿਆ ਨਾ। ਉਸਦੀ ਗਜ਼ਟਿਡ ਹੈੱਡ-ਕੁਰਸੀ ਨੇ ਚੌਥਾ ਦਰਜਾ ਮੁਲਾਜਮ ਦੀ ਗੈਰ-ਅਨੁਸ਼ਾਸਨੀ ਹਰਕਤ ਵਿਰੁੱਧ ਕੋਈ ਐਕਸ਼ਨ ਲਈ ਉਬਾਲ ਜਿਹਾ ਨਾ ਖਾਧਾ। ਤਾਂ ਵੀ ਉਸਦੀ ਹਮਦਰਦੀ ਨੂੰ ਰਾਮਪਾਲ ਨੇ ਨੀਵੀਂ ਥਾਂ ਖੜ੍ਹੀ ਰੱਖਿਆ।

ਆਪਣੀ ਕੁਰਸੀ 'ਤੇ ਡਿਗਣ ਵਾਂਗ ਬੈਠਦੇ ਨੂੰ ਉਸਨੂੰ ਆਪਣਾ ਅੱਧਾ-ਅਧੂਰਾ ਲੱਗਾ, ਅੱਵਲ ਖਾਲੀ-ਖਾਲੀ। ਰਵੀਦਾਸ ਹਾਈ ਸਕੂਲ ਬਿਤਾਏ ਸਮੇਂ ਨਾਲੋਂ ਵੀ ਖੋਖਲਾ। ਐਡੇ ਵੱਡੇ ਸਰਕਾਰੀਕ੍ਰਿਤ ਸਕੂਲ ਅੰਦਰ ਪਹੁੰਚ ਕੇ ਕਿਸੇ ਇਕ ਸਾਥ ਤੋਂ ਵਾਂਝਾ।..ਉਸਨੂੰ ਆਪਣੇ ਆਪ 'ਤੇ ਢੇਰ ਸਾਰੀ ਗਿਲਾਨੀ ਹੋਈ। ਉਸਦੀ ਰੀਜ਼ਰਵ ਕਲਾਸ ਦੇ ਅਧਿਆਪਕ ਵੀ ਉਸ ਨਾਲ ਇਕ-ਜੁੱਟ ਨਹੀਂ ਸੀ ਹੋਏ। ਉਸਨੇ ਕਈ ਵਾਰ ਯਤਨ ਕੀਤੇ ਵੀ। ਵੇਲਾ-ਕੁਵੇਲਾ ਜਾਚ ਕੇ। ਪਰ, ਖਾਸ ਗੱਲ ਬਣੀ ਨਾ। ਉਸ ਨਾਲ ਉਹ ਬੱਸ ਸਾਬ੍ਹ-ਸਲਾਮ ਤੱਕ ਹੀ ਸੀਮਤ ਰਹੇ।

ਆਪਣੇ ਕਮਰੇ ਦੀ ਵਲਗਣ 'ਚ ਘਿਰਿਆ ਉਹੀ ਕਦੀ ਦੀਪੂ ਦੇ ਨੇੜੇ ਹੋ ਖਲੋਂਦਾ, ਕਦੀ ਆਪਣੇ ਆਪ ਦੇ। ਕਦੀ ਗਿੱਲ ਪੀ. ਟੀ. ਆਈ. 'ਤੇ ਖਿਝਣ-ਖਪਣ ਲੱਗਦਾ, ਕਦੀ ਸਕੂਲ ਚੌਕੀਦਾਰ 'ਤੇ।

ਗਰੇਵਾਲ ਹੈੱਡ ਦੀ ਕਥਾ-ਵਾਰਤਾ ਵੀ ਉਸਦਾ ਕਿੰਨਾ ਸਾਰਾ ਅੰਦਰ ਮੱਲ ਬੈਠੀ ਸੀ। ਤਾਂ ਵੀ ਉਸਦੀ ਨਵੀਂ-ਨਵੀਂ ਪਦ-ਉਨਤੀ ਕਿਸੇ ਵੀ ਕਿਸਮ ਦੀ ਹੇਠੀ ਸਹਿਣ ਨੂੰ ਰਾਜ਼ੀ ਨਾ ਹੋਈ।

ਤਰਲੋਮੱਛੀ ਹੋਇਆ ਉਹ ਮੁੜ ਦਫਤਰੋਂ ਬਾਹਰ ਆ ਖੜ੍ਹਾ ਹੋਇਆ। ਸਭ ਜਮਾਤਾਂ ਆਪਣੇ ਕੰਮੀਂ ਲੱਗੀਆਂ, ਉਸਨੂੰ ਚੰਗੀਆਂ-ਚੰਗੀਆਂ ਲੱਗੀਆਂ।

ਉਸਨੂੰ ਥੋੜ੍ਹਾ ਕੁ ਟਿਕਾਅ ਜਿਹਾ ਮਹਿਸੂਸ ਹੋਇਆ।

ਖਾਲੀ ਕਲਾਸਾਂ ਮਨੀਟਰਾਂ ਹਵਾਲੇ ਸੌਂਪ ਕੇ, ਉਸ ਲਾਗਿਉਂ ਲੰਘਣ ਲੱਗੇ ਸਕੂਲ ਪੀ. ਟੀ. ਆਈ. ਨੂੰ ਉਸਤੋਂ ਪਤਾ ਨਹ੍ਹੀਂ ਕਿਵੇਂ ਆਵਾਜ਼ ਮਾਰੀ ਗਈ-"ਪੀ. ਟੀ. ਜੀਈ....।"

"ਜੀ ਜਨਾਬ..." ਸਕੂਲ ਪੀ. ਟੀ. ਆਈ. ਦੇ ਬੋਲ ਇਸ ਵਾਰ ਆਦਰ-ਭਾਵ ਨਾਲ ਭਰੇ ਪਏ ਸਨ। ਉਸਦਾ ਲਾਗੇ ਆ ਖੜ੍ਹੋਣ ਦਾ ਸਲੀਕਾ ਹੋਰ ਵੀ ਨਿਮਰ।

ਰਾਮਪਾਲ ਕਿੰਨਾ ਸਾਰਾ ਜਿਵੇਂ ਅੰਦਰੋਂ-ਅੰਦਰ ਧੋਤਾ ਗਿਆ ਹੋਵੇ।

ਪ੍ਰਾਰਥਨਾ ਸਭਾ ਤੋਂ ਲੈ ਕੇ ਹੁਣ ਬਣੀ-ਵਿਗਸੀ ਤਲਖ਼ੀ ਕਿੰਨੀ ਸਾਰੀ ਉੱਡ-ਪੁੱਡ ਗਈ।

"ਹੁਣ ਤਾਂ ਸਾਰੇ ਬੱਚੇ ਕਰੀਬ-ਕਰੀਬ ਵਰਦੀ ਪਾ ਕੇ ਈ ਆਉਂਦੇ ਆ...." ਉਸ ਨੂੰ ਬਾਤ-ਵਾਰਤਾ ਤੋਰਨ ਲਈ ਛੇਤੀ ਦੇਣੀ ਇਹੋ ਨੁਕਤਾ ਅਹੁੜਿਆ।

"ਨਹ੍ਹੀਂ ਜੀ ਨਹ੍ਹੀਂ, ਹਜੇ ਵੀ ਕਈ ਹੈਗੇ ਹਰਾਮਜ਼ਾਦੇ, ਖੋਤੇ ਦੇ ਖੁਰ, ਹੁੰਦਿਆਂ ਸੁੰਦਿਆਂ ਵਰਦੀ ਪਾ ਕੇ ਨਹ੍ਹੀਂ ਆਉਂਦੇ, ਦੀਪੂ ਅਰਗੇ....।"

"ਏਹ ਤਾਂ ਹੈਅ..." ਸੰਖੇਪ ਜਿਹੀ ਏਹ ਤਾਂ ਹੈਅ' ਕਹਿੰਦਿਆਂ ਰਾਮਪਾਲ ਨੂੰ ਸਮਝ ਨਾ ਲੱਗੀ ਕਿ ਉਸਨੇ ਗਿੱਲ ਪੀ. ਟੀ. ਆਈ. ਦੀ ਹਾਂ 'ਚ ਹਾਂ ਗਰੇਵਾਲ ਹੈੱਡ ਦੀ ਹੋਣੀ ਤੋਂ

ਡਰਦਿਆਂ ਮਿਲਾਈ ਹੈ ਜਾਂ ਸੱਚ-ਮੁੱਚ ਹੀ ਦੀਪੂ ਨੂੰ ਕਸੂਰਵਾਰ ਮੰਨਦਿਆਂ।

ਪਲ ਛਿਨ ਲਈ ਉਹ ਫਿਰ ਅਵਾਕ ਜਿਹਾ ਹੋਇਆ ਖੜ੍ਹਾ ਰਿਹਾ।

ਵੱਡੀ ਟਾਹਲੀ ਹੇਠ ਬੈਠੀ ਸੱਤਵੀਂ ਜਮਾਤ ਵਿਚੋਂ ਦੀਪੂ ਦਾ ਪਤਾ ਕਰਨ ਭੇਜਿਆ ਸਾਧੂ, ਉਸਨੂੰ ਸਾਇੰਸ ਰੂਮ ਪਾਸਿਉਂ ਆਉਂਦਾ ਦਿੱਸਿਆ।

ਰਾਮਪਾਲ ਨੇ ਉਸ 'ਤੇ ਸੂਈ ਰੱਖ ਦਿੱਤੀ-"ਆ ਸਾਧੂ ਜਿਹਾ ਤੁਆਡਾ ਕੀ ਚੀਜ਼ ਐ, ਸਮਝ ਨਈ੍ਹ ਲੱਗੀ ਏਦ੍ਹੀ। ਏ੍ਹਨੂੰ ਕਹੋ ਕੁਸ਼ ਹੋਰ, ਕਰਦਾ ਕੁਸ਼ ਹੋਰ ਐ। ਭੇਜੋ ਕਿਸੇ ਬੰਨੇ ਚਲਿਆ ਕਿਸੇ ਬੰਨੇ ਜਾਂਦਾ....।"

"ਏਹ...ਏਹ ਤਾਂ ਸਿਰੇ ਦਾ ਹਰਾਮੀ ਆ, ਕੁੱਤੇ ਦ੍ਹੀ ਪੂਛ ਆ ਪੂਰੀ...ਬਾਰਾਂ ਸਾਲ ਨਲਕੇ 'ਚ ਰਹਿ ਕੇ ਵੀ ਵਿੰਗੀ ਦੀ ਵਿੰਗੀ। ਨਿਮਕ-ਹਰਾਮ, ਵੱਡਾ ਭੈਣ...." ਤੇਜ਼ ਤਰਾਰ ਰੌਅ 'ਚ ਬੋਲਦੇ ਨੂੰ ਗਿੱਲ ਪੀ. ਟੀ. ਆਈ. ਨੂੰ ਸਕੂਲ ਉਪਸਥਿਤੀ ਫਿਰ ਨਾ ਯਾਦ ਰਹੀ। ਆਪਣੇ ਘਰ-ਖੇਤੀ ਬੋਲਣ ਵਾਲੇ ਸ਼ਬਦ ਅਜੇ ਗੰਦੀਆਂ-ਮੰਦੀਆਂ ਗਾਲਾਂ ਵੱਲ ਨੂੰ ਵੱਧਣ ਹੀ ਲੱਗੇ ਸਨ ਕਿ ਸਕੂਲ-ਮੁਖੀ ਰਾਮਪਾਲ ਨੇ ਉਸਨੂੰ ਵਿਚਕਾਰੋਂ ਟੋਕ ਦਿੱਤਾ..."ਚਲੋ ਛੱਡੋ ਪੀ.ਟੀ. ਜੀ. ਏਹ ਤੁਹਾਡੇ ਪਿੰਡ ਦਾ ਮਸਲਾ, ਸਕੂਲ ਪ੍ਰਬੰਧ ਨਾਲ ਨਾ ਜੋੜੋ ਏ੍ਹਨੂੰ...।"

"ਕਿਉਂ ਨਾ ਜੋੜੀਏ, ਤੁਆਨੂੰ ਕੀ ਪਤਾਅ ਏ ਸਾਲਾ ਕਿੰਦਾ ਮਿੰਨਤਾਂ ਕਰਦਾ ਸੀਈ, ਟੇਕਨ, ਓਵਰ ਵੇਲੇ। ਏਦ੍ਹੇ ਕੁਨਬੇ ਸਾਰੇ ਨੇ ਪੈਰ ਨਈ੍ਹ ਸੀ ਛੱਡੇ ਬੁੜ੍ਹੇ ਸਾਡੇ ਦੇ। ਹਾਂ ਕੁਰਆ ਕੇ ਹੀ ਹਿੱਲੇ ਸੀ। ਨਾ ਏਦ੍ਹੀ ਸਕਲ ਨਾ ਅਕਲ। ਨਾ ਏ੍ਹਦੀਆਂ ਲੱਤਾਂ ਚਲਦੀਆਂ ਨਾ ਬਾਹਾਂ। ਹੁਣ ਏਸ ਟਿੱਡੇ ਜੇਏ ਦੇ ਪੈਰ ਈ ਨਈ੍ਹਂ ਭੁੰਜੇ ਲੱਗਦੇ। ਕਦੀ ਟਪੂਸੀ ਮਾਰ ਕੇ ਐਧਰ, ਕਦੀ ਉਧਰ।"

ਸਾਧੂ ਨੂੰ ਹੋਰ ਲਾਗੇ ਆਇਆ ਦੇਖਕੇ ਸਕੂਲ ਪੀ. ਟੀ. ਆਈ. ਦੀ ਗੁਸੈਲੀ ਸੁਰ ਹੋਰ ਵੀ ਤਿੱਖੀ ਹੋ ਗਈ-"ਪੁੱਛੋ ਖਾਂ ਏ੍ਹਨੂੰ ਭਲਵਾਨ ਦੇ ਪੁੱਤ ਨੂੰ ;ਜਤਾ ਕਿਉਂ ਨਾ ਲਈ ਫੇਏ ਬਾਹਮਣੀ। ਮੇਰੇ ਮੂੰਹੋਂ ਸੁਣਦਾ ਕੁਸ਼ ਹੋਰ। ਚੱਕਇਆ ਵਿਹੜਾ-ਪਾਰਟੀ ਦਾਆ। ਕਲ੍ਹ ਦੀ ਭੂਤਨੀ ਸਿਵਿਆਂ ਦਾ ਅੱਧ। ਸਾਰਾ ਕੁਸ਼ ਪਤਾ ਵੀ ਆ ਏਨੂੰ।..ਏਹ ਤਾਂ ਜਿੰਨਾ ਚਿਰ ਅਹੀ ਆਪ ਨਈ੍ਹਂ ਛੱਡਦੇ, ਮਜਾਲ ਆ ਕਿਸੇ ਦੀ ਝਾਕ ਵੀ ਜੇਏ ਕੋਈ ਸਰਪੰਚੀ ਅੱਲ੍ਹ ਨੂੰ...।'

"ਬਿਲਕੁਲ ਠੀਅਕ ਫਰਮਾਉਂਦੇ ਆ ਪੀ. ਟੀ. ਸੈਬ੍ਹ ਜੀਈ।...ਏਹ ਤਾਂ ਜੀਈ ਵੱਡੇ ਸਰਦੈਰ ਹੋਣੀ ਐਨਾ ਡਗਾਰ ਨਾ ਹੁੰਦੇ, ਐ ਮੂੰਹਦੜੇ-ਮੂੰਹ ਡਿੱਗਦੇ ਨਾ ਮੰਜੇ ਤਾਂ, ਤਾਂ ਸਕੂਲ ਵੀ ਕਿੱਥੇ ਹੋਣ ਦੇਣਾ ਸੀ ਸਰਕਾਰੂ...।"

ਸਾਧੂ ਚੌਕੀਦਾਰ ਨੇ ਆਪਣੀ ਫਰਮਾ ਬਰਦਾਰੀ ਦੀ ਹਾਜ਼ਰੀ ਤਾਂ ਸਹਿ-ਸੁਭਾ ਲੁਆਈ, ਪਰ ਉਸਦੇ ਬੋਲਾਂ ਅੰਦਰਲੀ ਤਨਜ਼ ਨਾ ਰਾਮਪਾਲ ਨੇ ਸੁਣੀ, ਨਾ ਸਮਝੀ।

ਦਫ਼ਤਰ ਮੂਹਰੇ ਖੁੱਲ੍ਹੀ ਥਾਂ ਖੜ੍ਹਾ ਉਹ ਵਿਹੜਾ-ਪਾਰਟੀ ਸਮੇਤ ਹਰ ਕਿਸੇ ਨੂੰ ਹੁੰਦਾ ਗਾਲ੍ਹੀ-ਗਲੋਚ ਸੁਣ ਕੇ ਤਾਂ ਜਿਵੇਂ ਤਿਲਮਲਾ ਹੀ ਗਿਆ ਸੀ।

ਇਕ ਵਾਰ ਤਾਂ ਉਸਦੀ ਹੈੱਡਸ਼ਿਪ ਨੇ ਕਰਵਟ ਲਈ ਵੀ, ਸਕੂਲ ਪੀ. ਟੀ. ਆਈ. ਅੰਦਰਲੇ ਗਿੱਲ ਪੀ. ਟੀ. ਆਈ. ਨੂੰ ਉਸਨੇ ਰੋਕਣਾ-ਟੋਕਣਾ ਵੀ ਚਾਹਿਆ-'ਬੰਦ ਕਰ ਆਹ ਬਕਵਾਸ, ਕੀ ਬਕੜਬਾਹ ਜਗੀ ਜਾਨਾਂ। ਜੇ ਚਾਰ ਸਿਆੜ ਹੈਗੇਈ ਆ ਤੇਰੇ ਕੋਲ ਤਾਂ ਕੀ ਅਸਮਾਨ ਚੁੱਕਇਆ ਸਿਰ 'ਤੇ। ਹੋਰ ਵੀ ਬੰਦੇ ਆ ਤੇਰੇ ਵਰਗੇ, ਕੀੜੇ-ਮਕੌੜੇ ਨਈ੍ਹਂ...।'

ਪਰ, ਝੱਟ ਹੀ ਉਸਨੂੰ ਸਾਧੂ ਚੌਕੀਦਾਰ ਦੀ ਥੋੜ੍ਹਾ ਕੁ ਚਿਰ ਪਹਿਲਾਂ ਦਿੱਤੀ ਨੇਕ-ਸਲਾਹ ਚੇਤੇ ਆ ਗਈ, 'ਮੈਂ ਤਾਂ ਕੈਨ੍ਹਾ ਸਾਬ੍ਹ ਜੀਈ...ਤੁਸੀਂ, ਤੁਸੀਂ ਵੀ ਜੀਈ...।"

ਉਸ ਨੂੰ ਲੱਗਾ, ਇਕ ਪਾਸੇ ਨੀਵੀਂ ਪਾਈ ਚੁੱਪ-ਚਾਪ ਖੜ੍ਹੇ, ਹਜ਼ੂਰਾ ਸਿੰਘ-ਕੁੰਦਨ ਲਾਲ ਉਸਨੂੰ ਆਪਣੇ ਲਾਗੇ ਵੱਲ ਨੂੰ ਆਉਣ ਲਈ ਲੁਕਵੇਂ-ਲੁਕਵੇਂ ਇਸ਼ਾਰੇ ਕਰ ਰਹੇ ਹਨ- 'ਐਧਰ ਆ ਜਾ ਐਧਰ....'ਰਾਮ ਨਾ ਦਿਨ ਕਟੀ ਕਰੀ ਜਾ 'ਰਾਮ ਨਾ..ਐਮੇਂ ਨਾ ਪੰਗਾ ਲੈ ਬੈਹੀਂ ਬਣੀ-ਤਣੀ ਰਾਜ-ਵਿਵਸਥਾ ਨਾਲ'। ਤੇ...ਤੇ ਉਹਨਾਂ ਦੇ ਬਿਲਕੁਲ ਦੂਜੇ ਪਾਸੇ, ਪੂਰਾ ਗੱਜ-ਬਜਾ ਕੇ, ਪੂਰੀ ਗੜ੍ਹਕਵੀਂ ਸੁਰ 'ਚ, ਗਰੇਵਾਲ ਹੈੱਡ ਆਪਣੇ ਨਾਲ, ਆਪਣੇ ਵਾਂਗ ਹਿੱਕ ਤਾਣ ਕੇ ਤੁਰਨ ਲਈ ਹੱਲਾਸ਼ੇਰੀ ਦੇ ਰਿਹਾ ਹੈ-'ਤਕੜਾ ਹੋ ਤਕੜਾ, ਐਦੇ ਉਦ੍ਹੀ ਨਈਂ ਤੇਰੀ ਸਰਦਾਰੀ ਐ, ਤੇਰੀ। ਐ ਸਿਰ ਸੁੱਟਿਆਂ ਕੁਸ਼ ਨਈਂ ਬਣਨਾ। ਤੇਰੇ 'ਚ ਕੀ ਕਮੀ ਐ। ਕਿੰਨਾ ਕੁ ਚਿਰ ਡਰਿਆ ਰਹੇਂਗਾ, ਏਸ ਟੁੱਟੀ-ਖੁੱਸੀ ਕੁਨਬੇਦਾਰੀ ਤੋਂ...।'

ਦੋਨਾਂ ਸਿਰਿਆਂ ਵਿਚਕਾਰ ਖਿਚ-ਧੂਹ ਹੁੰਦੇ ਰਾਮਪਾਲ ਨੂੰ ਪਤਾ ਤੱਕ ਨਾ ਲੱਗਾ ਕਿ ਕਦੋਂ ਸਕੂਲ ਪੀ. ਟੀ. ਆਈ. ਉਸ ਲਾਗਿਉਂ ਫਿਰ ਕਿਸੇ ਕਲਾਸ-ਰੂਮ ਵੱਲ ਨੂੰ ਚਲਾ ਗਿਆ ਹੈ ਤੇ ਸਕੂਲ ਚੌਕੀਦਾਰ ਸਾਧੂ ਆਪਣੀ ਰਵਾਇਤੀ ਸੁਰ ਨਾਲੋਂ ਕਾਫ਼ੀ ਧੀਮੀ ਰੌਅ ਵਿਚ ਦੀਪੂ ਬਾਰੇ ਕੁਝ ਦੱਸ ਰਿਹਾ ਹੈ।

"ਕੀ ਮਿਣ-ਮਿਣ ਲਾਈਓ ਆ ਤੂੰ...ਉੱਚੀ ਬੋਲ ਉੱਚੀ..." ਸਕੂਲ ਮੁਖੀ ਰਾਮਪਾਲ ਨੇ ਸਕੂਲ ਚੌਕੀਦਾਰ ਦੀ ਝਾੜ-ਝੰਡ ਕਰਕੇ ਜਿਵੇਂ ਆਪਣੀ ਬੇ-ਬਸੀ ਦੀ ਲਾਜ ਰੱਖੀ ਹੋਵੇ।

"ਜੀਈ..ਜੀਈ...ਦੀਪੂ ਤਾਂ ਜੀਈ ਘਰ ਨੂੰ ਚੱਲਇਆ ਗਿਆ ਮੁੜਕੇ..ਰੋਂਦਾ ਰੋਂਦਾ। ਉਦ੍ਹੇ ਨਾਲ ਦਾ ਨੌਮੀਂ ਦਾ ਮੁੰਡਾ ਕੈਂਦ੍ਹਾ ਜੀਈ, ਉਦ੍ਹੀ ਨਿੱਕਰ ਜੀਈ...ਨਿੱਕਰ..।"

ਸਕੂਲ ਚੌਕੀਦਾਰ ਦੇ ਆਪਣੀ ਵੱਲੋਂ ਕਾਫ਼ੀ ਸਾਰੇ ਉੱਚੇ ਕੀਤੇ ਬੋਲ ਫਿਰ ਵੀ ਜਿਵੇਂ ਰਾਮਪਾਲ ਨੂੰ ਸੁਣਾਈ ਨਹੀਂ ਸਨ ਦੇ ਰਹੇ।

ਹੁੰਮਸ/ਕਿਰਪਾਲ ਕਜ਼ਾਕ

ਚੁਫ਼ੇਰੇ ਹੁੰਮਸ ਸੀ।

ਪਰ ਕੋਈ ਤੂਫ਼ਾਨ ਸੀ ਜੋ ਕੀੜੂ ਨੂੰ ਜੜੋਂ ਖੱਗ ਕੇ ਸਿੱਟ ਗਿਆ ਸੀ ਤੇ ਉਹਦੀਆਂ ਹਰੀਜਨਾਂ ਦੀ ਠੱਟੀ ਤੋਂ ਲੈ ਕੇ ਗਿੱਲਾਂ ਦੇ ਫ਼ਾਰਮ ਤੀਕ ਫੈਲੀਆਂ ਜੜ੍ਹਾਂ ਖਲਾਅ ਵਿੱਚ ਲਟਕ ਗਈਆਂ ਸਨ।

ਉਹ ਨਿਢਾਲ ਪਿਆ ਸੀ। ਗਹੁ ਨਾਲ ਵੇਖਣ 'ਤੇ ਉਹਦੀ ਬੱਜਾ-ਰਿੱਤ ਅੱਖ ਖੜ੍ਹ ਗਈ ਜਾਪਦੀ ਸੀ। ਜਿਵੇਂ ਦੇਹ ਦੇ ਪੋਰ ਪੱਥਰਾ ਗਏ ਹੋਣ; ਸਿੱਲ ਪੱਥਰ ਉਹ ਬਾਹਰਲੇ ਦਰ ਝਾਕ ਰਿਹਾ ਸੀ। ਪਾਗਲਾਂ ਵਾਂਗ। ਉਹਦੇ ਦਾਖੀ ਰੰਗ ਵਿਚ ਹਲਦੀ ਉੱਘੜ ਆਈ ਸੀ ਤੇ ਉਹਦੀਆਂ ਉਦਾਸ ਅੱਖਾਂ ਵਿਚ ਝਾਕਣ ਤੇ ਡਰ ਆਉਂਦਾ ਸੀ।

ਉਹਨੇ ਤ੍ਰਭਕ ਕੇ ਵੇਖਿਆ, ਮੰਜੀ ਦੀ ਪੁਆਂਦੀ ਪਈ ਮਲ-ਮੂਤਰ ਵਾਲੀ ਥੈਲੀ ਪਤਾ ਨਹੀਂ ਕਦੋਂ ਦੀ ਭਰ ਗਈ ਸੀ। ਪਤਾ ਹੀ ਨਹੀਂ ਸੀ ਲੱਗਿਆ। ਉਹਦੇ ਜੀ ਵਿੱਚ ਕਚਿਆਣ ਆਈ। ਕੰਬਦੇ ਹੱਥਾਂ ਨਾਲ ਉਹਨੇ ਪਿੱਛਾ ਟੋਂਹਦੇ ਸੋਚਿਆ, ਕਿਤੇ ਮੈਲੇ ਨਾਲ ਦੂਜੇ ਲੀੜੇ ਤਾਂ ਨਹੀਂ ਸਨ ਲਿੱਬੜ ਗਏ ? ਸਿਥਲ ਦੇਹ 'ਚ ਧੁੜਧੁੜੀ ਆਈ। ਉਸ ਵੱਡੀ ਧੀ ਨੂੰ ਹਾਕ ਮਾਰਨੀ ਚਾਹੀ, ਪਰ ਉਹ ਕੁਝ ਨਾ ਬੋਲਿਆ ਅਤੇ ਦੂਰ ਧਰਮਸ਼ਾਲਾ ਦਾ ਕਲਸ ਝਾਕਣ ਲੱਗਿਆ।

ਪਛਵਾੜਿਉਂ ਹਾਸੜ ਸੁਣਾਈ ਦਿੱਤਾ, ਜਿਵੇਂ ਹਿੱਕ ਵਿੱਚ ਕੋਈ ਤਿੱਖੀ ਚੀਜ਼ ਖੁੱਭੀ ਹੋਈ; ਅਚਾਨਕ ਉਹਨੂੰ ਖੰਘ ਛਿੜ ਗਈ ਤੇ ਬਲਗਮ ਦਾ ਗੋਲਾ ਸੰਘ ਵਿਚ ਖੜਕਣ ਲੱਗਿਆ, ਜਿਵੇਂ ਪੀਪੇ ਵਿਚ ਰੋੜ ਖੜਕਦੇ ਹੋਣ। ਉਹਨੂੰ ਲੱਗਾ, ਚੁਫ਼ੇਰਾ ਹੁੰਮਸ ਨਾਲ ਭਰਿਆ ਪਿਆ ਸੀ ਜਿਸ ਵਿਚ ਉਹ ਲਗਾਤਾਰ ਨਿੱਘਰ ਰਿਹਾ ਸੀ।

ਹਾਸੜ ਵਿਚ ਉੱਚਾ ਹੋਇਆ ਤਾਂ ਉਹਨੇ ਲੱਖੀ ਰਵਦਾਸੀਏ ਬਾਰੇ ਸੋਚਿਆ, ਜੋ ਹੁਣ ਉਹਦੀ ਥਾਂ ਗਿੱਲਾਂ ਕਾ ਸੀਰੀ ਸੀ।...ਡੌਰ ਭੌਰ ਕੀੜੂ ਵੇਹੜਾ ਝਾਕਣ ਲੱਗਾ। ਟੁੱਟਾ ਛਤੜਾ, ਡਿਗਦੇ ਲਿਉੜ, ਰੁੰਡ ਕਿੱਕਰੀ, ਠੰਡੀ ਹੁੱਕੀ; ਸਿਲਵਰ ਦੇ ਭਾਂਡੇ, ਕਹੀ ਦਾ ਟੁੰਡ, ਮੈਲਾ ਦੋੜਾ, ਧੌਣ ਵਿਚ ਖੁੱਭਦੀ ਦਾਹੜੀ, ਪਿੱਠ ਵਿਚ ਚਸਕਦੀ ਪੀੜ ਤੇ ਆਲੇ ਵਿਚ ਪਈ ਪਿੱਤਲ ਦੀ ਬਾਟੀ..........।

ਬਾਟੀ 'ਤੇ ਨਜ਼ਰ ਪੈਂਦਿਆਂ ਹੀ ਕੀੜੂ ਦੇ ਸਿਰ ਵਿੱਚ ਗ਼ੁਬਾਰ ਕੱਠਾ ਹੋਣ ਲੱਗਦਾ। ਮੱਥਾ ਸੜਣ ਲੱਗਦਾ। ਪਿਛਲੇ ਕੁਝ ਦਿਨਾਂ ਤੋਂ ਕੀੜੂ ਜਿਉਂ ਹੀ ਬਾਟੀ ਨੂੰ ਵੇਖਦਾ ਉਹਦੇ ਅੰਦਰ ਕੁਝ ਫੱਕ ਕਰਕੇ ਬੁਝ ਜਾਂਦਾ। ਜਿਵੇਂ ਬਾਟੀ ਦੀ ਥਾਂ ਕੀੜੂ ਲਈ ਸਾਰੀ ਹਯਾਤੀ ਹੀ ਆਲੇ

ਵਿਚ ਛਹਿ ਗਈ ਹੋਵੇ। ਉਂਜ ਇਹ ਸੱਚ ਵੀ ਸੀ। ਮੱਤ-ਬੁੱਧ ਸੰਭਲਣ ਤੋਂ ਲੈ ਕੇ, ਪਿਛਲੀ ਛਮਾਹੀ ਤੀਕ, ਇਹ ਬਾਟੀ ਕੀੜੂ ਦੇ ਅੰਗ ਸੰਗ ਰਹੀ ਸੀ। ਇਕ ਤਰ੍ਹਾਂ ਵੱਗ ਚਾਤਨ ਤੋਂ ਲੈ ਕੇ ਹਾਲੀ ਬਣਨ ਤੀਕ...

ਪਰ ਪਿਛਲੀ ਛ-ਮਾਹੀ ਜਦੋਂ ਕੀੜੂ ਨੇ ਇਸ ਬਾਟੀ ਨੂੰ ਗਿੱਲਾਂ ਕੇ ਦੁੱਧ-ਹਾਰੇ ਤੋਂ ਹਮੇਸ਼ਾਂ ਹਮੇਸ਼ਾਂ ਲਈ ਚੁੱਕਿਆ ਸੀ ਤਾਂ ਸੱਖਣੀ ਨਹੀਂ ਸੀ ਚੁੱਕਿਆ, ਸੀਰ ਵਿਚਲੇ ਵੀਹ ਵਰ੍ਹੇ ਵੀ ਕਿਉਂਟ ਲਏ ਸਨ। ਸਗੋਂ ਇਕ ਤਰ੍ਹਾਂ ਗਿੱਲਾਂ ਨੇ ਹੀ ਕੀੜੂ ਦੇ ਪੈਰੀਂ ਲਿਆ ਸਿੱਟੇ ਸਨ।

"ਦੇਖ ਬਈ ਮੱਲਾ!" ਜੋਰਾ ਸਿਹੁੰ ਚਿੱਥ ਕੇ ਕਿਹਾ ਸੀ, "ਵੀਹ ਵਰ੍ਹੇ ਕੋਈ ਨਿਆਣਿਆਂ ਦੀ ਖੇਡ ਤਾਂ ਹੈ ਨੀ...ਐਨੇ ਵਰ੍ਹਿਆਂ ਵਿਚ ਕਦੇ ਤੈਥੋਂ ਪਿੱਠ ਮੋੜੀ ਹੋਵੇ ਤਾਂ ਦੱਸ ? ਹੁਣ ਤੂੰ ਸੋਚ, ਜਦ ਕਿਸਮਤ ਈ ਦੇ ਗਈ ਧੋਖਾ...ਨਾ ਤੇਰੇ ਵੱਸ, ਨਾ ਸਾਡੇ...ਰਹੀ ਗੱਲ ਲੈਣ ਦੇਣ ਦੀ...ਤੇਰੇ ਵੰਨੀ ਟੁੱਟਦੈ ਪੰਜ ਹਜ਼ਾਰ, ਤੂੰ ਜਾਣ ਸਭ ਛੱਡਿਆ...ਰਹੀ ਗੱਲ ਗਾਹਾਂ ਦੀ ? ਸਦਾ ਬਾਦਸ਼ਾਹੀਆਂ ਤਾਂ ਕਮਲਿਆ ਰੱਬ ਦੇ ਘਰ ਵੀ ਨੀ, ਸੁਣਦੈਂ ?"

ਪਰ ਕੀੜੂ ਨੂੰ ਕੁਝ ਵੀ ਨਹੀਂ ਸੀ ਸੁਣਿਆ। ਕੋਈ ਕਹਿਰ ਸੀ ਜੋ ਕੀੜੂ ਦੀਆਂ ਅੱਖਾਂ ਅੱਗੇ ਹਨੇਰ ਵਾਂਗ ਪਸਰਦਾ ਚਲਾ ਗਿਆ ਸੀ। ਫਿਰ ਅਗਲੇ ਹੀ ਬਿੰਦ, ਸਭ ਕੁਝ ਸਾਫ਼ ਦਿੱਸਣ ਲੱਗਿਆ ਸੀ। ਜੋਰਾ ਸਿਹੁੰ ਦਾ ਭਰਵਾਂ ਵਜੂਦ, ਪੈਰੀਂ ਖੁੱਸਾ, ਜੱਤਲ ਦਾਹੜੀ, ਤਿੱਖੀਆਂ ਅੱਖਾਂ ਤੇ ਖਚਰਾ ਹਾਸਾ, ਜੋ ਉਹਦੀਆਂ ਭਰਵੀਆਂ ਮੁੱਛਾਂ ਵਿਚੋਂ ਭਾਲਿਆ ਹੀ ਲੱਭਦਾ। ਏਸੇ ਲਈ ਜੋਰਾ ਸਿਹੁੰ ਪਹਿਲੀ ਨਜ਼ਰੇ ਦਾਨਾ ਬੰਦਾ ਜਾਪਦਾ, ਪਰ ਤਦ ਉਹ ਕੀੜੂ ਨੂੰ ਵਿਹੁ ਵਰਗਾ ਜਾਪਿਆ। ਭਰਿਆ ਪੀਤਾ ਕੀੜੂ ਤੁਰਨ ਲੱਗਾ ਤਾਂ ਜੋਰਾ ਸਿਹੁੰ ਜੱਫੀ 'ਚ ਲੈ ਗਿਆ।

"ਚੱਲ ਛੱਡ ਹੁਣ ਮੋਹ ਬਾਟੀ ਦਾ.....ਐਂ ਕਿਉਂ ਨਾਤਾ ਤੋੜਦੈਂ ?....ਐਥੇ ਪਈ ਰਹੂ ਤਾਂ ਸੰਝ ਸਵੇਰ ਚੇਤੇ ਕਰ ਲਿਆ ਕਰਾਂਗੇ। ਨਾਲੇ ਚਿੱਤ ਕਿਉਂ ਛੋਟਾ ਕਰਦੈਂ ਤੂੰ ? ਮੈਂ ਤਾਂ ਦੇਖ ਪਹਿਲਾਂ ਈ ਬਿਤੋਂ ਵੱਧ ਛਾਲ ਮਾਰ ਤੀ...ਨਹੀਂ ਕੇਹੜਾ ਜੱਟ ਕੌਡੀ ਛੱਡਦੈ ?"

ਕੀੜੂ ਨੇ ਚਿੱਤ ਕਰੜਾ ਕਰਕੇ ਬਾਟੀ ਚੱਕ ਤਾਂ ਲਈ ਸੀ ਪਰ ਉਹਦਾ ਸਾਰਾ ਤ੍ਰਾਣ ਆਪਦੀ ਭੁੱਬ ਡੱਕਣ ਤੇ ਲੱਗ ਗਿਆ ਸੀ। ਇਉਂ ਦਾ ਦਿਲਾਸਾ ਕੇਰਾਂ ਪਹਿਲਾਂ ਵੀ ਜੋਰਾ ਸਿਹੁੰ ਨੇ ਦਿੱਤਾ ਸੀ। ਜਿਸ ਦਿਨ ਦੇਵਕੀ ਜੋਰਾ ਸਿਹੁੰ ਦੇ ਸਿਖ਼ਰਲੇ ਚੁਬਾਰੇ ਤੋਂ ਡਿੱਗ ਮੋਈ ਸੀ।

" .....ਜੋ ਹੋਇਆ ਉਹਤੇ ਮਿੱਟੀ ਪਾ...।" ਜੋਰਾ ਸਿਹੁੰ ਧੀਰਜ ਦਿੰਦੇ ਕਿਹਾ ਸੀ। "ਫਿਰ ਮੋਇਆਂ ਨਾਲ ਕੌਣ ਮਰਿਐ ? ਤੰ ਆਪ ਸੋਚ, ਜੇ ਬੰਦੇ ਦਾ ਹੁਕਮ ਹੁੰਦੀ, ਇਉਂ ਭਾਣਾ ਵਾਪਰਦਾ ? ਪਰ ਮੂਰਖਾ! ਤੈਂ ਤਾਂ ਲੋਕ-ਭਾਖਿਆ ਵੀ ਨਾ ਗੌਲੀ...ਤੇਰੀ ਅਕਲ ਤੇ ਦੋ ਕੱਖ ਹੁੰਦੇ ਤਾਂ ਸੋਚਦਾ...ਪਈ ਸਹੁਰੀ ਨੂੰ ਪਿੰਡ ਊਈਂ ਤਾਂ ਨਹੀਂ ਸੀ ਕਾਟੋ ਕਹਿੰਦਾ...।"

ਪਰ ਕਾਟੋ ਦੀ ਉਪਾਧੀ ਤਾਂ ਕੀੜੂ ਨੇ ਖ਼ੁਦ ਦੇਵਕੀ ਨੂੰ ਦਿੱਤੀ ਸੀ। ਜੀਹਦਾ ਉਸ ਵਾਹ ਲੱਗਦੀ ਮੁੱਲ ਵੀ ਤਾਰਿਆ ਸੀ। ਨਾ ਕਿਸੇ ਸੇਪੀ ਦਾ ਗੋਹਾ ਕੂੜਾ ਕਰਨ ਦਿੱਤਾ, ਨਾ ਕਿਸੇ ਹਾਈਂ ਮਾਈਂ ਦੀ ਵਗਾਰ ਬਦਲੇ ਦਰ ਟੱਪਣ ਦਿੱਤੇ। ਉਹਦੇ ਵੰਡੇ ਤਾਂ ਕੀੜੂ ਨੇ ਖ਼ੁਦ ਹੱਡ ਗਾਲੇ ਸਨ। ਖ਼ੁਦਗਰਜਾਂ ਦੀ ਬਲੀ ਚੜ੍ਹਿਆ ਸੀ। ਏਸੇ ਲਈ ਤਾਂ ਉਹਨੇ ਪਿੰਡ ਦੀ ਉਸ ਭਾਖਿਆ ਵੱਲ ਕੰਨ ਹੀ ਨਹੀਂ ਸੀ ਕੀਤਾ ਜੇਹੜੀ ਪਿੰਡ ਦੇ ਕੱਚੇ ਪੱਕੇ ਬਨੇਰਿਆਂ ਤੋਂ ਹੋਰੂੰ ਹੋਰੂੰ ਉਡਾਰੀਆਂ ਭਰਦੀ ਸੀ।

ਪਰ ਪਿਛਲੇ ਕੁਝ ਦਿਨਾਂ ਤੋਂ ਕੀੜੂ ਹੋਈਆਂ ਬੀਤੀਆਂ ਦੇ ਸਿਵੇ ਫੋਲਣ ਲੱਗਦਾ ਤਾਂ ਸਿਰ ਵਿਚ ਜ਼ਹਿਰੀ ਧੂੰਆਂ ਕੱਠਾ ਹੋਣ ਲੱਗਦਾ। ਅੱਜ ਸਵੇਰੇ ਹੀ ਇਹ ਜ਼ਹਿਰੀ ਧੂੰਆਂ ਕੀੜੂ ਲਈ ਅਸਹਿ ਹੋ ਗਿਆ ਸੀ। ਜਦੋਂ ਮੈਨਾ ਘੁੱਕਰ ਕਿਉਂ ਚੌਲਾਂ ਦਾ ਡੰਗ ਲੈ ਕੇ ਪਰਤੀ ਸੀ।

"..........ਨਹੀਂ ਜਾਣਾ ਅਸੀਂ ਕਿਸੇ ਦੇ...ਜਦ ਸਾਰੀ ਠੱਟੀ ਦੀਹਾੜੀ ਜਾਂਦੀ ਐ...ਸਾਨੂੰ ਕੀ ਮੇਹਣੈ ?" ਉਹਨੇ ਦੋ ਟੁੱਕ ਕਿਹਾ ਸੀ ਤੇ ਕੀੜੂ ਦੇ ਕੁਝ ਵੀ ਆਖਣ ਤੋਂ ਪਹਿਲਾਂ ਬਸੰਤੀ ਨੂੰ ਆਲੂ ਸਟੋਰ ਵਿਚ ਦਿਹਾੜੀ ਜਾਣ ਨੂੰ ਕਹਿ ਆਈ ਸੀ।

ਕੀੜੂ ਦੇ ਕੰਨਾਂ ਵਿਚ ਜਿਵੇਂ ਸ਼ੀਸ਼ਾ ਢਲਦਾ ਚਲਿਆ ਗਿਆ ਸੀ। ਇੱਕੋ ਸਮੇਂ ਕੀੜੂ ਦੀਆਂ ਅੱਖਾਂ ਅੱਗੇ ਕਈ ਡਰਾਉਣੇ ਦ੍ਰਿਸ਼ ਉੱਭਰੇ ਸਨ। ਜੇਹੜੇ ਕਦੇ ਆਲੂ ਸਟੋਰ ਦੀਆਂ ਹਨੇਰੀਆਂ ਗੁੱਠਾਂ ਵਿਚ ਭਬੂਕੇ ਵਾਂਗ ਮੱਚੇ ਸਨ; ਮੱਚੇ ਨਹੀਂ, ਸਗੋਂ ਇਕ ਤਰ੍ਹਾਂ ਛੱਜ ਵਿਚ ਪਾ ਕੇ ਛੱਟੇ ਗਏ ਸਨ ਤੇ ਆਖ਼ਿਰ ਠੱਟੀ ਨੇ ਸਭ ਕਾਸੇ ਤੇ ਮਿੱਟੀ ਪਾ ਦਿੱਤੀ ਸੀ।

ਉਹਨੇ ਮੈਨਾ ਨੂੰ ਆਲੂ ਸਟੋਰ ਦੀ ਦਿਹਾੜੀ ਤੋਂ ਵਰਜਣਾ ਚਾਹਿਆ, ਪਰ ਉਹ ਕੀ ਆਖੇ ? ਤਦੇ ਉਹਨੇ ਦਰਾਂ ਵਿਚ ਬਸੰਤੀ ਚੀਕਦੀ ਸੁਣੀ।

".........ਨਿਕਲਦੀਆਂ ਨੀ ਭਾਈ ਫੇ...ਕੁੜੇ ਕਿੱਥੇ ਐ ਕੀੜਾ ਸਿਹੁੰ...?" ਵੇਹੜੇ ਵਿਚ ਪੈਰ ਪਾਉਂਦਿਆਂ ਹੀ ਉਹ ਠਿਠਕੀ "ਨੀਂ ਮੈਂ ਮਰ ਜਾਂ! ਹਾਲੇ ਤਾਂ ਤੋਸੇ ਈ ਪੱਕਦੇ ਐ...।" ਫਿਰ ਉਹ ਵਰੋਲੇ ਵਾਂਗ ਮੁੜਦੀ, ਕੀੜੂ ਦੇ ਐਨ ਮੂਹਰੇ ਆ ਖੜ੍ਹੀ।

ਪੈਰੀਂ ਅੰਗਿਆਰ ਲਈ ਉਹ ਕੀੜੂ ਦੀਆਂ ਉਦਾਸ ਅੱਖਾਂ ਵਿਚ ਬੇਬੱਸੀ ਨਾਲ ਝਾਕੀ। ਉਸ ਕਹਿਣਾ ਚਾਹਿਆ ;

"...ਦੇਖ ਭਾਈ! ਤੇਰੀ ਸੀ ਗੱਲ ਹੋਰ....ਕੁੜੀਆਂ ਦੀ ਐ ਹੋਰ...ਫੇ ਜੇਹੜੀ ਆ ਡਿੱਗੇ ਸਿਰ 'ਤੇ......ਡੁਸਕਦਿਆਂ ਤਾਂ ਕੱਟੀ ਨੀ ਜਾਣੀ.......ਫੇ ਦਸਾਂ ਨਹੁੰਆਂ ਦੀ ਕਾਹਦੀ ਨਮੋਸ਼ੀ....ਪਰ ਬੀਰਾ! ਐਂ ਕਵੇਲਾ ਕਰਿਆਂ ਕਿਮੇਂ ਸਰੂ ?...."

ਪਰ ਬਸੰਤੀ ਕੁਝ ਨਾ ਬੋਲੀ, ਕੁਝ ਕਹਿਣ ਤੋਂ ਪਹਿਲਾਂ ਉਹਨੂੰ ਕੀੜੂ ਕੋਲੋਂ ਤਿੱਖੀ ਸੜ੍ਹਿਹਾਂਦ ਆਈ। ਮਲ-ਮੂਤਰ ਵਾਲੀ ਥੈਲੀ ਡਾਡ ਮਾਰਦੀ ਸੀ। ਘੜੀ ਪਹਿਲਾਂ ਹੀ ਕੀੜੂ ਖੰਘ ਨਾਲ ਘੁਲ ਕੇ ਹਟਿਆ ਸੀ। ਉਹਦੀਆਂ ਨਮ ਅੱਖਾਂ ਵੇਖ, ਬਸੰਤੀ ਬੁਝ ਜਿਹਾ ਗਈ ਤੇ ਤਾੜਣਾ ਕਰਨ ਦੀ ਥਾਂ, ਰੁਆਂਸਾ ਜਿਹਾ ਬੋਲੀ।

"ਆਹ ਪੰਜਾਹ ਕੁ ਛਿੱਲੜ ਲਿਆਈ ਸੀ ਮੈਂ ਅਗਾਉਂ...ਮਖ਼ ਜਦ ਕੁੜੀਆਂ ਨੇ ਦਿਹਾੜੀ ਦਾ ਈ ਅੱਕ ਚੱਬਣੈ ਤਾਂ........।"

ਤਦ ਤੀਕ ਦੁਪਹਿਰਾਂ ਦਾ ਟੁੱਕ ਲਈ ਦੋਵੇਂ ਕੁੜੀਆਂ ਬਾਹਰਲੇ ਦਰਾਂ ਲਾਗ ਜਾ ਖੜ੍ਹੀਆਂ ਸਨ। ਕਾਹਲੀ ਨਾਲ ਮੁੜਦੀ ਬਸੰਤੀ, "ਡਿੰਗ ਵੱਡੀ ਕਰੋ ਭਾਈ" ਕਹਿੰਦੀ ਦਰ ਟੱਪ ਗਈ ਤਾਂ ਕੀੜੂ ਇਉਂ ਉਛਲ ਕੇ ਬੈਠ ਗਿਆ, ਜਿਵੇਂ ਹੁਣੇ ਮੁਟਿਆਰ ਧੀਆਂ ਮੂਹਰੇ ਟਕੂਆਂ ਗੱਡ ਕੇ ਆਖੇਗਾ, "ਮੈਨਾ ਪੁੱਤ! ਨੱਕ ਦੀ ਸੇਧੇ ਜਾਇਉ....।" ਪਰ ਕੀੜੂ ਦੀ ਘਿੱਗੀ ਬੱਝ ਗਈ ਤੇ ਉਹ ਕੁਝ ਨਾ ਬੋਲਿਆ। ਪੁਆਂਦੀ ਪਏ ਪੰਜਾਹ ਦੇ ਨੋਟ ਤੋਂ ਤਿਲਕਦੀ ਨਜ਼ਰ ਪਾਵੇ ਨਾਲ ਲਟਕਦੀ ਮਲਮੂਤਰ ਵਾਲੀ ਥੈਲੀ ਤੇ ਜਾ ਟਿੱਕੀ। ਪੂਰੇ ਦਾ ਪੂਰਾ ਸੰਸਾਰ ਸੀ ਜੋ ਪਲਾਸਟਿਕ ਦੀ ਇਸ ਥੈਲੀ ਵਿਚ ਕਿਤੇ ਗਰਕ ਗਿਆ ਸੀ।

ਜਦੋਂ ਤੋਂ ਉਹਦਾ ਗਿੱਲਾਂ ਨਾਲੋਂ ਸੀਰ ਟੁੱਟਾ ਸੀ, ਨਾ ਚਾਹੁਣ ਤੇ ਵੀ ਉਹ ਬੀਤੇ ਦੀਆਂ ਦਲਦਲਾਂ ਵਿਚ ਉੱਤਰ ਜਾਂਦਾ। ਕਦੇ ਲੋਕ ਕਿਹਾ ਕਰਦੇ, ਕੀੜੂ ਜੀਹਦੇ ਵੀ ਹਲ ਦੀ ਜੰਘੀ ਜਾ ਫੜਦਾ ਸੀ, ਦੌਲਤ ਉਹਦੇ ਘਰ ਵਰੋਲੇ ਵਾਂਗ ਆਉਂਦੀ ਸੀ। ਫਿਰ ਜੋਰਾ ਸਿਹੁੰ ਦੀ ਜੰਘੀ ਤਾਂ ਕੀੜੂ ਨੇ ਭਰਾਵਾਂ ਵਾਂਗ ਫੜੀ ਸੀ। ਸੀਰ ਦੇ ਤੀਜੇ ਵਰ੍ਹੇ ਹੀ ਕੀੜੂ ਨੇ ਜੋਰਾ ਸਿਹੁੰ ਦੀ ਸ਼ਹਿ 'ਤੇ ਪਿੜਾਂ ਵਿਚ ਹੀ ਜੋਰਾ ਸਿਹੁੰ ਦਾ ਇੱਕੋ ਇੱਕ ਸਾਲਾ ਜਾ ਵੱਢਿਆ ਸੀ ਤੇ ਜੋਰਾ ਸਿਹੁੰ, ਬਿਨਾਂ ਕੋਈ ਧੂੰ ਨਿਕਲੇ ਸੱਸ ਸਹੁਰੇ ਦੀ ਢੇਰੀ ਦਾ ਮਾਲਕ ਬਣ ਬੈਠਾ ਸੀ। ਫਿਰ ਜਿੱਦੇਂ ਪੁਲਿਸ ਦੀ ਕੁੱਟ ਮਗਰੋਂ, ਕੀੜੂ ਪਿੰਡ ਆਇਆ ਸੀ ਤੇ ਕਤਲ ਕਿਸੇ ਤੀਜੀ ਧਿਰ ਤੇ ਜਾ ਪਿਆ ਸੀ, ਉਦੋਂ ਜੋਰਾ ਸਿਹੁੰ ਨੇ ਸਿਖਰਲੇ ਚੁਬਾਰੇ 'ਚ ਕੀੜੂ ਨੂੰ ਬਰਾਬਰ ਬਿਠਾ, ਦਾਰੂ ਪਿਆਈ ਸੀ ਤੇ ਯਾਰਾਂ ਦੀ ਭਰੀ ਜੁੰਡਲੀ ਵਿਚ ਹਿੱਕ ਥਾਪੜ ਕੇ ਕਿਹਾ ਸੀ, "ਜਾਹ ਓਏ ਕੀੜਾ ਸਿਹਾਂ, ਅੱਜ ਤੋਂ ਆਪਾਂ ਪੱਗ ਵੱਟ ਭਰਾ...।"

"ਪੱਗ ਵੱਟ ਦਾ ਮਤਲਬ ਵੀ ਪਤੈ ?" ਬੈਠੇ ਯਾਰਾਂ ਵਿਚੋਂ ਕਿਸੇ ਕਿਹਾ ਸੀ।

ਕੀੜੂ ਕੁਝ ਨਹੀਂ ਸੀ ਬੋਲਿਆ, ਪਰ ਉਹਨੇ ਪਤਾ ਹੋਣ ਦਾ ਪ੍ਰਮਾਣ ਜ਼ਰੂਰ ਦੇ ਦਿੱਤਾ ਸੀ। ਕੀੜੂ ਨੂੰ ਲੋਕਾਂ ਹਟਕਿਆ ਵੀ "ਕਿਉਂ ਹੱਡ ਗਾਲਦੈਂ ਸਹੁਰਿਆ।"

""ਕੰਮ ਤਾਂ ਰੱਬ ਹੁੰਦੈ ਬੰਦੇ ਦਾ.........." ਕੀੜੂ ਗੱਲ ਹਾਸੇ 'ਚ ਪਾ ਲੈਂਦਾ।

"ਸਾਲਿਆ ਕੰਜਰੀ ਤੇ ਕਾਮੇਂ ਦਾ ਓਨਾ ਚਿਰ ਈ ਰੱਬ ਜਿਉਂਦੈ, ਜਿੰਨਾ ਚਿਰ ਲਹੂ ਦੀ ਤਿੱਪ ਐ, ਜਿੱਦੇਂ ਪੁੱਤ ਦਾ ਵੱਜ ਗਿਆ ਨਾ ਘੁੱਗੂ..........।"

"ਫੇਰ ਕੀਹਨੇ ਦੇਖੀ ਐ ਸਦਾਰੋ........ਅੱਜ ਤਾਂ ਕਾਟੋ ਫੁੱਲਾਂ ਤੇ ਐ....।"

ਕੀੜੂ ਟਿੱਚਰੀਂ ਉੱਤਰ ਆਉਂਦਾ।

"ਹਾਲੇ ਤਾਂ ਫੁੱਲਾਂ ਤੇ ਈ ਐ......ਪਰ ਭਤੀਜ। ਜਿੱਦੇਂ ਜਾ ਚੜ੍ਹੀ ਨਾ ਬੇਰੀ ਦੇ ਛਾਪੇ 'ਤੇ........।" ਲੋਕ ਗੱਲ ਅੱਧ ਵਿਚਾਲੇ ਛੱਡ ਦਿੰਦੇ।

ਪਰ ਉਹਦੀ ਕਾਟੋ ਗਿੱਲਾਂ ਦੇ ਚੁਬਾਰੇ ਕਿਉਂ ਜਾ ਚੜ੍ਹੀ ? ਸੋਚ ਸੋਚ ਕੀੜੂ ਸੁੰਨ ਰਹਿ ਜਾਂਦਾ।

ਦੇਵਕੀ ਦੇ ਫੁੱਲ ਪ੍ਰਵਾਹ ਆਉਣ ਮਗਰੋਂ, ਪਹਿਲੀ ਵੇਰੀਂ ਪਿੰਡ ਦੇ ਨੀਵੇਂ ਬਨੇਰਿਆਂ ਤੋਂ ਉਡਦੀਆਂ ਭਾਂਤੋ ਭਾਂਤ ਡਾਰਾਂ, ਕੀੜੂ ਦੇ ਸਿਰ ਵਿਚੋਂ ਉਡੀਆਂ। ਉਸ ਰਾਤ ਪਹਿਲੀ ਵੇਰ ਕੀੜੂ ਨੂੰ ਮੁਟਿਆਰ ਧੀਆਂ ਦੇ ਬਰਾਬਰ ਪਿਆਂ, ਛਤੜੇ ਥੱਲਿਉਂ ਭੈਅ ਆਇਆ।

ਤੀਵੀਂ ਦੀ ਮੌਤ ਮਗਰੋਂ ਤ੍ਰਕਾਲਾਂ ਦਾ ਅੰਨ ਪਾਣੀ ਖਾ ਕੇ ਜਿਉਂ ਹੀ ਕੀੜੂ ਹਵੇਲੀ ਤੋਂ ਠੱਟੀ ਵੱਲ ਨੂੰ ਮੁੜਦਾ, ਉਹਦੇ ਥਿੜਕਦੇ ਪੈਰਾਂ ਨੂੰ ਠੇਡੇ ਵੱਜਦੇ। ਵੱਢਿਆਂ ਕਿਤੇ ਰੂਹ ਨਾ ਲੱਗਦੀ। ਵੱਡੀ ਧੀ ਮੈਨਾ ਨੂੰ ਸਾਹਮਣੇ ਖਲੋਤੀ ਦੇਖਦਾ ਤਾਂ ਸੱਗਵੀਂ ਦੇਵਕੀ ਖਲੋਤੀ ਦਿੱਸਦੀ।

"ਕੀ ਮੈਨਾ ਵੀ ਕਿਤੋਂ ਇਉਂ ਹੀ ਡਿੱਗ ਮਰੇਗੀ ?" ਕੀੜੂ ਨੂੰ ਘੇਰ ਪੈਣ ਲੱਗਦੀ। ਪਰ ਸਾਤਾ ਵੀ ਲੰਘਿਆ, ਮੈਨਾ ਤਾਂ ਕਿਤੋਂ ਨਾ ਡਿੱਗੀ, ਕੀੜੂ ਆਪ ਸੁਹਾਗੇ ਮੂਹਰੇ ਜਾ ਡਿੱਗਾ ਅਤੇ ਟਰੈਕਟਰ ਉਹਦੀ ਕੰਗਰੋੜ ਪਿੰਜ ਕੇ ਲੰਘ ਗਿਆ।

ਚਾਰ ਦਿਨ ਪਹਿਲਾਂ ਦੇਵਕੀ ਦੀ ਮੌਤ, ਤੇ ਉੱਤੋਂ ਆਹ ਹੋਣੀ; ਇਕ ਤਰ੍ਹਾਂ ਕਾਲਜਾ ਮੁੱਠੀ ਵਿਚ ਆ ਜਾਣਾ ਚਾਹੀਦਾ ਸੀ। ਪਰ ਉਸ ਦਿਨ ਠੱਟੀ 'ਚ ਦਾਰੂ ਉੱਡੀ।

"ਧੀ ਦਾ ਯਾਰ! ਕਹਿੰਦਾ ਦੇਹ ਰੱਖ ਨਰਕਾਂ ਨੂੰ ਜਾਣਗੇ। ਸਾਲਿਆ ਹੁਣ ਦੇਖਾਂਗੇ ਗਿੱਲ ਤੇਰੀ ਮੜ੍ਹੀ ਤੇ ਕਿੰਨਾ ਕੁ ਮਾਰਦੇ ਐ ਫੋਸ......।"

ਕਿਸੇ ਲਾਚੜ ਕੇ ਚਾਂਗਰ ਮਾਰੀ,

"ਭੀੜੀਆਂ ਸੁਣੀਦੀਆਂ ਗਲੀਆਂ ਜਿਥੋਂ ਦੀ ਗਿੱਲ ਲੈ ਕੇ ਜਾਣਗੇ।"

ਸਚਮੁਚ, ਭੀੜੀਆਂ ਗਲੀਆਂ ਹੀ ਤਾਂ ਸਨ, ਜਿਥੋਂ ਦੀ ਕੀੜੂ ਦੀ ਦੇਹ, ਪਹੀਆਂ ਵਾਲੀ ਰੇਹੜੀ ਤੇ ਘੁੰਮਦੀ ਘੁਮਾਉਂਦੀ ਲੰਘੀ ਸੀ, ਤੇ ਓੜਕ ਮਲ-ਮੂਤਰ ਵਾਲੀ ਥੈਲੀ ਫੜੀ, ਪਿੰਡ ਪਰਤੀ ਸੀ।

ਕੇਰਾਂ ਤਾਂ ਕੀੜੂ ਨੇ ਸੋਚਿਆ, ਜਿਵੇਂ ਕਿਵੇਂ ਉਹ ਇਸ ਹੋਣੀ ਨੂੰ ਪੈਰੀਂ ਮੱਧ ਲਵੇਗਾ। ਪਰ 'ਹਸਾਬ ਕਤਾਬ' ਕਰਦਿਆਂ ਜਦੋਂ ਗਿੱਲਾਂ ਦੇ ਪਾੜ੍ਹੇ ਮੁੰਡੇ ਨੇ ਉਹਦਾ ਖੰਘਿਆ ਵੀ ਉਜਰਤ ਵਿਚ ਕੱਟ ਲਿਆ, ਤਾਂ ਕੀੜੂ ਦੀ ਕੰਗਰੋੜ ਵਿਚਲੇ ਬਾਕੀ ਦੇ ਦਸ ਸਬੂਤੇ ਮਣਕੇ ਵੀ ਟੁੱਟ ਕੇ ਪੈਰੀਂ ਖਿੱਲਰ ਗਏ।

ਹੋਏ ਹਾਦਸੇ ਦੇ ਹਰਜਾਨੇ ਵਜੋਂ ਜਦੋਂ ਤੀਕ ਕੁਝ ਅੜ ਕੇ ਮੰਗਣ ਦਾ ਵੇਲਾ ਸੀ, ਤਦੋਂ ਤੀਕ ਗਿੱਲ, ਕੀੜੂ ਦੇ ਪੈਰੀਂ ਵਿਛੇ ਰਹੇ ਸਨ। ਪਰ ਰਾਜ਼ੀ-ਨਾਵਾਂ ਲਿਖ ਕੇ ਜਦੋਂ ਗਿੱਲਾਂ, ਕੀੜੂ ਦੇ ਹੱਥ ਵੀ ਵੱਢ ਲਏ ਤਾਂ ਕੀੜੂ ਨੂੰ ਪਹਿਲੀ ਵੇਰ ਸੁਫ਼ਨੇ ਵਿਚੋਂ ਤ੍ਰੱਭਕ ਕੇ ਜਾਗਣ ਦਾ ਅਹਿਸਾਸ ਹੋਇਆ।

ਕੀੜੂ ਦੀ ਦਿਨੋ ਦਿਨ ਨਿਘਰਦੀ ਹਾਲਤ ਵੇਖ ਇਕ ਦਿਨ ਵੱਢ-ਖਾਣਿਆਂ ਦੇ ਕੁੰਦਨ ਸਿਹੁੰ, ਕੀੜੂ ਦੇ ਮੋਢੇ ਆ ਹੱਥ ਧਰਿਆ।

"ਜੇ ਬੰਦੇ ਦਾ ਪੁੱਤ ਐਂ, ਕੇਸ ਠੋਕ ਮੇਰੇ ਪੁੱਤਾਂ ਤੇ........।"

ਕੀੜੂ ਅਵਾਕ ਰਹਿ ਗਿਆ। ਪਲ ਦਾ ਪਲ ਬਦਲੇ ਦੀ ਲਾਟ ਮੱਥੇ ਵਿਚੋਂ ਉੱਠੀ, ਪਰ ਪਿੰਡ ਕੀ ਕਹੂ? ਬਈ ਚੱਕਿਆ ਚਕਾਇਆ ਕਚਹਿਰੀਏ ਜਾ ਚੜ੍ਹਿਆ, "ਨਾ ਉਏ ਮਨਾ! ਆਪੇ ਲਿਖੀਆਂ ਭੁਗਤਾਂਗੇ।" ਉਹਨੇ ਮਨ ਦੀ ਮਨ ਚਿਤਾਰਿਆ।

ਕੁੰਦਨ ਸਿਹੁੰ ਗਿੱਲਾਂ ਕਾ ਸ਼ਰੀਕ ਸੀ, ਇਹ ਸੋਚ ਕੀੜ ਨੂੰ ਭੈਅ ਆਇਆ। ਭਲਾ ਸਾਨ੍ਹਾਂ ਦੇ ਭੇੜ ਵਿਚ ਉਹਦੀ ਕੀ ਜਾਹ? ਕੁੰਦਨ ਸਿਹੁੰ ਦੀਆਂ ਵਾਢ੍ਹਵੀਆਂ ਕੰਨ ਸਾੜਨ ਲੱਗੀਆਂ। ਦੇਹ ਦੇ ਪੋਰਾਂ ਵਿਚੋਂ ਉੱਠਦੀ ਪੀੜ, ਕੰਗਰੋੜ ਵਿਚ ਡੁੱਬਣ ਲੱਗੀ। ਐਨ ਉਸੇ ਵੇਲੇ, ਜਦੋਂ ਕੁੰਦਨ ਸਿਹੁੰ ਕਹਿਣ ਹੀ ਵਾਲਾ ਸੀ, "ਓਏ ਐਂ ਨਾ ਕਹੀਂ ਹਰਦੁਆਰ ਦਾ ਰਾਹ ਈ ਦੱਸਦਾਂ.......ਮੈਂ ਖੁੱਭੀ ਵੀ ਕੱਢੂੰ.......।" ਅਚਾਨਕ ਕੀੜੂ ਦੁਆਲਿਉਂ ਮੱਖੀਆਂ ਦਾ ਡੂੰਮਣਾ ਉੱਡਿਆ। ਰੋਕਦਿਆਂ ਰੋਕਦਿਆਂ ਵੀ ਕੀੜੂ ਬੁਸਕਣ ਲੱਗਾ। ਕੁੰਦਨ ਸਿਹੁੰ ਦਿਲਾਸਾ ਦੇਣਾ ਚਾਹਿਆ। ਪਰ ਕੀੜੂ ਦੇ ਚੁਫੇਰਿਉਂ ਉੱਠਦੀ ਸੜਿਆਂਦ ਅਤੇ ਹਟਕੋਰੇ, ਜਿਵੇਂ ਕੁੰਦਨ ਸਿਹੁੰ ਮੂਹਰੇ ਕੰਧ ਵਾਂਗ ਉੱਸਰ ਗਏ। ਉਹ ਕਾਹਲੀ ਨਾਲ ਉੱਠਿਆ ਅਤੇ ਬਿਨਾਂ ਪਿਛਾਂਹ ਵੇਖੇ, ਦੂਰ ਤੱਕ ਕੰਮੀ ਕਮੀਣਾ ਦੇ ਪੂਛ ਲੱਤਾਂ 'ਚ ਲੈ ਲੈਣ 'ਤੇ ਬਕੜਵਾਹ ਕਰਦਾ ਤੁਰਿਆ ਗਿਆ। "ਬੂਕ੍ਹੀ ਜਾ ਬੈਠਾ.....ਸਾਲੇ ਭੁੱਖੇ ਮਰਨ ਦੇ......" ਬਾਹਰਲੇ ਦਰਾਂ ਤੋਂ ਉਹਨੇ, ਇੱਟ ਵਾਂਗ ਬੋਲ, ਕੀੜੂ ਦੀ ਹਿੱਕ 'ਚ ਮਾਰੇ। ਜਦੋਂ ਦੀਆਂ ਕੁੜੀਆਂ ਬਸੰਤੀ ਨਾਲ ਦਰ ਟੱਪੀਆਂ ਸਨ,

ਕੀੜੂ ਦੇ ਚਿੱਤ ਨੂੰ ਚੈਨ ਨਹੀਂ ਸੀ। ਸਾਰੀ ਉਮਰ ਉਹਨੇ ਦੇਵਕੀ ਨੂੰ ਘਰੋਂ ਪੈਰ ਨਹੀਂ ਸੀ ਕੱਢਣ ਦਿੱਤਾ। ਪਰ ਅੱਜ.....। ਟਕੂਆ ਹੱਥ ਵਿਚ ਲਈ ਜਦੋਂ ਉਹ ਬਾਹਰ ਵੱਲ ਨੂੰ ਅਹੁਲਿਆ, ਕੰਡ ਵਿਚੋਂ ਪੀੜ ਦਾ ਵਰੋਲਾ ਉੱਠਿਆ। ਟਕੂਏ ਤੇ ਭਾਰ ਪਾਉਂਦਾ ਉਹ ਗਲੀ ਵਿਚ ਹੀ ਬੈਠ ਗਿਆ। ਦੂਰ ਤੱਕ ਠੱਟੀ ਸੁੰਨ ਪਈ ਸੀ। ਨੇੜੇ ਹੀ ਕਿਤੇ ਸੂਰਾਂ ਦੇ ਖੁੱਡੇ ਵਿਚੋਂ ਮੁਸ਼ਕ ਉੱਠ ਪਈ ਸੀ। ਕੀੜੂ ਨੇ ਗੌਲੀ ਹੀ ਨਾ। ਉਹਨੇ ਪਰਤ ਕੇ ਛੱਤੜ ਵੱਲ ਵੇਖਿਆ, ਬੱਕਰੀ ਛਿੱਟੀਆਂ ਦੇ ਪੱਤ ਚੱਬ ਰਹੀ ਸੀ। ਇਕ ਘੜੀ ਧੀਆਂ ਨੂੰ ਅੱਖੀਂ ਵੇਖ ਲੈਣ ਦੀ ਲਾਲਸਾ ਉਹਦੇ ਮੱਥੇ ਟੱਸ ਟੱਸ ਕਰਨ ਲੱਗੀ। ਪਰ ਜਿਉਂ ਹੀ ਉਹ ਧਰਮਸ਼ਾਲਾ ਦਾ ਮੋੜ ਮੁੜ ਕੇ ਫਿਰਨੀਏ ਚੜ੍ਹਿਆ, ਉਹਨੂੰ ਤਲੋਕਾ ਟੱਕਰ ਗਿਆ। ਉਹ ਹਉਂਕ ਰਿਹਾ ਸੀ ਤੇ ਉਹਦਾ ਸਾਹ ਨਾਲ ਸਾਹ ਨਹੀਂ ਸੀ ਰਲਦਾ।

"ਦੇਖੀਂ ਕੀੜਾ ਸਿਹਾਂ ਇਕ ਦਿਨ....ਏਸ ਪਿੰਡ 'ਚ ਉੱਲੂ ਬੋਲਣਗੇ ਉੱਲੂ...।"

ਸ਼ਾਂਤ ਹੋਇਆ ਤਾਂ ਪਤਾ ਲੱਗਾ, ਭੂਰੇ ਕਲਾਲ ਕਾ ਟੱਬਰ ਪਿੰਡੋਂ ਹਿਜਰਤ ਕਰ ਰਿਹਾ ਸੀ।

"ਮਤਲਬ ਕੇ ਸ਼ੈੱਲਰ ਬੰਦ.......ਤੇ ਸਾਡੇ ਵੀਹ ਮਜ਼ੂਰਾਂ ਦੀ......।" ਤਲੋਕੇ ਦੀ ਜਿਵੇਂ ਭੁੱਬ ਨਿਕਲ ਗਈ। ਇਕ ਦੂਜੇ ਦੀਆਂ ਅੱਖਾਂ 'ਚ ਹਨੇਰਾ ਜਿਹਾ ਝਾਕਦੇ, ਉਹ ਦੋਵੇਂ ਹਲਟੀ ਦੀ ਖੇਲ ਤੇ ਹੀ ਬੈਠ ਗਏ।

ਕੁਝ ਦਿਨ ਪਹਿਲਾਂ ਕਲਾਲਾਂ ਕੇ ਟੱਬਰ ਤੋਂ ਜਬਰੀ ਉਗਰਾਹੀ ਦੀ ਅੱਵਾਈ ਤਾਂ ਕੀੜੂ ਨੇ ਵੀ ਸੁਣੀ ਸੀ, ਪਰ ਠੱਟੀ ਦੇ ਵੀਹ ਮਜ਼ੂਰ ਵੀ ਨਾਲ ਹੀ ਉਜੜ ਜਾਣਗੇ, ਇਹ ਕਿਸੇ ਸੋਚਿਆ ਹੀ ਨਹੀਂ ਸੀ।

"ਇਹ ਤਾਂ ਸ਼ੁਕਰ, ਟੱਬਰ ਬਚ ਗਿਆ...ਕਿਸਮਤ ਮਾੜੀ ਹੁੰਦੀ ਸੱਥਰ ਵਿਛ ਜਾਂਦੇ। ਉਹ ਤਾਂ ਸੁਣਿਆ ਨਿਆਣਿਆਂ ਤੱਕ ਨੀ ਬਖ਼ਸ਼ਦੇ।" ਤਲੋਕਾ ਜਿਵੇਂ ਆਪਦੇ ਆਪ ਨੂੰ ਹੀ ਬੋਲਿਆ।

ਕੀੜੂ ਸੋਚਿਆ, ਕੀ ਇਹ ਉਹੋ ਤਲੋਕਾ ਸੀ ? ਜੋ ਕੱਲ੍ਹ ਤੱਕ ਭੂਰੇ ਕਲਾਲ ਕੀ ਬਦਖੋਈ ਕਰਦਾ ਨਹੀਂ ਸੀ ਥੱਕਦਾ। ਚਹੁੰ ਬੰਦਿਆਂ 'ਚ ਖਲੋਤਾ, ਕਲਾਲਾਂ ਨੂੰ ਮਣ ਮਣ ਪੱਕੇ ਦੀ ਗਾਹਲ ਕੱਢਦਾ। ਅੱਜ ਉਹੋ ਕਲਾਲਾਂ ਦੇ ਪਿੰਡੋਂ ਜਾਣ ਤੇ ਹਿੱਲਿਆ ਖੜ੍ਹਾ ਸੀ।

"ਚੱਲ ਲੋਕਾ ਸਿਹਾਂ! ਕੀ ਪਤਾ ਕੋਈ ਹੋਰ ਈ ਲੱਗ ਜੇ ਢੋਆ।"

ਕੀੜੂ ਜਿਵੇਂ ਖੂਹ 'ਚੋਂ ਬੋਲਿਆ।

ਉਹਨੇ ਵੇਖਿਆ, ਤਲੋਕਾ ਉਸ ਵੱਲ ਕੌੜ ਅੱਖ ਝਾਕ ਰਿਹਾ ਸੀ। ਫਿਰ ਉਹ ਉਖੜ ਕੇ ਬੋਲਿਆ।

"ਤੈਨੂੰ ਕਿੰਨੇ ਕੁ ਲੱਗ ਗਏ ਢੋਅ......ਕਿਸੇ ਦਿੱਤੀ ਦੁਆਨੀ... ? ਵਾਹ ਜਿੰਦ ਆਪਣੀ ਐ ਉਏ ਕੀੜਾ ਸਿਹਾਂ...ਉਹ ਦਿਨ ਗਏ ਜਦ ਰੱਜੇ ਪੁੱਜੇ ਮਾੜੇ-ਧੀੜਿਆਂ ਤੇ ਛਾਂ ਕਰਦੇ ਸੀ।"

"ਕਿਤੇ ਗਿੱਲ ਆਉਂਦੇ ਨਾ ਇਨ੍ਹਾਂ ਤੱਤੇ ਮੁੰਡਿਆਂ ਦੀ ਅੱਖ ਹੇਠ...।"

ਕੀੜੂ ਦੰਦ ਕਰੀਚ ਕੇ ਬੋਲਿਆ। ਘੜੀ ਦੀ ਘੜੀ ਉਹਦੇ ਮੂੰਹ ਦਾ ਸੁਆਦ ਕਸੈਲਾ ਹੋ ਗਿਆ ਅਤੇ ਉਹਦੀਆਂ ਮੀਟੀਆਂ ਮੁੱਠਾਂ ਵਿਚ ਪਸੀਨਾ ਆ ਗਿਆ।

"ਉਏ ਆਏ ਲੈ..ਗਿੱਲ ਕੀ ਫੁੱਫੜ ਨੇ ਉਨ੍ਹਾਂ ਦੇ...ਪਰ ਹੋਊ ਕੀ ?...ਅਗਲੇ ਸ਼ਹਿਰ

ਟਿੱਬ ਗਏ ਤਾਂ ਆਲੂ ਸਟੋਰ ਵੀ ਬੰਦ.....ਕੀੜਾ ਸਿਹਾਂ ਮੇਹਨਤੀ ਤਾਂ ਵਸਦੇ ਘਰਾਂ ਦੇ ਪ੍ਰਾਹੁਣੇ ਹੁੰਦੇ ਐ, ਵੱਸਦੇ ਘਰਾਂ ਦੇ.....।"

ਆਲੂ ਸਟੋਰ ਦੇ ਬੰਦ ਹੋਣ ਬਾਰੇ ਸੁਣ, ਕੀੜੂ ਸੁੰਨ ਰਹਿ ਗਿਆ। ਉਹਨੂੰ ਪਤਾ ਹੀ ਨਾ ਲੱਗਾ ਤਲੋਕਾ ਕਦੋਂ ਉਠ ਕੇ ਚਲਾ ਗਿਆ। ਆਲੂ ਸਟੋਰ ਵੱਲ ਜਾਣ ਦੀ ਉਸ ਵਿਚ ਸੱਤਿਆ ਹੀ ਨਾ ਰਹੀ। ਛਤੜੇ ਥੱਲੇ ਆ ਕੇ ਉਸ ਆਪੇ ਨੂੰ ਨਿਢਾਲ ਸਿੱਟ ਦਿੱਤਾ। ਜਦ ਨੂੰ ਉਹਦੀ ਜਾਗ ਖੁੱਲ੍ਹੀ, ਦਿਨ ਛਿਪ ਗਿਆ ਸੀ। ਉਹਨੇ ਡਿਠਾ, ਮੈਨਾ ਮੰਜੀ ਤੇ ਪਈ ਸੀ। ਛੋਟੀ, ਬੱਕਰੀ ਮੂਹਰੇ ਹਰਾ ਸਿੱਟ ਰਹੀ ਸੀ। ਉਸ ਹੱਟੀ ਤੋਂ ਲਿਆਂਦੇ ਸੌਦੇ ਬਾਰੇ ਦੱਸਣਾ ਚਾਹਿਆ, ਪਰ ਉਹ ਕੁਝ ਨਾ ਬੋਲਿਆ। ਉਹਨੂੰ ਜਾਪਿਆ, ਮੈਨਾ ਜਾਂ ਤਾਂ ਥੱਕ ਗਈ ਸੀ, ਜਾਂ ਖ਼ਬਰੇ ਮਾਂ ਨੂੰ ਚੇਤੇ ਕਰਕੇ ਉਦਾਸ ਹੋਵੇ। ਦੇਵਕੀ ਚੇਤੇ ਆਉਂਦਿਆਂ ਕੀੜੂ ਨੂੰ ਪੀੜ ਹੋਈ। ਫਿਰ ਉਹ ਸਹਿਜੇ ਨਾਲ ਮੈਨਾ ਕੋਲ ਜਾ ਖੜਿਆ।

"ਚਿੱਤ ਨੀਂ ਰਾਜੀ ਪੁੱਤ ?" ਕੁੜੀ ਕੁਝ ਨਾ ਬੋਲੀ ਅਤੇ ਇੱਕ ਟਿੱਕ ਛੱਤ ਵੱਲ ਝਾਕੀ ਗਈ। ਫਿਰ ਉਹ ਚੁੱਪ-ਚਾਪ ਉਠੀ ਤੇ ਅੰਦਰ ਕੋਠੜੀ ਵਿਚ ਚਲੀ ਗਈ।

ਪਰਤ ਕੇ ਛਿਟੀਆਂ ਕੋਲ ਪਈ ਮੰਜੀ ਤੱਕ ਆਉਂਦਿਆਂ, ਕੀੜੂ ਨੂੰ ਜਾਪਿਆ ਜਿਵੇਂ ਉਹਦੇ ਰਹਿੰਦੇ ਅਉਸਾਣ ਵੀ ਮਾਰੇ ਗਏ ਹੋਣ, ਚੁਫ਼ੇਰੇ ਹਨੇਰਾ ਉਤਰ ਆਇਆ ਸੀ। ਪਿੰਡ ਦੇ ਕੱਚੇ ਬਨੇਰਿਆਂ ਤੋਂ ਧੂੰਆਂ ਲਗਾਤਾਰ ਉਪਰ ਉਠ ਰਿਹਾ ਸੀ। ਨਿੱਕੀ ਧੀ ਨੂੰ ਰੋਟੀ ਟੁੱਕ ਕੇ ਆਹਰੇ ਲੱਗੀ ਦੇਖ, ਕੀੜੂ ਨੂੰ ਕੁਝ ਧਰਵਾਸ ਹੋਇਆ। ਫਿਰ ਉਹ ਤਲੋਕੇ ਤੇ ਉਹਦੇ ਸਾਥੀਆਂ ਬਾਰੇ ਸੋਚਣ ਲੱਗਾ। ਪਰ ਜੇ ਆਲੂ ਸਟੋਰ ਵੀ ਬੰਦ ਹੋ ਗਿਆ ? ਉਹਦਾ ਦਿਲ ਬੈਠਣ ਲੱਗਾ। ਫਿਰ ਉਹ ਸਹਿਮੇ ਜਹੇ ਮਨ ਨਾਲ ਉਠਿਆ ਤੇ ਟਕੂਏ ਤੇ ਠੋਡੀ ਟੇਕਦਾ, ਕੋਠੜੀ ਦੇ ਸੰਘੜੇ ਹਨੇਰੇ ਵਿਚ ਆ ਖੜ੍ਹਾ।

"ਮੈਨਾ ਪੁੱਤਾ!" ਲੱਗਾ ਜਿਵੇਂ ਉਹਦੀ ਆਵਾਜ਼, ਦੇਹ ਦੇ ਸੱਖਣੇ ਵਜੂਦ ਵਿਚ, ਪਿੱਪਲ ਦੇ ਟੂਸੇ ਵਾਂਗ ਕੰਬ ਰਹੀ ਸੀ।

"ਕਿੱਥੇ ਐਂ ਲਾਲ੍ਹੀ ?" ਨਿਤਾਣਾ ਜਿਹਾ ਉਹ ਅਕਾਰਥ ਹੀ ਅਗਾਂਹ ਹੋਇਆ, ਪਰ ਹਨੇਰੇ ਵਿਚ ਜਿਉਂ ਹੀ ਉਹਦਾ ਹੱਥ ਮੈਨਾ ਦੇ ਮੂੰਹ ਵੱਲ ਵਧਿਆ, ਕੀੜੂ ਦੀ ਦੇਹ ਵਿਚੋਂ ਜਿਵੇਂ ਹਜ਼ਾਰ ਤਾਰਾਂ ਇੱਕੋ ਵੇਰਗੀ ਹੀ ਲੰਘ ਗਈਆਂ। ਕੀ ਮੈਨਾ ਰੋ ਰਹੀ ਸੀ ? ਉਹਦੇ ਅੰਦਰ ਕੁਝ ਕੜੱਕ ਕਰਕੇ ਟੁੱਟਿਆ।

ਨਹੀਂ ਨਹੀਂ, ਮੈਨਾ ਰੋ ਨਹੀਂ ਸੀ ਰਹੀ। ਉਹਨੂੰ ਤਸੱਲੀ ਹੋਈ। ਪਰ ਪੀੜ ਉਹਦੀ ਕੰਗਰੋੜ ਵਿਚੋਂ ਫਿਰ ਵੀ ਉਠੀ, ਉਹਦੇ ਕੰਬਦੇ ਹੱਥੋਂ ਮੈਲੇ ਨਾਲ ਭਰੀ ਥੈਲੀ, ਛੁਟਦੀ ਛੁਟਦੀ ਬਚੀ...ਜੀ ਭਿਆਣਾ, ਉਹ ਬਾਹਰ ਵੱਲ ਪਰਤਿਆ ਤਾਂ ਰੜੇ ਤੇ ਹੀ ਡਿੱਗ ਪਿਆ। ਫਿਰ ਐਨ ਉਸੇ ਪਲ, ਉਹ ਕੁਝ ਵਾਪਰ ਗਿਆ ਜਿਸ ਦੀ ਕਿਸੇ ਨੂੰ ਉਮੀਦ ਹੀ ਨਹੀਂ ਸੀ।

ਚੁੱਲ੍ਹੇ ਤੇ ਪਈ ਪਤੀਲੀ ਤੇਸ ਵੱਗਾਹ ਕੇ ਵਿਹੜੇ ਵਿਚ ਮਾਰੀ।

"ਇਹਨਾਂ ਗਿੱਲਾਂ ਦੀ ਓਏ ਮੈਂ....।"

ਉਚੇ ਬੋਲ, ਤਣਿਆ ਹਨੇਰਾ ਚੀਰ, ਦੂਰ ਨਿਆਂਈਆਂ ਤੀਕ ਖਿੰਡ ਗਏ। ਉਹਨੇ ਇਕ ਭਰਵੀਂ ਗਾਹਲ ਫਿਰ ਗਿੱਲਾਂ ਨੂੰ ਕੱਢੀ ਅਤੇ ਗੁੱਸੇ ਨਾਲ ਬਾਹਰ ਵੱਲ ਨੂੰ ਅਹੁਲਿਆ; ਪਰ

ਅਚਾਨਕ ਉਹਦਾ ਪੈਰ ਬੱਕਰੀ ਦੇ ਰੱਸੇ ਵਿਚ ਉਲਝ ਗਿਆ। ਗੁੱਸੇ ਨਾਲ ਉਹਨੇ ਟਕੂਆ ਉਲਾਰਿਆ...ਇਕ....ਦੋ...ਤਿੰਨ। ਬੱਕਰੀ ਡਡਿਆਈ। ਪਰ ਉਸ ਤੋਂ ਮਗਰੋਂ, ਕੀੜੂ ਨੂੰ ਕੇਵਲ ਏਨਾ ਜਾਪਿਆ, ਸਾਹਮਣੇ ਜੋਰਾ ਸਿਹੁੰ ਹੈ, ਤੇ ਉਹਦੇ ਆਪਣੇ ਹੱਥ ਵਿਚ ਟਕੂਆ ਹੈ।

ਚੀਕ ਚਿਹਾੜੇ ਵਿਚ ਸੋਤੇ ਦਾ ਹਨੇਰਾ ਲੰਗਾਰਿਆ ਗਿਆ ਸੀ। ਠੱਟੀ ਕੀੜੂ ਦੇ ਵੇਹੜੇ, ਗੜਿਆਂ ਵਾਂਗ ਟੁੱਟ ਪਈ ਸੀ। ਲੋਕਾਂ ਦੇਖਿਆ, ਕੀੜੂ ਬੇਹੋਸ਼ ਪਿਆ ਸੀ।

ਜਦ ਨੂੰ ਕੀੜੂ ਨੂੰ ਹੋਸ਼ ਪਰਤੀ, ਆਟੇ ਦਾ ਚੂੰਗੜਾ ਲਈ ਮੈਨਾ ਉਸ ਤੇ ਝੁਕੀ ਖੜ੍ਹੀ ਸੀ। ਕੀੜੂ ਨੇ ਦੇਖਿਆ ਜਿਵੇਂ ਮੈਨਾ ਦੇ ਵਾਲ ਦੁੱਧ ਸਫੈਦ ਹਨ, ਤੇ ਮੂੰਹ ਤੇ ਝੁਰੜੀਆਂ ਹਨ। ਉਹਨੇ ਸੋਚਣ ਦੀ ਕੋਸ਼ਿਸ਼ ਕੀਤੀ, ਕੀ ਇਹ ਉਹਦੀ ਮਾਂ ਦਾ ਮੂੰਹ ਸੀ ?...ਦੇਵਕੀ ਸੀ ?.....ਜਾਂ ਮੈਨਾ ਹੀ ਸੀ ?

ਫਿਰ ਦੀਵੇ ਦੇ ਚਾਨਣ ਵਿਚ ਕੀੜੂ ਨੇ ਗਹੁ ਨਾਲ ਵੇਖਿਆ। ਨਹੀਂ ਨਹੀਂ, ਇਹ ਤਾਂ ਮੈਨਾ ਹੀ ਸੀ। ਤਦ ਕੀੜੂ ਨੇ ਹੋਰ ਗਹੁ ਨਾਲ ਦੇਖਿਆ ਤਾਂ ਲੱਗਾ, ਮੈਨਾ ਦੀਆਂ ਅੱਖਾਂ ਵਿਚ ਅੱਥਰੂ ਨਹੀਂ ਸਨ। ਨਾ ਹੀ ਡਰ ਸੀ। ਜਿਵੇਂ ਅਡੋਲ ਅਤੇ ਸਥਿਰ, ਕੀੜੂ ਦੀਆਂ ਅੱਖਾਂ ਵਿਚ ਝਾਕ ਰਹੀ ਹੋਵੇ।

ਕੀੜੂ ਨੇ ਭਰਵਾਂ ਸਾਹ ਲਿਆ। ਧੀ ਦਾ ਸਿਰ ਪਲੋਸਦਿਆਂ ਪਲ ਦਾ ਪਲ ਉਹਦਾ ਹੱਥ ਕੰਬਿਆ ਅਤੇ ਮਨ ਭਰ ਆਇਆ। ਪਰ ਅਗਲੇ ਹੀ ਬਿੰਦ, ਕੀੜੂ ਨੇ ਸ਼ਾਂਤ ਚਿੱਤ ਪਾਸਾ ਪਰਤਿਆ ਅਤੇ ਭਰ ਆਈਆਂ ਅੱਖਾਂ ਨਾਲ, ਛੱਤ ਦੇ ਮਘੋਰੇ ਵਿਚੋਂ ਦੂਰ....ਡਲਕਦਾ, ਅਸਮਾਨ ਵੇਖਣ ਲੱਗਾ।

ਬੂ/ਮੁਖਤਿਆਰ ਸਿੰਘ

ਗੱਡੀ ਪੂਰੀ ਰਫ਼ਤਾਰ 'ਚ। ਗੋਲੀ ਤੋਂ ਬਣਿਆ ਗੁਰਮੇਲ ਸਾਹਿਬ ਸੁੰਗੜਿਆ, ਬਾਹਰ ਝਾਕਣ ਲਈ ਮਜਬੂਰ। ਮੁਸਾਫ਼ਿਰਾਂ ਦੀ ਨਿਗਾਹ ਉਸ ਵੱਲ। ਉਨ੍ਹਾਂ ਦੇ ਢਿੱਲੇ ਛੱਡੇ ਹੋਏ ਸਰੀਰ ਹੁਝਕਿਆਂ ਨਾਲ ਹਿਲਦੇ। ਗੱਡੀ ਦੇ ਪਹੀਆਂ ਦੀ ਖੱਟਕ-ਖੱਟਕ। ਗੋਲੀ ਦੇ ਦਿਮਾਗ਼ ਦੀ ਟਸ ਟਸ।

ਉਹ ਚਾਹੁੰਦਾ ਹੋਇਆ ਵੀ ਖੱਬੇ ਪਾਸੇ ਨਹੀਂ ਦੇਖਦਾ। 'ਉਸ' ਦੇ ਜ਼ਰਾ ਕੁ ਸਰਕਣ ਨਾਲ, ਉਹ ਖਿੜਕੀ ਵੱਲ ਧੱਕਿਆ ਗਿਆ। ਉਸ ਦੇ ਕੱਪੜਿਆਂ ਨਾਲ, ਆਪਣੇ ਕੱਪੜੇ ਛੂਹਣ ਤੋਂ ਬਚਾਉਣ ਦੀ ਕੋਸ਼ਿਸ਼। ਸਫ਼ਰ ਛੇਤੀ ਮੁਕਾਉਣ ਲਈ ਅੱਖਾਂ ਬੰਦ। ਕੁਝ ਸੁੱਖ ਦਾ ਸਾਹ। ਬਾਹਰਲੀ ਤਾਜ਼ੀ ਹਵਾ।

ਗੋਲੀ ਦੀ ਮਾਂ, ਗੋਹਾ-ਕੂੜਾਕਰਦੀ। ਉਸ ਦੇ ਮਗਰ-ਮਗਰ, ਘਰਾਂ ਤੋਂ ਢੇਰਾਂ ਤੱਕ ਉਹ ਗੁੰਮ-ਸੁੰਮ ਹੋਇਆ ਮਿੱਟੀ ਦੀਆਂ ਮੁੱਠਾਂ ਭਰ-ਭਰ ਖੇਡਦਾ। ਗੋਹਾਂ ਸੁਟ ਕੇ ਮੁੜਦੀ, ਉਹ ਚੁੰਨੀ ਨਾਲ ਨੱਕ ਪੋਚਦੀ, "ਘੋਟਣੇ ਤੋਂ ਘਰ ਨ੍ਹੀਂ ਮਰ ਹੋਇਆ, ਫਿਰਦੈ ਗੋਹਾ ਸਿੱਧਦਾ।"

ਗੋਲੀ ਦੇਖਦਾ ਹੀ ਰਹਿ ਜਾਂਦਾ। ਉਸ ਦੀ ਮਾਂ ਦੇ ਸਿਰ ਉੱਤੇ ਚੁੱਕੇ ਟੋਕਰੇ ਵਿਚੋਂ ਮੁਤਰਾਲ ਦੀਆਂ ਘਰਾਲਾਂ ਚੋਅ-ਚੋਅ ਕੇ ਇਨੂੰਆਂ, ਚੁੰਨੀ ਅਤੇ ਕੁੜਤੀ-ਸਲਵਾਰ ਭਰ ਜਾਂਦੀਆਂ। ਨੰਗੇ ਪੈਰ ਲਿਬੜੇ ਹੋਏ। ਚੁੰਨੀ ਦੇ ਲੜ ਮੰਗੀਆਂ ਹੋਈਆਂ ਰੋਟੀਆਂ ਬੰਨ੍ਹ ਕੇ ਘਰ ਨੂੰ ਤੁਰ ਪੈਂਦੀ। ਗੋਲੀ ਉਠ ਕੇ ਮਗਰ-ਮਗਰ ਰੋਟੀ ਖਾਣ ਦੀ ਜ਼ਿਦ ਕਰਦਾ। ਉਹ ਇਕ ਰੋਟੀ ਫੜਾ ਦਿੰਦੀ, "ਲੈ ਫੜ! ਘਰ ਜਾ ਕੇ ਨ੍ਹੀਂ ਚੱਬ ਹੁੰਦੀਆਂ?" ਗੋਲੀ ਨੀਵੀਂ ਪਾ, ਰਾਤ ਦੀਆਂ ਬਚੀਆਂ ਹੋਈਆਂ ਸੁੱਕੀਆਂ ਰੋਟੀਆਂ ਚੱਬ ਜਾਂਦਾ।

ਗੋਲੀ ਨੂੰ ਆਪਣੇ ਨਾਲ ਕੁਝ ਲੱਗਦਾ ਮਹਿਸੂਸ ਹੋਇਆ। ਉਸ ਨੇ ਅੱਖਾਂ ਖੋਲ੍ਹੀਆਂ। ਖਿੜਕੀ ਵੱਲ ਸੁੰਗੜ ਗਿਆ। ਦਰਖ਼ਤ, ਫ਼ਸਲਾਂ ਤੇਜ਼ੀ ਨਾਲ ਪਿੱਛੇ ਵੱਲ ਭੱਜਦੇ। ਉਸ ਤੋਂ ਦੂਰ ਵਾਲੇ ਦਰਖ਼ਤ ਅਤੇ ਫ਼ਸਲਾਂ, ਅੱਗੇ ਵੱਲ ਨੱਸ ਜਾਂਦੇ। ਗੱਡੀ ਪੂਰੀ ਤੇਜ਼। ਮੁਸਾਫ਼ਿਰ ਬੈਠੇ ਹੋਏ ਹੁਝਕੇ ਖਾਂਦੇ। ਘੁੰਮ ਰਹੇ ਦਰਖ਼ਤ ਅਤੇ ਫ਼ਸਲਾਂ ਦੇ ਨਾਲ ਧਰਤੀ ਦਾ ਬਣ ਰਿਹਾ ਗੋਲ ਚੱਕਰ। ਉਸ ਨੇ ਅੱਖਾਂ ਮੀਚ ਲਈਆਂ।

ਜਿੰਨਾ ਚਿਰ ਗੋਲੀ ਦੀ ਮਾਂ, ਰੋਟੀ ਟੁਕ ਕਰਦੀ, ਉਹ ਦੀਵੇ ਦੀ ਲੋਅ ਨਾਲ ਫੱਟੀ ਲਿਖਦਾ। ਕੈਦਾ ਪੜ੍ਹਦਾ। ਰੁੱਖੀਆਂ ਮਿਸੀਆਂ ਖਾ ਕੇ, ਭੈਣ ਭਰਾ ਇਕ ਦੂਜੇ ਨਾਲ ਜੁੜ ਕੇ ਪੈ

ਜਾਂਦੇ। ਇਕ ਪਾਸੇ ਮੱਝ ਅਤੇ ਕੱਟੀ ਬੰਨ੍ਹੀਆਂ ਹੋਈਆਂ। ਛੋਟਾ ਕੱਚਾ ਕੋਠਾ, ਨਾ ਰੋਸ਼ਨਦਾਨ, ਨਾ ਕੋਈ ਮੋਘਾ। ਉਸ ਦੀਆਂ ਨਾਸਾਂ ਨੂੰ ਕੁਝ ਸਲੂਣਾ-ਸਲੂਣਾ ਜਿਹਾ ਚੜ੍ਹਦਾ। ਰਾਤ ਦਾ ਪਤਾ ਹੀ ਨਾ ਲੱਗਦਾ ਕਿਸ ਵੇਲੇ ਨਿਕਲ ਜਾਂਦੀ। ਉਸ ਦਾ ਬਾਪੂ ਸੀਰ-ਪੁਣਾ ਕਰਕੇ ਵੇਲੇ-ਕੁਵੇਲੇ ਆਉਂਦਾ। ਤੜਕੇ ਉਨ੍ਹਾਂ ਦੇ ਉਠਣ ਤੋਂ ਪਹਿਲਾਂ ਹੀ ਤੁਰ ਜਾਂਦਾ।

ਗੱਡੀ ਦੇ ਹੁਝਕਿਆਂ ਨਾਲ ਗੋਲੀ ਦੀ ਖੱਬੀ ਕੂਹਣੀ ਉਸ ਦੀ ਪਿੱਠ ਨਾਲ ਛੂਹ ਗਈ। ਉਸ ਨੇ ਇਕੱਠਾ ਜਿਹਾ ਹੋ ਕੇ ਅੱਖਾਂ ਖੋਲ੍ਹ ਲਈਆਂ। ਸਾਰੇ ਮੁਸਾਫਿਰਾਂ ਨੇ ਉਨ੍ਹਾਂ ਵੱਲ ਨਹੀਂ ਵੇਖਿਆ। ਕਈਆਂ ਨੇ ਤਾਂ ਇਕ ਪਲ ਦੇਖ ਕੇ ਨੀਵੀਂ ਪਾ ਲਈ। ਉਨ੍ਹਾਂ ਦੇ ਬੁੱਲਾਂ 'ਚ ਮੁਸਕਾਰਹਟ। ਕਈਆਂ ਦੀ ਨਿਗਾਹ 'ਚ ਹਮਦਰਦੀ।

ਅੱਖਾਂ ਮੀਚੀਆਂ ਹੋਈਆਂ ਵਿਚ ਹੀ ਉਹ ਆਪਣੇ ਸਾਫ਼-ਸੁਥਰੇ ਸਰੀਰ ਨੂੰ ਦੇਖਣ ਲੱਗ ਪਿਆ। ਨਾਤ੍ਹਾ-ਧੋਤਾ, ਸੋਹਣੇ ਕੱਪੜੇ, ਸ਼ਰੀਫ਼ਾਂ ਵਰਗਾ ਪਹਿਰਾਵਾ ਜਿਵੇਂ ਇਵੇਂ ਹੀ ਜੰਮਿਆ ਹੋਵੇ। ਸਰੀਰ ਨੂੰ ਮਿੱਟੀ ਛੂਹੀ ਨਾ ਹੋਵੇ। ਮੈਲੇ ਕੱਪੜੇ ਤਾਂ ਕੀ, ਕਰੀਜ਼ ਵੀ ਨਾ ਟੁੱਟੀ ਹੋਵੇ। ਮੇਜ਼-ਕੁਰਸੀਆਂ ਤੋਂ ਘੱਟ ਕਦੇ ਬੈਠਿਆ ਹੀ ਨਾ ਹੋਵੇ। ਦਾਲ, ਸਬਜ਼ੀਆਂ, ਫਲ-ਫਰੂਟ ਮਨ-ਮਰਜ਼ੀ ਦੇ ਖਾਣੇ ਤੋਂ ਥੱਲੇ ਕੁਝ ਖਾਧਾ ਹੀ ਨਾ ਹੋਵੇ। ਮੱਝ ਨੂੰ ਨਹਾਉਂਦਾ ਨਹਾਉਂਦਾ ਜਿਥੇ ਪਿੰਡ ਦਾ ਗੰਦਾ ਪਾਣੀ ਆ ਕੇ ਘੁਲ-ਮਿਲ ਜਾਂਦਾ। ਟੋਭੇ ਵਿਚ ਕਦੇ ਵੜਿਆ ਨਾ ਹੋਵੇ, ਆਪ ਵੀ ਗੋਤਾ ਲਾ ਲੈਂਦਾ। ਬਹਾਨੇ ਨਾਲ ਨਾਹੁਣ ਹੋ ਜਾਂਦਾ। ਮੱਝ ਅਰਾਮ ਨਾਲ ਜੁਗਾਲੀ ਕਰਦੀ, ਹੌਲੀ ਹੌਲੀ ਟੋਭੇ ਵਿਚੋਂ ਨਿਕਲ ਕੇ ਮੱਝ ਦੇ ਪਿੱਛੇ ਕੱਟੀ ਨਾਲ ਕਲੋਲਾਂ ਕਰਦਾ ਨਿਕਲ ਆਉਂਦਾ।

ਉਹ, ਬੱਚਿਆਂ ਨੂੰ ਆਪਣੀ ਪੜ੍ਹਾਈ ਬਾਰੇ ਦੱਸਦਾ ਤਾਂ ਉਹ ਦੰਗ ਰਹਿ ਜਾਂਦੇ। ਉਸ ਨੂੰ ਕਰੜੀ ਮਿਹਨਤ ਸਦਕਾ, ਤੇ ਰਾਖਵੇਂਕਰਨ 'ਚ ਨੌਕਰੀ ਮਿਲ ਗਈ ਸੀ। ਕਦੇ ਕਦਾਈਂ ਪਿੰਡ ਗੇੜਾ ਲੱਗਦਾ। ਜਦੋਂ ਕਦੇ ਮਾਂ ਪਿਓ ਨੂੰ ਮਿਲਣ ਜਾਂਦਾ ਤਾਂ ਹਰ ਵਾਰ ਘਰ ਵਿਚ ਥੋੜ੍ਹੀ ਬਹੁਤੀ ਤਬਦੀਲੀ ਲਿਆਉਣ ਦੀ ਕੋਸ਼ਿਸ਼। ਬੀਹੀ ਵਿਹੜੇ ਦੇ ਨਿਆਣੇ ਮੂੰਹ 'ਚ ਉਂਗਲਾਂ ਪਾ ਕੇ ਉਸ ਵੱਲ ਹੱਸਦੇ। ਗੱਲ ਕਰਨ ਤੋਂ ਝਿਜਕਦੇ ਜਿਵੇਂ ਉਹ ਅਜਨਬੀ ਹੋਵੇ। ਕੱਚੇ ਵਿਹੜੇ ਵਿਚ ਉਸ ਨੇ ਇੱਟਾਂ ਲੁਆ ਦਿੱਤੀਆਂ। ਆਉਂਦੀ ਵਾਰੀ ਨਲਕਾ ਲੁਆ ਦਿੱਤਾ। ਹੌਲੀ-ਹੌਲੀ ਮਾਂ ਪਿਓ ਵੀ ਜਿਲ੍ਹਣ ਵਿਚੋਂ ਉਠਣ ਲਈ ਹੰਭਲਾ ਮਾਰਨ ਲੱਗੇ। ਕੱਚੇ ਕੋਠੇ ਦੀਆਂ ਕੰਧਾਂ ਪੱਕੀਆਂ ਹੋ ਗਈਆਂ। ਫਿਰ ਛੱਤ ਵੀ ਬਦਲ ਦਿੱਤੀ। ਬੀਹੀਆਂ, ਪੰਚਾਇਤ ਨੇ ਪੱਕੀਆਂ ਕਰਵਾ ਦਿੱਤੀਆਂ। ਕੁਝ ਰਿਵਾਜ਼ ਜਿਹਾ ਵੀ ਪੈ ਗਿਆ ਕੱਚੇ ਕੋਠਿਆਂ ਨੂੰ ਪੱਕਿਆਂ ਕਰਨ ਦਾ ਪਰ ਕੁਝ ਸਮਾਂ ਬੀਤਣ ਤੋਂ ਪੱਕੀਆਂ ਬੀਹੀਆਂ, ਕੂੜੇ-ਕਰਕਟ ਨਾਲ ਲਿਬੜ ਕੇ ਖ਼ਰਾਬ ਹੋ ਗਈਆਂ, ਚਲ੍ਹੇ ਬਣ ਗਏ। ਪਾਣੀ 'ਚ ਘਾਹ-ਫੂਸ ਅੜ ਕੇ ਪੱਕੀਆਂ ਇੱਟਾਂ ਉਖੜਨ ਲੱਗ ਪਈਆਂ। ਠੀਕ ਕਰਨ ਕਰਾਉਣ ਲਈ ਕਿਸੇ ਕੋਲ ਵਿਹਲ ਕਿੱਥੇ ? ਦਿਹਾੜੀ ਕਰਨ ਵਾਲੇ ਦਿਹਾੜੀ ਨਾ ਤੋੜਦੇ, ਸੀਰ-ਪੁਣਾ ਕਰਨ ਵਾਲਿਆਂ ਨੂੰ ਮਾਲਕ ਨਾ ਛੱਡਦੇ। ਜ਼ਨਾਨੀਆਂ ਅਤੇ ਨਿਆਣੇ-ਨਿੱਕੇ ਡੰਗਰਾਂ ਲਈ ਕੱਖ-ਕੰਡੇ ਦਾ ਹੀਲਾ ਕਰਨ ਤੁਰ ਜਾਂਦੇ ਅਤੇ ਵਾੜਾਂ ਨਾਲੋਂ ਡੱਕੇ ਤੋੜ ਕੇ ਇੰਨਣ ਇਕੱਠਾ ਕਰਦਿਆਂ, ਹਨ੍ਹੇਰੇ ਹੋਏ ਮੁੜਦੇ। ਬੀਹੀ ਦੀ ਸਿਲ੍ਹ ਨੱਕ ਨੂੰ ਚੜ੍ਹਦੀ।

ਗੱਡੀ ਹੌਲੀ-ਹੌਲੀ ਰੁਕਣੀ ਸ਼ੁਰੂ ਹੋ ਗਈ। ਕੋਈ ਸਟੇਸ਼ਨ ਨਹੀਂ। ਸ਼ਹਿਰੋਂ ਬਾਹਰ ਨੀਵੀਂ ਅਬਾਦੀ। ਗੱਡੀ ਰੁਕ ਗਈ। ਕਈ ਜਣੇ ਗੱਡੀ ਤੋਂ ਹੇਠਾਂ ਉਤਰਨ ਲੱਗ ਪਏ। ਕਈ ਲੋਹੇ ਦਾ

ਡੰਡਾ ਫੜ ਕੇ ਗੱਡੀ ਦੇ ਅਗਲੇ ਅਤੇ ਪਿਛਲੇ ਸਿਰਿਆਂ ਵੱਲ ਦੇਖਣ ਲੱਗੇ। ਪਟੜੀ ਦੇ ਨਾਲ-ਨਾਲ ਕਈ ਪੈਂਟ ਦੀਆਂ ਜੇਬ੍ਹਾਂ 'ਚ ਹੱਥ ਪਾ ਕੇ ਟਹਿਲਣ ਲੱਗ ਪਏ। ਸੁਸਤਪੁਣਾ ਲਾਹੁਣ ਲਈ, ਕਈਆਂ ਨੇ ਹੇਠਾਂ ਉਤਰ ਕੇ ਸਿਗਰਟਾਂ ਸੁਲਘਾ ਲਈਆਂ। ਲੰਮੇ-ਲੰਮੇ ਕਸ ਖਿੱਚ ਕੇ ਧੂੰਆਂ ਛੱਡਣ ਲੱਗੇ। ਕਿਸੇ ਨੇ ਕਿਹਾ, "ਸਿਗਨਲ ਡਾਊਨ ਨਹੀਂ ਹੋਇਆ।" "ਭਲਾ ਇਥੇ ਖੜ੍ਹੀ ਕਰਨ ਦਾ ਕੀ ਮਤਲਬ ?" ਕੋਈ ਹੋਰ ਜਣਾ ਬੋਲਿਆ, "ਸ਼ੀਸ਼ੇ ਬੰਦ ਕਰਲੋ ?"

ਗੱਡੀ ਰੁਕਣ ਸਾਰ ਹੀ ਗੋਲੀ, ਆਪਣੇ ਕੱਪੜੇ ਝਾੜਦਾ ਉਠ ਕੇ ਬੂਹੇ ਕੋਲ ਆ ਗਿਆ। ਇਕ ਪਲ ਖਿੜਕੀ ਲਾਗੇ ਇਕਹਿਰੀ ਸੀਟ ਵੱਲ ਦੇਖਿਆ। 'ਉਸ' ਦੀ ਪਿੱਠ ਅੱਧੀ ਸੀਟ ਉੱਤੇ ਪਸਰੀ ਹੋਈ। ਉਸ ਨੂੰ ਆਪਣੇ ਉੱਤੇ ਹੈਰਾਨੀ ਹੋਈ ਕਿ ਉਹ ਅੱਧੀ ਨਾਲੋਂ ਵੀ ਘੱਟ ਸੀਟ ਉੱਤੇ ਕਿਵੇਂ ਸੁੰਗੜਿਆ ਬੈਠਾ ਰਿਹਾ। ਖੱਬੇ ਪਾਸੇ ਤੋਂ ਆਪਣੇ ਕੱਪੜੇ ਫੇਰ ਝਾੜੇ। ਕੱਪੜਿਆਂ ਨਾਲੋਂ ਕੁਝ ਵੀ ਨਹੀਂ ਝੜਿਆ। ਹੋਰ ਤਸੱਲੀ ਲਈ, ਇਕ ਨਜ਼ਰ ਪੈਂਟ ਕਮੀਜ਼ ਉਪਰ ਸੁੱਟੀ। ਪਹਿਲਾਂ ਨਾਲੋਂ ਮੈਲੇ, ਦਾਗ਼ਾਂ ਵਾਲੇ ਦਿੱਸੇ। ਉਸ ਨੇ ਗੱਡੀ ਤੋਂ ਬਾਹਰ ਨੀਵੀਂ ਥਾਂ ਵੱਲ ਦੇਖਿਆ। ਲਾਈਨ ਐਨੀ ਉੱਚੀ ਕਿ ਦੋ ਛੱਤੇ ਮਕਾਨ ਵੀ ਗੱਡੀ ਦੇ ਬਰਾਬਰ ਨਹੀਂ ਹੋ ਰਹੇ। ਲਾਈਨ ਦੇ ਨਾਲ-ਨਾਲ ਸ਼ਹਿਰ ਦਾ ਗੰਦਾ ਪਾਣੀ, ਬਰਸਾਤੀ ਨਾਲੇ ਵਾਂਗ ਰੁੜ੍ਹਿਆ ਆ ਰਿਹਾ। ਲੀਰਾਂ, ਕਾਗਜ਼, ਨਿੱਕ-ਸੁੱਕ, ਪਾਣੀ ਦੇ ਨਾਲ ਕਿਤੇ ਰੁਕ ਜਾਂਦੇ, ਕਿਤੇ ਇਕੱਠੇ ਹੋ ਕੇ ਜ਼ੋਰ ਪੈਣ ਨਾਲ ਬੰਨ੍ਹ ਟੁੱਟ ਜਾਂਦਾ। ਧੁੰਦ ਵਾਂਗ ਧੂੰਆਂ। ਲਾਈਨ ਦੇ ਆਲੇ-ਦੁਆਲੇ ਟਾਵੇਂ-ਟਾਵੇਂ, ਇਕੋ ਕਮਰੇ ਵਾਲੇ ਮਕਾਨ, ਕਿਤੇ ਕਿਤੇ ਦੋ ਛੱਤੇ। ਛੋਟੇ-ਛੋਟੇ ਖਿੱਤਿਆਂ ਵਿਚ ਸਬਜ਼ੀਆਂ ਅਤੇ ਸਬਜ਼ੀਆਂ ਬੀਜਣ ਵਾਸਤੇ ਪਨੀਰੀ। ਮੈਲੇ, ਪਾਟੇ ਕੱਪੜਿਆਂ ਵਾਲੇ, ਮਨੁੱਖ ਕੁੱਬੇ ਹੋਏ, ਗੋਡੀ ਕਰਦੇ, ਵੱਟਾਂ ਚਾੜ੍ਹਦੇ। ਰੇਲਵੇ ਲਾਈਨ ਨਾਲ ਵਗਦੇ ਨਾਲੇ 'ਚੋਂ ਪਾਣੀ ਲਾਉਂਦੇ। ਗੋਭੀ ਦੇ ਹਰੇ-ਕਚੂਰ ਪੱਤੇ। ਗੋਦੜੀ ਦੇ ਲਾਲ ਵਾਂਗ ਸਬਜ਼ੀਆਂ ਦੀ ਪੂਰੀ ਟਹਿਕ।

ਕਈ ਹੋਰ ਮੁਸਾਫਿਰ, ਗੱਡੀ 'ਚੋਂ ਉਤਰ ਕੇ ਲਾਈਨ ਤੋਂ ਹੇਠਾਂ, ਨੀਵੀਂ ਥਾਂ ਵੱਲ ਰੁੜ੍ਹਦੇ ਹੋਏ ਦੌੜ ਪਏ। ਉਹ ਗੰਦੇ-ਨਾਲੇ ਉਪਰੋਂ ਛਾਲਾਂ ਮਾਰ ਕੇ, ਸਬਜ਼ੀਆਂ ਦੇ ਖਿੱਤਿਆਂ ਦੀਆਂ ਟੇਢੀਆਂ-ਮੇਢੀਆਂ ਵੱਟਾਂ ਉਪਰੋਂ ਦੀ ਹੁੰਦੇ ਹੋਏ ਚਲੇ ਗਏ। ਸ਼ਾਇਦ ਉਨ੍ਹਾਂ ਨੂੰ ਗੱਡੀ ਦੇ ਰੁਕਣ ਦਾ ਫ਼ਾਇਦਾ ਹੋ ਗਿਆ ਹੋਵੇ। ਨਿੱਕੇ-ਨਿੱਕੇ ਬੈਗ, ਉਨ੍ਹਾਂ ਦੇ ਹੱਥਾਂ ਵਿਚ ਝੂਲ ਰਹੇ। ਕਿਸੇ ਦੇ ਹੱਥ ਰੋਟੀ ਵਾਲਾ ਟਿਫ਼ਨ, ਹਵਾ ਵਿਚ ਹੁਲਾਰੇ ਖਾ ਰਿਹਾ। ਵੱਟਾਂ ਦੇ ਨਾਲ ਉਹ ਵਲ ਖਾਂਦੇ ਦੂਰ, ਸ਼ਹਿਰ ਦੇ ਧੂੰਏਂ ਵਿਚ ਛੋਟੇ-ਛੋਟੇ ਕਮਰਿਆਂ ਵਾਲੇ ਮਕਾਨਾਂ ਨੂੰ ਓਹਲੇ ਹੋ ਗਏ।

ਸਿਗਨਲ ਡਾਊਨ ਨਹੀਂ ਹੋ ਰਿਹਾ। ਮੁਸਾਫ਼ਿਰ ਆਲੇ-ਦੁਆਲੇ ਤੋਂ ਅੱਕ ਗਏ। ਲਾਈਨਾਂ ਤੋਂ ਨੀਵੇਂ ਪਾਸੇ ਟੱਟੀਆਂ ਦੀ ਭਰਮਾਰ। ਨੇੜੇ ਦੀਆਂ ਬਸਤੀਆਂ ਵਾਲੇ, ਹੌਲੇ ਫੁੱਲਾਂ ਹੋ ਕੇ ਤੁਰੀ ਜਾਂਦੇ। ਉਨ੍ਹਾਂ ਨੂੰ ਮਹਾਂ ਨਗਰ ਦੀ ਕੀ ਪ੍ਰਵਾਹ। ਅਹੀ-ਤਹੀ ਮਰਵਾਏ...। ਉਹ ਟੌਹਰ ਨਾਲ ਬਾਹਰੋਂ ਬਾਹਰ ਸਰਕਾਰੀ ਰੇਲਵੇਂ ਲਾਈਨ ਉੱਤੇ, ਹੱਥਾਂ ਵਿਚ ਪਾਣੀ ਦੀਆਂ ਬੋਤਲਾਂ ਫੜੀ ਜਾਂਦੇ। ਜਿਵੇਂ-ਜਿਵੇਂ ਬਸਤੀਆਂ, ਸ਼ਹਿਰੋਂ ਬਾਹਰ ਵੱਲ ਵਧ ਰਹੀਆਂ ਤਿਵੇਂ ਤਿਵੇਂ, ਰੇਲਵੇ ਲਾਈਨਾਂ 'ਤੇ ਦੂਰ ਤਕ ਨਰਕ ਹੀ ਨਰਕ। ਬਾਰਸ਼ ਆਉਂਦੀ ਸਭ ਰੋੜ੍ਹ ਕੇ ਲੈ ਜਾਂਦੀ, ਪਵਿੱਤਰ ਨਦੀਆਂ ਵਿੱਚ।

ਗੋਲੀ ਨੇ ਗੱਡੀ ਅੰਦਰ ਦੇਖਿਆ। ਉਸ ਦੀ ਸੀਟ 'ਉਸ' ਨੇ ਆਰਾਮ ਨਾਲ ਮੱਲ ਲਈ।

ਉਹ ਹੈਰਾਨ ਹੋਇਆ, "ਹੈਂ ? ਇਸ ਦਾ ਸਿਰ ਮੁੰਨਿਆ ਹੋਇਆ ? ਇਹ ਬੰਦਾ ਕਿ ਜਨਾਨੀ ? ਪਤਾ ਨਹੀਂ ਕਿਹੜੇ ਸਟੇਸ਼ਨ ਤੋਂ 'ਉਸ' ਸ਼ਕਲ ਡੱਬੇ ਵਿੱਚ ਦਿੱਸੀ ?" ਉਸ ਨੇ ਨੀਵੀਂ ਪਾਈ ਆਸੇ ਪਾਸੇ ਵੱਲ ਨਹੀਂ ਦੇਖਿਆ। ਮੋਢਿਆਂ ਤੋਂ ਮੈਲਾ ਖੇਸ, ਬਾਹਾਂ ਨਾਲ ਅੱਗੇ ਪਿੱਛੇ ਲੱਤਾਂ-ਪੈਰਾਂ ਨਾਲ ਢਕਿਆ, ਗੱਡੀ ਵਿਚਲਾ ਕੂੜਾ-ਕਰਕਟ ਸੁੰਭਰਦਾ ਹੋਇਆ। ਸੀਟਾਂ ਉੱਤੇ ਬੈਠੇ ਮੁਸਾਫ਼ਿਰ, ਉਸ ਤੋਂ ਇਉਂ ਪਾਸਾ ਵੱਟਦੇ ਜਿਵੇਂ ਪੁੱਠੇ ਕੰਡਿਆਂ ਵਾਲੇ ਝਿੰਗ ਤੋਂ ਆਪਣੇ ਆਪ ਨੂੰ ਬਚਾ ਰਹੇ ਹੋਣ। ਸਾਰਿਆਂ ਦੇ ਮੂੰਹ ਦੂਜੇ ਪਾਸੇ ਨੂੰ ਘੁੰਮ ਗਏ। ਉਸ ਦਾ ਮੂੰਹ ਡਰਿਆ, ਸੁੰਗੜਿਆ ਅਤੇ ਮੱਥਾ ਚਿੰਤਾ-ਮੁਕਤ ਨਹੀਂ ਜਾਪਦਾ। ਅੱਖਾਂ ਉਦਾਸ, ਅੱਧ-ਖੁੱਲ੍ਹੀਆਂ। ਚਿਹਰੇ ਤੋਂ ਨਾ ਕੁੜੀ ਜਾਪਦੀ ਤੇ ਨਾ ਮੁੰਡਾ ਸਗੋਂ ਅੱਧਖੜ ਮਨੁੱਖ। ਖੇਸ ਮੋਢੇ ਤੋਂ ਥੋੜ੍ਹਾ ਨੀਵਾਂ ਹੋਇਆ ਤਾਂ ਜ਼ਨਾਨਾ ਕਮੀਜ਼ ਉੱਤੇ ਸੁਵੈਟਰ।

ਗੋਲੀ ਦੀ ਇਕਹਿਰੀ ਸੀਟ ਦੀ ਪਿੱਠ ਅਤੇ ਉਸ ਦੇ ਪਿਛਲੇ ਪਾਸੇ ਵਾਲੀ ਸੀਟ ਦੀ ਜੁੜੀ ਪਿੱਠ ਤੋਂ ਖੱਬੇ ਪਾਸੇ ਦੋਹਾਂ ਸੀਟਾਂ ਨਾਲ ਖਹਿ ਕੇ ਉਹ ਹੌਲੀ-ਹੌਲੀ ਹੇਠਾਂ ਬੈਠ ਗਈ। ਖੇਸ ਦਾ ਖਿਲਾਰਾ ਉਸ ਦੇ ਆਲੇ-ਦੁਆਲੇ ਅਤੇ ਗੱਡੀ ਦੇ ਫਰਸ਼ ਨੂੰ ਸਾਫ਼ ਕਰਦਾ ਹੋਇਆ। ਮੁਸਾਫ਼ਿਰਾਂ ਦੇ ਮੂੰਹ ਮੁੜੇ ਹੋਏ।

ਉਸ ਦੇ ਕੋਲ ਮੰਗਣ ਲਈ ਕੋਈ ਕਵਾੜੀ-ਕੌਲਾ ਨਹੀਂ। ਹੱਥ ਸੋਟੀ ਨਹੀਂ। ਅੰਨ੍ਹੇ ਹੋਣ ਦਾ ਢੌਂਗ ਨਹੀਂ। ਫ਼ਿਲਮੀ ਤਰਜ਼ ਦਾ ਗੀਤ; ਮਾਤਾ ਦੀਆਂ ਭੇਟਾਂ, ਗੁਰੂਆਂ ਦੀ ਬਾਣੀ ਦੇ ਸ਼ਬਦ ਅਤੇ ਲੋਕ-ਬੋਲੀਆਂ ਦੇ ਟੱਪੇ ਉਸ ਦੇ ਮੂੰਹ 'ਚੋਂ ਨਹੀਂ ਨਿਕਲ ਰਹੇ। ਉਸਦਾ ਜ਼ਿਹਨ ਖਾਲੀ ਦਾ ਖਾਲੀ। ਉਸ ਦੇ ਹੋਠ ਗੂੰਗੇਪਨ ਦਾ ਭੁਲੇਖਾ ਪਾਉਂਦੇ। ਉਸ ਨੇ ਝੂਠੇ-ਝੂਠੇ ਛਪੇ ਕਾਗਜ਼ ਦੇ ਟੁਕੜੇ ਮੋਮੀ ਕਾਗਜ਼ ਵਿਚ ਪਾ ਕੇ ਕਿਸੇ ਮੁਸਾਫਿਰ ਦੇ ਅੱਗੇ ਸੁੱਟ ਕੇ ਹਥੇਲੀ ਨਹੀਂ ਫੈਲਾਈ।

ਉਹ ਹੌਲੀ-ਹੌਲੀ ਖੇਸ ਨੂੰ ਸਾਂਭਦੀ ਉਠੀ। ਕੁੱਬੀ ਕੁੱਬੀ ਹੀ ਬੂਹੇ ਵੱਲ ਨੂੰ ਹੌਲੀ-ਹੌਲੀ ਤੁਰ ਪਈ। ਲਾਗੇ-ਲਾਗੇ ਦੇ ਮੁਸਾਫਿਰ ਸੁੰਗੜਨ ਲੱਗੇ। ਉਸੇ ਤਰ੍ਹਾਂ ਹੌਲੀ-ਹੌਲੀ ਮੁੜ ਕੇ ਫੇਰ ਆ ਗਈ। ਮੁਸਾਫ਼ਿਰਾਂ ਨੇ ਨੱਕ-ਬੁੱਲ੍ਹ ਵੀ ਵੱਟੇ।

ਗੋਲੀ ਦੇ ਖੱਬੇ ਪਾਸੇ ਜਿਥੋਂ ਉਹ ਉਠ ਕੇ ਗਈ, ਉਥੇ ਹੀ ਖੇਸ ਖਿਲਾਰ ਕੇ ਬੈਠ ਗਈ।

ਗੱਡੀ ਦੇ ਹੁਝਕਿਆਂ ਵਿਚ ਪਤਾ ਹੀ ਨਾ ਲੱਗਾ ਕਿਸ ਵੇਲੇ ਉਹ ਹੌਲੀ-ਹੌਲੀ ਖਿਸਕ ਕੇ ਗੋਲੀ ਦੇ ਖੱਬੇ ਪਾਸੇ, ਫੱਟੇ ਦੇ ਕੰਡੇ ਉੱਤੇ ਹੋ ਗਈ। ਗੋਡਿਆਂ ਉੱਤੇ ਕੂਹਣੀਆਂ ਰੱਖ ਕੇ ਅੱਗੇ ਨੂੰ ਸਿਰ ਝੁਕਾਈ ਉਹ ਬਹੁਤ ਔਖੀ ਬੈਠੀ ਹੋਈ। ਜਿਉਂ ਹੀ ਉਸ ਨੇ ਆਪਣੀ ਪਿੱਠ ਫੱਟੇ ਦੇ ਕੰਢੇ ਤੋਂ ਗੋਲੀ ਵੱਲ ਕੀਤੀ, ਉਹ ਕੰਬ ਕੇ ਖਿੜਕੀ ਵੱਲ ਹੋ ਗਿਆ।

ਮੁਸਾਫ਼ਿਰ ਚੋਰ ਅੱਖ ਨਾਲ ਗੋਲੀ ਵੱਲ ਦੇਖ ਕੇ ਮੁਸਕਰਾਏ। ਉਸ ਦੀ ਥਾਂ ਬੂਹੇ ਲਾਗੇ ਫਰਸ਼ ਉੱਤੇ। ਲੈਟਰੀਨ ਦੇ ਬੂਹਿਆਂ ਵਿਚਕਾਰ। ਜਿਥੇ ਦੂਜੇ ਡੱਬੇ ਨੂੰ ਜੋੜਦਾ ਹੋਇਆ ਫੱਟਾ। ਮੁਸਾਫ਼ਿਰ ਲੈਟਰੀਨ 'ਚ ਜਾਂਦੇ। ਬੂਹਾ ਖੁੱਲ੍ਹਾ ਛੱਡ ਕੇ ਛੇਤੀ ਨਾਲ ਨਿਕਲ ਆਉਂਦੇ। 'ਉਸ' ਵਰਗੇ ਕਈ, ਬਿਨਾਂ ਹਿਲੇ-ਜੁਲੇ, ਬੂਹੇ ਦੇ ਨਾਲ ਢੋਅ ਲਾ ਕੇ ਬੈਠੇ ਰਹਿੰਦੇ। ਡੱਬੇ ਦੇ ਵਿਚਕਾਰ ਤਾਂ ਮੰਗਣ ਵਾਲੇ, ਗਾਉਣ ਵਾਲੇ, ਭੱਲੇ-ਕਰਾਰੇ, ਰਿਉੜੀਆਂ, ਮੂੰਗਫਲੀਆਂ, ਦੰਦ-ਦਾਹੜਾਂ ਕੱਢਣ ਵਾਲੇ ਵੀ ਨਹੀਂ ਰੁਕਦੇ। ਉਹ ਵੀ ਬੂਹੇ ਲਾਗੇ ਜਾਂ ਲੈਟਰੀਨ ਦੇ ਵਿਚਕਾਰਲੀ ਖਾਲੀ ਥਾਂ ਵਿਚ ਖੜ੍ਹ ਕੇ ਅਗਲੇ ਸਟੇਸ਼ਨ ਦਾ ਇੰਤਜ਼ਾਰ ਕਰਦੇ। ਉਸ ਨੇ ਕਿਹੜੇ ਸਟੇਸ਼ਨ ਉਤਰਨੈ ? ਨਾ

ਹੱਸੀ ? ਨਾ ਰੋਈ ? ਕਿਸੇ ਨਾਲ ਕੋਈ ਗੱਲ ਨਾ ਕੀਤੀ। ਕੋਲ ਕੁਝ ਵੀ ਨਹੀਂ।

ਗੋਲੀ ਸੋਚਦਾ ਕਿ ਪਤਾ ਨਹੀਂ ਉਸ ਦੇ ਅੰਦਰਲਾ ਸਮੁੰਦਰ ਕਿੰਨੀਆਂ ਕੁ ਛੱਲਾਂ ਮਾਰਦਾ ਹੋਵੇਗਾ ? ਲਹਿਰਾਂ ਉੱਚੀਆਂ ਨੀਵੀਆਂ ਹੁੰਦੀਆਂ ਹੋਣਗੀਆਂ। ਲਹਿਰਾਂ ਅਤੇ ਛੱਲਾਂ ਵਿਚ ਕਦੇ ਖੜੋਤ ਨਹੀਂ ਆਈ। ਤੂਫ਼ਾਨ ਆਉਂਦੇ ਹੀ ਰਹਿੰਦੇ। ਕਿੰਨੀਆਂ ਹੀ ਜਲ-ਮੱਛੀਆਂ, ਘੋਗੇ, ਕੰਢੇ ਉੱਤੇ ਆ ਜਾਂਦੇ। ਸਮੁੰਦਰ ਵਿਚ ਲੁਕਿਆ ਸਭ ਕੁਝ ਬਾਹਰ ਨਿਕਲ ਆਉਂਦਾ।

ਉਸ ਦੀ ਜ਼ਰਾ ਕੁ ਛੂਹ ਨਾਲ ਗੋਲੀ ਨੇ ਚਾਹਿਆ ਕਿ ਸਟੇਸ਼ਨ ਛੇਤੀ ਆ ਜਾਵੇ। ਉਹ ਭੱਜ ਕੇ ਗੱਡੀ 'ਚੋਂ ਉਤਰ ਜਾਵੇ। ਡੱਬੇ ਵਾਲੇ ਮੁਸਾਫ਼ਿਰਾਂ ਤੋਂ ਇਕਦਮ ਓਹਲੇ ਹੋ ਕੇ ਭੀੜ 'ਚ ਜਾ ਲੁਕੇ।

ਗੱਡੀ ਰੁਕਦੀ-ਰੁਕਦੀ ਸਟੇਸ਼ਨ ਤੋਂ ਬਿਨਾਂ ਹੀ ਬਾਹਰਲੀ ਬਸਤੀ ਕੋਲ ਰੁਕੀ ਖੜ੍ਹੀ ਸੀ। ਬਾਹਰ ਖੜ੍ਹੇ ਮੁਸਾਫਿਰਾਂ ਨੇ ਦੋ-ਦੋ ਤਿੰਨ-ਤਿੰਨ ਸਿਗਰਟਾਂ ਫੂਕ ਦਿੱਤੀਆਂ। ਸ਼ਾਇਦ ਆਲੇ ਦੁਆਲੇ ਨੂੰ ਸਿਗਰਟਾਂ ਦੇ ਧੂੰਏਂ ਨਾਲ ਸਾਫ਼ ਕਰਨ ਲਈ ਜਾਂ ਆਪਣਾ ਹੀ ਕੌਲ-ਫੁੱਲ ਸਾੜਨ ਲਈ।

ਉਸ ਨੂੰ ਪਿੰਡ ਗਏ, ਜਦੋਂ ਕੋਈ ਮਿਲਦਾ ਤਾਂ ਦੂਰੋਂ ਹੀ, "ਆ ਓਏ ਨਲੀ-ਚੋਚ ਅਫ਼ਸਰਾ ? ਕਿੰਨੀ ਕਮਾਈ ਕੀਤੀ ? ਕੋਠੀਆਂ ਕਿੰਨੀਆਂ ਨੇ ?" ਉਹ ਮਜੌਰਾਂ ਵਾਂਗ ਝਾਕਦਾ ਹੀ ਰਹਿ ਜਾਂਦਾ। ਜੇ ਕਿਤੇ ਬਿਹਾਰੀ ਲਾਲ ਜਾਂ ਉਸ ਦੇ ਟੱਬਰ 'ਚੋਂ ਕੋਈ ਜਣਾ ਮਿਲ ਜਾਂਦਾ ਤਾਂ ਸ਼ਹਿਰ ਦਾ ਹਾਲ ਚਾਲ ਪੁੱਛ ਕੇ ਚਾਹ-ਪਾਣੀ ਦੀ ਸੁਕੀ ਸੁਲ੍ਹਾ ਹੀ ਮਾਰਦੇ। ਉਸ ਨੇ ਬਿਹਾਰੀ ਦੇ ਕਹਿਣ ਤੋਂ ਹਾਸੇ-ਹਾਸੇ ਵਿਚ ਕਹਿ ਦਿੱਤਾ, "ਚੱਲ ਅੱਜ ਤੇਰੇ ਘਰੋਂ ਚਾਹ ਪੀਂਦੇ ਆਂ।" ਉਹ ਇਕਦਮ ਕਹਿ ਕੇ ਤੁਰਦਾ ਬਣਿਆ, "ਫੇਰ ਸਈ, ਅੱਜ ਪਿਤਾ ਜੀ ਘਰ ਨੇ ?" ਉਸ ਨਾਲ ਕੰਮ ਕਰਨ ਵਾਲੇ ਸ਼ਰਮੇ, ਗੋਇਲ, ਬਗੈਰਾ ਵੀ ਕਦੇ ਆਪਣੇ ਆਪਣੇ ਘਰ ਲਿਜਾ ਕੇ ਰਾਜ਼ੀ ਨਹੀਂ ਹੋਏ, ਪਰ ਦਫ਼ਤਰਾਂ ਵਿਚ ਚਾਹ ਪਾਣੀ ਇਕੱਠੇ ਜ਼ਰੂਰ ਪੀ ਲੈਂਦੇ ਨੇ। ਸਾਰਿਆਂ ਦੇ ਸਾਫ਼-ਸੁਥਰੇ ਕੱਪੜੇ, ਮੇਜ਼ ਕੁਰਸੀਆਂ ਉੱਤੇ ਕਾਗਜ਼-ਪੱਤਰਾਂ ਦੇ ਕੰਮ। ਕਲਮ-ਘਸਾਈ ਨਾ ਘਸਾਈ, ਇਕ ਬਰਾਬਰ। ਰੁਮਾਲਾਂ ਨਾਲ ਪਸੀਨਾ ਪੂੰਝਣਾ। ਸਰਕਾਰੀ ਪੱਖੇ, ਕੂਲਰ ਅਤੇ ਸਰਦੀਆਂ ਲਈ ਹੀਟਰ। ਗਰਮੀ ਸਰਦੀ ਦਾ ਪਤਾ ਹੀ ਨਹੀਂ। ਮਿੱਟੀ-ਘੱਟੇ ਦਾ ਨਾਂ ਨਿਸ਼ਾਨ ਨਹੀਂ। ਰਸੋਈ ਲਈ ਨੌਕਰ। ਕੱਪੜੇ ਧੋਣ ਵਾਲੇ ਅਤੇ ਝਾੜੂ ਲਈ ਅੱਡ। ਫਰਿਜ਼, ਸਕੂਟਰ, ਜਾਣੀ ਹਰ ਸਹੂਲਤ।

ਗੱਡੀ ਦਾ ਸਿਗਨਲ ਨਹੀਂ ਹੋ ਰਿਹਾ। ਆਊਟਰ ਸਿਗਨਲ ਉੱਤੇ ਰੁਕਿਆ ਅੱਧੇ ਘੰਟੇ ਤੋਂ ਵੱਧ ਹੋ ਗਿਐ। ਮੁਸਾਫ਼ਿਰਾਂ 'ਚ ਹਾਲ-ਦੁਹਾਈ ਮੱਚੀ ਹੋਈ। ਜ਼ਨਾਨੀਆਂ ਨੱਕ ਉੱਤੇ ਚੁੰਨੀਆਂ ਰੱਖੀ ਬੈਠੀਆਂ। ਉਹ ਬਾਹਰ ਨੂੰ ਨਹੀਂ ਝਾਕਦੀਆਂ। ਬੱਚੇ ਵਿਲਕਦੇ। ਕਈ ਕਹਿੰਦੇ, "ਸਾਲੇ, ਰੋਜ਼ ਇਥੇ ਹੀ ਰੋਕਦੇ ਨੇ ਤਾਂ ਕਿ ਰੰਗੀਨ ਦੁਨੀਆਂ 'ਚ ਜਾਣ ਤੋਂ ਪਹਿਲਾਂ ਖੁਸ਼ਬੂ ਨਾਲ ਸਵਾਗਤ ਹੋ ਸਕੇ।"

ਗੋਲੀ ਨੇ ਆਪਣੀ ਸੀਟ ਵੱਲ ਦੇਖਿਆ ਤਾਂ ਉਸ ਦੀ ਸੀਟ ਪੂਰੀ ਤਰ੍ਹਾਂ ਬੇਫ਼ਿਕਰੀ ਨਾਲ ਮੱਲੀ ਹੋਈ। ਦੁਬਾਰਾ ਸੀਟ ਉੱਤੇ ਬੈਠਣ ਲਈ ਉਸ ਦੀ ਹਿੰਮਤ ਨਹੀਂ ਪੈ ਰਹੀ।

ਉਸ ਦੀ ਦਾਦੀ ਮਾਂ ਦਾ ਸਿਰ ਮੁੰਨ ਦਿੱਤਾ ਗਿਆ ਸੀ, ਜੂੰਆਂ ਅਤੇ ਸਿੱਕਰੀ ਕਰ ਕੇ।

ਉਹ ਮੈਲੇ ਜਿਹੇ ਖੇਸ ਦੀ ਬੁੱਕਲ ਮਾਰੀ, ਝੋਲੀ ਹੋਈ ਮੰਜੀ ਵਿਚਕਾਰ ਬੈਠੀ ਰਹਿੰਦੀ। ਕਦੇ ਸਿਰ ਉੱਤੇ ਖੇਸ ਦਾ ਲੜ ਖਿਚ ਲੈਂਦੀ। ਉਹ ਮੰਜੀ ਦੀ ਬਾਹੀ ਉੱਤੇ ਬੈਠ ਕੇ ਉਸ ਨਾਲ ਗੱਲਾਂ ਕਰਦੇ। ਮੁੰਨੇ ਹੋਏ ਸਿਰ 'ਚ ਠੋਲੇ ਮਾਰ ਕੇ, ਮੰਜੀ ਦੇ ਆਲੇ-ਦੁਆਲੇ ਤਾੜੀਆਂ ਮਾਰਦੇ, ਨੱਚਦੇ ਹੋਏ ਕਹਿੰਦੇ, "ਓ ਹੋ, ਬੁੜ੍ਹੀ ਨੇ ਸਿਰ ਮੁਨਾਇਆ, ਓ ਹੋ ਬੁੜ੍ਹੀ ਨੇ ਸਿਰ ਮੁਨਾਇਆ।" ਉਹ ਬੋੜ੍ਹੇ ਹੋਏ ਮੂੰਹ ਨਾਲ ਹੱਸਦੀ। ਅੱਖਾਂ ਦਿਸਦੀਆਂ ਹੀ ਨਾ। ਕੁਝ ਚਿਰ ਨੱਚ ਟੱਪ ਕੇ ਉਸ ਦੇ ਖੇਸ ਦੀ ਬੁੱਕਲ ਵਿਚ ਲੁਕ ਜਾਂਦੇ। ਉਹ ਖੰਭਾਂ ਹੇਠਾਂ ਦੇ ਕੇ ਨਿੱਘ ਦਿੰਦੀ।

ਗੋਲੀ ਦਾ ਜੀਅ ਕੀਤਾ ਉਹ ਸੀਟ ਉੱਤੇ ਜਾ ਕੇ ਬੈਠੇ ਅਤੇ ਉਸ ਦਾ ਖੇਸ ਇਕ ਪਾਸਿਓਂ ਚੁੱਕ ਕੇ, ਮਾਂ ਵਾਲਾ ਨਿੱਘ ਲਵੇ। ਪਰ ਪੈਰ ਪੁੱਟਦਾ ਪੁੱਟਦਾ, ਮੁਸਾਫ਼ਿਰਾਂ ਵੱਲ ਦੇਖ ਕੇ ਝੁਣਝਣੀ ਖਾ ਗਿਆ।

ਗੱਡੀ ਹਿੱਲ ਪਈ। ਬੂਹੇ ਵਿਚੀਂ ਤਾਜ਼ੀ ਹਵਾ ਦਾ ਬੁੱਲਾ ਆਇਆ। ਦੂਜੇ ਬੂਹੇ ਵਿਚੀਂ ਨਿਕਲ ਗਿਆ। ਗੱਡੀ ਪੂਰੀ ਤੇਜ਼। ਖੱਟਕ-ਖੱਟਕ ਉਸ ਦੇ ਦਿਮਾਗ਼ 'ਚ ਟਸ-ਟਸ। ਮੁਸਾਫ਼ਿਰਾਂ ਦੇ ਹੁਝਕੇ। ਉਹ ਸੀਟ ਉੱਤੇ ਬੈਠਣ ਦੀ ਬਜਾਏ, ਟਾਇਲਟ ਵਿਚ ਜਾ ਵੜਿਆ। ਚੰਗੀ ਤਰ੍ਹਾਂ ਕੱਪੜੇ ਝਾੜੇ। ਹੱਥ ਧੋਤੇ। ਮੂੰਹ ਉੱਤੇ ਛਿੱਟੇ ਮਾਰੇ। ਕੁਰਲੀ ਕੀਤੀ। ਉਸ ਨੂੰ ਮਹਿਸੂਸ ਹੋਇਆ ਕਿ ਬੂ ਤਾਂ ਅਜੇ ਵੀ ਆ ਰਹੀ ਹੈ।

ਜਿਸ ਤਨ ਲਾਗੇ/ਬਲਦੇਵ ਸਿੰਘ

ਜਿਸ ਵੇਲੇ ਵੱਡੇ ਬੋਹੜ ਦੀ ਛਾਂ ਸੁੰਗੜ ਕੇ ਉਸਦੇ ਗਿਰਦ ਬਣੇ ਥੜੇ ਜੋਗੀ ਹੀ ਰਹਿ ਗਈ, ਧਰਤੀ ਲੋਹ ਵਾਂਗੂੰ ਤਪਣ ਲੱਗ ਪਈ। ਬੋਹੜ ਦੀ ਛਾਵੇਂ ਬੈਠਾ ਵੀ, ਕਰਮੂ ਲੂਹਿਆ ਗਿਆ। ਗਰਮ ਹਵਾ ਦੀ ਲੂਹ, ਪਿੰਡੇ 'ਤੇ ਅੱਗ ਦੇ ਚਿਮਟੇ ਵਾਂਗ ਵੱਜਦੀ ਤਾਂ ਉਹ ਸਾਹਮਣੇ ਘਰ ਦੇ ਦਰਵਾਜ਼ੇ ਨੂੰ ਲੱਗੇ ਜਿੰਦਰੇ ਵੱਲ ਤੱਕ ਕੇ ਖਿਝ ਪੈਂਦਾ ਤੇ ਅੰਦਰੇ ਹੀ ਅੰਦਰ ਗੁਰਦਾਸ ਨੂੰ ਗਾਲ੍ਹਾਂ ਕੱਢਣ ਲੱਗ ਜਾਂਦਾ। ਇਕ ਵਾਰ ਫਿਰ ਉਸਨੇ ਸਾਫ਼ੇ ਦੇ ਲੜੋਂ ਬੰਨ੍ਹੀ ਤਿੱਲੇ ਦੀ ਜੁੱਤੀ ਖੋਲ੍ਹ ਕੇ ਵੇਖੀ, ਸਾਫ਼ ਕੀਤੀ ਤੇ ਫਿਰ ਉਸੇ ਤਰ੍ਹਾਂ ਬੰਨ੍ਹ ਲਈ। ਇਹ ਕੰਮ ਉਹ ਵਿਹਲਾ ਤੇ ਅੱਕਿਆ ਬੈਠਾ ਕਈ ਵਾਰ ਕਰ ਚੁੱਕਾ ਸੀ। ਪਿੰਡ ਦੇ ਲੋਕ ਅੰਦਰੀਂ ਦੜੇ ਬੈਠੇ ਸਨ। ਕਾਂ-ਅੱਖ ਬਾਹਰ ਨੂੰ ਆਉਂਦੀ ਸੀ। ਭੁੱਖ ਨਾਲ ਢਿੱਡ 'ਚ ਕੜੱਲ ਪੈਣ ਲਗੇ ਤਾਂ ਉਸ ਨੇ ਦੋਹਾਂ ਹੱਥਾਂ ਦੀ ਮੁੱਕੀ ਵਟ ਕੇ ਆਂਦਰਾਂ ਨੱਪ ਲਈਆਂ ਤੇ ਸੋਚਣ ਲੱਗਾ-"ਮੈਨੂੰ ਮੁੜ ਈ ਜਾਣਾ ਚਾਹੀਦੈ, ਗੋਲੀ ਮਾਰੋ ਗੁਰਦਾਸ ਨੂੰ-ਨਾਲੇ ਜੁੱਤੀ ਨੂੰ।"

ਬੰਤਾ ਚਮਿਆਰ ਲਾਗੇ ਚਾਗੇ ਦੇ ਪਿੰਡਾਂ ਵਿਚ ਤਿੱਲੇ ਦੀਆਂ ਜੁੱਤੀਆਂ ਕੱਢਣ ਵਿਚ ਨਾਮੀ ਬੰਦਾ ਸੀ। ਕਈ ਸੁਕੀਨ, ਵੈਲੀ ਜਾਂ ਬਦਮਾਸ਼ ਚਾਰ ਚਾਰ ਕੋਹ ਤੋਂ ਉਸ ਕੋਲ ਜੁੱਤੀਆਂ ਸੁਆਉਣ ਆਉਂਦੇ। ਕਈ ਵਾਰ ਸਾਈਆਂ ਦਾ ਢੇਰ ਲੱਗ ਜਾਂਦਾ। ਨਾਪ ਇੱਧਰ ਉਧਰ ਹੋ ਜਾਂਦੇ ਤੇ ਉਸਨੇ ਇਹੋ ਜਿਹੀਆਂ ਉਲਝਣਾਂ ਤੋਂ ਬਚਣ ਲਈ ਕੁਝ ਕੰਮ ਆਪਣੇ ਆਂਢ-ਗੁਆਂਢ 'ਚ ਵੰਡਣਾ ਸ਼ੁਰੂ ਕਰ ਦਿੱਤਾ। ਸਮਾਨ ਬੰਤੇ ਦਾ ਹੁੰਦਾ-ਮਿਹਨਤ ਅਗਲੇ ਦੀ ਤੇ ਉਹ ਇਕ ਜੁੱਤੀਆਂ ਦੇ ਵਧੀਆ ਜੋੜੇ ਪਿੱਛੇ ਪੰਜ ਰੁਪਈਏ ਦਿੰਦਾ। ਕਰਮੂ ਵੀ ਚਮਿਆਰਾਂ ਦੇ ਘਰਾਂ 'ਚੋਂ ਬੇਕਾਰ ਜਿਹਾ ਸੀ। ਬੰਤੇ ਦੀ ਔਖਿਆਈ ਵੇਲੇ ਜ਼ਿਆਦਾ ਉਹੀ ਕੰਮ ਆਉਂਦਾ।

ਬੰਤਾ ਆਪਣੇ ਆਪ ਨੂੰ ਪਿੰਡ ਦੇ ਕਿਸੇ ਚੜ੍ਹੇ-ਨੌਕਰੀ ਤੋਂ ਘੱਟ ਨਹੀਂ ਸਮਝਦਾ। ਬਗਲੇ ਦੇ ਖੰਭਾਂ ਵਰਗੇ ਲੀੜੇ ਪਾਉਂਦਾ। ਖੋਦੀ ਦਾੜ੍ਹੀ ਦੀ ਗੁੱਟੀ ਕਰਕੇ ਰੱਖਦਾ। ਸਾਰਾ ਸਾਰਾ ਦਿਨ ਉਹਦੇ ਅੱਡੇ ਤੇ ਛੇ-ਸਿੱਲਾ ਰੇਡੀਉ ਵਜਦਾ ਰਹਿੰਦਾ। ਭਾਵੇਂ ਉਸਦਾ ਪਿੰਡ ਦੇ ਜੱਟਾਂ ਨਾਲ ਖਾਣ ਪੀਣ ਨਹੀਂ ਸੀ। ਪਰ ਜਿਸ ਦਿਨ ਉਸਨੇ ਨੰਬਰਦਾਰ ਦੇ ਜਾਮਨਾਂ ਵਾਲੇ ਖੂਹ 'ਤੇ ਟਿਊਬ-ਵੈਲ ਦੀ ਕੋਠੜੀ 'ਚ ਉਸ ਨੂੰ ਘਰ ਦੀ ਕੱਢੀ ਦਾਰੂ ਪਿਆਈ ਸੀ ਤੇ ਨੰਬਰਦਾਰ ਤੇ ਉਹ ਦੋਵੇਂ ਨਸ਼ੇ 'ਚ ਆਏ ਇਕੋ ਕੌਲੀ 'ਚ ਵਾਰੀ ਵਾਰੀ ਪੀਂਦੇ ਰਹੇ ਸਨ, ਉਸ ਦਿਨ ਤੋਂ ਹੀ ਉਸਨੂੰ ਸਾਰੇ ਚਮਿਆਰ ਗੰਦੇ ਗੰਦੇ ਲੱਗਣ ਲੱਗ ਪਏ ਸਨ, ਉਹਨਾਂ ਵਿਚੋਂ ਬੰਤੇ ਨੂੰ ਕੱਚੇ ਚੰਮ

ਦੀ ਬਦਬੂ ਆਉਣ ਲੱਗ ਪਈ ਸੀ। ਆਪਣਾ-ਆਪ ਉਸਨੂੰ ਵੱਡਾ-ਵੱਡਾ ਲਗਦਾ ਤੇ ਉਹ ਕਿਸੇ ਨੂੰ ਨੱਕ ਥੱਲੇ ਨਾ ਲਿਆਉਂਦਾ। ਕਈ ਵਾਰ ਉਹ ਤਾਅ 'ਚ ਆਇਆ ਵਡਿਆਈ ਨਾਲ ਆਪਣੇ ਲੋਕਾਂ 'ਚ ਤੇ ਜੱਟਾਂ 'ਚ ਵੀ ਫੜ੍ਹ ਮਾਰਦਾ-

-ਲੈ ਕਮਲੇ ਨਾ ਸਿਆਣੇ, ਨੰਬਰਦਾਰ ਨਾਲ ਖਾਣ ਪੀਣ ਐ ਆਪਣਾ-ਤੇ ਕਰਮੂ ਅਰਗਿਆਂ ਨੂੰ ਉਸਨੇ ਕਦੀ ਵੀ ਕਿਸੇ ਵਗਾਰੀ ਤੋਂ ਵੱਧ ਨਹੀਂ ਸੀ ਸਮਝਿਆ।

ਕਰਮੂ ਬੜੀ ਰੀਝ ਨਾਲ ਤਿੱਲਾ ਕੱਢਦਾ। ਮੋਰਨੀਆਂ ਪਾਉਣ ਵਿਚ ਆਪਣੀ ਰੂਹ ਫੂਕ ਦਿੰਦਾ। ਬੰਤੇ ਨਾਲੋਂ ਵੀ ਸੋਹਣੇ ਉਸਦੇ ਫੁੱਲ ਕੱਢੇ ਹੁੰਦੇ। ਕਰਮੂ ਹੱਥਾਂ 'ਚ ਪੰਜ ਰੁਪਈਏ ਮਰੋੜ ਕੇ ਸੋਚਦਾ ਜਿਵੇਂ ਉਸਨੂੰ ਕਿਸੇ ਨੇ ਲੁੱਟ ਲਿਆ ਹੋਵੇ। ਸੁਹਣੀ ਜੁੱਤੀ ਦੀ ਸਾਰੀ ਸ਼ੁਹਰਤ ਬੰਤਾ ਲੈ ਜਾਂਦਾ। ਕਰਮੂ ਦਾ ਕੋਈ ਨਾਂ ਨਾ ਲੈਂਦਾ। ਉਹ ਚਾਹੁੰਦਾ ਕੋਈ ਕਹੇ-'ਬਈ ਜੁੱਤੀ ਤਾਂ ਕਰਮੂ ਕੱਢਦਾ ਐ...ਬਹਿਜਾ ਬਹਿਜਾ ਕਰਾ ਦਿੰਦਾ ਐ।' ਕਈ ਵਾਰੀ ਸੋਚਦਾ-ਐਦੂੰ ਤਾਂ ਦਿਹਾੜੀ ਕਰ ਲੈਣੀ ਚੰਗੀ ਐ...ਪਰ ਬਚਪਨ ਵਿੱਚ ਆਪਣੀ ਇਕ ਮਾਰੀ ਹੋਈ ਲੱਤ ਵੱਲ ਵੇਖਕੇ ਮਨ ਮਸੋਸ ਲੈਂਦਾ ਤੇ ਬੰਤੇ ਦੇ ਘਰ ਹੀ ਉਸਨੂੰ ਝਾਕਣਾ ਪੈਂਦਾ।

ਬੰਤਾ ਕੋਈ ਵਾਧੂ ਕੰਮ ਹੀ ਉਸਨੂੰ ਦਿੰਦਾ-ਜਾਂ ਕੋਈ ਖਾਸ ਉਚੇਚ ਨਾਲ ਬਨਾਉਣ ਵਾਲੀ ਜੁੱਤੀ ਹੀ ਉਸ ਤੋਂ ਬਣਵਾਉਂਦਾ। ਕਿੰਨੀਆਂ ਹੀ ਜੁੱਤੀਆਂ ਕਰਮੂ ਹੱਥੋਂ ਬਣ ਚੁੱਕੀਆਂ ਸਨ, ਵਿਕ ਚੁੱਕੀਆਂ ਸਨ। ਤਿੱਲੇ ਦੇ ਵੇਲ ਬੂਟੇ ਕੱਢਦਿਆਂ ਉਸਦਾ ਅੰਦਰ ਵੀ ਤਿੱਲੇ ਵਿਚ ਹੀ ਪਰੋਇਆ ਜਾਂਦਾ। ਕਦੇ ਕਦੇ ਉਹ ਆਪਣੇ ਬਿਆਈਆਂ ਪਾਟੇ ਪੈਰਾਂ ਵੱਲ ਝਾਕਦਾ। ਸੂਈ ਉਸਦੇ ਹੱਥੋਂ ਛੁੱਟ ਜਾਂਦੀ-ਉਂਗਲਾਂ ਦੇ ਪੋਟਿਆਂ ਨਾਲ ਖੰਘਰ ਹੋਏ ਪੈਰਾਂ ਨੂੰ ਪਲੋਸਦਾ। ਹਰਾਸਿਆ ਜਿਹਾ ਆਪਣੀਆਂ ਬਣਾਈਆਂ ਜੁੱਤੀਆਂ ਵੱਲ ਵੇਖਦਾ। ਉਸਨੂੰ ਲਗਦਾ ਜਿਵੇਂ ਰੱਬ ਨੇ ਉਸਨੂੰ ਪੈਰ ਤਾਂ ਦੇ ਦਿੱਤੇ ਹੋਣ ਪਰ ਕੋਈ ਮੇਚਾ ਬਨਾਉਣਾ ਭੁੱਲ ਗਿਆ ਹੋਵੇ-ਤੇ ਉਸਦੇ ਪੈਰਾਂ ਲਈ ਸ਼ੈਤ ਕੋਈ ਵੀ ਜੁੱਤੀ ਨਾ ਜੁੜੇ।

ਇਸ ਵਾਰ ਉਸਨੂੰ ਪੰਦਰਾਂ ਵੀਹ ਦਿਨ ਕੋਈ ਕੰਮ ਨਹੀਂ ਮਿਲਿਆ। ਦਿਨ ਤਾਂ ਪਹਿਲਾਂ ਹੀ ਫਾਕਿਆਂ ਵਰਗੇ ਲੰਘਦੇ ਸਨ। ਹੋਰ ਵੀ ਔਖ ਹੋ ਗਈ। ਇਕ ਦਿਨ ਬੰਤੇ ਨੇ ਉਸਨੂੰ ਸੱਦ ਕੇ ਨਾਪ ਦਿੱਤਾ। ਲਾਗਲੇ ਪਿੰਡ ਦੇ ਦੱਸ ਨੰਬਰੀਏ ਗੁਰਦਾਸ ਦੀ ਜੁੱਤੀ ਸੀ, ਨੋਕਾਂ ਵਾਲੀ। ਬੰਤੇ ਨੇ ਉਸਨੂੰ ਖ਼ਬਰਦਾਰ ਵੀ ਕਰ ਦਿੱਤਾ ਸੀ-'ਕਰਮਿਆ ਕੋਈ 'ਲਾਂਭਾ ਨਾ ਆਵੇ ਬੰਦਾ ਅਵੈੜਾ ਐ'

ਕਰਮੂ ਨੇ ਇਕ-ਇਕ ਦਿਨ ਫੁੱਲ-ਤਾਰਾ ਡਰ ਨਾਲ ਤੇ ਰੀਝ ਨਾਲ ਕੱਢਿਆ। ਆਪਣੇ ਜਾਣੇ ਉਸ ਨੇ ਆਪਣੀਆਂ ਬਣਾਈਆਂ ਸਾਰੀਆਂ ਪਹਿਲੀਆਂ ਜੁੱਤੀਆਂ ਨਾਲੋਂ ਸੁਹਣੀ ਜੁੱਤੀ ਬਣਾਈ। ਉਹ ਬੰਤੇ ਕੋਲ ਲੈ ਆਇਆ। ਅਜੇ ਕਲਬੂਤ ਦੇਣਾ ਬਾਕੀ ਸੀ। ਬੰਤੇ ਨੇ ਉਲੱਦ-ਪਲੱਦ ਕੇ ਜੁੱਤੀ ਵੇਖੀ। ਖ਼ੁਸ਼ੀ 'ਚ ਉਸਦੀਆਂ ਵਾਛਾਂ ਖਿੜ ਗਈਆਂ। ਫਿਰ ਉਹ ਕਲਬੂਤ ਦੇਣ 'ਚ ਰੁੱਝ ਗਿਆ।

-ਚਾਚਾ- !' ਕਰਮੂ ਝਿਜਕਦਿਆਂ ਜਿਹਾ ਬੋਲਿਆ।

ਬੰਤੇ ਨੇ ਨੀਵੀਂ ਪਾਈ ਰੱਖੀ।

-ਜੇ ਪੈਸੇ ਦੇ ਦੇਂ ਤਾਂ ਆਟਾ ਈ ਲੈ ਆਮਾਂ-ਘਰ ਜਮਾਂ ਈ ਨੀ-' ਕਰਮੂ ਦੀ ਲਾਚਾਰੀ

ਮਿਹਨਤ ਕਰਕੇ ਵੀ ਬੰਤੇ ਮੂਹਰੇ ਅੱਡੀਆਂ ਰਗੜ ਗਈ।

–ਐਡਾ ਕੀ ਸਮਾਨ ਡਿਗਦੈ ਤੇਰੇ ਤੇ ?' ਬੰਤੇ ਨੇ ਕਲਬੂਤ ਠੋਕਦਿਆਂ ਲਾ-ਪਰਵਾਹੀ ਦਿਖਾਈ।

–ਰਾਤ ਦਾ ਕੁਸ਼ ਨੀ ਖਾਧਾ, ਚਾਚਾ....'

–ਨਹੀਂ ਖਾਧਾ ?' ਬੰਤੇ ਨੇ ਉਤਾਂਹ ਝਾਕਦਿਆਂ ਐਨਕਾਂ ਠੀਕ ਕੀਤੀਆਂ।

ਤਾਂ ਕੀ ਐ...ਅਸੀਂ ਤੇਰੇ ਅਰਗੇ ਚਾਰ ਚਾਰ ਦਿਨ ਭੁੱਖੇ ਰਹਿ ਲੈਂਦੇ ਸੀ–ਤੂੰ ਐਊਂ ਕਰ ਇਹ ਜੁੱਤੀ ਦੇ ਆ ਗੁਰਦਾਸ ਨੂੰ ਉਹਤੋਂ ਹਾਲੇ ਲੈਣੇ ਐਂ ਆਪਾਂ ਪੱਚੀ...ਉਧਰੋਂ ਆਉਂਦਾ ਆਟਾ ਲਈ ਆਈਂ...' ਬੰਤੇ ਨੇ ਫੇਰ ਨੀਵੀਂ ਪਾ ਲਈ ਸੀ–ਤੇ ਉਹ ਜੁੱਤੀ ਨੂੰ ਆਵਦੇ ਜਾਣੇ ਆਖਰੀ ਛੋਹਾਂ ਦੇ ਰਿਹਾ ਸੀ।

–ਚਾਚਾ ਬੜਾ ਚਿਰ ਲੱਗ ਜੂ....ਤੁਰਿਆ ਵੀ ਤਾਂ ਨ੍ਹੀਂ ਜ਼ਾਂਦਾ....' ਭੁੱਖਾ ਭਾਣਾ ਕਰਮੂ ਬੇ-ਬਸ ਹੋਇਆ ਖੜਾ ਸੀ।

–ਤੂੰ ਹੌਲੀ ਹੌਲੀ ਚਲਿਆ ਜਾ ਤੇਰੇ ਅਰਗੇ ਹੁਣ ਨੂੰ ਅਸੀਂ ਦਸ ਕੋਹ ਕਰ ਆਉਂਦੇ ਸੀ–' ਬੰਤੇ ਨੇ ਫਿਰ ਉਹੀ ਹਥਿਆਰ ਵਰਤਿਆ–'ਜੁੱਤੀ ਨੂੰ ਅੱਗੇ ਈ ਚਿਰ ਲੱਗ ਗਿਐ–ਉਹ ਸਾਲੇ ਦਾ ਗੁੱਸਾ ਵੀ ਭੈੜਾ ਐ–' ਬੰਤੇ ਨੇ ਪਹਿਲਾਂ ਝਿੜਕ ਦੇਣ ਵਾਂਗ ਤੇ ਫਿਰ ਕਰਮੂ ਨੂੰ ਵੈਲੀ ਦਾ ਡਰਾਵਾ ਦੇਣ ਵਾਂਗ ਗੱਲ ਆਖੀ।

ਕਰਮੂ ਦਾ ਕਹਿਣ ਨੂੰ ਬੜਾ ਕੁਝ ਜੀਅ ਕੀਤਾ– 'ਰਾਤ ਦਾ ਭੁੱਖਾ ਐਂ–ਪੈਰੋਂ ਨੰਗਾ–ਤੇ ਗਰਮੀ ਸਵੇਰੇ ਦੀ ਐਨੀ ਐ–ਜਾਨ ਬਾਹਰ ਨੂੰ ਔਂਦੀ ਐ।ਉਸਦਾ ਜੀਅ ਕੀਤਾ–ਰੰਬੀ ਚੁੱਕ ਕੇ ਸਾਲੇ ਵੱਡੇ ਚੌਧਰੀ ਦਾ ਢਿੱਡ ਪਾੜ ਦਿਆਂ–ਫੇਰੇ ਦੇਣਾ ਬੰਦੇ ਨੂੰ ਬੰਦਾ ਨੀ ਸਮਝਦਾ।ਪਰ ਕਿਸੇ ਵੀ ਬੋਲ ਲਈ ਉਸਦੀ ਜੀਭ ਨੇ ਸਾਹਸ ਨਾ ਕੀਤਾ ਤੇ ਕੁਝ ਕਰਨ ਲਈ ਉਸਦੇ ਹੱਥ ਨਾ ਹਿੱਲੇ।

ਸਾਫੇ ਦੇ ਲੜ ਜੁੱਤੀ ਬੰਨ੍ਹ ਕੇ ਉਹ ਲਾਗਲੇ ਪਿੰਡ ਨੂੰ ਤੁਰ ਪਿਆ। ਕਈ ਥਾਈਂ ਉਸ ਨੇ ਰੁਕ ਕੇ ਸਾਹ ਲਿਆ। ਇਕ ਆੜ 'ਚੋਂ ਗੰਧਲਿਆ ਜਿਹਾ ਪਾਣੀ ਪੀਤਾ। ਕਿਵੇਂ ਨਾ ਕਿਵੇਂ ਉਹ ਗੁਰਦਾਸ ਦੇ ਪਿੰਡ ਪਹੁੰਚ ਗਿਆ। ਥਕੇਵਾਂ ਤੇ ਭੁੱਖ ਹੋਰ ਵੀ ਸੰਘਣੀ ਹੋ ਗਈ ਜਦੋਂ ਉਸ ਨੇ ਗੁਰਦਾਸ ਦੇ ਘਰ ਲਗਿਆ ਜਿੰਦਰਾ ਵੇਖਿਆ। ਉਡੀਕ ਵਿੱਚ ਉਹ ਬੋਹੜ ਦੀ ਛਾਵੇਂ ਬਹਿ ਗਿਆ। ਉਡੀਕ-ਉਡੀਕ ਕੇ ਤਿੱਖੜ-ਦੁਪਹਿਰ ਚੜ੍ਹ ਆਈ। ਉਸ ਨੂੰ ਰੇਤਲਾ ਰਾਹ ਚੇਤੇ ਆ-ਆ ਕੇ ਬੁਖਾਰ ਚੜ੍ਹਨ ਵਾਂਗ ਹੋ ਗਿਆ। ਪਰਲੀ ਗਲੀ ਵਿਚੋਂ ਆਉਂਦੇ ਬਜ਼ੁਰਗ ਨੂੰ ਉਸ ਨੇ ਗੁਰਦਾਸ ਬਾਰੇ ਪੁੱਛਿਆ ਤੇ ਉਸ ਨੇ...'ਵੈਲੀਆਂ ਦਾ ਕੀ ਟਿਕਾਣਾ...' ਆਖ ਕੇ ਕੋਈ ਥਹੁ-ਪਤਾ ਨਾ ਦਿੱਤਾ ਤਾਂ ਕਰਮੂ ਉਵੇਂ ਭੁੱਖਣ-ਭਾਣਾ ਵਾਪਸ ਮੁੜਨ ਦੀ ਸੋਚਣ ਲੱਗਾ।

ਮੁੜਨਾ ਕਰਮੂ ਨੂੰ ਇਉਂ ਲਗਿਆ ਜਿਵੇਂ ਉਹ ਆਪਣੇ ਪਿੰਡ ਨੂੰ ਨਹੀਂ ਨਰਕਾਂ ਦੇ ਰਾਹ ਪੈ ਗਿਆ ਹੋਵੇ। ਸੂਰਜ ਜਿਵੇਂ ਉਸਦੇ ਉਪਰ ਆਣ ਡਿੱਗਾ। ਬਲਦੀ ਧੁੱਦਲ ਭਰਿਆ ਰਾਹ ਉਸਦੇ ਪੈਰਾਂ ਨੂੰ ਇਉਂ ਲੂਹ ਗਿਆ ਜਿਵੇਂ ਉਹ ਕਿਸੇ ਭੱਠੀ 'ਚ ਵੜ ਗਿਆ ਹੋਵੇ। ਮੁਰਝਾਇਆ ਜਿਹਾ ਉਹ ਇਕ ਖੜ-ਸੁੱਕ ਕਿੱਕਰ ਦੀ ਛਾਂਵੇ ਖਲੋ ਗਿਆ। ਤੇ ਲੂ ਦਾ ਝੁਲਸਿਆ ਡਿੱਗ ਪੈਣ ਵਾਂਗ ਬਹਿ ਗਿਆ। ਪੈਰਾਂ ਹੇਠ ਕੁਝ ਛਾਲਿਆਂ ਜਿਹਾ ਉਭਰ ਆਇਆ। ਉਸਨੇ ਦੋਹਾਂ ਪੈਰਾਂ

ਦੀਆਂ ਤਲੀਆਂ ਨੂੰ ਹੱਥਾਂ ਵਿਚ ਘੁੱਟ ਲਿਆ ਤੇ ਬਿਆਈਆਂ ਵਿਚੋਂ ਉਠੀ ਪੀੜ ਨਾ ਝਲਦੇ ਨੇ ਅੱਖਾਂ ਮੀਚ ਲਈਆਂ।

ਕੁਝ ਪਲ ਲੰਘੇ। ਕਰਮੂ ਥੋੜ੍ਹਾ ਸੁਸਤਾ ਗਿਆ ਤਾਂ ਢਿੱਡ ਦੀ ਭੁੱਖ ਨੇ ਮੂੰਹ ਟੱਡ ਲਿਆ। ਅਜੇ ਕੋਹ-ਭਰ ਪੈਂਡਾ ਬਾਕੀ ਸੀ। ਉਸਦੀ ਹਿੰਮਤ ਇਸ ਵਗਦੀ ਅੱਗ ਮੂਹਰੇ ਕੰਬ ਗਈ। ਪਰ ਪਿੰਡ ਤਾਂ ਪਹੁੰਚਣਾ ਹੀ ਪੈਣਾ ਹੈ। ਉਹ ਦੋ ਤਿੰਨ ਗਾਲ੍ਹਾਂ ਬੰਤੇ ਨੂੰ, ਗੁਰਦਾਸ ਨੂੰ ਤੇ ਫਿਰ ਆਪਣੇ ਇਸ ਕੁੱਤੇ ਕੰਮ ਨੂੰ ਕੱਢ ਗਿਆ।

ਸਾਫੇ ਦੇ ਲੜੋਂ ਉਸ ਨੇ ਜੁੱਤੀ ਖੋਲ੍ਹੀ। ਚਮਕਦੀ ਧੁੱਪ ਵਿਚ ਤਿੱਲੇ ਦੀਆਂ ਕੱਢੀਆਂ ਮੋਰਨੀਆਂ ਵੱਲ ਉਸ ਤੋਂ ਝਾਕਿਆ ਨਾ ਗਿਆ। ਉਸਦਾ ਜੀਅ ਕਰ ਆਇਆ, ਜੁੱਤੀ ਪਾ ਕੇ ਵੇਖੇ। ਇਹ ਖਿਆਲ ਕਰਕੇ ਉਸ ਨੇ ਸਾਫ਼ੇ ਦੇ ਲੜ ਨਾਲ ਆਪਣੇ ਪੈਰ ਰਗੜ ਕੇ ਸਾਫ਼ ਕੀਤੇ। ਫਿਰ ਸਾਫ਼ਾ ਭੁੰਜੇ ਵਿਛਾ ਕੇ ਉਸ ਉਪਰ ਜੁੱਤੀ ਰੱਖ ਕੇ ਪੈਰੀਂ ਫਸਾ ਲਈ। ਮੇਚਾ ਠੀਕ ਸੀ। ਕਰਮੂ ਨੂੰ ਜਾਪਿਆ ਜਿਵੇਂ ਕਿਸੇ ਹੋਰ ਦੇ ਪੈਰ ਉਸ ਨੂੰ ਆ ਲੱਗੇ ਹੋਣ। ਉਸ ਦੇ ਤੁਰ ਕੇ ਵੇਖਣ ਨੂੰ ਜੀਅ ਕੀਤਾ ਤੇ ਜੇ ਕਿਤੇ ਉਹ ਜੁੱਤੀ ਪਾਕੇ ਹੀ ਪਿੰਡ ਤੱਕ ਜਾਵੇ ਤਾਂ ਧਰਤੀ ਦੀ ਅੱਗ ਉਸਦੇ ਪੈਰਾਂ ਤੀਕਰ ਨਹੀਂ ਸੀ ਪਹੁੰਚਣੀ। ਪਰ ਉਸਦਾ ਮੂੰਹ ਉਦਾਸ ਜਿਹਾ ਹੋ ਗਿਆ, ਮਿਲਣ ਵਾਲੇ ਪੰਜ ਰੁਪਈਏ ਸੋਚ ਕੇ ਉਸਦਾ ਹਉਕਾ ਨਿਕਲ ਗਿਆ। ਜੇ ਜੁੱਤੀ ਜ਼ਰਾ ਵੀ ਮੈਲੀ ਹੋ ਗਈ, ਤਾਂ ਬੰਤੇ ਨੇ ਪੈਸੇ ਹੀ ਨਹੀਂ ਸਨ ਦੇਣੇ ਸਗੋਂ ਝਿੜਕਣਾ ਘੂਰਨਾ ਵੀ ਸੀ ਤੇ ਅੱਗੋਂ ਲਈ ਫਿਰ ਹੋਰ ਕੰਮ ਵੀ ਨਹੀਂ ਸੀ ਮਿਲਣਾ। ਕਰਮੂ ਦੀ ਰੀਝ, ਉਸਦੀ ਸਾਹਮਣੇ ਖੜੀ ਬੇਬੱਸ ਤੇ ਲਾਚਾਰ ਜ਼ਿੰਦਗੀ ਮੂਹਰੇ ਦਮ ਤੋੜ ਗਈ। ਜੁੱਤੀ ਸਾਫ਼ ਕਰਕੇ ਉਸ ਨੇ ਫਿਰ ਸਾਫ਼ੇ ਦੇ ਲੜ ਬੰਨ੍ਹ ਲਈ। ਦੂਰ ਤੀਕਰ ਦੇਖਿਆ, ਸੁੰਨ-ਮਸੁੰਨਾ ਰਾਹ ਸੀ ਤੇ ਧਰਤੀ ਵੱਲੋਂ ਗਰਮੀ ਦੀ ਹਵਾੜ ਜਿਹੀ ਅਸਮਾਨ ਵੱਲ ਚੜ੍ਹ ਰਹੀ ਸੀ।

ਸਾਹ ਸੱਤ-ਹੀਣ ਜਿਹਾ, ਹੌਲੀ-ਹੌਲੀ ਲੰਗ ਮਾਰਦਾ ਉਹ ਫਿਰ ਤੁਰ ਪਿਆ। ਕੋਈ ਤਿੰਨ ਕੁ ਵੱਜੇ ਹੋਣਗੇ ਉਹ ਥੱਕਿਆ ਟੁੱਟਿਆ ਬੰਤੇ ਕੋਲ ਜਾ ਡਿੱਗਿਆ। ਉਹ ਘਰੋਂ ਬਾਹਰ ਟਾਹਲੀ ਦੀ ਛਾਵੇਂ ਬੈਠਾ ਹੁੱਕਾ ਪੀ ਰਿਹਾ ਸੀ।

–ਚਾਚਾ ਉਹ ਘਰੇ ਹੈਨੀਂ ਮਾਂ ਦਾ...ਖਸਮ, ਭੁੰਨ ਤਾ ਗਰਮੀ ਨੇ ਅੱਜ ਤਾਂ...' ਸਾਫ਼ੇ ਦੇ ਲੜ ਬੰਨ੍ਹੀ ਮੋਢੇ ਤੇ ਲਟਕਦੀ ਜੁੱਤੀ ਲਾਹ ਕੇ, ਬੰਤੇ ਨੂੰ ਫੜਾ ਦੇਣ ਦੀ ਹਿੰਮਤ ਵੀ ਉਸ 'ਚ ਨਾ ਰਹੀ।

–ਘਰੈ ਹੈ ਨੀ- ?' ਬੰਤੇ ਨੇ ਹੁੱਕੇ ਦੀ ਨੜੀ ਮੂੰਹ 'ਚੋਂ ਬਾਹਰ ਕੱਢਦਿਆਂ ਆਖਿਆ।

–ਚੱਕਲਾ ਓਏ ਰੱਬਾ-' ਕਰਮੂ ਦਾ ਸਾਹ ਫੁਲਦਾ ਜਾਂਦਾ ਸੀ-ਤੇ ਉਸ ਤੋਂ ਬੰਤੇ ਦੀ ਗੱਲ ਵੱਲ ਧਿਆਨ ਨਾ ਦਿੱਤਾ ਗਿਆ। ਉਹ ਟਾਹਲੀ ਦੇ ਮੁੱਢ ਨਾਲ ਆਸਰਾ ਲੈ ਕੇ ਟੇਡਾ ਹੋ ਗਿਆ।

ਕਰਮੂ ਦੀਆਂ ਅੱਖਾਂ ਮੀਚੀਆਂ ਸਨ। ਪਤਾ ਨਹੀਂ ਸ਼ਾਇਦ ਭੁੱਖ, ਥਕਾਵਟ ਤੇ ਲੂ ਲੱਗ ਜਾਣ ਕਾਰਨ ਖੁੱਲ੍ਹਦੀਆਂ ਹੀ ਨਹੀਂ ਸਨ। ਪਿੰਡਾ ਤਪ ਰਿਹਾ ਸੀ। ਅੱਖਾਂ ਮੀਚੀ ਪਏ ਨੇ ਹੀ ਸੋਚਿਆ। ਜੇ ਉਹ ਬੰਤੇ ਨੂੰ ਕਹੇ-ਘਰੋਂ ਦੋ ਰੋਟੀਆਂ ਈ ਲਿਆ ਦੇ। ਪਰ ਉਸਦੇ ਮੂੰਹੋਂ ਬੋਲ ਹੋਰ ਨਿਕਲ ਗਏ- ।

–ਚਾਚਾ ਆਟਾ ਲਿਆਉਣਾ ਐਂ– ?'

ਬੰਤੇ ਨੂੰ ਸ਼ਾਇਦ ਉਸਦੀ ਬੁੜ–ਬੁੜ ਸੁਣੀ ਨਹੀਂ ਸੀ–ਜਾਂ ਉਸ ਨੇ ਗੌਲਿਆ ਹੀ ਨਹੀਂ। ਪਰ ਕਰਮੂ ਦਾ ਸਾਰਾ ਜਿਸਮ ਬੰਤੇ ਦੇ ਉੱਤਰ ਦੀ ਉਡੀਕ ਵਿਚ ਚੇਤੰਨ ਹੋ ਗਿਆ। ਸਿਰ ਜਿਵੇਂ ਘੁੰਮ ਰਿਹਾ ਸੀ–ਤੇ ਅੱਖਾਂ ਮੂਹਰੇ ਭੰਬਰ–ਤਾਰੇ ਨੱਚ ਰਹੇ ਸਨ।

–ਕਰਮਿਆਂ ਜਾ ਸਰਪੰਚ ਦੀ ਜੁੱਤੀ ਦੇ ਆ ਵਗ ਕੇ–ਫਿਰ ਕਰਦੇ ਐਂ ਸਾਬ੍ਹ...।'

ਬੰਤਾ ਬੇਧਿਆਨੀ ਵਿਚ ਸੀ। ਕਰਮੂ ਵੀ ਨਹੀਂ ਬੋਲਿਆ।

–ਓਏ ਕਰਮਿਆਂ...ਉਏ ਕੰਜਰਾ...।'

ਕਰਮੂ ਫਿਰ ਵੀ ਨਹੀਂ ਬੋਲਿਆ।

–ਸੱਪ ਲੜ ਗਿਆ... ? ਕਰਮੂ ਫਿਰ ਵੀ ਨਹੀਂ ਬੋਲਿਆ।

ਖਿਝ ਕੇ ਬੰਤੇ ਨੇ ਉੱਠ ਕੇ ਉਸ ਨੂੰ ਝੰਜੋੜਿਆ। ਅੱਗ ਵਾਂਗ ਤਪਦੇ ਸਰੀਰ ਨੂੰ ਹੱਥ ਨਹੀਂ ਸੀ ਲੱਗਦਾ ਤੇ ਕਰਮੂ ਸ਼ਾਇਦ ਬੇ–ਸੁੱਧ ਹੋਇਆ ਪਿਆ ਸੀ।

–ਸਾਲੇ ਅੱਜ ਕਲ੍ਹ ਦੇ ਮੁੰਡੇ ਬੈਠੇ ਬੈਠੇ ਈ ਸੌਂ ਜਾਂਦੇ ਐ–ਪਤਾ ਨਹੀਂ ਇਹਨਾਂ ਨੂੰ ਕੰਮਾਂ ਦਾ ਫਿਕਰ ਕਦੋਂ ਆਉਣ ਲੱਗੂ, ਹੁਣ ਮੈਨੂੰ ਜਾਣਾ ਪੈਣੈ ਧੁੱਪ 'ਚ...'ਬੰਤਾ ਮੂੰਹ 'ਚ ਕਿਰੜ–ਕਿਰੜ ਕਰਦਾ ਕਰਮੂ ਨੂੰ ਉਥੇ ਹੀ ਪਿਆ ਛੱਡ ਕੇ ਅੰਦਰ ਜੁੱਤੀ ਪਾਉਣ ਚਲਾ ਗਿਆ।

ਇਕਬਾਲੀਆ ਬਿਆਨ/ਦਲਬੀਰ ਚੇਤਨ

"ਤੇਰੀ ਜੁਰਅੱਤ ਕਿੱਦਾਂ ਪਈ, ਮੇਰੇ ਸ਼ੈਲਰ ਦੀ ਚਾਰਦੀਵਾਰੀ 'ਚ ਪੈਰ ਧਰਨ ਦੀ ?"

ਉਹਨੇ ਪੂਰੇ ਜਬ੍ਹੇ ਨਾਲ ਮੇਰੇ ਸਿਪਾਹੀ ਨੂੰ ਦਬਕਾ ਮਾਰਿਆ।

"ਲੈ ਜਾਓ ਇਥੋਂ ਭਜਾ ਕੇ ਆਪਣੀਆਂ ਗੱਡੀਆਂ, ਨਈਂ ਤਾਂ ਸਮੇਤ ਤੁਹਾਡੇ ਅੱਗ ਲਾ ਦਊਂਗਾ।" ਉਹ ਮੇਰੇ ਪੂਰੇ ਅਮਲੇ ਫੈਲੇ ਉੱਤੇ ਵੀ ਵੇਗ ਨਾਲ ਵਰ੍ਹਿਆ।

ਉਹਦਾ ਗੜ੍ਹਕਾ ਸੁਣ ਕੇ ਮੈਨੂੰ ਲੱਗਾ ਕਿ ਜੋ ਕੁਝ ਉਹਦੇ ਬਾਰੇ ਸੁਣੀਂਦਾ ਸੀ, ਉਹ ਉਸ ਤੋਂ ਰੱਤੀ ਭਰ ਵੱਧ ਹੀ ਸੀ।

ਹੋਰ ਹੀ ਤਰ੍ਹਾਂ ਦੀ 'ਹੂੰਅ' ਕਰਦਿਆਂ ਮੈਨੂੰ ਹੋਰ ਹੀ ਤਰ੍ਹਾਂ ਦਾ ਹਾਸਾ ਜਿਹਾ ਆਇਆ ਤੇ ਨਾਲ ਹੀ ਮੇਰਾ ਮੋਢਾ ਤੇ ਸਿਰ ਹਿੱਲਿਆ।

ਹਾਸੇ ਦੀ ਇਸ ਹਲਕੀ ਲਕੀਰ ਤੋਂ ਬਾਅਦ ਮੇਰਾ ਗੁੱਸਾ ਜਿਵੇਂ ਸਭ ਤੋਂ ਵੱਡੀ ਰਕਮ ਨਾਲ ਜ਼ਰਬ ਖਾ ਗਿਆ ਹੋਵੇ। ਗੁੱਸੇ ਨਾਲ ਹਿਲਦਿਆਂ, ਮੇਰੇ ਮੋਢੇ ਉਤਲੇ ਇੰਸਪੈਕਟਰੀ ਦੇ ਸਟਾਰ ਹੋਰ ਵੀ ਰੋਹ ਨਾਲ ਹਿੱਲਣ ਲੱਗੇ।

ਉਹਨੇ ਸ਼ਾਇਦ ਮੈਨੂੰ ਵੇਖਿਆ ਹੀ ਨਹੀਂ ਸੀ। ਵੇਖਦਾ ਵੀ ਕਿੱਦਾਂ ? ਇਕ ਤਾਂ ਰੱਜਿਆ ਪੁੱਜਿਆ ਜ਼ਿਮੀਂਦਾਰ, ਉਤੋਂ ਸਰਪੰਚ, ਸਕਾ ਮਾਮਾ ਉਹਦਾ ਮੰਤਰੀ।

ਪੂਰੇ ਇਲਾਕੇ 'ਚ ਉਹਦਾ ਜਬ੍ਹਾ ਸੀ। ਪੁਲਸ ਤਾਂ ਸੱਚਮੁੱਚ ਉਹਦਾ ਪਾਣੀ ਭਰਦੀ ਸੀ। ਪਾਣੀ ਭਰਨ ਵਾਲੇ ਹੱਥ ਤਾਂ ਗੋਡਿਓਂ ਵੀ ਥੱਲੇ ਰਹਿ ਜਾਂਦੇ ਨੇ, ਫੇਰ ਉਹਦੀ ਆਕੜੀ ਧੌਣ ਕੌਣ ਫੜ੍ਹਦਾ ?

ਉਹਦੀ ਪੁਲਸ ਮਹਿਕਮੇ 'ਚ ਪੂਰੀ ਧਾਂਕ ਸੀ। ਮੈਂ ਇਸ ਥਾਣੇ 'ਚ ਆਉਂਦਿਆਂ ਹੀ ਸੁਣ ਲਿਆ ਸੀ ਕਿ ਆਪਣੀ ਮਰਜ਼ੀ ਦੇ ਡਿਪਟੀਆਂ ਤੱਕ ਦੀਆਂ ਤਬਦੀਲੀਆਂ, ਉਹ ਆਪ ਕਰਵਾਉਂਦਾ ਹੈ। ਐੱਸ.ਪੀ. ਅਕਸਰ ਉਹਦੇ ਘਰ ਆਪ ਮਿਲਣ ਜਾਂਦੇ ਹਨ। ਇਹੋ ਜਿਹੀਆਂ ਗੱਲਾਂ ਸੁਣ ਕੇ ਮੈਨੂੰ ਲੱਗਦਾ ਕਿ ਜਿਹੜੀ ਪੁਲਸ ਆਮ ਲੋਕਾਂ ਲਈ ਬੜੀ ਖ਼ੂੰਖ਼ਾਰ ਸਮਝੀ ਜਾਂਦੀ ਹੈ, ਇਹੋ ਜਿਹੇ ਬੰਦਿਆਂ ਸਾਹਮਣੇ ਏਨੀ ਲੇਲ੍ਹੜੀ ਜਹੀ ਕਿਉਂ ਬਣ ਜਾਂਦੀ ਹੈ ? ਆਪ ਪੁਲਸੀਆ ਹੁੰਦਾ ਹੋਇਆ ਵੀ ਮੈਂ ਇਹ ਸੋਚ ਕੇ ਅਕਸਰ ਹੈਰਾਨ ਜਿਹਾ ਹੁੰਦਾ ਰਹਿੰਦਾ ਹਾਂ।

ਪਰ ਮੈਂ ਵੀ ਕੀ ਕਰਾਂ ? ਮੇਰੇ ਬਾਰੇ ਵੀ ਮਸ਼ਹੂਰ ਹੈ ਕਿ ਮੈਂ ਕਿਸੇ ਬੜੀ ਹੀ ਗ਼ਲਤ ਗੋਈ

ਹੋਈ ਮਿੱਟੀ ਦਾ ਬਣਿਆ ਹਾਂ, ਜਿਸ ਤੋਂ ਕੋਈ ਗ਼ਰੀਬ ਗ਼ੁਰਬਾ ਤਾਂ ਬਚ ਸਕਦਾ ਹੈ, ਪਰ ਇਹੋ ਜਿਹਾ ਉੱਚੀ ਪਹੁੰਚ ਵਾਲਾ ਜਰਾਇਮ ਬੰਦਾ, ਮੇਰੀ ਮਾਰ ਤੋਂ ਬਾਹਰਾ ਨਹੀਂ ਹੋ ਸਕਦਾ।

ਉਂਜ ਤਾਂ ਸਾਰੇ ਗ਼ਰੀਬ ਵੀ ਕਿਹੜੇ ਸਾਊ ਹੁੰਦੇ ਨੇ ? 'ਸ਼ਾਮਪੁਰੀਆਂ' ਨੂੰ ਹੀ ਲੈ ਲਈਏ ਤਾਂ ਉਹ ਹੀ ਮਾਣ ਨਹੀਂ। ਸ਼ਰਾਬ ਦੇ ਮਾਮਲੇ 'ਚ ਹੈ ਕੋਈ ਅਜਿਹੀ ਥਾਂ, ਜਿਹੜੀ ਉਨ੍ਹਾਂ ਬਖ਼ਸ਼ੀ ਹੋਵੇ ?

ਨਾ ਮੜ੍ਹੀਆਂ ਮਸਾਣਾਂ, ਨਾ ਸਾਈਂ ਦਾ ਤਕੀਆ, ਨਾ ਜੰਝ ਘਰ, ਨਾ ਪਿੰਡ ਦੀ ਸ਼ਾਮਲਾਟ, ਨਾ ਛੱਪੜ ਤੇ ਨਾ ਹੀ ਨਹਿਰ ਦਾ ਕੰਢਾ।

ਮੈਂ ਕਦੇ ਬਖਸ਼ਿਆ ਤਾਂ ਉਹਨਾਂ ਨੂੰ ਵੀ ਨਹੀਂ, ਪਰ ਫੇਰ ਵੀ ਕਈ ਵਾਰ ਸੋਚ ਲਈਦਾ ਹੈ ਕਿ ਇਹ ਤਾਂ ਪਹਿਲਾਂ ਹੀ ਰੱਬ ਦੇ ਮਾਰੇ ਹੋਏ ਨੇ, ਇਹਨਾਂ ਨੂੰ ਹੋਰ ਕੀ ਮਾਰਨਾ ?

ਸ਼ਾਇਦ ਇਸਦਾ ਇਕ ਕਾਰਨ ਇਹ ਵੀ ਹੋਵੇ ਕਿ ਮੈਂ ਵੀ ਰੱਬ ਦੇ ਮਾਰਿਆਂ ਦੇ ਘਰ ਜੰਮਿਆ ਹਾਂ। ਇਸ ਨਾਤੇ ਮਾੜੀ-ਮੋਟੀ ਹਮਦਰਦੀ ਤਾਂ ਉਹਨਾਂ ਨਾਲ ਬਣ ਹੀ ਜਾਂਦੀ ਹੈ।

ਪਰ ਹੁਣ ਤਾਂ ਇਕ ਖੱਬੀ ਖ਼ਾਂ ਜੱਟ, ਮੇਰੇ ਸਾਹਮਣੇ ਖਲੋਤਾ ਮੇਰੀ ਠਾਣੇਦਾਰੀ ਨਾਲੋਂ ਮੇਰੇ ਬੀਤੇ ਨੂੰ ਬਹੁਤਾ ਵੰਗਾਰ ਰਿਹਾ ਹੈ।

ਸਰਪੰਚ ਦਾ ਲਲਕਾਰਾ ਸੁਣ ਕੇ ਮੇਰਾ ਦਿਲ ਕੀਤਾ ਸੀ ਕਿ ਪਾਣੀ ਨਾਲ ਭਰੇ ਵਾਹਣ ਵਿਚ ਉਹਦਾ ਸਿਰ ਧੱਸ ਦੇਵਾਂ।

ਮੇਰੀ ਖਾਕੀ ਵਰਦੀ ਦੇ ਖੱਬੇ ਕਾਲਰ ਲਾਗੋਂ ਮੇਰੀ ਧੌਣ 'ਚ ਖੁਰਕ ਜਿਹੀ ਹੋਈ। ਖੁਰਕ ਵਾਲੀ ਥਾਂ ਉੱਤੇ ਚੂੰਡੀ ਜਿਹੀ ਵੱਢਦਿਆਂ ਮੈਂ ਭੱਬਕ ਪੈਂਦਾ ਹਾਂ, "ਸਰਪੰਚਾ, ਏਧਰ ਸਿੱਧਾ ਮੇਰੇ ਵੱਲ ਤੁਰਿਆ ਆ।" ਮੈਂ ਆਪਣੇ ਸੱਜੇ ਹੱਥ ਦੀ ਪਹਿਲੀ ਉਂਗਲ ਨਾਲ ਉਹਨੂੰ ਇਸ਼ਾਰਾ ਕੀਤਾ। ਮੈਨੂੰ ਲੱਗਾ ਜਿਵੇਂ ਮੈਨੂੰ ਵੇਖ ਕੇ ਤੇ ਬਰਾਬਰ ਦਾ ਲਲਕਾਰਾ ਸੁਣ ਕੇ ਉਹ ਕੁਝ ਝੇਂਪ ਜਿਹਾ ਗਿਆ ਹੋਵੇ।

ਅਸਲ 'ਚ ਇਹੋ ਜਿਹੇ ਬੰਦਿਆਂ ਦਾ ਜਿਵੇਂ ਪੁਲਸ ਵਾਲਿਆਂ ਨੂੰ ਸਾਰਾ ਪਤਾ ਹੁੰਦਾ ਹੈ। ਇਹਨਾਂ ਨੂੰ ਵੀ ਪੁਲਸ ਵਾਲਿਆਂ ਦਾ ਪੂਰਾ ਇਲਮ ਹੁੰਦਾ ਹੈ ਕਿ ਕੌਣ ਗਿਆ, ਕੌਣ ਆਇਆ। ਆਉਣ ਵਾਲੇ ਦਾ ਪੂਰਾ ਤਫ਼ਤੀਸ਼ੀ ਵੇਰਵਾ। ਸੁਭਾਅ ਠੰਢਾ ਤੱਤਾ, ਕੌੜਾ-ਮਿੱਠਾ, ਲੈਣ-ਦੇਣ, ਰੰਗ-ਰੰਗੀਨੀ। ਬਸ ਸਮਝ ਲਓ ਕਿ ਪੂਰਾ ਅੱਗਾ ਪਿੱਛਾ ਕੱਪੜ-ਛਾਣ ਕੀਤਾ ਹੁੰਦਾ ਹੈ ਇਹਨਾਂ ਨੇ ਵੀ।

ਇਸ ਠਾਣੇ 'ਚ ਆਇਆ ਤਾਂ ਮੈਂ ਨਵਾਂ ਹੀ ਹਾਂ, ਪਰ ਮੇਰੇ ਬਾਰੇ ਆਮ ਦੀ ਤਰ੍ਹਾਂ ਚਰਚਾ ਚੱਲ ਪਈ ਸੀ ਕਿ ਮੈਂ ਰੱਬ ਤੋਂ ਸਿਵਾਏ ਨਾ ਕਿਸੇ ਤੋਂ ਡਰਦਾ ਹਾਂ ਤੇ ਨਾ ਹੀ ਆਪਣੀ ਆਈ ਤੇ ਆਇਆ ਕਿਸੇ ਨੂੰ ਬਖ਼ਸ਼ਦਾ ਹਾਂ।

ਸਰਪੰਚ ਬਗ਼ੈਰ ਕਿਸੇ ਝਿਜਕ ਦੇ ਹੌਲੀ ਹੌਲੀ ਮੇਰੇ ਵੱਲ ਵੱਧ ਰਿਹਾ ਸੀ। ਮੈਨੂੰ ਪੂਰੀ ਤਰ੍ਹਾਂ ਦਿਸ ਰਿਹਾ ਸੀ ਕਿ ਹੁੰਦਾ ਵੀ ਹੋਵੇਗਾ ? ਕਿਉਂਕਿ ਇਹ ਬੜੀ ਵਾਰ ਪਹਿਲਾਂ ਵੀ ਹੁੰਦਾ ਰਿਹਾ ਹੈ ਤੇ ਮੈਨੂੰ ਪਤਾ ਹੈ ਕਿ ਹੁੰਦਾ ਵੀ ਰਹੇਗਾ। ਪਰ ਮੈਂ ਪੱਕੀ ਧਾਰ ਰੱਖੀ ਹੈ ਕਿ ਪਹਿਲਾਂ ਤੋਂ ਚਲੇ ਆਉਂਦੇ ਇਹੋ ਜਿਹੇ ਨਾਟਕ 'ਚ ਕਿਸੇ ਵੀ ਸੱਚੇ ਪਾਤਰ ਨੂੰ ਹੁਣ ਸੂਲੀ ਨਹੀਂ ਚੜ੍ਹਨ ਦੇਣਾ।

ਅਸਲ 'ਚ ਮੈਂ ਆਪਣੇ ਪਿੰਡੇ ਉੱਤੇ ਇਹੋ ਜਿਹੇ ਦੁਖਾਂਤ ਨੂੰ ਪੂਰੀ ਤਰ੍ਹਾਂ ਝੱਲ ਚੁੱਕਾ ਹਾਂ।

ਇਸੇ ਲਈ ਸ਼ਾਇਦ ਇਹੋ ਜਿਹੀ ਘਟਨਾ ਨੂੰ ਵੇਖ ਕੇ ਹੁਣ ਤੱਕ ਵੀ ਮੇਰਾ ਸਾਰਾ ਸਰੀਰ ਝੁਣਝੁਣੀ ਖਾ ਜਾਂਦਾ ਹੈ।

ਸੋਲ੍ਹਾਂ ਸਤਾਰਾਂ ਸਾਲਾਂ ਦੀ ਉਮਰ ਵਿਚ, ਜੋ ਮੈਂ ਆਪਣੇ ਦਿਲ ਦਿਮਾਗ਼ ਉੱਤੇ ਝੱਲੀਆਂ ਸਨ, ਉਹ ਅਜੇ ਤੱਕ ਉਂਜ ਦੀਆਂ ਉਂਜ ਹੀ ਉਕਰੀਆਂ ਪਈਆਂ ਹਨ। ਅਜੇ ਤੱਕ ਅੰਦਰੋਂ ਕੋਈ ਗੁਬਾਰ ਜਿਹਾ ਉਠਦਾ ਹੈ ਤੇ ਇਹ ਗੁਬਾਰ ਦਿਲ ਦਿਮਾਗ਼ 'ਚ ਵਾਵਰੋਲਾ ਜਿਹਾ ਬਣ ਕੇ ਫੈਲ ਜਾਂਦਾ ਹੈ।

ਇਕ ਦ੍ਰਿਸ਼ ਮੇਰੇ ਮੱਥੇ ਦੀ ਫਿਰਕੀ ਵਿਚ ਉਂਜ ਦਾ ਉਂਜ ਉਕਰਿਆ ਹੋਇਆ ਹੈ। ਜਦ ਵੀ ਕੁਝ ਇੰਜ ਦਾ ਵਾਪਰਿਆ ਵੇਖ, ਮੈਂ ਆਪਣਾ ਸਿਰ ਛੰਡਦਾ ਹਾਂ ਤਾਂ ਮੈਨੂੰ ਲੱਗਦਾ ਹੈ ਜਿਵੇਂ ਮੈਂ ਅੱਜ ਵੀ ਆਪਣੇ ਅੱਧ-ਕੱਚੇ ਢੱਠੇ ਘਰ 'ਚ ਖਲੋਤਾ ਹੋਵਾਂ।

ਉਸ ਦਿਨ ਮੇਰੀ ਭੈਣ ਤੇ ਜੀਜਾ ਸਾਨੂੰ ਮਿਲਣ ਆਏ ਸਨ। ਅਸਲ 'ਚ ਗ਼ਰੀਬਾਂ ਦਾ ਮਿਲਣਾ-ਮਿਲਾਉਣਾ ਵੀ ਕਾਹਦਾ ਹੁੰਦਾ ਹੈ। ਉਹ ਮੇਰੀ ਬੀਮਾਰ ਮਾਂ ਦਾ ਹਾਲ-ਚਾਲ ਪੁੱਛਣ ਆਏ ਸਨ।

ਮੈਂ ਉਹਨਾਂ ਨੂੰ ਦੁਪਹਿਰ ਦੀ ਰੋਟੀ ਖਵਾ ਰਿਹਾ ਸਾਂ ਕਿ ਪੁਲਸ ਦਾ ਇਕ ਹਵਾਲਦਾਰ, ਕੁਝ ਸਿਪਾਹੀ ਤੇ ਨਮੋਸ਼ੀ ਨਾਲ ਝੰਬਿਆ ਮੇਰਾ ਪਿਓ ਵਿਹੜੇ ਵਿਚ ਦਾਖ਼ਲ ਹੋਏ।

ਹਵਾਲਦਾਰ ਨੇ ਚੂੰਢੀ ਲੱਗੇ ਗੱਤੇ ਉੱਤੇ ਰੱਖੇ ਕਾਗ਼ਜ਼ ਉਪਰ ਘਰ ਦਾ ਅਤੇ ਆਲੇ ਦੁਆਲੇ ਦਾ, ਪੂਰਬ ਪੱਛਮ ਦੇ ਹਿਸਾਬ ਨਾਲ ਨਕਸ਼ਾ ਜਿਹਾ ਬਣਾਉਣਾ ਸ਼ੁਰੂ ਕਰ ਦਿੱਤਾ।

ਪੁਲਸੀਏ ਨੂੰ ਵੇਖ ਕੇ ਰੋਟੀ ਖਾਂਦੀ ਮੇਰੀ ਭੈਣ ਨੇ ਬੁਰਕੀ ਉਥੇ ਹੀ ਛੱਡ ਦਿੱਤੀ। ਮੇਰਾ ਭਾਈਆ ਸਾਡੇ ਵੱਲ ਇੰਜ ਵੇਖ ਰਿਹਾ ਸੀ, ਜਿਵੇਂ ਅਸੀਂ ਕੋਈ ਬਹੁਤ ਵੱਡੇ ਗੁਨਾਹਗਾਰ ਹੋਈਏ।

"ਗੱਲ ਕੀ ਹੋਈ ਬਾਪੂ ?" ਮੈਂ ਸਹਿਮੀ ਜਿਹੀ ਆਵਾਜ਼ 'ਚ ਪੁੱਛਿਆ। ਬਾਪੂ ਕੋਲ ਕਿਸੇ ਵੀ ਜਵਾਬ ਦੀ ਥਾਂ ਬੱਸ ਅੱਖਾਂ ਵਿਚ ਨਮੀ ਹੀ ਸੀ।

"ਤੂੰ ਬੋਲਦਾ ਕਿਉਂ ਨਹੀਂ ਬਾਪੂ ? ਦੱਸ ਤਾਂ ਸਹੀ ਕਿ ਆਖ਼ਰ ਹੋਇਆ ਕੀ ?"

"ਮੈਨੂੰ ਠਾਣੇ ਲੈ ਕੇ ਚੱਲੇ ਨੇ" ਦੱਸਦਿਆਂ ਬਾਪੂ ਦਾ ਗੱਚ ਭਰ ਆਇਆ, "ਪਰ ਮੇਰਾ ਕਸੂਰ ਕੋਈ ਨਹੀਂ ਪੁੱਤਰਾ।"

ਮੇਰੀ ਜਵਾਨੀ ਦੀ ਉਮਰ ਤਿਲਮਿਲਾ ਉੱਠੀ, "ਕਿਸੇ ਕਸੂਰ ਤੋਂ ਬਿਨਾਂ ਠਾਣੇ ਕਾਹਦੇ ਲਈ ?"

ਮੇਰਾ ਪਿਓ ਨਿੱਕੇ ਜਿਹੇ ਵਿਹੜੇ ਦੀ ਇਕ ਚੁਰ੍ਹ ਜਿਹੀ ਵੱਲ ਮੈਨੂੰ ਖਿੱਚਦਾ ਬੋਲਿਆ, "ਸਭ ਤੋਂ ਵੱਡਾ ਕਸੂਰ ਤਾਂ ਗ਼ਰੀਬੀ ਹੀ ਹੁੰਦੀ ਏ ਪੁੱਤਰਾ, ਬਸ ਤਗੜਾ ਹੋ ਕੇ ਇਹਨੂੰ ਘਰੋਂ ਹੂੰਝ ਕੇ ਰੱਖ ਦੇ।"

ਫੇਰ ਉਹ ਮੈਨੂੰ ਹੌਲੀ ਜਿਹੀ ਕਹਿਣ ਲੱਗਾ, "ਤੂੰ ਪ੍ਰਾਹੁਣੇ ਨੂੰ ਸੁੱਕੀ ਰੋਟੀ ਹੀ ਖਵਾਈ ਜਾਂਦੈ ? ਇਹ ਖਾਣ ਪੀਣ ਵਾਲਾ ਬੰਦਾ। ਪੁਲਸ ਨੇ ਹੁਣ ਇਥੋਂ ਚਲੇ ਜਾਣਾ। ਤੂੰ ਸਰਪੰਚ ਵਲੋਂ ਓਹਲੇ ਨਾਲ ਬੋਤਲ ਫੜ੍ਹ ਲਿਆਈਂ। ਇਹਨੂੰ ਆਹਰੇ ਲਾ ਛੱਡੀਂ, ਨਹੀਂ ਤਾਂ ਪਤਾ ਨਹੀਂ ਕੀ-ਕੀ ਸੋਚੂਗਾ ਸਾਡੇ ਬਾਰੇ। ਮੇਰੀ ਤਾਂ ਹੁਣ ਸ਼ੈਦ ਕਲ੍ਹ ਹੀ ਜਮਾਨਤ ਹੋਵੇ। ਬੜੀ ਨਮੋਸ਼ੀ ਜਿਹੀ

ਵਾਲੀ ਗੱਲ ਆ, ਇੰਜ ਜਵਾਈ ਭਾਈ ਦੇ ਘਰ ਬੈਠਿਆਂ ਠਾਣੇ ਜਾਣਾ।" ਮੇਰਾ ਨਿੱਕੀ ਜਿਹੀ ਸਮਰੱਥਾ ਵਾਲਾ ਪਿਉ ਕਿਵੇਂ ਸਾਰੇ ਪਾਸੇ ਭੁਗਤਾਉਣ ਦੀ ਜੁਗਤ ਮੈਨੂੰ ਦੱਸ ਰਿਹਾ ਸੀ।

ਫੇਰ ਉਹ ਹਵਾਲਦਾਰ ਨੂੰ ਥੋੜ੍ਹਾ ਦੂਰ ਖਲੋਤਾ ਵੇਖ ਕੇ ਘਰ ਆਏ ਧੀ ਜਵਾਈ ਵੱਲ ਵੇਖਦਾ, ਹੌਲੀ ਜਿਹੀ ਧੀ ਨੂੰ ਮੁਖ਼ਾਤਬ ਹੋਇਆ, "ਕੁੜੀਏ ਤੈਨੂੰ ਤਾਂ ਪਤੈ ਕਿ ਤੇਰਾ ਭਰਾ ਅਜੇ ਛੋਟਾ। ਉਹਨੂੰ ਦੁਨੀਆਂ ਦੇ ਤਿੰਨ-ਤੇਰਾਂ ਨਹੀਂ ਆਉਂਦੇ। ਤੂੰ ਹੀ ਸਰਪੰਚ ਘਰ ਸੁਨੇਹਾ ਭੇਜ ਦਿੰਦੀ। ਤੈਨੂੰ ਤਾਂ ਪਤੈ ਕਿ ਤੇਰਾ ਪ੍ਰਾਹੁਣਾ ਖਾਣ-ਪੀਣ ਵਾਲਾ ਬੰਦਾ, ਮੈਂ ਉਥੇ ਨਾ ਵੀ ਹੁੰਦਾ ਤਾਂ ਸਰਪੰਚ ਭਲਾ ਨਾਂਹ ਕਰ ਦਿੰਦਾ। ਇਹੋ ਜਿਹੇ ਕੰਮਾਂ-ਕਾਜਾਂ ਕਰਕੇ ਹੀ ਤਾਂ ਉਹਦੀਆਂ ਵੀਹ ਬੁੱਤੀਆਂ ਕਰੀਦੀਆਂ।"

ਮੈਨੂੰ ਲੱਗਾ ਜਿਵੇਂ ਬਾਪੂ ਆਪਣੇ ਆਪ ਨੂੰ ਧੀ-ਜਵਾਈ ਸਾਹਮਣੇ ਸਹੀ ਸਾਬਤ ਕਰਨ ਲਈ ਕਈ ਹੀਲੇ-ਵਸੀਲੇ ਵਰਤ ਰਿਹਾ ਹੋਵੇ। ਮੇਰੀ ਛੋਟੀ ਉਮਰ ਵੀ ਸਿਰ ਤੋਂ ਪੈਰਾਂ ਤੱਕ ਹਲੂਣੀ ਗਈ ਸੀ। ਮੈਂ ਹਵਾਲਦਾਰ ਦੀ ਮਿੰਨਤ ਜਿਹੀ ਕਰਦਿਆਂ ਪੁੱਛਿਆ ਸੀ, "ਆਖ਼ਰ ਮੇਰੇ ਪਿਓ ਦਾ ਕਸੂਰ ਕੀ ਐ ?"

"ਕਸੂਰ ?" ਉਹ ਥੋੜ੍ਹਾ ਜਿਹਾ ਚੌੜਾ ਹੁੰਦਾ ਬੋਲਿਆ, "ਉਹ ਆਪ ਮੰਨਦਾ ਕਿ ਸਰਪੰਚ ਵਲੋਂ ਫੜੀ ਲਾਹਣ ਤੇ ਸ਼ਰਾਬ ਸਰਪੰਚ ਦੀ ਨਹੀਂ, ਸਗੋਂ ਉਹਦੀ ਆ।"

ਮੈਂ ਗੁੱਸੇ ਨਾਲ ਭਰਿਆ ਪੀਤਾ ਆਪਣੇ ਪਿਉ ਨੂੰ ਇਕ ਪਾਸੇ ਕਰਕੇ ਪੁੱਛਦਾ ਹਾਂ, "ਲਾਹਣ ਤੇ ਸ਼ਰਾਬ ਫੜੀ ਗਈ ਸਰਪੰਚ ਦੇ ਘਰੋਂ, ਆਪਾਂ ਦੋਸ਼ੀ ਕਿੱਦਾਂ ਹੋਏ ? ਮੈਨੂੰ ਪਤਾ ਤੂੰ ਕਦੇ ਕਦਾਈਂ ਉੱਥੋਂ ਪੀ ਆਉਂਦਾ ਸਾਂ, ਪਰ ਸਾਰਾ ਕੇਸ ਤੇਰੇ ਉੱਤੇ ਕਿੱਦਾਂ ਪੈ ਗਿਆ ਬਾਪੂ ?"

ਬਾਪੂ ਵਿੰਗਾ ਜਿਹਾ ਬੁੱਲ੍ਹ ਕਰਕੇ ਆਪਣੀ ਦਾਹੜੀ ਖੁਰਕਦਾ ਰਿਹਾ ਤੇ ਫੇਰ ਸਿੱਲੀਆਂ ਅੱਖਾਂ ਤੋਂ ਅੱਥਰੂ ਬਣਿਆ ਕਹਿਣ ਲੱਗਾ, "ਪੁੱਤਰਾ ਸੱਚ ਜਾਣੀਂ, ਮੇਰਾ ਬਿਲਕੁਲ ਹੀ ਕੋਈ ਕਸੂਰ ਨਹੀਂ। ਬਸ ਤੇਰੇ ਕਹਿਣ ਵਾਂਗ ਕਦੇ ਕਦਾਈਂ ਉਧਰੋਂ ਪੀ ਆਈਦੀ ਸੀ ਜਾਂ ਇੰਝ ਕਿਸੇ ਦੇ ਆਉਣ ਉੱਤੇ ਅਧੀਆ-ਪਊਆ ਘਰ ਵੀ ਲੈ ਆਈਦਾ ਸੀ। ਅੱਜ ਸਰਪੰਚ ਫੜਿਆ ਗਿਆ ਤੇ ਸਾਰੇ ਦਾ ਸਾਰਾ ਕੇਸ ਮੇਰੇ ਉੱਤੇ ਪੁਆ ਦਿੱਤਾ ਈ।"

ਮੇਰੀ ਛੋਟੀ ਉਮਰ ਵੀ ਸਿਆਣੀ ਬਣ ਬੈਠੀ, "ਬਾਪੂ ਸਰਪੰਚ ਘਰੋਂ ਫੜੀ ਕਿਸੇ ਚੀਜ਼ ਦੇ ਆਪਾਂ ਕਿਵੇਂ ਜ਼ਿੰਮੇਵਾਰ ਹੋ ਸਕਦੇ ਆਂ ?" ਬਾਪੂ ਦੀਆਂ ਨਮ ਅੱਖਾਂ ਝਲਾਰਾਂ ਬਣ ਗਈਆਂ। ਉਹ ਬੜੀ ਹੀ ਮੱਧਮ ਜਹੀ ਆਵਾਜ਼ ਵਿਚ ਬੋਲਿਆ, "ਅਜੇ ਤਾਂ ਤੇਰੀ ਭੈਣ ਦੇ ਵਿਆਹ ਦਾ ਕਰਜ਼ਾ ਵੀ ਮੇਰੇ ਸਿਰੋਂ ਨਹੀਂ ਲੱਥਾ" ਫੇਰ ਉਹ ਮੇਰੇ ਸਿਰ ਨੂੰ ਪਲੋਸਦਾ ਕਹਿਣ ਲੱਗਾ, "ਸ਼ੈਦ ਗ਼ਰੀਬ ਲੋਕਾਂ ਦੇ ਲਹੂ ਦੀ ਤਾਸੀਰ ਹੀ ਐਸੀ ਹੈ ਕਿ ਅਸੀਂ ਨਸ਼ੁਕਰੇ ਨਹੀਂ ਹੋ ਸਕਦੇ।"

ਮੈਂ ਆਪਣੇ ਬਾਪੂ ਨੂੰ ਬਹੁਤ ਪਿਆਰ ਕਰਦਾ ਹਾਂ। ਮੈਨੂੰ ਪਤਾ ਹੈ ਕਿ ਉਹ ਬਹੁਤ ਹੀ ਔਖ ਨਾਲ ਮੈਨੂੰ ਪੜ੍ਹਾ ਰਿਹਾ ਹੈ। ਕੋਈ ਹੋਰ ਪਿਓ ਹੁੰਦਾ ਤਾਂ ਸ਼ਾਇਦ ਮੈਨੂੰ ਹੁਣ ਤੱਕ ਕਿਸੇ ਨਾਲ ਆਜੜੀ ਲਾ ਦਿੰਦਾ।

ਪਰ ਮੈਨੂੰ ਲੱਗਦਾ ਹੈ ਕਿ ਉਹਨੇ ਮੇਰੇ ਮਾਸਟਰ ਦੀ ਕਿਸੇ ਵੇਲੇ ਦੀ ਆਖੀ ਗੱਲ ਨੂੰ ਘੁੱਟ ਕੇ ਪੱਲੇ ਬੰਨ੍ਹ ਲਿਆ ਹੈ ਕਿ ਤੇਰਾ ਪੁੱਤ ਪੜ੍ਹਾਈ 'ਚ ਬੜਾ ਲਾਇਕ ਹੈ। ਇਹਨੂੰ ਔਖਾ ਸੌਖਾ ਹੋ ਕੇ ਪੜ੍ਹਾ ਲੈ, ਤੇਰੀਆਂ ਕੁਲਾਂ ਤਾਰ ਦਊ।

ਉਂਜ ਇਹੋ ਗੱਲ ਸਰਪੰਚ ਨੇ ਵੀ ਬਾਪੂ ਨੂੰ ਨਸੀਹਤ ਵਾਂਗ ਕਈ ਵਾਰ ਆਖੀ ਹੈ। ਫੇਰ ਵੀ ਸਰਪੰਚ ਵਰਗੇ ਬੰਦਿਆਂ ਨਾਲ ਮੈਨੂੰ ਕਦੇ ਵੀ ਹਮਦਰਦੀ ਨਹੀਂ ਹੋਈ। ਮੈਨੂੰ ਪਤਾ ਹੈ ਕਿ ਉਹ ਸਾਡੇ ਵਰਗੇ ਉੜੇ-ਥੁੜੇ ਲੋਕਾਂ ਦੀਆਂ ਨਿੱਕੀਆਂ-ਮੋਟੀਆਂ ਗਰਜ਼ਾਂ ਪੂਰੀਆਂ ਕਰਕੇ ਆਪਣੇ ਬਹੁਤ ਵੱਡੇ ਹਿੱਤਾਂ ਲਈ ਸਾਡੇ ਵਰਗਿਆਂ ਨੂੰ ਵਰਤ ਰਹੇ ਹੁੰਦੇ ਹਨ।

ਬਸ ਕੁਝ ਕਾਰਨਾਂ ਕਰਕੇ ਹੀ ਮੇਰੀਆਂ ਅੱਖਾਂ ਸਾਹਮਣੇ ਹੀ ਮੇਰੇ ਬੇਦੋਸ਼ੇ ਪਿਉ ਨੂੰ ਠਾਣੇ ਵੱਲ ਹਿੱਕ ਕੇ ਲੈ ਗਏ।

ਸ਼ਰਾਬ ਦਾ ਨਾਂ ਸੁਣਦਿਆਂ ਹੀ ਮੇਰੇ ਭਾਈਏ ਦੀ ਭੁੱਖ ਜਿਵੇਂ ਉੱਡ-ਪੁੱਡ ਹੀ ਗਈ ਸੀ। ਮੈਂ ਉਹਦੀ ਨੀਤ ਨੂੰ ਭਾਂਪਦਿਆਂ ਜਾਣਾ ਤਾਂ ਸਰਪੰਚ ਦੇ ਘਰ ਆਪ ਚਾਹਿਆ ਸੀ, ਪਰ ਮੈਨੂੰ ਲੱਗਾ ਜਿਵੇਂ ਮੈਂ ਉਥੇ ਜਾ ਕੇ ਕਿਤੇ ਸਰਪੰਚ ਨਾਲ ਉਲਝ ਹੀ ਨਾ ਪਵਾਂ। ਇਸ ਲਈ ਮੈਂ ਆਪਣੀ ਭੈਣ ਨੂੰ ਸਰਪੰਚ ਵੱਲ ਭੇਜ ਕੇ ਬੋਤਲ ਮੰਗਵਾ ਕੇ ਭਾਈਏ ਅੱਗੇ ਰੱਖ ਦਿੱਤੀ।

ਉਹ ਹੌਲੀ-ਹੌਲੀ ਕਰੀਬ ਪੌਣੀ ਬੋਤਲ ਹੀ ਪੀ ਗਿਆ। ਬਸ ਐਵੇਂ ਥੋੜ੍ਹੀ ਜਹੀ ਉਹਨੇ ਮੈਨੂੰ ਇਹ ਕਹਿੰਦਿਆਂ ਪਿਆ ਦਿੱਤੀ, "ਪੀ ਲਾ, ਕੁਝ ਨਹੀਂ ਹੁੰਦਾ, ਘੜੀ ਪਲ ਲਈ ਤੇਰਾ ਮਨ ਹੋਰ ਥੇ ਪਊਗਾ।"

ਪੀਂਦਿਆਂ ਤੇ ਗੱਲਾਂ ਕਰਦਿਆਂ ਲੌਢੇ ਵੇਲੇ ਤੋਂ ਤਰਕਾਲਾਂ ਢਲ ਗਈਆਂ।

ਫੇਰ ਸ਼ਾਇਦ ਅਸੀਂ ਦਾਰੂ ਦੇ ਲੋਰ 'ਚ ਹੀ ਸਰਪੰਚ ਦੇ ਘਰ ਜਾ ਵੜੇ ਸਾਂ। ਕਦੇ ਅੱਗੇ ਨਾ ਪਿੱਛੇ, ਪਰ ਮੈਂ ਵੇਖਿਆ ਕਿ ਉਹ ਗੁਟਕੇ ਤੋਂ ਰਹਿਰਾਸ ਦਾ ਪਾਠ ਕਰ ਰਿਹਾ ਸੀ। ਸ਼ਾਇਦ ਰੱਬ ਦਾ ਸ਼ੁਕਰ ਕਰ ਰਿਹਾ ਹੋਵੇ ਕਿ ਉਹਨੇ ਉਹਦੀ ਲਾਜ ਰੱਖ ਲਈ ਸੀ। ਉਂਜ ਸ਼ੁਕਰ ਤਾਂ ਉਹਨੂੰ ਮੇਰੇ ਬਾਪੂ ਦਾ ਕਰਨਾ ਚਾਹੀਦਾ ਸੀ, ਜਿਹੜਾ ਉਹਦੇ ਲਈ ਸੱਚਮੁੱਚ ਹੀ ਰੱਬ ਬਣ ਕੇ ਬਹੁੜਿਆ ਸੀ।

ਔਖਾ ਤਾਂ ਮੈਂ ਵੀ ਬੜਾ ਸੀ, ਪਰ ਭਾਈਏ ਨੂੰ ਸ਼ਾਇਦ ਜ਼ਿਆਦਾ ਚੜ੍ਹ ਗਈ ਸੀ। ਸਰਪੰਚ ਰਹਿਰਾਸ ਦਾ ਪਾਠ ਮੁਕਾ ਕੇ ਬਾਹਰ ਆਇਆ ਤਾਂ ਭਾਈਆ ਨਸ਼ੇ ਦੇ ਲੋਰ 'ਚ ਹੀ ਸ਼ਾਇਦ ਉੱਚੀ ਬੋਲ ਪਿਆ, "ਸਰਪੰਚਾ, ਤੂੰ ਚੰਗਾ ਨਹੀਂ ਕੀਤਾ ?"

"ਤੂੰ ਦੱਸ ਵੱਡਿਆ ਚੌਧਰੀਆ, ਮੈਂ ਮਾੜਾ ਵੀ ਕੀ ਕੀਤਾ ?"

ਸਰਪੰਚ ਦੇ ਖਾੜਕੂ ਬੋਲ ਸੁਣ ਕੇ ਭਾਈਏ ਨੇ ਆਪਣੇ ਸਿਰ ਨੂੰ ਹਲੂਣਿਆ। ਸਿਰ ਨੂੰ ਛੰਡਣ ਨਾਲ ਹੀ ਲੱਗਾ ਜਿਵੇਂ ਇਕੋ ਝਟਕੇ ਨਾਲ ਹੀ ਸਭ ਕੁਝ ਬਦਲ ਗਿਆ ਹੋਵੇ।

"ਸਰਪੰਚ ਸਾਬ੍ਹ, ਤੁਸਾਂ ਤਾਂ ਕਦੇ ਵੀ ਮਾੜਾ ਨਹੀਂ ਕੀਤਾ" ਭਾਈਆ ਸ਼ਰਾਬੀਆਂ ਵਾਲਾ ਮੋੜ ਇਕਦਮ ਹੀ ਕੱਟ ਗਿਆ, "ਤੁਸੀਂ ਸਾਡੇ ਵਰਗੇ, ਕਮੀਂ-ਕਮੀਣਾਂ ਨੂੰ ਵੀ ਆਪਣੇ ਬਰਾਬਰ ਸਮਝਦੇ ਹੋ, ਇਹੋ ਹੀ ਤੁਹਾਡੀ ਸਰਦਾਰੀ ਆ। ਮੈਨੂੰ ਪਤੈ ਇਨ੍ਹਾਂ ਨਾਂਗਿਆਂ ਦਾ। ਆਹ ਜੇ ਤੁਸੀਂ ਬੋਤਲ ਨਾ ਭੇਜਦੇ ਤਾਂ ਇਨ੍ਹਾਂ ਤਾਂ 'ਚਾਰ ਗੰਢੇ ਨਾਲ ਰੋਟੀ ਖਵਾ ਕੇ ਤੋਰ ਦੇਣਾ ਸੀ।" ਮੈਨੂੰ ਜਾਪਿਆ ਜਿਵੇਂ ਭਾਈਏ ਨੇ ਬੋਤਲ ਦਾ ਜ਼ਿਕਰ ਕਰਕੇ, ਰਾਤ ਲਈ ਅਧੀਆ ਫੇਰ ਆਪਣੇ ਨਾਂ ਅਲਾਟ ਕਰਵਾਉਣ ਦਾ ਪ੍ਰਬੰਧ ਕਰ ਲਿਆ ਹੋਵੇ।

ਭਾਈਏ ਦੀਆਂ ਗੱਲਾਂ ਸੁਣ ਸੁਣ ਮੈਨੂੰ ਗੁੱਸਾ ਆ ਰਿਹਾ ਸੀ। ਦਾਰੂ ਦੇ ਲੋਰ 'ਚ ਉਹਦੀ ਜੁਰਅਤ ਭਰੀ ਪਹਿਲ ਕਦਮੀਂ, ਦਾਰੂ ਦੇ ਲਾਲਚ 'ਚ ਹੀ ਸ਼ਾਇਦ ਸਰਪੰਚ ਦੇ ਚਰਨੀਂ ਜਾ ਲੱਗੀ ਸੀ।

ਮੈਂ ਦਾਰੂ ਨੂੰ ਅਤਿ ਨਫ਼ਰਤ ਕਰਨ ਵਾਲਾ ਦਸਵੀਂ 'ਚ ਪੜ੍ਹਦਾ ਮੁੰਡਾ, ਸਿਰਫ਼ ਇਹ ਸੋਚ ਕੇ ਭਾਈਏ ਨਾਲ ਪੀ ਗਿਆ ਸਾਂ ਕਿ ਸਰਪੰਚ ਨਾਲ ਪੂਰੇ ਵਝਕੇ ਨਾਲ ਗੱਲ ਕਰਨੀ ਹੈ, ਪਰ ਭਾਈਆ ਤਾਂ ਉਹਦੀ ਭੇਜੀ ਦਾਰੂ ਦਾ ਪੂਰੀ ਵਫ਼ਾਦਾਰੀ ਨਾਲ ਮੁੱਲ ਤਾਰ ਰਿਹਾ ਸੀ।

ਪਰ ਮੇਰੀ ਥੋੜ੍ਹੀ ਪੀਤੀ ਵੀ ਸਰਪੰਚ ਉੱਤੇ ਪੂਰੀ ਤਰ੍ਹਾਂ ਵਰ੍ਹ ਪਈ, ਸਰਪੰਚਾ, ਉਨ੍ਹੇ ਸਾਰੀ ਉਮਰ ਤੇਰੀਆਂ ਬੁੱਤੀਆਂ ਕੀਤੀਆਂ, ਕੀ ਮੁੱਲ ਪਾਇਆ ਨੂੰ ਉਹਦੀ ਵਫ਼ਾਦਾਰੀ ਦਾ ?"

ਸਰਪੰਚ ਮੇਰੇ ਤੱਤੇ ਲਹੂ ਦੀ ਤਾਸੀਰ ਨੂੰ ਸ਼ਾਇਦ ਭਾਂਪ ਗਿਆ ਸੀ। ਉਹਨੇ ਬੜੇ ਹੀ ਠਰ੍ਹਮੇ ਨਾਲ ਕਿਹਾ, "ਪੁੱਤਰਾ, ਏਨਾ ਗਰਮ ਨਹੀਂ ਹੋਈਦਾ। ਵੇਖ, ਸਿਰ 'ਤੇ ਪਈਆਂ ਝੱਲਣੀਆਂ ਪੈਂਦੀਆਂ। ਚੋਣਾਂ ਸਿਰ 'ਤੇ ਨੇ ਤੇ ਮੈਂ ਨਵੇਂ ਸਿਰਿਉਂ ਵੀ ਸਰਪੰਚੀ ਦਾ ਦਾਵੇਦਾਰ ਆਂ। ਇਹ ਕਿਸੇ ਵਿਰੋਧੀ ਦੀ ਬੜੀ ਤਗੜੀ ਚਾਲ ਸੀ ਕਿ ਸਰਪੰਚ ਨੂੰ ਏਸ ਕੇਸ 'ਚ ਫਾਹ ਦਉ ਤੇ ਮੈਦਾਨ ਉਂਜ ਹੀ ਫ਼ਤਹਿ ਕਰ ਲਉ, ਪਰ ਮੈਂ ਵੀ ਸਾਰੀਆਂ ਗੋਟਾਂ ਖੇਡਣੀਆਂ ਜਾਣਦਾਂ। ਅਸਾਂ ਐਸ ਪੈਂਤੜੇ ਨਾਲ ਵੈਰੀ ਨੂੰ ਸ਼ਰੇਆਮ ਚਿੱਤ ਕਰਕੇ ਰੱਖਤਾ।"

ਫੇਰ ਉਹਨੇ ਆਪਣੇ ਹੀ ਅੰਦਾਜ਼ 'ਚ ਇਕ ਕਾਮੇ ਨੂੰ ਸੱਦਿਆ, "ਆਹ ਵੇਖ ਭਾਈ, ਆਪਣਾ ਜਵਾਈ ਭਾਈ ਆਇਆ, ਇਹਦੇ ਲਈ ਕੋਈ ਪ੍ਰਬੰਧ ਕਰੋ!"

ਇਹ ਹੁਕਮ ਦੇ ਕੇ ਉਹ ਫੇਰ ਮੈਨੂੰ ਮੁਖ਼ਾਤਬ ਹੋਇਆ, "ਵੇਖ ਬੇਟੇ, ਇਹ ਜੰਗ ਜਿੱਤਣ ਤੋਂ ਬਾਅਦ ਰਹੀ ਤੇਰੇ ਪਿਉ ਦੀ ਗੱਲ ? ਇਹ ਤਾਂ ਤੈਨੂੰ ਵੀ ਪਤਾ ਕਿ ਮੇਰੀ ਸਰਕਾਰੇ ਦਰਬਾਰੇ ਚਲਦੀ ਆ। ਕਲ੍ਹ ਉਹਦੀ ਜ਼ਮਾਨਤ ਹੋ ਜਾਊ। ਉਸ ਤੋਂ ਬਾਅਦ ਮੈਂ ਸਭ ਕੁਝ ਆਪੇ ਝੱਲ ਲਊਂ।"

ਮੈਂ ਜਾਣਦਾ ਸਾਂ, ਸਰਪੰਚ ਨੇ ਦੁਨੀਆਂ ਹੰਢਾਈ ਹੈ। ਪਰ੍ਹੇ ਪੰਚਾਇਤਾਂ 'ਚ ਬੰਦੇ ਦਾ ਰੌਂਅ ਵੇਖ ਕੇ ਗੱਲ ਕਰਨੀ ਆਉਂਦੀ ਹੈ। ਪੁੱਠਾ ਪੈਂਦਾ ਪਾਸਾ ਦਲੀਲਬਾਜ਼ੀ ਨਾਲ ਬਦਲ ਕੇ ਰੱਖ ਦੇਣ ਦੀ ਜੁਗਤ ਉਸ ਵਿਚ ਹੈ। ਮੈਂ ਉਹਦੇ ਨਾਲ ਹੋੜੇ-ਭੇੜੇ ਭਿੜਨੇ ਠੀਕ ਨਾ ਸਮਝੇ।

ਉਥੇ ਖਲੋਤਿਆਂ ਖਲੋਤਿਆਂ ਮੈਨੂੰ ਯਾਦ ਆਇਆ ਬਾਪੂ ਤਾਂ ਤਿੰਨੀਂ ਕੱਪੜੀਂ ਹੀ ਪੁਲਸ ਨਾਲ ਤੁਰ ਪਿਆ ਸੀ। ਰਾਤ ਉਹ ਠੰਢ ਕਿਵੇਂ ਝੱਲੇਗਾ ?

ਮੈਂ ਭਾਈਏ ਨੂੰ ਵੀ ਆਪਣੇ ਨਾਲ ਠਾਣੇ ਖੜਨਾ ਚਾਹੁੰਦਾ ਸਾਂ, ਪਰ ਭਾਈਆ 'ਪ੍ਰਬੰਧ' ਦਾ ਨਾਂ ਸੁਣਦਿਆਂ ਹੀ ਉਥੇ ਪਥੱਲਾ ਮਾਰ ਕੇ ਬਹਿ ਗਿਆ ਸੀ।

ਮੈਂ ਛੇਤੀ ਛੇਤੀ ਘਰ ਆਇਆ ਤੇ ਇਕ ਅੱਧੋਰਾਣਾ ਜਿਹਾ ਕੰਬਲ ਲੈ ਕੇ ਸਾਈਕਲ ਉੱਤੇ ਠਾਣੇ ਨੂੰ ਚੱਲ ਪਿਆ।

ਸਾਈਕਲ ਨੂੰ ਇਕ ਰੁੱਖ ਦੇ ਮੁੱਢ ਨਾਲ ਲਾ ਕੇ ਮੈਂ ਅਜੇ ਠਾਣੇ ਦੇ ਬੂਹੇ ਅੱਗੇ ਪਹੁੰਚਿਆ ਸਾਂ ਕਿ ਬਾਪੂ ਦੀਆਂ ਡਾਡਾਂ ਸੁਣੀਆਂ। ਜਾਪਿਆ ਜਿਵੇਂ ਉਹਨੂੰ ਬੁਰੀ ਤਰ੍ਹਾਂ ਕੋਹਿਆ ਜਾ ਰਿਹਾ ਹੋਵੇ।

ਮੇਰੇ ਅੰਦਰੋਂ ਉਠੀ ਚੀਕ, ਮੇਰੇ ਸੰਘ ਵਿਚ ਹੀ ਜਿਵੇਂ ਅੜ ਗਈ ਤੇ ਠਾਣੇ ਦਾ ਬੂਹਾ ਲੰਘਣ ਦਾ ਮੇਰਾ ਹੀਆ ਹੀ ਨਾ ਪਿਆ। ਮੈਂ ਬੜੀ ਹੀ ਔਖ ਨਾਲ ਸੰਤਰੀ ਤੋਂ ਪੁੱਛਿਆ, "ਇਹ ਹਾਲ ਦੁਹਾਈ ਕੌਣ ਪਾ ਰਿਹਾ ?"

"ਤੂੰ ਕੀ ਲੈਣਾ" ਉਹ ਬੜਾ ਕੌੜਾ ਜਿਹਾ ਬੋਲਿਆ, "ਵੇਖ, ਇਹ ਠਾਣਾ, ਇਥੇ ਕੋਈ

ਸਾਊ ਬੰਦਾ ਤਾਂ ਆਉਂਦਾ ਨਹੀਂ ਤੇ ਵਿਗੜਿਆਂ ਤਿਗੜਿਆਂ ਦਾ ਡੰਡਾ ਹੀ ਪੀਰ ਹੁੰਦਾ, ਹਾਲ ਦੁਹਾਈ ਤਾਂ ਫਿਰ ਪੈਣੀ ਹੀ ਹੋਈ।"

"ਮੇਰੇ ਬਾਪੂ ਨੂੰ ਪੁਲੀਸ ਨਜਾਇਜ਼ ਹੀ ਫੜ੍ਹ ਕੇ ਲੈ ਆਈ ਹੈ। ਮੈਨੂੰ ਇਹ ਡਾਡਾਂ ਉਹਦੀਆਂ ਲੱਗਦੀਆਂ!"

"ਤੂੰ 'ਉਮਰਪੁਰੇ' ਤੋਂ ਆਂ ?"

ਆਪਣੇ ਪਿੰਡ ਦਾ ਨਾਂ ਸੁਣਦਿਆਂ ਹੀ ਮੈਂ 'ਹਾਂ ਜੀ' ਕਹਿੰਦਿਆਂ ਹੱਥ ਜੋੜ ਦਿੱਤੇ।

"ਵੇਖ, ਡਾਡਾਂ ਤਾਂ ਉਹਦੀਆਂ ਈ ਨੇ, ਪਰ ਪੁਲਸ ਕਦੇ ਵੀ ਕਿਸੇ ਨੂੰ ਨਜੈਜ਼ ਨਹੀਂ ਫੜ੍ਹਦੀ। ਉਹਨੇ ਮੇਰੇ ਸਾਹਮਣੇ 'ਫ਼ਰਦ ਇੰਕਸ਼ਾਫ਼' ਉੱਤੇ ਅੰਗੂਠਾ ਲਾਇਆ ਹੈ ਕਿ ਲਾਹਣ ਤੇ ਜਿਨ੍ਹਾਂ ਲੱਖਾਂ ਖਰਚੇ ਨੇ, ਉਹ ਕੱਢਣ ਦਿੰਦੇ ਨੇ ਇੰਜ ਨਜੈਜ਼ ?"

ਮੇਰੇ ਪਿਉ ਨੂੰ ਛੇਆਂ ਮਹੀਨਿਆਂ ਦੀ ਕੈਦ ਹੋ ਗਈ ਤੇ ਪਿਉ ਦੀ ਜੇਲ੍ਹ ਦੌਰਾਨ ਟੱਬਰ ਕਿਹੜੇ ਕਿਹੜੇ ਰੱਸੇ ਪੈੜੇ ਵੱਟਿਆ ਜਾਂਦਾ ਰਿਹਾ, ਇਹ ਸਿਰਫ਼ ਸਾਨੂੰ ਹੀ ਪਤਾ, ਪਰ ਸ਼ੁਕਰ ਰੱਬ ਦਾ ਕਿ ਮੈਂ ਚੰਗੇ ਨੰਬਰ ਲੈ ਕੇ ਦਸਵੀਂ ਪਾਸ ਕਰ ਗਿਆ।

ਮੇਰਾ ਕੱਦ ਕਾਠ ਵੀ ਠੀਕ ਸੀ, ਪੜ੍ਹਾਈ 'ਚ ਵੀ ਚੰਗਾ ਸਾਂ। ਪੁਲਸ ਦੀ ਭਰਤੀ ਖੁੱਲ੍ਹੀ ਤਾਂ ਮੈਂ ਵੀ ਭਰਤੀ ਹੋਣ ਲਈ ਅਰਜ਼ੀ ਪਾ ਦਿੱਤੀ।

ਮੈਂ ਸਰਪੰਚ ਕੋਲੋਂ ਕੋਈ ਮਦਦ ਨਹੀਂ ਸੀ ਲੈਣਾ ਚਾਹੁੰਦਾ। ਫੇਰ ਵੀ ਮੈਨੂੰ ਉਹਦਾ ਬੜਾ ਆਸਰਾ ਜਿਹਾ ਸੀ। ਹੋਰ ਕੋਈ ਠਾਹਰ ਵੀ ਨਜ਼ਰ ਨਹੀਂ ਸੀ ਆਉਂਦੀ। ਇਹ ਵੀ ਸੁਣ ਰੱਖਿਆ ਸੀ ਕਿ ਸਿਫ਼ਾਰਸ਼ ਬਗ਼ੈਰ ਕੋਈ ਬਾਂਹ ਨਹੀਂ ਫੜ੍ਹਦਾ। ਨਾ ਚਾਹੁੰਦਿਆਂ ਹੋਇਆਂ ਵੀ ਆਖ਼ਰ ਮੈਨੂੰ ਸਰਪੰਚ ਦਾ ਹੀ ਬੂਹਾ ਖੜਕਾਉਣਾ ਪਿਆ।

ਹੋ ਸਕਦਾ ਹੈ ਮੈਂ ਆਪਣੇ ਬਲਬੂਤੇ ਹੀ ਸਿਪਾਹੀ ਬਣ ਗਿਆ ਹੋਵਾਂ, ਪਰ ਉਹਨੇ ਸਾਰਾ ਸਿਹਰਾ ਆਪਣੇ ਸਿਰ ਬੰਨ੍ਹ ਲਿਆ। ਮੈਂ ਸੋਚਦਾ ਚਲੋ ਕਿਸੇ ਸਰਦੇ-ਪੁੱਜਦੇ ਬੰਦੇ ਦੀ ਏਨੀ ਕੁ ਹਓਮੈਂ ਤਾਂ ਹੁੰਦੀ ਹੀ ਹੈ। ਮੇਰਾ ਪਿਓ ਵੀ ਕਹਿ ਦਿੰਦਾ, "ਫੇਰ ਕੀ ਆ ਪੁੱਤਰਾ, ਤੈਨੂੰ ਸਰਦਾਰੀ ਬਖ਼ਸ਼ੀ ਆ ਰੱਬ ਨੇ, ਉਹ ਜਾਣੇ, ਕਿਸੇ ਦਾ ਕਰਕੇ ਹੀ ਸਹੀ ?"

ਵਰ੍ਹੇ ਬੀਤਦੇ ਪਤਾ ਨਹੀਂ ਕਿੰਨੇ ਕੁ ਬੀਤ ਗਏ ਹਨ। ਮੈਂ ਇੰਸਪੈਕਟਰ ਬਣ ਚੁੱਕਾ ਹਾਂ। ਬਾਪੂ ਦੀਆਂ ਝੁਰੜੀਆਂ ਹੋਰ ਵੀ ਡੂੰਘੀਆਂ ਹੋ ਗਈਆਂ ਹਨ। ਮੈਂ ਹੁਣ ਤੱਕ ਪਤਾ ਨਹੀਂ ਕਿੰਨੇ ਕਤਲਾਂ, ਚੋਰੀਆਂ, ਯਾਰੀਆਂ, ਫੜ੍ਹੀਆਂ ਭੱਠੀਆਂ ਤੇ ਸ਼ਰਾਬ ਦੇ ਕੇਸਾਂ ਦੀ ਤਫ਼ਤੀਸ਼ ਕਰ ਚੁੱਕਾ ਹਾਂ, ਪਰ ਬਾਪੂ ਵਾਲਾ ਹਾਦਸਾ ਭੁਲਾਉਣਾ ਚਾਹੁੰਦਾ ਹੋਇਆ ਵੀ ਮੈਂ ਭੁਲਾ ਨਹੀਂ ਸਕਿਆ।

ਅੱਜ ਮੈਂ ਬਹੁਤ ਹੀ ਉਦਾਸ ਹੋ ਕੇ ਘਰ ਮੁੜਦਾ ਹਾਂ। ਅੱਜ ਮੈਨੂੰ ਲੱਗਦਾ ਹੈ ਜਿਵੇਂ ਨਵੇਂ ਸਿਰਿਉਂ ਮੈਂ ਆਪਣੇ ਹੀ ਹੱਥੀਂ ਆਪਣੇ ਜ਼ਖ਼ਮਾਂ ਉੱਤੇ ਨਹੁੰਦਰਾਂ ਫੇਰ ਦਿੱਤੀਆਂ ਹੋਣ। ਮੇਰੀ ਉਦਾਸੀ ਵੇਖ ਕੇ, ਬਾਪੂ ਦੀਆਂ ਝੁਰੜੀਆਂ ਹੋਰ ਡੂੰਘੀਆਂ ਹੋ ਜਾਂਦੀਆਂ ਹਨ।

ਮੈਂ ਪੀਣ ਦਾ ਆਦੀ ਨਹੀਂ, ਪਰ ਇਹੋ ਜਿਹੇ ਵੇਲੇ ਕਦੇ ਕਦਾਈਂ ਪੀ ਲੈਂਦਾ ਹਾਂ। ਮੈਂ ਦੋ ਗਲਾਸਾਂ 'ਚ ਵਿਸਕੀ ਪਾ ਕੇ ਇਕ ਗਲਾਸ ਬਾਪੂ ਨੂੰ ਫੜ੍ਹਾ ਦਿੰਦਾ ਹਾਂ।

ਬਾਪੂ ਪੀਣ ਦਾ ਅਜੇ ਵੀ ਪੂਰਾ ਵੱਜਰੀ ਹੈ। ਉਹ ਪੂਰਾ ਹਾੜ੍ਹਾ ਇਕੋ ਸਾਹੇ ਪੀ ਕੇ ਠੱਕ ਕਰਦਾ ਗਲਾਸ ਮੇਜ਼ ਉੱਤੇ ਮਾਰਦਾ ਹੈ। ਮੈਂ ਪਤਾ ਨਹੀਂ ਕੀ ਸੋਚ ਕੇ ਪੁੱਛ ਲੈਂਦਾ ਹਾਂ,

"ਬਾਪੂ, ਤੈਨੂੰ ਕਿਹੜੀ ਦਾਰੂ ਚੰਗੀ ਲੱਗਦੀ ਏ ? ਆਹ ਅੰਗਰੇਜ਼ੀ ਕਿ ਜਾਂ ਫੇਰ ਉਹੋ 'ਰੂੜੀ ਮਾਰਕਾ' ਈ ?"

"ਪੁੱਤਰਾ, ਗ਼ਰੀਬ ਬੰਦੇ ਨੂੰ ਬਹੁਤੇ ਸਵਾਦ ਨਹੀਂ ਪਾਲਣੇ ਚਾਹੀਦੇ। ਉਂਜ ਵੀ ਸੁਭਾਅ, ਆਦਤਾਂ ਤੇ ਸਵਾਦ ਲਹੂ 'ਚ ਰਲ ਜਾਂਦੇ ਨੇ, ਜਿਹੜੇ ਥੋੜ੍ਹੇ ਕੀਤੇ ਬਦਲਦੇ ਨਹੀਂ। ਉਂਜ ਸੱਚ ਗੱਲ ਇਹ ਈ ਪੁੱਤਰਾ ਕਿ ਜਿਹੜਾ ਡੰਗ ਰੂੜੀ ਮਾਰਕਾ 'ਚ ਆ, ਉਹ ਇਹਦੇ 'ਚ ਕਿਥੇ ?" ਬਾਪੂ ਹੱਸਦਾ ਹੈ। ਬਾਪੂ ਨੂੰ ਹੱਸਦਾ ਵੇਖ ਕੇ ਮੇਰੀਆਂ ਕੱਸੀਆਂ ਨਾੜਾਂ ਨੂੰ ਜਿਵੇਂ ਕੁਝ ਢਿੱਲ ਜਿਹੀ ਮਿਲਦੀ ਹੈ।

ਮੈਂ ਫੇਰ ਦੋਹਾਂ ਗਲਾਸਾਂ 'ਚ ਇਕ ਹੋਰ ਹਾੜਾ ਪਾ ਦਿੰਦਾ ਹਾਂ। ਅਸਲ 'ਚ ਅੱਜ ਮੈਂ ਬਹੁਤ ਕਮਜ਼ੋਰ ਸਾਬਤ ਹੋਇਆ ਹਾਂ ਤੇ ਆਪਣੇ ਆਪ ਨੂੰ ਤਗੜਾ ਕਰਨ ਲਈ ਦਾਰੂ ਪੀ ਰਿਹਾ ਹਾਂ।

ਬਾਪੂ ਦੇ ਗਏ ਸਮੇਂ ਦੇ ਕਿੱਸੇ ਉਹਦੇ ਕੋਲੋਂ ਸੁਣਨੇ ਮੈਨੂੰ ਬਹੁਤ ਚੰਗੇ ਲੱਗਦੇ ਹਨ ਤੇ ਮੈਂ ਅਕਸਰ ਸੁਣਦਾ ਵੀ ਰਹਿੰਦਾ ਹਾਂ।

ਪਰ ਅੱਜ ਮੈਂ ਬਾਪੂ ਕੋਲੋਂ ਫੜ੍ਹੀ ਸ਼ਰਾਬ ਦਾ ਕਿੱਸਾ ਨਵੇਂ ਸਿਰਿਉਂ ਸੁਣ ਕੇ ਸ਼ਾਇਦ ਆਪਣੀ ਕਿਸੇ ਕਮਜ਼ੋਰੀ ਲਈ ਕੋਈ ਠੁੰਮਣਾ ਲੱਭਣਾ ਚਾਹੁੰਦਾ ਹਾਂ। ਮੈਂ ਫੇਰ ਪੁਰਾਣੇ ਜਵਾਬ ਨੂੰ ਨਵੇਂ ਸਿਰਿਉਂ ਸਵਾਲ ਕਰਦਾ ਹਾਂ, "ਬਾਪੂ, ਉਹ ਡਰੰਮ-ਸ਼ਰੰਮ ਜਿਹਾ ਮੈਨੂੰ ਪਤਾ ਤੇਰਾ ਨਹੀਂ ਸੀ। ਫੇਰ ਤੂੰ ਖਾਹ-ਮਖਾਹ ਆਪਣੇ ਨਾਂ ਕਿਉਂ ਪੁਆਇਆ ਤੇ ਕੈਦ ਵਾਧੂ ਦੀ ਕੱਟੀ ?"

ਬਾਪੂ ਨੇ ਜਿਵੇਂ ਕੋਈ ਕੌੜਾ ਘੁੱਟ ਅੰਦਰ ਲੰਘਾਇਆ ਹੋਵੇ ਤੇ ਫੇਰ ਬੜੀ ਮਿੱਠਤ ਜਿਹੀ ਨਾਲ ਕਹਿਣ ਲੱਗਾ, "ਮੈਂ ਤੈਨੂੰ ਕਿੰਨੀ ਵਾਰ ਕਿਹਾ ਕਿ ਬੰਦੇ ਦਾ ਸੁਭਾਅ ਨਹੀਂ ਬਦਲਦਾ। ਗ਼ਰੀਬ ਬੰਦੇ ਦੇ ਲਹੂ ਦੀ ਤਸੀਰ ਹੀ ਐਸੀ ਹੈ ਕਿ ਹੋਰ ਭਾਵੇਂ ਕੁਝ ਵੀ ਹੋ ਜਾਏ, ਉਹ ਨਸ਼ੁਕਰਾ ਨਹੀਂ ਹੋ ਸਕਦਾ। ਦੱਸ, ਮੈਂ ਕਿਵੇਂ ਭੁੱਲ ਜਾਂਦਾ ਉਸ ਜੱਟ ਦੀਆਂ ਨਿੱਕੀਆਂ ਨਿੱਕੀਆਂ ਰਹਿਮਤਾਂ। ਜਦੋਂ ਵੀ ਕਦੇ ਲੋੜ ਪਈ ਤਾਂ ਉਹਦੇ ਅੱਗੇ ਹੀ ਤਲੀ ਜਾ ਕੇ ਫੈਲਾਈ। ਜਦੋਂ ਵੀ ਕਦੇ ਕਿਸੇ ਹੋਰ ਨੇ ਬਾਂਹ ਨਾ ਫੜ੍ਹੀ, ਮਾੜੀ ਮੋਟੀ ਉਸ ਨੇ ਹੀ ਫੜ੍ਹੀ ਤੇ ਤੂੰ ਦੱਸ ਪੁੱਤਰਾ ਜੇ ਉਦ੍ਹੇ 'ਤੇ ਬਿਪਤਾ ਬਣੀ ਤਾਂ ਕੀ ਮੈਂ ਉਹਦੇ ਤੋਂ ਮੂੰਹ ਮੋੜ ਲੈਂਦਾ ?"

ਮੈਨੂੰ ਲੱਗਾ ਬਾਪੂ ਜਿਵੇਂ ਦਾ ਪਹਿਲਾ ਵਫ਼ਾਦਾਰ ਸੀ, ਕੈਦ-ਸ਼ੈਦ ਕੱਟਣ ਤੋਂ ਬਾਅਦ ਵੀ ਉੱਦਾਂ ਦੀ ਹੀ ਵਫ਼ਾਦਾਰੀ ਉਹਦੇ ਵਿਚ ਕਾਇਮ ਰਹੀ ਸੀ।

ਬਾਪੂ ਦਾ ਜਵਾਬ ਸੁਣ ਕੇ ਮੈਂ ਪ੍ਰੇਸ਼ਾਨ ਜਿਹਾ ਹੋ ਜਾਂਦਾ ਹਾਂ।

ਮੇਰਾ ਪਿਉ ਤਾਂ ਏਨੀ ਕੁ ਦਾਰੂ ਪੀ ਕੇ ਵਧੀਆ ਗੱਲਾਂ ਕਰ ਰਿਹਾ ਸੀ, ਪਰ ਮੇਰੀ ਦਾਰੂ ਮੇਰੇ ਲਹੂ ਨੂੰ ਹੋਰ ਤੱਤਾ ਕਰ ਰਹੀ ਸੀ। ਮੇਰਾ ਜੀਅ ਕਰਦਾ ਸੀ ਕਿ ਮੈਂ ਬਾਪੂ ਨੂੰ ਪੁੱਛਾਂ ਕਿ ਜੇ ਸਰਪੰਚ ਨੇ ਤੇਰੀਆਂ ਨਿੱਕੀਆਂ ਮੋਟੀਆਂ ਗਰਜ਼ਾਂ ਪੂਰੀਆਂ ਕੀਤੀਆਂ ਤਾਂ ਬਦਲੇ 'ਚ ਤੂੰ ਵੀ ਪੂਰੀ ਉਮਰ ਉਹਦੇ ਲੇਖੇ ਲਾ ਦਿੱਤੀ, ਵਫ਼ਾਦਾਰੀ ਨਾਲ ਹੱਡ ਭੰਨਵੀਂ ਮਿਹਨਤ ਦਾ ਉਹਦੇ ਸਿਰ ਕੋਈ ਅਹਿਸਾਨ ਨਹੀਂ ? ਕਿਹੜੇ ਤਖ਼ਤ ਬਿਠਾ ਦਿੱਤਾ ਸੀ ਸਰਪੰਚ ਨੇ ਤੈਨੂੰ ਕਿ ਤੂੰ ਅਜੇ ਵੀ ਉਹਦੇ ਲਈ ਬਦਲਿਆ ਕੁਝ ਵੀ ਨਾ ਹੋਵੇਂ।

ਅੱਜ ਲੌਂਗੋਵਾਲੀਏ ਸਰਪੰਚ ਦੇ ਸ਼ੈਲਰ ਉਤੋਂ ਮੈਂ ਲਾਹਣ ਤੇ ਸ਼ਰਾਬ ਬਰਾਮਦ ਕੀਤੀ ਸੀ।

ਜਦੋਂ ਸਰਪੰਚ ਨੇ ਇਹ ਸਭ ਕੁਝ ਮੰਨਣ ਤੋਂ ਨਾਂਹ ਕਰ ਦਿੱਤੀ ਤਾਂ ਮੇਰਾ ਉਮਰ ਭਰ ਦਾ

ਗੁੱਸਾ ਵਿਸਫੋਟਕ ਹੋ ਗਿਆ। "ਸਰਪੰਚਾ, ਸ਼ੈਲਰ ਤੇਰਾ, ਕਮਰੇ ਤੇਰੇ, ਗਾਵਾਂ ਮੱਝਾਂ ਤੇਰੀਆਂ, ਕੀਹਦੀ ਜੁਰਅਤ ਪੈ ਸਕਦੀ ਏ ਤੇਰੇ ਬਿਨਾਂ ਜਾਂ ਤੇਰੀ ਸ਼ਮੂਲੀਅਤ ਤੋਂ ਬਿਨਾਂ ਇਥੇ ਕੋਈ ਇੰਜ ਦਾ ਕਾਰਾ ਕਰ ਜੇ ?"

ਹੌਲੀ ਹੌਲੀ ਪਿੰਡ ਦੇ ਵਾਹਵਾ ਲੋਕ, ਸਰਪੰਚ ਦੇ ਲਾਗੇ ਆ ਖਲੋਤੇ ਸਨ। ਸਰਪੰਚ ਨੇ ਮੇਰੀ ਕਿਸੇ ਗੱਲ ਦਾ ਕੋਈ ਵੀ ਜਵਾਬ ਨਾ ਦਿੱਤਾ, ਪਰ ਮੈਨੂੰ ਹੈਰਾਨੀ ਹੋਈ ਭੀੜ 'ਚੋਂ ਕੋਈ ਮੇਰੇ ਪਿਉ ਵਰਗਾ ਬੰਦਾ ਆਪਣਾ ਸਿਰ ਤਲੀ ਉੱਤੇ ਧਰ ਕੇ ਮੇਰੇ ਸਾਹਮਣੇ ਆ ਖਲੋਤਾ। ਉਹ ਕਹਿ ਰਿਹਾ ਸੀ, "ਜਨਾਬ, ਸ਼ੈਲਰ ਤਾਂ ਅਜੇ ਚਾਲੂ ਵੀ ਨਹੀਂ ਹੋਇਆ। ਸਰਪੰਚ ਸਾਬ੍ਹ ਤਾਂ ਇਥੇ ਆਉਂਦੇ ਹੀ ਨਈਂ, ਇਨ੍ਹਾਂ ਦੀਆਂ ਮੱਝਾਂ ਗਾਵਾਂ ਦੀਆਂ ਧਾਰਾਂ ਵੀ ਮੈਂ ਹੀ ਕੱਢ ਕੇ ਦੁੱਧ ਘਰ ਛੱਡ ਔਂਦਾ। ਯਕੀਨ ਕਰਿਉ ਜਨਾਬ, ਸ਼ਰਾਬ ਵੀ ਮੇਰੀ ਆ ਤੇ ਲਾਹਣ ਵੀ।"

ਮੇਰੇ ਗੁੱਸੇ ਨੂੰ ਕੋਈ ਰਾਹ ਨਹੀਂ ਸੀ ਲੱਭ ਰਿਹਾ। ਮੈਂ ਜਿਵੇਂ ਬੁਖਲਾ ਜਿਹਾ ਗਿਆ ਸਾਂ, "ਜੇ ਕੋਈ ਇਥੇ ਕਤਲ ਕਰਕੇ ਸੁੱਟ ਜਾਏ, ਉਹ ਵੀ ਆਪਣੇ ਸਿਰ ਪਵਾ ਲਵੇਂਗਾ ?"

ਉਹਨੇ ਹੱਥ ਜੋੜਦਿਆਂ ਆਖਿਆ, "ਜੇ ਇਥੇ ਰਹਿੰਦਾ ਮੈਂ ਹਾਂ ਤਾਂ ਕਤਲ ਵੀ ਮੇਰੇ ਸਿਰ ਪਊਗਾ ਜਨਾਬ।"

ਉਹਦੇ ਉੱਤੇ ਤਰਸ ਆਉਣ ਦੀ ਥਾਂ ਗੁੱਸਾ ਆ ਰਿਹਾ ਸੀ। ਮੇਰਾ ਦਿਲ ਕਰ ਰਿਹਾ ਸੀ ਕਿ ਹੁਣ ਸਰਪੰਚ ਨੂੰ ਨਹੀਂ, ਸਗੋਂ ਉਹਨੂੰ ਭਰੀ ਪੈਲੀ 'ਚ ਸਿਰ ਪਰਨੇ ਧੱਸ ਦੇਵਾਂ।

ਮੈਂ ਉਂਜ ਹੀ ਗੁੱਸੇ ਨਾਲ ਭਰਿਆ ਪੀਤਾ ਆਪਣੇ ਹਵਾਲਦਾਰ ਨੂੰ ਕਹਿੰਦਾ ਹਾਂ, "ਧੱਕ ਏਸ ਭੈਣ ਚੋ ਨੂੰ ਜੀਪ 'ਚ। ਛਿੱਤਰ ਠਾਣੇ ਜਾ ਕੇ ਖੜਕਾਵਾਂਗੇ।"

ਬਾਪੂ ਦੀ ਆਵਾਜ਼ ਸੁਣ ਕੇ ਮੈਂ ਆਪਣਾ ਸਿਰ ਛੰਡਦਾ ਹਾਂ। ਬਾਪੂ ਕਹਿ ਰਿਹਾ ਹੈ, "ਪੁੱਤਰਾ, ਜੇ ਕਿਤੇ ਰੂੜੀ ਮਾਰਕਾ ਹੈਗੀ ਓ ਤਾਂ ਉਹਦਾ ਮੋਟਾ ਜਿਹਾ ਇਕ ਹਾੜਾ ਦੇ। ਆਹ ਤੇਰੀ ਅੰਗਰੇਜ਼ੀ ਤਾਂ ਸਾਨੂੰ ਆਂਹਦੀ ਹੀ ਕੁਝ ਨਹੀਂ।"

ਮੈਂ ਕਹਿੰਦਾ ਹਾਂ, "ਬਾਪੂ ਉਹ ਤੇ ਹੈਨੀ, ਇਹਦਾ ਹੋਰ ਹਾੜਾ ਲੈਣਾ ਈ ਤਾਂ ਲੈ ਲਾ।" ਮੈਂ ਬਾਪੂ ਨੂੰ ਤਗੜਾ ਇਕ ਹੋਰ ਪੈੱਗ ਠੋਕ ਦਿੰਦਾ ਹਾਂ।

"ਅੱਜ ਤੂੰ ਖਾਂਦੇ ਪੀਂਦੇ ਪੁੱਤ ਦਾ ਪਿਉ ਏਂ ਬਾਪੂ। ਜੇ ਹੁਣ ਵੀ ਕਦੇ ਸਰਪੰਚ ਉੱਤੇ ਉਹੋ ਜਿਹੀ ਬਿਪਤਾ ਆ ਬਣੇ, ਤੂੰ ਫੇਰ ਵੀ ਉਹਦੀ ਕੀਤੀ ਆਪਣੇ ਸਿਰ ਪਵਾ ਲਵੇਂਗਾ ?" ਮੈਂ ਅੱਜ ਜਿਵੇਂ ਬਾਪੂ ਦੀ ਹੀ ਤਫ਼ਤੀਸ਼ ਸ਼ੁਰੂ ਕਰ ਦਿੱਤੀ ਸੀ।

ਬਾਪੂ ਦਾਰੂ ਦੇ ਨਸ਼ੇ ਵਰਗਾ ਹੱਸਿਆ, "ਅੱਜ ਤਾਂ ਪੁੱਤ ਤੇਰੇ ਸਦਕਾ, ਅਸੀਂ ਆਪਣੀਆਂ ਕੀਤੀਆਂ ਕਿਸੇ ਦੇ ਸਿਰ ਪੁਆ ਸਕਦੇ ਆਂ, ਹੁਣ ਇਹੋ ਜਿਹੀਆਂ ਗੱਲਾਂ ਨਾ ਕਰਿਆ ਕਰ।"

ਉਹਨੇ ਪੂਰਾ ਹਾੜਾ ਇਕੋ ਸਾਹੇ ਡੀਕ ਕੇ ਪੁੱਠੇ ਹੱਥ ਨਾਲ ਮੁੱਛਾਂ ਪੂੰਝੀਆਂ ਤੇ ਫੇਰ ਕਹਿਣ ਲੱਗਾ, "ਤੂੰ ਪਤਾ ਨਹੀਂ ਕਿੰਨੀ ਵਾਰੀ ਪੁੱਛ ਚੁੱਕਾਂ ਤੇ ਮੈਂ ਤੈਨੂੰ ਕਈ ਵਾਰ ਦੱਸ ਵੀ ਬੈਠਾਂ ਕਿ ਬੰਦੇ ਦਾ ਸੁਭਾਅ ਨਹੀਂ ਬਦਲਦਾ। ਅਸਲ 'ਚ ਉੜ੍ਹਾਂ-ਥੁੜ੍ਹਾਂ ਮਾਰੇ ਬੰਦੇ ਦੀ ਜਦੋਂ ਕੋਈ ਗਰਜ਼ ਪੂਰੀ ਕਰਦਾ ਤਾਂ ਉਹ ਧੁਰ ਅੰਦਰੋਂ ਉਹਦਾ ਹੋ ਜਾਂਦਾ। ਕਿਸੇ ਨੂੰ ਕੁਝ ਦੇਣ ਦਵਾਉਣ ਜੋਗਾ ਤਾਂ ਉਹ ਹੁੰਦਾ ਨਹੀਂ। ਇਸ ਲਈ ਆਪਣੇ ਉੱਤੇ ਕੀਤੇ ਹਸਾਨਾਂ ਦਾ ਕਰਜ਼ਾ ਉਹ ਇਹੋ ਜਿਹੇ ਔਖੇ ਵੇਲੇ ਕੰਮ ਆ ਕੇ ਹੀ ਲਾਹੁੰਦਾ। ਤੂੰ ਵੇਖ, ਉਹਦਾ ਕਰਕੇ ਤੈਨੂੰ ਆਹ ਅਫ਼ਸਰੀ ਨਸੀਬ ਹੋਈ

ਆ। ਸੱਚ ਜਾਣੀ ਮੈਂ ਉਹਦੀਆਂ ਇਹ ਨਿੱਕੀਆਂ ਨਿੱਕੀਆਂ ਖ਼ਾਤਰਦਾਰੀਆਂ ਨਹੀਂ ਭੁੱਲ ਸਕਦਾ। ਮੈਂ ਅਜੇ ਵੀ ਉਹਦੀ ਖ਼ਾਤਰ ਸੂਲੀ ਚੜ੍ਹਨ ਨੂੰ ਤਿਆਰ ਆਂ।"

ਮੈਨੂੰ ਬਾਪੂ ਉੱਤੇ ਗੁੱਸਾ ਵੀ ਆ ਰਿਹਾ, ਪਰ ਜਾਪਦਾ ਜਿਵੇਂ ਬਾਪੂ ਦਾ ਇਹ ਵੀ ਇਕ ਬਹੁਤ ਵੱਡਾ ਇੰਕਸ਼ਾਫ ਸੀ, ਜਿਹੜਾ ਕਿਸੇ ਵੀ ਫ਼ਰਦ ਉੱਤੇ ਨਹੀਂ ਸੀ ਲਿਖਿਆ ਗਿਆ ਤੇ ਨਾ ਹੀ ਇਸ ਹੇਠਾਂ ਬਾਪੂ ਨੇ ਅੰਗੂਠਾ ਲਾਇਆ ਸੀ, ਪਰ ਸ਼ਾਇਦ ਉਹਦੀ ਜ਼ਿੰਦਗੀ ਦਾ ਇਹ ਸਭ ਤੋਂ ਵੱਡਾ ਇਕਬਾਲੀਆ ਬਿਆਨ ਸੀ।

ਮੈਂ ਕਈ ਕੁਝ ਸੋਚਿਆ ਤੇ ਆਪਣੇ ਨਾਲ ਹੀ ਖਿਝਦਿਆਂ, ਆਪਣੇ ਹੀ ਠਾਣੇ ਦਾ ਫੋਨ ਨੰਬਰ ਘੁਮਾਉਂਦਾ ਹਾਂ। ਅੱਗੋਂ ਮੇਰਾ ਹਵਾਲਦਾਰ ਬੋਲਦਾ ਹੈ।

ਮੈਂ ਉਸੇ ਤਰ੍ਹਾਂ ਹੀ ਗੁੱਸੇ ਨਾਲ ਲਾਲ-ਪੀਲਾ ਹੋਇਆ ਹਵਾਲਦਾਰ ਨੂੰ ਹੁਕਮ ਦਿੰਦਾ ਹਾਂ, "ਉਸ ਲੌਂਗੋਵਾਲੀਏ ਹਰਾਮਜ਼ਾਦੇ ਨੂੰ ਛੱਡ ਦੇ ਤੇ ਧਿਆਨ ਨਾਲ ਸੁਣ, ਇਸ ਵੇਲੇ ਪਿੰਡ ਜਾਣ ਲਈ ਮਿਲਣਾ ਕੁਝ ਨਹੀਂ। ਇਸ ਲਈ ਤੂੰ ਆਪ ਭੈਣ ਦੇ ਯਾਰ ਨੂੰ ਪਿੰਡ ਤੱਕ ਛੱਡ ਆਵੀਂ। ਬਾਕੀ ਮੈਂ ਬਾਅਦ ਵਿਚ ਵੇਖਾਂਗਾ ਇਸ ਸਾਲੇ ਕੁੱਤੇ ਦੇ ਤੁਖ਼ਮ ਨੂੰ।"

"ਕਿਨੂੰ ਗਾਲ੍ਹਾਂ ਕੱਢੀ ਜਾਨਾਂ ਹੈਸ ਘੁੱਗੂ ਜਿਹੇ 'ਤੇ ਹੀ। ਮੈਂ ਤੈਨੂੰ ਕਿੰਨੀ ਵਾਰ ਕਿਹਾ ਕਿ ਕਿਸੇ ਨੂੰ ਗਾਲ੍ਹ ਮੰਦਾ ਨਾ ਕਰਿਆ ਕਰ, ਪਤਾ ਨਹੀਂ ਕੀਹਦੇ ਪੈਰਾਂ ਪਿੱਛੇ ਆਪਾਂ ਰਜਵਾਂ ਟੁੱਕ ਖਾਣ ਲੱਗੇ ਆਂ ?"

ਮੈਨੂੰ ਬਾਪੂ ਦੀ ਗੱਲ ਸੁਣ ਕੇ ਵਾਕਿਆ ਹੀ ਸ਼ਰਮ ਜਿਹੀ ਮਹਿਸੂਸ ਹੋਈ।

ਮੈਂ ਫੇਰ ਅੱਜ ਵਾਲੇ ਉਸ ਬਾਪੂ ਵਰਗੇ ਬੰਦੇ ਬਾਰੇ ਸੋਚਣ ਲੱਗ ਪੈਂਦਾ ਹਾਂ, ਪਰ ਬਾਪੂ ਦੀ ਵਾਰ-ਵਾਰ ਉਹ ਉੱਚੀ ਰਟ ਕੁਝ ਸੋਚਣ ਨਹੀਂ ਦਿੰਦੀ। ਉਹ ਲਗਾਤਾਰ ਉੱਚੀ-ਉੱਚੀ ਬੋਲ ਰਿਹਾ ਹੈ, "ਤੂੰ ਕਾਹਦਾ ਠਾਣੇਦਾਰ ਆਂ ਪੁੱਤਰਾ, ਹੁੰਦਾ ਪਿੰਡ ਤੇ ਮੈਂ ਆਪ ਜਾ ਕੇ ਸਰਪੰਚ ਵਲੋਂ ਹਾੜਾ ਮਾਰ ਆਉਣਾ ਸੀ। ਸਾਡੇ ਵਰਗੇ ਬੰਦਿਆਂ ਦੇ ਲਹੂ ਦੀ ਤਾਸੀਰ ਤਾਂ ਰੱਬ ਵੀ ਨਹੀਂ ਬਦਲ ਸਕਦਾ। ਲਿਆ ਬੀਬਾ ਪੁੱਤ, ਕਿਤੋਂ ਪਾਈਆ ਅੱਧ-ਪਾਈਆ ਲੱਭ ਕੇ।"

ਬਾਪੂ ਦੀਆਂ ਗੱਲਾਂ ਸੁਣ ਕੇ ਮੈਂ ਲਗਾਤਾਰ ਅੱਜ ਵਾਲੇ ਬਾਪੂ ਵਰਗੇ ਬੰਦੇ ਬਾਰੇ ਸੋਚੀ ਜਾ ਰਿਹਾ ਹਾਂ। ਮੈਨੂੰ ਅਜੇ ਵੀ ਉਸ ਬੰਦੇ ਉੱਤੇ ਰਹਿ-ਰਹਿ ਕੇ ਗੁੱਸਾ ਆ ਰਿਹਾ ਹੈ ਤੇ ਜਿਉਂ-ਜਿਉਂ ਮੈਂ ਉਸ ਬੰਦੇ ਉੱਤੇ ਗੁੱਸਾ ਕਰਦਾ ਹਾਂ, ਤਿਉਂ-ਤਿਉਂ ਹੀ ਮੈਨੂੰ ਆਪਣਾ ਬਾਪੂ ਹੋਰ ਵੀ ਪਿਆਰਾ ਲੱਗ ਰਿਹਾ ਹੈ।

ਉਹ ਲਗਾਤਾਰ ਦੇਸੀ ਦੇ ਅਧੀਏ ਪਊਏ ਦੀ ਮੰਗ ਕਰਦਾ ਬੁੜ-ਬੁੜਾ ਜਿਹਾ ਰਿਹਾ ਹੈ, ਪਰ ਹੁਣ ਮੈਨੂੰ ਉਹਦੀ ਇਹ ਬੁੜਬੁੜਾਹਟ ਮਾੜੀ ਨਹੀਂ ਲੱਗ ਰਹੀ ਤੇ ਮੈਂ ਲਗਾਤਾਰ ਸੋਚੀ ਜਾ ਰਿਹਾ ਹਾਂ ਕਿ ਹੁਣ ਤੱਕ ਮੇਰਾ ਹਵਾਲਦਾਰ ਜ਼ਰੂਰ ਹੀ ਅੱਜ ਦੇ ਮੁਜਰਮ ਨੂੰ ਲੌਂਗੋਵਾਲ ਪਿੰਡ ਤੱਕ ਛੱਡ ਆਇਆ ਹੋਵੇਗਾ।

ਪਤਾ ਨਹੀਂ ਕਿਉਂ ਇੰਜ ਸੋਚ ਕੇ ਮੇਰੇ ਮਨ ਨੂੰ ਬੜੀ ਤਸੱਲੀ ਜਿਹੀ ਮਿਲਦੀ ਹੈ ਤੇ ਮੇਰਾ ਖੁੱਲ੍ਹ ਕੇ ਹੱਸਣ ਨੂੰ ਜੀਅ ਕਰਦਾ ਹੈ। ਮੈਂ ਆਪਣੇ ਬਾਪੂ ਨੂੰ ਕਹਿੰਦਾ ਹਾਂ, "ਚਲ ਬਾਪੂ 'ਕੱਠੇ ਹੱਸੀਏ, ਭਲਾ ਕੌਣ ਉੱਚੀ ਹੱਸਦਾ ਏ ?"

"ਅੱਜ ਤੂੰ ਬੜੀਆਂ ਹੀ ਅਲੋਕਾਰ ਜਿਹੀਆਂ ਗੱਲਾਂ ਕਰ ਰਿਹਾ ਏਂ, ਉੱਚੀ ਹੱਸਣ

ਵਾਲੀ ਕੋਈ ਗੱਲ ਤਾਂ ਹੋਵੇ ? ਉਂਜ ਵੀ ਪੁੱਤਰਾ, ਮੇਰੀ ਜਾਚੇ ਮਿੱਥ ਕੇ ਹੱਸਿਆ ਤੇ ਰੋਇਆ ਨਹੀਂ ਜਾ ਸਕਦਾ।"

ਬਾਪੂ ਦੀ ਗੱਲ ਮੈਨੂੰ ਬਹੁਤ ਹੀ ਪਿਆਰੀ ਤੇ ਸਿਆਣੀ ਲੱਗੀ। ਸ਼ਾਇਦ ਇਹ ਹੀ ਉਹਦੇ ਸਾਰੀ ਉਮਰ ਦੇ ਕਮਾਏ ਸੱਚ ਦਾ ਸਾਰ ਸੀ।

ਮੈਂ ਗੰਭੀਰ ਜਿਹਾ ਹੁੰਦਾ ਕਹਿੰਦਾ ਹਾਂ, "ਤੈਨੂੰ ਕੀ ਦੱਸਾਂ ਬਾਪੂ, ਉਂਜ ਹੈ ਤਾਂ ਇਹ ਰੋਣ ਵਰਗੀ ਹੀ ਗੱਲ। ਮੈਂ ਅੱਜ ਤੇਰੇ ਵਰਗੇ ਕਿਸੇ ਬੇਕਸੂਰੇ ਨੂੰ ਫਾਹੇ ਟੰਗ ਆਇਆ ਹਾਂ।" ਮੈਂ ਜਾਣ ਬੁੱਝ ਕੇ ਹੀ ਮੁਜਰਮ ਨੂੰ ਛੱਡ ਦੇਣ ਵਾਲੀ ਗੱਲ ਬਾਪੂ ਨੂੰ ਨਹੀਂ ਸੀ ਦੱਸਣੀ ਚਾਹੁੰਦਾ। ਪਤਾ ਨਹੀਂ ਕਿਉਂ ਮੈਂ ਬਾਪੂ ਨੂੰ ਮੁੜ ਉਹੋ ਸਥਿਤੀ ਵਿਚ ਪਾ ਕੇ ਉਸ ਦਾ ਪ੍ਰਤੀਕਰਮ ਜਾਨਣ ਦੀ ਕੋਸ਼ਿਸ਼ ਵਿਚ ਸਾਂ।

ਬਾਪੂ ਦੀ ਜਿਵੇਂ ਸਾਰੀ ਪੀਤੀ ਹੀ ਲੱਥ ਗਈ ਹੋਵੇ। ਉਹ ਸੱਚਮੁੱਚ ਹੀ ਬੜਾ ਰੋਣਹਾਕਾ ਜਿਹਾ ਹੁੰਦਾ ਬੋਲਿਆ, "ਇਹ ਤੂੰ ਬੜਾ ਮਾੜਾ ਕੀਤਾ ਏ ਪੁੱਤਰਾ।" ਏਨੇ ਕੁ ਸ਼ਬਦ ਕਹਿ ਕੇ ਉਹ ਤਾਂ ਗੁੰਮਸੁੰਮ ਜਿਹਾ ਹੀ ਹੋ ਗਿਆ। ਕਿੰਨਾ ਚਿਰ ਚੁੱਪ ਰਿਹਾ ਤੇ ਫੇਰ ਬੜੀ ਹੀ ਉਦਾਸ ਜਿਹੀ ਸੁਰ 'ਚ ਬੋਲਿਆ, "ਹੈ ਤਾਂ ਇਹ ਰੋਣ ਵਾਲੀ ਹੀ ਗੱਲ, ਪਰ ਪੁੱਤਰਾ ਜ਼ਿੰਦਗੀ ਰੋਇਆਂ ਨਹੀਓਂ ਲੰਘਦੀ। ਬੰਦੇ ਨੂੰ ਹਮੇਸ਼ਾ ਹੱਸਣਾ ਈ ਸੋਭਦਾ। ਜਦੋਂ ਮੈਂ ਹਵਾਲਾਤ 'ਚ ਬੰਦ ਸਾਂ ਨਾ ਪੁੱਤਰਾ, ਮੇਰਾ ਉੱਚੀ-ਉੱਚੀ ਰੋਣ ਨੂੰ ਜੀਅ ਕਰਦਾ ਸੀ, ਪਰ ਪਤਾ ਨਹੀਂ ਮੈਨੂੰ ਕੀ ਹੋਇਆ ਕਿ ਮੈਂ ਉੱਚੀ-ਉੱਚੀ ਹੱਸਣ ਲੱਗ ਪਿਆ।"

"ਚੱਲ ਬਾਪੂ ਅੱਜ ਫੇਰ ਹੱਸ, ਮੇਰੀ ਖ਼ਾਤਰ ਹੱਸ। ਸ਼ਾਇਦ ਮੇਰੇ ਮਨ ਨੂੰ ਕੁਝ ਸ਼ਾਂਤੀ ਜਿਹੀ ਮਿਲੇ।"

ਮੇਰਾ ਪਿਉ ਉੱਚੀ-ਉੱਚੀ ਹੱਸਣ ਲੱਗ ਪਿਆ। ਮੈਂ ਉਸ ਤੋਂ ਵੀ ਉੱਚੀ ਹੱਸਣ ਦੀ ਕੋਸ਼ਿਸ਼ ਕੀਤੀ। ਅਸੀਂ ਦੋਵੇਂ ਬਹੁਤ ਉੱਚੀ ਹੱਸੇ। ਮੈਨੂੰ ਲੱਗਾ ਮੇਰੇ ਬਾਪੂ ਦਾ ਹਾਸਾ ਮੇਰੇ ਹਾਸੇ ਨਾਲੋਂ ਕਿਤੇ ਉੱਚਾ ਤੇ ਖੁੱਲ੍ਹਾ-ਡੁੱਲ੍ਹਾ ਸੀ।

ਪਤਾ ਨਹੀਂ ਕਿਉਂ ਉਹਨੂੰ ਇੰਜ ਝੱਲਿਆਂ ਵਾਂਗ ਹੱਸਦਿਆਂ ਵੇਖ ਕੇ ਮੇਰੀਆਂ ਅੱਖਾਂ ਨਮ ਜਿਹੀਆਂ ਹੋ ਗਈਆਂ। ਪਰ ਅਗਲੇ ਹੀ ਪਲ ਮੈਂ ਵੇਖਿਆ ਮੇਰਾ ਬਾਪੂ ਬਹੁਤ ਉੱਚੀ-ਉੱਚੀ ਭੁੱਬਾਂ ਮਾਰ-ਮਾਰ ਕੇ ਰੋ ਰਿਹਾ ਸੀ।

ਮੈਂ ਪਹਿਲੀ ਵਾਰ ਬਾਪੂ ਨੂੰ ਇੰਜ ਉੱਚੀ-ਉੱਚੀ ਪਾਗਲਾਂ ਵਾਂਗ ਰੋਂਦਾ ਵੇਖ ਰਿਹਾ ਸਾਂ।

ਹਵਾ ਵਿਚ ਤੈਰਦੀਆਂ ਮੱਛਲੀਆਂ/ਗੁਰਮੇਲ ਮਡਾਹੜ

"ਕੀ ਕਰੀਏ ਮਾਂ ਦਾ ?ਸਾਰੀ ਉਮਰ ਐਂਉ ਈ ਆਪਣੀ ਜਿਦ ਵਿਚ ਲੰਘਾ ਦਿਤੀ....... ਭੋਰਾ ਵੀ ਨਹੀਂ ਬਦਲੀ।" ਪੂਰਨ ਸੋਚਦਾ ਹੈ "ਨਾ ਕਿਸੇ ਦੀ ਸੁਣਦੀ ਹੈ, ਨਾ ਮੰਨਦੀ ਹੈ। ਆਪਣੀ ਮਰਜ਼ੀ ਕਰਦੀ ਹੈ ਪਰ ਹੁਣ ਤਾਂ ਉਸ ਨੂੰ ਬਦਲ ਹੀ ਜਾਣਾ ਚਾਹੀਦਾ ਹੈ। ਇਸ ਤੋਂ ਮਗਰੋਂ ਕਿਹੜਾ ਉਸਦੇ ਅਕਲ ਜਾੜ੍ਹ ਨਿਕਲ ਆਵੇਗੀ" ਫੇਰ ਉਸਦੇ ਦਿਮਾਗ ਵਿਚ ਆਪੇ ਖਿਆਲ ਆਉਂਦਾ ਹੈ "ਜਿਹੜੀ ਔਰਤ ਸਾਰੀ ਉਮਰ ਆਪਣੀ ਮਰਜ਼ੀ ਕਰਦੀ ਰਹੀ ਹੈ, ਉਹ ਹੁਣ ਜ਼ਿੰਦਗੀ ਦੇ ਆਖਰੀ ਪੜਾ ਉਤੇ ਆਕੇ ਕਿਸੇ ਦੇ ਕੀ ਆਖੇ ਲਗੇਗੀ ?" ਸ਼ਾਇਦ ਉਸਦੇ ਇਸੇ ਸੁਭਾਅ ਕਰਕੇ ਹੀ ਜਦੋਂ ਦੀ ਉਸ ਨੇ ਸੁਰਤ ਸੰਭਾਲੀ ਹੈ ਉਦੋਂ ਤੋਂ ਹੀ ਘਰ ਵਿਚ ਮਾਂ ਅਤੇ ਬਾਪੂ ਵਿਚਕਾਰ ਝਗੜਾ ਹੁੰਦਾ ਸੁਣਦਾ ਤੇ ਦੇਖਦਾ ਆਇਆ ਹੈ। ਬਾਪੂ ਰਾਤ ਨੂੰ ਬਾਹਰੋਂ ਦਾਰੂ ਨਾਲ ਰਜਕੇ ਆਉਂਦਾ। ਮਾਂ ਨੂੰ ਆਨੀ-ਬਹਾਨੀ ਗਾਲੀ-ਗਲੋਚ ਕਰਦਾ। ਜਿਸ ਦਾ ਉਤਰ ਮਾਂ ਵੀ ਗਜ-ਵਜ ਕੇ ਦਿੰਦੀ। ਗੁੱਸੇ ਵਿਚ ਆਇਆ ਬਾਪੂ ਕਦੇ ਰੋਟੀ ਖਾਂਦਾ, ਕਦੇ ਬਿਨਾਂ ਖਾਧੇ ਹੀ ਸੌਂ ਜਾਂਦਾ। ਮਾਂ ਸਵੇਰੇ ਚੁੱਪ ਚਾਪ ਉਠਦੀ। ਚਾਹ ਬਣਾਉਂਦੀ ਸਾਰਿਆਂ ਨੂੰ ਵਰਤਾਉਂਦੀ। ਟੋਕਰੀ, ਝਾੜੂ ਤੇ ਪੱਚਰ ਚੁੱਕਕੇ ਲੋਕਾਂ ਦੇ ਘਰੀਂ (ਜਿਨ੍ਹਾਂ ਨੂੰ ਕ੍ਰਿਸਾਣ ਕਹਿੰਦੀ ਹੁੰਦੀ ਸੀ) ਕਮਾਉਣ ਚਲੀ ਜਾਂਦੀ ਸੀ। ਜਿਹੜੇ ਉਸਦੀ ਸੱਸ ਵਲੋਂ ਉਦੋਂ ਵੰਡ ਕੇ ਦਿਤੇ ਸੀ ਜਦੋਂ ਉਸਦੇ ਪੁੱਤਰ ਇਕ ਦੂਜੇ ਨਾਲੋਂ ਵੱਖ ਹੋਏ ਸੀ। ਕ੍ਰਿਸਾਣਾਂ ਦੀਆਂ ਖੁੱਡੀਆਂ ਸਾਫ ਕਰਕੇ ਉਨ੍ਹਾਂ ਦਾ ਮੈਲਾ ਟੋਕਰੀ ਵਿਚ ਢੋਂਦੀ ਤੇ ਸ਼ਹਿਰੋਂ ਬਾਹਰ ਖੜ੍ਹੀ ਮਿਉਸਪਲਕਮੇਟੀ ਦੀ ਟਰਾਲੀ ਵਿਚ ਸੁੱਟ ਆਉਂਦੀ ਸੀ। ਪੂਰਨ ਦੇ ਬਾਪੂ ਨੂੰ ਸ਼ਾਇਦ ਉਸਦਾ ਇਹ ਕੰਮ ਕਰਨਾ ਚੰਗਾ ਨਹੀਂ ਸੀ ਲਗਦਾ। ਜਿਸ ਕਰਕੇ ਉਹ ਜਦ ਵੀ ਟੋਕਰੀ ਚੁੱਕਕੇ ਘਰੋਂ ਬਾਹਰ ਨਿਕਲਣ ਲਗਦੀ ਸੀ ਉਦੋਂ ਹੀ ਉਚੀ ਉਚੀ ਬੋਲਣ ਲੱਗ ਜਾਂਦਾ। ਗੰਦੀਆ ਤੋਂ ਗੰਦੀਆਂ ਗਾਲਾਂ ਕਢਦਾ, ਜਿਨ੍ਹਾਂ ਦਾ ਉਸ ਦੀ ਮਾਂ ਕੋਈ ਉਤਰ ਨਹੀਂ ਦਿੰਦੀ ਸੀ। ਬਸ ਚੁੱਪ ਚਾਪ ਘਰ ਚੋਂ ਬਾਹਰ ਨਿਕਲ ਜਾਂਦੀ ਸੀ। ਪਿਛੋਂ ਬਾਪੂ ਦੀ ਬੁੜ-ਬੁੜ ਕਿੰਨਾ ਹੀ ਚਿਰ ਪੂਰਨ ਨੂੰ ਸੁਣਨੀ ਪੈਂਦੀ ਸੀ।

ਸਾਰੇ ਕ੍ਰਿਸਾਨ ਕਮਾਕੇ ਦੁਪੈਹਰ ਨੂੰ ਜਦ ਉਹ ਵਾਪਸ ਆਉਂਦੀ ਤਾਂ ਗਰਮੀਆਂ ਵਿਚ ਪਸੀਨੇ ਨਾਲ ਤਰ ਹੋਈ ਹੁੰਦੀ। ਕਪੜੇ ਬੁਰੀ ਤਰ੍ਹਾਂ ਮੁੜਕੇ ਨਾਲ ਭਿੱਜੇ ਹੋਏ ਹੁੰਦੇ, ਜਿਨ੍ਹਾਂ ਵਿਚੋਂ ਗਰਮੀ ਅਤੇ ਮੈਲੇ ਦੀ ਬਦਬੂ ਮਾਰਦੀ। ਜਦੋਂ ਉਹ ਮਾਂ ਨੂੰ ਪਾਣੀ ਦਾ ਗਲਾਸ ਫੜਾਉਣ ਲਗਦਾ ਸੀ ਤਾਂ ਉਸ ਕੋਲ ਉਸ ਤੋਂ ਖੜਿਆ ਨਹੀਂ ਸੀ ਜਾਂਦਾ। ਬਰਸਾਤ ਦੇ ਦਿਨਾਂ ਵਿਚ ਤਾਂ ਮਾਂ ਦਾ ਹਾਲ ਹੋਰ ਵੀ ਮਾੜਾ ਹੋ ਜਾਂਦਾ। ਕਪੜੇ ਭਿੱਜ ਕੇ ਸਰੀਰ ਦੇ ਨਾਲ ਚਿਪਕ ਜਾਂਦੇ। ਵਾਰ

ਵਾਰ ਲਿਪਣ ਉਤੇ ਵੀ ਟੋਕਰੀ ਵਿਚ ਰਹਿ ਗਈਆਂ ਬਰੀਕ-ਬਰੀਕ ਮੋਰੀਆਂ ਵਿਚੋਂ ਮੈਲਾ ਚੋ ਕੇ ਉਸਦੇ ਸਿਰ ਵਿਚ ਪੈ ਜਾਂਦਾ। ਕਦੇ-ਕਦੇ ਵਾਲਾਂ ਵਿਚੋਂਦੀ ਨਿਕਲ ਕੇ ਮੈਲੇ ਦੀਆਂ ਤਤੀਰੀਆਂ ਉਸਦੇ ਕੰਨਾਂ ਕੋਲਦੀ ਹੁੰਦੀਆਂ ਹੋਈਆਂ ਗਰਦਨ ਉਤੇ ਆ ਜਾਂਦੀਆਂ। ਮੱਥੇ ਤੋਂ ਦੀ ਹੁੰਦੀਆਂ ਹੋਈਆਂ ਚਿਹਰੇ ਉਤੇ ਪਹੁੰਚ ਜਾਂਦੀਆਂ, ਜਿਨ੍ਹਾਂ ਨੂੰ ਉਹ ਚੁੰਨੀ ਦੇ ਲੜ ਨਾਲ ਵਾਰ-ਵਾਰ ਪੂੰਝਦੀ ਰਹਿੰਦੀ ਸੀ ਪਰ ਫੇਰ ਵੀ ਕਿਤੇ ਨਾ ਕਿਤੇ ਮੈਲੇ ਦੇ ਨਿਸ਼ਾਨ ਰਹਿ ਹੀ ਜਾਂਦੇ ਸੀ। ਜਿਹੜੇ ਦੇਖਣ ਵਾਲੇ ਨੂੰ ਤਾਂ ਬਹੁਤ ਭੈੜੇ ਲਗਦੇ ਹੀ ਸੀ, ਸਗੋਂ ਮਾਂ ਦੇ ਸਰੀਰ ਵਿਚੋਂ ਆਉਂਦੀ ਬਦਬੂ ਨੂੰ ਹੋਰ ਵੀ ਤੇਜ ਕਰ ਦਿੰਦੇ ਸੀ। ਪਾਣੀ ਪੀ ਕੇ, ਮੁੜਕਾ ਸੁਕਾ ਕੇ, ਨਹਾ ਕੇ, ਕਪੜੇ ਬਦਲ ਕੇ, ਉਹ ਰੋਟੀਆਂ ਵਾਲੀ ਟੋਕਰੀ ਚੁੱਕ ਕੇ ਫੇਰ ਕ੍ਰਿਸਾਨਾਂ ਦੇ ਘਰੋਂ ਰੋਟੀਆਂ ਲੈਣ ਚਲ ਪੈਂਦੀ ਸੀ। ਸੁਕੀ ਸਬਜੀ ਉਹ ਰੋਟੀਆਂ ਵਿਚਕਾਰ ਰੱਖ ਲੈਂਦੀ ਸੀ ਤੇ ਤਰੀ ਵਾਲੀ ਦਾਲ ਡੋਲੂ ਵਿਚ ਪਵਾ ਲਿਆਉਂਦੀ ਸੀ। ਇਹੀ ਭਾਂਤ ਭਾਂਤ ਦੀਆਂ ਰੋਟੀਆਂ, ਦਾਲ, ਸਬਜੀ ਉਨ੍ਹਾਂ ਦੇ ਦੁਪੈਹਰੇ-ਆਥਣੇ ਖਾਣ ਦੇ ਕੰਮ ਆਉਂਦੀਆਂ।

ਘਰ ਵਿਚ ਮਾਂ ਬਾਪੂ ਤੋਂ ਸਿਵਾਏ ਪੂਰਨ ਦੇ ਦੋ ਵੱਡੇ ਭਰਾ ਮੰਗਲ, ਜੁਮਨ ਤੇ ਇਕ ਛੋਟੀ ਭੈਣ ਰੋਜ਼ੀ ਵੀ ਸੀ। ਉਸ ਦਾ ਪਿਤਾ ਮਿੱਠੂ ਰਾਮ ਕਮੇਟੀ ਵਿਚ ਸਫਾਈ ਸੇਵਕ ਲਗਿਆ ਹੋਇਆ ਸੀ। ਸ਼ਹਿਰ ਦੇ ਮੇਨ ਬਜਾਰ ਦੀ ਚੌਂਕ ਤੋਂ ਲੈ ਕੇ ਸੁਨਾਮੀ ਗੇਟ ਤਕ ਸੜਕ ਦੀ ਸਫਾਈ ਕਰਨਾ ਉਸ ਦੀ ਡਿਊਟੀ ਸੀ। ਕਮੇਟੀ ਦੀ ਤਨਖਾਹ ਤੋਂ ਇਲਾਵਾ ਇਸ ਏਰੀਏ ਦੇ ਦੁਕਾਨਦਾਰ ਉਸ ਨੂੰ ਤਿੱਥ ਤਿਊਹਾਰ ਉਤੇ ਕੁਝ ਨਾ ਕੁਝ ਨਕਦੀ ਵੀ ਦੇ ਦਿੰਦੇ ਸੀ। ਏਰੀਏ ਦੇ ਵਿਚ ਪੈਂਦੇ ਠੇਕੇ ਦੇ ਅਗੇ ਤੇ ਸੱਜੇ-ਖੱਬੇ ਦੀ ਉਹ ਉਚੇਚੇ ਤੌਰ ਤੇ ਚੰਗੀ ਤਰ੍ਹਾਂ ਨਾਲ ਸਫਾਈ ਕਰਦਾ ਸੀ, ਜਿਸ ਕਰਕੇ ਉਸ ਨੂੰ ਹਫਤੇ ਵਿਚ ਇਕ ਨਾ ਅੱਧੀ ਵਾਰ ਸੰਗਤਰਾ, ਮਾਲਟਾ ਜਾਂ ਗੁਲਾਬ ਮਾਰਕਾ ਦੇਸੀ ਸ਼ਰਾਬ ਦਾ ਪਊਆ ਮਿਲ ਜਾਂਦਾ ਸੀ। ਜਿਸ ਦਿਨ ਉਸ ਨੂੰ ਇਹ ਸੌਂਦ ਦਾ ਪਊਆ ਮਿਲਦਾ ਸੀ ਉਸ ਦਿਨ ਉਸ ਨੂੰ ਸ਼ਰਾਬ ਬਹੁਤੀ ਚੜ੍ਹਦੀ ਜਾਂ ਕਹਿ ਲਵੋ ਉਹ ਚੜ੍ਹਾ ਲੈਂਦਾ ਸੀ ਤੇ ਪੂਰਨ ਦੀ ਮਾਂ ਚੰਦੋ ਉਤੇ ਖੁਲਕੇ ਵਰਦਾ ਸੀ॥ ਗੱਲ ਵਧ ਜਾਣ ਤੇ ਚਾਟਾ ਪਰੇਡ ਵੀ ਕਰ ਦਿੰਦਾ। ਘਰ ਵਿਚ ਕੋਹਰਾਮ ਮੱਚ ਜਾਂਦਾ। ਗੁਆਂਢ ਵਿਚੋਂ ਆਕੇ ਪੂਰਨ ਦੀ ਦਾਦੀ ਮਿੱਠੂ ਨੂੰ ਘੂਰਦੀ, ਤਾੜਦੀ, ਝਿੜਕਦੀ ਤੇ ਚੁੱਪ ਕਰਕੇ ਬੈਠਣ ਲਈ ਆਖਦੀ ਤਾਂ ਕਿਤੇ ਜਾਕੇ ਘਰ ਵਿਚ ਟਿਕਟਿਕਾ ਹੁੰਦਾ। ਸਾਰੇ ਮੁਹੱਲੇ ਵਿਚ ਇਕ ਦਾਦੀ ਹੀ ਸੀ ਜੋ ਚੰਦੋ ਦੀ ਮਦਦ ਕਰਦੀ ਸੀ, ਨਹੀਂ ਤਾਂ ਲੜਾਈ ਹੋਣ ਉਤੇ ਗੁਆਂਢੀ ਤਾਂ ਕੋਠਿਆਂ ਦੇ ਬਨੇਰਿਆਂ ਉਤੇ ਖੜ੍ਹ-ਖੜ੍ਹ ਕੇ ਤਮਾਸ਼ੇ ਦੇਖਦੇ ਸੀ। ਉਂਝ ਜੇ ਧਿਆਨ ਮਾਰਕੇ ਦੇਖਦੇ ਤਾਂ ਇਹ ਸਭ ਕੁਝ ਇਸ ਬਸਤੀ ਵਿੱਚ ਕਿਸ ਦੇ ਘਰ ਨਹੀਂ ਹੁੰਦਾ ਸੀ, ਜਿਨ੍ਹਾਂ ਦੀਆਂ ਤੀਮੀਆਂ ਕ੍ਰਿਸਾਨ ਕਮਾਉਣ ਜਾਂਦੀਆਂ ਸੀ। ਸੂਰ ਪਾਲਣੇ, ਉਨ੍ਹਾਂ ਦਾ ਅਚਾਰ ਪਾਉਣਾ, ਦਾਰੂ ਪੀਣੀ, ਪੀ ਕੇ ਜਨਾਨੀਆਂ ਨੂੰ ਗਾਲਾਂ ਕਢਣੀਆਂ, ਕੁੱਟ ਮਾਰ ਕਰਨੀ ਇਸ ਬਸਤੀ ਦੇ ਮਰਦਾਂ ਦਾਂ ਇਕ ਅਵੱਲਾ ਸ਼ੌਕ ਬਣ ਚੁਕਿਆ ਸੀ। ਧੀ-ਭੈਣ ਦੀ ਸੰਗ-ਸ਼ਰਮ ਘਟ ਹੀ ਰਹਿ ਗਈ ਸੀ। ਮਰਦਾਂ ਵਲੋਂ ਕਢੀਆਂ ਜਾਂਦੀਆਂ ਗੰਦੀਆ ਤੋਂ ਗੰਦੀਆਂ ਤੇ ਲੁੱਚੀਆਂ ਤੋਂ ਲੁੱਚੀਆਂ ਗਾਲਾਂ ਦਾ ਅਸਰ ਸ਼ਾਇਦ ਹੀ ਕਿਸੇ ਕੁੜੀ ਕਤਰੀ ਉਤੇ ਹੁੰਦਾ ਹੋਵੇਗਾ। ਦਾਰੂ ਪੀ ਕੇ ਸਿਰਫ ਚੌਧਰ ਕਾਇਮ ਕਰਨ ਲਈ ਅ ਹੀ-ਬਹਾਨੀ ਆਂਢੀਆਂ ਗੁਆਂਢੀਆਂ ਨਾਲ ਡਾਂਗ ਸੋਟਾ ਹੋ ਜਾਣਾ, ਗੱਲ ਥਾਣੇ ਤਕ

ਪਹੁੰਚ ਜਾਣੀ, ਰਾਤ ਹਵਾਲਾਤ ਵਿਚ ਕੱਟਣੀ ਤੇ ਸਵੇਰੇ ਰਾਤ ਦੀ ਪੀਤੀ ਦੇ ਉਤਰ ਜਾਣ ਉਤੇ ਮੁੜ ਸੁਲਾਅ ਸਫਾਈ ਕਰ ਲੈਣੀ ਵੀ ਇਸ ਬਸਤੀ ਦੇ ਬੰਦਿਆਂ ਲਈ ਆਮ ਜਿਹੀ ਗੱਲ ਸੀ।

ਮਿੱਠੂ ਰਾਮ ਨੇ ਆਪਣੇ ਵਲੋਂ ਤਾਂ ਸਾਰੇ ਜੁਆਕ ਹੀ ਪੜ੍ਹਨ ਪਾ ਦਿਤੇ ਸੀ ਪਰ ਮੰਗਲ ਅਤੇ ਜੁਮਨ ਪੰਜਵੀ ਪਾਸ ਵੀ ਨਾ ਕਰ ਸਕੇ। ਘਰ ਵਿਚ ਪੜਾਈ ਵਾਲਾ ਮਹੌਲ ਵੀ ਕਿਥੇ ਸੀ। ਉਨ੍ਹਾਂ ਦੀ ਨਿਗਰਾਨੀ ਕਰਨ ਵਾਲਾ ਕੋਈ ਨਹੀਂ ਸੀ, ਮਾਂ ਕ੍ਰਿਸਾਨ ਕਮਾਕੇ, ਰੋਟੀਆਂ ਲਿਆਕੇ, ਖਾ ਕੇ, ਥੱਕ ਕੇ ਸੌਂ ਜਾਂਦੀ। ਇਕ ਤਾਂ ਉਸ ਦੇ ਕ੍ਰਿਸਾਨਾਂ ਦੇ ਘਰ ਦੂਰ-ਦੂਰ ਸਨ, ਦੂਜੇ ਬਹੁਤੇ ਘਰਾਂ ਦੀਆਂ ਪਹਿਲੀਆਂ ਮੰਜਲਾਂ ਉਤੇ ਜਾਂ ਚੁਬਾਰਿਆਂ ਦੀਆ ਛੱਤਾਂ ਉਤੇ ਖੁੱਡੀਆਂ ਬਣਾਈਆਂ ਹੋਈਆ ਸਨ, ਜਿਨ੍ਹਾਂ ਨੂੰ ਸਾਫ ਕਰਨ ਲਈ ਪੌੜੀਆਂ ਚੜ੍ਹਕੇ ਜਾਣਾ, ਉਤਰਨਾ, ਇਸ ਸਾਰੇ ਕਾਰਜ ਵਿਚ ਹੀ ਉਸਦੀਆਂ ਲੱਤਾਂ ਥੱਕ ਜਾਂਦੀਆਂ ਸੀ। ਬਾਪੂ ਪਹਿਲਾਂ ਸੜਕ ਦੀ ਸਫਾਈ ਕਰਦਾ, ਫੇਰ ਆ ਕੇ ਬਸਤੀ ਦੇ ਬਰੋਟੇ ਹੇਠ ਬੈਠ ਕੇ ਤਾਸ਼ ਜਾਂ ਤੀਲਾਂ ਖੇਡਣ ਲੱਗ ਜਾਂਦਾ। ਜਿਦੋਂ ਚਾਰ ਪੈਸੇ ਜਿੱਤ ਜਾਂਦਾ ਉਸ ਦਿਨ ਉਸ ਦੇ ਚਿਹਰੇ ਉਤੇ ਫੁੱਲ ਖਿੜੇ ਹੁੰਦੇ। ਢੋਲੇ ਦੀਆਂ ਗਾਉਂਦਾ। ਦਿਨੇ ਹੀ ਪੀਣੀ ਸ਼ੁਰੂ ਕਰ ਦਿੰਦਾ। ਜਿਦੋਂ ਹਾਰ ਜਾਂਦਾ ਉਸ ਦਿਨ ਪੌਂ ਖਾਧੇ ਕੁੱਤੇ ਵਾਂਗੂੰ ਅੰਦਰਲੇ ਕਮਰੇ ਵਿਚ ਆ ਕੇ ਮੰਜੇ ਉਤੇ ਡਿੱਗ ਪੈਂਦਾ। ਮਾੜੀ-ਮਾੜੀ ਗੱਲ ਉਤੇ ਬਿਨਾਂ ਵਜ੍ਹਾ ਸਾਰਿਆਂ ਨੂੰ ਵੱਢ-ਵੱਢ ਖਾਣ ਨੂੰ ਜਾਂਦਾ। ਇਸ ਤਰ੍ਹਾਂ ਦੋਵੇ ਜੀਆਂ ਕੋਲ ਬੱਚਿਆਂ ਦੀ ਦੇਖ-ਭਾਲ ਕਰਨ ਦਾ ਵਕਤ ਹੀ ਕਿਥੇ ਸੀ। ਜਿਸ ਕਰਕੇ ਬੱਚੇ ਕੀ ਕਰਦੇ ਹਨ, ਕੀ ਨਹੀਂ, ਚੰਗਾ ਕਰਦੇ ਹਨ ਕਿ ਮਾੜਾ, ਇਸਦੀ ਨਾ ਮਾਂ ਨੂੰ ਖਬਰ ਸੀ, ਨਾ ਪਿਉ ਨੂੰ। ਘਰ ਵਿਚ ਪੂਰੀ ਖੁਲ ਖੇਡ ਸੀ। ਉਨ੍ਹਾਂ ਨੂੰ ਚੰਗੇ-ਮੰਦੇ ਕੰਮਾਂ ਤੋਂ ਰੋਕਣ-ਟੋਕਣ ਵਾਲਾ ਕੋਈ ਨਹੀਂ ਸੀ। ਦੂਜੇ ਬਚਪਨ ਦੀ ਇਹ ਮੂੜ ਮੱਤ ਹੋਣ ਕਰਕੇ ਉਹ ਆਪਣਾ ਭਲਾ ਬੁਰਾ ਨਹੀਂ ਸੋਚ ਸਕਦੇ ਸੀ, ਨਾ ਹੀ ਆਂਢ-ਗੁਆਂਢ ਦੇ ਕਿਸੇ ਬੱਚੇ ਤੋਂ ਕੋਈ ਚੰਗੀ ਗੱਲ ਸਿੱਖ ਸਕਦੇ ਸੀ, ਕਿਉਂ ਕਿ ਇਥੇ ਤਾਂ ਬਸਤੀ ਵਿਚ ਹੀ ਕਹਿੰਦੇ ਨੇ ਘੋੜੇ ਵਾਲਾ ਫਿਰਿਆ ਹੋਇਆ ਸੀ। ਫੇਰ ਇਹ ਉਮਰ ਤਾਂ ਪੁੰਘਰ ਰਹੀ ਵੇਲ ਵਰਗੀ ਹੁੰਦੀ ਹੈ ਜਿਸ ਨੂੰ ਸਹਾਰੇ ਦੀ, ਦੇਖ ਭਾਲ ਦੀ, ਚੰਗੀ ਸਿਖਿਆ ਦੀ ਲੋੜ ਹੁੰਦੀ ਹੈ ਤਾਂ ਕਿ ਉਸ ਨਾਲ ਲਗਕੇ ਉਹ ਉਚੀ ਉਠ ਸਕੇ, ਫਲ ਸਕੇ, ਫੈਲ ਸਕੇ ਪਰ ਜੇ ਸਹਾਰਾ ਨਾ ਮਿਲੇ, ਨਿਗਰਾਨੀ ਨਾ ਹੋਵੇ, ਚੰਗੇ ਮਾੜੇ ਕੰਮਾਂ ਵਿਚਲੇ ਫਰਕ ਦੀ ਮੱਤ ਨਾ ਮਿਲੇ, ਤਾਂ ਉਹ ਮਰਜ਼ੀ ਨਾਲ ਜਿਧਰ ਵੀ ਸਿਰ ਚੁੱਕਿਆ ਗਿਆ ਉਧਰ ਹੀ ਹੋ ਜਾਂਦੀ ਹੈ। ਜੋ ਦਿਲ ਵਿਚ ਆਉਂਦਾ ਹੈ ਉਹ ਪੂਰਾ ਕਰ ਲੈਂਦੀ ਹੈ। ਜਿਸ ਕਰਕੇ ਉਹ ਸਕੂਲੋਂ ਆਉਂਦੇ। ਬਸਤੇ ਮੰਜਿਆਂ ਉਤੇ ਸਿੱਟ ਕੇ ਬਾਹਰ ਖੇਡਣ ਨਿਕਲ ਜਾਂਦੇ। ਪੂਰਨ ਜਦ ਉਨ੍ਹਾਂ ਨਾਲ ਖੇਡਣ ਲਈ ਬਾਹਰ ਨਿਕਦਾ ਤਾਂ ਮੁੰਡੇ ਉਸ ਨੂੰ ਨਫਰਤ ਦੀ ਨਿਗਾਹ ਨਾਲ ਦੇਖਦੇ। ਤਾਨੇ ਮਾਰਦੇ। ਖਿਝਾਉਂਦੇ। ਕਾਰਨ ਬਸ ਉਸ ਦਾ ਸੁੰਦਰ ਚਿਹਰਾ, ਗੋਰਾ ਰੰਗ, ਟਿੱਬਿਆਂ ਦੇ ਰੇਤੇ ਵਰਗੇ ਕੱਕੇ ਵਾਲ, ਭੂਰੀਆਂ ਗੋਲ ਅੱਖਾਂ ਹੀ ਸੀ। ਜਦੋਂ ਕਿ ਉਸ ਦਾ ਬਾਪ ਪੁੱਠੇ ਤਵੇ ਵਰਗੇ ਰੰਗ ਦਾ ਕਾਲਾ ਸੀ। ਮਾਂ ਦਾ ਰੰਗ ਪੱਕੇ ਖੰਘਰ ਵਰਗਾ। ਮੰਗਲ, ਜੁਮਨ ਤੇ ਰੋਜੀ ਦਾ ਰੰਗ ਵੀ ਅਫੀਮਚੀ ਹੀ ਸੀ। ਜਿਸ ਕਰਕੇ ਉਹ ਘਰਦਿਆਂ ਵਿਚ ਤਾਂ ਕੀ ਬਸਤੀ ਦੇ ਨਿਆਣਿਆਂ ਵਿਚੋਂ ਵੀ ਬਿਲਕੁਲ ਵਖਰਾ ਦਿਖਾਈ ਦਿੰਦਾ ਸੀ, ਜਿਵੇਂ ਗੋਲੇ

ਕਬੂਤਰਾਂ ਵਿਚ ਕੋਈ ਔਂਟਲਿਆ ਹੋਇਆ ਸੁਫੈਦ ਤਾਰਾ ਕਬੂਤਰ ਆ ਕੇ ਰਲ ਜਾਵੇ। ਇਸ ਵਾਸਤੇ ਹੀ ਉਹ ਉਸ ਨੂੰ ਕੁਨਸਲਾ ਕਹਿੰਦੇ ਸੀ। ਕੁਬੀਜ ਦਸਦੇ। ਲੜਾਈ ਹੋ ਜਾਂਦੀ। ਘਸੁੰਨ-ਮੁੱਕੀ ਹੁੰਦੀ। ਇੱਟਾਂ-ਵੱਟੇ ਚਲ ਜਾਂਦੇ। ਉਲਾਂਭੇ ਆਉਂਦੇ, ਦਿਤੇ ਜਾਂਦੇ। ਮੰਗਲ ਤੇ ਜੁਮਨ ਵੀ ਉਸ ਨੂੰ ਨਾਲ ਨਾ ਰਲਾਉਂਦੇ ਕਿਉਂ ਕਿ ਉਨ੍ਹਾਂ ਨੂੰ ਵੀ ਉਸ ਦੇ ਕਰਕੇ ਬਸਤੀ ਦੇ ਮੁੰਡਿਆਂ ਦੀਆਂ ਗੱਲਾਂ ਸੁਣਨੀਆਂ ਪੈਂਦੀਆਂ ਸੀ। ਸ਼ੁਰੂ-ਸ਼ੁਰੂ ਵਿਚ ਤਾਂ ਉਹ ਇਸ ਗੱਲ ਕਰਕੇ ਲੜਦੇ ਵੀ ਰਹੇ ਸੀ ਪਰ ਫੇਰ ਹੌਲੀ-ਹੌਲੀ ਉਹ ਇਸ ਦੇ ਆਦੀ ਹੋ ਗਏ। ਭਰਾਵਾਂ ਅਤੇ ਬਸਤੀ ਦੇ ਬੱਚਿਆਂ ਦੀ ਨਫਰਤ ਦੀ ਮਾਰ ਨਾ ਸਹਿੰਦਾ ਹੋਇਆ ਪੂਰਨ ਸਕੂਲੋਂ ਆ ਕੇ ਘਰ ਵਿਚ ਹੀ ਰਹਿਣ ਲੱਗ ਪਿਆ। ਜਿੰਨਾ ਜੀਅ ਕਰਦਾ ਇਕੱਲਾ ਹੀ ਖੇਡਦਾ ਜਾਂ ਫੇਰ ਪੜ੍ਹਦਾ ਰਹਿੰਦਾ, ਜਿਸ ਕਰਕੇ ਉਹ ਪੜ੍ਹਾਈ ਵਿਚ ਚੰਗਾ ਚਲ ਪਿਆ ਸੀ।

ਥੋੜਾ ਜਿਹਾ ਵੱਡਾ ਹੋਇਆ ਤਾਂ ਉਸ ਨੂੰ ਇਸ ਗੱਲ ਦੀ ਵੀ ਸਮਝ ਆ ਗਈ ਕਿ ਉਸ ਦੇ ਮਾਂ-ਪਿਊ ਦੇ ਵਿਚਕਾਰ ਹਮੇਸ਼ਾ ਝਗੜਾ ਰਹਿਣ ਦਾ ਕਾਰਨ ਉਸ ਦਾ ਚਿਹਰਾ-ਮੁਹਰਾ, ਨੈਣ-ਨਕਸ਼ ਤੇ ਗੋਰਾ ਰੰਗ ਹੀ ਸੀ। ਜਿਸ ਕਰਕੇ ਉਸ ਦਾ ਪਿਊ ਉਸ ਦੀ ਮਾਂ ਨੂੰ ਬਦਚਲਣ ਸਮਝਦਾ ਸੀ, ਦਸਦਾ ਸੀ। ਇਸ ਦੇ ਸਬੰਧ ਵਿਚ ਉਸ ਦੀ ਮਾਂ ਮਿੱਠੂ ਨੂੰ ਆਪਣੇ ਚਾਰੇ ਬੱਚਿਆਂ ਦੀਆਂ, ਵੱਡੇ ਵਡੇਰਿਆ ਦੀਆਂ, ਪੀਰਾ ਫਕੀਰਾਂ ਦੀਆਂ ਸੌਹਾਂ ਚੁੱਕ-ਚੁੱਕ ਕੇ ਕਈ ਵਾਰ ਸਪਸ਼ਟੀਕਰਨ ਦੇ ਚੁੱਕੀ ਸੀ, "ਮੈਂ ਕਿਸੇ ਪਰਾਏ ਮਰਦ ਨਾਲ ਅਜਿਹਾ ਕੋਈ ਮਾੜਾ ਕੰਮ ਨਹੀਂ ਕੀਤਾ। ਇਹ ਤਾਂ ਕੁਦਰਤ ਦੀ ਖੇਡ ਹੈ। ਚੰਗੇ ਭਲੇ ਜੋੜਿਆਂ ਦੇ ਵੀ ਤਾਂ ਫੁਲਵੈਰੀ ਵਾਲੇ ਬੱਚੇ ਜੰਮ ਜਾਂਦੇ ਨੇ। ਕਾਲੀ ਮੱਝ ਤੇ ਕਾਲੇ ਝੋਟੇ ਦੇ ਮਿਲਣ ਤੋਂ ਬਾਅਦ ਵੀ ਬੂਰਾ ਕੱਟਾ ਪੈਂਦਾ ਹੋ ਜਾਂਦਾ ਹੈ।" ਪਰ ਥੰਧੇ ਘੜੇ ਉਤੇ ਪਈਆਂ ਪਾਣੀ ਦੀਆਂ ਬੂੰਦਾਂ ਵਾਂਗੂੰ ਉਸ ਦੇ ਦਿਮਾਗ ਤੇ ਇਨ੍ਹਾਂ ਗੱਲਾਂ ਦਾ ਕੋਈ ਅਸਰ ਨਾ ਹੁੰਦਾ।

ਪਹਿਲਾਂ ਪਹਿਲ ਤਾਂ ਮਿੱਠੂ ਰਾਮ ਪਊਆ ਪੀਂਦਾ ਸੀ। ਫੇਰ ਅੱਧੀਆ ਪੀਣ ਲੱਗ ਪਿਆ ਤੇ ਫੇਰ ਪੂਰੀ ਸਾਲਮ ਦੀ ਸਾਲਮ ਬੋਤਲ ਨੂੰ ਹੀ ਇਕੱਲਾ ਗੇੜਾ ਦੇਣ ਲੱਗ ਪਿਆ ਸੀ। ਘਰ ਵਿਚ ਆਰਥਕ ਤੰਗੀ ਜ਼ੋਰ ਫੜਨ ਲੱਗ ਪਈ ਸੀ। ਕਮੇਟੀ ਵਿਚੋਂ ਮਿਲਦੀ ਆਪਣੀ ਤਨਖਾਹ ਵਿਚੋਂ ਤਾਂ ਉਸਨੇ ਘਰ ਕੀ ਦੇਣਾ ਸੀ ਉਹ ਤਾਂ ਸਗੋਂ ਪੂਰਨ ਦੀ ਮਾਂ ਦੀ ਕਮਾਈ ਵਿਚੋਂ (ਜਿਹੜੇ ਉਹ ਕ੍ਰਿਸਾਨਾਂ ਤੋਂ ਪੰਜ ਰੁਪੈ ਫੀ ਘਰ ਇਕੱਠੇ ਕਰਕੇ ਲਿਆਉਦੀ ਸੀ) ਵੀ ਖਿਚ ਲੈਂਦਾ ਸੀ। ਜਿਸ ਕਰਕੇ ਘਰ ਵਿਚ ਕਲੇਸ਼ ਹੋਰ ਵਧ ਜਾਂਦਾ ਸੀ।

ਮੰਗਲ ਜੁਆਨ ਹੋ ਗਿਆ ਸੀ। ਹਸਪਤਾਲ ਵਿਚ ਸਫਾਈ ਸੇਵਕ ਲੱਗ ਗਿਆ। ਵਿਆਹ ਕਰਵਾਕੇ ਥੋੜਾ ਜਿਹਾ ਚਿਰ ਤਾਂ ਉਹ ਟੱਬਰ ਦੇ ਨਾਲ ਰਿਹਾ ਪਰ ਫੇਰ ਘਰਦੇ ਕਲੇਸ਼ ਭਰੇ ਮਹੌਲ ਤੋਂ ਤੰਗ ਆ ਕੇ ਆਪਣੇ ਹਿੱਸੇ ਦੇ ਘਰ ਵਿਚ ਕੰਧ ਕੱਢਕੇ ਵੱਖ ਹੋ ਗਿਆ ਸੀ। ਦੂਜੇ ਉਸ ਦੀ ਜਨਾਨੀ ਨੂੰ ਆਪਣੀ ਸੱਸ ਦੇ ਕ੍ਰਿਸਾਨ ਕਮਾਉਣ ਵਾਲਾ ਕੰਮ ਵੀ ਚੰਗਾ ਨਹੀਂ ਲਗਦਾ ਸੀ। ਚੰਗਾਂ ਤਾਂ ਕਿਸੇ ਨੂੰ ਵੀ ਨਹੀਂ ਸੀ ਲਗਦਾ ਪਰ ਕੀਤਾ ਕੁਝ ਨਹੀਂ ਜਾ ਸਕਦਾ ਸੀ। ਉਸਦੇ ਕਪੜਿਆਂ ਵਿਚੋਂ ਆਉਂਦੀ ਬਦਬੂ ਤਾਂ ਕਿਸੇ ਨੂੰ ਵੀ ਪ੍ਰੇਸ਼ਾਨ ਕਰ ਸਕਦੀ ਸੀ। ਕਈ ਵਾਰ ਤਾਂ ਉਸ ਦੀਆਂ ਕ੍ਰਿਸਾਨਾਂ ਤੋਂ ਇਕੱਠੀਆਂ ਕਰਕੇ ਲਿਆਂਦੀਆ ਰੋਟੀਆ ਵਿਚੋਂ ਵੀ ਬਦਬੂ ਇਸ ਤਰ੍ਹਾਂ ਆਉਦੀ ਲਗਦੀ ਕਿ ਬੁਰਕੀ ਗਲ ਤੋਂ ਹੇਠਾਂ ਨਾ ਲੰਘਦੀ। ਉਲਟੀ

ਆਉਣ ਨੂੰ ਹੋ ਜਾਂਦੀ। ਘਰੇਲੂ ਹਾਲਤਾਂ ਅਨੁਸਾਰ ਕ੍ਰਿਸਾਨ ਕਮਾਉਣੇ ਉਸਦੀ ਮਜ਼ਬੂਰੀ ਵੀ ਬਣੀ ਹੋਈ ਸੀ।

ਜੁਮਨ ਫੌਜ ਵਿਚ ਭਰਤੀ ਹੋ ਕੇ ਮੇਰਠ ਚਲਿਆ ਗਿਆ ਸੀ। ਛੁੱਟੀ ਆਏ ਜੁਮਨ ਨੇ ਮੰਗਲ ਨੂੰ ਨਾਲ ਲੈ ਕੇ ਮਾਂ ਨੂੰ ਕਿਹਾ, "ਮਾਂ ਅਸੀਂ ਹੁਣ ਦੋਵੇ ਚੰਗਾ ਕਮਾਉਣ ਲੱਗ ਪਏ ਹਾਂ। ਸਮਾਜ ਵਿਚ ਸਾਡੀ ਇੱਜਤ ਹੈ। ਪਹਿਲਾਂ ਜੋ ਕੁਝ ਹੋਇਆ ਉਹ ਘਰ ਦੀ ਮਜ਼ਬੂਰੀ ਸੀ ਪਰ ਹੁਣ ਅਸੀਂ ਨਹੀਂ ਚਾਹੁੰਦੇ ਕਿ ਸਾਡੀ ਮਾਂ ਲੋਕਾਂ ਦਾ ਗੰਦ ਢੋਦੀ ਫਿਰੇ....ਫੇਰ ਹੁਣ ਤੇਰੀ ਉਮਰ ਵੀ ਏਨੀ ਮਿਹਨਤ ਕਰਨੀ ਦੀ ਨਹੀਂ ਰਹੀ। ਘਰ ਦਾ ਖਰਚ ਅਸੀਂ ਆਪੇ ਚਲਾਵਾਂਗੇ ਪਰ ਤੂੰ ਇਹ ਕੰਮ ਛੱਡ ਦੇ...।" ਪੁਤਾਂ ਦੀ ਗੱਲ ਸੁਣਕੇ ਮਾਂ ਕੁਝ ਚਿਰ ਤਾਂ ਚੁੱਪ ਰਹੀ ਫੇਰ ਅਚਾਨਕ ਇਸ ਤਰ੍ਹਾਂ ਬੋਲੀ ਜਿਵੇਂ ਉਸਨੂੰ ਕੁਝ ਯਾਦ ਆਗਿਆ ਹੋਵੇ "ਜਿਨ੍ਹਾਂ ਕ੍ਰਿਸਾਨਾਂ ਦੀਆਂ ਰੋਟੀਆਂ ਸਿਰ 'ਤੇ ਮੈਂ ਤੁਹਾਨੂੰ ਪਾਲਿਐ, ਉਹਨਾਂ ਨੂੰ ਜਿਨਾਂ ਚਿਰ ਮੇਰੇ ਨੈਣ ਪਰਾਣ ਕੰਮ ਕਰਦੇ ਨੇ ਨਹੀਂ ਛੱਡ ਸਕਦੀ....। ਤੁਸੀ ਬੇਸ਼ਕ ਮੈਨੂੰ ਛੱਡ ਦਿਓ...।"

ਮਾਂ ਦੀ ਸਿਰੇ ਦੀ ਗੱਲ ਸੁਣਕੇ ਦੋਵੇ ਭਰਾਵਾਂ ਨੂੰ ਬੇਹੱਦ ਨਿਰਾਸ਼ਾ ਹੋਈ। ਪਰ ਉਹ ਉਸ ਨਾਲ ਕੋਈ ਜੋਰਾ ਜਰਬੀ ਵੀ ਨਹੀਂ ਕਰ ਸਕਦੇ ਸੀ। ਹਾਰਕੇ ਦੋਵੇ ਭਰਾ ਉਥੋਂ ਉਠ ਖੜ੍ਹੇ ਸੀ। ਉਸ ਰਾਤ ਦੋਵੇ ਭਰਾਵਾਂ ਨੇ ਜੁਮਨ ਦੀ ਮਿਲਟਰੀ ਕੋਟੇ ਵਿਚੋਂ ਬਚਾਕੇ ਲਿਆਂਦੀ ਰੰਮ ਰਜਕੇ ਪੀਤੀ ਸੀ। ਤੇ ਭਾਵੁਕ ਹੋ ਕੇ ਇਕ ਦੂਜੇ ਦੇ ਗਲ ਨੂੰ ਲੱਗ ਕੇ ਰੋ ਪਏ ਸੀ।

ਮਿੱਠੂ ਰਾਮ ਨੂੰ ਤਾਂ ਸਿਵਾਏ ਦਾਰੂ ਦੇ ਹੋਰ ਕਿਸੇ ਦੀ ਚੜ੍ਹਦੀ ਲਹਿੰਦੀ ਦਾ ਫਿਕਰ ਹੀ ਨਹੀਂ ਸੀ ਰਿਹਾ। ਰੋਜੀ ਜੁਆਨ ਹੋ ਗਈ ਸੀ। ਚੰਦੋ ਬੁਢਾਪੇ ਵਲ ਵਧ ਰਹੀ ਸੀ। ਘਰ ਘਰ ਫ਼ਿਰਦੀ ਕੋਠਿਆਂ, ਚੁਬਾਰਿਆਂ, ਦੀਆਂ ਪੌੜੀਆਂ ਚੜਦੀ-ਉਤਰਦੀ ਉਹ ਪੂਰੀ ਤਰ੍ਹਾਂ ਥਕ ਜਾਂਦੀ ਸੀ। ਕਮਾਕੇ, ਆ ਕੇ, ਉਹ ਮੰਜੇ ਉਤੇ ਨਿਢਾਲ ਹੋ ਕੇ ਡਿਗ ਪੈਂਦੀ। ਫੇਰ ਕੁਝ ਚਿਰ ਅਰਾਮ ਕਰਕੇ, ਨਹਾ ਕੇ, ਕਪੜੇ ਬਦਲ ਕੇ ਰੋਜੀ ਨੂੰ ਨਾਲ ਲੈ ਕੇ ਰੋਟੀਆਂ ਇਕੱਠੀਆਂ ਲੈਣ ਤੁਰ ਪੈਂਦੀ। ਜਦ ਕੁੜੀ ਉਸਦੇ ਨਾਲ ਕ੍ਰਿਸਾਨਾਂ ਦੇ ਜਾਣ ਲੱਗ ਪਈ ਤਾਂ ਮਿੱਠੂ ਰਾਮ ਨੇ ਫੇਰ ਘਰ ਵਿਚ ਸੂਣੀ ਖੜ੍ਹੀ ਕਰ ਦਿਤੀ। ਰਜਕੇ ਕਲੇਸ ਕਰਨਾ ਸ਼ੁਰੂ ਕਰ ਦਿਤਾ। ਉਸਦੇ ਤੇ ਚੰਦੋ ਦੇ ਵਿਚਕਾਰ ਇਕ ਦਿਨ ਜੰਮ ਕੇ ਲੜਾਈ ਹੋਈ। ਜਦੋਂ ਮਿਠੂ ਰਾਮ ਨੇ ਹਰਖ ਕੇ ਕਿਹ ਦਿਤਾ ਸੀ, "ਖੁੱਦ ਤਾਂ ਸਾਲੀਏ, ਕੁੱਤੀਏ ਲਿਬੜੀ ਹੀ ਸੀ ਹੁਣ ਮੇਰੀ ਧੀ ਨੂੰ ਲਬੇੜੇਂਗੀ..?"

ਮਿੱਠੂ ਦੀ ਗੱਲ ਸੁਣਕੇ ਚੰਦੋ ਆਪੇ ਤੋਂ ਬਾਹਰ ਹੋ ਕੇ ਗਰਜੀ, "ਕੰਜਰਾ ਜੇ ਤੂੰ ਕਿਸੇ ਕੰਮ ਦਾ ਹੁੰਦਾ ਤਾਂ ਮੈਨੂੰ ਕੀ ਲੋੜ ਸੀ ਲੋਕਾਂ ਦਾ ਗੰਦ ਢੋਣ ਦੀ..? ਗੰਦ ਸੁਣਨ ਦੀ... ? ਸਾਰੀ ਉਮਰ ਬਾਤ ਨੀਂ ਪੁੱਛੀ ਕਿ ਘਰ ਦਾ ਤੋਰਾ ਕਿਵੇਂ ਤੁਰਦਾ ਹੈ...। ਖਾਲਿਆ...ਪੀਲਿਆ....ਗੰਦ ਬਕ ਲਿਆ....। ਮੈਂ ਪੁਛਦੀਆਂ ਬੰਦਿਆ ਰੱਬ ਦਿਆ, ਤੈਨੂੰ ਪੈ ਜਾਏ ਪਲੇਗ... ਤੈਂ ਕੀ ਸਵਾਰਿਐ ਘਰ ਦਾ...? ਕਦੇ ਕਿਸੇ ਬੱਚੇ ਦੇ ਹੱਥ ਉਤੇ ਦਸੀ ਵੀ ਧਰੀਐ....?" ਚੰਦੋ ਦੀਆਂ ਨਿੰਮ ਦੇ ਪੱਤਿਆਂ ਵਰਗੀਆਂ ਕੌੜੀਆਂ ਤੇ ਸੱਚੀਆਂ ਗੱਲਾਂ ਸੁਣਕੇ ਮਿੱਠੂ ਦਾ ਪਾਰਾ ਦਿਮਾਗ ਨੂੰ ਚੜ੍ਹ ਗਿਆ। ਗਲ ਮਾਰ ਕੁਟਾਈ ਤੱਕ ਪਹੁੰਚ ਗਈ। ਕੁੜੀ ਭੱਜਕੇ ਗੁਆਂਢ ਚੋਂ ਭਰਜਾਈ ਨੂੰ ਬੁਲਾ ਲਿਆਈ। ਨਣਦ ਭਰਜਾਈ ਨੇ ਰਲਕੇ ਤਾਂ ਕਿਤੇ ਮਿੱਠੂ ਤੋਂ ਚੰਦੋਂ ਨੂੰ ਛੁਡਾਇਆ।

ਸ਼ਾਮ ਨੂੰ ਹਸਪਤਾਲ ਤੋਂ ਆਏ ਮੰਗਲ ਨੂੰ ਉਸ ਦੀ ਪਤਨੀ ਨੇ ਸਾਰੀ ਗੱਲ ਦਸ ਦਿਤੀ।

"ਇਹ ਗੱਲ ਤਾਂ ਪਿੱਤਾ ਜੀ ਦੀ ਠੀਕ ਐ। ਜੁਆਨ ਕੁੜੀ ਘਰ-ਘਰ ਫੇਰਨੀ ਕੋਈ ਚੰਗੀ ਗੱਲ ਤਾਂ ਨਹੀਂ। ਪਹਿਲਾਂ ਪੂਰਨ ਵਾਲਾ ਦਾਗ ਹੀ ਨਹੀਂ ਮਿੱਟ ਰਿਹਾ।" ਮੰਗਲ ਨੇ ਕਿਹਾ

"ਮੈਂ ਤਾਂ ਕਹਿਨੀਆਂ ਏਸ ਤੋਂ ਪਹਿਲਾਂ ਕਿ ਆਪਣੀ ਕੋਈ ਬਦਨਾਮੀ ਹੋਵੇ, ਕੋਈ ਚੰਗਾ ਜਾਅ ਮੁੰਡਾ ਦੇਖ ਕੇ ਕੁੜੀ ਦੇ ਹੱਥ ਪੀਲੇ ਕਰ ਦਿਓ...।"

"ਹਾਂ ਇਹ ਤਾਂ ਆਪਾਂ ਨੂੰ ਹੀ ਕਰਨੇ ਪੈਣੇ ਨੇ.....ਦੋ ਦਿਨ ਅੱਗੋਂ ਕਿ ਪਿਛੋਂ. .. ਪਿੱਤਾ ਜੀ ਤੋਂ ਕੋਈ ਆਸ ਰਖਣੀ ਫਜ਼ੂਲ ਐ......ਕਰਦਿਆਂ ਕਿਸੇ ਮੁੰਡੇ ਦੀ ਤਲਾਸ਼"

"ਇਕ ਮੇਰੀ ਭੂਆ ਦੇ ਗੁਆਂਢ ਵਿਚ ਢੁਹਾਣੇ ਐ ਮੁੰਡਾ। ਕੁਛ ਪੜ੍ਹਿਆ ਵੀ ਹੋਇਐ। ਘਰ ਵੀ ਚੰਗੈ। ਕਮੇਟੀ ਵਿਚ ਟਰੈਕਟਰ ਡਰੈਵਰ ਲਗਿਆ ਹੋਇਐ...।"

"ਕਰ ਲੈ ਗੱਲ ਫੇਰ.....।"

ਦੂਜੇ ਦਿਨ ਹੀ ਮੰਗਲ ਦੀ ਜਨਾਨੀ ਢੁਹਾਣੇ ਆਪਣੀ ਭੂਆ ਕੋਲ ਚਲੀ ਗਈ। ਮੁੰਡਾ ਦੇਖਿਆ। ਗੱਲ ਕੀਤੀ। ਬਾਕੀ ਪ੍ਰੀਵਾਰ ਨੂੰ ਵੀ ਦਖਾਇਆ। ਸਾਰਿਆਂ ਦੇ ਪਸੰਦ ਆਗਿਆ ਤੇ ਕੁੜੀ ਵਿਆਹ ਕੇ ਤੋਰ ਦਿੱਤੀ।

ਕੁੜੀ ਨੂੰ ਤੋਰਕੇ ਚੰਦੋ ਇਕੱਲੀ ਰਹਿ ਗਈ ਸੀ। ਪੂਰਨ ਨੂੰ ਵੀ ਡੀ.ਸੀ ਦਫਤਰ ਵਿਚ ਚਪੜਾਸੀ ਦੀ ਨੌਕਰੀ ਮਿਲ ਗਈ ਸੀ। ਸ਼ਹਿਰ ਵਿਚ ਸ਼ੀਵਰੇਜ ਪੈਣ, ਫਲੱਸ਼ ਸਿਸਟਮ ਚਾਲੂ ਹੋ ਜਾਣ, ਤੇ ਗਰਕੀਆਂ ਦੇ ਬਣ ਜਾਣ ਕਰਕੇ ਚੰਦੋ ਦਾ ਕ੍ਰਿਸਾਨਾਂ ਵਾਲਾ ਕੰਮ ਵੀ ਲਗ ਭਗ ਬੰਦ ਹੀ ਹੋ ਗਿਆ ਸੀ। ਕੁਝ ਵੱਡੇ ਘਰਾਂ ਵਿਚ, ਅਫਸਰਾਂ ਦੀਆਂ ਕੋਠੀਆਂ ਵਿਚ ਝਾੜੂ ਦੇਣ ਦਾ ਕੰਮ ਅਜੇ ਥੋੜਾ ਬਹੁਤਾ ਚਲ ਰਿਹਾ ਸੀ। ਜਿਹੜਾ ਸਵੇਰੇ ਸਵੇਰੇ ਹੀ ਮੁੱਕ ਜਾਂਦਾ ਸੀ। ਬਾਕੀ ਸਾਰਾ ਦਿਨ ਉਹ ਘਰ ਵਿਚ ਇਕੱਲੀ ਵਿਹਲੀ ਪਈ ਰਹਿੰਦੀ। ਸਮਾਂ ਪਾਸ ਨਾ ਹੁੰਦਾ। ਇਕਾਂਤ ਵੱਢ-ਵੱਢ ਖਾਂਦੀ। ਦੂਸਰਿਆਂ ਦੇ ਘਰ ਵੀ ਕਿੰਨਾ ਚਿਰ ਬੈਠਿਆ ਜਾ ਸਕਦਾ ਹੈ। ਇਸ ਲਈ ਉਸਨੇ ਛੁੱਟੀ ਆਏ ਜੁਮਨ ਨੂੰ ਵਿਆਹ ਕਰਵਾਉਣ ਵਾਸਤੇ ਜੋਰ ਪਾਇਆ। ਜਿਹੜਾ ਛੇਤੀ ਹੀ ਮੰਨ ਗਿਆ ਸੀ। ਉਮਰ ਵੀ ਹੁਣ ਉਸਦੀ ਵੱਤ ਸਿਰ ਹੋ ਗਈ ਸੀ। ਹੋਰ ਕੋਈ ਕੰਮ ਵੀ ਨਹੀਂ ਰਹਿ ਗਿਆ ਸੀ ਕਰਨ ਵਾਲਾ। ਵਿਆਹ ਹੋ ਗਿਆ। ਕੁਝ ਚਿਰ ਰਹਿਕੇ ਛੁੱਟੀ ਪੂਰੀ ਹੋ ਜਾਣ ਤੇ ਫੌਜੀ ਵਾਪਸ ਚਲਿਆ ਗਿਆ।

ਪੂਰਨ ਦੀ ਨਵੀਂ ਆਈ ਭਰਜਾਈ ਗੋਰੀ ਚਿੱਟੀ ਹੱਥ ਲਾਇਆਂ ਮੈਲੀ ਹੋਣ ਵਾਲੀ ਸੀ। ਆਂਢ-ਗੁਆਂਢ ਦੇ ਮੁੰਡੇ-ਖੁੰਡੇ ਥਾਂ ਸਿਰ ਲਗਦੀਆਂ ਜਨਾਨੀਆਂ ਪੂਰਨ ਨੂੰ ਟਿਚਰਾਂ ਕਰਦੀਆਂ "ਬਹੂ ਦਾ ਅਸਲੀ ਜੋੜ ਤਾਂ ਪੂਰਨਾ ਤੇਰੇ ਨਾਲ ਹੀ ਬਣਦਾ ਸੀ.....ਫੌਜੀ ਨਾਲ ਤਾਂ ਕਾਂ ਦੀ ਘਰਵਾਲੀ ਘੁੱਗੀ ਵਾਲੀ ਗੱਲ ਹੈ... ਪਰ..."

"ਹੁਣ ਵੀ ਤਾਂ ਏਸੇ ਕੋਲ ਈ ਐ ਫੌਜੀ ਤਾਂ ਕਿਤੇ ਸਾਲ ਨੂੰ ਮੁੜ ਕੇ ਆਵੇਗਾ...।"

ਲੋਕਾਂ ਦੀਆਂ ਗੱਲਾਂ ਸੁਣਦਾ ਤਾਂ ਉਸ ਨੂੰ ਇਕ ਚੜ੍ਹਦੀ, ਇਕ ਉਤਰਦੀ। ਫੇਰ ਸੋਚਦਾ ਕਿਸ-ਕਿਸ ਨਾਲ ਲੜਦਾ ਫਿਰਾਂਗਾ। ਏਥੇ ਤਾਂ ਆਵਾ ਈ ਊਤਿਆ ਪਿਐ, ਜਿਸ ਕਰਕੇ ਉਹ ਲੋਕਾਂ ਦੀਆਂ ਕਹੀਆਂ ਗੱਲਾਂ ਸੁਣਕੇ ਹੱਸ ਕੇ ਟਾਲ ਛੱਡਦਾ।

ਰਿਸ਼ੀ ਬਾਲਮੀਕ ਦਾ ਜਨਮ ਉਤਸਵ ਮਨਾਏ ਜਾਣ ਤੋਂ ਪਹਿਲਾਂ ਇਕ ਦਿਨ ਬਸਤੀ

ਵਲੋਂ ਜਲੂਸ ਕਢਿਆ ਜਾਂਦਾ ਸੀ। ਜਿਸ ਵਿਚ ਰਿਸ਼ੀ ਜੀ ਨਾਲ ਸਬੰਧਤ ਝਾਕੀਆਂ ਤਿਆਰ ਕੀਤੀਆ ਜਾਂਦੀਆਂ ਸਨ। ਜਲੂਸ ਦੀ ਅਗਵਾਈ ਕਰਨ ਲਈ ਸਭ ਤੋਂ ਅੱਗੇ ਬਸਤੀ ਦੇ ਸਭ ਤੋਂ ਸੋਹਣੇ ਮੁੰਡੇ-ਕੁੜੀਆਂ ਚੋਂ ਜੋੜੇ ਨੂੰ ਦੋ ਲਾਠੀਆਂ ਵਿਚ ਫਿਟ ਕੀਤਾ ਬੈਨਰ ਫੜਾਇਆ ਜਾਂਦਾ ਸੀ। ਇਸ ਵਾਰ ਬਸਤੀ ਦੇ ਮੁੱਖੀ ਨੇ ਪੂਰਨ ਤੇ ਉਸ ਦੀ ਭਰਜਾਈ ਨੂੰ ਇਹ ਡਿਊਟੀ ਨਿਭਾਉਣ ਦੀ ਹਦਾਇਤ ਕੀਤੀ ਸੀ। ਪਰ ਲੋਕਾਂ ਦੀ ਚਰਚਾ ਤੋਂ ਡਰਦੇ ਮਾਰੇ ਪੂਰਨ ਨੇ ਭਰਜਾਈ ਨਾਲ ਜਲੂਸ ਦੀ ਅਗਵਾਈ ਕਰਨ ਤੋਂ ਸਾਫ ਜਵਾਬ ਦੇ ਦਿਤਾ ਸੀ। ਜਿਸ ਕਰਕੇ ਉਸ ਨੂੰ ਮੁੱਖੀ ਦੀ ਨਰਾਜ਼ਗੀ ਦਾ ਵੀ ਸਾਹਮਣਾ ਕਰਨਾ ਪਿਆ ਸੀ। ਜਲੂਸ ਦੀ ਅਗਵਾਈ ਤੋਂ ਬਾਅਦ ਤਾਂ ਜ਼ੁਮਨ ਦੀ ਜਨਾਨੀ ਦੇ ਰੂਪ ਦੀ ਚਰਚਾ ਸਾਰੀ ਬਸਤੀ ਦੇ ਬੱਚੇ-ਬੱਚੇ ਦੀ ਜ਼ੁਬਾਨ ਉਤੇ ਸੀ। ਜਿਥੇ ਪਹਿਲਾਂ ਥਾਂ ਸਿਰ ਲਗਦੇ ਮਰਦ-ਤੀਵੀਆਂ, ਮੁੰਡੇ-ਕੁੜੀਆਂ ਸਿਰਫ ਪੂਰਨ ਨੂੰ ਹੀ ਭਰਜਾਈ ਨਾਲ ਜੋੜਕੇ ਟਿੱਚਰਾਂ ਕਰਦੇ ਸੀ ਉਥੇ ਹੁਣ ਇਹੀ ਹਾਲ ਜ਼ੁਮਨ ਦੀ ਜਨਾਨੀ ਨਾਲ ਸ਼ੁਰੂ ਹੋ ਗਿਆ ਸੀ। ਪੂਰਨ ਦੀ ਤਰ੍ਹਾਂ ਪਹਿਲਾਂ ਪਹਿਲ ਤਾਂ ਉਸ ਨੂੰ ਟਿੱਚਰਾਂ ਕਰਨ ਵਾਲਿਆਂ ਉਤੇ ਗੁੱਸਾ ਆਇਆ। ਇਕ ਦੋ ਨਾਲ ਲੜੀ ਵੀ ਪਰ ਜਦ ਇਹ ਕੰਮ ਰੋਜ਼ ਦਾ ਹੀ ਹੋ ਗਿਆ ਤਾਂ ਉਹ ਵੀ ਹਾਰਕੇ, ਹੱਸ ਕੇ ਟਾਲਣ ਲੱਗ ਪਈ।

ਇਕ ਛੁੱਟੀ ਦਾ ਦਿਨ ਸੀ। ਮਾਂ ਕਿਸੇ ਕ੍ਰਿਸਾਨ ਦੇ ਘਰ ਵਿਆਹ ਵਿਚ ਗਈ ਹੋਈ ਸੀ। ਘਰ ਵਿਚ ਪੂਰਨ ਤੇ ਉਸ ਦੀ ਭਰਜਾਈ ਹੀ ਸਨ। ਪੂਰਨ ਆਪਣੇ ਮੰਜੇ ਉਤੇ ਅਰਾਮ ਨਾਲ ਲਿਟਿਆ ਪਿਆ ਸੀ ਤਾਂ ਭਰਜਾਈ ਉਸਦੇ ਮੰਜੇ ਦੀ ਬਾਹੀ ਉਤੇ ਆਕੇ ਬਹਿ ਗਈ। ਅਚਾਨਕ ਭਰਜਾਈ ਨੂੰ ਮੰਜੇ ਦੀ ਬਾਹੀ ਉਤੇ ਬਹਿੰਦਿਆਂ ਦੇਖਕੇ ਪੂਰਨ ਉਠਕੇ ਬੈਠ ਗਿਆ। ਭਰਜਾਈ ਨੇ ਪੂਰਨ ਦੇ ਚਿਹਰੇ ਵਲ ਨੀਝ ਲਾਕੇ ਦੇਖਦਿਆਂ ਕਿਹਾ, "ਪੂਰਨ ਤੈਨੂੰ ਪਤੈ ਲੋਕ ਆਪਣੇ ਬਾਰੇ ਕੀ ਕਹਿੰਦੇ ਨੇ.... ?"

"ਪਤੈ....ਫੇਰ ਕੀ ਕਰੀਏ....ਇਨ੍ਹਾਂ ਦਾ .... ?" ਪੂਰਨ ਨੇ ਸੁਭਾਵਕ ਹੀ ਉਤਰ ਦਿੰਦਿਆਂ ਮੁੜ ਉਸਨੂੰ ਸਵਾਲ ਕਰ ਦਿਤਾ।

"ਇਹ ਸੱਚ ਵੀ ਤਾਂ ਹੋ ਸਕਦੈ... ?" ਭਰਜਾਈ ਨੇ ਅਗੋਂ ਹੋਰ ਉਲਟਾ ਸਵਾਲ ਕਰ ਦਿਤਾ।

"ਹੈਂ.... ?" ਭਰਜਾਈ ਦੀ ਗੱਲ ਸੁਣਕੇ ਪੂਰਨ ਦਾ ਮੂੰਹ ਹੈਰਾਨੀ ਵਿਚ ਖੁਲ੍ਹੇ ਦਾ ਖੁਲ੍ਹਾ ਰਹਿ ਗਿਆ।

"ਉਂਝ ਵੀ ਤਾਂ ਤੂੰ ਸੋਚ ਸਾਲ ਚੋਂ ਦੋ ਮਹੀਨੇ ਹੀ ਤੇਰਾ ਭਾਈ ਮੇਰੇ ਕੋਲ ਆਉਂਦੈ.... ਉਹਨਾਂ ਚੋਂ ਵੀ ਬਿਮਾਰੀ-ਠਿਮਾਰੀ, ਰਿਸ਼ਤੇਦਾਰੀਆਂ ਵਿਚ ਬਿਤਾਏ ਦਿਨਾਂ ਨੂੰ ਕਢਕੇ ਮੇਰੇ ਹਿੱਸੇ ਤਾਂ ਇਕ ਮਹੀਨਾ ਹੀ ਮਸਾਂ ਆਉਂਦੈ...ਬਾਕੀ ਗਿਆਰਾਂ ਮਹੀਨੇ ਤਾਂ ਮੈ ਨਾ ਰੰਡੀ ਹੁੰਦੀ ਹਾਂ ਨਾ ਸੁਹਾਗਣ.....ਇਹ ਗਿਆਰਾਂ ਮਹੀਨੇ ਕਿਸੇ ਵਿਆਹੀ ਵਰੀ ਤੀਵੀ ਨੂੰ ਬਿਨਾਂ ਮਰਦ ਦੇ ਕਢਣੇ ਕਿੰਨੇ ਔਖੇ ਨੇ....ਕਦੇ ਸੋਚਿਐ..... ?"

ਪੂਰਨ ਬਿਨਾਂ ਕੁਛ ਬੋਲਿਆ ਚੁੱਪ ਕਰਕੇ ਬੁੱਤ ਬਣਕੇ ਬੈਠਾ ਰਿਹਾ।

"ਮੈਂ ਤਾਂ ਫੌਜੀ ਨਾਲ ਵਿਆਹ ਕਰਾਉਣ ਤੋਂ ਨਾਂਹ ਕਰ ਦਿੱਤੀ ਸੀ ਪਰ. ਘਰਦੇ ਹੀ ਅੜ ਗਏ....ਕੀ ਕਰਦੀ....। ਬੇਬੱਸ ਸੀ...." ਕਹਿਕੇ ਉਹ ਪੂਰਨ ਦੇ ਚਿਹਰੇ ਵਲ ਦੇਖਣ

ਲੱਗ ਪਈ ਜਿਵੇਂ ਉਹ ਉਸਦੇ ਚਿਹਰੇ ਤੋਂ ਹੀ ਆਪਣੀ ਗੱਲ ਦਾ ਕੋਈ ਜਵਾਬ ਲਭ ਰਹੀ ਹੋਵੇ।

ਪੂਰਨ ਬਗੈਰ ਕੁਝ ਬੋਲੇ ਉਥੋਂ ਉਠਿਆ। ਚੁੱਪ ਕਰਕੇ ਬਾਹਰ ਨਿਕਲ ਗਿਆ। ਭਰਜਾਈ ਉਸਨੂੰ ਤੁਰੇ ਜਾਂਦੇ ਨੂੰ ਪਿਛੋਂ ਦੇਖਦੀ ਰਹੀ।

ਇਸ ਘਟਨਾ ਤੋਂ ਬਾਅਦ ਪੂਰਨ ਨੇ ਲੋਕਾਂ ਦੀ ਜੁਬਾਨ ਬੰਦ ਕਰਨ ਲਈ ਤੇ ਭਰਾ ਦੀ ਇੱਜਤ ਨੂੰ ਬਰਕਾਰ ਰੱਖਣ ਲਈ ਘਰ ਤੋਂ ਕਿਨਾਰਾ ਕਰ ਲੈਣਾ ਹੀ ਬਿਹਤਰ ਸਮਝਿਆ। ਮਾਂ ਨੂੰ ਕੁਝ ਦਸੇ ਬਿਨਾਂ ਹੀ ਉਸਨੇ ਆਪਣੇ ਦਫਤਰ ਦੇ ਸੁਪਡੈਂਟ ਨੂੰ ਬੇਨਤੀ ਕਰਕੇ ਚੌਥਾ ਦਰਜਾ ਸਰਕਾਰੀ ਕਰਮਚਾਰੀਆਂ ਲਈ ਬਣੇ ਕੁਆਟਰਾਂ ਵਿਚੋਂ ਇਕ ਕੁਆਟਰ ਆਪਣੇ ਨਾਮ ਅਲਾਟ ਕਰਵਾਕੇ ਉਥੇ ਹੀ ਰਹਿਣਾ ਸ਼ੁਰੂ ਕਰ ਦਿਤਾ। ਮਾਂ ਨੇ ਉਸ ਨੂੰ ਘਰ ਆਉਣ ਲਈ ਬੜਾ ਜ਼ੋਰ ਲਾਇਆ। ਰਿਸ਼ਤੇਦਾਰਾਂ ਨੂੰ ਵਿਚ ਪਾਇਆ। ਭਰਜਾਈ ਨੇ ਵੀ ਆਪਣੀ ਗਲ਼ਤੀ ਮੰਨਕੇ ਅਗੇ ਤੋਂ ਅਜਿਹਾ ਨਾ ਕਰਨ ਦਾ ਵਾਅਦਾ ਕਰਕੇ, ਉਸ ਨੂੰ ਘਰ ਆਉਣ ਲਈ ਬਥੇਰਾ ਮਨਾਇਆ ਪਰ ਉਸਨੇ ਕਿਸੇ ਗੱਲ ਦਾ ਕੋਈ ਜਵਾਬ ਨਾ ਦਿਤਾ। ਸਾਰਿਆਂ ਨੂੰ ਸਿਰਫ ਇਕੋ ਜਵਾਬ ਦਿੱਤਾ, "ਕਿੰਨਾ ਕੁ ਚਿਰ ਮੈਂ ਉਸ ਘਰ ਵਿਚ ਰਹਾਂਗਾ ਕਦੇ ਤਾਂ ਵਿਆਹ ਕਰਵਾਕੇ ਵੱਖ ਹੋਵਾਂਗਾ ਹੀ....ਫੇਰ ਘਰ ਵੀ ਕਿਡਾ ਕੁ ਐ ਜਿਸ ਵਿਚ ਤਿੰਨ ਪ੍ਰੀਵਾਰ ਰਹਿ ਸਕਣ....। ਸਮਝ ਲਓ ਉਹ ਵੇਲਾ ਹੁਣ ਹੀ ਆਗਿਆ" ਉਸ ਤੋਂ ਬਾਅਦ ਉਹ ਮੁੜ ਕੇ ਜੁਮਨ ਦੀ ਗੈਰ ਹਾਜਰੀ ਵਿਚ ਕਦੇ ਘਰ ਨਾ ਗਿਆ। ਇਕ ਵਾਰ ਬਾਪੂ ਬਿਮਾਰ ਹੋਗਿਆ। ਹਸਪਤਾਲ ਰੱਖਕੇ ਉਸ ਦਾ ਇਲਾਜ ਕਰਵਾਇਆ। ਸਾਰਾ ਖਰਚਾ ਆਪ ਕੀਤਾ। ਮਾਂ ਜਿਥੇ ਵੀ ਮਿਲਦੀ ਉਸ ਨੂੰ ਲੋਕਾਂ ਦੇ ਕੰਮ ਕਰਨ ਤੋਂ ਬੰਦ ਕਰਨ ਲਈ ਬੇਨਤੀ ਕਰਦਾ। ਜੇਬ ਵਿਚ ਉਸ ਵਕਤ ਜਿਨੇ ਪੈਸੇ ਹੁੰਦੇ ਉਨੇ ਹੀ ਮਾਂ ਨੂੰ ਦੇ ਦਿੰਦਾ।

ਕੁਆਟਰ ਵਿਚ ਇਕੱਲਾ ਹੋਣ ਕਰਕੇ ਉਹ ਦਫਤਰੋਂ ਵੇਲੇ ਕੁਵੇਲੇ ਹੀ ਵਾਪਸ ਆਉਂਦਾ। ਰੋਟੀ ਕਦੇ ਘਰ ਬਣਾ ਲੈਂਦਾ, ਕਦੇ ਬਾਹਰ ਹੀ ਖਾ ਆਉਂਦਾ। ਉਸ ਦੇ ਦਫਤਰ ਵਿਚ ਇਕ ਹੋਰ ਚਪੜਾਸੀ ਰਾਮ ਗੋਪਾਲ ਸੀ ਜਿਹੜਾ ਵਿਆਹਾਂ ਸ਼ਾਦੀਆਂ ਵਿਚ ਕੁਕਿੰਗ ਦਾ ਕੰਮ ਠੇਕੇ ਉਤੇ ਲੈ ਲੈਂਦਾ ਸੀ, ਜਿਸ ਲਈ ਉਸ ਨੂੰ ਬਹਿਰਿਆਂ ਦੀ ਲੋੜ ਰਹਿੰਦੀ ਸੀ। ਦਫਤਰ ਟਾਈਮ ਤੋਂ ਮਗਰੋਂ ਉਹ ਵਿਹਲਾ ਹੀ ਰਹਿੰਦਾ ਸੀ। ਘਰ ਜਾਂ ਬਸਤੀ ਵਿਚ ਜਾਣ ਲਈ ਉਸ ਦੀ ਵੱਢੀ ਰੂਹ ਨਹੀਂ ਕਰਦੀ ਸੀ। ਵਕਤ ਵੀ ਪਾਸ ਨਹੀਂ ਹੁੰਦਾ ਸੀ। ਇਸ ਲਈ ਉਸ ਨੇ ਪਹਿਲਾਂ ਰਾਮ ਗੋਪਾਲ ਨਾਲ ਬਹਿਰੇ ਦਾ ਕੰਮ ਕਰਨਾ ਸ਼ੁਰੂ ਕਰ ਦਿਤਾ। ਫੇਰ ਉਸਦੇ ਸਹਾਇਕ ਕੁਕ ਵਜੋਂ ਕੰਮ ਕਰਨ ਲੱਗ ਪਿਆ। ਖਾਣ-ਪੀਣ ਨੂੰ ਵਧੀਆਂ ਮਿਲਦਾ। ਚਾਰ ਪੈਸੇ ਬਣ ਜਾਂਦੇ। ਵਕਤ ਵਧੀਆ ਪਾਸ ਹੋਣ ਲੱਗ ਪਿਆ। ਕੁਝ ਪੜ੍ਹਿਆ ਲਿਖਿਆ ਹੋਣ ਕਰਕੇ ਉਸ ਦੀ ਬੋਲਚਾਲ ਕੁਝ ਤਾਂ ਪਹਿਲਾਂ ਹੀ ਸੁਧਰੀ ਹੋਈ ਸੀ ਤੇ ਕੁਝ ਦਫਤਰ ਵਿਚ ਕੰਮ ਕਰਨ ਕਰਕੇ ਹੋਰ ਸੁਧਰ ਗਈ ਸੀ। ਚੰਗੀ ਆਮਦਨ ਹੋਣ ਕਰਕੇ ਉਹ ਕਪੜਾ ਲੀੜਾ ਵੀ ਵਧੀਆ ਤੋਂ ਵਧੀਆ ਪਾਉਣ ਲੱਗ ਪਿਆ ਸੀ। ਜਿਸ ਕਰਕੇ ਦੇਖਣ ਵਾਲੇ ਨੂੰ ਉਹ ਸ਼ਕਲ-ਸੂਰਤ, ਬੋਲ-ਚਾਲ ਤੇ ਪਹਿਰਾਵੇ ਤੋਂ ਕਿਸੇ ਬਾਲਮੀਕੀ ਦੀ ਨਹੀਂ ਬ੍ਰਾਹਮਣ ਜਾਂ ਖਤਰੀ ਦੀ ਔਲਾਦ ਹੀ ਲਗਦਾ ਸੀ। ਇਸ ਕਰਕੇ ਦਫਤਰ ਦੇ ਆਮ ਕਰਮਚਾਰੀ ਉਸ ਨਾਲ ਖਾਣ-ਪੀਣ ਤੋਂ ਵੀ ਨਹੀਂ

ਝਿਜਕਦੇ ਸੀ। ਦਫਤਰ ਵਿਚ ਉਸ ਦੀ ਟੌਰ ਤੇ ਦਫਤਰੀ ਮੁਲਾਜਮਾਂ ਨਾਲ ਮਿਲਵਰਤਣ ਦੇਖਕੇ ਦਫਤਰ ਤੋਂ ਬਾਹਰ ਦੇ ਬਹੁਤ ਘਟ ਬੰਦਿਆਂ ਨੂੰ ਤਾਂ ਪਤਾ ਚਲਦਾ ਸੀ ਕਿ ਉਹ ਕਿਸ ਅਸਾਮੀ ਤੇ ਕੰਮ ਕਰ ਰਿਹਾ ਹੈ।

ਉਸਦੇ ਕੁਕ ਹੋਣ ਦੀ ਸ਼ੋਹਰਤ ਸੁਣਕੇ ਤੇ ਇਕੱਲਾ ਰਹਿੰਦਾ ਜਾਣਕੇ, ਗੁਆਂਢੀ ਡੀ.ਟੀ.ਓ ਦਫਤਰ ਵਿਚ ਨਵੇਂ ਬਦਲ ਕੇ ਆਏ ਸੈਕਸ਼ਨਲ ਅਫਸਰ ਤੇ ਐਮ. ਵੀ. ਆਈ (ਜਿਹੜੇ ਇਕੋ ਕਿਰਾਏ ਦੇ ਮਕਾਨ ਵਿਚ ਰਹਿੰਦੇ ਸੀ) ਨੇ ਬੁਲਾਕੇ ਉਸ ਨੂੰ ਕਿਹਾ ਸੀ, "ਪੂਰਨ ਚੰਦ ਜੀ ਸੁਣਿਆ ਤੁਸੀਂ ਇਕੱਲੇ ਹੀ ਰਹਿੰਦੇ ਹੋ?"

"ਹਾਂ ਜੀ..."

"ਕੁਕ ਵੀ ਬਹੁਤ ਵਧੀਆ ਹੋ?"

"ਲੋਕ ਕਹਿੰਦੇ ਨੇ ਜੀ...."

"ਫੇਰ ਤੁਸੀਂ ਕਿਉਂ ਵਖਰਾ ਕਿਰਾਇਆ ਭਰਦੇ ਹੋ...ਰਸੋਈ ਦਾ ਖਰਚ ਕਰਦੇ ਹੋ.... ਐਂ ਕਰੋਂ ਸਾਡੇ ਕੋਲ ਹੀ ਸਮਾਨ ਚੁੱਕ ਲਿਆਓ... ਰਾਸ਼ਨ ਪਾਣੀ ਸਾਡਾ.... ਮਕਾਨ ਦਾ ਕਿਰਾਇਆ ਸਾਡਾ... ਤੁਸੀਂ ਤਾਂ ਮੌਜ ਨਾਲ ਆਪਣੇ ਤਿੰਨਾ ਦਾ ਖਾਣਾ ਬਣਾ ਲਿਆ ਕਰੋ.... ਖੁਦ ਛਕ ਲਿਆ ਕਰੋ ਤੇ ਸਾਨੂੰ ਛਕਾ ਦਿਆ ਕਰੋ...।"

"ਨਹੀਂ ਸਰ.....ਇਹ ਤਾ ਮੈਤੋ ਨੀਂ ਹੋਣਾ..... ਐਮਰਜੈਸੀ ਵਿਚ ਤਾਂ ਕੰਮ ਕਰ ਸਕਦਾ ਹਾਂ...ਪਰ ਪੱਕਾ ਨਹੀਂ.... ਫੇਰ ਅੱਜ ਤਾਂ ਮੇਰੇ ਕੋਲ ਸਰਕਾਰੀ ਕੁਆਟਰ ਹੈ...ਇਹਨੂੰ ਮੈਂ ਛੱਡਕੇ ਤੁਹਾਡੇ ਕੋਲ ਆ ਜਾਂਵਾ....ਕਲ ਨੂੰ ਤੁਹਾਡੀ ਬਦਲੀ ਹੋ ਗਈ, ਫੇਰ....? ਮੈਂ ਅਲਾਟ ਹੋਏ ਮਕਾਨ ਤੋਂ ਵੀ ਹੱਥ ਧੋ ਬੈਠੂੰ.....। ਉਂਜ ਮੈਂ ਤਾਂ ਕਈ ਕਈ ਦਿਨ ਵਿਆਹ-ਸ਼ਾਦੀਆਂ ਕਰਕੇ ਵੀ ਬਾਹਰ ਹੀ ਰਹਿੰਦਾ ਹਾਂ... ਇਹ ਤਾਂ ਮੁਸ਼ਕਲ ਹੈ ਜੀ..।'

ਇਹ ਗੱਲ ਉਸ ਦੀ ਸਹੀ ਵੀ ਸੀ, ਬਹੁਤ ਘਟ ਕੋਈ ਦਿਨ ਅਜਿਹਾ ਹੁੰਦਾ ਸੀ ਜਿਸ ਦਿਨ ਉਸਨੂੰ ਵਿਆਹ-ਸ਼ਾਦੀ ਵਿਚ ਜਾਂ ਕਿਸੇ ਨਾ ਕਿਸੇ ਪਾਰਟੀ ਵਿਚ ਉਸਦੇ ਦਫਤਰ ਵਾਲਿਆ ਜਾਂ ਕਿਸੇ ਮਿਲਣ ਗਿਲਣ ਵਾਲਿਆਂ ਵਲੋਂ ਨਾ ਬੁਲਾਇਆ ਜਾਂਦਾ। ਖਾਣਾ ਬਨਾਉਣ ਦਾ ਪ੍ਰਬੰਧ, ਵਿਸਕੀ ਸਰਵ ਕਰਨ ਦੀ ਡਿਊਟੀ ਉਸਦੇ ਹੀ ਜਿੰਮੇ ਲੱਗੀ ਹੁੰਦੀ ਸੀ। ਜਿਸ ਨੂੰ ਉਹ ਬੜੀ ਇਮਾਨਦਾਰੀ ਤੇ ਤਨਦੇਹੀ ਨਾਲ ਨਿਭਾਉਂਦਾ। ਹਰ ਇਕ ਦੇ ਕੰਮ ਨੂੰ ਆਪਣਾ ਕੰਮ ਸਮਝਕੇ ਕਰਦਾ। ਧੀ-ਭੈਣ ਦੀ ਪੂਰੀ ਇੱਜਤ ਕਰਦਾ। ਪੈਸੇ ਵੀ ਕਿਸੇ ਤੋਂ ਅੜਕੇ ਨਾ ਲੈਂਦਾ। ਜੋ ਸਰਦਾ ਪੁੱਜਦਾ ਅਗਲਾ ਦੇ ਦਿੰਦਾ ਲੈ ਕੇ ਉਸ ਦਾ ਧੰਨਵਾਦ ਕਰ ਦਿੰਦਾ। ਜਿਸ ਕਰਕੇ ਉਹ ਲੋਕਾਂ ਵਿਚ ਕਾਫੀ ਹਰਮਨ ਪਿਆਰਾ ਹੁੰਦਾ ਜਾ ਰਿਹਾ ਸੀ।

ਇਸੇ ਤਰ੍ਹਾਂ ਇਕ ਵਾਰੀ ਸੁਪਡੈਂਟ ਦੇ ਘਰ ਪੋਤਾ ਹੋਣ ਦੀ ਖੁਸ਼ੀ ਵਿਚ ਮਹਿਕਮੇ ਦੇ ਬੰਦਿਆਂ ਨੂੰ ਸ਼ਾਮ ਦੀ ਪਾਰਟੀ ਕੀਤੀ ਜਾਣੀ ਸੀ। ਇਸ ਪਾਰਟੀ ਵਿਚ ਖਾਣੇ ਅਤੇ ਵਿਸਕੀ ਦੀ ਸਪਲਾਈ ਕਰਨ ਦੀ ਜਿਮੇਵਾਰੀ ਪੂਰਨ ਦੀ ਹੀ ਲਗਾਈ ਗਈ ਸੀ।

ਘਰ ਰੰਗ ਬਰੰਗੀਆਂ ਰੌਸ਼ਨੀਆਂ ਨਾਲ ਸਜਿਆ ਹੋਇਆ ਸੀ। ਕੋਠੀ ਦੀ ਛੱਤ ਉਤੇ ਟੈਂਟ ਲਾਕੇ, ਉਸ ਦੇ ਦੋ ਭਾਗ ਕਰਕੇ ਖਾਣੇ ਦਾ ਵੱਖ ਤੇ ਵਿਸਕੀ ਲਈ ਵੱਖ ਪ੍ਰਬੰਧ ਕੀਤਾ

ਗਿਆ ਸੀ। ਦਫਤਰ ਦੇ ਮੁਲਾਜ਼ਮ ਆ ਚੁੱਕੇ ਸੀ। ਕੁਝ ਬੰਦੇ ਦਫਤਰ ਤੋਂ ਬਿਨਾਂ ਆਂਢ-ਗੁਆਂਢ ਦੇ, ਰਿਸ਼ਤੇਦਾਰ-ਮੁਲਾਹਜੇਦਾਰ ਵੀ ਬੁਲਾਏ ਹੋਏ ਸੀ। ਪੂਰਨ ਪੂਰੀ ਜੁਮੇਵਾਰੀ ਨਾਲ ਖਾਣਾ ਤਿਆਰ ਹੁੰਦਾ ਦੇਖ ਰਿਹਾ ਸੀ। ਵਿਸਕੀ ਨੂੰ ਖੁਦ ਗਲਾਸਾਂ ਵਿਚ ਪਵਾ-ਪਵਾ ਕੇ ਬਹਿਰਿਆਂ ਨੂੰ ਦੇ ਰਿਹਾ ਸੀ। ਕਿਸ ਮੇਜ ਉਤੇ ਕਿਸ ਚੀਜ ਦੀ ਘਾਟ ਹੈ ਉਸਦੀ ਬਾਜ ਵਰਗੀ ਨਿਗਾਹ ਫੱਟ ਤਲਾਸ਼ ਕਰ ਲੈਂਦੀ ਸੀ। ਕਿਥੇ ਚਿਕਨ ਨਹੀ, ਮੀਟ ਨਹੀਂ, ਸਲਾਦ ਨਹੀਂ, ਪਾਣੀ ਨਹੀਂ, ਕੁਝ ਵੀ ਉਸ ਦੀ ਜਾਣਕਾਰੀ ਤੋਂ ਬਾਹਰ ਨਹੀਂ ਸੀ। ਸਫੈਦ ਪੈਂਟ ਤੇ ਗੁਲਾਬੀ ਟੀ. ਸ਼ਰਟ ਵਿਚ ਉਹ ਬੇਹੱਦ ਜਚ ਰਿਹਾ ਸੀ। ਦਫਤਰ ਦੇ ਮੁਲਾਜਮਾਂ ਨੂੰ ਛੱਡ ਕੇ ਬਾਕੀ ਪਾਰਟੀ ਵਿਚ ਸ਼ਾਮਲ ਹੋਏ ਕਿਸੇ ਵੀ ਬੰਦੇ ਨੂੰ ਇਸ ਗੱਲ ਦਾ ਅਹਿਸਾਸ ਨਹੀਂ ਹੋ ਰਿਹਾ ਸੀ ਕਿ ਪੂਰਨ ਕੌਣ ਹੈ, ਕੀ ਹੈ ਤੇ ਘਰ ਵਾਲਿਆਂ ਦਾ ਕੀ ਲਗਦਾ ਹੈ।

"ਇਕ ਗੈਸ ਸਲੰਡਰ ਚਾਹੀਂਦੈ" ਸਹਾਇਕ ਕੁੱਕ ਨੇ ਆਕੇ ਉਸ ਨੂੰ ਕਿਹਾ

"ਚਲ ਚੁਕਾਕੇ ਲਿਆਵਾਂ" ਕਹਿ ਕੇ ਉਹ ਸਹਾਇਕ ਕੁੱਕ ਨੂੰ ਲੈ ਕੇ ਹੇਠਾਂ ਸਟੋਰ ਵਿਚੋਂ ਗੈਸ ਸਲੰਡਰ ਚੁਕਵਾਉਣ ਚਲਿਆ ਗਿਆ ਸੀ। ਹੇਠਾਂ ਉਤਰ ਕੇ ਉਸ ਨੇ ਦੇਖਿਆ ਕਿ ਸਾਹਮਣੇ ਗੇਟ ਪਾਸ ਉਸ ਦੀ ਮਾਂ ਬੈਠੀ ਸੀ। ਜਿਸ ਨੂੰ ਦੇਖਕੇ ਉਹ ਹੈਰਾਨ ਵੀ ਰਹਿ ਗਿਆ ਸੀ ਤੇ ਗੁੱਸੇ ਵਿਚ ਵੀ ਆਗਿਆ ਸੀ ਪਰ ਰੌਲਾ ਪੈਣ ਦੇ ਡਰ ਤੋਂ ਉਹ ਚੁੱਪ ਕਰ ਗਿਆ। ਕੁੱਕ ਨੂੰ ਸਲੰਡਰ ਚੁਕਵਾਕੇ ਫੇਰ ਮਾਂ ਕੋਲ ਆਕੇ ਕਿਹਾ, "ਮਾਂ ਤੂੰ! ਏਥੇ ਕੀ ਕਰਦੀਐਂ ?"

"ਮੇਰੇ ਕ੍ਰਿਸਾਨ ਨੇ.....ਇਨਾਂ ਨੇ ਬੁਲਾਇਐ....ਪਾਰਟੀ ਪਿਛੋਂ ਕਚਰਾ ਸਾਫ ਕਰਨ ਲਈ..."

"ਤੂੰ ਏਥੋਂ ਫਟਾ ਫਟ ਤੁਰ ਜਾਅ ਮੇਰੀ ਇੱਜਤ ਦਾ ਸਵਾਲ ਐ"

"ਮੇਰੇ ਕ੍ਰਿਸਾਨਾਂ ਦੀ ਨਰਾਜ਼ਗੀ ਦਾ ਸਵਾਲ ਐ" ਅਗੋਂ ਮਾਂ ਨੇ ਝੱਟ ਉਤਰ ਦਿਤਾ

"ਸਫਾਈ ਮੈਂ ਆਪੇ ਕਰ ਦਿਉਂ ਪਰ ਤੂੰ ਏਥੋਂ ਫਟਾ ਫਟ ਤੁਰ ਜਾ"

"ਖਾਣ ਨੂੰ..... ?"

"ਤੂੰ ਘਰ ਚਲ ਮੈਂ ਆਪੇ ਦੇ ਆਊਂ"

ਮਾਂ ਨੂੰ ਤੋਰਕੇ ਉਸਨੇ ਇਕ ਵਾਰ ਤਾਂ ਸੁੱਖ ਦਾ ਸਾਂਹ ਲਿਆ ਸੀ। ਪਰ ਰਹਿੰਦੇ ਸਾਰੇ ਵਕਤ ਉਹ ਇਹੀ ਸੋਚਦਾ ਰਿਹਾ ਸੀ, "ਜੇ ਕਰ ਕਿਸੇ ਨੂੰ ਪਤਾ ਲੱਗ ਜਾਂਦਾ....ਫੇਰ..... ?"

ਫੇਰ ਪਾਰਟੀ ਖਤਮ ਹੋਣ ਤੋਂ ਬਾਅਦ ਉਹ ਝਾੜੂ ਚੁੱਕਕੇ ਸਫਾਈ ਕਰਨ ਲੱਗ ਪਿਆ ਸੀ।

"ਤੂੰ ਖੁਦ ਹੀ.....ਚੰਦੋ..... ?" ਸੁਪਡੈਂਟ ਨੇ ਉਸ ਨੂੰ ਝਾੜੂ ਫੇਰਦਿਆਂ ਦੇਖਕੇ ਕਿਹਾ

"ਉਸ ਦੀ ਤਬੀਅਤ ਖਰਾਬ ਹੋ ਗਈ ਸੀ, ਇਸ ਲਈ ਮੈਂ ਹੀ ਕਹਿ ਦਿਤਾ ਸੀ ਉਸ ਨੂੰ ਜਾਣ ਲਈ"

ਪੂਰਨ ਨੇ ਜਵਾਬ ਦਿਤਾ ਸੀ।

"ਚੰਗਾ..."ਕਹਿਕੇ ਸੁਪਡੈਂਟ ਸਾਹਿਬ ਚਲੇ ਗਏ ਸੀ।

ਸਫਾਈ ਕਰਕੇ। ਸਮਾਨ ਸੰਭਾਲ ਕੇ। ਪੌਲੇਥੀਨ ਦੇ ਲਫਾਫਿਆਂ ਵਿਚ ਮੀਟ, ਚਿਕਨ, ਰੈਤਾ, ਸਲਾਦ ਤੇ ਫੁੱਲਕੇ ਪਾਕੇ ਉਹ ਮਾਂ ਨੂੰ ਦੇਣ ਲਈ ਘਰ ਚਲਿਆ ਗਿਆ ਸੀ। ਇੰਨਾ

ਕੁਝ ਦੇਖਕੇ ਮਾਂ ਬਹੁਤ ਖੁਸ਼ ਹੋਈ ਸੀ। ਉਸਨੇ ਉਸ ਨੂੰ ਉਥੇ ਹੀ ਪੈਣ ਲਈ ਕਿਹਾ ਸੀ ਪਰ ਉਹ ਨਹੀਂ ਮੰਨਿਆ ਸੀ।

ਰੋਜ਼ ਦੀ ਤਰ੍ਹਾਂ ਜਦੋਂ ਚੰਦੋ ਸਵੇਰੇ ਸੁਪਡੈਂਟ ਸਾਹਿਬ ਦੀ ਕੋਠੀ ਗਈ ਸੀ ਤਾਂ ਉਹ ਉਸ ਨੂੰ ਬਾਹਰ ਖੜ੍ਹੇ ਦਾਤਣ ਕਰਦੇ ਹੀ ਮਿਲ ਗਏ ਸੀ।

ਜਦ ਉਹ ਝਾੜੂ ਚੁੱਕਕੇ ਸਫਾਈ ਕਰਨ ਲੱਗੀ ਤਾਂ ਸੁਪਡੈਟ ਸਾਹਿਬ ਬੋਲੇ, "ਸਫਾਈ ਤਾਂ ਪੂਰਨ ਕਰ ਗਿਆ ਸੀ। ਬੜਾ ਚੰਗਾ ਮੁੰਡੈ"

"ਉਹ ਤਾਂ ਹੈ ਹੀ ਜੀ ! ਪਰ ਪਤੈ ਜੀ ਪੁੱਤ ਕੀ ਦੈ ?"

"ਕਿਸਦੈ ?"

"ਮੇਰਾ, ਸਭ ਤੋਂ ਛੋਟਾ ਲੜਕੈ...।"

"ਹੈਂ ! ਤੇਰਾ ?"

"ਹਾਂ ਜੀ ......।"

ਸੁਪਡੈਟ ਉਸਦੇ ਚਿਹਰੇ ਵਲ ਸਵਾਲੀਆਂ ਨਜ਼ਰਾਂ ਨਾਲ ਦੇਖਦਾ ਹੋਇਆ ਗੁਸਲਖਾਨੇ ਵਿਚ ਚਲਿਆ ਗਿਆ ਸੀ।

ਦਫਤਰ ਆਕੇ ਜਦ ਪੂਰਨ ਸੁਪਡੈਟ ਸਾਹਿਬ ਕੋਲ ਉਸਦੇ ਕੈਬਨ ਵਿਚ ਹਾਜਰੀ ਲਾਉਣ ਲਈ ਚਲਿਆ ਗਿਆ ਸੀ ਤਾਂ ਸੁਪਡੈਟ ਸਾਹਿਬ ਨੇ ਕਿਹਾ ਸੀ, "ਪੂਰਨ ਤੂੰ ਪਹਿਲਾਂ ਕਦੇ ਦਸਿਆ ਈ ਨਹੀਂ ਕਿ ਚੰਦੋ ਤੇਰੀ ਮਾਂ ਹੈ ?"

ਸੁਪਡੈਟ ਸਾਹਿਬ ਦੀ ਗੱਲ ਸੁਣਕੇ ਉਸਨੂੰ ਇਕ ਵਾਰ ਤਾਂ ਝਟਕਾ ਜਿਹਾ ਲਗਿਆ, ਉਹ ਬੌਂਦਲ ਜਿਹਾ ਗਿਆ ਸੀ ਕਿ ਸੁਪਡੈਂਟ ਸਾਹਿਬ ਦੇ ਸਵਾਲ ਦਾ ਕੀ ਜਵਾਬ ਦੇਵੇ ਪਰ ਫੇਰ ਸੰਭਲਦਾ ਹੋਇਆ ਬੋਲਿਆ, "ਉਹ ਕਿਹੜਾ ਡੀ.ਸੀ. ਲੱਗੀ ਹੋਈਐ ਜੀ, ਜਿਹੜਾ ਤੁਹਾਨੂੰ ਦਸਦਾ....."

ਤਣਾਓ/ਜੋਗਿੰਦਰ ਸਿੰਘ ਨਿਰਾਲਾ

ਸਮਾਂ ਸ਼ਾਇਦ ਉਪਰ ਟੱਪ ਚੁੱਕਿਆ ਸੀ। ਟਿਕੀ ਰਾਤ ਵਿਚ ਜਗਮੀਤ ਦਾ ਦਿਲ ਪਹਿਲਾਂ ਨਾਲੋਂ ਵੀ ਤੇਜ਼ ਧੜਕਣ ਲੱਗ ਪਿਆ। ਹਨੇਰੇ ਵਿਚ ਹੀ ਉਸਨੇ ਗੁਟ ਉਪਰੀ ਬੰਨ੍ਹੀ ਘੜੀ ਉਪਰੋਂ ਵਕਤ ਦੇਖਣ ਦੀ ਕੋਸ਼ਿਸ਼ ਕੀਤੀ। ਪਰ ਉਸ ਨੂੰ ਕੁਝ ਪਤਾ ਨਾ ਲੱਗ ਸਕਿਆ। ਰਾਤ ਦੀ ਗੂੜ੍ਹੀ ਕਾਲਖ ਵਿਚ ਪਤਾ ਵੀ ਕੀ ਲੱਗ ਸਕਦਾ ਸੀ। ਉਸਨੇ ਵਕਤ ਦਾ ਅੰਦਾਜ਼ਾ ਉਂਜ ਹੀ ਲਾਉਣਾ ਚਾਹਿਆ। ਗਿਆਰਾਂ ਵਜੇ ਤਾਂ ਉਹ ਘਰੋਂ ਹੀ ਚੱਲਿਆ ਸੀ। ਅਤੇ ਹੁਣ ਤੱਕ ਦੋ ਘੰਟੇ ਤਾਂ ਬੀਤ ਹੀ ਗਏ ਹੋਣਗੇ। ਉਸਨੇ ਕੋਲ ਹੀ ਖੜੀ ਸਾਈਕਲ ਨੂੰ ਟਟੋਲਿਆ। ਸਾਈਕਲ ਤਾਂ ਸੀ ਪਰ ਇਨਾ ਸਮਾਂ ਲੰਘ ਜਾਣ 'ਤੇ ਵੀ ਬੀਰੋ ਨਹੀਂ ਸੀ ਆਈ। ਫਿਰ ਉਸਨੇ ਸੋਚਿਆ, ਉਹਨਾਂ ਨੇ ਜਿਵੇਂ ਇਹ ਸਿਵਿਆਂ ਵਾਲਾ ਪਾਸਾ ਚੁਣ ਕੇ ਗਲਤੀ ਕੀਤੀ ਹੋਵੇ। ਉਹ ਢਾਬ ਕੋਲ ਨਿਆਈਆਂ ਵਾਲੀ ਥਾਂ ਨੂੰ ਵੀ ਮਿੱਥ ਸਕਦੇ ਹਨ, ਇੰਨੀ ਰਾਤ ਗਈ ਉਥੇ ਵੀ ਕਿਹੜਾ ਆਉਂਦਾ ਜਾਂਦਾ ਹੈ। ਨਾਲੇ ਉਥੇ ਡੰਡੀ ਵੀ ਨਾਲ ਹੀ ਸੀ, ਜਿਥੋਂ ਉਹ ਛੇਤੀ ਹੀ ਰਾਹ ਫੜ ਸਕਦੇ ਸਨ।

ਫਿਰ ਉਸਨੇ ਸੋਚਿਆ ਕਿ ਸ਼ਾਇਦ ਸਮਾਂ ਇੰਨਾ ਨਹੀਂ ਹੋਇਆ। ਉਸਦਾ ਮਨ ਐਵੇਂ ਹੀ ਕਾਹਲਾ ਪੈਣ ਲੱਗ ਪਿਆ। ਹੋ ਸਕਦਾ ਹੈ ਬੀਰੋ ਦੇ ਘਰਦਿਆਂ 'ਚੋਂ ਕੋਈ ਜਾਗ ਪਿਆ ਹੋਵੇ। ਉਸਦਾ ਪਿਉ ਰਸਾਲਦਾਰ ਗੁਰਚੇਤਨ ਸਿੰਘ ਬਰਾੜ ਵੀ ਤਾਂ ਕਈ ਦਿਨਾਂ ਤੋਂ ਬੀਮਾਰ ਚਲਿਆ ਆ ਰਿਹਾ ਸੀ। ਬੀਰੋ ਦੇ ਪਿਉ ਦਾ ਖਿਆਲ ਆਉਂਦਿਆਂ ਹੀ ਜਗਮੀਤ ਦਾ ਦਿਲ ਹੋਰ ਤੇਜ਼ੀ ਨਾਲ ਧੜਕਣ ਲੱਗਿਆ। ਗੁਰਚੇਤਨ ਸਿੰਘ ਬਰਾੜ ਆਪਣੀ ਰਸਾਲਦਾਰੀ ਕਾਰਨ ਪਿੰਡ ਵਿਚ ਅਤੇ ਨਾਲ ਲਗਦੇ ਪਿੰਡਾਂ ਵਿਚੋਂ ਇਕ ਪ੍ਰਸਿੱਧ ਹਸਤੀ ਸੀ। ਉਂਜ ਵੀ ਉਹ ਦੋ ਡਾਂਗ ਵਰਗੇ ਮੁੰਡਿਆਂ ਅਤੇ ਇਕ ਲਗਰ ਵਰਗੀ ਕੁੜੀ ਦਾ ਪਿਉ ਹੋਣ ਕਰਕੇ ਅਤੇ ਚਾਲ੍ਹੀ ਕਿੱਲੇ ਜ਼ਮੀਨ ਦੇ ਹੋਣ ਕਾਰਨ ਕੁਝ ਵਧੇਰੇ ਹੀ ਤਾਂ ਹੈਂਕੜ ਰੱਖਦਾ ਸੀ, ਅਤੇ ਉਸਦੀ ਇਹ ਹੈਂਕੜ ਜਗਮੀਤ ਨੂੰ ਬਹੁਤ ਚੁਭਦੀ ਸੀ। ਕਿਉਂ ਜੁ ਉਹ ਜਾਣਦਾ ਸੀ ਕਿ ਇਕ ਨਾ ਇਕ ਦਿਨ ਜ਼ਰੂਰ ਉਸਦਾ ਉਸਦੀ ਹੈਂਕੜ ਨਾਲ ਵਾਹ ਪਵੇਗਾ। ਇਹੀ ਕਾਰਨ ਸੀ ਕਿ ਜਗਮੀਤ ਨੇ ਕਈ ਵਾਰ ਬੀਰੋ ਨੂੰ ਆਖਿਆ ਸੀ, "ਬੀਰੀਏ! ਤੇਰਾ ਬੁੜ੍ਹਾ ਤਾਂ ਪੂਰਾ ਜੱਟ ਐ, ਉਹ ਕਦੋਂ ਜਰੇਗਾ ਕਿ ਉਸ ਦੀ ਕੁੜੀ ਦਾ ਇਕ ਮਜ਼੍ਹਬੀਆਂ ਦੇ ਮੁੰਡੇ ਨਾਲ ਇਸ਼ਕ ਹੋਵੇ।" ਪਰ ਬੀਰੋ ਨੇ ਬੜੀ ਹੀ ਲਾ-ਪ੍ਰਵਾਹੀ ਨਾਲ ਜੁਆਬ ਦਿੱਤਾ ਸੀ, "ਮੀਤਿਆ! ਜੇ ਮੇਰਾ ਪਿਉ ਅੜਬ ਐ ਤਾਂ ਮੈ ਵੀ ਉਸੇ

ਦੀ ਧੀ ਆਂ। ਬੱਸ ਤੂੰ ਕਾਇਮ ਰਹੀਂ, ਦੇਖੀਂ ਮੈਂ ਕਿਵੇਂ ਝਨਾਂ ਪਾਰ ਕਰਕੇ ਵੀ ਆਪਣੇ ਮੀਤੇ ਨੂੰ ਮਿਲਣ ਆ ਜਾਵਾਂਗੀ।" ਬੀਰੋ ਦੀਆਂ ਅਜਿਹੀਆਂ ਦਲੇਰੀ ਭਰੀਆਂ ਗੱਲਾਂ ਸੁਣ ਕੇ ਪਹਿਲਾਂ ਪਹਿਲਾਂ ਤਾਂ ਜਗਮੀਤ ਨੂੰ ਬੜਾ ਹੀ ਡਰ ਲਗਦਾ। ਉਹ ਸੋਚਦਾ ਕਿ ਇਹਨਾਂ ਜਾਬਰਾਂ ਨੇ ਉਸਦੀ ਅਲਖ ਮੁਕਾ ਦੇਣੀ ਹੈ। ਜੱਟਾਂ ਦੀ ਕੁੜੀ ਅਤੇ ਰਮਦਾਸੀਆਂ ਦੇ ਮੁੰਡੇ ਦਾ ਮੇਲ ਈ ਕਿੱਦਾਂ ਹੋ ਸਕਦਾ ਹੈ ? ਉਸਨੂੰ ਇਹ ਗੱਲ ਬਿਲਕੁਲ ਹੀ ਜੱਗੋਂ ਬਾਹਰੀ ਜਾਪਦੀ ਪ੍ਰੰਤੂ ਹੌਲੀ-ਹੌਲੀ ਜਿਵੇਂ ਉਸਨੂੰ ਜਾਪਣ ਲੱਗਿਆ ਕਿ ਪਿਆਰ ਦਾ ਜਾਤ ਪਾਤ ਨਾਲ ਕੋਈ ਸੰਬੰਧ ਨਹੀਂ। ਪਿੰਡੋਂ ਜਦੋਂ ਉਹ ਦਸਵੀਂ ਪਾਸ ਕਰਕੇ ਕਾਲਜ ਵਿਚ ਜਾਣ ਲੱਗਿਆ ਅਤੇ ਉਥੇ ਵਿਦਿਆਰਥੀ ਯੂਨੀਅਨ ਵਿਚ ਕੰਮ ਕਰਨ ਕਰਕੇ ਉਸ ਨੇ ਢੇਰ ਸਾਰਾ ਸਾਹਿਤ ਪੜ੍ਹਿਆ ਤਾਂ ਜਿਵੇਂ ਉਸਦੇ ਸਾਹਮਣੇ ਨਵਾਂ ਹੀ ਰਾਹ ਖੁੱਲ੍ਹ ਗਿਆ ਹੋਵੇ। ਉਸਨੂੰ ਜਾਪਣ ਲੱਗਿਆ ਕਿ ਸਾਰੀ ਦੁਨੀਆਂ ਦੇ ਮਨੁੱਖ ਅਸਲ ਵਿਚ ਇਕ ਹੀ ਜਾਤੀ, ਮਾਨਵ-ਜਾਤੀ ਨਾਲ ਸੰਬੰਧ ਰੱਖਦੇ ਹਨ। ਇਹ ਜਾਤਾਂ ਤਾਂ ਮਨੁੱਖ ਨੇ ਹੀ ਬਣਾਈਆਂ ਹਨ। ਉਸਨੂੰ ਸਮਝ ਪੈ ਗਈ ਕਿ ਛੇਤੀ ਹੀ ਸਮਾਂ ਬਦਲਣ ਵਾਲਾ ਹੈ ਅਤੇ ਉਹ ਜੁੱਗ ਆਉਣ ਵਾਲਾ ਹੈ ਜਿਥੇ ਇਹ ਸਮਾਜਿਕ ਰੋਕਾਂ ਢਹਿ ਢੇਰੀ ਕਰਕੇ ਨਵਾਂ ਮਹਿਲ ਉਸਾਰਿਆ ਜਾਵੇਗਾ। ਜਿੱਥੇ ਸਭ ਬਰਾਬਰ ਹੋਣਗੇ। ਫਿਰ ਪਿਆਰ ਤਾਂ ਇੱਕ ਅਜਿਹਾ ਜਜ਼ਬਾ ਹੈ ਜੋ ਸਦਾ ਹੀ ਕ੍ਰਾਂਤੀਕਾਰੀ ਰਿਹਾ ਹੈ। ਨਵੀਆਂ ਲੀਹਾਂ ਉਸਾਰਦਾ ਰਿਹਾ ਹੈ। ਅਤੇ ਉਸਨੇ ਵੀ ਫੈਸਲਾ ਕਰ ਲਿਆ ਸੀ ਕਿ ਉਹ ਵੀ ਨਵੀਆਂ ਲੀਹਾਂ ਉਪਰ ਤੁਰੇਗਾ।

ਇਹ ਨਵੀਆਂ ਲੀਹਾਂ ਉਪਰ ਤੁਰਨ ਦਾ ਜੋਸ਼ ਹੀ ਸੀ ਕਿ ਉਹ ਛੇਤੀ ਹੀ ਕਾਲਜ ਦੀ ਯੂਨੀਅਨ ਦਾ ਸਕੱਤਰ ਅਤੇ ਫਿਰ ਪ੍ਰਧਾਨ ਬਣ ਗਿਆ। ਕਾਲਜ ਦੇ ਵਿਦਿਆਰਥੀਆਂ ਵਿੱਚ ਉਹ ਬੜਾ ਹੀ ਹਰਮਨ ਪਿਆਰਾ ਬਣ ਗਿਆ। ਉਸਨੂੰ ਮਾਣ ਸੀ ਕਿ ਉਸਦੇ ਇੱਕ ਇਸ਼ਾਰੇ ਨਾਲ ਹੀ ਕਾਲਜ ਵਿੱਚ ਹੜਤਾਲ ਹੋ ਸਕਦੀ ਸੀ। ਕਾਲਜ ਦਾ ਪ੍ਰਿੰਸੀਪਲ, ਪ੍ਰੋਫੈਸਰ ਸਭ ਜਿਵੇਂ ਉਸ ਤੋਂ ਪੁੱਛ ਕੇ ਹੀ ਕੰਮ ਕਰਦੇ ਹਨ। ਉਸਦਾ ਦਿਲ ਕਰਦਾ ਕਿ ਜੇ ਉਸਦਾ ਇਹ ਸਾਰਾ ਰੋਹਬ ਦਾਬ ਬੀਰੋ ਦੇਖ ਸਕਦੀ। ਪਰ ਬੀਰੋ ਨੂੰ ਤਾਂ ਉਸ ਦੇ ਘਰਦਿਆਂ ਨੇ ਅੱਠਵੀਂ 'ਚੋਂ ਹੀ ਹਟਾ ਲਿਆ ਸੀ। "ਕੁੜੀਆਂ ਜ਼ਿਆਦਾ ਪੜ੍ਹਾਉਣ ਨਾਲ ਖਰਾਬ ਹੋ ਜਾਂਦੀਆਂ ਨੇ", ਇਹ ਕਹਿੰਦਿਆਂ ਉਸ ਦੇ ਪਿਉ ਨੂੰ ਉਸਨੇ ਕਈ ਵਾਰ ਸੁਣਿਆ ਸੀ।

ਬੀਰੋ ਦੇ ਵੱਡੇ ਭਰਾ ਸੁਖਮਿੰਦਰ ਨਾਲ ਵੀ ਪਹਿਲਾਂ ਉਸਦੀ ਗੂੜ੍ਹੀ ਸਾਂਝ ਸੀ। ਉਂਜ ਵੀ ਉਹ ਦਸਵੀਂ ਤੱਕ ਇਕੱਠੇ ਹੀ ਪੜ੍ਹੇ ਸਨ। ਪਿੰਡ ਦੇ ਸਕੂਲਾਂ 'ਚੋਂ ਦਸਵੀਂ ਕਰਨ ਤੋਂ ਬਾਅਦ ਸੁਖਮਿੰਦਰ ਪੜ੍ਹਨੋਂ ਹਟ ਗਿਆ ਅਤੇ ਆਪਣੇ ਪਿਉ ਨਾਲ ਖੇਤੀ ਦੇ ਕੰਮ ਵਿਚ ਹਿੱਸਾ ਵਟਾਉਣ ਲੱਗ ਗਿਆ। ਪ੍ਰੰਤੂ ਜਗਮੀਤ ਹੁਰਾਂ ਕੋਲ ਤਾਂ ਕੋਈ ਜ਼ਮੀਨ ਨਹੀਂ ਸੀ, ਉਸਦਾ ਪਿਉ ਜ਼ਰੂਰ ਇਹ ਕੰਮ ਕਰਦਾ ਆ ਰਿਹਾ ਸੀ, ਪਰ ਉਹ ਵੀ ਇਕ ਸੀਰੀ ਦੇ ਰੂਪ ਵਿੱਚ। ਉਸਦਾ ਪਿਉ ਨਰੈਣ, ਬੀਰੋ ਕੇ ਸੀਰੀ ਸੀ। ਪਰ ਉਹਨਾਂ ਦੇ ਸੰਬੰਧ ਆਮ ਜੱਟਾਂ ਅਤੇ ਸੀਰੀਆਂ ਵਾਲੇ ਨਹੀਂ ਸਨ। ਸਗੋਂ ਕਦੇ ਕਦੇ ਤਾਂ ਇੰਜ ਜਾਪਦਾ ਸੀ ਕਿ ਉਹ ਦੋਵੇਂ ਟੱਬਰ ਇਕ ਦੂਜੇ 'ਚੋਂ ਹੀ ਹੋਣ। ਇਸ 'ਤੇ ਕਈ ਵਾਰ ਪਿੰਡ ਦਾ ਕੋਈ ਨਾ ਕੋਈ ਦਾਨਾ ਆਦਮੀ ਸੁਖਮਿੰਦਰ ਹੁਰਾਂ ਨੂੰ ਆਖਦਾ, "ਓਏ! ਇਸ ਕੁਤੀੜ ਜਾਤ ਨੂੰ ਐਨਾ ਨੀਂ ਚੰਭਲਾਈਦਾ।" ਪਰ ਸੁਖਮਿੰਦਰ ਨੇ ਕਦੇ ਇਸ ਗੱਲ ਦੀ ਪ੍ਰਵਾਹ ਨਹੀਂ ਸੀ ਕੀਤੀ ਅਤੇ ਉਹ ਨਰੈਣ ਦੀ ਪਹਿਲਾਂ ਵਾਂਗ ਹੀ ਇੱਜ਼ਤ ਕਰਦਾ

ਰਿਹਾ। ਨਾਲੇ ਉਹ ਜਾਣਦਾ ਸੀ ਕਿ ਅੱਜ ਕੱਲ੍ਹ, ਜ਼ਮਾਨਾ ਬਦਲ ਗਿਆ ਹੈ, ਚੰਗਾ ਸੀਰੀ ਮਿਲਣਾ ਵੀ ਮੁਸ਼ਕਿਲ ਹੈ, ਨਾਲ ਹੀ ਸ਼ਹਿਰ ਵਿਚ ਧਾਗੇ ਦੀ ਮਿਲ ਲੱਗ ਚੁੱਕੀ ਹੈ, ਜਿਥੇ ਬਹੁਤ ਸਾਰੇ ਪਿੰਡ ਦੇ ਵਿਹੜੇ 'ਚੋਂ ਜਾਣ ਲੱਗ ਪਏ ਹਨ। ਨਰੈਣ ਵਰਗੇ ਕਾਮੇ ਨੂੰ ਉਹ ਹੱਥੋਂ ਨਹੀਂ ਸੀ ਗੁਆਉਣਾ ਚਾਹੁੰਦਾ। ਉਂਜ ਵੀ ਇਕ ਚੰਗੇ ਜੱਟ ਵਾਂਗ ਉਹ ਜਾਣਦਾ ਸੀ ਕਿ ਬਦਲੇ ਹੋਏ ਸਮੇਂ ਅਨੁਸਾਰ ਹੁਣ ਇਹਨਾਂ ਤੋਂ ਪੁਚਕਾਰ ਕੇ ਹੀ ਕੰਮ ਲਿਆ ਜਾ ਸਕਦਾ ਹੈ।

ਜਗਮੀਤ ਨੂੰ ਲੱਗਿਆ ਜਿਵੇਂ ਕਿਸੇ ਦੇ ਪੈਰਾਂ ਦੀ ਪੈੜ ਚਾਲ ਹੋਵੇ। ਉਹ ਥੋੜ੍ਹਾ ਜਿਹਾ ਚੌਕਸ ਹੋ ਗਿਆ, ਸ਼ਾਇਦ ਬੀਰੋ ਸੀ। ਇਕ ਪਰਛਾਵਾਂ ਜਿਹਾ ਉਸ ਵੱਲ ਵਧਿਆ ਅਤੇ ਫਿਰ ਹਨੇਰੇ ਵਿਚ ਹੀ ਗੁਆਚ ਗਿਆ। ਉਸਨੇ ਆਪਣੀਆਂ ਅੱਖਾਂ ਦੀਆਂ ਪੁਤਲੀਆਂ ਨੂੰ ਮਲਿਆ, ਕੋਈ ਨਹੀਂ ਸੀ, ਐਵੇਂ ਹੀ ਉਸਦੇ ਮਨ ਅੰਦਰਲਾ ਪਰਛਾਵਾਂ ਜਿਵੇਂ ਬਾਹਰ ਦਿੱਸਿਆ ਹੋਵੇ। "ਕੀ ਗੱਲ ਬੀਰੋ ਕਿਉਂ ਨਹੀਂ ਆਈ?" ਉਸਦੇ ਅੰਦਰ ਇਕ ਸੁਆਲ ਜਿਹਾ ਉਠ ਖੜਾ ਹੋਇਆ। ਹਾਲੇ ਅੱਜ ਸ਼ਾਮ ਨੂੰ ਵੀ ਤਾਂ ਉਹ ਢਾਬ ਕੋਲ ਮਿਲੀ ਸੀ ਅਤੇ ਬਣੇ ਪ੍ਰੋਗਰਾਮ ਨੂੰ ਪੱਕਾ ਕਰ ਗਈ ਸੀ, "ਮੀਤਿਆ! ਮੈਂ ਜ਼ਰੂਰ ਆਵਾਂਗੀ, ਮੈਨੂੰ ਇਨ੍ਹਾਂ ਲੋਕਾਂ ਤੋਂ ਦੂਰ ਕਿਤੇ ਲੈ ਚੱਲ।" ਬੀਰੋ ਦੇ ਸ਼ਬਦ ਹਾਲੇ ਵੀ ਉਸਦੇ ਦਿਮਾਗ਼ ਅੰਦਰ ਹਥੌੜਿਆਂ ਵਾਂਗ ਵੱਜ ਰਹੇ ਸਨ।

ਉਂਜ ਜਗਮੀਤ ਆਪ ਇਸ ਤਰ੍ਹਾਂ ਪਿੰਡ 'ਚੋਂ ਜਾਣ ਦੇ ਹੱਕ ਵਿਚ ਨਹੀਂ ਸੀ। ਬੀਰੋ ਉਸਨੂੰ ਪਹਿਲਾਂ ਵੀ ਕਈ ਵਾਰ ਕਹਿ ਚੁੱਕੀ ਸੀ। ਪਰ ਉਹ ਸਮਝਦਾ ਸੀ ਕਿ ਪਿਆਰ ਇਕ ਆਦਰਸ਼ ਹੈ, ਅਤੇ ਅੱਜ ਦੇ ਸਮਾਜ ਵਿੱਚ ਇਸ ਆਦਰਸ਼ ਨੂੰ ਪਾਉਣ ਲਈ ਪਹਿਲਾਂ ਆਰਥਿਕ ਆਧਾਰ ਬਣਾਉਣਾ ਜ਼ਰੂਰੀ ਹੈ। ਪਰ ਕੁਝ ਦਿਨਾਂ ਤੋਂ ਬੀਰੋ ਹੋਰ ਵੀ ਬੇਚੈਨ ਹੋ ਗਈ ਸੀ। ਅਤੇ ਜਦ ਪਰਸੋਂ ਬੀਰੋ ਨੇ ਉਸ ਨੂੰ ਉਲਾਂਭਾ ਦਿੰਦਿਆਂ ਕਿਹਾ, "ਜੇ ਕਿਤੇ ਮੈਂ ਮਿਰਜ਼ੇ ਵਰਗੇ ਜੱਟ ਨਾਲ ਲਾਈ ਹੁੰਦੀ...।" ਤਾਂ ਜਗਮੀਤ ਨੂੰ ਇੰਜ ਜਾਪਿਆ ਸੀ ਜਿਵੇਂ ਬੀਰੋ ਨੇ ਉਸਨੂੰ ਲਲਕਾਰ ਦਿੱਤਾ ਹੋਵੇ। ਉਸਦੀ ਰੂਹ ਝੰਜੋੜੀ ਗਈ। ਉਹ ਸੋਚਣ ਲੱਗਿਆ ਕਿ ਕੀ ਉਸਦਾ ਇਹ ਗਿਆਨ ਉਸਦੇ ਘਟੀਆ ਹੋਣ 'ਚੋਂ ਤਾਂ ਨਹੀਂ ਉਪਜਿਆ। ਉਸਨੇ ਫੈਸਲਾ ਕਰ ਲਿਆ ਕਿ ਉਹ ਰਾਤੋ ਰਾਤ ਪਿੰਡੋਂ ਨਿਕਲ ਤੁਰਨਗੇ ਅਤੇ ਸ਼ਹਿਰ ਜਾ ਕੇ ਸਵੇਰ ਦੀ ਗੱਡੀ ਚੜ੍ਹ ਕੇ ਕਲਕੱਤੇ ਚਲੇ ਜਾਣਗੇ, ਜਿੱਥੇ ਜਗਮੀਤ ਨਾਲ ਪੜ੍ਹਦਾ ਉਸਦਾ ਦੋਸਤ ਟੈਕਸੀ ਚਲਾਉਂਦਾ ਸੀ।

ਪਰ ਬੀਰੋ ਹਾਲੇ ਤੀਕ ਨਹੀਂ ਸੀ ਆਈ। ਜਗਮੀਤ ਦਾ ਮਨ ਕਾਹਲਾ ਪੈ ਰਿਹਾ ਸੀ। ਉਸਨੂੰ ਖਿਆਲ ਆਇਆ ਕਿ ਸਿਵਿਆਂ 'ਚੋਂ ਕੋਈ ਭੂਤ-ਪ੍ਰੇਤ ਈ ਨਾ ਚਿੰਬੜ ਜਾਵੇ ਪਰ ਉਹ ਤਾਂ ਭੂਤ-ਪ੍ਰੇਤਾਂ ਨੂੰ ਮੰਨਦਾ ਨਹੀਂ, ਇਸੇ ਕਰਕੇ ਤਾਂ ਉਸਨੇ ਆਪ ਹੀ ਸਿਵਿਆਂ ਨੂੰ ਮਿਲਣ ਵਾਲੀ ਥਾਂ ਕਰਕੇ ਚੁਣਿਆ ਸੀ, ਉਂਜ ਵੀ ਰਾਤ ਨੂੰ ਡਰਦਾ ਮਾਰਾ ਇਧਰ ਕੋਈ ਨਹੀਂ ਆਉਂਦਾ।

ਬੀਰੋ ਆ ਗਈ, ਉਸਨੂੰ ਜਿਵੇਂ ਸਾਹ ਚੜ੍ਹਿਆ ਹੋਇਆ ਸੀ। ਉਹ ਦੋਵੇਂ ਭੱਜੇ ਜਾ ਰਹੇ ਹਨ, ਉਹਨਾਂ ਦੇ ਪਿੱਛੇ ਪਿੰਡ ਵਾਲੇ ਬੰਦੂਕਾਂ, ਤਲਵਾਰਾਂ, ਗੰਡਾਸੇ ਲਈ ਆ ਰਹੇ ਨੇ। ਹਵਾ ਵਿਚ ਆਵਾਜ਼ਾਂ ਉਭਰ ਰਹੀਆਂ ਨੇ, "ਸਾਲੇ ਚਮਿਆਰਾਂ ਦੀ ਇਹ ਮਜਾਲ।"

"ਮਾਰ ਦਿਓ, ਖਤਮ ਕਰ ਦਿਓ।"

"ਪਿੰਡ ਦੀ ਕੁੜੀ, ਪਿੰਡ ਦੀ ਇੱਜ਼ਤ।"

ਇੰਨੇ ਵਿਚ ਹੀ ਬੀਰੋ ਦਾ ਭਰਾ ਸੁਖਮਿੰਦਰ ਅੱਗੇ ਵੱਧਦਾ ਹੈ ਅਤੇ ਤਲਵਾਰ ਜਗਮੀਤ ਦੇ ਢਿੱਡ ਵਿੱਚ ਖੋਭ ਦਿੰਦਾ ਹੈ।

ਜਗਮੀਤ ਅੱਭੜਵਾਹਿਆਂ ਵਾਂਗ ਉਠਦਾ ਹੈ। ਉਸਨੂੰ ਤਾਂ ਨੀਂਦ ਆ ਗਈ ਸੀ। ਬੀਰੋ ਉਸ ਦੀਆਂ ਗੱਲ੍ਹਾਂ ਉਪਰ ਆਪਣੀਆਂ ਪਤਲੀਆਂ ਪਤਲੀਆਂ ਉਂਗਲੀਆਂ ਫੇਰ ਰਹੀ ਸੀ।

"ਚਲ, ਹੁਣ ਛੇਤੀ ਕਰ।" ਬੀਰੋ ਦੀ ਆਵਾਜ਼ ਹਨੇਰੇ ਨੂੰ ਚੀਰਦੀ ਜਾ ਰਹੀ ਸੀ। ਜਗਮੀਤ ਨੂੰ ਲਾਗੇ ਹੀ ਖੜੀ ਸਾਈਕਲ ਮਿਰਜ਼ੇ ਦੀ ਬੱਕੀ ਵਾਂਗ ਜਾਪੀ। ਉਸਨੇ ਇਕ ਵਾਰ ਬੀਰੋ ਦੇ ਚਿਹਰੇ ਵੱਲ ਦੇਖਿਆ, ਉਹ ਬਿਲਕੁਲ ਅਡੋਲ ਸੀ ਪਰ ਉਹ ਆਪ ਤਾਂ ਬਿਲਕੁਲ ਹੀ ਹਿੱਲ ਚੁੱਕਿਆ ਸੀ। ਉਸਨੇ ਸੋਚਿਆ ਕਿ ਜੇ ਉਹ ਇੱਦਾਂ ਭੱਜ ਨਿਕਲੇ ਤਾਂ ਪਿੰਡ ਵਾਲੇ ਕਦੇ ਵੀ ਉਹਨਾਂ ਨੂੰ ਨਹੀਂ ਬਖਸ਼ਣਗੇ। ਪਰ ਬੀਰੋ ਦੀ ਦਲੇਰੀ ਮੂਹਰੇ ਉਹ ਕੁਝ ਕਹਿਣਾ ਨਹੀਂ ਸੀ ਚਾਹੁੰਦਾ। ਫਿਰ ਵੀ ਉਸਨੇ ਹਿੰਮਤ ਕਰਕੇ ਸ਼ਬਦਾਂ ਨੂੰ ਇਕੱਠੇ ਕਰਨ ਦੀ ਕੋਸ਼ਿਸ਼ ਕੀਤੀ, "ਬੀਰੀ। ਮੈਂ ਫੈਸਲਾ ਕਰ ਲਿਐ, ਆਪਾਂ ਏਸ ਤਰ੍ਹਾਂ ਨੀਂ ਭਜਾਂਗੇ, ਸਗੋਂ ਇਸੇ ਸਮਾਜ 'ਚ ਰਹਿ ਕੇ ਇਸਨੂੰ ਬਦਲਣ ਦੀ ਕੋਸ਼ਿਸ਼ ਕਰਾਂਗੇ।"

ਇਹ ਗੱਲ ਜਿਵੇਂ ਬੀਰੋ ਦੇ ਤੀਰ ਵਾਂਗ ਖੁੱਭ ਗਈ। ਉਹ ਸੁੰਨ ਜਿਹੀ ਹੋ ਗਈ। "ਬੀਰੀਏ! ਆਪਣਾ ਪਿਆਰ ਸੱਚਾ ਸੁੱਚਾ ਹੈ, ਇਸੇ ਲਈ ਤਾਂ ਮੈਂ ਅੱਜ ਤੱਕ ਤੈਨੂੰ ਹੱਥ ਵੀ ਨਹੀਂ ਲਾਇਆ।" ਜਗਮੀਤ ਆਖਦਾ ਜਾ ਰਿਹਾ ਸੀ। ਪਰ ਬੀਰੋ ਚੁੱਪ ਸੀ, ਉਹ ਜਿਵੇਂ ਆਪਣੇ ਮਨ ਵਿਚ ਹੀ ਜਗਮੀਤ ਦੀ ਇਸ ਗੱਲ ਦਾ ਕਿਸੇ ਹੋਰ ਗੱਲ ਨਾਲ ਮੁਕਾਬਲਾ ਕਰ ਰਹੀ ਹੋਵੇ। ਫਿਰ ਉਹ ਉੱਠੀ ਅਤੇ ਇਕ ਆਹ ਜਿਹੀ ਭਰਦੀ ਹੋਈ ਕਹਿਣ ਲੱਗੀ, "ਜੇ ਕਿਤੇ ਮੈਂ ਕਿਸੇ ਜੱਟ ਦੇ ਪੁੱਤ ਨਾਲ ਲਾਈ ਹੁੰਦੀ।" ਬੀਰੋ ਦੀ ਇਸ ਗੱਲ ਨੇ ਜਗਮੀਤ ਦਾ ਅੰਦਰਲਾ ਜਿਵੇਂ ਪਲੰਜ ਜਿਹਾ ਸੁੱਟਿਆ। ਉਸ ਦਾ ਸਾਹ ਤੇਜ਼-ਤੇਜ਼ ਚੱਲਣ ਲੱਗ ਪਿਆ। ਉਸਨੂੰ ਆਪਣੇ ਇਕ ਦੋਸਤ ਦੀ ਗੱਲ ਯਾਦ ਆ ਰਹੀ ਸੀ, "ਸਾਲਿਆ ਕੀ ਲੈਣੈ, ਇਸ਼ਕ ਉਸ਼ਕ ਤੋਂ, ਜੇ ਕੁਛ ਖੱਟਣੈ ਤਾਂ ਖੱਟ ਲੈ।"

ਬੀਰੋ ਨੇ ਪਿੱਠ ਭੁਆ ਲਈ ਸੀ। ਹੁਣ ਸ਼ਾਇਦ ਉਹ ਕਦੀ ਹੀ ਮਿਲਣ। 'ਕੀ ਖੱਟਣ ਵਾਲੀ' ਅਤੇ 'ਜੱਟ ਦੇ ਪੁੱਤ ਵਾਲੀ' ਗੱਲ ਉਸਦੇ ਦਿਮਾਗ ਅੰਦਰ ਲਗਾਤਾਰ ਘੁੰਮ ਰਹੀ ਸੀ।

ਤੁਰੀ ਜਾਂਦੀ ਬੀਰੋ ਨੂੰ ਉਸਨੇ ਬਾਹੋਂ ਫੜ ਲਿਆ ਅਤੇ ਸਾਈਕਲ ਦੇ ਉਹਲੇ ਜਿਹੇ ਨੂੰ ਲੈ ਗਿਆ।

ਪਰਤਾਪੀ ਦਾ ਪਰਤਾਪ/ਬੀ. ਐਸ. ਬੀਰ

...ਸੱਠ ਸਾਲਾ ਪਰਤਾਪੀ ਜਦੋਂ ਮੱਝਾਂ ਦੀਆਂ ਧਾਰਾਂ ਕਢ, ਦੁੱਧ ਵਾਲੀ ਬਾਲਟੀ ਹੱਥ 'ਚ ਫੜ, ਆਪਣੀ ਨਵੀਂ ਬਣੀ ਕੋਠੀ ਦਾ ਗੇਟ ਖੋਲ੍ਹ ਅੰਦਰ ਵੜਨ ਲਗੀ ਤਾਂ ਕੋਠੀ ਵਲ ਆਉਂਦੀ ਕਾਰ ਨੂੰ ਵੇਖ, ਉਹ ਗੇਟ ਕੋਲ ਹੀ ਰੁਕ ਗਈ। ਜੂਨ ਦਾ ਮਹੀਨਾ, ਸ਼ਾਮ ਦਾ ਛੇ ਕੁ ਵਜੇ ਦਾ ਸਮਾਂ। ਦਿਨ ਗੋਡੇ ਗੋਡੇ ਖੜ੍ਹਾ ਸੀ। ਕਾਰ ਗੇਟ ਦੇ ਸਾਹਮਣੇ ਆ ਕੇ ਰੁਕੀ ਤੇ ਉਸ ਵਿਚੋਂ ਇਕ ਚਾਲੀ-ਬਿਤਾਲੀ ਸਾਲ ਦਾ ਬਾਊ ਨਿਕਲਿਆ ਤੇ ਪੁਛਿਆ-"ਸੰਧੂ ਸਾਹਿਬ ਦਾ ਘਰ ਇਹੋ ਹੈ?"

"ਕਿਹੜਾ ਸੰਧੂ, ਭਾਈ?" ਅਸਲ ਵਿਚ ਇਹ ਸਾਰਾ ਪਿੰਡ ਸੰਧੂਆਣਾ, ਸੰਧੂਆਂ ਦਾ ਵਜਦਾ ਸੀ। ਪਰਤਾਪੀ ਦਾ ਚਿਹਰਾ ਪ੍ਰਸ਼ਨਮਈ ਹੋ ਗਿਆ।

"...ਆਪਣੇ ਸ. ਰਣਜੀਤ ਸਿੰਘ ਸੰਧੂ?"

"...ਕਿਹੜਾ ਰਣਜੀਤ ਸਿਹੁੰ ਸੰਧੂ?"

"ਜਿਹੜੇ ਜ਼ਿਲ੍ਹੇ ਦੇ ਈ.ਟੀ.ਓ ਸਾਹਿਬ ਨੇ", ਬਾਊ ਨੇ ਸਪਸ਼ਟੀਕਰਣ ਦਿਤਾ।

"...ਅੱਛਾ!... ਆਹੋ ਭਾਈ। ਰਣਜੀਤ ਸਿਹੁੰ ਦਾ ਹੀ ਏ," ਪਰਤਾਪੀ ਨੇ ਸੰਕੋਚਵੇਂ ਰੂਪ ਵਿਚ ਜੁਆਬ ਦਿਤਾ।

" ਘਰ ਨੇ...?"

"ਨਹੀਂ ਭਾਈ! ਉਸ ਨੇ ਆਉਣਾ ਤਾਂ ਹੈਗਾ ਸੀ, ਕਿਤੇ ਲੇਟ-ਫੇਟ ਹੋ ਗਿਆ ਹੋਊ। ... ਬਹਿ ਜਾ ਭਈ! ਚਾਹ ਕਰ ਦੇਨੀਂ ਆ ... ਚਾਹ ਪੀ ਲੈ। ਇੰਨੇ ਤਕ ਸ਼ੈਦ ਜੀਤੇ ਹੁਰੀਂ ਆ ਜਾਣ।"

ਬਾਊ ਸਮਝ ਗਿਆ ਸੀ ਕਿ ਪਰਤਾਪੀ ਰਣਜੀਤ ਸਿੰਘ ਸੰਧੂ ਦੀ ਮਾਂ ਹੈ ਜਿਸ ਨੂੰ ਸ਼ਹਿਰੀਆਂ ਵਾਲੇ ਐਟੀਕੇਟਸ (ਚੱਜ-ਵਿਹਾਰ) ਨਹੀਂ ਹਨ। ਇੰਨੇ ਵਿਚ ਇਕ ਸਾਈਕਲ ਜਿਸ ਦੇ ਕੈਰੀਅਰ ਤੇ ਬਰਸੀਮ ਦੀ ਪੰਡ ਲੱਦੀ ਹੋਈ ਸੀ, ਰੁਕੀ ਤਾਂ ਪਰਤਾਪੀ ਨੇ ਕਿਹਾ,"ਗੁਰਮੇਲ ਦੇ ਬਾਈ, ਇਹ ਬਾਊ ਜੀਤੇ ਨੂੰ ਪੁਛਦੈ। ਇਹਨੂੰ ਬੈਠਕ 'ਚ ਬਿਠਾ ਦੇ, ਮੈਂ ਚਾਹ ਕਰਕੇ ਲਿਆਉਨੀ ਆਂ।"

"...ਆਓ ਅੰਦਰ ਬੈਠੋ ਸਾਬ੍ਹ ਜੀ," ਦਲੀਪ ਸਿੰਘ ਫ਼ੌਜੀ ਨੇ ਫ਼ੌਜੀਆਂ ਵਾਂਗ ਥੋੜ੍ਹਾ ਜਿਹਾ ਆਪਣਾ ਸਰੀਰ ਅਕੜਾਇਆ ਤੇ ਬਾਊ ਨੂੰ ਨਾਲ ਲੈ ਕੇ ਬੈਠਕ ਵਲ ਹੋ ਗਿਆ। ਫ਼ੌਜੀ

ਨੇ ਸਿਰ ਤੇ ਮੰਡਾਸੀ ਮਾਰੀ ਹੋਈ ਸੀ ਤੇ ਉਹ ਖੇਤ 'ਚੋਂ ਬਰਸੀਮ ਵਢ ਕੇ ਮੱਝਾਂ ਲਈ ਲਿਆਇਆ ਸੀ। ਕਾਰ ਵਿਚ ਬੈਠੇ ਡਰਾਈਵਰ ਵਲ ਉਸ ਨੇ ਮਾੜਾ ਜਿਹਾ ਪ੍ਰਸ਼ਨਮਈ ਢੰਗ ਨਾਲ ਝਾਕਿਆ ਤਾਂ ਬਾਊ ਨੇ ਕਿਹਾ-"ਇਹਨੂੰ ਕਾਰ ਵਿਚ ਹੀ ਬੈਠਣ ਦੇਓ।"

ਪਰਤਾਪੀ ਪਹਿਲਾਂ ਪਾਣੀ ਦੇ ਦੋ ਗਲਾਸ ਲਿਆਈ ਤੇ ਫਿਰ ਤਿੰਨ ਗਲਾਸ ਚਾਹ ਦੇ ਤੇ ਇਕ ਗਲਾਸ ਪਾਣੀ ਦਾ।"

ਬਾਊ ਨੂੰ ਚਾਹ ਦੇਣ ਮਗਰੋਂ, ਫ਼ੌਜੀ ਦਲੀਪ ਸਿੰਘ ਡਰਾਈਵਰ ਨੂੰ ਪਾਣੀ ਤੇ ਚਾਹ ਦੇ ਗਲਾਸ ਦੇ ਕੇ ਮੁੜ ਆਇਆ।

ਬਾਊ ਚਾਹ ਦੇ ਘੁੱਟ ਪੁਣ-ਪੁਣ ਕੇ ਪੀਣ ਦਾ ਯਤਨ ਕਰ ਰਿਹਾ ਸੀ, ਫ਼ੌਜੀ ਨੇ ਮਹਿਸੂਸ ਕੀਤਾ। ਚਾਹ ਦੇ ਘੁੱਟ ਉਸ ਨੇ ਅੰਦਰ ਔਖੇ ਲੰਘਾਦਿਆਂ ਗਲ ਤੋਰੀ-

"ਸੰਧੂ ਸਾਹਿਬ, ਆਪਣੇ ਚੰਗੇ ਦੋਸਤ ਨੇ।" ਫ਼ੌਜੀ ਦਾ ਚਿਹਰਾ ਪ੍ਰਭਾਵ-ਮੁਕਤ ਸੀ ਤੇ ਉਸ ਨੇ ਕਿਸੇ ਤਰ੍ਹਾਂ ਦੀ ਵੀ ਹਾਮੀ ਨਾ ਭਰੀ।

ਫ਼ੌਜੀ ਦਲੀਪ ਸਿੰਘ ਦਾ ਘਰ ਪਿੰਡ ਦੀ ਫਿਰਨੀ ਦੇ ਸੱਜੇ ਪਾਸੇ ਵਸੇ ਵਿਹੜੇ ਵਿਚ ਸੀ। ਰਾਮਦਾਸੀਏ ਉਥੇ ਰਹਿੰਦੇ ਸਨ। ਫਿਰਨੀ ਦੇ ਦੂਜੇ ਪਾਸੇ ਮਜ਼੍ਹਬੀ ਸਿੱਖਾਂ ਦੇ ਘਰ ਸਨ। ਇਹ ਰਾਮਦਾਸੀਏ ਚਮੜੇ ਦਾ ਕੰਮ ਨਹੀਂ ਕਰਦੇ ਸਨ ਸਗੋਂ ਦਰੀਆਂ, ਖੇਸ, ਖਦਰ ਆਦਿ ਬੁਣਦੇ , ਭਾਵ ਜੁਲਾਹਿਆਂ ਦਾ ਕੰਮ ਕਰਦੇ। ਉਂਜ ਇਸ ਲਈ ਇਸ ਵਿਹੜੇ 'ਚ ਰਹਿਣ ਵਾਲੇ ਰਾਮਦਾਸੀਏ ਚੰਮ ਦਾ ਕੰਮ ਕਰਨ ਵਾਲੇ ਰਾਮਦਾਸੀਆਂ ਤੋਂ ਆਪਣੇ ਆਪ ਨੂੰ ਉੱਚਾ ਤੇ ਅਲੱਗ ਸਮਝਦੇ ਸਨ ਤੇ ਛੇਤੀ-ਛੇਤੀ ਇਹ ਚੰਮ ਦਾ ਕੰਮ ਕਰਨ ਵਾਲੇ ਦੂਜੇ ਰਾਮਦਾਸੀਆਂ ਨਾਲ ਰਿਸ਼ਤੇ ਜੋੜਨ ਤੋਂ ਵੀ ਕਤਰਾਉਂਦੇ ਸਨ।

ਇਨ੍ਹਾਂ ਨੂੰ ਆਪਣੇ ਆਪ 'ਤੇ ਮਾਣ ਸੀ ਕਿ ਉਹ 'ਰੰਗਰੇਟੇ ਗੁਰੂ ਕੇ ਬੇਟੇ' ਦੀ ਵੰਸ਼ ਵਿਚੋਂ ਹਨ। ਬਾਊ ਦੇ ਗਲੇ ਵਿਚ ਚਾਹ ਦੇ ਘੁਟ ਔਖੇ ਉਤਰ ਰਹੇ ਸਨ। ਅਜਿਹਾ ਹੋਣ ਦਾ ਕਾਰਣ ਸੀ ਕਿ ਉਸ ਨੂੰ ਰਾਮਦਾਸੀਆਂ ਦੇ ਘਰ ਦੀ ਚਾਹ ਪੀਣੀ ਪੈ ਰਹੀ ਸੀ।

ਅਜੇ ਸ਼ਹਿਰੀ ਬਾਊ ਤੇ ਫ਼ੌਜੀ ਚਾਹ ਪੀ ਹੀ ਰਹੇ ਸਨ ਕਿ ਇਕ ਹੋਰ ਕਾਰ ਦੇ ਰੁਕਣ ਦੀ ਆਵਾਜ਼ ਆਈ ਤੇ ਸ਼ਹਿਰੀ ਬਾਊ ਦਾ ਚਿਹਰਾ ਖਿੜ ਗਿਆ। ਈ.ਟੀ.ਓ. ਸਾਹਿਬ ਆ ਗਏ ਸਨ ਤੇ ਬਾਊ ਦੇ ਆਉਣ ਦਾ ਮਿਸ਼ਨ ਅੱਧੇ ਤੋਂ ਵਧ ਸਫਲ ਹੋ ਗਿਆ ਸੀ। ਈ.ਟੀ.ਓ. ਨਾਲ ਉਸ ਦੀ ਪ੍ਰੋਫ਼ੈਸਰ-ਪਤਨੀ ਤੇ ਪੰਜ ਕੁ ਸਾਲਾਂ ਦੀ ਜੀਨ ਪਾਈ ਧੀ ਸੀ। ਈ.ਟੀ.ਓ. ਫ਼ੌਜੀ ਪਿਤਾ ਦੇ ਸਾਹਮਣੇ ਥੋੜ੍ਹਾ ਜਿਹਾ ਝੁਕਿਆ, 'ਸਾਸ ਸ੍ਰੀ ਅਕਾਲ' ਬੁਲਾ ਉਹ ਬਾਊ ਵਲ ਮੁੜਿਆ। ਨੂੰਹ ਨੇ ਪੈਰੀਂ ਪੈਣਾ ਕੋਈ ਜ਼ਰੂਰੀ ਨਹੀਂ ਸੀ ਸਮਝਿਆ ਤੇ ਸਤਿ ਸ੍ਰੀ ਅਕਾਲ ਨਾਲ ਹੀ ਕੰਮ ਸਾਰ ਲਿਆ ਸੀ। ਫ਼ੌਜੀ ਨੇ ਪੋਤੀ ਦਾ ਸਿਰ ਪਲੋਸਿਆ।

"ਹਾਂ ਜੀ, ਸੇਠ ਸਾਹਿਬ। ਅਜ ਕਿਵੇਂ ਆਉਣਾ ਹੋਇਆ ?"

"ਮੈਂ ਸੋਚਿਆ, ਥੋੜ੍ਹਾ ਜਿਹਾ ਖੇਤਾਂ ਦੀ ਸ਼ੁੱਧ ਹਵਾ ਹੀ ਖਾ ਆਈਏ। ਸਾਡੇ ਸ਼ਹਿਰਾਂ ਵਿਚ ਤਾਂ ਪੋਲੀਊਸ਼ਨ ਦੀ ਘੁਟਨ ਜਿਹੀ ਰਹਿੰਦੀ ਹੈ," ਬਾਊ ਨੇ ਥੋੜ੍ਹਾ ਖੁਲ੍ਹਣ ਦਾ ਯਤਨ ਕੀਤਾ ਤੇ ਗਰਦਨ ਘੁਮਾ ਕੇ ਤਕਿਆ, ਉਥੇ ਨਾ ਕੋਈ ਕੂਲਰ ਸੀ ਤੇ ਨਾ ਹੀ ਕੋਈ ਏ.ਸੀ.।

"ਤੁਹਾਡੇ ਕੋਲ ਕਿਸ ਚੀਜ਼ ਦੀ ਘਾਟ ਏ। ਇਕ ਫਾਰਮ ਹਾਊਸ ਪਿੰਡ ਵਿਚ ਵੀ ਬਣਾ ਲਓ। ਰੀਲੈਕਸ ਹੋਣ ਲਈ ਆ ਗਏ, ਕਦੇ-ਕਦੇ।"

"ਜਿਨ੍ਹਾਂ ਦੇ ਕਰਮਾਂ 'ਚ ਨਰਕ ਭੋਗਣੇ ਲਿਖੇ ਹੋਣ, ਉਨ੍ਹਾਂ ਨੂੰ ਸੁਰਗ ਕਿਥੇ ਭਾਉਂਦੇ ਨੇ ? ਅਸੀਂ ਲੋਕ ਤਾਂ ਏ.ਸੀਆਂ 'ਚ ਜੰਮੇ ਹਾਂ ਤੇ ਏ.ਸੀਆਂ 'ਚ ਮਰ ਜਾਣੈ।"

"... ਫਾਰਮ ਹਾਊਸ ਵਾਲਾ ਨਰਕ ਸਾਡੇ ਵਰਗਿਆਂ ਲਈ ਉਸਾਰ ਦਿਓ," ਈ.ਟੀ.ਓ. ਹੱਸਿਆ।

"ਹੁਕਮ ਕਰੋ ! ਸ਼ਹਿਰ ਜਿਨ੍ਹਾਂ ਦੇ ਰਹੀਏ, ਹਾਂ ਜੀ ਹਾਂ ਜੀ ਕਹੀਏ। ਲੈ ਦਿਓ ਚਾਰ ਪੰਜ ਕਿੱਲੇ ਜ਼ਮੀਨ, ਫਾਰਮ-ਹਾਊਸ ਬਣਾਉਣ 'ਚ ਕਿਹੜਾ ਟੈਮ ਲਗਣੈ। ਚਾਬੀਆਂ ਥੋਡੇ ਕੋਲ ਰਹਿਣਗੀਆਂ।" ਬਾਊ ਨੂੰ ਲਗਿਆ ਉਸ ਦਾ ਮਿਸ਼ਨ ਸੌ ਫੀਸਦੀ ਪੂਰਾ ਹੋ ਰਿਹਾ ਸੀ। ਹੁਣ ਉਸ ਨੂੰ ਰਾਮਦਾਸੀਆਂ ਦੀ ਪੀਤੀ ਚਾਹ ਦੇ ਬਤ ਨਹੀਂ ਸਨ ਆ ਰਹੇ।

ਫ਼ੌਜੀ ਉਠ ਕੇ ਪਹਿਲਾਂ ਹੀ ਚਲਾ ਗਿਆ ਸੀ। ਈ.ਟੀ.ਓ ਤੇ ਸ਼ਹਿਰੀ ਬਾਊ ਕਦੇ ਖੁਲ੍ਹ ਕੇ ਗੱਲਾਂ ਕਰਦੇ, ਕਦੇ ਉੱਚੀ-ਉੱਚੀ ਹਸਦੇ ਤੇ ਕਦੀ ਹੌਲੀ-ਹੌਲੀ ਗੁਟਰਗੂੰ ਕਰਦੇ। ਈ.ਟੀ.ਓ. ਨੇ ਆਪਣੇ ਡਰਾਈਵਰ ਤੋਂ ਕਾਰ ਵਿਚੋਂ ਸਕੱਚ ਦੀ ਬੋਤਲ ਮੰਗਵਾ ਲਈ ਸੀ। ਸੋਢੇ ਤੇ ਫਰਿੱਜ਼ ਵਾਲੀ ਬਰਫ ਦੀ ਪੇਟੀ ਵੀ ਨਾਲ ਹੀ ਸੀ। ਦੋਹਾਂ ਨੇ ਇਕ-ਇਕ ਪੈੱਗ ਲਾਇਆ ਤੇ ਬਾਊ ਤੇ ਈ.ਟੀ.ਓ. ਵਧੇਰੇ ਖੁਲ੍ਹ ਗਏ। ਸ਼ਹਿਰੀ ਬਾਊ ਨੇ ਇਕ ਬੰਡਲ ਮੇਜ਼ ਤੇ ਰਖਦੇ ਹੋਏ ਕਿਹਾ-"ਇਹ ਥੋੜ੍ਹੀ ਜਿਹੀ ਇਕ ਰੁਪਏ ਦੀ ਸੇਵਾ, ਕਬੂਲ ਫੁਰਮਾਓ।"

ਈ.ਟੀ.ਓ. ਨੇ ਕਿਹਾ-"ਇਥੇ ਆ ਕੇ-ਚੁਆਨੀ ਮਾਰ ਲਈ। ਬੜੇ ਚੁਸਤ ਹੋ।" ਚੁਆਨੀ ਤੋਂ ਭਾਵ ਪੰਝੀ ਹਜ਼ਾਰ ਰੁਪਏ ਸੀ ਤੇ ਇਕ ਰੁਪਿਆ ਦਾ ਮਤਲਬ ਇਕ ਲੱਖ ਰੁਪਿਆ।

ਬਾਊ ਮੁਸਕਰਾਇਆ ਤੇ ਈ.ਟੀ.ਓ. ਨੇ ਦੂਜਾ ਪੈੱਗ ਗਲਾਸਾਂ 'ਚ ਪਾ ਦਿਤਾ ਸੀ। ਬਾਊ ਨੇ ਝੁਕ ਕੇ ਕਿਹਾ-"ਜੇ ਗੁਸਤਾਖ਼ੀ ਨਾ ਮੰਨੋ ਤਾਂ ਕੀ ਮੈਂ ਤੁਹਾਡਾ ਗਲਾਸ ਨਾਲ ਲੈ ਜਾ ਸਕਦਾਂ ? ਕਾਰ ਵਿਚ ਹੀ ਮੌਜ-ਮਸਤੀ ਕਰਦਾ ਜਾਊਂ ਤੇ ਨਾਲੇ ਤੁਹਾਡੇ ਗੁਣ ਗਾਉਂਦਾ ਜਾਊਂ। ... ਮੈਂ ਇਕ ਵਿਆਹ 'ਤੇ ਜਾਣੈ।"

"ਜਿਵੇਂ ਤੁਹਾਡੀ ਮਰਜ਼ੀ," ਈ.ਟੀ.ਓ. ਨੇ ਕਿਹਾ। ਦੋਹਾਂ ਨੇ ਹੱਥ ਮਿਲਾਏ। ਈ.ਟੀ.ਓ. ਬਰਾਂਡੇ ਤਕ ਉਸ ਨੂੰ ਛਡਣ ਆਇਆ। ਸ਼ਹਿਰੀ-ਬਾਊ ਸਕੱਚ ਦਾ ਗਲਾਸ ਲੈ ਆਪਣੀ ਕਾਰ ਵਿਚ ਜਾ ਬੈਠਾ। ਕਾਰ ਜਦੋਂ ਪਿੰਡ ਦੀ ਫਿਰਨੀ ਤੋਂ ਬਾਹਰ ਨਿਕਲੀ ਤਾਂ ਸ਼ਹਿਰੀ ਬਾਊ ਨੇ ਆਪਣੇ ਆਪ 'ਚ ਕਿਹਾ-"ਸਾਲਾ ਭੁੱਖਾ ਚ...ਮਾ...। ਸਾਡੇ ਕੋਲ ਆਵੇ ਤਾਂ ਕਾਜੂ, ਬਦਾਮ, ਚਿਕਨ ਦੀ ਫਰਮਾਇਸ਼ ਕਰੂ। ...ਤੇ ਇਥੇ ਸੁੱਕੀ ਦਾਰੂ...। ਚਿੱਟਾ ਕੁਕੜ ਵੀ ਨਹੀਂ ਸਰ ਹੋਇਆ।" ਚਿੱਟਾ ਕੁਕੜ ਤੋਂ ਭਾਵ ਨਮਕ ਸੀ।

ਬਾਊ ਨੇ ਦੁਕਾਨ ਤੋਂ ਆਲੂਆਂ ਦੇ ਚਿਪਸ ਦਾ ਪੈਕ ਡਰਾਈਵਰ ਤੋਂ ਕਾਰ ਵਿਚ ਬੈਠਿਆਂ ਹੀ ਮੰਗਵਾ ਲਿਆ ਤੇ ਸਕੱਚ ਨਾਲ ਆਲੂਆਂ ਦੇ ਚਿਪਸ ਦਾ ਸੁਆਦ ਲੈਣਾ ਸ਼ੁਰੂ ਕਰ ਦਿਤਾ।

ਸ਼ਹਿਰੀ ਬਾਊ ਦੇ ਜਾਣ ਮਗਰੋਂ ਪ੍ਰੋਫ਼ੈਸਰ-ਪਤਨੀ ਅੰਦਰ ਆਈ ਤੇ ਈ.ਟੀ.ਓ. ਨੇ ਪੈਕਟ ਉਸ ਨੂੰ ਫੜਾਂਦਿਆਂ ਕਿਹਾ-"ਸਾਂਭ... ਅੱਧੇ ਸਾਂਭ ਕੇ ਰਖ ਦੇਈਂ ਤੇ ਅੱਧੇ ਦੀ ਮਨ-ਪਸੰਦ ਜਿਊਲਰੀ ਲੈ ਲਵੀਂ।"

ਪ੍ਰੋਫ਼ੈਸਰ-ਪਤਨੀ ਮੁਸਕਰਾਈ ਤੇ ਪੈਕਟ ਨੂੰ ਆਪਣੇ ਪਰਸ ਵਿਚ ਹੀ ਰਖ ਲਿਆ। ਉਸ ਨੇ ਵੇਖ ਲਿਆ ਸੀ ਕਿ ਹਜ਼ਾਰ-ਹਜ਼ਾਰ ਦੇ ਲਾਲ ਨੋਟਾਂ ਦਾ ਪੈਕਟ ਸੀ।

ਫ਼ੌਜੀ ਖਗੂੰਰਾ ਮਾਰ ਕੇ ਅੰਦਰ ਆਇਆ ਤਾਂ ਈ.ਟੀ.ਓ. ਨੇ ਪੁਛਿਆ "ਬਾਈ, ਘੁੱਟ ਲਾਏਂਗਾ?"

ਫ਼ੌਜੀ ਦੀ ਹਾਂ ਨਾ ਤੋਂ ਪਹਿਲਾਂ ਹੀ ਗਲਾਸ ਮੰਗਾ ਕੇ ਸਕਾੱਚ ਦਾ ਮੋਟਾ ਪੈੱਗ ਪਾ, ਪਾਣੀ ਤੇ ਸੋਢਾ ਰਲਾ, ਕਿਹਾ-

"ਚਲ ਬਾਈ, ਐਸ਼ ਕਰ ਸਾਡੇ ਸਿਰ 'ਤੇ।"

ਫ਼ੌਜੀ ਕੁਝ ਮੁਸਕਰਾਇਆ ਤੇ ਗਲਾਸ ਫੜ ਲਿਆ। ਥੋੜ੍ਹੀ ਦੇਰ ਬਾਅਦ ਪਰਤਾਪੀ ਅੰਦਰ ਆਈ। ਚਿਹਰਾ ਵਟਿਆ ਹੋਇਆ। ਈ.ਟੀ.ਓ. ਨੇ ਕਿਹਾ-

"ਬੇਬੇ, ਸੁਖ ਤਾਂ ਹੈ? ਆਹ ਫੜ ਪੰਜ ਸੌ ਦਾ ਨੋਟ, ਸੂਟ ਸਵਾ ਲਵੀਂ। ਤੂੰ ਵੀ ਕੀ ਯਾਦ ਰਖੇਂਗੀ?"

"ਨਾਂਹ ਭਈ, ਆਪਣੇ ਕੋਲ ਰਖ। ਫ਼ੌਜੀ ਦੇ ਦਿਤੇ ਬਥੇਰੇ ਨੇ," ਪਰਤਾਪੀ ਦੀ ਅਵਾਜ਼ 'ਚ ਕੋਈ ਲੁਕਵਾਂ ਹੇਰਵਾ ਸੀ।

"ਕੀ ਗੱਲ? ਸਾਡੇ ਆਉਣ ਤੇ ਖ਼ੁਸ਼ ਨਹੀਂ ਹੋਈ? ਚਲੇ ਜਾਂਦੇ ਆਂ ਬੇਬੇ?"

"... ਮੈਂ ਜਾਣ ਲਈ ਨਹੀਂ ਕਹਿੰਦੀ। ... ਪਰ ਇਕ ਗੱਲ ਚੰਗੀ ਨਹੀਂ ਕੀਤੀ, ਜੀਤੇ ਤੂੰ?"

"... ਮੈਂ ... ਮੈਂ? ਕਿਹੜੀ ਗੱਲ ਮੈਂ ਚੰਗੀ ਨਹੀਂ ਕੀਤੀ? ਮੈਂ ਤਾਂ ਹੁਣੇ ਆਇਆਂ। ਮੈਂ ਕਿਹੜੀ ਡਾਂਗ ਮਾਰ ਤੀ?"

"ਜੀਤੇ ਤੂੰ ਡਾਂਗ ਮਾਰ ਦਿੰਦਾ ਤਾਂ ਸਹਿ ਹੋ ਜਾਣਾ ਸੀ, ਪਰ... ?

"ਪਰ... ਪਰ... ਕੀ?" ਫ਼ੌਜੀ ਦੇ ਹੱਥ ਵਿਚ ਅੱਧਾ ਪੈੱਗ ਫੜਿਆ ਰਹਿ ਗਿਆ, ਅੱਧਾ ਉਹ ਪਹਿਲਾਂ ਪੀ ਚੁੱਕਾ ਸੀ। ਉਸ ਨੂੰ ਵੀ ਸਮਝ ਨਾ ਆਈ ਕਿ ਪਰਤਾਪੀ ਕੀ ਕਹਿਣਾ ਚਾਹੁੰਦੀ ਹੈ। ਉਸ ਦੇ ਸਾਹਮਣੇ ਹੀ ਈ.ਟੀ.ਓ. ਪੁੱਤਰ ਆਇਆ ਸੀ ਤੇ ਉਸ ਦੇ ਮੂੰਹੋਂ ਕੋਈ ਅਜਿਹੀ ਗੱਲ ਤਾਂ ਨਹੀਂ ਸੀ ਨਿਕਲੀ ਜਿਹੜੀ ਕਾਲੇ ਨਾਗ ਵਾਂਗ ਪਰਤਾਪੀ ਨੂੰ ਲੜ ਗਈ ਸੀ ਤੇ ਪਰਤਾਪੀ ਨੀਲੀ-ਪੀਲੀ ਹੁੰਦੀ ਜਾ ਰਹੀ ਸੀ।

ਫ਼ੌਜੀ ਦੇ ਦਿਮਾਗ਼ ਵਿਚ ਪਿਛਲੀ ਜ਼ਿੰਦਗੀ ਦੀ ਕਹਾਣੀ ਫ਼ਿਲਮ ਦੀ ਰੀਲ ਵਾਂਗ ਚਲਣ ਲਗੀ। ਸੈਂਤੀ ਸਾਲ ਪਹਿਲਾਂ ਉਹ ਪਰਤਾਪੀ ਨੂੰ ਜਦੋਂ ਵਿਆਹ ਕੇ ਲਿਆਇਆ ਤਾਂ ਲੋਕੀ ਆਖਦੇ-"ਪਰਤਾਪੀ ਨੇ ਚੰਨ ਨੂੰ ਮਾਤ ਪਾ ਦਿਤੈ। ਉਸ ਦੇ ਹੁਸਨ ਨੇ ਸਾਰੇ ਪਿੰਡ 'ਚ ਚਾਨਣ ਕਰ ਦਿਤੈ।" ਸਾਰਾ ਪਿੰਡ ਪਰਤਾਪੀ ਦਾ ਮੁਖੜਾ ਵੇਖਣ ਲਈ ਤਰਲੋ-ਮੱਛੀ ਹੋ ਗਿਆ ਸੀ-ਕੀ ਤੀਵੀਆਂ, ਕੀ ਮਰਦ, ਕੀ ਮੁੱਛ-ਫੁਟ ਗੱਭਰੂ, ਕੀ ਅਧਖੜ, ਬੁੱਢੇ-ਬੁੱਢੀਆਂ, ਬਾਲ-ਗੋਪਾਲ ਵੀ। ਪਰਤਾਪੀ ਦੇ ਹੁਸਨ ਦੇ ਚਰਚੇ ਹਰ ਜ਼ੁਬਾਨ ਪਰ...। ਪਹਿਲੇ ਪੰਦਰਾਂ ਦਿਨ ਤਾਂ ਉਸ ਨੇ ਚੰਨ ਨੂੰ ਘੁੰਡ 'ਚ ਹੀ ਲੁਕੋਈ ਰਖਿਆ। ਚੰਨ ਨੂੰ ਖੁਲ੍ਹ ਕੇ ਬਸ ਫ਼ੌਜੀ ਹੀ ਦੇਖ ਸਕਦਾ ਤੇ ਉਹ ਵੀ ਰਾਤ ਦੇ ਸਮੇਂ, ਦਿਨ ਨੂੰ ਤਾਂ ਉਹ ਵੀ ਤਰਸਦਾ ਰਹਿੰਦਾ। ਪਰਤਾਪੀ ਦੇ ਦਿਓਰ, ਪਰਤਾਪੀ ਦਾ ਜੇਠ, ਉਸ ਦਾ ਆਪਣਾ ਸਹੁਰਾ, ਆਂਢ-ਗੁਆਂਢ ਦੇ ਦੂਰੋਂ ਲਗਦੇ

ਪਿਤਰੋਰੇ ਸਭ ਨੂੰ ਕੰਨਸੋਅ ਮਿਲ ਗਈ ਸੀ ਕਿ ਪਿੰਡ 'ਚ ਫ਼ੌਜੀ ਦਲੀਪ ਚੰਨ ਦਾ ਟੁਕੜਾ ਵਿਆਹ ਲਿਆਇਆ ਏ-ਸਾਬਤ ਸੂਰਤ ਚੰਦ। ... ਫ਼ੌਜੀ ਨੂੰ ਪਹਿਲੀ ਰਾਤ ਹੀ ਪਰਤਾਪੀ ਨੇ ਆਪਣੀ ਜੁਆਨੀ ਦੀ ਸਾਰੀ ਪੈਂਤੀ ਬਿਨਾ ਸੰਗ ਦੇ ਸੁਣਾ ਦਿਤੀ ਸੀ ਜਦੋਂ ਫ਼ੌਜੀ ਨੇ ਕਿਹਾ ਸੀ-'ਪਰਤਾਪੀਏ ਇੰਨੇ ਹੁਸਨ ਦੀ ਦੌਲਤ ਨਾਲ ਤੂੰ ਮੈਨੂੰ ਮਾਲਾ ਮਾਲ ਕਰ ਦਿਤੈ। ਪਰ ਇਸ ਨੂੰ ਸਾਂਭ ਕੇ ਕਿਵੇਂ ਰਖੇਂਗੀ ? ਆਪਣੇ ਵੀ ਤੇ ਬਿਗਾਨੇ ਵੀ ਵੈਰੀ ਬਣ ਸਕਦੇ ਨੇ। ਫ਼ੌਜੀ ਨੂੰ ਤਾਂ ਸਾਲ 'ਚ ਵਧ ਤੋਂ ਵਧ ਦੋ ਵਾਰ ਛੁੱਟੀ ਮਿਲਦੀ ਏ। ਵੇਖੀਂ ਕਿਤੇ ਫ਼ੌਜੀ ਦਲੀਪ ਸਿੰਘ ਨੂੰ ਲੋਕੀ ਤਾਨ੍ਹੇ ਨਾ ਮਾਰਨ, ਝੇਡਾਂ ਨਾ ਕਰਨ।'

ਪੌਣੇ ਛੇ ਫੁੱਟੀ ਪਰਤਾਪੀ ਇਕ ਸੁਰਾਹੀ ਵਾਂਗ ਉਸ ਦੇ ਸਾਹਮਣੇ ਬੈਠੀ ਸੀ ਤੇ ਫ਼ੌਜੀ ਉਸ ਦੇ ਹੁਸਨ ਦੀ ਪਹਿਲੇ ਤੋੜ ਦੀ ਘਰ ਦੀ ਕੱਢੀ ਦਾਰੂ ਗਟਾਗਟ ਪੀਣ ਲਈ ਬੜਾ ਕਾਹਲਾ ਪੈ ਰਿਹਾ ਸੀ। ਪਰਤਾਪੀ ਨੇ ਸਹਿਜ ਹੁੰਦੇ ਕਿਹਾ ਸੀ-"ਮੇਰੇ ਫ਼ੌਜੀ ਹਾਣੀਆ! ਤੇਰੇ ਲਈ ਮੈਂ ਅਜ ਤਕ ਆਪਣੇ ਆਪ ਨੂੰ ਸਾਂਭ-ਸਾਂਭ ਰਖਿਐ...ਪਰਤਾਪੀ ਤੇਰੀ ਅਮਾਨਤ ਰਹੂ...। ...ਜਿਥੇ ਮਰਜੀ ਜਾ...। ... ਤੇਰੀ ਪਰਤਾਪੀ ਤੇ ਨਾ ਕਿਸੇ ਦਾ ਪਰ੍ਛਾਵਾਂ ਪਹਿਲਾਂ ਪਿਐ ਤੇ ਨਾ ਹੀ ਕਿਸੇ ਹੋਰ ਦਾ ਪਊਗਾ, ਇਹ ਪੱਥਰ ਤੇ ਲੀਕ ਸਮਝ। ਮੇਰੇ ਪੇਕੇ ਪਿੰਡ ਵਿਚ ਵੀ ਮੇਰੀ ਜਵਾਨੀ ਤੇ ਹੁਸਨ ਦੇ ਕਈ ਦੁਸ਼ਮਣ ਸਨ। ਬਾਪੂ ਜਿਥੇ ਸੀਰੀਂ ਸੀ, ਉਸ ਜ਼ਿਮੀਂਦਾਰ ਦੇ ਮੁੰਡੇ ਨੇ ਆਪਣੇ ਵਲੋਂ ਪੂਰੀ ਵਾਹ ਲਾਈ, ਪਰ ਮੈਂ ਟਸ ਤੋਂ ਮਸ ਨਾ ਹੋਈ। ਪਿੰਡ ਦੇ ਹੋਰ ਸਿਰ-ਫਿਰੇ ਵੀ ਸਾਡੀ ਬੀਹੀ 'ਚ ਚੱਕਰ ਮਾਰਨੋਂ ਨਾ ਹਟਣ। ਬਾਪੂ ਮੇਰੇ ਨੂੰ ਫਿਕਰ ਹੋ ਗਿਆ। ਇਕ ਦਿਨ ਅੰਦਰ ਵੜ ਕੇ ਉਸ ਮੈਨੂੰ ਸਮਝਾਇਆ ਤੇ ਝੋਲੀ ਅੱਗੇ ਕਰਤੀ-"ਪਰਤਾਪੀ ਪੁਤ। ਮੈਂ ਜਾਣਦਾਂ, ਤੂੰ ਗੰਗਾ ਤੋਂ ਵਧ ਪਵਿੱਤਰ ਏਂ। ਸੋਹਰੀ ਦਾ ਜ਼ਮਾਨਾ ਤੇ ਲੋਕੀ ਟਿਕਣ ਨਹੀਂ ਦਿੰਦੇ। ਮੈਂ ਤੈਥੋਂ ਭੀਖ ਮੰਗਦਾਂ, ਮੇਰੀ ਪੱਗ ਨੂੰ ਵੱਟਾ ਨਾ ਲਾ ਦੇਈਂ, ਪੁਤ! ਮੈਂ ਮੂੰਹ ਦਿਖਾਉਣ ਜੋਗਾ ਨਹੀਂ ਰਹਿਣਾ।" ਤੇ ਬਾਪੂ ਰੋ ਪਿਆ ਸੀ। ਅਸਲ ਵਿਚ ਮੇਰੀ ਮਾਂ ਉਦੋਂ ਮਰ ਗਈ ਸੀ ਜਦੋਂ ਮੈਂ ਸਤ ਸਾਲ ਦੀ ਸੀ। ਘਰ ਵਿਚ ਸਭ ਤੋਂ ਛੋਟੀ, ਦੋ ਭਰਾ ਤੇ ਇਕ ਭੈਣ। ਬਾਪੂ ਨੇ ਦੂਜੇ ਵਿਆਹ ਬਾਰੇ ਸੋਚਿਆ ਤਕ ਨਾ। ਇਸ ਗੱਲ ਦਾ ਸਾਨੂੰ ਮਾਣ ਸੀ। ਭੈਣ ਬਾਪੂ ਨੇ ਛੇਤੀ ਬਿਆਤੀ ਸੀ-ਸੌਲ੍ਹਾਂ ਸਾਲ ਦੀ ਉਮਰ ਵਿਚ। ਮੈਂ ਬਾਪੂ ਨੂੰ ਵਚਨ ਦਿਤਾ ਸੀ-"ਬਾਪੂ, ਮੈਨੂੰ ਮੇਰੀ ਮਰੀ ਮਾਂ ਦੀ ਸੌਂਹ ਲਗੇ ਜੇ ਤੇਰੀ ਪੱਗ ਨੂੰ ਵੱਟਾ ਲਾਵਾਂ... ਤੂੰ ਮੈਥੋਂ ਸਰਖਰੂ ਰਹਿ। ਪਰਤਾਪੀ ਮਰ ਜਾਊ, ਆਪਣੇ ਬਚਨ ਤੋਂ ਨਹੀਂ ਮੁੜਦੀ।" ਇਹ ਆਖ ਮੈਂ ਬਾਪੂ ਦੀ ਪੱਗ ਚੁੰਮ ਲਈ ਸੀ। ਇਸ ਮਗਰੋਂ ਮੇਰੇ ਜੀਜੇ ਨੇ ਬੜੇ ਡੋਰੇ ਪਾਏ ਮੇਰੇ ਤੇ ਪਰ ਮੈਂ ਅਜਿਹਾ ਤਾੜਿਆ ਕਿ ਫਿਰ ਭੈਣ ਭੈਣ ਕਰਦਾ ਫਿਰੇ। ਆਖੇ, ਮੈਂ ਤਾਂ ਉਵੇਂ ਮਜ਼ਾਕ ਕੀਤਾ ਸੀ। ਆਹ ਕੰਨ ਫੜੇ, ਭੈਣ ਨੂੰ ਨਾ ਦਸੀਂ, ਕੋਈ ਗੱਲ। ਅੱਗੇ ਤੋਂ ਤੈਥੋਂ ਰਖੜੀ ਬੰਨਾਇਆ ਕਰੂੰ...।"

ਫ਼ੌਜੀ ਜਦੋਂ ਛੁੱਟੀ ਆਉਂਦਾ ਤਾਂ ਪਰਤਾਪੀ ਪਿਛੋਂ ਘੱਟੀਆਂ ਸਾਰੀਆਂ ਗੱਲਾਂ ਉਸ ਨੂੰ ਬਿਨਾਂ ਲਾਗ ਲਪੇਟ ਦੇ ਸੁਣਾਉਂਦੀ ਕਿ ਕਿਵੇਂ ਉਹਨੇ ਉਹਦੇ ਛੋਟੇ ਵੀਰ ਨੂੰ ਸਬਕ ਪੜ੍ਹਾਇਆ। ਜੇਠ ਦੀ ਜੂਠ ਬਣਨ ਤੋਂ ਇਨਕਾਰੀ ਹੋਈ। ਵਿਹੜੇ ਦੇ ਦੂਰ ਨੇੜੇ ਦੇ ਸਾਕ-ਸਬੰਧੀਆਂ ਨੇ ਪੂਰੀ ਵਾਹ ਲਾਉਣੀ ਕਿ ਕਿਵੇਂ ਪਰਤਾਪੀ ਉਨ੍ਹਾਂ ਦੇ ਅੜਿਕੇ ਚੜ੍ਹ ਜੇ...। ਪਰ ਪਰਤਾਪੀ ਆਪਣੇ ਆਪ 'ਚ ਨਸ਼ਿਆਈ ਰਹਿੰਦੀ ਤੇ ਆਪਣੇ ਕੰਮਾਂ 'ਚ ਮਸਤ ਰਹਿੰਦੀ। ਹਾਂ, ਸੱਸ ਦਾ

ਉਸ ਨੂੰ ਬੜਾ ਆਸਰਾ ਸੀ। ਸੱਸ-ਨੂੰਹਾਂ ਦੇ ਸਾਹਮਣੇ ਨਾ ਵਿਹੜੇ ਵਾਲੇ ਕੁਸਕਦੇ ਤੇ ਨਾ ਹੀ ਪਿੰਡ ਵਾਲੇ। ਪਿੰਡ ਦੇ ਸੰਧੂ ਸਰਪੰਚ ਨੇ ਕਈ ਢੰਗਾਂ ਨਾਲ ਪਰਤਾਪੀ ਮੂਹਰੇ ਦਾਣਾ ਪਾਇਆ, ਲਾਲਚ ਵੀ ਦਿਤੇ ਤੇ ਡਰਾਵੇ ਵੀ। ਪਿੰਡ 'ਚ ਕਈ ਸਾਲ ਉਹ ਗਿੱਧਿਆਂ ਦੀ ਰਾਣੀ ਦੇ ਨਾਂ ਨਾਲ ਜਾਣੀ ਜਾਂਦੀ। ਜਾਗੋ ਕਢੀ ਜਾਂਦੀ ਤਾਂ ਪਿੰਡ ਦੀਆਂ ਤੀਵੀਆਂ ਉਸ ਨੂੰ ਅੱਗੇ ਕਰਦੀਆਂ। ...ਪਰ ਪਰਤਾਪੀ ਆਪਣੇ ਸਤ 'ਤੇ ਕਾਇਮ ਰਹੀ। ਪਰ ਉਸ ਦੀਆਂ ਅੱਖਾਂ ਤੇ ਸੋਚਾਂ 'ਚ ਬਸ ਫੌਜੀ ਵਸਿਆ ਰਹਿੰਦਾ। ਦੋ ਮੁੰਡੇ ਤੇ ਦੋ ਧੀਆਂ ਨੂੰ ਜਨਮ ਦੇ ਕੇ, ਪਾਲਿਆ-ਪੋਸਿਆ ਤੇ ਬੰਦੇ ਬਣਾ ਕੇ ਰਖਿਆ। ਫ਼ੌਜੀ ਦਲੀਪ ਸਿੰਘ ਸੋਚਦਾ ਰਿਹਾ। ਦੋਹੇਂ ਧੀਆਂ ਨੂੰ ਪੜ੍ਹਾ ਲਿਖਾ, ਇਕ ਨਾਇਬ ਤਹਿਸੀਲਦਾਰ ਨੂੰ ਵਿਆਹੀ ਤੇ ਦੂਜੀ ਇਨਕਮਟੈਕਸ ਇਨਸਪੈਕਟਰ ਨੂੰ। ਵੱਡਾ ਮੁੰਡਾ ਕਾਲਜ ਵਿਚ ਫ਼ਿਲਾਸਫ਼ੀ ਦਾ ਪ੍ਰੋਫ਼ੈਸਰ ਲਗ ਗਿਆ ਤੇ ਛੋਟਾ ਰਣਜੀਤ ਸਿੰਘ ਈ.ਟੀ.ਓ. ਬਣ ਗਿਆ ਸੀ।

...ਤੇ ਛੋਟੇ ਈ.ਟੀ.ਓ. ਜੀਤੇ ਨੇ ਅਜ ਕਿਹੜੀ ਗੱਲ ਕਰਤੀ ਕਿ ਸ਼ਾਂਤ ਸਹਿਜ ਰਹਿਣ ਵਾਲੀ ਪਰਤਾਪੀ ਲਾਲ-ਪੀਲੀ ਹੁੰਦੀ ਜਾ ਰਹੀ ਹੈ-ਠਰ੍ਹੰਮਾ ਵਿਸਾਰ ਦਿਤੈ ਉਸ ਨੇ ਅਜ-ਫ਼ੌਜੀ ਸੋਚੀਂ ਡੁਬ ਗਿਆ।

ਅਜੇ ਈ.ਟੀ.ਓ. ਮਾਂ ਤੋਂ ਲਾਲ-ਪੀਲੇ ਹੋਣ ਦਾ ਕਾਰਨ ਪੁਛ ਹੀ ਰਿਹਾ ਸੀ ਕਿ ਉਸ ਦਾ ਵੱਡਾ ਭਰਾ ਪ੍ਰੋਫ਼ੈਸਰ ਗੁਰਮੇਲ ਸਿੰਘ ਵੀ ਉਥੇ ਆ ਪੁੱਜਾ। ਪਰ ਉਹ ਇਕੱਲਾ ਆਇਆ ਸੀ। ਉਸ ਦੇ ਬੱਚੇ ਆਪਣੀ ਮਾਂ ਨਾਲ ਨਾਨਕੇ ਚਲੇ ਗਏ ਸਨ। ਉਸ ਨੇ ਮਾਂ-ਪਿਓ ਦੋਹਾਂ ਨੂੰ ਪੈਰੀਂ ਪੈਣਾ ਕੀਤਾ।

ਪਰਤਾਪੀ ਨੇ ਵੱਡੇ ਪੁੱਤਰ ਦੇ ਆਉਣ ਤੇ ਦੜ ਵੱਟ ਲਈ ਤੇ ਉਸ ਲਈ ਪਾਣੀ ਦਾ ਗਲਾਸ ਲਿਆ ਫੜਾਇਆ ਤੇ ਫਿਰ ਚਾਹ ਬਣਾ ਪਿਲਾਈ।

ਫ਼ੌਜੀ ਪੈੱਗ ਪੂਰਾ ਕਰ, ਉਠ ਕੇ ਆਪਣੇ ਕਮਰੇ ਵਿਚ ਚਲਾ ਗਿਆ।

ਦੋਹੇਂ ਭਰਾ ਬੈਠਕ ਵਿਚ ਹੀ ਬੈਠੇ ਰਹੇ। ਪ੍ਰੋਫ਼ੈਸਰ ਡਰਿੰਕ ਨਹੀਂ ਲੈਂਦਾ ਸੀ। ਇਸ ਲਈ ਈ.ਟੀ.ਓ. ਨੇ ਦੂਜਾ ਪੈੱਗ ਲੈਣ ਮਗਰੋਂ ਤੀਜਾ ਪੈੱਗ ਲੈਣਾ ਮੁਨਾਸਿਬ ਨਾ ਸਮਝਿਆ।

ਉਹ ਵੱਡੇ ਭਰਾ ਦੀ ਬਹੁਤ ਇੱਜ਼ਤ ਕਰਦਾ ਸੀ। ਇਕ ਤਾਂ ਪ੍ਰੋਫ਼ੈਸਰ ਸਭ ਤੋਂ ਵੱਡਾ ਸੀ ਤੇ ਦੂਜਾ ਆਪਣੇ ਫ਼ਰਜ਼ਾਂ ਨੂੰ ਬ-ਖ਼ੂਬੀ ਨਿਭਾਉਣ ਵਾਲਾ। ਦੋ ਭੈਣਾਂ ਵੀ ਈ.ਟੀ.ਓ. ਤੋਂ ਵੱਡੀਆਂ ਸਨ, ਪਰ ਪ੍ਰੋਫ਼ੈਸਰ ਤੋਂ ਛੋਟੀਆਂ। ਦੋਹੇਂ ਭੈਣਾਂ ਤੇ ਛੋਟੇ ਦਾ ਧਿਆਨ ਉਸ ਨੇ ਬ-ਖ਼ੂਬੀ ਰਖਿਆ ਤੇ ਈ.ਟੀ.ਓ. ਬਣਾਉਣ ਵਿਚ ਵੀ ਉਸ ਦਾ ਵੱਡਾ ਹੱਥ ਸੀ।

ਨਾ ਉਹ ਕੁਰਾਹੇ ਪਿਆ ਤੇ ਨਾ-ਉਸ ਨੇ ਭਰਾ ਤੇ ਭੈਣਾਂ ਨੂੰ ਮਾੜੇ ਕੰਮਾਂ 'ਚ ਪੈਣ ਦਿਤਾ। ਪਰ ਚਾੜ੍ਹੇ ਦੋ ਪੈੱਗ ਈ.ਟੀ.ਓ. ਦੇ ਦਿਮਾਗ਼ ਨੂੰ ਚੜ੍ਹ ਗਏ ਤੇ ਉਹ ਬੇਬੇ ਦੇ ਬੇਵਜਾਹ ਲਾਲ-ਪੀਲੇ ਹੋਣ ਦਾ ਕਾਰਨ ਜਾਣਨਾ ਚਾਹੁੰਦਾ ਸੀ। ਪ੍ਰੋਫ਼ੈਸਰ ਨੇ ਸਮਝਾਇਆ-"ਚਲ ਛੋਟੇ ਹੁਣ ਰਹਿਣ ਦੇ। ਰੋਟੀ ਖਾ ਲੈ, ਸਵੇਰੇ ਬੇਬੇ ਨੂੰ ਪੁਛ ਲਾਂਗੇ। ਰਾਤ ਨੂੰ ਕਾਹਨੂੰ ਗੁਆਂਢੀਆਂ ਨੂੰ ਸੁਣਾਉਣੈ। ...ਰਾਤ ਦੀ ਬਹਿਸ ਲੰਮੀ ਤੇ ਫ਼ਜ਼ੂਲ ਵੀ ਹੁੰਦੀ ਏ ਤੇ ਗੁਆਂਢੀ ਤੇ ਸਾਕ-ਸੰਬੰਧੀ ਆਪਣੇ 'ਤੇ ਹੱਸਣਗੇ...।"

ਪ੍ਰੋਫ਼ੈਸਰ ਭਰਾ ਦੇ ਸਮਝਾਉਣ ਤੇ ਜਵਾਰਭਾਟਾ ਕੁਝ ਸਮੇਂ ਲਈ ਸ਼ਾਂਤ ਹੋ ਗਿਆ। ਰਾਤ

ਨੂੰ ਈ.ਟੀ.ਓ. ਤੇ ਪਰਤਾਪੀ ਦੋਹਾਂ ਨੂੰ ਨੀਂਦ ਮਸੀਂ ਆਈ।

...ਸਵੇਰੇ ਜਦੋਂ ਪਰਤਾਪੀ ਚਾਹ ਬਣਾ ਕੇ ਦੋਹਾਂ ਪੁੱਤਾਂ ਤੇ ਫ਼ੌਜੀ ਲਈ ਲਿਆਈ ਤਾਂ ਉਹ ਤਿੰਨੋਂ ਬੈਠਕ ਵਿਚ ਬੈਠੇ ਸਨ। ਈ.ਟੀ.ਓ. ਦੀ ਪਤਨੀ ਤੇ ਬੱਚੀ ਸੁੱਤੇ ਪਏ ਸਨ।

...ਚਾਹ ਦੇ ਗਲਾਸ ਦੇ ਕੇ ਜਦੋਂ ਪਰਤਾਪੀ ਮੁੜਨ ਲਗੀ ਤਾਂ ਈ.ਟੀ.ਓ. ਨੇ ਕਿਹਾ- "ਬੇਬੇ, ਤੂੰ ਕਿਹੜੀ ਗੱਲੋਂ ਔਖੀ ਏਂ ?" ਪਰਤਾਪੀ ਨੇ ਘੂਰ ਕੇ ਵੇਖਿਆ ਤੇ ਫਿਰ ਆਪਣੇ ਲਈ ਚਾਹ ਦਾ ਗਲਾਸ ਲਿਆ, ਪ੍ਰੋਫ਼ੈਸਰ ਪੁਤ ਦੇ ਨੇੜੇ ਸੋਫੇ 'ਤੇ ਬਹਿ ਗਈ। ਫ਼ੌਜੀ ਈ.ਟੀ.ਓ. ਦੇ ਨਾਲ ਵਾਲੀ ਕੁਰਸੀ ਤੇ ਬੈਠਾ ਸੀ। ਪ੍ਰੋਫ਼ੈਸਰ-ਪੁੱਤਰ ਨੇ ਸਿਆਣਪ ਵਰਤੀ ਤੇ ਦੋਹੇਂ ਬੂਹੇ ਚੰਗੀ ਤਰ੍ਹਾਂ ਢੋਅ ਦਿਤੇ। ਮਤਲਬ ਨਾ ਸ਼ਰੀਕੇ ਵਾਲੇ ਤੇ ਨਾ ਹੀ ਈ.ਟੀ.ਓ. ਦੀ ਪਤਨੀ ਕੋਈ ਗੱਲ ਸੁਣੇ।

"...ਹੁਣ ਦਸ ਵੀ ਬੇਬੇ ?" ਈ.ਟੀ.ਓ. ਥੋੜ੍ਹਾ ਜਿਹਾ ਔਖਾ ਹੁੰਦਾ ਬੋਲਿਆ।

"...ਮਰ ਗਈ ਤੇਰੀ ਬੇਬੇ...ਤੂੰ ਜਿਊਂਦੀ ਮਾਰ ਤੀ।"

ਪਰਤਾਪੀ ਦੀ ਦੁਖਦੀ ਰਗ ਨੂੰ ਨਾ ਫ਼ੌਜੀ ਪੜ੍ਹ ਸਕਿਆ ਤੇ ਨਾ ਹੀ ਫ਼ਿਲਾਸਫ਼ੀ ਦਾ ਪ੍ਰੋਫ਼ੈਸਰ ਪੁਤ ਤੇ ਨਾ ਹੀ ਈ.ਟੀ.ਓ.।

"ਬੇਬੇ ਤੂੰ ਤਾਂ ਸਾਨੂੰ ਹਮੇਸ਼ਾ ਠਰੰਮੇ 'ਚ ਰਹਿਣਾ ਸਿਖਾਇਐ। ਅਜ ਤੈਨੂੰ ਕੀ ਹੋ ਗਿਐ ?" ਪ੍ਰੋਫ਼ੈਸਰ ਨੇ ਕਿਹਾ।

"ਗੁਰਮੇਲ ਪੁਤ। ਇਹਨੇ ਆਪਣੇ ਪਿਓ ਦੀ ਪੱਗ ਰੋਲ ਤੀ...ਆਪਣੇ ਨਾਨੇ ਦੀ ਪੱਗ ਨੂੰ ਵੀ ਦਾਗ਼ ਲਾਇਐ ਤੇ ਮੈਨੂੰ ਕਿਸੇ ਥਾਂਈਂ ਮੂੰਹ ਦਿਖਾਉਣ ਜੋਗਾ ਨਹੀਂ ਛਡਿਆ।"

"ਕੁਝ ਦਸੇਂਗੀ ਵੀ...ਕਿ ਇਵੇਂ ਬੁਝਾਰਤਾਂ ਪਾਈ ਜਾਏਂਗੀ।" ਈ.ਟੀ.ਓ. ਪੁਤ ਨੂੰ ਕੋਈ ਗੱਲ ਸਮਝ ਨਹੀਂ ਆ ਰਹੀ ਸੀ।

"ਕਲ ਉਹ ਸ਼ਹਿਰੀ ਲਾਲੇ ਨੇ ਜਦੋਂ ਮੈਨੂੰ ਪੁਛਿਆ ਕਿ ਰਣਜੀਤ ਸਿੰਘ ਸੰਧੂ ਦਾ ਘਰ ਕਿਹੜੈ, ਮੇਰੇ ਤਾਂ ਸਤੀਂ ਕਪੜੀਂ ਅੱਗ ਲਗ ਗੀ। ਮੈਨੂੰ ਮੇਰੇ ਜੀਤੇ ਨੇ ਕੁਲੱਛਣੀ ਬਣਾ ਤਾ...ਪਿੰਡ ਦੇ ਲੋਕੀਂ ਹੁਣ ਮੈਨੂੰ ਚਗਲ, ਜੂਠ ਆਖਣਗੇ...ਧੌਲੇ ਝਾਟੇ...ਇਹ ਤੁਹਮਤਾਂ ਮੈਨੂੰ ਸੁਣਨ ਨੂੰ ਮਿਲਣਗੀਆਂ। ਜੀਤੇ ਇਕ ਗੱਲ ਸੁਣ ਲੈ, ਤੂੰ ਆਪਣੇ ਫ਼ੌਜੀ ਦਾ ਤੁਖ਼ਮ ਐਂ...ਕਿਸੇ ਸੰਧੂ ਵੰਧੂ ਦਾ ਨਹੀਂ...ਜੇ ਪਿੰਡ ਦੇ ਸਰਪੰਚ ਨੂੰ ਪਤਾ ਲਗ ਗਿਆ ਕਿ ਤੂੰ ਸੰਧੂ ਅਖਵਾ ਕੇ ਖ਼ੁਸ਼ ਹੁੰਦੈਂ ਤਾਂ ਉਹ ਕੀ ਸੋਚੂ ? ...ਪਿੰਡ ਦੀ ਸੱਥ ਤੇ ਬੈਠ ਲੋਕੀ ਗੱਲਾਂ ਕਰਨਗੇ, ਖੁੰਡ ਚਰਚਾ ਬਣ ਜੂ...ਚਸਕੇ ਲਾ ਲਾ ਕੇ ਗੱਲਾਂ ਹੋਣਗੀਆਂ...ਮੁਸਕੜੀਏਂ ਹਸਣਗੇ। ਮੈਂ ਤਾਂ ਸਾਰੀ ਉਮਰੇ ਕਦੇ ਮੱਖੀ ਨਹੀਂ ਬਹਿਣ ਤੀ...ਹੁਣ ਮੇਰਾ ਜੀਤਾ ਹੀ ਮੇਰੀ ਬੇਪਤੀ ਕਰਵਾਊ...ਮੈਨੂੰ ਤੈਥੋਂ ਏਹਦੀ ਰਤਾ ਉਮੀਦ ਨਹੀਂ ਥੀ...ਪੁਤ।"

ਪਰਤਾਪੀ ਦੀਆਂ ਅੱਖਾਂ 'ਚ ਅੰਗਾਰ ਭਖ ਰਹੇ ਸਨ, ਨਾਸਾਂ ਫੁਲੀਆਂ ਹੋਈਆਂ ਸਨ, ਤੇ ਉਹ ਪਤਨਾਲੇ ਵਾਂਗ ਵਗ ਰਹੀਆਂ ਸਨ।

"ਹੁਣ ਤੇਰੇ ਕੋਲ ਦੋ ਪੈਸੇ ਆ ਗੇ...। ਪੈਸਿਆਂ ਨਾਲ ਸ਼ਹਿਰ 'ਚ ਨਵੀਂ ਬੇਬੇ ਵੀ ਮੁਲ ਲੈ ਲੀਂ...ਮੈਨੂੰ ਕਹਿੰਦੈ ਕਲ..ਆਹ ਲੈ ਬੇਬੇ ਪੰਜ ਸੋ ਰੁਪੈ, ਸੂਟ ਕਰਵਾ ਲੀਂ...ਮੇਰੇ ਤਾਂ ਉਦੋਂ ਦੀ ਸਤੀਂ ਕਪੜੀਂ ਅੱਗ ਲਗੀ ਪਈ ਏ...। ਮੈਨੂੰ ਇਹਨੇ ਸ਼ਰੀਕਾਂ 'ਚ ਮੂੰਹ ਦਿਖਾਉਣ ਜੋਗਾ

ਨਹੀਂ ਛਡਿਆ-ਸਿਵਿਆਂ 'ਚ ਪਿਆ ਮੇਰਾ ਬਾਪੂ...ਕੀ ਸੋਚਦਾ ਹੋਊ ਆਪਣੀ ਲਾਡਲੀ ਪਰਤਾਪੀ ਬਾਰੇ...।"

ਪ੍ਰੋਫ਼ੈਸਰ ਗੁਰਮੇਲ ਸਿੰਘ ਪਰਤਾਪੀ ਨੂੰ ਚੁੱਪ ਕਰਾਉਣ ਦਾ ਯਤਨ ਕਰ ਰਿਹਾ ਸੀ ਤੇ ਈ.ਟੀ.ਓ. ਰਣਜੀਤ ਸਿੰਘ ਗਰਦਨ ਨੀਚੇ ਸੁਟੀ ਬੈਠਾ ਸੀ...ਚਾਹ ਸਭ ਦੀ ਠੰਡੀ-ਠਾਰ ਹੋ ਗਈ ਸੀ... ਪ੍ਰੋਫ਼ੈਸਰ ਨੇ ਪਾਣੀ ਦੇ ਜੱਗ ਨੂੰ ਹੀ ਬੇਬੇ ਦੇ ਮੂੰਹ ਨੂੰ ਲਾਇਆ...

"ਬਸ...ਬੇਬੇ... ਬਸ ਦੋ ਘੁੱਟ ਪਾਣੀ ਪੀ ਲੈ..."

"ਮੈਂ ਨਹੀਂ ਪੀਣਾ ਪਾਣੀ ਪੂਣੀ...ਸੱਚੇ ਪਾਤਸ਼ਾਹ ਮੈਨੂੰ ਹੁਣੇ ਚੁਕ ਲੈ...," ਪਰਤਾਪੀ ਨੇ ਉਪਰ ਵਲ ਵੇਖਿਆ ਤੇ ਜ਼ਮੀਨ ਵਲ ਹੱਥ ਕਰਕੇ ਕਿਹਾ-

" ਹੇ ਧਰਤੀ ਮਾਂ...ਤੂੰ ਫਟਦੀ ਕਿਉਂ ਨਹੀਂ...ਤੇ ਮੈਂ ਤੇਰੇ 'ਚ ਸਮਾ ਜਾਮਾਂ।"

ਫ਼ੌਜੀ ਵੀ ਸਹਿਮ ਗਿਆ ਸੀ ਪਰ ਉਸ ਦੇ ਸਹਿਮੇ ਚਿਹਰੇ ਤੇ ਇਕ ਨੂਰ ਟਪਕ ਰਿਹਾ ਸੀ। ਉਸ ਦਾ ਅੰਦਰਲਾ ਪਰਤਾਪੀ 'ਤੇ ਮਾਣ ਕਰ ਰਿਹਾ ਸੀ। ਮਾਂ-ਪੁਤ ਵਿਚਕਾਰਲੇ ਤਕਰਾਰ ਦੌਰਾਨ, ਉਸ ਨੇ ਚੁੱਪ ਰਹਿਣਾ ਹੀ ਬੇਹਤਰ ਸਮਝਿਆ।

...ਈ.ਟੀ.ਓ. ਆਪਣੀ ਕੁਰਸੀ ਤੋਂ ਉਠਿਆ ਤੇ ਪਰਤਾਪੀ ਦੇ ਪੈਰਾਂ ਕੋਲ ਭੁੰਜੇ ਬਹਿ ਗਿਆ ਤੇ ਉਸ ਦੇ ਦੋਹੇਂ ਹੱਥਾਂ ਨੂੰ ਫੜ ਜ਼ੋਰ-ਜ਼ੋਰ ਨਾਲ ਆਪਣੇ ਮੂੰਹ ਤੇ ਮਾਰਨ ਲਗਾ-
"ਬੇਬੇ, ਤੇਰੇ ਜੀਤੇ ਤੋਂ ਭੁਲ ਹੋ ਗੀ। ਇਹਨੂੰ ਮਾਰ, ਇਹਨੂੰ ਮਾਰ...ਮਾਰ ਮੈਨੂੰ...।"

ਪਰਤਾਪੀ ਨੇ ਉਸ ਨੂੰ ਭੁੰਜਿਓਂ ਉਠਾ ਆਪਣੀ ਛਾਤੀ ਨਾਲ ਲਾ ਲਿਆ ਸੀ। ਈ.ਟੀ.ਓ. ਨੇ ਆਪਣੇ ਪਰਸ ਵਿਚੋਂ ਵਿਸਟਿੰਗ ਕਾਰਡ ਕਢ, ਟੁਕੜੇ-ਟੁਕੜੇ ਕਰ ਬਿਖੇਰ ਦਿਤੇ ਸਨ। ਉਹ ਵਿਸਟਿੰਗ ਕਾਰਡ ਜਿਨ੍ਹਾਂ 'ਤੇ ਲਿਖਿਆ ਸੀ-ਰਣਜੀਤ ਸਿੰਘ ਸੰਧੂ, ਈ.ਟੀ.ਓ.।

ਤਾਪਮਾਨ/ਸੁਰਜੀਤ ਬਰਾੜ

ਦੁੱਲਾ ਸਿੰਘ ਇਹ ਨਾਂ ਉਸਦੀ ਮਾਂ ਲੱਧੀ ਨੇ ਰੱਖਿਆ ਸੀ। ਉਹ ਆਪਣੀ ਮਾਂ ਦਾ ਇਕੋ ਇਕ ਪੁੱਤ ਸੀ। ਬਚਪਨ ਤੋਂ ਲੈ ਕੇ ਚੜ੍ਹਦੀ ਜਵਾਨੀ ਤੱਕ ਦੁੱਲਾ ਸੂਲਾਂ ਤੇ ਹੀ ਤੁਰਿਆ ਸੀ। ਉਸਨੇ ਸੁੱਖ ਆਰਾਮ ਦੀ ਥਾਂ ਦੁੱਖ ਹੀ ਹੁੰਢਾਏ ਸਨ। ਪਰ ਦੁੱਲੇ ਨੇ ਜ਼ਿੰਦਗੀ ਤੋਂ ਹਾਰ ਨਹੀਂ ਮੰਨੀ ਸੀ। ਮਾਂ ਲੱਧੀ ਦੀ ਯਾਦ ਹਮੇਸ਼ਾ ਉਸਦੇ ਅੰਗ ਸੰਗ ਰਹਿੰਦੀ। ਉਹ ਜੇਲ੍ਹ ਜਾ ਕੇ ਵੀ ਚੜ੍ਹਦੀ ਕਲਾ ਵਿੱਚ ਰਿਹਾ ਸੀ।

ਦੁੱਲੇ ਦਾ ਪਿਉ ਬਲਵੰਤ ਸਿੰਘ ਸੀ ਪਰ ਲੋਕ ਉਸਨੂੰ ਬੰਤੂ ਕਹਿੰਦੇ ਸਨ। ਵਿਹੜਿਆਂ ਵਿਚ ਰਹਿੰਦੇ ਲੋਕਾਂ ਦੇ ਨਾਮ ਤਾਂ ਪੂਰੇ ਰੱਖੇ ਜਾਂਦੇ ਹਨ ਪਰੰਤੂ ਇਹ ਉਹਨਾਂ ਦੇ ਅਸਲੀ ਨਾਂ ਨਹੀਂ ਹੁੰਦੇ। ਬੇਸ਼ੱਕ ਬਲਵੰਤ ਸਿੰਘ ਉਸਦਾ ਅਸਲੀ ਨਾਂ ਸੀ – ਪਰ ਲੋਕਾਂ ਲਈ ਉਹ ਬੰਤੂ ਸੀ। ਬੰਤੂ ਭਰ ਜਵਾਨ ਸੀ ਜਦ ਉਹ ਕੁਮੌਤ ਮਰਿਆ ਸੀ। ਜਦ ਬੰਤੂ ਕੁਮੌਤ ਮਰਿਆ ਸੀ ਉਦੋਂ ਉਹ ਨੰਬਰਦਾਰ ਦਲੀਪ ਸਿਉਂ ਨਾਲ ਠੇਕੇ 'ਤੇ ਸੀਰੀ ਰਲਿਆ ਹੋਇਆ ਸੀ। ਕੁਮੌਤ ਮਰਨ ਵੇਲੇ ਉਸਦਾ ਨੰਬਰਦਾਰ ਨਾਲ ਚੌਥਾ ਸੀਰ ਸੀ। ਬਚਪਨ ਵਿੱਚ ਬੰਤੂ ਕਦੇ ਕਿਸੇ ਘਰ ਛੇੜੂ ਲੱਗਦਾ ਰਿਹਾ ਕਦੇ ਕਿਸੇ ਘਰ, ਜਦ ਜਵਾਨ ਹੋਇਆ ਤਾਂ ਉਹ ਸੀਰ ਕਰਨ ਲੱਗ ਪਿਆ ਸੀ। ਜਿਸ ਸਾਲ ਉਸਨੇ ਤੀਜਾ ਸੀਰ ਕੀਤਾ ਸੀ ਉਸੇ ਸਾਲ ਬੰਤੂ ਦਾ ਵਿਆਹ ਢਿੱਡੇ ਪਿੰਡ ਦੀ ਅਵਤਾਰ ਕੌਰ ਨਾਲ ਹੋ ਗਿਆ ਸੀ। ਅਵਤਾਰ ਕੌਰ ਹੁੰਦੜਹੇਲ ਸੀ ਅਤੇ ਉਸ ਤੇ ਕਹਿਰ ਦੀ ਜਵਾਨੀ ਸੀ। ਉਹ ਕੰਮ ਕਰਦੀ ਨਾ ਅੱਕਦੀ ਨਾ ਥੱਕਦੀ। ਅਵਤਾਰ ਦਾ ਪਿਉ ਉਸ ਤੇ ਮਾਨ ਕਰਦਾ। ਲਾਡ ਨਾਲ ਉਸਨੂੰ ਲੱਧੀ ਕਹਿੰਦਾ। ਇਹੋ ਨਾਂ ਉਸਦਾ ਪੱਕ ਗਿਆ। ਲੱਧੀ ਨਾਂ ਪੇਕਿਆਂ ਤੋਂ ਸ਼ੁਰੂ ਹੋ ਕੇ ਸਹੁਰਿਆਂ ਤੱਕ ਪੁੱਜ ਗਿਆ। ਕਿਸੇ ਨੂੰ ਪਤਾ ਨਹੀਂ ਸੀ ਕਿ ਲੱਧੀ ਦਾ ਨਾਂ ਅਵਤਾਰ ਕੌਰ ਸੀ। ਸਾਰੇ ਉਸਨੂੰ ਲੱਧੀ ਕਹਿੰਦੇ।

ਬੰਤੂ ਦਾ ਪਰਿਵਾਰ ਪਹਿਲਾਂ ਇਕ ਕੱਚੀ ਕੋਠੜੀ ਵਿੱਚ ਦਿਨ ਕਟੀ ਕਰ ਰਿਹਾ ਸੀ। ਬੰਤੂ ਦੇ ਪਹਿਲੇ ਸੀਰ ਨਾਲ ਇਕ ਪੱਕਾ ਕਮਰਾ ਬਣਾਇਆ ਗਿਆ ਅਤੇ ਕਮਰੇ ਨੂੰ ਕਿੱਕਰਾਂ ਦੇ ਫੱਟਿਆਂ ਦੇ ਤਖ਼ਤੇ ਲਗਵਾ ਦਿੱਤੇ ਗਏ। ਪਰ ਮਹਿੰਗਾਈ ਕਾਰਨ ਪੱਕਾ ਕਮਰਾ ਪਲੱਸਤਰ ਨਾ ਹੋ ਸਕਿਆ। ਦੂਜੇ ਸੀਰ ਨਾਲ ਉਸਨੇ ਆਪਣੀ ਭੈਣ ਗਿਆਨੋ ਦਾ ਵਿਆਹ ਕਰ ਦਿੱਤਾ। ਗਿਆਨੋ ਦੇ ਵਿਆਹ ਸਮੇਂ ਉਸ ਜ਼ੁੰਮੇ ਕੁਝ ਕਰਜ਼ਾ ਵੀ ਚੜ੍ਹ ਗਿਆ ਸੀ। ਵੈਸੇ ਇਹ ਵਿਆਹ ਕੋਈ ਵਿਆਹ ਨਹੀਂ ਸੀ, ਬੱਸ ਗਿਆਨੋ ਦੋ ਕੱਪੜਿਆਂ ਨਾਲ ਬਾਰੋਂ ਉਠਾਈ ਸੀ। ਗਰੀਬਾਂ ਦੇ

ਵਿਆਹ ਨਹੀਂ ਹੁੰਦੇ, ਕੇਵਲ ਰਸਮ ਨਿਭਾਈ ਜਾਂਦੀ ਹੈ। ਵਿਆਹ ਦਾ ਇਨ੍ਹਾਂ ਨੂੰ ਕੋਈ ਬਹੁਤਾ ਵੱਡਾ ਚਾਅ ਨਹੀਂ ਹੁੰਦਾ। ਅਜਿਹੇ ਚਾਅ ਨਾਲੋਂ ਇਨ੍ਹਾਂ ਨੂੰ ਰੋਟੀ ਦਾ ਫ਼ਿਕਰ ਵਧੇਰੇ ਹੁੰਦਾ ਹੈ।

ਜਿਸ ਸਾਲ ਬੰਤੂ ਦਾ ਵਿਆਹ ਲੱਧੀ ਨਾਲ ਹੋਇਆ ਸੀ, ਉਸ ਸਾਲ ਹੀ ਬੰਤੂ ਦੇ ਪਿਉ ਧੰਨੇ ਨੂੰ ਸੱਜੇ ਪਾਸਿਉਂ ਅਧਰੰਗ ਹੋ ਚੁੱਕਾ ਸੀ ਜਿਸ ਕਾਰਨ ਉਹ ਸਦਾ ਲਈ ਮੰਜੇ ਦਾ ਸਵਾਰ ਹੋ ਚੁੱਕਾ ਸੀ। ਬੰਤੂ ਦੇ ਸਿਰ ਕਰਜ਼ਾ ਸੀ, ਘਰੇ ਖਾਣ ਲਈ ਦਾਣੇ ਵੀ ਨਹੀਂ ਸਨ, ਜੇਬ 'ਚ ਖੋਟਾ ਧੇਲਾ ਵੀ ਨਹੀਂ ਸੀ। ਸੋ ਬੰਤੂ ਆਪਣੇ ਪਿਉ ਦਾ ਇਲਾਜ ਨਹੀਂ ਕਰਵਾ ਸਕਿਆ ਸੀ। ਲੱਧੀ ਨੂੰ ਆਪਣੇ ਵਿਆਹ ਤੋਂ ਥੋੜ੍ਹੇ ਦਿਨ ਬਾਦ ਹੀ ਦਿਹਾੜੀ-ਦੱਪਾ ਕਰਨ ਲਈ ਮਜ਼ਬੂਰ ਹੋਣਾ ਪਿਆ ਸੀ। ਬੰਤੂ ਤਾਂ ਆਪਣੇ ਵਿਆਹ ਤੋਂ ਦੂਜੇ ਦਿਨ ਹੀ ਕੰਮ ਤੇ ਜਾ ਲੱਗਿਆ ਸੀ। ਜੇ ਉਹ ਅਜਿਹਾ ਨਾ ਕਰਦਾ ਤਾਂ ਨੰਬਰਦਾਰ ਨੇ ਹਿਸਾਬ-ਕਿਤਾਬ ਸਮੇਂ ਲਈਆਂ ਛੁੱਟੀਆਂ ਦੇ ਦੁੱਗਣੇ ਪੈਸੇ ਕੱਟ ਲੈਣੇ ਸਨ।

ਬੰਤੂ ਦੀ ਮਾਂ ਸੋਧਾਂ ਵੀ ਦਿਨ ਰਾਤ ਟਿਕਦੀ ਨਹੀਂ ਸੀ। ਉਸਨੇ ਕਈ ਘਰਾਂ ਦਾ ਗੋਹਾ ਕੂੜਾ ਕਰਨ ਦਾ ਧੰਦਾ ਸਾਂਭ ਰੱਖਿਆ ਸੀ। ਇਸ ਮਲੀਨ ਧੰਦੇ ਲਈ ਉਸਨੂੰ ਨਿਗੂਣਾ ਜਿਹਾ ਮਿਹਨਤਾਨਾ ਮਿਲਦਾ ਸੀ। ਇਹ ਉਹ ਸਮਾਂ ਸੀ ਜਦ ਕੇਂਦਰ ਸਰਕਾਰ ਨੇ ਸਿਰ ਤੇ ਮੈਲਾ ਢੋਣ ਵਿਰੁੱਧ ਕਾਨੂੰਨ ਬਣਾ ਕੇ ਇਸ ਕਾਰਜ ਤੇ ਰੋਕ ਲਾ ਦਿੱਤੀ ਸੀ। ਸੋਧਾਂ ਤੇ ਇਸ ਕਾਨੂੰਨ ਦਾ ਕੋਈ ਅਸਰ ਨਹੀਂ ਸੀ। ਨਾ ਹੀ ਉਨ੍ਹਾਂ ਜੱਟਾਂ ਤੇ ਕੋਈ ਅਸਰ ਸੀ ਜਿਨ੍ਹਾਂ ਦਾ ਉਹ ਗੋਹਾ ਕੂੜਾ ਕਰਦੀ ਸੀ। ਸੋਧਾਂ ਦਾ ਸਾਰਾ ਦਿਨ ਗੋਹੇ ਕੂੜੇ 'ਚ ਲੰਘ ਜਾਂਦਾ। ਕੰਮ ਅਨੁਸਾਰ ਸੋਧਾਂ ਨੂੰ ਪੂਰੀ ਖ਼ੁਰਾਕ ਨਹੀਂ ਮਿਲਦੀ ਸੀ। ਜ਼ਿਮੀਂਦਾਰਨੀਆਂ ਦਾ ਉਤਾਰ ਪਹਿਨ ਕੇ ਉਹ ਡੰਗ ਸਾਰ ਲੈਂਦੀ ਸੀ। ਉਸਨੇ ਕਦੇ ਨਵਾਂ ਸੂਟ ਪਾ ਕੇ ਨਹੀਂ ਦੇਖਿਆ ਸੀ। ਸਾਰੀ ਉਮਰ ਭੁੱਖ ਨੰਗ ਹੀ ਹੰਢਾਈ ਸੀ। ਜਿਨ੍ਹਾਂ ਜੱਟਾਂ ਦੇ ਉਹ ਕੰਮ ਕਰਦੀ ਸੀ, ਉਹ ਉਸਨੂੰ ਆਚਾਰ ਜਾਂ ਲਾਲ ਮਿਰਚਾਂ ਦੀ ਚਟਣੀ ਨਾਲ ਦੋ ਦੋ ਰੋਟੀਆਂ ਦਿੰਦੇ। ਕਿਸੇ ਨਾ ਕਿਸੇ ਘਰੋਂ ਲੱਸੀ ਦੀ ਘੁੱਟ ਵੀ ਮਿਲ ਜਾਂਦੀ। ਲੱਸੀ ਅਤੇ ਰੋਟੀਆਂ ਉਹ ਘਰ ਲੈ ਆਉਂਦੀ। ਦੋ ਆਪ ਝੰਬ ਲੈਂਦੀ। ਦੋ ਬੰਤੂ ਦੇ ਪਿਉ ਨੂੰ ਖੁਆ ਦਿੰਦੀ। ਦੋ ਲੱਧੀ ਖਾ ਲੈਂਦੀ। ਉਨ੍ਹਾਂ ਦੇ ਘਰ ਸਵੇਰੇ ਘੱਟ ਵੱਧ ਹੀ ਰੋਟੀ ਪੱਕਦੀ, ਉਹ ਵੀ ਤਾਂ ਪੱਕਦੀ ਜੇ ਲੱਧੀ ਨੂੰ ਹੋਰ ਰੋਟੀ ਦੀ ਲੋੜ ਹੁੰਦੀ, ਨਹੀਂ ਤਾਂ ਘਰੇ ਇਕੋ ਵਕਤ ਸ਼ਾਮ ਨੂੰ ਹੀ ਰੋਟੀ ਬਣਾਈ ਜਾਂਦੀ - ਉਹ ਵੀ ਰੁੱਖੀ-ਮਿੱਸੀ। ਔਖਾਂ ਸੌਖਾਂ ਨਾਲ ਇਸ ਪਰਿਵਾਰ ਦਾ ਝੱਟ ਲੰਘੀ ਜਾਂਦਾ ਸੀ। ਬੰਤੂ ਦਾ ਪਿਉ ਧੰਨਾ ਦੋ-ਢਾਈ ਸਾਲਾਂ ਤੋਂ ਅਧਰੰਗ ਕਾਰਨ ਮੰਜੇ ਤੇ ਸਵਾਰ ਸੀ। ਅਖੀਰ ਉਹ ਹੱਡ ਗੋਡੇ ਰਗੜ ਕੇ ਨਰਕ ਭੋਗ ਕੇ ਪੂਰਾ ਹੋ ਗਿਆ ਸੀ। ਬੜੀ ਮੁਸ਼ਕਲ ਨਾਲ ਉਸਦੀ ਜਾਨ ਨਿਕਲੀ ਸੀ। ਪਤੀ ਦੀ ਮੌਤ ਪਿਛੋਂ ਸੋਧਾਂ ਵੀ ਮਸਾਂ ਛੇ ਮਹੀਨੇ ਲੰਘਾ ਸਕੀ ਸੀ। ਜਦ ਉਹ ਮਰੀ ਸੀ, ਉਦੋਂ ਉਸ ਦੇ ਸਿਰ ਤੇ ਗੋਹੇ ਦੀ ਟੋਕਰੀ ਸੀ। ਧਰਤੀ ਤੇ ਡਿੱਗਣ ਸਾਰ ਉਹ ਦਮ ਤੋੜ ਗਈ ਸੀ। ਪਿੰਡ 'ਚ ਸੋਧਾਂ ਦੀ ਮੌਤ ਦੀ ਚਰਚਾ ਸੀ - "ਸੋਧਾਂ ਕਰਮਾਂ ਵਾਲੀ ਸੀ ਬਈ - ਜਿਹੜੀ ਤੁਰੀ ਜਾਂਦੀ ਰੁੜ੍ਹਗੀ। ਧੰਨਾ ਤਾਂ ਨਕਰਮਾ ਸੀ - ਖ਼ਬਰੇ ਕੀ ਪਾਪ ਕਰਕੇ ਆਇਆ ਸੀ - ਨਰਕ ਭੋਗ ਕੇ ਮਰਿਆ। ਸੋਧਾਂ ਅਰਗੀ ਮੌਤ ਤਾਂ ਸਭ ਨੂੰ ਆਵੇ।" ਚੰਗੇ ਮਾੜੇ ਕਰਮ, ਨਰਕ-ਸੁਰਗ, ਪਾਪ-ਚੰਗਿਆਈ ਲੋਕ ਹੀ ਜਾਣਨ ਪਰ ਸੋਧਾਂ ਨੇ ਵੀ ਧੰਨੇ ਵਾਂਗ ਸਾਰੀ ਉਮਰ ਨਰਕ ਹੀ ਭੋਗਿਆ ਸੀ। ਜੇ ਸੋਧਾਂ ਨੇ ਨਰਕ ਨਹੀਂ ਭੋਗਿਆ ਸੀ ਤਾਂ ਇਸ

ਤੋਂ ਵੀ ਵੱਡਾ ਨਰਕ ਕੋਈ ਹੋਰ ਹੁੰਦਾ ਹੈ ? ਧੰਨੇ ਨੇ ਸਾਰੀ ਉਮਰ ਕਿਸੇ ਨਾਲ ਠੱਗੀ ਨਹੀਂ ਮਾਰੀ ਸੀ, ਧੋਖਾ ਨਹੀਂ ਕੀਤਾ ਸੀ। ਉਸਨੇ ਕਦੇ ਕੋਈ ਪਾਪ ਨਹੀਂ ਕੀਤਾ ਸੀ ਸੱਚੀ ਸੁੱਚੀ ਕਿਰਤ ਕਮਾਈ ਕੀਤੀ ਸੀ ਪਰ ਉਹਦੇ ਪੱਲੇ ਪਈ ਭੁੱਖ ਨੰਗ ਅਤੇ ਬੀਮਾਰੀ। ਨਾ ਸੋਧਾਂ ਦੀ ਕਿਰਤ ਦਾ ਕਦੇ ਮੁੱਲ ਪਿਆ ਸੀ, ਨਾ ਧੰਨੇ ਦੀ ਕਿਰਤ ਦਾ। ਉਨ੍ਹਾਂ ਨਾਲ ਕਿਉਂ ਅਜਿਹਾ ਹੋਇਆ ਸੀ, ਇਹੀ ਸੁਆਲ ਮੁਸ਼ਕਲ ਸੀ ?

ਇਹ ਉਹ ਸਮਾਂ ਸੀ ਜਦ ਚੰਗੀ ਜ਼ਮੀਨ ਵਾਲੇ ਜੱਟਾਂ ਨੂੰ ਹਰੀ ਕ੍ਰਾਂਤੀ ਦਾ ਕਾਫ਼ੀ ਫ਼ਾਇਦਾ ਹੋਇਆ ਸੀ। ਜਿਵੇਂ ਤਿੰਨ ਚਾਰ ਸਾਲਾਂ ਵਿੱਚ ਹੀ ਨੰਬਰਦਾਰ ਦਲੀਪ ਸਿੰਘ ਦੀ ਆਲੀਸ਼ਾਨ ਕੋਠੀ ਬਣ ਗਈ। ਟਰੈਕਟਰ ਅਤੇ ਖੇਤੀ ਨਾਲ ਸਬੰਧਤ ਹੋਰ ਮਸ਼ੀਨਰੀ ਆ ਗਈ। ਟਿਊਬਵੈੱਲ ਇਕ ਤੋਂ ਤਿੰਨ ਹੋ ਗਏ। ਟਿਊਬਵੈੱਲ ਚਲਾਉਣ ਲਈ ਮੋਟਰਾਂ ਲੱਗ ਗਈਆਂ। ਘਰੇ ਕਾਰ, ਫਰਿੱਜ ਅਤੇ ਡਿਸ਼ ਐਨਟੀਨੇ ਵਾਲਾ ਰੰਗਦਾਰ ਟੀਵੀ ਆ ਗਿਆ। ਫ਼ੋਨ ਲੱਗ ਗਿਆ, ਮੁੰਡੇ ਕੋਲ ਮੋਬਾਈਲ ਆ ਗਿਆ। ਨੰਬਰਦਾਰ ਦੇ ਪੋਤਰੇ ਪੋਤਰੀਆਂ ਸ਼ਹਿਰ ਦੇ ਪਬਲਿਕ ਸਕੂਲ ਵਿੱਚ ਪੜ੍ਹਨ ਲੱਗ ਪਏ। ਪਰ ਵਿਹੜਿਆਂ ਦੀ ਜੂਨ ਨਹੀਂ ਸੁਧਰੀ ਸੀ, ਵਿਹੜੇ ਸਗੋਂ ਹੋਰ ਕਰਜ਼ਈ ਹੋ ਗਏ। ਸਰਕਾਰੀ ਸਕੂਲਾਂ ਦੀ ਪੜ੍ਹਾਈ ਠੱਪ ਹੋ ਗਈ ਕਿਉਂਕਿ ਇਹਨਾਂ ਵਿੱਚ ਵਿਹੜਿਆਂ ਦੇ ਹੀ ਬੱਚੇ ਪੜ੍ਹਦੇ ਸਨ। ਸੀਰ ਖ਼ਤਮ ਹੋ ਗਏ, ਵਿਹੜਿਆਂ ਦੇ ਬੰਦੇ ਠੇਕਿਆਂ ਤੇ ਰੱਖੇ ਜਾਣ ਲੱਗ ਪਏ - ਉਹ ਵੀ ਮਹੀਨਾ-ਦੋ ਮਹੀਨੇ, ਜਦ ਕੰਮ ਦਾ ਸੀਜਨ ਹੁੰਦਾ। ਜ਼ਿਮੀਦਾਰਾਂ ਦੇ ਆਮ ਘਰਾਂ ਵਿੱਚ ਭਈਏ ਕੰਮ ਕਰਨ ਲੱਗ ਪਏ।

ਪਰ ਜਦ ਬੰਤੂ ਅਨਿਆਈ ਮੌਤ ਮਰਿਆ ਸੀ, ਉਹ ਦਿਨ ਜੇਠ ਦਾ ਪਿਛਲਾ ਪੱਖ ਸੀ। ਨੰਬਰਦਾਰ ਦੇ ਖੇਤ ਵਿੱਚ ਟਿਊਬਵੈੱਲ ਡੂੰਘਾ ਕੀਤਾ ਜਾ ਰਿਹਾ ਸੀ। ਖੂਹ 40 ਫੁੱਟ ਡੂੰਘਾ ਸੀ। ਮਿਸਤਰੀ ਖੂਹ ਨੂੰ ਟੀਪ ਕਰਕੇ ਬਾਹਰ ਨਿਕਲਿਆ ਸੀ। ਖੂਹ ਵਿੱਚ ਬੱਠਲ ਅਤੇ ਮਿਸਤਰੀ ਦੀ ਕਰੰਡੀ ਰਹਿ ਗਈ ਸੀ। ਬੰਤੂ ਇਸ ਸਾਮਾਨ ਨੂੰ ਬਾਹਰ ਕੱਢਣ ਲਈ ਜਦ ਉਤਰਨ ਲੱਗਿਆ ਸੀ, ਟਾਇਰ ਨੂੰ ਕੱਟ ਕੇ ਬਣਾਈ ਗਈ ਪੌੜੀ (ਜਿਸਨੂੰ ਖੂਹ ਦੀਆਂ ਇੱਟਾਂ ਵਿੱਚ ਗੱਡ ਕੇ ਬਣਾਇਆ ਗਿਆ ਸੀ) ਤੋਂ ਉਸਦਾ ਪੈਰ ਫਿਸਲ ਗਿਆ ਸੀ। ਖੂਹ ਦੇ ਹੇਠਾਂ ਪੱਖਾ ਅਤੇ ਬੱਠਲ ਪਿਆ ਸੀ। ਖ਼ਬਰੇ ਪੱਖੇ ਤੇ ਉਸਦਾ ਸਿਰ ਵੱਜਿਆ ਸੀ ਜਾਂ ਖੂਹ ਦੀ ਕੰਧ ਨਾਲ ਵੱਜਿਆ ਹੋਏਗਾ - ਬੰਤੂ ਦੀ ਧੌਣ ਦਾ ਮਣਕਾ ਟੁੱਟ ਗਿਆ ਸੀ। ਦੋ ਤਿੰਨ ਹਿਟਕੋਰੇ ਲੈ ਕੇ ਉਹ ਸਦਾ ਦੀ ਨੀਂਦ ਸੌਂ ਗਿਆ ਸੀ।

ਜਦ ਲੱਧੀ ਨੂੰ ਬੰਤੂ ਦੀ ਮੌਤ ਦੀ ਖ਼ਬਰ ਮਿਲੀ ਸੀ ਤਾਂ ਉਹ ਬੇਹੋਸ਼ ਹੋ ਗਈ ਸੀ। ਬੜੀ ਮੁਸ਼ਕਲ ਨਾਲ ਉਸਨੂੰ ਆਂਢ-ਗੁਆਂਢ ਨੇ ਸੰਭਾਲਿਆ ਸੀ। ਉਸ ਨੇ ਰੋ-ਰੋ ਕੇ ਬੁਰਾ ਹਾਲ ਕਰ ਲਿਆ ਸੀ। ਭਾਵੇਂ ਇਹ ਮੌਤ ਕਹਿਰ ਦੀ ਸੀ, ਇਸ ਦਾ ਉਸਨੂੰ ਪਰਬਤੋਂ ਭਾਰੀ ਦੁੱਖ ਸੀ। ਭਾਵੇਂ ਇਸ ਮੌਤ ਨਾਲ ਲੱਧੀ ਦੇ ਭਵਿੱਖ ਤੇ ਸੁਆਲੀਆ ਚਿੰਨ੍ਹ ਲੱਗ ਗਿਆ ਸੀ ਪਰ ਉਸਨੂੰ ਆਪਣੇ ਬੱਚੇ ਦਾ ਵੀ ਫ਼ਿਕਰ ਸੀ ਜੋ ਉਸਦੇ ਪੇਟ ਵਿੱਚ ਪਲ ਰਿਹਾ ਸੀ। ਕੁਝ ਹੀ ਦਿਨਾਂ ਵਿੱਚ ਹੋਣ ਵਾਲੇ ਬੱਚੇ ਲਈ ਉਸਨੂੰ ਜਿਉਣਾ ਪੈਣਾ ਸੀ। ਸੋ ਬੱਚੇ ਲਈ ਆਪਣੇ ਆਪ ਨੂੰ ਸੰਭਾਲਿਆ, ਆਪਣੇ ਆਪ ਨੂੰ ਹੌਸਲਾ ਦਿੱਤਾ।

ਬੰਤੂ ਦੀ ਮੌਤ ਤੋਂ ਵੀਹ ਦਿਨਾਂ ਬਾਦ ਲੱਧੀ ਨੇ ਮੁੰਡੇ ਨੂੰ ਜਨਮ ਦਿੱਤਾ ਸੀ। ਮੁੰਡੇ ਦੇ

ਜਨਮ ਨਾਲ ਲੱਧੀ ਨੂੰ ਕੁਝ ਸੰਤੁਸ਼ਟੀ ਮਿਲੀ ਸੀ। ਉਹ ਹੌਸਲੇ ਵਿੱਚ ਆ ਗਈ ਸੀ। ਲੱਧੀ ਨੇ ਆਪਣੇ ਮੁੰਡੇ ਦਾ ਨਾਂ ਰੱਖਿਆ ਸੀ : ਦੁੱਲਾ ਸਿੰਘ। ਲੱਧੀ ਨੇ ਕਈ ਵਾਰ ਮਾਣਕ ਦਾ ਗਾਇਆ ਇਕ ਹੋਰ ਗੀਤ ਸੁਣਿਆ ਸੀ – 'ਲੱਧੀ ਨੇ ਜਦੋਂ ਦੁੱਲਾ ਜੰਮਿਆ'। ਉਸਨੇ ਇਸ ਗੀਤ ਕਾਰਨ ਹੀ ਆਪਣੇ ਪੁੱਤਰ ਦਾ ਨਾਂ ਦੁੱਲਾ ਰੱਖਿਆ ਸੀ।

ਬੰਤੂ ਦੀ ਮੌਤ ਪਿਛੋਂ ਨੰਬਰਦਾਰ ਨੇ ਲੱਧੀ ਦੀ ਇਕ ਨਵੇਂ ਪੈਸੇ ਦੀ ਸਹਾਇਤਾ ਨਹੀਂ ਕੀਤੀ ਸੀ। ਉਂਜ ਉਸ ਵਰ੍ਹੇ ਦਲੀਪ ਸਿੰਘ ਨੰਬਰਦਾਰ ਦੀ ਕਣਕ ਦਾ ਝਾੜ 24 ਕੁਵਿੰਟਲ ਪ੍ਰਤੀ ਕਿੱਲਾ ਹੋਇਆ ਸੀ, ਕਣਕ ਚੰਗੀ ਨਿਕਲਣ ਕਾਰਨ ਉਸ ਨੂੰ ਕਾਫ਼ੀ ਆਮਦਨ ਹੋਈ ਸੀ। ਬੰਤੂ ਦੀ ਮੌਤ ਸਮੇਂ ਨੰਬਰਦਾਰ ਪੁਲਸ ਦੀ ਖੱਜਲ ਖੁਆਰੀ ਤੋਂ ਡਰ ਗਿਆ ਸੀ, ਉਹ ਪਿੰਡ ਦੇ ਦੋ ਤਿੰਨ ਬੰਦੇ ਲੈ ਕੇ ਸਿੱਧਾ ਥਾਣੇਦਾਰ ਨੂੰ ਜਾ ਮਿਲਿਆ ਸੀ। ਨੰਬਰਦਾਰ ਦਾ ਮੱਤ ਸੀ – "ਲੱਧੀ ਨੂੰ ਪੈਸੇ ਦੇਣ ਦਾ ਕੋਈ ਲਾਭ ਨਹੀਂ ਹੋਏਗਾ, ਉਹੀ ਪੈਸੇ ਥਾਣੇਦਾਰ ਨੂੰ ਦੇ ਕੇ ਸਦਾ ਲਈ ਟੰਟਾ ਮੁਕਾਉਣਾ ਚੰਗਾ ਐ।" ਥਾਣੇਦਾਰ ਹੋਰ ਕੀ ਭਾਲਦਾ ਸੀ, ਨੰਬਰਦਾਰ ਨੇ ਵੀਹ ਹਜ਼ਾਰ ਦੇ ਕੇ ਪੁਲਸ ਬੰਨ੍ਹ ਲਈ ਸੀ ਅਤੇ ਸਦਾ ਲਈ ਖਹਿੜਾ ਛੁੜਵਾ ਲਿਆ ਸੀ। ਵੇਹੜੇ ਦੇ ਇਕ ਮੈਂਬਰ ਨੇਕ ਸਿੰਘ ਨੇ ਨੰਬਰਦਾਰ ਦੇ ਘਰ ਜਾ ਕੇ ਅਰਜ਼ ਗੁਜ਼ਾਰੀ ਸੀ – "ਨੰਬਰਦਾਰ ਸਾਹਿਬ, ਵਿਚਾਰੀ ਲੱਧੀ ਵਿਧਵਾ ਹੋ ਗਈ ਐ, ਕੀ ਕਰੂ ? ਉਹਦੀ ਕੁਝ ਨਾ ਕੁਝ ਮਦਦ ਜ਼ਰੂਰ ਕਰ। ਕੀ ਰਹਿ ਗਿਆ ਕਰਮਾਂ ਮਾਰੀ ਦੇ ਪੱਲੇ ? ਕਿਤੇ ਵੀਹ ਸਾਲਾਂ ਨੂੰ ਜਾ ਕੇ ਜੁਆਕ ਕਮਾਉਣ ਲੱਗੂ।" ਨੰਬਰਦਾਰ ਨੇ ਨੇਕ ਨੂੰ ਮੂੰਹ ਤੋੜ ਜਵਾਬ ਨਹੀਂ ਦਿੱਤਾ ਸੀ ਸਗੋਂ ਹਾਂ-ਮੁੱਖੀ ਹੁੰਗਾਰਾ ਭਰਿਆ ਸੀ। ਪਰ ਜਦ ਨੇਕ ਅਰਜ਼ ਗਜਾਂਰ ਕੇ ਨੰਬਰਦਾਰ ਦੀਆਂ ਅੱਖਾਂ ਤੋਂ ਦੂਰ ਹੋਇਆ ਤਾਂ ਉਸਨੇ ਪਹਿਲਾਂ ਗੁੱਸੇ ਵਿਚ ਥੁੱਕਿਆ, ਫਿਰ ਮੁੱਛਾਂ ਤੇ ਹੱਥ ਫੇਰਦਿਆਂ ਆਪਣੇ ਆਪ ਨੂੰ ਸੰਬੋਧਿਤ ਹੋਇਆ ਸੀ – "ਹੂੰ ! ਸਾਲਾ, ਦੁਆਨੀ ਦਾ ਬੰਦਾ ਨੀਂ, ਮੈਨੂੰ ਦਿੰਦਾ ਐ ਮੱਤਾਂ। ਮੈਨੂੰ ਪੜ੍ਹੇ ਨੂੰ ਪੜ੍ਹਾਉਂਦੈ। ਸਾਲਿਆ ਜੇ ਉਹਨੇ ਪੈਸੇ ਵੀ ਲੈ ਲਏ ਅਤੇ ਥਾਣੇ ਵੀ ਜਾ ਵੜੀ ਮੈਂ ਉਹਦਾ ਕੀ ਦੁੰਬ ਫੜ ਲੂੰ।" ਨੰਬਰਦਾਰ ਨੇ ਕਿਸੇ ਵੀ ਬੰਦੇ ਦੀ ਇਕ ਗੱਲ ਵੀ ਨਹੀਂ ਮੰਨੀ ਸੀ, ਆਪਣੀ ਮਰਜ਼ੀ ਕੀਤੀ ਸੀ। ਅਮੀਰ ਬੰਦਿਆਂ ਦੀ ਮਰਜ਼ੀ ਪੁੱਗ ਵੀ ਜਾਂਦੀ ਹੈ, ਗਰੀਬਾਂ ਦੀ ਆਪਣੀ ਮਰਜ਼ੀ ਕੋਈ ਨਹੀਂ ਹੁੰਦੀ। ਜਦ ਲੱਧੀ ਦੇ ਮਾਮਲੇ ਵਿੱਚ ਪੰਚਾਇਤ ਇਕੱਠੀ ਹੋਈ ਸੀ ਤਾਂ ਨੰਬਰਦਾਰ ਨੇ ਪੰਚਾਇਤ ਨੂੰ ਦੋ ਟੁੱਕ ਜਵਾਬ ਦਿੰਦਿਆਂ ਕਿਹਾ ਸੀ – "ਬਈ ਪੰਚਾਇਤੇ ! ਤੁਸੀਂ ਦੱਸੋ – ਮੈਂ ਤਾਂ ਜੋ ਸੱਤ ਹਜ਼ਾਰ ਅਡਵਾਂਸ ਦੇਈ ਬੈਠਾਂ ... ਉਹਦਾ ਕੀ ਬਣੂ ?" ਕੁਝ ਸਮਾਂ ਪੰਚ ਅਤੇ ਸਰਪੰਚ ਇਕ ਦੂਜੇ ਦੇ ਮੂੰਹ ਵੱਲ ਵੇਖਦੇ ਰਹੇ। ਚੁੱਪ ਨੂੰ ਤੋੜਦਿਆਂ ਨੰਬਰਦਾਰ ਨੇ ਆਪ ਹੀ ਗੱਲ ਦੁਬਾਰਾ ਸ਼ੁਰੂ ਕਰ ਦਿੱਤੀ – "ਏਹ ਸੱਤ ਹਜ਼ਾਰ ਮੈਂ ਨੀਂ ਲੈਂਦਾ। ਆਹ ਦੇਖੋ ਪਰੋਨੋਟ ਮੇਰੇ ਕੋਲ। ਹੱਕ ਤਾਂ ਬਣਦੈ ਕਿ ਮੈਨੂੰ ਮੇਰੇ ਪੈਸੇ ਮਿਲਣ ਪਰ ਏਹ ਵਿਚਾਰੀ ਕਿਥੋਂ ਦੇਊ। ਬੰਤੂ ਦੀ ਮੌਤ ਅਚਾਨਕ ਮੇਰੇ ਖੇਤ ਹੋਈ ਐ ਤਾਂ ਮੇਰਾ ਫ਼ਰਜ਼ ਬਣਦੈ .... ਕਿ ਆਹ ਪੈਸੇ ਨਾ ਲਵਾਂ।" ਫਿਰ ਨੰਬਰਦਾਰ ਨੇ ਗੱਲ ਦੇ ਰੁਖ਼ ਦਾ ਮੋੜਾ ਕੱਟਦਿਆਂ ਕਿਹਾ – "ਬਈ ਮਰਨਾ ਪਤਾ ਨੀਂ ਕੀਹਨੇ ਕਿੱਥੇ ਐ, ਜਿਵੇਂ ਲਿਖੀ ਐ- ਉਵੇਂ ਹੁੰਦੀ ਐ, ਥਾਂ-ਸਮਾਂ ਪਹਿਲਾਂ ਹੀ ਵਿਧ ਮਾਤਾ ਦਾ ਲਿਖਿਆ ਪਿਐ।"

ਪੰਚਾਇਤ ਵਿਚ ਨੌਜਵਾਨ ਮਾਸਟਰ ਗੁਰਬੰਤ ਸਿੰਘ ਵੀ ਸੀ। ਆਪਣੇ ਵਿਦਿਆਰਥੀ-

ਕਾਲ ਸਮੇਂ ਉਹ ਵਿਦਿਆਰਥੀ ਯੂਨੀਅਨ ਵਿੱਚ ਕੰਮ ਕਰਦਾ ਰਿਹਾ ਸੀ। ਬੇਰੁਜ਼ਗਾਰ ਅਧਿਆਪਕ ਯੂਨੀਅਨ ਵਿੱਚ ਵੀ ਉਹ ਦੋ ਸਾਲ ਜ਼ਿਲ੍ਹਾ ਪ੍ਰਧਾਨ ਰਿਹਾ ਸੀ। ਜਦ ਪੰਚਾਇਤ ਵਿੱਚ ਮਾਸਟਰ ਲੱਧੀ ਦੇ ਹੱਕ ਵਿੱਚ ਬੋਲਿਆ ਸੀ ਤਾਂ ਨੰਬਰਦਾਰ ਨੇ ਮਾਸਟਰ ਤੇ ਇਲਜ਼ਾਮ ਲਾਇਆ ਸੀ, – "ਏਹ ਮਾਸਟਰ ਤਾਂ ਆਪਣਾ ਦਾਅ ਲਾਉਣ ਨੂੰ ਫਿਰਦੈ, ਏਹਦੀ ਲੱਧੀ ਤੇ ਅੱਖ ਐ – ਜਿੱਦਣ ਦਾ ਬੰਤੂ ਮਰਿਐ, ਉੱਦਣ ਦਾ ਈ ਉਹਦਾ ਬੂਹਾ ਮੱਲੀ ਬੈਠਾ ਐ।" ਮਾਸਟਰ ਦਾ ਪਾਰਾ ਇਕ ਦਮ ਉੱਪਰ ਆ ਗਿਆ ਸੀ। ਉਸਨੇ ਨੰਬਰਦਾਰ ਵੱਲ ਚਪੇੜ ਚੁੱਕੀ ਸੀ ਪਰ ਉਸਨੂੰ ਪੰਚ ਨੇਕ ਸਿਉਂ ਨੇ ਫੜ ਲਿਆ ਸੀ। ਨੰਬਰਦਾਰ ਨੇ ਕੁੱਤਾ ਚਮਾਰ ਕਹਿ ਕੇ ਅਤੇ ਗਾਲ੍ਹ ਕੱਢਦਿਆਂ ਸਾਰੀ ਕਹਾਣੀ ਵਿਗਾੜ ਦਿੱਤੀ ਸੀ। ਇਹੋ ਨੰਬਰਦਾਰ ਚਾਹੁੰਦਾ ਸੀ। ਕਾਫ਼ੀ ਸਮਾਂ ਤੂੰ-ਤੂੰ, ਮੈਂ-ਮੈਂ ਹੁੰਦੀ ਰਹੀ, ਅਖ਼ੀਰ ਪੰਚਾਇਤ ਬਿਨਾਂ ਕੋਈ ਫੈਸਲਾ ਕੀਤਿਆਂ ਚਲੀ ਗਈ ਸੀ। ਪੰਚਾਇਤ ਨੇ ਫੈਸਲਾ ਕੀ ਕਰਨਾ ਸੀ ? ਪੰਚਾਇਤਾਂ ਆਪਣੀਆਂ ਸ਼ਕਤੀਆਂ ਵੱਡੇ ਬੰਦਿਆਂ ਲਈ ਹੀ ਰਾਖਵੀਆਂ ਰੱਖਦੀਆਂ ਹਨ – ਛੋਟੇ ਬੰਦਿਆਂ ਨੂੰ ਕਦੇ ਇਨਸਾਫ਼ ਨਹੀਂ ਮਿਲਦਾ। ਪੰਚਾਇਤਾਂ ਤਾਂ ਕੀ ਕਾਨੂੰਨ ਅਤੇ ਅਦਾਲਤਾਂ ਵੀ ਛੋਟੇ ਬੰਦਿਆਂ ਨੂੰ ਇਨਸਾਫ਼ ਨਹੀਂ ਦਿੰਦੀਆਂ। ਇਹ ਅਦਾਰੇ ਵੱਡੇ ਬੰਦਿਆਂ ਦੀ ਰਾਖੀ ਲਈ ਬਣੇ ਹੋਏ ਹਨ। ਲੱਧੀ ਦੇ ਮਸਲੇ ਤੇ ਇਹੀ ਸਾਬਤ ਹੋਇਆ ਸੀ।

ਲੱਧੀ ਨਵੀਂ ਨਵੇਲੀ ਪਿੰਡ ਦੀ ਬਹੂ ਸੀ। ਉਸ ਨਾਲ ਅਣਹੋਣੀ ਵਾਪਰੀ ਸੀ, ਜੱਗੋਂ ਤੇਰ੍ਹਵੀਂ। ਉਸ ਨੇ ਮੈਂਬਰ ਤੋਂ ਕੁਝ ਨਾ ਕੁਝ ਪ੍ਰਾਪਤ ਕਰਨ ਲਈ ਹੱਥ-ਪੈਰ ਮਾਰੇ ਸਨ ਪਰੰਤੂ ਕਾਣੀ ਕੌਡੀ ਵੀ ਪੱਲੇ ਨਹੀਂ ਪਈ ਸੀ। ਅਖ਼ੀਰ ਉਸਨੂੰ ਸਬਰ ਦੀ ਘੁੱਟ ਹੀ ਭਰਨੀ ਪਈ ਸੀ। ਸਬਰ! ਇਹੀ ਇਸ ਵਰਗ ਦਾ ਗਹਿਣਾ ਹੈ। ਮਾਸਟਰ ਦਾ ਕਿਹਾ ਪੂਰਾ ਸੱਚ ਸੀ – "ਪੈਸੇ ਵਾਲੇ ਦੀ ਪੁੱਗਤ ਐ ਏਥੇ, ਉਸੇ ਦੀ ਸੁਣੀ ਜਾਂਦੀ ਐ, ਕਮਜ਼ੋਰਾਂ ਦੀ ਕੌਣ ਮਦਦ ਕਰਦੈ। ਕਮਜ਼ੋਰਾਂ ਨੂੰ ਤਾਂ ਉਦੋਂ ਤੱਕ ਸਬਰ ਦੀ ਘੁੱਟ ਈ ਭਰਨੀ ਪਏਗੀ-ਜਦ ਤੱਕ ਉਹ ਏਕਾ ਨੀਂ ਕਰਦੇ। ਜਦ ਤੱਕ ਉਹ ਤਰਕ ਨਾਲ ਗੱਲ ਕਰਨੀ ਨੀਂ ਸਿਖਦੇ।"

ਲੱਧੀ ਦੇ ਮਾਂ ਪਿਉ ਨੇ ਲੱਧੀ ਕਿਸੇ ਹੋਰ ਥਾਂ ਤੋਰਨ ਦੀ ਬੜੀ ਕੋਸ਼ਿਸ਼ ਕੀਤੀ। ਉਸਦੇ ਬਾਪੂ ਨੇ ਜ਼ੋਰਾ ਕਰਦਿਆਂ, ਲੱਧੀ ਨੂੰ ਸਮਝਾਉਂਦਿਆਂ ਕਿਹਾ ਸੀ- "ਧੀਏ! ਸਾਡੀ ਮੰਨ ਲੈ, ਵੇਲਾ ਮਾੜਾ ਐ, ਚੰਗੀ ਰਹੇਗੀ, ਨਹੀਂ ਸਾਰੀ ਉਮਰ ਪਛਤਾਏਂਗੀ। ਮੁੰਡਾ ਨਿਗਾਹ ਹੇਠ ਐ- ਆਖੇਂ ਤਾਂ ਗੱਲ ਕਰਾਂ।" ਇਹੀ ਗੱਲ ਉਸਦੀ ਮਾਂ ਨੇ ਵੀ ਦੁਹਰਾਈ ਸੀ ਪਰ ਲੱਧੀ ਨਹੀਂ ਮੰਨੀ ਸੀ, ਉਸ ਨੇ ਪੱਥਰ ਤੇ ਲਕੀਰ ਖਿੱਚ ਦਿੱਤੀ ਸੀ। ਲੱਧੀ ਦੇ ਆਪਣੇ ਹੀ ਵਿਚਾਰ ਸਨ ਜਿਨ੍ਹਾਂ ਤੋਂ ਉਹ ਕਿਸੇ ਕੀਮਤ ਤੇ ਥਿੜਕਣਾ ਨਹੀਂ ਚਾਹੁੰਦੀ ਸੀ। ਉਸ ਨੂੰ ਵਿਸ਼ਵਾਸ ਸੀ-ਉਹ ਦੁੱਲੇ ਨੂੰ ਪਾਲ ਲਏਗੀ, ਉਸਨੂੰ ਪੜ੍ਹਾਏਗੀ-ਲਿਖਾਏਗੀ .... ਦੁੱਲਾ ਅਫ਼ਸਰ ਬਣੇਗਾ, ਵੱਡਾ ਆਦਮੀ। ਲੱਧੀ ਦੂਜਾ ਵਿਆਹ ਕਰਾਉਣ ਨੂੰ ਜਿੱਤ ਨਹੀਂ ਹਾਰ ਮੰਨਦੀ ਸੀ, ਪਰ ਹਾਰਨਾ ਉਹ ਕਿਸੇ ਵੀ ਮੋੜ ਤੇ ਚਾਹੁੰਦੀ ਨਹੀਂ ਸੀ, ਉਸਦਾ ਇਹ ਵੀ ਪੱਕਾ ਵਿਸ਼ਵਾਸ ਸੀ- ਜੇ ਉਸਨੇ ਦੂਜਾ ਵਿਆਹ ਦਾ ਹੂਲਾ ਫੱਕ ਲਿਆ ਤਾਂ ਉਸਦੇ ਪੁੱਤ ਦੁੱਲੇ ਦੀ ਜ਼ਿੰਦਗੀ ਰੁਲ ਜਾਵੇਗੀ। ਉਸਨੂੰ ਮਤਰੇਅ ਪਿਉ ਤੋਂ ਉਹ ਪਿਆਰ ਕਦੇ ਨੀਂ ਮਿਲਣਾ ਜਿਸਦੀ ਉਸਨੂੰ ਲੋੜ ਐ। ਬੰਤੂ ਦੇ ਨਗਰ ਖੇੜੇ ਲੱਧੀ ਵਿਆਹੀ ਆਈ ਸੀ। ਸੋ ਉਹ ਇਸ ਨਗਰ ਖੇੜੇ ਨੂੰ ਛੱਡ ਕੇ ਜਾਣ ਲਈ

ਬਿਲਕੁੱਲ ਤਿਆਰ ਨਹੀਂ ਸੀ। ਉਹ ਆਪਣੇ ਫੈਸਲੇ ਤੇ ਅੜੀ ਰਹੀ।

ਬੰਤੂ ਦੀ ਮੌਤ ਤੋਂ ਬਾਦ ਉਸਨੂੰ ਚਾਰ ਕੋਨਿਆਂ ਤੋਂ ਯੁੱਧ ਲੜਨਾ ਪਿਆ। ਲੱਧੀ ਅੱਗੇ ਦੁੱਖ ਹੀ ਦੁੱਖ, ਮਸਲੇ ਹੀ ਮਸਲੇ ਖੜ੍ਹੇ ਸਨ। ਜਿਸ ਰਸਤੇ ਤੇ ਉਹ ਜਾ ਰਹੀ ਸੀ, ਉਹ ਕੰਡਿਆਲਾ ਸੀ ਪਰੰਤੂ ਉਹ ਬੇਡਰ ਹੋ ਕੇ ਤੁਰ ਰਹੀ ਸੀ, ਰਸਤਾ ਬਣਦਾ ਜਾ ਰਿਹਾ ਸੀ। ਲੋਕਾਂ ਨੇ ਉਸ ਤੇ ਤੂੰਹਮਤਾਂ ਵੀ ਲਾਈਆਂ। ਮਾਸਟਰ ਨਾਲ ਉਸਦਾ ਨਾਂ ਵੀ ਜੋੜਿਆ ਪਰ ਲੱਧੀ ਨੇ ਕਿਸੇ ਦੀ ਪਰਵਾਹ ਨਹੀਂ ਕੀਤੀ-ਹੌਸਲਾ ਨਹੀਂ ਹਾਰਿਆ। ਜੱਟਾਂ ਦੇ ਕਈ ਵਿਗੜੇ ਮੁੰਡਿਆਂ ਨੇ ਉਸ ਨੂੰ ਹਰ ਪੱਖੋਂ ਖਰਾਬ ਕਰਨ, ਜਲੀਲ ਕਰਨ ਅਤੇ ਸ਼ੋਸ਼ਣ ਕਰਨ ਦੀ ਬੜੀ ਕੋਸ਼ਿਸ਼ ਕੀਤੀ ਪਰ ਉਸਨੇ ਇੱਟ ਦਾ ਜਵਾਬ ਪੱਥਰ 'ਚ ਦਿੱਤਾ। ਰਾਹੇ ਬਗਾਹੇ ਗਿਰਝਾਂ ਉਸ ਤੇ ਝਪਟਦੀਆਂ ਪਰ ਉਸ ਨੇ ਆਪਣੀ ਚਿੱਟੀ ਚੁੰਨੀ ਤੇ ਦਾਗ ਨਹੀਂ ਲੱਗਣ ਦਿੱਤਾ। ਇਕ ਵਾਰ ਉਸ ਨਾਲ ਸਰਪੰਚ ਨੈਬ ਸਿਉਂ ਦੇ ਇਕ ਵਿਗੜੇ ਕਾਕੇ ਗੁਰਮੁੱਖ ਨੇ ਜ਼ਬਰਦਸਤੀ ਕਰਨ ਦਾ ਜਤਨ ਕੀਤਾ ਸੀ – ਲੱਧੀ ਨੇ ਉਸ ਤੇ ਦਾਤੀ ਦਾ ਵਾਰ ਕਰਕੇ ਉਸਦੇ ਕੱਪੜੇ ਹੀ ਨਹੀਂ ਪਾੜੇ ਸਨ ਸਗੋਂ ਉਸਦੇ ਨਾਪਾਕ ਹੱਥਾਂ ਤੇ ਜ਼ਖ਼ਮ ਕਰਕੇ ਉਸਨੂੰ ਲਹੂ ਲੁਹਾਣ ਵੀ ਕੀਤਾ ਸੀ। ਲੱਧੀ ਨੇ ਉਸਨੂੰ ਲਲਕਾਰਿਆ ਸੀ, "ਹੋ ਨੇੜੇ, ਮਰਜੂੰ ਜਾਂ ਮਾਰ ਦੇਊਂ। ਮੇਰਾ ਨਾਂ ਲੱਧੀ ਐ ਲੱਧੀ।" ਇਸ ਦਿਨ ਲੱਧੀ ਦੀ ਪਿੰਡ ਵਿੱਚ ਬੜੀ ਚਰਚਾ ਹੋਈ ਸੀ। ਮਾਸਟਰ ਨੇ ਵੀ ਉਸਨੂੰ ਸਾਬਾਸ਼ ਦਿੱਤੀ ਸੀ ਅਤੇ ਚੰਡੀ ਦੀ ਧੀ ਆਖਿਆ ਸੀ। ਲੱਧੀ 'ਚ ਮਾਸਟਰ ਦੇ ਹੌਸਲੇ ਕਾਰਨ ਹੋਰ ਦ੍ਰਿੜਤਾ ਆਈ ਸੀ। ਲੱਧੀ ਦੀ ਸੋਚ ਬਣ ਗਈ ਸੀ- "ਜੇ ਏਹ ਜ਼ਿੰਦਗੀ ਮਿਲੀ ਐ-ਤਾਂ ਅੰਦਰ ਵੜ ਕੇ ਬਹਿਣ ਲਈ ਨਹੀਂ। ਜਿਹੜਾ ਦੁੱਖਾਂ ਤੋਂ ਈ ਹਾਰ ਮੰਨ ਗਿਆ ਉਹ ਕੋਈ ਬੰਦਾ ਐ। ਮੈਂ ਲੱਧੀ ਆਂ ਲੱਧੀ , ਦੁੱਲੇ ਦੀ ਮਾਂ ... ਦੁੱਲੇ ਨੇ ਮੇਰਾ ਦੁੱਧ ਚੁੰਘਿਐ-ਉਹ ਵੱਡਾ ਹੋਇਆ ਲਓ 'ਕੱਲੇ ਕੱਲੇ' ਦੇ ਕਰੂ ਡੱਕਰੇ ... ਫੇਰ ਦੇਖ ਲਾਂਗੇ ਇਨ੍ਹਾਂ ਲੱਲੀ-ਛੱਲੀ ਜੱਟਾਂ ਦੇ ਵਿਗੜੇ ਤੁਖ਼ਮਾਂ ਨੂੰ -ਜੇ ਸਾਰਿਆਂ ਤੋਂ ਬ਼ਦਲਾ ਨਾ ਲਿਆ ਤਾਂ ਮੇਰਾ ਨਾਂ ਵੀ ਲੱਧੀ ਨਹੀਂ ... ਤੇ ਮੇਰਾ ਪੁੱਤ ਦੁੱਲਾ ... ਦੁੱਲਾ ਨਹੀਂ ਹੋਏਗਾ।"

ਪਰ ਉਹ ਇਹ ਧਰਮ-ਯੁੱਧ ਕਿੰਨਾ ਕੁ ਚਿਰ ਲੜਦੀ ਰਹਿੰਦੀ। ਇਕ ਦਿਨ ਉਸੇ ਗੁਰਮੁੱਖ ਨੇ ਫਿਰ ਲੱਧੀ ਤੇ ਝਪਟ ਮਾਰੀ। ਗੁਰਮੁੱਖ ਨਾਲ ਦੋ ਹੋਰ ਮੁੰਡੇ ਘੁੱਕਰ ਅਤੇ ਸੀਤਾ ਵੀ ਸਨ। ਤਿੰਨਾਂ ਨੇ ਉਸਨੂੰ ਧੂਹ ਕੇ ਜੀਪ ਵਿੱਚ ਸੁੱਟ ਲਿਆ ਸੀ। ਲੱਧੀ ਨੇ ਉਨ੍ਹਾਂ ਤੋਂ ਛੁੱਟਣ ਲਈ ਬੜਾ ਤਾਨ ਲਾਇਆ। ਉਸਨੇ ਗੁਰਮੁੱਖ ਦੇ ਕੰਨ ਵੱਲ ਦਾਤੀ ਦਾ ਵਾਰ ਵੀ ਕੀਤਾ ਸੀ, ਪਰ ਵਾਰ ਉਸਦਾ ਖਾਲੀ ਗਿਆ ਸੀ। ਉਹ ਤਿੰਨ ਜਣੇ ਸਨ, ਲੱਧੀ ਇਕੱਲੀ ਸੀ। ਉਸਦਾ ਕੋਈ ਵੱਸ ਨਹੀਂ ਚੱਲ ਸਕਿਆ ਸੀ। ਲੱਧੀ ਦੇ ਹੱਥ ਦੁਪੱਟੇ ਨਾਲ ਬੰਨ੍ਹ ਦਿੱਤੇ ਸਨ, ਮੂੰਹ ਵਿਚ ਲੀੜਾ ਤੁੰਨ ਦਿੱਤਾ ਸੀ। ਉਹ ਫੱਟੜ ਸ਼ੀਹਣੀ ਵਾਂਗ ਉਹਨਾਂ ਵੱਲ ਝਈਆਂ ਲੈ-ਲੈ ਪੈ ਰਹੀ ਸੀ ਪਰ ਕੁਝ ਨਾ ਹੋ ਸਕਿਆ, ਕੁਝ ਨਾ ਕਰ ਸਕੀ। ਲੱਧੀ ਨੂੰ ਇਸ ਅਣਹੋਣੀ ਦੀ ਤਵੱਕੋਂ ਨਹੀਂ ਸੀ ਕਿਉਂਕਿ ਲੱਧੀ ਨੇ ਜਿਸ ਮੁੰਡੇ ਨੂੰ ਭਜਾਇਆ ਹੁੰਦਾ, ਉਹ ਮੁੜ ਕਦੇ ਉਹਦੇ ਰਾਹ ਵਿੱਚ ਨਹੀਂ ਆਇਆ ਸੀ। ਲੱਧੀ ਨੂੰ ਵਿਸ਼ਵਾਸ ਸੀ ਕਿ ਗੁਰਮੁੱਖ ਵੀ ਹੁਣ ਕਦੇ ਉਸਦਾ ਪਿੱਛਾ ਨਹੀਂ ਕਰੇਗਾ। ਪਰ ਇਹ ਲੱਧੀ ਦਾ ਵਹਿਮ ਸੀ। ਲੱਧੀ ਨੇ ਚੌਕਸੀ ਨਾ ਵਰਤੀ ਜਿਸ ਕਰਕੇ ਇਹ ਭਾਣਾ ਵਾਪਰ ਗਿਆ ਸੀ। ਗੁਰਮੁੱਖ ਹੁਰੀਂ ਉਸਨੂੰ ਆਪਣੇ ਖੇਤ ਮੋਟਰ ਤੇ ਲੈ ਗਏ ਸਨ। ਤਿੰਨਾਂ

ਨੇ ਉਸ ਨਾਲ ਕਈ ਘੰਟੇ ਬਲਾਤਕਾਰ ਕੀਤਾ, ਫਿਰ ਉਸਨੂੰ ਮਾਰ ਕੇ ਰਾਜਸਥਾਨੀ ਨਹਿਰ ਵਿੱਚ ਵਗਾਹ ਦਿੱਤਾ ਸੀ। ਇਸ ਕਤਲ ਬਾਰੇ ਹੌਲੀ ਹੌਲੀ ਪਿੰਡ 'ਚ ਚਰਚਾ ਹੋਣ ਲੱਗ ਪਈ ਸੀ, ਪਿੰਡ ਦੇ ਸਭ ਲੋਕਾਂ ਨੂੰ ਅਸਲੀਅਤ ਦਾ ਪਤਾ ਲੱਗ ਗਿਆ ਸੀ ਪਰ ਕਿਸੇ ਨੇ ਲੱਧੀ ਦਾ ਸਾਥ ਨਹੀਂ ਦਿੱਤਾ ਸੀ। ਪਿੰਡ ਗੂੰਗਾ ਬਣ ਗਿਆ ਸੀ। ਮਾਸਟਰ ਇਕੱਲਾ ਹੀ ਬੋਲਿਆ ਸੀ ਪਰ ਉਹ ਇਕੱਲਾ ਸੀ ਜਿਸ ਕਰਕੇ ਉਸਦੀ ਆਵਾਜ਼ ਦਬ ਕੇ ਰਹਿ ਗਈ ਸੀ। ਜਦ ਲੱਧੀ ਦਾ ਕਤਲ ਹੋਇਆ ਸੀ, ਦੁੱਲਾ ਉਦੋਂ ਮਸਾਂ ਨੌਂ ਵਰ੍ਹਿਆਂ ਦਾ ਹੋਇਆ ਹੋਏਗਾ। ਉਹ ਤੀਜੀ ਜਮਾਤ ਵਿੱਚ ਪੜ੍ਹਦਾ ਸੀ। ਆਪਣੀ ਮਾਂ ਨਾਲ ਹੋਏ ਧੱਕੇ ਬਾਰੇ, ਉਸਦੇ ਕਤਲ ਬਾਰੇ ਹੁੰਦੀਆਂ ਗੱਲਾਂ ਉਹ ਚੁੱਪ ਚਾਪ ਬੈਠਾ ਸੁਣਦਾ ਰਹਿੰਦਾ ਸੀ। ਜਦ ਲੱਧੀ ਦਾ ਕਤਲ ਹੋਇਆ ਸੀ ਉਦੋਂ ਮੀਡੀਏ ਵਿਚ ਔਰਤ ਦੇ ਸ਼ੋਸ਼ਣ, ਉਸਦੀ ਆਜ਼ਾਦੀ, ਉਸਦੇ ਹੱਕਾਂ ਬਾਰੇ ਕਾਫ਼ੀ ਰੌਲਾ ਪੈ ਰਿਹਾ ਸੀ। ਔਰਤ ਨੂੰ ਅੱਧਾ ਆਸਮਾਨ ਕਿਹਾ ਜਾ ਰਿਹਾ ਸੀ। ਸਰਕਾਰ ਨੇ ਵੀ ਔਰਤ ਦੇ ਹੱਕਾਂ ਲਈ ਕਈ ਕਾਨੂੰਨ ਘੜੇ ਹੋਏ ਸਨ। ਪਰ ਬਣੇ ਕਾਨੂੰਨਾਂ ਦੀ ਪਰਵਾਹ ਘੱਟ ਵਧ ਹੀ ਹੁੰਦੀ ਹੈ। ਲੱਧੀ ਨੂੰ ਵੀ ਕਾਨੂੰਨ ਦਾ ਕੋਈ ਫਾਇਦਾ ਨਹੀਂ ਹੋਇਆ ਸੀ। ਇਹ ਕਾਨੂੰਨ ਕੀਹਦੇ ਲਈ ਬਣਦੇ ਹਨ ?

ਇਸ ਭਾਣੇ ਤੋਂ ਬਾਦ ਦੁੱਲੇ ਦਾ ਮਾਮਾ ਜੈਲਾ ਉਸਨੂੰ ਆਪਣੇ ਪਿੰਡ ਲੈ ਗਿਆ ਸੀ। ਕੁਝ ਦਿਨਾਂ ਬਾਦ ਜੈਲੇ ਨੇ ਦੁੱਲੇ ਦਾ ਸਰਟੀਫ਼ੀਕੇਟ ਕਟਵਾ ਕੇ ਆਪਣੇ ਪਿੰਡ ਦੇ ਸਰਕਾਰੀ ਪ੍ਰਾਇਮਰੀ ਸਕੂਲ 'ਚ ਦਾਖ਼ਲ ਕਰਵਾ ਦਿੱਤਾ ਸੀ। ਮਾਮੇ ਦੇ ਪਿੰਡ ਦੁੱਲੇ ਦਾ ਜੀਅ ਲੱਗ ਨਹੀਂ ਰਿਹਾ ਸੀ, ਨਾ ਉਸਦਾ ਪੜ੍ਹਣ ਨੂੰ ਜੀਅ ਕਰਦਾ ਸੀ। ਮਾਂ ਬਿਨਾਂ ਉਹ ਓਦਰ ਗਿਆ ਸੀ। ਜਦ ਮਾੜੀ ਜੇਹੀ ਕੋਈ ਗੱਲ ਹੁੰਦੀ ਤਾਂ ਉਹ ਵੱਡੇ ਵੱਡੇ ਹਿਟਕੋਰੇ ਲੈਂਦਾ, ਕਿੰਨਾ ਕਿੰਨਾ ਕੰਧ ਕੌਲੇ ਨਾਲ ਲੱਗ ਕੇ ਰੋਈ ਜਾਂਦਾ। ਕੋਈ ਵੀ ਉਸਨੂੰ ਚੁੱਪ ਨਾ ਕਰਾਉਂਦਾ ਸਗੋਂ ਉਸਦੇ ਮਾਮਾ ਮਾਮੀ ਉਸਨੂੰ ਹੋਰ ਝਿੜਕਦੇ। ਕਦੇ ਕਦੇ ਚਪੇੜਾਂ ਨਾਲ ਮੂੰਹ ਭੰਨ ਕੇ ਚੁੱਪ ਕਰਾਉਣ ਦੀ ਕੋਸ਼ਿਸ਼ ਕਰਦੇ। ਜੇ ਕਦੇ ਦੁੱਲੇ ਤੋਂ ਗਲਤੀ ਹੋ ਜਾਂਦੀ ਤਾਂ ਵੀ ਉਸਦੇ ਮਾਰ ਪੈਂਦੀ। ਮਾਰ ਪੈਣ ਸਮੇਂ ਉਹ 'ਹਾਏ ਬੀਬੀ ਬਚਾ ਲੈ' ਕਹਿ ਕੇ ਪੁਕਾਰਦਾ ... ਪਰ ਬੀਬੀ ਕਿਥੋਂ ਆਉਂਦੀ ? ਉਹ ਤਾਂ ਪਤਾ ਨਹੀਂ ਕਿੱਥੇ ਚਲੀ ਗਈ ਸੀ-ਸ਼ਾਇਦ ਉੱਥੇ ਜਿਥੋਂ ਕਦੇ ਕੋਈ ਵਾਪਸ ਨਹੀਂ ਆਉਂਦਾ। ਦੁੱਲੇ ਨੂੰ ਆਪਣਾ ਟੀਚਰ ਵੀ ਦੈਂਤ ਜਾਪਦਾ। ਜਦ ਉਸ ਦੇ ਸਬਕ ਯਾਦ ਨਾ ਹੁੰਦਾ ਤਾਂ ਉਹ ਦੁੱਲੇ ਦੇ ਐਸੀ ਚੂੰਡੀ ਵੱਢਦਾ ਕਿ ਉਸਦੀਆਂ ਚੀਕਾਂ ਨਿਕਲ ਜਾਂਦੀਆਂ, ਚੀਕਾਂ ਮਾਰਦਾ ਉਹ ਫਿਰ 'ਹਾਏ ਨੀਂ ਬੀਬੀ ਮਾਰਤਾ' ਸ਼ਬਦ ਪੁਕਾਰਦਾ। ਟੀਚਰ ਦੀ ਚੂੰਡੀ ਤੋਂ ਡਰਦਾ ਉਹ ਅਕਸਰ ਸਕੂਲੋਂ ਭੱਜ ਜਾਂਦਾ। ਜੇ ਦੁੱਲੇ ਦੇ ਕੱਪੜੇ ਮੈਲੇ ਹੁੰਦੇ ਤਾਂ ਵੀ ਉਹਨੂੰ ਮਾਰ ਪੈਂਦੀ, ਜੇ ਨਹਾਤਾ ਨਾ ਹੁੰਦਾ ਤਾਂ ਵੀ ਮਾਰ ਪੈਂਦੀ। ਜੇ ਉਸ ਕੋਲ ਪੈੱਨ-ਪਿਨਸਲ ਨਾ ਹੁੰਦੀ ਤਾਂ ਵੀ ਕੁੱਟ ਪੈਂਦੀ, ਜੇ ਕਿਤਾਬ ਕਾਪੀ ਨਾ ਹੁੰਦੀ ਤਾਂ ਵੀ ਕੁੱਟ ਪੈਂਦੀ। ਉਸ ਦੇ ਮੈਲੇ ਕੁਚੈਲੇ ਬਸਤੇ ਵਿੱਚ ਸਾਮਾਨ ਕਦੇ ਵੀ ਪੂਰਾ ਨਾ ਹੁੰਦਾ। ਦੁੱਲੇ ਦੇ ਮਾਮਾ ਮਾਮੀ ਕੋਈ ਵੀ ਚੀਜ਼ ਦੁੱਲੇ ਨੂੰ ਲੈ ਕੇ ਨਾ ਦਿੰਦੇ। ਉਨ੍ਹਾਂ ਦਾ ਮਕਸਦ ਸੀ- "ਏਹ ਥੋੜ੍ਹਾ ਬਹੁਤਾ ਵੱਡਾ ਹੋ ਜੇ ਤੁਰ ਫਿਰ ਕੇ- ਪੜ੍ਹ ਕੇ ਕੀ ਏਹਨੇ ਡੀ. ਸੀ. ਲੱਗਣੈ ... ਕਿਸੇ ਜੱਟ ਦੇ ਘਰ ਵਾੜ ਦਿਆਂਗੇ, ਚਾਰ ਪੈਸੇ ਕਮਾਊ, ਸਾਡਾ ਹੱਥ ਸੁਖ਼ਾਲਾ ਹੋਊ। ਉਸਦੇ ਮਾਮਾ ਮਾਮੀ ਆਪਣੇ ਤਿੰਨਾਂ ਬੱਚਿਆਂ ਦੀ ਹਰ ਲੋੜ ਪੂਰੀ ਕਰਦੇ, ਉਨ੍ਹਾਂ ਨੂੰ

ਉਹ ਪੜ੍ਹਾਉਣਾ ਚਾਹੁੰਦੇ ਸਨ। ਘਰ ਵਿਚ ਦੁੱਲੇ ਸਣੇ ਚਾਰ ਬੱਚੇ ਸਨ। ਬੱਚੇ ਖੇਡਦੇ-ਖੇਡਦੇ ਜਦ ਕਦੇ ਲੜ ਪੈਂਦੇ। ਕਸੂਰ ਕਿਸੇ ਦਾ ਵੀ ਹੁੰਦਾ, ਮਾਰ ਕੁੱਟ ਦੁੱਲੇ ਦੀ ਹੋ ਜਾਂਦੀ। ਮਾਰ ਕੁੱਟ ਨੇ ਦੁੱਲੇ ਨੂੰ ਢੀਠ ਅਤੇ ਕੁਰੱਖ਼ਤ ਬਣਾ ਦਿੱਤਾ ਸੀ। ਕਦੇ ਕਦੇ ਉਹ ਗੁੱਸੇ 'ਚ ਲਾਲ-ਪੀਲੇ ਆਨੇ ਵੀ ਕੱਢਦਾ।

ਚੌਥੀ ਦੇ ਪੇਪਰ ਅਜੇ ਹੋਣੇ ਸਨ। ਫਰਵਰੀ ਦੇ ਆਖ਼ਰੀ ਦਿਨ ਸਨ ਜਦ ਦੁੱਲੇ ਨੇ ਸਕੂਲ ਨੂੰ ਸਦਾ ਲਈ ਅਲਵਿਦਾ ਕਹਿ ਦਿੱਤਾ ਸੀ। ਜਦ ਉਹ ਪੜ੍ਹਣੋਂ ਹਟ ਗਿਆ (ਇਹੀ ਗੱਲ ਉਸਦੇ ਮਾਮਾ ਮਾਮੀ ਚਾਹੁੰਦੇ ਸਨ।) ਤਾਂ ਉਸਨੂੰ ਸਰਪੰਚ ਲਾਲ ਸਿਉਂ ਦੇ ਛੇੜੂ ਰਲਾ ਦਿੱਤਾ ਸੀ। ਜਦ ਦੁੱਲੇ ਨੂੰ ਛੇੜੂ ਲਾਇਆ ਗਿਆ ਸੀ ਉਦੋਂ ਉਹ ਬਾਰਾਂ ਸਾਲ ਤੋਂ ਛੋਟਾ ਸੀ। ਇਹ ਉਹ ਸਮਾਂ ਸੀ ਜਦ ਦੇਸ਼ ਵਿੱਚ ਸਾਖਰਤਾ ਲਹਿਰ ਚੱਲੀ ਸੀ, ਜਦ 14 ਸਾਲ ਤੋਂ ਘੱਟ ਉਮਰ ਦੇ ਬੱਚਿਆਂ ਨੂੰ ਮਜ਼ਦੂਰੀ ਕਰਨ ਦੀ ਮਨਾਹੀ ਸੀ। ਇਸ ਕਾਨੂੰਨ ਨੂੰ ਤੋੜਣ ਵਾਲੇ ਵਿਅਕਤੀ ਨੂੰ ਸਜ਼ਾ ਦੇਣ ਦੀ ਵਿਵਸਥਾ ਸੀ। ਬੱਚਿਆਂ ਦੇ ਅਧਿਕਾਰਾਂ ਦੀ ਹਰ ਪਾਸੇ ਜ਼ੋਰ ਸ਼ੋਰ ਨਾਲ ਚਰਚਾ ਵੀ ਹੋ ਰਹੀ ਸੀ। ਪਰ ਇਸ ਦੇ ਉਲਟ ਮਜਬੂਰੀ ਵਸ ਦੁੱਲੇ ਨੂੰ ਛੇੜੂ ਲੱਗਣਾ ਪਿਆ ਸੀ। ਦੁੱਲੇ ਬਾਰੇ ਨਾ ਜੈਲੇ ਨੂੰ ਕਿਸੇ ਕਾਨੂੰਨ ਨੇ ਕੁਝ ਕਿਹਾ ਸੀ, ਨਾ ਸਰਪੰਚ ਲਾਲ ਸਿਉਂ ਨੂੰ ਕਿਸੇ ਕਾਨੂੰਨ ਨੇ ਪੁੱਛਿਆ ਸੀ। ਦੁੱਲੇ ਤੋਂ ਸਾਰਾ ਦਿਨ ਕੰਮ ਲਿਆ ਜਾਂਦਾ। ਦੋ ਮਿੰਟ ਵੀ ਉਸਨੂੰ ਟਿੱਕਣ ਨਾ ਦਿੱਤਾ ਜਾਂਦਾ। ਉਹ ਪਸ਼ੂਆਂ ਨੂੰ ਪੱਠੇ-ਨੀਰਾ ਪਾਉਂਦਾ, ਉਹਨਾਂ ਹੇਠੋਂ ਗੋਹਾ-ਮੂਤ ਹੂੰਝਦਾ, ਉਹਨਾਂ ਨੂੰ ਪਾਣੀ ਪਿਲਾਉਂਦਾ। ਜਦ ਵੇਹਲਾ ਹੁੰਦਾ ਕਮਰਿਆਂ ਦੀ ਸਫਾਈ ਕਰਦਾ, ਭਾਂਡੇ-ਟੀਂਢੇ ਮਾਂਜਦਾ। ਆਏ ਗਏ ਨੂੰ ਚਾਹ-ਪਾਣੀ ਫੜਾਉਂਦਾ। ਸਾਰਾ ਦਿਨ ਸਰਪੰਚਣੀ ਉਸਦਾ ਲਹੂ ਪੀ ਜਾਂਦੀ। ਜਾਣੇ ਅਣਜਾਣੇ ਜੇ ਦੁੱਲਾ ਕੋਈ ਕੁਤਾਹੀ ਕਰ ਜਾਂਦਾ ਤਾਂ ਉਹ ਦੁੱਲੇ ਨੂੰ 'ਕੁੱਤਾ ਚੂੜ੍ਹਾ' ਬੋਲਦੀ, ਹੂਰੇ ਲੈ-ਲੈ ਪੈਂਦੀ। ਉਸ ਨਾਲ ਖਾਣ-ਪੀਣ ਸਮੇਂ ਵੀ ਦਰੇਗ ਕਰਦੀ। ਚਾਹ ਮੂਤ ਵਰਗੀ ਅਤੇ ਦਾਲ 'ਚ ਪਾਣੀ ਪਾ ਕੇ ਦਿੰਦੀ ਦਾਲ ਵਿਚ ਕੇਵਲ ਲਾਲ ਮਿਰਚਾਂ ਅਤੇ ਲੂਣ ਹੀ ਹੁੰਦਾ। ਪੰਜ ਰੋਟੀਆਂ ਇਕ ਮੀਟਰ ਤੋਂ ਦੁੱਲੇ ਦੇ ਹੱਥਾਂ ਤੇ ਮਾਰਦੀ, ਕਦੇ ਥੱਲੇ ਵੀ ਡਿੱਗ ਪੈਂਦੀਆਂ, ਉਹ ਉਹਨਾਂ ਨੂੰ ਝਾੜ ਕੇ ਖਾ ਲੈਂਦਾ। ਜੇ ਕਦੇ ਦੁੱਲਾ ਇਕ ਦੋ ਫੁੱਲਕੇ ਹੋਰ ਮੰਗ ਲੈਂਦਾ ਤਾਂ ਅੱਗੋਂ ਕਹਿੰਦੀ-"ਭੋਰਾ ਭਰ ਐਂ ਵੇ ਤੂੰ, ਰੋਟੀਆਂ ਅੱਠ ਨੌਂ ਖਾ ਜਾਨੈ ? ਕੀ ਭੁੱਖ ਵਸੀ ਵੀ ਐ ਤੇਰੇ ਅੰਦਰ ... ? ਰੱਜ ਨੀਂ ਆਉਂਦਾ, ਭੁੱਖੇ ਘਰ ਦਾ ... ਖ਼ਬਰੇ ਤੇਰੇ ਅੰਦਰ ਕੀ ਕੀੜੇ ਐ-ਵਾਖਰੂ ! ਐਨਾ ਅੰਨ ... ਹਜ਼ਮ ਕਿਵੇਂ ਕਰਦੈਂ ?" ਜਦ ਉਸਦੀਆਂ ਰੋਟੀਆਂ ਪਰਖੀਆਂ ਜਾਂਦੀਆਂ ਤਾਂ ਦੁੱਲੇ ਨੂੰ ਖਿਝ ਚੜ੍ਹਦੀ, ਗੁੱਸੇ ਨਾਲ ਮੂੰਹ ਲਾਲ ਹੋ ਜਾਂਦਾ।

ਦੁੱਲਾ ਗਈ ਰਾਤ ਥੱਕ ਟੁੱਟ ਕੇ ਮੰਜੇ ਤੇ ਡਿੱਗਦਾ। ਸਵੇਰੇ ਬੜੀ ਮੁਸ਼ਕਲ ਨਾਲ ਉਹਨੂੰ ਉਠਾਉਣਾ ਪੈਂਦਾ। ਕਦੇ ਕਦੇ ਜਦ ਦੁੱਲੇ ਨੂੰ ਉੱਠਣ ਵਿੱਚ ਦੇਰ ਹੋ ਜਾਂਦੀ ਤਾਂ ਉਸ ਨੂੰ ਮਾਮੇ ਜਾਂ ਮਾਮੀ ਤੋਂ ਮਾਰ ਵੀ ਪੈਂਦੀ, ਗਾਲ੍ਹਾਂ ਵੀ ਪੈਂਦੀਆਂ। ਦੁੱਲੇ ਨੂੰ ਗੁੱਸਾ ਆਉਂਦਾ। ਉਸ ਦਾ ਮਨ ਕਰਦਾ ਕਿਧਰੇ ਉੱਡ ਜਾਵੇ ਪਰੰਤੂ ਜਾਂਦਾ ਕਿਥੇ ? ਕਿੱਧਰ ਜਾਂਦਾ ? ਜਿੱਧਰ ਵੀ ਜਾਂਦਾ ਉਸ ਲਈ ਹਨੇਰਾ ਹੀ ਹਨੇਰਾ ਸੀ। ਇਸ ਸਮੇਂ ਦੁੱਲੇ ਦੇ ਮਾਮੇ ਜੈਲੇ ਨੇ ਉਸਦਾ ਪਿੰਡ ਵਿਚਲਾ ਮਕਾਨ (ਜੋ ਤਿੰਨ ਮਰਲਿਆਂ ਵਿੱਚ ਬਣਿਆ ਹੋਇਆ ਸੀ) ਵੇਚ ਦਿੱਤਾ ਸੀ। ਥਾਂ ਵੇਚ ਕੇ ਉਸਨੇ ਆਪਣੇ ਘਰ ਇਕ ਬੈਠਕ ਛੱਤ ਲਈ ਸੀ। ਉਸ ਬੈਠਕ ਵਿੱਚ ਜੈਲੇ ਦੇ ਤਿੰਨੇ ਬੱਚੇ

ਰਹਿਣ ਲੱਗ ਪਏ, ਉਹ ਉਸ ਕਮਰੇ ਵਿੱਚ ਬਹਿ ਕੇ ਪੜ੍ਹਦੇ। ਦੁੱਲੇ ਦਾ ਮੰਜਾ ਮੱਝ ਅਤੇ ਗਾਂ ਵਾਲੇ ਕਮਰੇ 'ਚ ਹੁੰਦਾ ਸੀ। ਸਿਆਲਾਂ ਵਿੱਚ ਉਹ ਮੱਝ ਅਤੇ ਗਾਂ ਕੋਲ ਹੁੰਦਾ ਅਤੇ ਗਰਮੀਆਂ ਵਿੱਚ ਗਲੀ 'ਚ ਮੰਜਾ ਡਾਹ ਲੈਂਦਾ। ਉਸ ਦਾ ਬਿਸਤਰਾ ਪਸ਼ੂਆਂ ਦੇ ਮੂਤਰਾਲ ਨਾਲ ਰੰਗ ਬਰੰਗਾ ਹੋਇਆ ਪਿਆ ਸੀ। ਕਈ ਵਰ੍ਹਿਆਂ ਤੋਂ ਉਸਨੂੰ ਕਿਸੇ ਨੇ ਧੋਤਾ ਨਹੀਂ ਸੀ। ਬਿਸਤਰੇ ਵਿੱਚੋਂ ਬਦਬੂ ਮਾਰਦੀ ਸੀ। ਦੁੱਲਾ ਹੋਰ ਕਿੱਥੇ ਪੈਂਦਾ ? ਰਾਤ ਤਾਂ ਕਿਤੇ ਕੱਟਣੀ ਹੀ ਸੀ ? ਨਰਕ ਵਿੱਚ ਹੀ ਉਹ ਰਾਤਾਂ ਕੱਟਦਾ ਰਿਹਾ।

ਜਿਉਂ ਜਿਉਂ ਸਮਾਂ ਬੀਤਦਾ ਜਾ ਰਿਹਾ ਸੀ, ਉਸਨੂੰ ਆਪਣੀ ਮਾਂ ਭੁੱਲਣ ਦੀ ਬਜਾਏ ਹੋਰ ਯਾਦ ਆਉਂਦੀ। ਅਕਸਰ ਉਸਨੂੰ ਆਪਣੀ ਮਾਂ ਸੁਪਨੇ ਵਿੱਚ ਦਿੱਸਦੀ, ਉਹ ਉਸਨੂੰ ਲਾਡ-ਪਿਆਰ ਕਰਦੀ ਨਜ਼ਰ ਆਉਂਦੀ। ਉਸਨੂੰ ਹਰ ਰੋਜ਼ ਹੀ ਅਜਿਹਾ ਸੁਪਨਾ ਆਉਂਦਾ। ਇਕ ਦਿਨ ਤਾਂ ਉਸਨੂੰ ਬੇਹੱਦ ਭਿਆਨਕ ਸੁਪਨਾ ਆਇਆ ਸੀ। ਉਹ ਆਪਣੀ ਮਾਂ ਦੀ ਬੁੱਕਲ ਵਿੱਚ ਬੈਠਾ ਉਸ ਨਾਲ ਨਿੱਕੀਆਂ ਨਿੱਕੀਆਂ ਗੱਲਾਂ ਕਰ ਰਿਹਾ ਸੀ। ਇਸ ਸਮੇਂ ਹੀ ਇਕ ਅਣਘੜ ਦੈਂਤ ਜਿਹਾ ਆ ਗਿਆ ਜਿਸਦੇ ਵੱਡੇ ਵੱਡੇ ਖ਼ੂੰਖਾਰ ਦੰਦ ਸਨ। ਦੈਂਤ ਨਾਲ ਕੁਝ ਹੋਰ ਦੈਂਤ ਸਨ ਜੋ ਦਹਾੜ ਰਹੇ ਸਨ। ਉਨ੍ਹਾਂ ਨੇ ਦੁੱਲੇ ਨੂੰ ਉਹਦੀ ਮਾਂ ਦੀ ਝੋਲੀ ਵਿਚੋਂ ਖਿੱਚ ਕੇ ਦੂਰ ਵਗਾਹ ਮਾਰਿਆ ਸੀ। ਉਸ ਦੀ ਮਾਂ ਨੂੰ ਘੜੀਸ ਰਹੇ ਸਨ ਅਤੇ ਉਹ ਉੱਚੀ ਉੱਚੀ ਚੀਕਾਂ ਮਾਰ ਕੇ ਕਹਿ ਰਹੀ ਸੀ, "ਬਚਾਉ ਕੋਈ ਬਚਾਉ ਮੈਨੂੰ ... ਬਚਾਉ।" ਜਿਉਂ ਜਿਉਂ ਉਸਦੀ ਮਾਂ ਦੀਆਂ ਚੀਕਾਂ ਉੱਚੀਆਂ ਹੋ ਰਹੀਆਂ ਸਨ ਤਿਉਂ ਤਿਉਂ ਦੁੱਲੇ ਦੀਆਂ ਲੇਰਾਂ ਵੀ ਹੋਰ ਉੱਚੀਆਂ ਹੋਈ ਜਾਂਦੀਆਂ ਸਨ। ਅਖੀਰ ਦੁੱਲਾ ਚੀਕਾਂ ਮਾਰਦਾ ਅੱਬੜਵਾਹਿਆ ਵਾਂਗ ਉੱਠ ਬੈਠਾ ਸੀ-ਉਸਦੀਆਂ ਅੱਖਾਂ ਵਿੱਚ ਹੰਝੂ ਸਨ। ਉਹ ਥਰ ਥਰ ਕੰਬ ਰਿਹਾ ਸੀ। ਇਸ ਸੁਪਨੇ ਤੋਂ ਬਾਦ ਦੁੱਲੇ ਨੂੰ ਇਹੀ ਸੁਪਨਾ ਕਈ ਵਾਰ ਆ ਚੁੱਕਾ ਸੀ। ਦੁੱਲਾ ਹੈਰਾਨ ਸੀ- " ਉਸਨੂੰ ਇਹ ਸੁਪਨਾ ਕਿਉਂ ਆਉਂਦੈ ?" ਦੁੱਲਾ ਇਸ ਸੁਪਨੇ ਦੀ ਲੜੀ ਬਚਪਨ ਦੀ ਉਸ ਧੁੰਦਲੀ ਜੇਹੀ ਘਟਨਾ ਨਾਲ ਜੋੜਣ ਦੀ ਕੋਸ਼ਿਸ਼ ਕਰਦਾ ਜੋ ਉਸਦੀ ਮਾਂ ਨਾਲ ਵਾਪਰੀ ਸੀ ਪਰ ਸੁਪਨੇ ਅਤੇ ਬਚਪਨ ਦੀ ਉਸ ਘਟਨਾ ਦੀ ਤੰਦ ਉਸ ਕੋਲੋਂ ਜੁੜ ਨਹੀਂ ਰਹੀ ਸੀ। ਉਹ ਬਾਰ ਬਾਰ ਇਹਨਾਂ ਦੀਆਂ ਤੰਦਾਂ ਨੂੰ ਜੋੜਣ ਦੀ ਕੋਸ਼ਿਸ਼ ਕਰਦਾ ਪਰ ਉਸਨੂੰ ਇਸ ਕੰਮ ਵਿੱਚ ਸਫ਼ਲਤਾ ਨਹੀਂ ਮਿਲ ਰਹੀ ਸੀ।

ਸਰਪੰਚ ਲਾਲ ਸਿਉਂ ਦੇ ਉਹ ਪੰਜ ਸਾਲ ਛੇੜੂ ਲੱਗਾ ਰਿਹਾ ਸੀ। ਛੇਵੀਂ ਵਾਰ ਉਸ ਨੂੰ ਜੈਲੇ ਨੇ ਲਾਲ ਸਿਉਂ ਨਾਲ ਹੀ ਠੇਕੇ ਤੇ ਸੀਰੀ ਰਲਾ ਦਿੱਤਾ ਸੀ। ਲਾਲ ਸਿਉਂ ਨੇ ਦੁੱਲੇ ਦੇ ਇਸ ਸੀਰ ਦੇ, ਪਹਿਲਾਂ ਨਾਲੋਂ ਪੈਸੇ ਵੀ ਵਧਾ ਦਿੱਤੇ ਸਨ। ਲਾਲ ਸਿਉਂ ਨੂੰ ਦੁੱਲਾ ਇਕ ਵਧੀਆ ਕਾਮਾ ਸੀ, ਈਮਾਨਦਾਰ ਸੀ। ਦੁੱਲਾ ਸੁਭਾਅ ਦਾ ਭਾਵੇਂ ਗਰਮ ਸੀ ਪਰੰਤੂ ਸਰਪੰਚ ਦੇ ਪਰਿਵਾਰ ਨੂੰ ਉਸਦਾ ਭੇਦ ਆ ਗਿਆ ਸੀ। ਉਹ ਉਸਨੂੰ ਵਡਿਆ ਕੇ ਕੰਮ ਲੈ ਲੈਂਦੇ ਸਨ।

ਦੁੱਲੇ ਨੂੰ ਇਹ ਪਤਾ ਨਹੀਂ ਸੀ ਕਿ ਉਸ ਦੇ ਮਾਮੇ ਨੇ ਸਰਪੰਚ ਲਾਲ ਸਿਉਂ ਤੋਂ ਕਿੰਨੇ ਪੈਸੇ ਲਏ ਹਨ ਅਤੇ ਕਿੰਨੇ ਵਿਚ ਸਾਰੇ ਸਾਲ ਦੀ ਗੱਲ ਹੋਈ ਹੈ। ਦੁੱਲੇ ਨੂੰ ਅਜੇ ਇਸ ਸੀਰ ਤੇ ਲੱਗਿਆਂ ਮਸਾਂ ਪੰਜ ਸੱਤ ਹੀ ਹੋਏ ਜਦ ਦੁੱਲੇ ਨੇ ਸਰਪੰਚ ਨੂੰ ਪੁੱਛਿਆ ਸੀ, "ਸਰਪੰਚ ਸਾਹਿਬ! ਕਿੰਨੇ ਪੈਸਿਆਂ ਦੀ ਗੱਲ ਹੋਈ ਐ ਮਾਮੇ ਨਾਲ।" ਸਰਪੰਚ ਨੇ ਸਿੱਧਾ ਉੱਤਰ ਦੇਣ

ਦੀ ਬਜਾਏ ਦੁੱਲੇ ਨੂੰ ਉਂਗਲ ਲਾਉਂਦਿਆਂ ਕਿਹਾ ਸੀ- "ਬਈ ਤੂੰ ਕੀ ਲੈਣੈਂ ? ਤੈਨੂੰ ਕੀ ਮਿਲਣੈਂ। ਤੂੰ ਤਾਂ ਅਗਲਿਆਂ ਲਈ ਪੈਸਿਆਂ ਵਾਲੀ ਮਸ਼ੀਨ ਐਂ। ਕਮਾਏ ਤੂੰ ਮੌਜਾਂ ਕੋਈ ਹੋਰ ਕਰੇ।" ਦੁੱਲਾ ਤਾਂ ਪਹਿਲਾਂ ਹੀ ਕਈ ਦਿਨਾਂ ਤੋਂ ਗੁੱਸੇ 'ਚ ਭਰਿਆ ਪੀਤਾ ਫਿਰਦਾ ਸੀ। ਸਰਪੰਚ ਦੀ ਕਹੀ ਇਸ ਗੱਲ ਨੇ ਬਲਦੀ ਤੇ ਹੋਰ ਤੇਲ ਪਾ ਦਿੱਤਾ ਸੀ। ਸਰਪੰਚ ਨੂੰ ਪਤਾ ਸੀ ਜਦ ਦੁੱਲੇ ਨੂੰ ਗੁੱਸਾ ਆਉਂਦਾ ਸੀ ਤਾਂ ਉਸਦੀਆਂ ਅੱਖਾਂ ਦਗਦੇ ਕੋਲਿਆਂ ਵਾਂਗ ਲਾਲ ਹੋ ਜਾਂਦੀਆਂ ਸਨ। ਸਰਪੰਚ ਨੇ ਮੌਕਾ ਤਾੜਿਆ ਅਤੇ ਫਿਰ ਨਰਦ ਸੁੱਟਦਿਆਂ ਕਿਹਾ , "ਅਸੀਂ ਤਾਂ ਕੰਜਰ ਦਿਆ ਘਰੇ ਅਕਸਰ ਗੱਲਾਂ ਕਰਦੇ ਹੁੰਦੇ ਆ - "ਏਹ ਬੋਲਦਾ ਕਿਉਂ ਨਹੀਂ, ਪੈਸੇ ਜੈਲਾ ਲੈ ਜਾਂਦੇ ਸਾਰੇ-ਆਪ ਮੌਜਾਂ ਕਰਦੈ। ਹੁਣ ਤਾਂ ਦਿਹਾੜੀ ਵੀ ਜਾਣੋਂ ਹਟ ਗਿਆ। ਸਾਰਾ ਦਿਨ ਵੇਹਲੀਆਂ ਖਾਂਦੈ। ਸਾਰਾ ਸਾਰਾ ਦਿਨ ਧਰਮਸ਼ਾਲਾ ਵਿੱਚ ਜੂਆ ਖੇਡਦਾ ਰਹਿੰਦੈ।" ਕੁਝ ਸਮਾਂ ਚੁੱਪ ਰਹਿਣ ਪਿਛੋਂ ਸਰਪੰਚ ਨੇ ਫਿਰ ਗੱਲ ਤੋਰ ਦਿੱਤੀ- "ਐਤਕੀਂ ਸੀਰ ਲਿਖਣ ਸਮੇਂ ਪੰਜ ਹਜ਼ਾਰ ਲੈ ਗਿਆ - ਮੈਂ ਤਾਂ ਸੁਣਿਆ ਉਹ ਸਾਰੇ ਪੈਸੇ ਜੂਏ 'ਚ ਹਾਰ ਵੀ ਗਿਆ, ਨਾਲੇ ਦਿਨ ਰਾਤ ਸ਼ਰਾਬ ਪੀਂਦਾ ਰਿਹਾ। ਅਗਲੇ ਮਹੀਨੇ ਉਹਨੇ ਚਾਰ ਹਜ਼ਾਰ ਹੋਰ ਲੈ ਜਾਣੈਂ ... ਕੁੱਲ ਅਠਾਰਾਂ ਹਜ਼ਾਰ 'ਚ ਗੱਲ ਹੋਈ ਆ। ... ਜੇ ਤੂੰ ਕਹੇ ਤਾਂ ਮੈਂ ਨੀਂ ਦਿੰਦਾ।" ਦੁੱਲੇ ਦੇ ਗੁੱਸੇ ਨੂੰ ਸਰਪੰਚ ਨੇ ਭਾਂਬੜ 'ਚ ਬਦਲ ਦਿੱਤਾ ਸੀ। ਦੁੱਲੇ ਨੇ ਉੱਤਰ ਵਿਚ ਸਰਪੰਚ ਨੂੰ ਕਿਹਾ ਸੀ- "ਹੁਣ ਤੂੰ ਮੇਰੇ ਪੁੱਛੇ ਬਿਨਾਂ ਇਕ ਵੀ ਪੈਸਾ ਨੀਂ ਦੇਣਾ-ਜੋ ਲੈ ਗਿਆ ਸੋ ਲੈ ਗਿਆ।" ਸਰਪੰਚ ਨੇ ਪਹਿਲਾਂ ਵੀ ਕਈ ਵਾਰ ਦੁੱਲੇ ਨੂੰ ਗੱਲਾਂ ਗੱਲਾਂ ਵਿੱਚ ਸਮਝਾਉਣ ਦੀ ਕੋਸ਼ਿਸ਼ ਕੀਤੀ ਸੀ ਪਰੰਤੂ ਦੁੱਲੇ ਨੂੰ ਸਰਪੰਚ ਦੀਆਂ ਸੁੱਟੀਆਂ ਨਰਦਾਂ ਦੀ ਸਮਝ ਨਹੀਂ ਲੱਗਦੀ ਸੀ। ਅਸਲ ਵਿੱਚ ਸਰਪੰਚ ਚਾਹੁੰਦਾ ਸੀ-ਦੁੱਲਾ ਆਵਦੇ ਮਾਮੇ ਨਾਲ ਗੁੱਸੇ ਹੋ ਕੇ ਸਦਾ ਲਈ ਉਹਦਾ ਘਰ ਛੱਡ ਦੇਵੇ। ਸਰਪੰਚ ਦੁੱਲੇ ਨੂੰ ਕਈ ਵਾਰ ਕਹਿ ਚੁੱਕਿਆ ਸੀ- "ਕੰਜਰਾ ਘਰੇ ਕੀ ਰੱਖਿਆ ਤੇਰਾ-ਐਥੇ ਈ ਬਾਹਰਲੇ ਘਰ ਪੈ ਜਿਆ ਕਰ।" ਪਸ਼ੂਆਂ ਦੀ ਰਾਖੀ ਦਾ ਫ਼ਿਕਰ ਮੁਕੇ, ਨਾਲੇ ਰਾਤ ਨੂੰ ਜੇ ਮੀਂਹ ਕਣੀ ਵੀ ਆ ਜਾਵੇ ਤਾਂ ਆਪੇ ਸੰਭਾਲੂ।

ਮਿਥੀ ਤਾਰੀਕ ਅਨੁਸਾਰ ਜਦ ਜੈਲਾ ਸਰਪੰਚ ਲਾਲ ਸਿਉਂ ਤੋਂ ਪੈਸੇ ਲੈਣ ਆਇਆ ਸੀ ਤਾਂ ਲਾਲ ਸਿਉਂ ਨੇ ਜਵਾਬ ਦਿੰਦਿਆਂ ਕਿਹਾ ਸੀ- "ਜੈਲਿਆ ਹੁਣ ਤੈਨੂੰ ਕੁਝ ਨੀ ਮਿਲਣਾ, ਮੈਨੂੰ ਤਾਂ ਦੁੱਲੇ ਨੇ ਮਨ੍ਹਾ ਕੀਤੈ.... ਕਿ ਮੇਰੇ ਮਾਮੇ ਨੂੰ ਹੁਣ ਕੋਈ ਪੈਸਾ ਨਾ ਦੇਈਂ .... ਔਹ ਫਿਰਦੈ ਦੁੱਲਾ ਪੱਠੇ ਪਾਉਂਦੇ ਪੁੱਛ ਲੈ ਉਹਨੂੰ ਪਹਿਲਾਂ ਜੇ ਕਹਿੰਦੈ ਦੇ ਦੇ ਤਾਂ ਮੈਂ ਦੇ ਦਿਨਾਂ- ਜੈਲਿਆ! ਪੈਸੇ ਜੇ ਤੂੰ ਲੈ ਗਿਆ ਪਰ ਏਹ ਭੱਜ ਗਿਆ ਤਾਂ ਮੈਂ ਤੈਥੋਂ ਕੀ ਲੈ ਲੂੰ।" ਜੈਲਾ ਅਜੇ ਕੁਝ ਬੋਲਿਆ ਹੀ ਨਹੀਂ ਸੀ, ਦੁੱਲਾ ਪਹਿਲਾਂ ਹੀ ਬੋਲ ਗਿਆ ਸੀ, "ਮਾਮਾ! ਰਾਜੀ ਰਹਿ, ਗੁੱਸੇ ਰਹਿ, ਜੋ ਤੂੰ ਲੈ ਗਿਆ ਸੋ ਲੈ ਗਿਆ, ਹੁਣ ਕੱਖ ਨੀਂ ਮਿਲਣਾ। ਕਿੰਨੇ ਸਾਲ ਹੋਗੇ ਮੇਰੀ ਕਮਾਈ ਖਾਂਦੇ ਨੂੰ ... ਬੱਸ ਹੁਣ ਨੀਂ, ਐਤਕੀਂ ਰਹਿੰਦੇ ਸਾਰੇ ਪੈਸੇ ਮੈਂ ਲਵਾਂਗਾ।" ਦੁੱਲੇ ਦਾ ਟਕੇ ਵਰਗਾ ਜੁਆਬ ਸੁਣ ਕੇ ਜੈਲੇ ਨੂੰ ਗੁੱਸਾ ਆਇਆ ਸੀ। ਉਹ ਗੁੱਸੇ ਨਾਲ ਲਾਲ-ਪੀਲਾ ਹੋ ਗਿਆ ਸੀ ... ਪਹਿਲਾਂ ਜੈਲੇ ਨੇ ਦੁੱਲੇ ਨੂੰ ਗਾਲ੍ਹ ਕੱਢੀ, ਫਿਰ ਪੈਰੋਂ ਛਿੱਤਰ ਲਾਹ ਕੇ ਕੁੱਟਣ ਲੱਗ ਪਿਆ। ਜਦ ਜੈਲਾ ਛਿੱਤਰ ਮਾਰਨ ਲੱਗਿਆ ਤਾਂ ਦੁੱਲੇ ਨੇ ਉਸਦਾ ਹੱਥ ਫੜ ਲਿਆ। ਲਾਲ ਸਿਉਂ ਦੇ ਛੁਡਾਉਂਦਿਆਂ-ਛੁਡਾਉਂਦਿਆਂ ਦੁੱਲੇ ਨੇ ਜੈਲੇ ਨੂੰ ਗੋਡਿਆਂ ਹੇਠ ਸੁੱਟ ਲਿਆ

ਸੀ। ਦੋ ਤਿੰਨ ਮੁੱਕੇ ਮੂੰਹ ਤੇ ਜੜ ਦਿੱਤੇ ਸਨ। ਜੈਲਾ ਜਦ ਦੁੱਲੇ ਦੇ ਹੇਠੋਂ ਨਿਕਲਿਆ ਤਾਂ ਉਸ ਨੇ ਦੁੱਲੇ 'ਤੇ ਸ਼ਬਦਾਂ ਨਾਲ ਵਾਰ ਕੀਤਾ- "ਸਾਲਿਆ! ਮੇਰੇ 'ਤੇ ਹੱਥ ਚੁੱਕਦੈਂ- ਜੀਹਨੇ ਪਾਲ੍ਹਿਆ ਤੈਨੂੰ-ਜੇ ਏਡਾ ਈ ਸੂਰਮਾ ਐਂ ਤਾਂ ਹੱਥ ਉਹਨਾਂ ਖਸਮਾਂ ਤੇ ਚੁੱਕ ਜਿਨ੍ਹਾਂ ਤੇਰੀ ਮਾਂ ਨੂੰ ਮਾਰਿਐ ... ਔਹ ਫਿਰਦੇ ਦਨਦਨਾਉਂਦੇ ਅਗਲੇ।" ਦੁੱਲੇ ਨੂੰ ਛਿੱਤਰਾਂ ਜਾਂ ਗਾਲ੍ਹਾਂ ਦੀ ਉਤਨੀ ਪੀੜ ਨਹੀਂ ਹੋਈ ਸੀ ਜਿੰਨੀ ਮਾਮੇ ਦੇ ਮੇਹਣੇ ਨਾਲ ਹੋਈ ਸੀ। ਦੁੱਲੇ ਦੀਆਂ ਅੱਖਾਂ ਵਿੱਚ ਲਹੂ ਉੱਤਰ ਆਇਆ ਸੀ। ਰੋਮ ਰੋਮ ਵਿੱਚ ਬਦਲੇ ਦੀ ਜਵਾਲਾ ਭੜਕ ਪਈ ਸੀ। ਇਸ ਰਾਤ ਦੁੱਲਾ ਘਰ ਨਹੀਂ ਗਿਆ ਸੀ। ਰਾਤ ਨੂੰ ਉਹ ਲਾਲ ਸਿਉਂ ਦੇ ਬਾਹਰਲੇ ਘਰ ਪੈ ਗਿਆ ਸੀ। ਸਾਰੀ ਰਾਤ ਦੁੱਲੇ ਨੂੰ ਨੀਂਦ ਨਹੀਂ ਆਈ ਸੀ। ਮੰਜਾ ਉਸਨੂੰ ਸੂਲਾਂ ਵਾਂਗ ਚੁਭ ਰਿਹਾ ਸੀ। ਪਿਆਂ-ਪਿਆਂ ਉਸਨੂੰ ਪਿਛਲੇ ਸਮੇਂ ਵਿੱਚ ਆਏ ਸੁਪਨੇ ਯਾਦ ਆ ਗਏ ਸਨ। ਸੁਪਨਿਆਂ ਦੇ ਨਾਲ ਨਾਲ ਉਸ ਨੂੰ ਆਪਣੀ ਮਾਂ ਵੀ ਯਾਦ ਆ ਗਈ ਸੀ। ਮਾਂ ਦੀ ਯਾਦ ਕੀ ਆ, ਉਸ ਦੇ ਜ਼ਿਹਨ 'ਚ ਕੰਡੇ ਵਾਂਗ ਰੜਕਦੀ ਉਹ ਪੁਰਾਣੀ ਘਟਨਾ ਵੀ ਯਾਦ ਆ ਗਈ ਸੀ। ਮਾਮੇ ਦੇ ਮੇਹਣੇ ਨਾਲ ਸੁਪਨੇ ਅਤੇ ਉਸ ਪੁਰਾਣੀ ਘਟਨਾ ਦੀ ਕੜੀ ਜੁੜ ਗਈ ਸੀ-ਇਹ ਕੜੀ ਪਹਿਲਾਂ ਉਸ ਤੋਂ ਜੁੜ ਨਹੀਂ ਰਹੀ ਸੀ। ਕੜੀ ਜੁੜਣ ਸਾਰ ਉਸਦੇ ਸਰੀਰ ਦਾ ਲੂੰ-ਲੂੰ ਖੜਾ ਹੋ ਗਿਆ ਸੀ। ਇਸੇ ਵਕਤ ਗੁਰਦੁਆਰੇ ਦੇ ਭਾਈ ਨੇ ਲੋਕਾਂ ਨੂੰ ਵਕਤ ਦੱਸ ਕੇ ਉਠਣ ਲਈ, ਇਸ਼ਨਾਨ-ਪਾਨ ਕਰਨ, ਗੁਰਦੁਆਰੇ ਆਉਣ ਲਈ ਕਿਹਾ ਸੀ-ਸਮਾਂ 3.45 ਦੱਸਿਆ ਸੀ। ਦੁੱਲਾ ਮੰਜੇ ਤੋਂ ਹਨੇਰੀ ਵਾਂਗ ਉੱਠਿਆ ਅਤੇ ਸਰਪੰਚ ਦੇ ਬਾਹਰਲੇ ਘਰੋਂ ਗੁੱਸੇ 'ਚ ਦਿਸ਼ਾਹੀਣ ਦੌੜ ਗਿਆ ਸੀ।

ਚਾਰ-ਪੰਜ ਦਿਨਾਂ ਬਾਦ ਉਹ ਫਿਰਦਾ ਫਿਰਾਉਂਦਾ ਆਪਣੇ ਦਾਦਕੇ ਚਲਾ ਗਿਆ ਸੀ। ਦੁੱਲਾ ਆਪਣੇ ਦਾਦੇ ਦੇ ਭਰਾ ਮਹਿਤੋ ਦੇ ਘਰ ਠਹਿਰਿਆ ਸੀ। ਜਿਉਂ ਉਹ ਪਿੰਡੋਂ ਗਿਆ ਸੀ, ਪਹਿਲੀ ਵਾਰ ਆਪਣੇ ਪਿੰਡ ਆਇਆ ਸੀ। ਪਿੰਡ ਆਉਣ, ਦੇਖਣ ਨੂੰ ਅਕਸਰ ਉਹਦਾ ਜੀਅ ਕਰਦਾ ਪਰ ਮਜਬੂਰੀ ਸੀ ਉਹ ਆ ਨਹੀਂ ਸਕਿਆ ਸੀ। ਜੇ ਕੰਮ ਤੋਂ ਇਕ ਅੱਧ ਦਿਨ ਦੀ ਛੁੱਟੀ ਮਿਲਦੀ ਤਾਂ ਹੀ ਉਹ ਪਿੰਡ ਆਉਂਦਾ। ਨਾ ਛੁੱਟੀ ਮਿਲੀ ਨਾ ਉਹ ਆਇਆ। ਇਕ ਵਾਰ ਦੁੱਲੇ ਨੂੰ ਮਲੇਰੀਆ ਹੋ ਗਿਆ ਸੀ-ਤਿੰਨ ਦਿਨ ਉਹ ਕੰਮ ਨਹੀਂ ਜਾ ਸਕਿਆ ਸੀ, ਲਾਲ ਸਿਉਂ ਨੇ ਉਸਦੀਆਂ ਦਿਹਾੜੀਆਂ ਦੇ ਪੈਸੇ ਕੱਟ ਲਏ ਸਨ। ਮੀਂਹ ਆਵੇ, ਹਨੇਰੀ ਆਵੇ, ਉਸਨੂੰ ਕੰਮ ਤੇ ਜਾਣਾ ਹੀ ਪੈਂਦਾ ਸੀ। ਸਰਪੰਚ ਨੇ ਪਰਨੋਟ ਵਿੱਚ ਸਭ ਸ਼ਰਤਾਂ ਪਹਿਲਾਂ ਹੀ ਲਿਖ ਲਈਆਂ ਸਨ। ਦੁੱਲਾ ਆਪਣੇ ਆਪ ਨੂੰ ਫਸਿਆ ਮਹਿਸੂਸ ਕਰਦਾ ਸੀ-ਉਹ ਸੋਚਦਾ- "ਪਤਾ ਨੀਂ ਇਥੋਂ ਕਦੋਂ ਜਾਨ ਛੁਟੂ? ਉਹ ਪਿੰਜਰੇ ਦੀ ਕੈਦ 'ਚੋਂ ਆਜ਼ਾਦ ਹੋ ਕੇ ਖੁੱਲ੍ਹੇ ਅਕਾਸ਼ ਵਿੱਚ ਉਡਣਾ ਚਾਹੁੰਦਾ ਸੀ-ਜਿਸ ਦਿਨ ਦਾ ਉਸ ਨੂੰ ਇੰਤਜ਼ਾਰ ਸੀ-ਉਹ ਦਿਨ ਆ ਗਿਆ ਸੀ ਅਤੇ ਦੁੱਲੇ ਨੇ ਪਿੰਜਰਾ ਤੋੜ ਦਿੱਤਾ-ਆਜ਼ਾਦ ਹੋ ਕੇ ਉਹ ਪਿੰਡ ਪੁੱਜ ਗਿਆ ਸੀ। ਇਹ ਕਦਮ ਦੁੱਲੇ ਦਾ ਵੱਡਾ ਕਦਮ ਸੀ। ਬਗਾਵਤ ਕਰਨ ਲਈ, ਆਜ਼ਾਦੀ ਲਈ ਵੱਡੇ ਕਦਮ ਹੀ ਚੁੱਕਣੇ ਪੈਂਦੇ ਹਨ।

ਪਿੰਡ ਆ ਕੇ ਦੋ ਦਿਨਾਂ ਬਾਦ ਦੁੱਲੇ ਨੇ ਆਪਣੇ ਬਾਬੇ ਮਹਿਤੋ ਨੂੰ ਪੁੱਛਿਆ ਸੀ- "ਬਾਬਾ! ਮੇਰੀ ਮਾਂ ਨੂੰ ਕੀਹਨੇ ਮਾਰਿਆ ਸੀ?" ਮਹਿਤੋ ਲਈ ਇਹ ਸੁਆਲ ਔਖਾ ਸੀ। ਕਈ

ਦਿਨ ਮਹਿਤੋ ਇਸ ਸੁਆਲ ਦਾ ਉੱਤਰ ਟਾਲਦਾ ਰਿਹਾ। ਪਰ ਦੁੱਲੇ ਨੇ ਬਾਬੇ ਮਹਿਤੋ ਦਾ ਖਹਿੜਾ ਨਾ ਛੱਡਿਆ। ਸਵੇਰ-ਸ਼ਾਮ ਉਹਦੇ ਅੱਗੇ ਤਰਲੇ ਕੱਢਦਾ, ਮਿੰਨਤਾਂ ਕਰਦਾ। ਅਖੀਰ ਬਾਰੇ ਮਹਿਤੋ ਨੂੰ ਝੁਕਣਾ ਪਿਆ। ਉਸਨੂੰ ਸਾਰੀ ਘਟਨਾ ਦੱਸ ਦਿੱਤੀ। ਉਹ ਨਾਂ ਵੀ ਦੱਸ ਦਿੱਤੇ ਜਿਨ੍ਹਾਂ ਨੇ ਲੱਧੀ ਨਾਲ ਪਹਿਲਾਂ ਬਲਾਤਕਾਰ ਕੀਤਾ ਸੀ, ਫਿਰ ਉਸਨੂੰ ਮਾਰ ਕੇ ਨਹਿਰ 'ਚ ਸੁੱਟਿਆ ਸੀ। ਅਸਲੀਅਤ ਜਾਣ ਕੇ ਦੁੱਲੇ ਦੇ ਪੈਰਾਂ ਹੇਠ ਅੱਗ ਮੱਚਣ ਲੱਗ ਪਈ। ਦੋ ਤਿੰਨ ਦਿਨਾਂ ਵਿੱਚ ਹੀ ਉਸਨੇ ਗੁਰਮੁੱਖ ਅਤੇ ਉਸਦੇ ਦੋਨੋਂ ਜੁੰਡੀ ਦੇ ਯਾਰਾਂ ਦਾ ਖੁਰਾ ਖੋਜ ਕੱਢ ਲਿਆ। ਉਨ੍ਹਾਂ ਦੇ ਕੰਮ ਕਾਜਾਂ, ਤੋਰਿਆਂ-ਫੇਰਿਆਂ ਅਤੇ ਅੱਡਿਆਂ ਬਾਰੇ ਵੀ ਦੁੱਲੇ ਨੇ ਜਾਣਕਾਰੀ ਇਕੱਠੀ ਕਰ ਲਈ ਸੀ।

ਲਗਭੱਗ ਮਹੀਨੇ ਤੋਂ ਦੁੱਲਾ ਬਾਬੇ ਮਹਿਤੋ ਦੇ ਘਰ ਠਹਿਰਿਆ ਹੋਇਆ ਸੀ। ਮਹਿਤੋ ਦਾ ਪਰਿਵਾਰ ਕਾਫ਼ੀ ਵੱਡਾ ਸੀ। ਤਿੰਨ ਮੁੰਡੇ ਸਨ, ਤਿੰਨੋਂ ਵਿਆਹੇ-ਵਰ੍ਹੇ ਸਨ। ਤਿੰਨਾਂ ਦੇ ਹੀ ਘਰ ਵੱਖ-ਵੱਖ ਸਨ। ਸਾਰੇ ਬਾਲ ਬੱਚੇਦਾਰ ਸਨ। ਸਾਰਿਆਂ ਦੀ ਆਪਣੀ ਆਪਣੀ ਕਬੀਲਦਾਰੀ ਸੀ ਜੋ ਮਸਾਂ ਤੁਰਦੀ ਸੀ। ਦੁੱਲਾ ਸਾਰਾ ਦਿਨ ਏਧਰ ਓਧਰ ਭੌਂਦਾਂ ਰਹਿੰਦਾ। ਸਵੇਰੇ-ਸ਼ਾਮ ਘਰੇ ਜਾ ਵੜਦਾ। ਜਦ ਘਰ ਹੁੰਦਾ, ਉਹ ਚੁੱਪ ਚਾਪ ਬੈਠਾ ਰਹਿੰਦਾ- ਕੁਝ ਸੋਚਦਾ ਰਹਿੰਦਾ। ਬਾਬੇ ਮਹਿਤੋ ਦਾ ਪਰਿਵਾਰ ਉਹਤੋਂ ਅੱਕਿਆ ਪਿਆ ਸੀ ਪਰ ਕੋਈ ਮੂੰਹੋਂ ਬੋਲ ਕੇ ਨਾ ਸੁਣਾਉਂਦਾ। ਉਹ ਵੇਹਲੇ ਬੰਦੇ ਲਈ ਰੋਟੀ ਕਿਥੋਂ ਦੇਣ ? ਮੰਜਾ ਡਾਹੁਣ ਲਈ ਤਾਂ ਥਾਂ ਨਹੀਂ ਸੀ ਫਿਰ ਵੀ ਉਨ੍ਹਾਂ ਦੁੱਲੇ ਨੂੰ ਆਪਣੇ ਘਰ ਰੱਖਿਆ ਹੋਇਆ ਸੀ। ਇਕ ਦਿਨ ਪ੍ਰਾਹੁਣਾ, ਦੋ ਦਿਨ ਪ੍ਰਾਹੁਣਾ-ਤੀਜੇ ਦਿਨ ਤਾਂ ਫਿਰ ਉਸਨੇ ਦਾਦੇ ਮਗਾਉਣਾ ਹੀ ਬਣ ਜਾਣਾ ਸੀ। ਦੋ ਚਾਰ ਦਿਨ ਸ਼ਾਇਦ ਉਹ ਦੁੱਲੇ ਦੇ ਹੋਰ ਕਟਾ ਦਿੰਦੇ ਪਰ ਮਹਿਤੋ ਨੂੰ ਦੁੱਲੇ ਦੀਆਂ ਹਰਕਤਾਂ ਬਾਰੇ ਭਿਣਕ ਪੈ ਚੁੱਕੀ ਸੀ। ਉਸੇ ਰਾਤ ਉਸਨੇ ਦੁੱਲੇ ਨੂੰ ਸਪੱਸ਼ਟ ਕਹਿ ਦਿੱਤਾ ਸੀ- "ਬਈ ਕਾਕਾ ! ਹੁਣ ਤੂੰ ਏਥੋਂ ਅਲੀ ਪੰਜ ਹੋ, ਆਪ ਤਾਂ ਫਸੇਂਗਾ, ਨਾਲ ਸਾਨੂੰ ਵੀ ਫਸਾਏਂਗਾ- ਤੇਰੇ ਚਾਲੇ ਠੀਕ ਨੀਂ ਲੱਗਦੇ। ਅਸੀਂ ਤਾਂ ਬਾਲ-ਬੱਚੇਦਾਰ ਆਂ, ਜੋ ਤੂੰ ਕਰਦਾ ਫਿਰਦੈਂ-ਏਨੀ ਧੰਗੇੜ ਸਹਿਣ ਜੋਗੇ ਨੀਂ ਅਸੀਂ।" ਦੁੱਲਾ ਬਾਬੇ ਮਹਿਤੋ ਦੇ ਡਰ ਨੂੰ ਸਮਝ ਗਿਆ ਸੀ। ਉਹ ਬਾਬੇ ਮਹਿਤੋ ਨਾਲ ਕੋਈ ਸੁਆਲ-ਜੁਆਬ ਨਹੀਂ ਕਰਨਾ ਚਾਹੁੰਦਾ ਸੀ। ਉਹ ਚੁੱਪ ਚਾਪ, ਬਿਨਾਂ ਕੁਝ ਬੋਲਿਆ ਉਦੋਂ ਹੀ ਬਾਬੇ ਮਹਿਤੋ ਦਾ ਘਰ ਛੱਡ ਗਿਆ ਸੀ।

ਪੰਦਰਾਂ ਦਿਨ ਦੁੱਲਾ ਕਿੱਥੇ ਰਿਹਾ ਕੋਈ ਨਹੀਂ ਜਾਣਦਾ ਸੀ। ਸੋਲਵੇਂ ਦਿਨ ਸ਼ਾਮ ਨੂੰ ਠੇਕੇ 'ਤੇ ਗੁਰਮੁੱਖ ਨਾਲ ਦਸਤਪੰਜਾ ਪੈ ਗਿਆ। ਦੁੱਲਾ ਗੁਰਮੁੱਖ ਤੇ ਚੁੱਪ ਚਾਪ ਕਾਇਰਾਂ ਵਾਂਗੂ ਹਮਲਾ ਨਹੀਂ ਕਰਨਾ ਚਾਹੁੰਦਾ ਸੀ। ਉਸ ਨੇ ਲਲਕਾਰਾ ਮਾਰ ਕੇ ਗੁਰਮੁੱਖ ਨੂੰ ਚੌਕਸ ਕਰਦਿਆਂ ਕਿਹਾ - "ਮੈਂ ਆਂ ਲੱਧੀ ਦਾ ਪੁੱਤ ਦੁੱਲਾ ! ਹੋ ਜਾ ਕੈਮ ਆ ਗਿਆਂ ਮੈਂ ਤੇਰੀ ਖ਼ਬਰ ਲੈਣ ... ਤੇਰੀ ਮੌਤ।" ਗੁਰਮੁੱਖ ਅਜੇ ਸੰਭਲ ਹੀ ਰਿਹਾ ਸੀ ਕਿ ਦੁੱਲੇ ਨੇ ਘਾਪੇ ਦੇ ਪਹਿਲੇ ਵਾਰ ਨਾਲ ਹੀ ਗੁਰਮੁੱਖ ਦਾ ਸਿਰ ਧੜ ਨਾਲੋਂ ਵੱਖ ਕਰ ਦਿੱਤਾ। ਗੁਰਮੁੱਖ ਦੇ ਸਾਥੀ ਘੁੱਕਰ ਅਤੇ ਸੀਤਾ ਡਾਂਗਾਂ ਸੁੱਟ ਕੇ ਹਵਾ ਹੋ ਗਏ ਸਨ। ਦੁੱਲੇ ਨੇ ਗੁਰਮੁੱਖ ਦੇ ਸਿਰ ਨੂੰ ਠੁੱਡੇ ਨਾਲ ਰੇੜ੍ਹਦਿਆਂ ਕਿਹਾ- "ਕੁੱਤਿਆਂ ਜੱਟਾ ! ਤੇਰੀ ਮੌਤ ਮੇਰੇ ਹੱਥੋਂ ਲਿਖੀ ਸੀ," ਉਹ ਲਲਕਾਰੇ ਮਾਰੀ ਗਿਆ ਅਤੇ ਗੁਰਮੁੱਖ ਦੀ ਲਾਸ਼ ਦੇ ਟੁਕੜੇ ਕਰੀਂ ਗਿਆ। ਠੇਕੇ ਤੇ ਦਾਰੂ ਪੀਣ ਵਾਲੇ ਲੋਕਾਂ ਦਾ ਕਾਫ਼ੀ

ਇਕੱਠ ਸੀ। ਪਲਾਂ-ਸਕਿੰਟਾਂ ਵਿੱਚ ਸਭ ਲੋਕ ਵਾਹੋਦਾਹੀ ਦੌੜ ਗਏ ਸਨ। ਠੇਕੇ ਤੇ ਸੱਨਾਟਾ ਛਾ ਗਿਆ ਸੀ। ਠੇਕੇ ਦੇ ਕਰਿੰਦੇ ਨੇ ਬੈਠਕ (ਠੇਕਾ) ਦੀ ਅੰਦਰੋਂ ਕੁੰਡੀ ਲਾ ਲਈ ਸੀ। ਦੁੱਲੇ ਨੇ ਇਕ ਘਾਪਾ ਮਾਰ ਕੇ ਬੈਠਕ ਦੇ ਤਖ਼ਤੇ ਭੰਨ ਦਿੱਤੇ ਸਨ। ਕਰਿੰਦਾ ਥਰ ਥਰ ਕੰਬਣ ਲੱਗ ਪਿਆ ਸੀ। ਉਸਨੇ ਠੇਕੇ 'ਚੋਂ ਇਕ ਅਧੀਆ ਚੁੱਕਿਆ, ਢੱਕਣ ਖੋਲ੍ਹਿਆ ਅਤੇ ਗਟ ਗਟ ਪੀ ਗਿਆ। ਫਿਰ ਇਕ ਖਾਲੀ ਬੋਰੀ ਚੁੱਕੀ-ਬੋਰੀ ਵਿੱਚ ਸਿਰ, ਲੱਤਾਂ-ਬਾਹਾਂ ਅਤੇ ਧੜ ਪਾ ਲਿਆ। ਉਸ ਨੇ ਲਾਸ਼ ਵਾਲੀ ਬੋਰੀ ਸਿਰ ਤੇ ਰੱਖ ਲਈ ਅਤੇ ਰਾਜਸਥਾਨੀ ਨਹਿਰ ਵੱਲ ਤੁਰ ਪਿਆ। ਨਹਿਰ ਉਥੋਂ ਦੋ ਕਿਲੋਮੀਟਰ ਹੋਏਗੀ। ਪੰਦਰਾਂ ਮਿੰਟਾਂ ਵਿੱਚ ਹੀ ਉਹ ਨਹਿਰ ਕੋਲ ਪੁੱਜ ਗਿਆ। ਲਾਸ਼ ਨੂੰ ਨਹਿਰ 'ਚ ਵਗਾਹ ਕੇ ਦੁੱਲੇ ਨੇ ਕਿਹਾ- "ਮਾਂ! ਇਕ ਤਾਂ ਤੋਰ ਤਾਂ ਗੰਗਾ ਨੂੰ- ਛੱਡਦਾ ਮੈਂ ਦੂਜਿਆਂ ਨੂੰ ਵੀ ਨਹੀਂ ... ਐਂ ਈ ਕਰੂੰ ਮੈਂ ਉਨ੍ਹਾਂ ਦੇ ਟੁਕੜੇ-ਟੁਕੜੇ ਜਦ ਹੋਗੇ ਤੇਰੇ ਸੂਰਮੇ ਪੁੱਤ ਨਾਲ ਦੋ ਹੱਥ ... ਮਾਂ ... ਮਾਂ" ਅਗਾਂਹ ਉਹ ਕੁਝ ਨਾ ਬੋਲ ਸਕਿਆ, ਉਸਦਾ ਮਨ ਭਰ ਆਇਆ ਸੀ। ਗੁਰਮੁੱਖ ਨੂੰ ਮਾਰ ਕੇ ਉਸ ਦੇ ਤਨ ਦੀ ਅੱਗ ਸ਼ਾਂਤ ਨਹੀਂ ਹੋਈ ਸੀ ...
"ਇਹ ਅੱਗ ਉਦੋਂ ਸ਼ਾਂਤ ਹੋਏਗੀ ਜਦੋਂ ਮੈਂ ਘੁੱਕਰ ਅਤੇ ਸੀਤੇ ਨੂੰ ਗੱਡੀ ਚੜ੍ਹਾ ਦਿੱਤਾ।" ਆਪਣੇ ਆਪ ਨੂੰ ਏਨਾ ਕਹਿ ਕੇ ਉਹ ਨਹਿਰ ਦੇ ਕਿਨਾਰੇ ਤੇ ਬਹਿ ਕੇ ਮੂੰਹ-ਹੱਥ ਧੋਣ ਲੱਗ ਪਿਆ-ਘਾਪਾ ਵੀ ਉਸ ਨੇ ਨਹਿਰ ਵਿੱਚ ਸੁੱਟ ਦਿੱਤਾ। ਉਹ ਅਜੇ ਮੂੰਹ-ਹੱਥ ਧੋ ਹੀ ਰਿਹਾ ਸੀ ਕਿ ਪੁਲਸ ਨੇ ਉਸਨੂੰ ਘੇਰਾ ਪਾ ਲਿਆ ਸੀ। ਪੁਲਸ ਚੌਕੀ ਪਿੰਡ ਵਿਚ ਹੋਣ ਕਰਕੇ ਪੁਲਸ ਜਲਦੀ ਆ ਗਈ ਸੀ। ਪੁਲਸ ਵਾਲੇ ਗੁਰਮੁੱਖ ਦੇ ਘਰੋਂ ਅਕਸਰ ਦਾਰੂ-ਛਿੱਕਾ ਛਕਦੇ ਰਹਿੰਦੇ ਸਨ, ਗੁਰਮੁੱਖ ਦੀ ਪੁਲਸ ਨਾਲ ਖਾਣ-ਪੀਣ ਦੀ ਸਾਂਝ ਸੀ ਇਸ ਕਾਰਨ ਹੀ ਪੁਲਸ ਨੇ ਤੁਰੰਤ ਐਕਸ਼ਨ ਲਿਆ ਸੀ। ਦੁੱਲੇ ਨੇ ਭੱਜਣ ਦੀ ਕੋਸ਼ਿਸ਼ ਨਹੀਂ ਕੀਤੀ। ਦੁੱਲੇ ਨੇ ਨਾ ਪੁਲਸ ਅੱਗੇ ਹੱਥ ਖੜੇ ਕੀਤੇ ਸਗੋਂ ਬਿਨਾਂ ਹੀਲ-ਹੁੱਜਤ ਦੁੱਲੇ ਨੇ ਹੱਥਕੜੀ ਲਈ ਪੁਲਸ ਵੱਲ ਹੱਥ ਵਧਾ ਦਿੱਤੇ। ਜਦ ਪੁਲਸ ਉਸਨੂੰ ਹੱਥਕੜੀ ਲਾ ਰਹੀ ਸੀ, ਦੁੱਲਾ ਪੁਲਸ ਨਾਲ ਆਏ ਲੋਕਾਂ ਵੱਲ ਮੂੰਹ ਕਰਕੇ ਸ਼ੇਰ ਵਾਂਗ ਦਹਾੜਿਆ ਸੀ "ਜੀਹਨੇ ਜਿੰਨਾ ਜ਼ੋਰ ਲਾਉਣਾ ਲਾ ਲਏ-ਛੱਡਦਾ ਮੈਂ ਘੁੱਕਰ ਅਤੇ ਸੀਤੇ ਨੂੰ ਵੀ ਨਹੀਂ-ਕੋਈ ਜੇਲ੍ਹ ਐਸੀਂ ਨੀਂ ਬਣੀ ਜੋ ਦੁੱਲੇ ਨੂੰ ਡੱਕ ਸਕੇ। ਜੇਲ੍ਹ ਤਾਂ ਕੀ ਮੈਂ ਤਾਂ ਦਿੱਲੀ ਦੇ ਕਿੰਗਰੇ ਢਾਅ ਦੂੰ ... ਮੈਂ ਲੱਧੀ ਦਾ ਪੁੱਤ ਦੁੱਲਾ ਆਂ ਲੋਕੋ ਦੁੱਲਾ ਸੂਰਮਾ।"

ਨਹੀਂ, ਮੈਂ ਦਲਿਤ ਹਾਂ/ਜਿੰਦਰ

ਮੈਂ ਆਪਣੀ ਜ਼ਿੰਦਗੀ ਦੀ ਬੈਲੰਸਸ਼ੀਟ ਬਣਾ ਰਿਹਾ ਹਾਂ। ਮੈਨੂੰ ਪਤਾ ਨਹੀਂ ਲੱਗ ਰਿਹਾ ਕਿ ਕਲੋਜ਼ਿੰਗ ਬੈਲੰਸ 'ਤੇ ਆ ਕੇ ਮੈਂ ਵਾਰ ਵਾਰ ਕਿਉਂ ਟਪਲਾ ਖਾ ਜਾਂਦਾ ਹਾਂ।

'ਹਾਨੀ' ਵਾਲੇ ਕਾਲਮ ਭਰਦਿਆਂ ਮੇਰੇ ਮਨ 'ਚ ਆਉਂਦਾ ਹੈ ਕਿ ਮੈਂ ਆਪਣੇ ਆਪ ਨੂੰ ਗਾਲ੍ਹਾਂ ਕੱਢਾਂ। ਕਮੀਨਾ, ਘਟੀਆ ਤੇ ਹੋਰ ਅਪਸ਼ਬਦਾਂ ਨਾਲ ਸੰਬੋਧਤ ਕਰਾਂ। ਮਾਰਕਸ ਦੀ ਫੋਟੋ ਅੱਗੇ ਹੱਥ ਜੋੜ ਕੇ ਤੇ ਸਿਰ ਨਿਵਾ ਕੇ ਕਹਾਂ, "ਸਰਵੋਤਮ ਪੁਰਸ਼, ਮੈਨੂੰ ਮਾਫ਼ ਕਰ ਦਿਓ। ਮੈਂ ਕਿਸ ਪਾਸੇ ਜਾਣਾ ਸੀ। ਮੇਰੀ ਮੰਜ਼ਿਲ ਕੀ ਸੀ। ਮੈਂ ਕਿਸ ਪਾਸੇ ਨੂੰ ਤੁਰ ਪਿਆ ਹਾਂ। ਹੁਣ ਤੁਸੀਂ ਹੀ ਦੱਸੋ-ਕੀ ਮੇਰੇ ਕੋਲ ਕੋਈ ਹੋਰ ਬਦਲ ਨਹੀਂ ਰਿਹਾ ? ਕੀ ਇਹੀ ਇਕੋ ਇਕ ਰਸਤਾ ਬਚਿਆ ਆ।" ਪਤਾ ਨਹੀਂ-ਕਿਸ ਪਾਸਿਓਂ ਵਾਰ-ਵਾਰ ਇਕ ਆਵਾਜ਼ ਆਉਂਦੀ ਹੈ, 'ਬੰਦੇ ਅੰਦਰੋਂ ਉਸ ਦੀ ਜਾਤ ਨਹੀਂ ਜਾਂਦੀ। ਸੰਸਕਾਰ ਨਹੀਂ ਮਰਦੇ।' ਹੁਣ, ਮੈਂ ਇਸ ਆਵਾਜ਼ ਨੂੰ ਕੀ ਜਵਾਬ ਦੇਵਾਂ। ਇਹੀ ਕਿ ਮੈਂ ਤਾਂ ਕਦੇ ਆਪਣੀ ਜਾਤ ਬਾਰੇ ਸੋਚਿਆ ਹੀ ਨਹੀਂ ਸੀ। ਮੇਰਾ ਇਸ ਪਾਸੇ ਵੱਲ ਕਦੇ ਧਿਆਨ ਹੀ ਨਹੀਂ ਗਿਆ ਸੀ। ਮੇਰੇ ਦੋਸਤਾਂ ਦੇ ਘੇਰੇ 'ਚ ਅਪਰਕਾਸਟ ਵਾਲੇ ਵੀ ਸਨ ਤੇ ਦਲਿਤ ਭਾਈ ਵੀ। ਮੇਰੇ ਲਈ ਸਾਰੇ ਸਾਥੀ ਸਨ। ਮੇਰੇ ਆਪਣੇ।

ਪੰਜਾਹ ਸਾਲਾਂ ਦੀ ਉਮਰ ਤੱਕ ਮੈਂ ਵਰਗ ਚੇਤਨਾ, ਸੰਘਰਸ਼, ਬੁਰਜੂਆ, ਪੈਟੀ ਬੁਰਜੂਆ, ਪਰੋਲਤਾਰੀ ਵਰਤਾਰਿਆਂ 'ਚ ਉਲਝਿਆ ਰਿਹਾ। ਹੁਣ ਮੈਨੂੰ ਵਰਣ ਚੇਤਨਾ, ਦਲਿਤ ਚੇਤਨਾ, ਚਿੰਤਨ, ਦਲਿਤ ਜਾਤਾਂ ਤੰਗ ਕਰਨ ਲੱਗੀਆਂ ਹਨ। ਮੈਂ ਇਹ ਗੱਲ ਮੰਨਦਾ ਹਾਂ ਕਿ ਅੰਦਰ ਖਾਤੇ ਮੈਂ ਦੂਜੀਆਂ ਜਾਤਾਂ ਨੂੰ ਨਫ਼ਰਤ ਕਰਨ ਲੱਗਾ ਹਾਂ। ਕੀ ਇਹ ਰੂਪ ਲਾਲ ਦਾ ਅਸਰ ਹੈ ਜਿਹੜਾ ਨਿੱਤ ਮੈਨੂੰ ਸਮਝੌਤੀਆਂ ਦਿੰਦਾ ਹੈ, "ਬ੍ਰਾਹਮਣਾਂ, ਖੱਤਰੀਆਂ, ਅਰੋੜਿਆਂ, ਜੱਟਾਂ ਨੇ ਸਾਡੇ ਨਾਲ ਬਹੁਤ ਵਿਤਕਰਾ ਕੀਤਾ। ਬਹੁਤ ਹੀ ਜ਼ਿਆਦਾ। ਤੂੰ ਆਪਣਾ ਪਾਸਟ ਦੇਖ। ਭਵਿੱਖ ਵੱਲ ਝਾਤੀ ਮਾਰ। ਪਿੰਡ ਜਾ ਕੇ ਵੇਖ-ਸਾਡੀ ਵੈਲਯੂ ਕਿੰਨੀ ਆ-ਅਸੀਂ ਅਜੇ ਵੀ ਉਨ੍ਹਾਂ ਲੋਕਾਂ ਲਈ ਚੂਹੜ ਚੜੰਮ ਆਂ। ਮੇਰਾ ਇਕ ਕੁਲੀਗ ਆ। ਜਸਵੰਤ। ਗੋਹੀਰਾਂ ਪਿੰਡ ਦਾ। ਉਨ੍ਹਾਂ ਦਾ ਪਿੰਡ ਦਾ ਇੱਕ ਵਲੈਤੀਆ ਵੀਹ ਸਾਲਾਂ ਬਾਅਦ ਪਿੰਡ ਆਇਆ ਸੀ। ਉਸ ਆਉਂਦਿਆਂ ਸਾਰ ਕੋਠੀ ਬਣਾਉਣੀ ਸ਼ੁਰੂ ਕਰ ਦਿੱਤੀ। ਜਸਵੰਤ ਨੇ ਉਹਨੂੰ ਕਿਹਾ, 'ਤੇਰੇ ਤਿੰਨੇ ਮੁੰਡਿਆਂ 'ਚੋਂ ਕਿਸੇ ਨੇ ਇੱਥੇ ਆ ਕੇ ਨ੍ਹੀਂ ਰਹਿਣਾ। ਐਵੇਂ ਚਾਲੀ-ਪੰਜਾਹ ਲੱਖ ਖਰਚ ਕਰਨ ਦੀ ਕੀ ਤੁਕ ਆ। ਕੋਈ ਹਸਪਤਾਲ ਜਾਂ ਕੋਈ ਯਾਦਗਾਰ ਬਣਾ ਜਾ।' ਵਲੈਤੀਏ ਨੇ

ਜਸਵੰਤ ਵੱਲ ਘੂਰ ਕੇ ਦੇਖਿਆ ਤੇ ਬੋਲਿਆ, 'ਤੇਰੀਆਂ ਤਾਂ ਪੁਠੀਆਂ ਗੱਲਾਂ ਰਹੀਆਂ। ਪਿੰਡ 'ਚ ਤਾਂ ਚੂਹੜ ਚੜੰਮ ਕੋਠੀਆਂ ਬਣਾਈ ਜਾਂਦੇ ਆ-ਅਸੀਂ ਪਿੰਡ ਦੇ ਮਾਲਕ ਆਂ। ਜ਼ਮੀਨ ਜਾਇਦਾਦਾਂ ਵਾਲੇ ਆਂ।' ਦੇਖ ਲੈ-ਇਨ੍ਹਾਂ ਲੋਕਾਂ ਦੀ ਨਫ਼ਰਤ ਦੀ ਹੱਦ....।" ਮੇਰਾ ਬੇਟਾ ਸਤੀਸ਼ ਮੇਰਾ ਗੁਰੂ ਬਣ ਜਾਂਦਾ ਹੈ, "ਇਹ ਪ੍ਰਾਈਵੇਟੀਸ਼ਨ ਦਾ ਯੁੱਗ ਆ ਜਿਥੇ ਹਰ ਸੰਬੰਧ ਤੇ ਹਰ ਆਦਮੀ ਦੀ ਕੀਮਤ ਮਹਿਜ ਮੁਨਾਫਾ ਆ। ਜਿਸ ਇਸ ਗੱਲ ਨੂੰ ਸਮਝ ਲਿਆ-ਉਹ ਹੀ ਕਾਮਯਾਬ ਹੋਵੇਗਾ। ਹੁਣ ਸਾਡਾ ਫਾਇਦਾ ਮਾਇਆਵਤੀ ਜੀ ਨਾਲ ਜੁੜਨ 'ਚ ਆ। ਦੂਜੀ ਗੱਲ-ਸਾਨੂੰ ਆਪਣੀ ਜਾਤ ਬਾਰੇ ਤੇ ਆਪਣੇ ਲੋਕਾਂ ਬਾਰੇ ਵੀ ਸੁਚੇਤ ਹੋਣ ਦੀ ਲੋੜ ਆ। ਡੈਡੀ ਜੀ-ਬੀ ਪ੍ਰਕੈਟੀਕਲ। ਪੰਜਾਬ 'ਚ ਸਾਡੀ ਕਿੰਨੀ ਆਬਾਦੀ ਆ-ਦੱਸੋ ਕਦੇ ਸਾਡੀ ਜਾਤ ਦਾ ਸੀ. ਐਮ. ਬਣਿਆ। ਤੁਸੀਂ ਪਹਿਲਾਂ ਆਪਣੇ ਪਾਸਟ ਨੂੰ ਦੇਖੋ-ਫੇਰ ਭਵਿੱਖ ਨੂੰ ਜਾਣੀਓਂ। ਤੁਸੀਂ ਆਪਣੇ ਡੀਪਾਰਟਮੈਂਟ 'ਚ ਬੈਲੰਸਸ਼ੀਟ ਬਣਾਉਣ ਦੇ ਮਾਹਰ ਹੋ-ਹੁਣ ਆਪਣੀ ਜ਼ਿੰਦਗੀ ਦੀ ਬੈਲੰਸਸ਼ੀਟ ਬਣਾ ਕੇ ਦੇਖੋ। ਕਾਮਰੇਡਾਂ ਨਾਲ ਜੁੜ ਕੇ ਕੀ ਖੱਟਿਆ ਤੇ ਕੀ ਗੁਆਇਆ....।" ਸੀਬੋ ਕਹਿੰਦੀ ਹੈ, "ਮੈਨੂੰ ਤਾਂ ਹੁਣ ਸਮਝ ਲੱਗੀ ਆ-ਆਪਣੇ ਆਪਣੇ ਹੀ ਹੁੰਦੇ ਆ। ਕਲ੍ਹ ਮੈਨੂੰ ਸੈਰ ਕਰਨ ਜਾਂਦੀ ਨੂੰ ਸਤਿਆ ਮਿਲੀ ਸੀ। ਉਹ ਕਹਿੰਦੀ ਸੀ ਕਿ ਆਪਾਂ ਮਹੀਨੇ 'ਚ ਇਕ ਵਾਰੀ ਕਿੱਟੀ ਪਾਰਟੀ ਰੱਖਿਆ ਕਰੀਏ ਜਿਸ ਵਿੱਚ ਆਪਣੀ ਬਰਾਦਰੀ ਦੀਆਂ ਹੀ ਔਰਤਾਂ ਸ਼ਾਮਿਲ ਹੋਣ।" ਭਾਪਾ ਜੀ ਆਪਣਾ ਗਿਆਨ ਝਾੜਦੇ ਹਨ, "ਤੂੰ ਕਾਮਰੇਡ ਬਣ ਕੇ ਕੀ ਥਣ ਪੁੱਟ ਲਿਆ। ਹੁਣ ਬਹੁਜਨ ਸਮਾਜ ਪਾਰਟੀ 'ਚ ਆ ਜਾ। ਮਹਿੰਦਰ ਮੈਨੂੰ ਕਹਿੰਦਾ ਸੀ ਕਿ ਪਿਆਰੇ ਨੂੰ ਮਨਾ ਲਓ। ਉਹ ਰਿਟਾਇਰਮੈਂਟ 'ਤੇ ਬੈਠਾ। ਆਪਾਂ ਉਹਨੂੰ ਕੌਂਸਲਰ ਦੀ ਸੀਟ 'ਤੇ ਖੜ੍ਹਾ ਕਰ ਦੇਣਾ। ਉਹਦੀ ਜਿੱਤ ਪੱਕੀ ਆ। ਆਪਣੀ ਬਰਾਦਰੀ ਦੀਆਂ ਵੋਟਾਂ ਤਾਂ ਲੋਹੇ ਵਰਗੀਆਂ ਪੱਕੀਆਂ। ਹੁਣ ਤੂੰ ਸਿਆਣਾ ਬਣ। ਆਪਣੇ ਮੂਲ ਨੂੰ ਪਛਾਣ। ਮੈਨੂੰ ਆਪ ਨੂੰ ਹੁਣ ਸਮਝ ਲੱਗੀ ਆ ਕਿ ਇੱਥੇ ਬੰਦੇ ਦਾ ਮੁੱਲ ਉਸ ਦੀ ਜਾਤ ਦੇ ਸਿਰ 'ਤੇ ਪੈਂਦਾ ਆ।"

ਮੇਰੇ ਅੰਦਰ ਆਪਣੇ ਮੂਲ ਨੂੰ ਜਾਨਣ ਦੀ ਜਗਿਆਸਾ ਪੈਦਾ ਹੋਈ ਹੈ। ਇਹ ਕਦੇ ਬਹੁਤ ਹੀ ਤੇਜ਼ ਹੋ ਜਾਂਦੀ ਹੈ। ਕਦੇ ਮੱਧਮ ਪੈ ਜਾਂਦੀ ਹੈ। ਮੈਂ ਉਦੋਂ ਔਖਾ ਹੁੰਦਾ ਹਾਂ ਜਦੋਂ ਮੇਰੇ ਅੰਦਰ ਬੈਠਾ ਕਾਮਰੇਡ ਮੇਰੇ ਬੁੱਲਾਂ 'ਤੇ ਆਪਣਾ ਖੁਰਦਰਾ ਹੱਥ ਰੱਖ ਕੇ ਚੀਕਦਾ ਹੈ, "ਓਏ ਮੂਰਖਾ, ਅਕਲ ਕਰ। ਤੂੰ ਕਿਹੜੇ ਪਾਸੇ ਤੁਰ ਪਿਆਂ। ਕੋਈ ਚੱਜ ਦਾ ਕੰਮ ਕਰ। ਐਨਾ ਨਿਰਾਸ਼ ਨ੍ਹੀਂ ਹੋਈਦਾ। ਕੋਈ ਵੀ ਪਾਰਟੀ ਇਕ ਜਾਂ ਦੋ ਬੰਦਿਆਂ ਦੀ ਮਲਕੀਅਤ ਨਹੀਂ ਹੁੰਦੀ। ਚੱਲ-ਉਠ ਸ਼ੇਰ ਬਣ ਜਾ। ਨ੍ਹੀਂ ਤਾਂ ਦੇਖ ਲੈ ਸੁਰਜਨ ਸੰਧੂ ਵਰਗੇ ਲੋਕਾਂ ਨੇ ਕਹਿਣਾ-ਕਰ ਦਿੱਤੀ ਨਾ ਚੜ੍ਹੰਮਾਂ ਵਾਲੀ ਗੱਲ।" ਇਹਦੀ ਕਹੀ ਹੋਈ ਪਿਛਲੀ ਗੱਲ ਤੋਂ ਮੈਂ ਪ੍ਰੇਸ਼ਾਨ ਹੋ ਜਾਂਦਾ ਹਾਂ। ਜੀ ਕਰਦਾ ਹੈ ਕਿ ਆਪਣੇ ਅੰਦਰ ਬੈਠੇ ਕਾਮਰੇਡ ਦਾ ਗਲ ਘੁੱਟ ਦੇਵਾਂ। ਅਜੇ ਤੱਕ ਮੈਥੋਂ ਇਹਦਾ ਗਲ ਨਹੀਂ ਘੁੱਟ ਹੋਇਆ। ਪਰ ਘੁੱਟਣ ਦੀ ਖਵਾਹਿਸ਼ ਬਰਕਰਾਰ ਹੈ। ਮੈਂ ਇਹਨੂੰ ਮਾਰ ਕੇ ਸੌਖਾ ਹੋ ਸਕਦਾ ਹਾਂ। ਇਸ ਤੋਂ ਡਰਦਾ ਵੀ ਹਾਂ ਕਿ ਕਿਤੇ ਇਹ ਹੀ ਮੈਨੂੰ ਮਾਰ ਨਾ ਦੇਵੇ।

ਅਚਾਨਕ ਮੇਰੇ ਸਾਹਮਣੇ ਬਾਬਾ ਹਰਨਾਮ ਸਿੰਘ ਕਾਲਾ ਸੰਘਿਆਂ ਦਾ ਚਿਹਰਾ ਪ੍ਰਗਟ ਹੁੰਦਾ ਹੈ। ਬਾਬਾ ਹਰਨਾਮ ਸਿੰਘ ਵਲਦ ਸੁੰਦਰ ਸਿੰਘ, ਪਿੰਡ ਕਾਲਾ ਸੰਘਿਆਂ। ਦੇਸ਼ ਭਗਤ। ਉਹ ਕਹਿੰਦਾ ਹੈ, "ਤੂੰ ਕਿਉਂ ਕਿਸੇ ਦੀ ਪ੍ਰਵਾਹ ਕਰਦਾਂ? ਜੋ ਤੇਰੇ ਮਨ ਨੂੰ ਚੰਗਾ ਲੱਗਦਾ,

ਉਹੀ ਕਰ। ਪਾਰਟੀ ਦੀ ਬਹੁਤੀ ਪ੍ਰਵਾਹ ਨ੍ਹੀਂ ਕਰੀਦੀ। ਮੇਰੇ ਵੱਲ ਦੇਖ-ਮੈਨੂੰ ਵੀ ਸੋਹਣ ਸਿੰਘ ਭਕਨਾ ਤੇ ਰੂੜ ਸਿੰਘ ਚੂਹੜਚੱਕ ਨੇ ਪਾਰਟੀ ਵਿਚੋਂ ਕੱਢ ਦਿੱਤਾ ਸੀ। ਇਸੇ ਕਰਕੇ ਕਿ ਮੈਂ ਪਾਰਟੀ ਦਾ ਹੁਕਮ ਨ੍ਹੀਂ ਮੰਨਿਆ ਸੀ। ਮੇਰੀ ਕੁਰਬਾਨੀ ਦੇਖ-ਮੈਨੂੰ ਪਿੰਜਰੇ 'ਚ ਤਾੜਿਆ ਗਿਆ। ਮੈਂ ਸਵਾ ਮਣ ਅਨਾਜ ਪੀਸਿਆ, ਕੀੜੀਆਂ ਤੇ ਸੁੰਡੀਆਂ ਵਾਲਾ ਆਟਾ ਖਾਧਾ, ਗੋਰਿਆਂ ਦੀ ਅੰਨੀਂ ਸਖਤਾਈ। ਮੈਂ ਆਪਣੀ ਜਵਾਨੀ ਰੋਲੀ। ਦੋਵੇਂ ਮੁੰਡੇ ਮਰ ਗਏ। ਪਰ ਮੈਂ ਹਾਰ ਨ੍ਹੀਂ ਮੰਨੀਂ। ਤੂੰ ਚੰਗੇ ਕੰਮ ਕਰ। ਸਮਾਂ ਤੇਰਾ ਸਾਥ ਦੇਵੇਗਾ। ਸਮਝਿਆ ਮੇਰੀ ਗੱਲ ਨੂੰ ?"

ਸਮਝਦਾ ਤਾਂ ਮੈਂ ਸਭ ਕੁਝ ਹਾਂ ਪਰ ਆਤਮਾ ਤੇ ਮਨ ਵਿਚਲਾ ਦਵੰਧ ਯੁੱਧ ਮੇਰੀ ਕੋਈ ਪੇਸ਼ ਨਹੀਂ ਜਾਣ ਦੇ ਰਿਹਾ।

****

ਜ਼ਿੰਦਗੀ 'ਚ 'ਕੁਝ' ਪੂਰੀ ਤਰ੍ਹਾਂ ਮਰਦਾ ਕਿਉਂ ਨਹੀਂ ? ਮੇਰੇ ਮਨ 'ਤੇ ਇਹ ਵਿਚਾਰ ਭਾਰੂ ਹੋਣ ਲੱਗੇ ਹਨ। ਜਦੋਂ ਮੈਂ ਇਕੱਲਾ ਹੋਵਾਂ ਉਦੋਂ ਹੀ ਬਹੁਤ ਜ਼ਿਆਦਾ ਸੋਚਦਾ ਹਾਂ। ਜਿਵੇਂ ਹੁਣ ਦੀ ਮੇਰੀ ਅਵਸਥਾ ਹੈ। ਸਤੀਸ਼ ਨੇ ਮੈਨੂੰ ਕੱਲ੍ਹ ਪੁੱਛਿਆ ਸੀ, "ਤੁਹਾਡੀ ਜ਼ਿੰਦਗੀ ਦੀ ਬੈਲੰਸਸ਼ੀਟ ਕਿੱਥੇ ਕੁ ਪਹੁੰਚੀ ਆ ?"

ਹੁਣ ਮੈਂ ਇਕ ਹੋਰ ਬੈਲੰਸਸ਼ੀਟ ਬਣਾਉਣੀ ਸ਼ੁਰੂ ਕੀਤੀ ਹੈ। ਇਸ ਵਾਰ ਅਡਜਸਟਮੈਂਟ ਅਕਾਊਂਟ ਦਾ ਸਹਾਰਾ ਲੈਂਦਾ ਹਾਂ। ਇੱਥੇ ਮੈਨੂੰ ਖੁੱਲ੍ਹ ਹੁੰਦੀ ਸੀ ਕਿ ਮੈਂ ਜਿਵੇਂ ਚਾਹਾਂ-ਰਕਮਾਂ ਇਧਰ ਉਧਰ ਕਰ ਸਕਦਾ ਸੀ। ਮੈਨੂੰ ਪਤਾ ਹੁੰਦਾ ਸੀ ਕਿ ਮੈਂ ਇਹਨੂੰ ਕਿਵੇਂ ਫਾਈਨਲ ਟੱਚ ਦੇਣੀ ਸੀ। ਪਰ ਮੈਥੋਂ ਆਪਣੀ ਬੈਲੰਸਸ਼ੀਟ ਬਣਾਉਂਦਿਆਂ ਗੜਬੜ ਹੋ ਗਈ ਹੈ। 'ਲਾਭ' ਵਾਲੇ ਪਾਸੇ 'ਤੇ ਕਾਮਰੇਡ ਭਾਰੂ ਹੈ। ਮੈਂ ਆਪਣੇ ਫਾਇਦੇ ਬਾਰੇ ਕੁਝ ਜ਼ਿਆਦਾ ਹੀ ਸੋਚ ਰਿਹਾ ਹਾਂ। ਮੈਨੂੰ ਇਹ ਬੈਲੰਸਸ਼ੀਟ ਵੀ ਅਧੂਰੀ ਲੱਗਦੀ ਹੈ। ਮੈਂ ਕਾਗਜ਼ ਪਰ੍ਹਾਂ ਸੁੱਟ ਦਿੰਦਾ ਹਾਂ। ਦਿਮਾਗ਼ ਦਾ ਟਿਸ਼ੂ ਤੰਤਰ ਕਦੇ ਪਿਛਲਖੁਰੀ ਦੌੜਦਾ ਹੈ। ਕਦੇ ਅਗਾਂਹ ਨੂੰ ਹੀ ਜਾਈ ਜਾਂਦਾ ਹੈ।

ਇਕ ਹੋਰ ਬੈਲੰਸਸ਼ੀਟ ਬਣਾਉਣੀ ਸ਼ੁਰੂ ਕਰਦਾ ਹਾਂ। ਇਸ ਵਾਰ ਲਿਖਦਾ ਹਾਂ। ਹਾਨੀ। ਕਾਮਰੇਡ। ਲਾਭ। ਦਲਿਤ। ਲਾਭ ਵਾਲੇ ਪਾਸੇ ਮੈਥੋਂ ਵਾਰ-ਵਾਰ ਦਲਿਤ ਲਿਖਿਆ ਜਾਂਦਾ ਹੈ। ਮੈਂ ਅਕਾਊਂਟਿੰਗ ਵਿਧੀ ਛੱਡ ਕੇ ਡੈਰੀਏਟਿਵ ਵਿਧੀ ਦੀ ਵਰਤੋਂ ਕਰਦਾ ਹਾਂ। ਸੋਚਦਾ ਹਾਂ ਕਿ ਮੈਂ ਆਪਣਾ ਧਿਆਨ 'ਹਾਨੀ' ਤੇ ਹੀ ਕਿਉਂ ਕੇਂਦਰਿਤ ਕਰ ਰਿਹਾ ਹਾਂ। ਹਾਨੀ ਪਾਰਟੀ ਨਾਲ ਜੁੜ ਜਾਂਦੀ ਹੈ। ਕੀ ਮੇਰੇ ਨਾਲ ਵਿਤਕਰਾ ਜਾਤ ਕਰਕੇ ਹੀ ਹੋਇਆ ਹੈ ? ਬਹੁਤ ਕੁਝ ਹੋਰ ਹੈ ਜਿਸ ਵੱਲ ਮੇਰਾ ਧਿਆਨ ਨਹੀਂ ਜਾਂਦਾ। ਮੈਨੂੰ ਆਪਣੇ ਕੁਲੀਗ ਜਸਵਿੰਦਰ, ਜਿਸ ਕੋਲੋਂ ਮੈਂ ਬੈਲੰਸਸ਼ੀਟ ਬਣਾਉਣੀ ਸਿੱਖੀ ਸੀ, ਦਾ ਕਿਹਾ ਯਾਦ ਆਉਂਦਾ ਹੈ, "ਬੈਲੰਸਸ਼ੀਟ ਵਿੱਚ ਕੁਝ ਫਿਗਰਾਂ ਆਪਣੇ ਕੋਲੋਂ ਵੀ ਪਾਉਣੀਆਂ ਪੈਂਦੀਆਂ ਆ। ਇਹਨੂੰ ਅਡਜਸਟਮੈਂਟ ਅਕਾਊਂਟ ਕਹਿੰਦੇ ਆ। ਇਹਦੇ ਬਿਨਾਂ ਬੈਲੰਸਸ਼ੀਟ ਨ੍ਹੀਂ ਬਣ ਸਕਦੀ।" ਮੈਨੂੰ ਲੱਗਦਾ ਹੈ ਕਿ ਇਹੀ ਕੁਝ ਜ਼ਿੰਦਗੀ 'ਚ ਵੀ ਵਾਪਰਦਾ ਹੈ। ਇਕ ਵਾਰ ਫੇਰ ਮੈਂ ਐਡਜਸਮੈਂਟ ਅਕਾਊਂਟ ਦਾ ਆਸਰਾ ਲੈਂਦਾ ਹਾਂ। ਸ਼ਾਇਦ ਇਥੋਂ ਹੀ ਮੇਰੇ ਅੰਦਰ ਦੀ ਨਫ਼ਰਤ ਵਿਰਾਟ ਰੂਪ ਧਾਰਨ ਕਰਨ ਲੱਗੀ ਹੈ।

****

ਸ਼ਾਮੀਂ 'ਸਟਾਰ ਨਿਊਜ਼' ਨੇ ਦਲਿਤਾਂ ਬਾਰੇ ਇੱਕ ਪੁਰਾਣੀ ਰਿਕਾਰਡਿੰਗ ਦਿਖਾਈ ਸੀ। ਚੰਦਰਭਾਨ ਪ੍ਰਸ਼ਾਦ ਨੇ ਦੱਸਿਆ ਸੀ, "ਮਾਇਆਵਤੀ ਵੱਲੋਂ ਉੱਤਰ ਪ੍ਰਦੇਸ਼ ਦੀ ਮੁੱਖ ਮੰਤਰੀ ਵਜੋਂ ਸਹੁੰ ਚੁੱਕਣਾ ਆਜ਼ਾਦੀ ਤੋਂ ਬਾਅਦ ਭਾਰਤ ਦੇ ਇਤਿਹਾਸ ਦੀ ਅਹਿਮ ਘਟਨਾ ਹੈ। ਇਹ ਦਲਿਤਾਂ ਦੇ ਲਿਖਤ ਇਤਿਹਾਸ 'ਚ ਦਰਜ ਤੀਜੀ ਅਹਿਮ ਘਟਨਾ ਹੈ। ਜਦੋਂ ਇੱਕ ਦਲਿਤ ਨੂੰ ਐਨੇ ਉੱਚੇ ਅਹੁਦੇ ਤੇ ਪਹੁੰਚਣ ਤੇ ਅਗਵਾਈ ਕਰਨ ਦਾ ਮਾਣ ਹਾਸਿਲ ਹੋਇਆ। ਪਹਿਲੀ ਘਟਨਾ ਇਹ ਸੀ ਕਿ ਸੰਤ ਰਵਿਦਾਸ ਨੇ ਤਰਕ ਦੇ ਆਧਾਰ ਤੇ ਬਨਾਰਸ ਦੇ ਬ੍ਰਾਹਮਣਾਂ ਨੂੰ ਹਰਾ ਦਿੱਤਾ ਸੀ। ਇਹ ਗੱਲ ਸ਼ਾਸਤਰਾਂ 'ਚ ਦਰਜ ਹੈ। ਦੂਜੀ ਅਹਿਮ ਘਟਨਾ ਡਾ. ਅੰਬੇਡਕਰ ਦਾ ਭਾਰਤ ਦੇ ਸੰਵਿਧਾਨ ਦਾ ਖਰੜਾ ਤਿਆਰ ਕਰਨ ਵਾਲੀ ਕਮੇਟੀ ਦਾ ਚੇਅਰਮੈਨ ਬਣਨਾ ਸੀ। ਇਸੇ ਤਰ੍ਹਾਂ ਜਦੋਂ ਮਾਇਆਵਤੀ ਭਾਜਪਾ ਦੀ ਮੱਦਦ ਨਾਲ ਮੁੱਖ ਮੰਤਰੀ ਬਣੀ ਤਾਂ ਉਸ ਨੇ ਦਿਖਾ ਦਿੱਤਾ ਕਿ ਇਕ ਦਲਿਤ ਵੀ ਲੀਡਰ ਦੀ ਭੂਮਿਕਾ ਨਿਭਾ ਸਕਦਾ ਹੈ। ਇਸ ਨੇ ਭਾਰਤੀਆਂ ਦੀ ਅੰਤਰ ਆਤਮਾ ਨੂੰ ਵੀ ਝੰਜੋੜਿਆ ਤੇ ਉਸ ਨੇ ਆਖਰ ਇਹ ਦਰਸਾ ਦਿੱਤਾ ਕਿ ਇਕ ਦਲਿਤ ਤੇ ਪੂਰਾ ਭਰੋਸਾ ਕੀਤਾ ਜਾ ਸਕਦਾ ਹੈ ਤੇ ਇਕ ਦਲਿਤ, ਦਲਿਤਾਂ ਅਤੇ ਗੈਰ ਦਲਿਤਾਂ ਦੋਵਾਂ ਦੀ ਅਗਵਾਈ ਕਰ ਸਕਦਾ ਹੈ।" ਫੇਰ ਟੀ. ਵੀ. ਦੀ ਸਕਰੀਨ ਤੇ ਕੇ. ਆਰ. ਨਰਾਇਨਣ ਦੀ ਭੈਣ ਕੇ. ਆਰ. ਗੌਵਰੀ ਦਾ ਚਿਹਰਾ ਪ੍ਰਗਟ ਹੋਇਆ ਸੀ। ਉਨ੍ਹਾਂ ਨੇ ਕੇ. ਆਰ. ਨਰਾਇਨਣ ਬਾਰੇ ਦੱਸਣਾ ਸ਼ੁਰੂ ਕੀਤਾ ਸੀ, "ਸਾਡੇ ਭਾਈਚਾਰੇ ਦਾ ਕੋਈ ਬੰਦਾ ਤਾਂ ਇੱਥੋਂ ਤੱਕ ਪਹੁੰਚਣ ਬਾਰੇ ਸੋਚ ਵੀ ਨਹੀਂ ਸਕਦਾ। ਉਹ ਬਹੁਤ ਪੜ੍ਹਾਕੂ ਸੀ। ਬਰਤਾਨਵੀ ਹਕੂਮਤ ਸਮੇਂ ਦਲਿਤ ਵਿਦਿਆਰਥੀਆਂ ਨੂੰ ਵਜੀਫਾ ਨਹੀਂ ਮਿਲਦਾ ਸੀ। ਅਸੀਂ ਸਖਤ ਮਿਹਨਤ ਕਰਕੇ ਪੜ੍ਹੇ। ਜਦੋਂ ਲੋਕ ਮੇਰੇ ਭਰਾ ਵੱਲੋਂ ਵੱਖ ਵੱਖ ਅਹੁਦਿਆਂ, ਜਿਵੇਂ ਸਫੀਰ, ਕੇਂਦਰੀ ਰਾਜ ਮੰਤਰੀ, ਉਪ ਰਾਸ਼ਟਰਪਤੀ ਅਤੇ ਰਾਸ਼ਟਰਪਤੀ ਦੇ ਅਹੁਦੇ ਹਾਸਲ ਕਰਨ ਬਾਰੇ ਗੱਲ ਕਰਦੇ ਹਨ ਤਾਂ ਇੰਜ ਲੱਗਦਾ ਹੈ ਕਿ ਲੋਕ ਸੋਚਦੇ ਹਨ ਕਿ ਇੱਕ ਦਲਿਤ ਹੋਣ ਕਰਕੇ ਹੀ ਸ਼ਾਇਦ ਉਨ੍ਹਾਂ ਨੂੰ ਕੋਈ ਲਾਭ ਮਿਲਿਆ ਤੇ ਉਹ ਇਨ੍ਹਾਂ ਅਹੁਦਿਆਂ ਤੱਕ ਪਹੁੰਚੇ, ਪਰ ਇਹ ਸੱਚ ਨ੍ਹੀਂ ਹੈ। ਉਨ੍ਹਾਂ ਜਿਹੜਾ ਵੀ ਅਹੁਦਾ ਹਾਸਲ ਕੀਤਾ ਉਹ ਆਪਣੀ ਯੋਗਤਾ ਦੇ ਬਲਬੂਤੇ ਤੇ ਹਾਸਿਲ ਕੀਤਾ।" .... ਉਦੋਂ ਹੀ ਰਮਨ ਆਇਆ ਸੀ। ਆਪਣਾ ਹੋਮ ਵਰਕ ਕਰਨ। ਉਹ ਜ਼ਿਆਦਾ ਝੁਕ ਕੇ ਲਿਖਦਾ। ਮੈਂ ਉਹਨੂੰ ਫੜ ਕੇ ਸਿੱਧਾ ਬੈਠਾਉਂਦਾ। ਉਹ ਫੇਰ ਪਹਿਲਾਂ ਵਾਲੀ ਸਥਿਤੀ 'ਚ ਬੈਠ ਜਾਂਦਾ। ਉਸਨੂੰ 'ਜੀ' ਅੱਖਰ ਨੂੰ ਮਰੋੜੀ ਦੇਣੀ ਨਹੀਂ ਆਉਂਦੀ। ਮੈਂ ਸਮਝਾਉਂਦਾ। ਉਹ ਫਿਰ ਗਲਤੀ ਕਰ ਜਾਂਦਾ। ਪੰਜ ਸੱਤ ਵਾਰ ਐਦਾਂ ਹੋਇਆ। ਫੇਰ ਉਹਨੂੰ ਮਰੋੜੀ ਦੇਣੀ ਆ ਗਈ। ਅੱਧੇ ਕੁ ਘੰਟੇ ਬਾਅਦ ਉਹ ਮੇਰੀ ਲੱਤ 'ਤੇ ਸਿਰ ਰੱਖ ਕੇ ਪੈ ਗਿਆ। ਥੱਕ ਗਿਆ ਹੋਣਾ। ਮੈਂ ਉਸ ਵੱਲੋਂ ਵਿਹਲਾ ਹੋ ਕੇ ਸਾਹਮਣੇ ਰੈਕ 'ਚ ਪਈਆਂ ਕਾਂਸ਼ੀ ਰਾਮ ਦੀਆਂ ਕਿਤਾਬਾਂ, ਕੈਸਿਟਾਂ, ਵੀਡੀਓ ਕੈਸਿਟਾਂ ਜਿਹੜੀਆਂ ਕਿ ਪਿਛਲੇ ਮਹੀਨੇ ਸਤੀਸ਼ ਦਿੱਲੀਓਂ ਖਰੀਦ ਕੇ ਲਿਆਇਆ ਸੀ, ਵੱਲ ਨਜ਼ਰ ਮਾਰੀ। ਡਾ. ਅੰਬੇਦਕਰ ਦੀ ਮੂਰਤੀ ਵੱਲ ਨੀਝ ਨਾਲ ਦੇਖਿਆ। ਇਸੇ ਥਾਂ 'ਤੇ ਕਿਸੇ ਵੇਲੇ ਲੈਨਿਨ ਦੀ ਮੂਰਤੀ ਪਈ ਹੁੰਦੀ ਸੀ। ਸਤੀਸ਼ ਨੇ ਉਹਨੂੰ ਸਟੋਰ 'ਚ ਸੁੱਟ ਦਿੱਤਾ ਸੀ।

****

ਮੈਂ ਰੁਕ-ਰੁਕ ਕੇ ਵਾਲ-ਕਲਾਕ ਵੱਲ ਦੇਖਦਾ ਹਾਂ। ਸੀਬੋ ਨੂੰ ਹੁਣ ਤੱਕ ਮੁੜ ਆਉਣਾ ਚਾਹੀਦਾ ਸੀ। ਐਨਾ ਚਿਰ ਤਾਂ ਉਹ ਲਾਉਂਦੀ ਨਹੀਂ ਹੁੰਦੀ। ਬੀ. ਐਮ. ਸੀ. ਚੌਕ ਤੱਕ ਜਾਂਦਿਆਂ ਵੀਹ ਮਿੰਟ ਲੱਗਦੇ ਹਨ। ਇੰਨੇ ਕੁ ਵਾਪਸੀ 'ਤੇ। ਕੀ ਪਤਾ ਕੋਈ ਜਾਣੂੰ ਮਿਲ ਪਈ ਹੋਵੇ ਜਾਂ ਵੀਨਾ ਵੱਲ ਚਲੀ ਗਈ ਹੋਵੇ। ਉਹਦੇ ਮੂਡ ਦਾ ਵੀ ਕੋਈ ਪਤਾ ਨਹੀਂ ਲਗਦਾ।

ਮੈਂ 'ਹਾਨੀ' ਵਾਲੇ ਪੰਨੇ 'ਤੇ ਲਿਖਣਾ ਸ਼ੁਰੂ ਕਰਦਾ ਹਾਂ।

ਕਿ ਰਾਜ ਤਾਂ ਹੁਣ ਕੰਜਰਾਂ ਦਲਿਤਾਂ ਦਾ ਹੋ ਗਿਆ ਹੈ
ਤਾਂ ਮੇਰੇ ਅੰਦਰ ਰੋਹ ਕੜ੍ਹਣ ਲੱਗ ਪੈਂਦਾ ਹੈ, ਕਾਮਰੇਡ
ਤੇ ਜੀਅ ਕਰਦਾ ਹੈ
ਤੈਨੂੰ ਝੰਜੋੜ ਕੇ ਆਖਾਂ
ਮੇਰੇ ਕੋਲ ਤੇਰੀ ਪਾਰਟੀ ਦਾ ਕਾਰਡ ਨਾ ਸਹੀ।

ਮੇਰੇ ਕੋਲ ਤਾਂ ਪਾਰਟੀ ਦਾ ਕਾਰਡ ਸੀ। ਮੇਰਾ ਵਿਰੋਧ ਸੁਰਜਨ ਸੰਧੂ ਨੇ ਕੀਤਾ ਸੀ। ਉਸ ਮੈਨੂੰ ਗਾਲ੍ਹ ਕੱਢ ਕੇ ਕਿਹਾ ਸੀ, "ਤੁਹਾਨੂੰ ਚੜ੍ਹਮਾਂ ਨੂੰ ਪਾਰਟੀ ਦੀ ਕੀ ਸਮਝ ਹੈ।" ਰੋਕਦਿਆਂ-ਰੋਕਦਿਆਂ ਮੈਥੋਂ ਗਾਲ੍ਹ ਨਿਕਲ ਗਈ ਜਾਂਦੀ ਹੈ, "......................................।" ਮੈਂ ਤਾਂ ਪਾਰਟੀ ਖਾਤਰ ਸਹੁਰਿਆਂ ਨਾਲ ਵੀ ਵਿਗਾੜ ਲਈ ਸੀ। ਰੌਲਾ 'ਜਗਦੀਸ਼ ਬੁਕ ਸ਼ਾਪ' ਉਪਰਲੇ ਚੁਬਾਰੇ ਦਾ ਸੀ। ਮੇਰੇ ਸਹੁਰੇ ਨੇ ਜਗਦੀਸ਼ ਨੂੰ ਦੁਕਾਨ ਕਿਰਾਏ 'ਤੇ ਦਿੱਤੀ ਸੀ। ਉਹ ਆਪ ਇੰਗਲੈਂਡ ਰਹਿੰਦਾ ਸੀ। ਇਹ ਦੁਕਾਨ ਵੀ ਮੈਂ ਆਪ ਜਗਦੀਸ਼ ਨੂੰ ਲੈ ਕੇ ਦਿੱਤੀ ਸੀ। ਦੋ ਕੁ ਸਾਲਾਂ ਮਗਰੋਂ ਜਗਦੀਸ਼ ਨੇ ਚੁਬਾਰੇ 'ਤੇ ਇਕ ਤਰ੍ਹਾਂ ਨਾਲ ਕਬਜ਼ਾ ਹੀ ਕਰ ਲਿਆ ਸੀ। ਮੇਰਾ ਜਗਦੀਸ਼ ਕੋਲ ਰੋਜ਼ ਦਾ ਆਉਣ ਜਾਣ ਸੀ। ਮੇਰੇ ਸਹੁਰੇ ਦਾ ਫੋਨ ਆਇਆ ਤਾਂ ਮੈਂ ਜਗਦੀਸ਼ ਨੂੰ ਇਸ ਬਾਰੇ ਦੱਸਿਆ ਸੀ। ਜਗਦੀਸ਼ ਨੇ ਮੇਰੀ ਗੱਲ ਨੂੰ ਅਣਸੁਣਿਆ ਕਰ ਦਿੱਤਾ ਸੀ। ਦੋ ਸਾਲਾਂ ਬਾਅਦ ਮੇਰਾ ਸਹੁਰਾ ਆਇਆ ਤਾਂ ਉਸ ਪੰਜ ਸੱਤ ਮੋਹਤਵਾਰ ਬੰਦਿਆਂ ਨੂੰ ਨਾਲ ਲੈ ਕੇ ਜਗਦੀਸ਼ ਨੂੰ ਚੁਬਾਰਾ ਖਾਲੀ ਕਰਨ ਲਈ ਕਿਹਾ ਸੀ। ਗੱਲ ਨਾ ਬਣਦੀ ਦੇਖ ਕੇ ਉਹ ਥਾਣੇ ਚਲਾ ਗਿਆ ਸੀ। ਮੈਂ ਆਪਣੀ ਪਾਰਟੀ ਵਾਲਿਆਂ ਨਾਲ ਥਾਣੇ ਗਿਆ ਸੀ। ਮੈਂ ਸਹੁਰਿਆਂ ਨਾਲ ਨਹੀਂ, ਆਪਣੀ ਪਾਰਟੀ ਨਾਲ ਖੜ੍ਹਿਆ ਸੀ। ਮੈਨੂੰ ਸਹੁਰਿਆਂ ਨਾਲੋਂ ਪਾਰਟੀ ਪਿਆਰੀ ਸੀ। ਮੇਰੇ ਸਹੁਰੇ ਨੇ ਕੋਰਟ 'ਚ ਕੇਸ ਕਰ ਦਿੱਤਾ ਸੀ। ਇਸ ਕੇਸ ਤੋਂ ਜਗਦੀਸ਼ ਤੇ ਪਾਰਟੀ ਮੈਂਬਰ ਔਖੇ ਸਨ। ਉਨ੍ਹਾਂ ਦਾ ਮੇਰੇ ਪ੍ਰਤੀ ਵਰਤਾਉ ਬਦਲ ਗਿਆ ਸੀ। ਉਨ੍ਹਾਂ ਨੂੰ ਲੱਗਾ ਸੀ ਕਿ ਮੈਂ ਉਨ੍ਹਾਂ ਦੇ ਨਾਲ ਨਹੀਂ ਹਾਂ। ਉਧਰ ਸਹੁਰਾ ਅੱਡ ਔਖਾ ਸੀ ਕਿ ਮੈਂ ਉਸ ਦਾ ਸਾਥ ਨਹੀਂ ਦਿੱਤਾ। ਜਗਦੀਸ਼ ਤੇ ਪਾਰਟੀ ਮੈਂਬਰਾਂ ਨੇ ਮੇਰੇ ਵੱਲੋਂ ਮੂੰਹ ਮੋੜ ਲਿਆ ਸੀ। ਮੈਂ ਜਗਦੀਸ਼ ਕੋਲ ਆਪਣਾ ਗਿਲ੍ਹਾ ਜ਼ਾਹਰ ਕੀਤਾ ਸੀ, "ਮੈਂ ਪਾਰਟੀ ਛੱਡਣੀ ਨ੍ਹੀਂ ਚਾਹੁੰਦਾ-ਪਰ ਮੈਥੋਂ ਪਾਰਟੀ ਛੁੱਡਵਾਈ ਜਾ ਰਹੀ ਆ।" ਜਗਦੀਸ਼ ਕੋਲ ਬੈਠੇ ਸੁਰਜਨ ਸੰਧੂ ਨੇ ਕਿਹਾ ਸੀ, "ਤੇਰੇ ਵਰਗੇ ਵਰਕਰਾਂ ਦੀ ਪਾਰਟੀ ਨੂੰ ਲੋੜ ਨ੍ਹੀਂ। ਤੂੰ ਜਾਣਦਾ ਨ੍ਹੀਂ ਇਹ ਦੁਕਾਨ ਪਾਰਟੀ ਲਈ ਕਿੰਨੀ ਫਾਇਦੇਮੰਦ ਆ। ਦੱਸ- ਕੋਈ ਹੋਰ ਦੁਕਾਨ ਹੋ ਸਕਦੀ ਆ। ਤੂੰ ਆਪਣੇ ਸਹੁਰੇ ਨੂੰ ਕਨਵੈਂਸ ਨ੍ਹੀਂ ਕਰਵਾ ਸਕਦਾ-ਲੋਕਾਂ ਨੂੰ ਕੀ ਸਮਝਾਏਂਗਾ।"

****

ਲੌਬੀ 'ਚੋਂ ਆਵਾਜ਼ ਆਈ ਹੈ। ਸਤੀਸ਼ ਤੇ ਰਾਜਵਿੰਦਰ ਸੈਰ ਕਰਕੇ ਮੁੜ ਆਏ ਹਨ। ਹੁਣ ਸਤੀਸ਼ ਭਾਪਾ ਜੀ ਕੋਲ ਬੈਠੇਗਾ। ਰਾਜਵਿੰਦਰ ਰੋਟੀ ਪਾਣੀ ਦਾ ਆਹਰ ਕਰੇਗੀ। ਸਤੀਸ਼ ਭਾਪਾ ਜੀ ਕੋਲ ਬੈਠ ਕੋਈ ਇਕ ਗੱਲ ਛੇੜ ਲਵੇਗਾ ਜਾਂ ਉਨ੍ਹਾਂ ਨੂੰ ਯਾਦ ਕਰਵਾਏਗਾ। ਉਹਨੇ ਭਾਪਾ ਜੀ ਨੂੰ ਆਪਣੇ ਮਗਰ ਲਾ ਲਿਆ ਹੈ। ਭਾਪਾ ਜੀ ਨੇ ਰਵਿਦਾਸ ਭਗਤ ਦੀ ਵੱਡੀ ਸਾਰੀ ਫੋਟੋ ਡਰਾਇੰਗ ਰੂਮ 'ਚ ਲਗਵਾਈ ਹੈ। ਇਹ ਉਹ ਬੂਟਾ ਮੰਡੀ ਦੇ ਮੇਲੇ 'ਚੋਂ ਖਰੀਦ ਕੇ ਲਿਆਏ ਸਨ। ਉਨ੍ਹਾਂ ਤਾਂ ਗੁਰੂ ਰਵਿਦਾਸ ਜੀ ਦੇ ਜਨਮ ਦਿਹਾੜੇ 'ਤੇ ਸਾਰੀ ਕੋਠੀ 'ਚ ਬਿਜਲੀ ਵਾਲੀਆਂ ਲੜੀਆਂ ਲਗਵਾਈਆਂ ਸਨ। ਪਿਛਲੇ ਹਫਤੇ ਸਤੀਸ਼ ਨੇ ਭਾਪਾ ਜੀ ਨੂੰ ਦੱਸਿਆ ਸੀ, "ਅਸੀਂ ਕੁਝ ਦੋਸਤਾਂ ਨੇ ਪਲੈਨਿੰਗ ਕੀਤੀ ਆ ਕਿ ਇਕ ਅਜਿਹਾ ਚੈਨਲ ਸ਼ੁਰੂ ਕੀਤਾ ਜਾਵੇ ਜਿੱਥੋਂ ਚੌਵੀਂ ਘੰਟੇ ਗੁਰੂ ਰਵਿਦਾਸ ਜੀ ਦੀ ਬਾਣੀ ਦਾ ਪ੍ਰਸਾਰਣ ਹੋਵੇ। ਜੇ ਹਿੰਦੂ ਜਾਂ ਸਿੱਖਾਂ ਦੇ ਚੈਨਲ ਸ਼ੁਰੂ ਹੋ ਸਕਦੇ ਆ ਤਾਂ ਸਾਡੇ ਗੁਰੂ ਦਾ ਕਿਉਂ ਨ੍ਹੀਂ। ਬੱਸ, ਹੁਣ ਫਨੈਸ਼ੀਅਲ ਪ੍ਰੋਬਾਰਲਮ ਆ ਜਿਸ ਦਿਨ ਇਹ ਸੌਲਵ ਹੋ ਗਈ-ਫੇਰ ਦੇਖਿਓ ਸਾਡੀ ਸ਼ਕਤੀ।"

ਮੈਨੂੰ ਕਦੇ-ਕਦੇ ਇਨ੍ਹਾਂ ਦੀ ਉੱਚੀ ਆਵਾਜ਼ ਬੜੀ ਚੰਗੀ ਲਗਦੀ ਹੈ। ਮੈਂ ਆਪ ਇਨ੍ਹਾਂ 'ਚ ਸ਼ਾਮਲ ਹੋਣਾ ਚਾਹੁੰਦਾ ਹਾਂ। ਕਈ ਵਾਰ ਗਿਆ ਸੀ। ਅੱਧਾ ਘੰਟਾ ਬੈਠਾ ਸੀ। ਇਨ੍ਹਾਂ ਨੂੰ ਮੇਰੀ ਮੌਜੂਦਗੀ ਚੁੱਭੀ ਸੀ। ਮੈਂ ਉਠ ਕੇ ਆ ਗਿਆ ਸੀ। ਕਿਸੇ ਨੇ ਮੈਨੂੰ ਬੈਠਣ ਲਈ ਨਹੀਂ ਕਿਹਾ ਸੀ। ਹੁਣ ਜਦੋਂ ਇਹ ਦੋਵੇਂ ਇਕੱਠੇ ਬੈਠੇ ਹੋਣ-ਮੈਂ ਇਨ੍ਹਾਂ ਕੋਲ ਨਹੀਂ ਜਾਂਦਾ। ਇਨ੍ਹਾਂ ਕਦੇ ਨਹੀਂ ਕਿਹਾ ਕਿ ਤੂੰ ਵੀ ਸਾਡੇ ਕੋਲ ਆ ਕੇ ਬੈਠ ਜਾਇਆ ਕਰ। ਆਪਣੀ ਚੰਗੀ ਮਾੜੀ ਰਾਇ ਦੇ ਛੱਡਿਆ ਕਰ। ਮਨ ਹੌਲਾ ਹੋ ਜਾਵੇਗਾ। ਸ਼ਾਮ ਨੂੰ ਮੈਂ ਲਾਅਨ 'ਚ ਚਟਾਈ ਵਿਛਾ ਕੇ ਬੈਠਾ ਹੋਵਾਂ ਤਾਂ ਸਤੀਸ਼ ਮੇਰੇ ਕੋਲ ਆ ਖੜ੍ਹਦਾ ਹੈ। ਦੋ ਘੜੀਆਂ ਲਈ। ਖੜ੍ਹਾ-ਖੜ੍ਹਾ ਹੀ। ਜਿਵੇਂ ਇਹਨਾਂ ਪਲਾਂ 'ਚ ਹੀ ਮੈਂ ਉਹਦਾ ਪਿਓ ਹੋਵਾਂ। ਅੱਗੋਂ ਪਿੱਛੋਂ ਅੱਖ ਬਚਾ ਕੇ ਲੰਘ ਜਾਂਦਾ ਹੈ। ਸਵੇਰ ਨੂੰ ਮੈਂ ਸਾਰਿਆਂ ਨਾਲੋਂ ਪਹਿਲਾਂ ਉਠਦਾ ਹਾਂ। ਦੋ ਕੱਪ ਚਾਹ ਦੇ ਬਣਾਉਂਦਾ ਹਾਂ। ਆਪਣੇ ਲਈ ਫਿੱਕਾ। ਭਾਪਾ ਜੀ ਲਈ ਤੇਜ਼ ਮਿੱਠੇ ਵਾਲਾ। ਉਦੋਂ ਤਾਈਂ ਉਹ ਪਾਠ ਕਰ ਚੁੱਕੇ ਹੁੰਦੇ ਹਨ। ਉਹ ਬੈੱਡ ਨਾਲ ਢੋਅ ਲਾ ਲੈਂਦੇ ਹਨ। ਰੱਖਣੇ 'ਚੋਂ ਦੋ ਰਸ ਕੱਢਦੇ ਹਨ। ਇਕ ਮੈਨੂੰ ਦਿੰਦੇ ਹਨ। ਦੂਜਾ ਆਪ ਚਾਹ 'ਚ ਡੋਬ-ਡੋਬ ਖਾਣ ਲੱਗਦੇ ਹਨ। ਉਹ ਕਹਿੰਦੇ ਹਨ, "ਕਾਮਰੇਡ ਜਾ ਲਾਅਨ ਵਿਚ ਹੀ ਸੈਰ ਕਰ ਆ। ਦੋ ਘੜੀਆਂ ਤਾਜ਼ੀ ਹਵਾ ਮਿਲ ਜਾਊ। ਫੇਰ ਫਰੰਟ ਵਾਲਿਆਂ ਦੀ ਅਖ਼ਬਾਰ ਪੜ੍ਹ ਲਈਂ। ਇਸ ਦੇ ਬਿਨਾਂ ਤੈਨੂੰ ਖੁੱਲ੍ਹ ਕੇ ਟੱਟੀ ਨ੍ਹੀਂ ਆਉਣੀ।" ਉਹ ਅਜੇ ਵੀ ਮੈਨੂੰ ਕਾਮਰੇਡ ਕਹਿ ਕੇ ਬੁਲਾਉਂਦੇ ਹਨ। ਸ਼ਾਇਦ ਉਹ ਮੈਨੂੰ ਪਸੰਦ ਨਹੀਂ ਕਰਦੇ। ਉਨ੍ਹਾਂ ਨੂੰ ਮੇਰਾ ਕਾਮਰੇਡ ਵਾਲਾ ਰੂਪ ਬਿਲਕੁਲ ਹੀ ਪਸੰਦ ਨਹੀਂ ਸੀ। ਕਹਿ ਦਿੰਦੇ ਹਨ, " ਕਾਮਰੇਡ ਬਣ ਕੇ ਤੂੰ ਕੀ ਖੱਟ ਲਿਆ? ਸਾਡੀ ਪਾਰਟੀ 'ਚ ਸ਼ਾਮਿਲ ਹੋ ਜਾ। ਇਸੇ ਗੱਲ 'ਚ ਤੇਰਾ ਫਾਇਦਾ। ਸਤੀਸ਼ ਦੀਆਂ ਗੱਲਾਂ ਧਿਆਨ ਨਾਲ ਸੁਣਿਆ ਕਰ।" ਹੁਣ ਸਾਡੇ ਵਿਚਕਾਰ ਦੀ ਦੂਰੀ ਕੁਝ ਕੁ ਘਟਣ ਲੱਗੀ ਹੈ।

ਸਾਡੇ ਵਿਚਕਾਰ ਇਹ ਦੂਰੀ ਉਦੋਂ ਵਧੀ ਸੀ ਜਦੋਂ ਦੁਕਾਨ ਦੇ ਮਾਮਲੇ 'ਚ ਮੈਂ ਆਪਣੇ ਸਹੁਰਿਆਂ ਨੂੰ ਛੱਡ ਕੇ ਆਪਣੀ ਪਾਰਟੀ ਨਾਲ ਖੜ੍ਹਿਆ ਸੀ। ਉਨ੍ਹਾਂ ਦਿਨਾਂ 'ਚ ਮੈਨੂੰ ਬਹੁਤ ਕੁਝ ਭੁੱਲਿਆ ਵਿਸਰਿਆ ਯਾਦ ਆਉਣ ਲੱਗਾ ਸੀ। ਮੈਂ ਪਿੰਡ ਜਾਂਦਾ ਤਾਂ ਮੈਨੂੰ ਕਈ ਗੱਲਾਂ

ਤੰਗ ਕਰਦੀਆਂ ਸਨ। ਵਿਸ਼ੇਸ਼ ਕਰਕੇ ਆਹ ਗੱਲ ... ਬੀਬੀ ਨੂੰ ਜਵਾਲੇ ਕੇ ਬੁੜ੍ਹੇ ਨੇ ਵੱਟ ਤੋਂ ਘਾਹ ਖੋਤਣੋਂ ਹਟਾਇਆ ਸੀ ਤੇ ਚਪੇੜ ਮਾਰ ਕੇ ਬੋਲਿਆ ਸੀ, "ਲੈ, ਰਾਮੂ ਨੇ ਮੱਝਾਂ ਤਾਂ ਦੋ-ਦੋ ਰੱਖ ਲਈਆਂ-ਹੁਣ ਸਾਡੇ ਬੰਨੇ ਰੜੇ ਕਰਨੇ ਲਏ। ਵਾਹਲਾ ਸ਼ੌਂਕ ਆ ਤਾਂ ਮੁੱਲ ਦੇ ਪੱਠੇ ਪਾਏ।" ਉਹਨੇ ਬੀਬੀ ਦਾ ਖੋਤਿਆ ਹੋਇਆ ਘਾਹ ਵੀ ਰਖਾ ਲਿਆ ਸੀ। ਬੀਬੀ ਘਰੇ ਆ ਕੇ ਬਹੁਤ ਕਲਪੀ ਸੀ। ਮੈਂ ਉਹਨੂੰ ਇੰਨੀ ਉੱਚੀ ਬੋਲਦਿਆਂ ਪਹਿਲੀ ਵਾਰ ਸੁਣਿਆ ਸੀ। ਉਹਦੇ ਅੰਦਰ ਐਨਾ ਗੁੱਸਾ ਸਮੋਇਆ ਸੀ। ਪਤਾ ਨਹੀਂ ਲੱਗ ਰਿਹਾ ਸੀ ਕਿ ਉਹ ਉੱਚੀ-ਉੱਚੀ ਰੋਂਦੀ ਹੋਈ ਕੀ ਦਾ ਕੀ ਬੋਲੀ ਜਾ ਰਹੀ ਸੀ। ਮੈਂ ਤਾਂ ਇਹੀ ਸਮਝਿਆ ਸੀ ਕਿ ਹੁਣ ਉਹ ਘਾਹ ਖੋਤਣ ਨਹੀਂ ਜਾਵੇਗੀ। ਅੱਗੋਂ ਭਾਪਾ ਜੀ ਨੇ ਚੁੱਪ ਵੱਟੀ ਰੱਖੀ ਸੀ। ਉਹ ਨੀਵੀਂ ਪਾ ਕੇ ਜ਼ਮੀਨ 'ਤੇ ਲੀਕਾਂ ਮਾਰਨ ਲੱਗੇ ਸਨ। ਮੈਂ ਉਨ੍ਹਾਂ ਨੂੰ ਗਰੀਬ ਤੇ ਬੇਸਹਾਇ ਦੇਖ ਰਿਹਾ ਸੀ। ਉਸ ਰਾਤ ਮੈਨੂੰ ਨੀਂਦ ਨਹੀਂ ਆਈ ਸੀ।

ਮੈਂ ਇਹ ਘਟਨਾ ਆਪਣੇ ਸਾਥੀ ਗੁਰਮੇਲ ਨੂੰ ਦੱਸੀ ਸੀ। ਉਸ ਮੈਨੂੰ ਸਮਝਾਉਣ ਲਈ ਕਿਹਾ ਸੀ, "ਆਪਾਂ ਛੋਟੀਆਂ-ਛੋਟੀਆਂ ਗੱਲਾਂ ਮਗਰ ਨਹੀਂ ਜਾਣਾ। ਸਾਡੇ ਲਈ ਪਾਰਟੀ ਪਹਿਲਾਂ ਆ। ਵਿਅਕਤੀ ਬਾਅਦ 'ਚ।" ਫੇਰ ਉਸ ਮੈਨੂੰ ਇਕ ਪੇਪਰ ਪੜ੍ਹਨ ਨੂੰ ਦਿੱਤਾ ਸੀ। ਇਸ 'ਚ ਗੜ੍ਹਸ਼ੰਕਰ ਦੇ ਨੇੜੇ ਪਿੰਡ ਖੇੜਾ 'ਚ ਰਹਿੰਦੇ ਬਾਬੂ ਰਾਮ ਚੰਦ ਦੀ ਆਪ ਬੀਤੀ ਛਪੀ ਸੀ। ਉਹਨੇ ਲਿਖਿਆ ਸੀ, 'ਇਕ ਵਾਰੀ ਮੈਂ ਜੰਗਲ ਪਾਣੀ ਗਿਆ। ਉਥੇ ਬਾਹਰ ਖੂਹ 'ਤੇ ਹੱਥ ਧੋਣ ਲੱਗਾ ਤਾਂ ਮੇਰੇ ਪਿੱਛੋਂ ਦੀ ਆ ਕੇ ਫੁੰਮਣ ਸਿਹੁੰ ਨੇ, ਜੋ ਜਾਤ ਦਾ ਮਹਿਤੋਂ ਸੀ, ਮੇਰੇ ਪੰਜ ਸੱਤ ਚਪੇੜਾਂ ਮਾਰੀਆਂ। ਗਾਲ੍ਹਾਂ ਕੱਢੀਆਂ। ਕਿਹਾ-ਸਾਲਿਆ ਸਾਡਾ ਖੂਹ ਭਿੱਟ ਦਿੱਤਾ। ਮੈਂ ਉਦੋਂ ਦੂਜੀ ਕਲਾਸ 'ਚ ਪੜ੍ਹਦਾ ਸੀ। ਉਸ ਸਮੇਂ ਇੰਸਪੈਕਟਰ ਇਮਤਿਹਾਨ ਲੈਣ ਵਾਸਤੇ ਆਏ। ਉਨ੍ਹਾਂ ਨੇ ਸਵਾਲ ਪਾਇਆ ਕਿ ਇਕ ਵਪਾਰੀ ਨੇ ਉਨੀ ਟੋਪੀਆਂ ਖਰੀਦੀਆਂ। ਸਵਾ-ਸਵਾ ਆਨੇ ਨੂੰ। ਦੁਕਾਨਦਾਰ ਨੇ ਉਸ ਨੂੰ ਡੇਢ ਰੁਪਇਆ ਦਿੱਤਾ। ਦੁਕਾਨਦਾਰ ਵਪਾਰੀ ਨੂੰ ਕੀ ਦੇਵੇ ਤੇ ਕੀ ਨਾ ਦੇਵੇ ? ਉਸ ਵੇਲੇ ਪਹਾੜੇ ਹੁੰਦੇ ਸੀ ਅੱਧਾ, ਪੌਣਾ, ਸਵਾਇਆ, ਡੇਢਾ। ਅਸੀਂ ਦੂਜੀ ਕਲਾਸ 'ਚ ਸੋਨੇ ਚਾਂਦੀ ਦੇ ਸਵਾਲ ਕੱਢਦੇ ਸੀ। ਉਦੋਂ ਸਾਡੇ ਕੋਲ ਸਲੇਟਾਂ, ਫੱਟੀਆਂ ਹੁੰਦੀਆਂ ਸੀ। ਮੈਂ ਸਵਾਲ ਕੱਢ ਕੇ ਸਲੇਟ ਵੱਖਰੀ ਮੂਧੀ ਰੱਖ ਦਿੱਤੀ। ਬਾਕੀ ਮੁੰਡਿਆਂ ਨੇ ਵੀ ਉਥੇ ਆਪਣੀਆਂ-ਆਪਣੀਆਂ ਸਲੇਟਾਂ ਰੱਖ ਦਿੱਤੀਆਂ। ਇੰਸਪੈਕਟਰ ਨੇ ਉਨ੍ਹਾਂ ਦੀਆਂ ਸਲੇਟਾਂ ਦੇਖੀਆਂ। ਕਾਂਟੇ ਮਾਰ ਕੇ ਉਦਾਂ ਹੀ ਢੇਰ ਲਾ ਦਿੱਤਾ। ਫੇਰ ਉਹਨਾਂ ਮੇਰੀ ਸਲੇਟ ਚੁੱਕੀ। ਉਨ੍ਹਾਂ ਨੇ ਕਿਹਾ ਕਿ ਆਹ ਕਿਸ ਦੀ ਸਲੇਟ ਆ ? ਮੈਂ ਖੜ੍ਹਾ ਹੋ ਗਿਆ। ਉਹਨਾਂ ਮੈਨੂੰ ਆਪਣੇ ਕੋਲ ਬੁਲਾਇਆ ਤੇ ਸ਼ਾਬਾਸ਼ ਦਿੱਤੀ। ਉਦੋਂ ਫੁੰਮਣ ਸਿਹੁੰ ਜਿਹਨੇ ਮੇਰੇ ਚਪੇੜਾਂ ਮਾਰੀਆਂ ਸੀ, ਉਹ ਵੀ ਉਥੇ ਆ ਗਿਆ। ਕਹਿਣ ਲੱਗਾ ਕਿ ਪਰ੍ਹਾਂ-ਪਰ੍ਹਾਂ, ਇਹ ਤਾਂ ਚਮਾਰ ਆ। ਇੰਸਪੈਕਟਰ ਨੇ ਕਿਹਾ ਕਿ ਇਹ ਜਿਹੜਾ ਸਲੇਟਾਂ ਦਾ ਢੇਰ ਪਿਆ ਇਹਨੂੰ ਇੱਟ ਮਾਰ ਕੇ ਭੰਨ ਦਿਉ। ਜਿਸ ਨੂੰ ਤੁਸੀਂ ਚਮਾਰ ਕਹਿੰਦੇ ਹੋ ਉਸ ਚਮਾਰ ਦੀ ਸਮਝ ਅੱਗੇ ਤੁਸੀਂ ਸਾਰੇ ਰਾਜਪੂਤ ਬੌਣੇ ਹੋ। ਉਨ੍ਹਾਂ ਮੈਨੂੰ ਇਨਾਮ ਵਜੋਂ ਪੱਚੀ ਰੁਪਏ ਦਿੱਤੇ। ਫੇਰ ਮੈਂ ਉਹਨਾਂ ਨੂੰ ਦੱਸਿਆ ਕਿ ਇਹ ਸਾਨੂੰ ਛੱਪੜ ਵਿੱਚ ਆਪਣੀਆਂ ਫੱਟੀਆਂ ਵੀ ਧੋਣ ਨ੍ਹੀਂ ਦਿੰਦੇ ਤਾਂ ਡਵਿਡੇ ਰਿਹਾਣੇ ਦੇ ਇਕ ਮੁਣਸ਼ੀ ਰਾਧੇ ਸ਼ਾਮ ਨੇ ਕਿਹਾ ਕਿ ਇਸ ਬਾਰੇ ਰਿਪੋਰਟ ਦਿਉ। ਰਿਪੋਰਟ ਦਿੱਤੀ।

ਥਾਣੇਦਾਰ ਆ ਗਿਆ। ਸਾਰਾ ਪਿੰਡ ਇਕੱਠਾ ਹੋਇਆ। ਫੇਰ ਰਾਜਪੂਤਾਂ ਨੇ ਸਾਥੋਂ ਭਰੀ ਸਭਾ 'ਚ ਮਾਫ਼ੀ ਮੰਗੀ।' ਮੇਰੇ ਦੋਸਤ-ਆਪਣਾ ਦੀਪਕ ਆਪ ਬਣੋਂ।" ਗੁਰਮੇਲ ਦੇ ਸਮਝਾਉਣ 'ਤੇ ਮੈਂ ਪਾਰਟੀ ਦੀਆਂ ਮੀਟਿੰਗਾਂ 'ਚ ਸ਼ਾਮਿਲ ਹੋਣ ਲੱਗਾ ਸੀ।

****

ਮੈਨੂੰ ਇਸ ਗੱਲ ਦਾ ਨਹੀਂ ਪਤਾ ਕਿ ਉਨ੍ਹਾਂ ਆਪਣੀ ਕਥਾ ਕਿੱਥੋਂ ਸ਼ੁਰੂ ਕੀਤੀ ਸੀ। ਜਦੋਂ ਮੈਂ ਉੱਠ ਕੇ ਤਾਕੀ ਨਾਲ ਕੰਨ ਲਾਏ ਤਾਂ ਭਾਪਾ ਜੀ ਕਹਿ ਰਹੇ ਸਨ-"ਪਿੰਡ ਦੇ ਸਕੂਲ ਵਿਚ ਇਕ ਮਾਸਟਰ ਹੁੰਦਾ ਸੀ। ਉਹਦਾ ਨਾਂ ਲਾਲ ਚੰਦ ਸੀ। ਗੁਣੀ ਗਿਆਨੀ ਬੰਦਾ। ਦੋ ਵੇਲੇ ਰੱਬ ਦਾ ਨਾਂ ਲੈਣ ਵਾਲਾ। ਫਾਰਸੀ ਪੜ੍ਹਾਉਂਦਾ ਸੀ। ਨਾ ਸ਼ਰਾਬ ਪੀਂਦਾ। ਨਾ ਸ਼ਰਾਬ ਪੀਣ ਵਾਲੇ ਦੇ ਨੇੜੇ ਬੈਠਦਾ। ਨਾ ਮੀਟ ਨੂੰ ਹੱਥ ਲਾਉਂਦਾ। ਚੋਰੀਂ ਛੁਪੀ ਸਿਗਰੇਟ ਪੀਂਦਾ। ਇਕ ਵਾਰੀ ਸੁਰਜਨ ਵਲੈਤੀਏ ਨੇ ਸਕੂਲ 'ਚ ਦੋ ਕਮਰੇ ਬਣਾਉਣੇ ਸ਼ੁਰੂ ਕੀਤੇ। ਮੈਂ ਉਥੇ ਦਿਹਾੜੀਆਂ ਕਰਦਾ ਸੀ। ਮੇਰੀ ਲਾਲ ਚੰਦ ਨਾਲ ਸਿਗਰੇਟ ਪੀਣ ਦੀ ਸਾਂਝ ਪੈ ਗਈ। ਉਹ ਬੜੀਆਂ ਸਿਆਣੀਆਂ ਗੱਲਾਂ ਕਰਦਾ। ਕਈ ਗੁੱਝੀਆਂ ਗੱਲਾਂ ਦੱਸਦਾ। ਇਕ ਦਿਨ ਮੈਨੂੰ ਦੱਸਣ ਲੱਗਾ-'ਰਾਮੂ ਤੁਸੀਂ ਪੂਸ਼ਾ ਦੀ ਔਲਾਦ ਹੋ।' ਮੈਨੂੰ ਉਸ ਦੀ ਇਸ ਨਵੀਂ ਘੁੰਡੀ ਦਾ ਪਤਾ ਨਾ ਲੱਗਾ। ਇਹ ਕਿਹੜੇ ਪੂਸ਼ੇ ਦੀ ਗੱਲ ਕਰ ਰਿਹਾ। ਮੈਂ ਇਹ ਨਾਂ ਪਹਿਲਾਂ ਕਦੇ ਨ੍ਹੀਂ ਸੁਣਿਆ ਸੀ। ਪਰ ਮੈਨੂੰ ਉਸ 'ਤੇ ਐਨਾ ਯਕੀਨ ਅਵੱਸ਼ ਸੀ ਕਿ ਉਹ ਮੇਰੇ ਅੱਗੇ ਕੋਈ ਝੂਠੀ ਗੱਲ ਨ੍ਹੀਂ ਕਰਦਾ। ਉਹ ਨਿਧੜਕ ਕਿਸਮ ਦਾ ਬੰਦਾ ਸੀ। ਸੱਚੀ ਗੱਲ ਕਹਿਣ ਲੱਗਾ ਅੱਗਾ-ਪਿੱਛਾ ਨਾ ਦੇਖਦਾ। ਲੈ ਹੁਣ ਜਿਹੜੀ ਘੁੰਡੀ ਉਹਨੇ ਮੇਰੇ ਸਾਹਮਣੇ ਖੋਲ੍ਹੀ ਸੀ-ਤੈਨੂੰ ਵੀ ਉਹ ਦੱਸਦਾਂ। ਪਹਿਲਾਂ ਬ੍ਰਹਮ ਇਕੱਲਾ ਸੀ। ਕੋਈ ਜਾਤ-ਪਾਤ ਨ੍ਹੀਂ ਸੀ। ਕੋਈ ਵਰਣ-ਛਰਣ ਨ੍ਹੀਂ ਸੀ। ਕੋਈ ਊਚ ਨ੍ਹੀਂ ਸੀ। ਕੋਈ ਨੀਚ ਨ੍ਹੀਂ ਸੀ। ਉਸ ਹਾਲਤ ਵਿਚ ਉਸ ਅਲੌਕਿਕ ਸ਼ਕਤੀ ਦੀ ਘਾਟ ਸੀ। ਉਸ ਨੇ ਆਪਣਾ ਰੂਪ ਫੈਲਾਇਆ। ਕਸ਼ਤਰੀਪਨ ਵਿਕਸਤ ਕੀਤਾ। ਇੰਦਰ, ਵਰੁਣ, ਸੋਮ, ਰੁਦਰ, ਮੇਘ, ਯਮ, ਮਿਰਤੂ ਤੇ ਸੂਰਜ ਵਗੈਰਾ-ਵਗੈਰਾ ਕਸ਼ਤਰੀ ਦੇਵਤੇ ਪੈਦਾ ਕੀਤੇ। ਹੁਣ ਬੜਾ ਕੁਸ਼ ਹੋਰ ਵੀ ਚਾਹੀਦਾ ਸੀ। ਵਪਾਰ ਦੀ ਵੀ ਲੋੜ ਸੀ। ਫੇਰ ਉਸ ਨੇ ਵੈਸ਼ ਜਾਤੀ ਦੇ ਵਸੂ, ਆਦਿਤਯ ਤੇ ਮਾਰੁਤ ਦੇਵਤਿਆਂ ਦੀ ਸਿਰਜਣਾ ਕੀਤੀ। ਪਰ ਇਸ ਨਾਲ ਵੀ ਸੰਪੂਰਣਤਾ ਨਾ ਮਿਲੀ। ਮਿਹਨਤਕਸ਼ਾਂ ਦੀਆਂ ਫ਼ੌਜਾਂ ਵੀ ਚਾਹੀਦੀਆਂ ਸਨ। ਇਹਨਾਂ ਬਿਨਾਂ ਸੰਸਾਰ ਕਿਵੇਂ ਚਲਦਾ। ਆਖਰ 'ਚ ਉਸਨੇ ਸ਼ੂਦਰ ਵਰਣ ਦੇ ਦੇਵਤਾ ਪੂਸ਼ੇ ਦੀ ਸਾਜਨਾ ਕੀਤੀ....।"

ਭਾਪਾ ਜੀ ਦੀ ਸਾਰੀ ਉਮਰ ਤਾਂ 'ਸਾਰ ਜੀ' 'ਸਾਰ ਜੀ' ਕਹਿੰਦਿਆਂ ਦੀ ਲੰਘੀ ਸੀ। ਹੁਣ ਪਿਛਲੀ ਉਮਰ 'ਚ ਆ ਕੇ ਆਪਣੀ ਜਾਤ ਦਾ ਪਤਾ ਲੱਗਾ ਹੈ। ਉਹ ਕਾਂਸ਼ੀ ਰਾਮ ਤੇ ਮਾਇਆਵਤੀ ਦੇ ਭਾਸ਼ਨਾਂ ਨੂੰ ਉਸੇ ਇਕਾਗਰਤਾ ਨਾਲ ਸੁਣਦੇ ਹਨ, ਜਿੰਦਾਂ ਕੋਈ ਗੁਟਬਾਣੀ ਜਾਂ ਭਜਨ ਸੁਣਦਾ ਹੈ। ਉਹ ਆਪਣੇ ਪੂਰਵਜਾਂ ਦਾ ਪਤਾ ਕਰਨ ਤਿੰਨ ਵਾਰ ਹਰਦੁਆਰ ਵੀ ਗਏ ਸਨ। ਪੰਜ ਪੀੜ੍ਹੀਆਂ ਤੋਂ ਪੁਰਾਣਾ ਇਤਿਹਾਸ ਨਹੀਂ ਮਿਲਿਆ ਸੀ।

ਸਤੀਸ਼ ਨੇ ਦੱਸਿਆ ਸੀ, "ਬਾਬਾ ਜੀ, ਇਹ ਸਾਰੀਆਂ ਮਨੋਘੜਤ ਕਹਾਣੀਆਂ ਆ। ਮਿੱਥਾਂ ਆਂ। ਇਸ ਵਿੱਚ ਕੋਈ ਵੀ ਗੱਲ ਸੱਚੀ ਨ੍ਹੀਂ। ਬ੍ਰਾਹਮਣਾਂ ਨੇ ਕੂੜ ਫੈਲਾਇਆ ਹੋਇਆ। ਇਨ੍ਹਾਂ ਸਾਨੂੰ ਐਨੀ ਬੁਰੀ ਤਰ੍ਹਾਂ ਜਕੜ ਰੱਖਿਆ ਆ ਕਿ ਇਨ੍ਹਾਂ 'ਚੋਂ ਨਿਕਲਣ ਲਈ ਕਈ

ਦਹਾਕੇ ਲੱਗ ਜਾਣਗੇ। ਪੁਰਾਣੇ ਸਮਿਆਂ ਵਿੱਚ ਕਈ ਸ਼ੂਦਰ ਮੰਤਰੀ ਹੋਏ ਆ। ਇਤਿਹਾਸਕਾਰਾਂ ਨੇ ਕਦੇ ਉਹਨਾਂ ਦਾ ਜ਼ਿਕਰ ਤੱਕ ਨ੍ਹੀਂ ਕੀਤਾ। ਕਦੇ ਬਰਾਬਰਤਾ ਦਾ ਦਰਜ਼ਾ ਨ੍ਹੀਂ ਦਿੱਤਾ। ਇਹ ਬਹੁਤ ਲੰਮੀ ਕਥਾ ਆ।....ਸਾਡੇ ਲੋਕਾਂ ਨੂੰ ਸੁਚੇਤ ਕਰਨ ਲਈ ਅੰਬੇਡਕਰ ਤੋਂ ਬਾਅਦ ਕਾਂਸ਼ੀ ਰਾਮ ਤੇ ਭੈਣ ਮਾਇਆਵਤੀ ਦਾ ਬਹੁਤ ਵੱਡਾ ਰੋਲ ਆ। ਇਹ ਜਿਹੜੀ ਤਬਦੀਲੀ ਆਈ ਆ-ਇਹ ਸਾਡੀ ਰਾਜਨੀਤਿਕ ਸ਼ਕਤੀ, ਵੋਟਾਂ ਕਰਕੇ ਆਈ ਆ। ਇਹਨੇ ਦੱਸ ਦਿੱਤਾ ਆ ਕਿ ਦਲਿਤ ਵੋਟਾਂ ਬਿਨਾਂ ਕੋਈ ਵੀ ਪਾਰਟੀ ਕਾਮਯਾਬ ਨ੍ਹੀਂ ਹੋ ਸਕਦੀ।... ਤੁਹਾਡੇ ਵੇਲਿਆਂ 'ਚ ਸਾਡੇ ਲੋਕਾਂ ਨੂੰ ਕਮਜ਼ਾਤ, ਕੁੱਤੀ ਜਾਤ, ਜੂਠ, ਕੰਮੀ, ਕੁਤੀੜ ਕਿਹਾ ਜਾਂਦਾ ਸੀ। ਹੁਣ ਸਾਡੇ ਵੇਲੇ ਵੀ ਚੜਮ, ਡੀ.ਐਸ.ਫੋਰ, ਕੋਟੇ ਵਾਲੇ, ਦਲਿਤ-ਕਈ ਨਾਂ ਦਿੱਤੇ ਗਏ ਆ। ਇਨ੍ਹੀਂ ਦਿਨੀਂ ਦਲਿਤ ਸ਼ਬਦ ਜ਼ਿਆਦਾ ਚਲ ਰਿਹਾ। ਇਸੇ ਸ਼ਬਦ ਨੂੰ ਲੈ ਕੇ ਇਕ ਦਿਨ ਲੰਚ ਵੇਲੇ ਜਗਬੀਰ ਸਿੰਘ ਤੇ ਕੈਲਾਸ਼ ਸ਼ਰਮਾ ਦੀ ਤੂੰ ਤੂੰ, ਮੈਂ-ਮੈਂ ਹੱਥੋ-ਪਾਈ ਤੱਕ ਵਧ ਗਈ ਸੀ। ਜਗਬੀਰ ਸਿੰਘ ਆਪਣੀ ਬਰਾਦਰੀ ਦਾ ਬੰਦਾ। ਇਮਾਨਦਾਰ। ਦਫ਼ਤਰ 'ਚ ਕੋਈ ਕਹਿ ਨ੍ਹੀਂ ਸਕਦਾ ਕਿ ਉਸ ਕਿਸੇ ਤੋਂ ਕਦੇ ਚਾਹ ਦਾ ਕੱਪ ਵੀ ਪੀਤਾ ਹੋਵੇ। ਉਹ ਦਸ ਵਜੇ ਆਪਣੀ ਸੀਟ 'ਤੇ ਬੈਠ ਜਾਂਦਾ। ਲੰਚ ਵੇਲੇ ਉਠਦਾ ਜਾਂ ਪੂਰੇ ਪੰਜ ਵਜੇ। ਆਪਣੇ ਕੰਮ ਨਾਲ ਮਤਲਬ ਰੱਖਦਾ। ਇਕ ਕੈਲਾਸ਼ ਸ਼ਰਮਾ ਆ। ਰੂਲ ਐਂਡ ਰੈਗੂਲੇਸ਼ਨ ਦਾ ਇਨਸਾਈਕਲੋਪੀਡੀਆ। ਇਸ ਗੱਲ ਨੂੰ ਸਾਰੇ ਮੰਨਦੇ ਆ। ਮੈਂ ਆਪ ਮੰਨਦਾ ਹਾਂ। ਮੈਂ ਕੀ ਸ਼ਹਿਰ ਦੀਆਂ ਪੰਜੇ ਬਰਾਂਚਾਂ ਮੰਨਦੀਆਂ। ਪਰ ਇਕ ਦਿਨ ਤਾਂ ਕਮਾਲ ਹੋ ਗਈ। ਕੈਲਾਸ਼ ਦਾ ਇਕ ਹੋਰ ਰੂਪ ਦੇਖਣ ਨੂੰ ਮਿਲਿਆ। ਮੈਨੂੰ ਨ੍ਹੀਂ ਪਤਾ ਕਿ ਗੱਲ ਕਿੱਥੋਂ ਸ਼ੁਰੂ ਹੋਈ ਸੀ। ਉਹ ਨੇ ਕੋਈ ਕਥਾ ਸੁਣਾਈ ਸੀ ਜਿਸ 'ਚ ਬ੍ਰਾਹਮਣਾਂ ਦੀ ਵਡਿਆਈ ਕੀਤੀ ਗਈ ਸੀ ਤੇ ਸ਼ੂਦਰਾਂ ਨੂੰ ਅੱਤ ਨੀਚ ਦਰਜੇ ਦਾ ਮੰਨਿਆ ਗਿਆ ਸੀ। ਜਗਬੀਰ ਸਿੰਘ ਜਿਹੜਾ ਕਿ ਆਪਣੀ ਸੀਟ 'ਤੇ ਬੈਠਾ ਸੁਣ ਰਿਹਾ ਸੀ-ਕੋਲ ਆ ਕੇ ਖੜ੍ਹ ਗਿਆ। ਲਉ-ਜਗਬੀਰ ਸਿੰਘ ਨੇ ਕੈਲਾਸ਼ ਦੀ ਗੱਲ ਕੱਟਦਿਆਂ ਹੋਇਆਂ ਜਿਹੜੀ ਘਟਨਾ ਸੁਣਾਈ-ਤੁਹਾਨੂੰ ਉਹ ਹੀ ਸੁਣਾਉਣ ਲੱਗਾਂ-ਇਕ ਵੱਡਾ ਰਿਸ਼ੀ ਹੋਇਆ। ਉਸ ਦਾ ਨਾਂ ਉਸ਼ਸਿਤ ਸੀ। ਉਹ ਚੱਕ ਦਾ ਪੁੱਤ ਸੀ। ਇਭਯਗ੍ਰਾਮ ਪਿੰਡ ਵਿਚ ਰਹਿੰਦਾ ਸੀ। ਇਕ ਵਾਰ ਕੁਦਰਤ ਐਨੀ ਕ੍ਰੋਪੀ ਹੋਈ ਕਿ ਗੜਿਆਂ ਦਾ ਮੀਂਹ ਪਿਆ। ਧਰਤੀ ਬਰਫ ਨਾਲ ਭਰ ਗਈ। ਅਕਾਲ ਪੈ ਗਿਆ। ਖਾਣ ਨੂੰ ਕੁਸ਼ ਵੀ ਨਾ ਬਚਿਆ। ਲੋਕ ਭੁੱਖ ਨਾਲ ਮਰਨ ਲੱਗੇ। ਪਿੰਡਾਂ ਦੇ ਪਿੰਡ ਖਾਲੀ ਹੋ ਗਏ। ਲੋਕਾਂ ਨੂੰ ਆਪਣੀ ਜਾਨ ਦੀ ਪੈ ਗਈ। ਉਸ਼ਸਿਤ ਦੀ ਵੀ ਭੁੱਖ ਨਾਲ ਜਾਨ ਨਿਕਲਣ ਲੱਗੀ। ਉਹਨੇ ਇਕ ਮਹਾਵਤ ਨੂੰ ਢੋਰਾ ਖਾਧੇ ਮਾਂਹ ਖਾਂਦਿਆਂ ਦੇਖਿਆ। ਭੁੱਖ ਤਾਂ ਆਖਿਰ ਭੁੱਖ ਹੀ ਹੁੰਦੀ ਆ ਨਾ। ਉਸ ਕੋਲੋਂ ਆਪਣੇ ਆਪ 'ਤੇ ਕੰਟਰੋਲ ਨਾ ਰੱਖਿਆ ਗਿਆ। ਉਹਨੇ ਮਹਾਵਤ ਕੋਲੋਂ ਢੋਰਾ ਖਾਧੇ ਮਾਂਹ ਮੰਗ ਲਏ। ਮਹਾਵਤ ਬੋਲਿਆ, 'ਮਹਾਤਮਾ ਜੀ-ਇਕ ਸ਼ੂਦਰ ਦੇ ਹੱਥੋਂ ਖਾਂਦਿਆਂ ਹੋਇਆਂ ਇਹ ਅਨਰਥ ਨਾ ਹੋਊ ?' ਉਸ਼ਸਿਤ ਅਸ਼ਾਂਤ ਚਿਤ ਕਹਿਣ ਲੱਗਾ- 'ਕੁਸ਼ ਨ੍ਹੀਂ ਹੁੰਦਾ।' ਉਹਨੇ ਰੱਜ ਕੇ ਮਾਂਹ ਖਾ ਲਏ। ਫੇਰ ਉਸਨੂੰ ਪਿਆਸ ਲੱਗੀ। ਸ਼ਰਧਾਵਸ ਮਹਾਵਤ ਪਾਣੀ ਦਾ ਲੋਟਾ ਲੈ ਆਇਆ। ਉਸ਼ਸਿਤ ਨੇ ਪਾਣੀ ਪੀਣ ਤੋਂ ਨਾਂਹ ਕਰਤੀ। ਉਹ ਕਹਿਣ ਲੱਗਾ-'ਤੇਰਾ ਛੋਹਿਆ ਹੋਇਆ ਪਾਣੀ ਪੀ ਲਿਆ ਤਾਂ ਮੇਰਾ ਧਰਮ ਚਲਿਆ ਜਾਵੇਗਾ।' ਮਹਾਵਤ ਨੂੰ ਗੁੱਸਾ ਆ ਗਿਆ। ਉਹ

ਚੀਕ ਪਿਆ, 'ਤੁਹਾਡਾ ਧਰਮ ਉਦੋਂ ਕਿੱਥੇ ਸੀ ਜਦੋਂ ਮੇਰੇ ਜੂਠੇ ਮਾਂਹ ਖਾ ਰਹੇ ਸੀ। ਮੇਰੇ ਜੂਠੇ ਵੀ ਛੱਡੋ, ਉਹ ਤਾਂ ਢੋਰੇ ਦੇ ਕੀੜਿਆਂ ਨੇ ਸਚਮੁੱਚ ਅੰਦਰੋਂ ਖਾ ਕੇ ਜੂਠੇ ਹੀ ਨ੍ਹੀਂ, ਅਪਵਿੱਤਰ ਵੀ ਕੀਤੇ ਸੀ...।"

ਰਾਜਵਿੰਦਰ ਦੀ ਆਵਾਜ਼ ਆਈ ਹੈ, "ਡੈਡੀ ਜੀ-ਡੈਡੀ ਜੀ ਤੁਹਾਡਾ ਫੋਨ ਆ।"

ਅੱਧੇ ਕੁ ਮਿੰਟ ਲਈ ਮੈਂ ਸੁੰਨ ਹੋਇਆ ਜਿਉਂ ਦਾ ਤਿਉਂ ਬੈਠਾ ਰਿਹਾ ਜਿਵੇਂ ਮੈਨੂੰ ਰਾਜਵਿੰਦਰ ਦੀ ਆਵਾਜ਼ ਸੁਣੀ ਹੀ ਨਾ ਹੋਵੇ।

ਰਾਜਵਿੰਦਰ ਦੀ ਆਵਾਜ਼ ਫੇਰ ਆਈ ਹੈ, "ਡੈਡੀ ਜੀ-ਤੁਸੀਂ ਕਿੱਥੇ ਹੋ ? ਤੁਹਾਡਾ ਫੋਨ ਆ...।"

ਮੈਨੂੰ ਜਾਣਾ ਹੀ ਪੈਣਾ ਹੈ।

ਅੱਗੋਂ ਦਿਲਬਾਗ ਪੁੱਛਦਾ ਹੈ, "ਕਿਵੇਂ ਆ ਦਲਿਤ ਭਾਈ ?"

ਮੈਨੂੰ ਖਿਝਾਉਣ ਲਈ ਹੀ ਉਹ ਪੁੱਛ ਰਿਹਾ ਹੈ।

"ਦੱਸ-ਸ਼ੈਤਾਨ ਦੀ ਟੂਟੀ।"

"ਕਿਤੇ ਸੀਬੋ ਤੇਰੇ ਨੇੜੇ ਤਾਂ ਨ੍ਹੀਂ ਬੈਠੀ ? ਤੂੰ ਸਾਰੀ ਉਮਰ ਜਨਾਨੀ ਤੋਂ ਡਰਦਿਆਂ ਲੰਘਾਤੀ। ਉਹਨੇ ਤੈਨੂੰ ਗੋਡਿਆਂ ਹੇਠੋਂ ਨਿਕਲਣ ਨ੍ਹੀਂ ਦਿੱਤਾ। ਸੁਣਦਾਂ-ਮੈਂ ਕੀ ਕਹਿੰਦਾ ?"

"ਚੱਲ-ਚੱਲ-ਪੰਡਿਤਾ ਕਹਿ ਜੋ-ਜੋ ਕਹਿਣਾ।"

"ਮੇਰੇ ਦੱਸੇ ਨੁਸਕੇ ਦਾ ਕੀ ਬਣਿਆ ?"

"ਇਹ ਉਹਨੂੰ ਆ ਕੇ ਹੀ ਪੁੱਛ ਲਈਂ।"

"ਦੇਖ ਲੈ-ਮੈਂ ਪੁੱਛ ਵੀ ਲੈਣਾ। ਫੇਰ ਨਾ ਚੱਡਿਆਂ ਵਿਚ ਪੂਛ ਦੇ ਕੇ ਦੌੜਾ ਫਿਰੀਂ।"

"......।"

"ਲੈ ਕੰਨ ਖੋਲ੍ਹ ਕੇ ਸੁਣ। ਸਿਰ ਤੋਂ ਸਾਫਾ ਲਾਹ ਲੈ। ਆਹ ਕੀ ਹੂੰ-ਹੂੰ ਕਰੀ ਜਾਣਾਂ। ਹੁਣੇ ਹੁਣੇ ਐਸ. ਪੀ. ਸਿੰਘ ਦਾ ਫੋਨ ਆਇਆ। ਅੱਜ ਰਾਤੀਂ ਸਿਟੀ ਕੇਬਲ 'ਤੇ ਕਮਾਲ ਦੀ ਫ਼ਿਲਮ ਆ ਰਹੀ। ਤੂੰ ਡੇਢ ਵਜੇ ਦਾ ਅਲਾਰਮ ਲਾ ਲੈ। ਦੇਖੀਂ ਜ਼ਰੂਰ-ਜਾਂ ਦੱਸ ਮੈਂ ਹੀ ਤੈਨੂੰ ਫੋਨ ਕਰਕੇ ਜਗਾਵਾਂ।"

"ਤੂੰ ਕੁਸ਼ ਹੋਰ ਬਕਣਾ।"

"ਦਲਿਤ ਭਾਈ ਔਖਾ ਕਿਉਂ ਬੋਲਦਾਂ। ਮੈਨੂੰ ਪਤਾ ਲੱਗਾ ਹੁਣ ਤੂੰ ਵੀ ਮਾਇਆਵਤੀ ਦਾ ਪੱਕਾ ਚੇਲਾ ਬਣ ਜਾਣਾ।"

ਮੈਂ ਟੈਲੀਫੋਨ ਰੱਖ ਦਿੰਦਾ ਹਾਂ। ਇਹਦੀਆਂ ਤਾਂ ਮੋੜ-ਘੋੜ ਕੇ ਇਹੀ ਗੱਲਾਂ ਹੁੰਦੀਆਂ ਹਨ। ਆਪਣੇ ਮੁੰਡੇ ਦੇ ਬੈੱਡ ਹੇਠੋਂ ਪੋਰਨੋਗ੍ਰਾਫੀ ਦੀਆਂ ਕਿਤਾਬਾਂ ਚੁੱਕ ਕੇ ਪੜ੍ਹਦਾ ਰਹਿੰਦਾ ਹੈ। ਰੋਜ਼ ਰਾਤ ਨੂੰ ਮੈਨੂੰ ਫੋਨ ਕਰਦਾ ਹੈ। ਅੱਠ ਵਜੇ ਤੋਂ ਨੌਂ ਵਜੇ ਦੇ ਵਿਚਕਾਰ। ਮੇਰੇ ਨਾਲ਼ ਇਹਨੇ ਠਰਕ ਭੋਰਨਾ ਹੁੰਦਾ ਹੈ। ਜਦੋਂ ਕਦੇ ਇਹਨੂੰ ਕੋਈ ਨਵੀਂ ਸ਼ਰਾਰਤ ਸੁੱਝੇ ਤਾਂ ਇਹ ਸਮਾਂ ਬਦਲ ਲੈਂਦਾ ਹੈ।

ਇਹਨੂੰ ਕਿਵੇਂ ਪਤਾ ਲੱਗਾ ਕਿ ਮੈਂ ਬਹੁਜਨ ਸਮਾਜ ਪਾਰਟੀ 'ਚ ਸ਼ਾਮਿਲ ਹੋ ਰਿਹਾ ਹਾਂ। ਜ਼ਰੂਰ ਸਤੀਸ਼ ਨੇ ਦੱਸਿਆ ਹੋਣਾ ਜਾਂ ਭਾਪਾ ਜੀ ਨੇ ਗੱਲ ਕੀਤੀ ਹੋਣੀ। ਇਹਨੂੰ ਸਾਡੇ ਘਰ ਦੀ

ਹਰੇਕ ਗੱਲ ਦਾ ਪਤਾ ਹੁੰਦਾ ਹੈ। ਪਰ ਮੈਂ ਤਾਂ ਆਪਣੇ ਮਨ ਦੀ ਗੱਲ ਕਿਸੇ ਨਾਲ ਸਾਂਝੀ ਨਹੀਂ ਕੀਤੀ। ਮਨ ਦੀਆਂ ਗੱਢਾਂ ਨਹੀਂ ਖੋਲ੍ਹੀਆਂ।

ਭਾਪਾ ਜੀ ਦੇ ਕਮਰੇ 'ਚੋਂ ਕੋਈ ਆਵਾਜ਼ ਨਹੀਂ ਆ ਰਹੀ।

ਮੈਂ ਬੈੱਡ ਦੇ ਢੋਅ ਨਾਲ ਸਿਰਹਾਣਾ ਟਿਕਾ ਕੇ ਬੈਠ ਜਾਂਦਾ ਹਾਂ। ਚੁਫੇਰੇ ਕਾਗਜ਼ ਖਿਲਰੇ ਪਏ ਹਨ। ਬੈਲੰਸਸ਼ੀਟ ਦੀਆਂ ਫਿਗਰਾਂ ਨਾਲ ਭਰੇ ਪਏ। ਸਭ ਦੀਆਂ ਸਭ ਅਧੂਰੀਆਂ। ਮੈਨੂੰ ਅਸੰਤੁਸ਼ਟ ਕਰਨ ਵਾਲੀਆਂ। ਮੈਂ ਕਾਪੀ 'ਚੋਂ ਇਕ ਹੋਰ ਕਾਗਜ਼ ਪਾੜਦਾ ਹਾਂ। ਪਰ੍ਹਾਂ ਪਿਆ ਬਾਲ ਪੈੱਨ ਚੁੱਕਦਾ ਹਾਂ। 'ਕੈਸ਼ ਇੰਨ ਹੈਂਡ' ਦਾ ਕਾਲਮ ਬਣਾਉਂਦਾ ਹਾਂ। ... ਮੈਨੂੰ ਯਾਦ ਆਉਂਦਾ ਹੈ ਕਿ ਇਹ ਘਟਨਾ ਭਾਪਾ ਜੀ ਨੇ ਮੈਨੂੰ ਸੁਣਾਈ ਸੀ। ... ਪੰਚਾਇਤ ਜੁੜੀ ਬੈਠੀ ਸੀ। ਪਿੰਡ ਦੇ ਮੋਹਤਬਰ ਪੰਚਾਇਤ ਘਰ 'ਚ ਬੈਠੇ ਸਨ। ਕੋਅਪਰੇਟਿਵ ਸੁਸਾਇਟੀ ਦੇ ਪ੍ਰਧਾਨ ਦੀ ਚੋਣ ਹੋਣੀ ਸੀ। ਪਿੰਡ ਦੋ ਧੜਿਆਂ 'ਚ ਵੰਡਿਆ ਗਿਆ ਸੀ। ਦੋਹਾਂ ਧੜਿਆਂ ਦਾ ਇਸ ਗੱਲ 'ਤੇ ਜ਼ੋਰ ਲੱਗਾ ਸੀ ਕਿ ਪ੍ਰਧਾਨ ਉਨ੍ਹਾਂ ਦੀ ਪਾਰਟੀ ਦਾ ਹੋਵੇ। ਗੱਲ ਕਿਸੇ ਸਿਰੇ ਕੰਢੇ ਨਹੀਂ ਲੱਗ ਰਹੀ ਸੀ। ਸਵੇਰ ਤੋਂ ਸ਼ਾਮ ਹੋ ਗਈ ਸੀ। ਹਾਰ ਤਾਂ ਕਿਸੇ ਇਕ ਦੇ ਗਲ ਹੀ ਪੈਣਾ ਸੀ। ਫੇਰ ਦਵਿੰਦਰ ਸਿੰਘ ਨੇ ਕਿਹਾ ਸੀ, 'ਆਹ ਹਾਰ ਫੜਾ ਦਿਉ ਕਰਤਾਰੇ ਨੂੰ। ਉਹ ਜਿਹਨੂੰ ਮਰਜ਼ੀ ਪਾ ਦੇਵੇ।' ਦਵਿੰਦਰ ਸਿੰਘ ਦੀ ਗੱਲ ਨੂੰ ਦੋਹਾਂ ਧੜਿਆਂ ਨੇ ਮੰਨ ਲਿਆ ਸੀ। ਹਾਰ ਕਰਤਾਰੇ ਨੂੰ ਫੜਾ ਦਿੱਤਾ ਸੀ। ਕਰਤਾਰਾ ਕਸੂਤੀ ਸਥਿਤੀ 'ਚ ਫਸ ਗਿਆ ਸੀ ਕਿ ਉਹ ਹਾਰ ਕਿਸ ਦੇ ਪਾਵੇ। ਇਕ ਪਾਸੇ ਜੈਪਾਲ ਸਿੰਘ ਤੇ ਦੂਜੇ ਪਾਸੇ ਸੁਰਜਨ ਸਿੰਘ। ਜੇ ਉਹ ਇਕ ਦੇ ਪਾਉਂਦਾ ਤਾਂ ਦੂਜਾ ਜਣਾ ਨਰਾਜ਼ ਹੋ ਜਾਣਾ ਸੀ। ਉਸ ਦੋਹਾਂ ਵੱਲ ਦੇਖਿਆ ਸੀ। ਉਸ ਨੀਵੀਂ ਪਾ ਲਈ ਸੀ। ਫੇਰ ਉਸ ਪੁੱਛਿਆ ਸੀ, 'ਭਰਾਵੋ-ਜੋ ਮੈਂ ਕਰ ਦਵਾਂ ਉਹ ਤੁਹਾਨੂੰ ਮਨਜ਼ੂਰ ਹੋਵੇਗਾ ਨਾ ?' ਦੋਹਾਂ ਧੜਿਆਂ 'ਚੋਂ ਆਵਾਜ਼ ਆਈ ਸੀ, 'ਸਾਨੂੰ ਤੇਰਾ ਫੈਸਲਾ ਮਨਜ਼ੂਰ ਹੋਊਗਾ।' ਕਰਤਾਰਾ ਆਪਣੀ ਕੁਰਸੀ ਤੋਂ ਉਠਿਆ ਸੀ। ਉਹਨੇ ਹਾਰ ਆਪਣੇ ਗਲ 'ਚ ਪਾ ਲਿਆ ਸੀ। ਪੰਚਾਇਤ ਘਰ 'ਚ ਇਕ ਵਾਰ ਤਾਂ ਸੁੰਨ ਛਾ ਗਈ ਸੀ। ਕਰਤਾਰਾ ਤਿੰਨ ਸਾਲ ਕੋਅਪਰੇਟਿਵ ਸੁਸਾਇਟੀ ਦਾ ਪ੍ਰਧਾਨ ਰਿਹਾ ਸੀ।

ਦੂਜੇ ਦਿਨ ਹੀ ਮੇਰਾ ਮਨ ਕਰਤਾਰੇ ਨੂੰ ਮਿਲਣ ਨੂੰ ਕਾਹਲਾ ਪੈ ਗਿਆ ਸੀ। ਮੈਂ ਵਿਚਲੇ ਸੱਚ ਨੂੰ ਜਾਨਣਾ ਚਾਹੁੰਦਾ ਸੀ। ਤੀਜੇ ਦਿਨ ਮੈਂ ਦਫ਼ਤਰ ਜਾਣ ਲੱਗਿਆਂ ਪਿੰਡ ਨੂੰ ਚਲੇ ਗਿਆ ਸੀ। ਮੈਂ ਜਾਂਦਿਆਂ ਹੀ ਉਸ ਦੇ ਗੋਡੀਂ ਹੱਥ ਜਾ ਲਾਇਆ ਸੀ। ਉਹਨੂੰ ਪੁੱਛਿਆ ਸੀ, "ਤੁਸੀਂ ਮੈਨੂੰ ਪਛਾਣਿਆ ?"

"ਨ੍ਹੀਂ ਜੀ-ਮੇਰੇ ਸਿਆਣ ਵਿਚ ਨ੍ਹੀਂ ਆ ਰਿਹਾ," ਉਹ ਹੈਰਾਨ ਹੋਇਆ ਮੇਰੇ ਮੂੰਹ ਵੱਲ ਸਿੱਧਾ ਹੀ ਦੇਖਣ ਲੱਗਾ ਸੀ।

"ਮੈਂ ਹਾਂ ਪਿਆਰਾ। ਰਾਮੂ ਦਾ ਛੋਟਾ ਮੁੰਡਾ।"

"ਅੱਛਾ-ਅੱਛਾ ਤੂੰ। ਕੀੜੀ ਘਰ ਨਰਾਇਣ ਕਿਵੇਂ ਆ ਗਿਆ ? ਬੱਲੇ ਬੱਲੇ ਨ੍ਹੀਂ ਰੀਸਾਂ ਤੇਰੀਆਂ। ਆਪਣੇ ਪਾਸੇ ਵਾਲੇ ਤੇਰੀਆਂ ਬਹੁਤ ਸਿਫਤਾਂ ਕਰਦੇ ਹੁੰਦੇ। ਬੱਲੇ-ਬੱਲੇ-ਬੱਲੇ ਬਈ ਸ਼ੇਰਾ।" ਉਹ ਪਰ੍ਹਾਂ ਨੂੰ ਖਿਸਕ ਗਿਆ ਸੀ। ਪੁੱਛਣ ਲੱਗਾ ਸੀ, "ਮੇਰੇ ਕੋਲ ਕਿਵੇਂ ਆਇਆਂ ?"

ਮੈਂ ਉਹਦੀ ਮੁੱਠ 'ਚ ਪੰਜਾਹ ਪੰਜਾਹ ਦੇ ਚਾਰ ਨੋਟ ਦਿੱਤੇ ਸਨ। ਉਹਨੇ ਬਿਨਾਂ ਦੇਖਿਆਂ

ਹੀ ਜੇਬ 'ਚ ਪਾਉਣ ਦੀ ਕੀਤੀ ਸੀ। ਮੈਂ ਉਹਨੂੰ ਉਸ ਘਟਨਾ ਬਾਰੇ ਪੁੱਛਿਆ ਸੀ। ਉਸ ਦੱਸਿਆ ਸੀ, "ਪੁੱਤ-ਗੱਲ ਤਾਂ ਮੌਕਾ ਸੰਭਾਲਣ ਦੀ ਹੁੰਦੀ ਆ। ਮੇਰੇ ਦਿਮਾਗ ਨੇ ਕੰਮ ਕੀਤਾ। ਇਕ ਸਮਾਂ ਸੀ ਕਿ ਸਾਡੇ ਲੋਕਾਂ ਦੀ ਤਾਂ ਕੁੱਤੇ ਜਿੰਨੀ ਬੁਕਤ ਨ੍ਹੀਂ ਹੁੰਦੀ ਸੀ। ਇਹ ਤਾਂ ਵੋਟਾਂ ਨੇ ਤਬਦੀਲੀ ਲਿਆਂਦੀ। ਹੁਣ ਤੁਸੀਂ ਸਿਆਣੇ ਬਣੋ। ਆਪਣੇ ਨਿਆਣਿਆਂ ਨੂੰ ਖੂਬ ਪੜ੍ਹਾਉ। ਪੜ੍ਹਾਈ ਕਰਕੇ ਹੀ ਜਾਤ ਬਰਾਦਰੀ ਦੇ ਪਿਛੜੇਵੇਂ ਨੂੰ ਨੱਥ ਪਾਈ ਜਾ ਸਕਦੀ। ਜੱਟ ਤਾਂ ਜ਼ਮੀਨ ਦੇ ਸਿਰ 'ਤੇ ਆਕੜਦੇ। ਮੇਰਾ ਪੋਤਾ ਕਹਿੰਦਾ-ਸਾਨੂੰ ਦੋ ਤਿੰਨ ਖੇਤ ਦੇਉ-ਅਸੀਂ ਜੱਟਾਂ ਦੀ ਆਕੜ ਭੰਨ ਦਵਾਂਗੇ....ਬਾਕੀ ਤੂੰ ਆਪ ਪੜ੍ਹਿਆਂ ਲਿਖਿਆਂ-ਤੈਨੂੰ ਆਪਣੇ ਲੋਕਾਂ ਬਾਰੇ ਜ਼ਿਆਦਾ ਸੋਚਣਾ ਚਾਹੀਦਾ....।"

****

ਹੈਂ। ਇਹ ਕੀ ? ਬੁੱਕ ਅਡਜਸਟਮੈਂਟ ਵਾਲੀ ਸਾਰੀ ਜਗ੍ਹਾ 'ਤੇ ਉਸ ਬਜ਼ੁਰਗ ਦਾ ਚਿਹਰਾ ਫੈਲਦਾ ਜਾ ਰਿਹਾ ਹੈ। ਹਾਂ-ਇਹੀ ਬਜ਼ੁਰਗ ਹੈ। ਮੇਰੀਆਂ ਨਜ਼ਰਾਂ ਧੋਖਾ ਨਹੀਂ ਖਾ ਸਕਦੀਆਂ। ਮੈਂ ਉਹਨੂੰ ਪਛਾਣ ਲਿਆ ਹੈ। ਭਾਪਾ ਜੀ ਨੂੰ ਵੀ ਅਵੱਸ ਦਰਸ਼ਨ ਦਿੰਦਾ ਹੋਵੇਗਾ। ਇਸ ਲਈ ਉਨ੍ਹਾਂ ਕੋਠੀ ਦੇ ਪਿਛਲੇ ਪਾਸੇ ਕੰਧ ਵਿਚ ਇਕ ਆਲਾ ਬਣਵਾਇਆ ਸੀ। ਬਿਲਕੁਲ ਇਕ ਨੁੱਕਰ 'ਚ। ਮੈਥੋਂ ਡਰਦਿਆਂ ਉਨ੍ਹਾਂ ਦਾ ਹਿਆਂ ਅੰਦਰ ਬਣਾਉਣ ਨੂੰ ਨਹੀਂ ਪਿਆ ਸੀ। ਉਹ ਐਤਵਾਰ ਵਾਲੇ ਦਿਨ ਇਹਨੂੰ ਧੋਂਦੇ, ਸੁੱਚੇ ਕੱਪੜੇ ਨਾਲ ਸਾਫ਼ ਕਰਦੇ। ਫੁੱਲ ਰੱਖਦੇ। ਨਤਮਸਤਕ ਹੁੰਦੇ। ਚਿਰਾਗ ਬਾਲਦੇ। ਕਾਫੀ ਪੁਰਾਣੀ ਗੱਲ ਸੀ। ਇਕ ਦਿਨ ਉਹ ਦਿੱਲੀ ਚੱਲੇ ਤਾਂ ਮੈਨੂੰ ਉਨ੍ਹਾਂ ਕਿਹਾ, "ਪਿਆਰਿਆ ਤੂੰ ਚਿਰਾਗ ਜ਼ਰੂਰ ਕਰੀਂ।" ਮੈਥੋਂ ਨਾਂਹ ਤਾਂ ਨਾ ਕਰ ਹੋਈ ਪਰ ਮੇਰਾ ਮਨ ਉੱਕਾ ਹੀ ਇਸ ਪਾਸੇ ਨਾ ਗਿਆ। ਦੂਜੇ ਦਿਨ ਐਤਵਾਰ ਆ ਗਿਆ। ਘੜੀ ਨੇ ਛੇ ਵਜਾਏ। ਮੈਂ ਤੇਲ ਦੀ ਸ਼ੀਸ਼ੀ ਲੈ ਕੇ ਆਲੇ ਵੱਲ ਨੂੰ ਜਾਂਦਾ ਹੋਇਆ ਡਾਢੀ ਔਖ ਮਹਿਸੂਸ ਕਰ ਰਿਹਾ ਸੀ। ਮਨ ਵਾਰ-ਵਾਰ ਕਹਿ ਰਿਹਾ ਸੀ ਕਿ ਦੋ ਇੱਟਾਂ ਲੈ ਕੇ ਇਹਨੂੰ ਬੰਦ ਕਰ ਦੇਵਾਂ। ਜਕੋ-ਤੱਕੀ 'ਚ ਮੈਂ ਦੀਵਾ ਤੇਲ ਨਾਲ ਭਰ ਦਿੱਤਾ। ਤੀਲ੍ਹ ਬਾਲਣ ਲੱਗਿਆਂ ਮੇਰੇ ਹੱਥ ਕੰਬੇ। ਉਦੋਂ ਹੀ ਮੈਨੂੰ ਲੱਗਾ ਜਿਵੇਂ ਕਿਸੇ ਨੇ ਕਿਹਾ ਹੋਵੇ-"ਵੱਡਿਆ ਕਾਮਰੇਡਾ ਰੁੱਖ ਵੀ ਜੜ੍ਹਾਂ ਬਿਨਾਂ ਨ੍ਹੀਂ ਹੁੰਦੇ। ਤੂੰ ਆਪਣੇ ਵਡੇਰਿਆਂ ਨੂੰ ਹੀ ਭੁੱਲ ਗਿਆ। ਕਦੇ ਦੇਖੀਂ। ਸੋਚੀਂ। ਮੈਂ ਕਿਹੜੀਆਂ ਹਾਲਤਾਂ ਵਿੱਚ ਜਿਉਂਦਾ ਰਿਹਾ ਆਂ।" ਅਰਧ ਸੁਰਤੀ ਦੀ ਹਾਲਤ 'ਚ ਮੈਂ ਚਿਰਾਗ ਬਾਲਿਆ ਸੀ। ਉਸੇ ਰਾਤ ਨੂੰ ਉਹ ਬਜ਼ੁਰਗ ਪਹਿਲੀ ਵਾਰ ਮੈਨੂੰ ਸੁਫਨੇ 'ਚ ਦਿੱਸਿਆ ਸੀ। ਸ਼ਾਇਦ ਉਦੋਂ ਹੀ ਮੇਰੇ ਅੰਦਰ ਪਹਿਲੀ ਵਾਰ ਆਪਣਾ ਜਾਤ ਪ੍ਰਤੀ ਜਗਿਆਸਾ ਜਾਗੀ ਸੀ।

ਹਾਂ-ਇਹੀ ਬਜ਼ੁਰਗ ਹੈ। ਮੇਰਾ ਵੱਡਾ-ਵਡੇਰਾ। ਮੈਂ ਉਹਦੇ ਅੰਸ਼ 'ਚੋਂ ਹਾਂ। .... ਮੇਰੀਆਂ ਨਜ਼ਰਾਂ ਧੋਖਾ ਨਹੀਂ ਖਾ ਸਕਦੀਆਂ। ਮੈਂ ਉਹਨੂੰ ਪਛਾਣ ਲਿਆ ਹੈ। ਮੈਂ ਦੇਖ ਰਿਹਾ ਹਾਂ... ਧੁੰਦ ਤਾਂ ਪਹਿਲੇ ਪਹਿਰ ਹੀ ਪੈਣੀ ਸ਼ੁਰੂ ਹੋ ਗਈ ਸੀ। ਅੱਗੇ ਤੁਰਿਆ ਜਾਂਦਾ ਬੰਦਾ ਨਹੀਂ ਦਿੱਸਦਾ। ਚੁੱਪਚਾਪ। ਜਿਵੇਂ ਸਾਰੀ ਕਾਇਨਾਤ ਸੁੱਤੀ ਪਈ ਹੋਵੇ। ਪਿੰਡ ਵਾਲੇ ਪਾਸਿਉਂ ਘੁਮਾਰ ਦੀ ਆਵਾਜ਼ ਆਈ, "ਜਵਾਨਾ ਦੌੜ ਕੇ ਖੋਤਿਆਂ ਦੇ ਮੂਹਰੇ ਨੂੰ ਹੋ ਜਾ। ਹੋਰ ਨਾ ਸੌਹਰੀ ਦਾ ਕੋਈ ਖੂਹ ਵਿਚ ਹੀ ਡਿੱਗ ਪਵੇ। ਐਨੀ ਠੰਢ ਵਿਚ ਬਾਹਰ ਕੌਣ ਕੱਢੂ।" ਸੁਣਦਿਆਂ ਬਜ਼ੁਰਗ ਖੁੱਲ੍ਹ ਕੇ ਹੱਸਿਆ। ਉਹ ਮਨ ਨਾਲ ਗੱਲਾਂ ਕਰਨ ਲੱਗਾ-ਮੈਂ ਆਪਣੀ ਸੁਰਤ 'ਚ ਕੋਈ ਖੋਤਾ ਖੂਹ

'ਚ ਨਾ ਡਿਗਦਾ ਦੇਖਿਆ। ਨਾ ਹੀ ਸੁਣਿਆ। ਇਹਦੇ ਜਾਨਵਰ ਪਸ਼ੌਰੋਂ ਆਏ ਲਗਦੇ ਆ। ਉਸ ਤਾੜੀ ਮਾਰੀ ਤਾਂ ਜੋਗਿੰਦਰ ਬੋਲਿਆ, "ਸੈਬ ਬਹਾਦਰ ਨੂੰ ਦੋ ਹੱਥ ਦੂਰ ਪਈ ਚੀਜ਼ ਦਿੱਸਦੀ ਨ੍ਹੀਂ, ਆਵਾਜ਼ ਦੋ ਕੋਹਾਂ ਤੋਂ ਸੁਣ ਪੈਂਦੀ ਆ।" ਬਜ਼ੁਰਗ ਆਪਣੀ ਦੁਨੀਆਂ 'ਚ ਮਸਤ ਅੱਗ ਝੋਕ ਰਿਹਾ ਸੀ। ਚੁੱਬਚੇ ਦੇ ਅੱਧ ਵਿਚਕਾਰ ਬੈਠਾ। ਉਸ ਦੇ ਤੇੜ ਸਿਰਫ਼ ਲੰਗੋਟੀ ਹੀ ਸੀ। ਉਸ ਆਪਣਾ ਖੇਸ ਤਹਿ ਮਾਰ ਕੇ ਸੁੱਕੀ ਟੋਕ 'ਤੇ ਰੱਖਿਆ ਸੀ।

"ਲੈ-ਹੁਣ ਸੌਂ ਗਿਆ ਸੈਬ ਬਹਾਦਰ-ਉਏ ਕਰਮਿਆਂ-ਭੈਣ ਦਿਆਂ ਲੱਕੜਾ। ਸੁਸਤ ਪੈ ਗਿਆਂ। ਜ਼ਰਾ ਭਰਵਾਂ ਝੋਕਾ ਲਾ ਤਾਂ," ਜੋਗਿੰਦਰ ਨੇ ਕੜਾਹੇ 'ਚੋਂ ਪੋਣੀ ਨਾਲ ਮੈਲ ਕੱਢਦਿਆਂ ਕਿਹਾ, "ਪੱਤ ਉਠਣ ਵਾਲੀ ਸਮਝ।"

ਕਰਮੇ ਨੇ ਤੂਤ ਦੇ ਦੋਸਾਂਗੜ ਨਾਲ ਟੋਕ ਦਾ ਭਰਵਾਂ ਸਾਰਾ ਰੁਗ ਖਿੱਚਿਆ। ਅੱਗ ਨੂੰ ਤੇਜ਼ ਕਰ ਦਿੱਤਾ। ਲਾਟਾਂ ਬਾਹਰ ਨੂੰ ਆਈਆਂ। ਉਹ ਰਾਮ-ਰਾਮ ਕਰਦਾ ਮੂੰਹ ਉੱਪਰ ਹੱਥ ਫੇਰਨ ਲੱਗਾ।

ਦਿਨ ਬੀਤਦੇ ਦਾ ਪਤਾ ਹੀ ਨਹੀਂ ਲੱਗਾ ਸੀ। ਇਹ ਅੱਜ ਦੀ ਪੰਜਵੀਂ ਤੇ ਆਖਰੀ ਪੱਤ ਸੀ।

"ਹੁਣ ਐਦਾਂ ਕਰੋ-ਪਹਿਲਾਂ ਆਹ ਟੋਕਰੇ ਘਰ ਛੱਡ ਆਓ। ਭੇਲੀਆਂ ਮੈਂ ਆਪੇ ਬਣਾ ਲਊਂ," ਜੋਗਿੰਦਰ ਨੇ ਚੁੱਬਚੇ ਕੋਲ ਆ ਕੇ ਕਿਹਾ ਤਾਂ ਕਰਮੇ ਨੇ ਲੰਗੋਟੀ ਦਾ ਗੋਡਿਆਂ ਵਿਚਕਾਰ ਲਮਕਦਾ ਲੜ ਉੜੰਗਿਆ, ਉਬਾਸੀ ਲਈ, ਖੇਸ ਦੀ ਬੁੱਕਲ ਮਾਰੀ ਤੇ ਕਿੱਕਰ ਤੋਂ ਬਿਨ੍ਹੂੰ ਲਾਹ ਕੇ ਟੋਕਰੇ ਨੂੰ ਆਨ ਹੱਥ ਪਾਇਆ।

ਛਿੰਦਰ ਕਰਮੇ ਨਾਲੋਂ ਕਾਫੀ ਅਗਾਂਹ ਲੰਘ ਗਿਆ ਸੀ। ਜੋਗਿੰਦਰ ਨੇ ਭਾਰੀ ਟੋਕਰਾ ਉਸਨੂੰ ਚੁਕਾਇਆ ਸੀ। ਇਸ ਲਾਲਚ 'ਚ ਇਕ ਗੇੜਾ ਬਚ ਜਾਵੇਗਾ। ਉਹ ਨਿਆਈਂ 'ਚ ਪੈਂਦੇ ਕਮਾਦ ਕੋਲੋਂ ਦੀ ਲੰਘਣ ਲੱਗਾ ਤਾਂ ਉਸ ਨੂੰ ਭੁਝਕਾ ਪਿਆ ਜਿਵੇਂ ਕਿਸੇ ਦੇ ਭਾਰ ਨਾਲ ਕਮਾਦ ਦਾ ਪੂਲਾ ਟੁੱਟਿਆ ਹੋਵੇ। ਕੜਕ ਦੇਣੀ ਦੀ ਆਵਾਜ਼ ਆਈ ਸੀ। ਉਸਦੇ ਸਿਰ 'ਤੇ ਐਨਾ ਭਾਰਾ ਟੋਕਰਾ ਸੀ ਕਿ ਉਸ ਲਈ ਕਮਾਦ ਵੱਲ ਸਿਰ ਘੁੰਮਾ ਕੇ ਦੇਖਣਾ ਵੀ ਡਾਢਾ ਔਖਾ ਸੀ। ਉਸਦੇ ਮਨ 'ਚ ਆਇਆ ਕਿ ਉਹਨੂੰ ਕੋਈ ਟੋਕਰਾ ਲੁਹਾਉਣ ਵਾਲਾ ਮਿਲ ਜਾਵੇ ਤਾਂ ਉਹ ਦੇਖੇ-ਕਿਹੜਾ ਜਾਨਵਰ ਹੈ। ਉਹ ਪਲ ਕੁ ਖੜ੍ਹਾ ਰਿਹਾ। ਹੁਣ ਆਵਾਜ਼ ਨਹੀਂ ਆ ਰਹੀ ਸੀ। ਉਸ ਇਕ ਹੱਥ ਦਾ ਓਹਲਾ ਜਿਹਾ ਕਰਕੇ ਅਗਾਂਹ ਨੂੰ ਦੇਖਿਆ-ਉਸਨੂੰ ਅੱਗੋਂ ਛਿੰਦਰ ਮੁੜਦਾ ਹੋਇਆ ਦਿੱਸਿਆ। ਦੋਚਿੱਤੀ 'ਚ ਹੀ ਉਹ ਅਗਾਂਹ ਤੁਰ ਪਿਆ। ਉਸ ਦਾ ਸਾਹ ਉਖੜਿਆ-ਉਖੜਿਆ ਰਿਹਾ। ਉਹ ਆਪਣੇ ਆਪ ਨੂੰ ਔਖਾ ਔਖਾ ਮਹਿਸੂਸ ਕਰਨ ਲੱਗਾ। ਅਗਲੇ ਪਲਾਂ 'ਚ ਉਤਰਦੀ ਆਉਂਦੀ ਰਾਤ ਦਾ ਖਿਆਲ ਆਉਂਦਿਆਂ ਹੀ ਉਸ ਆਪਣੀ ਚਾਲ ਤੇਜ਼ ਕਰ ਦਿੱਤੀ।

ਦੂਜੇ ਗੇੜੇ ਮੁੜਿਆ ਤਾਂ ਉਸ ਨੂੰ ਕਮਾਦੀ ਦੀ ਨੁਕਰ ਵੱਲੋਂ ਆਵਾਜ਼ ਪਈ। ਉਹ ਖੜ੍ਹ ਗਿਆ। ਆਵਾਜ਼ ਫੇਰ ਪਈ, "ਬਾਪੂ-ਮੈਨੂੰ ਭਰੀ ਚੁਕਾਈਂ।" ਉਹ ਆਵਾਜ਼ ਦੀ ਸੇਧ ਵੱਲ ਤੁਰ ਪਿਆ। ਭਾਰ ਨੇ ਉਹਦੀ ਕਾਈਂ ਬਾਈਂ ਭੁਲਾ ਦਿੱਤੀ ਸੀ। ਜਗੀਰੋ ਨੇ ਆਗਾਂ ਦੀ ਵਿੱਤੋਂ ਵਧ ਭਰੀ ਬੰਨ ਰੱਖੀ ਸੀ।

"ਕੁੜੇ ਤੂੰ ਸੀ ਮਰ ਜਾਣੀ," ਕਰਮੇ ਨੇ ਸ਼ੱਕ ਭਰੀਆਂ ਨਜ਼ਰਾਂ ਨਾਲ ਉਸ ਨੂੰ ਘੂਰਿਆ।

ਜਗੀਰੋ ਦੀ ਆਵਾਜ਼ 'ਚ ਘਬਰਾਹਟ ਸੀ। ਉਹਦੇ ਕੋਲੋਂ ਜਗੀਰੋ ਵੱਲ ਬਹੁਤਾ ਚਿਰ ਦੇਖਿਆ ਨਾ ਗਿਆ। ਉਸ ਭਰੀ ਨੂੰ ਹੱਥ ਪਾਉਣ ਦੀ ਕੀਤੀ। ਬੇਧਿਆਨੀ 'ਚ ਭਰੀ ਇਕ ਪਾਸੇ ਨੂੰ ਉਲਰ ਗਈ। ਜਗੀਰੋ ਬੋਲੀ, "ਦਿਨ ਖਰਾਬ ਹੁੰਦਾ ਜਾਂਦਾ ਸੀ। ਮੈਂ ਸੋਚਿਆ-ਦੋ ਭਰੀਆਂ ਲੈ ਜਾਵਾਂ। ਇਕ ਭਰੀ ਤਾਂ ਮੈਂ ਘਰੇ ਸੁੱਟ ਆਈਂ।" ਕਰਮਾ ਅੱਗੋਂ ਕੁਝ ਨਾ ਬੋਲਿਆ ਪਰ ਉਹਦੇ ਮਨ 'ਚ ਇਹ ਜ਼ਰੂਰ ਆਇਆ ਸੀ ਕਿ ਉਹ ਥਾਂ ਦੇਖ ਕੇ ਆਵੇ ਜਿੱਥੋਂ ਪੂਲਾ ਟੁੱਟਣ ਦੀ ਆਵਾਜ਼ ਆਈ ਸੀ। ਉਹਦੇ ਪੈਰ ਉਧਰ ਜਾਣ ਦੀ ਥਾਂ ਛਿੰਦਰ ਦੀ ਕੁਰੱਖਤ ਆਵਾਜ਼ ਮਗਰ ਵਧੇ, "ਓਏ ਭੈਣ ਦੇਣਿਆ ਚੜ੍ਹਮਾ-ਤੂੰ ਆਪ ਤਾਂ ਕੁਵੇਲਾ ਕਰਨਾ ਹੀ ਹੁੰਦਾ-ਮੈਨੂੰ ਵੀ ਨਾਲ ਟੰਗ ਲੈਣਾਂ।"

ਵਾਪਸ ਆਉਂਦਿਆਂ ਹੋਇਆਂ ਕਮਾਦ ਕੋਲ ਆ ਕੇ ਉਹਦੇ ਪੈਰ ਮਣ-ਮਣ ਦੇ ਭਾਰੀ ਹੋਣ ਲੱਗੇ। ਉਹਦੇ ਮਨ 'ਚ ਤੇਜ਼ੀ ਨਾਲ ਇਹ ਵਿਚਾਰ ਆਇਆ-ਕਿਤੇ ਜਗੀਰੋ ਤਾਂ ਨਹੀਂ ਸੀ ? ਪਿੱਛੇ ਆਉਂਦੇ ਛਿੰਦਰ ਦੀ ਫੜਕ-ਫੜਕ ਕਰਦੀ ਜੁੱਤੀ ਦੀ ਆਵਾਜ਼ ਨੇ ਉਸ ਦੇ ਪੈਰਾਂ 'ਚ ਵੀ ਕਾਹਲੀ ਲੈ ਆਂਦੀ। ਉਹਨੂੰ ਪਤਾ ਹੀ ਨਾ ਲੱਗਾ ਕਿ ਕਦੋਂ ਘਰ ਦਾ ਵਿਹੜਾ ਲੰਘ ਆਇਆ। ਜਗੀਰੋ ਨੇ ਛੋਹਲੇ ਪੈਰੀਂ ਉਸ ਵੱਲ ਅਹੁਲਦਿਆਂ ਮੈਲ ਦੇ ਟੋਕਰੇ ਨੂੰ ਹੱਥ ਪਾਇਆ। ਉਹ ਉਸ ਵੱਲ ਹੋਰੂੰ-ਹੋਰੂੰ ਝਾਕਿਆ। ਮੂੰਹੋਂ ਕੁਝ ਨਾ ਬੋਲਿਆ। ਉਹ ਡਰ ਗਈ। ਉਸ ਆਪਣੀ ਘਬਰਾਹਟ ਦਬਾ ਕੇ ਕਿਹਾ, "ਬਾਪੂ-ਐਵੇਂ ਤੂੰ ਕਿਉਂ ਔਖਾ ਹੋਇਆਂ। ਮੈਨੂੰ ਸੱਦ ਲੈਂਦਾ।" ਅੱਗੋਂ ਉਹ ਚੁੱਪ ਰਿਹਾ ਤੇ ਸਿੱਧਾ ਹੀ ਦਲਾਨ 'ਚ ਲੰਘ ਗਿਆ। ਚਿੰਤੀ ਰਜਾਈ 'ਚ ਮੂੰਹ ਸਿਰ ਲਕੋਈ ਪਈ ਸੀ। ਉਹ ਉਸ ਦੀ ਪੁਆਂਦੀ ਬੈਠ ਗਿਆ। ਉਹ ਕਹਿਣਾ ਤਾਂ ਇਹ ਚਾਹੁੰਦਾ ਸੀ ਕਿ ਸੌਣ ਤੋਂ ਪਹਿਲਾਂ ਜਗੀਰੋ ਨੂੰ ਕਮਾਦ ਵਾਲੀ ਗੱਲ ਬਾਰੇ ਪੁੱਛੀਂ ਪਰ ਉਸਦਾ ਹਿਆਂ ਨਾ ਪਿਆ।

ਉਹ ਪੁੱਛਣ ਲੱਗਾ, "ਕਿਵੇਂ ਆ ਹੁਣ ਤੇਰੀ ਤਬੀਅਤ ?"

ਚਿੰਤੀ ਨੇ ਰਜਾਈ 'ਚੋਂ ਮੂੰਹ ਬਾਹਰ ਕੱਢਿਆ। ਉਸਨੂੰ ਕਾਂਬੇ ਦੇ ਨਾਲ-ਨਾਲ ਜ਼ੋਰ ਦੀ ਖੰਘ ਵੀ ਛਿੜੀ।

"ਪਈ ਰਹੁ, ਪਈ ਰਹੁ," ਕਹਿੰਦਿਆਂ ਉਸ ਚਿੰਤੀ ਦੀ ਰਜਾਈ ਚਹੁੰ ਪਾਸਿਆਂ 'ਚੋਂ ਘੁੱਟ ਦਿੱਤੀ। ਪੁੱਛਣ ਲੱਗਾ, "ਮੈਂ ਕੇਹਰੂ ਕੋਲੋਂ ਦੋਸ਼ਾਂਦਾ ਬਣਾ ਲਿਆਵਾਂ ? ਉਹਦੇ ਨਾਲ ਹੀ ਤੈਨੂੰ ਮੋੜ ਪੈਣਾ।"

"ਮੈਂ ਕਿਤੇ ਨ੍ਹੀਂ ਮਰ ਚੱਲੀ। ਤੂੰ 'ਰਾਮ ਨਾਲ ਬੈਠ," ਚਿੰਤੀ ਨੇ ਆਪਣਾ ਆਪ ਸੰਭਾਲਿਆ। ਹੰਭਲਾ ਮਾਰਿਆ ਤੇ ਕੰਧ ਨਾਲ ਢੋਅ ਲਾ ਕੇ ਬੈਠ ਗਈ।

ਜਗੀਰੋ ਅੰਦਰ ਆਈ ਤੇ ਪੁੱਛਣ ਲੱਗੀ, "ਬੇਬੇ ਮੈਲ ਦਾ ਕੀ ਕਰਨਾ ?"

ਚਿੰਤੀ ਨੇ ਕਿਹਾ, "ਪਈ ਰਹਿਣ ਦੇ।"

ਇਨ੍ਹਾਂ ਦਿਨਾਂ 'ਚ ਚਿੰਤੀ ਦਾ ਦਮਾ ਕੁਝ ਜ਼ਿਆਦਾ ਹੀ ਬਿਗੜ ਗਿਆ ਸੀ। ਉਸ ਮੰਜਾ ਮਲ ਰੱਖਿਆ ਸੀ। ਉਂਝ ਉਹ ਕਿਤੇ ਟਿਕ ਕੇ ਬੈਠਣ ਵਾਲੀ ਸੀ। ਤਿੰਨਾਂ ਘਰਾਂ ਦਾ ਗੋਹਾ ਕੂੜਾ ਕਰਦੀ। ਮੱਝ ਦੇ ਪੱਠਿਆਂ ਲਈ ਵੀ ਬਾਹਰ ਅੰਦਰ ਜਾ ਆਉਂਦੀ।

"ਸਵੇਰ ਦਾ ਕੁਸ਼ ਖਾਧਾ ਪੀਤਾ ਵੀ ਆ ਕਿ ਨ੍ਹੀਂ ?" ਜਗੀਰੋ ਦੇ ਜਾਣ ਤੋਂ ਬਾਅਦ ਉਸ ਪੁੱਛਿਆ।

ਚਿੰਤੀ ਨੇ ਉਹਦੇ ਵੱਲ ਮੋਹ ਭਰੀਆਂ ਨਜ਼ਰਾਂ ਨਾਲ ਦੇਖਿਆ। ਦੱਸਣ ਲੱਗੀ, "ਮੈਨੂੰ ਦੁਪਹਿਰੇ ਜਿਹੇ ਖੋਹ ਪਈ ਸੀ। ਜਗੀਰੋ ਤਾਂ ਕਮਾਦ ਛਿੱਲਣ ਗਈ ਸੀ। ਮੈਂ ਕਿਹਾ-ਚਲ ਮਨਾ ਉਠ। ਰਾਤ ਦੀ ਰੋਟੀ ਪਈ ਸੀ। ਮੈਂ ਰੋਟੀ ਭੂਰੀ। ਲੱਸੀ ਵਿਚ ਲੂਣ-ਮਿਰਚਾਂ ਪਾਈਆਂ। ਮੈਨੂੰ ਬੜੀ ਸੰਵਾਦ ਲੱਗੀ।"

"ਤੂੰ ਹੁਣ ਕੀ ਖਾਣਾ ?"

ਉਹ ਕਹਿਣਾ ਤਾਂ ਕੁਝ ਹੋਰ ਹੀ ਚਾਹੁੰਦੀ ਸੀ ਪਰ ਬੋਲੀ, "ਜਗੀਰੋ ਨੇ ਛੋਲਿਆਂ ਦੀ ਦਾਲ ਚਾੜ੍ਹੀ ਹੋਈ ਆ। ਉਹਦੇ ਨਾਲ ਦੋ ਰੋਟੀਆਂ ਖਾ ਲਊਂ।"

ਉਸ ਤੋਂ ਚਿੰਤੀ ਵੱਲ ਦੇਖਿਆ ਨਾ ਗਿਆ।

ਰੋਟੀ ਖਾ ਕੇ ਉਹ ਨੇ ਮੰਜਾ ਮੱਲਣ ਦੀ ਕੀਤੀ। ਜਗੀਰੋ ਵਾਲੀ ਘਟਨਾ ਨੇ ਉਸ ਨੂੰ ਕੁਝ ਚਿਰ ਪ੍ਰੇਸ਼ਾਨ ਕੀਤਾ। ਫੇਰ ਉਹਨੂੰ ਆਪਣੇ ਬਜ਼ੁਰਗਾਂ ਦੀ ਨਸੀਹਤ ਯਾਦ ਆ ਗਈ, "ਇਹ ਸਾਡੀ ਹੋਣੀ ਆ। ਪੰਚਾਇਤ ਤੇ ਪੁਲਸ ਕੋਲ ਸ਼ਿਕਾਇਤ ਕਰਕੇ ਕੁਸ਼ ਨ੍ਹੀਂ ਹੋਣਾ।"

****

"ਡੈਡੀ ਜੀ-ਡੈਡੀ ਜੀ-ਡੈਡੀ ਜੀ," ਰਾਜਵਿੰਦਰ ਨੇ ਲਗਾਤਾਰ ਆਵਾਜ਼ਾਂ ਦਿੱਤੀਆਂ ਸਨ ਪਰ ਮੈਨੂੰ ਕੁਝ ਵੀ ਨਹੀਂ ਸੁਣਿਆ ਸੀ।

'ਡੈਡੀ ਜੀ-ਡੈਡੀ ਜੀ....," ਉਸ ਮੈਨੂੰ ਹਲੂਣਦਿਆਂ ਹੋਇਆ ਕਿਹਾ ਹੈ, "ਤੁਸੀਂ ਕਿੱਥੇ ਗੁਆਚ ਗਏ ?"

"ਕਿਤੇ ਵੀ ਨ੍ਹੀਂ।"

"ਸੌਂ ਤਾਂ ਨ੍ਹੀਂ ਗਏ ਸੀ ?"

"ਸੌਰੀ ਬੇਟੇ-ਆਈ ਐਮ ਰੀਅਲੀ ਸੌਰੀ।"

"ਨ੍ਹੀਂ, ਤੁਸੀਂ ਐਦਾਂ ਨਾ ਕਹੋ। ਮੈਂ ਤੁਹਾਨੂੰ ਪਹਿਲਾਂ ਵੀ ਕਿਹਾ ਸੀ-ਆਪਾਂ ਫਾਰਮਲ ਨ੍ਹੀਂ ਹੋਣਾ। ਠੀਕ ਆ ਨਾ ?"

"ਠੀਕ ਆ," ਮੈਂ ਨੀਵੀਂ ਪਾਈ ਹੀ ਜੁਆਬ ਦਿੱਤਾ।

"ਚਲੋ-ਖਾਣਾ ਖਾਓ।"

"ਮੈਨੂੰ ਤਾਂ ਅਜੇ ਭੁੱਖ ਹੀ ਨ੍ਹੀਂ।"

"ਜਿੰਨੀ ਲੋੜ ਆ-ਉੱਨਾ ਖਾ ਲਓ। ਚਲੋ-ਚਲੋ ਉਠੋ।"

"ਬੇਟਾ ਤੂੰ ਮੈਨੂੰ ਇਥੇ ਹੀ ਦੋ ਫੁਲਕੇ ਲਿਆ ਦੇ।"

****

ਸੀਬੋ ਅਜੇ ਤੱਕ ਨਹੀਂ ਮੁੜੀ। ਕੀ ਪਤਾ ਉਸ ਦਾ ਟੈਲੀਫੋਨ ਹੀ ਆ ਜਾਵੇ ਕਿ ਅੱਜ ਉਹਨੇ ਨਹੀਂ ਆਉਣਾ। ਉਹ ਵੀਨਾ ਕੋਲ ਹੀ ਸੌਂ ਜਾਵੇਗੀ। ਸਵੇਰ ਨੂੰ ਸੈਰ ਕਰਦੀ ਹੋਈ ਮੁੜ ਆਵੇਗੀ। ਐਨਾ ਜ਼ਰੂਰ ਯਾਦ ਕਰਾਵੇਗੀ ਕਿ ਗੋਲੀ ਲੈ ਕੇ ਸੌਂ ਜਾਇਓ।

ਐਨੀ ਜਲਦੀ ਤਾਂ ਮੈਨੂੰ ਨੀਂਦ ਨਹੀਂ ਆਉਣ ਲੱਗੀ। ਕਿਉਂ ਨਾ ਦਿਲਬਾਗ ਨੂੰ ਛੇੜਾਂ। ਪਰ ਜੇ ਅੱਗੋਂ ਉਹਨੇ ਕੋਈ ਹੋਰ ਵੀ ਘੁੰਡੀ ਖੋਲ੍ਹ ਦਿੱਤੀ ਤਾਂ ਮੈਨੂੰ ਗੋਲੀ ਖਾ ਕੇ ਵੀ ਨੀਂਦ ਨਹੀਂ ਆਉਣੀ।

ਮੈਂ ਕੰਧ ਨਾਲ ਕੰਨ ਲਾ ਕੇ ਭਾਪਾ ਜੀ ਦੇ ਕਮਰੇ ਦੀ ਸੂਹ ਲੈਂਦਾ ਹਾਂ। ਉਹ ਸੌਂ ਗਏ ਹਨ।

ਮੈਂ ਇਕ ਤੋਂ ਬਾਅਦ ਇਕ ਚੈਨਲ ਬਦਲਦਾ ਹਾਂ।

ਚੌਤਾਲੀ ਨੰਬਰ 'ਤੇ 'ਆਜ ਤੱਕ' ਵਾਲਾ ਪ੍ਰਭੂ ਚਾਵਲਾ ਮਾਇਆਵਤੀ ਨੂੰ ਪੁੱਛ ਰਿਹਾ ਹੈ, "ਤੁਹਾਡੇ ਯੂਪੀ 'ਚ ਚੋਣਾਂ ਜਿੱਤਣ ਦੇ ਕੀ ਕਾਰਨ ਆ ?"

"ਮੈਂ ਬ੍ਰਾਹਮਣਾਂ ਤੇ ਮੁਸਲਮਾਨਾਂ ਨੂੰ ਨਾਲ ਲੈ ਕੇ ਚੋਣਾਂ ਲੜੀਆਂ। ਐਸ. ਸੀ. ਮਿਸ਼ਰਾ ਦੀ ਬ੍ਰਾਹਮਣ ਵੋਟਾਂ ਦੀ ਆਪਣੇ ਨਾਲ ਜੋੜਨ ਦੀ ਜ਼ੁੰਮੇਵਾਰੀ ਲਾਈ। ਨਸੀਮੁਦੀਨ ਸਦੀਕੀ ਦੀ ਮੁਸਲਮਾਨ ਵੋਟਾਂ। ਮੈਂ ਛੀਆਸੀ ਬ੍ਰਾਹਮਣਾਂ ਤੇ ਸਵਰਨਾਂ ਨੂੰ ਕੁੱਲ ਇਕ ਸੌ ਚੁਤਾਲੀ ਸੀਟਾਂ ਤੇ ਖੜ੍ਹਾ ਕੀਤਾ ਸੀ। ਮੇਰਾ ਨਾਹਰਾ ਸੀ-ਹਾਥੀ ਨ੍ਹੀਂ, ਗਣੇਸ਼ ਹੈ, ਬ੍ਰਹਮਾ ਵਿਸ਼ਨੂੰ ਮਹੇਸ਼ ਹੈ। ਜੈ ਭੀਮ, ਜੈ ਗਣੇਸ਼.....।"

"ਤੁਹਾਡਾ ਸੁਪਨਾ ਕੀ ਆ ?"

"ਮੇਰਾ ਸੁਪਨਾ ਆ ਬਹੁਜਨ ਸਮਾਜ, ਜਿਸ 'ਚ ਅਨੁਸੂਚਿਤ ਜਾਤੀ, ਅਨੁਸੂਚਿਤ ਜਨ-ਜਾਤੀ ਤੋਂ ਇਲਾਵਾ ਬਹੁਜਨ ਸਮਾਜ ਨਾਲ ਜੁੜੇ ਸਿੱਖ, ਮੁਸਲਮ, ਬੋਧ, ਪਾਰਸੀ ਤੇ ਇਸਾਈ ਵੀ ਸ਼ਾਮਲ ਨੇ। ਉੱਚੀ ਜਾਤ ਦੇ ਉਹ ਲੋਕ ਵੀ ਸ਼ਾਮਲ ਨੇ ਜਿਨ੍ਹਾਂ ਦੀ ਸੋਚ, ਮਨੂੰਵਾਦੀ ਨਹੀਂ ਆ। ਮੈਂ ਮੁੱਢ ਤੋਂ ਹੀ ਮਾਨਵਤਾ 'ਚ ਵਿਸ਼ਵਾਸ ਕਰਦੀ ਹਾਂ। ਮੈਂ ਗਰੀਬ, ਦੱਬੇ-ਕੁਚਲੇ ਤੇ ਸ਼ੋਸ਼ਿਤ ਵਰਗ ਨੂੰ ਸਮਰਥ ਬਣਾਉਣਾ ਚਾਹੁੰਦੀ ਆਂ ਤਾਂ ਕਿ ਉਨ੍ਹਾਂ ਦੀਆਂ ਰਾਖਵੀਆਂ ਸੀਟਾਂ ਪੂਰੀ ਤਰ੍ਹਾਂ ਭਰੀਆਂ ਜਾ ਸਕਣ।"

ਮੇਰੇ ਹੱਥ ਸ਼ਰਧਾਵੱਸ ਜੁੜ ਜਾਂਦੇ ਹਨ। ਮੇਰੇ ਮੂੰਹੋਂ ਨਿਕਲਦਾ ਹੈ : ਜੈ ਕਰਮਾ। ਜੈ ਭੀਮ। ਮੈਂ ਆਪਣੀ ਜ਼ਿੰਦਗੀ ਦੀ ਬੈਲੰਸਸ਼ੀਟ 'ਤੇ ਮੋਟੇ ਮੋਟੇ ਅੱਖਰਾਂ ਵਿੱਚ ਲਿਖਦਾ ਹਾਂ : ਨਹੀਂ, ਮੈਂ ਦਲਿਤ ਹਾਂ। ਇਹ ਕਾਗਜ਼ ਫੜੀ ਸਤੀਸ਼ ਦੇ ਕਮਰੇ ਵੱਲ ਤੁਰ ਪੈਂਦਾ ਹਾਂ-ਇਹ ਜਾਣਦਿਆਂ ਹੋਇਆਂ ਵੀ ਕਿ ਉਹ ਹੁਣ ਸੌਂ ਗਿਆ ਹੋਵੇਗਾ।

ਜ਼ੈਲਦਾਰ ਦਾ ਪੋਤਾ/ਜਸਵਿੰਦਰ ਸਿੰਘ

ਬਿਗਾਨੇ ਮੁਲਕ ਵਿੱਚ ਅਣਜਾਣੀ ਸੜਕ ਦੇ ਨਾਲ ਨਾਲ, ਓਪਰੇ ਘਰਾਂ ਮੂਹਰਿਉਂ ਦੀ ਪੱਕੀ ਪੱਗਡੰਡੀ ਤੋਂ ਉਹ ਤਿੰਨੇ ਪਾਰਕ ਵੱਲ ਨੂੰ ਗੱਲੀਂ ਖੁੱਭੇ ਤੁਰੇ ਜਾ ਰਹੇ ਸਨ। ਮਿਸਿਜ਼ ਕਿਰਨ ਢਿੱਲੋਂ ਉਹਨਾਂ ਦੋਹਾਂ ਨੂੰ ਕਈ ਮੀਲਾਂ ਵਿਚ ਫੈਲੇ ਪਾਰਕ ਬਾਰੇ, ਏਨੀ ਸਾਫ਼-ਸਫ਼ਾਈ ਤੇ ਏਨੀਆਂ ਸਹੂਲਤਾਂ ਹੋਣ ਬਾਰੇ ਦਸ ਰਹੀ ਸੀ ਕਿ...ਅਚਾਨਕ ਉਹ ਠੰਠਬਰ ਕੇ, ਕਿਸੇ ਅਣਕਿਆਸੇ ਖੌਫ਼ ਨੂੰ ਭਾਂਪਦੇ ਇਕੇਰਾਂ ਥਾਂਏ ਖੜ੍ਹਦੇ ਗਏ। ਪਰ ਜਿਉਂ ਹੀ ਦੂਜੀ ਵਾਰੀ ਸਰਦਾਰ ਜੀ! ਸਰਦਾਰ ਜੀ! ਦੀ ਉਚੀ ਭਰਵੀਂ ਪੰਜਾਬੀ ਲਹਿਜ਼ੇ ਵਿਚ ਹਾਕ ਸੁਣੀ ਤਾਂ ਅਚੰਭੇ ਭਰੇ ਸਕੂਨ ਨਾਲ ਉਹਨਾਂ ਪਲਟ ਕੇ ਉਸ ਘਰ ਵੱਲ ਵੇਖਿਆ। ਮਈ ਦੇ ਨਿਖਰੇ ਦਿਨ ਪਿਛੋਂ ਚੰਨ ਦੀ ਖਿੜੀ ਚਾਨਣੀ ਵਿੱਚ, ਸਜਾਵਟੀ ਰੁੱਖਾਂ ਦੇ ਪਰਛਾਵਿਆਂ ਵੰਨੀਓਂ ਖੁਲ੍ਹੇ ਜੁਸੇ ਵਾਲਾ ਇਕ ਬੰਦਾ ਤੇੜ ਦੇਸੀ ਚਾਰਖ਼ਾਨੇ ਵਾਲਾ ਸਾਫ਼ਾ, ਗਲੇ ਬੁਨੈਣ, ਪੈਰੀਂ ਖੁਸਾ ਪਾਈ, ਸਿਰੋਂ ਨੰਗਾ ਉਹਨਾਂ ਵੱਲ ਛੋਹਲੇ ਕਦਮੀ ਆਉਂਦਾ ਦਿਸਿਆ, "ਇਉਂ ਸਰਦਾਰ ਜੀ! ਕਿਵੇਂ ਲੰਘੀ ਜਾਂਦੇ ਓ ?... ਮੱਖਿਆ ਜੀਅ ਤਾਂ ਆਪਣੇ ਹੀ ਲਗਦੇ ਨੇ," ਨੇੜੇ ਆਉਂਦਿਆਂ ਉਸ ਬੜੇ ਤਪਾਕ ਨਾਲ ਡਾ. ਨਾਲ ਖੁੱਲ੍ਹਾ ਭਰਵਾਂ ਘੁਟਵਾਂ ਹੱਥ ਮਿਲਾਇਆ ਤੇ ਨਾਲ ਆ ਖੜੀਆਂ ਦੋਹਾਂ ਔਰਤਾਂ ਨੂੰ ਨਿਮਰਤਾ ਨਾਲ ਹੱਥ ਜੋੜ ਕੇ 'ਸਤਿ ਸ੍ਰੀ ਅਕਾਲ' ਬੁਲਾਈ।

ਇਸ ਤੋਂ ਪਹਿਲਾਂ ਕਿ ਇਸ ਅਜੀਬ ਮਿਲਣੀ ਬਾਰੇ ਆਏ ਬੰਦੇ ਕੋਈ ਕਿਆਸ ਲਾਉਂਦੇ, ਉਹੀ ਜਣਾ ਲਗਦੇ ਦਾਅ ਕਹਿੰਦਾ ਗਿਆ, "ਮੈਂ... ਜੀ... ਸੰਧੂ...ਪਿੱਛੋਂ ਮੈਂ ਜਲੰਧਰ ਤੋਂ ਆਂ...ਆਪਣੇ ਬੰਦੇ ਏਵੇਂ ਕਿਵੇਂ ਘਰ ਅਗੋਂ...ਆਓ ਅੰਦਰ।" ਤੇ ਉਸ ਰਾਹ ਜਾਂਦਿਆਂ ਨੂੰ ਅੰਦਰ ਆਉਣ ਦੀ ਪੁਰਖ਼ਲੂਸ ਦਾਅਵਤ ਦਿੱਤੀ। ਸਿੱਖ ਲੱਗਦੇ ਵਤਨੀ ਨੂੰ ਉਹ ਘੁੱਟ ਕੇ ਹੱਥ ਮਿਲਾਉਂਦਿਆਂ ਮੋਹ ਭਰੀ ਅੱਧੀ ਕੁ ਗਲਵਕੜੀ ਪਾ ਕੇ ਦਰਵਾਜ਼ੇ ਵਲ ਲੈ ਤੁਰਿਆ, "ਨਾ ਏਵੇਂ ਨਈਂ...ਕੁਝ ਖਾ ਪੀ ਕੇ...", ਦਰਵਾਜ਼ੇ ਕੋਲ ਜਾ ਗਲਵਕੜੀ ਛੱਡ, ਅੰਦਰੋਂ ਬੰਦ ਦਰਵਾਜ਼ੇ ਤੇ ਦਸਤਕ ਦੇ, ਕਿਸੇ ਚਾਅ ਵਿਚ ਉਚੀ ਦੇਣੀ ਹਾਕ ਮਾਰੀ, "ਓ ਬਈ ਘਰ ਵਾਲਿਓ, ਦਰਵਾਜ਼ਾ ਖੋਲ੍ਹੋ। ਵੇਖੋ ਬਾਹਰ! ਪੰਜਾਬੋਂ ਪ੍ਰਾਹੁਣੇ ਆਏ ਆ। ਸਿਮਰਨ ਵੇਖ ਕੌਣ ਆਇਐ।"

ਦਰਵਾਜ਼ਾ ਕੁਝ ਦੇਰ ਬਾਅਦ ਖੁੱਲ੍ਹਿਆ। ਜਦ ਤੀਕ ਸੰਧੂ ਸਾਹਬ ਨਵੇਂ ਬੁਲਾਏ ਪ੍ਰਾਹੁਣਿਆਂ ਨੂੰ ਅਮਰੀਕਾ ਬਾਰੇ ਦੱਸਦੇ ਰਹੇ। ਮਿਸਿਜ਼ ਕਿਰਨ ਤੁਆਰਫ਼ ਕਰਾਉਣ ਲੱਗੀ

ਪਰ ਤਦੇ ਦਰਵਾਜ਼ਾ ਖੁਲ੍ਹਦਿਆਂ ਅੰਦਰੋਂ ਮਿਸਿਜ਼ ਸੰਧੂ ਦਾ ਮਿੱਠਾ ਸੁਰੀਲਾ ਬੁਲਾਵਾ ਸੁਣਾਈ ਦਿੱਤਾ।

ਬਾਹਰਲੀ ਕੰਧ ਤੇ ਦਰਵਾਜ਼ੇ ਤੇ ਬਾਰੀ ਵਿਚਕਾਰ ਚਿਪਕਾਏ ਦੋ ਰੰਗੀ ਡਬਲਬੈੱਡ ਚਾਦਰ ਜਿਡੇ ਇਕ ਪਾਸਿਉਂ ਤਾਰਿਆਂ ਨਾਲ ਧ੍ਰੋਏ, ਅਮਰੀਕੀ ਝੰਡੇ ਨੂੰ ਗਹੁ ਨਾਲ ਨਿਹਾਰਦੇ ਦੋਵੇਂ ਦੇਸੀ ਪ੍ਰਾਹੁਣੇ ਮਿਸਿਜ਼ ਕਿਰਨ ਢਿੱਲੋਂ ਸਮੇਤ ਬਰੂਹਾਂ ਟੱਪ ਗਏ।

ਖੁਲ੍ਹੇ ਡਰਾਇੰਗ ਰੂਮ ਵਿਚੋਂ ਕਾਹਲੀ-ਕਾਹਲੀ ਲਪੇਟੇ ਬਿਸਤਰੇ ਨੂੰ ਸਾਂਭਦੀਆਂ ਸੰਧੂ ਪਰਿਵਾਰ ਦੀਆਂ ਦੋਨੋਂ ਜਵਾਨੀ ਚੜ੍ਹਦੀਆਂ ਲੜਕੀਆਂ ਸੁਟਵੀਂ ਫਤਹਿ ਬੁਲਾਉਂਦੀਆਂ ਲਾਬੀ ਵਿਚ ਦੀ ਪਿੱਛੇ ਬੈੱਡਰੂਮ ਵੰਨੀ ਤੁਰ ਗਈਆਂ।

"ਏਹ ਘਟੇ ਈ ਆਪਣੇ ਬੈਡੱਰੂਮ 'ਚ ਸੌਂਦੇ ਨੇ, ਏਹ ਏਥੇ ਡਰਾਇੰਗ ਰੂਮ 'ਚ ਤੇ ਕੁੜੀਆਂ ਉਥੇ ਲਾਬੀ 'ਚ... ਖੁੱਲ੍ਹੇ ਥਾਂ...ਉਪਰਲੇ ਦੋ ਬੈਡੱਰੂਮ ਤਾਂ ਕਦੇ ਵਰਤੇ ਈ ਨਹੀਂ ...।" ਹੱਥ ਜੋੜ ਸਤਿ ਸ੍ਰੀ ਅਕਾਲ ਬਲਾਉਂਦਿਆਂ ਸਾਰ ਪਤਾ ਨਹੀਂ ਕਿਉਂ ਮਿਸਿਜ਼ ਸੰਧੂ ਅਚਾਨਕ ਆਏ ਬੇਮੌਕੇ ਬੇਪਛਾਣ ਪ੍ਰਾਹੁਣਿਆਂ ਨੂੰ ਸਫਾਈਆਂ ਦੇਣ ਲੱਗੀ।

"ਓ ਤੂੰ ਜਾਣ ਦੇ...ਪ੍ਰਾਹੁਣਿਆਂ ਨੂੰ ਬੈਠ ਤਾਂ ਲੈਣ ਦੇ, ਏਥੇ ਮੌਜਾਂ ਰਹਿੰਦੀਆਂ ਆ ਜੀ... ਨਾਲੇ ਬਾਹਰ ਆਏ ਗਏ ਦੀ ਬਿੜਕ...," ਸੋਫ਼ੇ 'ਤੇ ਬੈਠਣ ਲਈ ਸੈਨਤ ਕਰਦਿਆਂ ਸੰਧੂ ਖੁਦ ਰਹਿੰਦੀਆਂ ਸਫਾਈਆਂ ਦੇਣ ਡਹਿ ਪਿਆ।

ਘਰ ਆਏ ਨਵੇਂ 'ਸਿੱਖ' ਪ੍ਰਾਹੁਣਿਆਂ ਤੋਂ ਮਿਸਿਜ਼ ਸੰਧੂ ਬਹੁਤੇ ਈ ਚਾਅ ਤੇ ਉਤਸ਼ਾਹ ਵਿਚ ਸੀ। ਬੜੀ ਬੇਤੱਕਲਫ਼ੀ ਨਾਲ ਉਹ ਡਰਾਇੰਗ ਰੂਮ ਤੇ ਲਾਬੀ ਦੀਆਂ ਬੱਤੀਆਂ ਬਾਲਦੀ, ਖਿਲਰੀਆਂ ਚੀਜ਼ਾਂ ਨੂੰ ਰੁਖ਼ ਸਿਰ ਕਰਦੀ ਗੱਲੀਂ ਲਗੀ ਰਹੀ।

"ਆਹ ਤਾਂ ਬੜਾ ਈ ਚੰਗਾ ਹੋਇਐ। ਆਪਣੇ ਬੰਦੇ ਕਿਤੇ ਮਿਲਦੇ ਆ ਪ੍ਰਦੇਸੀਂ", ਜੂਸ ਦੇ ਗਲਾਸਾਂ ਦੀ ਟਰੇਅ ਪ੍ਰਾਹੁਣਿਆਂ ਅੱਗੇ ਘੁੰਮਦੀ ਮਿਸਿਜ਼ ਸੰਧੂ ਸੋਚੀਓਂ ਪ੍ਰਸੰਨ ਹੋਈ ਪਈ ਸੀ, "ਏਹ ਕਹਿੰਦੇ... ਮੈਂ ਜ਼ਰਾ ਸੈਰ ਕਰ ਆਵਾਂ..ਮਖਿਆ ਨਾ ਬਈ ਨਾ... ਦੂਰ ਨਾ ਜਾਈਉ... ਅਸੀਂ ਘਰੇ ਕੱਲੀਆਂ... ਹੈਥੇ ਈ ਲਾਅਨ 'ਚ ਲਾ ਲਉ ਚਾਰ ਚੱਕਰ... ਖਬਰੇ ਰੱਬ ਨੇ ਪ੍ਰਾਹੁਣੇ ਜੋ ਭੇਜਣੇ ਸਨ...।"

"ਹਾਅ ਕੀ ਪਲਾਈ ਜਾਨੀ ਆਂ... ਤਕਾਲਾਂ ਸੁਧੇ ਵੇਲੇ...ਤੁਸੀਂ ਪੀ ਲੋ... ਸਾਡੀ ਸ਼ਾਮ ਨਾ ਕਰੋ ਖਰਾਬ.... ਕਿਉਂ ?" ਲਗਦਾ ਸੀ ਸੰਧੂ ਸਾਹਿਬ ਪਹਿਲਾਂ ਈ ਗਿੱਲੇ-ਬੁਕੇ ਹੋਏ ਹੋਏ ਸਨ। ਖੁਸ਼ੀ ਵਿਚ ਡੁਲ੍ਹ-ਡੁਲ੍ਹ ਪੈਂਦੇ ਕਿਸੇ ਅਗੰਮੀ ਸਰੂਰ ਜਿਹੇ ਵਿਚ ਉਹ ਬਿਨਾਂ ਜਵਾਬ ਉਡੀਕਿਆਂ, ਉਠ ਕੇ ਰਸੋਈ ਵੱਲ ਤੁਰ ਗਿਆ। ਆਏ ਤਿੰਨਾਂ ਜਣਿਆਂ ਨੇ ਇਕ ਦੂਜੇ ਵੱਲ ਹੋਰੂੰ ਹੋਰੂੰ ਝਾਕਿਆ। ਦੋਹਾਂ ਤੀਵੀਆਂ ਨੇ ਅਸਹਿਮਤੀ ਦੇ ਭਾਵ ਨਾਲ ਏਵੇਂ ਖ਼ਾਮੋਸ਼ ਜਿਹੇ ਮੋਢੇ ਮਚਕੋੜੇ, ਪਰ ਆਏ ਬੰਦੇ ਨੇ ਗੁੱਝੀ ਖੁਸ਼ੀ ਪਰ ਬਾਹਰੋਂ ਫਸੇ ਹੋਣ ਦਾ ਪ੍ਰਭਾਵ ਦਿੰਦਿਆਂ ਸੱਜਾ ਹੱਥ ਘੁਮਾਇਆ।

ਦੋਨਾਂ ਮਰਦਾਂ ਦੇ ਹੱਥੀਂ ਪੈੱਗ ਆਉਣ ਪਿੱਛੋਂ ਮਿਸਿਜ਼ ਕਿਰਨ ਢਿੱਲੋਂ ਨੂੰ ਦੁਬਾਰਾ ਖੁੜਕੀ ਕਿ ਵਤਨੀਆਂ ਤੇ ਅਮਰੀਕਨਾਂ ਵਿਚਕਾਰ ਉਹੀ ਸਾਂਝੀ ਕੜੀ ਹੈ, ਘੱਟੋ-ਘੱਟ ਚੱਜ ਨਾਲ ਜਾਣ ਪਛਾਣ ਤਾਂ ਕਰਵਾਵੇ। ਪਰ ਸੰਧੂ ਪਰਿਵਾਰ ਨੂੰ ਤਾਂ ਪ੍ਰਦੇਸੀਂ ਆਪਣੇ ਬੰਦੇ ਘਰ

ਆਉਣ ਦਾ ਕੋਈ ਨਿਆਰਾ ਈ ਚਾਅ ਸੀ। ਏਨਾ ਹੀ ਬਹੁਤ ਸੀ ਕਿ ਪ੍ਰਾਹੁਣੇ ਸਿੱਖ ਸਨ।

"ਏਹ ਮਿਸਿਜ਼ ਸੁਰਜੀਤ ਗਿੱਲ, ਦਰਦੀ ਸਾਹਿਬ ਦੇ ਮਿਸਿਜ਼ ਨੇ, ਏਹ ਚੰਡੀਗੜ੍ਹ ਯੂਨੀਵਰਸਿਟੀ ਵਿਚ ਪ੍ਰੋਫੈਸਰ ਨੇ, ਇੰਗਲਿਸ਼ ਲਿਟਰੇਚਰ ਦੇ ਪੀ. ਐਚ. ਡੀ. ਨੇ ਇਹ।"

"ਇਹ ਨੇ ਮਿਸਿਜ਼ ਗਿੱਲ ਦੇ ਹਸਬੈਂਡ...", ਮਿਸਿਜ਼ ਸੰਧੂ ਘਰ ਵਿਚ ਮੁੱਦਤਾਂ ਪਿੱਛੋਂ ਲਗੀ ਰੌਣਕ ਕਰਕੇ ਜਾਂ ਸ਼ਾਇਦ ਗਿੱਲਾਂ ਦੀ ਧੀ ਹੋਣ ਕਰਕੇ ਨਵੀਂ ਬਣਦੀ ਰਿਸ਼ਤੇਦਾਰੀ ਦੇ ਸਨੇਹੀ ਮਿਜ਼ਾਜ ਵਿਚ ਗੱਲ ਬੋਚਦਿਆਂ ਅਪਣੱਤ ਨਾਲ ਵਿਚੋਂ ਹੀ ਬੋਲੀ।

"ਵਾਹ! ਬਈ, ਵਾਹ! ਸਿਮਰਨ ਤੈਨੂੰ ਬੈਠਿਆਂ ਬਠਾਇਆਂ ਭੈਣ ਆ ਮਿਲੀ। ਸਿਮੀ ਹੁਣੀ ਵੀ ਗਿੱਲ ਨੇ ਭੈਣ ਜੀ, ਤਦੇ ਫੂਲੀ ਨਹੀਂ ਸਮਾਉਂਦੀ," ਪੈੱਗ ਵਿੱਚ ਬਾਸਕੈਟ ਵਿੱਚੋਂ ਬਰਫ ਦੀਆਂ ਹੋਰ ਡਲੀਆਂ ਚਿਮਟੀ ਨਾਲ ਪਾਉਂਦਿਆਂ ਸੰਧੂ ਖੁੱਲ੍ਹ ਕੇ ਹੱਸਦਿਆਂ ਕਹਿੰਦਾ ਗਿਆ, "ਤੇ ਆਪਾਂ ਮੁਫਤੋਂ ਮੁਫਤੀ ਸਾਂਢੂ ਬਣਗੇ...ਚੁੱਕੋ ਏਸੇ ਸਕੀਰੀ ਦੇ ਨਾਂਅ ਤੇ...ਹੁਰੱਆ...," ਅੱਧੇ ਰਹਿ ਗਏ ਪੈੱਗ ਟਕਰਾਉਂਦਿਆਂ ਸੰਧੂ ਤੇ ਦਰਦੀ ਡਾਢੇ ਜੋਸ਼ ਵਿਚ ਆਉਂਦੇ ਗਏ। ਦਰਦੀ ਨੇ ਇਸ ਬੇਸਬੱਬੀ ਮਿਲਣੀ ਤੇ ਅਚੰਭੇ ਭਰੀ ਖੁਸ਼ੀ ਮਹਿਸੂਸਦਿਆਂ ਦੋ ਭਰਵੇਂ ਘੁੱਟ ਭਰੇ ਤੇ ਪਰਦੇਸੀਂ ਆਪਣੇ ਭਾਈਚਾਰੇ 'ਤੇ ਹੱਕੀ ਮਾਣ ਮਹਿਸੂਸਦਿਆਂ ਸੰਧੂ ਨਾਲ ਅਪਣੱਤ ਭਰੀ ਗੱਲਬਾਤ ਤੋਰੀ।

"ਕਿਵੇਂ ਲੱਗੀ ਅਮਰੀਕੀ ਲਾਈਫ਼? ਕਿੰਨੇ ਕੁ ਚਿਰ ਤੋਂ ਆਏ ਹੋਏ ਓਂ?"

"ਮੈਨੂੰ ਆਏ ਨੂੰ ਤਾਂ ਅਗਲੇ ਮਹੀਨੇ ਜੂਨ ਨੂੰ ਹੋ ਜਾਣੇ ਆ ਪੂਰੇ ਸਤਾਰਾਂ ਸਾਲ। ਪਰ ਪਹਿਲੇ ਪੰਜ ਸਾਲ ਤਾਂ ਭੰਗ ਦੇ ਭਾੜੇ ਗਏ।" ਉਸ ਸਿਮੀ ਵੱਲ ਨਜ਼ਰ ਘੁਮਾਉਂਦਿਆਂ, ਪੈੱਗ ਨੂੰ ਹੱਥ ਪਾਉਂਦਿਆਂ, ਟਿਕਾਅ ਕੇ ਕਿਹਾ, "ਬਾਕੀ ਬਾਈ ਜਿਵੇਂ ਕਹਿੰਦੇ ਆ ਅਮਰੀਕੀ ਲਾਈਫ਼ ਤੇ ਗੋਰੀ ਵਾਈਫ਼ ਕੀਹਦੇ ਕਾਬੂ ਆਈ? ਬੱਸ ਪੁੱਛੋ ਨਾ... ਕਦੇ ਲੱਗੂ ਸਾਲੀ ਲਾਈਫ਼ ਏਹੋ ਆ...ਕਦੇ ਲੱਗੂ ਭੈਣ ਦੇਵੀ ਆਹ ਕਾਹਦੀ ਲਾਈਫ਼ ਆ...," ਅਪਣੱਤ ਤੇ ਵਤਨੀ ਦੇ ਚਾਅ, ਪਰ ਕਿਸੇ ਅੰਦਰਲੀ ਡੂੰਘੀ ਪੀੜ ਦੇ ਅਜੀਬ ਦਬਾਅ ਥੱਲੇ ਓਹ ਬੇਰੋਕ ਵਹਿ ਤੁਰਿਆ...। ਤਿੰਨੇ ਤੀਵੀਆਂ ਆਪਣੀਆਂ ਸਕੀਰੀਆਂ ਗੰਢ ਆਪਸ ਵਿਚ ਰੁਝ ਗਈਆਂ। ਸੰਧੂ ਖ਼ੁਦ-ਬਖ਼ੁਦ ਉਧੜਦਾ ਜਾ ਰਿਹਾ ਸੀ।

"ਬੱਸ ਇਉਂ ਸਮਝੋ ਵਈ... ਅਮਰੀਕਾ ਦੀ ਲੀਲ੍ਹਾ ਜਮੀਂ ਨਿਆਰੀ ਆ। ਕੰਮ ਖੋਤੇ ਵਾਂਗ ਕਰਾਉਂਦੇ ਆ.... ਉਗੀ ਵਾਂਗ ਘੁੰਮਾਉਂਦੇ ਨੇ ਬੰਦੇ ਨੂੰ। ਪਰ ਨਾਲ ਈ... ਖਾਓ ਪੀਓ ਐਸ਼ ਕਰੋ ਮਿਤਰੋ... ਦੁਨੀਆਂ ਦਾ ਸਵਰਗ ਆ ਇਸ ਗੱਲੇ ਤਾਂ... ਕੋਈ ਕਿਸੇ ਦੇ ਕੰਮ 'ਚ ਐਵੇ ਟੰਗ ਨੀ ਅੜਾਉਂਦਾ... ਪੂਰੀ ਆਜ਼ਾਦੀ ਆ...।"

ਦਰਦੀ ਨੇ ਵਿਚੇ ਟੋਣਾ ਲਾਇਆ, "ਆਜ਼ਾਦੀ ਤਾਂ ਇੰਡੀਆ ਵੀ ਬਥੇਰੀ ਆ ਹੁਣ...।"

"ਸਵਾਹ ਤੇ ਖੇਹ ਆਜ਼ਾਦੀ ਆ ਉਥੇ... ਤੀਏ ਦਿਨ ਕੋਈ ਨਾ ਕੋਈ ਟੰਟਾ ਸ਼ੁਰੂ... ਕਦੇ ਨਕਸਲੀ ਧਮਕੀਆਂ ਦਿੰਦੇ ਫਿਰਦੇ ਆ... ਕਿਤੇ ਆਹ... ਖਾਲ...ਖਾਲਸੇ ਮਾਨ ਨੀ... ਇੱਥੇ ਨੀ ਐਹੋ ਜਿਹਾ ਕੁਸ਼... ਪੂਰਾ ਅਮਨ ਅਮਾਨ... ਕਾਨੂੰਨ ਦਾ ਰਾਜ ਆ...।"

"ਅਮਰੀਕਾ ਜ਼ਿਆਦਾ ਰਾਸ ਆ ਗਿਆ ਸੰਧੂ ਸਾਹਿਬ। ਸਤੰਬਰ ਇਲੈਵਨ ਤੋਂ ਪਿੱਛੋਂ

ਕੀ ਨੀ ਵਾਪਰਿਆ," ਦਰਵਾਜ਼ੇ ਕੋਲ ਟੰਗੇ ਅਮਰੀਕੀ ਝੰਡੇ ਨੂੰ ਯਾਦ ਕਰਦਿਆਂ ਡਾ. ਦਰਦੀ ਨੇ ਆਰ ਲਾਈ, "ਹੁਣੇ ਤੁਹਾਡੇ ਰਾਸ਼ਟਰਪਤੀ ਦੀ ਚੋਣ ਹੋ ਕੇ ਹਟੀ ਆ, ਰੈਡ ਸਟੇਟਸ ਵਿਚ ਬੁਸ਼ ਸਮਰਥਕਾਂ ਨੇ ਭਿੰਨ-ਭਿੰਨ ਸੂਬਿਆਂ 'ਚ ਵੋਟਾਂ ਪਾਈਆਂ...।"

"ਜਾਣ ਦਿਉ ਡਾ. ਸਾਹਿਬ, ਇਹ ਤਾਂ ਕਮਿਊਨਿਸਟਾਂ ਦਾ ਝੂਠਾ ਪ੍ਰਚਾਰ ਆ... ਅਮਰੀਕਾ ਨੂੰ ਬਦਨਾਮ ਕਰਨ ਦਾ... ਚੋਣਾਂ ਹੋਈਆਂ... ਨਾ ਲਾਊਡ ਸਪੀਕਰ, ਨਾ ਫ਼ਜ਼ੂਲ ਜਲਸੇ ਜਲੂਸ... ਨਾ ਵੋਟਾਂ ਦੀ ਖਰੀਦ... ਨਾ ਮੁਫ਼ਤ ਦੀ ਦਾਰੂ... ਇੰਡੀਆ 'ਚ ਕੀ ਨੀ ਹੁੰਦਾ ਚੋਣਾਂ 'ਚ... ਬੂਥ ਕੈਪਚਰਿੰਗ ਤੋਂ ਲੈ ਕੇ...ਇੰਡੀਆ ਕੋਈ ਮੁਲਕ ਆ...," ਸੰਧੂ ਲੋਰ ਵਿਚ ਉਧੜੀ ਗਿਆ। ਭੱਖੀਆਂ ਤੇ ਤਪਾਕ ਭਰੀਆਂ ਗੱਲਾਂ ਸੁਣ ਤੀਵੀਆਂ ਆਪਣੀਆਂ ਸਕੀਰੀਆਂ ਸਮੇਤ ਗੱਲਬਾਤ ਵਿਚ ਆ ਸ਼ਾਮਲ ਹੋਈਆਂ। ਮਿਸਿਜ਼ ਸੰਧੂ ਕੁਝ ਵਧੇਰੇ ਖ਼ੁਸ਼ੀ ਤੇ ਜੋਸ਼ ਵਿਚ ਸੀ ਤੇ ਨਾਲੇ ਨਪੇ-ਘੁਟੇ ਰਹਿੰਦੇ ਪਤੀ ਦੇਵ ਤੇ ਚਿਰਾਂ ਪਿੱਛੋਂ ਆਈ ਰੰਗੀਨੀ ਨੂੰ ਹੋਰ ਉਕਸਾਉਣ ਲਈ ਉਸ ਸੁਹਣਾ ਮੌਕਾ ਸਮਝਦਿਆਂ ਲੜੀ ਅਗੇ ਤੋਰੀ।

"ਲਉ ਭਾਅ ਜੀ! ਆਪਣੇ ਤਾਂ ਲਾਲ ਬੱਤੀਆਂ ਤੇ ਲਾਲ ਟੋਪੀਆਂ ਈ ਮਾਨ ਨੀ। ਕਿਤੇ ਪੁਲਿਸ ਨਾ ਵਾਹ ਪੈਜੇ...ਰੱਬ ਕਰੇ ਪਵੇ ਈ ਨਾ...ਨਿਰੇ ਜਮਦੂਤ ਰੱਬ ਤੋਂ ਵੀ ਨੀ ਡਰਦੇ... ਬਈ ਜਾਨ ਦੇਣੀ ਆਂ, ਊਂ ਮੇਰਾ ਤਾਂ ਨੀ ਮਾੜਾ ਵਾਹ ਪਿਆ...ਥੋਨੂੰ ਪਤੈ ਈ ਹੋਣੈ... ਸਰਦਾਰ ਦਰਬਾਰਾ ਸਿੰਘ ਜੀ...ਸਾਬਕਾ... ਸਪੀਕਰ...ਮੇਰੇ ਸੱਕੇ ਤਾਇਆ ਜੀ ਸਨ...ਲਓ ਹੋਰ ਸੁਣੋ ਏਹਨਾਂ ਦੀ ਕਜ਼ਨ ਆ ਰਜਿੰਦਰ...ਸੱਕੇ ਤਾਏ ਦੀ ਧੀ...ਜਲੰਧਰ ਢਿਲੋਂਆਂ ਦੇ ਵਿਆਹੀ ਆ...ਇਕੋ ਵਾਰੀ ਮਾਸੜ ਜੀ ਕਿਤੇ ਐਮ. ਪੀ. ਬਣੇ... ਹੁਣ ਤਾਂ ਸੁੱਖ ਨਾਲ ਦਸ ਗਿਆਰਾਂ ਸਾਲ ਹੋਗੇ ਪੂਰੇ ਹੋਇਆਂ ਨੂੰ... ਉਨ੍ਹਾਂ ਪੰਜ ਛੇ ਲਾਲ ਬੱਤੀਆਂ ਖ਼ਰੀਦ ਕੇ ਘਰ ਰੱਖਲੀਆਂ... ਜਿਹੜਾ ਜੀਅ ਜਾਵੇ, ਲਾ ਕੇ... ਹੂਟਰ ਪਤੀੜਾਂ ਪਵਾਉਂਦੇ ਜਾਂਦੇ... ਕੋਈ ਰੋਕਨੀ-ਟੋਕਨੀ... ਚੈਕਿੰਗ ਨੀ... ਐਥੇ ਦੇਖੀ ਕਿਤੇ ਤੁਸਾਂ ਕੋਈ ਲਾਲ ਬੱਤੀ... ਸਿਰਫ਼ ਕੌਪਸ ਜਾਂ ਰੈੱਡ ਕਰਾਸ ਗੱਡੀਆਂ 'ਤੇ ਬੱਤੀਆਂ... ਹਾਲਾਂ ਇਹ ਅਮੈਰਿਕਾ ਐ... ਐਨੇ ਵੀ. ਆਈ. ਪੀ. ਨੇ ਪਰ ਮਤਲਬ ਕੀ ਕਿਸੇ ਨੂੰ ਕੀ ਪਤਾ ਲਗੇ...ਪ੍ਰੇਸ਼ਾਨ ਕਰਨ...ਸੱਭੇ ਆਪੋ ਆਪਣੇ ਕੰਮ ਡਿਊਟੀ ਇਮਾਨਦਾਰੀ ਨਾਲ ਕਰਦੇ ਆ... ਤਦੇ ਤਾਂ...।"

"ਬਈ ਐਵੇਂ ਤੁਸੀਂ ਅਮਰੀਕੀ ਬਣਕੇ ਇੰਡੀਆ ਦੀ ਬੁਰਾਈ ਨਾ ਕਰੋ...ਜੇ ਸਾਡੇ ਮੁਲਕ 'ਚ ਵੱਧ ਵੀ. ਆਈ. ਪੀ. ਜੰਮ ਪੇ... ਤਾਂ ਮੁਲਕ ਦੇ ਚੰਗੇ ਭਾਗ ਨੇ...," ਡਾ. ਸੁਰਜੀਤ ਗਿੱਲ ਨੇ ਤੋੜਾ ਝਾੜਿਆ।

"ਜੰਮ ਜੰਮ ਜੰਮਣ... ਹਰ ਰੋਜ਼ ਜੰਮਣ... ਹਰ ਘਰ ਜੰਮਣ... ਪਰ ਬੰਦੇ ਜੰਮਣ ਵੀ. ਆਈ. ਪੀ. ਕਾਹਤੋਂ? ਹਿੰਦੂ ਸਿੱਖ ਕਾਹਤੋਂ?" ਮਿਸਿਜ਼ ਕਿਰਨ ਦੀ ਵੀ ਕੋਈ ਜ਼ਖਮੀ ਨਾੜ ਬੁੜ੍ਹਕੀ।

"ਲਉ...ਭੈਣ ਸੁਰਜੀਤ ਜੀ, ਮੈਂ ਸੁਣਾਉਨਾ...ਏਥੋਂ ਦੇ ਕਾਇਦੇ-ਕਾਨੂੰਨ ਦੀ।" ਸੰਧੂ ਨਸ਼ੇ ਦੇ ਸਰੂਰ ਵਿਚ ਮਾਈਕ ਫੜ ਨਵੀਂ ਕਥਾ ਛੋਹ ਤੁਰਿਆ, "...ਏਹਦੀ ਇਕ ਰਿਸ਼ਤਿਉਂ ਦੂਰੋਂ... ਜ਼ਰਾ ਵਲ ਪਾ ਕੇ ਇਕ ਭਰਜਾਈ ਆ। ਓਧਰ ਵਾਸ਼ਿੰਗਟਨ ਡੀ. ਸੀ. ਵਲ ਆ ਹੁਣ... ਏਥੇ ਉਹ ਗੱਡੀ ਭਜਾਇਆ ਕਰੇ ਇੰਡੀਆ ਵਾਂਗ...ਏਥੇ ਤਾਂ ਜੇ ਕੋਈ ਹਾਰਨ ਵਜਾ

ਦੇਵੇ ਤਾਂ ਸਾਰੇ ਭਉਂ-ਭਉਂ ਹੁਗਾਕਤ ਨਾ ਦੇਖਦੇ ਆ... ਬਈ ਜ਼ਰੂਰੀ 'ਪਾਕੀ' ਹੋਊ। ...ਇੰਡੀਆ ਹਰੇਕ ਗੱਡੀ ਤੇ ਬੜਾ ਸਵਾਰ ਕੇ ਲਿਖਿਆ ਹੋਊ, 'ਹੌਰਨ ਪਲੀਜ਼'... ਹਾਂ ਸੱਚ... ਉਹ ਭਰਜਾਈ ਆ ਰਹੀ ਅੜਿਕੇ ਕੌਪ ਦੇ...ਇੰਡੀਆ ਵਰਗੀ ਅੜਿਕੇ ਨੀ...ਡਾ. ਸਾਹਿਬ ! ਕਿ ਲੈਗੇ ਚੱਕ ਕੇ ਠਾਣੇ ਤੇ ਬੁਲਾ ਤੇ ਬੱਕਰੇ...ਏਥੇ ਦੀ ਪੁਲਿਸ... 'ਗੁੱਡ ਮਾਰਨਿੰਗ ਸਰ', ਕਹਿ ਕੇ ਟਿਕਟ ਫੜਾਊ... ਢਾਈ ਸੌ ਡਾਲਰ ਦੀ... ਨਾਲੇ ਕਹੂ 'ਹੈਵ ਏ ਗੁਡ ਡੇ ਸਰ'...।"

ਸਿਮਰਨ ਵਿਚੋਂ ਮਲਕੜੇ ਜਹੇ ਉਠੀ ਤੇ ਕੁੜੀਆਂ ਨੂੰ ਖਾਣਾ ਖਾ ਲੈਣ ਦੀ ਹਦਾਇਤ ਦਿੰਦੀ, ਮੁੜ ਆ ਬੈਠੀ। ਸੰਧੂ ਸਾਹਿਬ ਉਵੇਂ ਰੰਗ ਵਿਚ ਸਨ।..."ਹਾਂ ਸੱਚ। ਕੌਪ ਨੇ ਰਿਪੋਰਟ ਕਰਤੀ। ਜੱਜ ਵੱਲੋਂ ਏਹਦੀ ਭਰਜਾਈ ਨੂੰ ਨੋਟਿਸ ਆ ਗਿਆ। ਉਹ ਜਾ ਪਹੁੰਚੀ ਕੋਰਟ, 'ਅਖੇ ਕੌਪ ਨੇ ਗਲਤ ਰਿਪੋਰਟ ਕੀਤੀ ਆ। ਵਿਤਕਰਾ ਕੀਤੈ।' ਕੌਪ ਆਪਣੇ ਬਿਆਨ ਤੇ ਵੀਡੀਓ ਗੰਨ ਦੇ ਪਰੂਫ਼ ਦਿੰਦਾ ਰਿਹਾ। ਆਪਣੇ ਸਟੈਂਡ 'ਤੇ ਡੱਟਿਆ ਰਿਹਾ। ਜੱਜ ਨੇ ਜੁਰਮਾਨਾ ਕਰਤਾ। ਏਹਦੀ ਭਰਜਾਈ ਦਾ ਪਾਰਾ ਚੜ੍ਹਦਾ ਗਿਆ, ਚੜ੍ਹਦਾ ਗਿਆ, ਕਹਿਣ ਲੱਗੀ, 'ਏਸ ਮੋੜ ਤੋਂ ਰੋਜ਼ ਕਈ ਕਈ ਵਾਰੀ ਮੇਰਾ ਹੱਸਬੈਂਡ ਤੇ ਮੇਰਾ ਸਨ ਆਉਂਦੇ ਜਾਂਦੇ ਆ ਘਰੋਂ...ਗੈਸ ਸਟੇਸ਼ਨ। ਉਹਨਾਂ ਕਦੇ ਸਟਾਪ ਨਹੀਂ ਕੀਤੀ ਕਾਰ, ਕਦੇ ਬਰੇਕ ਤਕ ਨਹੀਂ ਲਾਈ, ਉਹਨਾਂ ਨੂੰ ਤਾਂ ਕਦੇ ਜੁਰਮਾਨਾ ਨਹੀਂ ਕੀਤਾ ਕਿਸੇ। ਮੈਨੂੰ ਨਿੱਹਕ... ਮੈਂ ਹਮੇਸ਼ਾਂ ਬਰੇਕ ਲਾਈ ਆ...ਨਹੀਂ ਲਈ ਬੱਸ'... ਜੱਜ ਹਲੀਮੀ ਨਾਲ ਮੁਸਕਰਾਉਂਦਿਆਂ ਬੋਲਿਆ, 'ਤੂੰ ਉਹਨਾਂ ਦੀ ਰਿਪੋਰਟ ਕਰ ਮੈਂ ਉਹਨਾਂ ਨੂੰ ਵੀ ਕਰੂੰ ਜੁਰਮਾਨਾ... ਪਰੋਮਿਸ ਰਿਹਾ...' ਹਾਸੜ ਮਚ ਗਈ। ਹੋਰ ਲਹਿਰ 'ਚ ਆਉਂਦਿਆਂ ਸੰਧੂ ਉਭਾਸਰਿਆ, "ਪੁਲਿਸ ਤੇ ਜੱਜ... ਤੇ ਇੰਡੀਆ...ਆਹ ਉਨੇ ਲੋਕ ਖਾਲਸਤਾਨੀਆ ਨੇ ਨਹੀਂ ਲੁਟੇ, ਜਿੰਨੇ ਪੁਲਿਸ ਨੇ।"

"ਹਾਂ ਸੰਧੂ ਸਾਹਿਬ ਏਹ ਫੈਸਲਾ ਕਰਨਾ ਸੱਚੀ ਔਖੈ ਕੀਹਨੇ," ਟਾਂਚ ਲਾਉਂਦੇ ਲਹਿਜ਼ੇ ਵਿਚ ਦਰਦੀ ਨੇ ਮੋੜ ਦਿੱਤਾ। ਮਿਸਿਜ਼ ਢਿੱਲੋਂ ਨੇ ਘੜੀ ਵੇਖੀ ਤਾਂ ਘਰ ਬਾਰੇ ਫਿਰਕਮੰਦ ਹੋਣ ਲਗੀ, "ਡਾ. ਸਾਹਿਬ ! ਆਪਾਂ ਤਾਂ ਸੈਰ ਕਰਨ ਨਿਕਲੇ ਸੀ। ਪਿੱਛੇ ਕਿਤੇ ਢਿੱਲੋਂ ਸਾਹਿਬ 'ਨਾਈਨ ਵਨ ਵਨ' ਹੀ ਡਾਇਲ ਨਾ ਪਏ ਕਰਦੇ ਹੋਣ...ਚੱਲੀਏ।"

ਮਿਸਿਜ਼ ਸੰਧੂ ਵੀਣੀਉਂ ਫੜ ਮੋਹ ਜਤਾਉਂਦੀ ਕਹਿਣ ਲੱਗੀ, "ਫ਼ੋਨ ਕਰ ਦਿੰਦੇ ਆ ਭੈਣ, ਢਿੱਲੋਂ ਸਾਹਿਬ ਨੂੰ ਵੀ ਬੁਲਾ ਲੈਨੇ ਆਂ ਏਥੇ ਈ ਖਾਣਾ ਹੁਣ... ਇਵੇਂ ਨਹੀਂ ਜਾਣ ਦੇਣਾ...।" ਤਦੇ ਟੈਲੀਫ਼ੋਨ ਦੀ ਘੰਟੀ ਖੜਕੀ। ਸਿਮਰਨ ਨੇ ਅਹਿਸਤਾ ਜਿਹੇ ਕੋਡਲੈੱਸ ਸੈਟ ਚੁੱਕਿਆ ਤਾਂ ਪੂਰੇ ਅਮਰੀਕੀ ਅੰਦਾਜ਼ ਵਿਚ 'ਹੈਅਲਿਉ' ਕਿਹਾ। ਬੇਟਾ ਸਾਹਬਾਜ਼ ਜੋ ਪਹਿਲਾਂ ਈ ਏਨਾ ਲੇਟ ਹੋ ਗਿਆ ਸੀ... ਮੰਮਾ ਨੂੰ ਅੱਧਾ ਘੰਟਾ ਹੋਰ ਦੇਰੀ ਨਾਲ ਆਉਣ ਲਈ ਸੂਚਿਤ ਕਰ ਰਿਹਾ ਸੀ। ਸਿਮਰਨ ਮਿੱਠੀ ਮਿੱਠੀ ਝਿੜਕ ਮਾਰਦੀ ਇੰਡੀਆ ਤੋਂ ਆਏ ਪ੍ਰੋਫ਼ੈਸਰ ਅੰਕਲ ਤੇ ਆਂਟੀ ਨੂੰ ਮਿਲਣ ਖ਼ਾਤਰ ਛੇਤੀ ਆਉਣ ਦੀ ਤਾਕੀਦ ਕਰਦੀ ਰਹੀ।

ਡਾ. ਦਰਦੀ ਤਾਂ ਦੂਸਰਾ ਪੈੱਗ ਲੈ ਕੇ ਸਿਪ ਕਰਦੇ ਰਹੇ ਪਰ ਸੰਧੂ ਦਾ ਇਹ ਚੌਥਾ ਪੈੱਗ ਸੀ। ਉਹ ਨਾਂਹ ਨਾਂਹ ਕਰਦਿਆਂ ਦਰਦੀ ਦੇ ਪੈੱਗ ਵਿਚ ਹੀ ਕੁਝ ਬੂੰਦਾਂ ਮੋਹ ਭਰੇ ਧੱਕੇ ਨਾਲ ਪਾਈ ਜਾਂਦਾ।

ਇਕੇਰਾਂ ਗੱਲ ਦੀ ਲੜੀ ਟੁੱਟ ਗਈ। ਮੁੜ ਜੋੜਦਿਆਂ ਸਿਮਰਨ ਨੇ ਸੁਰਜੀਤ ਨੂੰ ਪੁੱਛਿਆ, "ਸੁਰਜੀਤ ਭੈਣ! ਕਿੰਨਾ ਕੁ ਚਿਰ ਹੋਰ ਠਹਿਰੋਗੇ?"

"ਬਸ ਕੁਲ ਮਹੀਨੇ ਦਾ ਪ੍ਰੋਗਰਾਮ ਸੀ...ਪੰਦਰਾਂ ਦਿਨ ਹੋਰ...।"

"ਏਹ ਬੜੇ ਸੂਮ ਨੇ ਭੈਣ... ਬਹਾਨੇ ਬਣਾਈ ਜਾਣਗੇ...ਬੇਟੇ ਦੇ ਟੈਸਟ ਨੇ, ਮਾਤਾ ਜੀ ਕੱਲੇ ਨੇ... ਯੂਨੀਵਰਸਿਟੀ ਫਲਾਣਾ ਕੰਮ ਐ...ਪਿਛਲੀ ਵਾਰੀ ਵੀ ਮਸਾਂ ਮਹੀਨਾ ਰਹੇ... ਤੇ ਇਸ ਵਾਰੀ ਵੀ ਮਹੀਨੇ ਦੀ ਹੀ ਰੱਟ ਲਾਈ ਆ... ਸਾਡੀ ਸਰਕਾਰ ਨੇ ਊਂ ਦੋਹਾਂ ਨੂੰ ਦਸ ਸਾਲਾਂ ਦਾ ਮਲਟੀਪਲ ਵੀਜ਼ਾ ਦੇ ਤਾ...ਪਰ ਏਹਨਾਂ ਦੇ ਕੰਮ ਈ ਸਾਹ ਨੀ ਲੈਂਦੇ...ਤੇ ਉਤੋਂ ਪ੍ਰੋਗਰਾਮ...ਤੇ ਮਿਲਣ ਵਾਲੇ ਇਕ ਦਿਨ ਢਿੱਲੋਂ ਸਾਹਿਬ ਤਮਕ ਕੇ ਕਹਿਣ ਲਗੇ, 'ਬਈ ਦਰਦੀ ਤੇਰੇ ਜਿੰਨੀ ਪੁਛ ਦਸ ਤਾਂ ਏਥੇ ਪੰਜਾਬ ਦੇ ਸੀ. ਐਮ. ਦੀ ਨੀ ਹੁੰਦੀ... ਅੱਜ ਏਹਨਾਂ ਆਹ ਡਾਈ ਫੂਹੀ ਕਰਨੀ ਸੀ। ਸਿਰ ਨਾਹੁਣੇ ਸਨ...ਨਾਲੇ ਪੇਪਰ ਗਲਤੀਆਂ ਲਾ ਕੇ... ਮਿੱਥ ਕੇ ਲੁਕੇ ਰਹੇ। ਵਰਨਾ ਸੱਚ ਭਾਅ ਜੀ..., ਸੱਚ ਭਾਅ ਜੀ, ਤੁਸੀਂ ਵੀ ਆਇਉ ਪੇਪਰ ਸੁਣਨ... ਐਤਵਾਰ... ਦੋਹਾਂ ਡਾਕਟਰਾਂ ਦੇ ਪੇਪਰ ਨੇ, ਬੜਾ ਕੱਠ ਹੋਊ?"

"ਕੇਹੜੇ ਗੁਰਦੁਆਰੇ ਭੈਣੇ?"

ਇਸ ਤੋਂ ਪਹਿਲਾਂ ਕਿ ਮਿਸਿਜ਼ ਸੰਧੂ ਦੀ ਪੁੱਛ ਦਾ ਜਵਾਬ ਮਿਲਦਾ, ਸੰਧੂ ਸਾਹਿਬ ਆਪਣਾ ਖ਼ਬਰਨਾਮਾ ਖੋਲ੍ਹ ਕੇ ਬਹਿ ਗਏ,"ਪੇਪਰ! ਬਈ ਤੁਸੀਂ ਪੇਪਰ ਦੀ ਗੱਲ ਕਰਦੇ ਓ! ਪੇਪਰ ਤਾਂ ਰੋਜ਼ ਸਾਝਰੇ ਪੰਜ ਵਜੇ ਈ ਸਾਡੇ ਕੋਲੇ ਪਹੁੰਚ ਜਾਂਦੈ...ਜਦੋਂ ਸਾਡੀ ਏਅਰਪੋਰਟ ਦੀ ਸ਼ਿਫਟ ਸ਼ੁਰੂ ਹੁੰਦੀ ਆ...ਰਾਤੀਂ ਫੋਨ ਕਰ ਕਰ ਸਿਧੇ ਚੰਡੀਗੜ੍ਹ ਈ ਖ਼ਬਰਾਂ ਪੁਛ ਲੈਂਦੇ ਆ ਮੁੰਡੇ! ਉਥੇ ਤਾਂ ਕਈ ਘੰਟਿਆਂ ਪਿਛੋਂ ਪਤਾ ਲਗਦੈ ਖ਼ਬਰਾਂ ਦਾ... ਏਥੇ ਤਾਂ ਤਾਜ਼ੀਆਂ...ਬੱਸ ਮਿਲਦਿਆਂ ਈ ਬਰੌਡਕਾਸਟ ਕਰਨਗੇ, ਇਕ ਦੂਜੇ ਤੋਂ ਅੱਗੇ ਹੋ ਹੋ... 'ਤੈਨੂੰ ਪਤੈ ਬਾਈ ਕਾਰਗਿਲ 'ਚ ਕਿੰਨੇ ਮਰੇ ਅੱਜ?' ਦੂਜਾ ਬੋਲੂ, 'ਬਾਈ ਬੰਬਈ ਬੰਬ ਧਮਾਕਿਆਂ 'ਚ ਕਿੰਨੇ ਰੋੜ੍ਹ ਤੇ?' ਬਸ ਪੁਛੋ ਨਾ ਜੀ...।" ਸੰਧੂ ਨੇ ਆਪਣਾ ਨਵਾਂ ਪੇਪਰ ਛਾਪ ਦੇਣਾ ਸੀ, ਜੇ ਵਿਚੋਂ ਮਿਸਿਜ਼ ਢਿੱਲੋਂ ਧੱਕੇ ਨਾਲ ਨਾ ਟੋਕਦੇ।

"ਨਹੀਂ, ਭਾਅ ਜੀ! ਏਹ ਪੇਪਰ ਏਹੋ ਜਹੇ ਨਹੀਂ... ਏਹ ਤਾਂ... ਜ਼ਰੂਰ ਆਉਣਾ... ਬੱਚੀਆਂ ਨੂੰ ਵੀ ਲਿਆਉਣਾ। ਆਪਣੇ ਕਲਚਰ ਦਾ ਕੁਝ ਸਿੱਖਣਗੀਆਂ। ਭੈਣ ਊਂ ਕਿਥੇ ਵਕਤ ਮਿਲਦੈ?"

"ਵਕਤ ਦੀ ਤਾਂ ਪੁੱਛੋ ਨਾ... ਚੱਕਰੀ ਘੁੰਮਦੀ ਰਹਿੰਦੀ ਆ ਸੁੱਤਿਆਂ ਜਾਗਦਿਆਂ... ਚਲ ਸੋ ਚਲ...।" ਸਿਮਰਨ ਆਪਣੇ ਕਾਰ-ਵਿਹਾਰਾਂ ਦੀ ਗੱਲ ਲੈ ਤੁਰੀ। ਦਰਦੀ ਨੇ ਸੰਧੂ ਤੋਂ ਇਸ਼ਾਰੇ ਨਾਲ ਵਾਸ਼ਰੂਮ ਪੁੱਛਿਆ। ਵਾਪਸ ਆਉਂਦੇ ਨੂੰ ਪੈੱਗ ਮੁਕਾ ਕੇ ਗਲਾਸ ਰੱਖਦਿਆਂ ਸੰਧੂ ਨੇ ਲੋਰ 'ਚ ਨਵੀਂ ਸੁਲਾਹ ਮਾਰੀ, "ਬਾਈ ਦਰਦੀ! ਜੇ ਤੇਰਾ ਕੋਈ ਮਨ-ਮੁਨ ਹੈਗਾ ਤਾਂ ਦਸਦੇ ਹੁਣੇ... ਝਕੀ ਨਾਅ...ਆਪਾਂ ਪੂਰਾ ਪ੍ਰਬੰਧ ਕਰਲਾਂਗੇ... ਟਿਕਣ ਦਾ...ਜਮੀਂ ਫ਼ਿਕਰ ਨਾ ਕਰੀਂ... ਨੇੜੇ ਜਾ ਕੇ ਔਖਾ ਹੋ ਜਾਂਦੈ...ਕਈ ਵੇਰਾਂ...।"

"ਲਉ ਭਾਅ ਜੀ! ਹੁਣ ਥੋਨੂੰ ਰਹਿਣਾ ਪਊ ਏਥੇ। ਪਿਛਲੇ 17 ਸਾਲਾਂ 'ਚ ਤੁਸੀਂ ਪਹਿਲੇ ਬੰਦੇ ਓ ਜੀਹਨੂੰ ਲਾਲੀ ਨੇ (ਗੁਰਿੰਦਰਜੀਤ ਸਿੰਘ ਸੰਧੂ ਦਾ ਘਰ ਦਾ ਨਾਂ) ਅਮਰੀਕਾ

ਦੀ ਸੁਲਾਹ ਮਾਰੀ ਆ। ਨਹੀਂ ਏਹਨਾਂ ਹਰੇਕ ਭੈਣ-ਭਾਈ ਨੂੰ ਆਉਣੋਂ ਰੋਕਿਆ ਈ ਆ, 'ਅਖੇ, ਏਥੇ ਕੀ ਪਿਐ ? ਧੱਕੇ ਈ ਆ... ਇੰਡੀਆ ਖਾਈ ਚਲੋ।''

"ਸੰਧੂ ਬਾਈ ? ਮੈਥੋਂ ਤਾਂ ਨਾ ਟੈਕਸੀ ਚਲਾ ਹੋਣੀ ਆਂ...ਨਾ ਟਰਾਲਾ...ਸਾਨੂੰ ਤਾਂ ਇੰਡੀਆ ਈ ਝੱਲੂ...ਅਮਰੀਕਾ ਕਿੱਥੇ ਰਖਦੈ ਸਾਡੇ ਅਰਗਿਆਂ ਨੂੰ।" ਦਰਦੀ ਨੇ ਮਜ਼ਾਕ ਕੀਤਾ।

"ਰਖਦੈ ਕੀਹਨੂੰ ਆ ਭਾਅ ਜੀ ਅਮਰੀਕਾ ! ਇਹ ਤਾਂ ਕਿਸਮਤਾਂ ਦੇ ਚੱਕਰ ਨੇ... ਜਿੱਥੇ ਦਾਣਾ ਪਾਣੀ ਲਿਖਿਐ...ਕਦੇ ਸੁਪਨੇ 'ਚ ਵੀ ਨੀ ਸੀ ਸੋਚਿਆ...ਏਡੀ ਵੱਡੀ ਦੁਮੰਜ਼ਲੀ ਕਿਲ੍ਹੇ ਵਰਗੀ ਹਵੇਲੀ ਛੱਡ ਕੇ... ਅੱਗੇ ਗਰਾਊਂਡ ਜਿੱਡਾ ਵਿਹੜਾ..." ਬੀਤੀ ਜ਼ਿੰਦਗੀ ਦੇ ਹਰਾਖੇ ਸੰਤਾਪੇ ਦਿਨ ਸਿਮਰਨ ਦੀਆਂ ਯਾਦਾਂ 'ਚ ਸੂਲਾਂ ਵਾਂਗ ਉਘ ਖਲੋਤੇ... ਲਾਲੀ ਦੇ ਦਾਦੇ ਮਹਿਤਪੁਰੀਏ ਜ਼ੈਲਦਾਰ ਸਰਦਾਰ ਸੋਹਣ ਸਿੰਘ ਸੰਧੂ ਦੀ ਛੇ ਮੁਰੱਬੇ ਜ਼ਮੀਨ ਤੇ ਸਰਕਾਰੇ ਦਰਬਾਰੇ ਪੂਰੀ ਠਾਠ ਰਹੀ ਸੀ। ਤਿੰਨ ਮੁਰੱਬੇ ਜ਼ਮੀਨ ਆਈ ਲਾਲੀ ਨੂੰ......ਕੱਲਾ ਪੁੱਤ ਮਾਪਿਓ ਦਾ...

ਚੰਗੀ ਭਲੀ ਹੱਸਦੀ ਹਸਾਉਂਦੀ ਟਹਿਕੀ ਸਿਮਰਨ ਨਵੇਂ ਵਹਿਣੀ ਜਾ ਪਈ। ਏਨੀ ਖੁਸ਼ ਦਿਖਦੀ, ਏਨੀ ਚਹਿਕਦੀ ਟਹਿਕਦੀ ਸਿਮਰਨ ਦੇ ਅੰਦਰਲੇ ਸੰਸਾਰ ਦੀ ਨਿੱਕੀ ਜਿਹੀ ਝਲਕ ਨੇ ਪਲ ਭਰ ਲਈ ਸਾਰੇ ਖ਼ਾਮੋਸ਼ ਕਰ ਦਿੱਤੇ। ਦਰਦੀ ਨੇ ਸ਼ਰਾਬੀ ਹੋਏ ਲਾਲੀ ਦੇ ਗੋਰੇ ਨਿਛੋਹ ਚਿਹਰੇ 'ਤੇ ਤਿੱਖੇ ਸਾਧੇ ਹੋਏ ਨਕਸ਼ਾਂ ਨੂੰ ਘੋਖਵੀਂ ਨਜ਼ਰੇ ਟਿਕ-ਟਿਕੀ ਲਗਾ ਨਿਹਾਰਿਆ। ਖੁਸ਼ਗਵਾਰ ਘਰੇਲੂ ਮਾਹੌਲ ਤੇ ਇਕਦਮ ਸੋਗਵਾਨੀ ਤਣਨ ਲੱਗੀ। ਏਨਾ ਹਸਮੁਖ ਜ਼ਿੰਦਾਦਿਲੀ ਤੇ ਓਪਰਿਆਂ ਦੀ ਖੁਲ੍ਹਦਿਲੀ ਨਾਲ ਬੁਲਾ-ਘੇਰ ਕੇ ਮਹਿਮਾਨ ਨਿਵਾਜ਼ੀ ਕਰਨ ਵਾਲਾ ਇਹ ਸੁੰਦਰ ਤੇ ਮਨਮੋਹਣਾ ਜੋੜਾ ਦਿਲ ਵਿਚ ਕੀ ਕੀ ਸਾਂਭੀ ਬੈਠਾ ਹੈ ? ਇਹ ਸੋਚ ਕਰੰਟ ਵਾਂਗੂੰ ਆਏ ਬੈਠੇ ਤਿੰਨਾਂ ਜਣਿਆਂ ਦੇ ਮਨੀਂ ਅੱਡੋ-ਅੱਡ ਕਿਆਫ਼ਿਆਂ, ਸ਼ੰਕਿਆਂ ਤੇ ਸਵਾਲਾਂ ਨੂੰ ਉਤੇਜਿਤ ਕਰਦੀ ਗੁਜ਼ਰੀ।

"ਪਿਛਿਓਂ ਕਿਥੋਂ ਓ ਸਿਮਰਨ ਜੀ ?" ਮਿਸਿਜ਼ ਢਿੱਲੋਂ ਦੀ ਪੁੱਛ ਦੇ ਨਾਲ ਹੀ ਡਾ. ਦਰਦੀ ਨੇ ਕਿਆਫ਼ੇ-ਅੰਦਾਜ਼ੇ ਲਗਾਉਂਦਿਆਂ ਸੰਧੂ ਨੂੰ ਕਿਸੇ ਅਲੋਕਾਰੀ ਖੁਸ਼ੀ ਦੇ ਵੇਗ ਵਿਚ ਪੁੱਛਿਆ।

"ਕਿਤੇ ਤੂੰ ਮਹਿਤਪੁਰੋਂ ਜ਼ੈਲਦਾਰ ਸਰਦਾਰ ਸੋਹਣ ਸਿੰਘ ਸੰਧੂ ਦਾ ਲਾਲੀ ਤਾਂ ਨੀ... ਮੈਨੂੰ ਝਉਲਾ ਤਾਂ ਪੈਂਦਾ ਰਿਹਾ...," ਦਰਦੀ ਨੇ ਮੱਚਲ ਕੇ ਛਾਲ ਮਾਰ ਉਛਲਦਿਆਂ ਅਧਵਰਿਤੇ ਉਠਣ ਲਈ ਝੂਲਦੇ ਲਾਲੀ ਨੂੰ ਗਲਵਕੜੀ ਪਾਈ ਤੇ ਨਿਕਲੀ ਅਵੱਲੀ ਸਾਂਝ ਦੇ ਸਰੂਰ ਵਿਚ ਬੋਲਦਾ ਗਿਆ, "ਪਰ ਤੂੰ ਏਨਾ ਬਦਲ ਗਿਐਂ... ਭਾਬੀ ਜੀ ਨੂੰ (ਹੁਣ ਤਕ ਦੀ ਭੈਣ ਜੀ) ਤਾਂ ਮੈਂ ਮਿਲਿਆ ਨਈਂ ਸੀ...ਪਰ ਤੂੰ ਲਾਲੀ...," ਸਾਰਿਆਂ ਦੇ ਚਿਹਰੇ ਅੱਖ ਪਲਕਾਰੇ ਵਿਚ ਚਮਕ ਉਠੇ...ਪਰ ਦਰਦੀ ਦਾ ਰਹੱਸ ਥੋੜ੍ਹਾ ਬਣਿਆ ਰਿਹਾ।

"ਤੇ ਤੂੰ ?" ਸੰਧੂ ਅਜੇ ਵੀ ਉਲਝਣ ਵਿਚ ਸੀ।

"ਮੈਂ... ਤੂੰ ਅਜੇ ਵੀ ਸਿੰਞਾਣਿਆ ਨੀ...ਆਪਾਂ ਜਮਾਤੀ ਆਂ... ਖਾਲਸਾ ਸਕੂਲੇ, ਫੇਰ ਨਕੋਦਰ ਕਾਲਜੇ .... ਮੈਂ... ਮੈਂ ਸ੍ਰੀ ਮਾੜੂ ਰਾਮ ਦਾ ਦਰਸ਼ਨ ਸਿੰਘ...।"

ਸੰਧੂ ਅੰਦਰ ਇਕ ਵਾਰੀ ਕਈ ਬਲਬ ਜਗੇ...ਕਈ ਬੁਝੇ। ਹੈਰਾਨੀ...ਖੁਸ਼ੀ ਤੇ ਪਤਾ ਨਹੀਂ ਕਾਹਦੇ ਕਾਹਦੇ।

"ਉਏ ਵਾਹ! ਕਯਾ ਕਹਿਣੇ... ਏਨਾ ਸਰਪਰਾਈਜ਼... ਤੂੰ ਤਾਂ ਜਵੀਂ ਗੇੜ 'ਚ ਨੀਂ ਆਇਆ। ਮੈਂ ਤਾਂ ਸੋਚ ਵੀ ਨੀ ਸਕਦਾ... ਕਿ ਤੂੰ ਮਾੜੂ ਕਾ ਦਰਸ਼ੀ (ਉਸ ਨੇ ਸ਼ਾਇਦ ਜਾਣ ਬੁਝ ਕੇ ਨਿੱਕਾ ਨਾਂ ਲਿਆ।) ਏਂ...।"

"ਦੇਖੋ ਭਾਜੀ ਕਿਵੇਂ ਅਜਨਬੀਆਂ ਵਾਂਗ ਪਰਦੇਸੀਂ ਮਿਲੇ ਓ...ਐਵੇਂ ਕਹਿੰਦੀ ਆ ਦੁਨੀਆਂ...," ਮਿਸਿਜ਼ ਸੰਧੂ ਨਵੀਂ ਨਿਕਲੀ ਪੁਰਾਣੀ ਸਾਂਝ ਤੇ ਬਾਗੋ-ਬਾਗ ਹੋਈ ਸੁਰਜੀਤ ਗਿੱਲ ਦਾ ਮਲੂਕ ਹੱਥ ਪਲੋਸਦੀ ਨਮ ਅੱਖਾਂ ਤੇ ਮੋਹ ਭਰੀ ਸੁਰ ਵਿਚ ਬੋਲਦੀ ਗਈ।

"ਮੇਰਾ ਕਰੋ ਸ਼ੁਕਰੀਆ! ਕਿੱਥੇ ਲਿਆ ਮਿਲਾਏ ਤੁਹਾਡੇ ਜਮਾਤੀ... ਗਰਾਈਂ!"

ਦਰਦੀ ਤੇ ਮਿਸਿਜ਼ ਦਰਦੀ ਇਸ ਅਲੋਕਾਰੀ ਮੇਲ ਤੇ ਇਕ ਦੂਜੇ ਵੱਲ ਝਾਕੇ। ਕਈ ਟੇਢੇ ਸਵਾਲ ਉਹ ਇਕ ਦੂਜੇ ਨੂੰ ਪੁੱਛਣਾ ਚਾਹੁੰਦੇ ਸਨ। ਤਦੇ ਲਾਲੀ ਕਿਸੇ ਨਵੇਂ ਲੋਰ ਵਿਚ ਪੈੱਗ ਬਣਾਉਣ ਲੱਗਾ। ਸਿਰਮਨ ਨੇ ਕੁੜੀਆਂ ਨੂੰ ਲਾਡ ਭਰੀ ਹਾਕ ਮਾਰੀ ਤੇ ਕੁਝ ਪਲ ਦੀ ਖਾਮੋਸ਼ ਪਿਛੋਂ ਉਤੇਜਤ ਮਨ ਮੁੜ ਵਤਨਾਂ ਵੱਲ ਪਰਤੇ।

ਡਾ. ਦਰਦੀ ਮਲੋਮਲੀ ਆਪਣੇ ਗਰੀਬੜੇ ਬਚਪਨ ਦੀਆਂ ਉਭਰ ਆਈਆਂ ਵਿਲਵੀਆਂ ਤੇ ਖਹੁਰੀਆਂ ਯਾਦਾਂ ਨੂੰ ਰੁਖ਼ਸਿਰ ਕਰਨ ਲਗਾ, ਜੋ ਉਸ ਨੂੰ ਹੁਣ ਮਾਣਮੱਤੇ ਵਰਤਮਾਨ ਸਾਹਮਣੇ ਘੱਟ ਦੁਖਾਵੀਆਂ ਲਗਦੀਆਂ ਸਨ। ਜ਼ੈਲਦਾਰ ਦੇ ਪੋਤੇ ਲਾਲੀ ਸਾਮਣੇ ਤਾਂ ਸਗੋ ਉਹ ਕੁਝ ਜ਼ਿਆਦਾ ਈ ਅੰਦਰੋਂ ਅੰਦਰੀਂ ਵੱਡਾ-ਵੱਡਾ ਮਹਿਸੂਸ ਕਰ ਰਿਹਾ ਸੀ। ਉਧਰ ਲਾਲੀ ਪਾਸ ਵਬਸਦੀ ਜ਼ੈਲਦਾਰੀ ਵਿਰਾਸਤ ਵੱਡੇ ਮਾਣਾਂ ਤੇ ਸ਼ਾਨਾਂ ਦਾ ਖਜ਼ਾਨਾ ਸੀ, ਪਰ ਇਹ ਬੀਤੇ ਦੀ ਕਹਾਣੀ ਸੀ-ਉਦੋਂ ਤਾਂ ਮੂਲੋਂ ਹੀ ਜਦੋਂ ਉਹ ਸੱਭੇ ਜ਼ੈਲਦਾਰੀਆਂ ਸਰਪੰਚੀਆਂ ਛੱਡ ਖੁਹਾ ਬੇਪਛਾਣ ਬੇਕਾਨੂੰਨ ਰਫ਼ਿਊਜੀ ਬਣ ਇਸ ਪਰਦੇਸੀ ਧਰਤੀ ਤੇ ਆ ਘੁਸੜਿਆ।

ਸਭਨਾਂ ਦੇ ਚਿਹਰਿਆਂ ਤੇ ਅਚਾਨਕ ਮਿਲਾਪ ਤੋਂ ਉਪਜੀ ਵੱਡੀ ਖੁਸ਼ੀ ਤੇ ਚਾਵਾਂ ਭਰੀ ਉਤੇਜਨਾ ਸੀ। ਸੱਭੇ ਨਵੀਂ ਪਰ ਆਪੋ ਆਪਣੀ ਤਰ੍ਹਾਂ ਇੱਕ ਦੂਜੇ ਦੇ ਨੇੜੇ ਨੇੜੇ ਮਹਿਸੂਸ ਕਰ ਰਹੇ ਸਨ। ਸਿਵਾਏ ਲਾਲੀ ਦੇ ਜੋ ਖਵਰੇ ਨਸ਼ੱਈ ਜਾਂ ਕੁਝ ਹੋਰ, ਥੋੜ੍ਹਾ ਝਉਂ ਜਿਹਾ, ਬੁਝ ਜਿਹਾ ਗਿਆ ਲੱਗਦਾ ਸੀ। ਮਿਸਿਜ਼ ਸੁਰਜੀਤ ਗਿੱਲ ਤੇ ਮਿਸਿਜ਼ ਸੰਧੂ ਨਵੇਂ ਸਿਰਿਉਂ ਉਠ ਕੇ ਖਿੜ-ਖਿੜਾ ਕੇ ਹੱਸਦੀਆਂ ਠਹਾਕੇ ਮਾਰਦੀਆਂ ਘੁਟਵੀਂ ਗਲਵਕੜੀ ਪਾ ਮਿਲੀਆਂ ਤੇ ਬੈਠਣ ਦੀ ਬਜਾਏ ਸਿਮਰਨ ਨਵੇਂ ਹੁਲਾਸ ਵਿਚ ਰਸੋਈ ਵੱਲ ਤੁਰ ਗਈ। ਦੋਨਾਂ ਧੀਆਂ ਨੂੰ ਉਸ ਬੁਲਾ ਲਿਆ। ਲਾਲੀ ਨੇ ਤਕੜਾ ਹਾੜਾ ਖਿਚਿਆ ਤੇ ਦਰਦੀ ਨਾਲ ਪੁਰਾਣੀ ਸਾਂਝ ਨਿਕਲ ਪੈਣ ਪਿੱਛੋਂ ਜਿਵੇਂ ਨਵੇਂ ਸਿਰਿਉਂ ਪੁੱਛਿਆ,

"ਕਦੇ ਚੱਕਰ ਲਗਦੈ ਪਿੰਡ," ਤੇ ਪਤਾ ਨਹੀਂ ਉਤਰ ਸੁਣਨ ਦੀ ਬਜਾਏ ਖੁਦ ਪਹਿਲਾਂ ਪਿੰਡ ਪਹੁੰਚ ਗਿਆ। ਅਸਮਾਨ ਵਿਚ ਸਾਉਣ-ਭਾਦੋਂ ਦੀਆਂ ਤੇਜ਼ ਉਡਦੀਆਂ ਘਟਾਵਾਂ ਵਾਂਗ ਉਸ ਦੇ ਮਨ ਵਿਚੋਂ ਯਾਦਾਂ ਦੀਆਂ ਘਟਾਵਾਂ ਵਹਿਣ ਗੁਜ਼ਰਨ ਲਗੀਆਂ। ਜ਼ੈਲਦਾਰ ਬਾਪੂ ਦਾ ਸੁਨੱਖਾ-ਰੋਹਬਦਾਰ ਚਿਹਰਾ, ਲਿਸ ਲਿਸ ਕਰਦੀ ਗੁਟੀ ਬੰਨੀ ਚਿੱਟੀ ਦਾਹੜੀ... ਚਿੱਟਾ ਕੁੜਤਾ... ਹਲਕੀ ਕਰੀਮ ਦੀ ਜੈਕਟ...ਚੂੜੀਦਾਰ ਪਜਾਮਾ ਤੇ ਕਾਲੀ

ਗੁਰਗਾਬੀ...। ਹੱਥ ਵਿਚ ਫੜੀ ਸੋਨੇ ਦੇ ਕੋਕਿਆਂ ਵਾਲੀ ਖੂੰਡੀ.... ਵਿਹੜੇ ਵਿਚ ਨਵਾਬਾਂ ਵਾਲੀ ਵੱਡੀ ਕੁਰਸੀ 'ਤੇ ਬੈਠਾ ਫਰਿਆਦਾਂ ਸੁਣਦਾ... ਝੁਕ ਝੁਕ ਪੈਰੀਂ ਹੱਥ ਲਾਉਂਦੇ ਬੰਦੇ... ਬਜ਼ੁਰਗਾਂ-ਤੀਵੀਆਂ-ਨੌਜਵਾਨਾਂ ਨੂੰ ਅਸ਼ੀਰਵਾਦ ਦਿੰਦਾ, ਅਸੀਸਾਂ ਦਿੰਦਾ, ਢਾਰਸਾਂ ਬੰਨ੍ਹਾਉਂਦਾ....। ਤੇ ਉਸਨੂੰ ਆਪ ਆਪਣੇ ਮਿੱਤਰਾਂ ਚਮਚਿਆਂ ਦੀ ਢਾਣੀ ਨਾਲ ਜੀਪ 'ਤੇ ਮਾਰੀਆਂ ਕਾਲਜ ਫੇਰੀਆਂ ਯਾਦ ਆਉਣ ਲੱਗੀਆਂ। ਨਕੋਦਰ ਬਸ ਅੱਡੇ 'ਤੇ ਕੀਤੀ ਖਰਮਸਤੀ ਤੇ ਸਿਮਰਨ ਦੇ ਭਰਾ ਨਾਲ ਦੋਸਤੀ ਪਾ, ਆਨੇ ਬਹਾਨੇ ਸਿਮਰਨ ਦੇ ਘਰ ਦੀਆਂ ਗੇੜੀਆਂ...। ਉਸ ਨੂੰ ਦਰਦੀ ਦੀ ਧੀਮੀ ਬੇਮੜਕ ਆਵਾਜ਼ ਵੀ ਸੁਣਦੀ ਰਹੀ

"ਚੱਕਰ ਤਾਂ ਲਗਦੈ ਈ ਰਹਿੰਦੈ... ਸ਼ਾਦੀ ਗਮੀ ਤੇ... ਘਟੈ ਜਾਂ ਹੁੰਦੈ ਹੁਣ...ਬੇਜੀ ਪਾਪਾ ਜੀ ਬਹੁਤਾ ਚੰਡੀਗੜ੍ਹ ਈ ਰਹਿੰਦੇ ਆ..." ਲਾਲੀ ਨੂੰ ਹੋਰੂੰ ਜਿਹਾ ਲੱਗਿਆ..."ਮਾੜੂ ਤੇ ਚਿੰਤੋ ਦਾ ਚੰਡੀਗੜ੍ਹ ਰਹਿਣਾ...। ਨਿੱਕੇ ਸੁਰਿੰਦਰ ਦੇ ਦੋਵੇਂ ਕਾਕੇ ਵੀ ਮੇਰੇ ਕੋਲ ਈ ਆ...ਪਿਛਲੇ ਸਾਲ ਦਸੰਬਰ 'ਚ ਤੇਰੇ ਡੈਡੀ ਮਿਲੇ ਸੀ...ਆਪਣੇ ਨਾਲ ਪੜ੍ਹਦਾ ਹੁੰਦਾ ਸੀ ਨਾ ਬਾਜਵਿਆਂ ਦਾ ਰੋੜੂ, ਉਹੋ ਅਮਰੀਕ...ਸ਼ਤਾਨ ਦੀ ਟੂਟੀ...ਉਹਦਾ ਡੈਡੀ ਸੀ ਨਾ ਪੀ. ਟੀ. ਮਾਸਟਰ...ਉਹਦੇ ਭੋਗ ਤੇ...ਬੜਾ ਲਿਸਾ ਹੋ ਗਿਐ ਤੇਰਾ ਡੈਡੀ...।"

ਲਾਲੀ ਉਸ ਦੀ ਅੱਧ-ਪਚੱਧ ਗੱਲ ਈ ਸੁਣਦਾ ਪਿਆ ਸੀ। ਉਹ ਆਪ ਕਿਧਰੇ ਹੋਰ ਈ ਪਹੁੰਚਿਆ ਗਿਆ ਸੀ।

ਤਦੇ ਸਿਮਰਨ ਰਸੋਈ 'ਚੋਂ ਟਰੇਅ ਭਰੀ ਨਿਕਲੀ। ਸੈਂਟਰ ਟੈਬਲ ਤੇ ਟਰੇਅ ਟਿਕਾਅ, ਉਹ ਚਿਕਨ ਦੇ ਲੈਗ ਪੀਸ ਕੱਚ ਦੀਆਂ ਫੁਲਦਾਰ ਪਲੇਟਾਂ 'ਚ ਪਾ ਪਾ ਫੜਾਉਣ ਲਗੀ ਤੇ ਨਾਲੇ ਪੁੱਛਦੀ ਗਈ,

"ਸੁਰਜੀਤ! ਤੇਰਾ ਪਿੰਡ ਕਿਹੜਾ..." ਉਹ ਅੰਦਰੋਂ ਸੁਰਜੀਤ ਗਿੱਲ ਤੇ ਡਾ. ਦਰਸ਼ਨ ਸਿੰਘ ਦਰਦੀ ਦੇ ਮੇਲ ਦੇ ਭੇਤ ਖੋਲ੍ਹਣਾ ਚਾਹ ਰਹੀ ਸੀ ਤੇ ਵਿਆਹ ਦਾ ਕਿੱਸਾ ਵੀ ਜਾਨਣ ਲਈ ਉਤਸੁਕ ਸੀ। ਸਾਰੇ ਸੁਰਜੀਤ ਵਲ ਝਾਕਣ ਲੱਗੇ।

"ਮੇਰਾ ਕਾਹਦਾ ਪਿੰਡ ਸਿਮਰਨ... ਨਵੇਂ ਸ਼ਹਿਰ ਨੇੜੇ ਆ.... ਦੌਲਤਪੁਰ... ਉਦੋਂ ਤਾਂ ਜਲੰਧਰ ਵਿਚ ਸੀ... ਹੁਣ ਨਵਾਂ ਸ਼ਹਿਰ ਪੈਂਦਾ ਜ਼ਿਲ੍ਹਾ... ਭਰਾ ਹੁਣ ਮੁਹਾਲੀ ਸੈਟ ਆ... ਬਿਜਲੀ ਬੋਰਡ 'ਚ ਐਕਸੀਅਨ ਆ। ਮੈਥੋਂ ਛੋਟੇ ਭਰਾ ਤੇ ਭਰਜਾਈ ਸਕੂਲ ਟੀਚਰ ਨੇ। ਉਨ੍ਹਾਂ ਨਵਾਂ ਸ਼ਹਿਰ ਕੋਠੀ ਪਾ ਲੀ।...ਡੈਡੀ ਨੂੰ ਪੂਰਾ ਹੋਇਆਂ ਤਿੰਨ ਸਾਲ ਹੋ ਗੇ...।"

ਦਰਦੀ ਵੱਲ ਸੈਨਤ ਕਰਦਿਆਂ ਲਾਲੀ ਨੇ ਕਿਸੇ ਅੱਥਰੀ... ਅਮੋੜ ਰੀਝ ਤੋਂ ਆਤੁਰ ਸਿਮਰਨ ਦੇ ਮੂਡ ਦੀ ਪਰਵਾਹ ਨਾ ਕਰਦਿਆਂ ਟੋਣਾ ਲਾਇਆ, "ਆਹ ਸਾਡਾ ਗਿਰਾਈਂ ਕਿਥੋਂ ਆ ਲੱਭਿਆ? ...ਨਕੋਦਰੋਂ ਤਾਂ ਇਹ ਅੰਬਰਸਰ ਯੂਨੀਵਰਸਿਟੀ ਗਿਆ ਸੀ...।"

ਦਰਦੀ ਪੈੱਗ ਵਿਚੋਂ ਸਿਪਾਂ ਲੈਂਦਾ ਮਜ਼ੇ ਨਾਲ ਬੈਠਾ ਰਿਹਾ। ਸੰਧੂ ਮਾੜੂ ਕੇ ਦਰਸ਼ੀ ਦੀ ਪਲਟੀ ਕਿਸਮਤ ਦਾ ਕਿੱਸਾ ਸੁਣਨ ਲਈ ਬੇਤਾਬ ਬੇਹਾਲ ਹੋਇਆ ਪਿਆ ਸੀ।

"ਇਹ.....ਡਾ. ਸਾਹਿਬ...." ਮਿੰਨਾਂ ਮਿੰਨਾਂ ਹੱਸਦਿਆਂ, ਥੋੜ੍ਹਾ ਝਿਜਕਦਿਆਂ ਤੇ ਚਿਹਰੇ 'ਤੇ ਉਭਰਦੀ ਸੰਗਤਭਰੀ ਲਾਲੀ ਨੂੰ ਭਾਂਪਦਿਆਂ ਸਾਂਭਦਿਆਂ ਸੁਰਜੀਤ ਬਚ-ਬਚਾਅ ਕੇ ਦਸਦੀ ਰਹੀ, "ਮਾਸਟਰਜ਼ ਇਨ ਸ਼ੋਸਿਆਲੋਜੀ ਕਰਕੇ ਇਹ ਯੂ. ਜੀ. ਸੀ. ਫੈਲੋਸ਼ਿਪ 'ਤੇ

ਅੰਮ੍ਰਿਤਸਰੋਂ ਚੰਡੀਗੜ੍ਹ ਯੂਨੀਵਰਸਿਟੀ ਆ ਗਏ...।" ਫੇਰ ਕੁਝ ਖੁੱਲ੍ਹਦਿਆਂ.... ਖੁੱਲ੍ਹ ਕੇ ਹੱਸਦਿਆਂ ਮਜ਼ਾਕੀਆ ਲਹਿਜ਼ੇ ਵਿਚ... "ਸਾਰਾ ਦਿਨ ਲਾਇਬ੍ਰੇਰੀ ਬੈਠੇ ਕਿਤਾਬਾਂ ਨਾਲ ਮੱਥਾ ਮਾਰਦੇ ਰਹਿੰਦੇ-ਨੋਟਿਸ ਬਣਾਉਂਦੇ ਰਹਿੰਦੇ ਜਾਂ ਡਿਪਾਰਟਮੈਂਟ ਆਉਂਦੇ ਕਲਾਸ ਪੜ੍ਹਾਉਂਦੇ, ਵਨ ਦੀ...।"

"ਤਾਂ ਤੇ ਕਲਾਸ ਵਿਚ ਸਬਕ ਸਿਖੇ ਇਸ਼ਕ ਦੇ ਆਪਣੇ ਟੀਚਰ ਤੋਂ," ਸਿਮਰਨ ਸਹੇਲਪੁਣੇ ਦੇ ਰੌਂਅ ਵਿਚ ਸਵਾਦ ਲੈਣ ਲੱਗੀ।

"ਨਾ ਭੈਣੇ! ਮੈਂ ਤਾਂ ਬਾਲ ਬਾਲ ਬੱਚਗੀ...ਇਹ ਵਨ ਨੂੰ ਪੜ੍ਹਾਉਂਦੇ ਸੀ... ਮੈਂ ਟੂ ਵਿਚ ਸਾਂ... ਤੇ ਮਾਸਟਰਜ਼ ਕਰਕੇ ਮੈਂ ਵੀ ਰੀਸਰਚ ਸ਼ੁਰੂ ਕਰ ਦਿੱਤੀ...।"

"ਯਾਨੀ ਕਿ ਪ੍ਰੇਮੀ ਦੀ...।" ਇਸ ਵਾਰ ਮਿਸਿਜ਼ ਢਿੱਲੋਂ ਨੇ ਵੀ ਵਾਰੀ ਵਾਹੀ। ਲਾਲੀ ਕਿਸੇ ਪੁਠੀ ਬੇਸਬਰੀ ਨਾਲ ਸੁਣਦਾ ਰਿਹਾ, ਪਰ ਵਧੇਰੇ ਜ਼ੋਰ ਉਸ ਪੈੱਗ ਦੁਆਲੇ ਦੇਈ ਰੱਖਿਆ।

"ਤੇਰੇ ਮਾਪਿਆਂ ਕਿਵੇਂ ਮੰਨ ਲਿਆ... ਇੰਟਰ ਕਾਸਟ...," ਸਿਮਰਨ ਕੁਝ ਹੋਰ ਪੁੱਛਣਾ ਚਾਹੁੰਦੀ, ਗੱਲ ਵਲਾਅ ਗਈ।

"ਮੰਨਣਾ ਪਿਐ...ਆਪੇ ਕੌਣ ਮੰਨਦਾ ਇੰਡੀਆ...," ਆਪਣੇ ਪਿਆਰ ਤੇ ਪਿਆਰ ਵਿਆਹ ਦੀ ਅਨੂਠੀ ਸਫ਼ਲਤਾ ਤੇ ਮਿਲੀ ਭਰਪੂਰ ਜ਼ਿੰਦਗੀ ਦੇ ਅਤੋਲਵੇਂ ਮਾਣ ਨਾਲ ਆਪਣੇ ਫੈਸਲੇ ਤੇ ਦ੍ਰਿੜਤਾ ਨੂੰ ਬਿਆਨਦੇ ਸੁਰਜੀਤ ਦਾ ਰੋਹਬਦਾਰ ਲਹਿਜ਼ਾ ਤੇ ਹੁਲਾਸਵੀਂ ਆਵਾਜ਼ ਵੇਖਣੀ ਬਣਦੀ ਸੀ, "ਮੁੜ ਆਪੇ ਸਿਧੇ ਹੋਗੇ...ਕੋਰਟ ਮੈਰਿਜ਼ ਕਰਵਾ ਲਈ ਅਸਾਂ...ਫਿਰ ਮਾਪਿਆਂ ਸਿਵਲ ਮੈਰਿਜ਼ ਵੀ ਕਰਤੀ।"

"ਨਾ ਮਿਲਦੇ ਜੁਲਦੇ ਆ ਕਿ...," ਸਿਮਰਨ ਨੇ ਲੱਗੇ ਧੁੜਕੂ ਨੂੰ ਸ਼ਾਂਤ ਕਰਨਾ ਚਾਹਿਆ।

"ਨਾ ਹੋਰ ਕੀ... ਹੁਣ ਤਾਂ ਮੈਥੋਂ ਵਧੀਕ 'ਆਪਣੇ ਜਵਾਈ' ਦੀ ਕਦਰ ਕਰਦੇ ਆ... ਕਹਿਣਗੇ... 'ਡਾ. ਸਾਹਿਬ ਨੇ ਘਰ ਦਾ ਰੂਪ ਬਦਲ ਤਾ...' ਹਰ ਗੱਲ ਪੁੱਛ ਕੇ... ਹਰ ਕੰਮ 'ਚ ਅੱਗੇ...ਏਹਨਾਂ ਦੀ ਅੜਬਾਈ ਵੀ ਸਿਆਣਪ ਬਣ ਜਾਂਦੀ ਆ ਭੈਣੇ...।" ਮਿੱਠੀ ਟਕੋਰ ਲਾਉਂਦਿਆਂ ਸੁਰਜੀਤ ਤਮਕੀ, "ਤੂੰ ਦਸ ਸਿਮਰਨ ਤੇਰੀ ਕਿਵੇਂ... ?" ਜਾਪਦਾ ਸੀ ਸਹੁਰਾ ਪਿੰਡ ਇਕੋ ਨਿਕਲਣ ਪਿਛੋਂ ਔਰਤਾਂ ਵਧੇਰੇ ਸਾਂਝ ਤੇ ਭਰੱਪਣ ਮਹਿਸੂਸ ਕਰ ਰਹੀਆਂ ਸਨ। ਹੋ ਸਕਦੈ ਦੋਵੇਂ ਗਿੱਲ ਹੋਣ ਕਰਕੇ ਜਾਂ ਇਕੋ ਪਿੰਡ ਦੀਆਂ ਨੂੰਹਾਂ ਨੂੰ ਸਾਂਝ ਵੱਧ ਪੋਂਦੀ ਹੋਵੇ। ਪਰ ਪਿੰਡ ਵਾਲੇ...ਜਮਾਤੀ...ਕੁਝ ਕਝ ਚੁੱਪ ਚੁੱਪ ਹੁੰਦੇ ਗਏ। ਸ਼ਾਇਦ ਨਵੇਂ ਪੁਰਾਣੇ ਮੋਰਚੇ ਸੰਭਾਲਣ ਵਿਚ ਮਸ਼ਰੂਫ਼ ਹੋਣ।

"ਕੋਈ ਹੋਰ ਈ ਨਾ ਟਰਪਲੀ ਲਾ ਦੇਵੇ," ਸੋਚਦਿਆਂ ਲਾਲੀ ਪਹਿਲਾਂ ਬੋਲ ਉਠਿਆ, "ਲੈ ਮੈਂ ਦਸਦਾਂ... ਏਹ ਨੀ ਦਸਦੀ ਹੁੰਦੀ..." ਸਿਮਰਨ ਜੂਠੀਆਂ ਪਲੇਟਾਂ, ਖਾਲੀ ਡੌਂਗਾ ਤੇ ਸੈਂਖੀਆਂ ਵਾਲੀ ਪਲੇਟ ਸਾਂਭਦੀ-ਸਮੇਟਦੀ ਰਸੋਈ ਵੱਲ ਹੋ ਤੁਰੀ ਤੇ ਮੁੜਦੇ ਪੈਰੀਂ ਸਲਾਦ, ਨਮਕੀਨ ਤੇ ਬਦਾਮਾਂ ਦੀਆਂ ਪਲੇਟਾਂ ਨਾਲ ਟਰੇਅ ਤੂਸੜੀ ਮੁੜੀ। ਲਾਲੀ ਹੁਣ ਜ਼ਰਾ ਕੁ ਸੰਭਲ ਗਿਆ ਜਾਂ ਸ਼ਾਇਦ 'ਸ਼ਾਨਦਾਰ ਪਿੱਛੇ' ਦੇ ਲੋਰ ਵਿਚ ਕਹਿੰਦਾ ਗਿਆ, "ਨਕੋਦਰ ਕਾਲਜ ਪੜ੍ਹਦਾ ਸਾਂ... ਪ੍ਰੈਪ ਤਿੰਨ ਚਾਰ ਵਾਰ ਪੱਕੀ ਕੀਤੀ, ਮਸੀਂ ਬੀ.ਏ. ਵਨ ਵਿਚ ਹੋਇਆ...

ਦੁਆਲੇ ਮੁੰਡੀਰਖਾਨਾ 'ਕੱਠਾ ਹੁੰਦਾ ਗਿਆ... ਜੀਪ ਭਜਾਈ ਜਲੰਧਰ... ਜੀਪ ਭਜਾਈ ਕਾਂਗਣੇ...।"

"ਕਾਂਗਣੇ ਕੀ ਸੀ ਭਾਅ ਜੀ.... ਕਾਲਜ ਕਿ ਸਿਨਮਾ ?" ਮਿਸਿਜ਼ ਢਿੱਲੋਂ ਨੇ ਚਸਕਾ ਲਿਆ।

"ਸਿਨਮਾ ਨਹੀਂ... ਮੇਰੀ ਜ਼ਿੰਦਗੀ ਰੂਪੀ ਫ਼ਿਲਮ ਦੀ ਹੀਰੋਇਨ...ਏਹਦਾ ਭਰਾ ਪਵਿੱਤਰ ਮੇਰਾ ਜਮਾਤੀ ਬਣ ਗਿਐਂ...ਵਿਗੜੇ ਮਟਰਗਸ਼ਤੀ ਕਰਦੇ ਕਦੇ ਕਿਸੇ ਦੋਸਤ ਦੇ ਘਰ, ਕਦੇ ਕਿਸੇ ਦੇ, ਇਵੇਂ ਇਕ ਦਿਨ ਪਵਿੱਤਰ ਲੈ ਗਿਆ ਕਾਂਗਣੇ...।"

(ਡਾ. ਦਰਦੀ ਨੂੰ ਯਾਦ ਆਇਆ...ਖ਼ੁਦ ਲਾਲੀ ਦੇ ਦੁਆਲੇ ਮੁਸ਼ਟੰਡੇ ਜਿਹੇ ਆਸ਼ਕਾਂ ਦੀ ਮਤਲਬ ਜਿਹਨਾਂ ਨੂੰ ਕਹੀਦਾ ਤਕੜੇ ਘਰਾਂ ਦੇ ਕਾਕੇ, ਨਾ ਕੋਈ ਫ਼ਿਕਰ ਤੇ ਨਾ ਕੋਈ ਫਾਕੇ... ਉਹਨਾਂ ਦੀ ਢਾਣੀ ਭੀਂ-ਭੀਂ ਕਰਦੀ ਰਹਿੰਦੀ। ਜਿਉਂ ਸ਼ਹਿਦ ਦੁਆਲੇ ਮੱਖੀਆਂ...ਲਾਲੀ ਦੀਆਂ ਭੈਣਾਂ ਪਿੱਛੇ ਜੋ ਸੁਹਣੀਆਂ ਤਾਂ ਸਨ ਹੀ, ਕਾਲਜੇ ਪੜ੍ਹਦੀਆਂ ਬਣਦੀਆਂ ਫੱਬਦੀਆਂ ਸਨ। ਨਾਲੇ ਜ਼ੈਲਦਾਰ ਦੀਆਂ ਪੋਤੀਆਂ ਜੁ ਸਨ। ਸੰਘਿਆਂ ਦਾ ਜੱਗਾ, ਬਾਜਵਿਆਂ ਕਾ ਭੰਤਾ, ਵੱਡੇ ਸਾਟੀਆਂ ਕਾ ਸਵਰਨਾ.... ਪਰ ਉਹ ਸਿਆਣੀਆਂ ਸੁਲਝੀਆਂ ਸਨ, ਮੁੰਡੀਰ ਲਾਲੀ ਦੁਆਲੇ ਗੇੜੇ ਕੱਢਦੀ, ਘੇਰੀ ਰੱਖਦੀ, ਯਾਰੀਆਂ ਗੰਢਦੀ ਤੇ ਨਿਸ਼ਾਨੇ ਸੇਧਦੀ ਰਹਿੰਦੀ...) "ਪਵਿੱਤਰ ਹੈ ਤਾਂ ਪੁੱਜ ਕੇ ਸਾਊ ਸੀ ਪਰ ਮੇਰੇ ਨਾਲ ਮੋਹ ਜਿਹਾ ਹੋ ਗਿਆ ਉਸ ਦਾ....।"

"ਕਿਉਂ ਸਾਡੀ ਕੁੜੀ ਓ ਰੱਸੇ ਤੜਾਉਂਦੀ ਸੀ..." ਮਿਸਿਜ਼ ਢਿੱਲੋਂ ਨੇ ਸਿਮਰਨ ਵਲੋਂ ਦਾਬਾ ਮਾਰਿਆ। "ਕਾਹਨੂੰ ਭੈਣਾ! ਏਹ ਤਾਂ ਮੂੰਹ ਚੱਕ ਕਿਸੇ ਵੰਨੀ ਨਹੀਂ ਸੀ ਦੇਖਦੀ, ਅਸਾਂ ਗੇੜੇ ਈ ਏਨੇ ਮਾਰੇ ਕਿ...।" "ਤੇ ਗੇੜੇ ਮਾਰ-ਮਾਰ ਕੰਮ ਬਣਾ ਈ ਲਿਆ...ਊਂ ਭਾਈ ਜ਼ੈਲਦਾਰ ਦੇ ਪੋਤੇ ਨੂੰ ਨਾਂਹ ਕਿਹਨੇ ਕਰਨੀ ਸੀ...।"

"ਨਈਂ ਭੈਣ ਜੀ! ਏਹ ਕਿਹੜਾ ਕਿਸੇ ਤੋਂ ਘੱਟ ਸੀ...ਦੋ ਭਰਾਵਾਂ ਦੀ ਕੱਲੀ ਭੈਣ, ਵੱਡੀ ਸੜਕ ਤੇ ਕੋਲਡ ਸਟੋਰ, ਬਰਫ਼ ਦਾ ਕਾਰਖ਼ਾਨਾ ਤੇ ਲੰਮੀ ਪਾਲ ਸਰਕਾਰੀ ਗੁਦਾਮਾਂ ਦੀ... ਇਹ ਤਾਂ ਸਿਮਰਨ ਦੀ ਮਿਹਰ...।"

"ਲਾ ਲੋ ਮੱਖਣ... ਲਾ ਲੈ... ਅੱਜ ਮੌਕਾ...।" ਮਿਸਿਜ਼ ਢਿੱਲੋਂ ਨੇ ਮੁੜ ਟਿਕਾਈ। ਪਰ ਖੌਰੇ ਕੀ ਖੁੜਕੀ। ਥਾਏਂ ਗੱਲ ਪਲਟਦਿਆਂ ਉਸ ਲਾਲੀ ਨੂੰ ਸਵਾਲ ਕੀਤਾ, "ਏਡੇ ਵੱਡੇ ਖ਼ਾਨਦਾਨ ਤੇ ਏਨੀਆਂ ਜ਼ਮੀਨਾਂ ਜਾਇਦਾਦਾਂ ਛੱਡ ਕੇ ਕੇਹੜੇ ਕਾਰੂ ਦੇ ਖ਼ਜ਼ਾਨੇ ਸਾਂਭਣ ਆ ਵੜੇ ਤੁਸੀਂ ਅਮਰੀਕਾ ਲਾਲੀ ?"

ਲਾਲੀ ਸ਼ਾਇਦ ਏਨੇ ਖਹੁਰੇ ਤੇ ਦਬੰਗ ਸਵਾਲ ਲਈ ਤਿਆਰ ਨਹੀਂ ਸੀ। ਉਸਦੇ ਚਿਹਰੇ ਤੇ ਖਰਮਸਤੀ ਭਰੀ ਖੁਸ਼ੀ ਤੇ ਨਸ਼ੇ ਤੇ ਲੋਰ ਨੇ ਜੋਸ਼ 'ਤੇ ਜਿਵੇਂ ਅਚਾਨਕ ਕਾਲੇ ਬੱਦਲ ਛਾਂ ਗਏ। ਲੱਗੇ ਕਰਾਰੇ ਝਟਕੇ ਤੋਂ ਉਹ ਅਜੇ ਸੰਭਲਦਾ ਹੀ ਪਿਆ ਸੀ ਕਿ ਸਿਮਰਨ ਨੇ ਮੌਕਾ ਸਾਂਭਿਆ,

"ਕੇਹੜੇ ਕੌਰੂ ਦੇ ਖ਼ਜ਼ਾਨੇ ਭੈਣੇ! ਜਦੋਂ ਪੁੱਠੇ ਦਿਨ ਆਉਣ, ਬੰਦਾ ਕਰੇ ਤਾਂ ਕੀ ਕਰੇ ? ਪਹਿਲਾਂ ਤਾਂ ਫੋਨਾਂ 'ਤੇ ਧਮਕੀਆਂ ਦੇ ਦੇ... ਫਿਰੌਤੀਆਂ ਮੰਗੀਆਂ... ਦਿਨ ਘੁਸਮੁਸੇ ਵੇਲੇ

ਹਵੇਲੀ ਆ ਧਮਕੇ ਮੋਟਰ ਸਾਈਕਲ 'ਤੇ ਤਿੰਨ ... ਏ.ਕੇ. ਸੰਤਾਲੀ ਵਾਲੇ ਚੰਗੀ ਕਿਸਮਤ ਨੂੰ ਲਾਲੀ ਘਰ ਨੀ ਸੀ। ਨਾ ਪਾਪਾ ਜੀ। ਪੱਚੀ ਲੱਖ ਦੀ ਫੋਰਸ ਵੱਲੋਂ ਚਿੱਠੀ ਦੇ ਗਏ। ਨਹੀਂ ਲਾਲੀ ਨੂੰ ..." ਸਿਮਰਨ ਫਿਸ ਪਈ, ਅੱਖਾਂ ਪੂੰਝਦਿਆਂ ਹਟਕੋਰੇ ਭਰਨ ਲੱਗੀ।... "ਘਰ 'ਚ ਸੱਥਰ ਵਿਛਣ ਵਰਗੀ... ਬਾਪੂ ਜੀ ਦੇ ਪੂਰਾ ਹੋਣ 'ਤੇ ਘਰ ਤਾਂ ਪਹਿਲਾਂ ਈ... ਇਕ ਪੱਚੀ ਲੱਖ ਦੇ ਕੇ ਕੇਹੜਾ ਖਹਿੜਾ ਛੁਟਣਾ ਸੀ... ਦੇਖਾ ਦੇਖੀ ਹੋ... ਖੰਨੇ ਖੰਨੇ ਤਾਂ ਮੀਤੀ... ਏਹੀ ਸੋਚਿਆ ਕਿ ਲਾਲੀ ਨੂੰ ਕਿਤੇ ਬਾਹਰ... ਬਾਕੀ ਸਾਨੂੰ ਚਾਹੇ ਮਾਰਨ ਚਾਹੇ ਛੱਡਣ... ਕੀ ਫਰਕ ਪੈਣਾਂ... ਕੁਝ ਦਿਨ ਲੁਕਾਅ ਛਿਪਾਅ ਰੋਂਦਿਆਂ ਕੁਰਲਾਂਦਿਆਂ ਕੱਟੇ... ਆਖਰ ਦੋ ਨੰਬਰ 'ਚ ਮੈਕਸੀਕੋ ਰਸਤੇ ਅਮਰੀਕਾ ਤੋਰਿਆ... ਬੱਸ ਭੈਣੇ ਏਹੇ ਦਿਨ ਦੁਸ਼ਮਣ ਤੇ ਵੀ ਨਾ ਲਿਆਵੇ ਰੱਬ... ਹੁਣ ਕਈ ਵਾਰ ਮਨ 'ਚ ਆਉਂਦੈ, ਪੱਚੀ ਦੇ ਮੂੰਹ ਕਾਲਾ ਕਰ ਦਿੰਦੇ... ਆਹ ਬੇਘਰੇ ਤਾਂ ਨਾ ਹੁੰਦੇ...।" ਸਿਮਰਨ ਹੁਣ ਅਮਰੀਕਾ ਦੀ ਇਸ ਸ਼ਾਨਦਾਰ ਕਾਲੋਨੀ ਵਿਚ ਸਜੇ-ਸੰਵਰੇ ਘਰ ਵਿਚ ਬੈਠੀ, ਬੇਘਰੀ ਮਹਿਸੂਸ ਕਰ ਰਹੀ ਸੀ। ਚਾਰ ਬੈੱਡਰੂਮ ਵਾਲਾ, ਏਅਰ ਕੰਡੀਸ਼ਨ, ਭਰਿਆ-ਸੰਵਰਿਆ ਘਰ ਮਾਨੋ ਉਸ ਨੂੰ ਆਪਣਾ ਘਰ ਲਗਦਾ ਈ ਨਾ ਹੋਵੇ... ਪਿੰਡ ਦੁਮੰਜ਼ਲੀ ਮਹਿਲਨੁਮਾ ਖਾਲੀ ਉਜੜਨ ਕਿਨਾਰੇ ਪਈ ਹਵੇਲੀ ਹੀ ਉਸ ਦਾ 'ਅਸਲੀ ਘਰ' ਹੋਵੇ।... 'ਲਾਕੇ ਦਾ ਨੰਬਰ ਇਕ ਖ਼ਾਨਦਾਨੀ ਘਰ, ਕੱਖਾਂ ਤੋਂ ਹੌਲਾ ਹੋ ਗਿਆ। ਏਹਦੇ ਡੈਡੀ ਉਂਈਂ ਦਿਲ ਛੱਡ ਬੈਠੇ... ਏਧਰ ਏਹ ਦਿਲ ਨਾ ਲੌਣ ... ਪੰਜ ਸਾਲ ਪਿਛੋਂ ਡੈਡੀ ਨੇ ਮੱਲੋਜ਼ੋਰੀ ਸਾਨੂੰ ਚਾਰਾਂ ਨੂੰ ਦਲਾਲਾਂ ਨਾਲ 50 ਲੱਖ ਦਾ ਸੌਦਾ ਕਰਕੇ ਵਾਇਆ ਕੈਨੇਡਾ ਏਥੇ ਭੇਜ ਤਾ... ਦੋ ਕਿੱਲੇ ਵੇਚੇ ਉਹਨਾਂ ਜਰਨੈਲੀ ਸੜਕ ਤੋਂ... ਉਥੇ ਹੁਣ ਆਦਰਮਾਨ ਵਾਲੇ ਵੱਡੇ ਲਾਟੀਆ ਨੇ 'ਥਿੰਦ ਮੈਰਿਜ਼ ਪੈਲੇਸ' ਬਣਾਇਐ।"

"ਹਾਂ, ਹਾਂ, ਨਵਾਂ ਬਣਿਐਂ। ਪਿਛਲੇ ਸਾਲ, ਪਟਰੌਲ ਪੰਪ ਦੇ ਸਾਮ੍ਹਣੇ," ਦਰਦੀ ਨੇ ਐਵੇਂ ਹਾਮੀ ਭਰੀ।

"ਸਾਡਾ ਤਾਂ ਮੁੜ ਕੇ ਜਾਣ ਈ ਨਾ ਹੋਇਆ। ਬੱਸ ਫ਼ੋਨਾਂ 'ਤੇ ਮਨ ਹੌਲਾ ਕਰਲੀ ਦਾ... ਏਹਨਾਂ ਦਾ ਰਾਜਸੀ ਸ਼ਰਨ ਦਾ ਕੇਸ ਤਿੰਨ ਵਾਰ ਰੀਜੈਕਟ ਹੋ ਚੁੱਕੈ। ਮੇਰਾ ਤੇ ਬੱਚਿਆਂ ਦਾ ਵੀ... ਸਾਨੂੰ ਤਾਂ ਡੀਪੋਰਟ ਕਰਨ ਦੇ ਹੁਕਮ ਹੋਗੇ ਸੀ... ਮੁੜ ਅਪੀਲ ਕੀਤੀ ਆ... ਅਜੇ ਵਿਚੇ ਆ... ਵਕੀਲ ਕਿਸੇ ਤਣ-ਪੱਤਣ ਨੀ ਲਾਉਂਦਾ ਦੀਂਹਦਾ।"

"ਰਾਜਸੀ ਸ਼ਰਨ ਦਾ ਕੇਸ ਤਾਂ ਅਮਰੀਕੀ ਸਰਕਾਰ ਘੱਟ ਈ ਰੀਜੈਕਟ ਕਰਦੀਆ... ਦੁਨੀਆਂ ਨੂੰ ਦਸਣਾ ਜੁ ਹੁੰਦੈ ਬਈ ਅਸੀਂ ਮਨੁੱਖਤਾ ਦੀ ਅਜ਼ਾਦੀ ਦੇ ਪੈਰੋਕਾਰ ਆਂ ਤੇ ਅਨਿਆਂ ਤਸ਼ੱਦਦ ਦੇ ਵਿਰੁੱਧ...।" ਡਾ. ਦਰਦੀ ਨੇ ਆਪਣਾ ਗਿਆਨ ਝੋਰਿਆ।

"ਵਕੀਲਾਂ ਦੇ ਮਸ਼ਵਰੇ ਮੂਜਬ ਖਾਲਿਸਤਾਨ ਦੇ ਹਮਦਰਦ ਹੋਣ ਕਰਕੇ ਸਰਕਾਰ ਤੋਂ ਜਾਨ ਦਾ ਖ਼ਤਰਾ ਸੀ। ਬੱਚ ਕੇ ਅਮਰੀਕਾ ਸ਼ਰਨ ਲੈਣ ਦੀ ਸਟੋਰੀ ਬਣਾਈ। ਅਸਾਂ ਏਥੋਂ ਚੰਗੇ ਡਾਲਰ ਦੇ ਕੇ ਲੈਟਰ ਪੈਡ 'ਤੇ ਚਿੱਠੀ ਤਾਂ ਲੈ ਲਈ... ਪਰ ਇੰਡੀਆ ਤੋਂ ਕੋਈ ਪਰੂਫ਼ ਨਹੀਂ ਬਣਾ ਸਕੇ... ਏਧਰ ਲੋਕ ਉਥੇ ਅਖ਼ਬਾਰਾਂ ਵਿਚ ਝੂਠੀਆਂ ਖ਼ਬਰਾਂ 'ਚ ਆਪਣੇ ਨਾਂਅ ਛਪਾ ਕੇ ਉਸ ਦੀ ਕਾਪੀ ਪਰੂਫ਼ ਵਜੋਂ ਅਰਜ਼ੀ ਨਾਲ ਲਾ ਦਿੰਦੇ ਆ।"

"ਲੈ ਇਹ ਕੀ ਔਖੈ ... ਤੂੰ ਜਮੀਂ ਫਿਕਰ ਨਾ ਕਰੀਂ ਲਾਲੀ। ਏਨਾ ਤਾਂ ਜਾਂਦੇ ਈ ਕਰਾ

ਦੂੰ ਮੈਂ ... ਏਨੇ ਸਟੂਡੈਂਟ ਮੇਰੇ ਅਖ਼ਬਾਰਾਂ 'ਚ ਤੇ ਏਨੇ ਅਫ਼ਸਰ... ਨਿਸ਼ਚਿੰਤ ਹੋ ਜਾ.. ਲਿਖਦੇ, ਕੀ ਛਪਵਾਉਣੈ ...।" ਦਰਦੀ ਦਾ ਏਡਾ ਭਰਸੋਾ ਸੁਣ ਲਾਲੀ ਥੋੜ੍ਹਾ ਹੌਂਸਲੇ ਵਿਚ ਹੋਇਆ ਤੇ ਉਸ ਉਚੇਚੇ ਮੋਹ ਨਾਲ ਡਾ. ਦਰਦੀ ਵੱਲ ਕਿਸੇ ਨਵੀਂ ਉਮੀਦ ਨਾਲ ਵੇਖਿਆ ਤੇ ਸੱਚ ਕਰਨਾ ਚਾਹਿਆ।

"ਜੇ ਕਹੇਂ ਤਾਂ ਅਜੀਤ ਨਾਲ ਗੱਲ ਕਰਾਂ...। ਅਜੀਤ ਬਹੁਤ ਅਜ਼ੀਜ ਆ ਮੇਰਾ... ਬੜਾ ਮਾਹਰ ਆ ਅਜਿਹੇ ਕੇਸਾਂ ਦਾ... ਇਮੀਗਰੇਸ਼ਨ ਦੇ ਕੇਸ...।"

"ਲਾਲੀ ਭਾਅ ਜੀ... ਭੋਰਾ ਸੰਗੋ ਨਾ... ਬੰਦਾ ਬੰਦੇ ਦਾ ਦਾਰੂ ਆ... ਪ੍ਰਦੇਸੀਂ ਹੋਰ ਕੌਣ ਸੱਕੇ ਬੈਠੇ ਆ... ਇਕ ਦੂਜੇ ਦੀ ਆਪਾਂ ਈ ਬਾਂਹ ਫੜਨੀ ਹੁੰਦੀ ਆ," ਸੁਰਜੀਤ ਵੀ ਮਨੋ ਪਸੀਜੀ ਏਡੇ ਉੱਚੇ ਖਾਨਦਾਨ 'ਤੇ ਪਈ ਏਡੀ ਬਿਪਤਾ ਵਿਚ ਸੱਚੀ ਸਹਾਇਤਾ ਕਰਨਾ ਚਾਹ ਰਹੀ ਸੀ , "ਅਜੀਤ ਏਹਨਾਂ ਦਾ ਬੜਾ ਸਤਿਕਾਰ ਕਰਦੈ... ਅਜੇ ਪਿਛਲੇ ਹਫਤੇ ਉਹਨੇ ਸਾਰੇ ਨਕੋਦਰੀਏ, ਕਾਲਜ ਦੇ ਓਲਡ ਸਟੂਡੈਂਟਾਂ ਦਾ ਸਮਾਗਮ ਕੀਤੈ, ਏਹਨਾਂ ਦੇ ਸਨਮਾਨ 'ਚ .. ਉਹਨੂੰ ਵਕੀਲ ਬਣਾਉਣ ਵਾਲੇ ਡਾ. ਸਾਹਿਬ ਈ ਨੇ... ਸਿਫ਼ਾਰਸ਼ ਨਾਲ ਦਾਖ਼ਲਾ ਮਿਲਿਆ ਸੀ। ਲਾਅ ਵਿਚ ਚੰਡੀਗੜ੍ਹ ਤੇ ਪਿੱਛੋਂ ਵੀ ... ਉਹ ਹੈ ਵੀ ਬੜਾ ਮੋਹ-ਖੋਰਾ... ਕਹੈ ਤਾਂ ਹੁਣੇ," ਉਹ ਸਿਮਰਨ ਦਾ ਹੁੰਗਾਰਾ ਲੈਣ ਲਈ ਉਸ ਵੱਲ ਵੇਖਣ ਲਗੀ।

ਮਿਸਿਜ਼ ਢਿੱਲੋਂ ਵਿਚੋਂ ਬੋਲੀ,"ਲੈ ਭੈਣੇ! ਨੇਕੀ ਔਰ ਪੁੱਛ-ਪੁੱਛ... ਸੰਧੂ ਸਾਹਿਬ ਨੇ ਤੁਰੇ ਜਾਂਦੇ ਰਾਹੀਆਂ ਨੂੰ ਆਪਣੇ ਬਣਾ ਘਰੇ ਬੁਲਾਇਆ... ਏਹੋ ਜੇ ਸਬੱਬ ਬਣੇ... ਆਪਣੇ ਕਿਤੇ ਲੱਭਦੇ ਆ... ਡਾ. ਸਾਹਿਬ ਫੋਨ ਹੈ ਤਾਂ ਹੁਣੇ ਗੱਲ ਕਰਾ ਦਿਉ।'

ਦਰਦੀ ਨੇ ਪਰਸ ਫੋਲਿਆ ਤੇ ਨੰਬਰ ਲਾਲੀ ਨੂੰ ਦਿੰਦਿਆਂ ਮਿਲਾਉਣ ਲਈ ਕਿਹਾ। ਸਿਮਰਨ ਨੇ ਲਾਲੀ ਤੋਂ ਫੋਨ ਫੜਿਆ, ਨੰਬਰ ਡਾਇਲ ਕੀਤਾ ਤੇ ਰਿੰਗ ਵਜਣ ਸਾਰ ਕੌਡਲੈੱਸ ਦਰਦੀ ਨੂੰ ਪਕੜਾ ਦਿੱਤਾ।

"ਹੈਅਲੋ! ਅਜੀਤ ! ਮੈਂ ਦਰਦੀ ਬੋਲ ਰਿਹਾਂ...।"

"ਸਾ ਸਰੀ ਕਾਲ ਸਰ! ਸਰ ਜੀ, ਕਿੱਥੋਂ ਬੋਲ ਰਹੇ ਓ ਲੱਭਦੇ ਨੀ 'ਮਰੀਕਾ ਆ ਕੇ...।"

"ਕੀ ਕਰ ਰਿਹੈਂ ਅਜੀਤ! ਬਹੁਤਾ ਬਿਜ਼ੀ ਤਾਂ ਨੀਂ ?"

"ਕਰਨਾ ਜੀ ਆ ਸਰ? ਅਖੇ ਘਾਈਆਂ ਨੇ ਘਾਹ ਈ ਖੋਤਣੈ ! ਇਕ ਕਲਾਇੰਟ ਬੁਲਾਇਐ! ਅੰਗਰੇਜ਼ੀ 'ਚ ਝੂਠੇ ਜਵਾਬ ਰਟਾ ਰਿਹਾਂ। ਦਸੋ ਸਰ! ਕਿਵੇਂ ਯਾਦ ਫਰਮਾਇਆ ?"

"ਮੈਂ... ਕਮਾਲ ਹੋਗੀ ਅਜੀਤ ਜੀ! ਟਹਿਲਦੇ ਟਹਿਲਦੇ ਆਪਣੇ ਮਹਿਤਪੁਰੀਏ ਜ਼ੈਲਦਾਰ ਦੇ ਗੁਰਿੰਦਰਪਾਲ ਸਿੰਘ ਸੰਧੂ ਦੇ ਘਰ ਆ ਨਿਕਲੇ। ਸਬੱਬੀਂ ਲਾਲੀ ਨੇ ਲੰਘਦਿਆਂ ਨੂੰ ਸਿੱਖ ਭਰਾ ਜਾਣ ਕੇ ਹਾਕ ਮਾਰ ਲੀ... ਉਹਦੇ ਘਰੇ ਬੈਠੇ ਆਂ... ਬਸ ਤੂੰ ਯਾਦ ਆ ਗਿਆ।"

"ਮੇਰੀ ਖੈਰ ਨੀ! ਜ਼ੈਲਦਾਰ ਦੇ ਪੋਤੇ ਘਰੋਂ ਬੋਲਦੇ ਪਏ! ਵੱਡੇ ਘਰੇ ਮੇਰੀ ਪੇਸ਼ੀ ਪਵਾਉਗੇ ਜਨਾਬ।"

"ਯਾਦ ਭਰਾ ਲੋੜਾਂ ਦੀ ਹੁੰਦੀ ਆ ਅੱਜ ਕੱਲ੍ਹ ਤੇ ਅਮਰੀਕਾ ਤਾਂ ਤੈਨੂੰ ਪਤੈ... ਅਜੀਤ ਗੁਰਿੰਦਰਪਾਲ ਸੰਧੂ ਹੁਰਾਂ ਦਾ ਕੇਸ ਤੇ ਨਾਲੇ ਉਹਨਾਂ ਦੇ ਮਿਸਿਜ਼, ਬੱਚਿਆਂ ਦਾ ਕੇਸ...

ਅਜੀਤ ਜੀ! ਸ਼ਾਇਦ ਤੈਨੂੰ ਪਤਾ ਨਹੀਂ ਅਸੀਂ ਗਰਾਈਂ ਆਂ... ਨਾਲੇ ਜਮਾਤੀ ਵੀ ਤੇ ਮਿੱਤਰ ਵੀ...।"

"ਸਰ ! ਏਨੇ ਝੂਠ 'ਕੱਠੇ! ਤੁਸੀਂ ਤਾਂ ਵਕੀਲਾਂ ਨੂੰ ਮਾਤ ਪਾਗੇ। ਜਮਾਤੀ ਮਿੱਤਰ ਬਣਗੇ। ਵੈਸੇ ਹੁਕਮ ਦਸੋ। ਚਲੋ ਚੰਗਾ ਇਹ ਹੋਇਆ ਇੰਡੀਆ ਦੀਆਂ ਦੋਵੇਂ ਦੁਸ਼ਮਣ ਜਮਾਤਾਂ ਅਮਰੀਕਾ ਇਕੋ ਜਮਾਤ ਹੋ ਗਈਆਂ। ਮੁਬਾਰਕਾਂ! ਮਿੱਤਰ ਉਹ ਤੁਹਾਡਾ ਹੋ ਸਕਦੈ... ਤੁਸੀਂ ਉਹਦੇ ਸੱਤ ਜਨਮ ਨਹੀਂ ਹੋ ਸਕਦੇ।

"ਹੱਟਦਾ ਨੀ ! ਕੇਹੜੀਆਂ ਫ਼ਿਲਾਸਫ਼ੀਆਂ ਘੋਟਣ ਲਗ ਪਿਐਂ, ਆਪਾਂ ਕੰਮ ਦੀ ਗੱਲ ਕਰੀਏ।"

"ਕੰਮ ਦੀ ਗੱਲ ਆ ਸਰ! ਸਗੋਂ ਥੋਡੇ ਤਾਂ ਜਮੀਂ ਕੰਮ ਦੀ। ਮੈਂ ਦੋ ਫੋਨ ਕੀਤੇ ਤੁਹਾਡੇ 'ਜਮਾਤੀ ਮਿਤਰ ਉਰਫ਼ ਜੈਲਦਾਰ ਦੇ ਪੋਤੇ' ਨੂੰ...ਤੁਹਾਡੇ ਸਨਮਾਨ ਸਮਾਗਮ ਵਾਸਤੇ...ਪਤਾ ਕੀ ਕੀਤਾ ?"

"ਇਹ ਬਹੁਤ ਅਪਸੈਟ ਆ ਤਾਂ ਕਰਕੇ...।"

"ਨਹੀਂ ਸਰ! ਇਸ ਜ਼ੈਲਦਾਰ ਦੇ ਪੋਤੇ ਨੇ ਫੋਨ ਕੱਟ ਤਾ ਇਹ ਕਹਿ ਕੇ..ਚਲੋ ਛੱਡੋ ਹੁਣ ਤੁਸੀਂ ਨਵੇਂ ਜਮਾਤੀ ਦ੍ਰਿਸ਼ਟੀਕੋਣ ਤੋਂ ਤਾਜ਼ੇ ਤਾਜ਼ੇ ਮੁਤਾਸਰ ਹੋਏ, ਮੂਡ 'ਚ ਬੈਠੇ ਓ...ਹਾਂ ਸੱਚ ਹੁਕਮ...ਸਰ।"

ਦਰਦੀ ਕੁਝ ਝਿਜਕਿਆ... ਭਵੰਤਰਿਆ ਭਵੰਤਰਿਆ ਗੁਰਿੰਦਰਪਾਲ ਸੰਧੂ ਵੱਲ ਵੇਖਦਾ ਵਿਖਾਉਂਦਾ ਨਵੇਂ ਦਾਈਏ ਬੰਨ੍ਹਦਾ... ਸਿਮਰਨ ਦੇ ਰੁਆਂਸੇ ਚਿਹਰੇ 'ਤੇ ਝਲਕਦੀ ਬੁਝਦੀ ਆਸ ਦੀ ਕਿਰਨ ਨੂੰ ਭਾਂਪਦਾ ਕਹਿਣ ਲੱਗਾ,

"ਕੋਈ ਨਾ ਅਜੀਤ ! ਜ਼ਿੰਦਗੀ ਫ਼ਰਾਖ਼ਦਿਲੀ ਦਾ ਨਾਂ ਐ...।" ਪਤਾ ਨਹੀਂ ਆਪਾਂ ਕੀਹਦੀ ਜ਼ਰਾਨਿਵਾਜ਼ੀ ਸਦਕਾ ਏਥੇ ਪਹੁੰਚੇ ਆਂ... ਨੇਕੀ ਕਰ ਔਰ ਕੂੰਏ ਮੇਂ ਡਾਲ...।"

"ਸਰ ! ਭਾਸ਼ਣ ਨਾ ਪਿਆਉ... ਏਹ ਉਤਰਦੀ ਰਾਤੇ ਲੰਘਦਾ ਨੀ... ਤੁਸੀਂ ਹੁਕਮ ਫਰਮਾਉ..."

"ਪਿਆਰੇ ਅਜੀਤ! ਹੁਕਮ ਨਹੀਂ, ਬਸ ਮੇਰਾ ਨਿਜੀ ਕੰਮ ਈ ਸਮਝੀਂ...ਲਾਲੀ ਦਾ ਕੇਸ ਤੈਂ ਆਪਣੇ ਹੱਥ ਲੈਣਾ...। ਪਿੰਡ ਦੇ ਵਕਾਰ ਦਾ ਸਵਾਲ ਐ। ਫੀਸ...।"

"ਸਰ ! ਨਾਲੇ ਛਿੱਤਰ ਮਾਰਦੇ ਓਂ। ਨਾਲੇ ਭਿਉਂ ਭਿਉਂ। ਸਰ! ਅੱਜ ਤਾਂ ਸੁੱਕਿਆਂ ਨਾਲ ਕੰਮ ਚਲਾ ਲਉ...।"

"ਡਾ. ਸਾਹਿਬ, ਏਹਨਾਂ ਨੂੰ ਫੋਨ ਦਿਉ ਤੇ ਕਹੋ, ਜ਼ੈਲਦਾਰ ਦੇ ਪੋਤੇ ਜੀਉ! ਇਹ ਅਮਰੀਕਾ ਆ। ਬਾਪੂ ਦਾ ਰਾਜ ਨਈਂ। ਮੇਰੇ ਨਾਲ ਟੈਮ ਫਿਕਸ ਕਰਨ ਤੇ ਤਸ਼ਰੀਫ਼ ਦੇ ਟੋਕਰੇ ਲੈ ਆਉਣ, ਸਰ ਗੁਸਤਾਖੀ ਮੁਆਫ਼ !ਮੈਂ ਢਿੱਲੋਂ ਸਾਹਿਬ ਵਲ ਭਲਕੇ ਸਵੇਰੇ ਰਿੰਗ ਕਰਾਂਗਾ। ਸਾ'ਸਰੀ ਕਾਲ, ਸਰ।"

ਗਨੀਮਤ ਇਹ ਸੀ ਕਿ ਕੌਰਡਲੈਸ ਵਿਚੋਂ ਅਜੀਤ ਦੀ ਆਵਾਜ਼ ਕੋਈ ਨਹੀਂ ਸੀ ਸੁਣ ਸਕਦਾ। ਵਰਨਾ....। ਸੰਧੂ ਦਾਰੂ ਦੀਆਂ ਮੋਟੀਆਂ ਘੁੱਟਾਂ ਭਰਦਾ, ਬਦਾਮਾਂ ਨੂੰ ਗੇੜੇ ਦਈ ਗਿਆ ਤੇ ਤਿੰਨੇ ਤੀਵੀਆਂ ਪਾਸਾ ਜਿਹਾ ਵੱਟ ਆਪਣੀ ਘੁਸਰ-ਮੁਸਰ ਵਿਚ ਲੱਗੀਆਂ

ਰਹੀਆਂ। ਕੌਰਡਲੈਸ ਆਫ਼ ਕਰ ਮੇਜ਼ 'ਤੇ ਰੱਖਦਿਆਂ ਤੇ ਸਲਾਦ ਵਿਚੋਂ ਬਦਾਮੀ ਗਾਜਰ ਪਕੜਦਿਆਂ ਦਰਦੀ ਨੇ ਸੰਧੂ ਤੋਂ ਵਧੀਕ ਸਿਮਰਨ ਨੂੰ ਮੁਖ਼ਾਤਬ ਹੁੰਦਿਆਂ ਕਿਹਾ,"ਅਜੀਤ ਨਾਲ ਗੱਲ ਤੈਅ ਹੋਗੀ। ਫੋਨ ਨੋਟ ਕਰ ਲਓ। ਤੇ ਟੈਮ ਫਿਕਸ ਕਰਕੇ ਅੱਜ ਕੱਲ੍ਹ ਹੀ ਜਾ ਆਉਣਾ... ਅਸੀਂ ਮਿਲਣਾ ਹੈ ਵੀਕਐਂਡ 'ਤੇ... ਮੈਂ ਆਪੇ ਪੱਕਾ ਕਰ ਦਿਆਂਗਾ... ਇਹ ਮੇਰੀ ਜ਼ਿੰਮੇਵਾਰੀ ... ਤੁਸੀਂ ਭੋਰਾ ਫ਼ਿਕਰ ਨੀ ਕਰਨਾ ... ਅਜੀਤ ਆਪਣਾ ਬੰਦੈ।" ਤਦੇ ਫ਼ੋਨ ਦੀ ਘੰਟੀ ਖੜਕੀ। ਸਿਮਰਨ ਨੇ ਆਨ ਕਰ ਕੌਰਡਲੈਸ ਕੰਨ ਨੂੰ ਲਾਇਆ... "ਹਾਂ .... ਹਾਅਲੋ... ਹਾਅਲੋ... ਡੈਡੀ ਜੀ .... ਆਹੋ ਬਿਜ਼ੀ ਸੀ... ਠੀਕ ਆਂ... ਮਹਿਤਪੁਰੋਂ ਪ੍ਰਾਹੁਣੇ ਆਏ ਹੋਏ ਆ... ਡਾ. ਡੀ. ਸੀ. ਦਰਦੀ ਜੀ ਤੇ ਉਹਨਾਂ ਦੇ ਮਿਸਿਜ਼... ਚੰਡੀਗੜ੍ਹ ਯੂਨੀਵਰਸਿਟੀਉਂ... ਮੈਨੂੰ ਨੀ ਬਹੁਤਾ ਪਤਾ... ਮੈਂ ਲਾਲੀ ਨੂੰ ਦਿੰਨੀ ਆਂ.. ਹਾਂ ਠੀਕ ਨੇ... " ਤੇ ਉਸੇ ਖੱਬੇ ਹੱਥ ਨਾਲ ਲਾਲੀ ਹੱਥੋਂ ਪੈਗ ਵਾਲਾ ਗਲਾਸ ਫੜ ਕੇ ਮੇਜ਼ 'ਤੇ ਰਖਿਆ ਤੇ ਸੱਜੇ ਹੱਥ ਨਾਲ ਕੌਰਡਲੈਸ ਉਸ ਦੇ ਕੰਨ ਕੋਲ ਕੀਤਾ।

"ਹੈਲੋ ਡੈਡੀ ਜੀ !"

"ਹਾਂ, ਲਾਲੀ ! ਕੀ ਹਾਲ ਆ ?"

"ਠੀਕ ਆ ਡੈਡੀ ! ਠੀਕ ਆ। ਫਸਟ ਕਲਾਸ। ਘਰ ਕਿਵੇਂ ਆ ? ਤੁਸੀਂ ?"

"ਚਲੀ ਜਾਂਦਾ... ਫਗਵਾੜੇ ਵਾਲੇ ਤੇਰੇ ਫੁੱਫੜ ਜੀ ਪੂਰੇ ਹੋਗੇ। ਅਗਲੇ ਐਤਵਾਰ ਭੋਗ ਆ। ਤੇਰਾ ਕੀ ਪ੍ਰੋਗਰਾਮ ਆ ? ਕੁਝ ਬਣਿਆ ? ਨਹੀਂ ਬਣਦਾ ਤਾਂ ਵਾਪਸ ਆਉਣ ਦਾ ਮਨ ਬਣਾ ? ਏਥੇ ਹੁਣ ਠੀਕ ਆ... ਆਖ਼ਰ ਕਿੰਨਾ ਚਿਰ ?"

"ਕੋਈ ਨਾ ਡੈਡੀ ! ਹੋਜੂ ਕੁਛ ਨਾ ਕੁਛ... ਹੁਣੇ ਡਾ. ਦਰਦੀ ਹੁਰਾਂ ਨੇ ਕੀਤੀ ਆ ਇਕ ਐਡਵੋਕੇਟ ਨਾਲ ਗੱਲ। ਉਸ ਦਾ ਕੋਈ ਕੇਸ ਰੀਜੈਕਟ ਨਹੀਂ ਹੋਇਆ ਹੁਣ ਤੱਕ... ਦੇਖਦੇ ਆਂ... ਤੁਸੀਂ ਫ਼ਿਕਰ ਨਾ ਕਰੋ ਬਹੁਤਾ। ਸਿਹਤ ਕਿਵੇਂ ਆ ? ਬੇਜੀ ਠੀਕ ਨੇ ?"

"ਲਾਲੀ ਏਹ ਡਾ. ਦਰਦੀ ਕੌਣ ਨੇ ? ਸਿਮਰਨ ਵੀ ਦਸ ਰਹੀ ਸੀ... ਕਦੇ ਸੁਣਿਆਂ ਤਾਂ ਨੀ ਕੋਈ ਡਾਕਟਰ ਡੀ. ਐਸ. ਦਰਦੀ ਆਪਣੇ ਪਿੰਡੋਂ... ਕੀਹਨਾਂ 'ਚੋਂ ਨੇ ? ਕਿਹੜੇ ਹਸਪਤਾਲ 'ਚ ਨੇ ?"

"ਡੈਡੀ... ਇਹ... ਪ੍ਰੋਫ਼ੈਸਰ ਨੇ ਚੰਡੀਗੜ੍ਹ ਯੂਨੀਵਰਸਿਟੀ, ਦੋਵੇਂ ਹਸਬੈਂਡ ਵਾਈਫ਼... ਤੁਸੀਂ ਸ਼ਾਇਦ ਹੀ ਜਾਣਦੇ ਹੋਵੋ...।

"ਕਿਉਂ ? ਮੈਂ ਮਹਿਤਪੁਰ ਨੂੰ ਭੁੱਲਿਆਂ.... ਬੱਚੇ-ਬੱਚੇ ਨੂੰ ਜਾਣਦਾਂ...।"

"ਨਹੀਂ ਡੈਡ ! ਇਹ ਗੱਲ ਨੀ...," ਥੋੜ੍ਹਾ ਸਤਰਕ ਹੋ ਕੇ ਡਾ ਦਰਦੀ ਵੱਲ ਵੇਖਦਿਆਂ ਲਾਲੀ ਕਹਿਣ ਲੱਗਾ, "ਚੀਮਿਆਂ ਦੀ ਪੱਤੀ ਲੰਘ ਕੇ.... ਦੁਸਹਿਰਾ ਗਰਾਊਂਡ ਦੀ ਵੱਖੀ....'ਚ...।"

"ਹਾਂ-ਹਾਂ ਖੱਬੀ ਬਾਹੀ ਚਮਾਲੜੀ ਆ ਤੇ ਸੱਜੀ ਬਾਹੀ ਡਾਕੂਆਂ ਦੀ ਪੱਤੀ...।"

"ਆਹੋ... ਆਹੋ... ਆਹੀ.... 'ਚ..." ਨਾਂ ਨਾ ਲੈਣਾ ਚਾਹੁਣ ਦੇ ਬਾਵਜੂਦ ਵੀ ਝੱਕਦਿਆਂ-ਝੱਕਦਿਆਂ ਲਾਲੀ ਨੂੰ ਲੈਣਾ ਪਿਆ,"ਹਾਂ ਹਾਂ ਚਮਾਲੜੀ... 'ਚ... ਨੇ ਮਾੜੂ ਰਾਮ... ਉਹਨਾਂ ਦਾ ਮੁੰਡਾ ਹੁੰਦਾ ਸੀ... ਦਰਸ਼ਨ ਸਿੰਘ...।"

"ਚਮਾਰਾਂ ਕੇ ਮਾੜੂ ਕਾ ਮੁੰਡਾ।.... ਦਰਸ਼ਨ ਸਿੰਘ ?"

"ਮੇਰੇ ਨਾਲ ਪੜ੍ਹਦਾ ਸੀ ਡੈਡੀ। ਉੱਜ ਸਾਰੇ 'ਦਰਸ਼ੀ' ਕਹਿੰਦੇ ਸੀ, ਕੇਰ੍ਹਾਂ ਜਿਹਾ... ਮਾੜਕੂ ਜਿਹਾ ਹੁੰਦਾ ਸੀ ਉਦੋਂ... ਹੁਣ ਉਹ ਚੰਡੀਗੜ੍ਹ ਯੂਨੀਵਰਸਿਟੀ ਪ੍ਰੋਫ਼ੈਸਰ ਆ... ਉਹਦੀ ਬੀਵੀ ਸੁਰਜੀਤ ਗਿੱਲ ਵੀ।"

"ਹੈਂ! ਕੀ ਕਿਹਾ ? ਸੁਰਜੀਤ ਗਿੱਲ! ਉਹਦੀ ਘਰਵਾਲੀ!"

"ਆਹੋ ਡੈਡ! ਅਮਰੀਕਾ ਆਏ ਹੋਏ ਆ... ਭਾਸ਼ਣ ਕਰਨ... ਅੱਜ ਆਪਣੇ ਘਰ...।"

"ਉਹਨੂੰ ਚਮਾਰੜੇ ਨੂੰ ਤੂੰ ਘਰੇ ਦਾਅਵਤ 'ਤੇ ਬੁਲਾਇਐ... ਜੀਹਨੂੰ ਅਸਾਂ ਕਦੇ ਪੁਆਂਦੀ ਨਾ ਬਹਿਣ ਦਿੱਤਾ... ਤੇ ਉਸ ਢੇਡ ਨੇ ਗਿੱਲ....ਮਤਲਬ ਕਿ ਜੱਟਾਂ ਦੀ ਕੁੜੀ....। ਚੰਗਾ ਨਾਂ ਕਮਾਏਂਗਾ ਪੁੱਤਰਾ ਜ਼ੈਲਦਾਰੀ ਦਾ... 'ਮਰੀਕਾ 'ਚ! ਏਹੀ ਰਹਿ ਰਿਆ ਸੀ... ਚੰਦ ਚਾੜ੍ਹਨ ਨੂੰ ... ਬਾਪੂ ਦਾਦੇ ਦੀ ਸੋਹਣੀ ਸੋਭਾ... ਮਾੜੂਕਿਆਂ ਦੀਆਂ ਸਪਾਰਸ਼ਾਂ ਨਾਲ ਪੱਕਾ ਹੋਏਂਗਾ... ਫਿਟ ਲਾਹਨਤ... ਵਾਹ ਪੁੱਤਰਾ ਵਾਹ! ਏਦੂੰ ਤਾਂ...." ਤੇ ਓਧਰੋਂ ਆਵਾਜ਼ ਆਉਣੀ ਬੰਦ ਹੁੰਦੀ ਗਈ। ਤਿੰਨ ਚਾਰ ਵਾਰ ਲਾਲੀ ਨੇ ਉੱਚੀ ਉੱਚੀ 'ਹੈਲੋ ਡੈਡੀ!' 'ਹੈਲੋ ਡੈਡੀ!' ਕਹੀ। ਦੋ ਤਿੰਨ ਵਾਰ ਕੌਰਡਲੈੱਸ ਕੰਨ ਤੋਂ ਲਾਹ ਕੇ, ਲਾ ਕੇ ਪੱਕ ਕੀਤਾ। ਆਫ਼ ਕਰਕੇ ਸੋਫ਼ੇ 'ਤੇ ਔਖ ਜਿਹੀ ਨਾਲ ਰੋੜ੍ਹ ਦਿੱਤਾ। ਆਸ ਪਾਸ ਕਿਸੇ ਵੱਲ ਵੀ ਵੇਖਣ, ਨਜ਼ਰ ਮਿਲਾਉਣ ਤੋਂ ਬਿਨਾਂ ਆਪਣੇ ਖਾਲੀ ਗਲਾਸ ਵਿਚ ਪਟਿਆਲਾਸ਼ਾਹੀ ਪੈੱਗ ਭਰਿਆ।

ਖ਼ਾਲੀ ਗਲਾਸ ਮੇਜ਼ 'ਤੇ ਖੜਾਕੇ ਨਾਲ ਰੱਖਦਿਆਂ ਗੁਰਿੰਦਰਪਾਲ ਸਿੰਘ ਸੰਧੂ ਨੇ ਅਚਨਚੇਤੀ ਦਰਦੀ ਵੱਲ ਬੈਠਿਆਂ ਬੈਠਿਆਂ, "ਚੰਗਾ ਫੇਰ ਦਰਦੀ ਜੀ ! ਫੇਰ ਮਿਲਾਂਗੇ," ਕਹਿੰਦਿਆਂ ਸੱਜਾ ਹੱਥ ਚਾਕੂ ਵਾਂਗ ਕੱਢ ਮਿਲਾਇਆ। ਕੁਝ ਭਵੰਤਰੇ ਤੇ ਹੈਰਾਨ-ਪਰੇਸ਼ਾਨ ਡਾ. ਦਰਦੀ ਨੇ ਕਾਹਲੀ-ਕਾਹਲੀ ਹੱਥ ਮਿਲਾਉਣ ਤੇ ਓਕੜੂ ਜਿਹੇ ਅੱਧ ਬੈਠੇ-ਉਠੇ ਨੇ ਬੇਹੱਦ ਸ਼ੁਕਰੀਆ ਕਹਿ, ਉਠਣ ਦੀ ਕੀਤੀ।

ਤਿੰਨੋਂ ਪ੍ਰਾਹੁਣੇ ਤੇ ਸਿਮਰਨ, ਇਕੇਰਾਂ ਉੱਠ ਖੜੇ ਹੋਏ। ਸਿਮਰਨ ਡਿਨਰ ਵਾਸਤੇ, ਵਾਸਤਾ ਪਾ ਰਹੀ ਸੀ। ਪਰ ਮਿਸਿਜ਼ ਢਿੱਲੋਂ ਨੂੰ ਅਚਾਨਕ ਘਰੇ ਇਕੱਲੇ ਬੈਠੇ ਢਿੱਲੋਂ ਸਾਹਿਬ ਦਾ ਏਨਾ ਫ਼ਿਕਰ ਜਾਗਿਆ ਕਿ ਉਹ ਸਿਮਰਨ ਨੂੰ ਜਫ਼ੀ 'ਚ ਲੈਂਦੀ ਕਾਹਲੀ ਕਾਹਲੀ ਬਾਹਰਲੇ ਦਰਵਾਜ਼ੇ ਵੱਲ ਮੁੜਦਿਆਂ, ਗੁਰਿੰਦਰਪਾਲ ਸਿੰਘ ਸੰਧੂ ਨੂੰ ਹੱਥ ਜੋੜ ਫਤਹਿ ਗੁਜ਼ਾਰਨ ਲੱਗੀ। ਦੋਵੇਂ ਦੇਸੀ ਪ੍ਰਾਹੁਣੇ 'ਅਮਰੀਕੀ ਰੰਗ-ਢੰਗ' ਤੋਂ ਨਾਵਾਕਫ਼, ਹੱਥ ਜਹੇ ਮਲਦਿਆਂ ਖੌਰੇ ਜੋੜਦਿਆਂ ਸ਼ੁਕਰੀਆ ਕਹਿੰਦੇ ਕਹਾਉਂਦੇ, ਕਦੇ ਲਾਲੀ ਵੱਲ ਤੇ ਕਦੇ ਸਿਮਰਨ ਵਲ ਬੇਚੈਨ ਮੁਸਕਰਾਹਟਾਂ ਬਖੇਰਦੇ ਮਿਸਿਜ਼ ਢਿੱਲੋਂ ਦੇ ਪਿੱਛੇ-ਪਿੱਛੇ ਪੈਰ ਘਸੀਟਦੇ ਦਰਵਾਜ਼ੇ ਵੱਲ ਹੋ ਤੁਰੇ। ਦਰਵਾਜ਼ੇ 'ਤੇ ਸਿਮਰਨ ਆਜ਼ਜੀ ਭਰੀ ਸ਼ਅਸਾਰੀ ਨਾਲ ਵਤਨੀ ਪ੍ਰਾਹੁਣਿਆਂ ਨੂੰ ਖਾਣਾ ਬਣੇ ਹੋਣ, ਖਾ ਕੇ ਜਾਣ ਲਈ ਮਨਾਉਂਦੀ ਉਲਝਦੀ ਰਹੀ ਤੇ ਸੋਫੇ ਤੇ ਅੱਧ-ਲੇਟਿਆ ਜ਼ੈਲਦਾਰ ਦਾ ਪੋਤਾ ਸ਼ਾਇਦ ਮੁੜ 'ਮਹਿਤਪੁਰ' ਪਹੁੰਚਿਆ ਘੁਰਾੜੇ ਮਾਰ ਰਿਹਾ ਸੀ।

ਪੈਂਡਾ/ਤਲਵਿੰਦਰ ਸਿੰਘ

ਉਹ ਮੇਰੇ ਸਾਹਮਣੇ ਬੈਠੀ ਸੀ। ਸ਼ਾਲ ਦੀ ਬੁੱਕਲ ਮਾਰੀ, ਚੁੱਪਚਾਪ ਤੇ ਗੁੰਮ ਸੁੰਮ, ਜਾਂ ਸ਼ਾਇਦ ਮੈਨੂੰ ਹੀ ਇੰਜ ਲੱਗ ਰਿਹਾ ਸੀ। ਉਸਦਾ ਨਾਂ ਅਚਾਨਕ ਮੇਰੇ ਦਿਮਾਗ਼ ਵਿਚੋਂ ਵਿਸਰ ਗਿਆ ਸੀ ਤੇ ਇਹ ਗੱਲ ਮੇਰੇ ਅੰਦਰ ਤਲਖ਼ੀ ਪੈਦਾ ਕਰ ਰਹੀ ਸੀ। ਨਾਲ ਹੀ ਸੱਜੇ ਹੱਥ ਸੋਫ਼ੇ 'ਤੇ ਗੁਰਦੁਆਰੇ ਦੇ ਤਿੰਨ ਨੁਮਾਇੰਦੇ ਆਏ ਬੈਠੇ ਸਨ। ਉਨ੍ਹਾਂ ਨਾਲ ਵੀ ਦੁਆ ਸਲਾਮ ਤੋਂ ਵੱਧ ਕੋਈ ਗੱਲ ਨਹੀਂ ਸੀ ਹੋਈ। ਥੋੜ੍ਹਾ ਕੁ ਸੰਕੋਚ ਮੈਨੂੰ ਖ਼ੁਦ ਨੂੰ ਵੀ ਹੋ ਰਿਹਾ ਸੀ ਕਿਉਂਕਿ ਦਿਨ ਭਰ ਦੀ ਥਕਾਵਟ ਲਾਹੁਣ ਦੀ ਨੀਅਤ ਨਾਲ ਹੁਣੇ ਹੁਣੇ ਮੈਂ ਇਕ ਪੈੱਗ ਵਿਸਕੀ ਦਾ ਲਾਇਆ ਸੀ। ਇਨ੍ਹਾਂ ਨੁਮਾਇੰਦਿਆਂ ਦੀ ਸਮੱਸਿਆ ਦਾ ਮੈਨੂੰ ਥੋੜ੍ਹਾ ਕੁ ਪਤਾ ਸੀ। ਅਰਬਨ ਅਸਟੇਟ ਨਾਲ ਲੱਗਦੀ ਲੇਬਰ ਕਲੋਨੀ ਦੇ ਕੁਝ ਪਾਹੜੂ ਮੁੰਡਿਆਂ ਨੇ ਗੁਰਦੁਆਰੇ ਆ ਇਸ ਗੱਲੋਂ ਤਕਰਾਰ ਕੀਤਾ ਕਿ ਇਮਤਿਹਾਨਾਂ ਦੇ ਦਿਨ ਹਨ ਤੇ ਸਪੀਕਰ ਦੀ ਆਵਾਜ਼ ਘਟਾਈ ਜਾਵੇ ਜਾਂ ਇਸਦਾ ਮੂੰਹ ਦੂਜੇ ਬੰਨੇ ਕੀਤਾ ਜਾਏ। ਉਦੋਂ ਦੇ ਹੀ ਅਫ਼ਸਰ ਨੁਮਾ ਕਰਤੇ-ਧਰਤੇ ਇਧਰ-ਉਧਰ ਤੁਰੇ ਫਿਰਦੇ ਸਨ। ਹੁਣ ਵੀ ਉਹ ਏਸੇ ਲਈ ਆਏ ਸਨ।

ਪ੍ਰਧਾਨ ਪ੍ਰਦੁਮਨ ਸਿੰਘ ਹੋਰਾਂ ਹਲਕਾ ਜਿਹਾ ਖੰਘੂਰਾ ਮਾਰ ਕੇ ਗੱਲ ਤੋਰ ਲਈ, "ਸਰਦਾਰ ਸਾਹਿਬ ਤੁਹਾਨੂੰ ਪਤਾ ਈ ਐ ਮਾਮਲੇ ਦਾ। ਇਹ ਤਾਂ ਸਰਾਸਰ ਗੁਰੂ ਘਰ ਦੀ ਹੱਤਕ ਐ...। ਮਸਲਾ ਹੋਰ ਵਿਗੜ ਜਾਣ ਦੇ ਚਾਂਸ ਨੇ... ਤੁਸੀਂ...।"

ਅਜੀਬ ਫ਼ਿਤਰਤ ਹੈ ਮੇਰੀ ਵੀ। ਦਿਮਾਗ਼ ਵਿਚ ਕੋਈ ਗੰਢ ਬੱਝ ਗਈ ਤਾਂ ਓਨਾ ਚਿਰ ਚੈਨ ਨਹੀਂ ਮਿਲਦਾ ਜਿੰਨਾ ਚਿਰ ਖੁੱਲ੍ਹਦੀ ਨਹੀਂ। ਗੱਲ ਏਨੀ ਅਹਿਮ ਨਹੀਂ, ਇਹ ਮੈਨੂੰ ਪਤਾ ਹੈ... ਇਸਦਾ ਨਾਂ ਅਮ੍ਰਿਤ, ਅਮਨ, ਅਮਰਜੀਤ... ਨਹੀਂ ਨਹੀਂ, ਗੱਲ ਖਲੋਂਦੀ ਨਹੀਂ ਦਿਮਾਗ ਵਿਚ। ਉਂਜ ਮੈਨੂੰ ਪੱਕਾ ਪਤਾ ਐ ਕਿ ਨਾਂ ਐੜੇ ਤੋਂ ਸ਼ੁਰੂ ਹੁੰਦਾ ਹੈ ਤੇ ਹੈ ਵੀ ਚਾਰ ਅੱਖਰਾ। ਸ਼ਾਲ ਦੀ ਬੁੱਕਲ ਵਿਚ ਉਸਦਾ ਚਿਹਰਾ ਮਾਸੂਮ ਲੱਗ ਰਿਹੈ, ਜਾਂ ਮੈਨੂੰ ਹੀ ਇੰਜ ਜਾਪ ਰਿਹੈ?

"ਤੁਸੀਂ ਤਾਂ ਸ਼ਾਇਦ ਬਾਅਦ ਵਿਚ ਆਏ ਏਥੇ। ਕਹੱਤਰ 'ਚ ਬਣਾਇਆ ਅਸਾਂ ਇਹ ਗੁਰਦੁਆਰਾ। ਤਨ, ਮਨ, ਧਨ ਨਾਲ। ਇਸ ਲੇਬਰ ਕਲੋਨੀ 'ਚੋਂ ਕਿਸੇ ਨੇ ਫੁੱਟੀ ਕੌਡੀ ਨਹੀਂ ਦਿੱਤੀ। ਅਸਾਂ ਕਿਹਾ ਉਹ ਜਾਣੇ... ਤੁਸੀਂ ਜਾਣਦੇ ਓ। ਗੁਰਦੁਆਰੇ ਦੀਆਂ ਆਪਣੀਆਂ ਰਵਾਇਤਾਂ ਨੇ। ਏਥੇ ਪਾਠ ਵੀ ਹੋਣਾ ਤੇ ਕੀਰਤਨ ਵੀ। ਕੋਈ ਉੱਠ ਕੇ ਆਖੇ ਕਿ ਗੁਰਦੁਆਰੇ

ਦੇ ਗੋਡੇ ਲੁਆ ਦਈਏ... ਮੁੰਡੇ ਤਾਂ ਸਾਡੇ ਵੀ ਮੁੱਛਾਂ ਨੂੰ ਵੱਟ ਚਾੜ੍ਹੀ ਫਿਰਦੇ ਐ, ਪਰ ਅਸਾਂ ਆਖਿਆ, ਨਹੀਂ। ਕੋਈ ਗੱਲ ਐਸੀ ਨਹੀਂ ਕਰਨੀ ਜਿਹੜੀ ਸਿੱਖ ਅਸੂਲਾਂ ਦੇ ਖ਼ਿਲਾਫ਼ ਹੋਵੇ...।"

ਅਚਾਨਕ ਮੈਨੂੰ ਲੱਗਾ ਜਿਵੇਂ ਮੇਰਾ ਸਿਰ ਘੁੰਮਣ ਲੱਗਾ ਹੈ। ਇਉਂ ਲੱਗਾ ਜਿਵੇਂ ਅੰਦਰ ਧੂੰਆਂ ਜਿਹਾ ਜਮ੍ਹਾਂ ਹੋਣ ਲੱਗਾ ਹੋਵੇ। ਕੀ ਫੈਸਲਾ ਦਿਆਂ ਮੈਂ ? ਕੀ ਰੋਲ ਨਿਭਾਵਾਂ ? ਏਧਰ ਇਕ ਛੋਟਾ ਜਿਹਾ ਕਸੀਰ ਦਿਮਾਗ ਵਿਚ ਫਸਿਆ ਪਿਆ ਸੀ, ਪਤਾ ਨਹੀਂ ਮੈਨੂੰ ਉਹ ਏਨੀ ਸਹਿਜ ਕਿਉਂ ਲੱਗ ਰਹੀ ਸੀ। ਗੁਰਦੁਆਰੇ ਦੇ ਮਸਲੇ ਵਿਚ ਮੇਰੀ ਰੱਤੀ ਭਰ ਦਿਲਚਸਪੀ ਨਹੀਂ ਸੀ। ਮੈਂ ਏਧਰ ਉਧਰ ਵੇਖ ਕੇ ਬਹਾਦਰ ਨੂੰ ਟੋਲਿਆ, ਰਸੋਈ ਦੀ ਚੁਗਾਠ ਨਾਲ ਢੋਹ ਲਾਈ ਖੜ੍ਹਾ ਸੀ ਉਹ। ਮੈਂ ਉਹਨੂੰ ਸੈਨਤ ਮਾਰੀ, "ਏਧਰ ਆਈਂ ਜ਼ਰਾ।"

"ਜੀ ਸਾਹਿਬ!" ਉਹ ਲਾਗੇ ਆ ਕੇ ਬੋਲਿਆ।

"ਪਹਿਲਾਂ ਪਾਣੀ ਲਿਆ, ਫੇਰ ਚਾਹ।" ਆਪਣੇ ਛੁਟਕਾਰੇ ਲਈ ਜਿਵੇਂ ਇਹੋ ਰਾਹ ਮੈਨੂੰ ਸੁਖਾਲਾ ਲੱਗਾ ਸੀ।

"ਨਹੀਂ ਨਹੀਂ, ਚਾਹ ਦੀ ਕੋਈ ਲੋੜ ਨਹੀਂ ਸਰਦਾਰ ਸਾਹਿਬ...। ਤੁਸੀਂ ਸਾਨੂੰ ਥੋੜ੍ਹਾ ਗਾਈਡ ਕਰੋ।" ਪ੍ਰਧਾਨ ਸਾਹਿਬ ਬੋਲੇ।

ਮੇਰੀ ਦੁਬਿਧਾ ਸੀ ਕਿ ਮੈਂ ਕੀ ਬੋਲਾਂ ? ਲੇਬਰ ਕਲੋਨੀ ਦੇ ਬੱਚਿਆਂ ਦੀ ਪੜ੍ਹਾਈ ਜ਼ਰੂਰੀ ਹੈ ਜਾਂ ਸ਼ਬਦ ਕੀਰਤਨ ਦਾ ਕੰਨ-ਪਾੜਵਾਂ ਪ੍ਰਵਾਹ। ਪ੍ਰਧਾਨ ਪ੍ਰਦੁਮਨ ਸਿੰਘ ਹੋਰਾਂ ਦਾ ਦਰਸ਼ਨੀ ਦਾਹੜਾ ਉਨ੍ਹਾਂ ਦੇ ਮੋਢੇ 'ਤੇ ਪਈ ਚਿੱਟੀ ਲੋਈ ਨਾਲ ਕਮਾਲ ਦੀ ਮੈਚਿੰਗ ਬਣਾ ਰਿਹੈ। ਸਕੱਤਰ ਸੁਖਦਿਆਲ ਸਿੰਘ ਦੀਆਂ ਮੁੱਛਾਂ ਦੇ ਕੁੰਡਲ ਉਨ੍ਹਾਂ ਦੀ ਉੱਚੀ ਸ਼ਖਸੀਅਤ ਦਾ ਦਮ ਭਰ ਰਹੇ ਨੇ। ਇਹ ਤੀਜੇ ਸ਼ਖਸ ਗੁਰਦੁਆਰੇ ਦੇ ਖਜ਼ਾਨਚੀ ਨੇ। ਉਨ੍ਹਾਂ ਨਾਲ ਮੇਰੀ ਬਹੁਤੀ ਵਾਕਫ਼ੀ ਨਹੀਂ। ਇਹ ਦਾਨੇ-ਪ੍ਰਧਾਨੇ ਪੁਰਸ਼ ਨੇ। ਗੁਰਦੁਆਰੇ ਦਾ ਮਾਮਲਾ ਵ਼ਾਕਿਆ ਈ ਸੰਗੀਨ ਐ। ਮੈਨੂੰ ਬੋਲਣ ਲਈ ਕੋਈ ਰਾਹ ਨਹੀਂ ਸੀ ਮਿਲ ਰਿਹਾ। ਨਸ਼ੇ ਦੇ ਹਲਕੇ ਜਿਹੇ ਸਰੂਰ ਕਾਰਨ ਮੇਰੀ ਨਜ਼ਰ ਵੀ ਡੋਲ ਰਹੀ ਸੀ। ਦਿਮਾਗ਼ ਦਾ ਇਕ ਹਿੱਸਾ ਲਗਾਤਾਰ ਉਸ ਦੇ ਨਾਂ ਦੀ ਤਲਾਸ਼ ਵਿਚ ਮੈਨੂੰ ਬੇ ਆਰਾਮ ਕਰ ਰਿਹੈ। ਅਜੀਬ ਸਥਿਤੀ ਹੈ। ਗੁਰਦੁਆਰੇ ਦਾ ਮਸਲਾ ਤਾਂ ਹੁਣ ਕਿਸੇ ਵੀ ਸੂਰਤ ਵਿਚ ਹੱਲ ਹੋਣ ਵਾਲਾ ਨਹੀਂ। ਉਂਜ ਵੀ ਮਨ ਦੇ ਕਿਸੇ ਕੋਨੇ ਵਿਚੋਂ ਆਵਾਜ਼ ਆ ਰਹੀ ਹੈ ਕਿ ਇਹ ਮਸਲਾ ਮੇਰੀ ਪੱਧਰ 'ਤੇ ਹੱਲ ਹੋਣ ਵਾਲਾ ਹੈ ਈ ਨਹੀਂ। ਇਸ ਗੱਲ ਨੂੰ ਸ਼ਾਇਦ ਇਹ ਲੋਕ ਵੀ ਸਮਝਦੇ ਨੇ। ਮੇਰੀ ਸਲਾਹ ਲੈਣੀ ਇਨ੍ਹਾਂ ਦੀ ਕੋਈ ਮਜਬੂਰੀ ਹੋ ਸਕਦੀ ਏ। ਇਕ ਦਿਨ ਸਵੇਰੇ ਮੂੰਹ ਹਨੇਰੇ ਸੈਰ ਕਰਦੇ ਵਕਤ ਆਪਣੇ ਤੋਂ ਅੱਗੇ ਜਾ ਰਹੇ ਦੋ ਬੰਦਿਆਂ ਦੀ ਗੱਲਬਾਤ ਮੈਂ ਸੁਣੀ ਸੀ—'ਇਹ ਸ਼ਡਿਊਲਡ ਕਾਸਟ ਅਫ਼ਸਰ ਸਾਡੇ ਹੱਕ ਵਿਚ ਨਹੀਂ ਖਲੋਏਗਾ।" ਮੈਂ ਉਥੋਂ ਹੀ ਚਾਲ ਧੀਮੀ ਕਰ ਲਈ ਸੀ। ਗੱਲਾਂ ਕਰਨ ਵਾਲੇ ਉਹ ਬੰਦੇ, ਇਹ ਸਨ ਜਾਂ ਕੋਈ ਹੋਰ, ਪਤਾ ਨਹੀਂ, ਪਰ ਸਨ ਉਹ ਇਨ੍ਹਾਂ ਵਰਗੇ ਹੀ। ਆਪਣੇ ਸੁਭਾਅ ਮੁਤਾਬਕ ਮੈਨੂੰ ਇਹਨਾਂ ਦੇ ਮਸਲੇ 'ਚ ਉੱਕੀ ਦਿਲਚਸਪੀ ਨਹੀਂ। ਚੰਗਾ ਹੋਇਆ, ਬਹਾਦਰ ਪਾਣੀ ਦੇ ਗਿਲਾਸਾਂ ਵਾਲੀ ਟਰੇਅ ਲੈ ਕੇ ਆ ਗਿਆ। ਉਹਦੇ ਕੋਲੋਂ ਪਾਣੀ ਦਾ ਗਲਾਸ ਲੈ ਮੈਂ ਅੱਧਾ ਕੁ ਪੀ ਲਿਆ। ਫਿਰ ਉਨ੍ਹਾਂ ਸੱਜਣਾਂ ਨੂੰ ਮੁਖ਼ਾਤਬ ਹੋਇਆ, "ਮੇਰੇ ਵਿਚਾਰ 'ਚ ਏਡੀ ਕਾਹਲੀ ਨਾ

ਕਰੀਏ, ਇਕ ਮੀਟਿੰਗ ਰੱਖ ਲਓ। ਮੈਨੂੰ ਸੁਨੇਹਾ ਭੇਜ ਦਿਓ, ਮੈਂ ਵੀ ਆ ਜਾਊਂ, ਇਸ ਵੇਲੇ ਜ਼ਰਾ ...।"

ਉਹ ਵੀ ਸ਼ਾਇਦ ਮੇਰੀ ਹਾਲਤ ਤੋਂ ਵਾਕਫ਼ ਹੋ ਚੁੱਕੇ ਸਨ। ਉਨ੍ਹਾਂ ਇਕ ਦੂਜੇ ਵੱਲ ਵੇਖਕੇ ਉਠਣ ਦਾ ਮਨ ਬਣਾ ਲਿਆ।

ਮੈਂ ਕਿਹਾ, "ਬੈਠੋ ਚਾਹ ਪੀ ਕੇ ਜਾਣਾ।"

"ਨਹੀਂ ਨਹੀਂ, ਚਾਹ ਨਹੀਂ ਸਰਦਾਰ ਸਾਹਿਬ, ਫੇਰ ਸਹੀ ਕਦੇ।" ਸਕੱਤਰ ਸਾਹਿਬ ਬੋਲੇ, "ਤੁਸੀਂ ਏਹਦਾ ਹੱਲ ਕੱਢੋ।"

ਪ੍ਰਧਾਨ ਸਾਹਿਬ ਵੀ ਉੱਠ ਪਏ, "ਗੁਰਦੁਆਰਿਆਂ ਲਈ ਤਾਂ ਸਿੰਘਾਂ ਨੇ ਜਾਨਾਂ ਅਰਪਨ ਕਰ ਦਿੱਤੀਆਂ...।"

ਅਰਪਨ, ਖੁੱਲ੍ਹ ਗਈ ਗੰਢ। ਉਸ ਨੇ ਵੀ ਇਕ ਵਾਰ ਸਿਰ ਚੁੱਕ ਕੇ ਉਨ੍ਹਾਂ ਵੱਲ ਵੇਖਿਆ। ਇਕਦਮ ਮੈਂ ਸੁਰਖਰੂ ਮਹਿਸੂਸ ਕੀਤਾ। ਅਰਪਨ ਸੀ ਨਾਂ ਉਹਦਾ।

"ਆਪਾਂ ਇਹਦਾ ਗੰਭੀਰਤਾ ਨਾਲ ਹੱਲ ਕੱਢਾਂਗੇ। ਤੁਸੀਂ ਅਮਨ ਚੈਨ ਬਣਾਈ ਰੱਖੋ।" ਮੈਂ ਵੀ ਉੱਠ ਕੇ ਉਨ੍ਹਾਂ ਨਾਲ ਤੁਰਿਆ। ਉਹ ਆਪਣੇ ਧਿਆਨ ਬੈਠੀ ਰਹੀ। ਡਰਾਇੰਗ ਰੂਮ 'ਚੋਂ ਨਿਕਲ ਉਨ੍ਹਾਂ ਹੱਥ ਜੋੜ ਕੇ ਫ਼ਤਿਹ ਗਜਾਈ ਤੇ ਚਲੇ ਗਏ। ਮੈਂ ਬੂਹਾ ਢੋਅ ਕੇ ਫਿਰ ਪਹਿਲਾਂ ਵਾਲੀ ਥਾਂ ਆ ਬੈਠਾ। ਬਹਾਦਰ ਨੇ ਨੇੜੇ ਆ ਕੇ ਪੁੱਛਿਆ, "ਚਾਏ ਸਾਹਿਬ ?"

ਉਹਨੂੰ ਉਤਰ ਦੇਣ ਦੀ ਥਾਂ ਮੈਂ ਅਰਪਨ ਨੂੰ ਪੁੱਛਿਆ, "ਤੁਸੀਂ ਤਾਂ ਚਾਹ ਲਉਗੇ ਨਾ ?"

"ਨਹੀਂ ਨਹੀਂ, ਕੋਈ ਜ਼ਰੂਰਤ ਨਹੀਂ ਐਸ ਵੇਲੇ।" ਉਹ ਬੋਲੀ।

"ਦੇਖੋ ਝੱਕਣ ਜਾਂ ਸੰਗਣ ਦੀ ਕੋਈ ਗੱਲ ਨਹੀਂ ਐ। ਕੋਈ ਫਾਰਮੈਲਿਟੀ ਨਹੀਂ। ਤੁਹਾਡਾ ਆਪਣਾ ਘਰ ਐ...।" ਮੈਨੂੰ ਲੱਗਾ ਮੈਂ ਗੱਲ ਥੋੜ੍ਹੀ ਵੱਡੀ ਕਰ ਗਿਆ ਸਾਂ। ਇਕ ਦਮ ਏਨੀ ਖੁੱਲ੍ਹ ਠੀਕ ਨਹੀਂ। ਆਖ਼ਰ ਮੇਰਾ ਸਟੇਟਸ ਹੈ ਕੋਈ। ਪੂਰੀ ਤਹਿਸੀਲ ਦਾ ਮਾਲਕ।

"ਮੈਨੂੰ ਲਗਦੈ, ਤੁਸੀਂ ਪਛਾਣਿਐ ਨਹੀਂ ਸਰ।" ਮੇਰੀ ਗੱਲ ਤੋਂ ਸ਼ਾਇਦ ਉਸਨੇ ਸੁਖਾਲਾ ਮਹਿਸੂਸ ਕੀਤਾ।

ਉਹਨੇ ਸ਼ਾਲ ਦੀ ਬੁੱਕਲ ਢਿੱਲੀ ਕੀਤੀ ਤੇ ਥੋੜ੍ਹੀ ਹੋਰ ਸਹਿਜ ਹੋ ਗਈ। ਨਸ਼ੇ ਦੀ ਹਲਕੀ ਜਿਹੀ ਤਾਰ ਮੇਰੀਆਂ ਅੱਖਾਂ ਵਿਚ ਲਰਜ਼ੀ। ਉਸਦਾ ਚਿਹਰਾ ਪਹਿਲਾਂ ਨਾਲੋਂ ਕਮਜ਼ੋਰ ਸੀ। ਨੈਣ ਨਕਸ਼ ਮਚਿਉਰ ਹੋ ਗਏ ਸਨ। ਸ਼ਾਲ ਦੀ ਢਿੱਲੀ ਹੋਈ ਬੁੱਕਲ ਵਿਚੋਂ ਮੈਂ ਉਸਦੀਆਂ ਛਾਤੀਆਂ ਦਾ ਜਾਇਜ਼ਾ ਲੈਣ ਦੀ ਕੋਸ਼ਿਸ਼ ਕੀਤੀ, ਪਰ ਸਫ਼ਲ ਨਾ ਹੋ ਸਕਿਆ। ਪਹਿਲਾਂ ਵਾਲੀ ਗੱਲ ਤਾਂ ਹੁਣ ਮੇਰੀ ਵੀ ਨਹੀਂ ਸੀ ਰਹੀ। ਬਦਲੀਆਂ ਹੋਈਆਂ ਸਥਿਤੀਆਂ ਦਾ ਰੰਗ ਸੀ ਇਹ। ਅੱਜ ਅਰਪਨ ਮੈਨੂੰ 'ਸਰ' ਕਹਿ ਕੇ ਸੰਬੋਧਨ ਕਰ ਰਹੀ ਸੀ। ਰਸੂਲਪੁਰ ਦੀ ਠੱਠੀ ਦੇ ਸਿਲ੍ਹਾਬੇ ਕੋਠੇ 'ਚੋਂ ਨਿਕਲ ਮਜ਼੍ਹਬੀਆਂ ਦਾ ਮੁੰਡਾ ਤੇਜੂ ਅਰਬਨ ਅਸਟੇਟ ਦੀ ਇਸ ਸ਼ਾਨਦਾਰ ਕੋਠੀ 'ਚ ਰਹਿ ਰਿਹਾ ਸੀ, ਆਲੀਸ਼ਾਨ ਘਰਾਣੇ ਦੀ ਕਾਲਜ ਲੈਕਚਰਾਰ ਪਤਨੀ ਤੇ ਕਾਨਵੈਂਟ ਸਕੂਲ 'ਚ ਪੜ੍ਹਦੇ ਦੋ ਹੋਣਹਾਰ ਬੱਚਿਆਂ ਨਾਲ।

ਮੈਂ ਤੇਜੂ ਦੇ ਮੂੰਹ ਤੋਂ ਪਰਦਾ ਖਿਸਕਾਇਆ। ਛੇਵੀਂ 'ਚ ਦਾਖਲ ਹੋਣ ਜਦੋਂ ਹਾਈ ਸਕੂਲ

ਗਿਆ ਸਾਂ ਤਾਂ ਦਰਸ਼ਨ ਮਾਸਟਰ ਨੇ ਟਿੱਪਣੀ ਕੀਤੀ ਸੀ, "ਆ ਓਏ, ਸੁਰੈਣੇ ਮਜ਼੍ਹਬੀ ਦਿਆ ਪਾਹੜੂਆ। ਦੱਸ ਅਫ਼ਸਰ ਬਣਨਾ ਈ ਕਿ ਲਫ਼ਟੈਣ।" ਮੈਂ ਨਜ਼ਰਾਂ ਝੁਕਾਈ ਖਲੋਤਾ ਰਿਹਾ। ਉਹ ਬੋਲ ਮੇਰੇ ਲਈ ਬੇਅਸਰ ਸਨ। ਮੈਂ ਚੁੱਪਚਾਪ ਕਲਾਸ ਵਿਚ ਬਹਿ ਗਿਆ। ਫਿਰ ਉਹ ਦੂਜੇ ਮਾਸਟਰਾਂ ਨਾਲ ਆਪਣਾ ਦੁੱਖ ਸਾਂਝਾ ਕਰ ਰਿਹਾ ਸੀ, "ਵੇਖੋ ਉਏ ਦੁਹਾਈ ਰੱਬ ਦੀ। ਫੀਸਾਂ ਮਾਫ਼, ਕਿਤਾਬਾਂ ਮੁਫ਼ਤ। ਤੁਸੀਂ ਵੇਖਿਓ ਜੱਟਾਂ ਦੇ ਮੁੰਡੇ ਭੇਡਾਂ ਚਾਰਿਆ ਕਰਨਗੇ ਤੇ ਅਫ਼ਸਰ ਹੋਣਗੇ ਇਹ ਲੋਕ। ਕੋਟੇ, ਰਿਜ਼ਰਵੇਸ਼ਨਾਂ, ਦੁਰ ਲਾਹਨਤ...।'

"ਕਿਉਂ ਹਿਰਖ ਰਹੇ ਓ, ਮਾਸਟਰ ਜੀ? ਗੁਰੂ ਸਾਹਿਬ ਦਾ ਖੰਡੇ-ਬਾਟੇ ਦਾ ਅੰਮ੍ਰਿਤ ਕਿਉਂ ਭੁੱਲਦੇ ਓ?" ਸੰਤੋਖ ਮਾਸਟਰ ਨੇ ਕਿਹਾ ਸੀ। "ਮਾਨਸ ਕੀ ਜਾਤ ਬਰਾਬਰ ਸਮਝਣ ਵਾਸਤੇ ਕਿਹੈ ਗੁਰਾਂ ਨੇ। ਫਿਰ ਤੁਸੀਂ ਤਾਂ ਅੰਮ੍ਰਿਤਧਾਰੀ ....।"

"ਕਿੱਥੇ ਰਾਜਾ ਭੋਜ ਤੇ ਕਿੱਥੇ ਗੰਗੂ ਤੇਲੀ।" ਉਸਦੀ ਗੱਲ ਦਾ ਉੱਤਰ ਦੇਣ ਦੀ ਬਜਾਏ ਉਹ ਬੁੜਬੁੜਾਇਆ। ਬਾਅਦ ਵਿਚ ਮਾਸਟਰ ਸੰਤੋਖ ਨੇ ਮੈਨੂੰ ਰਾਜ਼ ਦੀ ਗੱਲ ਦੱਸੀ, "ਪੜ੍ਹਾਈ ਨਾਲੋਂ ਕੋਈ ਸ਼ੌਰਟ ਕੱਟ ਨਹੀਂ। ਇਨ੍ਹਾਂ ਗੱਲਾਂ ਦੀ ਪਰਵਾਹ ਨਾ ਕਰ ਤੇ ਡਟ ਕੇ ਪੜ੍ਹ। ਮੈਨੂੰ ਪਤਾ ਤੇਰੇ 'ਚ ਪੜ੍ਹਨ ਦੀ ਕਣੀ ਹੈਗੀ ਆ। ਤੂੰ ਵੇਖੀਂ, ਇਹ ਸਾਰੇ ਤੇਰਾ ਪਾਣੀ ਭਰਨਗੇ।"

ਉਹਦਾ ਉਤਸ਼ਾਹ ਮੈਂ ਪੱਲੇ ਬੰਨ੍ਹ ਲਿਆ। ਮੇਰਾ ਪੜ੍ਹਨਾ ਮੇਰੇ ਪਿਓ ਦਾ ਵੀ ਸੁਪਨਾ ਸੀ, "ਅਸੀਂ ਤਾਂ ਉਮਰ ਬਿਤਾ ਦਿੱਤੀ ਸਰਦਾਰਾਂ ਦੀ ਜੂਠ ਖਾਂਦਿਆਂ। ਘੱਟੋ ਘੱਟ ਤੂੰ ਤਾਂ ਨਿਕਲ ਏਸ ਨਰਕ 'ਚੋਂ।" ਫੇਰ ਉਹ ਉਪਦੇਸ਼ ਦੇਣ ਲੱਗਦਾ, "ਆਪਣੇ ਧਿਆਨ ਜਾਇਆ ਕਰ, ਆਪਣੇ ਧਿਆਨ ਆਇਆ ਕਰ। ਕਿਸੇ ਨਾਲ ਵੱਟਾ ਸੱਟਾ ਨਹੀਂ ਲੈਣਾ। ਕੋਈ ਚੰਗੀ ਮਾੜੀ ਕਹਿ ਵੀ ਦਏ ਤਾਂ ਅੱਗੋਂ ਨਹੀਂ ਕੂਣਾ।"

ਮੈਨੂੰ ਜਾਪਦਾ ਸੀ ਇਨ੍ਹਾਂ ਗੱਲਾਂ ਦਾ ਮੈਨੂੰ ਪਹਿਲਾਂ ਹੀ ਪਤਾ ਸੀ। ਮੈਨੂੰ ਪਤਾ ਸੀ ਮੇਰੀ ਜ਼ਾਤ ਦੇ ਖਿਲਾਫ਼ ਇਕ ਵਿਆਪਕ ਸਾਜ਼ਿਸ਼ ਹੈ। ਕੁਝ ਟੀਚਰਾਂ ਦੀ ਅੱਖ ਵਿਚ ਮੈਂ ਸਭ ਤੋਂ ਵੱਧ ਰੜਕਦਾ ਸਾਂ। ਕੁਝ ਮੁੰਡੇ ਮੇਰੇ ਨਾਲ ਤਿੱਖੀ ਖ਼ਾਰ ਖਾਂਦੇ ਸਨ। ਉਨ੍ਹਾਂ ਮੇਰੇ ਨਾਂ ਦਾ ਕੁਨਾਂ ਧਰਿਆ ਹੋਇਆ ਸੀ। ਇਨ੍ਹਾਂ ਵਿਰੋਧਾਂ ਵਿਚੋਂ ਮੈਂ ਆਪਣੇ ਆਪ ਨੂੰ ਬਚਾ ਕੇ ਤੁਰਿਆ ਗਿਆ।

ਹੁਣ ਗੇਟ 'ਤੇ ਨੇਮ ਪਲੇਟ ਲੱਗੀ ਹੈ—ਤੇਜਵੰਤ ਸਿੰਘ, ਸਬ ਡਿਵੀਜ਼ਨਲ ਮੈਜਿਸਟਰੇਟ। ਬਾਹਰ ਨਵੀਂ ਨਕੋਰ ਸਰਕਾਰੀ ਜਿਪਸੀ ਖੜ੍ਹੀ ਸੀ। ਤਿਆਰ ਬਰ ਤਿਆਰ, ਡਰਾਈਵਰ ਸਮੇਤ।

ਅਰਪਨ ਕੁਝ ਬੋਲੀ ਸੀ ਸ਼ਾਇਦ। ਉਸਨੇ ਸਰ ਕਹਿਕੇ ਸੰਬੋਧਨ ਕੀਤਾ ਸੀ, ਤੇ ਸ਼ਾਇਦ ਕਹਿ ਰਹੀ ਸੀ, ਤੁਸਾਂ ਮੈਨੂੰ ਪਛਾਣਿਆ ਨਹੀਂ?

ਸਹਿਜ ਸੁਭਾ ਉਸਦੇ ਸ਼ਾਲ ਦੀ ਢਿੱਲੀ ਬੁੱਕਲ ਵਿਚ ਮੇਰੀ ਨਜ਼ਰ ਜਾ ਵੜੀ। ਉਸਨੇ ਤਾੜ ਲਿਆ। ਉਹ ਹਲਕੇ ਜਿਹੇ ਫੁਸਫੁਸਾਈ, "ਗਰਮੀ ਮਹਿਸੂਸ ਹੋ ਰਹੀ ਐ।" ਤੇ ਸ਼ਾਲ ਲਾਹ ਕੇ ਤਹਿ ਕਰਨ ਲੱਗੀ। ਮੈਨੂੰ ਲੱਗਾ ਮੇਰੀ ਸਹੂਲਤ ਲਈ ਹੀ ਉਸਨੇ ਇੰਜ ਕੀਤੈ। ਮੈਨੂੰ ਆਪਣੀ ਜਲਦਬਾਜ਼ੀ 'ਤੇ ਅਫਸੋਸ ਹੋਇਆ।

"ਬਹਾਦਰ ਆਈਂ ਜ਼ਰਾ।" ਮੈਂ ਆਵਾਜ਼ ਦਿੱਤੀ।

ਰਸੋਈ ਵਿਚੋਂ ਨਿਕਲ ਬਹਾਦਰ ਆਇਆ, "ਹਾਂ ਜੀ ਸਾਹਿਬ।"

"ਕੀ ਕਰ ਰਿਹੈਂ?" ਮੈਂ ਪੁੱਛਿਆ।

"ਚਾਏ ਲਾ ਰਹਾ ਹੂੰ।" ਉਹ ਬੋਲਿਆ।

"ਅੱਛਾ ਚਾਏ ਇਨਕੇ ਲੀਏ ਲਾਓ, ਏਕ ਕੱਪ, ਮੇਰੇ ਲੀਏ ਨਹੀਂ, ਅੱਛਾ?"

"ਜੀ ਸਾਹਿਬ।" ਕਹਿ ਕੇ ਉਹ ਚਲਾ ਗਿਆ।

ਅਰਪਨ ਨੇ ਸ਼ਾਲ ਤਹਿ ਕਰਕੇ ਸੋਫ਼ੇ ਦੀ ਬਾਹੀ 'ਤੇ ਰੱਖ ਲਿਆ। ਕਹਿ ਰਹੀ ਸੀ, ਮੈਨੂੰ ਪਛਾਣਿਆ ਨਹੀਂ। ਆਪਣੇ ਪਿੰਡ ਦੇ ਨੰਬਰਦਾਰ ਸਰਦਾਰਾ ਤਾਰਾ ਸਿਹੁੰ ਦੀ ਹੰਕਾਰੀ ਹੋਈ ਧੀ ਅਰਪਨ ਨੂੰ ਕਿਉਂ ਨਹੀਂ ਪਛਾਣਾਂਗਾ ਮੈਂ? ਉਸਦੇ ਨਾਂ ਵਿਸਰ ਵਾਲੀ ਗੱਲ ਤਾਂ ਅਚਾਨਕ ਹੋ ਗਈ, ਉਸਦੀ ਆਵਾਜ਼ ਤਾਂ ਫੱਟ ਪਛਾਣ ਲਈ ਸੀ ਮੈਂ। ਮੇਰਾ ਬਾਪ ਤਾਂ ਇਹਨਾਂ ਦੇ ਘਰ ਆਥੜੀ ਕਰਦਾ ਹੀ ਕੁੱਬਾ ਹੋਇਆ ਸੀ। ਤਿੱਖੜ ਦੁਪਹਿਰ ਨੂੰ ਮੈਂ ਇਨ੍ਹਾਂ ਦੀ ਕਣਕ ਵੱਢਦਾ ਸਾਂ ਤੇ ਜਾਨ ਕੱਢ ਲੈਣ ਵਾਲੇ ਚੁਮਾਸਿਆਂ ਵਿਚ ਝੋਨੇ ਦੀ ਪਨੀਰੀ ਲਾਉਂਦਾ ਸਾਂ। ਮੈਨੂੰ ਉਹ ਸਿਲਵਰ ਦੇ ਚਿੱਬੇ ਭਾਂਡੇ ਕਿਵੇਂ ਭੁੱਲ ਸਕਦੇ ਨੇ, ਜੋ ਮੇਰੇ ਤੇ ਮੇਰੇ ਬਾਪੂ ਲਈ ਇਕ ਆਲੇ ਵਿਚ ਵੱਖਰੇ ਹੀ ਪਏ ਹੁੰਦੇ ਸਨ? ਉਨ੍ਹਾਂ ਭਾਂਡਿਆਂ ਵਿਚ ਦਾਲ ਰੋਟੀ ਪੁਆਉਣ ਜਦੋਂ ਮੈਂ ਚੌਂਕੇ ਵੱਲ ਜਾਂਦਾ ਸਾਂ ਤਾਂ ਅਰਪਨ ਨੇ ਕਦੇ ਤੱਕਿਆ ਵੀ ਨਹੀਂ ਸੀ। ਉਂਜ ਮੇਰੀ ਜਮਾਤਣ ਸੀ ਇਹ, ਪਰ ਕਦੇ ਕੋਈ ਬੋਲ ਮੈਂ ਇਹਦੇ ਨਾਲ ਸਾਂਝਾ ਨਹੀਂ ਸੀ ਕੀਤਾ। ਨਾ ਹੀ ਕਦੇ ਚੇਸ਼ਟਾ ਜਾਗੀ ਸੀ। ਕਿਸੇ ਵੀ ਕੁੜੀ ਵਿਚ ਮੇਰੀ ਕਦੇ ਦਿਲਚਸਪੀ ਨਹੀਂ ਸੀ ਰਹੀ। ਵਿਹੜੇ ਦੀਆਂ ਇਕ ਦੋ ਕੁੜੀਆਂ ਜੋ ਮੇਰੇ ਤੋਂ ਛੋਟੀ ਜਮਾਤ ਵਿਚ ਪੜ੍ਹਦੀਆਂ ਸਨ, ਕਦੇ ਕਦਾਈਂ ਮੈਥੋਂ ਸੁਆਲ ਪੁੱਛਣ ਆ ਜਾਂਦੀਆਂ। ਉਨ੍ਹਾਂ ਨਾਲ ਵੀ ਮੇਰੀ ਗੱਲ ਸੁਆਲਾਂ ਦੇ ਸਮਝਣ-ਸਮਝਾਉਣ ਤਕ ਮਹਿਦੂਦ ਹੁੰਦੀ। ਅਰਪਨ ਤਾਂ ਖਲੋਤੀ ਹੀ ਦੂਜੀ ਸੀਮਾ 'ਤੇ ਸੀ। ਬਲਬ ਦੀ ਮਰੀਅਲ ਜਿਹੀ ਰੌਸ਼ਨੀ ਵਿਚ ਦੇਰ ਰਾਤ ਤਕ ਪੜ੍ਹਦੇ ਰਹਿਣਾ ਮੇਰਾ ਨੇਮ ਸੀ। ਅੱਠਵੀਂ 'ਚ ਮੈਰਿਟ ਵਿਚ ਆਇਆ ਤਾਂ ਸਕਾਲਰਸ਼ਿਪ ਲੱਗ ਗਿਆ। ਉਦੋਂ ਬਾਪੂ ਨੇ ਮੈਨੂੰ ਦਿਹਾੜੀ ਜਾਣੋਂ ਉੱਕਾ ਵਰਜ ਦਿੱਤਾ। ਕੰਮ ਦਾ ਸਾਰਾ ਬੋਝ ਬਾਪੂ ਸਿਰ ਪੈਂਦਾ ਵੇਖ ਕੇ ਮੈਂ ਅੰਦਰੋ ਅੰਦਰੀ ਦੁਖੀ ਹੋਇਆ ਸਾਂ। ਘਰ ਦੀ ਡਾਵਾਂਡੋਲ ਹਾਲਤ ਨੂੰ ਸੁਧਾਰਨ ਦੀ ਸਮਰਥਾ ਮੇਰੇ ਵਿਚ ਨਹੀਂ ਸੀ। ਪਰ ਪੜ੍ਹਾਈ ਦਾ ਸ਼ੋਰਟ ਕੱਟ ਮੈਨੂੰ ਹੌਸਲਾ ਦਿੰਦਾ, ਆਪਣੀ ਮੰਜ਼ਲ ਕਰੀਬ ਦਿਸਦੀ।

ਅਰਪਨ ਨਵੇਂ ਲੇਡੀ ਸਾਈਕਲ 'ਤੇ ਸਕੂਲ ਆਉਂਦੀ ਸੀ। ਮੇਰਾ ਇਹ ਸਫ਼ਰ ਪੈਦਲ ਤੈਅ ਹੁੰਦਾ। ਕੁੜੀਆਂ ਨਾਲ ਕੋਲੋਂ ਦੀ ਲੰਘਦੀ ਤਾਂ ਕੋਈ ਟਿੱਚਰ ਕਰ ਜਾਂਦੀ। ਮੈਂ ਅਣਸੁਣੀ ਕਰੀ ਆਪਣੇ ਚਾਲੇ ਤੁਰਿਆ ਜਾਂਦਾ। ਮੈਂ ਹਾਕੀ ਦੀ ਟੀਮ ਵਿਚ ਸ਼ਾਮਲ ਹੋਣ ਦੀ ਕੋਸ਼ਿਸ਼ ਕੀਤੀ, ਪਰ ਮਾਸਟਰ ਦਰਸ਼ਨ ਨੇ ਬੜੀ ਚੁਸਤੀ ਨਾਲ ਮੈਨੂੰ ਟੀਮ ਦੇ ਲਾਗੇ ਨਾ ਫਟਕਣ ਦਿੱਤਾ। ਸਮਝਦਿਆਂ ਜਾਣਦਿਆਂ ਵੀ ਮੈਂ ਗੱਲ ਮਨ 'ਤੇ ਨਹੀਂ ਸੀ ਲਾਈ। ਮਾਸਟਰ ਸੰਤੋਖ ਨੇ ਮੇਰੀ ਪਿੱਠ ਥਾਪੜੀ ਸੀ। ਮੈਨੂੰ ਪਤਾ ਸੀ, ਉਹ ਮੇਰੀ ਧਿਰ 'ਤੇ ਹੈ। ਬਾਕੀ ਸਾਰੀ ਦੂਜੀ ਧਿਰ 'ਤੇ।

ਅਰਪਨ ਦੂਜੀ ਧਿਰ ਦਾ ਆਖ਼ਰੀ ਸਿਰਾ ਸੀ। ਮੈਨੂੰ ਵੇਖ ਕੇ ਨਫ਼ਰਤ ਵਿਚ ਥੁੱਕਦੀ ਸੀ। ਮੈਨੂੰ ਇਸ ਗੱਲ ਦਾ ਕਦੀ ਰੰਜ ਨਹੀਂ ਸੀ ਹੋਇਆ। ਉਹ ਕੁੜੀਆਂ ਨੂੰ ਹੁੱਬ ਕੇ ਦੱਸਦੀ ਸੀ, ਤੇਜੂ ਸਾਡਾ ਕਾਮਾ ਐ, ਸਾਡਾ ਨੌਕਰ। ਉਹ ਮੇਰੀ ਵੱਡੀ ਭੈਣ ਸੀਤੋ ਬਾਰੇ ਵੀ ਊਲ ਜਲੂਲ ਬੋਲਦੀ ਸੀ। ਇਸਨੂੰ ਮੈਂ ਸਾਇੰਸ ਰੂਮ ਵਿਚ ਮਾਸਟਰ ਸੇਵਾ ਸਿੰਘ ਨਾਲ ਵੇਖਿਆ ਸੀ, ਇਕੱਲਿਆਂ ਤੇ

ਬਿਲਕੁਲ ਨਾਲ ਲੱਗਿਆਂ। ਉਦੋਂ ਇਸਨੇ ਸ਼ਰਮਿੰਦਗੀ ਮਹਿਸੂਸ ਕਰਨ ਦੀ ਥਾਂ ਮੈਨੂੰ ਧਮਕੀ ਦਿੱਤੀ ਸੀ, "ਖ਼ਬਰਦਾਰ ਜੇ ਕਿਸੇ ਨਾਲ ਗੱਲ ਕੀਤੀ, ਬਹੁਤ ਬੁਰੀ ਕਰੂੰਗੀ...।"

ਇਹ ਕਿਵੇਂ ਹੋ ਸਕਦਾ ਹੈ ਕਿ ਮੈਂ ਅਰਪਨ ਨੂੰ ਪਛਾਣ ਨਾ ਸਕਿਆ ਹੋਵਾਂ ? ਇਹ ਤਾਂ ਐਵੇਂ ਸੋਚਾਂ ਦਾ ਵਹਾਅ ਰੋੜ੍ਹ ਕੇ ਲੈ ਗਿਆ ਮੈਨੂੰ। ਜੀਵਨ ਦੇ ਪੰਧ ਕਿਹੜੇ ਏਨੇ ਲੰਮੇ ਹੁੰਦੇ ਨੇ ਕਿ ਬੰਦਾ ਬੇਪਛਾਣ ਹੋ ਜਾਏ। ਇਹ ਤਾਂ ਸਹਿਜ ਸੁਭਾ ਜ਼ਖ਼ਮ ਉਚੇੜਿਆ ਗਿਆ। ਅਰਪਨ ਵੀ ਉਸ ਜ਼ਖ਼ਮ ਲਈ ਹਿੱਸੇਦਾਰ ਐ। ਹੁਣ ਉਹ ਸਹਿਜ ਤੇ ਸਾਊ ਰੂਪ 'ਚ ਬੈਠੀ ਹੈ। ਇਸ ਗੱਲ ਦਾ ਮੈਨੂੰ ਹਾਲੇ ਤਕ ਨਹੀਂ ਪਤਾ ਕਿ ਉਹ ਕਿਧਰੋਂ ਆਈ ਹੈ ?

ਮੇਰੀ ਬੇਮੁਹਾਰ ਨਜ਼ਰ ਅਰਪਨ ਦੇ ਖੁੱਲ੍ਹੇ ਗਲਮੇ ਵਿਚ ਝਾਕਣ ਦੀ ਕੋਸ਼ਿਸ਼ ਕਰ ਰਹੀ ਏ। ਅਰਪਨ ਦਾ ਬਹਿਣ ਦਾ ਅੰਦਾਜ਼ ਇੰਜ ਏ ਜਿਵੇਂ ਉਹ ਮੂਕ ਸਹਿਮਤੀ ਦੇ ਰਹੀ ਹੋਵੇ। ਦਿਨ ਭਰ ਦੀ ਥਕਾਵਟ ਦੇ ਬਾਵਜੂਦ ਮੈਂ ਕਿਸੇ ਸੰਭਾਵੀ ਮੁਕਾਬਲੇ ਲਈ ਤਿਆਰ ਹੋਣ ਲੱਗਾ। ਉਸ ਜ਼ਖ਼ਮ 'ਤੇ ਕੋਈ ਫਹਿਆ ਰੱਖਣ ਖ਼ਾਤਰ।

ਬਹਾਦਰ ਉਹਦੇ ਅੱਗੇ ਚਾਹ ਦਾ ਕੱਪ ਰੱਖ ਗਿਆ। ਮੇਰੇ ਚਿਹਰੇ ਤੇ ਤਣੀ ਕਸ਼ਮਕਸ਼ ਨੂੰ ਵੇਖ ਕੇ ਉਹ ਬੋਲੀ, "ਸ਼ਾਇਦ ਮੇਰਾ ਆਉਣਾ ਤੁਹਾਨੂੰ ਚੰਗਾ ਨਹੀਂ ਲੱਗਾ।"

"ਨਹੀਂ ਨਹੀਂ, ਅਜਿਹੀ ਕੋਈ ਗੱਲ ਨਹੀਂ।" ਮੈਂ ਕਿਹਾ।

"ਫਿਰ ਤੁਸੀਂ ਏਨੇ ਚੁੱਪ।" ਉਹ ਬੋਲੀ।

"ਤੁਹਾਨੂੰ ਪਤਾ ਈ ਐ ਸ਼ੁਰੂ ਤੋਂ ਮੇਰੀ ਆਦਤ। ਹੁਣ ਵੀ ਉਸੇ ਤਰ੍ਹਾਂ। ਤੁਸੀਂ ਰੀਲੈਕਸ ਹੋ ਕੇ ਬੈਠੋ। ਅਸਲ 'ਚ ਰੁਝੇਵਾਂ ਬਹੁਤ ਐ। ਤੁਸੀਂ ਵੇਖਿਐ ਨਾ, ਉਹ ਬੰਦੇ ਆਏ ਸਨ, ਉਨ੍ਹਾਂ ਦਾ ਵੀ ਕੋਈ ਮਸਲਾ ਸੀ। ਉਨ੍ਹਾਂ ਨਾਲ ਵੀ ਸੰਖੇਪ ਹੀ ਗੱਲਬਾਤ ਹੋਈ। ਤੁਸੀਂ ਚਾਹ ਲਓ, ਠੰਢੀ ਹੋ ਰਹੀ ਐ।"

ਗੁਰਦੁਆਰੇ ਦੇ ਮਸਲੇ ਨੇ ਵੀ ਜ਼ਖ਼ਮ ਛਿੱਲ ਦਿੱਤਾ। ਮੈਂ ਗੁਰਦੁਆਰੇ ਜਾ ਕੇ ਇਕ ਵਾਰ ਬੇਨਤੀ ਕੀਤੀ ਕਿ ਪੇਪਰਾਂ ਦੇ ਦਿਨ ਨੇ, ਸਪੀਕਰ ਦੀ ਆਵਾਜ਼ ਘੱਟ ਕਰ ਦਿਓ ਤਾਂ ਪ੍ਰਬੰਧਕਾਂ ਨੇ ਦੁਰਕਾਰ ਦਿੱਤਾ ਸੀ, "ਤੇਰੀ ਪੜ੍ਹਾਈ ਉੱਚੀ ਹੈ ਜਾਂ ਗੁਰਬਾਣੀ ? " ਪ੍ਰਬੰਧਕਾਂ ਵਿਚ ਸਭ ਤੋਂ ਮੂਹਰੇ ਅਰਪਨ ਦਾ ਪਿਓ ਹੀ ਸੀ। ਧਰਮ ਦੀ ਏਡੀ ਵੱਡੀ ਕੰਧ ਨਾਲ ਟੱਕਰ ਲੈਣੀ ਮੇਰੇ ਵੱਸ 'ਚ ਨਹੀਂ ਸੀ। ਮੈਂ ਚੁੱਪ ਹੋ ਗਿਆ ਸਾਂ। ਮੈਨੂੰ ਲੇਬਰ ਕਾਲੋਨੀ ਦੇ ਮੁੰਡਿਆਂ ਤੇ ਰਸ਼ਕ ਆਇਆ। ਪਰ ਸਹੀ ਧਿਰ ਨਾਲ ਖਲੋਣਾ ਇਸ ਵੇਲੇ ਮੇਰੇ ਲਈ ਦੁਬਿਧਾ ਵਾਲਾ ਮਸਲਾ ਬਣਿਆ ਹੋਇਆ ਸੀ।

ਦੂਜੀ ਧਿਰ ਨਾਲ ਖਲੋਣ ਵਾਲੀ ਅਰਪਨ ਅੱਜ ਏਨੀ ਸਹਿਜ ਕਿਉਂ ਹੈ ? ਕਿਉਂ ਏਨੀ ਨਰਮ ਹੈ ? ਕਿਹੜੀ ਲੋੜ ਇਸਨੂੰ ਮੇਰੇ ਤੱਕ ਲੈ ਆਈ ਐ ? ਬਾਹਰ ਹਨੇਰਾ ਪਸਰ ਰਿਹੈ, ਰਾਤ ਉੱਤਰ ਰਹੀ ਐ। ਕਿਉਂ ਆਈ ਹੈ ਉਹ ?

"ਤੁਸੀਂ ਮਨ ਮਾਰ ਕੇ ਪੜ੍ਹ ਲਿਆ। ਏਨੀ ਮਿਹਨਤ ਤੁਸੀਂ ਹੀ ਕਰ ਸਕਦੇ ਸੀ। ਮੇਰੇ ਵੱਲ ਵੇਖੋ, ਨਾ ਅਗਾਂਹ ਨਾ ਪਿਛਾਂਹ।" ਚਾਹ ਤੋਂ ਉਠਦੀ ਭਾਫ਼ ਤੇ ਨਜ਼ਰ ਟਿਕਾਈ ਉਹ ਬੋਲੀ।

"ਐਸੀ ਕੀ ਗੱਲ ਹੋ ਗਈ ? " ਮੈਂ ਉਤਸੁਕਤਾ ਜ਼ਾਹਿਰ ਕੀਤੀ।

"ਸ਼ਾਇਦ ਤੁਹਾਨੂੰ ਨਹੀਂ ਪਤਾ, ਪਿਛਲੇ ਕੁਝ ਸਮੇਂ ਤੋਂ ਮੈਂ ਪਿੰਡ ਹੀ ਰਹਿ ਰਹੀ ਆਂ। ਮੈਂ ਤੇ ਮੇਰੀ ਬੇਟੀ ਦੋਵੇਂ।"

"ਤੁਹਾਡੇ ਹਸਬੈਂਡ ?"

"ਉਹਦੇ ਨਾਲ ਮੇਰੀ ਕੋਈ ਸਾਂਝ ਨਹੀਂ। ਇਹ ਮੇਰੀ ਜ਼ਿੰਦਗੀ ਦੀ ਸਭ ਤੋਂ ਵੱਡੀ ਹਾਰ ਐ।" ਉਸਦੇ ਚਿਹਰੇ 'ਤੇ ਉਦਾਸੀ ਤਣ ਗਈ।

"ਕੋਈ ਕੇਸ ਵਗੈਰਾ ?" ਮੈਨੂੰ ਉਹਦੇ ਨਾਲ ਹਮਦਰਦੀ ਜਾਗ ਪਈ।

"ਕੇਸ ਤਕ ਦੀ ਤਾਂ ਕੋਈ ਨੌਬਤ ਈ ਨਹੀਂ। ਉਹ ਤਾਂ ਮਾਮਲਾ ਹੀ ਠੱਪ ਹੋ ਗਿਆ।" ਉਹਨੇ ਕਿਹਾ ਤੇ ਚਿਹਰੇ ਤੋਂ ਉਦਾਸੀ ਦੇ ਪ੍ਰਭਾਵ ਹਟਾ ਕੇ ਥੋੜ੍ਹਾ ਕੁ ਮੁਸਕਰਾ ਕੇ ਬੋਲੀ, "ਤੁਹਾਡੇ ਕੋਲ ਇਕ ਛੋਟੇ ਜਿਹੇ ਕੰਮ ਲਈ ਆਈ ਆਂ ਤੇ ਉਹ ਕੰਮ ਤੁਹਾਡੇ ਹੱਥ ਵੱਸ ਆ।"

"ਦੱਸੋ ਦੱਸੋ।" ਮੈਂ ਕਿਹਾ।

"ਪਿਛਲੇ ਸਾਲ ਮੇਰੀ ਬੇਟੀ ਨੇ ਦਸਵੀਂ ਕੀਤੀ ਐ। ਮੈਂ ਉਸਨੂੰ ਤੁਹਾਡੇ ਮਹਿਕਮੇ ਵਿਚ ਅਸਿਸਟੈਂਟ ਦੀ ਪੋਸਟ ਲਈ ਅਪਲਾਈ ਕਰਵਾਇਐ... ਇਹ ਕੰਮ ਤੁਸੀਂ ਕਰਨਾ ਐ।" ਕਹਿ ਕੇ ਉਹਨੇ ਚਾਹ ਦਾ ਘੁੱਟ ਭਰਿਆ।

"ਬੱਸ ਏਨੀ ਕੁ ਗੱਲ, ਉਸਦੇ ਪਰਟੀਕੁਲਰਜ਼ ਮੈਨੂੰ ਦੇ ਦਿਓ। ਇਹ ਕੋਈ ਵੱਡੀ ਗੱਲ ਨਹੀਂ।" ਮੈਂ ਉਸਨੂੰ ਸਿਰ ਤੋਂ ਪੈਰਾਂ ਤਕ ਨਿਹਾਰਿਆ। ਉਸ ਨੇ ਮੁਸਕਰਾ ਕੇ ਸਵਾਗਤ ਕੀਤਾ।

"ਥੈਂਕਯੂ ਸਰ।" ਉਹਨੇ ਹੱਥ ਜੋੜੇ।

'ਘੱਟੋ ਘੱਟ ਤੁਸੀਂ ਤਾਂ ਸਰ ਨਾ ਕਹੋ। ਅਸੀਂ ਕਲਾਸ ਫੈਲੋ ਆਂ, ਨਾਲ ਗਰਾਈਂ। ਇਕ ਮੁੱਦਤ ਬਾਦ ਮਿਲੇ ਆਂ। ਸ਼ਾਇਦ ਪੰਦਰਾਂ ਸਾਲ ਬਾਦ।'

'ਪੰਦਰਾਂ ਨਹੀਂ, ਘੱਟੋ ਘੱਟ ਵੀਹ ਸਾਲਾਂ ਬਾਦ। ਸਤਾਰਾਂ ਸਾਲ ਦੀ ਮੇਰੀ ਬੇਟੀ ਹੋ ਗਈ। ਤੁਹਾਡੇ ਬੱਚੇ ?"

"ਮੇਰੇ ਦੋ ਬੱਚੇ ਨੇ। ਬੇਟੀ ਅਠਵੀਂ ਵਿਚ ਤੇ ਬੇਟਾ ਛੇਵੀਂ 'ਚ। ਦੋ ਛੁੱਟੀਆਂ ਸਨ, ਆਪਣੀ ਮੰਮੀ ਨੂੰ ਕਹਿਣ ਲੱਗੇ ਰਾਕ ਗਾਰਡਨ ਵਿਖਾ ਲਿਆਓ। ਅੱਜ ਹੀ ਦਿਨੇਂ ਗਏ ਨੇ।" ਮੈਂ ਉਹਦੇ ਚਿਹਰੇ 'ਤੇ ਨਜ਼ਰ ਗੱਡੀ ਤਾਂ ਉਹ ਮੁਸਕਰਾ ਪਈ। ਮੇਰੇ ਅੰਦਰ ਅਜੀਬ ਜਿਹੀ ਹਲਚਲ ਛਿੜ ਪਈ। ਸਹਿਜ ਨਾਲ ਉੱਠ ਕੇ ਮੈਂ ਬੈੱਡਰੂਮ 'ਚ ਗਿਆ ਤੇ ਅਲਮਾਰੀ 'ਚ ਰੱਖੀ ਬੋਤਲ 'ਚੋਂ ਇਕ ਪੈੱਗ ਬਣਾ ਕੇ ਪੀ ਗਿਆ। ਨਸ਼ੇ ਦੀ ਮੱਧਮ ਪੈ ਰਹੀ ਤਾਰ ਫਿਰ ਤਿੱਖੀ ਹੋ ਗਈ।

ਵਾਪਸ ਆਇਆ ਤਾਂ ਉਹ ਬੋਲੀ, "ਮੈਨੂੰ ਜ਼ਰਾ ਬਾਥਰੂਮ ਦੱਸ ਦਿਓ।"

ਬਹਾਦਰ ਨੂੰ ਮੈਂ ਕਿਹਾ, "ਮੈਡਮ ਕੋ ਅੰਦਰ ਵਾਲਾ ਬਾਥਰੂਮ ਦਿਖਾ ਦੇ ਬਹਾਦਰ।"

ਉਹ ਬਹਾਦਰ ਦੇ ਪਿਛੇ ਪਿਛੇ ਚਲੀ ਗਈ। ਉਹਦੇ ਵੱਲ ਵੇਖ ਕੇ ਮੇਰੇ ਅੰਦਰ ਗੁਦਗੁਦੀ ਹੋਣ ਲੱਗੀ। ਵਾਪਸ ਆ ਕੇ ਰਸੋਈ ਵਿਚ ਉਹ ਜਾ ਵੜੀ ਤੇ ਬਹਾਦਰ ਨੂੰ ਕੁਝ ਪੁੱਛਦੀ ਰਹੀ। ਰਸੋਈ 'ਚੋਂ ਬਾਹਰ ਆਈ ਤਾਂ ਉਹਦੇ ਚਿਹਰੇ ਤੋਂ ਸੰਗ-ਝਿਜਕ ਅਲੋਪ ਸੀ। ਮੈਂ ਬੈੱਡਰੂਮ 'ਚੋਂ ਜਾ ਕੇ ਇਕ ਪੈੱਗ ਹੋਰ ਪਾ ਲਿਆਇਆ। ਉਹਨੂੰ ਬੁਲਾਉਣ ਖ਼ਾਤਰ ਪੁੱਛਿਆ, "ਬੁਰਾ ਤਾਂ ਨਹੀਂ ਮੰਨਦੇ ?"

"ਨਹੀਂ ਨਹੀਂ, ਕੋਈ ਗੱਲ ਨਹੀਂ।" ਉਹ ਬੋਲੀ।

ਫਿਰ ਥੋੜ੍ਹਾ ਕੁ ਹੋਰ ਖੁੱਲ੍ਹਦਿਆਂ ਮੈਂ ਕਿਹਾ, "ਤੁਸਾਂ ਸਟੇਅ ਤਾਂ ਹੁਣ ਏਥੇ ਹੀ ਕਰਨੈ, ਚਾਹੋ ਤਾਂ ਚੇਂਜ ਵਗੈਰਾ ਕਰ ਲਓ। ਮੇਰੀ ਪਤਨੀ ਦਾ ਕੋਈ ਸੂਟ ਪਾ ਲਓ। ਫਿਰ ਬੈਠਦੇ ਆਂ ਰਿਲੈਕਸ ਹੋ ਕੇ।"

"ਕੋਈ ਗੱਲ ਨਹੀਂ, ਸੌਣ ਲੱਗੀ ਕਰ ਲਵਾਂਗੀ।" ਉਹਨੇ ਆਪਣਾ ਇਰਾਦਾ ਸਪਸ਼ਟ ਕਰ ਦਿੱਤਾ।

ਦੋ ਪੈੱਗ ਹੋਰ ਪੀਣ ਤੋਂ ਬਾਅਦ ਮੇਰੀ ਨਜ਼ਰ ਡੋਲਣ ਲੱਗੀ ਸੀ। ਉਹ ਮੈਗਜ਼ੀਨ ਹੋਲਡਰ 'ਚੋਂ ਰਸਾਲੇ ਕੱਢ ਕੇ ਫਰੋਲਦੀ ਰਹੀ। ਨਜ਼ਰ ਮਿਲਦੀ ਤਾਂ ਮੁਸਕਰਾ ਪੈਂਦੀ। ਡਾਇਨਿੰਗ ਟੇਬਲ 'ਤੇ ਰੋਟੀ ਖਾਂਦਿਆਂ ਨਿੱਕੀਆਂ ਮੋਟੀਆਂ ਗੱਲਾਂ ਹੋਈਆਂ। ਰਸੋਈ ਸਾਂਭ ਬਹਾਦਰ ਆਪਣੇ ਕਮਰੇ ਵਿਚ ਚਲਾ ਗਿਆ। ਡਰਾਈਵਰ ਨੂੰ ਮੈਂ ਕਹਿ ਕੇ ਤੋਰ ਦਿੱਤਾ ਕਿ ਸਵੇਰੇ ਸਵੱਖਤੇ ਆ ਜਾਏ। ਅਰਪਨ ਨੇ ਮੇਰੀ ਪਤਨੀ ਦੀ ਮੈਕਸੀ ਪਾ ਲਈ। ਮੈਂ ਵੇਖਿਆ, ਉਸਦੇ ਸਰੀਰ ਵਿਚ ਕਸ਼ਿਸ਼ ਬਰਕਰਾਰ ਸੀ। ਬੇ-ਮੁਹਾਰ ਹੁੰਦੀ ਸੋਚ ਦਾ ਕਾਂਟਾ ਬਦਲ ਕੇ ਮੈਂ ਕਿਹਾ, "ਬੇਟੀ ਦੇ ਫਾਰਮ ਵਗੈਰਾ ਮੈਨੂੰ ਦੇ ਦਿਓ ਤੁਸੀਂ।'

ਉਹ ਟੇਬਲ ਹੇਠੋਂ ਫਾਈਲ ਚੁੱਕ ਲਿਆਈ। ਇਕ ਵਾਰੀ ਉਹਦੀਆਂ ਛਾਤੀਆਂ ਨੂੰ ਨਜ਼ਰ ਨਾਲ ਟੋਂਹਦਿਆਂ ਮੈਂ ਫਾਈਲ ਫੜੀ। 'ਅਨੁਰੀਤ ਕੌਰ...।' ਮੈਂ ਉਹਦੇ ਚਿਹਰੇ ਵੱਲ ਵੇਖਿਆ, "ਮੇਰੀ ਬੇਟੀ ਦਾ ਨਾਂ ਵੀ ਅਨੁਰੀਤ ਈ ਐ। ਏਧਰ ਦੇਖੋ...।" ਮੈਂ ਸਾਹਮਣੇ ਲੱਗੀ ਬੇਟੀ ਦੀ ਤਸਵੀਰ ਵੱਲ ਇਸ਼ਾਰਾ ਕੀਤਾ। ਸਕੂਲ ਵਿਚ ਕਵਿਤਾ ਉਚਾਰਨ ਵਿਚ ਪਹਿਲਾ ਇਨਾਮ ਪ੍ਰਾਪਤ ਕਰ ਰਹੀ ਸੀ ਉਹ। ਅਰਪਨ ਨੇ ਤਸਵੀਰ ਨੂੰ ਨੇੜਿਉਂ ਹੋ ਕੇ ਵੇਖਿਆ ਤੇ ਬੋਲੀ, "ਬਹੁਤ ਪਿਆਰੀ ਆ ਤੁਹਾਡੀ ਬੇਟੀ, ਤੁਹਾਡੇ ਵਰਗੀ ਇੰਟੈਲੀਜੈਂਟ ਹੋਵੇਗੀ। "ਉਹ ਮੁਸਕਰਾਈ। ਪਤਾ ਨਹੀਂ ਕਿਹੋ ਜਿਹੀ ਮੁਸਕਰਾਹਟ ਸੀ ਇਹ ? ਬਿਲਕੁਲ ਉਸੇ ਤਰ੍ਹਾਂ ਜਿਸ ਤਰ੍ਹਾਂ ਮੇਰੇ ਦਫ਼ਤਰ ਦਾ ਅਮਲਾ ਫੈਲਾ...'ਜੀ ਹਜ਼ੂਰ, ਠੀਕ ਐ ਸਾਹਬ, ਤੁਸੀਂ ਠੀਕ ਫੁਰਮਾਇਆ ਸਰ', ਕਹਿ ਕੇ ਮੁਸਕਰਾਉਂਦਾ ਏ। ਮੇਰੀ ਗ਼ਲਤ ਗੱਲ ਉਤੇ ਵੀ ਫੁੱਲ ਚੜ੍ਹਾ ਦਿੰਦਾ ਏ। ਦੂਜੀ ਧਿਰ ਦੇ ਅੰਤਲੇ ਸਿਰੇ 'ਤੇ ਖਲੋਤੀ ਅਰਪਨ ਕੁਝ ਏਸੇ ਤਰ੍ਹਾਂ ਹੀ ਮੇਰੇ ਏਨਾ ਕਰੀਬ ਆ ਖਲੋਤੀ ਹੈ। ਮੇਰੀ ਪਤਨੀ ਦੀ ਮੈਕਸੀ ਪਾਈ, ਮੇਰੇ ਤੋਂ ਏਨੀ ਕੁ ਦੂਰ ਜਿਸ ਨੂੰ ਅਸੀਂ ਫਾਸਲਾ ਕਹਿੰਦੇ ਹੀ ਨਹੀਂ। ਮੈਂ ਅਰਪਨ ਦੇ ਚਿਹਰੇ ਵੱਲ ਵੇਖ ਰਿਹਾ ਸਾਂ। ਨਸ਼ੇ ਦੀ ਥਾਂ ਪੀੜ ਦਾ ਤਿੱਖਾ ਅਹਿਸਾਸ ਮੇਰੇ ਅੰਦਰ ਜਾਗ ਰਿਹਾ ਸੀ। ਅਰਪਨ ਮੇਰੀ ਵੱਡੀ ਭੈਣ ਸੀਤੋ ਦਾ ਨਾਂ ਆਪਣੇ ਚਾਚੇ ਨਾਲ ਜੋੜ ਕੇ ਸੁਆਦ ਲਿਆ ਕਰਦੀ ਸੀ ਤੇ ਮੈਨੂੰ ਨਮੋਸ਼ੀ ਦੀ ਡੂੰਘੀ ਖੱਡ ਵਿਚ ਸੁੱਟ ਦਿਆ ਕਰਦੀ ਸੀ। ਉਦੋਂ ਕਈ ਵਾਰ ਚਿੱਤ ਕਰਦਾ ਸੀ, ਕੋਈ ਐਸਾ ਹਥਿਆਰ ਹੋਵੇ ਮੈਂ ਚੀਰ ਸੁੱਟਾਂ ਐਸੇ ਲੋਕਾਂ ਨੂੰ।

ਦੂਜੀ ਕੰਧ 'ਤੇ ਮੇਰੇ ਬੇਟੇ ਵਿਕਾਸਬੀਰ ਦੀ ਤਸਵੀਰ ਸੀ। ਮੋਢੇ 'ਤੇ ਬੈਟ ਧਰੀ, ਖਿਡਾਰੀਆਂ ਵਾਲੀ ਟੋਪੀ ਪਾਈ। ਮੈਨੂੰ ਆਖਦਾ ਐ, "ਪਾਪਾ ਮੈਂ ਕ੍ਰਿਕਟਰ ਬਣਨਾ ਹੈ।" ਮੇਰੇ ਜ਼ਿਹਨ 'ਚ ਮਾਸਟਰ ਦਰਸ਼ਨ ਦਾ ਚਿਹਰਾ ਘੁੰਮ ਜਾਂਦਾ ਹੈ। ਮੈਂ ਬੇਟੇ ਨੂੰ ਹੱਲਾਸ਼ੇਰੀ ਦਿੰਦਾ ਹਾਂ, ਇਹ ਜਾਣਦਾ ਹੋਇਆ ਵੀ ਕਿ ਮਾਸਟਰ ਦਰਸ਼ਨ ਜਿਹੇ ਹਰ ਥਾਂ ਮੌਜੂਦ ਨੇ।

ਦਾਰੂ ਦਾ ਨਸ਼ਾ ਪੇਤਲਾ ਪੈਣਾ ਸ਼ੁਰੂ ਹੋ ਗਿਆ। ਮੈਂ ਫਾਈਲ ਬੰਦ ਕਰਕੇ ਅਲਮਾਰੀ 'ਚ ਰੱਖੀ। ਸਾਹਮਣੇ ਦਾਰੂ ਦੀ ਅੱਧੀ ਬੋਤਲ ਪਈ ਸੀ। ਦਿਲ ਕੀਤਾ ਨੀਟ ਹੀ ਪੀ ਜਾਵਾਂ ਤੇ ਮਨ 'ਤੇ ਪੈ ਰਹੇ ਅਣਚਾਹੇ ਬੋਝ ਤੋਂ ਮੁਕਤ ਹੋ ਜਾਵਾਂ। ਮੈਂ ਹੁਕਮ ਦੀ ਉਡੀਕ 'ਚ ਖੜ੍ਹੀ ਅਰਪਨ ਵੱਲ ਵੇਖਿਆ। ਮੇਰੇ ਇਕ ਇਸ਼ਾਰੇ 'ਤੇ ਤਿਆਰ ਬਰ ਤਿਆਰ ਸੀ ਉਹ। ਉਹ ਜੋ ਦੂਜੀ ਧਿਰ ਦਾ ਆਖ਼ਰੀ ਸਿਰਾ ਸੀ, ਅਚਾਨਕ ਟੁੱਟ ਕੇ ਸਾਹਮਣੇ ਆ ਡਿੱਗਾ ਸੀ।

ਮੈਂ ਉਹਨੂੰ ਆਖਿਆ, "ਆਓ ਤੁਹਾਨੂੰ ਬੈੱਡ ਰੂਮ ਵਿਖਾ ਦਿਆਂ।"

ਸਾਹਮਣੇ ਕਮਰੇ ਤੱਕ ਛੱਡ ਕੇ ਮੈਂ ਵਾਪਸ ਆ ਗਿਆ ਤੇ ਆਉਂਦਿਆਂ ਹੀ ਬੈੱਡ 'ਤੇ ਢਹਿ ਪਿਆ। ਹੋਰ ਦਾਰੂ ਪੀਣ ਦਾ ਖ਼ਿਆਲ ਛੱਡ ਮੈਂ ਆਪਣੇ ਆਪ ਨੂੰ ਪਲ ਪਲ ਫੈਲ ਰਹੀਆਂ ਸੋਚਾਂ ਦੇ ਹਵਾਲੇ ਕਰ ਦਿੱਤਾ। ਇਕੱਲਤਾ, ਬੇਗਾਨੀ ਔਰਤ, ਜ਼ਖ਼ਮ ਦਾ ਅਹਿਸਾਸ ਤੇ ਕਈ ਘੰਟਿਆਂ ਤਕ ਫੈਲੀ ਰਾਤ... ਮੇਰੇ ਤੋਂ ਅਰਪਨ ਤਕ ਤਿੰਨ ਕਦਮਾਂ ਦਾ ਫਾਸਲਾ ਸੀ ਬੱਸ... ਬੈੱਡਰੂਮਾਂ ਦੇ ਦਰਵਾਜ਼ੇ ਚੌਪਟ ਖੁੱਲ੍ਹੇ ਸਨ। ਮੇਰੀ ਚੇਤਨਾ ਵਿਚ ਫਸਿਆ ਕੋਈ ਕਸੀਰ ਮੈਨੂੰ ਬੇਚੈਨ ਕਰਨ ਲੱਗਾ ਸੀ, ਤਿੰਨ ਕਦਮਾਂ ਦਾ ਫ਼ਾਸਲਾ ਫੈਲਣ ਲੱਗਾ ਸੀ ਅਚਾਨਕ। ਮੈਨੂੰ ਲਗ ਰਿਹਾ ਸੀ, ਇਹ ਪੈਂਡਾ ਮੈਥੋਂ ਤੈਅ ਨਹੀਂ ਹੋ ਸਕਦਾ ਤੇ ਰਾਤ ਨੇ ਏਸੇ ਤਰ੍ਹਾਂ ਹੀ ਗੁਜ਼ਰ ਜਾਣਾ ਸੀ।

ਪਾਪਾ ਆਪਾਂ ਬਰਾੜ ਹੁੰਨੇ ਆਂ ! /ਹਰਜਿੰਦਰ ਸਿੰਘ ਸੂਰੇਵਾਲੀਆ

ਇਹ ਸਾਡੇ ਇਲਾਕੇ ਦਾ ਪੁਰਾਣਾ ਤੇ ਮਸ਼ਹੂਰ ਪਿੰਡ ਹੈ। ਅਬਾਦੀ ਅਤੇ ਰਕਬੇ ਪੱਖੋਂ ਵੀ ਆਸ ਪਾਸ ਦੇ ਪਿੰਡਾਂ ਤੋਂ ਵੱਡਾ ਹੈ। ਪਿੰਡ ਵਿਚਕਾਰੋਂ ਉੱਚਾ ਹੈ। ਪਿੰਡ ਦੇ ਵਿਚਕਾਰ ਮੁੱਖ ਗਲੀ ਵਿਚੋਂ ਮਹਾਜਨਾਂ, ਤਰਖਾਣਾਂ, ਲੋਹਾਰਾਂ ਦੇ ਘਰ ਹਨ। ਇਸ ਗਲੀ ਵਿੱਚ ਉਹਨਾਂ ਦੀਆਂ ਦੁਕਾਨਾਂ ਹਨ। ਪਿੰਡ ਦੇ ਲੋਕ ਇਸ ਗਲੀ ਨੂੰ ਬਾਜ਼ਾਰ ਕਹਿੰਦੇ ਹਨ। ਹੁਣ ਬਹੁਤ ਸਾਰੇ ਮਹਾਜਨਾਂ ਨੇ ਸ਼ਹਿਰ ਜਾ ਕੇ ਕਾਰੋਬਾਰ ਕਰ ਲਏ ਹਨ। ਗਲੀ ਵਿੱਚ ਦੁਕਾਨਾਂ ਦੀ ਗਿਣਤੀ ਵੀ ਘੱਟ ਗਈ ਹੈ ਪਰ ਪਿੰਡ ਦੇ ਲੋਕ ਅਜੇ ਵੀ ਇਸਨੂੰ ਬਾਜ਼ਾਰ ਹੀ ਕਹਿੰਦੇ ਹਨ। ਇਸ ਬਾਜ਼ਾਰ ਵਿਚ ਮਹਾਜਨਾਂ ਦੇ ਮਕਾਨ ਵਿਚ ਮੇਰਾ ਦੋਸਤ ਗੁਰਨਾਮ ਸਿੰਘ ਰਹਿੰਦਾ ਸੀ।

ਮੈਂ ਜਦੋਂ ਵੀ ਇਸ ਪਿੰਡੋਂ ਲੰਘਦਾ ਤਾਂ ਗੁਰਨਾਮ ਸਿੰਘ ਨੂੰ ਜ਼ਰੂਰ ਮਿਲ ਕੇ ਜਾਂਦਾ। ਮੈਨੂੰ ਵੇਖਕੇ ਗੁਰਨਾਮ ਨੂੰ ਚਾਅ ਚੜ੍ਹ ਜਾਂਦਾ। ਸਾਡੀਆਂ ਗੱਲਾਂ ਮੁਕਣ ਵਿੱਚ ਹੀ ਨਾ ਆਉਂਦੀਆਂ। ਉਹ ਮੇਰਾ ਬੀ.ਐੱਡ. ਦਾ ਕਲਾਸਫੈਲੋ ਸੀ। ਬੀ. ਐੱਡ. ਕਰਦਿਆਂ ਹੀ ਸਾਡੀ ਦੋਸਤੀ ਪੱਕੀ ਹੋ ਗਈ ਸੀ। ਬੀ.ਐੱਡ. ਦਾ ਨਤੀਜਾ ਨਿਕਲਣ ਤੋਂ ਤੁਰੰਤ ਬਾਅਦ ਮੈਨੂੰ ਆਪਣੇ ਪਿੰਡ ਦੇ ਸਕੂਲ ਵਿਚ ਹੀ ਨੌਕਰੀ ਮਿਲ ਗਈ। ਗੁਰਨਾਮ ਦੀ ਪੋਸਟਿੰਗ ਇਸ ਪਿੰਡ ਦੇ ਲਾਗੇ ਛੋਟੇ ਜਿਹੇ ਪਿੰਡ ਵਿੱਚ ਹੋ ਗਈ। ਗੁਰਨਾਮ ਸਿੰਘ ਨੇ ਉਸ ਛੋਟੇ ਜਿਹੇ ਪਿੰਡ ਵਿੱਚ ਰਹਿਣ ਦੀ ਬਜਾਏ ਇਸ ਪਿੰਡ ਵਿੱਚ ਰਹਿਣਾ ਠੀਕ ਸਮਝਿਆ। ਇਥੇ ਸ਼ਹਿਰ ਵਰਗੀਆਂ ਸਹੂਲਤਾਂ ਉਪਲਬਧ ਸਨ। ਪਹਿਲਾਂ ਉਹ ਇੱਕ ਕਮਰਾ ਕਿਰਾਏ ’ਤੇ ਲੈ ਕੇ ਰਹਿੰਦਾ ਸੀ, ਫਿਰ ਉਸਨੇ ਇਕ ਛੋਟਾ ਜਿਹਾ ਪੂਰਾ ਘਰ ਹੀ ਕਿਰਾਏ ’ਤੇ ਲੈ ਲਿਆ ਸੀ। ਸ਼ਾਮ ਨੂੰ ਉਹ ਬੱਚਿਆਂ ਨੂੰ ਟਿਊਸ਼ਨ ਪੜ੍ਹਾਉਂਦਾ। ਮੈਂ ਅਕਸਰ ਹੀ ਉਸ ਕੋਲ ਗੇੜਾ ਮਾਰ ਜਾਂਦਾ ਤੇ ਕਈ ਵਾਰ ਰਾਤ ਵੀ ਰਹਿ ਜਾਂਦਾ ਸੀ। ਉਹ ਵੀ ਕਦੇ-ਕਦੇ ਮੇਰੇ ਕੋਲ ਪਿੰਡ ਆ ਜਾਂਦਾ ਸੀ। ਉਹ ਆਉਂਦਾ ਤਾਂ ਪਿਤਾ ਜੀ ਗੁੱਝੀ ਟਕੋਰ ਕਰਦੇ : ‘ਅੰਮਾਂ ਦੀ ਬੇਲਣਾਂ, ਜੁਲਾਈਆਂ ਅਤੇ ਤੇਲਣਾਂ।’ ਫਿਰ ਸਾਡੇ ਦੋਹਾਂ ਦੇ ਵਿਆਹ ਹੋ ਗਏ। ਸਾਨੂੰ ਦੋਹਾਂ ਨੂੰ ਅਧਿਆਪਕ ਬੀਵੀਆਂ ਮਿਲ ਗਈਆਂ ਉਸਨੇ ਆਪਣੀ ਬੀਵੀ ਦੀ ਬਦਲੀ ਵੀ ਇਥੋਂ ਨੇੜਲੇ ਸਕੂਲ ਵਿੱਚ ਕਰਵਾ ਲਈ ਸੀ। ਵਿਆਹ ਤੋਂ ਬਾਅਦ ਉਹ ਉਸੇ ਗਲੀ ਵਿੱਚ ਕਿਸੇ ਹੋਰ ਮਕਾਨ ਵਿੱਚ ਚਲਿਆ ਗਿਆ। ਵਿਆਹ ਤੋਂ ਬਾਅਦ ਗੁਰਨਾਮ ਆਪਣੀ ਪਤਨੀ ਨੂੰ ਲੈ ਕੇ ਸਾਨੂੰ ਮਿਲਣ ਆਇਆ। ਅਸੀਂ ਦੋਵੇਂ ਦੋਸਤ

ਚਾਹੁਦੇ ਸਾਂ ਕਿ ਸਾਡੀਆਂ ਪਤਨੀਆਂ ਵੀ ਇੱਕ ਦੂਜੇ ਦੀਆਂ ਸਹੇਲੀਆਂ ਬਣ ਜਾਣ। ਪਰ ਉਹ ਇੱਕ ਦੂਜੀ ਦੇ ਨੇੜੇ ਨਾ ਆ ਸਕੀਆਂ। ਮੈਂ ਇਕੱਲਾ ਹੀ ਗੁਰਨਾਮ ਕੋਲ ਜਾ ਆਉਂਦਾ ਜਾਂ ਕਦੇ ਇਕੱਲਾ ਗੁਰਨਾਮ ਮੇਰੇ ਕੋਲ ਆ ਜਾਂਦਾ। ਹੌਲੀ-ਹੌਲੀ ਇਹ ਸਿਲਸਿਲਾ ਘਟਦਾ ਗਿਆ। ਪਰ ਮੈਂ ਕਦੇ ਵੀ ਇਧਰੋਂ ਲੰਘਿਆ, ਗੁਰਨਾਮ ਨੂੰ ਮਿਲੇ ਬਿਨਾਂ ਨਾ ਜਾ ਸਕਿਆ।

ਪਰ ਗੁਰਨਾਮ ਹੁਣ ਇਸ ਪਿੰਡ ਵਿਚ ਨਹੀਂ ਰਹਿੰਦਾ।

***

ਉਸ ਦਿਨ ਮੈਂ ਤਾਂ ਉਸਦੇ ਘਰ ਨੂੰ ਤਾਲਾ ਲੱਗਾ ਵੇਖ ਕੇ ਨਿਰਾਸ਼ਾ ਵਿੱਚ ਮੁੜਨ ਹੀ ਲੱਗਾ ਸੀ ਕਿ ਮੇਰੇ ਕੰਨੀਂ ਗੁਰਨਾਮ ਦੀ ਆਵਾਜ਼ ਪਈ, "ਸੰਧੂ ਸਾਹਿਬ ਉਧਰ ਨਹੀਂ, ਏਧਰ ਆਉ।"

ਮੈਂ ਹੈਰਾਨੀ ਨਾਲ ਆਸੇ ਪਾਸੇ ਵੇਖਿਆ। ਸਾਹਮਣੇ ਇੱਕ ਮਕਾਨ ਦੇ ਦਰਵਾਜ਼ੇ ਵਿੱਚ ਖੜਾ ਗੁਰਨਾਮ ਸਿੰਘ ਮੁਸਕਰਾ ਰਿਹਾ ਸੀ।

"ਤੂੰ ਵੀ ਇੱਕ ਘਰੇ ਟਿਕ ਕੇ ਨਹੀਂ ਬੈਠਦਾ। ਬਿੱਲੀ ਵਾਂਗ ਬਲੂੰਗੜੇ ਚੁੱਕ ਕੇ ਕਦੇ ਐਸ ਘਰੇ ਤੇ ਕਦੇ ਉਸ ਘਰੇ।" ਮੈਂ ਜੱਫ਼ੀ ਪਾਕੇ ਉਸਨੂੰ ਮਿਲਦੇ ਹੋਏ ਕਿਹਾ।

"ਬੱਸ ਹੁਣ ਨਹੀਂ ਘਰ ਬਦਲਦੇ। ਹੁਣ ਤਾਂ ਇੱਥੇ ਹੀ ਪੱਕੇ ਤੌਰ ਤੇ ਡੇਰੇ ਲੱਗਗੇ। ਆਪਾਂ ਇਹ ਘਰ ਖਰੀਦ ਲਿਆ ਹੈ। ਸਸਤਾ ਹੀ ਬਣ ਗਿਆ ਹੈ, ਸਿਰਫ਼ ਸੱਤਰ ਹਜ਼ਾਰ ਵਿਚ!" ਉਸਨੇ ਮਾਣ ਨਾਲ ਦੱਸਿਆ ਤੇ ਮੇਰੇ ਮੂਹਰੇ ਲੱਗ ਕੇ ਬੈਠਕਾਂ ਵਿੱਚ ਜਾ ਵੜਿਆ।

"ਬੈਠਾਂਗੇ ਫਿਰ ਪਹਿਲਾਂ ਤੇਰਾ ਮਕਾਨ ਤਾਂ ਵੇਖ ਲਈਏ।" ਕਹਿ ਕੇ ਮੈਂ ਵਿਹੜੇ ਵਿਚ ਖੜੋ ਕੇ ਮਕਾਨ ਦਾ ਜਾਇਜ਼ਾ ਲੈਣ ਲੱਗਿਆ।

ਪੰਜ ਛੇ ਮਰਲਿਆਂ ਦਾ ਮਕਾਨ ਸੀ। ਦੋ ਕਮਰਿਆਂ ਅੱਗੇ ਬਰਾਂਡਾ ਸੀ। ਬਰਾਂਡੇ ਦੇ ਨਾਲ ਰਸੋਈ। ਵਿਹੜੇ ਦੇ ਇੱਕ ਪਾਸੇ ਬਾਥਰੂਮ ਸੀ ਤੇ ਉਸ ਤੇ ਪਾਣੀ ਦੀ ਟੈਂਕੀ ਬਣੀ ਹੋਈ ਸੀ। ਬਾਥਰੂਮ ਦੇ ਨਾਲ ਹੀ ਹੈਂਡ ਪੰਪ ਸੀ ਜਿਸਤੇ ਮੋਟਰ ਲੱਗੀ ਹੋਈ ਸੀ। ਵਿਹੜੇ ਵਿੱਚ ਵੀ ਫਰਸ਼ ਲੱਗਿਆ ਹੋਇਆ। ਗਲੀ ਵਾਲੇ ਬਾਰ ਦੇ ਦੋਨੋਂ ਪਾਸੇ ਬੈਠਕਾਂ ਸਨ।

ਸਾਨੂੰ ਬੋਲਦਿਆਂ ਨੂੰ ਸੁਣਕੇ ਉਸਦੀ ਪਤਨੀ ਵੀ ਅੰਦਰੋਂ ਨਿਕਲ ਕੇ ਬਰਾਂਡਿਆਂ ਵਿੱਚ ਆ ਖੜੀ ਤੇ ਮੈਨੂੰ ਵੇਖਦਿਆਂ ਹੀ ਉਸਨੇ ਹੱਥ ਜੋੜ ਦਿੱਤੇ।

"ਭਰਜਾਈ ਮਕਾਨ ਤਾਂ ਸੋਹਣਾ ਮਿਲ ਗਿਐ, ਮੁਬਾਰਕਾਂ ਹੋਣ।"

"ਵੀਰ ਜੀ ਤੁਹਾਨੂੰ ਵੀ ਮੁਬਾਰਕਾਂ ਹੋਣ।"

ਗੁਰਨਾਮ ਸਿੰਘ ਦੇ ਅੱਠ ਨੌਂ ਸਾਲ ਦੀ ਧੀ 'ਬਬਲੀ' ਤੇ ਪੰਜ ਛੇ ਸਾਲ ਦਾ ਬੇਟਾ 'ਗੁਗੂ' ਪੜ੍ਹਨਾ ਛੱਡ ਕੇ ਸਾਡ ਕੋਲ ਆ ਗਏ ਸਨ।

"ਅੰਕਲ ਜੀ ਸਤਿ ਸ੍ਰੀ ਅਕਾਲ!" ਉਹਨਾਂ ਦੋਨਾਂ ਨੇ ਇਕੱਠੇ ਹੀ ਕਿਹਾ।

"ਉਏ ਸੋਨੂੰ ਕਿੰਨੇ ਵਾਰ ਕਿਹੈ ਇਹ ਅੰਕਲ ਨਹੀਂ, ਸੋਡਾ ਚਾਚਾ ਐ ਚਾਚਾ। ਅੰਕਲ ਤਾਂ ਹਰ ਐਰੇ ਗੈਰੇ ਨੱਥੂ ਖੈਰੇ ਨੂੰ ਕਹਿ ਦੇਈਦਾ।" ਗੁਰਨਾਮ ਸਿੰਘ ਨੇ ਗੁੱਗੂ ਦੀ ਗਲ 'ਤੇ ਪੋਲੀ ਜਿਹੀ ਚਪਤ ਮਾਰ ਕੇ ਕਿਹਾ।

ਬੱਚਾ ਛਾਲਾਂ ਮਾਰਦਾ ਬਾਹਰ ਦੌੜ ਗਿਆ ਜਿਵੇਂ ਉਹ ਪੜ੍ਹਨ-ਲਿਖਣ ਦੇ ਕੰਮ ਤੋਂ ਉੱਠਣ ਦਾ ਬਹਾਨਾ ਹੀ ਭਾਲਦਾ ਹੋਵੇ।

ਅਸੀਂ ਹਰ ਕਮਰੇ ਦਾ ਨਿਰੀਖਣ ਕੀਤਾ। ਮਕਾਨ ਭਾਵੇਂ ਪੁਰਾਣਾ ਬਣਿਆ ਹੋਇਆ ਸੀ ਪਰ ਫਿਰ ਵੀ ਸੋਹਣਾ ਸੀ। ਮਕਾਨ ਸੱਤਰ ਹਜ਼ਾਰ ਵਿੱਚ ਬਹੁਤ ਸਸਤਾ ਬਣ ਗਿਆ ਸੀ।

"ਚਾਹ ਬਣਾਵਾਂ ਕਿ... ?" ਗੁਰਨਾਮ ਸਿੰਘ ਦੀ ਘਰਵਾਲੀ ਨੇ ਪੁੱਛਣਾ ਚਾਹਿਆ ਤੇ ਸਭ ਕੁਝ ਜਾਣਦੀ ਸਮਝਦੀ ਹੋਈ ਨੇ ਵਾਕ ਪੂਰਾ ਨਾ ਕੀਤਾ।

"ਆਹ ਚਾਹ ਦਾ ਟਾਈਮ ਐ ? ਸੰਧੂ ਏਸ ਵੇਲੇ ਚਾਹ ਨਹੀਂ ਚੂਹ ਪੀਂਦੇ ਐ " ਉਸਨੇ ਹਵਾ ਵਿਚ ਮੁੱਕਾ ਉਸਾਰਦੇ ਹੋਏ ਕਿਹਾ।

"ਬਈ ਤੁਸੀਂ ਮੈਨੂੰ ਜਿਹੜੀ ਪਿਆਉਣੀ ਐ, ਛੇਤੀ ਪਿਆਉ। ਮੈਂ ਤੁਹਾਡੇ ਕੋਲ ਸਿਰਫ਼ ਅੱਧਾ ਘੰਟਾ ਰੁਕਣਾ," ਮੈਂ ਘੜੀ ਵੱਲ ਵੇਖਦੇ ਹੋਏ ਕਿਹਾ।

ਚਾਰ ਵੱਜ ਗਏ ਸਨ।

"ਹੁਣ ਤੂੰ ਘੜੀ ਵੱਲ ਨਾ ਵੇਖ।" ਕਹਿ ਕੇ ਗੁਰਨਾਮ ਅਲਮਾਰੀ ਵਿੱਚੋਂ ਵਿਸਕੀ ਦੀ ਬੋਤਲ ਕੱਢ ਲਿਆਇਆ।

"ਰੈੱਡ ਨਾਈਟ ਐ ਰੈੱਡ ਨਾਈਟ।" ਉਸਨੇ ਲੇਬਲ ਮੈਨੂੰ ਦਿਖਾਉਂਦੇ ਹੋਏ ਕਿਹਾ।

"ਆਪਣੇ ਜੇ ਈ ਨੇ ਡੱਬਾ ਲਿਆ ਸੀ। ਉਸ ਤੋਂ ਚਾਰ ਬੋਤਲਾਂ ਮੈਂ ਲੈ ਆਇਆ ਸੀ।" ਗੁਰਨਾਮ ਆਪ ਹੀ ਦੱਸ ਰਿਹਾ ਸੀ।

ਉਸਦੀ ਘਰਵਾਲੀ ਸਲਾਦ ਚੀਰਨ ਵਿੱਚ ਰੁਝ ਗਈ। ਪਾਣੀ ਵਾਲਾ ਜੱਗ ਤੇ ਖ਼ਾਲੀ ਗਲਾਸ ਚੁੱਕ ਕੇ ਅਸੀਂ ਬੈਠਕ ਵਿੱਚ ਆ ਬੈਠੇ।

ਭਰਜਾਈ ਸਲਾਦ ਦੀ ਪਲੇਟ ਵੀ ਲੈ ਆਈ।

"ਦਹੀਂ ਵੀ ਦੇ ਜਾ, ਨਾਲੇ ਸਬਜ਼ੀ ਪਈ ਹੋਣੀ ਐ, ਉਹ ਵੀ ਗਰਮ ਕਰ ਦੇ।" ਗੁਰਨਾਮ ਨੇ ਹੁਕਮਰਾਨਾ ਅੰਦਾਜ਼ ਵਿੱਚ ਉਸਨੂੰ ਕਿਹਾ।

"ਹੋਰ ਸੁਣਾ ਫਿਰ। ਤਕੜੇ ਐ ਜਵਾਕ ਜੱਲੈ ? ਐਂਤਕੀਂ ਤਾਂ ਤੂੰ ਬਾਹਲੇ ਚਿਰ ਤੋਂ ਗੇੜਾ ਮਾਰਿਐ।" ਪੈੱਗ ਪੀ ਕੇ ਗੁਰਨਾਮ ਨੇ ਕਿਹਾ।

"ਠੀਕ ਐ, ਸਭ ਵਧੀਆ। ਭੈਣ ਨੂੰ ਮਿਲਕੇ ਆਇਐਂ। ਇਥੋਂ, ਤੈਨੂੰ ਮਿਲੇ ਬਿਨਾਂ ਲੰਘਿਆ ਨਹੀਂ ਗਿਆ।" ਮੈਂ ਦੱਸਿਆ।

"ਜਦੋਂ ਮੈਂ ਏਥੇ ਰਹਿਨੈ, ਤੂੰ ਲੰਘੇ ਵੀ ਕਿਉਂ ?" ਉਸਨੇ ਅਪਣਤ ਨਾਲ ਕਿਹਾ।

ਗੁੱਗੂ ਬਾਹਰੋਂ ਤੇਜ਼ੀ ਨਾਲ ਭੱਜਦਾ ਅੰਦਰ ਵੜਿਆ ਤੇ ਅਗਲੇ ਪਲ ਹੀ ਉਹ ਸਾਡੇ ਕੋਲ ਆ ਖੜੋਤਾ। ਉਸਦੇ ਹੱਥ ਵਿੱਚ ਇੱਕ ਖਿਡਾਉਣਾ ਕਾਰ ਸੀ ਜੋ ਦਿਖ ਅਤੇ ਅਕਾਰ ਪੱਖੋਂ ਕਾਫ਼ੀ ਕੀਮਤੀ ਲੱਗਦੀ ਸੀ। ਉਹ ਆਪਣੇ ਡੈਡੀ ਵੱਲ ਸਵਾਲੀਆ ਨਜ਼ਰਾਂ ਨਾਲ ਵੇਖ ਰਿਹਾ ਸੀ। ਗੁਰਨਾਮ ਉਸਦਾ ਭਾਵ ਸਮਝ ਗਿਆ ਸੀ।

"ਖੇਡ ਲੈ, ਖੇਡ ਲੈ ਪਰ ਭਨਾਂ ਨਾ ਆਵੀਂ ਲਾਲਿਆਂ ਦੇ ਜਵਾਕਾਂ ਤੋਂ। ਉਹ ਆਪ ਤਾਂ ਖੇਡਣ ਨੂੰ ਕੁਝ ਲਿਆਉਂਦੇ ਨਹੀਂ, ਤੇਰੇ ਖੇਡਣਿਆਂ ਨਾਲ ਹੀ ਖੇਡਦੇ ਹਨ।" ਗੁਰਨਾਮ ਸਿੰਘ ਨੇ ਕੁਝ ਸਰੂਰ ਜਿਹੇ ਵਿੱਚ ਕਿਹਾ।

ਇਸ਼ਾਰਾ ਮਿਲਦੇ ਹੀ ਗੁਗੂ ਕਾਰ ਲੈ ਕੇ ਬਾਹਰ ਦੌੜ ਗਿਆ।

"ਖਿਡਾਉਣੇ ਖੇਡਣ ਲਈ ਹੀ ਹੁੰਦੇ ਹਨ, ਨਾ ਕਿ ਸ਼ੋ ਕੇਸ਼ ਵਿੱਚ ਰੱਖਣ ਲਈ।" ਮੈਂ ਕਿਹਾ। ਭਰਜਾਈ ਦਹੀਂ ਅਤੇ ਸਬਜ਼ੀ ਦੀ ਕੌਲੀ ਰੱਖ ਗਈ ਸੀ। ਉਸਨੇ ਖਾਲੀ ਗਲਾਸਾਂ ਵਿੱਚ ਸ਼ਰਾਬ ਉੱਲਟ ਲਈ ਤੇ ਇਕ ਗਲਾਸ ਢੀਕ ਲਾ ਕੇ ਪੀ ਗਿਆ।

"ਕਿਵੇਂ ਐ ਠੀਕ ਐ ਮਕਾਨ ?" ਦਹੀਂ ਵਿਚੋਂ ਚਮਚਾ ਲਾ ਕੇ ਉਸਨੇ ਕਿਹਾ।

"ਮਕਾਨ ਤਾਂ ਵਧੀਐ, ਪਰ ਜੇ ਤੂੰ ਕਿਸੇ ਸ਼ਹਿਰ ਪਲਾਟ ਲੈ ਕੇ ਪਾਉਂਦਾ ਤਾਂ ਜ਼ਿਆਦਾ ਠੀਕ ਰਹਿੰਦਾ।" ਮੈਂ ਉਸਨੂੰ ਆਪਣੀ ਸਲਾਹ ਦਿੱਤੀ।

"ਨੌਂ ਦਸ ਸਾਲ ਤੋਂ ਇੱਥੇ ਰਹਿ ਰਹੇ ਹਾਂ। ਆਸੇ ਪਾਸੇ ਲਾਲਿਆਂ ਦੇ ਘਰ ਹਨ। ਲਾਲੇ ਵੀ ਗਰੀਬ ਲਾਲੇ ਹਨ, ਛੋਟੀਆਂ ਦੁਕਾਨਾਂ ਵਾਲੇ। ਆਪਣੀ ਸਾਰੇ ਇੱਜ਼ਤ ਕਰਦੇ ਹਨ। ਮੈਂ ਤਾਂ ਹੁਣ ਕਦੇ ਆਪਣੇ ਪਿੰਡ ਵੀ ਨਹੀਂ ਗਿਆ। ਪਿੰਡ ਵਾਲਿਆਂ ਲਈ ਤਾਂ ਮੈਂ ਉਹੀ ਹਾਂ 'ਦੇਬੂ ਚਮਿਆਰ' ਦਾ ਮੁੰਡਾ। ਇੱਥੇ ਕਿਸੇ ਨੂੰ ਕੋਈ ਪਤਾ ਨਹੀਂ ਮੈਂ ਕੌਣ ਹਾਂ। ਸਾਰੇ ਸਰਦਾਰ ਜੀ ਸਰਦਾਰ ਜੀ ਕਰਦੇ ਹਨ। ਮੈਥੋਂ ਵੱਡੇ ਨੇ ਬਠਿੰਡੇ ਕੋਠੀ ਪਾ ਲਈ ਹੈ। ਤੈਨੂੰ ਪਤਾ ਹੀ ਹੈ ਉਹ ਉੱਥੇ ਬਿਜਲੀ ਬੋਰਡ ਦਾ ਜੇ.ਈ.ਸੀ। ਹੁਣ ਤਾਂ ਉਹ ਐਸ. ਡੀ. ਓ. ਬਣ ਗਿਆ ਹੈ। ਉਸਦੀ ਘਰਵਾਲੀ ਵੀ ਟੀਚਰ ਹੈ। ਉਹਨਾਂ ਦੋਹਾਂ ਜੀਆਂ ਨੇ ਕਦੇ ਪਿੰਡ ਦਾ ਮੂੰਹ ਹੀ ਨਹੀਂ ਵੇਖਿਆ। ਪਰ ਬਾਪੂ ਬੇਬੇ ਅੱਜ ਵੀ ਪਿੰਡ ਦਾ ਖਹਿੜਾ ਨਹੀਂ ਛੱਡਦੇ। ਉੱਥੇ ਖੱਡੀ ਵਿੱਚ ਲੱਤਾਂ ਫਸਾਈ ਰੱਖਦੇ ਹਨ। ਅਸੀਂ ਦੋਵੇਂ ਭਰਾ ਜ਼ੋਰ ਲਾ-ਲਾ ਕੇ ਥੱਕ ਗਏ ਹਾਂ ਕਿ ਹੁਣ ਤੁਸੀਂ ਅਰਾਮ ਨਾਲ ਸਾਡੇ ਕੋਲ ਬੈਠਕੇ ਰੋਟੀ ਖਾਉ। ਤੁਹਾਨੂੰ ਹੁਣ ਕੰਮ ਕਰਨ ਦੀ ਲੋੜ ਨਹੀਂ। ਮਿਹਨਤ ਕਰਕੇ ਤੁਸੀਂ ਸਾਨੂੰ ਪੜ੍ਹਾ-ਲਿਖਾ ਕੇ ਨੌਕਰੀਆਂ ਜੋਗੇ ਕਰ ਦਿੱਤਾ ਹੈ ਤੇ ਹੁਣ ਸਾਡਾ ਫਰਜ਼ ਹੈ ਤੁਹਾਡੀ ਸੇਵਾ ਕਰਨ ਦਾ। ਪਰ ਉਹ ਨਾ ਮੇਰੇ ਕੋਲ ਆਉਣ ਨੂੰ ਤਿਆਰ ਹਨ ਤੇ ਨਾ ਹੀ ਵੱਡੇ ਕੋਲ ਬਠਿੰਡੇ ਜਾਂਦੇ ਹਨ। ਉਲਟਾ ਉਹ ਸਾਡੇ ਦੋਹਾਂ ਭਰਾਵਾਂ ਤੇ ਨਰਾਜ਼ ਹਨ ਕਿ ਬਾਹਰ ਘਰ ਕਿਉਂ ਪਾਏ। ਇੱਥੇ ਪਿੰਡ ਵਿੱਚ ਕੋਠੀਆਂ ਪਾਉਂਦੇ, ਸਾਡਾ ਸ਼ਰੀਕੇ ਵਿੱਚ ਨਾਂ ਉੱਚਾ ਹੁੰਦਾ।" ਗੁਰਨਾਮ ਲੋਰ ਵਿੱਚ ਬੋਲ ਰਿਹਾ ਸੀ।

"ਗੁਰਨਾਮ ਤੁਸੀਂ ਆਪਣੀ ਥਾਂ ਸੱਚੇ ਹੋ, ਉਹ ਆਪਣੀ ਥਾਂ ਸੱਚੇ ਹਨ। ਸਾਰੀ ਉਮਰ ਉਨ੍ਹਾਂ ਨੇ ਉਸ ਪਿੰਡ ਵਿੱਚ ਕੱਢ ਦਿੱਤੀ ਤੇ ਹੁਣ ਉਹ ਪਿੰਡ ਨੂੰ ਕਿਵੇਂ ਛੱਡ ਦੇਣ ? ਇਹ ਟਕਰਾ ਸਿਰਫ਼ ਤੁਹਾਡਾ ਹੀ ਨਹੀਂ, ਇਹ ਤਾਂ ਹਰ ਇੱਕ ਨਾਲ ਵਾਪਰਦਾ ਹੈ। ਮਾਪੇ ਚਾਹੁੰਦੇ ਹਨ ਕਿ ਪੁੱਤ ਧੀਆਂ ਸਾਡੇ ਕਹਿਣ ਅਨੁਸਾਰ ਚੱਲਣ ਤੇ ਪੁੱਤ ਧੀਆਂ ਚਾਹੁੰਦੇ ਹਨ ਕਿ ਮਾਪੇ ਉਨ੍ਹਾਂ ਦੇ ਕਹੇ ਅਨੁਸਾਰ ਚੱਲਣ। ਇਹ ਤਾਂ ਜੈਨਰੇਸ਼ਨ ਗੈਪ ਰਹਿਣਾ ਹੀ ਹੈ। ਪਰ ਤੁਹਾਡਾ ਕੇਸ ਥੋੜ੍ਹਾ ਜਿਹਾ ਵਖਰਾ ਵੀ ਹੈ।" ਦੂਜਾ ਪੈੱਗ ਖਤਮ ਕਰਕੇ ਮੈਂ ਕਿਹਾ।

ਗਲੀ ਵਿੱਚ ਬੱਚਿਆਂ ਦਾ ਰੌਲਾ ਪੈ ਰਿਹਾ ਸੀ। ਗੁਗੂ ਫਿਰ ਤੇਜ਼ੀ ਨਾਲ ਅੰਦਰ ਆਇਆ ਤੇ ਤਿੰਨ ਪਹੀਆਂ ਵਾਲਾ ਨਵਾਂ ਨਕੋਰ ਹੀਰੋ ਕਿੱਡ ਸਾਈਕਲ ਬਾਹਰ ਰੋੜ ਕੇ ਲੈ ਗਿਆ। ਇਸ ਵਾਰ ਉਸਨੇ ਆਪਣੇ ਬਾਪ ਤੋਂ ਇਜ਼ਾਜਤ ਲੈਣ ਦੀ ਲੋੜ ਨਾ ਸਮਝੀ।

"ਆਏ ਗਏ ਤੋਂ ਜਵਾਕ ਚਾਮੁਲ ਜਾਂਦੇ ਐ।" ਗੁਰਨਾਮ ਨੇ ਕਿਹਾ ਤੇ ਪੈੱਗ ਪਾਉਣ ਲੱਗਿਆ।

'ਚੱਲ ਖੇਡਣ ਦੇ, ਬੱਚਿਆਂ ਨੂੰ ਬਹੁਤਾ ਟੋਕਣਾ ਵੀ ਨਹੀਂ ਚਾਹੀਦਾ।" ਮੈਂ ਕਿਹਾ।

ਬਾਹਰ ਗਲੀ ਵਿਚ ਬੱਚਿਆਂ ਦਾ ਰੌਲਾ ਪੈਂਦਾ ਰਿਹਾ। ਗੁਰਨਾਮ ਉੱਠਕੇ ਬਾਹਰ ਚਲਾ ਗਿਆ। ਮੈਂ ਬੈਠਕ ਦਾ ਜਾਇਜ਼ਾ ਲੈਣ ਲੱਗਿਆ। ਨਵਾਂ ਸੋਫਾ ਸੈੱਟ ਸੀ। ਕਮਟਾ ਸੋਹਣਾ ਸੱਜਿਆ ਹੋਇਆ ਸੀ। ਤਰਪਾਈ ਤੇ ਰੱਖੇ ਰਸਾਲੇ ਫਰੋਲਣ ਲੱਗ ਪਿਆ। ਮੇਰੇ ਵਾਂਗ ਗੁਰਨਾਮ ਨੂੰ ਕਿਤਾਬਾਂ ਰਸਾਲੇ ਪੜ੍ਹਣ ਦਾ ਸ਼ੌਂਕ ਸੀ। ਅੱਠ ਦੱਸ ਮਿਟਾਂ ਬਾਅਦ ਉਹ ਮੁੜਿਆ ਤਾਂ ਉਸਦੇ ਹੱਥਾਂ ਵਿੱਚ ਮੂੰਗਫਲੀ ਦੀਆਂ ਗਿਰੀਆਂ ਦਾ ਪੈਕਟ ਸੀ ਤੇ ਦੋ ਖਾਰੇ ਦੀਆਂ ਬੋਤਲਾਂ ਸਨ। ਆਉਣ ਸਾਰ ਉਸਨੇ ਖਾਰਾ ਸੋਡਾ ਪਾਇਆ ਤੇ ਗਲਾਸ ਮੇਰੇ ਵੱਲ ਵਧਾ ਦਿੱਤਾ। ਦਹੀਂ ਦੀ ਕੋਲੀ ਰੱਖਣ ਆਈ ਭਰਜਾਈ ਬੋਲੀ, "ਗੁਗੂ ਤਾਂ ਬਾਹਲਾ ਸ਼ਰਾਰਤੀ ਹੁੰਦਾ ਜਾ ਰਿਹੈ, ਤੁਸੀਂ ਝਿੜਕਦੇ ਨਹੀਂ ਇਸਨੂੰ।"

"ਝਿੜਕਾਂਗੇ, ਝਿੜਕਾਂਗੇ ਕੋਈ ਨਹੀਂ। ਖੇਡਣ ਦੇ ਇਹਨੂੰ ਤਾਂ ਟੌਰ ਨਾਲ। ਸਾਨੂੰ ਤਾਂ ਭਲਾ ਨਿੱਕੇ ਹੁੰਦਿਆਂ ਨੂੰ ਐਹੋ ਜਿਹੇ ਖਿਡਾਉਣੇ ਨਹੀਂ ਮਿਲੇ। ਅਸੀਂ ਤਾਂ ਗਿੱਲੀ ਮਿੱਟੀ ਦੀਆਂ ਕਾਰਾਂ ਬਣਾਕੇ ਹੀ ਖੇਡ ਲਿਆ ਕਰਦੇ ਸਾਂ।" ਗੁਰਨਾਮ ਨੇ ਕਿਹਾ ਤੇ ਫਿਰ ਗਲਾਸ ਮੂੰਹ ਨੂੰ ਲਾ ਲਿਆ।

"ਤੁਸੀਂ ਬਾਹਲੀ ਨਾ ਪੀਉ ਜੇ। ਵੀਰ ਜੀ ਤੁਸੀਂ ਵੀ ਸਮਝਾ ਕੇ ਜਾਉ ਏਨ੍ਹਾਂ ਨੂੰ। ਅੱਜ ਕੱਲ੍ਹ ਬਾਹਲੀ ਪੀਣ ਲੱਗ ਪਏ ਨੇ, ਕਦੇ ਵੀ ਨਾਗਾ ਨਹੀਂ ਪਾਉਂਦੇ। ਭਲਾ ਰੋਜ਼ ਪੀਣ ਦਾ ਕੀ ਕੰਮ ?" ਉਸਨੇ ਖੜੀ ਖੜੀ ਨੇ ਕਿਹਾ।

"ਨਹੀਂ ਬਈ ਗੁਰਨਾਮ ਰੋਜ਼ਾਨਾ ਪੀਣੀ ਤਾਂ ਮਾੜੀ ਗੱਲ ਐ। ਇਹ ਤਾਂ ਕਦੇ ਕਦਾਈਂ ਯਾਰਾਂ ਦੋਸਤਾਂ ਨਾਲ ਬੈਠਕੇ ਪੀਣ ਨੂੰ ਬਣੀ ਐ।" ਮੈਂ ਵੀ ਪੈੱਗ ਅੰਦਰ ਸਿੱਟ ਕੇ ਉਸ ਨੂੰ ਕਿਹਾ ਤੇ ਸੋਫੇ ਤੋਂ ਉੱਠ ਖੜੋਤਾ।

"ਕਦੋਂ ਰੋਜ਼ ਪੀਨਾਂ ਯਾਰ, ਇਹ ਤਾਂ ਐਵੇਂ ਕਰੀ ਜਾਂਦੀ ਐ। ਤੂੰ ਚੱਲ ਰੋਟੀ ਟੁਕ ਦਾ ਆਹਰ ਕਰ। ਐਵੇਂ ਲੱਗ ਪੈਨੀ ਐ ਸ਼ਕਾਇਤਾਂ ਲਾਉਣ। ਤੂੰ ਬੈਠ ਯਾਰ।" ਗੁਰਨਾਮ ਨੇ ਮੈਨੂੰ ਬਾਹੋਂ ਫੜਕੇ ਬਿਠਾਉਣ ਦੀ ਕੋਸ਼ਿਸ਼ ਕੀਤੀ ਪਰ ਮੈਂ ਖੜ੍ਹਾ ਰਿਹਾ।

ਭਰਜਾਈ ਮੂੰਹ ਵੱਟ ਕੇ ਚਲੀ ਗਈ ਸੀ।

"ਨਹੀਂ ਯਾਰ, ਮੈਂ ਚਲਾ ਹਾਂ ਹੁਣ, ਪਿੰਡ ਜਾਂਦੇ ਨੂੰ ਹਨੇਰਾ ਹੋ ਜਾਵੇਗਾ।" ਘੜੀ ਵੇਖਦੇ ਹੋਏ ਮੈਂ ਕਿਹਾ।

"ਚਲ ਪੈੱਗ ਤਾਂ ਹੋਰ ਲਾ ਲੈ।" ਗੁਰਨਾਮ ਬੋਤਲ ਤੇ ਗਲਾਸ ਚੁੱਕ ਕੇ ਖੜ੍ਹਾ ਹੋ ਗਿਆ।

ਉਸੇ ਵਕਤ ਤੇਜ਼ੀ ਨਾਲ ਗੁਗੂ ਅੰਦਰ ਆ ਵੜਿਆ।

"ਪਾਪਾ, ਪਾਪਾ ਆਪਾਂ ਬਰਾੜ ਹੁੰਨੇ ?" ਉਸਨੇ ਨਜ਼ਰਾਂ ਗੁਰਨਾਮ ਦੇ ਚਿਹਰੇ 'ਤੇ ਗੱਡ ਦਿੱਤੀਆਂ ਤੇ 'ਹਾਂ' ਦੀ ਉਡੀਕ ਕਰਨ ਲੱਗਿਆ।

ਮੈਂ ਵੀ ਗੁਰਨਾਮ ਦੇ ਚਿਹਰੇ ਵੱਲ ਵੇਖਿਆ। ਉਸਦੇ ਚਿਹਰੇ ਦਾ ਰੰਗ ਬਦਲ ਗਿਆ ਸੀ। ਗੁੱਗੂ ਨੇ ਆਪਣਾ ਸਵਾਲ ਫਿਰ ਦੁਹਰਾਇਆ, "ਪਾਪਾ ਆਪਾਂ ਬਰਾੜ ਹੁੰਨੇ ਆਂ ਨਾ ?" ਉਸਦੀਆਂ ਅੱਖਾਂ ਵਿੱਚ ਇੱਕ ਤਰਲਾ ਜਿਹਾ ਸੀ ਕਿ ਉਸਦਾ ਪਿਤਾ ਉਸਦਾ ਜਵਾਬ ਹਾਂ ਵਿੱਚ ਦੇ ਦੇਵੇ।

ਪਰ ਗੁਰਨਾਮ ਹਾਂ ਕਹਿ ਨਾ ਸਕਿਆ। ਉਲਟਾ ਉਸਨੇ ਗੁੱਗੂ ਤੇ ਸਵਾਲ ਕਰ ਦਿੱਤਾ।

"ਕਿਉਂ ਕੀ ਹੋਇਆ ?"

"ਪਾਪਾ, ਮੈਂ ਰਿੰਕੂ ਨੂੰ ਸਾਈਕਲ ਨਹੀਂ ਦਿੱਤਾ। ਉਹ ਕਹਿੰਦਾ ਜਾ ਨਾ ਦੇ ਸਾਈਕਲ, ਅਸੀਂ ਤੇਰੇ ਨਾਲ ਖੇਡਦੇ ਈ ਨਹੀਂ। ਤੁਸੀਂ ਤਾਂ ਚਮਿਆਰ ਹੁੰਦੇ ਹੋ।" ਕਹਿ ਕੇ ਬੱਚੇ ਨੇ ਨਜ਼ਰਾਂ ਫਿਰ ਆਪਣੇ ਪਾਪਾ ਦੇ ਚਿਹਰੇ 'ਤੇ ਗੱਡ ਦਿੱਤੀਆਂ।

ਗੁਰਨਾਮ ਚੁੱਪ ਸੀ।

"ਪਾਪਾ ਆਪਾਂ ਚਮਿਆਰ ਹੁੰਨੇ ਆਂ ?" ਉਸਦੀ ਆਵਾਜ਼ ਰੋਣ ਹਾਕੀ ਹੋ ਗਈ ਸੀ।

ਉਸਨੇ ਫਿਰ ਭਰੜਾਈ ਆਵਾਜ਼ 'ਚ ਪੁੱਛਿਆ, "ਪਾਪਾ ਬੋਲੋ ਨਾ, ਆਪਾਂ ਚਮਿਆਰ ਹੁੰਨੇ ਆਂ ?" ਤੇ ਫਿਰ ਉਹ ਉੱਚੀ ਉੱਚੀ ਰੋਂਦਾ ਅੰਦਰ ਆਪਣੀ ਮਾਂ ਕੋਲ ਭੱਜ ਗਿਆ।

ਮੈਂ ਤੇ ਗੁਰਨਾਮ ਬੁੱਤ ਬਣੇ ਖੜ੍ਹੇ ਸਾਂ।

ਕੁੱਤੀ ਵਿਹੜਾ/ਮਨਿੰਦਰ ਸਿੰਘ ਕਾਂਗ

ਕੋਈ ਕਥਾ ਨਹੀਂ, ਕਹਾਣੀ ਨਹੀਂ...
ਕਹਾਣੀ ਨਹੀਂ, ਕਹਾਣੀ ਨਹੀਂ...
ਉਹਨਾਂ ਦੇ ਨਾਂ, ਜਿਹੜੇ ਵਕਤ ਦੇ ਪੰਨਿਆਂ 'ਤੇ ਨਹੀਂ ਸਨ...
ਉਹਨਾਂ ਦੇ ਨਾਂ, ਜਿਹੜੇ ਵਕਤ ਦੇ ਪੰਨਿਆ 'ਤੇ ਨਹੀਂ ਹਨ...
ਉਹਨਾਂ ਦੇ ਨਾਂ,
ਜਿਹੜੇ ਭੱਵਿਖ ਵਿਚ ਹੋਣਗੇ ਹੀ ਹੋਣਗੇ

ਕੁਤੀ ਵਿਹੜਾ' ਜਾਂ 'ਕਸਾਈ ਵਿਹੜਾ' - ਦੋਹੇਂ ਨਾਂ ਇਕੋ ਥਾਂ ਦੇ ਨੇ। ਚਾਹੇ ਕੁੱਤੀ ਵਿਹੜਾ ਕਹਿ ਲਵੋ ਤੇ ਚਾਹੇ ਕਸਾਈ ਵਿਹੜਾ! ਅੰਬਰਸਰ ਸ਼ਹਿਰ ਦੇ ਜੰਮਪਲ ਫੱਟ ਦੱਸ ਦੇਣਗੇ ਕਿ ਸੁਲਤਾਨਵਿੰਡ ਗੇਟ ਦੇ ਅੰਦਰੋਂ ਲੰਘਦਿਆਂ ਕਿਰਪਾਨਾਂ ਵਾਲਾ ਬਜ਼ਾਰ ਲੰਘ ਕੇ, ਤੇ ਢੋਲੀਆਂ ਵਾਲੇ ਚੌਂਕ ਤੋਂ ਲੈ ਕੇ ਹਰਮੰਦਰ ਸਾਹਿਬ ਦੇ ਰਾਹ ਵਿੱਚ ਪੈਂਦੀ ਸੋਡਾ-ਵਾਟਰ ਫੈਕਟਰੀ ਤੱਕ ਕੁੱਤੀ ਵਿਹੜਾ ਹੀ ਜੇ! ਅਗੋਂ ਤੇ ਫੇਰ ਗੁਰੂ ਰਾਮ ਦਾਸ ਸਰਾਂ ਸ਼ੁਰੂ ਹੋ ਜਾਂਦੀ ਏ!

****

ਤੇ ਮੈਂ ਲਿਖਣਾ ਕੋਈ ਨਹੀਂ ਸੀਗਾ ਏਸ ਸਭ ਕੁਝ ਬਾਰੇ, ਜੇ ਕਿਤੇ ਬਾਲਮੀਕੀਆਂ ਦੇ ਬੰਟੀ ਨੇ ਡੱਬ ਵਿੱਚੋਂ ਲੰਮਾ ਖੰਜਰ ਕੱਢ ਕੇ ਲਲਕਾਰੇ-ਚੀਕਾਂ ਨਾ ਮਾਰੀਆਂ ਹੁੰਦੀਆਂ...!

ਇਹ ਤੇ ਇਲੈਕਸ਼ਨਾਂ ਦੇ ਦਿਨ ਸਨ ਤੇ ਵਰ੍ਹਾ 1997 ਦਾ ਲਗਾ ਜਾਂਦਾ ਸੀ। ਇਧਰ ਚੌਂਕ ਬਾਬੇ ਭੌਂੜੀ ਵਾਲੇ ਦਾ ਪੁਰਾਣਾ ਦਸ ਨੰਬਰੀਆ, ਤੇ ਕਹਿੰਦਾ-ਕੁਹਾਂਦਾ ਬਦਮਾਸ਼ "ਸਲਾਹੀਆ ਸੁਤਲਾਨ ਵਿੰਡੀਆ"ਇਲੈਕਸ਼ਨ ਲੜ ਰਿਹਾ ਸੀ ਫੇਰ ਇਸ ਵਾਰ! ਪਹਿਲੇ ਉਹ ਆਪਣੇ ਬਦਮਾਸ਼ ਗੁਰੂ 'ਇਕਵਿੰਦਰ ਸਿੰਘ' ਨਾਲ ਕਈ ਦਹਾਕੇ ਯੂਥ ਕਾਂਗਰਸ ਦਾ ਬਦਮਾਸ਼ ਵਰਕਰ ਰਿਹਾ ਸੀ। ਇਸ ਵਾਰ ਆਪਣੇ ਬਦਮਾਸ਼+ਸਿਆਸੀ ਗੁਰੂ 'ਇਕਵਿੰਦਰ' ਦੇ ਇਸ਼ਾਰੇ ਤੇ ਅਕਾਲੀ ਹੋ ਗਿਆ ਸੀ। ਮੁੱਖ ਮੰਤਰੀ ਰੌਸ਼ਨ ਸਿੰਘ ਦੀ ਹਾਜ਼ਰੀ ਵਿੱਚ ਉਹਨੂੰ ਸਿਰੋਪਾ ਪਾ ਕੇ ਅਕਾਲੀ ਸਿੰਘ ਬਣਾ ਲਿਆ ਗਿਆ ਸੀ। ਇਥੋਂ ਤੱਕ ਕਿ ਟਿਕਟ ਨਾਲ ਵੀ ਨਿਵਾਜਿਆ ਗਿਆ ਸੀ। ਸਰਕਾਰੀ ਏਜੰਸੀਆਂ ਨੇ ਵੀ ਤਬਦੀਲੀ ਲਿਆਉਣੀ ਸੀ। ਉਹਨਾਂ ਵਲੋਂ ਵੀ ਥਾਪੜਾ ਮਿਲ ਗਿਆ ਸੀ। ਖ਼ੁਫ਼ੀਆ ਸਰਕਾਰੀ ਤੰਤਰ ਨਾਲ ਸੀ। ਜ਼ਾਹਰ ਸੀ, ਸਾਲਾਂ

ਦੀ ਉਸਦੀ ਖ਼ੁਫ਼ੀਆ ਏਜੰਸੀਆਂ ਨਾਲ ਨਿਭਾਈ ਯਾਰੀ ਕੰਮ ਆਈ ਸੀ, ਤੇ ਉਹਨੂੰ ਪੱਕਾ ਕੀਤਾ ਗਿਆ ਸੀ ਕਿ ਇਸ ਵਾਰ ਐਮ.ਐਲ.ਏ ਉਹ ਹੀ ਬਣੇਗਾ...!

...ਦੂਸਰੀ ਵੱਡੀ ਗੱਲ, ਉਹਦੇ ਸਿਆਸੀ+ਬਦਮਾਸ਼ ਗੁਰੂ ਇਕਵਿੰਦਰ ਨੇ ਵੀ ਦਿੱਲੀ ਦਰਬਾਰ ਤੇ ਕੇਂਦਰੀ ਖ਼ੁਫ਼ੀਆ ਏਜੰਸੀਆਂ ਦੇ ਹੁਕਮ ਤੇ 'ਰੌਸ਼ਨ-ਬਾਣੀ' ਗ੍ਰਹਿਣ ਕਰ ਲਈ ਸੀ। ਹੁਣ ਤੇ ਅਕਾਲੀਆਂ ਤੇ ਕਾਂਗਰਸੀਆਂ ਦਾ ਕਦੀ ਵੱਖੋ-ਵੱਖਰਾ ਦਿੱਸਦਾ ਖਾਸਾ ਵੀ ਇਕ ਹੋ ਚੁੱਕਾ ਸੀ। ਹੁਣ ਅਕਾਲੀਆਂ ਵਿੱਚ ਵੀ ਸ਼ਹਿਰ ਦੇ ਕਾਂਗਰਸੀ ਬਦਮਾਸ਼ਾਂ ਵਾਲੇ ਨਾਂ ਰੱਖਣ ਤੇ ਚੈਨੀਆਂ-ਮੁੰਦੀਆਂ ਪਾ ਕੇ ਜੀਪਾਂ 'ਤੇ ਚੜ੍ਹ ਕੇ ਚੋਣ-ਮੁਹਿੰਮ ਚਲਾਣ ਦੀ ਲਹਿਰ ਸੀ। ਕੋਈ ਬਦਮਾਸ਼ ਹੁਣ "ਕਿੱਟਾ" ਜੀ ਸੀ, ਕੋਈ "ਬਿੱਟਾ" ਜੀ! ਕੋਈ ਹੁਣ "ਟੀਟੂ" ਜੀ ਸਨ ਤੇ ਕੋਈ ਹੁਣ "ਬੰਟੀ" ਜੀ ਸਨ। ਕੋਈ ਰੋਮੀ-ਟੋਮੀ ਸੀ, ਕੋਈ "ਬਿੱਟੂ-ਟੀਟੂ" ਸਨ। ਕਿਤੇ-ਕਿਤੇ "ਲਾਟੀ" ਜੀ, "ਲਾਡੀ" ਜੀ ਵੀ ਮਿਲਦੇ ਸਨ, ਤੇ ਕਿਤੇ ਨਾ ਕਿਤੇ ਭਪੀ ਭਾਜੀ, ਭੂਪੀ ਭਾਜੀ ਤੇ ਗਿੰਦਾ-ਭਿੰਦਾ ਜੀ ਵੀ ਸਨ। ਜਿਸਨੂੰ ਕੁਝ ਨਹੀਂ ਸੀ ਲੱਭਦਾ, ਉਹ ਦਾੜ੍ਹੀ ਲੰਮੀ ਕਰਕੇ ਨਾਂ ਦੇ ਮਗਰ ਖਾਲਸਾ ਜੋੜ ਲੈਂਦਾ ਸੀ। ਰਾਤ ਨੂੰ ਲੰਮੀ ਦਾੜ੍ਹੀ ਸਮੇਤ ਜਾਂ ਤੇ ਤੰਮਾਕੂ ਦਾੜ੍ਹਾਂ ਵਿੱਚ ਰੱਖਕੇ ਪੈਗ ਲਾਉਂਦੇ, ਜਾਂ ਨਾਗਣੀ (ਅਫ਼ੀਮ) ਦੀ ਉਂਗਲ ਚੱਟਦੇ...।

...ਅੰਬਰਸਰ ਪੂਰੀਆਂ ਚੜ੍ਹਾਈਆਂ 'ਤੇ ਸੀ !

...ਇਹੋ ਜਿਹੇ ਵਧੀਆ ਸਮਿਆਂ ਵਿੱਚ, ਜਦੋਂ ਕਿ ਸਮਾਂ 1997 ਦਾ ਚਲ ਰਿਹਾ ਸੀ ਤੇ ਇਲੈਕਸ਼ਨ ਸਿਰ 'ਤੇ ਸਨ, ਮੈਂ ਆਪਣੇ ਮਿੱਤਰ-ਪਿਆਰਿਆਂ ਨਾਲ ਦਰਬਾਰ ਸਾਹਿਬ, ਸਰਾਂ ਵਾਲੇ ਪਾਸਿਉਂ ਪੈਦਲ ਨਿਕਲਦਾ ਬਾਹਰ ਸੁਲਤਾਨਵਿੰਡ ਰੋਡ 'ਤੇ ਚੜ੍ਹਿਆ। ਇਧਰ ਦੇ ਮਸ਼ਹੂਰ ਇਲਾਕੇ ਅਜੀਤ ਨਗਰ ਦੇ ਬਾਹਰ ਏਸੇ ਬਦਮਾਸ਼ 'ਸਲਾਰੀਏ' ਦੇ ਵਿਰੋਧੀ ਦਾ ਇਲੈਕਸ਼ਨ ਜਲਸਾ ਹੋ ਰਿਹਾ ਸੀ। ਇਥੇ ਹੀ ਮੈਨੂੰ ਬੰਟੀ ਦੇ ਦਰਸ਼ਨ ਹੋਏ, ਜਦੋਂ ਉਹਨੇ ਸ਼ਰਾਬ ਨਾਲ ਰੱਜੇ ਹੋਏ ਨੇ ਡੱਬ ਵਿਚੋਂ ਖੰਜਰ ਕੱਢ ਕੇ ਘੁਮਾਇਆ। ਨਾਲ ਹੀ ਲਲਕਾਰਾ ਮਾਰਿਆ-

"ਓਏ ਰੋਡ 'ਤੇ ਕੁੱਤੀ ਨਹੀਂ ਬੁੜਕਣ ਦੇਣੀ! ਲੰਡੀ-ਬੁੱਚੀ ਡੁਰਰ-ਰ ਓਏ...!"

ਮੇਰੇ ਨਾਲ ਮੇਰੇ ਤਿੰਨ ਸਾਥੀ ਸਨ। ਇਕ ਤੇ ਸਥਾਨਕ ਕਵੀ ਹਰਜੀਤ 'ਨੀਲਮਣੀ' ਜੀ ਸਨ। ਦੂਸਰਾ ਸਾਡਾ ਸਾਂਝਾ ਮਿੱਤਰ ਗੁਰਿੰਦਰ ਗੀਟਾ ਸੀ ਤੇ ਤੀਸਰਾ ਮੇਰਾ ਆਪਣਾ ਪਰਛਾਵਾਂ, 'ਤੋਚੀ ਸਾਂਈ' ਸੀ। ਤੋਚੀ ਜਨਮਜਾਤ ਫ਼ਕੀਰ ਸੀ ਤੇ ਮੇਰਾ ਬਚਪਨ ਦਾ ਜੋਟੀਦਾਰ ਸੀ। ਉਹ ਡੇਰੇ 'ਲਾਲਾਂ ਵਾਲੇ' ਉੱਪਰ ਚੜ੍ਹਾਇਆ ਬਾਲਕ ਸੀ ਤੇ ਉਥੇ ਡੇਰੇ ਵਿੱਚ ਹੀ ਪਲਿਆ ਸੀ। ਅੰਬਰਸਰ ਮੈਂ ਜਦੋਂ ਵੀ ਜਾਵਾਂ, ਜਿੰਨੇ ਦਿਨ ਵੀ ਰਹਵਾਂ, ਭਾਵੇਂ ਇਕ ਦਿਨ, ਭਾਵੇਂ ਹਫ਼ਤਾ, ਉਹਨੇ ਦਿਹਾੜੀ ਦੇ ਇਕ-ਦੋ ਘੰਟੇ ਮੇਰੇ ਨਾਲ ਪੈਦਲ ਹੀ ਸ਼ਹਿਰ ਵਿੱਚ ਗਲੀਆਂ ਕੱਛਦਿਆਂ ਕੱਟਣੇ ਹੁੰਦੇ ਸਨ।

...ਹਮੇਸ਼ਾ ਵਾਂਗ ਅੱਜ ਵੀ ਉਹ ਨਾਲ ਸੀ!

ਸਭ ਤੋਂ ਪਹਿਲਾਂ ਨੀਲਮਣੀ ਬੋਲਿਆ :-

"— ਦੇ ਯਾਰ ਦੇ ਚਿੱਟੇ (ਚੂਹੜੇ) ਕਿਵੇਂ ਚਾਂਭਲੇ ਈ...!"

"ਮੂਰਖ ਜਾਂ ਤੇ ਖਾ ਮਰੇ, ਜਾਂ ਰੱਜ ਮਰ...।" ਗੀਟੇ ਨੇ ਤੱਤ ਕੱਢਿਆ।

ਮੇਰੇ ਦਿਲ ਨੂੰ ਜਿਵੇਂ ਇਕ ਧੱਕਾ ਜਿਹਾ ਲਗਾ। ਜ਼ਾਹਰ ਤੌਰ 'ਤੇ ਮੈਂ ਪਰਗਟ ਨਹੀਂ ਹੋਣ

ਦਿੱਤਾ। ਇਕ ਤੇ ਮੈਂ ਬੰਟੀ ਨੂੰ ਨਿੱਜੀ ਰੂਪ ਵਿਚ ਜਾਣਦਾ ਸਾਂ। ਉਹ ਸਾਡੀ ਪੀੜ੍ਹੀ-ਦਰ-ਪੀੜ੍ਹੀ ਤੁਰੀ ਆਉਂਦੀ ਚੂਹੜੀ 'ਰਾਧਾ ਰੰਡੀ' ਦੇ ਕਬੀਲੇ ਵਿਚੋਂ ਸੀ। 'ਰਾਧਾ ਰੰਡੀ' ਤੇ ਹੁਣ (ਹਜ਼ਰਤ ਈਸਾ ਉਹਨੂੰ ਜਨੱਤ ਦਵਾਏ) ਇਸ ਦੁਨੀਆਂ ਤੋਂ ਰੁਖ਼ਸਤ ਹੋ ਚੁੱਕੀ ਸੀ। ਪਿਛਲੇ ਸੌ, ਡੇਢ ਸੌ ਸਾਲ ਦਾ ਸਾਡੇ ਖ਼ਾਨਦਾਨ ਦਾ ਸ਼ਜਰਾ ਮੈਨੂੰ ਪਤਾ ਏ। ਤੇ ਏਹ ਸੌ, ਡੇਢ ਸੌ ਸਾਲ ਹੀ ਏਸ ਰਾਧਾ ਰੰਡੀ ਦੇ ਪੂਰਵਜਾਂ ਤੇ ਉਹਦੇ ਪੁੱਤ, ਧੀਆਂ ਤੇ ਨੂੰਹਾਂ ਨੇ ਸਾਡਾ ਗੰਦ ਚੁੱਕਿਆ ਸੀ। ਰਾਧਾ ਨੂੰ ਮੈਂ ਹਮੇਸ਼ਾ ਮਲ ਮੂਤਰ ਵਾਲੇ ਟੋਕਰੇ ਨਾਲ ਵੇਖਿਆ ਸੀ, ਜਾਂ ਕਦੀ-ਕਦੀ ਆਪਣੇ ਖ਼ੋਲੇ ਦੇ ਬਾਹਰ ਹੁੱਕਾ ਪੀਂਦਿਆਂ । ਉਹਦਾ ਕਮਰਾ ਪਤਾ ਨਹੀਂ ਕਿਉਂ, ਮੈਨੂੰ ਹਮੇਸ਼ਾ ਖ਼ੋਲਾ ਹੀ ਲਗਾ ਸੀ!

***

ਇਹ ਬੰਟੀ ਉਸੇ ਰਾਧਾ ਰੰਡੀ ਦੀ ਸਕੀ ਭੈਣ ਦਾ ਪੜੋਤਰਾ ਸੀ। ਇਹਨਾਂ ਵਿੱਚ ਵਿਆਹ ਤੇ ਔਲਾਦ ਛੇਤੀ ਹੋ ਜਾਂਦੇ ਸਨ। ਰਾਧਾ ਅਜੇ ਭਰ ਜੁਆਨ ਸੀ ਕਿ ਵਿਧਵਾ ਹੋ ਗਈ। ਮਸਾਂ ਵੀਹਾਂ ਕੁ ਦੀ ਸੀ, ਜਦੋਂ ਰੰਡੀ ਹੋ ਕੇ ਪੇਕੇ ਵੀ ਆ ਗਈ। ਕੁੱਛੜ ਇਕੋ-ਇਕ ਕੁੜੀ ਸੀ ਤੇ ਫੇਰ ਉਸੇ ਕੁੜੀ ਤੋਂ ਹੀ ਰਾਧਾ ਦੀ ਕੁਲ ਅੱਗੇ ਚੱਲੀ ਸੀ। ਰਾਧਾ ਦੀਆਂ ਛੇ ਭੈਣਾਂ ਸਨ ਤੇ ਇਕੋ ਭਰਾ ਸੀ। ਭਰਾ ਅਫ਼ੀਮੀ ਸੀ ਤੇ ਹੁੱਕੇ 'ਚ ਗੋਲਾ ਰੱਖ ਕੇ ਪੀਂਦਾ ਸੀ। ਇਹ ਲੱਤ ਉਹਨੂੰ ਪਿਉ ਨੇ ਲਾਈ ਸੀ। ਰਾਧਾ ਦੀ ਮਾਂ ਤੇ ਬੜੀ ਮਾਂਦੀ-ਮਰੇੜੀ ਜਿਹੀ ਸੀ। ਰਾਧਾ ਦੇ ਰੰਡੀ ਹੋ ਕੇ ਪਰਤ ਆਉਣ ਪਿਛੋਂ ਸਾਲ ਕੁ ਬਾਦ ਉਹ ਮਰ ਵੀ ਗਈ। ਉਹਦੇ ਨਾਲ ਹੀ ਛੇਵੀਂ ਭੈਣ, ਜਿਹੜੀ ਮਸਾਂ ਹੀ ਮਹੀਨੇ, ਦੋ ਦੀ ਸੀ, ਵੀ ਮਰ ਗਈ। ਹੁਣ ਰਾਧਾ ਤੋਂ ਛੋਟੀਆਂ ਚਾਰ ਸਨ। ਭਰਾ ਸਭ ਤੋਂ ਵੱਡਾ ਸੀ। ਭਰਾ ਕੋਲ ਕੰਮ ਕੋਈ ਨਹੀਂ ਸੀ ਤੇ ਪਿਉ ਕਰਨ ਜੋਗਾ ਨਹੀਂ ਸੀ।

ਕੁਛ ਚਿਰ ਭਰਾ ਨੇ ਰਾਮ ਬਾਗ ਵਿਖੇ ਰੰਡੀਆਂ ਦਾ ਦੱਲਪੁਣਾ ਕੀਤਾ ਸੀ। ਉਹਨੇ ਭੈਣ ਰਾਧਾ ਨੂੰ ਸਮਝਾਇਆ ਕਿ ਕੁਝ ਸਮਾਂ ਰਾਮ ਬਾਗ ਵਿੱਚ ਧੰਦਾ ਕਰ ਕੇ ਵੇਖ ਲਵੇ। ਉਹ ਦੂਜਿਆ ਦਾ ਦੱਲਾ ਬਣਿਆ ਰਿਹੈ, ਤੇ ਹੁਣ ਆਪਣੀ ਭੈਣ ਲਈ ਤੇ ਜਾਨ ਹਾਜ਼ਰ ਹੈ ! ਭਰਾ ਤੇ ਪਿਉ ਦੀ ਸਹਿਮਤੀ ਨਾਲ ਰਾਧਾ ਨੇ ਨਿੱਕੀ ਕੁੜੀ ਆਪਣੀ ਛੋਟੀ ਭੈਣ, ਜਿਹੜੀ ਹੁਣ ਸਤਾਰਾਂ ਟੱਪ ਗਈ ਸੀ, ਨੂੰ ਸਾਂਭ ਦਿੱਤੀ 'ਤੇ ਆਪ ਰਾਮ ਬਾਗ ਬੈਠ ਗਈ। ਪਰ ਉਹਨੂੰ ਇਹ ਧੰਦਾ ਲੰਮਾ ਸਮਾਂ ਰਾਸ ਨਹੀਂ ਆਇਆ। ਉਹਨੇ ਉਥੇ ਮਸਾਂ ਮਰਕੇ ਸਾਲ-ਸਵਾ ਸਾਲ ਕੱਟਿਆ। ਇਕ ਤੇ ਉਹਦੇ ਬਹੁਤੇ ਗਾਹਕ ਫੌਜੀ ਸਨ, ਜਾਂ ਅੰਬਰਸਰ ਵਪਾਰ ਕਰਨ ਆਏ ਮੁਸਲਮਾਨ ਤੇ ਪਠਾਣ ਸਨ। ਢਿੱਡੋਂ ਉਹ ਮੁਸਲਮਾਨਾਂ ਨੂੰ ਅੰਤਾਂ ਦੀ ਨਫ਼ਰਤ ਕਰਦੀ ਸੀ। ਪਰ ਉਹਨਾਂ ਦੀਆਂ ਗੰਦੀਆਂ ਫਰਮਾਇਸ਼ਾਂ ਨੂੰ ਉਹੀ ਜਾਣਦੀ ਸੀ ਕਿ ਉਹ ਕਿੱਦਾਂ ਟਾਲਦੀ ਸੀ ! ਸਾਲ ਕੁ ਬਾਦ ਹੀ ਉਹਨੂੰ ਗਰਮੀ ਪੈ ਗਈ। ਇਹ ਸੁਗਾਤ ਉਹਨੂੰ ਕੋਈ ਗੋਰਾ ਫੌਜੀ ਦੇ ਗਿਆ। ਪਹਿਲੇ ਤੇ ਉਹਨੇ ਪਰਵਾਹ ਹੀ ਨਾ ਕੀਤੀ। ਪਰ ਜਦੋਂ ਪਿਸ਼ਾਬ ਵਿਚੋਂ ਪਾਕ ਰਿੱਸਦੀ ਦਿੱਸੀ ਤਾਂ ਉਹ ਮਿਸ਼ਨ-ਕੰਪਾਊਂਡ ਦੇ ਡਾਕਟਰ ਕੋਲ ਭੱਜੀ ਗਈ। ਉਦੋਂ ਮਹਾਂ ਸਿੰਘ ਗੇਟ ਦੇ ਅੰਦਰ ਕਰਕੇ ਕੁਤਵਾਲੀ ਤੋਂ ਪਹਿਲਾਂ ਨਵਾਂ-ਨਵਾਂ ਮਿਸ਼ਨ ਕੰਪਾਊਂਡ ਖੁਲ੍ਹਾ ਸੀ। ਰਾਧਾ ਚਰਚ ਬੜੇ ਨੇਮ ਨਾਲ ਹਰ ਐਤਵਾਰ ਜਾਂਦੀ ਤੇ ਸਤਸੰਗ ਸੁਣਦੀ ਸੀ। ਮਿਸ਼ਨ ਕੰਪਾਊਂਡ ਵਾਲੇ ਸਾਰੇ ਉਸਦੇ

ਜਾਣੂੰ ਸਨ। ਉਥੇ ਸੇਵਾ ਵਿੱਚ ਲੱਗੇ ਈਸਾਈ ਡਾਕਟਰ ਨੇ ਉਹਦਾ ਇਲਾਜ ਸ਼ੁਰੂ ਕਰ ਦਿੱਤਾ ਤੇ ਨਾਲੇ ਲਾਟ-ਪਾਦਰੀ ਨੂੰ ਵੀ ਉਹਦੀ ਤਕਲੀਫ ਦੱਸ ਦਿੱਤੀ। ਇਕ ਈਸਾਈ ਬੱਚੀ ਨੂੰ ਨਰਕ ਵਿੱਚੋਂ ਕੱਢਣ ਲਈ ਲਾਟ-ਪਾਦਰੀ ਨੇ ਕਮਰ ਕੱਸ ਲਈ। ਉਹਨੇ ਰਾਧਾ ਨੂੰ ਤੇ ਠੀਕ ਕਰਵਾ ਹੀ ਦਿੱਤਾ, ਨਾਲ ਹਰ ਮਹੀਨੇ ਦੀ ਬੱਝਵੀਂ ਚਵਾਨੀ ਦੀ, ਦੋ ਬੰਦਿਆਂ ਦੀ ਡਿਊਟੀ ਲਾ ਦਿੱਤੀ। ਰਾਧਾ ਲਈ ਅਠਿਆਨੀ ਮਹੀਨਾ ਤੇ ਸਵਰਗ ਸੀ। ਉਹਦੇ ਭਰਾ ਲਈ ਕੀਨੀਆ ਦੇ ਟਿਕਟ ਦਾ ਇੰਤਜ਼ਾਮ ਕੀਤਾ ਗਿਆ ਤੇ ਉਹ ਦਸੀਂ-ਪੰਦਰੀਂ ਦਿਨੀ ਹੀ ਕੀਨੀਆ ਦੇ ਸਮੁੰਦਰੀ ਜਹਾਜ਼ ਚੜ੍ਹ ਗਿਆ ਸੀ, ਜਿਥੋਂ ਉਹ ਮੁੜ ਕਦੀ ਨਾ ਪਰਤਿਆ। ਸ਼ਾਇਦ ਉਧਰ ਹੀ ਕਿਧਰੇ ਮਰ-ਖੱਪ ਗਿਆ ਹੋਵੇ।

ਉਹਦੇ ਮਗਰੋਂ ਰਾਧਾ ਨੇ ਆਪਣੇ ਜੱਦੀ ਘਰ ਦੀ ਅਗਲੀ ਕਮਰੀ ਜਿਹੀ ਸਾਂਭ ਲਈ। ਪਿਉ ਕੁਝ ਕੁ ਸਾਲਾਂ ਬਾਅਦ ਮਰ ਗਿਆ। ਹਰ ਸ਼ਨੀ-ਐਤਵਾਰ ਰਾਧਾ ਨੇਮ ਨਾਲ ਚਰਚ ਜਾਂਦੀ ਤੇ ਆਪਣੇ ਕੁੱਤੀ ਵਿਹੜੇ ਵਿੱਚੋਂ ਜਿੰਨੇ ਕੁ ਹੋ ਸਕਦਾ, ਮਰਦ-ਤੀਵੀਆਂ ਤੇ ਨੌਜੁਆਨ ਕੁੜੀਆਂ ਨੂੰ ਨਾਲ ਲੈ ਕੇ ਜਾਂਦੀ। ਚੈਪਲ ਦੀਆਂ ਖੁਲ੍ਹੀਆਂ ਬਾਰੀਆਂ ਵਿਚੋਂ ਜਦ ਮਸੀਹੀ ਭਜਨ ਗੂੰਜਦੇ, ਰਾਧਾ ਦੀ ਖਰਜ ਭਰੀ ਅਵਾਜ਼ ਲਗਾਤਾਰ ਗੂੰਜਦੀ, ਜਿਵੇਂ ਟੀਨ ਤੇ ਛੱਤ ਤੇ ਇਕਸਾਰ ਮੀਂਹ ਪੈ ਰਿਹਾ ਹੋਵੇ!

****

ਇਸੇ ਰਾਧਾ, ਜਿਸਦਾ ਲਕਬ 'ਰੰਡੀ' ਪੈ ਗਿਆ ਹੋਇਆ ਸੀ, ਦੀਆਂ ਛੋਟੀਆਂ ਚਾਰੇ ਭੈਣਾਂ ਉਥੇ ਹੀ ਲਾਗੇ-ਸ਼ਾਗੇ ਵਿਆਹੀਆਂ ਗਈਆਂ ਸਨ। ਦੋ ਦਾ ਵਿਆਹ ਤੇ ਡੈਮ ਗੰਜ ਕੋਲ ਸੂਰ ਦਾ ਮੀਟ ਵੇਚਣ ਬੈਠੇ ਇਕੋ ਪਰਿਵਾਰ ਦੇ ਚਾਚੇ-ਤਾਏ ਤੇ ਮੁੰਡਿਆਂ ਨਾਲ ਹੋ ਗਿਆ ਸੀ। ਇਕ ਰੇਲਵੇ ਸਟੇਸ਼ਨ ਟੱਪ ਕੇ ਲੋਕੋ-ਸ਼ੈਡਾਂ ਕੋਲ ਬੈਠੇ ਬਾਲਮੀਕੀਆਂ ਵਿੱਚ ਵਿਆਹੀ ਰਈ ਸੀ। ਚੌਥੀ ਉਥੇ ਕੁੱਤੀ ਵਿਹੜੇ ਦੇ ਬਾਹਰ ਹੀ ਵਿਆਹੀ ਗਈ ਸੀ। ਉਹੋ ਸਵੇਰੇ-ਸ਼ਾਮ ਰਾਧਾ ਦੀ ਸੇਵਾ ਵਿੱਚ ਆਈ ਰਹਿੰਦੀ ਸੀ।

ਰਾਧਾ ਦੇ ਟੱਬਰ ਦੇ ਵੱਡ-ਵਡੇਰੇ ਗੁਰੂ ਬਜ਼ਾਰ, ਝੂਠੇ ਬਜ਼ਾਰ, ਲੂਣ ਮੰਡੀ, ਆਟਾ ਮੰਡੀ ਤੇ ਮਾਈ ਸੇਵਾਂ ਦੇ ਬਜ਼ਾਰਾਂ ਉਪਰ ਬਣੇ ਘਰਾਂ ਦਾ ਮਲ ਮੂਤਰ ਚੁੱਕਦੇ ਸਨ। ਅੰਮ੍ਰਿਤਸਰ ਦੀਆਂ ਤੰਗ ਗਲੀਆਂ ਵਿੱਚ ਬਣੇ ਉੱਚੇ ਘਰਾਂ ਦੀਆਂ ਟੱਟੀਆਂ ਧੁਰ ਕੋਠੇ ਹੁੰਦੀਆਂ ਸਨ। ਰਾਧਾ ਦੇ ਵੱਡ-ਵਡੇਰੇ ਸਵੇਰੇ ਅੰਮ੍ਰਿਤ ਵੇਲੇ ਤੇ ਸ਼ਾਮ ਨੂੰ ਹਨੇਰੇ ਤੋਂ ਪਹਿਲਾਂ ਕੋਠੇ ਲਾਹੁੰਦੇ। ਗੰਦ ਚੁੱਕਣ ਨੂੰ ਉਹ 'ਕੋਠਾ ਕਮਾਣਾ' ਕਹਿੰਦੇ ਸਨ। ਰਾਧਾ ਦੇ ਘਰਾਂ ਦੇ ਨਾਲ ਉਹਦੇ ਹੀ ਸ਼ਰੀਕੇ ਬਰਾਦਰੀ ਦੇ ਦੂਸਰੇ ਘਰ, ਘੰਟਾ ਘਰ, ਬਾਗ ਵਾਲੀ ਗਲੀ, ਚੌਂਕ ਰਾਮਦਾਸ ਦੇ ਇਲਾਕੇ ਦਾ ਗੰਦ ਚੁੱਕਦੇ ਸਨ। ਗਲਤੀ ਨਾਲ ਵੀ ਜੇ ਬਰਾਦਰੀ-ਸ਼ਰੀਕੇ ਦੀਆਂ ਚੂਹੜੀਆਂ ਤੇ ਚੂਹੜੇ ਦੂਸਰੇ ਦੇ ਇਲਾਕੇ ਦਾ ਮਲ ਮੂਤਰ ਚੁੱਕਣ ਦਾ ਕੰਮ ਲੈ ਲੈਂਦੇ, ਤਾਂ ਮਾਨੋ ਹਨੇਰੀ ਆ ਜਾਂਦੀ ਸੀ। ਝਾੜੂਆਂ, ਟੋਕਰਿਆਂ ਤੇ ਗੰਦ ਚੁੱਕਣ ਵਾਲੇ ਫਰਸਿਆਂ ਨਾਲ ਉਹ ਲੜਾਈ ਹੁੰਦੀ ਤੇ ਉਹ-ਉਹ ਗਾਹਲ਼ਾਂ, ਚੂਹੜੀਆਂ-ਚੂਹੜੇ ਇਕ ਦੂਸਰੇ ਨੂੰ ਦੇਂਦੇ ਕਿ ਬਜ਼ਾਰ ਖਾਲੀ ਹੋ ਜਾਂਦੇ ਸਨ !

****

ਅਗਲੀ ਵੱਡੀ ਗੱਲ ਇਹ ਸੀ ਕਿ ਜਿਸ ਗਲੀ-ਮੁੱਹਲੇ ਜਾਂ ਘਰ ਤੋਂ ਉਹ ਤੰਗ ਆ ਜਾਂਦੇ, ਉਥੇ ਚੂਹੜੇ ਹੋਣ ਕਾਰਨ ਉਹ ਔਖਾ ਤੇ ਬੋਲ ਨਹੀਂ ਸਨ ਸਕਦੇ, ਪਰ ਇਕ ਕੰਮ ਅਵੱਸ਼ ਕਰਦੇ। ਉਸ ਇਲਾਕੇ ਦਾ ਗੰਦ ਚੁੱਕਦੇ ਘੱਟ ਸਨ ਤੇ ਪਾਣੀ ਪਾਕੇ ਨਾਲੀਆਂ ਵਿੱਚ ਡੋਲ੍ਹ ਜ਼ਿਆਦਾ ਛੱਡਦੇ ਸਨ। ਗੁਰੂ ਬਜ਼ਾਰ ਦੇ ਸੁਨਿਆਰਿਆਂ ਦੇ ਚਿੱਟੇ ਦੁੱਧ ਰੰਗ ਤੋਂ, ਤੇ ਉਹਨਾਂ ਦੀਆਂ ਮੋਟੀਆਂ-ਮੋਟੀਆਂ, ਸੁੰਦਰ ਸੁਨਿਆਰੀਆਂ ਤੋਂ ਜਿਵੇਂ ਉਹਨਾਂ ਨੂੰ ਧੁਰੋਂ ਨਫ਼ਰਤ ਸੀ। ਏਸੇ ਲਈ ਕਈ ਸੌ ਸਾਲ ਤੱਕ ਹੀ ਗੁਰੂ ਬਜ਼ਾਰ ਵਿੱਚੋਂ ਸਵੇਰੇ ਸੁਵਖਤੇ ਲੰਘਣਾ ਨਰਕ ਤੁਲ ਹੁੰਦਾ ਸੀ। ਉਹ ਤੇ ਲਾਲੀਆਂ ਜਾਂ ਸੁਨਿਆਰਿਆਂ, ਚੂਹੜੀ ਦੇ ਜਾਣ ਪਿਛੋਂ ਭਰਾਈਆਂ ਨੂੰ ਬੁਲਾ ਕੇ ਪਾਣੀ ਇਕੱਠਾ ਕਰਾਂਦੀਆਂ ਤੇ ਮਣਾਂ ਮੂੰਹੀ ਨਾਲੀਆਂ ਵਿੱਚ ਡੋਲ੍ਹਦੀਆਂ ਸਨ, ਤਾਂ ਕਿਤੇ ਜਾਕੇ ਏਸ ਗੁਰੂ ਸਾਹਿਬਾਨ ਦੇ ਵਰੋਸਾਏ ਪੁਰਾਣੀ ਇੱਟ ਤੇ ਬਰੀਕ ਗਲੀਆਂ ਵਾਲੇ ਬਜ਼ਾਰਾਂ ਵਿੱਚੋ ਬੋਅ ਸਾਫ਼ ਹੁੰਦੀ।

****

"ਰਾਧਾ" ਕੁਝ ਚਿਰ ਰੰਡੀਆਂ ਵਾਲਾ ਕੰਮ ਛੱਡਕੇ ਕੋਠੇ ਲਾਹੁਣ ਵੀ ਜਾਂਦੀ ਰਹੀ ਸੀ। ਬਸ ਐਵੇ ਸਾਲ-ਦੋ ਕੁ ਸਾਲ ਹੀ! ਫੇਰ ਉਹਨੇ ਅਜੀਤ ਨਗਰ, ਜਿਹੜਾ ਅਕਾਲੀਆਂ ਨੇ 1948 ਵਿੱਚ ਫੁੱਲਾਂ ਵਾਲੇ ਬਾਗ ਨੂੰ ਖਤਮ ਕਰਕੇ ਕੱਟਿਆ ਸੀ, ਉਥੇ ਝਾੜੂ ਮਾਰਨ ਦੀ ਡਿਊਟੀ ਲੈ ਲਈ ਸੀ। ਉਥੇ ਹੀ ਸਾਡੇ ਚਾਰ-ਪੰਜ ਘਰ ਇੱਕ ਸਾਂਝੀ ਵਲਗਣ ਵਿੱਚ ਬਣੇ ਹੋਏ ਸਨ। ਅਕਾਲੀਆਂ ਨੇ ਸਾਡੇ ਇਕ ਬਾਬੇ ਨੂੰ ਉਹਦੀ ਸੇਵਾ ਬਦਲੇ ਸਸਤੀ ਜ਼ਮੀਨ ਦੇ ਦਿੱਤੀ ਸੀ। ਉਸ ਸਾਂਝੀ ਵਲਗਣ ਵਿਚ ਚਾਰਾਂ ਵਿੱਚੋਂ ਇੱਕ ਘਰ ਸਾਡਾ ਵੀ ਸੀ।

ਰਾਧਾ ਜਦੋਂ ਵੀ ਸਾਡੇ ਘਰ ਅਗੋਂ ਲੰਘਦੀ, ਮੇਰੀ ਬੇਬੇ (ਪੜਦਾਦੀ) ਕੋਲੋਂ ਹਮੇਸ਼ਾ, ਸੱਟੇ-ਦੜੇ ਦਾ ਨੰਬਰ ਜ਼ਰੂਰ ਪੁੱਛਦੀ ਸੀ। ਬੇਬੇ ਜੋ ਵੀ ਪੁੱਠਾ ਸਿੱਧਾ ਬੋਲ ਦੇਂਦੀ, ਰਾਧਾ ਉਹਦਾ ਨੰਬਰ ਬਣਾ ਲੈਂਦੀ। ਫੇਰ ਉਹ ਉਸੇ ਨੰਬਰ 'ਤੇ ਦੜਾ ਜਾਂ ਸੱਟਾ ਲਾ ਦੇਂਦੀ। ਉਹਨੀਂ ਦਿਨੀ ਅੰਬਰਸਰ ਵਿੱਚ "ਬਾਬਾ ਭੁਕਾਨਿਆ ਵਾਲਾ", ਜਿਹੜਾ ਦਸ ਨੰਬਰੀਆ ਸੀ, ਘੜਾ ਖੋਹਲਦਾ ਸੀ। ਧੇਲੀ ਦੇ ਢਾਈ ਰੁਪਏ, ਰੁਪਏ ਦੇ ਪੰਜ ਰੁਪਏ, ਪੰਜ ਦੇ ਪੰਝੀ!

... ਸ਼ਾਮ ਨੂੰ ਰਾਧਾ ਆਪਣੀ ਧੇਲੀ, ਰੁਪਈਆ ਲਾਕੇ ਹੋਣ ਵਾਲੀ ਕਮਾਈ ਦਾ ਨੰਬਰ ਪਤਾ ਕਰਨ ਚਾਟੀਵਿੰਡ ਚੌਂਕ ਜਾਂਦੀ। ਉਥੇ ਬਾਬਾ "ਭੁਕਾਨਿਆਂ ਵਾਲਾ" ਸ਼ਾਮ ਨੂੰ ਨੰਬਰ ਪੁਕਾਰਦਾ। ਕਈ ਵਾਰ ਰਾਧਾ ਨੂੰ ਨੰਬਰ ਮਿਲ ਜਾਂਦਾ ਤੇ ਉਹ 'ਚਰਸ' ਦੀ ਗੋਲੀ ਲੈ ਲੈਂਦੀ। ਉਦੋਂ ਉਹਦੀ ਹੁੱਕੀ ਵਿੱਚੋਂ ਅਸਲੀ ਸੁਲਫ਼ੇ ਦੀ ਮਹਿਕ ਉੱਠਦੀ। ਜੇ ਨੰਬਰ ਨਾ ਵੀ ਨਿਕਲਦਾ, ਰਾਧਾ ਹੱਸੀ ਜਾਂਦੀ ਤੇ ਆਪਣੀ ਕਮਰੇ ਦੇ ਬਾਹਰ ਆਕੇ ਮੰਜੀ 'ਤੇ ਬੈਠ ਜਾਂਦੀ ਤੇ ਆਲੇ-ਦੁਆਲੇ ਬੈਠੇ ਹੋਰਨਾਂ ਨੂੰ ਆਪਣੇ ਕਾਰਨਾਮੇ ਦੱਸੀ ਜਾਂਦੀ ਤੇ ਹੱਸਦੀ ਰਹਿੰਦੀ। ਗੱਲਾਂ ਕਰਦਿਆਂ ਉਹਦੇ ਮਹਿੰਦੀ ਰੰਗੇ ਵਾਲ ਵੀ ਹੱਸਦੇ ਲਗਦੇ। ਉਹਦੇ ਆਲੇ ਦੁਆਲੇ ਉਹਦੀ ਬੇਟੀ ਦੇ ਪੋਤੇ-ਪੜੋਤੇ, ਉਹਦੀਆਂ ਭੈਣਾਂ ਦੇ ਬੱਚਿਆਂ ਦੇ ਬੱਚੇ ਉਹਦੀ ਕੁਲ ਵਧਾ ਰਹੇ ਦਿੱਸਦੇ।

ਰਾਧਾ ਨੂੰ ਵੇਖਦਿਆਂ ਹੀ ਮੇਰੀ ਦਾਦੀ ਉੱਚੀ ਸਾਰੀ ਕਹਿੰਦੀ ਸੀ –

"ਲੈ ਆ ਗਈ ਰਾਧਾ ਰੰਡੀ...! ਹੁਣ ਆਕੇ ਕਹੇਗੀ ਚਾਹ ਪਾ ਦੇਹ ਮੇਰੀ ਗੜਵੀ 'ਚ!"

ਇਹ ਬੰਟੀ ਮਸੀਹ, ਜਿਹੜਾ ਅੱਜਕਲ ਟੌਪ ਦਾ ਛੁਰੀਮਾਰੀ ਤੇ ਸਮੈਕ ਪੀਣ ਵਿੱਚ ਨੰਬਰ-ਵਨ ਸੀ, ਇਸੇ ਰਾਧਾ ਰੰਡੀ ਦੇ ਕਬੀਲੇ ਵਿੱਚੋ ਸੀ। ਵੀਹਾਂ ਨੂੰ ਪਾਰ ਕੀਤਾ ਇਹ ਮੁੰਡਾ ਮੇਰੀ ਸਿੰਞਾਣ ਵਿੱਚ ਸੀ। ਸਾਡੇ ਇਲਾਕੇ ਵਿੱਚ ਲੜਾਈਆਂ ਵਿੱਚ ਪੈਸੇ ਲੈ ਕੇ ਆਣ, ਢੋਲੀਆਂ ਨਾਲ ਢੋਲ ਵਜਾਣ ਲਈ ਸਾਈ 'ਤੇ ਆਉਣ ਵਿੱਚ ਇਹ ਅਗੇ ਰਹਿੰਦਾ ਸੀ। ਪਿਛਲੇ ਸਾਲ ਕੁ ਤੋਂ ਇਹ ਹੁਣ ਸਮੈਕ ਦੀਆਂ ਪੁੜੀਆਂ ਵੇਚਣ ਵਿੱਚ ਨੰਬਰ ਇਕ 'ਤੇ ਸੀ। ਥਾਣੇਦਾਰ ਮੱਲ੍ਹੀ ਕੋਲੋਂ ਕਈ ਵਾਰ ਕੁੱਟ ਖਾ ਚੁੱਕਾ ਸੀ।

ਵੱਡੀ ਗੱਲ ਇਹ ਸੀ ਕਿ ਮੈਂ ਇਸ ਨੂੰ, ਇਸ ਦੇ ਪਿਉ ਤੇ ਦਾਦੇ ਨੂੰ, ਗੱਲ ਕੀ ਰਾਧਾ ਤੱਕ ਇਸ ਦੇ ਸਾਰੇ ਖਾਨਦਾਨੀ ਸ਼ਜਰੇ ਨੂੰ ਜਾਣਦਾ ਸਾਂ। ਇਹਦਾ ਪਿਉ ਵੀ ਕਤਲ ਹੋ ਕੇ ਹੀ ਸੰਸਾਰ ਤੋਂ ਰੁਖਸਤ ਹੋਇਆ ਸੀ।——

ਅੱਜ ਜਦੋਂ ਮੇਰੇ ਸਾਥੀਆਂ ਇਹਨੂੰ "ਚਿੱਟਾ" ਕਿਹਾ ਤਾਂ ਉਹ ਮਾਨੋ ਮੇਰੀ ਸਿਮਰਤੀ ਦੇ ਦਵਾਰ ਖੋਲ੍ਹ ਗਏ ਸਨ –

****

"ਉਹ ... ਵੇਖਿਓ ਨਾਂ! ਉਹ ਕੌਣ ਆ ਰਹੇ ਨੇ ਸਿੱਧੇ ਸਾਡੇ ਵੱਲ?" ਬਾਬਾ ਬੁੱਢਾ ਜੀ ਨੇ ਅਚਾਨਕ ਉੱਠੇ ਰੌਲ੍ਹੇ ਵਲ ਨਿਗਾਹ ਗੱਡ ਕੇ ਸਾਹਮਣੇ ਬੈਠੀਆਂ ਸੰਗਤਾਂ ਨੂੰ ਕਿਹਾ।

ਬਾਬਾ ਬੁੱਢਾ ਜੀ ਦੇ ਬਿਲਕੁਲ ਪਿੱਛੇ ਤਖਤਪੋਸ਼ 'ਤੇ ਸੱਚੇ ਪਾਤਸ਼ਾਹ ਬਿਰਾਜਮਾਨ ਸਨ। ਨਾਲ ਹੀ ਬਾਕੀ ਹਜ਼ੂਰੀ ਸੇਵਕ ਬੈਠੇ ਹੋਏ ਸਨ। ਕੁਛ ਸੰਗਤਾਂ ਸਾਹਮਣੇ ਬੈਠੀਆਂ ਸੀ, ਕੁਝ ਥੋੜ੍ਹੀ ਦੂਰੀ 'ਤੇ ਮਿੱਟੀ ਪੁੱਟਣ ਦੀ ਕਾਰ-ਸੇਵਾ ਕਰ ਰਹੀਆਂ ਸਨ।

"...ਆਉਣ ਦਿਓ ਬਾਬਾ ਜੀ! ਇਹਨਾਂ ਨੂੰ ਆਉਣ ਦਿਉ ਮੇਰੇ ਵਲ! ਇਹਨਾਂ ਦਾ ਤੇ ਸਾਡਾ ਮਿਲਣਾ ਪਹਿਲਾਂ ਹੀ ਤੈ ਹੋ ਚੁੱਕਾ ਹੈ। ਇਹ ਜਨਮ ਤੇ ਇਕ ਬਹਾਨਾ ਹੀ ਜੇ! ਇਹੀ ਲੋਕ ਤੇ ਏਹਨਾਂ ਧਰਤੀਆਂ ਦੇ ਅਸਲ ਮਾਲਕ ਸਨ। ਆਉਣ ਦਿਓ!" ਸੱਚੇ ਪਾਤਸ਼ਾਹ ਨੇ ਬਚਨ ਕੀਤੇ।

ਸਭ ਦਾ ਧਿਆਨ ਆਉਣ ਵਾਲਿਆਂ ਵਲ ਹੀ ਸੀ। ਆਉਣ ਵਾਲੇ ਨਜ਼ਦੀਕ ਆ ਰਹੇ ਸਨ। ਕੋਈ ਪੱਚੀ-ਤੀਹ ਜਣਿਆਂ ਦਾ ਟੋਲਾ ਸੀ। ਵਧੇਰੇ ਕਰਕੇ ਮਰਦ ਤੇ ਬੱਚੇ ਸਨ। ਔਰਤਾਂ ਦੋ-ਚਾਰ ਹੀ ਸਨ, ਤੇ ਉਹ ਵੀ ਬਿਰਧ ਸਨ। ਸਾਰਿਆਂ ਦੇ ਪਿੰਡੇ ਨੰਗੇ ਸਨ, ਸਿਰਫ਼ ਹੇਠਾਂ, ਨੰਗ ਢੱਕਣ ਦੇ ਨਾਂ ਚੰਦ ਲੀਰਾਂ ਬੱਧੀਆਂ ਹੋਈਆਂ ਸਨ। ਬਿਰਧ ਔਰਤਾਂ ਧੜੋ ਨੰਗੀਆਂ ਤੇ ਲੱਕ ਉਹਨਾਂ ਦੇ ਵੀ ਲੀਰਾਂ ਹੋਈਆਂ ਲੱਕਦੀਆਂ ਹੀ ਬੰਨ੍ਹੀਆਂ ਹੋਈਆਂ ਸਨ। ਬਾਲ-ਅੰਞਾਣਿਆਂ ਦੇ ਢਿੱਡ ਪਿਚਕੇ ਤੇ ਸਰੀਰ ਬੀਮਾਰਾਂ ਜਿਹੇ ਸਨ। ਉਹਨਾਂ ਨਾਲ ਟੁਰੇ ਆਉਂਦੇ ਬੰਦਿਆਂ ਨੇ ਮੂੰਹ 'ਤੇ ਇਕ ਹੱਥ ਨਾਲ ਮਿੱਟੀ ਦੇ ਟੁੱਟੇ ਤੌੜਿਆਂ ਦੇ ਟੋਟੇ ਨੱਪੇ ਹੋਏ ਸਨ ਤੇ ਢਿੱਡਾਂ 'ਤੇ ਰੱਸੀਆਂ ਬੰਨ੍ਹੀਆਂ ਹੋਈਆ ਸਨ।

...ਸੰਗਤ ਪਛਾਣ ਗਈ ਸੀ ਕਿ ਉਹ ਕੌਣ ਸਨ? ਸਭ ਲੋਕ ਹੁਣ ਸੱਚੇ ਪਾਤਸ਼ਾਹ ਵਲ ਵੇਖ ਰਹੇ ਸਨ। ਉਹਨਾਂ ਪੱਚੀਆਂ-ਤੀਹਾਂ ਬੰਦਿਆਂ ਦਾ ਟੋਲਾ ਕੁਝ ਕਦਮਾਂ ਪਿਛਾਂਹ ਹੀ ਖੜੋ ਗਿਆ ਸੀ।

****

"ਆ ਜਾਉ ਕਰਮਾਂ ਵਾਲਿਓ! ਝਿਜਕੋ ਨਾ! ਨਾਨਕ ਦੇ ਦਰਬਾਰ ਤੁਹਾਡੀ ਕੋਈ ਭਿੱਟ ਨਹੀਂ!" ਗੁਰੂ ਰਾਮਦਾਸ ਜੀ ਨੇ ਉਹਨਾਂ ਦੇ ਸਭ ਤੋਂ ਅੱਗੇ ਖੜ੍ਹੇ ਮੁਖੀ ਨੂੰ, ਤੇ ਬਾਕੀਆਂ ਨੂੰ ਸਾਂਝਾ ਸੰਬੋਧਨ ਕਰਦਿਆਂ ਕਿਹਾ।

"...ਅੰਨਦਾਤਾ! ਅਸੀਂ ਸਾਰੇ ਤੇਰੀ ਸ਼ਰਨੀ ਆਏ ਹਾਂ। ਪਰ ਕਿੱਦਾਂ ਅਰਜ ਕਰੀਏ? ਅਸੀਂ ਸਾਰੇ ਹੀ ਦੋ ਪਿੰਡਾਂ ਦੇ ਚੂਹੜੇ ਆਂ! ਸੁਲਤਾਨਵਿੰਡ ਤੇ ਚਾਟੀਵਿੰਡ ਦੇ ਵਿਚਕਾਰ ਪੈਂਦੇ ਪਹੇ ਤੇ ਸਾਡਾ ਵਿਹੜਾ ਏ। ਪਰ੍ਹਾਂ ਜੰਗਲ ਏ! ਅਸੀਂ ਸਾਰੇ ਹੀ ਮਹਿਮੇ ਰਾਜਪੂਤ ਦੇ ਬਣਾਏ ਹੋਏ ਹਾਂ। ਹੁਣ ਬਾਬਾ ਬਲੌਲ ਰਾਜਪੂਤ ਸਾਡਾ ਮਾਲਕ ਏ! ਪਰ ਪਿੰਡ ਦੇ ਸਾਰੇ ਰਾਜਪੂਤ ਤੇ ਬ੍ਰਾਹਮਣ ਸਾਥੋਂ ਵਗਾਰਾਂ ਲੈਂਦੇ ਨੇ। ਅਸੀਂ ਕਿਸੇ ਤੋਂ ਨਾਬਰ ਨਹੀਂ ਹੋ ਸਕਦੇ ਮਾਲਕਾ।" ਸਭ ਤੋਂ ਅਗਲੇ ਨੇ, ਜਿਹੜਾ ਉਹਨਾਂ ਦਾ ਮੁਖੀ ਜਾਪਦਾ ਸੀ, ਅਰਜ਼ ਗੁਜਾਰੀ ਤੇ ਨਾਲ ਹੀ ਜੋਰ-ਜੋਰ ਦੀ ਢਿੱਡ ਵਜਾਣਾ ਸ਼ੁਰੂ ਕਰ ਦਿੱਤਾ। ਉਹਦੇ ਢਿੱਡ ਵਜੌਣ ਦੀ ਦੇਰ ਸੀ ਕਿ ਬਸ ਜਿਵੇਂ ਬਾਕੀ ਉਹਦਾ ਇਸ਼ਾਰਾ ਹੀ ਉਡੀਕ ਰਹੇ ਸਨ। ਸਾਰਿਆਂ ਹੀ ਮੂੰਹ ਤੋਂ ਤੌੜਿਆਂ ਦੇ ਟੋਟੇ ਲਾਹ ਦਿੱਤੇ ਤੇ ਢਿੱਡ ਵਜੌਣ ਤੇ ਮੂੰਹੋਂ ਕੁਰਲੌਣ ਲਗ ਪਏ। ਬੁੱਢੀਆਂ ਜਨਾਨੀਆਂ ਨੇ ਵੱਖਰੀਆਂ ਜਿਹੀਆਂ ਦਿਲ-ਚੀਰਵੀਆਂ ਲੇਰਾਂ ਮਾਰਨੀਆਂ ਸ਼ੁਰੂ ਕਰ ਦਿੱਤੀਆਂ।

ਸੰਗਤ ਭੌਂਚਕੀ ਜਿਹੀ ਗਈ ਸੀ। ਇਥੋਂ ਤੱਕ ਕਿ ਬਾਲਕ ਅਰਜਨ ਦੇਵ ਅਤੇ ਬਾਬਾ ਬੁੱਢਾ ਜੀ ਵੀ ਪਸ਼ੇਮਾਨ ਹੋ ਗਏ ਸਨ। ਪਰ ਜਾਣੀ-ਜਾਣ ਪਾਤਸ਼ਾਹ ਨੇ ਸਭ ਨੂੰ ਸ਼ਾਂਤ ਹੋਣ ਦਾ ਇਸ਼ਾਰਾ ਕੀਤਾ, ਤੇ ਉਹਨਾਂ ਨੂੰ ਘੜੀ-ਦੋ-ਘੜੀ ਢਿੱਡ ਵੱਜਾ ਲੈਣ ਦਿੱਤੇ। ਅਖੀਰ ਉਹਨਾਂ ਦਾ ਇਹ ਅਮਲ ਰੁਕਿਆ ਤੇ ਉਹਨਾਂ ਦੂਰੋਂ ਹੀ ਸੰਗਤ ਸਮੇਤ ਗੁਰੂ ਸਾਹਿਬ ਨੂੰ ਲੰਮੇ ਪੈਕੇ ਦੰਡਵਤ ਕੀਤੀ।

"...ਉੱਠੋ ਬੱਚਿਓ! ਮੈਂ ਤੁਹਾਡੀ ਵੇਦਨਾ ਪੜ੍ਹ ਲਈ ਏ। ਇਹ ਗੁਰੂ ਨਾਨਕ ਦਾ ਦਰਬਾਰ ਏ! ਤੁਹਾਨੂੰ ਖਾਲੀ ਨਹੀਂ ਮੋੜਾਂਗਾ।" ਗੁਰੂ ਸਾਹਿਬ ਨੇ ਰਮਜ਼ ਸੁੱਟੀ।

"...ਮਾਲਕਾ! ਰਾਜਪੂਤ ਤੇ ਹਿੰਦੂ ਲਾਲੇ ਸਾਥੋਂ ਵਗਾਰਾਂ ਲੈਂਦੇ ਨੇ। ਬਾਹਮਣਾਂ ਨੂੰ ਸਾਨੂੰ ਆਪਣੀਆਂ ਬੇਟੀਆਂ ਪਰੋਸਣੀਆਂ ਪੈਂਦੀਆਂ ਨੇ। ਜਿਹੜੇ ਬਾਹਮਣ ਤੇ "ਮਲਕ" ਹੁਰਾਂ ਦੇ ਨੇੜੇ ਨੇ, ਉਹ ਤੇ ਬਹੁਤਾ ਹੀ ਕਹਿਰ ਕਮਾਂਦੇ ਨੇ। ਮਲਕ ਹੁਰੀਂ ਵੀ ਜ਼ੁਲਮ ਕਰਦੇ ਨੇ, ਪਰ ਏਨਾ ਨਹੀਂ, ਜਿੰਨਾ ਇਹ ਬਾਹਮਣ ਤੇ ਰਾਜਪੂਤ ਕਰਦੇ ਨੇ। ਮਲਕ ਹੁਰੀਂ ਆਪਣੇ ਸੇਵਕ ਭੇਜ ਛੱਡਦੇ ਨੇ ਕਿ ਜੁੰਮੇ ਦੀ ਨਮਾਜ਼ ਅਦਾ ਕਰਿਆ ਕਰੋ। ਪਰ ਕਰੀਏ ਕਿਵੇਂ? ਨਾ ਕੋਈ ਨਮਾਜ਼ੀ, ਨਾ ਕਾਜ਼ੀ, ਅਸੀਂ ਆਪ ਕਿਥੋਂ ਲਿਆਈਏ? ਉਹ ਭੇਜਦੇ ਨਹੀਂ।" ਉਹਨਾਂ ਦੇ ਮੁਖੀ ਨੇ ਵਿਥਿਆ ਖੋਲ੍ਹ ਸੁਣਾਈ।

"ਇਹ ਨਾਨਕ ਨਿਰੰਕਾਰੀ ਦਾ ਦਰਬਾਰ ਏ। ਇਥੋਂ ਤੁਸੀਂ ਖਾਲੀ ਨਹੀਂ ਜਾਉਗੇ!" ਐਤਕੀ ਬਾਬਾ ਬੁੱਢਾ ਜੀ ਨੇ ਗੁਰੂ ਸਾਹਿਬ ਵਲੋਂ ਜਵਾਬ ਦਿੱਤਾ।

"ਬਾਬਾ ਜੀ! ਇਹਨਾਂ ਨੂੰ ਕਿਹੜੀ ਗੁੱਠ ਦੇ ਦਈਏ?" ਗੁਰੂ ਜੀ ਨੇ ਬਾਬਾ ਬੁੱਢਾ ਜੀ ਨੂੰ ਸਵਾਲ ਕੀਤਾ।

"ਮਹਾਰਾਜ! ਇਸ ਨਵੇਂ ਨਗਰ ਵਿੱਚ ਤੁਸੀਂ ਇਹਨਾਂ ਢੇਡਾਂ ਨੂੰ ਵੀ ਵੱਸਾਣ ਦੀ ਸੋਚੀ ਬੈਠੇ ਹੋ! ਤਾਂ ਤੇ ਫੇਰ ਮਲਕ ਹੁਰਾਂ ਨਾਲ ਵੀ, ਤੇ ਇਲਾਕੇ ਦੇ ਬਾਹਮਣਾਂ ਨਾਲ ਵੀ ਸਿੱਧਾ ਮੱਥਾ ਲਗ ਜਾਣਾ ਏ!" ਬਾਬਾ ਮੋਹਰੀ ਜੀ ਨੇ ਕਿਹਾ।

"ਭਗਤ ਜੀ ! ਅਸੀਂ ਨਕਦ ਅਦਾਇਗੀ ਦੇਕੇ ਇਹ ਜਗ੍ਹਾ ਖਰੀਦੀ ਏ। ਦੂਸਰਾ ਇਹ ਨਾਨਕ ਦਾ ਦਰਬਾਰ ਏ। ਰੂਹਾਨੀਅਤ ਦਾ ਮਰਕਜ਼ ! ਇਥੇ ਮਲਕ-ਸ਼ਲਕ ਜਾਂ ਕਿਸੇ ਬਾਹਮਣ ਦੀ ਮਜਾਲ ਨਹੀਂ ਹੋਣੀ ਕਿ ਚੁਸਕ ਜਾਵੇ ! ਪੰਜਾਬ ਮੁਲਕ ਹੀ ਪੀਰਾਂ ਤੇ ਭਗਤਾਂ ਦਾ ਏ !" ਬਾਬਾ ਬੁੱਢਾ ਜੀ ਨੇ ਕਿਹਾ।

"ਐਦਾਂ ਕਰੋ ਕਿ ਉੱਤਰ ਵਲ ਮੂੰਹ ਕਰਕੇ ਜੰਗਲ ਦੀ ਆਖਰੀ ਬਾਹੀ ਇਹਨਾਂ ਨੂੰ ਦੇ ਦਿਉ।" ਗੁਰੂ ਜੀ ਨੇ ਦੋ ਟੁੱਕ ਫੈਸਲਾ ਦੇ ਦਿੱਤਾ।

"ਸਾਨੂੰ ਭਾਵੇਂ ਜੰਗਲ ਦੇ ਅੰਦਰ ਚਾਰ ਕਰਮ ਦੇ ਦਿਉ, ਪਰ ਹੁਣ ਸਾਨੂੰ ਵਾਪਸ ਨਾ ਧੱਕਿਆ ਜੇ ! ਨਹੀਂ ਤੇ ਮਲਕ ਹੁਰੀਂ ਸਾਨੂੰ ਮਾਰ ਦੇਣਗੇ। ਉਹ ਬਹੁਤੇ ਵਗਾਰੀਆਂ ਦੀ ਪੁੱਠੀ ਖੱਲ ਲੁਹਾ ਕੇ ਲੂਣ ਪਵਾਂਦੇ ਜੇ।" ਸ਼ਰਨੀ ਆਇਆਂ ਵਿਚੋਂ ਇਕ ਹੋਰ ਨੇ ਅਰਜ ਕੀਤੀ।

"ਹੁਣ ਤੁਸੀਂ ਇਥੇ ਸਾਡੇ ਸ਼ਹਿਰ ਵਿੱਚ ਹੀ ਵੱਸੋਗੇ। ਤੇ ਤੀਹੋ-ਕਾਲ ਤੁਹਾਨੂੰ ਰਹਿੰਦੀ ਦੁਨੀਆਂ ਤੱਕ ਕੋਈ ਨਾ ਕੱਢ ਸਕੂ !" ਮਹਾਰਾਜ ਨੇ ਬਚਨ ਕੀਤੇ।

"ਤੁਹਾਡੇ ਮਲਕ ਕਿਹੜਾ ਏ ?" ਬਾਬਾ ਮੋਹਰੀ ਜੀ ਨੇ ਕਿਹਾ।

"ਅਸਦ ਖਾਂ ਏ !" ਸ਼ਰਨੀਆਂ ਦੀ ਥਾਂ ਟਿੱਕਾ ਪ੍ਰਿਥੀ ਚੰਦ ਫੱਟ ਬੋਲਿਆ।

"ਟਿੱਕਾ ਜੀ ਨੂੰ ਬੜਾ ਇਲਮ ਏ !" ਮੋਹਰੀ ਜੀ ਨੇ ਕਿਹਾ।

"ਮਹਾਰਾਜ ਦਾ ਕੰਮ-ਕਾਰ ਵੀ ਇਹਨਾਂ ਹੀ ਵੇਖਣੈ।" ਇਕ ਹੋਰ ਸੇਵਕ ਬੋਲਿਆ।

"ਪਰਿਵਾਰ ਤੇ ਹੋਰ ਜੀਆ-ਜੰਤ ਲੁਕਾ ਕੇ ਆਏ ਹੋ ਨਾ ?" ਹਲਕਾ ਜਿਹਾ ਮੁਸਕਾ ਕੇ ਸੱਚੇ ਪਾਤਸ਼ਾਹ ਨੇ ਕਿਹਾ।

"ਜੀ ਸੱਚੇ ਪਾਤਸ਼ਾਹ। ਟੱਬਰ-ਟੀਰ ਤੇ ਹੋਰ ਜੀਆ-ਜੰਤ ਉਹ ਸਾਹਮਣੀ ਝਿੜੀ ਵਿੱਚ ਲੁਕੋ ਆਏ ਆਂ। ਮਲਕ ਹੁਰਾਂ ਨੂੰ ਜਾਂ ਪ੍ਰੋਹਤਾਂ ਦੇ ਕਿਸੇ ਵੀ ਘਰ ਨੂੰ ਖਬਰ ਹੋ ਜਾਂਦੀ ਤਾਂ ਸਾਨੂੰ ਜਾਂ ਤਾਂ ਸਾੜ ਦੇਣਾ ਸੀ, ਜਾਂ ਪੁੱਠੀਆਂ ਖੱਲ੍ਹਾਂ ਲੁਹਾ ਦੇਣੀਆਂ ਸਨ।" ਇਕ ਸ਼ਰਨਾਰਥੀ ਬੋਲਿਆ।

"ਜਾਉ ਲੈ ਆਉ ਸਭਨਾਂ ਸਿਰਾਂ ਨੂੰ ! ਜਿੰਨੇ ਸਰੀਰ ਨੇ, ਸਭ ਨਾਨਕ-ਨਿਰੰਕਾਰੀ ਦੇ ਨੇ। ਆਕੇ ਪਹਿਲਾਂ ਲੰਗਰ ਛੱਕੋ। ਤੇ ਨਾਲੇ ਇਹ ਦੱਸੋ, ਪਈ ਰੋਟੀ-ਪਾਣੀ ਲਈ ਦਾਣੇ ਪਿੰਡ ਦੇਂਦਾ ਸੀ ਜਾਂ ਕੋਈ ਹੋਰ ਇੰਤਜ਼ਾਮ ਸੀ ?" ਗੁਰੂ ਜੀ ਨੇ ਕਿਹਾ।

"-ਜੀ ਪਿੰਡ ਦੇਂਦਾ ਤੇ ਸੀ, ਪਰ ਬੜੇ ਬੁਰੇ ਹਾਲੀਂ। ਕਦੀ ਕਦੀ ਮਲਕ ਹੁਰੀਂ ਜ਼ਕਾਤ ਭਿਜਵਾਂਦੇ ਸਨ, ਪਰ ਉਹ ਵੀ ਸਾਡੇ ਸਾਰੇ ਲਾਣੇ (ਕਬੀਲੇ) ਲਈ ਪੂਰੀ ਨਹੀਂ ਸੀ ਪੈਂਦੀ।" ਮੁਖੀ ਜਾਪਦੇ ਬੰਦੇ ਨੇ ਸਾਰੀ ਵਿਥਿਆ ਦੱਸੀ।

"...ਤੇ ਫੇਰ ਔਕੜ ਵੇਲੇ ਕੀ ਕਰਦੇ ਸਾਉ ?" ਗੁਰੂ ਸਾਹਿਬ ਨੇ ਸਪਸ਼ਟ ਪੁੱਛਿਆ।

"...ਜੀ ਕੀ ਦੱਸੀਏ ? ਔਕੜ ਵੇਲੇ ਜਾਂ ਤੇ ਫੇਰ ਚੂਹੇ ਮਾਰ ਲਈਦੇ ਸੀ। ਜੰਗਲ ਫਰੋਲ ਲਈਦਾ ਸੀ ਜੀ ਚੂਹਿਆਂ ਲਈ ! ਸਹਿਆ ਜਾਂ ਕੋਈ ਰੋਝ ਮਾਰਨ ਦਾ ਸਾਨੂੰ ਹੁਕਮ ਨਹੀਂ ਸੀ। ਤੇ ਜੇ ਕਿਤੇ ਪਸ਼ੂ ਮਰ ਜਾਏ, ਤਾਂ ਅਸੀਂ ਚਮੜਾ ਕਮਾ ਕੇ ਮਾਲਕ ਨੂੰ ਦੇ ਦਈਦਾ ਸੀ, ਪਰ ਮਾਸ ਨੂੰ ਸੁੱਕਾ ਕੇ, ਭੋਰ ਕੇ, ਚੂਰਾ ਬਣਾ ਲਈਦਾ ਸੀ। ਉਸੇ ਨੂੰ ਔਕੜਾਂ ਵੇਲੇ ਉਬਾਲ ਲਈਦਾ ਸੀ ਜੀ ਤਾਂਬੀਏ 'ਚ।" ਇਕ ਹੋਰ ਨੇ ਖੁਲਾਸਾ ਕੀਤਾ।

"...ਪਰ ਸਿਆਲਾਂ ਦੇ ਦਿਨੀਂ ਕੀ ਕਰਦੇ ਹੋਵੋਗੇ? ਸਿਆਲਾਂ 'ਚ ਤੇ ਕਈ ਵਾਰ ਕੁਛ ਵੀ ਨਹੀਂ ਲੱਭਦਾ।" ਬਾਬਾ ਬੁੱਢਾ ਜੀ ਨੇ ਪੇਂਡੂ ਅਭਿਆਸ 'ਚੋਂ ਸਹਿਵਨ ਹੀ ਪੁੱਛ ਲਿਆ।

"ਬੋਲਦੇ ਨਹੀਂ – ਭਲਿਓ ਲੋਕੋ।" ਉਹਨਾਂ ਨੂੰ ਚੁੱਪ ਵੇਖ ਕੇ ਗੁਰੂ ਸਾਹਿਬ ਬੋਲੇ।

"ਸੱਚੇ ਪਾਤਸ਼ਾਹ। ਕੀ ਦੱਸੀਏ? ਹੱਲ ਤੇ ਸਿਆਲਾਂ ਦਾ ਵੀ ਅਸੀਂ ਕੱਢ ਲਿਆ ਹੋਇਆ ਸੀ। ਭੁੱਖ ਨਾਲ ਨਹੀਂ, ਅਸੀਂ ਤੇ ਵੱਡੇ-ਵੱਡੇਰਿਆਂ ਦੇ ਕੋਹਣ ਨਾਲ ਮਰ ਚੱਲੇ ਆਂ। ਅੱਤ ਭੁੱਖ ਦੇ ਦਿਨੀਂ ਅਸੀਂ ਚਾਟੀਵਿੰਡ ਤੋਂ ਪਾਰ ਜੰਗਲ 'ਚ ਲੰਘ ਜਾਂਦੇ ਸਾਂ ਤੇ ਇਕ-ਦੋ ਜੰਗਲੀ ਕੁੱਤੇ ਮਾਰ ਲਿਆਦੇ ਸਾਂ। ਜਦੋਂ ਉਹਨਾਂ ਦਾ ਮਾਸ ਮੁੱਕ ਜਾਂਦਾ, ਹੋਰ ਮਾਰ ਲਿਆਂਦੇ ਸਾਂ। ਪਾਤਸ਼ਾਹ! ਸਾਡਾ ਬੜਾ ਮੰਦਾ ਹਾਲ ਸਾਈ।" ਇਕ ਮਾਂਦੇ-ਮਰੇੜੇ ਬੁੱਢੇ ਨੇ, ਜਿਹੜਾ ਮੁਖੀਏ ਦੇ ਬਰਾਬਰ ਖੜ੍ਹਾ ਸੀ, ਅਰਜ਼ ਗੁਜ਼ਾਰੀ।

ਸਭ ਪਾਸੇ ਚੁੱਪ ਛਾ ਗਈ। ਕਈਆਂ ਨੂੰ ਵਿਚੋਂ ਘਿਣਾ ਨਾਲ ਉਲਟੀ ਆਣ ਵਾਲੀ ਹੋ ਗਈ। ਸੰਗਤਾਂ ਵਿਚੋਂ ਚੰਦ ਔਰਤਾਂ ਕੁੱਤੇ ਵਾਲੀ ਗੱਲ ਸੁਣਕੇ ਕਚਿਆਣ ਨਾਲ ਮਨ ਭਾਰੀ ਕਰ ਬੈਠੀਆਂ। ਆਖਰ ਸੱਚੇ ਪਾਤਸ਼ਾਹ ਨੇ ਹੀ ਚੁੱਪ ਤੋੜੀ –

"ਬਾਬਾ ਜੀ, ਪਹਿਲਾਂ ਇਹਨਾਂ ਨੂੰ ਲੰਗਰ ਛਕਾਉ। ਫੇਰ ਜਗ੍ਹਾ ਦੇ ਦਿਉ, ਤਾਂ ਕਿ ਰਾਤ ਤੱਕ ਇਹ ਕੋਈ ਛੰਨਾਂ, ਛੱਪਰੀਆਂ ਬੰਨ੍ਹ ਲੈਣ।"

"ਜੀ ਪਾਤਸ਼ਾਹ।" ਬਾਬਾ ਜੀ ਉੱਠ ਖੜੋਤੇ।

ਏਨੇ ਨੂੰ ਉਸੇ ਨੰਗੀ ਭੀੜ ਵਿਚੋਂ ਦੋ ਸਰੀਰ ਬਾਹਰ ਆਏ। ਲੱਕ ਉਹਨਾਂ ਦੇ ਲਹੂ ਲਿਬੜੀਆਂ ਤਹਿਮਤਾਂ ਸਨ। ਤਹਿਮਤਾਂ ਤੇ ਗੰਦੀ ਰੱਸੀ ਬੰਨ੍ਹ ਕੇ ਨਿੱਕੀਆਂ ਛੁਰੀਆਂ ਬੰਨ੍ਹੀਆਂ ਹੋਈਆ ਸਨ। ਅਗੇ ਹੋ ਕੇ ਉਹਨਾਂ ਸੱਚੇ ਪਾਤਸ਼ਾਹ ਨੂੰ ਸਲਾਮ ਕੀਤੀ ਤੇ ਅਰਜ ਗੁਜ਼ਾਰੀ –

"ਖੁਦਾਵੰਦਾ! ਅਸੀਂ ਵੀ ਅਰਜ ਲੈ ਕੇ ਆਏ ਹਾਂ। ਸਾਡੀ ਵੀ ਝੋਲੀ ਖ਼ੈਰ ਪਾ।" ਉਹਨਾਂ ਵਿਚੋਂ ਇਕ ਨੇ ਕਿਹਾ।

"... ਹਾਂ ਦੱਸੋ। ਤੁਹਾਡੀ ਝੋਲੀ ਖਾਲੀ ਨਹੀਂ ਜਾਣ ਦਿਆਂਗੇ। ਦੱਸੋ, ਦੱਸੋ?" ਮਹਾਰਾਜ ਨੇ ਕਿਹਾ।

"ਅਸੀਂ ਕਸਾਈ ਆਂ! ਇਹਨਾਂ ਦੇ ਲਾਣੇ ਵਿਚੋਂ ਹੀ ਆਂ। ਪਰ ਮਲਕ ਹੁਰਾਂ ਦੇ ਕਾਜ਼ੀ ਨੂੰ ਕੁਛ ਕਸਾਈ ਚਾਹੀਦੇ ਸਨ। ਉਹਨਾਂ ਨੇ, ਪਰੂੰ-ਪਰਾਰ ਤੋਂ ਵੀ ਕਿਤੇ ਪਹਿਲੋਂ ਦੀ ਗੱਲ ਆ, ਸਾਡੇ ਹੱਥਾਂ ਤੇ ਸੂਫੀ ਅੰਬ ਸ਼ਾਹ ਕੋਲੋ ਬੈਤ ਕਰਾ ਦਿੱਤੀ ਸੀ। ਹੁਣ ਕਲਮਾ ਤੇ ਪੜ੍ਹ ਲਿਆ ਏ। ਪਰ ਸਾਨੂੰ ਉਹ ਨਾਲ ਨਹੀਂ ਰਲਾਂਦੇ। ਰਹਿਨੇ ਅਸੀਂ ਆਪਣੇ ਇਹਨਾਂ ਭਰਾਵਾਂ ਨਾਲ ਆਂ। ਜਦੋਂ ਉਹਨਾਂ ਨੂੰ ਪਸ਼ੂ ਹਲਾਲ ਕਰੌਣ ਦੀ ਲੋੜ ਪੈਂਦੀ ਏ, ਉਦੋਂ ਸਾਨੂੰ ਵਗਾਰ ਲਈ ਧੱਕ ਖੜ੍ਹਦੇ ਨੇ।" ਇਕ ਨੇ ਆਪਣੀ ਲਹੂ ਲਿਬੜੀ ਤਹਿਮਤ ਦਾ ਪੱਲਾ ਹੱਥ 'ਚ ਫੜ ਕੇ ਅਰਜ਼ ਕੀਤੀ। ਦੂਸਰੇ ਨੇ ਨੀਵਾਂ ਹੋਕੇ ਮੂੰਹ ਵਿੱਚ ਘਾਹ ਦੀ ਤਿੜ ਦੱਬਾ ਲਈ। ਤਿੜ (ਦੱਬ) ਬੇਨਤੀ ਕਰਨ ਦੀ ਨਿਸ਼ਾਨੀ ਸੀ।

"...ਮੈਂ ਵੇਖ ਲਈ ਏ ਦੱਬ ਤੇਰੇ ਮੂੰਹ ਵਿੱਚ। ਤੂੰ ਵੀ ਅਰਜ ਕਰ ਛੱਡ। ਮਹਾਰਾਜ ਨੇ ਤੈਨੂੰ ਵੀ ਖਾਲੀ ਨਹੀਂ ਤੋਰਨਾ।" ਬਾਬਾ ਬੁੱਢਾ ਜੀ ਨੇ ਹੱਸ ਕੇ ਕਿਹਾ।

"ਖੁਦਾਵੰਦਾ। ਇਹਨਾਂ ਦੀਆਂ ਛੰਨ ਕੋਲ ਇਕ-ਅੱਧ ਛੰਨ ਸਾਡੀ ਵੀ ਪਵਾ ਦੇਹ।

ਅਸੀਂ ਉਹਨਾਂ ਦੇ ਵੱਸ ਨਹੀਂ ਰਹਿਣਾ ਚਾਹੁੰਦੇ। ਕਸਾਈ ਅਸੀਂ ਨਹੀਂ। ਕਸਾਈ ਤੇ ਉਹ ਨੇ ਅਸਲ 'ਚ ! ਪਿਛਲੇ ਵਰ੍ਹੇ ਉਹਨਾਂ ਸਾਡੀ ਨਿੱਕੀ ਜਿਹੀ ਗਲਤੀ ਤੇ ਮੇਰਾ ਛੋਹਰ ਵੱਟੇ-ਇੱਟਾਂ ਮਾਰ-ਮਾਰ ਕੇ ਮਾਰ ਦਿੱਤਾ ਸੀ।" ਘਾਹ ਦੀ ਤਿੜ ਵਾਲਾ ਬੋਲਿਆ ਤੇ ਰੋਣ ਲੱਗ ਪਿਆ।

"... ਇਹ ਤੇ ਗੱਲ ਹੀ ਕੋਈ ਨਹੀਂ। ਖੱਬੀ ਬਾਹੀ ਤੁਹਾਡੀ ! ਸੱਜੀ ਉਹਨਾਂ ਦੀ ! ਤੁਸੀਂ ਵੀ ਉਥੇ ਹੀ ਛੰਨਾਂ ਪਾ ਲਉ।" ਗੁਰੂ ਜੀ ਨੇ ਨਬੇੜਾ ਕਰ ਦਿੱਤਾ।

"... ਜੀ ਪਾਤਸ਼ਾਹ। ਇਕ ਬੰਨੇ 'ਕੁੱਤੀ ਵਿਹੜਾ' ਤੇ ਦੂਜੇ ਬੰਨੇ 'ਕਸਾਈ ਵਿਹੜਾ"। ਇਥੇ ਵਾਹਵਾ ਰੌਣਕ ਰਹਿਸੀ ਮਾਰਾਜ।" ਮੋਹਰੀ ਜੀ ਨੇ ਕਿਹਾ। ਇਹ ਪਤਾ ਨਹੀਂ ਸੀ ਲਗਾ ਕਿ ਮੋਹਰੀ ਜੀ ਨੇ ਦਿਲੋਂ ਕਿਹਾ ਕਿ ਵਿਅੰਗ ਕੀਤਾ ਸੀ? ਕਿਉਂਕਿ ਨਾਨਕ ਨਿਰੰਕਾਰੀ ਦੀ ਗੱਦੀ ਵਲੋਂ ਕੁਛ ਵੀ ਕੀਤਾ ਜਾਣਾ ਸੰਭਵ ਸੀ। ਪਰ ਮੋਹਰੀ ਜੀ ਨੂੰ ਆਪਣੇ ਖੱਤਰੀ ਹੋਣ ਦਾ ਵੀ ਕਿਧਰੇ ਡੂੰਘਾ, ਧੁਰ ਅੰਦਰ ਮਾਣ ਸੀ। ਅੱਜ ਉਹ ਮਾਣ ਥੋੜ੍ਹਾ ਔਖਾ ਹੋ ਰਿਹਾ ਸੀ।

"... ਸਭ ਗੁਰੂ ਦੀ ਬਖਸ਼ਿਸ਼ ਏ ਮੋਹਰੀ ਜੀ। ਅਸੀਂ ਕੌਣ ਆਂ?" ਗੁਰੂ ਸਾਹਿਬ, ਜੋ ਦਿਲ ਦੀਆਂ ਦਿਲ 'ਚ ਬੁੱਝ ਲੈਂਦੇ ਸਨ, ਕਹਿਣ ਲੱਗੇ।

****

ਬਾਬਾ ਬੁੱਢਾ ਜੀ ਉਹਨਾਂ ਨੂੰ, ਸਾਰਿਆਂ ਨੂੰ, ਸਮੇਤ ਝਿੜੀ ਵਿੱਚ ਲੁਕੀ ਸੰਗਤ ਦੇ, ਲੰਗਰ ਛਕਾਣ ਲੈ ਗਏ ਸਨ। ਕਾਫੀ ਦੇਰ ਮਗਰੋਂ ਉਹ ਇਕੱਲੇ ਪਰਤੇ ਤੇ ਸੱਚੇ ਪਾਤਸ਼ਾਹ ਦੇ ਬਿਲਕੁਲ ਨਜ਼ਦੀਕ ਆ ਕੇ ਚਰਨਾਂ ਕੋਲ ਬੈਠ ਗਏ ਤੇ ਅਰਜ ਕੀਤੀ -

"ਸੱਚੇ ਪਾਤਸ਼ਾਹ! ਲੰਗਰ ਤੇ ਛਕਾ ਦਿੱਤੈ ! ਪਰ ਕਿੰਨੀ ਓ ਸੰਗਤ ਚੁੱਪ ਕਰਕੇ ਖਿਸਕ ਗਈ ਏ। ਇਹਨਾਂ ਢੇਡਾਂ ਨਾਲ ਬਹਿ ਕੇ ਲੰਗਰ ਛੱਕਣ ਲਈ ਤੇਰੇ ਵਿਰਲੇ ਸਿੱਖ ਹੀ ਬੈਠੇ ਰਹੇ ਨੇ। ਬਸ ਉਹੀ, ਜਿੰਨ੍ਹਾ ਨੂੰ ਢੇਡਾਂ ਵਿੱਚੋਂ ਵੀ ਤੂੰ ਹੀ ਦਿੱਸਦਾ ਏਂ !"

ਹਜ਼ੂਰ ਮਹਾਰਾਜ ਕਿੰਨੀ ਦੇਰ ਖਾਮੋਸ਼ ਬੈਠੇ ਰਹੇ। ਫੇਰ ਬਾਬਾ ਬੁੱਢਾ ਜੀ ਦੇ ਕੰਨ ਕੋਲ ਸਰਗੋਸ਼ੀ ਨਾਲ ਕਹਿਣ ਲੱਗੇ -

"ਤੁਸੀਂ ਇਹਨਾਂ ਨੂੰ ਉੱਤਰ ਵਾਲੀ ਬਾਹੀ ਵੱਲ ਥੋੜ੍ਹੀ ਥਾਂ ਦਿਉ। ਕੋਲ ਜੰਗਲ ਵੀ ਹੈ। ਰਾਤ ਤੱਕ ਇਹ ਸਿਰ ਲੁਕਾਣ ਜੋਗੇ ਹੋਣ। ਇਹ ਨਾਨਕ ਦੇ ਦਰਾਬਰ 'ਚ ਆਏ ਨੇ। ਸ਼ਰਾਨਗਤ ਨੂੰ ਕਿਵੇਂ ਸੁੱਟ ਪਾਈਏ? ਵੇਖੀ ਜਾਏਗੀ, ਜੋ ਹੋਏਗਾ !"

"ਪਾਤਸ਼ਾਹ! ਵਧੇਰੇ ਕਰਕੇ ਲਾਹੌਰ ਦੀ ਰੋੜ ਬੰਸ, ਤੇ ਸੁਲਤਾਨਪੁਰ ਲੋਧੀ ਵਲ ਦੀ ਜੱਟ ਬਰਾਦਰੀ ਲੰਗਰ ਛੱਡ ਗਈ ਏ। ਉੱਠ ਕੇ ਚੁੱਪ ਕੀਤੇ ਟੁਰ ਗਏ ਨੇ। ਬਾਕੀ ਰਿਆੜਕੀ ਦੇ ਤੇ ਪਹਾੜ ਦੇ ਪੈਰਾਂ ਦੇ ਕੁਛ ਘੁਮਿਆਰ ਤੇ ਜੱਟ, ਜਿਹੜੇ ਇਕੱਠੇ ਆਏ ਸਨ, ਉਹ ਬੜੇ ਸਿਦਕ ਨਾਲ ਲੰਗਰ ਛੱਕ ਰਹੇ ਨੇ।" ਬਾਬਾ ਬੁੱਢਾ ਜੀ ਨੇ ਤਫ਼ਸੀਲ ਦਿੱਤੀ। ਨਾਲ ਹੀ ਉਹ ਉੱਠ ਕੇ ਦੁਬਾਰਾ ਢੇਡਾਂ ਵੱਲ ਚਲੇ ਗਏ, ਤਾਂ ਕਿ ਉਹਨਾਂ ਨੂੰ ਜਗ੍ਹਾਂ ਦੇ ਨਿਸ਼ਾਨ ਦੇ ਆਣ।

"ਵਾਹ ਮੇਰੇ ਨਾਨਕਾ ! ਨਿਰੰਕਾਰੀਆ ! ਤੇਰੀਆਂ ਤੂੰ ਜਾਣੇ। ਪਰ ਮੇਰੇ ਪੁੱਤਰੋ। ਤੁਸੀਂ ਜਿੰਨੀ ਆਸ ਲੈ ਕੇ ਇਹਨਾਂ ਨਾਨਕ-ਪੰਥੀਆਂ ਕੋਲ ਆਏ ਸਾਉ, ਮੈਨੂੰ ਨਹੀਂ ਭਾਸਦਾ, ਪਈ ਇਹ ਤੁਹਾਨੂੰ ਪੂਰੀ ਤਰ੍ਹਾਂ ਗਲ ਨਾਲ ਲਾ ਲੈਣਗੇ।" ਗੁਰੂ ਰਾਮਦਾਸ, ਸੱਚੇ ਪਾਤਸ਼ਾਹ ਨੇ ਮੂੰਹ ਵਿੱਚ ਇਹ ਅਰਜ ਨਾਨਕ ਨਿਰੰਕਾਰੀ ਦੀ ਆਤਮਾ ਅਗੇ ਕੀਤੀ ਤੇ ਜਵਾਬ ਵਿੱਚ ਜੋ ਉਹਨਾਂ

ਨੂੰ ਅਗਮ-ਨਿਗਮ ਦੀ ਬਾਣੀ ਸੁਣੀ, ਉਹ ਸਿਰਫ ਉਹੀ ਜਾਣ ਸਕੇ ਸਨ। ਪਰ ਉਹਨਾਂ ਦੇ ਮੁਖ ਦੀ ਉਦਾਸੀ ਕਈ ਕੁਛ ਰਹਿ ਰਹੀ ਸੀ।

ਇਸ ਸਾਰੇ ਕੌਤਕ ਨੂੰ ਦੋ ਬਾਲ-ਅੰਞਾਣੇ, ਬਾਲਕ ਅਰਜਨ ਦੇਵ ਅਤੇ ਉਹਨਾਂ ਦਾ ਹੀ ਅੰਗ-ਸਾਕ ਵਿਚੋਂ ਭਰਾ ਲਗਦਾ ਬਾਲਕ ਗੁਰਦਾਸ ਬੜੇ ਗਹੁ ਨਾਲ ਵੇਖ ਰਹੇ ਸਨ। ਉਹਨਾਂ ਦੇ ਮੁਖ-ਮੰਡਲ ਬਾਲਕ ਹੋਣ ਦੇ ਬਾਵਜੂਦ ਕਿਸੇ ਸਿਆਣੀ ਆਭਾ ਨਾਲ ਲਿਸ਼ਕ ਰਹੇ ਸਨ।

****

ਰਾਤ ਜਦੋਂ ਮੈਂ ਸੁੱਤਾ, ਚੰਗਾ ਭਲਾ ਸਾਂ। ਪਰ ਰਾਤ ਜਦੋਂ ਅੱਧ 'ਚ ਹੋਈ, ਭਾਵ ਜਦੋਂ ਪ੍ਰੇਤ-ਆਤਮਾਵਾਂ ਦਾ ਪਹਿਰਾ ਲਗ ਗਿਆ, ਉਦੋਂ ਹੀ ਕਿਤੇ ਮੇਰੀ ਅੱਖ ਖੁਲ੍ਹੀ। ਤੇ ਅੱਖ ਖੁਲ੍ਹੀ ਵੀ ਬੜੇ ਕਸੂਤੇ ਢੰਗ ਨਾਲ! ਅਚਾਨਕ ਮੈਨੂੰ ਲਗਾ ਕਿ ਕੋਈ ਬੜੀ ਬੇਤਰਸੀ ਨਾਲ ਮੇਰੇ ਦੋਵੇਂ ਹੱਥਾਂ ਤੇ ਬੁਰਕ ਪਿਆ ਵੱਢਦੈ! ਮੈਂ ਸ਼ਾਇਦ ਕਿਸੇ ਸੁਪਨੇ ਵਿੱਚ ਵਿਚਰ ਰਿਹਾ ਸਾਂ ਕਿ ਅਰਧ-ਜਾਗਰਨ ਵਿੱਚ, ਇਹਦਾ ਉਸ ਵੇਲੇ ਤੱਕ ਕੋਈ ਅਹਿਸਾਸ ਨਹੀਂ ਸੀ ਹੋਇਆ। ਜਦੋਂ ਮੈਂ ਹੱਥਾਂ ਤੇ ਬੁਰਕ ਵੱਢੀਂਦੇ ਤੱਕੇ ਤਾਂ ਦਰਦ ਨਾਲ ਚੀਕਾਂ ਛੱਡ ਦਿੱਤੀਆਂ। ਕੋਈ ਆਪਣੇ ਕਰੜੇ ਹੱਥਾਂ ਵਿੱਚ ਫੜ ਕੇ ਮੇਰੇ ਦੋਹੇਂ ਹੱਥਾਂ ਤੇ ਬੁਰਕ ਪਿਆ ਵੱਢਦਾ ਸੀ। ਅਜੇ ਦੰਦੀਆਂ ਹੀ ਖੁੱਭੀਆਂ ਸਨ ਤੇ ਲਹੂ ਸਿੰਮਣਾ ਸ਼ੁਰੂ ਹੋਇਆ ਸੀ। ਸੁਪਨੇ ਵਿੱਚ ਹੀ ਮੈਨੂੰ ਆਭਾਸ ਹੋ ਗਿਆ ਕਿ ਮੇਰੇ ਦੋਵੇਂ ਹੱਥਾਂ ਤੇ ਬੁਰਕ ਵੱਢਣ ਵਾਲੀ ਇਹ ਸ਼ੈਅ ਕੋਈ ਜਨਾਨੀ ਐ! ਮੈਨੂੰ ਇਹ ਵੀ ਅਹਿਸਾਸ ਹੋਇਆ ਕਿ ਇਹ ਜਨਾਨਾ ਸ਼ੈਅ ਕੋਈ ਬੜੀ ਬਲਵਾਨ ਤੇ ਰੂਹਾਨੀ ਸ਼ੈਅ ਏ!

ਮੈਂ ਡਰਕੇ ਅੱਖਾਂ ਖੋਹਲ ਦਿੱਤੀਆਂ। ਅਗੇ ਅੱਖਾਂ ਖੁਲ੍ਹੀਆਂ ਵਿੱਚ ਵੀ ਘੁੰਗਰ ਲੇ ਵਾਲਾਂ ਵਾਲੀ ਤੇ ਵੱਡੀਆਂ ਅੱਖਾਂ ਵਾਲੀ, ਕਾਲੇ-ਧੂਤ ਰੰਗ ਦੀ ਲੰਮੀ-ਚੌੜੀ ਜਨਾਨੀ ਮੇਰੇ ਹੱਥਾਂ 'ਤੇ ਬੁਰਕ ਪਈ ਵੱਢਦੀ ਸੀ। ਉਹਦੀਆਂ ਨਾਸਾਂ ਫ੍ਹੀਨੀਆਂ ਤੇ ਉੱਭਰਵੇਂ ਭਰਵੱਟੇ ਸਨ। ਅੱਖਾਂ ਚੌੜੀਆਂ ਤੇ ਖੂਨੀ ਲਿਸ਼ਕ ਭਰੀਆਂ ਸਨ। ਦੰਦ, ਜਿਹੜੇ ਦੁੱਧ-ਚਿੱਟੇ ਤੇ ਮਜਬੂਤ ਸਨ, ਮੇਰੇ ਲਹੂ ਨਾਲ ਲਿਬੜੇ ਦਿੱਸਦੇ ਸਨ। ਮੈਂ ਚੀਕ ਮਾਰਕੇ ਸੱਜਾ ਹੱਥ ਛੁਡੌਣਾ ਚਾਹਿਆ ਤਾਂ ਖੱਬੇ ਅੰਤਾਂ ਦੀ ਦਰਦ ਹੋਈ। ਮਰਦੇ ਨੇ ਖੱਬੇ ਵੰਨੀ ਵੇਖਿਆ ਤਾਂ ਬਿਲਕੁਲ ਉਹੋ ਜਿਹੀ ਇਕ ਹੋਰ ਜਨਾਨਾ ਮੂਰਤ ਮੇਰਾ ਹੱਥ ਪਈ ਖਾਵੇ। ਸਾਹਮਣੇ ਵੇਖਿਆ ਤਾਂ ਉਹੋ ਹੀ ਮੂਰਤ ਸਾਹਮਣੇ ਵੀ ਖੜ੍ਹੀ ਦਿੱਸੇ। ਮੈਂ ਚੀਕਾਂ ਮਾਰਦਿਆਂ ਕਿਹਾ –

"ਹਾਏ! ਹਾਏ ਛੱਡ ਦੇਹ! ਮੈਂ ਮਰ ਗਿਆ!"

"ਵੇਖਦਾ ਕੀ ਏਂ? ਜਿਧਰ ਮਰਜੀ ਆ, ਵੇਖ ਲੈ! ਮੈ ਚਾਰੇ ਪਾਸੇ ਖੜੋਤੀ ਆਂ ਘੇਰ ਕੇ ਤੈਨੂੰ!"

ਮੈਂ ਭਾਵੇਂ ਦਰਦ ਨਾਲ ਮਰਨ ਡਿਹਾ ਸਾਂ, ਪਰ ਮੈਂ ਮੂਲ-ਮੰਤਰ ਦਾ ਪਾਠ ਕਰਨਾ ਸ਼ੁਰੂ ਕਰ ਦਿੱਤਾ।

"...ਕਰੀ ਜਾਹ ਪਾਠ! ਪਾਠਾਂ ਨਾਲ ਨਹੀਂ ਤੂੰ ਮੇਰੇ ਕੋਲੋਂ ਬਚਣ ਲਗਾ!" ਉਸ ਲੰਮੀ-ਚੌੜੀ ਜਨਾਨੀ ਨੇ ਮੈਨੂੰ ਕਿਹਾ ਤੇ ਫਿਰ ਆਪੇ ਹੀ ਮੇਰੇ ਹੱਥ ਛੱਡ ਦਿੱਤੇ। ਹੱਥ ਛੁਟਦਿਆਂ ਹੀ ਮੈਂ ਕੱਛਾਂ ਵਿੱਚ ਦੇ ਲਏ। ਦਰਦ ਨਾਲ ਮੇਰਾ ਬੁਰਾ ਹਾਲ ਸੀ। ਹੀਆ ਕਰਕੇ ਮੈਂ ਪੁੱਛ ਹੀ ਲਿਆ –

"ਕੌਣ ਆਂ ਤੂੰ? ਤੇ ਮੈਂ ਤੇਰਾ ਕੀ ਵਗਾੜਿਆ?"

"ਮੈਂ "ਆਦਿ ਮਾਤਾ" ਹਾਂ! ਇਸ ਜਗਤ ਦੀ ਮੂਲ ਰਚਨਾ ਦੀ ਜਣਨੀ। ਬਾਕੀ ਸਭ ਮਾਤਾਵਾਂ ਮੇਰੇ ਵਿਚੋਂ ਹੀ ਨਿਕਲੀਆਂ ਨੇ। ਮੈਨੂੰ ਧਿਆਨ ਨਾਲ ਵੇਖ !" ਉਹ ਗਰਜਵੀਂ ਅਵਾਜ਼ ਵਿੱਚ ਕਹਿਣ ਲੱਗੀ।

...ਦਰਦ ਦੀ ਵਿਆਕੁਲਤਾ ਤੋਂ ਉਪਰ ਉੱਠ ਕੇ ਮੈਂ ਅੰਚਭੇ ਵਿੱਚ ਆ ਗਿਆ। ਫੇਰ ਮੈਂ ਧਿਆਨ ਨਾਲ ਉਹਦੇ ਵਲ ਤੱਕਣ ਲਗ ਪਿਆ। ਕਾਲਾ-ਸ਼ਾਹ ਪਿੰਡਾ ਸੀ ਉਹਦਾ, ਤੇ ਕਾਲੀਆਂ ਗਦਰਾਈਆਂ ਛਾਤੀਆਂ ਲਮਕ ਰਹੀਆਂ ਸਨ। ਵੱਡੀ ਗੱਲ ਇਹ ਕਿ ਉਹਨਾਂ ਨੰਗੀਆਂ ਛਾਤੀਆਂ ਵਿੱਚੋਂ ਦੁੱਧ ਦੀਆਂ ਬੂੰਦਾਂ ਸਿੰਮ ਕੇ ਸਰੀਰ ਤੇ ਵੱਗ ਰਹੀਆਂ ਸਨ। ਮਾਤਾ ਧੁਰ ਤੱਕ ਹੀ ਨੰਗੀ ਸੀ। ਸਿਰਫ ਪੈਰਾਂ ਵਿੱਚ ਹਰੇ ਪੱਤੇ ਤੇ ਜੰਗਲੀ ਫੁੱਲ ਬੰਨ੍ਹੇ ਹੋਏ ਸਨ। ਜੀਭ ਦੀ ਲਾਲੀ ਗੱਲ ਕਰਦਿਆਂ ਸਾਖਸ਼ਾਤ ਦਿੱਸਦੀ ਸੀ।

"ਪਰ ਮਾਤਾ! ਮੇਰਾ ਕੀ ਕਸੂਰ ਏ? ਮੇਰੇ ਹੱਥਾਂ ਤੇ ਚੱਕ ਤੂੰ ਐਂਵੇ ਹੀ ਵੱਢੇ।" ਮੈਂ ਡਰਦੇ ਨੇ ਜਿਰਾਹ ਕੀਤੀ।

"ਤੂੰ ਕਾਂਗ ਨਹੀਂ, ਜਿਹੜਾ ਕਹਾਣੀਆਂ ਪੌਂਦਾ ਰਹਿੰਦਾ ਏ?" ਉਹਨੇ ਫੱਟ ਕਿਹਾ।

"ਆਹੋ ਮਾਤਾ! ਇਹਦਾ ਮਤਲਬ, ਤੂੰ ਮੈਨੂੰ ਜਾਣਦੀ ਏ?" ਮੈਂ ਹੈਰਾਨ ਸਾਂ।

"ਮੈਂ ਸਾਰੇ ਸੰਸਾਰ ਨੂੰ ਜਾਣਦੀ ਆਂ। ਇਕ-ਇਕ ਨੂੰ! ਤੇ ਸਾਰਿਆਂ ਨੂੰ ਸਿੱਝ ਵੀ ਲਵਾਂਗੀ, ਜਿਹੜੇ ਮੇਰੇ ਬੱਚਿਆਂ ਨੂੰ ਮੰਦਾ ਬੋਲਦੇ ਤੇ ਮੰਦਾ ਤਕੌਂਦੇ ਨੇ।" ਉਹ ਫੇਰ ਗੁੱਸੇ ਵਿੱਚ ਆ ਗਈ ਸੀ।

"...ਪਰ ਮਾਤਾ! ਮੈਂ ਕਦ ਤੇਰੇ ਕਿਸੇ ਬੱਚੇ ਨੂੰ ਮੰਦਾ ਬੋਲਿਐ, ਜਾਂ ਮੰਦਾ ਤਕਾਇਐ?" ਮੈਂ ਡਰਦੇ ਨੇ ਤਰਕ ਕੀਤਾ।

"ਅੱਜ ਸ਼ਾਮੀ ਜਦੋਂ ਤੂੰ ਹਰੀਮੰਦਰ ਵਲੋਂ ਔਂਦਾ ਪਿਆ ਸੈਂ, ਤੇਰੇ ਸਾਥੀਆਂ ਨੇ ਮੇਰੇ ਬੱਚੇ "ਬੰਟੀ ਮਸੀਹ" ਨੂੰ ਗਾਹਲਾਂ ਕੱਢੀਆਂ ਕਿ ਨਹੀਂ?" ਮਾਤਾ ਕਹਿਰਵਾਨ ਹੋਕੇ ਕਹਿਣ ਲਗੀ।

"ਪਰ ਮਾਤਾ! ਮੈਂ ਤੇ ਕੁਛ ਨਹੀਂ ਸੀ ਨਾ ਕਿਹਾ, ਤੇਰੇ ਉਸ ਲਗਦੇ "ਬੰਟੀ ਮਸੀਹ" ਨੂੰ? ਨਾਲੇ ਮੈਂ ਤੇ ਉਹਦੇ ਪੋਤੜਿਆਂ ਦਾ ਵਾਕਫ਼ ਹਾਂ। ਪੀੜ੍ਹੀਆਂ ਦਾ ਜਾਣੂੰ। ਉਹ ਤੇ ਪੀੜ੍ਹੀਆਂ ਤੋਂ ਸਾਲੇ ਸ਼ਰਾਬੀ ਤੇ ਗੰਦੇ ਬੰਦੇ ਨੇ। ਇਹਨਾਂ ਚੂਹੜਿਆਂ ਸਾਲਿਆਂ ਤੇ ਨਸ਼ੇ ਆਲੀ ਹੱਦ ਮੁੱਕਾ ਦਿੱਤੀ ਏ!" ਮੈਂ ਨਾਲੇ ਡਰ ਰਿਹਾ ਸਾਂ, ਨਾਲ ਅੱਕੇ ਹੋਏ ਨੇ ਸੱਚ ਵੀ ਬੋਲਿਆ।

"ਤਾਂ ਹੀ ਤੇ ਤੇਰੇ ਹੱਥਾਂ ਤੇ ਚੱਕ ਵੱਢੇ ਨੇ। ਸ਼ੁਕਰ ਕਰ, ਤੇਰੀ ਜੀਭ ਨਹੀਂ ਵੱਢੀ, ਜਿਹੜੀ ਗੰਦ ਬੱਕਦੀ ਪਈ ਏ! ਇਹ ਸਾਰੇ ਮੇਰੇ ਪੁੱਤਰ ਨੇ। ਇਹ ਮੇਰੇ "ਸ਼ਿਵ ਭੋਲੇ" ਦੇ ਬੱਚੇ ਨੇ। ਏਸ ਸੰਸਾਰ ਦੇ ਮਾਲਕ! ਤੇ ਤੂੰ...? ਚਵਲੇ ਜਹਾਨ ਦੀਏ। ਬਜਾਇ ਆਪਣੇ ਲੇਖਕੀ-ਕਰਮ ਦੇ, ਤਰਸ ਕਰਨ ਦੀ ਥਾਂ ਆਪਣੇ ਸਾਥੀਆਂ ਦੀ ਬਕੜਵਾਹ ਸੁਣਦਾ ਰਿਹਾ...! ਤਾਂ ਹੀ ਤੇਰੇ ਹੱਥਾਂ ਤੇ ਬੁਰਕ ਭਰੇ ਨੇ।" ਮਾਤਾ ਕਹਿਣ ਲਗੀ।

ਮੈਂ ਮੁੜ ਡਰ ਗਿਆ ਕਿ ਕਿਧਰੇ ਆਦਿਮਾਤਾ ਫੇਰ ਨਾ ਕਹਿਰਵਾਨ ਹੋ ਜਾਏ। ਕੁਛ ਸੁੱਝਿਆ ਨਾ। ਫੇਰ ਮੈ ਗੱਲ ਬਦਲਣ ਲਈ ਕਹਿ ਦਿੱਤਾ -

"ਮਾਤਾ ਤੂੰ ਹੀ ਕਾਲੀ ਐਂ...?"

"ਹਾਂ ਮੈਂ ਹੀ ਕਾਲੀ, ਮੈਂ ਹੀ ਜਗਦੰਬੇ ਤੇ ਮੈਂ ਹੀ ਸਤੀ ਹਾਂ ! ਤੇ ਨਾਲੇ ਸੁਣ ਲੈ। ਤੇਰੇ ਗੁਨਾਹ ਮੈਂ ਤਾਂ ਬਖਸ਼ਾਂਗੀ, ਜੇ ਤੂੰ ਮੇਰੇ ਬੱਚਿਆਂ ਨਾਲ ਸੈਆਂ-ਹਜ਼ਾਰਾਂ ਵਰ੍ਹਿਆ ਤੋਂ ਹੋਈ ਬਦਸਲੂਕੀ ਦੀ, ਤੇ ਪਸ਼ੂਆਂ ਤੋਂ ਵੀ ਬਦਤਰ ਹੋਏ ਵਿਹਾਰ ਦੀ ਗੱਲ ਲਿਖੇਂਗਾ। ਨਹੀਂ ਤੇ ਤੇਰਾ ਖ਼ਾਤਮਾ ਕਰ ਦਿਆਂਗੀ। ਸਮਝੇ ?" ਉਹਨੇ ਗਰਜ ਕੇ ਕਿਹਾ।

"...ਪਰ ਮਾਤਾ। ਮੈਂ ਕੀ ਲਿਖੂੰ ?" ਮੈਨੂੰ ਸੁੱਝੇ ਕੁਝ ਨਾ, ਮੈਂ ਡਰਦੇ ਨੇ ਕਹਿ ਹੀ ਦਿੱਤਾ।

"ਇਹ ਤੂੰ ਜਾਣ। ਤੂੰ ਕਾਹਦੀ ਕਥਾਕਾਰੀ ਕਰਦੈ ?" ਉਹ ਫੇਰ ਕਹਿਣ ਲਗੀ। ਫੇਰ ਉਹ ਮੇਰੇ ਵੇਖਦਿਆਂ-ਵੇਖਦਿਆਂ ਅਕਾਰ ਵਧਾਣ ਲਗ ਪਈ। ਫੈਲ ਕੇ ਕਮਰੇ ਜਿੱਡੀ ਹੋ ਗਈ। ਫੇਰ ਕਮਰੇ ਨੂੰ ਫੈਲਾਉਣ ਲਗ ਪਈ। ਮੈਂ ਡਰਕੇ ਅੱਖਾਂ ਮੀਟ ਲਈਆਂ। ਜਦ ਖੋਹਲੀਆਂ ਤਾਂ ਉਹ ਗਾਇਬ ਹੋ ਚੁੱਕੀ ਸੀ। ਪਹਿਲੇ ਜਾਪਿਆ ਕਿ ਮੈਂ ਕੋਈ ਸੱਚ ਹੀ ਵੇਖਿਆ ਹੋਣੈ, ਪਰ ਜਦੋਂ ਜਾਗਦੀਆਂ ਅੱਖਾਂ ਨਾਲ ਵੀ ਹੱਥਾਂ ਨੂੰ ਸਾਫ ਵੇਖਿਆ ਤਾਂ ਯਕੀਨ ਹੋ ਗਿਆ ਕਿ ਸਭ ਸੁਫਨਾ ਸੀ। ਹੱਥ ਤੇ ਸਾਫ਼ ਸਨ !

...ਸਵੇਰੇ ਉਠੱਦਿਆਂ ਹੀ ਮੈ ਪਹਿਲੀ ਚਾਹ ਪੀਕੇ ਜਲੰਧਰ ਨੂੰ ਭੱਜ ਆਇਆ। ਬੁੱਢੇ ਮਾਂ-ਪਿਉ ਕਹਿੰਦੇ ਰਹੇ ਕਿ "ਛਾਹ ਵੇਲਾ" ਖਾ ਕੇ ਜਾਹ। ਪਰ ਮੇਰੇ ਦਿਲ ਨੂੰ ਧਰਵਾਸ ਕਿਥੇ ? ਮੈਂ ਹੱਥਾਂ ਨੂੰ ਵੀ ਉਹਨਾਂ ਤੋਂ ਲੁਕੋਈ ਰੱਖਿਆ। ਜਲੰਧਰ ਆਕੇ ਪਹਿਲਾ ਕੰਮ ਮੈਂ ਇਹ ਕੀਤਾ ਕਿ ਹੱਥਾਂ ਤੇ ਖਿਡਾਰੀਆਂ ਵਾਲੇ ਕਾਪ ਜਿਹੇ ਪਾ ਲਏ। ਘਰ ਦੀ ਨੂੰ ਕਹਿ ਦਿੱਤਾ ਕਿ ਬੱਸ ਵਿਚੋਂ ਉਤਰਦਿਆਂ ਹੱਥ ਰਗੜੇ ਗਏ ਨੇ। ਹੱਥ ਤੇ ਚੰਗੇ ਭਲੇ ਸਾਫ਼ ਸੁਥਰੇ ਸਨ, ਪਰ ਮਨ ਅੰਦਰ ਕੋਈ ਡਰ ਸੀ, ਕੋਈ ਭਉ ਸੀ ਕਿ ਬਸਤ !

****

ਰਾਤ ਫੇਰ ਉਹੀ ਗੱਲ ਹੋਈ !

ਚੰਗਾ ਭਲਾ ਸੁੱਤਾ। ਆਖਰੀ ਪਹਿਰ ਦੇ ਖ਼ਾਤਮੇ ਵੇਲੇ ਫੇਰ ਮੇਰੇ ਹੱਥਾਂ ਤੇ ਕਿਸੇ ਨੇ ਬੁਰਕ ਮਾਰੇ। ਮੈਂ ਫੇਰ ਘਾਬਰ ਕੇ ਉੱਠਿਆ। ਫੇਰ ਉਹੀ ਚਿਹਰਾ ! ਮੈਂ ਗਿੜਗਿੜਾ ਕੇ ਜਾਨ ਬਖਸ਼ੀ ਦੀ ਅਰਜੋਈ ਕਰਨ ਲਗਾ :-

"...ਬੱਚੂ ! ਕੀ ਅੰਬਰਸਰ, ਕੀ ਜਲੰਧਰ ? ਕਿਤੇ ਚਲਾ ਜਾਹ। ਤੇਰੀ ਜਾਨ ਬਖਸ਼ੀ ਤਾਂ ਹੀ ਹੋਊ, ਜੇ ਤੂੰ ਮੇਰੇ ਇਹਨਾਂ ਬਾਲਾਂ ਨਾਲ ਹੋਏ ਧਰੋਹ ਦੀ ਕਹਾਣੀ ਪਾਏਂਗਾ। ਨਹੀਂ ਤੇ ਤੇਰੇ ਇਹਨਾਂ ਹੱਥਾਂ ਦਾ ਕੀਮਾ ਕਰਾਂਗੀ। ਏਸ ਸ਼ੁਭ ਕਰਮ ਬਿਨਾਂ ਤੇਰੇ ਇਹ ਚਗਲ ਹੱਥ ਕ੍ਰਿਤੇ ਰਗੜ ਕੇ ਫੋੜੇ ਤੇ ਲੌਣੇ ਆ ਮੈਂ ?" ਮਾਤਾ ਸਪਸ਼ਟ ਸੀ।

"...ਪਰ ਮਾਤਾ ! ਮਾਤਾ ! ਮੈਂ ਲਿਖ ਦਊਂ। ਪਰ ਪਤਾ ਤੇ ਲਗੇ ਕਿ ਮੈਂ ਕੀ ਲਿਖਣੈ ? ਕਿਥੋਂ ਮੈਂ ਸ਼ੁਰੂ ਕਰਾਂ ?" ਮੈਂ ਦੁਹਾਈ ਪਾਈ।

"...ਹਾਅ ਹਾ ! ਆਹ ਤੇ ਹੋਈ ਨਾ ਗੱਲ ! ਠੀਕ ਆਂ ਤੂੰ। ਅਹਿਥੇ ਮੈਂ ਤੇਰੀ ਮਦਤ ਕਰੂੰ। ਤੂੰ ਐ ਕਰ, ਪਈ ਤੂੰ ਨਾ... ਤੂੰ ਐਂ ਕਰ, ਪਿਛੱਲ-ਝਾਤ ਪਾ। ਭੂਤ ਵਲ ਪਰਤ ਜਾਏਂ ਤਾਂ ਤੈਨੂੰ ਬੜਾ ਕੁਛ ਦਿੱਸੂ। ਉਹੀ ਤੂੰ ਅੱਖਰ-ਅੱਖਰ ਲਿਖ ਲਈਂ। ਕਿਹੜਾ ਕੋਈ ਉਚੇਚ ਕਰਨੀ ਪੈਣੀ ਆ ? ਪਰ ਲਿਖੀਂ ਅੱਖਰ-ਅੱਖਰ ਸੱਚ।" ਮਾਤਾ ਨਰਮ ਪੈ ਕੇ ਕਹਿਣ ਲਗੀ।

"ਪਰ ਮਾਤਾ। ਮੇਰੀ ਕੋਈ ਸੀਮਾ-ਰੇਖਾ ਵੀ ਹੋਊ ਕਿ ਨਹੀ? ਪਿੱਛਲ-ਝਾਤ ਤੇ ਮੈਨੂੰ ਪਤਾ ਨਹੀਂ ਕਿੰਨੀ ਕੁ ਪਿਛਾਂਹ ਲੈ ਜਾਊ? ਮੈਂ ਕੀ ਛਡੂੰ, ਤੇ ਕੀ ਲਿਖੂੰ? ਮੈਨੂੰ ਪਤਾ ਤੇ ਹੋਵੇ।" ਮੈਂ ਬੇਨਤੀ ਕੀਤੀ।

"ਚੱਲ ਇਹ ਵੀ ਠੀਕ ਐ। ਤੂੰ ਐ ਕਰ। ਪਈ ਤੂੰ ਹੈਗੈਂ ਪਿਛੋਂ ਅੰਬਰਸਰ ਦਾ। ਤੇ ਮੇਰੇ ਇਹ ਬੱਚੇ "ਰਾਧਾ" ਦੇ ਕਬੀਲੇ ਵਾਲੇ "ਹਸਾਈ" ਵੀ ਇਥੇ ਹੀ ਰਹਿ ਰਹੇ ਨੇ, ਸੈਆਂ ਹਜ਼ਾਰਾਂ ਵਰ੍ਹਿਆਂ ਤੋਂ। ...ਤੂੰ ਐ ਕਰ, ਅੰਬਰਸਰ ਵੱਸਣ ਤੋਂ ਸ਼ੁਰੂ ਕਰ। ਠੀਕ ਐ ਹੁਣ?" ਮਾਤਾ ਨੇ ਗਰਜ ਕੇ ਕਿਹਾ।

"ਠੀਕ ਐ!" ਮੈਂ ਹੱਥ ਜੋੜੇ।

****

ਰਾਤ ਜਦ ਮੈਂ ਬਿਸਰਾਮ ਕਰਨ ਲਗਾ, ਤਾਂ ਮੈਨੂੰ ਪਤਾ ਸੀ ਕਿ ਅੱਜ ਕਥਾ ਅਗੇ ਚਲੇਗੀ। ਮੈਂ ਮਨੋਂ ਤਿਆਰ ਸੀ। ਕਥਾ ਵਾਸਤੇ ਭੂਤ-ਕਾਲ ਵਿੱਚ ਮਾਤਾ ਨੇ ਆਪ ਹੀ ਲੈ ਕੇ ਜਾਣਾ ਸੀ। ਮੇਰਾ ਕੰਮ ਤੇ ਬਸ ਯਾਦ-ਸ਼ਕਤੀ ਨੂੰ ਹੁਕਮ ਦੇਣਾ ਤੇ ਅਗਲੇ ਦਿਨਾਂ ਵਿੱਚ ਬਸ ਕਲਮਬੱਧ ਕਰੀ ਜਾਣ ਦਾ ਸੀ।

...ਸੋ ਅੱਜ ਜਦੋਂ ਮੈਂ ਨੀਂਦ ਦੀ ਗੋਦ ਵਿਚ ਗਿਆ, ਤਾਂ ਪਿੱਛਲ-ਝਾਤ ਆਰੰਭ ਹੋ ਗਈ।

ਕਥਾ ਇਉਂ ਚਲੀ –

ਗੁਰੂ ਰਾਮ ਦਾਸ, ਸੱਚੇ ਪਾਤਸ਼ਾਹ ਉਸ ਝਿੜੀ ਕੋਲ ਆਕੇ ਰੁਕ ਗਏ, ਜਿਥੇ ਕਿੱਕਰਾਂ ਤੇ ਦੇਸੀ ਬੇਰੀਆਂ ਦੇ ਝੁੰਡ ਸਨ। ਇਥੇ ਹੀ ਸਿਰਫ਼ ਇਹ ਬੇਰੀਆਂ ਸਨ, ਜਿਥੇ ਕਿ ਲਾਚੀ ਬੇਰ ਲਗਦੇ ਸਨ। ਦੂਰ ਪਰ੍ਹਾਂ, ਮੋਟੇ ਬੇਰਾਂ ਵਾਲੀਆਂ ਬੇਰੀਆਂ ਸਨ। ਸੱਚੇ ਪਾਤਸਾਹ ਨੇ ਉਥੋਂ ਹੀ ਨਜ਼ਰ ਭਰਕੇ ਸਾਹਮਣੇ ਬਣੇ ਕੁਦਰਤੀ ਤਲਾਅ ਵਲ ਨਿਗਾਹ ਟਿਕਾ ਲਈ। ਉਹਨਾਂ ਦੀਆਂ ਅੱਖਾਂ ਹੁਣ ਨਿਰੇ ਤਲਾਅ ਨੂੰ ਹੀ ਨਹੀਂ ਸਨ ਵੇਖ ਰਹੀਆਂ, ਸਗੋਂ ਉਥੇ ਭਵਿੱਖ ਦੀ ਇਕ ਅਡੋਲ ਲਿਸ਼ਕ ਸੀ। ਪਿਛੇ ਬਾਬਾ ਬੁੱਢਾ ਜੀ ਤੇ ਟਿੱਕਾ ਪ੍ਰਿਥੀ ਚੰਦ ਵੀ ਸਨ। ਮਗਰ ਹੀ ਬਾਬਾ ਮੋਹਰੀ ਜੀ ਸਨ, ਬੁੱਧੂ ਜੀ ਸਨ। ਸੱਚੇ ਪਾਤਸ਼ਾਹ ਨੇ ਪਿਛਾਂਹ ਵਲ ਵੇਖਿਆ ਤੇ ਬਾਬਾ ਬੁੱਢਾ ਜੀ ਨੂੰ ਮੁਖਾਤਬ ਹੋਕੇ ਕਹਿਣ ਲੱਗੇ –

"ਬਾਬਾ ਜੀ! ਸਾਨੂੰ ਮਾਲਕਾਂ ਕੋਲੋਂ ਪਟੇ ਮਿਲ ਗਏ ਹਨ ਨਾ?"

"ਜੀ ਪਾਤਸ਼ਾਹ ਜੀਓ! ਪਟੇ ਮਾਲਕਾਂ ਕੋਲੋਂ ਮਿਲ ਗਏ ਹਨ। ਜਵਾਹਰੀ ਰਾਜਪੂਤ ਦੇ ਲਾਣੇ ਦਾ ਇਕ ਪੁੱਤਰ ਸੂਫ਼ੀ 'ਸ਼ਾਹ ਅਲੀ' ਦਾ ਮੁਰੀਦ ਹੋਕੇ ਮੁਸਲਮਾਨ ਹੋ ਗਿਆ ਸੀ। ਉਹਦਾ ਟੱਬਰ "ਤੁੰਗ ਪਿੰਡ" ਜਾ ਬੈਠਾ ਸੀ। ਇਹ ਸਾਰੀ ਜ਼ਮੀਨ, ਸਮੇਤ ਹਾਅ ਸਾਹਮਣੇ ਵਾਲੇ ਜੰਗਲ ਦੇ, ਉਹਨਾਂ ਕੋਲ ਸੀ। ਅਸੀਂ ਪਹਿਲਾਂ ਤੇ "ਗਿਲਵਾਲੀ" ਪਿੰਡ ਚੱਕਰ ਮਾਰਦੇ ਰਹੇ ਸਾਂ। ਉਥੋਂ ਪਤਾ ਲਗਾ ਕਿ ਇਹ ਜਗ੍ਹਾ ਤੇ ਸਾਰੀ ਮੁਸ਼ਤਰਕਾ ਪੈਲੀ ਆ। ਇਥੇ ਤੇ ਤਿੰਨ੍ਹਾਂ ਪਿੰਡਾਂ ਦਾ ਤਰਿਡਾ ਬਣਦਾ ਜੇ ! ਗਿਲਵਾਲੀ, ਚਾਟੀ ਵਿੰਡ ਤੇ ਸੁਲਤਾਨ ਵਿੰਡ, ਤਿੰਨਾਂ ਪਿੰਡਾਂ ਦੀ ਮੁਸ਼ਤਰਕਾ ਪੈਲੀ ਦਾ ਇਹ ਤਰਿਡਾ ਜਾ ਜੰਗਲ ਨਾਲ ਮਿਲਣੈ?" ਬਾਬਾ ਬੁੱਢਾ ਜੀ ਨੇ ਸਾਰੀ ਤਫ਼ਸੀਲ ਦਿੱਤੀ।

"...ਤੇ ਬਾਬਾ ਜੀ। ਕਿੰਨੇ 'ਚ ਮੁੱਕ-ਮੁੱਕਾ ਹੋ ਗਿਆ ਸੀ ?" ਸੱਚੇ ਪਾਤਸ਼ਾਹ ਨੇ ਐਂਵੇ ਹੀ ਗੱਲ ਕਰਨ ਖਾਤਰ ਗੱਲ ਕੀਤੀ।

"ਪੈਸੇ ਤੇ ਮਹਾਰਾਜ ਜੀ, ਸੱਚੇ ਪਾਤਸ਼ਾਹ ਜੀਓ, ਬਥੇਰੇ ਲੈ ਗਏ ਨੇ ਮਾਰ! ਏਸ ਤਰਿਡੇ ਦੇ ਬਾਰਾਂ ਸੌ ਦਿੱਤੇ ਨੇ। ਪੈਸੇ ਦੀ ਤੇ ਤੋਟ ਹੀ ਕੋਈ ਨਹੀਂ ਸੀ ! ਸੰਗਤਾਂ ਹੋਰ ਦੇਣ ਨੂੰ ਤਿਆਰ ਸਨ। ਇਹ ਤੇ ਬਸ ਆਪ ਜੀ ਦੀ ਨਜ਼ਰ ਸੁੱਵਲੀ ਚਾਹੀਦੀ ਏ।" ਬਾਬਾ ਮੋਹਰੀ ਜੀ ਕਹਿਣ ਲਗੇ।

'—'ਤੇ ਸੇਵਾ ਲਈ ਸੰਗਤ ਤਿਆਰ ਏ ਨਾ ?" ਬੜੀ ਦੇਰ ਦੀ ਨੀਝ-ਟਿਕਾਈ ਨੂੰ ਭੰਗ ਕਰਕੇ ਮਹਾਰਾਜ ਨੇ ਬਚਨ ਕੀਤੇ।

"ਸੰਗਤ ਤੇ ਮਹਾਰਾਜ, ਮਗਧ ਤੇ ਕਾਮਰੂਪ ਦੇਸਾਂ ਤੱਕ ਦੀ ਆਣ ਲਈ ਕਮਰ ਕੱਸੀ ਬੈਠੀ ਏ। ਮਗਧ ਵਾਲਿਆਂ ਤੇ ਅਗੋਂ ਕਲਿੰਗ ਦੇਸ ਤੱਕ ਦੀ ਸੰਗਤ ਨੂੰ ਲਿਆਣ ਦੀ ਹਾਂ ਕੀਤੀ ਹੋਈ ਏ। ਮਸੰਦ ਚੌਂਹੀ ਦਿਸ਼ਾਈ ਜਾ ਚੁੱਕੇ ਨੇ।" ਬਾਬਾ ਬੁੱਢਾ ਜੀ ਬੋਲੇ।

"ਕਾਰ-ਸੇਵਾ ਲਈ ਤਾਂ ਮਹਾਰਾਜ, ਸੇਵਕ ਤੁਹਾਡਾ ਇਸ਼ਾਰਾ ਉਡੀਕ ਰਹੇ ਨੇ।" ਸੇਵਾਦਾਰ ਭਗਤ ਬੁੱਧੂ, ਜਿਹੜਾ ਦਿਨ-ਰਾਤ ਸੇਵਾ ਵਿੱਚ ਲੀਨ ਰਹਿੰਦਾ ਸੀ, ਬੋਲ ਪਿਆ।

"ਤਾਂ ਫਿਰ ਠੀਕ ਐ। ਇਕੋ ਸਮੇਂ ਅਸੀਂ ਏਸ ਹਰਿਮੰਦਰ ਦੀ, ਤੇ ਇਕ ਨਵੇਂ ਸ਼ਹਿਰ ਦੀ, ਨਾਲੋ-ਨਾਲ ਤਾਮੀਰ ਕਰਾਂਗੇ। ਇਹ ਨਾਨਕ ਪਾਤਸ਼ਾਹ ਦੇ ਖਾਬਾਂ ਦੀ ਨਗਰੀ ਬਣੇਗਾ !"

"ਸੱਚੇ ਬਾਤਸ਼ਾਹ! ਜਦੋਂ ਮੈਂ ਗੁਰੂ ਨਾਨਕ ਨਾਲ ਘਰ-ਬਾਰ ਤੇ ਲਵੇਰਾ ਛੱਡ ਕੇ ਰਮਤਾ ਹੋ ਟੁਰਿਆ ਸਾਂ, ਉਦੋਂ ਮੈਂ ਛੇ ਸਾਤੇ ਗੁਰੂ ਜੀ ਨਾਲ ਦਿਨ-ਰਾਤ, ਅੰਗ-ਸੰਗ ਹੋਕੇ ਗੁਜ਼ਾਰੇ ਸਨ। ਉਦੋਂ ਅਸੀਂ ਏਸ ਥਾਂ ਤੋਂ ਵੀ ਲੰਘੇ ਸਾਂ। ਇਹ ਢਾਬ ਉਦੋਂ ਬਸ ਛੱਪੜੀ ਹੀ ਸੀ। ਪਰ ਗੁਰਾਂ ਨੇ ਏਧਰ ਇਸ਼ਾਰਾ ਕਰਕੇ ਮੇਰੇ ਵਲ ਬੜੀ ਰਮਜ਼ ਭਰੀ ਤੱਕਣੀ ਸੁੱਟੀ ਸੀ। ਉਸ ਨਜ਼ਰ ਦਾ ਮਤਲਬ ਮੈਨੂੰ ਹੁਣ ਸਮਝ ਆ ਰਿਹਾ ਐ। ਉਦੋਂ ਤੇ ਅਸੀਂ ਇਥੋ ਲੰਘ ਕੇ, ਤੇ ਪਿੰਡੋਰੀ ਦੇ ਬਾਹਰੋਂ ਫੇਰ ਅੱਚਲ ਦੇ ਰਾਹ ਪੈ ਗਏ ਸਾਂ। ਕੱਥੂ ਨੰਗਲ ਸਤਗੁਰਾਂ ਮੈਥੋਂ ਵਿਦੈਗੀ ਲੈ ਲਈ ਸੀ।" ਬਾਬਾ ਬੁੱਢਾ ਜੀ ਨੇ ਯਾਦਾਂ ਫਰੋਲੀਆਂ।

"...ਬਸ ਬਾਬਾ ਜੀ! ਹੁਣ ਇਹੀ ਰਮਜ਼ ਭਰੀ ਧਰਤੀ, ਤੇ ਇਹੀ ਢਾਬ ਅੰਮ੍ਰਿਤ ਦਾ ਸਰ ਬਣੇਗੀ। ਸਭ ਮਾਈ-ਭਾਈ ਇਥੋਂ ਅੰਮ੍ਰਿਤ ਦੀ ਦਾਤ ਲੈ ਕੇ ਜਨਮ ਸਫਲਾ ਕਰਨਗੇ।" ਗੁਰੂ ਜੀ ਨੇ ਬਚਨ ਕੀਤੇ।

"ਤਾਂ ਠੀਕ ਐ ਜੀ ਫੇਰ! ਅਸੀਂ ਤੇ ਏਸ ਨਵੇਂ ਸ਼ਹਿਰ ਦਾ ਨਾਉਂ ਵੀ ਰੱਖ ਦਿੱਤਾ ਹੈ ਜੀ ਹੁਣੇ ਹੀ।" ਬਾਬਾ ਮੋਹਰੀ ਜੀ ਬੋਲੇ।

"ਚੱਕ ਰਾਮਦਾਸਪੁਰ।" ਨਾਲ ਹੀ ਟਿੱਕਾ ਪ੍ਰਿਥੀ ਚੰਦ ਬੋਲਿਆ।

"ਹਾਂ! ਠੀਕ ਐ! ਚੱਕ ਰਾਮਦਾਸ!" ਬਾਬਾ ਬੁੱਢਾ ਜੀ ਤੇ ਬੁੱਧੂ ਜੀ ਨੇ ਦੁਹਰਾਇਆ।

ਮਹਾਰਾਜ ਮੰਦ-ਮੰਦ ਮੁਸਕਾਂਦੇ ਰਹੇ।

****

ਦੂ ਤੇ ਟੀਂਡੇ ਹੁਰਾਂ ਦਾ ਟੱਬਰ ਵੀ ਤਕਰੀਬਨ ਚਾਰ ਸਦੀਆਂ ਦਾ

ਕੁੱਤੀ ਵਿਹੜੇ ਦਾ ਵਸਨੀਕ ਹੈ। ਰਾਧਾ ਰੰਡੀ, ਬੋਦੂ, ਟੀਂਡਾ ਤੇ ਧਰਮ ਸਿੰਘ ਨਿਹੰਗ,

ਇਹਨਾਂ ਸਭਨਾਂ ਦੇ ਵਡੇਰੇ ਇਕੋ ਸਮੇਂ ਢਿੱਡ ਤੇ ਮੂੰਹ ਤੇ ਚਿੱਪਰਾਂ ਬੰਨ੍ਹ ਕੇ ਗੁਰੂ ਰਾਮਦਾਸ ਅਗੇ ਨਮਸਤਕ ਹੋਏ ਸਨ। ਬੋਦੂ ਤੇ ਟੀਂਡੇ ਹੁਰੀਂ ਸ਼ਿਵ ਭਗਤ ਸਨ ਜਾਂ ਦੇਵੀ ਧਿਓਂਦੇ ਸਨ। ਸਮਾਂ ਪਾਕੇ ਬਾਲਮੀਕੀ ਇਕੱਲੇ ਹੋਣ ਲਗੇ ਤੇ ਇਹ ਰਾਮ ਭਗਤ ਬਣ ਗਏ ਸਨ।

ਨਾ ਹੀ ਬੋਦੂ ਦੇ ਟੱਬਰ ਤੇ ਨਾ ਹੀ ਟੀਂਡੇ ਤੇ ਧਰਮੇ ਨਿਹੰਗ ਦੇ ਟੱਬਰ ਨੇ, ਮਸੀਹੀ ਬਾਣੀ ਪੜ੍ਹੀ ਸੀ। ਇਹਨਾਂ ਦੇ ਨਾਲ ਹੀ ਜਿਹੜਾ ਘਰ ਬਾਲਮੀਕੀ ਰਿਹਾ, ਉਹ 'ਸ਼ੀਸ਼ੇ ਛੁਰੀਮਾਰ' ਦਾ ਘਰ ਸੀ। ਸ਼ੀਸ਼ੇ ਨੂੰ ਮਰਿਆਂ ਤੇ ਖੌਰੇ ਸੱਤਰ ਕੁ ਸਾਲ ਹੋਣ ਲਗੇ ਨੇ, ਪਰ ਉਹਦਾ ਟੱਬਰ 'ਸ਼ੀਸ਼ੇ ਛੁਰੀਮਾਰ' ਦਾ ਕਹੌਂਦਾ ਹੈ। ਸ਼ੀਸ਼ਾ ਉਦੋਂ ਆਪ ਸਿੱਧੀਆਂ ਲੜਾਈਆਂ ਵਿੱਚ ਛੁਰੀਆਂ ਘੱਟ ਹੀ ਮਾਰਦਾ ਰਿਹਾ ਸੀ, ਪਰ ਉਹ ਪੇਸ਼ੇਵਰ ਛੁਰੀਮਾਰ ਮੰਗਤਿਆ ਨਾਲ ਲਾਹੌਰ ਤੇ ਸਿਆਲਕੋਟ ਤੱਕ ਛੁਰੀ ਨਾਲ ਖ਼ੂਨ ਕੱਢ-ਕੱਢ ਕੇ ਪੰਜਾਬਣਾਂ ਨੂੰ ਡਰਾ ਛੱਡਦਾ ਤੇ ਪੈਸੇ, ਟਕੇ ਤੇ ਕਪੜਿਆਂ ਦੀਆਂ ਪੰਡਾਂ ਚੁੱਕ ਲਿਔਂਦਾ। ਲਾਹੌਰਨਾਂ ਵਿਚਾਰੀਆਂ ਗੋਰੀਆਂ-ਚਿੱਟੀਆਂ, ਗਲੀ ਵਿੱਚ ਸਵੇਰੇ ਦਸ-ਗਿਆਰਾਂ ਵਜੇ ਮੰਜੇ ਡਾਹ ਕੇ ਬੈਠੀਆਂ ਹੁੰਦੀਆਂ, ਜਦੋਂ ਸ਼ੀਸ਼ੇ ਤੇ ਉਹਦੇ ਨਾਲ ਦੇ ਛੁਰੀਮਾਰ ਮੰਗਤਿਆ ਦਾ ਗਰੁੱਪ ਪਹੁੰਚ ਜਾਂਦਾ। ਮੂੰਹੋਂ ਕੁਛ ਮੰਗਦੇ ਨਾ, ਪਰ ਪਿੰਡੇ ਆਪਣੇ ਤੇ ਨਿੱਕੇ-ਨਿੱਕੇ ਟੱਕ ਲਾ ਕੇ ਖ਼ੂਨ ਕੱਢ ਲੈਂਦੇ। ਡਰਦੀਆਂ ਸ਼ਹਿਰਨਾਂ 'ਨਾ ਵੀਰ ਵੇ' ਕਹਿੰਦੀਆਂ ਆਟਾ-ਦਾਲ, ਪੈਸੇ ਤੇ ਹੋਰ ਨਿੱਕ-ਸੁੱਕ ਦੇ ਦੇਂਦੀਆਂ ਸਨ।

ਬੋਦੂ ਹੁਰੀਂ ਦੋ ਭਰਾ ਸਨ। ਸੰਤਾਲੀ ਦੀ ਵੰਡ ਵੇਲੇ ਹੀ ਦੋਹੇਂ ਭਰ ਜੁਆਨ ਸਨ। ਬੋਦੂ ਕੋਲ ਜਨਮ ਤੋਂ ਹੀ ਬੜੀ ਬੋਅ ਆਉਂਦੀ ਸੀ। ਅਜੇ ਕਿ ਉਹਨੇ ਕਦੀ ਗੰਦਾ ਨਹੀਂ ਸੀ ਚੁੱਕਿਆ, ਪਰ ਇਹਦੇ ਬਾਵਜੂਦ ਕਹਿੰਦੀਆਂ-ਕੁਹਾਂਦੀਆਂ ਤੇ ਬੋਅ ਸਹਿੰਦੀਆਂ ਚੂਹੜੀਆਂ ਵੀ ਬੋਦੂ ਦੇ ਮੂੰਹ ਤੇ ਪਿੰਡੇ ਵਿਚੋਂ ਆਉਂਦੀ ਭੜਾਸ ਸਦਕਾ 'ਬਹੁੜੀ-ਬਹੁੜੀ' ਕਰ ਜਾਂਦੀਆਂ ਸਨ। ਬੋਦੂ ਤੋਂ ਛੋਟਾ 'ਦੀਸ਼ਾ' ਜਿਲਦਸਾਜ਼ ਸੀ, ਜਿਹੜਾ ਕਿ ਦੇਖਣ-ਪਾਖਣ ਵਿਚ ਸੋਹਣਾ ਤੇ ਬੋਅ-ਰਹਿਤ ਸੀ। ਉਹਨੂੰ ਛੋਟੀ ਉਮਰ ਵਿੱਚ ਹੀ ਦੋ ਰੁਪਏ ਮਹੀਨੇ ਤੇ ਉਹਦੇ ਪਿਉ ਨੇ ਮੁਸਲਮਾਨ ਬੁੱਕ-ਬਾਈਂਡਰਾਂ ਕੋਲ ਬਜ਼ਾਰ ਮਾਈ ਸੇਵਾਂ ਵਿੱਚ ਗਿਰਵੀ ਰੱਖ ਦਿੱਤਾ ਸੀ। ਸਾਲ ਦੇ ਇਕੱਠੇ ਪੰਝੀ ਰੁਪਏ ਐਸੇ ਲਏ ਕਿ ਉਹਨੇ ਸਾਰੀ ਉਮਰ ਜਿਲਦਸਾਜ਼ੀ ਕੀਤੀ। ਦੀਸ਼ਾ ਵੀ ਆਪਣੇ ਭਰਾ ਬੋਦੂ ਵਾਂਗ ਵਹਿਸ਼ੀ ਬੜਾ ਸੀ। ਉਹ ਤੇ ਬੋਦੂ, ਦੋਹੇਂ ਸੁਲਫ਼ਾ ਪੀਣ, ਦੇਸੀ ਸ਼ਰਾਬ ਪੀਣ ਤੇ ਨਿੱਕੇ ਮੁੰਡਿਆ ਨਾਲ ਕੁਕਰਮ ਕਰਨ ਦੇ ਠਰਕੀ ਸਨ। ਬੋਦੂ ਜਮਾਂਦਰੂ ਵਹਿਸ਼ੀ ਸੀ। ਉਹਦਾ ਵਿਆਹ ਬੜੀ ਮੁਸ਼ਕਲ ਉਹਦੇ ਪਿਉ ਨੇ ਨਕਦ ਛਿਲੱੜ ਖਰਚ ਕੇ ਕੀਤਾ, ਪਰ ਵਹੁਟੀ ਨੇ ਸਿਰਫ਼ ਦੋ ਰਾਤਾਂ ਉਸ ਨਾਲ ਕੱਟੀਆਂ। ਤੀਸਰੇ ਦਿਨ ਉਸ ਸਪਸ਼ਟ ਕਹਿ ਦਿੱਤਾ ਸੀ ਕਿ ਬੋਦੂ ਨਾਲ ਨਹੀਂ ਰਹਿਣਾ। ਸੋ ਬਰਾਦਰੀ ਨੇ ਫੈਸਲਾ ਕੀਤਾ ਕਿ ਉਹਨੂੰ ਦੀਸ਼ੇ ਦੇ ਬਿਠਾ ਦਿਉ। ਦੀਸ਼ਾ ਤੇ ਪਹਿਲਾਂ ਤਿਆਰ ਸੀ। ਸੋ ਬੋਦੂ ਦਾ ਪੱਤਾ ਕੱਟਿਆ ਗਿਆ।

ਬੋਦੂ ਦੇ ਸੁਭਾ ਮੁਤਾਬਕ ਹੀ ਪ੍ਰਭੂ ਨੇ ਬੋਦੂ ਨੂੰ ਰੋਜ਼ੀ ਦਿੱਤੀ। ਬੋਦੂ ਨੂੰ ਅੰਗਰੇਜ਼ਾਂ ਨੇ ਹਸਪਤਾਲ ਵਿਚ ਮੁਰਦਿਆਂ ਦੀ ਸੰਭਾਲ ਵਾਲੇ ਕਮਰੇ ਦਾ ਜਮਾਂਦਾਰ ਲਾ ਦਿੱਤਾ। ਉਥੇ ਕੋਈ ਮਾਈ ਦਾ ਲਾਲ ਨਹੀਂ ਸੀ ਕੱਟ ਸਕਦਾ। ਅੰਗਰੇਜ਼ਾਂ ਦਾ ਲਾਇਆ ਬੋਦੂ ਨਵੀਂ ਸਦੀ ਚੜ੍ਹਨ ਤੱਕ ਸਿਵਲ ਅੰਮ੍ਰਿਤਸਰ ਨੇ ਰਿਟੈਰ ਨਹੀਂ ਹੋਣ ਦਿੱਤਾ ਸੀ। ਰਿਟੈਰਮੈਂਟ ਮਗਰੋਂ ਵੀ ਦਿਹਾੜੀ ਤੇ ਰੱਖ ਲਿਆ ਸੀ। ਅੱਸੀ ਟੱਪਿਆ ਹੋਇਆ ਬੋਦੂ ਅਜੇ ਵੀ ਪੋਸਟਮਾਰਟਮ ਵਾਲੇ ਕਮਰੇ ਵਿੱਚੋਂ

ਲਾਸ਼ਾਂ ਦੇ ਟੁਕੜੇ ਮੋਰਚਰੀ ਵਿੱਚ ਲੈ ਜਾਂਦਾ। ਜੇ ਲਾਸ਼ ਦਾ ਵਾਲੀ ਵਾਰਸ ਆ ਜਾਂਦਾ, ਲਾਸ਼ਾਂ ਨੂੰ ਪੈਰ ਜਾਂ ਹੱਥ ਤੋਂ ਰੱਸੀ ਪਾਈ ਖਿੱਚ ਕੇ ਬਾਹਰ ਚਾਨਣ ਵਿੱਚ ਲਿਆਂਦਾ। ਜੇ ਲਾਸ ਸਬੰਧਤ ਲੋਕਾਂ ਦੀ ਹੁੰਦੀ ਤਾਂ ਦਸ-ਵੀਹ ਰੁਪਏ ਲੈਕੇ ਸੌਂਪਦਾ। ਨਹੀਂ ਫੇਰ ਰੱਸੀ ਨਾਲ ਖਿੱਚ ਕੇ ਅੰਦਰ ਸੁੱਟ ਦੇਂਦਾ। ਲਾਵਰਸ ਲਾਸ਼ਾਂ ਹਫਤਾ-ਹਫਤਾ ਰੁਲਦੀਆਂ। ਬੋਦੂ ਹਰ ਤਿੰਨ੍ਹ-ਚਾਰ ਘੰਟੇ ਬਾਅਦ ਅੰਨਗੜ੍ਹ ਤੋਂ ਲਿਆਂਦੀ ਸ਼ਰਾਬ ਦੀ ਬਲੈਡਰ ਵਿਚੋਂ ਪਊਆ ਅੰਦਰ ਮਾਰ ਲੈਂਦਾ। ਹੁਣ ਤੇ ਸੁਖ ਨਾਲ ਉਹਦੇ ਦੋ ਸਰਕਾਰੀ ਅਸਿਸਟੈਂਟ ਵੀ ਸਨ। ਪਰ ਉਹਨਾਂ ਦੀ ਵੀ ਬੋਅ ਨਾਲ ਬਸ ਹੋ ਜਾਂਦੀ ਸੀ। ਉਹ ਬੋਦੂ ਨੂੰ ਹੀ ਹਫ਼ਤੇ ਦਾ ਸੌ-ਪੰਜਾਹ ਦੇ ਕੇ ਬਠਾਈ ਰੱਖਦੇ ਸਨ।

ਦੀਸ਼ੇ ਬੁੱਕ ਬਾਈਂਡਰ ਦੀ ਨੱਬੇ ਦਾ ਸੰਨ ਟੱਪਦਿਆਂ ਹੀ ਮੌਤ ਹੋ ਗਈ ਸੀ। ਉਦੋਂ ਕੁ ਹੀ, ਜਦੋਂ ਕਿਤੇ ਬਿਅੰਤ ਸਿੰਘ ਦੀ ਸਰਕਾਰ ਬਣੀ ਸੀ। ਦੀਸ਼ਾ ਮੁਫ਼ਤ ਦੀ ਰੋਜ਼ ਮਿਲਦੀ ਦੇ ਲਾਲਚ ਵਿੱਚ ਬਹੁਤੀ ਪੀਂਦਾ ਰਿਹਾ ਤੇ ਕਾਂਗਰਸ-ਕਲਚਰ ਲਈ ਸ਼ਹੀਦ ਹੋ ਗਿਆ। ਛੋਟੇ ਭਰਾ ਦੇ ਮਰੇ ਤੇ ਬੋਦੂ ਆਪ ਵੀ ਅੱਧਾ ਮਰ ਗਿਆ ਸੀ। ਉਹ ਹੁਣ ਸਿਵਲ ਹਸਪਤਾਲ ਅੰਦਰ ਹੀ ਦਿਨ ਕੱਟਦਾ ਸੀ।

ਦਰਅਸਲ ਬੋਦੂ ਤੇ ਦੀਸ਼ੇ ਦਾ ਪ੍ਰਸੰਗ ਏਸ ਲਈ ਚੱਲਿਆ ਸੀ, ਕਿ ਦੀਸ਼ੇ ਦੀਆਂ ਦੋਹਤੀਆਂ ਨੇ ਅੰਬਰਸਰ ਸ਼ਹਿਰ ਵਿੱਚ ਡਾਂਸਰਾਂ ਬਣ ਕੇ ਵਖ਼ਤ ਪਾ ਦਿੱਤਾ ਸੀ। ਉਹ ਵਿਆਹਾਂ ਤੇ ਵੱਜਦੇ ਆਰਕੈਸਟਰਾ ਤੇ ਏਨਾ ਤਿੱਖਾ ਡਾਂਸ ਕਰਦੀਆਂ ਕਿ ਬਸ ਸ਼ਰਾਬੀ ਬਰਾਤੀ ਨੋਟ ਵਾਰੀ ਜਾਂਦੇ। ਵੱਡੀ ਗੋਰੀ ਤੇ ਏਨਾ ਤੇਜ਼ੀ ਨਾਲ ਛਾਤੀਆਂ ਭੁੜਕਾਂਦੀ ਕਿ ਵੱਜਦੇ ਸਾਜ਼ਾਂ ਦੀ ਤਾਲ 'ਤੇ ਉਹਦੀਆਂ ਛਾਤੀਆਂ ਭੜਕਦੀਆਂ ਜਾਪਦੀਆਂ। ਛੋਟੀ ਵੀਰਾਂ ਨੇ ਥੋੜ੍ਹੀ ਦੇਰ ਡਾਂਸ ਕੀਤਾ ਤੇ ਫੇਰ ਪੰਡਤਾਂ ਦਾ ਇਕ ਲੋਕਲ ਅੰਬਰਸਰੀ ਗਾਇਕ ਉੱਠਿਆ ਸੀ 'ਪਾਲਾ ਪਟਾਕਾ', ਉਹਦੇ ਨਾਲ ਗੌਣ ਤੇ ਜਾਣ ਲਗ ਪਈ। ਥੋੜ੍ਹੀ ਦੇਰ ਬਾਅਦ ਹੀ ਉਹ ਪਾਲੇ ਤੋਂ ਗਰਭਵਤੀ ਹੋ ਗਈ। ਪਾਲੇ ਦਾ ਟੱਬਰ ਪੰਡਤਾਂ ਦਾ, ਉਹ ਵੀਰਾਂ ਨੂੰ ਲਾਗੇ ਨਾ ਲਗਣ ਦੇਣ। ਵੀਰਾਂ ਨੇ ਥਾਣੇਦਾਰ ਭਗਤ ਰਾਮ ਕੋਲ ਗੱਲ ਕੀਤੀ, ਜਿਹੜਾ ਆਪ ਬਾਲਮੀਕੀ ਸੀ। ਉਹਨੇ ਪਾਲਾ ਢਾਹ ਲਿਆ। ਪਾਲੋਂ ਨੇ ਛਿੱਤਰਾਂ ਤੋਂ ਡਰਦਿਆਂ ਵੀਰਾਂ ਵਿਆਹ ਲਈ ਸੀ। ਪਾਲੇ ਦੇ ਟੱਬਰ ਨੇ ਏਨੀ ਨਮੋਸ਼ੀ ਮੰਨੀ ਕਿ ਉਹ ਰਤਨ ਨਗਰ ਵਾਲਾ ਆਪਣਾ ਘਰ ਪਾਲੇ ਤੇ ਵੀਰਾਂ ਨੂੰ ਦੇ ਕੇ ਆਪ ਫਤਹਿਗੜ੍ਹ ਚੂੜੀਆਂ ਜਾ ਕੇ ਵੱਸ ਗਏ ਸਨ। ਮੁੜ ਉਹ ਕਦੀ ਪਾਲੇ ਵਲ ਨਹੀਂ ਸਨ ਗਏ।

ਗੋਰੀ ਤੇ ਵੀਰਾਂ ਤੋਂ ਵੱਡੀ ਵੀ ਇਕ ਸੀ, ਜਿਹੜੀ ਐਸ ਵੇਲੇ ਤੀਹਾਂ-ਪੈਂਤੀਆਂ ਦੀ ਸੀ। ਉਹ ਬਾਲਮੀਕੀ ਆਸ਼ਰਮ 'ਰਾਮਤੀਰਥ' ਲੰਗਰ ਦੀ ਸੇਵਾ ਕਰਦੀ ਸੀ। ਦੱਸਣ ਵਾਲੇ ਦੱਸਦੇ ਨੇ ਪਈ ਉਹਦੇ ਨਾਲ ਬਚਪਨ ਵਿੱਚ ਹੀ, ਜਦੋਂ ਅਜੇ ਉਹ ਅੱਠਾਂ-ਦਸਾਂ ਸਾਲਾਂ ਦੀ ਸੀ, ਇਕੱਲੀ ਵੇਖ ਕੇ ਦੀਸ਼ਾ ਤੇ ਬੋਦੂ ਮੂੰਹ ਕਾਲਾ ਕਰ ਲੈਂਦੇ ਸਨ। ਕਿਸੇ ਨੇ ਜਦੋਂ ਦੋਹਤੀ ਨਾਲ ਦੋਹਾਂ ਨੂੰ ਮੂੰਹ ਕਾਲਾ ਕਰਦਿਆਂ ਸਿਰ ਤੋਂ ਫੜ ਲਿਆ ਤਾਂ ਉਹਨਾਂ ਨੂੰ ਵਿਹੜੇ ਵਿਚ ਲਿਆ ਕੇ ਛਤਰੌਲ ਕੀਤੀ। ਵਿਹੜੇ ਦੇ ਮਰਦਾਂ ਨੰਗਾ ਕਰਕੇ ਪਹਿਲਾਂ ਉਹਨਾਂ ਦੇ ਚਿੱਤੜ ਕੁੱਟੇ, ਫੇਰ ਢੂਹੀ ਤੇ ਵਾਰੀ ਵਾਰੀ ਸਭਨਾਂ ਨੇ ਥੁੱਕਿਆ। ਫੇਰ ਸਦਾ ਲਈ ਵਿਹੜੇ ਵਿਚੋਂ ਕੱਢ ਦਿੱਤਾ ਸੀ।

ਪਰ ਉਹ ਨਿੱਕੀ ਬੱਚੀ ਕਦੀ ਨਾਰਮਲ ਨਹੀਂ ਸੀ ਹੋਈ। ਉਹਦਾ ਸਿੱਧਰਾਪਨ ਵੇਖ ਕੇ ਅੰਤ ਉਹਦੀ ਮਾਂ ਨੇ ਉਹਨੂੰ ਡੇਰੇ ਚਾੜ੍ਹ ਛੱਡਿਆ ਸੀ।

ਬੋਦੂ ਤੇ ਦੀਸ਼ਾ ਮੁੜ ਕਈ ਸਾਲ ਵਿਹੜੇ ਨਹੀਂ ਸਨ ਵੜੇ। ਇਕ ਵਾਰ ਸ਼ਰਾਬੀ ਹੋ ਕੇ ਦੋਹਾਂ ਆਕੇ ਲਲਕਾਰੇ ਮਾਰਨ ਦਾ ਹੌਂਸਲਾ ਕੱਢਿਆ ਸੀ, ਪਰ ਉਦੋਂ ਹੀ "ਡੂਨੇ-ਪਾਪੜੀ" ਤੇ "ਸ਼ੀਸ਼ੇ ਛੁਰੀਮਾਰ" ਦੇ ਮੁੰਡਿਆਂ ਨੇ ਦੋਹਾਂ ਦੇ ਪੱਟਾਂ ਵਿੱਚ ਚਾਕੂ ਦੇ ਤਰੇਛਵੇਂ ਵਾਰ ਕਰਕੇ ਐਸੇ ਚੀਰੇ ਪਾਏ ਕਿ ਕਈ ਮਹੀਨੇ ਉਹ ਦੋਵੇਂ ਜਰਾਹ ਕੋਲੋਂ ਮਲ੍ਹਮਾਂ ਲੁਆਂਦੇ ਰਹੇ ਸਨ।

ਮੁੜ ਉਹ ਕਦੀ ਵਿਹੜੇ ਦੇ ਅੰਦਰ ਨਹੀਂ ਸਨ ਵੜੇ। ਬਸ ਸਾਹਮਣੇ ਕਸਾਈ ਵਿਹੜੇ ਦੇ ਸਕੂਲ ਦੀ ਕੰਧ ਨਾਲ ਬਣੀ ਥੜ੍ਹੀ ਤੇ ਕਦੀ-ਕਦੀ ਘੰਟਾ, ਅੱਧਾ ਘੰਟਾ ਬਹਿ ਕੇ, ਚੁੱਪ ਚਾਪ ਉੱਠ ਕੇ ਟੁਰ ਜਾਂਦੇ ਸਨ।

ਉਂਜ ਉਥੇ ਉਹਨਾਂ ਬਿਨ੍ਹਾਂ ਕੋਈ ਉਦਰਿਆ ਵੀ ਨਹੀਂ ਬੈਠਾ ਸੀ। ਲੋਕ ਹੁਣ ਬਸ ਦੋਹਾਂ ਨੂੰ ਏਨਾ ਕੁ ਹੀ ਜਾਣਦੇ ਸਨ ਕਿ ਇਹ ਉਹੀ ਬੋਦੂ ਤੇ ਦੀਸ਼ਾ ਨੇ, ਜਿਨ੍ਹਾਂ ਦੀਆਂ ਦੋਹਤੀਆਂ ਡਾਂਸਰਾਂ ਬਣ ਕੇ ਹਜ਼ਾਰਾਂ ਲੱਖਾਂ ਕਮਾਏ ਨੇ, ਤੇ ਹੁਣ ਦੋਵੇਂ ਵਿਹੜੇ ਵਿੱਚ ਨਹੀਂ ਰਹਿੰਦੀਆਂ।

ਬੋਦੂ ਤੇ ਦੀਸ਼ੇ ਦੀ ਬਸ ਇਕੋ ਵਾਰ ਦੁਬਾਰਾ ਚੜ੍ਹਾਈ ਹੋਈ ਸੀ। ਉਦੋਂ ਜਦੋਂ ਅਪਰੇਸ਼ਨ ਬਲੂ-ਸਟਾਰ ਤੋਂ ਮਗਰੋਂ ਦੋਹਾਂ ਨੂੰ ਹਰਮੰਦਰ ਸਾਹਿਬ ਵਿਚੋਂ ਲਾਸ਼ਾਂ ਚੁੱਕਣ ਤੇ ਡੀਜ਼ਲ ਪਾ-ਪਾ ਕੇ ਫੂਕਣ ਦਾ ਠੇਕਾ ਮਿਲਿਆ ਸੀ।

ਅੱਜ ਵੀ ਦੋਹੇਂ ਉਹਨਾਂ ਦਿਨਾਂ ਨੂੰ ਯਾਦ ਕਰਕੇ ਕਹਿ ਛੱਡਦੇ ਨੇ -

"ਉਹ ਵੀ ਕਿਆ ਦਿਨ ਸਨ ।

****

ਜਿਸ ਵੇਲੇ ਸੰਗਤਾਂ ਉੱਸਰ ਰਹੇ ਹਰਮੰਦਰ ਵਲ ਨੂੰ ਨਤਮਸਤਕ ਹੋਣ ਨੂੰ ਜਾਂਦੀਆਂ, ਉਹਨਾਂ ਨੂੰ ਨਿੱਕੀ-ਨਿੱਕੀ ਇੱਟ ਨਾਲ ਉੱਸਰ ਰਿਹਾ ਛੋਟਾ ਜਿਹਾ ਸ਼ਹਿਰ ਵਿਖਾਈ ਦੇਣ ਲਗ ਪੈਂਦਾ ਸੀ। ਚਾਟੀਵਿੰਡ ਤੋਂ ਅੰਦਰ ਆਂਦਿਆਂ ਬਸਤੀ ਰਾਮ ਦੀ ਢਾਬ 'ਤੇ ਵੱਡੇ-ਵੱਡੇ ਸਿੰਗਾਂ ਵਾਲੇ ਬਲਦ ਲੈਕੇ ਬੈਠੇ ਵਪਾਰੀ ਦਿੱਸਦੇ। 'ਲੂਣ ਮੰਡੀ' ਤੇ 'ਦਾਲ ਮੰਡੀ' ਲਈ ਦਿੱਤੀ ਥਾਂ ਵਿਚ ਪਸ਼ੌਰੀਏ ਤੇ ਹੜਪਾ ਦੇ ਵਪਾਰੀ ਆਪਣੀਆਂ ਛੱਪਰੀਆਂ ਪਾਈ ਬੈਠੇ ਦਿੱਸਦੇ ਸਨ। ਮੱਥੇ ਵਾਲੀ ਬਾਹੀ ਵਿਚ ਕੱਟੂ-ਬਾਲੀਆਂ ਤੇ ਬਰਨਾਲੇ ਦੇ ਚਮਾਰ ਆਕੇ ਚਮੜਾ ਕੱਟਣ ਬਹਿ ਗਏ ਸਨ। ਸਭ ਤੋਂ ਵਧ ਰੌਣਕਾਂ ਸੁਨਿਆਰ ਬਜ਼ਾਰ ਤੇ ਕੱਛ-ਗੁਜਰਾਤ ਵਲੋਂ ਆਏ ਮਾਰਵਾੜੀਆਂ ਦੇ ਬਜ਼ਾਰਾਂ ਵਿਚ ਸਨ। ਮਾਰਵਾੜੀ ਆਪਣੇ ਟੱਬਰਾਂ ਸਮੇਤ ਆ ਗਏ ਸਨ। ਉਹਨਾਂ ਦੀਆਂ ਬੀਵੀਆਂ, ਬੱਚੇ ਉੱਸਰ ਰਹੇ ਸ਼ਹਿਰ ਵਿਚ ਥਾਂ-ਥਾਂ ਫਿਰਦੇ ਦਿੱਸਦੇ ਸਨ। ਤੀਵੀਆਂ ਦੇ ਘੱਗਰੇ ਤੇ ਬੱਚਿਆਂ ਦੇ ਪਾਈਆਂ ਉੱਚੀਆਂ ਬੰਡੀਆਂ ਰਾਮਦਾਸਪੁਰ ਤੇ ਮਾਝੇ ਦੇ ਹੋਰ ਪੇਂਡੂ ਭਾਊਆਂ ਲਈ ਅਜਬ ਝਾਕੀ ਪੇਸ਼ ਕਰਦੀਆਂ ਸਨ। ਮਾਰਵਾੜੀ ਔਰਤਾਂ, ਮਰਦ ਤੇ ਬੱਚੇ ਜਿਸ ਨਿਸੰਗਤਾ ਨਾਲ ਵਿਚਰਦੇ ਸਨ, ਉਹ ਤੇ ਮਾਝੇ ਦੇ ਮੋਟੀ ਬੁੱਧ ਦੇ ਭਾਊਆਂ ਲਈ ਅਸਰਦਾਰ ਸ਼ੈਅ ਸੀ। ਸਾਤੇ ਤੋਂ ਵੱਧ ਗਿਣਤੀ ਨਾ ਜਾਣਨ ਵਾਲੇ ਭਾਊਆਂ ਲਈ ਹਜ਼ਾਰਾਂ ਦੀ ਗਿਣਤੀ ਮੂੰਹ ਜ਼ਬਾਨੀ ਕਰਕੇ ਕਾਗਤਾਂ ਤੇ ਲਿਖਦੇ ਮਾਰਵਾੜੀ ਹਊਆ ਸਨ!

ਸੰਗਤ ਸਵੇਰੇ ਵਧੇਰੇ ਕਰਕੇ 'ਆਸਾ ਦੀ ਵਾਰ' ਦੇ ਗਾਇਨ ਵੇਲੇ ਇਕੱਠੀ ਹੁੰਦੀ ਸੀ। ਸਵੇਰੇ ਅੰਮ੍ਰਿਤ ਵੇਲੇ ਆਉਣ ਵਾਲੀ ਸੰਗਤ ਨੇ ਅਕਸਰ ਬਾਬਾ ਬੁੱਢਾ ਜੀ ਕੋਲ ਫਰਿਆਦ ਕੀਤੀ ਸੀ ਕਿ ਗਿਲਵਾਲੀ ਤੋਂ ਟੁਰ ਕੇ, ਚਾਟੀਵਿੰਡ ਦੇ ਨਾਲ-ਨਾਲ ਆਉਂਦੀ ਝੜੀ ਕੋਲੋਂ ਲੰਘਿਆਂ ਸੱਪ ਬਹੁਤ ਪੈਂਦੇ ਸਨ। ਜਾਂ ਫੇਰ ਗਿੱਦੜ ਤੇ ਜੰਗਲੀ ਕੁੱਤੇ ਦੰਦ ਨੰਗੇ ਕਰਕੇ ਸੰਗਤ ਤੇ ਝਈਆਂ ਲੈ-ਲੈ ਪੈਂਦੇ ਸਨ। ਇਹਦਾ ਪਿਛਲੇ ਕਾਫੀ ਚਿਰ ਤੋਂ ਬਾਬੇ ਹੁਰੀਂ ਹੱਲ ਕੱਢਣਾ ਚਾਹੁੰਦੇ ਸਨ, ਪਰ ਕੁਛ ਸੁੱਝ ਨਹੀਂ ਸੀ ਰਿਹਾ। ਉਧਰ ਕਾਰ-ਸੇਵਾ ਵੀ ਜੋਰਾਂ ਤੇ ਸੀ। ਸਰੋਵਰ ਵਿਚ ਜਲ ਦਾ ਸਤਰ ਬਣਿਆ ਰਹੇ, ਇਸ ਲਈ ਆਸ ਪਾਸ ਖੂਹ ਖੋਦੇ ਜਾ ਰਹੇ ਸਨ। ਗੁਰੂ ਕੇ ਮਹਿਲਾਂ ਵਾਲੇ ਖੂਹ ਤੋਂ ਜਲ ਨੂੰ ਸਿੱਧਾ ਸਰੋਵਰ ਵਲ ਲਿਔਣ ਲਈ 'ਹੰਸਲੀਆਂ' ਉਸਾਰੀਆਂ ਜਾ ਰਹੀਆਂ ਸਨ। ਕਾਰ-ਸੇਵਾ ਲਈ ਤੇ ਜਿੰਨੇ ਸਿਰ ਆਉਣ, ਉਨੇ ਥੋੜ੍ਹੇ ਸਨ।

****

ਪਿਛਲੇ ਕੁਝ ਦਿਨਾਂ ਤੋਂ ਸੰਗਤ ਸੌਖ ਮਹਿਸੂਸ ਕਰ ਰਹੀ ਸੀ। ਰਾਹ ਵਿਚ ਨਾ ਹੁਣ ਸੱਪ ਪੈ ਰਹੇ ਸਨ, ਨਾ ਹੀ ਕਦੀ ਗਿੱਦੜ ਜਾਂ ਜੰਗਲੀ ਕੁੱਤੇ ਦਿੱਸੇ ਸਨ।

ਇਹ ਬਾਬਾ ਬੁੱਢਾ ਜੀ ਦੀ ਕਰਾਮਾਤ ਸੀ, ਜਿਨ੍ਹਾਂ ਨੇ ਗੁਰੂ ਰਾਮਦਾਸ ਪਾਤਸ਼ਾਹ ਵਲੋਂ ਕੁੱਤੀ ਵਿਹੜੇ ਵਿਚ ਵੱਸਾਏ ਚੂਹੜਿਆਂ ਨੂੰ ਇਹ ਇਲਾਕਾ ਸੱਪਾਂ, ਗਿੱਦੜਾਂ ਤੇ ਕੁੱਤਿਆਂ ਤੋਂ ਮੁਕਤ ਕਰਨ ਲਈ ਕਿਹਾ ਸੀ। ਬਾਬਾ ਜੀ ਦਾ ਹੁਕਮ ਪਾਕੇ ਸਾਰੇ ਸਰੀਰ ਹੀ ਏਸ ਕੰਮ ਲਗ ਪਏ। ਦਿਨਾਂ ਵਿਚ ਹੀ ਉਥੇ ਚੂਹੇ ਤੱਕ ਲੱਭਣੋ ਹੱਟ ਗਏ ਸਨ।

****

ਪਹਿਲਾਂ-ਪਹਿਲ ਤੇ ਸੰਗਤ ਜਦੋਂ ਉੱਤਰ ਵਲੋਂ ਬਣੇ ਪਹੇ ਤੋਂ ਲੰਘ ਕੇ ਹਰਮੰਦਰ ਨੂੰ ਜਾਂਦੀ ਤਾਂ ਉਥੇ ਚੂਹੜਿਆਂ ਵਲੋਂ ਪਾਏ ਗੰਦੇ ਜਿਹੇ ਛੱਪਰਾਂ ਤੋਂ ਤ੍ਰਹਿੰਦੀਆਂ ਸਨ, ਪਰ ਜਦੋਂ ਸੰਗਤ ਵੇਖਦੀ ਕਿ ਉਹਨਾਂ ਨੂੰ ਵੇਖਦਿਆਂ ਹੀ ਚੂਹੜੇ ਮਰਦ-ਔਰਤਾਂ ਹੱਥ ਜੋੜ ਜੋਰ-ਜੋਰ ਦੀ 'ਨਾਨਕ-ਨਾਨਕ' ਜਾ 'ਬਾਬਾ ਰਾਮਦਾਸ' ਕਹੀ ਜਾਂਦੇ, ਤਾਂ ਉਹਨਾਂ ਦਾ ਡਰ ਤੇ ਹੌਲੀ-ਹੌਲੀ ਚੁੱਕਿਆ ਹੀ ਗਿਆ, ਸਗੋਂ ਇਹ ਪਤਾ ਲਗਣ ਤੇ, ਕਿ ਰਾਹ ਭੁੱਲੇ ਜਾਂ ਫੇਰ ਔਝੜੀਂ ਪਏ ਸ਼ਰਧਾਲੂ ਨੂੰ ਚੂਹੜੇ ਹਰਮੰਦਰ ਦੀ ਬਾਹੀ ਤੱਕ ਸਹੀ-ਸਲਾਮਤ ਛੱਡ ਕੇ ਜਾਂਦੇ ਹਨ, ਟਾਹੀਆਂ ਨੇ ਇਸੇ ਰਾਹ ਤੋਂ ਲੰਘਣਾ ਸ਼ੁਰੂ ਕਰ ਦਿੱਤਾ ਸੀ।

ਚੂਹੜਿਆਂ ਦੀ ਬਸ ਇਕੋ ਵੱਡੀ ਮੁਸ਼ਕਲ ਸੀ। ਉਹ ਰੋਟੀ ਕਮਾਣ ਦੀ ਸੀ। ਮਰਦ ਤੇ ਸਵੇਰੇ ਨਵੇਂ ਉਸੱਰ ਰਹੇ ਬਜ਼ਾਰਾਂ ਵਿਚ ਨਿਕਲ ਜਾਂਦੇ ਤੇ ਮਾਰਵਾੜੀਆਂ ਨਾਲ ਹੱਥ ਵੱਟਾ ਦੇਂਦੇ ਸਨ। ਮਾਰਵਾੜੀ ਸੁੱਚਮ ਤੇ ਰੱਖਦੇ, ਪਰ ਭਿੱਟ ਵੀ ਬਹੁਤੀ ਨਹੀਂ ਸਨ ਵਖਾਂਦੇ। ਲੂਣ ਦੇ ਮੁਸਲਮਾਨ ਵਪਾਰੀ ਤੇ ਭਿੱਟ ਬਿਲਕੁਲ ਨਹੀਂ ਸਨ ਵਖਾਂਦੇ। ਉਹਨਾਂ ਦਾ ਕੰਮ ਕਰਕੇ ਚੂਹੜਿਆਂ ਨੂੰ ਮਾਰਵਾੜੀਆਂ ਜਾਂ ਮੁਸਲਮਾਨ ਵਪਾਰੀਆਂ ਕੋਲੋਂ ਕਈ ਵਾਰ ਕੌਡਾਂ ਮਿਲ ਜਾਂਦੀਆਂ, ਜਾਂ ਤਾਂਬੇ ਦਾ ਨਿੱਕਾ ਪੈਸਾ ਮਿਲ ਜਾਂਦਾ ਸੀ। ਕੌਡਾਂ ਬਦਲੇ ਉਹ ਕਦੀ ਦਾਲ, ਆਟਾ ਜਾਂ ਫੇਰ ਸ਼ਹਿਰ ਸਬਜੀ ਵੇਚਣ ਆਏ ਅਰਾਈਆਂ ਕੋਲੋਂ ਸਬਜੀ ਲੈ ਲੈਂਦੇ। ਜਦ ਕਦੀ ਕਿਤੇ ਵੀ ਕੰਮ ਨਾ ਮਿਲਦਾ, ਉਹ ਕੱਟੂ ਬਾਲੀਆਂ, ਬਰਨਾਲੇ ਦੇ ਚਮਾਰਾਂ ਨਾਲ ਚਮੜਾ ਸਾਫ ਕਰਨ ਵਿਚ

ਹਥ ਵੱਟਾ ਦੇਂਦੇ ਸਨ। ਉਹਨਾਂ ਦੀ ਜੁੱਤੀ ਦੀ ਮੰਗ ਬੜੀ ਸੀ। ਏਸ ਲਈ ਉਹਨਾਂ ਨੂੰ ਲਾਹੇ ਹੋਏ ਚਮੜੇ ਨੂੰ ਧੋਕੇ ਸਾਫ ਕਰਨ ਲਈ ਸਹਾਇਕਾਂ ਦੀ ਹਮੇਸ਼ਾਂ ਲੋੜ ਰਹਿੰਦੀ ਸੀ। ਏਨਾ ਬਦਬੋ ਵਾਲਾ ਕੰਮ ਕਰਨ ਤੋਂ ਤ੍ਰਹਿੰਦੇ ਚਮਾਰ ਜਦੋਂ ਵੀ ਉਹਨਾਂ ਨੂੰ ਕੁੱਤੀ ਵਿਹੜੇ ਦਾ ਚੂਹੜਾ ਮਿਲੇ, ਕੰਮ ਦੇ ਦੇਂਦੇ ਸਨ। ਪਰ ਉਹ ਚੂਹੜਿਆਂ ਤੋਂ ਭਿੱਟ ਬੜੀ ਮੰਨਦੇ ਸਨ। ਨਾਲੇ ਕੰਮ ਲਈ ਜਾਂਦੇ, ਨਾਲ ਦੂਰ-ਦੂਰ ਕਰੀ ਜਾਂਦੇ। ਸ਼ਾਮ ਨੂੰ ਪਰ ਬੜੀ ਦਰਿਆ ਦਿਲੀ ਨਾਲ ਚੂਹੜੇ ਦੀ ਫੈਲਾ ਕੇ ਵਿਛਾਈ ਚਾਦਰ ਤੇ ਇਕ ਜਾਂ ਦੋ 'ਪੜੋਪੀਆਂ' ਕਣਕ ਦੇ ਦਾਣੇ ਪਾ ਦੇਂਦੇ ਸਨ।

...ਚੂਹੜਿਆਂ ਲਈ ਕਣਕ ਬੜੀ ਨਿਆਮਤ ਸੀ।

ਉਂਜ ਤੇ ਗੁਰੂ ਰਾਮਦਾਸ ਵਲੋਂ ਦਿਨ-ਰਾਤ ਲਾਏ ਲੰਗਰ ਵਿਚ ਉਹਨਾਂ ਲਈ ਥਾਂ ਸੀ। ਗੁਰੂ ਰਾਮਦਾਸ ਉਹਨਾਂ ਨੂੰ ਆਪ ਹੱਥੀ ਬੜੀ ਪ੍ਰੀਤ ਨਾਲ ਡਾਲੀ ਲਿਆਏ ਸਿੱਖਾਂ ਦੇ ਪਰਸ਼ਾਦੇ ਪਰੋਸਦੇ, ਜਾਂ ਲੋਹ-ਲੰਗਰ ਤੋਂ ਤਾਜੇ ਬਣਦੇ ਪਰਸ਼ਾਦੇ ਚੁੱਕ ਉਹਨਾਂ ਦੀ ਝੋਲ ਭਰਦੇ। ਪਰ ਜਿਉਂ ਹੀ ਚੂਹੜੇ ਹਰਮੰਦਰ ਦੀ ਬਾਰੀ ਟੱਪ ਕੇ ਕੁੱਤੀ ਵਿਹੜੇ ਦੇ ਰਾਹ ਪੈਂਦੇ, ਖੱਤਰੀਆਂ ਦੇ, ਪੰਡਤਾਂ ਦੇ ਮੁੰਡੇ ਉਹਨਾਂ ਨੂੰ ਸੋਟੀਆਂ ਨਾਲ ਛੱਲੀਆਂ ਵਾਂਗ ਕੁੱਟਦੇ। ਉਹਨਾਂ ਦੇ ਨਾਲ ਮਾਝੇ ਦੇ ਬੂਝੜ ਜੱਟਾਂ ਦੇ ਡੂਸ਼ ਵੀ ਉਹਨਾਂ ਦੀ ਫੂਕ ਛੱਕ ਕੇ ਰਲ ਜਾਂਦੇ ਤੇ ਚੂਹੜਿਆਂ ਦੀ ਬੜੀ ਦੁਰਗਤ ਹੁੰਦੀ। ਮੂੰਹ ਉਹਨਾਂ ਬੰਨ੍ਹੇ ਹੁੰਦੇ, ਇਸ ਲਈ ਉਹ ਗੁਰੂ ਕੋਲ ਸ਼ਿਕਾਇਤ ਕਰਦੇ ਵੀ ਤੇ ਕੀਹਦੀ ? ਹਾਰ ਕੇ ਉਹਨਾਂ ਨੂੰ ਸਮਝ ਆ ਗਈ ਕਿ ਲੰਗਰ ਛੱਕਣ ਤੋਂ ਬਾਦ ਹੀ ਉਹਨਾਂ ਨੂੰ ਇਹ ਵਿਸ਼ੇਸ਼ ਮਾਰ ਪੈਂਦੀ ਸੀ।

ਉਹਨਾਂ ਲੰਗਰ ਜਾਣਾ ਬੰਦ ਕਰ ਦਿੱਤਾ, ਬਸ ਕਦੀ-ਕਦੀ ਹਰਮੰਦਰ ਦੀ ਉਸਾਰੀ ਵੇਖ ਰਹੇ ਸੱਚੇ ਪਾਤਸ਼ਾਹ ਨੂੰ, ਜਾਂ ਉਹਨਾਂ ਦੇ ਹਮਦਰਦ ਬਾਬਾ ਬੁੱਢਾ ਜੀ ਨੂੰ ਮੱਥਾ ਟੇਕ ਜਾਂਦੇ ਸਨ। ਫੇਰ ਬੜੀ ਹਸਰਤ ਨਾਲ ਕਾਰ-ਸੇਵਾ ਕਰ ਰਹੀਆਂ ਸੰਗਤਾਂ ਵਲ ਵੇਖ ਕੇ ਪਰਤ ਜਾਂਦੇ ਸਨ।

ਕੁੱਤੀ ਵਿਹੜੇ ਵਾਲਿਆਂ ਲਈ ਸਭ ਤੋਂ ਵੱਧ ਮੌਜ ਭਰਿਆ ਦਿਹਾੜਾ ਉਦੋਂ ਹੁੰਦਾ ਸੀ, ਜਦੋ ਕਦੀ ਉਹ ਬਾਬੇ ਬੁੱਧੂ ਨਾਲ ਰਲ ਕੇ ਲੰਗਰ ਛੱਕਦੇ ਸਨ। ਬਾਬਾ ਬੁੱਧੂ ਤੇ ਉਹਦੀ ਮੰਡਲੀ ਦੀ ਗੁਰੂ-ਘਰ ਵਿਚ ਅਨਿੰਨ ਸ਼ਰਧਾ ਸੀ। ਉਹ ਸਾਰੇ ਹਰਮੰਦਰ ਦੀ ਕਾਰ-ਸੇਵਾ ਵਿਚ ਲਗੇ ਹੋਏ ਸਨ। ਵਿਚੋਂ ਕਈ ਆ ਜਾਂਦੇ, ਕਈ ਟੁਰ ਜਾਂਦੇ ਸਨ। ਸਾਰੇ ਹੀ ਹੱਥਾਂ ਦੇ ਕਾਰੀਗਰ ਸਨ। ਬਹੁਤਿਆਂ ਦੇ ਅੱਟਣਾਂ ਭਰੇ ਹੱਥ ਤੇ ਟਾਕੀਆਂ ਵਾਲੇ ਲੀੜੇ ਹੁੰਦੇ ਸਨ। ਬੁੱਧੂ ਦੇ ਆਪਣੇ ਚੋਲੇ ਤੇ ਕੱਛੇ ਤੇ ਅਨੇਕਾਂ ਟਾਕੀਆਂ ਸਨ। ਇਹ ਲੋਕ ਸਨ, ਜਿਹੜੇ ਮਹੀਨੇ, ਦੋ ਮਹੀਨੀਂ ਇਕ, ਦੋ ਦਿਨ ਹੱਥੀ ਸੇਵਾ ਕਰਨ ਦੀ ਸੁਖਣਾ ਸੁੱਖਦੇ, ਤੇ ਫੇਰ ਬੁੱਧੂ ਦੇ ਆਵੇ ਤੇ ਆ ਜਾਂਦੇ। ਸੁੱਖਣ ਸੁੱਖੀ ਪੂਰੀ ਕਰਕੇ ਪਰਤ ਜਾਂਦੇ ਸਨ। ਘਰੋਂ ਆਉਣ ਵੇਲੇ ਰਸਦ ਦੀ ਪੋਟਲੀ ਨਾਲ ਲਿਆਂਦੇ ਸਨ, ਜਾਂ ਬੁੱਧੂ ਦੇ ਲੰਗਰ ਵਿਚ ਲੱਕੜ ਜਾਂ ਜਲ ਦੀ ਸੇਵਾ ਕਰਦੇ, ਜੂਠੇ ਭਾਂਡੇ ਮਾਂਜਣ ਦੀ ਸੇਵਾ ਕਰਦੇ।

ਬੁੱਧੂ ਦਾ ਲੰਗਰ ਚਾਰ ਪਹਿਰ ਵਿਚੋਂ ਸਿਰਫ਼ ਇਕ ਪਹਿਰ ਲਗਦਾ। ਤਿੰਨ੍ਹ ਪਹਿਰ ਬੁੱਧੂ ਵੀ ਭੁੱਖਾ ਰਹਿੰਦਾ ਤੇ ਸਿਰਫ਼ ਇਕੋ ਪਹਿਰ ਰੱਜ ਕੇ ਲੰਗਰ ਛਕਦਾ। ਸੰਗਤ ਉਹਦੀ ਆਪਣੀ ਸੀ, ਉਹ ਵੀ ਬੁੱਧੂ ਦੀ ਪ੍ਰੀਤ ਵਿਚ ਬੱਝੀ ਇਕੋ ਪਹਿਰ ਖਾਂਦੀ। ਸਿਰਫ ਬਾਲ-ਅੰਞਾਣਿਆਂ ਤੇ ਬਿਰਧਾਂ ਲਈ ਵੱਖਰੇ ਪ੍ਰਬੰਧ ਸਨ। ਦੁਪਹਿਰੇ ਸੂਰਜ ਜਦ ਸਿਰ 'ਤੇ ਹੁੰਦਾ, ਬੁੱਧੂ ਲੰਗਰ ਲਈ

ਉੱਚੀ ਆਵਾਜ਼ ਵਿਚ ਬੇਨਤੇ ਤੇ ਬੇਨਤੇ ਕਰੀ ਜਾਂਦਾ। ਕੁੱਤੀ ਵਿਹੜੇ ਵਾਲੇ ਜੇ ਕਿਤੇ ਕੋਲ ਹੁੰਦੇ, ਉਹਨਾਂ ਨੂੰ ਚਾਅ ਚੜ੍ਹ ਜਾਂਦਾ। ਸਾਰੇ ਭੱਜ ਕੇ ਬੁੱਧੂ ਦੇ ਆਵੇ ਦੇ ਬਾਹਰਵਾਰ ਕਰਕੇ ਬੈਠ ਜਾਂਦੇ। ਸੰਗਤ ਆਈ ਵੇਖ ਬੁੱਧੂ ਬਾਬਾ ਬਸ ਇਕੋ ਹੋਕਰਾ ਮਾਰਦਾ –

'ਬਈ ਸੰਗਤ ਭੁੱਖੀ ਨਾ ਜਾਵੇ। ਗੁਰੂ ਰਾਮਦਾਸ ਦਾ ਦਰ ਐ ਬਈ। ਸਾਰੇ ਮਾਈ-ਭਾਈ ਛੱਕੋ!"

... ਤੇ ਬਸ ਜਿਵੇਂ ਕ੍ਰਿਸ਼ਮਾ ਵਾਪਰ ਜਾਂਦਾ। ਉਹਨਾਂ ਵਰਗੇ ਜਾਪਦੇ ਕਿੰਨੇ ਹੀ ਕਿਰਤੀ ਉਹਨਾਂ ਨਾਲ ਆ-ਆ ਕੇ ਬੈਠੀ ਜਾਂਦੇ, ਤੇ ਵਰਤੌਣ ਵਾਲੇ ਵੀ ਉਹਨਾਂ ਵਰਗੇ ਘਸਮੈਲੇ ਚਿਹਰੇ, ਅਧੋਰਾਣੇ, ਪਾਟੇ ਲੀੜਿਆਂ ਵਾਲੇ ਤੇ ਮਸਕੀਨ ਬੰਦੇ ਹੁੰਦੇ। ਲੰਗਰ ਕਦੀ ਨਾ ਘੱਟਦਾ ਤੇ ਅੰਤ ਛਕਣ ਵਾਲੇ ਹੀ 'ਬੱਸ' ਕਰ ਉੱਠ ਜਾਂਦੇ।

ਉਹਨਾਂ ਚੂਹੜਿਆਂ ਸਮੇਤ ਸਾਰੀ ਸੰਗਤ ਨੂੰ ਹੀ ਯਕੀਨ ਸੀ ਕਿ ਨਾਨਕ ਪੰਥੀ 'ਬੁੱਧੂ ਬਾਬੇ' ਕੋਲ ਰਿੱਧੀਆਂ ਵੱਸ ਹਨ, ਇਸੇ ਲਈ ਉਹਦੇ ਕੋਲ ਕੋਈ ਤੋਟ ਨਹੀਂ ਸੀ ਆਉਂਦੀ।

****

ਕਦੀ-ਕਦੀ ਕੁੱਤੀ ਵਿਹੜੇ ਵਾਲਿਆਂ ਨੂੰ ਉਦੋਂ ਬੜੀ ਮੌਜ ਲਗਦੀ ਸੀ, ਜਦ ਕਿਤੇ ਬਣ ਰਹੇ ਸ਼ਹਿਰ ਵਿਚ ਕੋਈ ਮਰ ਜਾਂਦਾ ਸੀ। ਵਧੇਰੇ ਕਰਕੇ ਮੁਰਦਾ ਫੂਕਣ ਲਈ ਉਹਨ੍ਹਾਂ ਦੇ ਬੰਦੇ ਹੀ ਸੱਦੇ ਜਾਂਦੇ ਸਨ। ਮਗਰੋਂ ਪਿੰਡ-ਦਾਨ, ਮਰਗ-ਦਾਨ ਵੇਲੇ ਵੱਖ ਵੱਖ ਇਲਾਕਿਆਂ ਤੋਂ ਆਏ ਸਾਰੇ ਸਿੰਧੀ, ਗੁਜਰਾਤੀ, ਮਾਰਵਾੜੀ, ਪੰਜਾਬੀ ਵਪਾਰੀ ਚੂਹੜਿਆਂ ਨੂੰ ਕੁਝ ਨਾ ਕੁਝ ਦੇਂਦੇ। ਮਰੇ ਬੰਦੇ ਦੇ ਕਪੜੇ-ਬਿਸਤਰਾ ਵੀ ਮਿਲ ਜਾਂਦਾ। ਭੋਜਨ ਤੋਂ ਮਗਰੋਂ ਬਚੀ ਸਾਰੀ ਜੂਠ ਉਹਨ੍ਹਾਂ ਨੂੰ ਪੱਤਲਾਂ ਸਣੇ ਚੁੱਕਾ ਦਿੱਤੀ ਜਾਂਦੀ ਸੀ।

...ਅਗਲੇ ਦੋ ਦਿਨ ਤੇ ਸਾਰਾ ਲਾਣਾ ਹੀ ਬੜੀ ਮਸਤੀ ਵਿਚ ਫਿਰਦਾ। ਸਭ ਨੂੰ ਬਰਾਬਰ ਰੋਟੀ ਦੇ ਬੱਚੇ ਟੋਟੇ, ਚੌਲ ਤੇ ਸਬਜ਼ੀ ਵੰਡੀ ਜਾਂਦੀ। ਮਰਗ ਤੋਂ ਆਈ ਕੋਈ ਸ਼ੈਅ ਖਰਾਬ ਨਾ ਕੀਤੀ ਜਾਂਦੀ। ਬਰਾਬਰੀ ਨਾਲ ਸਭ ਨੂੰ ਹੀ ਮਿਲਦਾ, ਭਾਵੇਂ ਕਣਕ ਦਾ ਇਕ ਦਾਣਾ ਹੀ ਮਿਲੇ। ਕਪੜੇ ਤੇ ਬਿਸਤਰਾ ਸਭ ਤੋਂ ਲੋੜਵੰਦਾਂ ਨੂੰ ਮਿਲਦੇ, ਜਾਂ ਫਿਰ ਉਦੋਂ ਮੌਜ ਲਗਦੀ ਸੀ, ਜਦੋਂ ਹਰਮੰਦਰ ਸਾਹਿਬ ਦੇ ਮੱਥੇ ਵਲ ਬੈਠੇ ਚਮਾਰ ਕਿਸੇ ਬੌਲਦ ਜਾਂ ਮੱਝ, ਕੱਟੀ ਦੇ ਮਰਨ 'ਤੇ ਸੱਦਦੇ ਸਨ। ਮਰੇ ਪਸ਼ੂ ਦੀ ਖੱਲ ਲਾਹ ਕੇ ਚਮਾਰਾਂ ਨੂੰ ਦੇਣੀ ਹੁੰਦੀ ਸੀ, ਤੇ ਬਸ! ਮਿੱਝ, ਚਰਬੀ ਤੇ ਮੋਟਾ ਮਾਸ ਸਾਰੇ ਕਬੀਲੇ ਦਾ ਹੁੰਦਾ ਸੀ। ਉਦੋਂ ਕਈ-ਕਈ ਦਿਨ ਕੁੱਤੀ ਵਿਹੜੇ ਦੇ ਘਰ ਵਿਚਲੇ ਹਰ ਤਾਂਬੀਏ ਵਿਚ ਚਰਬੀ ਉਬਲਦੀ ਤੇ ਚੁਲ੍ਹੇ ਅੱਗ ਬਲਦੀ ਸੀ।

ਮਰੇ ਹੋਏ ਪਸ਼ੂ ਦੇ ਪੌੜ ਤੇ ਨਰਮ ਹੱਡ ਉਹਨਾਂ ਦੇ ਗੁਆਂਢ ਰਹਿੰਦੇ ਕਾਦਰ ਤੇ ਸਦਾਕਤ ਕਸਾਈ ਮੁਫਤ ਵਿਚ ਹੀ ਕੱਟ ਕੇ ਟੋਟੇ ਕਰ ਦੇਂਦੇ ਸਨ। ਫੇਰ ਉਹ ਟੋਟੇ ਮਾੜੇ ਦਿਨਾਂ ਲਈ ਲੂਣ ਲਾਕੇ ਸੁੱਕਾ ਲਏ ਜਾਂਦੇ ਸਨ। ਕਾਦਰ ਤੇ ਸਦਾਕਤ ਤੇ ਉਹਨਾਂ ਦਾ ਕਬੀਲਾ ਬੜੇ ਅੱਲ੍ਹਾ-ਲੋਕ ਤੇ ਤਰਸਵਾਨ ਸਨ। ਉਹਨਾਂ ਦੀ ਰੋਟੀ ਚੰਗੀ ਚਲਦੀ ਸੀ, ਕਿਉਂਕਿ ਉਹ ਹਰ ਰੋਜ਼ ਹੀ ਹੁਣ ਮੁਗਲਾਂ ਦੀ ਛਾਉਣੀ ਗਊਆਂ ਜਿਬ੍ਹਾ ਕਰਨ ਟੁਰੇ ਰਹਿੰਦੇ ਸਨ। ਉਹਨਾਂ ਨੂੰ ਨਕਦ ਉਜਰਤ ਵੱਖ ਮਿਲਦੀ ਸੀ ਤੇ ਵਾਪਸੀ ਤੇ ਨਾਨ ਤੇ ਮਾਸ ਵੱਖ ਮਿਲਦਾ ਸੀ। ਕਾਦਰ ਤੇ ਸਦਾਕਤ ਦੇ ਵਡੇਰਿਆਂ ਨੂੰ ਵੀ ਗੁਰੂ ਰਾਮਦਾਸ ਜੀ ਵੱਲੋਂ ਥਾਂ ਮਿਲਦੀ ਸੀ।

ਉਂਜ ਉਹ ਹੈ ਵੀ ਤੇ ਉਹਨਾਂ ਵਿਚੋਂ ਸਨ। ਅਜੇ ਵੀ ਮੁੰਡੇ ਕੁੜੀਆਂ ਇਕ ਦੂਜੇ ਵਲ ਵਿਆਹ ਲੈਂਦੇ ਸਨ। ਕਾਦਰ ਹੁਰੀਂ ਨਾਂ ਦੇ ਹੀ ਮੁਸੱਲੀ ਸਨ, ਨਮਾਜ਼ ਨਹੀਂ ਸਨ ਪੜ੍ਹਦੇ, ਤੇ ਨਾ ਹੀ ਕਦੀ ਜੁੰਮੇ ਰਾਤ ਨੂੰ ਚਿਰਾਗ ਕਰਦੇ ਜਾਂ ਮਸੀਤੇ ਜਾਂਦੇ ਸਨ।

ਉਧਰ ਕੁੱਤੀ ਵਿਹੜੇ ਦੇ ਬੱਚੇ ਤੀਂਵੀਆਂ, ਜਿਹੜੇ ਵਧੇਰੇ ਕਰਕੇ ਅੱਧ ਭੁੱਖੇ ਹੀ ਰਹਿੰਦੇ ਸਨ, ਅਕਸਰ ਕਿਸੇ ਦੀ ਮਰਗ ਜਾਂ ਕਿਸੇ ਪਸ਼ੂ ਦੇ ਮਰਨ ਦੀ ਖਬਰ ਉਡੀਕਦੇ ਰਹਿੰਦੇ ਸਨ।

****

ਸ਼ਹਿਰ ਦੀਆਂ ਰੌਣਕਾਂ ਹੌਲੀ-ਹੌਲੀ ਪਰਤ ਰਹੀਆਂ ਸਨ। 1991-92 ਦੀਆਂ ਇਲੈਕਸ਼ਨਾਂ ਵਿਚ ਕਾਂਗਰਸ ਨੇ ਤਿੰਨ-ਚਾਰ ਪਰਸੈਂਟ ਵੋਟਾਂ ਪਵਾ ਕੇ ਹੀ ਹੂੰਝਾ ਫੇਰੂ ਜਿੱਤ ਪ੍ਰਾਪਤ ਕਰ ਲਈ ਸੀ। ਕੋਈ ਐਮ.ਐਲ.ਏ ਚਾਰ ਸੌ ਵੋਟ ਲੈ ਗਿਆ, ਕੋਈ ਦੋ ਸੌ! ਤੇ ਕੋਈ ਇਕ ਸੌ ਪੰਝੀ ਕੁ ਵੋਟਾਂ ਨਾਲ ਹੀ ਐਮ.ਐਲ.ਏ ਬਣ ਗਿਆ ਸੀ। ਬਲਵੰਤ ਸਿੰਘ ਏਸ ਹੂੰਝਾ-ਫੇਰੂ ਜਿੱਤ ਨਾਲ ਮੁੱਖ ਮੰਤਰੀ ਬਣ ਚੁੱਕਾ ਸੀ। ਕਾਂਗਰਸ ਨੇ ਇਸ ਜਿੱਤ ਤੋਂ ਮਗਰੋਂ ਬਾਕੀ ਸਾਰੇ ਹਿੰਦੋਸਤਾਨ ਵਿਚੋਂ ਇਸ ਜਿੱਤ ਦਾ ਲਾਹਾ ਲੈਣਾ ਸੀ, ਇਸ ਲਈ ਏਜੰਸੀਆਂ ਨੂੰ ਹੁਕਮ ਸੀ ਕਿ ਸਾਰੇ ਸਰਕਾਰੀ ਖਾੜਕੂ, ਕੈਟ, ਮੁਖਬਰ ਤੇ ਲੁਟੇਰੇ ਵਾਪਸ ਸੱਦ ਲਵੋ! ਪੰਜਾਬ ਵਿਚ ਅੱਤਵਾਦ ਦੇ ਸਫਾਏ ਦਾ ਪ੍ਰਭਾਵ ਦਿਉ ਤੇ ਰੌਣਕਾਂ ਵਾਲਾ ਮਾਹੌਲ ਲੈ ਕੇ ਆਉ!

ਪੰਜਾਬ ਦਾ ਮਸ਼ਹੂਰ ਕੈਟ, ਕਾਂਗਰਸੀਆਂ ਦਾ ਯੂਥ ਆਗੂ ਇਕਵਿੰਦਰ ਸਿੰਘ ਏਸੇ ਵਿਹੜੇ ਦੀਆਂ ਸੌ-ਡੇਢ ਸੋ ਵੋਟਾਂ ਨਾਲ ਜਿੱਤਿਆ ਸੀ। ਕਦੀ ਕੋਈ ਵੇਲਾ ਸੀ, ਜਦੋਂ ਉਹ ਸ਼ਹਿਰ ਦਾ ਮਸ਼ਹੂਰ ਸੱਟੇਬਾਜ਼ ਤੇ ਸਾਈਕਲ-ਚੋਰ ਹੋਇਆ ਕਰਦਾ ਸੀ। ਫੇਰ ਉਹ ਪੰਜ-ਦਸ ਰੁਪਏ ਰੋਜ਼ 'ਤੇ ਕਾਂਗਰਸ ਦੇ ਜਲਸਿਆਂ ਤੇ ਝੰਡਾ ਚੁੱਕ ਕੇ ਵੀ ਜਾਣ ਲਗ ਪਿਆ। ਮਜਬੂਰਨ ਪੁਲਸ ਨੂੰ 'ਸਾਈਕਲ ਚੋਰਾਂ' ਦੇ ਰਜਿਸਟਰ ਵਿਚੋਂ ਉਹਦੀ ਫੋਟੋ ਕੱਢਣੀ ਪਈ। ਕਾਂਗਰਸ ਨੂੰ ਹਮੇਸ਼ਾ ਅਪਰਾਧੀ ਪਿਛੋਕੜ ਦੇ ਬੰਦੇ ਬੜੇ ਰਾਸ ਆਉਂਦੇ ਰਹੇ ਹਨ। ਇਕਵਿੰਦਰ ਨੂੰ ਕਾਂਗਰਸ ਬੜੀ ਰਾਸ ਆਈ। ਤਰੱਕੀ ਕਰਦਾ ਉਹ ਐਮ.ਐਲ.ਏ ਬਣ ਗਿਆ। ਹਾਲਾਤ ਇਥੋਂ ਤੱਕ ਸਾਜ਼ਗਾਰ ਹੋਏ ਕਿ ਉਹ ਸੈਂਟਰ ਦੇ ਚੀਫ਼ 'ਬਾਬਾ ਚੁੱਪ ਸ਼ਾਹ' ਦਾ ਵੀ ਖਾਸ ਕਰਿੰਦਾ ਬਣ ਗਿਆ ਸੀ। ਬਾਬਾ ਚੁੱਪ ਸ਼ਾਹ ਕਾਂਗਰਸ ਦੀ ਦਿੱਲੀ ਦੀ ਸਰਬਉੱਚ ਹਸਤੀ ਸੀ।

ਇਹ ਇਕਵਿੰਦਰ ਐਮ.ਐਲ.ਏ ਬਣਨ ਤੋਂ ਬਾਦ ਕੁੱਤੀ ਵਿਹੜੇ ਤੇ ਬੜਾ ਮਿਹਰਬਾਨ ਰਿਹਾ ਸੀ। ਉਹ ਹਰ ਕਾਂਗਰਸੀ ਸਮਾਗਮ ਵਿਚ ਕੁੱਤੀ ਵਿਹੜੇ ਦੇ ਬੰਦੇ ਬੁਲਾਂਦਾ। ਪ੍ਰਤੀ ਵਿਅਕਤੀ ਹਰ ਬੰਦੇ ਨੂੰ ਪੰਝੀ ਰੁਪਏ ਦਿਹਾੜੀ ਹਰ ਜਲਸੇ ਦੀ, ਤੇ ਸ਼ਾਮ ਨੂੰ ਚਾਰ ਬੰਦਿਆਂ ਮਗਰ ਇਕ ਬੋਤਲ! ਕੁੱਤੀ ਵਿਹੜੇ ਦੀਆਂ ਡਾਂਸਰਾਂ ਹੀ ਹਰ ਕਾਂਗਰਸ ਸਮਾਗਮ ਸ਼ੁਰੂ ਹੋਣ ਤੋਂ ਪਹਿਲਾਂ ਡਾਂਸ ਕਰਦੀਆਂ। ਸਾਰਿਆਂ ਨੇ ਕਿਸੇ ਨਾ ਕਿਸੇ ਡਾਂਸ ਕੱਲਬ ਨਾਲ ਨਾਤਾ ਰੱਖਿਆ ਹੋਇਆ ਸੀ। ਕੁੱਤੀ ਵਿਹੜੇ ਦੇ ਜਿਹੜੇ ਮੁੰਡੇ 'ਚੌਕ ਢੋਲੀਆਂ' ਵਿਚ ਖੜੋ ਕੇ ਢੋਲ ਵਜਾਂਦੇ ਤੇ ਵਿਆਹ ਉਡੀਕਦੇ ਰਹਿੰਦੇ ਸਨ, ਉਹ ਏਸ ਇਕਵਿੰਦਰ ਦੀ ਕਿਰਪਾ ਨਾਲ ਰੋਜ਼ ਢੋਲ ਵਜਾਣ ਦੀਆਂ ਦਿਹਾੜੀਆਂ ਤੇ ਜਾ ਰਹੇ ਸਨ। ਇਹਨਾਂ ਤੇ ਰਲਕੇ ਨੇਪਾਲਣ ਡਾਂਸਰਾਂ ਨੂੰ ਮਾਤ ਪਾ ਦਿੱਤਾ ਸੀ। ਕਾਂਗਰਸ ਹਾਈ ਕਮਾਂਡ ਦਾ ਹੁਕਮ ਸੀ ਕਿ ਪੰਜਾਬ ਦੇ ਹਰ ਸ਼ਹਿਰ ਵਿਚ ਵੱਧ ਤੋਂ

ਵੱਧ ਮੇਲੇ ਕਰਾਕੇ ਜਸ਼ਨ ਵਰਗਾ ਮਾਹੌਲ ਬਣਾਉ, ਤਾਂ ਜੋ ਪੰਜਾਬ ਦੀ ਸ਼ਾਂਤੀ 'ਕਾਂਗਰਸ' ਨੇ ਬਹਾਲ ਕੀਤੀ, ਦਾ ਵਾਤਾਵਰਨ ਬਣਿਆ ਜਾਪੇ।

ਉਧਰ ਪੰਜਾਬੀ ਮਰ ਰਹੇ ਸਨ, ਪੁਲਸ ਨੋਟ ਕੱਠੇ ਕਰ ਰਹੀ ਸੀ।

ਕਾਂਗਰਸੀਏ, ਕਾਕੇ ਭੰਗੜੇ ਪਾਕੇ 'ਪੰਜਾਬ ਵਿਚ 'ਸ਼ਾਂਤੀ' ਪਰਤ ਆਈ', ਦਾ ਨਾਅਰਾ ਦੇ ਰਹ।

****

ਅੱਜ ਸਵੇਰੇ ਜਦੋਂ ਵਿਹੜੇ ਦੇ ਬੱਚੇ ਜਾਗੇ ਤਾਂ ਘਬਰਾਹਟ ਅਤੇ ਡਰ ਨਾਲ ਉਹਨਾਂ ਮੁੜ ਬਿਸਤਰਿਆਂ ਵਿਚ ਲੁਕਣਾ ਚਾਹਿਆ, ਪਰ ਆਖਰ ਨੂੰ ਸਭ ਨੂੰ ਉੱਠ ਕੇ ਬਾਹਰ ਆਉਣਾ ਪਿਆ। ਅਗੇ ਮਾਂਵਾ ਨੇ ਉੱਠਦਿਆਂ ਹੀ ਉਹਨਾਂ ਅੱਗੇ ਰਾਤ ਦੀ ਜੂਠ ਦੇ ਟੋਟੇ ਰੱਖੇ ਹੁੰਦੇ ਸਨ, ਪਰ ਉਹ ਤੇ ਸਾਰੀਆਂ ਅੱਜ ਬਾਹਰ ਵਿਹੜੇ ਵਿਚ ਰੋਂਦੀਆਂ ਪਈਆਂ ਸਨ।

"ਹਾਏ ਖ਼ੁਦਾਵੰਦਾ! ਸਾਨੂੰ ਯਤੀਮਾਂ ਨੂੰ ਕੀਹਦੇ ਹਵਾਲੇ ਕਰ ਗਿਐਂ?' ਫੀਕੇ ਕਸਾਈ ਦੀ ਬੁੱਢੀ ਮਾਂ ਨੇ ਲੇਰ ਮਾਰੀ। ਮਗਰ ਹੀ ਸਾਰੇ ਵਿਹੜੇ ਨੇ ਮੁੜ ਰੋਣਾ ਸ਼ੁਰੂ ਕਰ ਦਿੱਤਾ।

ਬੱਚਿਆਂ ਦੇ ਉੱਠਣ ਦੀ ਦੇਰ ਸੀ ਕਿ ਸਭਨਾਂ ਹੌਲੀ ਹੌਲੀ ਹਰਮੰਦਰ ਵਲ ਟੁਰਨਾ ਸ਼ੁਰੂ ਕਰ ਦਿੱਤਾ। ਕੁਝ ਦੇਰ ਬਾਦ ਹੀ ਬੱਚਿਆਂ ਨੂੰ ਸਮਝ ਆਈ ਕਿ ਕੋਈ 'ਸੱਚੇ ਪਾਤਸ਼ਾਹ' ਅੱਜ ਟੁਰ ਗਿਐ, ਤਾਂ ਹੀ ਮਾਂ-ਪਿਉ ਰੋ ਰਹੇ ਨੇ!

'ਨੀ ਮਾਂ! ਇਹ ਸੱਚੇ ਪਾਤਸ਼ਾਹ ਕਿਥੇ ਟੁਰ ਗਿਐ? ਇਕ ਬੱਚੇ ਨੇ ਹੌਂਸਲਾ ਕੀਤਾ। ਪਰ ਮਾਂਵਾ ਨੂੰ ਜੁਵਾਬ ਦੇਣ ਦੀ ਵਿਹਲ ਕਿਥੇ ਸੀ? ਉਹਨਾਂ ਦਾ ਤੇ ਪਿਉ ਅੱਜ ਅਗਲੇ ਜਹਾਨ ਟੁਰ ਗਿਆ ਸੀ। ਉਧਰ ਜਦੋਂ ਬੱਚਿਆਂ ਨੂੰ ਪਤਾ ਲਗਾ ਕਿ 'ਲੰਗਰਾਂ ਵਾਲਾ ਸੱਚੇ ਪਾਤਸ਼ਾਹ' ਅੱਜ ਟੁਰ ਗਿਐ, ਤਾਂ ਉਹਨਾਂ ਵੀ ਰੋਣਾ ਸ਼ੁਰੂ ਕਰ ਦਿੱਤਾ।

ਕੁੱਤੀ ਵਿਹੜੇ ਵਾਲਿਆਂ ਦੀ ਭੀੜ ਕਿੰਨੀ ਦੇਰ ਹਰਮੰਦਰ ਦੇ ਦਰਾਂ ਤੋਂ ਕਈ ਕਰਮਾਂ ਦੂਰ ਖੜੀ ਰਹੀ। ਅੱਜ ਉਥੇ ਨਾ ਕਾਰ-ਸੇਵਕ ਸਨ, ਨਾ ਮਿਸਤਰੀ। ਨਾ ਹੀ ਬਾਬਾ ਬੁੱਢਾ ਜੀ ਸਨ, ਤੇ ਨਾ ਹੀ ਬਾਕੀ ਭਗਤ ਕਿਤੇ ਦਿਖ ਰਹੇ ਸਨ। ਸਿਰਫ਼ ਕੁਛ ਸਥਾਈ ਸੰਗਤ ਤੇ ਕੁਛ ਬਿਰਧ ਮਾਈ-ਭਾਈ ਬਾਣੀ ਪੜ੍ਹ ਰਹੇ ਸਨ। ਸ਼ਬਦ ਸਾਰੇ ਵੈਰਾਗਮਈ ਸਨ, ਜਿਹੜੇ ਚੂਹੜਿਆਂ ਦੇ ਕੰਨੀ ਪੈ ਰਹੇ ਸਨ, ਪਰ ਉਨ੍ਹਾਂ ਦੀ ਸਮਝ ਤੋਂ ਬਾਹਰ ਸਨ। ਪਰ ਸੋਗੀ ਧੁਨਾਂ ਉਹਨਾਂ ਨੂੰ ਹੋਰ ਰੁਆ ਰਹੀਆਂ ਸਨ। ਬਹੁਤੀ ਸੰਗਤ ਤੇ ਸੱਚੇ ਪਾਤਸ਼ਾਹ ਦੇ ਅੰਗੀਠਾ ਸਾਂਭਣ ਦੀ ਰਸਮ ਵਿਚ ਸ਼ਾਮਲ ਹੋਣ ਟੁਰ ਗਈ ਸੀ।

ਰੁਦਨ ਕਰਕੇ ਸਾਰੇ ਵਾਪਸ ਵਿਹੜੇ ਪਰਤ ਗਏ। ਉਸ ਦਿਨ ਕਿਸੇ ਇਕ ਵੀ ਜੀਅ ਨੇ ਅੰਨ-ਪਾਣੀ ਨਹੀਂ ਖਾਧਾ। ਸਿਵਾਇ ਬੱਚਿਆਂ ਦੇ, ਜਿਹੜੇ ਭੁੱਖੋਂ ਬੇਹਾਲ ਸਨ!

****

'ਨਵੇਂ ਆਏ 'ਸੱਚੇ ਪਾਤਸ਼ਾਹ' ਪਹਿਲੇ ਪਾਤਸ਼ਾਹ ਦਾ ਹੀ ਰੂਪ ਹਨ। ਇਸ ਵਾਸਤੇ ਅਸੀਂ ਵੀ ਉੱਦਾਂ ਹੀ ਨਵੇਂ ਪਾਤਸ਼ਾਹ ਦੇ ਦਰਸ਼ਨਾਂ ਨੂੰ ਜਾਵਾਂਗੇ!' ਚੜਿਕ ਮੱਲ ਨੇ, ਜਿਹੜਾ ਸਭ ਤੋਂ ਬਿਰਧ ਸੀ, ਵਿਹੜੇ ਨੂੰ ਦੱਸਿਆ ਤੇ ਪੱਕ ਲਈ ਹੱਥ ਫੜੀ ਛਿਟੀ ਹਿਲਾਈ।

ਹਿੰਮਤ ਕਰਕੇ ਸਾਰੇ ਉਸ ਨਵੇਂ 'ਸੱਚੇ ਪਾਤਸ਼ਾਹ' ਦੇ ਦਰਸ਼ਨਾਂ ਲਈ ਟੁਰ ਪਏ। ਜਿਹੜਾ

ਉਹਨਾਂ ਦੇ ਸੱਚੇ ਪਾਤਸ਼ਾਹ ਦੀ ਗੱਦੀ ਤੇ ਬੈਠਾ ਸੀ। ਭੀੜ ਬੜੀ ਸੀ, ਪਰ ਉਹਨਾਂ ਨੂੰ ਕਿਸੇ ਨੇ ਡੱਕਿਆ ਨਾ, ਕਿਉਂਕਿ ਮਸੰਦ ਆਪੋ-ਆਪਣੀ ਸੰਗਤ ਤੇ ਭੇਟਾ ਲੈ ਕੇ ਆ ਜਾ ਰਹੇ ਸਨ। ਮਸੰਦਾਂ ਸਦਕਾ ਹਰ ਪੂਰ ਤੇ ਹਰ ਭੇਖ ਵਾਲੀ ਸੰਗਤ ਆ ਜਾ ਰਹੀ ਸੀ।

ਮਹਾਰਾਜ ਅਗੇ ਉੱਦਾਂ ਹੀ ਉਸੇ ਲੱਕੜ ਦੇ ਬਣੇ ਤਖਤਪੋਸ਼ ਤੇ ਬਿਰਾਜਮਾਨ ਸਨ, ਜਿਥੇ ਕਦੀ 'ਗੁਰੂ ਰਾਮਦਾਸ' ਜੀ ਬਿਰਾਜਦੇ ਸਨ। ਸੁਭਾ ਅਨੁਸਾਰ ਅਗੇ ਜਾਕੇ ਸਭ ਤੋਂ ਪਹਿਲਾਂ ਚੜਿਕ, ਜੂਪੇ ਤੇ ਦਾਸ ਮੱਲ ਨੇ ਠੀਕਰੀਆਂ ਦੀਆਂ ਬਣਾਈਆਂ ਟਿੱਪਰੀਆਂ ਵਜਾਈਆਂ। ਇਸ਼ਾਰਾ ਮਿਲਦਿਆਂ ਹੀ ਮਾਈਆਂ ਤੇ ਬੱਚਿਆਂ ਨੇ ਢਿੱਡ ਖੜਕਾ ਕੇ ਅਵਾਜ਼ਾਂ ਕੱਢੀਆਂ। ਸਦੀਆਂ ਦੇ ਅਭਿਆਸੀ ਚੂਹੜਿਆਂ ਨੂੰ ਹੁਕਮ ਸੀ ਕਿ ਵੱਡਿਆਂ ਕੋਲ ਹਾਜ਼ਰ ਹੋਣ ਲਈ ਆਪਣੀ ਹੋਂਦ ਦੀ ਸੂਚਨਾ ਦੇਣ ਲਈ ਖੜਾਕਾ ਜ਼ਰੂਰ ਕਰਨਾ ਹੈ। ਭਾਵੇਂ ਸੱਚੇ ਪਾਤਸ਼ਾਹ ਤੇ ਬਾਬਾ ਬੁੱਢਾ ਜੀ ਨੇ ਇਸ ਕੰਮ ਤੋਂ ਉਹਨਾਂ ਨੂੰ ਠਾਕ ਦਿੱਤਾ ਸੀ, ਪਰ ਉਹ ਆਦਤ ਤੋਂ ਮਜਬੂਰ ਸਨ।

'ਉਏ! ਆ ਜਾਉ ਉਏ! ਇਹਦੀ ਲੋੜ ਨਹੀਂ।' ਬਾਬਾ ਬੁੱਢਾ ਜੀ ਹਮੇਸ਼ਾ ਵਾਂਗ ਉਥੇ ਬਿਰਾਜਮਾਨ ਸਨ, ਜਿਥੇ ਉਹ ਸਦਾ ਬਹਿੰਦੇ ਆਏ ਸਨ।

'ਮਹਾਰਾਜ ਜੀ! ਇਹ ਵੀ ਤੁਹਾਡੀ ਸੰਗਤ ਹੈ।' ਬਾਬਾ ਬੁੱਢਾ ਜੀ ਗੁਰੂ ਅਰਜਨ ਦੇਵ ਜੀ ਨੂੰ ਮੁਖਾਤਬ ਹੋਏ।

ਗੁਰੂ ਅਰਜਨ ਪਾਤਸ਼ਾਹ, ਜਿਹੜੇ ਬਾਲ ਅਵਸਥਾ ਤੋਂ ਹੀ ਚੂਹੜਿਆਂ ਦਾ ਆਪਣੇ ਪਿਤਾ ਨਾਲ ਅਗਾਧ ਪ੍ਰੇਮ ਦੇਖਦੇ ਆ ਰਹੇ ਸਨ, ਆਸਣ ਤੋਂ ਉੱਠ ਖੜੋਤੇ ਤੇ ਅੱਗੇ ਵੱਧ ਕੇ ਦਾਸ ਮੱਲ ਤੇ ਚੜਿਕ ਮੱਲ ਨੂੰ ਜੱਫ਼ੀ ਵਿਚ ਲੈ ਲਿਆ।

'ਸਾਡਾ ਬਾਪੂ ਆ ਗਿਆ। ਬਾਪੂ ਪਰਤ ਆਇਆ ਜੇ ਉਏ ਲੋਕੋ! ਸਾਡਾ ਬਾਪੂ ਆ ਗਿਆ।' ਅਚਾਨਕ ਹੀ ਚੜਿਕ ਮੱਲ ਨੂੰ ਵਜਦ ਤਾਰੀ ਹੋ ਗਿਆ। ਹਾਲ ਪਏ ਵਿਚ ਹੀ ਉਸ ਦੁਹਾਈ ਚੁੱਕ ਦਿੱਤੀ। ਚੂਹੜਿਆਂ ਦੇ ਸਾਰੇ ਟੱਬਰ ਹੁਕਮ ਪਾਕੇ ਮਹਾਰਾਜ ਦੇ ਚਰਨੀ ਢਹਿ ਪਏ। ਉਹਨਾਂ ਦੀ ਰੀਸੇ ਨਿਆਣੇ ਵੀ ਚਰਨੀਂ ਪੈ ਗਏ।

****

"ਅੱਜਕਲ੍ਹ ਧੰਦਾ ਕੀ ਕਰਦੇ ਓ?" ਅਕਸਰ ਸੇਵਾ ਕਰਨ ਆਉਣ ਲੱਗ ਪਏ ਦਾਸ ਮੱਲ, ਚੜਿਕ, ਅਣੀਏ ਤੇ ਜੂਪੇ ਹੁਰਾਂ ਨੂੰ ਬਾਬਾ ਬੁੱਢਾ ਜੀ ਨੇ ਸਾਂਝਾ ਪੁੱਛਿਆ।

"- ਜੀ ਅਸੀਂ ਤੇ ਗੁਰੂ ਬਜ਼ਾਰ ਦੇ ਸੁਨਿਆਰਿਆਂ ਤੇ ਲੂਣ ਮੰਡੀ, ਆਟਾ ਮੰਡੀ ਤੇ ਸਵਾਂਕ ਮੰਡੀ ਤੱਕ ਦੇ ਮਾਰਵਾੜੀਆਂ ਦੇ ਕੋਠੇ ਲਾਹੁਣ ਲਗ ਪਏ ਆਂ।" ਥੋੜ੍ਹਾ ਸ਼ਰਮਾ ਕੇ ਜੂਪੇ ਨੇ ਦੱਸਿਆ।

"ਉਏ ਆਹ-ਹਾਅ ਕੋਠੇ ਲਾਹੁਣਾ ਕਿਹੜਾ ਕੰਮ ਇਆ?" ਜੱਟ ਬਾਵੇ, ਸਿੱਧ ਪੱਧਰੇ ਬੁੱਢਾ ਜੀ ਪੁੱਛਣ ਲਗ ਪਏ।

"ਓ ਜੀ। ਮਾਰਵਾੜੀਆਂ ਤੇ ਸੁਨਿਆਰਿਆਂ ਦੀਆਂ ਵੱਡੇ-ਵੱਡੇ ਘੱਗਰਿਆਂ ਵਾਲੀਆਂ ਬੁੱਢੀਆਂ ਬਾਹਰ ਜੰਗਲ ਬਹਿਣ ਤੋਂ ਬੜਾ ਘਾਬਰਦੀਆਂ ਸਨ। ਉਹਨਾਂ ਨੂੰ ਸੁਖ ਦੇਣ ਲਈ

ਬਹੁਤਿਆਂ ਨੇ ਘਰਾਂ ਦੇ ਕੋਠੇ ਤੇ ਥਾਵਾਂ ਬਣਾ ਲਈਆਂ ਨੇ। ਅਸੀਂ ਹਨ੍ਹੇਰੇ ਜਾ ਕੇ ਸਲੇਟ ਪੱਥਰ ਨਾਲ ਗੰਦਾ ਚੁੱਕ ਕੇ ਟੋਕਰਿਆਂ 'ਚ ਪਾ ਕੇ ਦੂਰ ਰੂੜੀਆਂ ਤੇ ਸੁੱਟ ਆਈਦਾ ਐ।" ਦਾਸ ਮੱਲ ਨੇ ਕਿਹਾ। ਪਰ ਨਾਲ ਹੀ ਉਹ ਡਰ ਜਿਹਾ ਗਿਆ, ਕਿਉਂਕਿ ਇਹ ਸੁਣਦਿਆਂ ਹੀ ਬਾਬੇ ਬੁੱਢਾ ਜੀ ਦਾ ਹੱਸਦਾ ਮੂੰਹ ਇਕਦਮ ਗਮਜ਼ਦਾ ਹੋ ਗਿਆ।

****

"ਓ ਹੋ। ਚੰਗਾ ਭਗਤੋ। ਚੱਲੋ ਤੁਸੀਂ ਹੁਣ।' ਬੜੀ ਦੇਰ ਦੀ ਚੁੱਪੀ ਮਗਰੋਂ ਉਹਨਾਂ ਨੂੰ ਬਾਬਾ ਬੁੱਢਾ ਜੀ ਨੇ ਜਾਣ ਦਾ ਇਸ਼ਾਰਾ ਕੀਤਾ।

ਉਹ ਸਾਰੇ ਇਸ਼ਾਰਾ ਪਾ ਕੇ ਟੁਰ ਪਏ, ਪਰ ਉਹਨਾਂ ਨੂੰ ਇਹ ਸੁਣ ਕੇ ਬੜੀ ਹੈਰਾਨੀ ਤੇ ਨਮੋਸ਼ੀ ਹੋਈ, ਜਦੋਂ ਬਾਬੇ ਬੁੱਢੇ ਨੇ ਉਹਨਾਂ ਦੀ ਥਾਂ ਅਕਾਸ਼ਾਂ ਵੱਲ ਤੱਕ ਕੇ ਕਿਹਾ ਸੀ-

'ਹੇ ਸੱਚੇ ਪਾਤਸ਼ਾਹ। ਤੂੰ ਇਹ ਨਹੀਂ ਸੀ ਚਾਹਿਆ। ਹੁਣ ਤੇਰੀਆਂ ਤੂੰ ਜਾਣੇ। ਗੁਰੂ ਰਾਮਦਾਸ, ਸੱਚੇ ਪਾਤਸ਼ਾਹ, ਨਗਰੀ ਵੱਸਦੀ ਤੇਰੀ ਰਜ਼ਾ ਨਾਲ।'

ਉਹਨਾਂ ਜਾਂਦਿਆਂ ਦੀਆਂ ਪਿੱਠਾਂ ਤੱਕ ਕੇ ਬਾਬਾ ਜੀ ਨੇ ਫੇਰ ਮੂੰਹੋਂ ਉਦਾਸ ਬਚਨ ਕੱਢੇ-

"ਓ ਮੇਰਿਓ ਪੁੱਤਰੋ। ਧਰਤੀਆਂ ਦੇ ਮਾਲਕੋ, ਮੈਂ ਤੁਹਾਡੇ ਲਈ ਇਹ ਸੋਚਿਆ ਸੀ- ?"

****

ਜੂਪੇ ਤੇ ਦਾਸ ਹੁਰਾਂ ਨੂੰ ਹੁਣ ਵਧੇਰੇ ਕਰਕੇ ਬਾਬਾ ਬੁੱਢਾ ਜੀ ਦੇ ਹੀ ਦਰਸ਼ਨ ਹੁੰਦੇ ਸਨ। ਹਰਮੰਦਰ ਦੀ ਉਸਾਰੀ ਵੀ ਵਧੇਰੇ ਕਰਕੇ ਬਾਬਾ ਬੁੱਢਾ ਜੀ ਵੇਖ ਰਹੇ ਸਨ। ਸੰਗਤ ਨੂੰ ਪਤਾ ਲਗਾ ਕਿ ਮਹਾਰਾਜ ਸੱਚੇ ਪਾਤਸ਼ਾਹ ਹੁਣ 'ਤਰਨਤਾਰਨ' ਨਾਂ ਦਾ ਨਵਾਂ ਨਗਰ ਹਰਮੰਦਰ ਦੀ ਤਰਜ ਤੇ ਵੱਸਾ ਰਹੇ ਹਨ। ਉਥੇ ਵਧੇਰੇ ਕਰਕੇ ਕੋਹੜੀਆਂ ਦੀ ਸੇਵਾ ਲਈ ਸੱਚੇ ਪਾਤਸ਼ਾਹ ਹਰ ਸਮੇਂ ਮਲ੍ਹਮ ਤੇ ਰੋਟੀ-ਰਸਦ ਲੈ ਕੇ ਹਾਜ਼ਰ ਰਹਿੰਦੇ ਹਨ। ਕੋਹੜ ਪੰਜਾਬ ਵਿਚ ਬਹੁਤ ਸੀ ਤੇ ਵਧੇਰੇ ਕੋਹੜੀ ਪਿੰਡਾਂ ਦੇ ਬਾਹਰ ਟੱਪਰੀਆਂ ਵਿਚ ਪਏ ਗਲ-ਸੜ ਕੇ ਮਰ ਰਹੇ ਸਨ। ਹੁਣ ਜਦੋਂ ਦਾ ਲੋਕਾਂ ਨੂੰ ਪਤਾ ਲਗਾ ਸੀ ਕਿ ਸਿੱਖਾਂ ਦਾ 'ਪੰਜਵਾਂ ਗੁਰੂ' ਕੋਹੜੀਆਂ ਦੀ ਸੇਵਾ ਕਰ ਰਿਹਾ ਹੈ, ਤਾਂ ਬਹੁਤੇ ਪਰਿਵਾਰ ਆਪੋ-ਆਪਣੇ ਕੋਹੜੀਆਂ ਨੂੰ ਤਰਨਤਾਰਨ ਛੱਡ ਕੇ ਜਾ ਰਹੇ ਸਨ। ਲੱਖੀ ਦਿਆਂ ਜੰਗਲਾਂ ਵਿਚੋਂ ਵਧੇਰੇ ਪੇਂਡੂ ਆਪੋ-ਆਪਣੇ ਕੋਹੜੀ ਲੈ ਆਉਂਦੇ ਸਨ।

ਤਰਨਤਾਰਨ ਤੋਂ ਖਡੂਰ ਸਾਹਿਬ ਤੇ ਗੋਇੰਦਵਾਲ ਸਾਹਿਬ ਵੀ ਇਕੋ ਸੇਧੇ ਪੈਂਦੇ ਸਨ।

****

ਸਮੇਂ ਦੇ ਬੀਤਣ ਨਾਲ ਸ਼ਹਿਰ ਫੈਲਦਾ ਗਿਆ। ਪੰਜਵੇਂ ਪਾਤਸ਼ਾਹ ਦੇ ਵੇਲੇ ਸ਼ਹਿਰ ਮੁਨਿਆਰਾਂ (ਵਣਜਾਰਿਆਂ) ਵਾਲੀ ਨੁੱਕਰ ਤੱਕ ਫੈਲਿਆ। ਖਟੀਕ ਮੁਸਲਮਾਨ ਗੁਰੂ ਸਾਹਿਬ ਦੀ ਆਗਿਆ ਲੈ ਕੇ ਚਾਟੀਵਿੰਡ ਗੇਟ ਦੇ ਅੰਦਰ ਆਉਂਦੀ ਇਕ ਪਾਣੀ ਵਾਲੀ ਢਾਬ ਤੇ ਛੱਪਰੇ ਪਾਕੇ ਵੱਸ ਗਏ ਸਨ। ਘਿਉ ਵਾਲਿਆਂ ਦੇ ਬਜ਼ਾਰ ਤੋਂ ਪਰ੍ਹਾਂ ਜੰਗਲ-ਬੇਲੇ ਪਏ ਸਨ। ਉਥੇ ਮਹਾਰਾਜ ਨੇ ਚਮਰੰਗਾਂ ਨੂੰ ਥਾਂ ਦੇ ਦਿੱਤੀ, ਤਾਂ ਜੋ ਸ਼ਹਿਰ ਨੂੰ ਚਮੜੇ ਦੀ ਕਮੀ ਨਾ ਰਹੇ ਤੇ ਬਦਬੋ ਵੀ ਸ਼ਹਿਰ ਤੋਂ ਪਰ੍ਹਾਂ ਰਹੇ। ਚਮਰੰਗ ਮੁਸਲਮਾਨ ਬੜੇ ਲੜਾਕੇ ਲੱਠਮਾਰ ਸਨ, ਪਰ ਇਥੇ ਆ ਕੇ ਗੁਰੂ ਦੇ ਸੇਵਕ ਬਣ ਕੇ ਬੜੇ ਮਸਕੀਨ ਬਣ ਕੇ ਦਿਨ ਕੱਟ ਰਹੇ ਸਨ।

ਇਧਰ ਕੁੱਤੀ ਵਿਹੜੇ ਦੇ ਦੋ ਭਰਾ ਧਿੱਕਾ ਤੇ ਪੱਲਾ, ਵਿਹੜੇ ਦੀ ਮਰਜ਼ੀ ਨਾਲ ਹੀ

ਖਟੀਕਾਂ ਦੇ ਮੁਹੱਲੇ ਤੋਂ ਪਰ੍ਹਾਂ ਗਿਲਵਾਲੀ ਦੀਆਂ ਜੜ੍ਹਾਂ ਤੇ ਜਾਕੇ ਟੱਪਰੀਆਂ ਪਾਕੇ ਬਹਿ ਗਏ ਤੇ ਸੂਰ ਪਾਲਣ ਲਗ ਪਏ।

...ਬਸ ਜਿਸ ਦਿਨ ਵਿਹੜੇ ਵਾਲਿਆਂ ਸੂਰਾਂ ਨੂੰ ਪਾਲਣ ਦਾ ਧੰਦਾ ਕੀਤਾ, ਕਸਾਈ ਵਿਹੜੇ ਵਾਲਿਆਂ ਇਕਦਮ ਉਹਨਾਂ ਨਾਲ ਬੇਟੀ ਦੀ ਸਾਂਝ ਤੋੜ ਲਈ, ਪਰ ਰੋਟੀ ਦੇ ਵਟਾਂਦਰੇ ਨਾ ਛੱਡੇ। ਰੋਟੀ-ਬੇਟੀ ਵਿਚੋਂ ਰੋਟੀ ਦੀ ਸਾਂਝ ਵਧੇਰੇ ਪ੍ਰਬਲ ਰਹੀ ਸੀ।

****

ਜਿਸ ਵਕਤ ਗੁਰੂ ਅਰਜਨ ਪਾਤਸ਼ਾਹ ਨੂੰ ਦਿੱਲੀ ਤਖ਼ਤ ਵਲੋਂ ਲਾਹੌਰ ਲਿਜਾ ਕੇ ਕੋਹ-ਕੋਹ ਕੇ ਕਤਲ ਕੀਤਾ ਗਿਆ, ਵਿਹੜੇ ਵਾਲਿਆਂ ਉਦੋਂ ਵੀ ਸਿਦਕ ਨਹੀਂ ਸੀ ਛੱਡਿਆ। ਬਹੁਤ ਸਾਰੇ ਅੰਬਰਸਰੀਏ ਸ਼ਹਿਰ ਛੱਡ ਕੇ ਟੁਰ ਗਏ। ਪਰ ਵਿਹੜੇ ਵਾਲਿਆਂ ਸ਼ਹਿਰ ਦੀ ਚਾਕਰੀ ਨਹੀਂ ਸੀ ਤਿਆਗੀ।

ਉਦੋਂ ਵੀ, ਜਦੋਂ ਉਸੇ ਪੰਜਵੇਂ ਪਾਤਸ਼ਾਹ ਦੇ ਇਕਮਾਤਰ ਪੁੱਤਰ ਹਰਗੋਬਿੰਦ 'ਸੋਢੀ ਪਾਤਸ਼ਾਹ' ਨੇ ਲਾਹੌਰ ਤਖਤ ਨਾਲ ਸਿੱਧਾ ਮੱਥਾ ਲਾ ਲਿਆ ਸੀ, ਵਿਹੜੇ ਵਾਲਿਆਂ ਉਥੇ ਹੀ ਵੱਸਣਾ ਮੁਨਾਸਬ ਸਮਝਿਆ ਸੀ, ਨਾਲੇ ਉਹਨਾਂ ਨੂੰ ਤੇ ਧੁਰੋਂ ਵਰੋਸਾਏ ਉਹਨਾਂ ਦੇ ਪਿਉ 'ਗੁਰੂ ਰਾਮਦਾਸ' ਦੀ ਵਾਕ-ਬਖਸ਼ਿਸ਼ ਸੀ ਕਿ ਉਹ ਇਥੇ ਹੀ ਵੱਸਣਗੇ।

ਜਦੋਂ ਛੇਵੇਂ ਗੁਰੂ ਮੁਗਲਾਂ ਹੱਥੋਂ ਫੜੀਕੇ ਪਰ੍ਹਾਂ ਮੱਧ-ਭਾਰਤ ਵੱਲ ਭੇਜੇ ਗਏ, ਉਦੋਂ ਏਸੇ ਗੁਰੂ ਵਲੋਂ ਬਣਾਏ ਉਸ ਸੱਚੇ ਤਖਤ ਵਲ ਕਿੰਨਾ ਚਿਰ ਹੀ ਮੁਗਲ ਫੌਜੀਆਂ ਨੇ ਆਉਣਾ ਮਨ੍ਹਾ ਕਰੀ ਰੱਖਿਆ। ਸਿਰਫ ਬਾਬਾ ਬੁੱਢਾ ਨੂੰ, ਜੋ ਉਦੋਂ ਸਿੱਖਾਂ ਦੇ ਗੁਰੂ ਗ੍ਰੰਥ ਸਾਹਿਬ ਦਾ ਪਹਿਲਾ ਗ੍ਰੰਥੀ ਸੀ, ਉਸੇ ਨੂੰ ਦੋ ਵੇਲੇ ਹਰਮੰਦਰ ਜਾਕੇ ਪਰਕਾਸ਼ ਕਰਨ ਦਾ ਹੁਕਮ ਸੀ। ਨਾਲ ਸੱਤ ਸਿੱਖ ਜਾਂਦੇ ਸਨ। ਰਾਗ ਗਾਉਣ ਦੀ ਪੱਕੀ ਮਨਾਹੀ ਸੀ। ਉਦੋਂ ਹੀ ਬਾਬਾ ਬੁੱਢਾ ਜੀ ਨੇ ਸ਼ਬਦ-ਚੌਂਕੀਆਂ ਚੜ੍ਹਾ ਕੇ ਗਵਾਲੀਅਰ ਪੈਦਲ ਜਾਣ ਦੀ ਰੀਤ ਪਾਈ ਸੀ।

... ਫੇਰ ਸਮਾਂ ਪਾਕੇ 'ਸਮਾਂ' ਹੀ ਬਦਲ ਗਿਆ। ਛੇਵਾਂ ਗੁਰੂ ਪਰਤ ਆਇਆ ਤੇ ਨਾਲ ਹੀ ਅੰਬਰਸਰ ਦੇ ਨਵੇਂ-ਪੁਰਾਣੇ ਰਾਹ ਕਿਸੇ ਹੋਰ ਖੜਾਕ ਨਾਲ ਜਾਗ ਪਏ। ਹੁਣ ਸ਼ਹਿਰ ਦੀਆਂ ਸਭੇ ਨੁੱਕਰਾਂ ਵਿਚੋਂ ਸਿੱਖਾਂ ਵਲੋਂ ਲਿਆਏ ਜਾ ਰਹੇ ਘੋੜਿਆਂ ਦੇ ਫੁਰਕੜੇ ਸੁਣਦੇ ਸਨ। ਵਿਹੜੇ ਦੇ ਕਿੰਨੇ ਹੀ ਚੂਹੜੇ ਸ਼ਹਿਰ ਵਿਚ ਆਰਜ਼ੀ ਤੌਰ 'ਤੇ ਬਣੇ ਨਵੇਂ-ਨਵੇਂ ਅਸਤਬਲਾਂ ਵਿਚੋਂ ਲਿੱਦ ਚੁੱਕਦੇ ਤੇ ਬਖਸ਼ਿਸ਼ਾਂ ਲੈਂਦੇ ਸਨ। ਛੇਵੇਂ ਗੁਰੂ ਦਾ ਸ਼ਹਿਰ ਵਾਸੀਆਂ ਨੂੰ ਹੁਕਮ ਸੀ ਕਿ ਹੁਣ ਕੋਈ ਵੀ ਸ਼ਹਿਰੀ ਵਪਾਰੀ ਲਾਹੌਰ ਦਰਬਾਰ ਦੇ ਕਰਿੰਦਿਆਂ ਨੂੰ ਖਾਲਸਾ (ਟੈਕਸ) ਨਹੀਂ ਦਏਗਾ। ਖਾਲਸੇ ਦੀ ਉਗਰਾਹੀ ਹੁਣ ਗੁਰੂ ਦੇ ਮਸੰਦ ਕਰਨਗੇ।

****

ਇਸ ਦੌਰਾਨ ਅਨੇਕਾਂ ਵਾਰ ਗੁਰੂ ਦੀਆਂ ਮੁਗਲਾਂ ਤੇ ਹੋਰ ਕਈ ਮੁਸਲਮਾਨ ਹਾਕਮਾਂ ਨਾਲ ਟੱਕਰਾਂ ਹੋਈਆਂ। ਇਸੇ ਦੌਰਾਨ ਬਿਰਧ ਹੋ ਚੁੱਕੇ ਬਾਬਾ ਬੁੱਢਾ ਜੀ ਸਾਰਾ ਕਾਰ-ਵਿਹਾਰ ਆਪਣੇ ਪੁੱਤਰ ਨੂੰ ਸੌਂਪ ਕੇ ਆਪਣੇ ਡੇਰੇ ਟੁਰ ਗਏ ਤੇ ਉਥੇ ਹੀ ਚੜ੍ਹਾਈ ਕਰ ਗਏ ਸਨ। ਵਿਹੜੇ ਦੇ ਭਗਤਾਂ ਨੂੰ ਤੇ ਉਹਨਾਂ ਦੇ ਚੜ੍ਹਾਈ ਕਰ ਜਾਣ ਦਾ ਕਈ ਦਿਨਾਂ ਮਗਰੋਂ ਪਤਾ ਲਗਾ ਸੀ।

ਉਹ ਦਿਨ ਬੜੀ ਅਫ਼ਰਾ-ਤਫ਼ਰੀ ਦੇ ਰਹੇ ਸਨ। ਸ਼ਹਿਰ ਦੇ ਸੁਨਿਆਰੇ ਤੇ ਮਾਰਵਾੜੀ ਗੁਰੂ-ਘਰ ਦੀ ਚਾਕਰੀ ਛੱਡ ਕੇ ਲਾਹੌਰ-ਦਰਬਾਰ ਦੇ ਅਧੀਨ ਹੋ ਚੁੱਕੇ ਸਨ। ਸ਼ਹਿਰ ਵਿਚ ਭਾਵੇਂ ਵਪਾਰ ਉਵੇਂ ਹੀ ਚਲਦਾ ਰਿਹਾ ਸੀ, ਤੇ ਛੇਵੇਂ ਗੁਰੂ ਤੋਂ ਮਗਰੋਂ ਸੱਤਵੇਂ ਤੇ ਫੇਰ ਅੱਠਵੇਂ ਗੁਰੂ ਵੀ ਸੁਭਾਮਾਇਨ ਤੇ ਗਏ ਸਨ। ਪਰ ਹੁਣ ਹਰਮੰਦਰ ਨਾ ਤਾਂ ਵਧੇਰੇ ਕਰਕੇ ਸੱਤਵੇਂ ਗੁਰੂ ਵੇਲੇ ਦੇ ਟਹਿਲੂਆਂ ਦੇ ਵੱਲ ਰਿਹਾ ਸੀ, ਤੇ ਨਾ ਹੀ ਬਾਲਕ-ਰੂਪ ਗੁਰੂ ਹਰਕ੍ਰਿਸ਼ਨ ਸਾਹਿਬ ਦੇ ਵੱਲ ਰਿਹਾ ਸੀ। ਮਸੰਦਾਂ ਤੇ ਪੁਜਾਰੀਆਂ ਨੇ ਹਰਮੰਦਰ ਤੇ ਚੁੱਪ ਕੀਤੇ ਕਬਜ਼ਾ ਕਰ ਲਿਆ ਸੀ। ਅਕਾਲ ਤਖ਼ਤ ਵੱਲੋਂ ਆਉਂਦੇ ਸਾਰੇ ਰਾਹਾਂ ਦੇ ਕਿਵਾੜ ਬੰਦ ਰਹਿੰਦੇ ਸਨ। ਕਾਲੀ ਤੇ ਛਨੀ ਦੇ ਮੰਦਰ ਵੱਲੋਂ, ਜਿਥੇ ਹਿੰਦੂ ਪੁਜਾਰੀਆਂ ਮੂਰਤੀ ਲਵਾ ਕੇ ਮੀਨਾਕਾਰੀ ਕਰਵਾਈ ਸੀ, ਉਧਰੋਂ ਨਵਾਂ ਲਾਂਘਾ ਬਣਾ ਦਿੱਤਾ ਗਿਆ ਸੀ। ਪਰਕਰਮਾ ਵਿਚ ਥਾਂ-ਥਾਂ ਤੇ ਨਿੱਕੇ-ਨਿੱਕੇ ਖੁੱਡਾਂ ਵਿਚ ਬਣੇ ਮੰਦਰ ਸਨ ਤੇ ਥਾਂ-ਥਾਂ ਪਾਂਡੇ ਪਰਕਰਮਾ ਵਿਚ ਪੱਤਰੀ, ਤੇ ਪੁਰੋਹਤ ਟੇਵੇ ਲੈ ਕੇ ਬੈਠੇ ਰਹਿੰਦੇ ਸਨ। ਬਹੁਤੀ ਵਾਰ ਨਾਈ ਵੀ ਹਿੰਦੂ ਬੱਚਿਆਂ ਦੇ ਮੁੰਡਨ ਕਰਨ ਲਈ ਦਿਨੋ-ਦਿਨ ਭੀੜੀ ਹੁੰਦੀ ਜਾਂਦੀ ਪਰਕਰਮਾ ਵਿਚ ਆ ਬੈਠਦੇ ਸਨ। ਘੁੰਗਣੀਆਂ, ਭੱਲੇ ਤੇ ਮਿਰਚਾਂ ਦੇ ਪਾਪੜ ਵੇਚਣ ਵਾਲਿਆਂ ਦਾ ਕੋਈ ਅੰਤ ਨਹੀਂ ਸੀ ਰਿਹਾ। ਹਰਮੰਦਰ ਦੇ ਆਲੇ ਦੁਆਲੇ ਕੁਝ ਬੜੇ ਹੀ ਅਜੀਬ ਨਾਵਾਂ ਦੀਆਂ ਗਲੀਆਂ ਉਸਰ ਰਹੀਆਂ ਸਨ, ਜਿਨ੍ਹਾਂ ਦੇ ਬਾਸ਼ਿੰਦਿਆਂ ਤੇ ਹਰਮੰਦਰ ਦੇ ਪੁਜਾਰੀਆਂ ਦਾ ਮਿਹਰ ਭਰਿਆ ਹੱਥ ਸੀ। ਮਸਲਨ ਧੂਪ ਵੇਚਣ ਵਾਲੇ ਵਪਾਰੀਆਂ ਨੂੰ ਧੂਪ ਬਣਾਨ ਲਈ ਮੁਫਤ ਜਗਾ ਦਿੱਤੀ ਗਈ ਸੀ, ਜਿਹੜੀ ਕਿ ਧੂਪੀਆਂ ਦੀ ਗਲੀ ਕਹਾਈ। ਕੀਰਤਨ ਦੀ ਸਮਾਪਤੀ ਮਗਰੋਂ ਵਧੇਰੇ ਕਰਕੇ ਅਰਦਾਸ ਕੁਛ ਸਿਆਣੇ ਮੁਹਤਬਰ ਬੰਦੇ ਪੜ੍ਹਨ ਲਗੇ ਸਨ। ਉਸ ਪਰਿਵਾਰ ਵਾਲੇ ਘਰਾਂ ਨੂੰ ਅਰਦਾਸੀਆਂ ਦੀ ਗਲੀ ਕਹਿਣ ਲਗੇ ਸਨ। ਇਵੇਂ ਹੀ ਸਵੇਰੇ ਅੰਮ੍ਰਿਤ ਵੇਲੇ ਦੀ ਸ਼ਬਦ-ਚੌਂਕੀ ਤੇ ਰਾਤ ਦੀਆਂ ਸ਼ਬਦ ਚੌਂਕੀਆਂ ਜਦੋਂ ਚੜ੍ਹਦੀਆਂ, ਉਦੋਂ ਪਰਕਰਮਾ ਕਰਦੇ ਸੰਗਤ ਦੇ ਅਗੇ-ਅਗੇ ਟੱਲ ਵਜੌਣ ਵਾਲੇ ਸਿੱਖਾਂ ਦੀ ਆਪਣੀ ਘੜਿਆਲੀਆਂ ਵਾਲੀ ਗਲੀ ਉਸਰ ਗਈ ਸੀ। ਉਂਜ ਤੇ ਇਹ ਇਕ ਸ਼ਹਿਰ ਲਈ ਸ਼ੁਭ ਸੀ, ਪਰ ਏਸ ਨਾਲ ਮੰਸਦ ਤੇ ਪੁਜਾਰੀ ਅੰਤਾਂ ਦੇ ਤਾਕਤਵਰ ਹੋ ਗਏ ਸਨ। ਇਥੋਂ ਤੱਕ ਕਿ ਨੌਂਵੇ ਗੁਰੂ ਨੂੰ ਆਪਣੇ ਪਿਉ-ਦਾਦੇ ਦੇ ਖ਼ਜ਼ਾਨੇ, ਭਾਵ ਹਰਮੰਦਰ ਸਾਹਿਬ ਤੇ ਭਾਈ ਗੁਰਦਾਸ ਜੀ ਵਾਲੀ ਬੀੜ ਦੇ ਦਰਸ਼ਨਾਂ ਤੋਂ ਰੋਕ ਦਿੱਤਾ ਗਿਆ ਸੀ। ਉਹ ਅਕਾਲ ਤਖ਼ਤ ਦੇ ਪਿੱਛੇ ਹੀ ਇਕ ਬਿਰਖ ਥੱਲੇ ਸਵੇਰ ਤੋਂ ਸ਼ਾਮ ਤੱਕ ਬੈਠੇ ਰਹੇ। ਉਹਨਾਂ ਦੇ ਟਹਿਲੂਆਂ ਨੂੰ ਪੁਜਾਰੀਆਂ ਤੋੜ ਕੇ ਜਵਾਬ ਦੇ ਦਿੱਤਾ ਤੇ ਹਰਮੰਦਰ ਦੇ ਬੂਹਿਆਂ ਨੂੰ ਅੰਦਰੋਂ ਜਿੰਦੇ ਲਾ ਲਏ।

ਗੁਰੂ, ਜਿਹੜਾ ਮਿਹਰਾਂ ਭਰਿਆ ਹੱਥ ਲੈਕੇ ਆਇਆ ਸੀ, ਚੁੱਪ ਚਾਪ ਪਰਤ ਗਿਆ!

...ਇਸ ਦੌਰਾਨ ਪੁਜਾਰੀਆਂ ਨੇ ਵਿਹੜੇ ਦੇ ਸਾਰੇ ਚੂਹੜਿਆ ਨੂੰ ਹੁਕਮ ਚਾੜ੍ਹ ਦਿੱਤਾ ਸੀ ਕਿ ਨਾ ਤਾਂ ਉਹ ਹਰਮੰਦਰ ਦੇ ਸਾਹਮਣੇ ਵਾਲੀ ਬਾਹੀ ਵਲ ਦਿਖਣ, ਤੇ ਨਾ ਹੀ ਲੰਗਰ ਦੇ ਆਸ-ਪਾਸ ਦਿਖਣ। ਜੇ ਦਿਖ ਗਏ ਤਾਂ ਲੱਕੜਾਂ ਵਿਚ ਬਹਾਕੇ ਜਿਊਂਦੇ ਸਾੜਾਂਗੇ। ਤੇ ਜਦੋਂ ਸ਼ਹਿਰੀਆਂ ਦੇ ਕੋਠੇ ਵੀ ਲਾਹੁਣ ਜਾਣਾ ਹੈ ਤਾਂ ਨੀਵੇਂ ਬਜ਼ਾਰਾਂ ਵਿਚੋਂ ਹੋ ਕੇ ਮਾਈ ਸੇਵਾਂ (ਜਿਹੜਾ ਅਜੇ ਪੂਰਾ ਨਹੀਂ ਸੀ ਬਣਿਆ) ਤੋਂ ਹੋ ਕੇ ਗੁਰੂ ਬਜ਼ਾਰ ਵਿਚ ਜਾਣ।

****

ਅੱਜਕਲ੍ਹ ਸ਼ਹਿਰ ਦਿਨ ਚੜ੍ਹਦਿਆਂ ਹੀ ਵੀਰਾਨ ਹੋ ਜਾਂਦਾ ਸੀ। ਸਿਵਾਇ ਨਿਤੱਨੇਮੀਆਂ ਦੇ, ਹੋਰ ਕੋਈ ਯਾਤਰੂ, ਕੋਈ ਯਾਤਰੀ-ਬੱਸਾਂ, ਟਰੱਕ ਨਹੀਂ ਸਨ ਦਿੱਸਦੇ। ਗੋਰੇ ਤੇ ਮੇਮਾਂ ਨੂੰ ਵੇਖਿਆਂ ਤੇ ਜੁਗੜੇ ਬੀਤ ਚਲੇ ਸਨ। ਅੰਬਰਸਰ ਦੇ ਅੰਦਰੂਨੀ ਹਿੱਸਿਆਂ ਵਿਚ ਜਿਵੇਂ ਖਾਮੋਸ਼ੀ ਦੀ ਚਾਦਰ ਵਿਛੀ ਰਹਿੰਦੀ। ਸਾਈਕਲ, ਸਕੂਟਰ ਵੀ ਏਨੀ ਹੌਲੀ ਚਲਦੇ ਕਿ ਜਾਪਦਾ, ਜਿਵੇਂ ਮੁਰਦੇ ਉਹਨਾਂ ਨੂੰ ਚਲਾ ਰਹੇ ਨੇ। ਸੀ.ਆਰ.ਪੀ ਜਾਂ ਪੰਜਾਬ ਪੁਲਸ ਜਦੋਂ ਚਾਹੇ, ਜਿਥੇ ਚਾਹੇ ਤੇ ਜੀਹਨੂੰ ਚਾਹੇ, ਰੋਕ ਲੈਂਦੀ ਸੀ। ਜਿਥੇ ਕਿਤੇ ਵੇਖੋ, ਵੀ ਬੀ.ਐਸ.ਐਫ ਤਾਇਨਾਤ ਸੀ। ਹਰਮੰਦਰ ਸਾਹਿਬ ਦੇ ਤਕਰੀਬਨ ਚਾਰ-ਪੰਜ ਸੌ ਮੀਟਰ ਦਾ ਦਾਇਰਾ ਹੀ ਉਹਨਾਂ ਛੱਡ ਰੱਖਿਆ ਸੀ, ਨਹੀਂ ਤੇ ਸ਼ਹਿਰ ਦੇ ਹਰ ਅੰਦਰੂਨੀ ਹਿੱਸੇ ਤੋਂ ਲੈ ਕੇ ਹਰਮੰਦਰ ਦੇ ਚੌਹਾਂ ਪਾਸਿਆਂ ਵਲ ਉਹਨਾਂ ਦੀ ਤਾਇਨਾਤੀ ਸੀ। ਹਰਮੰਦਰ ਸਾਹਿਬ ਦੇ ਸਾਹਮਣੇ ਬਣੀਆਂ ਨਾਨਕਸ਼ਾਹੀ ਇੱਟਾਂ ਦੀਆਂ ਸਭੇ ਇਮਾਰਤਾਂ ਦੀਆਂ ਛੱਤਾਂ ਉੱਪਰ ਸੀ.ਆਰ. ਪੀ ਦਾ ਪਹਿਰਾ ਸੀ।

ਸਾਰਾ ਸ਼ਹਿਰ, ਸ਼ਹਿਰ ਕੀ ਸਾਰਾ ਪੰਜਾਬ ਇਕ ਵੱਖਰੇ ਹੀ ਭੈਅ ਵਿਚ ਜੀਅ ਰਿਹਾ ਸੀ।

****

ਏਹਨੀਂ ਦਿਨੀਂ ਵੀ ਜੇ ਕੋਈ ਨਿਰਭੈ ਹੋ ਕੇ ਟੁਰ ਰਿਹਾ ਸੀ ਤਾਂ ਉਹ ਕੁੱਤੀ ਵਿਹੜੇ ਵਾਲੇ ਸਨ, ਜਾਂ ਫੇਰ ਨਿੱਤਨੇਮੀ ਸਨ। ਜਿਨ੍ਹਾਂ ਭੈਅ ਵਾਲਾ ਪਰਦਾ ਹੀ ਚੁੱਕ ਦਿਤਾ ਸੀ। ਨਿੱਤਨੇਮੀ ਰਾਤ ਨੂੰ ਆਖਰੀ ਸ਼ਬਦ-ਚੌਕੀ ਵਿਚ ਸ਼ਬਦ ਪੜ੍ਹਦੇ ਸ਼ਾਮਲ ਹੁੰਦੇ ਸਨ। ਆਖਰੀ ਸ਼ਬਦ-ਚੌਕੀ ਵਿਚ ਵਧੇਰੇ ਕਰਕੇ ਉਹਨਾਂ ਟੱਬਰਾਂ ਦੇ ਲੋਕ ਹੁੰਦੇ ਸਨ, ਜਿਹੜੇ ਸਾਢੇ-ਤਿੰਨ੍ਹ ਸੌ ਸਾਲ ਤੋਂ ਇਸ ਪਰੰਪਰਾ ਵਿਚ ਪੀੜ੍ਹੀ-ਦਰ-ਪੀੜ੍ਹੀ ਸ਼ਾਮਲ ਹੁੰਦੇ ਆ ਰਹੇ ਸਨ। ਧੂਪੀਏ, ਘੜਿਆਲੀਏ, ਅਰਦਾਸੀਏ, ਟਹਿਲੂ ਤੇ ਪਾਪੜ-ਵੜੀਆਂ ਵਾਲੇ ਟੱਬਰਾਂ ਦੇ ਜੀਅ, ਤੇ ਵਿਸ਼ੇਸ਼ਕਰ ਇਕ ਸਹਿਜਧਾਰੀ ਟੱਬਰ ਸਦਾ ਸ਼ਾਮਲ ਰਹਿੰਦਾ ਸੀ। ਰਾਤ ਤਕਰੀਬਨ ਸਾਢੇ ਕੁ ਗਿਆਰਾਂ ਵਜੇ ਬਹੁਤੇ ਨਿੱਤਨੇਮੀ ਉਥੇ ਪਰਕਰਮਾ ਵਿਚ ਲੇਟ ਜਾਂਦੇ, ਤੇ ਘਰਾਂ ਨੂੰ ਜਾਣ ਵਾਲੇ ਪਰਤ ਜਾਂਦੇ। ਅੱਧੀ ਰਾਤ ਢਾਈ ਕੁ ਵਜੇ ਦੂਸਰੇ ਨਿੱਤਨੇਮੀ ਅੰਮ੍ਰਿਤ ਵੇਲੇ ਦੀ ਸਵਾਰੀ-ਸਾਹਿਬ (ਪਾਲਕੀ) ਦੀ ਯਾਤਰਾ ਵਿਚ ਸ਼ਾਮਲ ਹੋਣ ਲਈ ਘਰਾਂ ਵਿਚੋਂ ਟੁਰ ਪੈਂਦੇ। ਅਖੰਡ-ਕੀਰਤਨੀ ਜਥੇ ਦੀਆਂ ਬੀਬੀਆਂ ਦੀ ਲਗਨ ਕਮਾਲ ਸੀ। ਉਹ ਕੁਝ ਤੇ ਸ਼ਹਿਰ ਵਿਚੋਂ ਆਉਂਦੀਆਂ ਸਨ, ਬਾਕੀ ਵਧੇਰੇ ਕਰਕੇ ਵੱਡਾ ਜੱਥਾ ਅਜੀਤ ਨਗਰ, ਈਸਟ-ਮੋਹਨ ਨਗਰ ਦੇ ਸੇਵਕਾਂ ਦਾ ਸੀ। ਉਹਨਾਂ ਸਾਰਿਆਂ ਨੂੰ ਸ਼ੁਰੂ-ਸ਼ੁਰੂ ਵਿਚ ਆਏ ਸੀ.ਆਰ.ਪੀ. ਦੇ ਮਿਕਸ ਜਵਾਨ ਹੈਰਾਨ ਹੋ-ਹੋ ਰੋਕਦੇ, ਕਿ ਅੱਧੀ ਰਾਤ ਤੱਕ ਇਹ ਲੋਕ ਸ਼ਹਿਰ ਵਿਚ ਕੀ ਕਰਦੇ ਹਨ? ਫੇਰ ਰਾਤ ਨੂੰ ਤਿੰਨ ਕੁ ਵਜੇ ਮੁੜ ਘਰਾਂ ਵਿਚੋਂ ਪਰਤ ਆਉਂਦੇ ਸਨ। ਬੰਗਾਲੇ, ਮਰਾਠੇ ਤੇ ਭਈਏ ਸਿਪਾਹੀਆਂ ਨੂੰ ਹੌਲੀ-ਹੌਲੀ ਹਰਿਮੰਦਰ ਦੀ ਸੇਵਾ ਕਰਨ ਦਾ ਪਤਾ ਲਗਦਾ, ਨਹੀਂ ਤਾਂ ਸ਼ੁਰੂ ਵਿਚ ਤਾਂ ਉਹ ਫੱਟ ਹੀ ਨਿੱਤਨੇਮੀਆਂ ਤੇ ਵੀ ਰਫਲਾਂ ਤਾਣ ਲੈਂਦੇ ਸਨ।

...ਉਹਨਾਂ ਭਾਣੇ ਤੇ ਸਾਰਾ ਪੰਜਾਬ ਹੀ ਖ਼ੂਨੀ ਤੇ ਖਾਲਸਤਾਨੀ ਸੀ।

...ਦੂਸਰੇ ਪੱਕੇ ਨਿੱਤਨੇਮੀ ਕੁੱਤੀ ਵਿਹੜੇ ਵਾਲੇ ਸਨ। ਚਾਹੇ ਕੋਈ ਆਇਆ, ਕੋਈ ਗਿਆ, ਮਰਦ ਨੇਮ ਨਾਲ ਸਵੇਰੇ ਅੰਬਰਸਰ ਸ਼ਹਿਰ ਵਿਚ ਝਾੜੂ ਦੇਂਦੇ। ਜਨਾਨੀਆਂ (ਚੂਹੜੀਆਂ) ਸ਼ਹਿਰ ਦੇ ਕੋਠੇ ਲਾਹੁੰਦੀਆਂ। ਫੇਰ ਦੁਪਹਿਰੇ ਮਰਦ ਜਾਂ ਤਾਂ ਲਾਟਰੀਆਂ ਪੌਂਦੇ, ਜੂਏ ਖੇਡਦੇ ਤੇ

ਸੱਟੇ ਦਾ ਨੰਬਰ ਪੁੱਛਣ ਰੇਲਵੇ ਸਟੇਸ਼ਨ ਦੇ ਸਾਹਮਣੇ ਬੈਠੇ ਅਲਫ਼ ਨੰਗੇ ਪਾਗਲ ਕੋਲ ਜਾਂਦੇ। ਸੁਲਫਾ ਪੀਂਦੇ ਤੇ ਨਵੇਂ ਨਿਆਣੇ ਪੈਦਾ ਕਰਨ ਲਈ ਰਾਤ ਪੈਂਦਿਆਂ ਹੀ ਆਪੋ-ਆਪਣੀਆਂ ਜਨਾਨੀਆਂ ਨਾਲ ਨਸ਼ਈ ਹੋ ਕੇ ਸੌਂ ਜਾਂਦੇ। ਉਧਰ ਜਨਾਨੀਆਂ ਵੀ ਦਿਨ ਦੀ ਖੱਪ-ਖਪਾਈ ਤੋਂ ਮੁਕਤ ਹੋ ਕੇ ਰਾਤ ਨੂੰ ਸੌਂਦੀਆਂ। ਜੀਅ ਕਰਦਾ ਤੇ ਮਰਦਾਂ ਨੂੰ ਹਾਂ ਕਰਦੀਆਂ, ਨਹੀਂ ਗੰਦੀਆਂ ਤੋਂ ਗੰਦੀਆਂ ਗਾਹਲਾਂ ਕੱਢਦੀਆਂ। ਬਹੁਤੀਆਂ ਨੇ ਦੋ-ਦੋ ਤਿੰਨ-ਤਿੰਨ ਨਾਲ ਯਾਰੀ ਲਾਈ ਹੋਈ ਸੀ। ਬਾਕੀ ਗੁਰੂ ਬਜ਼ਾਰ ਦੇ ਸੁਨਿਆਰਾਂ ਦੇ ਨਵੇਂ ਉੱਠਦੇ ਮੁੰਡੇ ਤੇ ਆਟਾ ਮੰਡੀ ਦੇ ਭਾਪਿਆਂ ਦੇ ਬਜਾਜ ਮੁੰਡੇ ਉਹਨਾਂ ਨਾਲ ਇਕ ਵਾਰੀ ਸੌਣ ਖਾਤਰ ਹੀ ਬਥੇਰੇ ਪੈਸੇ ਦੇ ਜਾਂਦੇ ਸਨ। ਚੂਹੜੀਆਂ ਵੀ ਉਹਨਾਂ ਦੀ ਇਸਤਰੀ-ਭੁੱਖ ਨੂੰ ਸਮਝਦੀਆਂ ਤੇ ਸਵਾਦ ਲੈਂਦੀਆ ਸਨ। ਭਾਵੇਂ ਲੋੜੋਂ ਵੱਧ ਭੋਗ ਕਰਨ ਕਰਕੇ ਚੂਹੜੀਆਂ ਦੀਆਂ ਛਾਤੀਆਂ ਜਵਾਨੀ ਵਿਚ ਹੀ ਥੋੜ੍ਹਾ ਢਿਲਕ ਜਾਂਦੀਆ ਸਨ, ਪਰ ਉਹਨਾਂ ਦਾ ਬਾਕੀ ਸਾਰਾ ਸਰੀਰ ਕੰਮ ਕਰਦੇ ਰਹਿਣ ਕਾਰਨ ਐਨ ਤਬਲੇ ਵਾਂਗ ਕੱਸਿਆ ਰਹਿੰਦਾ ਸੀ।

ਅਜਿਹੇ ਹੀ ਦੌਰ-ਦੌਰੇ ਵਿਚ, ਸੰਨ ਬਿਆਸੀ ਦੇ ਅਖੀਰ ਜਿਹੇ ਵਿਚ ਰੌਲਾ ਪੈ ਗਿਆ। ਪੰਜਾਬ ਪੁਲੀਸ ਤੇ ਸੀ.ਆਰ.ਪੀ. ਉਹਨਾਂ ਦਿਆਂ ਬਜ਼ਾਰਾਂ ਵਿਚ ਵੀ ਗਸ਼ਤ ਕਰਨ ਲਗੀ। ਪਤਾ ਲਗਾ ਕਿ ਬਜ਼ਾਰ "ਖੂਬੀ ਰਾਮ ਹਲਵਾਈ" ਵਿਚ ਸੱਟੇਬਾਜ਼ਾਂ ਦੀ ਭੀੜ ਵਿਚ ਬੰਬ ਫੱਟਿਆ ਹੈ। ਨੱਬੇ ਦੇ ਕਰੀਬ ਹਿੰਦੂ ਸੱਟੇਬਾਜ ਮਰ ਗਏ ਸਨ। ਉਦੋਂ ਹਰ ਗੱਲ ਵਿਚ ਬੰਦੇ ਦੇ ਧਰਮ ਦੀ ਗੱਲ ਜ਼ਰੂਰ ਹੁੰਦੀ ਸੀ। ਸੱਟੇਬਾਜ ਸਾਰੇ ਸਨ, ਪਰ ਹਿੰਦੂ ਲਾਸ਼ਾਂ ਦੀ ਗਿਣਤੀ ਵਧੇਰੇ ਚਰਚਿਤ ਹੋਈ।

ਇਸਤੋਂ ਮਗਰੋਂ ਕੁੱਤੀ ਵਿਹੜੇ ਦੇ ਅਨੇਕਾਂ ਸਫਾਈ-ਸੇਵਕਾਂ ਤੇ ਪੈਸੇ ਲੈ ਕੇ ਕੰਮ ਕਰਨ ਵਾਲਿਆਂ ਚੂਹੜਿਆਂ ਨੇ ਲਾਸ਼ਾਂ ਚੁੱਕ ਦਿੱਤੀਆਂ।

ਕੁਝ ਦਿਨਾਂ ਬਾਦ ਫੇਰ ਬੰਬ ਧਮਾਕਾ ਹੋਇਆ। ਫੇਰ ਇਕ ਹੋਰ੩ ਇਕ ਹੋਰ... ਤੇ ਫੇਰ 1983 ਤੱਕ ਉਹ ਇਲਾਕਾ ਖੂਨੀ ਇਲਾਕਾ ਬਣ ਗਿਆ। ਹਿੰਦੂ ਹਿਜਰਤ ਕਰ ਗਏ। ਚੂਹੜਿਆਂ ਨੂੰ ਲਾਸ਼ਾਂ ਦੇ ਟੋਟੇ ਚੁੱਕ ਕੇ ਪੋਸਟਮਾਰਟਮ ਲਈ ਪੁੱਜਦੇ ਕਰਨ ਦਾ ਇਕ ਹੋਰ ਲਾਹੇਵੰਦ ਧੰਦਾ ਮਿਲ ਗਿਆ ਸੀ।

****

ਵੱਡੀ ਵਾਰਦਾਤ ਦਾ ਭੇਦ ਤੇ ਪਰ "ਮੰਗਾ ਮਸੀਹ" ਹੀ ਦੱਸਦਾ ਸੀ। ਕਿਤੇ 1983 ਵਿਚ ਗੋਲ ਬਾਗ ਸੈਰ ਕਰਦੇ ਲਾਲੇ, ਮੁੰਡਿਆਂ ਨੇ ਮਾਰ ਦਿੱਤੇ। ਤਕਰੀਬਨ ਅੱਠ-ਦਸ ਲਾਲੇ ਮਰੇ ਸਨ। ਬੜਾ ਰੌਲਾ ਪਿਆ। ਉਥੇ ਹੀ ਉਸ ਇਲਾਕੇ ਦਾ ਮਸ਼ਹੂਰ ਜਨਸੰਘੀ 'ਬਲਵੰਤ ਰਾਮ' ਦਵਾਈਆਂ ਵਾਲਾ ਪ੍ਰਧਾਨ ਸੀ। ਸ਼ਹਿਰ ਦੇ ਸਾਰੇ ਹਿੰਦੂ ਉਹਨੂੰ ਬੜਾ ਮੰਨਦੇ ਸਨ। ਉਹਨੇ ਸੀਤਲਾ ਮੰਦਰ ਦੇ ਬਾਹਰ ਖੜੋਕੇ ਭੜਕੀ ਹਿੰਦੂ ਭੀੜ ਅਗੇ ਪ੍ਰਣ ਕੀਤਾ ਕਿ ਇਹਨਾਂ ਕਤਲਾਂ ਦਾ ਮੈਂ ਬਦਲਾ ਲਵਾਂਗਾ!

ਤੇ ਉਹ ਇਸ ਪ੍ਰਣ ਤੇ ਪੂਰਾ ਵੀ ਉਤਰਿਆ! ਹਿੰਦੂਆਂ ਦੀ ਪਰੰਪਰਾ ਅਨੁਸਾਰ ਆਪ ਲੜਨ ਦੀ ਥਾਂ ਉਸਨੇ ਚਾਰ ਭਾੜੇ ਦੇ ਬਦਮਾਸ਼ ਮੰਗਾਏ, ਜਿਹੜੇ ਕਿ ਰੇਲਵੇ ਸਟੇਸ਼ਨ ਤੋਂ ਥੋੜ੍ਹਾ ਅਗੇ ਕਰਕੇ ਪੁਤਲੀ ਘਰ ਦੇ ਪਿਛਾੜੇ ਸੂਰ ਪਾਲਦੇ ਸਨ। ਉਹ ਕਹਿਣ ਨੂੰ ਹੀ ਸੂਰ ਪਾਲਦੇ

ਸਨ, ਪਰ ਅਸਲੀਅਤ ਵਿਚ ਛੁਰੀਮਾਰ-ਲੁਟੇਰੇ ਸਨ। ਉਹਨਾਂ ਨੂੰ ਸ਼ਰਾਬ ਨਾਲ ਲੇਹੜ ਕੇ ਉਹਨਾਂ ਨਾਲ ਹੀ ਅਣਜਾਣ ਜਿਹੇ ਚਾਰ-ਪੰਜ ਹਿੰਦੂ ਮੁੰਡੇ ਦੇ ਦਿੱਤੇ, ਜਿਨ੍ਹਾਂ ਰੇਲਵੇ-ਸਟੇਸ਼ਨ ਅੰਬਰਸਰ ਜਾਕੇ ਹਰਮੰਦਰ ਸਾਹਿਬ ਦਾ ਕੱਚ ਦਾ ਬਣਿਆ ਮਾਡਲ ਤੋੜ ਦਿੱਤਾ। ਉਤੋਂ ਹਾਜ਼ਰ ਦਿੱਸਦੇ ਪੰਜ-ਸੱਤ ਸਿੱਖ ਮੁਸਾਫਰਾਂ ਦੇ ਲਫੇੜੇ ਕੱਢ ਮਾਰੇ। ਮਾਰ ਉਥੇ ਲਾ-ਲਾ ਕਰਾ ਕੇ ਭੜਕੀ ਭੀੜ ਬਾਹਰ ਸੜਕ ਤੇ ਆ ਗਈ ਤੇ ਜਾਮ ਲਾ ਦਿੱਤਾ। ਉਹਨਾਂ ਨੂੰ ਇਹ ਪਤਾ ਨਹੀਂ ਸੀ ਲਗਾ ਕਿ ਇੰਡੀਅਨ ਐਕਸਪ੍ਰੈਸ ਦਾ ਫੋਟੋਗ੍ਰਾਫਰ 'ਬੌਬੀ ਦੂਆ' ਸਵੇਰੇ ਦਾ ਹੀ ਨਿੱਕਾ ਕੈਮਰਾ ਲੈ ਕੇ ਉਹਨਾਂ ਮਗਰ ਫਿਰ ਰਿਹਾ ਹੈ, ਇਹੀ ਭੀੜ ਤੇ ਉਹਦੇ ਵਿਚੋਂ ਹੀ ਗਿਣੀ-ਮਿੱਥੀ ਸਾਜ਼ਿਸ਼ ਨਾਲ ਬਲਵੰਤ ਰਾਮ, ਉਹੀ ਬਾਲਮੀਕੀਏ ਤੇ ਦੋ-ਤਿੰਨ੍ਹ ਹੋਰ ਬਦਮਾਸ਼ ਚੁੱਪ ਕੀਤੇ ਉੱਚੇ ਪੁਲ ਤੇ ਆ ਚੜ੍ਹੇ। ਭੀੜ ਘਰਾਂ ਨੂੰ ਭੱਜ ਰਹੀ ਸੀ, ਪਰ ਬਲਵੰਤ ਰਾਮ ਤੇ ਉਹਦੇ ਸਾਥੀ ਕਿਸੇ ਸੌਖੇ ਸ਼ਿਕਾਰ ਦੀ ਭਾਲ ਵਿਚ ਸਨ। ਤੇ ਉਹ ਉਹਨਾਂ ਇਕ-ਦੋ ਮਿੰਟ ਵਿਚ ਹੀ ਤਾੜ ਲਿਆ ਸੀ! ਕੂਪਰ ਰੋਡ ਵਲੋਂ ਕਿਸੇ ਦਫ਼ਤਰ ਦਾ ਤੀਹ ਕੁ ਸਾਲ ਦਾ ਚਪੜਾਸੀ ਆਪਣੀ ਮਰੀ ਜਿਹੀ ਸਾਈਕਲ ਧ੍ਰੂਹਦਾ ਆ ਰਿਹਾ ਸੀ। ਉਹਦੀ ਪੁਰਾਣੀ ਲਾਲ ਜਿਹੀ ਪੱਗ ਫਿੱਕੀ ਪਈ ਹੋਈ ਸੀ।

...ਪਲਾਂ ਛਿਣਾਂ ਵਿਚ ਹੀ ਉਹਨਾਂ ਤੇਲ ਪਾ ਕੇ ਉਹਨੂੰ ਲੂਹ ਦਿੱਤਾ। ਉਹ ਪੂਰੀ ਤਰ੍ਹਾਂ ਮੱਚ ਜਾਏ, ਇਸ ਲਈ ਇਕ ਨੇ ਪੈਂਦਿਆ ਹੀ ਡਾਂਗ ਮਾਰ ਕੇ ਉਹਦਾ ਗੋਡਾ ਤੋੜ ਦਿੱਤਾ ਸੀ।

ਉਹਦੀ ਸੜੀ ਲੋਥ ਕੋਲ ਥੋੜ੍ਹੀ ਦੂਰੀ ਤੇ ਹੀ ਆਲੂ-ਪਿਆਜ਼ ਵਾਲੇ ਲਫਾਫੇ ਥੈਲੇ ਵਿਚੋਂ ਨਿਕਲ ਕੇ ਖਿਲਰੇ ਪਏ ਸਨ...

...ਪਤਾ ਉਦੋਂ ਵੀ ਬਲਵੰਤ ਹੁਰਾਂ ਨੂੰ ਨਹੀਂ ਲਗਾ ਕਿ ਬੌਬੀ ਦੂਆ ਤੇ ਉਹਦੇ ਚੇਲੇ ਨੇ ਕਿੰਨੇ ਸਨੈਪ ਉਹਨਾਂ ਦੇ ਉਸ ਸਿੱਖ ਨੂੰ ਸਾੜਨ ਵੇਲੇ ਲੈ ਲਏ ਸਨ!

ਬੌਬੀ ਨੇ ਇਹ ਸਾਰੇ ਸਨੈਪ ਇੰਡੀਅਨ ਐਕਸਪ੍ਰੈਸ ਤੋਂ ਇਲਾਵਾ ਟੈਲੀਗ੍ਰਾਫ ਨੂੰ ਵੀ ਵੇਚੇ ਤੇ ਨਾਲ ਹੀ ਇਕ-ਇਕ ਕਾਪੀ ਭਾਈ ਅਮਰੀਕ ਸਿੰਘ ਨੂੰ ਉਹਦੇ ਛੋਟੇ ਭਰਾ ਭਾਈ ਅਮਰੀਕ ਸਿੰਘ ਹੱਥ ਭੇਜ ਦਿੱਤੀ। ਭਾਈ ਜੀ ਨੇ ਉਹੀ ਫੋਟੋਆਂ ਸੰਤ ਭਿੰਡਰਾਵਾਲੇ ਦੇ ਦਰਬਾਰ ਪੇਸ਼ ਕਰ ਦਿੱਤੀਆਂ। ਪਛਾਣਨ ਵਾਲਿਆਂ ਬਾਰਾਂ ਘੰਟਿਆਂ ਵਿਚ ਸੂਹ ਕੱਢ ਲਈ, "ਬਲਵੰਤ ਜਨਸੰਘੀ' ਨਾਲ ਸੂਰ ਮੰਡੀ ਦੇ ਬਾਲਮੀਕੀ ਸਨ। ਬਾਕੀ ਦੋ-ਤਿੰਨ੍ਹ ਹਿੰਦੂ ਬਾਊ ਕੌਣ ਸਨ, ਇਹ ਪਤਾ ਨਹੀਂ ਸੀ ਲਗ ਰਿਹਾ? ਸੰਤ ਭਿੰਡਰਾਂਵਾਲੇ ਦਿਆਂ ਚੇਲੇ-ਚਾਟੜਿਆਂ ਉਸੇ ਸ਼ਾਮ ਬਲਵੰਤ ਨੂੰ ਉਹਦੇ ਦੋ ਗੰਨਮੈਨਾਂ ਸਮੇਤ ਮਾਰ ਦਿੱਤਾ। ਅਗਲੇ ਬਾਰਾਂ ਘੰਟਿਆਂ ਵਿਚ ਹੀ ਉਹਨਾਂ ਸੂਰ ਮੰਡੀ ਦੇ ਉਹਨਾਂ ਦੋਹੇਂ-ਤਿੰਨ੍ਹੇ ਬਦਮਾਸ਼ਾਂ ਨੂੰ ਵੀ ਮਾਰ ਮੁਕਾਇਆ, ਜਿਨ੍ਹਾਂ ਰੇਲਵੇ ਸਟੇਸ਼ਨ ਵਾਲਾ ਹਰਮੰਦਰ ਦਾ ਕੱਚ ਦਾ ਮਾਡਲ ਤੋੜਿਆ ਸੀ।

...ਵੱਡੀ ਮੁਸ਼ਕਲ ਬਾਕੀ ਦੇ ਦੋ-ਤਿੰਨ੍ਹ ਅਣਜਾਣ ਦਿੱਸਦੇ ਹਿੰਦੂ ਬਾਊਆਂ ਦੀ ਸੀ, ਜਿਹੜੇ ਨਾ ਪੰਜਾਬੀ ਲਗਦੇ ਸਨ ਤੇ ਨਾ ਕੋਈ ਉਹਨਾਂ ਦੀ ਪਛਾਣ ਹੋ ਰਹੀ ਸੀ। ਭਾਈ ਮਨਜੀਤ ਸਿੰਘ ਦੇ ਚਾਟੜੇ ਉਹ ਫੋਟੋਆਂ ਲੈ ਕੇ ਕੁੱਤੀ ਵਿਹੜੇ ਦੇ ਪ੍ਰਧਾਨ 'ਪ੍ਰੀਤਮ ਬਾਲਮੀਕੀ' ਤੇ 'ਸ਼ੋਕੀ ਮਸੀਹ' ਕੋਲ ਵੀ ਆਏ ਸਨ। ਦੋਹਾਂ ਨੇ ਇਕਸੁਰ ਹੋ ਕੇ ਕਿਹਾ ਸੀ-

'ਜਿਹੜਾ ਹਰਮੰਦਰ ਸਾਹਿਬ ਦੀ ਬੇਦਬੀ ਕਰੇ, ਸਾਡਾ ਵਿਹੜਾ ਤੇ ਉਹਦੀ ਮਕਾਣ ਵੀ ਨਹੀਂ ਜਾਂਦਾ।"

...ਕੁਝ ਸਮੇਂ ਬਾਦ ਇੰਡੀਅਨ ਐਕਸਪ੍ਰੈਸ ਦੇ ਸਟਰਿੰਗਰਾਂ ਨੇ ਹੀ ਖਬਰ ਕੱਢ ਲਿਆਂਦੀ ਸੀ, ਕਿ ਉਸ ਸਿੱਖ ਨੂੰ ਤੇਲ ਪਾ ਕੇ ਸਾੜਦੇ ਜਿਹੜੇ ਦੋ-ਤਿੰਨ੍ਹ ਅਣਜਾਣ ਜਿਹੇ ਹਿੰਦੂ ਬਾਊ ਦਿੱਸ ਰਹੇ ਸਨ, ਉਹ ਸੀ.ਆਰ.ਪੀ ਦੇ ਹੀ ਸਾਦੇ ਕਪੜਿਆਂ ਵਾਲੇ ਜੁਆਨ ਸਨ--

****

ਹੜੇ ਵਿਚ ਵਿਆਹ ਦੇ ਦੌਰ-ਦੌਰੇ ਬੜੇ ਸਹਿਜ ਚਲ ਰਹੇ ਸਨ।

ਭਾਵੇਂ ਪੂਰਾ ਅੰਬਰਸਰ ਬਰੂਦ ਦੇ ਢੇਰ 'ਤੇ ਬੈਠਾ ਸੀ। ਮਈ ਦਾ ਅਖੀਰ ਸੀ ਤੇ ਗਰਮੀ ਇਸ ਵਾਰ ਕਹਿਰ-ਪਹਿਰ ਦੀ ਸ਼ੁਰੂ ਸੀ। ਪਹਿਲਾਂ 'ਅਤਰੋਂ ਝੱਲੀ' ਦੇ ਛੋਟੇ ਮੁੰਡੇ ਪੈਤਰਿਕ ਮਸੀਹ ਦਾ ਵਿਆਹ ਹੋ ਕੇ ਹਟਿਆ ਸੀ। ਪੈਤਰਿਕ ਦੇ ਵਿਆਹ ਦੇ ਗਿੱਧੇ ਤੋਂ ਥੱਕੀਆਂ ਚੂਹੜੀਆਂ ਵਿਚਾਰੀਆਂ ਨੇ ਮਸਾਂ ਲੱਕ ਸਿੱਧੇ ਕੀਤੇ ਸਨ ਕਿ ਮੁੜ ਅੰਨਗੜ੍ਹ (ਅੰਬਰਸਰ ਸ਼ਹਿਰ ਵਿਚ ਸ਼ਰਾਬ ਕੱਢਣ ਲਈ ਮਸ਼ਹੂਰ ਪਿੰਡ) ਤੋਂ ਸ਼ਰਾਬ ਦੇ ਬਲੈਡਰ ਪਹੁੰਚਣੇ ਸ਼ੁਰੂ ਹੋ ਗਏ ਸਨ। ਪਹਿਲੀ ਜੂਨ ਨੂੰ ਡੇਵਿਡ ਦੇ ਮੁੰਡੇ ਪਰਤਾਪ ਦੇ ਵਿਆਹ ਦੀਆਂ ਰਸਮਾਂ ਸਨ। ਨਿਕਾਹ ਦੀਆਂ ਰਸਮਾਂ ਸਾਲਵੇਸ਼ਨ ਆਰਮੀ (ਈਸਾਈਆਂ ਦਾ ਇਕ ਫਿਰਕਾ) ਦੇ ਸਰੀਆ ਮਾਰਕਿਟ ਵਾਲੇ ਪੁਰਾਣੇ ਚਰਚ ਵਿਚ ਸਨ। ਉਧਰੋਂ ਉਨੱਤੀ ਤੇ ਤੀਹ ਮਈ ਨੂੰ ਭਿੰਡਰਾਂਵਾਲੇ ਦੇ ਜੱਥੇ ਤੇ ਸਾਹਮਣੇ ਕੋਠਿਆਂ ਤੇ ਬੈਠੀ ਸੀ.ਆਰ.ਪੀ. ਵਿਚ ਸਿੱਧੀ ਗੋਲਾਬਾਰੀ ਸ਼ੁਰੂ ਹੋਈ ਤੇ ਲਗਾਤਾਰ ਚਲਦੀ ਰਹੀ। ਇਕੱਤੀ ਨੂੰ ਠੰਡ-ਠੰਡੋਰਾ ਹੋਇਆ ਸੀ,ਪਰ ਪਿਛਲੇ ਚਾਰ ਦਿਨਾਂ ਤੋਂ ਸਾਰਾ ਸ਼ਹਿਰ ਸੁਸਰੀ ਵਾਂਗ ਸੁੱਤਾ ਪਿਆ ਸੀ। ਸਿਵਾਇ ਰੌਲ ਲਾਣ ਵਾਲੇ ਗ੍ਰੰਥੀਆਂ ਤੇ ਵੱਡੇ ਜਥੇਦਾਰਾਂ ਦੇ, ਕੋਈ ਟਾਵਾਂ-ਟਾਵਾਂ ਸ਼ਰਧਾਲੂ ਹੀ ਜਾ ਰਿਹਾ ਸੀ। ਨਿੱਤਨੇਮੀ ਪਰ ਨੇਮ ਦੇ ਪੱਕੇ ਸਨ। ਰਾਤ ਦੀ ਸੇਵਾ ਵਾਲੇ, ਸ਼ਬਦ ਚੌਂਕੀਆਂ ਵਾਲੇ ਤੇ ਅੰਮ੍ਰਿਤ ਵੇਲੇ ਦੀ ਸੇਵਾ ਵਾਲੇ ਬਿਨ੍ਹਾਂ ਡਰ-ਭਓ ਦੇ ਆ ਜਾ ਰਹੇ ਸਨ। ਦੋ ਜੂਨ ਤੋਂ ਸ਼ਹੀਦੀ ਜੋੜ ਮੇਲੇ ਦੇ ਭੋਗ ਪੈਣੇ ਸ਼ੁਰੂ ਸਨ।

****

ਉਧਰ ਕੁੱਤੀ ਵਿਹੜੇ ਵਿਚ ਤੀਹ, ਇਕੱਤੀ, ਦੋਹੇਂ ਦਿਨ ਅੰਨ੍ਹੀ ਸ਼ਰਾਬ ਉੱਡੀ ਸੀ। ਸ਼ਹਿਰ ਲਗਭਗ ਬੰਦ ਸੀ ਤੇ ਸਫਾਈ ਸੇਵਕ ਵਿਹਲੇ ਸਨ। ਕੋਠੇ ਲਾਹੁਣ ਵਾਲੀਆਂ ਵੀ ਮਚਲ ਮਾਰ ਛੱਡੀ ਸੀ। ਭਾਵੇਂ ਉਹ ਦੋਹੇਂ ਦਿਨ ਭਾਰੀ ਗੋਲਾਬਾਰੀ ਸੁਣਦੇ ਰਹੇ ਸਨ। ਪਰ ਉਹਨਾਂ ਨੇ ਗਿੱਧੇ ਤੇ ਬੋਲੀਆਂ ਤੇ ਢੋਲ ਵਜਾਣ ਦੀ ਕਸਰ ਨਹੀਂ ਸੀ ਛੱਡੀ। ਇਕੱਤੀ ਨੂੰ ਠੰਡ-ਠੰਡੋਰਾ ਰਿਹਾ ਹੋਣ ਕਰਕੇ ਸ਼ਾਮ ਨੂੰ ਦੀਵਾ-ਬੱਤੀ ਹੋਣ ਵੇਲੇ ਬੁੱਢੀਆਂ ਨੇ ਆਖਰੀ ਵਾਰ ਦੀਆਂ ਨੰਗੀਆਂ ਬੋਲੀਆਂ ਪਾਣੀਆਂ ਸ਼ੁਰੂ ਕੀਤੀਆਂ। ਸਵੇਰੇ ਤੇ ਨਿਕਾਹ ਸੀ ਤੇ ਬੁੱਢੀਆਂ ਦਿਲ ਦੀ ਡੰਝ ਲਾਹ ਰਹੀਆਂ ਸਨ। ਫਿੰਨੋ ਤੇ ਡੇਜੀ ਨੇ ਰਲ ਕੇ ਗੇੜਾ ਦਿੱਤਾ ਤੇ ਸਿਖਰਲੀ ਬੋਲੀ ਪਾਈ-

ਘਰ ਆ ਜਾ ਦਿਓਰਾ ਵੇ
ਕਿ ਭਾਬੀ ਸੂਰਮ ਸੂਰਾ ਖੇਡੇ।

ਇਸਤੋਂ ਬਾਦ ਧੜਮੱਚ ਪਾ ਕੇ ਫਿੰਨੋ ਨੇ ਸਭ ਤੋਂ ਸਿਖਰਲੀ ਤੇ ਨੰਗੀ ਬੋਲੀ ਪਾਈ-

ਬਾਜੀਗਰ ਬਾਜੀ ਪਾ ਗਿਆ
ਨੀ ਕੁੜੀਓ

ਬਾਜੀਗਰ ਬਾਜੀ ਪਾ ਗਿਆ

ਰੌਲਾ ਸਿਖਰ 'ਤੇ ਹੀ ਸੀ ਕਿ ਫੌਜੀ ਬੂਟਾਂ ਦੇ ਖੜਾਕ ਨਾਲ ਸਾਰੇ ਬਜ਼ਾਰ ਗੂੰਜ ਗਏ। ਪ੍ਰੀਤਮ ਭੱਜਾ ਆਇਆ ਤੇ ਉੱਚੀ ਸਾਰੀ ਕਿਹਾ –

"ਸੱਭੋ ਅੰਦਰ ਵੜ ਜਾਓ! ਸ਼ਹਿਰ ਫੌਜ ਨੇ ਸ਼ਾਂਭ ਲਿਆ ਜੇ! ਗੋਲੀ ਦਾ ਹੁਕਮ ਹੋ ਗਿਐ!"

ਸਭ ਪਾਸੇ ਵੀਰਾਨੀ ਹੋ ਗਈ। ਨਿਕਾਹ ਦੀਆਂ ਸੋਚਾਂ ਤੇ ਰੌਣਕਾਂ, ਸਭ ਛਾਈ-ਮਾਈਂ ਹੋ ਗਿਆ।

...ਜਿਸ ਦਿਨ ਨੂੰ ਸੰਤ ਦੇ ਚਾਟੜੇ ਤੇ ਭਾਰਤ ਸਰਕਾਰ ਸਾਲਾਂ ਤੋਂ ਉਡੀਕ ਰਹੇ ਸਨ, ਅਗਲੀ ਸਵੇਰ ਪਹਿਲੀ ਜੂਨ ਨੂੰ ਉਹ ਆਣ ਪੁੱਜਾ ਸੀ!

****

ਪਹਿਲੀ ਜੂਨ ਤੋਂ ਤਿੰਨ੍ਹ ਜੂਨ ਤੱਕ ਵਿਹੜੇ ਨੇ ਕਿਸੇ ਤਰ੍ਹਾਂ ਭੁੱਖ ਕੱਟ ਲਈ। ਸਾਰੇ ਹੀ ਰੋਜ਼ ਦੇ ਰੋਜ਼ ਆਟਾ ਖਰੀਦਣ ਵਾਲੇ ਸਨ। ਚਾਰ ਜੂਨ ਸਾਰੇ ਬੰਦੇ ਪ੍ਰੀਤਮ ਪ੍ਰਧਾਨ ਦੇ ਮਗਰ ਲਗ ਕੇ ਬਾਹਰ ਆ ਗਏ। ਖਾਸ ਕਰ ਦੁੱਧ ਪੀਂਦੇ ਬੱਚੇ ਬੜੇ ਔਖੇ ਸਨ। ਤੋਪਾਂ ਦੇ ਗੋਲੇ ਇਉਂ ਚਲ ਰਹੇ ਸਨ, ਜਿਵੇਂ ਹਿੰਦ-ਪਾਕਿ ਦੀ ਲੜਾਈ ਲਗੀ ਹੋਵੇ! ਉਹਨਾਂ ਦੇ ਚੰਗੇ ਭਾਗਾਂ ਨੂੰ ਰਾਜਸਥਾਨ ਰਜਮੈਂਟ ਲਗੀ ਹੋਈ ਸੀ ਤੇ ਉਹਨਾਂ ਦੇ ਸਾਥ ਲਈ ਲੋਕਲ ਡੀ.ਐਸ.ਪੀ. ਛੀਨਾ ਸਾਹਿਬ ਨਾਲ ਸੀ। ਛੀਨੇ ਨੇ ਉਹਨਾਂ ਨੂੰ ਉਦਾਸੀਆਂ ਦੇ ਅਖਾੜੇ ਵਿਚੋਂ ਆਟੇ ਦੀਆਂ ਦੋ ਬੋਰੀਆਂ, ਖੰਡ ਦੀ ਬੋਰੀ ਤੇ ਆਲੂ ਚੁੱਕਵਾ ਦਿੱਤੇ। ਉਹ ਛੀਨੇ ਨੂੰ ਅਸੀਸਾਂ ਦੇਂਦੇ ਪਰਤ ਆਏ।

****

ਪੰਜ ਤਰੀਕ ਤੱਕ ਬੜੀ ਮਾਰੋ-ਮਾਰ ਰਹੀ। ਸੱਤ-ਅੱਠ ਤੱਕ ਇਕਦਮ ਸ਼ਾਂਤੀ ਹੋ ਗਈ ਸੀ। ਇਸ ਦੌਰਾਨ ਰੌਲਾ ਪੈ ਗਿਆ ਸੀ ਕਿ ਸੰਤ ਅੰਦਰ ਮਾਰਿਆ ਗਿਐ। ਸੱਤ ਤਰੀਕ ਨੂੰ ਸਾਰੀ ਗਲੀ, ਸਾਰੇ ਬਜ਼ਾਰ ਤੇ ਹਰ ਨੁੱਕਰ ਫੌਜ ਤੇ ਪੰਜਾਬ ਪੁਲਸ ਨੇ ਘੇਰ ਲਈ। ਉਹ ਡਰ ਗਏ ਕਿ ਵਿਹੜੇ ਨੇ ਕੀ ਕਰ ਦਿੱਤੈ? ਪਰ ਹੌਲੀ-ਹੌਲੀ ਪੰਜਾਬ ਪੁਲਸ ਕੋਲੋਂ ਗੱਲ ਪਤਾ ਲਗੀ ਕਿ ਵੱਲੇ ਵਾਲੀ ਪੁਰਾਣੀ ਚੁੰਗੀ ਤੇ ਪੰਝੀ-ਤੀਹ ਹਜ਼ਾਰ ਸਿੱਖਾਂ ਦਾ ਮਾਰੋਖੋਰਾ ਗਰੁੱਪ ਜਾਨਾਂ ਤਲੀ 'ਤੇ ਧਰਕੇ ਹਰਮੰਦਰ ਵਲ ਵਧ ਰਿਹਾ ਹੈ, ਉਹਨਾਂ ਦੀ ਸਿੱਧੀ ਹੱਥੋ-ਹੱਥ ਲੜਾਈ ਫੌਜ ਨਾਲ ਹੋ ਪਈ ਹੈ। ਮਗਰੋਂ ਪਤਾ ਲਗਾ ਕਿ ਅਕਾਲ ਤਖਤ ਦੇ ਜਥੇਦਾਰ ਭਾਈ ਕਿਰਪਾਲ ਸਿੰਘ ਉਥੇ ਅਪੜ ਗਏ ਸਨ। ਉਹਨਾਂ ਦੇ ਕਹਿਣ 'ਤੇ ਸਿੱਖ ਘਰਾਂ ਨੂੰ ਪਰਤ ਗਏ ਸਨ। ਨਾਲ ਦੀ ਨਾਲ ਹੀ ਫੌਜ ਨੇ ਕੁੱਤੀ ਵਿਹੜਾ ਤੇ ਉਹਦੇ ਨਾਲ-ਨਾਲ ਹਰਿਮੰਦਰ ਸਾਹਿਬ ਵਲ ਜਾਂਦੇ ਸਾਰੇ ਰਾਹਾਂ ਦੇ ਨਾਕੇ ਚੁੱਕ ਲਏ ਸਨ। ਪਰ ਕਰਫਿਊ ਜਾਰੀ ਸੀ!

****

ਅੱਠ ਜੂਨ ਦੀ ਸਵੇਰ ਥਾਣਾ ਬੀ.ਡਵੀਜਨ ਦੇ ਸਿਪਾਹੀ ਕੁੱਤੀ ਵਿਹੜੇ ਆ ਵੜੇ। ਉਹਨਾਂ ਨਾਲ ਮਦਰਾਸ ਰਜਮੈਂਟ ਦਾ ਮੇਜਰ ਸੀ। ਹੌਲਦਾਰ ਮਹਿੰਦਰੀ, ਜੀਹਨੂੰ ਵਿਹੜੇ ਦਾ ਬੱਚਾ-ਬੱਚਾ ਜਾਣਦਾ ਸੀ, ਸਿੱਧਾ ਹੀ ਕਹਿਣ ਲੱਗਾ –

'ਓ ਸੁਣੋ ਉਏ! ਹਰਮੰਦਰ ਸਾਹਿਬ 'ਚੋਂ ਲੋਥਾਂ ਚੁੱਕਣੀਆਂ ਨੇ। ਤੇ ਉਹਨਾਂ ਦਾ ਸਾਂਝਾ

ਸਸਕਾਰ ਕਰਨੈ। ਬੰਦੇ ਥੋੜ੍ਹੇ ਨੇ ਤੇ ਲਾਸ਼ਾਂ ਬਹੁਤੀਆਂ ਜੇ! ਤੁਹਾਡੇ ਵਿਚੋਂ ਕੋਈ ਜੇ ਦਿਹਾੜੀ ਕਰਨਾ ਚਾਹੁੰਦੈ ਤਾਂ ਹੁਣੇ ਟੁਰ ਪਏ, ਦਿਹਾੜੀ ਦਾ ਕੋਈ ਅੰਤ ਨਹੀਂ ਜੇ! ਇਕ ਜਾਂ ਦੋ ਦਿਨ ਲਗਣੇ ਨੇ, ਤੇ ਰੁਪਈਆ ਚਾਰ-ਪੰਚ ਸੌ ਹੱਥ ਲਗ ਜੂ। ਤੇ ਬਾਕੀ ਰਹੀ ਸ਼ਰਾਬ! ਫੌਜ ਨੇ ਕਿਹਾ ਕਿ ਸ਼ਰਾਬ ਨਾਲ ਤੁਹਾਨੂੰ ਲੇਹੜ ਦਿਆਂਗੇ!"

ਸਭ ਪਾਸੇ ਚੁੱਪ ਵਰਤ ਗਈ। ਫੇਰ ਮਹਿੰਦਰੀ ਨੇ ਦੁਬਾਰਾ ਪੁੱਛਿਆ –

'ਬੋਲ ਬਈ ਪ੍ਰੀਤਮਾ?'

...ਪ੍ਰੀਤਮ ਕੀ ਬੋਲਦਾ? ਕਿਉਂਕਿ ਉਹਨਾਂ ਸਭਨਾਂ ਦੇ ਮਨ ਵਿਚ ਦੁਚਿੱਤੀ ਆ ਗਈ ਸੀ। ਪੈਸੇ ਹਰ ਕੋਈ ਕਮਾਣਾ ਚਾਹੁੰਦਾ ਸੀ, ਪਰ ਹਰ ਕੋਈ ਹਰਿਮੰਦਰ ਦੇ ਸਰਾਪ ਤੋਂ ਡਰਦਾ ਸੀ। ਹਰਿਮੰਦਰ ਉਹਨਾਂ ਦੇ ਅੰਦਰ ਤੇ ਵੱਸਦਾ ਹੀ ਸੀ, ਭਾਵੇਂ ਕਹਿਣ ਨੂੰ ਉਹ ਹਸਾਈ ਸਨ।

"ਉਏ, ਵਹਿਮ ਛੱਡੋ। ਸਿੱਖ ਤੇ ਮੈਂ ਵੀ ਆਂ। ਗੁਰੂ-ਘਰ ਦੀ ਸਫਾਈ ਸਮਝ ਕੇ ਹੀ ਕੰਮ ਕਰ ਦਿਓ। ਲਾਸ਼ਾਂ ਵਿਚ ਬੋ ਪੈ ਚਲੀ ਏ।" ਮਹਿੰਦਰੀ ਨੇ ਸਪਸ਼ਟ ਕਿਹਾ।

ਉਹਦੇ ਏਨਾ ਕਹਿਣ 'ਤੇ ਕਈ ਤਿਆਰ ਹੋ ਪਏ। ਪ੍ਰੀਤਮ ਪ੍ਰਧਾਨ, ਕੀਮਤੀ, ਬੱਬੀ, ਤੁਰੀਂ ਬਾਦਸ਼ਾਹ, ਛੋਟੇ ਡੂਨਾ-ਪਾਪੜੀ ਤੇ ਹੋਰ ਤਿੰਨ੍ਹ-ਚਾਰ ਜਣੇ ਉਸੇ ਵੇਲੇ ਟੁਰ ਪਏ। ਅਗੇ ਜਾ ਕੇ ਉਹਨਾਂ ਵੇਖਿਆ ਕਿ ਬੁੱਢੇ ਬੋਦੂ ਤੇ ਦੀਸ਼ਾ ਵੀ ਪਰ੍ਹੇ ਕਸਾਈ ਵਿਹੜੇ ਦੇ ਸਕੂਲ ਦੇ ਬਾਹਰ ਬੈਠੇ ਹਨ। ਉਹਨਾਂ ਸੈਣਤ ਮਾਰ ਕੇ ਉਹਨਾਂ ਨੂੰ ਵੀ ਨਾਲ ਰਲਾ ਲਿਆ। ਸਾਰੇ ਰਲ ਕੇ ਫੌਜ ਦੇ ਮਿੰਨੀ ਟਰੱਕ ਵਿਚ ਚੜ੍ਹ ਗਏ।

ਟਰੱਕ ਅੱਧੇ ਮਿੰਟ ਦੇ ਵਕਫ਼ੇ ਨਾਲ ਹੀ ਘੰਟਾ-ਘਰ ਜਾ ਖੜੋਤਾ। ਉਥੋਂ ਦਾ ਦ੍ਰਿਸ਼ ਬੜਾ ਭਿਆਨਕ ਸੀ। ਤਕਰੀਬਨ ਸੱਤਰ-ਅੱਸੀ ਬੁੱਢੇ ਸਿੱਖ ਕੈਦੀ ਉਹਨਾਂ ਦੀਆਂ ਆਪਣੀਆਂ ਪੱਗਾਂ ਨਾਲ ਹੱਥ ਪਿੱਛੇ ਬੰਨ੍ਹ ਕੇ ਬਿਠਾਏ ਹੋਏ ਸਨ। ਸਾਰੇ ਹੀ ਸੱਤਰਾਂ ਦੇ ਆਸ-ਪਾਸ ਦੀ ਉਮਰ ਦੇ ਸਨ। ਅਮੀ ਚੰਦ ਸੋਢੇ ਵਾਲੇ ਦੀ ਦੁਕਾਨ ਤੋਂ ਲੈ ਕੇ ਭਗਤ ਪੂਰਨ ਸਿੰਘ ਪਿੰਗਲਵਾੜੇ ਵਾਲੇ ਦੇ ਸਟਾਲ ਤੱਕ ਫੌਜੀ ਖੜ੍ਹੇ ਸਨ। ਵਿਚ-ਵਿਚ ਉਹ ਬਿਨਾਂ ਕਿਸੇ ਗੱਲ ਦੇ ਬੁੱਢਿਆਂ ਨੂੰ ਠੁੱਡ ਮਾਰਨ ਲਗ ਪੈਂਦੇ ਸਨ। ਨਾਲ ਹੀ ਉੱਚੀ-ਉੱਚੀ ਬੋਲਦੇ –

"ਗਰਦਨ ਨੀਚੇ...।"

ਕੁੱਤੀ ਵਿਹੜੇ ਵਾਲੇ ਇਹ ਸੀਨ ਵੇਖ ਕੇ ਦਹਿਲ ਗਏ। ਕਲੇਜੇ ਉਹਨਾਂ ਦੇ ਮੂੰਹ ਨੂੰ ਆ ਗਏ। ਪਰ ਏਨੇ ਨੂੰ ਅੰਬਰਸਰ ਸ਼ਹਿਰ ਦਾ ਐਸ.ਐਸ.ਪੀ. ਸੀਤਲ ਦਾਸ ਆ ਗਿਆ। ਉਹਦਾ ਇਸ਼ਾਰਾ ਪਾਕੇ ਪੰਜਾਬ ਪੁਲਸ ਦੇ ਸਿਪਾਹੀ ਉਹਨਾਂ ਸਭਨਾਂ ਨੂੰ ਹਰਿਮੰਦਰ ਦੇ ਅੰਦਰ ਲੈ ਗਏ।

...ਹਰਿਮੰਦਰ ਦੇ ਅੰਦਰ ਜਾਣ ਵੇਲੇ ਕੁੱਤੀ ਵਿਹੜੇ ਦੇ ਹਰ ਬੰਦੇ ਨੇ ਸਿਰ 'ਤੇ ਸਾਫਾ ਬੰਨ੍ਹਿਆ ਤੇ ਜੋੜੇ ਲਾਹੇ। ਪੰਜਾਬ ਪੁਲਸ ਦੇ ਹਰ ਜਵਾਨ ਨੇ ਜੋੜੇ ਲਾਹੇ। ਪਰ ਅੰਦਰ ਜਾਕੇ ਵੇਖਿਆ ਕਿ ਮਦਰਾਸ ਰਜਮੈਂਟ ਦੇ ਹਰ ਜਵਾਨ ਦੇ ਬੂਟ ਪਾਏ ਹੋਏ ਸਨ। ਬਾਬੇ ਦੀਪ ਸਿੰਘ ਸ਼ਹੀਦ ਦੀ ਜਗ੍ਹਾ ਕੋਲ ਟੈਂਕ ਵੀ ਖੜ੍ਹਾ ਸੀ। ਥਾਂ-ਥਾਂ ਲੱਤਾਂ-ਬਾਹਾਂ, ਸਿਰ ਤੇ ਕਿਤੇ-ਕਿਤੇ ਪੂਰੀਆਂ ਲੋਥਾਂ ਪਈਆ ਸਨ। ਕੰਧਾਂ 'ਤੇ ਕਈ ਥਾਈਂ ਲੱਤਾਂ-ਬਾਹਾਂ ਦੇ ਲੋਥੜੇ ਚੰਬੜੇ ਹੋਏ ਸਨ। ਬੋਦੇ ਤੇ ਦੀਸ਼ੇ ਬੁੱਢੇ ਦੇ ਇਲਾਵਾ ਹਰ ਦਿਲ ਦਹਿਲ ਗਿਆ ਸੀ। ਪ੍ਰੀਤਮ ਦੇ ਕੰਨ 'ਚ ਛੋਟਾ ਡੂਨਾ-ਪਾਪੜੀ ਕਹਿਣ ਲਗਾ

"ਪਰਤ ਜਾਵਾਂ ? ਮੈਨੂੰ ਉਲਟੀ ਆਉਂਦੀ ਹੈ।"

ਪ੍ਰੀਤਮ ਨੇ ਸਿਆਣਪ ਕੀਤੀ ਕਿ ਉਹਦਾ ਹੱਥ ਫੜ ਕੇ ਰੋਕ ਲਿਆ। ਫੇਰ ਪੰਜਾਬ ਪੁਲਸ ਦੇ ਜਵਾਨਾਂ ਦੀ ਮਦਦ ਨਾਲ ਸਭ ਸਟਰੈਚਰ ਲੈ ਕੇ ਲੋਥਾਂ ਦੇ ਟੋਟੇ ਇਕੱਠੇ ਕਰਨ ਲਗ ਪਏ। ਥੋੜ੍ਹੀ-ਥੋੜ੍ਹੀ ਦੇਰ ਬਾਦ ਖੜ੍ਹੇ ਟਰੱਕਾਂ ਵਿਚ ਲੱਦੀ ਜਾ ਰਹੇ ਸਨ। ਦੁਪਹਿਰ ਤੱਕ ਉਹਨਾਂ ਕੜਾਹ-ਪ੍ਰਸ਼ਾਦ ਦੀ ਪਰਚੀ ਪਾਸੇ ਤੱਕ ਦੀਆਂ ਸਾਰੀਆਂ ਨੁੱਕਰਾਂ ਸਾਫ ਕਰ ਲਈਆਂ ਸਨ। ਕਮਰਾ ਨੰਬਰ ਉੱਨੀ ਕੋਲ ਉਹਨਾਂ ਨੂੰ ਗਿਆਰਾਂ ਛੋਟੇ ਬੱਚਿਆਂ ਤੇ ਇਕ ਉਹਨਾਂ ਦੀ ਟੀਚਰ ਜਾਪਦੀ ਔਰਤ ਦੀਆਂ ਲੋਥਾਂ ਮਿਲੀਆਂ। ਸਭੇ ਗੋਲੀਆਂ ਨਾਲ ਵਿੰਨ੍ਹੀਆਂ ਸਨ। ਅਕਾਲ ਤਖ਼ਤ ਵਲ ਜਾਣਾ ਮਨ੍ਹਾ ਸੀ। ਕੜਾਹ ਪ੍ਰਸ਼ਾਦ ਵਾਲੇ ਕੜਾਹਿਆਂ ਵਾਲੇ ਕਮਰੇ ਵਿਚ ਦੋ ਝੁਲਸੀਆਂ ਖੋਪੜੀਆਂ ਸਨ। ਉਹ ਤੇ ਉਹਨਾਂ ਚੁੱਕ ਕੇ ਸਟਰੈਚਰਾਂ ਤੇ ਰੱਖ ਲਈਆਂ, ਪਰ ਬੱਚਿਆਂ ਦੀਆਂ ਲੋਥਾਂ ਚੁੱਕਣ ਵੇਲੇ ਸਭ ਦੇ ਦਿਲ ਰੋ ਪਏ। ਸਿਰਫ ਪੱਕੇ ਬੁੱਢੇ ਬੋਦੂ ਤੇ ਦੀਸ਼ੇ ਦੇ ਚਿਹਰੇ ਸਪਾਟ ਸਨ। ਉਹਨਾਂ ਲਈ ਤੇ ਇਹ ਸਭ ਆਮ ਸੀ। ਭਾਵੇਂ ਫੌਜੀਆਂ ਵਲੋਂ ਪੂਰੀ ਛੁੱਟੀ ਸੀ ਕਿ ਲਾਸ਼ਾਂ ਦੇ ਪਾਇਆ ਸੋਨਾ ਲਾਹ ਲਵੋ, ਤੁਹਾਡਾ ਹੀ ਹੈ! ਤੇ ਜੇਬਾਂ ਵਿਚੋਂ ਪੈਸਾ ਜਿੰਨਾ ਲੱਭੇ, ਤੁਹਾਡਾ ਹੈ! ਪਰ ਮਜਾਲ ਹੈ, ਕਿਸੇ ਹੱਥ ਲਾਇਆ, ਸਿਵਾਇ ਬੋਦੇ ਤੇ ਦੀਸ਼ੇ ਦੇ! ਤੇ ਜਾਂ ਫੇਰ ਮੱਘੇ ਦੇ, ਜੀਹਨੂੰ ਸੋਨੇ ਦੀ ਛਾਪ ਸਾਹਮਣੇ ਪਈ ਦਿਸ ਗਈ ਤੇ ਉਹਨੇ ਚੁੱਕ ਕੇ ਜੇਬ ਵਿਚ ਪਾ ਲਈ।

ਸ਼ਾਮ ਤੱਕ ਜਿੰਨਾ ਕੰਮ ਹੋ ਗਿਆ, ਉਹਨਾਂ ਕਰ ਦਿੱਤਾ ਤੇ ਫੌਜੀ ਉਹਨਾਂ ਨੂੰ ਲੋਥਾਂ ਦੇ ਨਾਲ ਹੀ ਟਰੱਕਾਂ ਵਿਚ ਬਿਠਾ ਕੇ ਨਾਲ ਲੈ ਗਏ। ਹੁਕਮ ਇਹ ਸੀ ਕਿ ਦੁਰਗਿਆਣਾ ਮੰਦਰ ਤੋਂ ਪਰ੍ਹੇ ਜਿਹੜਾ ਰਾਵਣ ਸਾੜਨ ਵਾਲਾ ਮੈਦਾਨ ਹੈ, ਉਥੇ ਇਹਨਾਂ ਲਾਸ਼ਾਂ ਦਾ ਸਮੂਹਕ ਸੰਸਕਾਰ ਕਰਨਾ ਹੈ। ਟਰੱਕ ਜਦੋਂ ਹਾਥੀ ਗੇਟ ਟੱਪੇ ਤੇ ਦੁਰਗਿਆਣੇ ਦੇ ਕੋਲੋਂ ਇਕ ਗਲੀ ਪਾਟਦੀ ਸੀ, ਜਿਹੜੀ ਸਿੱਧੀ ਹਿੰਦੂ ਕਾਲਜ ਨੂੰ ਜਾਂਦੀ ਸੀ, ਉਥੇ ਦੋ ਕੁ ਸੌ ਸ਼ਹਿਰੀ ਬਾਊ, ਤੇ ਲਾਲੇ ਤੇ ਲਾਲੀਆਂ ਭੰਗੜੇ ਪਾ ਰਹੇ ਸਨ। ਟਰੱਕ ਆਉਂਦੇ ਦੇਖ ਉਹ ਮਦਰਾਸ ਰਜਮੈਂਟ ਦੇ ਹਰ ਜਵਾਨ ਨੂੰ ਟਰੱਕ ਰੋਕ-ਰੋਕ ਕੇ ਲੱਡੂ ਖਵਾ ਰਹੇ ਸਨ, ਟਿੱਕੇ ਲਾ ਰਹੇ ਸਨ। ਨਾਲ-ਨਾਲ ਵਿਚ ਉਹ ਉੱਚੀ ਸਾਰੀ ਨਾਅਰੇ ਮਾਰਦੇ –

ਭਿੰਡਰੀਵਾਲਾ ਮਰ ਗਿਆ
ਤੇ ਮਾਮੀ ਰੰਡੀ ਕਰ ਗਿਆ

ਦੂਸਰਾ ਨਾਅਰਾ ਉਹ ਹੋਰ ਮਾਰਦੇ –

ਕੰਘਾ-ਕੜਾ ਤੇ ਕਿਰਪਾਨ
ਧੱਕ ਦਿੱਤਾ ਜੇ ਪਾਕਿਸਤਾਨ

ਪ੍ਰੀਤਮ ਪ੍ਰਧਾਨ, ਡੂਨਾ-ਪਾਪੜੀ ਤੇ ਉਹਨਾਂ ਦੇ ਸਾਥੀ ਬੜੇ ਹੈਰਾਨ ਸਨ। ਵਿਚੋਂ ਪ੍ਰੀਤਮ ਨੇ ਕਿਹਾ ਵੀ –

"ਇਹਨਾਂ ਦੱਲਿਆਂ ਨੂੰ ਕਾਹਦੀ ਖੁਸ਼ੀ ਚੜ੍ਹੀ ਏ ?"

ਖਿੱਝਿਆ ਬੈਠਾ ਬੱਬੀ ਕਹਿਣ ਲਗਾ–

"...ਇਹਨਾਂ ਭੈਣ— ਨੂੰ ਮਾਸੂਮ ਬਾਲਾਂ ਦੀਆਂ ਲੋਥਾਂ ਤੇ ਵਖਾਓ ਜਰਾ।"

...ਟਰੱਕ ਹੌਲੀ-ਹੌਲੀ ਚਲਦੇ ਉਹਨਾਂ ਭੀੜ ਵਾਲਿਆਂ ਲਾਲਿਆਂ ਕੋਲੋਂ ਲੰਘਕੇ ਦੁਰਗਿਆਣੇ ਵਲ ਮੁੜ ਗਏ। ਅਗੇ ਰਾਵਣ ਵਾਲੀ ਗਰਾਊਂਡ ਕੋਲ ਜਾਕੇ ਸਭਨਾਂ ਵੇਖਿਆ ਵੱਡੇ-ਵੱਡੇ ਟੋਏ ਫੌਜੀਆਂ ਪੁੱਟੇ ਹੋਏ ਸਨ। ਨਾਮਾਤਰ ਲੱਕੜਾਂ ਸਨ। ਫੌਜੀਆਂ ਦਾ ਇਸ਼ਾਰਾ ਪਾਕੇ ਪ੍ਰੀਤਮ ਹੁਰਾਂ ਸਭੇ ਲਾਸ਼ਾਂ ਤੇ ਲੋਥੜੇ ਟੋਇਆਂ ਵਿਚ ਪਾ ਦਿੱਤੇ ਤੇ ਪਰ੍ਹੇ ਹੋ ਕੇ ਖੜੋ ਗਏ। ਫੌਜੀਆਂ ਨੇ ਹਰ ਟੋਏ ਤੇ ਪੈਟਰੋਲ ਛਿੜਕਿਆ ਤੇ ਲਾਂਬੂ ਲਾ ਦਿੱਤੇ...'!

ਵਾਪਸੀ ਤੇ ਪ੍ਰੀਤਮ ਹੁਰਾਂ ਨੂੰ ਪ੍ਰਤੀ ਜੀਅ ਮਜ਼ਦੂਰੀ ਵਜੋਂ ਦੌ-ਦੋ ਸੋ ਰੁਪਏ ਤੇ ਇਕ-ਇਕ ਬੋਤਲ ਮਿਲੀ। ਬੋਤਲ ਦੀ ਅੱਜ ਬੜੀ ਲੋੜ ਸੀ!

...ਘਰ ਜਾਕੇ ਹਰ ਇਕ ਨੇ ਦਾਰੂ ਪੀਤੀ ਤੇ ਪੀਤੀ ਹੋਈ ਵਿਚ ਹੀ ਆਪੋ-ਆਪਣੇ ਟੱਬਰਾਂ ਨੂੰ ਤੇ ਪਤਨੀਆਂ -ਬੱਚੀਆਂ ਨੂੰ ਅੱਜ ਲੋਥਾਂ ਵਾਲੀ ਵਿਥਿਆ ਸੁਣਾਈ।

****

ਰਾਤ ਸਭਨਾਂ ਦੀ ਹੀ ਅੱਖਾਂ ਵਿਚ ਹੀ ਲੰਘੀ। ਬੱਚੇ ਵੀ ਡਰੇ ਹੋਏ ਸਨ ਤੇ ਕਿਤੇ-ਕਿਤੇ ਉਹਨਾਂ ਨੂੰ ਆਪਣੇ ਵਡੇਰਿਆਂ ਦੇ ਡਸਕੋਰੇ ਸੁਣਦੇ ਸਨ।

ਪਰ ਜੇ ਕੋਈ ਖੁਸ਼ ਸਨ, ਤਾਂ ਬੋਦੂ ਤੇ ਦੀਸ਼ਾ ਬੜੇ ਖੁਸ਼ ਸਨ। ਉਹਨਾਂ ਦੇ ਢਿੱਡ ਵਿਚ ਰੱਜਵੀਂ ਰੋਟੀ ਤੇ ਸ਼ਰਾਬ ਸੀ। ਜੇਬਾਂ ਵਿਚ ਸੋਨੇ ਦੀਆਂ ਮੁੰਦੀਆਂ, ਚੇਨੀਆਂ ਤੇ ਨੋਟ ਸਨ।

...ਦੀਸ਼ਾ ਤੇ ਮਗਰੋਂ ਵੀ ਕਈ ਸਾਲ ਇਹੀ ਉਡੀਕਦਾ ਰਿਹਾ ਸੀ ਕਿ ਇਕ-ਅੱਧ ਹੋਰ ਬਲੂ-ਸਟਾਰ ਕਦੋਂ ਹੋਏਗਾ? ਉਹਨੂੰ ਤੇ ਬੋਦੂ ਨੂੰ ਮੁੱਖ ਮੰਤਰੀ ਬਰਨਾਲੇ ਵਲੋਂ ਦੋ ਸਾਲ ਬਾਦ ਕਰਵਾਏ ਅਪਰੇਸ਼ਨ ਬਲੈਕ-ਥੰਡਰ ਵੇਲੇ ਵੀ ਇਹੀ ਅਫਸੋਸ ਰਿਹਾ ਸੀ ਕਿ ਇਸ ਵਾਰ ਬਲੂ ਸਟਾਰ ਵਰਗੀ ਮੌਜ ਕਿਉਂ ਨਹੀਂ ਸੀ ਲਗੀ...?

****

ਇਹ ਸਮੇਂ ਬੜੇ ਵੀਰਾਨੀ ਦੇ ਸਨ। ਬਹੁਤਾ ਕਰਕੇ ਵਪਾਰੀ ਹਰਮੰਦਰ ਵਾਲੇ ਪਾਸੇ ਨਹੀਂ ਸਨ ਆ ਰਹੇ। ਉਹ ਸ਼ਹਿਰ ਦੇ ਬਾਕੀ ਹਿੱਸਿਆਂ ਵਿਚ ਵਣਜ ਕਰ, ਵੇਚ-ਵੱਟ ਕੇ ਟੁਰ ਜਾਂਦੇ ਸਨ। ਕੁੱਤੀ ਵਿਹੜੇ ਦੇ ਵਿਹਲੜ, ਜਿਹੜੇ ਪਹਿਲੇ ਅਫ਼ਗਾਨਾਂ ਨੇ ਪਿੰਡਿਆਂ ਤੇ ਤੇਲ ਮੱਲਦੇ, ਤੇ 'ਖੋਜਿਆਂ' ਤੇ ਪੱਤਰੀਆਂ ਵਾਚਦੇ ਭਾਟੜਿਆਂ ਦੀਆਂ ਲੱਤਾਂ ਘੁੱਟ ਕੇ ਬਖਸ਼ੀਸ਼ਾਂ ਲੈਂਦੇ ਸਨ, ਅੱਜਕਲ੍ਹ ਤੰਗ ਸਨ। ਵਿਹੜੇ ਦੀਆਂ ਜਿਹੜੀਆਂ ਚੂਹੜੀਆਂ ਘਰਵਾਲਿਆਂ ਦੀ ਮਰਜੀ ਨਾਲ ਧੰਦਾ ਕਰਕੇ ਚਾਰ ਛਿੱਲੜ ਬਣਾ ਲਿਆਂਦੀਆਂ ਸਨ, ਉਹ ਕੁਛ ਸੌਖੀਆਂ ਸਨ। ਪਰ ਉਹ ਅਫਗਾਨ ਗਾਹਕਾਂ ਕੋਲੋਂ ਬੜਾ ਬੱਚ ਕੇ ਚਲਦੀਆਂ, ਕਿਉਂਕਿ ਉਹ ਪੈਸੇ ਦੇਣ ਵਿਚ ਤਾਂ ਠੀਕ ਸਨ, ਪਰ ਪੁੱਠੀ-ਸਿੱਧੀ ਫਟੀਕ ਬੜੀ ਕਰਵਾਂਦੇ ਸਨ!

ਇਹਨੀਂ ਦਿਨੀਂ ਹੀ ਬੱਥੇ ਚੂਹੜੇ ਨੇ ਬੜਾ ਖੁੱਲ੍ਹਾ ਖਰਚ ਕਰਨਾ ਸ਼ੁਰੂ ਕਰ ਦਿੱਤਾ। ਉਹ ਨੌਜੁਆਨ ਸੀ ਤੇ ਕੁਆਰਾ! ਘਰ ਵੀ ਉਹਨੇ ਮਾਂ-ਪਿਉ ਨੂੰ ਕਈ ਵਾਰ ਕੁਛ ਨਕਦੀ ਫੜਾ ਦੇਣੀ, ਜਾਂ ਫੇਰ ਕਣਕ ਲੈ ਦੇਣੀ। ਵਿਚ-ਵਿਚ ਚਰਬੀ ਦੀ ਪੀਪੀ ਜਾਂ ਸਰ੍ਹੋਂ ਦਾ ਤੇਲ ਵੀ ਲੈ ਕੇ ਦੇ ਜਾਣਾ। ਕਦੀ-ਕਦੀ ਉਹਦੇ ਨਾਲ ਉਹਦੀ ਉਮਰ ਦਾ ਹੀ ਜੋਟੀਦਾਰ ਮੁੰਡਾ ਕੀਪਾ ਵੀ ਹੋਣਾ, ਤੇ ਦੋਹਾਂ ਨੇ ਚੰਗੀ ਰਹਿਤਲ ਰੱਖ ਕੇ ਵਿਹੜੇ ਵਾਲਿਆਂ ਨੂੰ ਵਿਖਾਣੀ। ਭੁੱਖ ਨਾਲ ਘੁਲਦੇ ਤੇ ਬੋ-ਮਾਰੇ ਕਪੜਿਆਂ ਵਾਲੇ ਵਿਹੜੇ ਵਿਚ, ਇਹਨਾਂ ਦੀ ਰਹਿਤਲ ਵੇਖ ਕੇ ਕਈ

ਮਗਰ ਲਗੇ ਕਿ ਆਖਰ ਏਸ ਖੁਸ਼ਹਾਲੀ ਦਾ ਭੇਦ ਕੀ ਹੈ?

ਗੱਲ ਪਰ ਬਾਹਰ 'ਮੁੱਚਰ ਘੇਬੇ' ਨੇ ਕੱਢੀ ਸੀ! ਗੱਲ ਕੱਢਣ-ਕੱਢਾਣ ਤੇ ਲਾਣ-ਬੁਝਾਣ ਦਾ ਮਾਹਰ ਮੁੱਚਰ ਦਾ ਅਸਲੀ ਨਾਂ ਵੱਜੋਂ ਘੇਬਾ ਸੀ, ਪਰ ਕਹਿੰਦੇ ਸਾਰੇ ਉਹਨੂੰ ਮੁੱਚਰ ਹੀ ਸਨ। ਮੁੱਚਰ ਤੇ ਉਹਦੀ ਘਰਵਾਲੀ ਦੇ ਭਾਗ ਏਨੇ ਫੁੱਟੇ ਹੋਏ ਸਨ ਕਿ ਉਹਨਾਂ ਦੇ ਘਰ ਹਰ ਵਾਰ ਜਦ ਔਲਾਦ ਹੁੰਦੀ, ਕਦੀ ਬੱਚਾ-ਬੱਚੀ ਨਾ ਹੁੰਦਾ, ਸਗੋਂ ਹਰ ਵਾਰ ਮੁੱਚਰ ਦੀ ਵਹੁਟੀ 'ਦੌਲੇ ਸ਼ਾਹ ਦੇ ਚੂਹੇ-ਚੂਹੀਆਂ' ਜੰਮਦੀ ਸੀ। ਪਹਿਲੇ ਇਕ ਦੋ ਚੂਹੇ ਤੇ ਮੁੱਚਰ ਮਹੀਨੇ-ਦੋ ਮਹੀਨੇ ਦੇ ਕਰਕੇ ਪੀਰ ਲਾਲਾਂ ਵਾਲੇ ਦੇ ਦਰ ਤੇ ਰੱਖ ਆਉਂਦਾ ਰਿਹਾ ਸੀ। ਵਿਚ ਇਕ-ਅਧ ਦੌਲੇ ਸ਼ਾਹ ਦੇ ਚੂਹੇ ਦੇ ਰੂਪ ਵਾਲੇ ਬੱਚੇ ਨੂੰ ਉਹਨਾਂ ਦੋਹਾਂ ਨੇ ਦਾਈ ਦੀ ਮਦਦ ਨਾਲ ਅੱਕ ਚੱਟਾ ਕੇ ਮਾਰ ਵੀ ਦਿੱਤਾ ਸੀ। ਫੇਰ ਪਤਾ ਨਹੀਂ ਦੋਹਾਂ ਮੀਆਂ-ਬੀਵੀ ਦੇ ਦਿਲ ਵਿਚ ਕੀ ਆਇਆ, ਉਹਨਾਂ ਫੈਸਲਾ ਕੀਤਾ ਸੀ ਕਿ ਹੁਣ ਬੱਚੇ ਰੱਖ ਲੈਣੇ ਨੇ! ਅਗਲੀ ਵਾਰ ਦੋ ਇੱਕਠੀਆਂ ਦੋਲੇ ਸ਼ਾਹ ਦੀਆਂ ਚੂਹੀਆਂ ਉਹਨਾਂ ਘਰ ਪੈਦਾ ਹੋਈਆਂ। ਦੋਹੇਂ ਕੁੜੀਆਂ ਦੇ ਰੂਪ ਵਿਚ ਸਨ। ਮੁੱਚਰ ਤੇ ਉਹਦੀ ਬੀਵੀ ਨੇ ਦੋਹੇਂ ਪਾਲ ਲਈਆਂ। ਉਹਨਾਂ ਦੇ ਬਾਕੀ ਸਾਰੇ ਹੀ ਕਾਰ-ਵਿਹਾਰ ਬਾਕੀ ਬੱਚਿਆਂ ਵਾਂਗ ਸਨ, ਪਰ ਇਕ ਤੇ ਬੋਲ ਨਹੀਂ ਸਨ ਸਕਦੀਆਂ, ਸਿਰਫ ਚੀਕ ਮਾਰਕੇ ਲੋੜ ਦੱਸਦੀਆਂ। ਦੂਸਰੇ ਉਹਨਾਂ ਦੇ ਦੋ-ਦੋ ਫੁੱਟ ਦੇ ਸਰੀਰ ਤੇ ਪੂਰੇ ਬੰਦੇ ਜਿੱਡੇ ਸਿਰ ਸਾਰੀ ਗਲੀ, ਸਾਰੇ ਵਿਹੜੇ ਨੂੰ ਡਰਾ ਦੇਂਦੇ। ਪਰ ਵਿਹੜਾ ਉਹਨਾਂ ਨੂੰ ਸਾਈਂ ਦੌਲੇ ਦਾ ਪਰਸ਼ਾਦ ਸਮਝ ਕੇ ਸਤਿਕਾਰ ਦੇਂਦਾ। ਦੋਹੇਂ ਕੁੜੀਆਂ (ਚੂਹੀਆਂ) ਭਾਵੇਂ ਹੁਣ ਤਕਰੀਬਨ ਅਠਾਰਾਂ-ਵੀਹ ਦੀਆਂ ਸਨ, ਪਰ ਵਧੇਰੇ ਕਕੇ ਨੰਗੀਆਂ ਹੀ ਰਹਿੰਦੀਆਂ ਤੇ ਜਿੱਥੇ ਜੀ ਕਰਦਾ, ਗਲੀ ਵਿਚ ਟੱਟੀ-ਪਿਸ਼ਾਬ ਕਰ ਦੇਂਦੀਆਂ।

ਮੁੱਚਰ ਤੇ ਉਹਦੀ ਵਹੁਟੀ ਅਕਸਰ ਉਹਨਾਂ ਚੀਕਾਂ ਮਾਰਦੀਆਂ ਚੂਹੀਆਂ ਨੂੰ ਢੱਕਦੇ ਰਹਿੰਦੇ।

...ਕੁਦਰਤ ਦੇ ਸੰਤਾਪ ਦਾ ਮਾਰਿਆ ਮੁੱਚਰ ਚੁਗਲਖੋਰ ਬਣ ਗਿਆ ਸੀ।

ਗੱਲ ਵੀ ਉਹਨੇ ਹੀ ਬਾਹਰ ਕੱਢੀ ਕਿ ਬੱਬੇ ਚੂਹੜੇ ਦੀ ਖੁਸ਼ਹਾਲੀ ਦਾ ਕੀ ਭੇਦ ਸੀ?

****

ਗੱਲ ਅਸਲ ਵਿਚ ਏਹ ਸੀ ਕਿ ਗੁਰੂ ਰਾਮਦਾਸ ਜੀ ਵਲੋਂ ਵੱਸਾਏ ਅੰਬਰਸਰ ਵਿਚ ਕੱਛ ਵਲੋਂ ਆਏ ਮਾਰਵਾੜੀ ਵੀ ਵੱਸਾਏ ਗਏ ਸਨ। ਜਿੰਨੇ ਮਾਰਵਾੜੀ ਆਏ, ਉਹਨਾਂ ਵਿਚੋਂ ਅੱਧਿਓਂ ਵੱਧ ਨੂੰ ਬੰਦਿਆਂ ਦੀ ਮੂਤੇਹਰ ਚੂਸਣ ਦਾ ਠਰਕ ਸੀ। ਇਹ ਠਰਕ ਪੀੜ੍ਹੀ-ਦਰ-ਪੀੜ੍ਹੀ ਉਹਨਾਂ ਨੂੰ ਮਿਲਦਾ ਰਿਹਾ ਸੀ। ਬਹੁਤੇ ਮਾਰਵਾੜੀ ਇਹਦੇ ਸ਼ਿਕਾਰ ਸਨ। ਇਸ ਕੰਮ ਲਈ ਤੇ ਅਮੀਰ ਮਾਰਵਾੜੀਆਂ ਨੇ ਕਈ-ਕਈ ਨੌਜੁਆਨ ਲੌਂਡੇ ਰੱਖੇ ਹੋਏ ਸਨ, ਜਿਨ੍ਹਾਂ ਦਾ ਕੰਮ ਹੀ ਸਿਰਫ ਆਪਣੇ ਮਾਰਵਾੜੀ ਮਾਲਕਾਂ ਨੂੰ ਦਿਹਾੜੀ ਵਿਚ ਇਕ ਅੱਧ ਵਾਰ ਆਪਣਾ ਲਿੰਗ ਚੁਸਵਾਣਾ ਸੀ। ਬਾਕੀ ਸਾਰਾ ਦਿਨ ਉਹ ਵਿਹਲੇ ਸਨ, ਤੇ ਉਹਨਾਂ ਨੂੰ ਬੱਝੀ ਤਨਖਾਹ ਮਿਲਦੀ ਸੀ।

...ਹੁਣ ਦਿਨੋਂ-ਦਿਨ ਮਾਰਵਾੜੀਆਂ ਕੋਲ ਏਸ ਕੰਮ ਦੇ ਨਿਪੁੰਨ ਕਲਾਕਾਰ ਘਟਦੇ ਜਾ ਰਹੇ ਸਨ। ਉਂਜ ਤੇ ਕਈ ਪਠਾਣ ਵੀ ਏਸ ਕੰਮ ਵਿਚ ਸਨ, ਪਰ ਪਤਾ ਨਹੀਂ ਕਿਵੇਂ, ਸਫਾਈ-

ਸੇਵਾ ਦਾ ਕੰਮ ਕਰਦੇ ਬੱਬੇ ਚੂਹੜੇ ਨੂੰ ਉਹਦੇ ਮਾਲਕ ਨੇ ਏਸ ਕੰਮ ਲਈ ਰਾਜ਼ੀ ਕਰ ਲਿਆ ਸੀ! ਬੱਬੇ ਨੇ ਅਗੋਂ ਕੀਪੇ ਨੂੰ ਰਲਾ ਲਿਆ ਸੀ। ਤੇ ਦੋਹੇਂ ਚੰਗੀ ਕਮਾਈ ਕਰਨ ਲਗੇ। ਮਾਲਕਾਂ ਦਾ ਸਿਰਫ ਇਕੋ ਹੁਕਮ ਸੀ ਕਿ ਸਾਫ ਸੁਥਰੇ ਬਣਕੇ ਰਹਿਣਾ ਹੈ, ਤੇ ਭੇਦ ਰੱਖਣਾ ਹੈ।

...ਉਹ ਤੇ ਬੇੜੀ ਬਹਿ ਜਾਏ ਮੁੱਚਰ ਦੀ, ਜੀਹਦੇ ਕੋਲ ਬੱਬਾ ਨਸ਼ਾ ਪੀਤੇ ਵਿਚ ਗੱਲ ਕਰ ਬੈਠਾ। ਤੇ ਉਹਨੇ ਸਾਰੇ ਕੁੱਤੀ ਵਿਹੜੇ ਵਿਚ ਗੱਲ ਘੁੰਮਾ ਦਿੱਤੀ। ਪਲਾਂ ਵਿਚ ਹੀ ਸਾਰੇ ਵਿਹੜੇ ਵਿਚ ਗੱਲ ਫੈਲ ਗਈ।

ਲੋਕਾਂ ਬੱਬੇ ਤੇ ਕੀਪੇ ਦਾ ਲੰਘਣਾ ਔਖਾ ਕਰ ਦਿੱਤਾ। ਉਹ ਜਿਧਰੋਂ ਦੀ ਲੰਘਣ, ਵਿਹੜੇ ਆਲੇ ਛੇੜਨ, 'ਅਖੇ ਉਹ ਚੂਪੇ ਜਾਂਦੇ ਆ! ਉਏ ਚੂਪੇ ਲੈ ਲਓ ਚੂਪੇ ਬਈ ਉਏ!" ਅੱਕ ਕੇ ਬੱਬਾ ਤੇ ਕੀਪਾ, ਦੋਹੇਂ ਆਪੋ-ਆਪਣੀ ਟੱਬਰੀ ਲੈ ਕੇ ਪੱਤਰਾ ਵਾਚ ਗਏ। ਮੁੜ ਉਹ ਕਦੀ ਵੀ ਨਾ ਪਰਤੇ, ਸਗੋਂ ਸਮਾਂ ਪਾ ਕੇ ਆਪਣੇ ਹੋਰ ਅੰਗ-ਸਾਕ ਵੀ ਬੁਲਾ ਕੇ ਲੈ ਗਏ।

...ਦਰਅਸਲ ਉਹ ਕੰਢੀ ਵਲ ਟੁਰ ਗਏ ਸਨ। ਕੰਢੀ ਦਿਆਂ ਪਿੰਡਾਂ ਵਲ ਦੇ ਰਾਜਪੂਤਾਂ ਕੋਲ ਮੁਰਦੇ ਫੂਕਣ ਵਾਲੇ ਚੰਡਾਲ ਨਾਂਹ ਦੇ ਬਰਾਬਰ ਸਨ। ਉਥੋਂ ਦੇ ਬਾਹਮਣਾਂ ਤੇ ਰਾਜਪੂਤਾਂ ਵਿਚ ਚੰਡਾਲਾਂ ਦੀ ਭਾਰੀ ਮੰਗ ਸੀ, ਤੇ ਉਹ ਦੋਹੇਂ ਉਧਰ ਹੀ ਕਿਸੇ ਪਿੰਡ ਵਲ ਟਿਕ-ਟਿਕਾ ਗਏ।

...ਏਦਾਂ ਪਹਿਲੀ ਵਾਰ ਮਾਝੇ ਦੇ ਚੂਹੜਿਆਂ ਦਾ ਕੰਢੀ ਵਲ ਚੰਡਾਲ ਬਣ ਕੇ ਲਾਂਘਾ ਬਣਿਆ।

****

ਵਿਹੜੇ ਦੇ ਲੋਕਾਂ ਵਿਚ ਤੇ ਮਾਰ ਅੱਜ ਅੰਤਾਂ ਦਾ ਉਤਸ਼ਾਹ ਸੀ। ਪਤਾ ਲਗਾ ਸੀ ਕਿ ਲਾਹੌਰ ਦੇ ਹਾਕਮ ਨਾਲ ਸਿੱਖਾਂ ਦੇ ਬਾਬੇ "ਭਾਈ ਮਨੀ ਸਿੰਘ" ਨਾਲ ਇਸ ਵਾਰ ਹਰਮੰਦਰ ਸਾਹਿਬ ਦੀ ਦੀਵਾਲੀ ਲੌਣ ਦਾ ਸਮਝੌਤਾ ਹੋ ਗਿਆ ਸੀ।

ਚੂਹੜਿਆਂ ਨੂੰ ਅੱਜ ਏਸ ਗੱਲ ਦਾ ਬੜਾ ਚਾਅ ਸੀ, ਕਿਉਂਕਿ ਪਿੰਡਾਂ ਦੇ ਸਿੱਖ ਮੇਲੇ-ਮੁਸਾਹਬੇ ਦੇ ਦਿਨਾਂ ਵਿਚ ਹਰਮੰਦਰ ਦੇ ਬਾਹਰ ਬਿਨ੍ਹਾਂ ਕਿਸੇ ਦਰੇਗ ਦੇ, ਭਿੱਟ ਦੇ, ਸਭ ਨੂੰ ਕੜਾਹ ਦੇ, ਖੀਰ ਦੇ ਖੁੱਲ੍ਹੇ ਗੱਫੇ ਦੇਂਦੇ ਸਨ। ਜਿਨ੍ਹਾਂ ਮਾਈਆਂ-ਭਾਈਆਂ ਦੇ ਪੁੱਤ-ਪੋਤੇ ਉੱਦਣ ਪੱਗ ਰੱਖ ਕੇ ਸਿੱਖ ਬਣਦੇ ਸਨ, ਉਹ ਤੇ ਵਿਹੜੇ ਵਾਲਿਆਂ ਨੂੰ ਕੌਡਾਂ ਵੀ ਲੁੱਟਦੇ ਤੇ ਤਾਂਬੇ ਦੇ ਪੈਸਿਆਂ ਦੀ ਸੋਟ ਕਰਦੇ ਸਨ। ...ਪਰ ਇਹ ਕੀ?

...ਹਰਮੰਦਰ ਤੋਂ ਕਈ ਕਰਮਾਂ ਪਹਿਲਾਂ ਹੀ ਸਿਪਾਹੀ ਪਹਿਰੇ ਤੇ ਖੜ੍ਹੇ ਦਿੱਸਣ ਲਗ ਪਏ। ਜਿਉਂ-ਜਿਉਂ ਵਿਹੜੇ ਆਲੇ ਅਗੇ ਵਧੇ ਤਾਂ ਉਜਾੜ-ਬੀਆਬਾਨ ਤੇ ਮੌਤ ਵਰਗੀ ਚੁੱਪ-ਚਾਂ ਸੀ। ਇਕ ਗੱਲ ਇਹ ਸੀ ਕਿ ਸਿਪਾਹੀ ਉਹਨਾਂ ਨੂੰ ਰੋਕ ਨਹੀਂ ਸਨ ਰਹੇ। ਅਗੇ ਜਾ ਕੇ ਉਹਨਾਂ ਕੀ ਵੇਖਿਆ, ਪਈ ਕੁਝ ਸਿੱਖ, ਜਿਹੜੇ ਅਣਭੋਲ ਹੀ ਉਥੇ ਆ ਫਸੇ ਸਨ, ਉਹਨਾਂ ਨੂੰ ਮੁਸ਼ਕਾਂ ਬੰਨ੍ਹ ਕੇ ਸਿਪਾਹੀਆਂ ਨੇ ਭੁੰਜੇ ਬਠਾਇਆ ਹੋਇਆ ਸੀ।

...ਉਹ ਤ੍ਰਹਿ ਕੇ ਕਾਫੀ ਪਿਛੇ ਹੀ ਰੁਕ ਗਏ। ਉਹਨਾਂ ਨੂੰ ਵੇਖ ਕੇ ਦੂਰ ਖੜ੍ਹੇ ਸਿਪਾਹਸਲਾਰ ਨੇ ਉਹਨਾਂ ਬਾਰੇ ਉਥੋਂ ਦੇ ਸਥਾਨਕ ਤਸੀਲੀਏ ਕੋਲੋਂ ਕੁਝ ਦਰਿਆਫਤ ਕੀਤੀ। ਉਹਨਾਂ ਬਾਬਤ ਪਤਾ ਲਗਣ ਤੇ ਉਹਨੇ ਸਿਪਾਹੀਆਂ ਨੂੰ ਉਹਨਾਂ ਵਲ ਜੂਠ ਸੁੱਟਣ ਦਾ ਹੁਕਮ ਦਿੱਤਾ।

ਹੁਕਮ ਪਾਕੇ ਸਿਪਾਹੀਆਂ ਤੇ ਲਾਂਗਰੀ ਨੇ ਉਹਨਾਂ ਵਲ ਅੱਧ-ਖਾਧੇ ਰੋਟੀਆਂ ਦੇ ਟੋਟੇ, ਚੂਸੀਆਂ ਹੋਈਆਂ ਬੋਟੀਆਂ ਤੇ ਬਚੇ ਹੋਏ ਜ਼ਰਦੇ ਦੇ ਪਤੀਲੇ ਖਾਲੀ ਕਰ ਦਿੱਤੇ। ਉਹ ਵੱਡੇ ਅਜੇ ਜੱਕੋਤੱਕ ਵਿਚ ਹੀ ਸਨ ਕਿ ਬੱਚੇ ਜੂਠ ਤੇ ਟੁੱਟ ਪਏ। ਵੱਡਿਆਂ ਦੇ ਦਿਲ ਪਰ ਬੁੱਝੇ ਹੋਏ ਸਨ। ਕਿਸੇ ਜੂਠ ਚੁੱਕੀ, ਕਿਸੇ ਨਹੀਂ ਤੇ ਥੋੜੀ ਦੇਰ ਮਗਰੋਂ ਸਾਰੇ ਵਿਹੜੇ ਨੂੰ ਪਰਤ ਗਏ।

ਅਗਲੇ ਦਿਨ ਸਵੇਰੇ ਗੱਲ ਬਾਹਰ ਨਿਕਲੀ, ਜਦੋਂ ਮੁਨਾਦੀ ਵਾਲੇ ਨੇ ਸ਼ਹਿਰ ਦੇ ਅੰਦਰ 'ਹੋਕੇ' ਦਿੱਤੇ ਕਿ ਫੜੇ ਗਏ ਸਿੱਖਾਂ ਦੇ ਅੰਗ ਉਥੇ ਹਰਮੰਦਰ ਤੋਂ ਬਾਹਰ ਉਦਾਸੀਨ ਅਖਾੜੇ ਕੋਲ ਵੱਢੇ ਜਾਣਗੇ। ਅਸਲ ਵਿਚ ਲਾਹੌਰ ਦੇ ਹਾਕਮ ਨੇ ਬਾਬਾ ਮਨੀ ਸਿੰਘ ਨੂੰ ਦੀਵਾਲੀ ਵਾਲੇ ਦਿਨ ਧੋਖਾ ਦੇਣਾ ਸੀ। ਦੀਵਾਲੀ ਵਾਲੀ ਰਾਤ ਬਾਬਾ ਜੀ ਦਾ ਹੁਕਮ ਮੰਨ ਕੇ ਸੈਂਕੜੇ ਸਿੱਖਾਂ ਜੰਗਲਾਂ ਵਿਚੋਂ ਨਿਕਲ ਕੇ ਦੀਵਾਲੀ ਮਨਾਣ ਹਰਮੰਦਰ ਆਉਣਾ ਸੀ, ਤੇ ਉਥੋਂ ਹੀ ਮੁਗਲਾਂ ਫੜ ਕੇ ਸਾਰੇ ਸਿੱਖ ਮਾਰਨ ਦਾ ਗੁਪਤ ਫੈਸਲਾ ਲਿਆ ਹੋਇਆ ਸੀ। ਪਰ ਬਾਬੇ ਹੁਰਾਂ ਨੂੰ ਟੋਹੀਆਂ ਨੇ ਸਮੇਂ ਸਿਰ ਸਾਰੀ ਗੱਲ ਦੱਸ ਕੇ ਮੁਖਬਰੀ ਕਰ ਦਿੱਤੀ ਸੀ, ਤੇ ਬਾਬੇ ਹੁਰਾਂ ਸਾਰੇ ਸਿੱਖਾਂ ਨੂੰ ਨਾ ਆਉਣ ਦਾ ਗੁਪਤ ਬੋਲਾ ਫੇਰ ਦਿੱਤਾ ਸੀ। ਜਿਹੜੇ ਸੌ-ਪੰਜਾਹ ਸਿੱਖ ਅਣਭੋਲ ਜਾ ਫਸੇ ਸਨ, ਉਹਨਾਂ ਵਿਚੋਂ ਬਹੁਤੇ ਤੇ ਬਿਰਧ ਬਾਬੇ ਸਨ, ਜਾਂ ਬੱਚਿਆਂ ਵਾਲੀਆਂ ਦੋ-ਚਾਰ ਮਾਵਾਂ ਸਨ। ਨੌਜੁਆਨ ਤੇ ਮਸਾਂ ਪੰਝੀ-ਤੀਹ ਸਨ। ਬਾਕੀ ਹੋਰ ਕੋਈ ਬਹੁਤਾ ਸਰਗਰਮ ਸਿੱਖ ਸਰਦਾਰ ਲਾਹੌਰੀਆਂ ਦੇ ਹੱਥ ਨਹੀ ਸੀ ਲੱਗਾ।

ਜਦੋਂ ਲਾਹੌਰ ਦੇ ਹਾਕਮਾਂ ਦਾ ਹੁਕਮ ਮੰਨ ਕੇ ਸਾਰੇ ਅੰਬਰਸਰੀਏ ਕਤਲ ਹੋ ਰਹੇ ਸਿੱਖਾਂ ਨੂੰ ਵੇਖਣ ਲਈ ਉਦਾਸੀਨ ਅਖਾੜੇ ਕੋਲ ਖੜੇ ਸਨ, ਪਰ੍ਹਾਂ ਵਿਹੜੇ ਵਾਲੇ ਵੀ ਖੜੇ ਸਨ। ਸਿੱਖ ਅਡੋਲ ਹੀ ਜੱਲਾਦ ਵਲ ਵਧਦੇ ਤੇ ਕਤਲ ਹੋਈ ਜਾ ਰਹੇ ਸਨ। ਬਹੁਤੇ ਲਾਹੌਰ ਭੇਜ ਦਿੱਤੇ ਗਏ ਸਨ। ਇਥੇ ਸਿਰਫ ਬੁੱਢਿਆਂ ਤੇ ਬੱਚਿਆਂ ਦਾ ਕਤਲੇਆਮ ਹੋਣਾ ਸੀ। ਬਸ ਉਦੋਂ ਹੀ ਵਿਹੜੇ ਵਾਲੀਆਂ ਵੀ ਤੇ ਸ਼ਹਿਰ ਦੀਆਂ ਗੋਰੀਆਂ-ਫੱਬਦੀਆਂ, ਅੰਬਰਸਰਨਾਂ ਕੁਛ ਤੇ ਚੀਕਾਂ ਮਾਰਕੇ ਡਿੱਗ ਪਈਆਂ, ਕੁਝ ਅਰਧ-ਪਾਗਲ ਹੋ ਕੇ ਘਰਾਂ ਨੂੰ ਭੱਜ ਗਈਆਂ, ਜਦੋਂ ਇਕ ਸਿੰਘਣੀ ਕੋਲੋਂ ਦੋ ਕੁ ਸਾਲ ਦਾ ਬਾਲ ਖੋਹ ਕੇ ਜਲੱਾਦ ਨੇ ਦੋ ਟੋਟਿਆਂ ਵਿਚ ਚੀਰ ਕੇ ਅਡੋਲ ਬੈਠੀ ਦੇ ਪੈਰਾਂ ਵਿਚ ਸੁੱਟ ਦਿੱਤਾ ਸੀ। ਕੁਝ ਚਿਰ ਬਾਦ ਪਤਾ ਲਗਾ ਸੀ ਕਿ ਬਾਬਾ ਮਨੀ ਸਿੰਘ ਵੀ ਟੋਟੇ ਕਰ-ਕਰ ਕੇ ਸ਼ਹੀਦ ਕਰ ਦਿੱਤਾ ਗਿਆ ਸੀ।

****

ਇਸ ਘਟਨਾ ਤੋਂ ਚੰਦ ਦਿਨਾਂ ਬਾਦ ਇਹ ਖਬਰ ਫੈਲ ਗਈ ਸੀ ਕਿ ਭਾਈ ਮਨੀ ਸਿੰਘ ਦੇ ਭਤੀਜੇ ਸਘੜ ਸਿੰਘ ਦਾ ਜੱਥਾ ਅੰਬਰਸਰ ਫਿਰ ਰਿਹਾ ਹੈ, ਉਹ ਬੜੇ ਗੁਪਤ ਰੂਪ ਵਿਚ ਹਰ ਘਰ ਕੋਲੋਂ ਇਕ-ਇਕ ਪੁੱਤਰ ਮੰਗ ਰਿਹਾ ਹੈ!

ਪਤਾ ਉਦੋਂ ਹੀ ਲਗਾ, ਜਦੋਂ ਵਿਹੜੇ ਦੇ ਕਿੰਨੇ ਹੀ ਮੁੱਛ-ਫੁੱਟ ਘਰਾਂ ਵਿਚੋਂ ਗਾਇਬ ਹੋ ਗਏ। ਉਹ ਸਾਰੇ ਉਹੀ ਸਨ, ਜਿਨ੍ਹਾਂ ਉਸ ਸਿੰਘਣੀ ਨੂੰ ਅਡੋਲ ਹੀ ਬਾਲਕ ਦੇ ਦੋ ਟੋਟੇ ਆਪਣੀ ਝੋਲੀ ਪਵਾਂਦੇ ਵੇਖਿਆ ਸੀ।

ਦੂਜੀ ਵੱਡੀ ਗੱਲ ਇਹ ਸੀ ਕਿ ਸਘੜ ਸਿੰਘ ਤੇ ਅਘੜ ਸਿੰਘ ਦੇ ਸ਼ਹੀਦੀ ਜਥੇ ਵਿਚ ਜਾਤ ਬਿਲਕੁਲ ਮਨਫੀ ਸੀ। ਉਹਦਾ ਜ਼ਿਕਰ ਕਰਨ ਤੱਕ ਦੀ ਮਨਾਹੀ ਸੀ!

ਇਸ ਦੌਰਾਨ ਕਿੰਨਾ ਹੀ ਪਾਣੀ ਪੁਲਾਂ ਹੇਠੋਂ ਲੰਘ ਗਿਆ ਸੀ। ਸਿੰਘ ਰਾਤ-ਬਰਾਤੇ ਘੋੜਿਆਂ ਤੇ ਚੜ੍ਹੇ ਆਉਂਦੇ ਤੇ ਵਿਹੜੇ ਵਾਲਿਆਂ ਦੇ ਕੋਲੋਂ ਹੀ ਜੰਗਲ ਵਿਚੋਂ ਲੰਘਦੇ ਸਣੇ ਘੋੜਿਆਂ ਦੇ, ਹਰਮੰਦਰ ਦੇ ਜਲ ਵਿਚ ਚੁੱਭਾ ਮਾਰਕੇ ਔਹ ਜਾਹ ਔਹ ਜਾਹ...! ਜਦ ਨੂੰ ਸਪਾਹੀਆਂ ਨੂੰ ਪਤਾ ਲਗਦਾ, ਸਿੰਘ ਹਰਨਾਂ ਦੇ ਸਿੰਗੀਂ ਜਾ ਚੜ੍ਹੇ ਹੁੰਦੇ ਸਨ। ਵਿਹੜੇ ਵਾਲੇ ਕਈ ਵਾਰ ਅੰਬਰਸਰੀਏ ਮਸਤਾਨਿਆਂ ਨੂੰ ਗੌਂਦੇ ਸੁਣਦੇ ਤਾਂ ਹੈਰਾਨ ਹੁੰਦੇ। ਮਸਤਾਨੇ ਸਾਰੇ ਸ਼ਹਿਰ ਵਿਚ ਭਰੇ ਹੋਏ ਸਨ। ਇਕ ਤੋਂ ਦੂਜੇ ਤੱਕ ਉਹਨਾਂ ਦੇ ਬੋਲ ਪੁੱਜਦੇ। ਕਮਲੇ ਕਿੰਨਾ-ਕਿੰਨਾ ਚਿਰ ਗੌਂਦੇ -

ਆ ਗਏ ਜੀ ਆ ਗਏ
ਸ਼ਹੀਦੀ ਟੋਲੇ ਆ ਗਏ...

ਇਸ ਦੌਰਾਨ ਅਠਾਰਵੀਂ ਸਦੀ ਦੇ ਅੱਧ ਵਿਚ ਅਬਦਾਲੀ ਦਾ ਪ੍ਰਕੋਪ ਅੰਬਰਸਰ ਤੇ ਪਿਆ। 1757 ਤੇ 1760 ਵਿਚ ਉਹਨੇ ਦੋ ਵਾਰ ਹਰਮੰਦਰ ਦੀ ਇਕ-ਇਕ ਇੱਟ ਉਖਾੜ ਕੇ ਉਤੇ ਖੋਤਿਆਂ ਦਾ ਹੱਲ ਚਲਵਾਇਆ। ਮਜਾਲ ਹੈ ਵਿਹੜੇ ਵਾਲਿਆਂ ਉਸ ਮਲਬੇ ਵਿਚੋਂ ਰੋੜੀ ਵੀ ਚੁੱਕੀ ਹੋਵੇ। ਸਿਰਫ ਡੱਗੂ ਮੱਲ ਇਕ ਕਾਲੀਨ ਦਾ ਟੋਟਾ ਚੁੱਕ ਲਿਆਇਆ ਸੀ! ਪਰ ਅਗਲੇ ਹੀ ਦਿਨ ਡੱਗੂ ਦੇ ਮੰਡੇ ਨੂੰ ਤੇਈਆ ਚੜ੍ਹ ਗਿਆ। ਮੁੰਡੇ ਦੇ ਮਗਰੋਂ ਲੱਥਾ ਤੇ ਉਹਦੀ ਘਰ ਦੀ ਨੂੰ ਚੜ੍ਹ ਗਿਆ ਸੀ। ਡੱਗੂ ਨੂੰ ਵਿਹੜੇ ਵਾਲਿਆਂ ਡਰਾਇਆ ਕਿ ਗੁਰੂ-ਘਰ ਨਾਲ ਵੈਰ ਕੀਤਾ ਈ, ਤਾਂ ਕੁਝ ਦਿਨਾਂ ਮਗਰੋਂ ਹੀ ਡੱਗੂ ਉਹ ਅੱਤ ਕੀਮਤੀ ਕਲੀਨ ਉਥੇ ਮਲਬੇ ਤੇ ਸੁੱਟ ਆਇਆ ਸੀ। ਭਾਵੇਂ ਸਾਰਾ ਟੱਬਰ ਠੰਡ ਵਿਚ ਮਗਰੋਂ ਭੁੰਜੇ ਅਲਾਣਾ ਸੌਂਦਾ ਰਿਹਾ ਸੀ।

1760 ਵਿਚ ਅਬਦਾਲੀ ਨੇ ਅੰਬਰਸਰ ਗਊ ਜਿਬਾਹ ਕਰਨ ਲਈ ਬੁੱਚੜਖਾਨਾ ਖੁਲਵਾ ਦਿੱਤਾ ਸੀ। ਗਊਆਂ ਨੂੰ ਮਿੱਟੀ ਨਾਲ ਮਿੱਟੀ ਹੋ ਚੁਕੇ ਹਰਮੰਦਰ ਸਾਹਿਬ ਦੇ ਅਹਾਤੇ ਦੇ ਬਾਹਰ ਜਿਬਾਹ ਕੀਤਾ ਜਾਂਦਾ ਸੀ। ਸ਼ਹਿਰੀਆਂ ਵਿਚੋਂ ਤੇ ਕੋਈ ਵੀ ਮੀਟ ਲੈਣ ਨਹੀਂ ਸੀ ਜਾਂਦਾ। ਸਿਰਫ ਮੁਗਲਾਂ ਦੇ ਕੁਛ ਘਰ, ਜਾ ਫੇਰ ਸ਼ਰੀਫਪੁਰ ਦੇ ਤੇ ਢਾਬ ਬਸਤੀ ਦੇ ਖਟੀਕ ਤੇ ਕੰਜਰ ਮੀਟ ਲੈਣ ਆਉਂਦੇ ਸਨ। ਬਹੁਤੇ ਕਸਾਈ ਉਹੀ ਸਨ, ਜਿਹੜੇ ਵਿਹੜੇ ਵਾਲਿਆਂ ਦੇ ਪੂਰਵਜ ਸਨ ਤੇ ਉਹਨਾਂ ਤੇ ਨਾਲ ਹੀ ਗੁਰੂ ਰਾਮ ਦਾਸ ਜੀ ਕੋਲੋਂ ਥਾਂ ਲੈਣ ਦੀ ਅਰਜ ਕਰਨ ਆਏ ਸਨ। ਇਹਨਾਂ ਵਿਚੋਂ ਪੀਰਾਂ ਦਿੱਤੇ ਕਸਾਈ ਦਾ ਟੱਬਰ ਬਹੁਤ ਫੈਲਿਆ ਸੀ। ਉਹਦੇ ਹੀ ਪੁੱਤ, ਪੋਤਰੇ ਹੁਣ ਗਊਆਂ ਜਿਬਾਹ ਕਰਦੇ ਤੇ ਕੱਟਾਈ ਕਰਕੇ ਵੇਚਦੇ ਸਨ।

ਇਸ ਦੌਰਾਨ ਅੰਬਰਸਰੀਆਂ ਵੀ ਤੇ ਵਿਹੜੇ ਵਾਲਿਆਂ ਵੀ, ਅਬਦਾਲੀ ਦੇ ਨੱਕ ਤੇ ਸਬੂਤੀ ਇੱਟ ਵੱਜਦੀ ਵੇਖੀ। ਉਹਨਾਂ ਚਰਖੜੀਆਂ ਤੇ ਚੜ੍ਹਦੇ ਸਿੰਘ ਵੇਖੇ! ਮੱਸੇ ਰੰਘੜ ਦਾ ਬਿਨਾਂ ਸਿਰ ਤੋਂ ਧੜ ਵੇਖਿਆ, ਤੇ ਅੰਤ ਉਸੇ ਹੀ ਹਰਮੰਦਰ ਵਿਚ ਮੁੜ ਜਲ ਭਰੀਂਦਾ ਤੇ ਉੱਸਰੀਂਦਾ ਤੱਕਿਆ!

****

ਇਹ ਤੇ ਹੁਣ ਗੱਲਾਂ 'ਚੋਂ ਗੱਲਾਂ ਨਿਕਲੀ ਆਉਂਦੀਆਂ ਨੇ ਪਈ ਸੰਨ ਸੱਤਰ ਵਿਚ, ਜਦੋਂ ਇੰਦਰਾ ਪੂਰੀ ਕਹਿੰਦੀ-ਕਹਾਂਦੀ ਪ੍ਰਧਾਨ ਮੰਤਰੀ ਸੀ, ਅੰਬਰਸਰ ਆਪ ਚੱਲ ਕੇ ਆਈ ਸੀ। ਉਦੋਂ ਬਾਕੀ ਕਾਂਗਰਸੀਆਂ ਦੀ ਰੀਸੇ ਅੰਬਰਸਰ ਦੀ ਬਾਲਮੀਕ ਬਰਾਦਰੀ ਨੇ ਵੀ ਪੂਰਾ

ਕੱਠ ਕੀਤਾ ਸੀ। ਇਧਰੋਂ ਵਿਹੜੇ ਆਲੇ ਚੂਹੜਿਆਂ ਨੂੰ ਵੀ ਖੁੱਲ੍ਹਾ ਸੱਦਾ ਸੀ ਕਿ ਉਹ ਹਾਲ ਗੇਟ ਦੇ ਅੰਦਰ ਜਦੋਂ ਇੰਦਰਾ ਗਾਂਧੀ ਗਲ ਵਿਚ ਹਾਰ ਪਵਾਏਗੀ, ਉਦੋਂ ਤੁਸੀਂ ਵੀ ਆਪਣੇ ਪ੍ਰਧਾਨ ਨਾਲ ਵੀਹ-ਤੀਹ ਬੰਦੇ ਆ ਕੇ ਇੰਦਰਾ ਜੀ ਦਾ ਸਤਿਕਾਰ ਕਰਿਓ! ਤੇ ਵਿਹੜੇ ਆਲਿਆਂ ਨੂੰ ਚਾਅ ਚੜ੍ਹ ਗਿਆ ਸੀ! ਉਹਨੀਂ ਦਿਨੀ ਇੰਦਰਾ ਨੂੰ ਸਤੀ, ਦੁਰਗਾ, ਭਵਾਨੀ ਤੇ ਮਾਂ ਜਾਂ 'ਭਾਰਤ-ਪੁੱਤਰੀ' ਕਿਹਾ ਜਾਂਦਾ ਸੀ। ਨਾਲ ਹੀ ਬਾਲਮੀਕੀਆਂ ਵਿਚ ਪਰਚਾਰ ਸੀ ਕਿ ਉਹ ਗਾਂਧੀ ਬਾਬਾ ਦੀ ਨੂੰਹ ਹੈ। ਕਿਉਂਕਿ ਉਹਨੇ ਫਿਰੋਜ਼ ਨੂੰ ਗੋਦ ਲੈ ਲਿਆ ਸੀ। ਹੋਰ ਵੀ ਉਸ ਨਾਲ ਸਬੰਧਿਤ ਪਰੀ-ਕਥਾਵਾਂ ਜੋੜਦੇ ਸਨ। ਤੇ ਬਸ, ਵਿਹੜੇ ਵਾਲਿਆਂ ਫੱਟ ਮੁਲਖੇ ਢੋਲੀ ਨੂੰ ਆਗੂ ਚੁਣ ਲਿਆ ਸੀ। ਮੁਲਖਾ ਢੋਲੀ ਟਕਸਾਲੀ ਕਾਂਗਰਸੀ ਸੀ ਤੇ ਕਾਂਗਰਸ ਦੇ ਹਰ ਜਲਸੇ ਵਿਚ ਅਗੇ ਹੋ ਕੇ ਮੁਖਤੋ-ਮੁਖਤੀ ਢੋਲ ਵੱਜਾਂਦਾ ਸੀ। ਕਾਂਗਰਸੀਆਂ ਵੀ ਉਸ ਨੂੰ ਬਾਲਮੀਕੀ ਸੈਲ ਦਾ ਪ੍ਰਧਾਨ ਬਣਾਕੇ ਨਵਾਜਿਆ ਸੀ।

...ਪਰ ਉਦੋਂ ਬੜੀ ਬਦਮਗਜੀ ਹੋਈ, ਜਦੋਂ ਹਾਲ ਗੇਟ ਵਾਲੇ ਦਫਤਰ ਤੋਂ ਇੰਦਰਾ ਨੇ ਹਾਰ ਪਵਾ ਕੇ ਟੁਰਨਾ ਸੀ, ਮੁਲਖੇ ਨੇ ਆਪਣੇ ਗਰੁੱਪ ਦੇ ਵੀਹਾਂ-ਤੀਹਾਂ ਮੈਂਬਰਾਂ ਨੂੰ ਧੋਖਾ ਦਿੱਤਾ, ਕੱਲੇ ਨੇ ਜਾਕੇ ਮੰਤਰੀਆਂ-ਸੰਤਰੀਆਂ ਤੇ ਹੋਰ ਚਿੱਟ-ਕਪੜੀਆਂ ਵਿਚ ਸ਼ਾਮਲ ਹੋ ਕੇ ਇੰਦਰਾ ਨੂੰ ਹਾਰ ਜਾ ਪਾਏ। ਵਿਹੜੇ ਆਲੇ ਤੇ ਬਸ ਦੂਰੋਂ ਹੱਥ ਮੱਲਦੇ ਰਹਿ ਗਏ ਸਨ। ਜਲੂਸ ਜਦੋਂ ਅਗੇ ਵਧਿਆ ਤਾਂ ਮੁਲਖਾ ਵੀ ਜੀਪਾਂ ਵਿਚ ਸਵਾਰ ਹੋ ਕੇ ਅੱਗੇ ਦਾ ਅੱਗੇ ਟੁਰ ਗਿਆ। ਪਰ ਉਦੋਂ ਹੀ ਕਿਤੇ ਹਾਲ ਗੇਟ ਦੇ ਨਜ਼ਦੀਕ ਕਿਸੇ ਕੋਠੇ ਤੋਂ ਖਾਲਸਾ ਕਾਲਿਜ ਅੰਬਰਸਰ ਦੇ ਮੁੰਡਿਆਂ ਨੇ ਇੰਦਰਾ ਤੇ ਇੱਟਾਂ ਚਲਾ ਦਿੱਤੀਆਂ। ਲਗੀਆਂ ਤੇ ਕਿਸੇ ਨੂੰ ਨਾਂਹ, ਪਰ ਇੰਦਰਾ ਨੇ ਦੌਰਾ ਵਿਚੇ ਛੱਡ ਦਿੱਤਾ ਤੇ ਗੱਡੀਆਂ ਪਿਛਾਂਹ ਭੱਜਾ ਲਈਆਂ। ਘਬਰਾਈ ਪੰਜਾਬ-ਪੁਲਸ ਨੇ ਮਗਰ ਲਗੀ ਕਾਂਗਰਸੀਆਂ ਦੀ ਭੀੜ ਨੂੰ ਹੀ ਛਿਤਰੌਲ ਸ਼ੁਰੂ ਕਰ ਦਿੱਤੀ। ਕਈ ਐਮ.ਐਲ.ਏ. ਤੇ ਸਿਰਕੱਢ ਕਾਂਗਰਸੀ ਵੀ ਪਰਸ਼ਾਦ ਲੈ ਹਟੇ। ਮੁਲਖੇ ਨੂੰ ਤੇ ਚੰਗੀਆਂ ਵੱਜੀਆਂ। ਉਹ ਪਰ ਕੀ ਜਾਣਦਾ ਸੀ ਕਿ ਹੁਣ ਉਹਦੀ ਮੰਦੀ ਹਾਲਤ ਸ਼ੁਰੂ ਹੋਣ ਵਾਲੀ ਹੈ? ਰਾਤ ਤੇ ਉਹ ਸੱਟਾਂ ਕਰਕੇ ਘਰ ਹੀ ਲੇਟਿਆ ਰਿਹਾ। ਪਰ ਜਿਉਂ ਹੀ ਸਵੇਰੇ ਉਹ ਢੋਲ ਟੰਗਣ ਆਪਣੀ ਕਿੱਲੀ ਤੇ ਆਇਆ, ਪੂਰੇ ਵਿਹੜੇ ਨੇ ਗਾਹਲਾਂ ਤੇ ਝਾੜੂਆਂ ਨਾਲ ਉਹਦਾ ਸੁਆਗਤ ਕੀਤਾ। ਉਹ ਤੇ ਹੋਟਲਾਂ ਵਾਲਿਆਂ ਤੇ ਮੁਲਖੇ ਦਿਆ ਭਤੀਜਿਆਂ ਉਹਦਾ ਬਚਾ ਕਰ ਦਿੱਤਾ। ਲੱਤਾ, ਘਸੁੰਨਾ ਦੇ ਨਾਲ ਕੁੱਟਿਆ। ਪਰ ਸਭ ਤੋਂ ਅਖੀਰ ਵਿਚ ਹੱਥ ਜੋੜਕੇ ਕੂੜੇ ਦੀ ਰੇਹੜੀ ਢੋਣ ਵਾਲੀ ਡੇਜ ਬੌਣੀ ਨੂੰ ਰੋਕਿਆ ਗਿਆ, ਕਿਉਂਕਿ ਉਹ ਗੁੱਸੇ ਵਿਚ ਅੰਨ੍ਹੀ ਹੋਈ ਡਿੱਗੇ ਪਏ ਮੁਲਖੇ ਦੀ ਪਿੱਠ ਵਿਚ ਆਪਣੇ ਝਾੜੂ ਦੀ ਮੁੱਠ ਘੁਸੇੜਨ ਦਾ ਯਤਨ ਕਰ ਰਹੀ ਸੀ।

...ਮੁਲਖੇ ਨੂੰ ਕਦੀ ਵੀ ਵਿਹੜੇ ਆਲਿਆਂ ਮਾਫ ਨਾ ਕੀਤਾ। ਜਲਦੀ ਹੀ ਮੁਲਖਾ ਢੋਲੀ ਖਾਲਸਾ ਕਾਲਿਜ ਅੰਬਰਸਰ ਦੇ ਸਾਹਮਣੇ ਬਣੇ ਖੋਲਿਆਂ ਚੋਂ ਇਕ ਵਿਚ ਜਾ ਵੱਸਿਆ। ਉਹ ਥਾਂ ਪਿੰਡ ਕੋਟ-ਖਾਲਸਾ ਦੇ ਚੂਹੜਿਆਂ ਨੂੰ ਅਲਾਟ ਸੀ ਤੇ ਉਹਨਾਂ ਮੁਲਖੇ ਨੂੰ ਵੱਸਾ ਲਿਆ। ਮੁੜਕੇ ਮੁਲਖਾ ਖਾਲਸਾ ਕਾਲਿਜ ਦੇ ਭੰਗੜੇ ਆਲੇ ਮੁੰਡਿਆ ਦਾ ਢੋਲੀ ਬਣ ਗਿਆ ਤੇ ਪੰਜਾਬ ਵਿਚ ਨੰਬਰ ਇਕ ਦਾ ਢੋਲੀ ਮਸ਼ਹੂਰ ਹੋਇਆ ਸੀ! ਬਾਕੀ ਤੇ ਭਾਵੇਂ ਸਭ ਭੁੱਲ-ਭੁੱਲਾ ਗਏ ਸਨ, ਪਰ ਕੁੱਤੀ ਵਿਹੜੇ ਵਾਲੇ ਭਰਪੂਰ ਗੱਟੇ ਵਾਲੇ ਨੂੰ ਮੁਲਖਾ ਨਹੀਂ ਸੀ ਭੁੱਲਦਾ! ਭਰਪੂਰ

ਬੜਾ ਜ਼ਹਿਰੀ ਬੰਦਾ ਸੀ, ਤੇ ਉਹ ਇੰਦਰਾ ਵੇਲੇ ਹੋਈ ਘਟਨਾ ਤੋਂ ਬੜੀ ਹੀਣਤਾ ਮੰਨ ਗਿਆ ਸੀ। ਭਰਪੂਰ ਹੀ ਇੱਕਲਾ ਬੰਦਾ ਸੀ, ਜੀਹਨੇ ਟੱਟੀ ਚੁੱਕਣ ਦਾ ਕੰਮ ਛੱਡ ਕੇ ਅੰਬਰਸਰ ਦੇ ਭੜਭੂੰਜਿਆਂ ਦੀ ਸ਼ਗਿਰਦੀ ਕੀਤੀ ਸੀ ਤੇ ਉਹਨਾਂ ਕੋਲੋਂ ਗੁੜ ਦਾ ਰੰਗਦਾਰ ਗੱਟਾ ਬਣਾਨਾ ਸਿੱਖਿਆ ਸੀ। ਫੇਰ ਸਾਰੀ ਉਮਰ ਉਹਨੇ ਮੋਟੇ ਬਾਂਸ ਦੇ ਦੁਪਹਿਰੇ ਆਪੇ ਬਣਾਏ ਗੱਟੇ ਦੀ ਲੇਟੀ ਟੰਗਣੀ ਤੇ ਬਾਬਾ ਸਾਹਿਬ ਚੌਕ, ਫਰੀਦ ਦੇ ਚੌਂਕ, ਲਛਮਣ ਸਰ ਤੋਂ ਲੈ ਕੇ ਫੱਟ ਵਾਲੀ ਗਲੀ ਤੱਕ ਆ ਕੇ ਬਸ ਕਰਨੀ। ਨਾਲ ਗੌਂਦੇ ਫਿਰਨਾ –

ਗੱਟਾ ਲਾਚੀਆਂ ਵਾਲਾ
ਜੀ ਲਾਚੀ ਦਾਨਿਆਂ ਵਾਲਾ
ਖਾ ਲਓ, ਖਾ ਲਓ ਮੇਰੀ ਜਾਨ
ਗੱਟਾ ਲਾਚੀਆਂ ਵਾਲਾ।

ਇਹੀ ਭਰਪੂਰ ਜਦੋਂ ਵੀ ਕਿਤੇ ਮੁਲਖੇ ਨੂੰ ਵੇਖਦਾ, ਜਿਹੜਾ ਕਿ ਉਹਨੂੰ ਅਕਸਰ ਛੇਹਰਟੇ ਦੇ ਮੇਲੇ, ਬਾਬੇ ਸ਼ਹੀਦਾਂ ਦੀ ਮੱਸਿਆ–ਸੰਗਰਾਦਾਂ ਜਾਂ ਫੇਰ ਦੁਰਗਿਆਣੇ ਮੰਦਰ 'ਹਨੂਮਾਨ–ਸੈਨਾ' ਨੂੰ ਮੱਥਾ ਟਕੌਣ ਵੇਲੇ ਢੋਲ ਵੱਜਾਂਦਾ ਮਿਲ ਪੈਂਦਾ, ਭਰਪੂਰ ਫੱਟ ਟੋਨ ਬਦਲ ਕੇ ਉੱਚੀ–ਉੱਚੀ ਗੌਣ ਲਗ ਪੈਂਦਾ–

ਓ ਮੇਰਾ ਗੱਟਾ ਗਿਆ ਸੀ ਦਿੱਲੀ
ਮੁਲਖੇ ਦੀ ਭੈਣ ਉਥੇ ਮਿਲੀ
ਓ ਗੱਟਾ ਲਾਚੀਆਂ ਵਾਲਾ ।

ਮੁਲਖਾ ਤੇ ਭਰਪੂਰ ਨੂੰ ਵੇਖਦਿਆਂ ਹੀ ਉਰ੍ਹੇ ਪਰ੍ਹੇ ਹੋ ਜਾਂਦਾ ਸੀ।

****

ਦਰਅਸਲ ਮੁਲਖੇ ਦੇ ਅੰਦਰਲਾ ਕਮੀਨਾਪਣ ਉਹਨੂੰ ਵਿਰਾਸਤ ਵਿਚ ਮਿਲਿਆ ਸੀ। ਮੁਲਖਾ ਏਸੇ ਵਿਹੜੇ ਦੇ ਪੁਰਾਣੇ ਲੁਟੇਰੇ 'ਛੋਟੇ ਤੁਤਰੀ' ਦੀ ਔਲਾਦ ਸੀ। 'ਛੋਟਾ ਤੁਤਰ', ਜਿਹੜਾ ਕਿ ਸੰਨ ਸੰਤਾਲੀ ਵੇਲੇ ਦਾ ਮੰਨਿਆ ਲੁਟੇਰਾ ਤੇ ਕਾਤਲ ਸੀ! ਉਹਦਾ ਵੱਡਾ ਭਰਾ, ਜੀਹਨੂੰ ਵੱਡਾ ਤੁਤਰੀ ਕਹਿੰਦੇ ਸਨ, ਉਸਤੋਂ ਵੀ ਵੱਡਾ ਬਦਮਾਸ਼ ਸੀ। ਅੰਬਰਸਰ ਸ਼ਹਿਰ ਵਿਚ ਖੱਤਰੀਆਂ–ਰਾਜਪੂਤਾਂ ਦੇ ਦੋ ਵੱਡੇ ਬਦਮਾਸ਼ ਹੋਏ ਸਨ, ਇਕ ਦਾ ਨਾਂ ਢੱਗਾ ਸੀ, ਜਿਹੜਾ ਕਿ ਲੂਣ ਮੰਡੀ ਦਾ ਤੇ ਲਛਮਣਸਰ ਦਾ ਇਲਾਕਾ ਮੱਲਕੇ ਰੱਖਦਾ ਸੀ। ਉਹ ਜਾਤ ਦਾ ਹਿੰਦੂ 'ਨੰਦਾ' ਸੀ। ਦੂਸਰੇ ਬਦਮਾਸ਼ ਇਧਰ ਬਾਬਾ ਸਾਹਿਬ ਚੌਂਕ, ਆਟਾ ਮੰਡੀ ਤੇ ਫਰੀਦ ਦੇ ਚੌਂਕ ਦੇ ਦੋ ਭਾਟੀਏ ਭਰਾ ਸਨ। ਦੋਵੇਂ ਸਿੱਖ ਸਨ, ਪਰ ਵੇਲੇ–ਕੁਵੇਲੇ ਮੂੰਹ–ਸਿਰ ਮੁੰਨਾ ਛੱਡਦੇ ਸਨ। ਦੋਹੇਂ ਜਗਤਾ–ਭਗਤਾ ਦੇ ਨਾਂ ਨਾਲ "ਭਾਟੀਏ ਭਰਾ' ਮਸ਼ਹੂਰ ਸਨ। ਢੱਗੇ ਦੇ ਗਰੁੱਪ ਦੀ ਤੇ ਜਗਤੇ–ਭਗਤੇ ਦੇ ਗਰੁੱਪ ਦੀ ਆਪਸ ਵਿਚ ਬੜੀ ਖੜਕਦੀ ਸੀ। ਜਗਤਾ–ਭਗਤਾ ਦਾ ਅਸਲ ਕੰਮ ਪੂਰਬ ਦੀਆਂ ਜਨਾਨੀਆਂ ਸਸਤੀਆਂ ਲਿਆ ਕੇ ਏਧਰ ਪੰਜਾਬ ਵਿਚ ਵੇਚਣ ਦਾ ਧੰਦਾ ਸੀ। ਉਹਨਾਂ ਤੇ ਮਾਰ ਅੰਬਰਸਰ ਦੇ ਅੱਧਿਓਂ ਵਧ ਛੜੇ, ਪੂਰਬਣਾਂ ਵੇਚ–ਵੇਚ ਵੱਸਾ ਛੱਡੇ ਸਨ। ਢੱਗਾ ਪਰ ਧਰਮੀ ਬੰਦਾ ਸੀ। ਉਹ ਏਦਾਂ ਦੇ ਕੰਮਾਂ–ਕਾਰਾਂ ਨੂੰ ਨਫ਼ਰਤ ਦੀ ਨਿਗਾਹ ਨਾਲ ਵੇਖਦਾ ਸੀ। ਪਰ ਇਕ ਕੰਮ ਤੇ ਆਕੇ ਦੋਹੇਂ ਧੜੇ ਇਕੋ ਸੋਚ ਤੇ ਖੜੋ ਜਾਂਦੇ ਸਨ! ਜਦੋਂ

ਅੰਬਰਸਰ ਦੇ ਮੁਸਲਮਾਨ ਤਾਜੀਏ ਕੱਢਦੇ ਤਾਂ ਢੱਗਾ ਡਾਂਗ ਲੈ ਕੇ ਖੜ੍ਹੋ ਜਾਂਦਾ, ਨਾਲ ਉਹਦੇ ਚਮਚੇ ਹੁੰਦੇ। ਡਰਦੇ ਮੁਸਲਮਾਨ ਲੂਣ-ਮੰਡੀ ਵਿਚੋਂ ਤਾਜੀਏ ਲੈ ਕੇ ਨਹੀਂ ਸਨ ਨਿਕਲਦੇ। ਉਧਰ ਭਾਟੀਏ ਭਰਾ ਬਾਬਾ ਸਾਹਿਬ ਚੌਂਕ ਤੇ ਬਾਬਾ ਅਟੱਲ ਗੁਰਦੁਆਰੇ ਤੋਂ ਲੈ ਕੇ ਮੰਗਲ ਪਕੌੜਿਆਂ ਵਾਲੇ ਤੇ ਪ੍ਰਾਗਦਾਸ ਚੌਂਕ ਤੱਕ ਆਪਣੇ ਬਦਮਾਸ਼ ਲੈ ਕੇ ਖੜ੍ਹੇ ਹੁੰਦੇ। ਡਰਦੇ ਮੁਸਲਮਾਨ ਫਰੀਦ ਦੇ ਚੌਂਕ ਤੇ ਚੌਂਕ ਚਬੂਤਰੇ ਤੇ ਪਾਸੀਆਂ ਬਜ਼ਾਰ ਜਾਂ ਢਾਬ ਖਟੀਕਾਂ ਤੱਕ ਦੇ ਗੇੜੇ ਦੇਂਦੇ ਸਨ। ਦੋ ਵਾਰ ਹਮਲੇ ਹੋਏ ਸਨ। ਇਕ ਵਾਰ ਖਟੀਕ ਇਕੱਠੇ ਹੋਕੇ ਭਾਟੀਏ ਭਰਾਵਾਂ ਨੂੰ ਪਏ ਸਨ ਤੇ ਦੋਵੇਂ ਧਿਰਾਂ ਦੇ ਸਿਰ ਪਾਟੇ ਸਨ। ਇਕ ਵਾਰ ਹੋਰ ਦੀ ਗੱਲ ਹੈ, ਸੁਲਤਾਨ ਵਿੰਡ ਗੇਟ ਦੇ ਬਾਹਰ ਰਹਿੰਦੇ ਚਮਰੰਗ ਇਕੱਠੇ ਹੋਕੇ 'ਅੱਲਾ ਹੂ ਅਕਬਰ' ਦੇ ਨਾਅਰੇ ਮਾਰਦੇ ਢੱਗੇ ਬਦਮਾਸ਼ ਨੂੰ ਪੈ ਗਏ ਸਨ। ਅਗੇ ਢੱਗੇ ਦੇ ਸਾਥੀ ਤੇ ਤਗੜੇ ਸਨ, ਪਰ ਢੱਗੇ ਨੇ ਇਕੱਲੇ ਨੇ ਉਹ ਡਾਂਗ ਵਾਹੀ ਕਿ ਸੈਂਕੜਿਆਂ ਦੀ ਗਿਣਤੀ ਵਿਚ ਆਏ ਚਮਰੰਗ ਕਈ ਬੰਦੇ ਮਰਵਾ ਕੇ ਭੱਜ ਗਏ ਸਨ। ਉਧਰ ਅੰਗਰੇਜ਼ ਹਾਕਮ ਤੇ ਚਾਹੁੰਦੇ ਇਹੀ ਸੀ! ਉਹਨਾਂ ਦੇ ਹੁਕਮ ਕਾਰਨ ਢੱਗੇ ਤੇ ਪੁਲੀਸ ਨੇ ਕੋਈ ਕੇਸ ਨਾ ਪਾਇਆ, ਅਜੇ ਕਿ ਅੰਬਰਸਰ ਦੀ ਨੱਬੇ ਪਰਸੈਂਟ ਪੁਲਸ ਮੁਸਲਮਾਨ ਸੀ। ਮੁਸਲਮਾਨ ਥਾਣੇਦਾਰ ਬੜਾ ਤੜਫੇ ਸਨ, ਪਰ ਗੋਰੇ ਹਾਕਮਾਂ ਅਗੇ ਪੇਸ਼ ਨਹੀਂ ਸੀ ਗਈ!

****

...ਇਹੀ ਵੱਡਾ ਤੁਤਰੀ ਤੇ ਛੋਟਾ ਤੁਤਰੀ, ਦੋਹੇਂ ਭਰਾ ਢੱਗੇ ਦੇ ਹਜ਼ੂਰੀਏ ਬਦਮਾਸ਼ ਸਨ। ਜਦੋਂ ਸੰਨ ਪੰਜਾਹ ਵਿਚ ਜਗਤੇ ਭਾਟੀਏ ਤੇ ਭਗਤੇ ਭਾਟੀਏ ਨੇ ਇਕੱਲੇ ਤੇ ਨਿਹੱਥੇ ਕੁਰਸੀ ਤੇ ਬੈਠੇ ਢੱਗੇ ਬਦਮਾਸ਼ ਨੂੰ ਪਿੱਛੋਂ ਦੀ ਟਕੂਏ ਮਾਰ ਕੇ ਕਤਲ ਕੀਤਾ ਸੀ, ਉਦੋਂ ਹੀ ਉਹਨਾਂ ਨੇ ਛੋਟੇ ਤੁਤਰੀ ਤੇ ਤਿੰਨ੍ਹ-ਚਾਰ ਹੋਰ ਵੀ ਜੀ-ਹਜ਼ੂਰੀਏ ਮਾਰ ਘੱਤੇ ਸਨ। ਢੱਗੇ ਤੇ ਉਹਦੇ ਬਦਮਾਸ਼ਾਂ ਨੂੰ ਰਤਾ ਵੀ ਭਿਣਕ ਨਹੀਂ ਸੀ ਪੈ ਸਕੀ ਕਿ ਜਗਤਾ ਤੇ ਭਗਤਾ ਏਨਾ ਵਸਾਹ ਕੇ ਮਾਰਨਗੇ! ਨਹੀਂ ਤੇ ਸਾਰੇ ਹੀ ਅੰਬਰਸਰੀਏ ਬਦਮਾਸ਼ ਸਿਰ ਤੇ ਲੋਹੇ ਦੀ ਬਾਟੀ ਰੱਖ ਕੇ ਲੜਨ ਵਾਲੇ ਸਨ, ਉਹ ਸਿਰ ਦੀ ਸੱਟ ਨਾਲ ਕਿਥੇ ਮਰਦੇ ਸਨ? ਹਰ ਬਦਮਾਸ਼ ਸਿਰ ਤੇ ਲੋਹੇ ਦੀ ਬਾਟੀ ਬੰਨ੍ਹ ਕੇ ਪੱਗ ਬੰਨ੍ਹਦਾ ਸੀ!

****

ਉਦੋਂ ਮੁਲਖਾ ਅਜੇ ਛੋਟਾ ਸੀ। ਮੁਲਖੇ ਦੀ ਮਾਂ ਫਿੰਨੋ ਨੂੰ ਵੱਡੇ ਤੁਤਰੀ ਨਾਲ ਬਿਠਾ ਦਿੱਤਾ ਗਿਆ, ਪਰ ਵੱਡਾ ਤੁਤਰੀ ਭਰਾ ਦਾ ਵਿਯੋਗ ਹੀ ਏਨਾ ਮੰਨ ਗਿਆ ਕਿ ਪੰਜ-ਸੱਤ ਸਾਲ ਉਸ ਮਸਾਂ ਕੱਢੇ। ਬਸ ਉਹ ਏਨਾ ਕੁ ਕਰ ਗਿਆ ਕਿ ਮੁਲਖੇ ਨੂੰ ਵੱਡਾ ਕਰ ਗਿਆ ਸੀ ਤੇ ਢੋਲੀ ਬਣਾ ਗਿਆ ਸੀ!

****

ਏਸ ਬੰਟੀ ਮਸੀਹ ਦਾ ਦਾਦਾ ਵੀ ਵੱਡੇ ਤੇ ਛੋਟੇ ਤੁਤਰੀ ਵਾਂਗ ਲੁਟੇਰਾ ਰਿਹਾ ਸੀ। ਸੰਤਾਲੀ ਦੇ ਹੱਲਿਆਂ ਵੇਲੇ ਉਹਨੇ ਲੁੱਟਮਾਰ ਤੇ ਕਤਲ ਬਥੇਰੇ ਕੀਤੇ, ਪਰ ਗੁਰੂ ਰਾਮਦਾਸ ਦੇ ਵਰੋਸਾਏ ਇਲਾਕਿਆਂ ਵਿਚ ਲੁਟੇਰੇ-ਕਾਤਲ ਕਿੰਨਾ ਕੁ ਕੱਟਦੇ? ਉਹ ਏਨਾ ਲਾਲਚੀ ਸੀ ਕਿ ਇਕ ਵਾਰ ਸੰਤਾਲੀ ਦੌਰਾਨ ਉਹਨੇ ਇਕ ਗਰੀਬ ਮੁਸਲਮਾਨ ਨੂੰ ਮਾਈ ਸੇਵਾਂ ਦੇ ਬਜ਼ਾਰ ਵਿਚ ਮਾਰਿਆ ਤੇ ਉਹਦੇ ਸਾਰੇ ਖੀਸੇ ਖਾਲੀ ਕਰ ਲਏ। ਫੇਰ ਉਹਨੇ ਉਹੀ ਖੰਜਰ ਝੂਠੇ ਬਜ਼ਾਰ ਦੇ

ਬਾਹਰ ਬਣੇ ਸੰਗਤਾਂ ਦੇ ਹੱਥ-ਪੈਰ ਧੋਣ ਲਈ ਬਣੇ ਚੁੱਬਚੇ ਵਿਚੋਂ ਧੋ ਲਿਆ, ਜਿਹੜਾ ਕਦੀ ਉਹਦੇ ਪਿਉ ਨੂੰ ਅੰਗਰੇਜ਼ ਥਾਣੇਦਾਰ 'ਰਿਚਰਡ ਕਲੈਚੀ' ਨੇ ਦਿੱਤਾ ਸੀ।

ਬਸ...!

ਬੰਟੀ ਦਾ ਦਾਦਾ ਥੋੜ੍ਹੀ ਦੇਰ ਬਾਅਦ ਹੀ ਦਿਮਾਗ ਹਿੱਲਣ ਕਾਰਨ ਪਾਗਲ਼ ਹੋ ਗਿਆ ਸੀ ਤੇ ਥੋੜੀ ਦੇਰ ਬਾਅਦ ਗਾਇਬ ਹੋ ਗਿਆ ਸੀ। ਬੰਟੀ ਦਾ ਪਿਉ ਵੀ ਉਦੋਂ ਮਸਾਂ ਤਿੰਨ੍ਹ-ਚਾਰ ਸਾਲ ਦਾ ਸੀ। ਬੰਟੀ ਦੇ ਦੋ ਵੱਡੇ ਤਾਏ ਵੀ ਸਨ। ਪਿਉ ਦਾ ਪਿੱਛਾ ਕਿਸੇ ਨਾ ਕੀਤਾ। ਕਈ ਗੱਲਾਂ ਉੱਡੀਆਂ। ਕੋਈ ਕਹੇ, ਕਸੂਰ ਨੂੰ ਜਾਣ ਵਾਲੀ ਨਹਿਰ ਵਿਚ ਡੁੱਬ ਕੇ ਮਰ ਗਿਐ। ਕੋਈ ਕਹੇ ਕਿ ਚਰਚ ਦੇ ਪਾਦਰੀਆਂ ਕੋਲੋਂ ਕਿਸੇ ਦਾ ਐਡਰੈਸ ਲੈ ਕੇ ਦੱਖਣ ਟੁਰ ਗਿਐ।

ਪਰ ਇਕ ਕੰਮ ਉਹ ਬਖ਼ੂਬੀ ਕਰਦਾ ਰਿਹਾ ਸੀ। ਗਾਇਬ ਹੋਣ ਤੋਂ ਪਹਿਲਾਂ ਪਾਗਲਪਨ ਦੀ ਹਾਲਤ ਵਿਚ ਵੀ ਉਹ ਉਸ ਖੰਜਰ ਨੂੰ ਬੈਠਾ ਕਈ-ਕਈ ਘੰਟੇ ਘੂਰਦਾ ਰਹਿੰਦਾ ਸੀ, ਤੇ ਮੂੰਹ ਵਿਚ ਕੋਈ ਗਾਹਲ-ਮੰਦਾ ਕੱਢਦਾ ਰਹਿੰਦਾ ਸੀ। ਫੇਰ ਉਹਨੇ ਉਹ ਖੰਜਰ ਆਪਣੇ ਇਕੋ ਕਮਰੇ ਵਾਲੇ ਘਰ ਦੇ ਅੰਦਰ ਹੀ ਬਣੇ ਸੁਫ਼ੇ (ਘੁਰਨੇ) ਵਿਚ ਸੁੱਟ ਦਿੱਤਾ ਸੀ, ਜਿਥੇ ਉਹਦੇ ਸਦੀਵੀਂ ਦੋ ਸਾਥੀ ਪਏ ਹੋਏ ਸਨ। ਇਕ ਸੀ ਮਲ ਮੂਤਰ ਢੋਣ ਵਾਲਾ ਲੋਹੇ ਦਾ ਪੁਰਾਣਾ ਬਾਲਟਾ, ਤੇ ਦੂਸਰਾ ਗੰਦ ਚੁੱਕਣ ਵਾਲਾ ਫਰਸਾ! ਉਥੇ ਹੀ ਕਿਤੇ ਉਹਨੇ ਉਹ ਖੰਜਰ ਸੁੱਟ ਦਿੱਤਾ। ਸੁਫ਼ੇ ਨੂੰ ਕੁੰਡਾ ਲਾਇਆ ਤੇ ਮੁੜ ਧਰਤੀ ਤੋਂ ਗਾਇਬ ਹੋ ਗਿਆ।

****

ਅਗੇ ਸੁਫੇ ਵਧੇਰੇ ਕਰਕੇ ਗਰਮੀਆਂ ਕੱਟਣ ਲਈ ਬਣਾਏ ਜਾਂਦੇ ਸਨ। ਬੰਟੀ ਦੀ ਮਾਂ, ਜਿਹੜੀ ਕਿ ਰਾਧਾ ਰੰਡੀ ਦੀ ਹੀ ਪੜ ਦੋਹਤੀਆਂ ਵਿਚੋਂ ਸੀ, ਕਤਲਾਂ ਤੋਂ ਡਰੀ ਹੋਈ ਨੇ ਕਦੀ ਸੁਫਾ ਖੋਹਲਿਆ ਹੀ ਨਹੀਂ ਸੀ। ਬੰਟੀ ਦਾ ਪਿਉ ਵੀ ਪ੍ਰਫੈਸ਼ਨਲ ਲੜਾਕਾ ਤੇ ਚਰਸੀ ਸੀ। ਉਹਨੇ ਵੀ ਸੁਫਾ ਘੱਟ-ਵੱਧ ਹੀ ਖੋਹਲਿਆ ਸੀ। ਉਂਞ ਉਹ ਕਦੀ-ਕਦੀ ਯਾਦ ਕਰਦਾ ਸੀ ਕਿ ਮੇਰੇ ਪਿਉ ਕੋਲ ਗੋਰਿਆਂ ਦੇ ਹੱਥ ਦਾ ਬਣਿਆ ਇਕ ਖੰਜਰ ਹੁੰਦਾ ਸੀ, ਪਰ ਨਾ ਉਸ ਕਦੀ ਤਰੱਦਦ ਕੀਤਾ ਤੇ ਨਾ ਹੀ ਡਰੀ ਹੋਈ ਬੰਟੀ ਦੀ ਮਾਂ ਨੇ ਕਦੀ ਪੁਰਾਣੀਆਂ ਵਸਤਾਂ ਦਾ ਪਿਟਾਰਾ ਖੋਹਲਿਆ। ਸੋ ਜਿਥੇ-ਕਿਤੇ ਉਹ ਗੰਦ ਚੁੱਕਣ ਵਾਲੇ ਸੰਦ ਪਏ ਸਨ, ਸਾਲਾਂ ਤੋਂ ਉਹ ਖੰਜਰ ਵੀ ਕਿਸੇ ਲੋੜਵੰਦ ਹੱਥ ਦੀ ਉਡੀਕ ਵਿਚ ਉਥੇ ਚੁੱਪਚਾਪ ਬੈਠਾ ਹੋਇਆ ਸੀ।

****

ਜਦੋਂ ਸਿੱਖ ਮਿਸਲਾਂ ਤਾਕਤਵਰ ਹੋ ਰਹੀਆਂ ਸਨ, ਉਦੋਂ ਦੇ ਦਿਨ ਵਿਹੜੇ ਵਾਲਿਆਂ ਲਈ ਰਤਾ ਕੁ ਸੁਖਾਂਵੇ ਸਨ। ਸ਼ਹਿਰ ਵਾਲੇ ਉਹਨਾਂ ਨੂੰ ਵਧੇਰੇ ਤਸੀਹੇ ਨਹੀਂ ਸਨ ਦੇ ਸਕਦੇ, ਨਾ ਹੀ ਕੁੱਟਮਾਰ ਕਰ ਸਕਦੇ ਸਨ। ਉਧਰ ਅੰਬਰਸਰ ਦੇ ਬਾਹਰਵਾਰ ਹੀ ਜੱਸਾ ਸਿੰਘ ਰਾਮਗੜ੍ਹੀਏ ਨੇ 'ਰਾਮਗੜ੍ਹ' ਨਾਂ ਦਾ ਕਿਲਾ ਬਣਵਾ ਲਿਆ ਸੀ। ਉਹਦੀ ਪੰਥ ਦੇ ਵੱਡੇ ਜਰਨੈਲ ਜੱਸਾ ਸਿੰਘ ਕਲਾਲ (ਆਹਲੂਵਾਲੀਆ) ਨਾਲ ਅਕਸਰ ਖੜਕਦੀ ਰਹਿੰਦੀ ਸੀ। ਪਰ ਇਕ ਸਮੇਂ ਬਾਦ ਉਹ ਇਕੱਠੇ ਹੋ ਗਏ ਸਨ। ਵਿਹੜੇ ਵਾਲਿਆਂ ਨੂੰ ਪਰ ਦੋਹੇਂ ਧਿਰਾਂ ਦਾ ਪੂਰਾ ਆਸਰਾ ਸੀ। ਕਿਸੇ ਵੀ ਮਾੜੀ ਧਿਰ ਨਾਲ ਨਜਾਇਜ ਹੋਵੇ, ਪੰਥ ਦੇ ਹਰ ਧੜੇ ਵਲੋਂ ਮਦਦ ਹੁੰਦੀ ਸੀ। ਭਾਵੇਂ ਪੰਥ ਦੇ ਚਲਦੇ ਵਹੀਰ ਵਿਚ ਅਨੇਕਾਂ ਲੁਟੇਰੇ, ਚੋਰ ਵੀ ਸ਼ਾਮਲ ਸਨ, ਪਰ ਦੋਵੇਂ ਜੱਸਿਆਂ ਦਾ ਹੁਕਮ ਸੀ

ਕਿ ਲੁੱਟਮਾਰ ਕਰੋ, ਮੁਗਲਾਂ ਨਾਲ ਕਰੋ, ਪਠਾਣਾਂ ਦੀ ਕਰੋ, ਪਰ ਕਿਸੇ ਗਰੀਬ ਰਿਆਇਆ ਦੀ ਨਹੀਂ ਕਰਨੀ!

ਇਸੇ ਸਮੇਂ ਹੀ ਮਹਾਰਾਜਾ ਰਣਜੀਤ ਸਿੰਘ ਦੀ ਚੜ੍ਹਤ ਸ਼ੁਰੂ ਹੋਈ। ਅਗੇ ਵਿਹੜੇ ਵਾਲੇ ਮੁਗਲਾਂ ਤੇ ਪਠਾਣਾਂ ਤੋਂ ਤੰਗ ਸਨ। ਪਠਾਣਾਂ ਨੇ ਕਈ ਵਾਰ ਵਿਹੜੇ ਦੇ ਬਾਰਾਂ-ਚੌਦਾਂ ਸਾਲਾਂ ਦੇ ਅਨੇਕਾਂ ਮੁੰਡੇ ਆਪਣੇ ਲੌਂਡੇ ਬਣਾਨ ਲਈ ਵਿਹੜੇ ਵਾਲਿਆਂ ਕੋਲੋਂ ਖੋਹੇ ਸਨ। ਅਨੇਕਾਂ ਜਨਾਨੀਆਂ ਵੀ ਉਹਨਾਂ ਵਿਹੜੇ ਦੇ ਬੰਦਿਆਂ ਕੋਲੋਂ ਖੋਹ ਕੇ ਅਗੇ ਗਜ਼ਨੀ ਤੱਕ ਜਾ ਕੇ ਵੇਚ ਦਿੱਤੀਆਂ ਸਨ। ਕਾਬਲ ਤੇ ਜਲਾਲਾਬਾਦ ਵਿਚ ਤਾਂ ਅਨੇਕਾਂ ਹੀ ਗਰੀਬੜੇ ਮੁੰਡੇ-ਕੁੜੀਆਂ ਤੇ ਔਰਤਾਂ ਪਠਾਣਾਂ ਦੇ ਲੌਂਡੇ-ਲੌਂਡੀਆਂ ਬਣ ਕੇ ਮੌਤ ਨੂੰ ਉਡੀਕ ਰਹੇ ਸਨ।

...ਇਹਨੂੰ ਆਕੇ ਪੰਥ ਦੇ ਡੁਰਲੀ ਜੱਥੇ ਨੇ ਰੋਕ ਲਾਈ ਸੀ। ਪੰਥ ਦੇ ਡੁਰਲੀ ਜੱਥੇ ਨੇ ਤਾਂ ਇਕਵਾਰ ਅਬਦਾਲੀ ਦੇ ਨਾਸੀਂ ਧੂੰਆ ਲਿਆ ਦਿੱਤਾ ਸੀ।

ਇਹਨਾਂ ਸਮਿਆਂ ਵਿਚ ਹੀ ਜਦੋਂ ਪੰਜਾਬ ਤੇ ਮਹਾਰਾਜਾ ਰਣਜੀਤ ਸਿੰਘ ਦਾ ਰਾਜ ਹੋਇਆ, ਉਹਨੇ ਅੰਬਰਸਰ ਦੀ ਤੇ ਹਰਮੰਦਰ ਸਾਹਿਬ ਦੀ ਕਾਇਆ-ਕਲਪ ਕਰਨ ਦੀ ਠਾਣ ਲਈ ਸੀ। ਪੁਜਾਰੀਆਂ ਡਰਦੇ ਮਾਰੇ ਕੁੰਜੀਆਂ ਮਹਾਰਾਜੇ ਦੇ ਦੀਵਾਨ ਨੂੰ ਸੌਂਪ ਦਿੱਤੀਆਂ ਸਨ। ਰਾਜਸਥਾਨ ਤੇ ਮੱਧ ਭਾਰਤ ਦੇ ਕਾਰੀਗਰ ਆਕੇ ਹਰਮੰਦਰ ਦੀਆਂ ਛੱਤਾਂ ਤੇ ਕੰਧਾਂ ਉਪਰ ਮੀਨਾਕਾਰੀ ਕਰ ਰਹੇ ਸਨ। ਕੁਛ ਸਿੱਖ ਨਕਾਸ਼ ਵੀ ਉਹਨਾਂ ਦਾ ਸਾਥ ਦੇ ਰਹੇ ਸਨ। ਪਰਕਰਮਾ ਚਿੱਟੇ ਪੱਥਰਾਂ ਨਾਲ ਪੱਕੀ ਹੋ ਰਹੀ ਸੀ। ਪਰਕਰਮਾ ਵਿਚ ਥਾਂ-ਥਾਂ ਤੇ ਹਿੰਦੂ ਮੰਦਰ ਤੇ ਨਿੱਕੀਆਂ-ਨਿੱਕੀਆਂ ਮੂਰਤੀਆਂ ਵੀ ਸਥਾਪਤ ਹੋ ਰਹੀਆਂ ਸਨ। ਛਾਬੜੀਆਂ ਵਾਲੇ ਤੇ ਹੋਰ ਫੜੀ-ਫੇਰੀਆਂ ਵਾਲੇ ਵੀ ਹੁਣ ਸਵੇਰ ਤੋਂ ਸ਼ਾਮ ਤੱਕ ਹਰਮੰਦਰ ਦੇ ਬਾਹਰ ਬੈਠ ਕੇ ਸੌਦੇ ਵੇਚਦੇ ਸਨ। ਹਰਮੰਦਰ ਦੇ ਆਲੇ ਦੁਆਲੇ ਸਿੱਖ ਸਰਦਾਰਾਂ ਨੇ ਬੁੰਗੇ ਬਣਾਨੇ ਸ਼ੁਰੂ ਕਰ ਦਿੱਤੇ ਸਨ। ਖਾਸਕਰ ਰਾਮਗੜ੍ਹੀਆਂ ਨੇ, ਜਿਹੜੇ ਜੱਸੇ ਦੇ ਵਾਰਸ ਸਨ, ਦੋ ਮੀਨਾਰਾਂ ਵੀ ਤਾਮੀਰ ਕਰ ਲਈਆਂ ਸਨ। ਹੁਣ ਤੇ ਹਰਮੰਦਰ ਦੇ ਆਲੇ-ਦੁਆਲੇ ਦੀ ਡਰਾਉਣੀ ਭਾਹ ਮਾਰਦੀ ਉਜਾੜ ਮੁੱਕ ਰਹੀ ਸੀ। ਹਰਮੰਦਰ ਦੇ ਆਲੇ-ਦੁਆਲੇ ਪਸਰਿਆ ਜੰਗਲ ਵੀ ਹੁਣ ਮੁੱਕ ਰਿਹਾ ਸੀ। ਲੋੜਵੰਦ ਜੰਗਲ ਕੱਟ ਰਹੇ ਸਨ ਤੇ ਥਾਵਾਂ ਮੱਲ ਰਹੇ ਸਨ।

...ਮਹਾਰਾਜੇ ਦਾ ਤੋਰਾ-ਫੇਰਾ ਅੰਬਰਸਰ ਕਾਫੀ ਵੱਧ ਗਿਆ ਸੀ। ਜਿਉਂ-ਜਿਉਂ ਮਹਾਰਾਜਾ ਵਡੇਰੀ ਉਮਰ ਦਾ ਹੋ ਰਿਹਾ ਸੀ, ਉਹ ਹਰਮੰਦਰ ਸਾਹਿਬ ਵੱਲ ਉਲਾਰ ਹੋ ਰਿਹਾ ਸੀ। ਉਂਜ ਮਹਾਰਾਜਾ ਅੰਦਰੋਂ ਦੇਵੀ-ਭਗਤ ਸੀ, ਪਰ ਸ੍ਰੀ ਹਰਮੰਦਰ ਵਲ ਵੀ ਉਸਦੀ ਆਰਜਾ ਕਾਇਮ ਸੀ।

ਇਹਨਾਂ ਹੀ ਸਮਿਆਂ ਵਿਚ ਜੱਲ੍ਹੇ ਪੰਡਤ, ਨੂੰ ਜਿਹੜਾ ਮਹਾਰਾਜੇ ਦਾ ਦਰਬਾਰੀ ਸੀ, ਮਹਾਰਾਜੇ ਨੇ ਸ੍ਰੀ ਹਰਮੰਦਰ ਦੇ ਕੋਲ ਖਾਲੀ ਪਈ ਥਾਂ ਬਾਗ ਲਾਉਣ ਲਈ ਦੇ ਦਿੱਤੀ ਸੀ। ਜੱਲ੍ਹਾ ਅੰਦਰੋ ਬੜਾ ਜਾਲਮ ਸੀ ਤੇ ਉਹਦੇ ਅੰਗ-ਸਾਕ ਉਹਤੋਂ ਵੱਧ ਸਨ। ਜੱਲ੍ਹੇ ਨੇ ਹੁਕਮ ਮਿਲਦਿਆਂ ਹੀ ਉਨੇ ਹਿੱਸੇ ਦਾ ਜੰਗਲ ਕੱਟ ਕੇ ਬਾਗ ਲਵਾਣਾ ਸ਼ੁਰੂ ਕਰ ਦਿੱਤਾ ਸੀ। ਲਾਲਚ ਉਹਦੇ ਅੰਗ-ਸਾਕਾਂ ਨੂੰ ਏਨਾ ਸੀ ਕਿ ਉਹਨਾਂ ਬਾਗ ਦੀ ਇਕ ਨੁੱਕਰ ਸ੍ਰੀ ਹਰਮੰਦਰ ਸਾਹਿਬ ਕੋਲੋਂ ਸ਼ੁਰੂ ਕਰਕੇ ਦੂਸਰੀ ਨੁੱਕਰ ਕੁਤੀ ਵਿਹੜੇ ਦੇ ਸਿਰੇ ਨੂੰ ਲਾ ਦਿੱਤੀ। ਉਥੇ ਹੀ ਕਿਤੇ ਤੋਚੀ ਤੇ

ਛੱਲੋ ਦੀਆਂ ਝੁੱਗੀਆਂ ਸਨ। ਹੋਰ ਵੀ ਇਕ-ਦੋ ਗਰੀਬੜੇ ਕਸਾਈ ਉਥੇ ਹੀ ਰਹਿ ਰਹੇ ਸਨ। ਜੱਲ੍ਹੇ ਦਿਆਂ ਰਿਸ਼ਤੇਦਾਰਾਂ ਤੇ ਜੱਲ੍ਹੇ ਨੂੰ ਮਿਲੀ ਮਿਸਲ ਦਿਆਂ ਸਪਾਹੀਆਂ ਨੇ ਇਕ ਸ਼ਾਮ, ਹਨੇਰੇ ਪਏ ਤੇ ਤੋਚੀ ਤੇ ਛੱਲੋ ਦੀਆਂ ਲੱਤਾਂ ਤੋੜ ਛੱਡੀਆਂ ਤੇ ਕਸਾਈਆਂ ਨੂੰ ਦਾਬਾ ਮਾਰਕੇ ਭੱਜਾ ਦਿੱਤਾ। ਉਹ ਥਾਂ, ਜਿਹੜੀ ਸਦੀਆਂ ਤੋਂ ਕੁੱਤੀ ਵਿਹੜੇ ਕੋਲ ਸੀ, ਉਹ ਥਾਂ, ਜਿਹੜੀ ਗੁਰੂ ਰਾਮ ਦਾਸ ਵਲੋਂ ਬਖਸ਼ੀ ਸੀ, ਉਹ ਜੱਲ੍ਹਿਆਂ ਨੇ ਆਪਣੇ ਬਾਗ ਵਿਚ ਰਲਾਕੇ ਵਾੜ ਕਰ ਲਈ ਸੀ।

ਛੱਲੋ ਤੇ ਦੋ ਕੁ ਦਿਨਾਂ ਬਾਦ ਹੀ ਪੀੜ ਨਾਲ ਮਰ ਗਈ ਸੀ। ਤੋਚੀ ਪਰ ਬੱਚ ਗਿਆ ਸੀ, ਕਿਉਂਕਿ ਮੁਸਲਮਾਨ ਫੱਟ-ਬੰਨ੍ਹ ਬੜਾ ਨੇਕ ਸੀ। ਉਹਨੇ ਸਮੇਂ ਸਿਰ ਤੋਚੀ ਦੇ ਹੱਡ ਬੰਨ੍ਹ ਦਿੱਤੇ ਸਨ। 'ਜੱਲ੍ਹਿਆਂ ਬਾਹਮਣਾਂ' ਦੇ ਬਾਗ ਦਾ ਵਧਦਾ ਢਿੱਡ ਤੇ ਵਧਦਾ ਜ਼ੁਲਮ ਵੇਖ ਕੇ ਵਿਹੜਾ ਡਰ ਗਿਆ। ਧੀਰੇ ਨੇ ਸਲਾਹ ਦਿੱਤੀ ਪਈ ਐਤਕੀਂ ਜਦੋਂ ਮਹਾਰਾਜਾ ਹਰਮੰਦਰ ਸਾਹਿਬ ਤੋ ਬਾਹਰ, ਪਰਕਰਮਾ ਪਾਰ ਦਰਬਾਰ ਲਾਵੇ, ਉਦੋਂ ਉਸ ਕੋਲ ਫਰਿਆਦ ਕੀਤੀ ਜਾਵੇ।

ਸੁੱਖਾਂ ਸੁਖਦਿਆਂ ਉਹ ਦਿਨ ਵੀ ਆ ਗਏ ਸਨ। ਪਤਾ ਲਗਾ ਕਿ ਮਹਾਰਾਜਾ ਕਈ ਦਿਨ ਹਰਮੰਦਰ ਸਾਹਿਬ ਦੀ ਪਰਕਰਮਾ ਤੋਂ ਪਾਰ ਆਪਣਾ ਦਰਬਾਰ ਸਜਾਕੇ ਦੁਨੀਆਂਦਾਰੀ ਨੂੰ ਮਿਲੇਗਾ ਤੇ ਰਿਆਇਆ ਦੀਆਂ ਦੁੱਖ-ਤਕਲੀਫ਼ਾਂ ਸੁਣੇਗਾ।

...ਜਿੱਦਣ ਵਿਹੜੇ ਵਾਲੇ ਪੰਝੀ-ਤੀਹ ਜਣੇ ਨੰਗੇ ਪਿੰਡੇ, ਗਲ ਵਿਚ ਲੀਰਾਂ ਲਟਕਾ ਕੇ ਮਹਾਰਾਜੇ ਨੂੰ ਮਿਲਣ ਗਏ, ਉੱਦਣ ਦਰਬਾਰ ਪੂਰਾ ਭਰਿਆ ਹੋਇਆ ਸੀ। ਖਾਲਸਈ ਬਾਣੇ ਪਹਿਨੀ ਕਈ-ਕਈ ਪਹਿਰੇਦਾਰ ਪਹਿਰੇ ਤੇ ਖੜ੍ਹੇ ਸਨ। ਛਨੀ ਦੇ ਮੰਦਰ ਕੋਲੋਂ ਹੀ ਜਦੋਂ ਪਹਿਰੇਦਾਰਾਂ ਉਹਨਾਂ ਨੂੰ ਆਉਂਦੀਆਂ ਦੇਖਿਆ ਤਾਂ ਦੂਰੋਂ ਹੀ ਵੱਡੇ ਮਿਸਲਦਾਰ ਨੇ ਉਹਨਾਂ ਵਲ ਹੱਥ ਕਰਕੇ ਸਪਾਹੀਆਂ ਨੂੰ ਲਲਕਾਰਾ ਮਾਰਕੇ ਕਿਹਾ-

"ਉਏ! ਉਹ ਭੱਜਾਓ ਉਹਨਾਂ ਢੇਡਾਂ ਨੂੰ! ਇਹ ਚੂਹੜੇ-ਚਪਾੜੇ ਕਿਧਰ ਮੂੰਹ ਚੁੱਕੀ ਆਉਂਦੇ ਨੇ? ਜੇ ਕਿਤੇ ਮਹਾਰਾਜੇ ਨੇ ਵੇਖ ਲਿਆ ਤਾਂ ਔਖਾ ਹੋ ਜਾਣੈ ਸਾਰਿਆਂ ਨੂੰ।"

...ਹੁਕਮ ਮਿਲਦਿਆਂ ਹੀ ਖਾਲਸੇ ਸਪਾਹੀ ਦੌੜ ਪਏ ਤੇ ਤਿੰਨਾਂ-ਚੌਹਾਂ ਸਪਾਹੀਆਂ ਬਰਛਿਆਂ ਦੀਆਂ ਹੁੱਝਾਂ ਮਾਰ-ਮਾਰ ਕੇ ਚੂਹੜੇ ਭੱਜਾ ਛੱਡੇ। ਸੱਟਾਂ ਖਾ ਕੇ, ਡਿੱਗਦੇ-ਢਹਿੰਦੇ ਚੂਹੜਿਆਂ ਆਪਣੇ ਵਿਹੜੇ ਵਿਚ ਜਾ ਕੇ ਸਾਹ ਲਿਆ। ਉਥੇ ਵੀ ਡਰੇ ਹੋਏ ਉਹ ਕਿੰਨਾ ਚਿਰ ਆਪਣੀਆਂ ਛੰਨਾਂ ਵਿਚ ਨਾ ਵੜੇ, ਸਗੋਂ ਏਧਰ-ਉਧਰ ਲੁਕੇ ਰਹੇ, ਮਤਾਂ ਕਿਤੇ ਖਾਲਸੇ ਪਿੱਛਾ ਕਰਦੇ ਇਥੇ ਨਾ ਆ ਚੜ੍ਹਨ...!

ਅਗਲੇ ਦਿਨ ਵਿਹੜੇ ਵਾਲੇ ਮਿੱਥ ਕੇ ਸਵੇਰੇ ਹੀ ਬਾਬੇ ਅੱਟਲ ਦੇ ਗੁਰਦੁਆਰੇ ਵਲ ਨੂੰ ਆਉਂਦੇ ਰਾਹਾਂ ਵਿਚ ਖੜ੍ਹੋ ਗਏ। ਥੋੜ੍ਹੀ ਦੇਰ ਬਾਦ ਭਾਈ ਮਨਸਾ ਸਿੰਘ ਜੀ ਹਜ਼ੂਰੀ ਰਾਗੀ ਉਥੋਂ ਲੰਘੇ। ਮੁਸਲਮਾਨ ਰਾਗੀ, ਜੋ 'ਮਰਦਾਨੇ ਕੇ' ਕਹਾਂਦੇ ਸਨ, ਉਹਨਾਂ ਵਿਚ ਇਹ ਇਕੋ ਇਕ ਸਿੱਖ ਰਾਗੀ ਸਨ। ਆਸਾ ਦੀ ਵਾਰ ਦਾ ਗਾਇਨ ਤੇ ਸਮਾਪਤੀ ਦੇ ਸ਼ਬਦ ਉਹੀ ਪੜ੍ਹਦੇ ਸਨ। ਉਹ ਵੀ ਪਿਛੋਂ ਵਿਹੜੇ ਦੀ ਬਰਾਦਰੀ ਨਾਲ ਆਪਣੀ ਅੰਗਲੀ-ਸੰਗਲੀ ਜੋੜਦੇ ਸਨ। ਉਹਨਾਂ ਦੇ ਵੱਡ-ਵਡੇਰੇ ਕਰੀਬਨ ਡੇਢ ਕੁ ਸੌ ਸਾਲ ਪਹਿਲਾਂ ਬਾਬੇ ਅਘੜ ਸਿੰਘ, ਸਘੜ ਸਿੰਘ ਦੇ ਜੱਥੇ ਕੋਲੋ ਅੰਮ੍ਰਿਤ ਛੱਕ ਕੇ ਸਿੰਘ ਸੱਜੇ ਸਨ ਤੇ ਵਿਹੜੇ ਨੂੰ ਛੱਡ ਗਏ ਸਨ। ਮਿਸਲਾਂ ਦੀ

ਚੜ੍ਹਾਈ ਵੇਲੇ ਉਹਨਾਂ ਦੇ ਪੁੱਤ-ਧੀਆਂ ਪਰਤ ਆਏ ਸਨ ਤੇ ਹਰਮੰਦਰ ਸਾਹਿਬ ਦੇ ਆਸੇ-ਪਾਸੇ ਵੱਸ ਗਏ ਸਨ। ਵਿਹੜੇ ਵਾਲਿਆਂ ਬਾਰੇ ਉਹ ਆਪਣੇ ਵੱਡ-ਵਡੇਰਿਆਂ ਕੋਲੋ ਸੁਣਦੇ ਰਹੇ ਸਨ, ਸੋ ਜਦੋਂ ਉਹ ਟੱਬਰ ਹਰਮੰਦਰ ਸਾਹਿਬ ਕੋਲ ਜਾਂ ਅੰਬਰਸਰ ਦੇ ਬਾਹਰਵਾਰ ਵੱਸੇ, ਉਹ ਵਿਹੜੇ ਵਾਲਿਆਂ ਨਾਲ ਸਾਂਝ ਰੱਖਦੇ ਤੇ ਅਕਸਰ ਖਬਰਸਾਰ ਲੈਂਦੇ ਸਨ।

****

ਅੱਜ ਵੀ ਜਦੋਂ ਵਿਹੜੇ ਦੇ ਦੁਖਿਆਰਿਆਂ ਆਪਣੇ ਭਾਈਬੰਦ ਭਾਈ ਮਨਸਾ ਸਿੰਘ ਹੁਰਾਂ ਨੂੰ ਸਾਰੀ ਕਥਾ ਸੁਣਾਈ ਕਿ ਕਿਵੇਂ ਮਹਾਰਾਜੇ ਦੇ ਸਪਾਹੀਆਂ ਸਾਨੂੰ ਉਹਨੂੰ ਮਿਲਣ ਤੱਕ ਨਹੀਂ ਦਿੱਤਾ! ਸਭ ਕੁਝ ਸੁਣਕੇ ਭਾਈ ਸਾਹਿਬ ਚੁੱਪ ਹੋ ਗਏ। ਲੰਮਾ ਸਮਾਂ ਖਾਮੋਸ਼ ਰਹਿਣ ਤੋਂ ਮਗਰੋਂ ਉਹਨਾਂ ਸਾਰੀ ਸੰਗਤ ਨੂੰ ਸਿਰ ਢੱਕ ਕੇ ਹਰਮੰਦਰ ਦੇ ਅੰਦਰ ਆਉਣ ਨੂੰ ਕਿਹਾ। ਸਵੇਰ ਤੋਂ ਦੁਪਹਿਰ ਹੋ ਗਈ। ਵਿਹੜੇ ਵਾਲੇ ਹੁਕਮ ਦੇ ਬੱਧੇ ਸਨ। ਭਾਈ ਮਨਸਾ ਸਿੰਘ ਜੀ ਅਡੋਲ, ਅੱਖਾਂ ਮੀਟ ਕੇ ਬੈਠੇ ਸਨ। ਦੁਪਹਿਰ ਤੋਂ ਸ਼ਾਮ ਹੋ ਗਈ। ਵਿਹੜੇ ਵਾਲੇ ਵੈਸੇ ਤਾਂ ਭੁੱਖਾਂ ਕੱਟਣ ਦੇ ਆਦੀ ਸਨ, ਪਰ ਭੁੱਖ ਸਭ ਨੂੰ ਲਗ ਗਈ ਸੀ। ਪਰ ਭਾਈ ਸਾਹਿਬ ਅਡੋਲ ਸਨ। ਉਹਨਾਂ ਨੂੰ ਤੇ ਉਂਜ ਹੀ ਸਵਾ ਪਹਿਰ ਇਕ ਜਾਂ ਦੋ ਪਰਸ਼ਾਦੇ ਨਾਲ ਸਰ ਜਾਂਦਾ ਸੀ। ਰਾਗ ਗਾਇਨ ਕਰਦਿਆਂ ਭੁੱਖ ਬਹੁਤੀ ਲਗਦੀ ਹੀ ਨਹੀਂ ਸੀ...!

ਉਸ ਸ਼ਾਮ ਕਹਿੰਦੇ ਨੇ, ਭਾਈ ਸਾਹਿਬ ਨੇ ਸ਼ਾਮ ਦੀ ਵਾਰੀ ਤੇ ਸਾਰੀ ਬਾਣੀ ਬੇਨਤੀ ਦੇ ਸੁਰਾਂ ਨੂੰ ਮੁੱਖ ਰੱਖ ਕੇ ਪੜ੍ਹੀ। ਉਸ ਸ਼ਾਮ ਅੰਬਰਸਰ ਦੇ ਪੱਕੇ ਨਿੱਤਨੇਮੀ ਹੈਰਾਨ ਸਨ ਕਿ ਭਾਈ ਮਨਸਾ ਸਿੰਘ ਗੁਰਬਾਣੀ ਗਾਇਨ ਕਰ ਰਹੇ ਹਨ ਜਾਂ ਰੁਦਨ ਕਰ ਰਹੇ ਹਨ! ਇਸਤੋਂ ਮਗਰੋਂ ਉਹਨਾਂ ਰਲ ਕੇ ਲੰਗਰ ਵਿਚੋਂ ਹੀ ਸਾਰੇ ਵਿਹੜੇ ਨਾਲ ਪਰਸ਼ਾਦਾ ਛੱਕਿਆ। ਆਮ ਤੌਰ 'ਤੇ ਭਾਈ ਸਾਹਿਬ ਲੰਗਰ ਵਿਚੋਂ ਪਰਸ਼ਾਦਾ ਨਹੀਂ ਛੱਕਦੇ ਸਨ, ਸਗੋਂ ਆਪਣੀ ਅੱਗ ਬਾਲ ਕੇ ਘੜੇ ਦੀ ਚਿੱਪਰ ਤੇ ਰੋਟੀ ਪਕਾ ਲੈਂਦੇ ਸਨ। ਅਕਾਲ ਤਖਤ ਦੇ ਪਿਛੇ ਬਣੇ ਗੁਰਦੁਆਰਾ ਥੜ੍ਹਾ ਸਾਹਿਬ ਦੇ ਨਾਲ ਬਣੀਆਂ ਹੋਈਆਂ ਕੋਠੜੀਆਂ ਵਿਚੋਂ ਇਕ ਭਾਈ ਸਾਹਿਬ ਕੋਲ ਸੀ।

****

ਕੁਝ ਮਹੀਨਿਆਂ ਮਗਰੋਂ ਹੀ ਮਹਾਰਾਜਾ ਰਣਜੀਤ ਸਿੰਘ ਨੂੰ ਪਤਾ ਲਗ ਗਿਆ ਕਿ ਹਰਮੰਦਰ ਸਾਹਿਬ ਦੇ ਹਜ਼ੂਰੀ ਰਾਗੀ ਭਾਈ ਮਨਸਾ ਸਿੰਘ ਹੋਰੀ ਏਨੇ ਗਰੀਬ, ਪਰ ਸਬਰ ਵਾਲੇ ਹਨ ਕਿ ਉਹਨਾਂ ਕੋਲ ਰੋਟੀ ਪਕੌਣ ਜੋਗੇ ਨਾ ਭਾਂਡੇ, ਨਾ ਤਵਾ, ਨਾ ਬਹੁਤੀ ਰਸਦ ਹੀ ਹੈ।

ਇਸ ਗੱਲ ਦਾ ਪਤਾ ਲਗਦਿਆਂ ਹੀ ਅੰਬਰਸਰ ਆਇਆ ਮਹਾਰਾਜਾ ਰਸਦ ਤੇ ਭਾਂਡੇ ਲੈ ਕੇ ਭਾਈ ਮਨਸਾ ਸਿੰਘ ਦੀ ਕੋਠੜੀ ਵਲ ਟੁਰ ਪਿਆ। ਮਗਰ ਸਿੱਖ ਸਰਦਾਰ ਤੇ ਮਿਸਲਦਾਰ ਸਨ। ਦੂਰੋ ਜਦੋਂ ਭਾਈ ਸਾਹਿਬ ਨੇ ਮਹਾਰਾਜੇ ਨੂੰ ਆਉਂਦਿਆਂ ਦੇਖਿਆ, ਉਹਨਾਂ ਕੋਠੜੀ ਅੰਦਰੋਂ ਬੰਦ ਕਰ ਲਈ। ਮਹਾਰਾਜੇ ਨੇ ਤੇ ਸਾਥੀਆਂ ਨੇ ਲੱਖ ਕਿਵਾੜ ਖੜਕਾਏ, ਭਾਈ ਸਾਹਿਬ ਨੇ ਬੂਹਾ ਨਹੀਂ ਖੋਹਲਿਆਂ। ਬਾਰ-ਬਾਰ ਸੇਵਾ ਪੁੱਛਣ ਤੇ ਅੰਦਰੋਂ ਇਹੀ ਅਵਾਜ਼ ਦਿੱਤੀ-

"ਬਸ ਜੀ, ਸੇਵਾ ਇਹੀ ਹੈ ਕਿ ਅਗੇ ਤੋਂ ਦਰਸ਼ਨ ਨਾ ਦਇਓ ਜੀ।"

ਹਜ਼ੂਰੀ ਰਾਗੀ ਦੇ ਸਰਾਪ ਤੋਂ ਡਰਦਿਆਂ ਨਾ ਮਹਾਰਾਜੇ ਦੀ ਕੁਝ ਹਿੰਮਤ ਹੋਈ ਤੇ ਨਾ ਹੀ ਨਾਲ ਆਏ ਸਰਦਾਰਾਂ ਕੁਝ ਕਿਹਾ। ਸਾਰੇ ਚੁੱਪਚਾਪ ਪਰਤ ਗਏ ਸਨ।

ਭਾਈ ਸਾਹਿਬ ਦੇ ਹਿਰਦੇ ਅੰਦਰ ਉਹਨਾਂ ਦੇ ਗੁਰੂ ਰਾਮਦਾਸ ਦੀ ਰਿਆਇਆ ਨਾਲ ਹੋਇਆ ਧੱਕਾ, ਡੂੰਘਾ ਸੱਲ ਬਣਕੇ ਲਹਿ ਗਿਆ ਸੀ।

ਉਹ ਕਿਵੇਂ ਭੁੱਲਦੇ...?

****

ਅੰਗਰੇਜ਼ ਲਾਹੌਰ ਦੇ ਤਖ਼ਤ ਤੇ ਕਾਬਜ ਹੋ ਚੁੱਕੇ ਸਨ। ਮਹਾਰਾਜਾ ਰਣਜੀਤ ਸਿੰਘ ਦਾ ਕਾਲ ਮੁੱਕ ਚੁੱਕਾ ਸੀ। ਅੰਗਰੇਜੀ ਰਾਜ-ਕਾਜ ਦੌਰਾਨ ਅੰਬਰਸਰ ਦੀ ਕਾਇਆ ਕਲਪ ਸ਼ੁਰੂ ਹੋ ਗਈ ਸੀ। ਅੰਗਰੇਜ਼ ਰੈਜ਼ੀਡੈਂਟ ਸਰ ਹੈਨਰੀ ਲਾਰੰਸ ਨੇ ਈਸਟ ਇੰਡੀਆ ਕੰਪਨੀ ਕੋਲੋਂ ਮੰਗ ਕੇ ਅੰਬਰਸਰ ਸ਼ਹਿਰ ਲਿਆ ਸੀ।

ਸਰ ਹੈਨਰੀ ਲਾਰੰਸ, ਜਿਹੜਾ ਕਿ ਮਹਾਰਾਜਾ ਰਣਜੀਤ ਸਿੰਘ ਦੇ ਦਰਬਾਰ ਵਿਚ ਆਖਰੀ ਚਾਰ-ਪੰਜ ਸਾਲ ਆਉਂਦਾ ਜਾਂਦਾ ਰਿਹਾ ਸੀ, ਅਸਲ ਵਿਚ ਅੰਗਰੇਜ਼ਾਂ ਦਾ ਸੂਹੀਆ ਸੀ। ਫੇਰ ਪਤਾ ਨਹੀਂ ਕਿੱਦਾਂ, ਇਕ ਵਾਰ ਉਹਨੂੰ ਰਾਣੀ ਜਿੰਦਾ ਦੀ ਝਲਕ ਪੈ ਗਈ। ਉਹ ਅਨੁਰਾਗੀ ਬੰਦਾ ਸੀ। ਉਹ ਜਿੰਦਾ ਨਾਲ ਇਕਪਾਸੜ ਨਰਗਿਸੀ ਪਿਆਰ ਕਰਨ ਲਗ ਪਿਆ। ਅਖੀਰ ਵਿਚ ਤੇ ਉਹਦੀ ਇਕਪਾਸੜ ਮੁੱਹਬਤ ਤੇ ਪਾਗਲਪਨ ਏਨਾ ਵਧ ਗਿਆ, ਕਿ ਉਹ ਆਪਣੇ ਆਪ ਨੂੰ ਖਿਆਲਾਂ ਦੇ ਵਿਚ ਹੀ ਮਹਾਰਾਜਾ ਰਣਜੀਤ ਸਿੰਘ ਸਮਝਣ ਲਗ ਪਿਆ ਸੀ। ਮਹਾਰਾਜਾ ਰਣਜੀਤ ਸਿੰਘ ਵਾਂਗ ਹੀ ਉਹਨਾਂ ਕਈ ਲੌਂਡੀਆਂ ਵਰਤਣ ਲਈ ਤੇ ਇਕ-ਦੋ ਕਸ਼ਮੀਰੀ ਲੌਂਡੇ ਰੱਖ ਲਏ ਸਨ। ਫੇਰ ਕਿਤੇ ਮਹਾਰਾਜੇ ਨੂੰ ਉਹਦੇ ਪਾਗਲਪਨ ਦੀ ਸ਼ੱਕ ਪੈਣੀ ਸ਼ੁਰੂ ਹੋ ਗਈ। ਉਹਨੇ ਬਹਾਨੇ ਨਾਲ ਉਹਨੂੰ ਪਹਿਲਾਂ ਅੰਬਰਸਰ ਭੇਜ ਦਿੱਤਾ ਤੇ ਫੇਰ ਦੀਵਾਨ ਮੂਲ ਚੰਦ ਕੋਲੋਂ ਦਬਕਾ ਮਰਵਾ ਕੇ ਫਿਲੌਰ ਪਾਰ ਕਰਵਾ ਦਿੱਤਾ ਸੀ।

ਮਹਾਰਾਜੇ ਦੇ ਮਰਦਿਆਂ ਹੀ, ਜਦੋਂ ਸਿੱਖ ਰਾਜ ਖਿੰਡਰਿਆ, ਬੁੱਢਾ ਹੋ ਰਿਹਾ ਸਰ ਲਾਰੰਸ ਫੱਟ ਅੰਗਰੇਜ਼ੀ ਰਾਜ ਸਥਾਪਤ ਹੁੰਦਿਆ ਅੰਬਰਸਰ ਤੇ ਲਾਹੌਰ ਦਾ ਰੈਜ਼ੀਡੈਂਟ ਬਣਕੇ ਆ ਗਿਆ। ਉਸ ਸਮੇਂ ਤੱਕ ਜਿੰਦਾ ਦਾ ਭੂਤ ਉਸ ਅੰਦਰੋਂ ਨਿਕਲ ਚੁੱਕਾ ਸੀ ਤੇ ਅੰਬਰਸਰ, ਲਾਹੌਰ ਉਸਦੀ ਪਹਿਲੀ ਪਸੰਦ ਬਣ ਚੁੱਕਾ ਸੀ।

ਅੰਬਰਸਰ ਆਂਦਿਆਂ ਹੀ ਉਹਨੇ ਪਹਿਲੇ ਦਰਬਾਰ ਸਾਹਿਬ ਕੋਲ ਗਊਆਂ ਕੱਟਣ ਵਾਲੇ ਸਪੈਸ਼ਲ ਬੁੱਚੜਖਾਨੇ ਖੁਲ੍ਹਵਾਏ। ਫੇਰ ਅੰਬਰਸਰ ਦੇ ਬਾਹਰਵਾਰ ਮੁਸਲਮਾਨੀ ਇਲਾਕੇ 'ਰਾਏ ਤਖਤ' ਵਿਚ ਬੁੱਚੜਖਾਨੇ ਖੁਲ੍ਹਵਾਏ। ਉਹਦੇ ਆਏ ਦਾ ਇਕ ਫਾਇਦਾ ਕੁੱਤੀ ਵਿਹੜੇ ਵਾਲਿਆਂ ਨੂੰ ਇਹ ਹੋਇਆ ਕਿ ਜਿਹੜਾ ਇਲਾਕਾ ਜੰਗਲ-ਬੀਆਬਾਨ ਸੀ ਤੇ ਰਾਤ ਪਏ ਤੇ ਵਿਹੜਾ ਹਨੇਰੇ ਨਾਲ ਭਰ ਜਾਂਦਾ ਸੀ, ਉਸ ਵਿਹੜੇ ਦੇ ਨਾਲ-ਨਾਲ ਬਣੇ ਲਾਂਘੇ ਉਪਰ ਸਰ ਲਾਰੰਸ ਨੇ ਰਾਤ ਨੂੰ ਮਸ਼ਾਲਾਂ ਬਾਲਣ ਤੇ ਰੌਸ਼ਨੀ ਕਰਨ ਦਾ ਹੁਕਮ ਲਾ ਦਿੱਤਾ। ਮਸ਼ਾਲ ਬਾਲਣ ਦੀ ਨੌਕਰੀ ਤੇ ਖਰਚਾ ਵੀ ਅੰਗਰੇਜ਼ ਹਕੂਮਤ ਨੇ ਵਿਹੜੇ ਦੇ ਚੌਧਰੀ ਨੂੰ ਦੇਣਾ ਮੰਨ ਲਿਆ ਸੀ।

ਚੌਧਰੀ ਪੂਰਬਾ ਤੇ ਉਹਦੇ ਇਕ ਦੋ ਸਾਥੀ ਰੋਜ਼ ਰਾਤ ਨੂੰ ਤੇਲ ਲਿਬੜੀਆਂ ਮਸ਼ਾਲਾਂ

ਬਾਲ ਕੇ ਲੱਕੜ ਦੇ ਖੰਭਿਆਂ ਤੇ ਟੰਗਦੇ ਤੇ ਕਿਲੋਮੀਟਰ ਲੰਮੇ ਰਾਹ ਤੇ ਰੌਸ਼ਨੀਆਂ ਕਰਦੇ। ਰਾਤ ਹਨੇਰੇ ਵਿਚ ਸਦੀਆਂ ਤੋਂ ਹਨੇਰਾ ਢੋਂਦਾਂ ਵਿਹੜਾ ਹੁਣ ਰਾਤ ਨੂੰ ਜਗਮਗ ਕਰਦਾ ਸੀ।

****

ਇਸ ਦੌਰਾਨ ਕੂਕਿਆਂ (ਨਾਮਧਾਰੀਆਂ) ਨੇ ਬਾਬੇ ਰਾਮ ਸਿੰਘ ਦੀ ਪ੍ਰੇਰਨਾ ਨੂੰ ਮੁੱਖ ਰੱਖਕੇ ਆਪਣੀ ਲਹਿਰ ਪ੍ਰਚੰਡ ਕਰਨੀ ਸ਼ੁਰੂ ਕਰ ਦਿੱਤੀ। 1849-50 ਵਿਚ ਸਰ ਲਾਰੰਸ ਨੇ ਆਰਮੀ ਦੇ ਕਮਿਸ਼ਨਰ ਐਮ.ਸੀ. ਸਾਂਡਰਸ ਨੂੰ ਬੁੱਚੜਖਾਨੇ ਖੋਹਲਣ ਤੇ ਕਸਾਈਆਂ ਦੀ ਸਰਕਾਰੀ ਹਿਫ਼ਾਜਤ ਦਾ ਹੁਕਮ ਦੇ ਰੱਖਿਆ ਸੀ। ਸਾਂਡਰਸ ਨੇ ਡਿਊਟੀ ਬਖ਼ੂਬੀ ਵਜਾਈ ਸੀ। ਸਰ ਲਾਰੰਸ ਨੇ ਆਪਣੀ ਕੋਠੀ ਅੰਬਰਸਰ ਦੇ ਬਾਹਰਵਾਰ ਠੰਡੀ ਸੜਕ ਤੇ ਬਣਵਾਈ, ਜਿਹੜੀ ਮਹਾਰਾਜਾ ਰਣਜੀਤ ਸਿੰਘ ਦੇ ਗਰਮੀਆਂ ਦੇ ਮਹੱਲ 'ਰਾਮ ਬਾਗ' ਕੋਲ ਸੀ। ਇਹੀ ਮਗਰੋਂ ਲਾਰੰਸ ਬਾਗ ਤੇ ਲਾਰੰਸ ਰੋਡ ਬਣਿਆ ਸੀ। ਉਹਦੇ ਸੈਕਟਰੀ ਦੀ ਕੋਠੀ ਬਾਬੇ ਸ਼ਹੀਦਾਂ ਸਾਹਮਣੇ ਚਾਟੀਵਿੰਡ ਰੋਡ ਤੇ ਸੀ, ਜਿਹੜੀ ਸਕੱਤਰੀ ਦੇ ਬਾਗ ਨਾਲ ਮਸ਼ਹੂਰ ਹੋਈ।

1871 ਦੌਰਾਨ ਭਰੇ-ਪੀਤੇ ਨਾਮਧਾਰੀਆਂ ਨੇ ਗਊਆਂ ਮਾਰਨ ਵਾਲੇ ਤਿੰਨ ਕਸਾਈ:- ਪੀਰ, ਜਿਊਣਾ ਤੇ ਸ਼ਾਦੀ ਮਾਰ ਘੱਤੇ। ਚੌਥਾ ਕਸਾਈ 'ਅਸਾਮੀ' ਐਂਵੇ ਤੀਂਘੜ ਪਿਆ, ਸੋ ਤੁਰੇ ਜਾਂਦਿਆਂ ਕੂਕਿਆਂ ਨੇ ਉਹ ਵੀ ਗੱਡੀ ਚਾੜ੍ਹ ਦਿੱਤਾ। ਆਪ ਉਹ ਰੂਹਪੋਸ਼ ਹੋ ਗਏ।

ਇਧਰ ਵਿਹੜੇ ਵਾਲੇ ਡਰ ਗਏ ਸਨ ਕਿ ਕਿਧਰੇ ਕੂਕੇ ਉਹਨਾਂ ਨੂੰ ਆ ਕੇ ਪੈ ਨਾ ਜਾਣ! ਉਹ ਡਰੇ ਹੋਏ, ਪੂਰਬੇ ਦੀ ਅਗਵਾਈ ਵਿਚ ਸਰ ਲਾਰੰਸ ਕੋਲ ਪੇਸ਼ ਹੋ ਗਏ। ਸਰ ਲਾਰੰਸ ਬੁੱਢਾ ਹੋ ਗਿਆ ਸੀ, ਪਰ ਅੰਗਰੇਜ਼ੀ ਸਲਤਨਤ ਦਾ ਵਫਾਦਾਰ ਸੀ। ਜਦ ਉਹਨੂੰ ਪਤਾ ਲਗਾ ਕਿ ਉਹਨੂੰ ਕੁੱਤੀ ਵਿਹੜੇ ਦੇ ਚੂਹੜੇ ਮਿਲਣ ਆਏ ਹਨ ਤਾਂ ਉਹਨੇ ਇਕਦਮ ਆਪਣੇ ਨਿੱਜੀ ਸਹਾਇਕ ਤੇ ਦੁਭਾਸ਼ੀ ਚਤਰ ਸਿੰਘ ਨੂੰ ਸੱਦ ਲਿਆ। ਜੀ-ਹਜ਼ੂਰੀਏ ਚਤਰ ਸਿੰਘ ਨੇ ਜਦੋਂ 'ਚੂਹੜਿਆਂ ਦੀ ਕੌਮ' ਦੀ ਤਫਸੀਲ ਖੋਹਲ ਕੇ ਦੱਸੀ ਤਾਂ ਲਾਰੰਸ ਦਾ ਅੰਗਰੇਜ਼ ਦਿਮਾਗ ਫੱਟ ਡੂੰਘੀ ਸੋਚ ਵਿਚ ਲਹਿ ਗਿਆ। ਕੁਝ ਮਿੰਟਾਂ ਬਾਦ ਉਹਨੇ ਚਤਰ ਸਿੰਘ ਨੂੰ ਕਿਹਾ -

"........................"

ਫੇਰ ਸੋਚ-ਸੋਚ ਕੇ ਉਹਨੇ ਆਪਣੇ ਸੈਕਟਰੀ ਨੂੰ ਕਿਹਾ, ਕਿ ਇਹਨਾਂ ਦੀ ਰਾਖੀ ਲਈ ਗਸ਼ਤ-ਪਾਰਟੀ ਲਈ ਜਾਏ। ਨਾਲ ਹੀ ਕਿਹਾ ਕਿ ਇਹਨਾਂ ਲਈ ਚਰਚ ਨੂੰ ਬੇਨਤੀ ਕਰੋ ਕਿ ਸਕੂਲ ਤੇ ਹਸਪਤਾਲ ਖੋਹਲੇ।

...ਕੁਝ ਦੇਰ ਬਾਦ ਆਪ ਹੀ ਆਪਣੇ ਹੁਕਮ ਨੂੰ ਕੱਟ ਕੇ ਸੈਕਟਰੀ ਨੂੰ ਕਿਹਾ ਕਿ ਜਾਕੇ ਲਾਟ ਪਾਦਰੀ ਫਾਦਰ ਜੇਮਜ਼ ਨੂੰ ਲੈ ਆਉ ਤੇ ਅਜੇ ਸਕੂਲ ਤੇ ਹਸਪਤਾਲ ਵਾਲਾ ਕੰਮ ਰਹਿਣ ਦਿਉ...!

ਲਾਟ ਪਾਦਰੀ 'ਫਾਦਰ ਜੇਮਜ਼' ਦੇ ਆਉਣ ਤੇ ਸਰ ਲਾਰੰਸ ਨੇ ਉਹਦਾ ਆਸ਼ੀਰਵਾਦ ਲਿਆ ਤੇ ਲੰਮੀ ਸਲਾਹ ਤੋਂ ਬਾਦ ਫਾਦਰ ਨੂੰ 'ਕੁੱਤੀ ਵਿਹੜੇ' ਵਿਚ ਆਪਣੇ ਦੁਭਾਸ਼ੀਏ ਨੂੰ ਨਾਲ ਭੇਜਣ ਤੇ ਕੁੱਤੀ ਵਿਹੜੇ ਦੇ ਚੂਹੜਿਆਂ ਨੂੰ 'ਪ੍ਰਭੂ ਦੇ ਪੁੱਤਰ ਯਸੂ' ਦੇ ਬਚਨ ਸੁਣਾਨ ਦੀ ਬੇਨਤੀ ਕੀਤੀ।

ਫਾਦਰ ਦੇ ਜਾਣ ਮਗਰੋਂ ਉਹਨੇ ਆਪਣੇ ਸੈਕਟਰੀ ਤੇ ਦੁਭਾਸ਼ੀਏ ਚਤਰ ਸਿੰਘ, ਦੋਹਾਂ ਨੂੰ ਭੇਦ ਭਰੇ ਢੰਗ ਨਾਲ ਕਿਹਾ-

"ਅਜੇ ਨਾ ਸਕੂਲ, ਨਾ ਹਸਪਤਾਲ ਦੀ ਲੋੜ ਹੈ। ਵੱਡੀ ਲੋੜ ਇਹਨਾਂ ਨੂੰ ਪ੍ਰਭੂ ਯਸੂ ਦੀਆਂ ਬਰਕਤਾਂ ਬਾਰੇ ਦੱਸਣ ਦੀ ਹੈ।"

ਫੇਰ ਬੜੇ ਭੇਤੀ ਢੰਗ ਨਾਲ ਚਤਰ ਸਿੰਘ ਵਲ ਵੇਖਿਆ, ਜਿਹੜਾ ਉਹਦਾ ਇਸ਼ਾਰਾ ਸਮਝ ਕੇ ਹੱਸ ਰਿਹਾ ਸੀ। ਉਹਨੂੰ ਅੱਖ ਮਾਰਕੇ ਕਹਿਣ ਲਗਾ-

"   " ਜਵਾਬ ਵਿਚ ਚਤਰ ਸਿੰਘ ਹੱਸਿਆ।

ਇਹ ਉਹੀ ਚਤਰ ਸਿੰਘ ਸੀ, ਜਿਹੜਾ ਵਰ੍ਹਿਆਂ ਬਾਦ ਸਿੱਖੀ ਛੱਡ ਕੇ ਮਾਝੇ ਦਾ ਲਾਟ-ਪਾਦਰੀ ਬਣਿਆ!

****

ਬੰਟੀ ਮਸੀਹ ਪਿਉ-ਵਾਹਣਾ ਬਾਲਕ ਸੀ। ਉਹਦਾ ਪਿਉ ਕਿਰਪਾਨਾਂ ਬਜ਼ਾਰ ਵਾਲੇ ਲੁਹਾਰਾਂ ਨਾਲ ਲੜਾਈ ਵਿਚ ਮਾਰਿਆ ਗਿਆ ਸੀ। ਲੁਹਾਰ ਬੇਅੰਤ ਤਗੜੇ ਸਨ ਤੇ ਬਹੁਗਿਣਤੀ ਵਿਚ ਸਨ! ਇਧਰ ਬੰਟੀ ਦਾ ਪਿਉ ਤੇ ਤਿੰਨ-ਚਾਰ ਹੋਰ ਚੂਹੜੇ ਸ਼ਰਾਬ ਪੀਕੇ ਰੋਜ਼ ਸ਼ਾਮ ਨੂੰ, ਦੁਪਹਿਰ ਨੂੰ ਤੇ ਗਈ ਰਾਤ ਤੱਕ ਚੀਕਾਂ ਤੇ ਬੜ੍ਹਕਾਂ ਮਾਰਦੇ ਸਨ। ਇਕ ਦਿਨ ਦੋਹਾਂ ਧਿਰਾਂ ਦੀ ਵਾਹਵਾ ਪੀਤੀ ਹੋਈ ਸੀ ਤੇ ਆਹਮੋ-ਸਾਹਮਣੇ ਹੋ ਪਈਆਂ। ਲੜਾਈ ਤੇ ਹੁੰਦੀ ਢਾਈ ਫੱਟ ਦੀ ਹੈ, ਜਿਹੜਾ ਪਹਿਲੇ ਲਾ ਗਿਆ! ਲੁਹਾਰਾਂ ਨੇ ਪਹਿਲ ਕਰ ਲਈ। ਬੰਟੀ ਦੇ ਪਿਉ ਤੇ ਉਹਦੇ ਸਾਥੀਆਂ ਦੇ ਛੁਰੀਆਂ ਕੱਢਣ ਤੋਂ ਪਹਿਲਾਂ ਹੀ ਲੁਹਾਰਾ ਨੇ ਟਕੂਏ ਤੇ ਨਲਕਿਆਂ ਦੀਆਂ ਹੱਥੀਆਂ ਮਾਰ-ਮਾਰ ਸਾਰੇ ਢੇਰ ਕਰ ਦਿੱਤੇ। ਬੰਟੀ ਦਾ ਪਿਉ ਤੇ ਉਥੇ ਨਾਲੀ ਕੋਲ ਡਿੱਗ ਕੇ ਹੀ ਮਰ ਗਿਆ। ਬਾਕੀ ਵੀ ਲਹੂ-ਲੁਹਾਣ ਹੋ ਕੇ ਡਿੱਗ ਪਏ। ਰੌਲਾ ਸੁਣਕੇ ਸਾਰੇ ਵਿਹੜੇ ਦੇ ਮਰਦ ਭੱਜ ਕੇ ਆਏ, ਪਰ ਲੁਹਾਰਾਂ ਅਗੇ ਕੋਈ ਪੇਸ਼ ਨਾ ਗਈ। ਲੁਹਾਰਾਂ ਨੇ ਬੀ. ਡਵੀਜਨ ਦੇ ਥਾਣੇਦਾਰ ਨੂੰ ਵੱਢੀ ਦਿੱਤੀ ਤੇ ਹਸਪਤਾਲ ਜਾ ਪਏ। ਆਪੇ ਫੱਟ ਲਾਕੇ ਬਰਾਬਰ ਦਾ ਪਰਚਾ ਕੱਟਵਾ ਲਿਆ। ਇਸ ਘਟਨਾ ਤੋਂ ਹਫਤੇ ਕੁ ਬਾਦ ਹੀ ਸਾਰੇ ਭਾਰਤ ਵਿਚ ਇੰਦਰਾ ਗਾਂਧੀ ਨੇ ਐਮਰਜੈਂਸੀ ਲਾ ਦਿੱਤੀ। ਸਾਰੀ ਪੁਲਸ ਦਾ ਧਿਆਨ ਮੀਸਾ ਅਧੀਨ ਬਾਕੀ ਲੋਕਾਂ ਨੂੰ ਫੜਨ ਵਲ ਹੋ ਗਿਆ ਤੇ ਇਹ ਕੇਸ ਘੱਟੇ-ਕੌਡੀਆਂ ਰੁਲ ਗਿਆ। ਬੰਟੀ ਦੀ ਮਾਂ ਨੇ ਬਾਦ ਵਿਚ ਮੁਆਵਜਾ ਲੈ ਕੇ ਲੁਹਾਰਾਂ ਨਾਲ ਰਾਜੀਨਾਵਾਂ ਕਰ ਲਿਆ। ਬੰਟੀ ਬਚਪਨ ਤੋਂ ਹੀ ਬੜੇ ਹੱਸਾਸ ਮਨ ਦਾ ਸੀ, ਪਰ ਉਹਨੂੰ ਮੌਲਣ ਲਈ ਧਰਤੀ ਨਾ ਮਿਲੀ। ਹੌਲੀ-ਹੌਲੀ ਉਹਦਾ ਬਚਪਨ ਖੁਰਦਾ ਗਿਆ ਤੇ ਅੰਤ ਇਕ ਖਿੰਗਰ-ਪੱਥਰ ਜਿਹਾ ਬੇਤਰਸ ਬੱਚਾ ਸਾਹਮਣੇ ਆ ਗਿਆ! ਫੇਰ ਵੀ ਜਦੋਂ ਕਦੀ ਬੰਟੀ ਇਕੱਲਾ ਬੈਠਾ ਹੁੰਦਾ, ਉਹ ਡੂੰਘੀਆਂ ਸੋਚਾਂ ਵਿਚ ਲਹਿ ਜਾਂਦਾ। ਉਹਦਾ ਪਿਉ ਉਹਨੂੰ ਸਵਾ ਸਾਲ ਦੇ ਨੂੰ ਛੱਡ ਕੇ ਮਰ ਗਿਆ ਸੀ। ਇਕ ਵੱਡੀ ਭੈਣ ਸੀ ਤੇ ਨਿੱਕਾ ਉਦੋਂ ਮਹੀਨੇ ਕੁ ਦਾ ਸੀ। ਮਾਂ ਨੇ ਕਿਤੇ ਹੋਰ ਮੁੜ ਚਾਦਰ ਨਾ ਪਾਈ। ਉਦੋਂ ਕੋਠੇ ਖਤਮ ਹੋ ਚੁੱਕੇ ਸਨ ਤੇ ਸਾਰੇ ਅੰਬਰਸਰ ਵਿਚ ਸੀਵਰੇਜ ਤੇ ਫਲੱਸ਼ ਲਗ ਗਏ ਸਨ। ਅੰਬਰਸਰ ਦੇ 'ਚਾਰ ਸੌ ਸ੍ਹਾਲਾ' ਦਿਵਸ ਤੇ ਸਰਕਾਰ ਦਾ ਇਹ ਤੋਹਫ਼ਾ ਸੀ, ਨਾਲ ਉਨ੍ਹਾਂ ਨੇ ਚੂਹੜਿਆਂ ਦੀ ਮੁਕਤੀ ਦਾ ਨਾਅਰਾ ਦੇ ਦਿੱਤਾ - "ਸਿਰ ਤੇ ਟੋਕਰੀ ਨਹੀਂ...!"

ਇਸ ਨਾਅਰੇ ਨੇ ਹਜ਼ਾਰਾਂ ਚੂਹੜੇ ਭੁੱਖੇ ਮਰਨ ਲਾ ਦਿੱਤੇ ਸਨ, ਪਰ ਬੰਟੀ ਦੀ ਮਾਂ ਨੂੰ ਤਰਸ ਦੇ ਅਧਾਰ 'ਤੇ ਕੌਂਸਲਰ ਭਾਟੀਏ ਨੇ ਸਫਾਈ ਸੇਵਕਾ ਲਵਾ ਦਿੱਤਾ। ਉਹ ਹਰ ਮਹੀਨੇ ਬੱਝਵੀਂ ਤਨਖਾਹ ਲੈਂਦੀ ਤੇ ਦੋ ਟਾਇਮ ਆਪਣੇ ਇਲਾਕੇ ਵਿਚ ਸਫਾਈ ਕਰਦੀ। ਤਨਖਾਹ ਭਾਵੇਂ ਥੋੜ੍ਹੀ ਸੀ, ਪਰ ਉਹ ਸੰਜੂੜੀ ਹੋਣ ਕਰਕੇ ਘਰ ਵਾਹਵਾ ਤੋਰੀ ਜਾਂਦੀ ਸੀ। ਇਨ੍ਹਾਂ ਦਿਨਾਂ ਵਿਚ ਹੀ ਗੂੰਹ-ਮੂਤਰ ਚੁੱਕਣ ਦੇ ਕੰਮ ਤੋਂ ਵਿਹਲੀਆਂ ਹੋਈਆਂ ਵਿਹੜੇ ਦੀਆਂ ਜਨਾਨੀਆਂ ਕੰਮ-ਕਾਰ ਮੰਗਣ ਨਿਕਲੀਆਂ। ਉਨ੍ਹਾਂ ਨੂੰ ਭਿੱਟ ਮੰਨਦਾ ਕੋਈ ਘਰ ਕੰਮ ਨਾ ਦਏ! ਅਖੀਰ ਈਸਟ ਮੋਹਨ ਨਗਰ ਦੇ ਇਕ ਬੰਗਾਲੀ ਬੈਂਕ ਮੈਨੇਜਰ ਨੇ ਸੱਤਰਵਿਆਂ ਦੇ ਅਖੀਰ ਵਿਚ ਉਨ੍ਹਾਂ ਨੂੰ ਭਾਡੇਂ -ਸਫ਼ਾਈਆਂ ਦਾ ਕੰਮ ਦੇ ਕੇ ਅੰਬਰਸਰੀਆਂ ਦੀ ਇਹ ਝਿਜਕ ਵੀ ਤੋੜ ਦਿੱਤੀ। ਫੇਰ ਤਾਂ ਅਨੇਕਾਂ ਹੀ ਪਰਵੀਨ, ਡੇਜ਼ੀ ਤੇ ਰੂਪਾਂ ਤੇ ਫਰੀਡਾਂ, ਘਰਾਂ ਦੇ ਕੰਮ ਕਰਨ ਲਗੀਆਂ। ਬੰਟੀ ਜਦ ਆਪਣੇ ਵਿਹੜੇ ਦੀਆਂ ਜਨਾਨੀਆਂ ਨੂੰ ਕੰਮਾਂ-ਕਾਰਾਂ ਤੇ ਜਾਂਦੀਆਂ ਦੇਖਦਾ ਤਾਂ ਉਹਦੇ ਬਾਲਕ-ਮਨ ਵਿਚ ਕੁਛ-ਕੁਛ ਹੁੰਦਾ। ਬਹੁਤੇ ਬਾਲਮੀਕੀਏ ਜਾਂ ਤਾਂ ਚਰਸ ਪੀਂਦੇ, ਜਿਹੜੀ ਉਦੋਂ ਆਮ ਮਿਲ ਜਾਂਦੀ ਸੀ। ਜਾਂ ਫੇਰ ਅੰਨਗੜ੍ਹ ਜਾ ਕੇ ਘਰ ਦੀ ਕੱਢੀ ਸ਼ਰਾਬ ਲਿਆ ਕੇ ਪੀਵੀ ਜਾਂਦੇ। ਕੰਮਕਾਰ ਵੀ ਕਰਦੇ, ਪਰ ਕਮਾਈ ਘਰ ਘੱਟ ਹੀ ਪਹੁੰਚਦੀ। ਹੌਲੀ-ਹੌਲੀ ਬੰਟੀ ਵੱਡਾ ਹੁੰਦਾ ਗਿਆ ਤੇ ਉਹਨੂੰ ਇਹ ਵੀ ਪਤਾ ਲਗ ਗਿਆ ਕਿ ਅੱਧੇ ਤੋਂ ਵੱਧ ਉਹਦੀਆਂ ਮਾਵਾਂ-ਭੈਣਾਂ, ਦੇਹ-ਵਪਾਰ ਵਿਚੋਂ ਵੀ ਰੋਟੀ ਕੱਢ ਰਹੀਆਂ ਸਨ। ਬੰਟੀ ਜਦੋਂ ਅਕਸਰ ਆਪਣੇ ਸਾਥੀਆਂ ਨਾਲ ਪੀਰਾਂ ਦੇ ਡੇਰਿਆਂ ਤੇ ਜਾਂਦਾ, ਤਾਂ ਬੀੜੀ-ਸਿਗਰਟ ਹੀ ਪੀਂਦਾ। ਜਦੋਂ ਕਵਾਲ ਗੌਂਦੇ-

ਵੇ ਸੁੰਨੀਆਂ ਤੇਰੇ ਬਾਝ ਕਨਾਤਾਂ
ਵਿਹੜੇ ਆ ਵੜ ਮੇਰੇ
ਸਾਈਆਂ ਮੈਂ ਖੜ੍ਹੀ ਦਵਾਰੇ ਤੇਰੇ

ਤਾਂ ਜੀਅ ਕਰਦਾ ਕਿ ਉਹ ਕੱਵਾਲਾਂ ਨਾਲ ਹੀ ਰਲ ਜਾਏ ਤੇ ਡੇਰਿਆਂ ਤੇ ਗੌਂਦਾ ਫਿਰੇ! ਜਦੋਂ ਕਦੀ ਉਨ੍ਹਾਂ ਦਿਆਂ ਬਜ਼ਾਰਾਂ ਵਿਚੋਂ ਲੁਬਾਣਿਆਂ ਦਾ ਸੋਹਣ ਸਿੰਘ, ਆਪਣੇ ਭਲਵਾਨੀ ਸਰੀਰ ਨਾਲ ਰੇਹੜੀ ਧੱਕਦਾ ਹੋਕਾ ਦੇਂਦਾ-

ਸਾਵੀਂ ਬੂਰਾ
ਸਾਵੀਂ ਪਿਆਜ਼!
ਆਲੂ ਲੈ ਲੈ
ਪਿਆਜ਼ ਲੈ ਲੈ!

ਉਦੋਂ ਉਹਨੂੰ ਸੋਹਣ ਸਿੰਘ 'ਤੇ ਵੀ ਰਸ਼ਕ ਹੁੰਦਾ ਸੀ। ਸੋਹਣ ਸਿੰਘ ਸਵੇਰੇ-ਸ਼ਾਮ ਘਈਓ ਉਸਤਾਦ ਦੇ ਅਖਾੜੇ ਵਿਚ ਘੁਲਦਾ ਸੀ। ਬੰਟੀ ਹੁਰਾਂ ਕਈ ਵਾਰ ਸੋਹਣ ਸਿੰਘ ਨੂੰ ਘੁੱਲਦਾ ਤੱਕਿਆ ਸੀ। ਪਰ ਬੰਟੀ ਨੂੰ ਸੁੱਝਦਾ ਨਹੀਂ ਸੀ ਕਿ ਉਹਦੀ ਮੰਜ਼ਿਲ ਕਿਥੇ ਸੀ? ਮਾਂ ਨੌਕਰੀ ਕਰਦੀ ਤੇ ਘਰ ਦੀ ਰੋਟੀ ਟੁਰੀ ਜਾਂਦੀ। ਸਕੂਲ ਤਿੰਨ੍ਹਾਂ ਬੱਚਿਆਂ ਵਿਚੋਂ ਕੋਈ ਨਹੀਂ ਸੀ ਗਿਆ। ਬੰਟੀ ਜਵਾਨ ਹੋ ਰਿਹਾ ਸੀ, ਪਰ ਕੰਮ-ਕਾਰ ਕਿਥੇ ਸੀ? ਉਹ ਕਦੀ-ਕਦੀ ਸੱਤੇ ਤੇ ਪੈਟਰਿਕ ਮਸੀਹ ਨਾਲ ਲੰਮੇ ਬਾਂਸ ਫੜਕੇ ਵਡੇ ਨਗਰਾਂ ਦੇ ਸੀਵਰੇਜ ਖੋਹਲਣ ਲਈ ਜਾਂਦਾ, ਕਿਉਂਕਿ

ਸੀਵਰੇਜ ਪ੍ਰਬੰਧ ਨਾਕਸ ਸੀ ਤੇ ਵੱਡੀਆਂ ਕੋਠੀਆਂ ਵਾਲੇ ਹਰ ਤਰ੍ਹਾਂ ਦਾ ਗੰਦਮੰਦ ਵੀ ਸੀਵਰੇਜਾਂ ਵਿਚ ਸੁੱਟਦੇ ਸਨ। ਸੀਵਰੇਜ ਅਕਸਰ ਬੰਦ ਰਹਿੰਦੇ...!

ਇਨ੍ਹਾਂ ਮੰਦੇ ਹਾਲਾਂ ਵਿਚ ਹੀ, ਜਦੋਂ ਹੋਰ ਪਤਾ ਨਹੀਂ ਕਿਸ-ਕਿਸ ਬੰਦ ਦਾ ਸਰਕਾਰ ਵੱਲੋਂ ਇੰਤਜ਼ਾਮ ਹੋ ਰਿਹਾ ਸੀ, ਪੰਜਾਬ ਵਿਚ ਸਥਾਪਤੀ ਦੀਆਂ ਏਜੰਸੀਆਂ ਨੇ ਨਸ਼ੇ ਦਾ ਚੌਥਾ ਦਰਿਆ ਵਹਾ ਦਿੱਤਾ ਸੀ। ਏਨੀ ਮਾਤਰਾ ਵਿਚ, ਤੇ ਏਨੀ ਸਸਤੀ ਤੇ ਸੌਖੀ ਪੱਧਰ ਤੇ ਨਸ਼ਾ ਮਿਲਣ ਲਗਾ ਕਿ ਬੰਟੀ ਵਰਗੇ ਭਟਕ ਰਹੇ ਅਨੇਕ ਸਿੰਘ, ਲਾਲ ਤੇ ਮਸੀਹ, ਨਸ਼ਿਆਂ ਦੇ ਦਰਿਆ ਵਿਚ ਹੜ੍ਹ ਗਏ। ਬੰਟੀ ਨੂੰ ਪਹਿਲੇ ਸ਼ਰਾਬ ਤੇ ਫੇਰ ਸਮੈਕ ਦੀ ਲੱਤ ਲਗ ਗਈ ਸੀ। ਉਹਦੇ ਸਾਥੀ ਵੀ ਬਚ ਨਾ ਸਕੇ। ਆਖਰ ਬਾਰ ਬਾਰ ਦੀ ਥਾਣਾ ਬੀ. ਡਵੀਜਨ ਦੀ ਕੁੱਟ ਤੋਂ ਤੰਗ ਆਇਆ ਬੰਟੀ ਸਮੈਕ ਪੀਣ ਦੇ ਨਾਲ-ਨਾਲ ਵੇਚਣ ਵੀ ਲਗ ਪਿਆ। ਥਾਣੇਦਾਰਾਂ ਉਹਨੂੰ ਕੁੱਟਣਾ ਛੱਡ ਦਿੱਤਾ ਤੇ ਉਹਨੂੰ ਬਣਦਾ ਮਾਲ ਦੇ ਦੇਂਦੇ ਤੇ ਕਮਿਸ਼ਨ ਲਈ ਜਾਂਦੇ ਸਨ। ਉਹ ਮਸ਼ਹੂਰ ਸਮੈਕ ਸਮਗਲਰ 'ਸੱਤੀ ਬਾਹਮਣ' ਲਈ ਕੰਮ ਕਰਨ ਲਗਾ, ਜੀਹਦਾ ਨਸ਼ਾ ਸਾਰੇ ਅੰਬਰਸਰ ਵਿਚ ਵਿਕਦਾ ਸੀ। ਸੱਤੀ ਦੇ ਪੇਚੇ ਅੰਮ੍ਰਿਤਸਰ ਦੇ ਐੱਸ.ਐਸ.ਪੀ ਨਹੀਂ, ਸਗੋਂ ਸਿੱਧੇ ਚੰਡੀਗੜ੍ਹ ਤੱਕ ਲਗਦੇ ਸਨ। ਉਹ ਵੇਲੇ ਦੇ ਕਾਤਲ, ਚੋਰ ਤੇ ਭਾੜੇ ਤੇ ਭੀੜ ਇਕੱਠੀ ਕਰਨ ਵਾਲੇ ਦੱਲੇ ਵੀ ਮੁਹੱਈਆ ਕਰਵਾਂਦਾ ਸੀ। ...ਬੰਟੀ ਹੁਣ ਉਸੇ ਦਾ ਫੀਲ਼ਾ ਸੀ।

****

ਮਲਕਾ ਨੂੰ ਖੁਸ਼ ਕਰਨ ਲਈ ਈਸਟ ਇੰਡੀਆ ਕੰਪਨੀ ਕੋਈ ਮੌਕਾ ਨਹੀਂ ਸੀ ਜਾਣ ਦੇਂਦੀ। ਅੰਗਰੇਜ਼ੀ ਹਕੂਮਤ ਨੇ ਮਲਕਾ ਦੀ ਖੁਸ਼ੀ ਲਈ 1909 ਵਿਚ ਮਲਕਾ ਦੇ ਬੁੱਤ ਬਣਵਾ ਕੇ ਭਾਰਤ ਵਿਚ ਭੇਜੇ। ਕੁਛ ਤੇ ਸਾਊਥ ਦੇ ਕਲਾਕਾਰਾਂ ਆਪ ਬਣਾ ਦਿੱਤੇ, ਪਰ ਅੰਬਰਸਰ ਜਿਹੜਾ ਸੀ, ਉਹਨੂੰ ਦਰਬਾਰ ਸਾਹਿਬ ਤੋਂ ਪਰ੍ਹੇ ਕਰਕੇ, ਨੀਂਵੇ ਬਜ਼ਾਰ ਬਾਹਰ ਨਿਕਲ ਕੇ ਚੌਂਕ ਬਣਾ ਕੇ ਲਾਇਆ ਗਿਆ। ਉਹਦੀ ਸੇਧ ਸਿੱਧੀ ਜਾ ਕੇ ਜਲ੍ਹਿਆਂ ਦੇ ਬਾਗ ਦੇ ਗੇਟ ਦੇ ਉਲਟੇ ਪਾਸੇ ਦਿਖਦੀ ਸੀ। ਜਲ੍ਹਿਆਂ ਦੇ ਬਾਗ ਵਲ ਪਿੱਠ ਕਰੋ ਤੇ ਮਲਕਾ ਦਾ ਬੁੱਤ ਦਿਸਦਾ ਸੀ!

ਉਥੇ ਬੁੱਤ ਲਗਣ ਤੋਂ ਬਾਦ ਇਕ ਨਵੀਂ ਹੀ ਗੱਲ ਵਾਪਰੀ। ਅੰਬਰਸਰ ਸ਼ਹਿਰ ਭੰਗੜਾਂ ਤੇ ਅਫੀਮੀਆਂ ਨੂੰ, ਪਿੰਗਲਿਆਂ, ਮੰਗਤਿਆਂ, ਚਰਸੀਆਂ ਨੂੰ ਪੁਸ਼ਤ ਪਨਾਹੀ ਦੇਂਦਾ ਰਿਹਾ ਹੈ। ਲੰਗਰ ਵੱਖੋ-ਵੱਖ ਗੁਰਦੁਆਰਿਆਂ ਵਿਚੋਂ ਛੱਕਦੇ ਅਨੇਕਾਂ ਵਿਹਲੜ ਤੇ ਨਸ਼ਈ ਉਥੇ ਫਿਰਦੇ ਸਨ। ਪਿੰਡਾਂ ਦੇ ਮਾਈ-ਭਾਈ ਹਰ ਤਿੱਥ-ਤਿਉਹਾਰ ਤੇ ਮੱਸਿਆ-ਸੰਗਰਾਂਦ ਖੀਰ ਜਾਂ ਹੋਰ ਰਸਦ ਬਣਾ ਕੇ ਲਿਆਂਦੇ ਸਨ।

ਹੁਣ ਵਾਪਰਿਆ ਇਹ ਕਿ, ਕਾਫੀ ਸਾਰੇ ਨਸ਼ਈ ਤੇ ਵਿਹਲੜ, ਜਾਂ ਕਾਮ ਦੇ ਸਤਾਏ ਮੰਗਤੇ ਤੇ ਚਰਸੀ, ਰਾਤ ਦੇ ਆਖਰੀ ਪਹਿਰ, ਭਾਵ ਡੇਢ ਦੋ ਵਜੇ ਮਲਕਾਂ ਦੇ ਬੁੱਤ ਕੋਲ ਇਕੱਠੇ ਹੋ ਜਾਂਦੇ। ਵਾਰੀ-ਵਾਰੀ ਉਹ ਚਬੂਤਰੇ ਤੇ ਚੜ੍ਹਦੇ ਤੇ ਮਲਕਾ ਦੇ ਬੁੱਤ ਨਾਲ ਨੰਗੀਆਂ-ਜੱਫੀਆਂ ਪਾਉਂਦੇ। ਉਹਦੇ ਤਿੱਖੇ ਉਭਾਰਾਂ ਤੇ ਹੱਥ ਫੇਰਦੇ। ਠੰਡਾ ਸੰਗਮਰਮਰ ਉਹਨਾਂ ਨੂੰ ਸਕੂਨ ਦੇਂਦਾ ਤੇ ਉਹ ਕਾਮੁਕ ਹੋਕੇ ਹੱਥ-ਰੱਸੀ ਕਰਦੇ ਤੇ ਵਾਰੀ-ਵਾਰੀ ਮੌਜ ਲੁੱਟ ਕੇ ਰਾਹੇ ਪੈਂਦੇ। ਮਲਕਾ ਦਾ ਬੁੱਤ ਉਹਨਾਂ ਲਈ ਸਵਰਗ ਸੀ...!...ਅੰਗਰੇਜ਼ਾਂ ਨੂੰ ਕਦੀ ਪਤਾ ਨਹੀਂ ਲਗਾ ਕਿ ਦੂਰ ਭਾਰਤ ਦੇ ਇਕ ਨਿੱਕੇ ਜਿਹੇ ਸ਼ਹਿਰ ਵਿਚ, ਜੀਹਦਾ ਨਾਂ ਅੰਬਰਸਰ ਹੈ, ਉਥੇ ਉਹਨਾਂ ਦੀ

ਮਲਕਾ ਦੇ ਬੁੱਤ ਨਾਲ ਰੋਜ਼ ਰਾਤ ਨੂੰ ਮੰਗਤੇ, ਨਸ਼ਈ ਤੇ ਵਿਹਲੜ ਮੌਜ ਲੁੱਟਦੇ ਹਨ...! ਹੈਰਾਨੀ ਵਾਲੀ ਗੱਲ ਇਹ ਸੀ ਕਿ ਵਿਹੜੇ ਦੇ ਵੀ ਕਿੰਨੇ ਵੀ ਮੁੱਛਫੁੱਟ ਮੁੰਡੇ ਜਾਂ ਬੁੱਢੇ ਕਈ ਵਾਰ ਰਾਤ ਨੂੰ ਏਸ ਖੇਡ ਵਿਚ ਸ਼ਾਮਲ ਹੁੰਦੇ ਸਨ। ਅਜੇ ਕਿ ਵਿਹੜੇ ਵਿਚ ਕਾਮ ਦੀ ਖੁਲ੍ਹ-ਖੇਡ ਤੋਂ ਕਿਤੇ ਵੀ ਮਨਾਹੀ ਨਹੀਂ ਸੀ, ਕਿਉਂਕਿ ਰਾਮਬਾਗ ਦੇ ਰੰਡੀਖਾਨੇ ਦੀਆਂ ਬਹੁਤੀਆਂ ਵੇਸ਼ਵਾਵਾਂ ਉਹਨਾਂ ਦੇ ਘਰਾਂ ਵਿਚੋਂ ਹੀ ਸਨ...!

—-ਇਸ ਦੌਰਾਨ ਰਾਜ-ਭਾਗ ਬਦਲੇ। ਮਲਕਾਂ ਦੀ ਮੌਤ ਤੋਂ ਮਗਰੋਂ 1911 ਵਿਚ ਜਾਰਜ ਬਾਦਸ਼ਾਹ ਇੰਗਲੈਂਡ ਦੀ ਗੱਦੀ 'ਤੇ ਬੈਠਾ। ਉਹਦੇ ਰਾਜ ਵਿਚ ਭਾਰਤ ਦੀ ਲੁੱਟ ਤੇ ਭਾਰਤ ਨੂੰ ਥੱਲੇ ਲਾਕੇ ਗੁਲਾਮ ਰੱਖਣ ਦੀ ਕਿਰਿਆ ਹੋਰ ਤੇਜ਼ ਹੋਈ। 1919 ਵਿਚ ਜਲ੍ਹਿਆਂ ਵਾਲੇ ਬਾਗ ਦਾ ਸਾਕਾ ਹੋ ਗਿਆ। ਡਾਇਰ ਤੇ ਉਹਦੇ ਫੌਜੀਆਂ ਨੇ, ਜਿਨ੍ਹਾਂ ਵਿਚ ਵਧੇਰੇ ਗੋਰਖੇ ਤੇ ਛਾਛੀ ਸਨ, ਉਹਨਾਂ ਆਪਣੇ ਹੀ ਭਰਾਵਾਂ ਤੇ ਗੋਲੀਆਂ ਚਲਾਕੇ ਸੈਂਕੜੇ ਲੋਕ ਮਾਰ ਸੁੱਟੇ। ਡਾਇਰ ਖੁਸ਼ ਸੀ ਕਿ ਇਤਿਹਾਸ ਵਿਚ ਹੁਣ ਉਹ ਜਿਊਂਦਾ ਰਹੇਗਾ...! ਏਧਰ ਸਤਪਾਲ ਤੇ ਕਿਚਲੂ ਹੁਰਾਂ ਅੰਬਰਸਰ ਵਿਚ ਮੁਜਾਹਰੇ ਤੇਜ ਕਰ ਦਿੱਤੇ। ਉਧਰ ਗਰਮ-ਖ਼ਿਆਲ ਨੌਜੁਆਨਾਂ ਆਪਣੇ ਢੰਗ ਨਾਲ ਰੋਸ ਪ੍ਰਗਟਾਵਾ ਸ਼ੁਰੂ ਕਰ ਦਿੱਤਾ...! ਡਾਇਰ ਦਾ ਸਖਤ ਹੁਕਮ ਸੀ ਕਿ ਜਲ੍ਹਿਆਂ ਵਾਲੇ ਬਾਗ ਦੇ ਹਮਲੇ ਮਗਰੋਂ ਪੰਜਾਬੀ ਨੌਜੁਆਨਾਂ ਨੂੰ ਭੜਕਨ ਨਹੀਂ ਦੇਣਾ। ਸਾਮ, ਦਾਮ, ਦੰਡ, ਭੇਦ ਦੇ ਹਰ ਢੰਗ ਨਾਲ ਇਹਨਾਂ ਨੂੰ ਸਿੱਝਣਾ ਹੈ। ਇਸ ਦੌਰਾਨ ਹਰਮੰਦਰ ਸਾਹਿਬ ਦੇ ਸਰਬਰਾਹ (ਹੈਡ) ਅਰੂੜ ਸਿੰਘ ਵਲੋਂ ਜਨਰਲ ਡਾਇਰ ਨੂੰ ਸਿਰੋਪਾ ਦਿੱਤਾ ਗਿਆ ਸੀ।

ਡਾਇਰ ਨੂੰ ਸਿਰੋਪਾ ਦੇਣ ਮਗਰੋਂ ਅਰੂੜ ਸਿੰਘ ਨੂੰ ਸਿੱਖਾਂ ਦੀ ਨਫ਼ਰਤ ਦਾ ਸ਼ਿਕਾਰ ਹੋਣਾ ਪਿਆ। ਉਹਨੂੰ ਇਹ ਡਰ ਵੀ ਪੈ ਗਿਆ ਕਿ ਕਿਤੇ ਕੋਈ ਸਿੱਖ ਅਚਾਨਕ ਹਮਲਾ ਕਰਕੇ ਉਹਨੂੰ ਧੁਰ ਦਰਗਾਹ ਨਾ ਪੁਚਾ ਦਵੇ। ਭਾਵੇਂ ਕਿ ਉਹਦੀ ਬੱਘੀ ਜਦੋਂ ਠੰਡੀ ਖੂਹੀ ਦੇ ਖੁੱਲ੍ਹੇ ਇਲਾਕੇ ਵਿਚੋਂ ਟੁਰਦੀ, ਧੁਰ ਹਰਮੰਦਰ ਸਾਹਿਬ ਤੱਕ ਉਹਦੇ ਨਾਲ ਗਸ਼ਤ-ਪਾਰਟੀ ਟੁਰੀ ਜਾਂਦੀ। ਇਹਦੇ ਬਾਵਜੂਦ ਅਰੂੜ ਸਿੰਘ ਨੇ ਪੁਲਸ ਕਪਤਾਨ ਨਾਲ ਆਪਣਾ ਡਰ ਸਾਂਝਾ ਕੀਤਾ। ਪੁਲੀਸ ਕਪਤਾਨ ਸਟਾਕਮੈਨ ਤੇ ਅਰੂੜ ਸਿੰਘ ਦੇ ਭੇਦ ਸਾਂਝੇ ਸਨ। 'ਸਟਾਕਮੈਨ' ਨੇ ਅਗੋਂ ਆਪਣੇ ਡਿਪਟੀ ਰਿਚਰਡ ਕਲੈਚੀ ਨੂੰ ਬੁਲਾ ਲਿਆ। ਅਸਲ ਵਿਚ ਤੇ ਸਾਰਾ ਸ਼ਹਿਰ ਰਿਚਰਡ ਕਲੈਚੀ ਨਾਂ ਦਾ ਇਹ ਡਿਪਟੀ ਸਾਂਭਦਾ ਸੀ। ਵੱਡੇ ਪੁਲਸ ਕਪਤਾਨ 'ਸਟਾਕਮੈਨ' ਦਾ ਤੇ ਐਂਵੇ ਨਾਂ ਹੀ ਸੀ। ਰਿਚਰਡ ਨੂੰ ਅੰਬਰਸਰ ਦੇ ਸਾਰੇ ਥਾਣੇਦਾਰਾਂ ਦੇ ਨਾਂ ਤੇ ਸੁਭਾ, ਅੰਬਰਸਰ ਦੇ ਸਾਰੇ ਬਦਮਾਸ਼ਾਂ ਦੇ ਨਾਂ ਤੇ ਇਲਾਕੇ, ਸਭ ਮੂੰਹ ਜਬਾਨੀ ਯਾਦ ਸਨ।

ਉਹਨੇ ਆਉਂਦਿਆਂ ਹੀ ਅਰੂੜ ਸਿੰਘ ਦੀ ਚਿੰਤਾ ਦੂਰ ਕਰ ਦਿੱਤੀ। ਸੁਲਤਾਨਵਿੰਡ ਦੇ ਮਸ਼ਹੂਰ ਸਫੈਦਪੋਸ਼ 'ਸਵਰਨੇ ਡਾਕੂ' ਨੂੰ ਬੁਲਾ ਲਿਆ। ਸਵਰਨੇ ਦੇ ਘਰ ਤੇ ਪੱਤੀ ਬਲੋਲ ਵਿਚ ਸਨ, ਪਰ ਉਹਨੇ ਬਾਹਰਲੀ ਹਵੇਲੀ ਡੇਰੇ ਲਾਈ ਹੋਏ ਸਨ। ਬਾਹਰਲੀ ਹਵੇਲੀ ਉਹਦੀ ਅੰਗਰੇਜ਼ਾਂ ਵਲੋਂ ਨਵੀਂ ਕੱਢੀ ਕਸੂਰ ਨਹਿਰ ਕੋਲ ਆ ਗਈ ਸੀ, ਤੇ ਉਹਦੀ ਲਾਟਰੀ ਲਗ ਗਈ ਸੀ। ਉਹ ਹਰ ਤਰ੍ਹਾਂ ਦੇ ਕੁਕਰਮ ਉਥੇ ਕਰਦਾ ਤੇ ਅੰਗਰੇਜ਼ਾਂ ਦੀ ਝੋਲੀ ਚੁੱਕਦਾ ਸੀ। ਹਰ ਥਾਣੇਦਾਰ ਉਸਤੋਂ ਡਰਦਾ, ਕਿਉਂਕਿ ਸਭ ਨੂੰ ਪਤਾ ਸੀ ਕਿ ਸਵਰਨੇ 'ਸਫੈਦਪੋਸ਼' ਦੇ ਅੰਗਰੇਜ਼ ਹਾਕਮਾਂ ਨਾਲ ਸਿੱਧੇ ਸਬੰਧ ਹਨ। ਲੋਕ ਪਿੱਠ ਪਿੱਛੇ ਉਹਨੂੰ ਸਵਰਨਾ 'ਡਾਕੂ' ਕਹਿੰਦੇ ਸਨ,

ਕਿਉਂਕਿ ਉਹ ਮਾਝੇ ਦੇ ਕਈ ਨਾਮੀ ਡਾਕੂਆਂ ਦਾ ਮਾਲ ਬਿਲੇ ਲਾਉਂਦਾ ਸੀ।

ਸਵਰਨੇ ਨੇ ਆਉਂਦਿਆਂ ਹੀ ਅਰੂੜ ਸਿੰਘ ਦਾ ਡਰ ਚੁੱਕ ਦਿੱਤਾ। ਡਿਪਟੀ ਰਿਚਰਡ ਦੀ ਕੋਠੀ ਵਿਚ ਸਭ ਦੀ ਮੀਟਿੰਗ ਹੋਈ। ਸਵਰਨਾ ਆਪਣੇ ਬਦਮਾਸ਼ ਨਾਲ ਲੈ ਕੇ ਆਇਆ। ਬਦਮਾਸ਼ਾਂ ਦਾ ਟੋਲਾ ਬਾਹਰ ਬਾਗ ਵਿਚ ਬੈਠਾ ਰਿਹਾ ਤੇ ਸਵਰਨੇ ਨਾਲ ਅੰਦਰ ਉਹਦਾ ਸਭ ਤੋਂ ਭਰੋਸੇ ਵਾਲਾ ਤੇ ਮਾਰਖੋਰਾ ਫੀਲਾ 'ਘੁੱਕ ਬਦਮਾਸ਼' ਨਾਲ ਅੰਦਰ ਗਿਆ ਸੀ। ਘੁੱਕ ਬਾਲਮੀਕੀਆ ਸੀ ਤੇ ਤੇ ਕੁੱਤੀ ਵਿਹੜੇ ਦਾ ਕਹਿੰਦਾ-ਕੁਹਾਂਦਾ ਲੜਾਕਾ ਸੀ। ਜਦ ਉਹਦਾ ਨਾਂ ਅੰਗਰੇਜ਼ਾਂ ਨੇ 'ਬਸਤਾ ਬੇ' ਵਿਚ ਪਾਇਆ ਤਾਂ ਉਹ ਹੋਰ ਅਲੱਥ ਹੋ ਗਿਆ। ਪੁਲਸ ਦੀ ਮਾਰ ਖਾ-ਖਾ ਕੇ ਤੇ ਬਦਮਾਸ਼ਾਂ ਦੇ ਆਪਸੀ ਝਗੜਿਆਂ ਵਿਚ ਹੱਡ ਤੁੜਵਾ-ਤੁੜਵਾ ਉਹ ਲੋਹਾ ਹੋ ਗਿਆ ਸੀ। ਉਹਦੀ ਤਾਰੀਫ ਸੁਣਕੇ ਸਵਰਨੇ ਜੱਟ ਨੇ ਉਹਨੂੰ ਆਪਣੇ ਬਦਮਾਸ਼ੀ ਟੋਲੇ ਵਿਚ ਸ਼ਾਮਲ ਕਰ ਲਿਆ ਸੀ। ਹੁਣ ਤੇ ਉਹਦਾ ਡਰ ਉੱਕਾ ਹੀ ਮੁੱਕ ਗਿਆ ਸੀ। ਉਹਨੇ ਵਿਹੜਾ ਤਿਆਗ ਦਿੱਤਾ, ਜਾਂ ਕਹੋ ਕਿ ਉਹਦੀਆਂ ਹਰਕਤਾਂ ਕਾਰਨ ਵਿਹੜੇ ਨੇ ਉਹਨੂੰ ਛੱਡ ਦਿੱਤਾ, ਤੇ ਉਹ ਪੱਕਾ ਹੀ ਸਵਰਨੇ ਦਾ ਹੋ ਗਿਆ। ਰਿਹਾਇਸ਼ ਉਹ ਸਵਰਨੇ ਵਲੋਂ ਗੁਪਤ ਤੌਰ ਤੇ ਚਲਾਈ ਜਾਂਦੀ ਜੂਏ ਦੀ ਬੈਠਕ ਵਾਲੇ ਘਰ ਵਿਚ ਰੱਖਦਾ ਸੀ। ਸਵਰਨੇ ਦੇ ਘਰ ਉਹ ਕਦੀ ਨਹੀਂ ਸੀ ਜਾਂਦਾ, ਕਿਉਂਕਿ ਸਵਰਨਾ ਚੁੱਪ ਕੀਤਾ ਉਹਨਾਂ ਦੀ ਭਿੱਟ ਮੰਨਦਾ ਸੀ, ਪਰ ਲੋੜ ਨੂੰ ਨਾਲ ਰੱਖਦਾ ਸੀ। ਹਸਬੇ ਮਾਮੂਲ ਅੱਜ ਵੀ ਉਹ ਨਾਲ ਹੀ ਸੀ। ਸਵਰਨੇ ਨੇ ਦੋਹਾਂ ਕਪਤਾਨਾਂ ਸਟਾਕਮੈਨ ਤੇ ਰਿਚਰਡ ਕਲੈਚੀ ਦੀ ਹਾਜ਼ਰੀ ਵਿਚ ਘੁੱਕ ਨੂੰ ਥਾਪੀ ਦਿੱਤੀ ਤੇ ਕਿਹਾ ਕਿ ਜਦੋਂ ਹੀ ਠੰਡੇ ਖੂਹਾਂ ਵਲੋਂ ਭਾਈ ਅਰੂੜ ਸਿੰਘ ਜੀ ਦੀ ਬੱਘੀ ਸ਼ਹਿਰ ਵਿਚ ਵੜੇ, ਤੇਰੀ ਜ਼ਿੰਮੇਵਾਰੀ ਹਾਲ ਦਰਵਾਜੇ ਤੋਂ ਲੈ ਕੇ ਹਰਮੰਦਰ ਸਾਹਿਬ ਤੱਕ ਹੋਵੇਗੀ, ਕਿ ਕੋਈ ਸਿੱਖ ਭਾਈ ਅਰੂੜ ਸਿਘ ਤੇ ਹਮਲਾ ਨਾ ਕਰ ਦਵੇ! ਚੌਧਰੀਆਂ ਤੇ ਗੋਰੇ ਹਾਕਮ ਦਾ ਫ਼ਲਾਇਆ ਘੁੱਕ ਕਹਿਣ ਲਗਾ- "ਮਾਰਾ! ਮੈਨੂੰ ਤੁਹਾਡੀ ਛੱਤਰ-ਛਾਇਆ ਚਾਹੀਦੀ ਹੈ। ਮੈਂ ਤੇ ਹੁਣ ਏਸ ਸੜਕ ਤੇ ਕੁੱਤੀ ਵੀ ਬੁੜਕਣ ਨਹੀਂ ਦੇਣੀ। ਮੈਂ ਤੇ ਕਹਿੰਦੇ-ਕੁਹਾਂਦੇ ਦੀ — ਥਾਣੀਂ ਪਾਣੀ ਕੱਢ ਦਊਂ।"

"ਚੰਗਾ ਜੀ ਫੇਰ।" ਉਹਨਾਂ ਤਿੰਨ੍ਹਾਂ ਨੂੰ ਖੁਸ਼ ਹੁੰਦਾ ਵੇਖ ਸਵਰਨੇ ਨੇ ਜਾਣ ਦੀ ਇਜਾਜ਼ਤ ਮੰਗੀ। ਆਪਣੇ ਤਜਰਬੇ ਤੋਂ ਖਚਰਾ ਜੱਟ ਇਹ ਜਾਣ ਗਿਆ ਸੀ ਕਿ ਗੋਰਾ ਹਾਕਮ ਲੋੜ ਦੀ ਗੱਲ ਕਰਕੇ ਖੁਸ਼ ਹੁੰਦਾ ਸੀ ਤੇ ਗੁਲਾਮਾਂ ਦੀ ਲੰਮੇ ਸਮੇਂ ਦੀ ਹਾਜ਼ਰੀ ਪਸੰਦ ਨਹੀਂ ਸੀ ਕਰਦਾ! ਜਦੋਂ ਸਵਰਨਾ ਤੇ ਘੁੱਕ ਉੱਠ ਕੇ ਜਾਣ ਲਗੇ ਤਾਂ ਰਿਚਰਡ ਕਲੈਚੀ ਨੇ ਅਚਾਨਕ ਅਵਾਜ਼ ਮਾਰੀ। ਸਵਰਨਾ ਤੇ ਘੁੱਕ ਦੋਹੇਂ ਰੁਕ ਗਏ। ਰਿਚਰਡ ਦੀ ਬੈਠਕ ਵਿਚ, ਜਿਥੇ ਇਹ ਸਾਰੇ ਖੜੇ ਸਨ, ਇਕ ਆਦਮਕੱਦ ਤਾਂਬੇ ਦਾ ਬੁੱਤ ਸੀ। ਉਹ ਬੁੱਤ ਡੈਕੋਰੇਸ਼ਨ-ਪੀਸ ਸੀ। ਉਹਦੇ ਇਕ ਹੱਥ ਵਿਚ ਬਰਛਾ, ਦੂਸਰੇ ਵਿਚ ਢਾਲ ਸੀ। ਉਹਦੇ ਸਿਰ ਤੇ ਪਿਛੇ ਜਿਹੜੀ ਪਲੇਟ ਲਗੀ ਹੋਈ ਸੀ, ਉਹਦੇ ਆਸਰੇ ਬੁੱਤ ਖੜ੍ਹਾ ਸੀ। ਬੁੱਤ ਦੇ ਪਿਛਲੀ ਪਲੇਟ ਵਿਚ ਤਿੰਨ੍ਹ-ਚਾਰ ਖੰਜਰ ਬੜੇ ਸਲੀਕੇ ਨਾਲ ਲਗੇ ਹੋਏ ਸਨ। ਬੁੱਤ ਸਾਰਾ ਹੀ ਤਾਂਬੇ ਤੇ ਲੋਹੇ ਦਾ ਸੀ ਤੇ ਫਰਾਂਸ ਦਾ ਬਣਿਆ ਹੋਇਆ ਸੀ। ਰਿਚਰਡ ਨੇ ਉਹਨਾਂ ਵਿਚੋਂ ਇਕ ਖੰਜਰ ਕੱਢਿਆ, ਉਹਦੀ ਤਿੱਖੀ ਧਾਰ ਪਰਖੀ, ਤੇ ਸਿੱਧੇ ਖੜੇ ਘੁੱਕ ਦੇ ਹੱਥ ਵਿਚ ਦੇ ਦਿੱਤਾ। ਨਾਲ ਹੀ ਕਿਹਾ-

"..............................."

ਜਦੋਂ ਅਰੂੜ ਸਿੰਘ ਨੇ ਸਵਰਨੇ ਜੱਟ ਤੇ ਡਰੇ ਖੜੇ ਘੁੱਕ ਨੂੰ ਰਿਚਰਡ ਦੀ ਅੰਗਰੇਜ਼ੀ ਦੀ ਪੰਜਾਬੀ ਕਰਕੇ ਦੱਸੀ ਤਾਂ ਸਵਰਨੇ ਤੇ ਘੁੱਕ ਦੇ ਚਿਹਰੇ ਖਿੜ ਗਏ। ਉਹਨਾਂ ਠੋਕ ਕੇ ਸਲਾਮ ਕੀਤੀ ਤੇ ਚਲੇ ਗਏ। ਇਹੀ ਘੁੱਕ ਸੀ, ਜੀਹਨੂੰ ਮਗਰੋਂ 'ਰਾਧਾ ਰੰਡੀ' ਦੀ ਨਿੱਕੀ ਭੈਣ ਦਾ ਸਾਕ ਜੁੜਿਆ ਸੀ। ਇਹੀ ਭੈਣ, ਜੀਹਨੇ ਮਗਰੋਂ ਰਾਧਾ ਦੀ ਸੇਵਾ ਵਿਚ ਆਪਣੀ ਦਿਨ ਕੱਟੀ ਕੀਤੀ, ਕਿਉਂਕਿ ਘੁੱਕ ਤੇ ਮਗਰੋਂ ਜਲਦੀ ਹੀ ਤਪਦਿਕ ਨਾਲ ਘੁਲਦਾ, ਦੂਰ ਕਿਤੇ ਫਰੰਟੀਅਰ ਵਲ ਮਰ-ਖੱਪ ਗਿਆ ਸੀ।

****

ਸੰਨ 1997 ਜਾ ਰਿਹਾ ਸੀ। ਪੰਜਾਬ ਨੇ ਇਹਨਾਂ ਸਾਲਾਂ ਵਿਚ ਤਿੰਨ੍ਹ ਮੁੱਖ-ਮੰਤਰੀਆਂ ਦਾ ਸਵਾਦ ਲੈ ਲਿਆ ਸੀ। ਬੀਬੀ ਦੀ ਅਗਵਾਈ ਵਿਚ ਕਾਂਗਰਸ ਮੁੜਕੇ ਇਲੈਕਸ਼ਨ ਲਈ ਤਿਆਰ ਸੀ। ਪਰ ਹੁਣ ਇਹ ਗੱਲ ਸਭ ਨੂੰ ਜੱਗ ਜ਼ਾਹਿਰ ਸੀ ਕਿ ਅਗਲੀ ਵਾਰੀ ਹੁਣ ਅਕਾਲੀ ਆਗੂ ਤੇ ਸਾਬਕਾ ਮੁੱਖ ਮੰਤਰੀ ਰੌਸ਼ਨ ਸਿੰਘ ਦੀ ਹੈ। ਉਹਦੀ ਅਗਵਾਈ ਹੇਠ ਅਕਾਲੀ ਪੱਟਾਂ ਤੇ ਤੇਲ ਲਾਈ ਫਿਰਦੇ ਸਨ। ਉਧਰ ਆਪਣੇ ਸਿਆਸੀ ਗੁਰੂ ਦਾ ਹੁਕਮ ਪਾਕੇ ਮਸ਼ਹੂਰ ਬਦਮਾਸ਼ ਤੇ ਹੁਣ ਬਦਮਾਸ਼ ਤੋਂ ਸਿਆਸਤਦਾਨ ਬਣੇ 'ਸਲਾਰੀਏ' ਸੰਧੂ ਨੇ ਅਕਾਲੀ ਪਾਰਟੀ ਜੁਆਇਨ ਕਰ ਲਈ ਸੀ। ਸਲਾਰੀਏ ਦੇ ਮੁਕਾਬਲੇ ਇਲੈਕਸ਼ਨ ਲੜ ਰਹੇ ਉਹਦੇ ਪੁਰਾਣੇ ਭੇਤੀ 'ਫਤਹਿਪੁਰੀਆ' ਨੇ ਵੀ ਕਮਰਕਸੇ ਕੱਸ ਲਏ ਸਨ। ਉਹਨੇ ਪਹਿਲ ਕਰਦਿਆਂ ਆਪਣੇ ਬਦਮਾਸ਼ਾਂ ਦੀ ਇਕ ਟੋਲੀ ਸਿੱਖੀ ਰੂਪ ਵਿਚ ਸ਼ਹਿਰ ਦੇ ਉਹਨਾਂ ਅੰਦਰੂਨੀ ਹਲਕਿਆਂ ਵਿਚ ਭੇਜੀ, ਜਿਹੜੇ ਹਿੰਦੂ ਬਹੁਗਿਣਤੀ ਵਿਚ ਸਨ। ਉਹ ਇਲਾਕੇ ਉਹਦੇ ਹਲਕੇ ਵਿਚ ਆਉਂਦੇ ਸਨ। ਸਿੱਖੀ ਰੂਪ ਵਿਚ, ਦਾਹੜੇ ਖੋਲ੍ਹਕੇ ਦੋ ਜੀਪਾਂ ਵਿਚ ਸਵਾਰ ਬਦਮਾਸ਼ ਉਥੋਂ ਤੇਜ਼ੀ ਨਾਲ 'ਖਾਲਿਸਤਾਨ ਜ਼ਿੰਦਾਬਾਦ' ਤੇ 'ਸਲਾਹੀਆ ਸੰਧੂ' ਜ਼ਿੰਦਾਬਾਦ ਦੇ ਨਾਅਰੇ ਮਾਰਦੇ ਲੰਘ ਗਏ।

ਜਦੋਂ ਸਲਾਰੀਏ ਨੂੰ ਪਤਾ ਲਗਾ ਕਿ ਉਹਦੇ ਹਲਕੇ ਵਿਚ, ਉਹਦੇ ਹੀ ਵਿਰੋਧੀ ਕਾਂਗਰਸੀ ਉਮੀਦਵਾਰ 'ਫਤਹਿਪੁਰੀਆ' ਨੇ ਨਾਅਰੇ ਮਰਵਾ ਦਿੱਤੇ ਹਨ ਤਾਂ ਉਹਦਾ ਦਿਲ ਡੋਲ ਗਿਆ। ਹੁਣ ਭਾਵੇਂ ਬੀ.ਜੇ.ਪੀ. ਲੱਖ ਕਹਿੰਦੀ, ਹਿੰਦੂ ਵੋਟ ਉਹਨੂੰ ਨਹੀਂ ਸੀ ਮਿਲਣੀ। ਉਹਨੇ ਡਰੇ ਹੋਏ ਨੇ ਅਕਾਲੀ ਹਾਈਕਮਾਂਡ ਨੂੰ ਰਿਪੋਰਟ ਦਿੱਤੀ। ਹਾਈ ਕਮਾਂਡ ਨੇ ਸਪਸ਼ਟ ਆਦੇਸ਼ ਦਿੱਤਾ, "ਕਿ ਜੋ ਹੋ ਗਿਆ, ਛੱਡ ਦਿਉ! ਹੁਣ ਭਵਿੱਖ ਵਿਚ 'ਫਤਹਿਪੁਰੀਆ' ਦੇ ਹਰ ਜਲਸੇ ਨੂੰ ਤਾਰਪੀਡੋ ਕਰ ਦਿਉ। ਬਦਮਾਸ਼ ਭੇਜੀ ਜਾਓ ਤੇ ਜਲਸੇ ਵਿਚ ਲੜਾਈ ਕਰਵਾ ਕੇ ਇੱਟਾਂ, ਛੁਰੀਆਂ ਚਲਵਾ ਦਿਉ। ਆਪੇ ਕੋਈ ਹੱਲ ਨਿਕਲ ਆਏਗਾ, ਜਾਂ ਏਜੰਸੀਆਂ ਆਪੇ ਕੁਝ ਕਰਨਗੀਆਂ...!" ਹੁਕਮ ਪਾਕੇ ਸਲਾਰੀਏ ਨੇ ਫੱਟ ਆਪਣੇ ਫੀਲੇ ਸੱਦ ਲਏ। ਉਹਦਾ ਵੱਡਾ ਫੀਲਾ ਸਮੈਕ ਦਾ ਮਸ਼ਹੂਰ ਸਮਗਰਲਰ, ਜੋ ਸੱਤੀ ਪੰਡਤ ਕਹਾਂਦਾ ਸੀ, ਉਹ ਵੀ ਸੱਦ ਲਿਆ। ਪੰਡਤ ਨੇ ਆਪਣੇ ਸਭ ਬਦਮਾਸ਼ਾਂ ਦੀਆਂ ਡਿਊਟੀਆਂ ਲਾ ਦਿੱਤੀਆਂ।

ਅਜੀਤ ਨਗਰ ਦੇ ਇਲਾਕੇ ਵਿਚ ਖਰੂਦ ਪਾਉਣ ਦੀ ਡਿਊਟੀ ਬੰਟੀ ਮਸੀਹ ਦੀ ਲਗੀ। ਇਸ਼ਾਰਾ ਮਿਲਦੇ ਹੀ ਬੰਟੀ ਮਸੀਹ ਪੰਡਤ ਦੇ ਸੱਦੇ 'ਤੇ ਈਸਟ-ਮੋਹਨ ਨਗਰ, ਇਲੈਕਸ਼ਨ

ਕੰਮਾਂ ਲਈ ਕਿਰਾਏ ਤੇ ਲਈ ਕੋਠੀ ਵਿਚ ਪੁੱਜ ਗਿਆ। ਰਾਤ ਦਾ ਵੇਲਾ ਸੀ, ਜਦੋਂ ਸਲਾਰੀਏ ਨਾਲ ਉਹਦੀ ਪੰਡਤ ਨੇ ਮੁਲਾਕਾਤ ਕਰਾਈ...।

"ਕਿਉਂ ਬਈ ਜੁਆਨਾ, ਲੜ ਲਏਂਗਾ ?" ਸਿੱਧਾ ਸਪਾਟ ਪੁੱਛਿਆ ਸਲਾਰੀਏ ਨੇ, ਤੇ ਸਿੱਧਾ ਹੀ ਉਹਦੀਆਂ ਅੱਖਾਂ ਵਿਚ ਝਾਕਿਆ। ਪੰਡਤ ਵੀ ਉਹਦੇ ਨਾਲ ਹੀ ਬੈਠਾ ਸੀ। ਸਿੱਧਾ ਖੜਾ ਬੰਟੀ ਮਸੀਹ ਹਲਕਾ ਜਿਹਾ ਕੰਬਿਆ, ਕਿਉਂਕਿ ਉਹਦੀ ਸਮੈਕ ਮੁੱਕੀ ਹੋਈ ਸੀ, ਤੇ ਨਸ਼ਾ ਟੁੱਟ ਰਿਹਾ ਸੀ...! "ਜੀ ਜਨਾਬ। ਮੈਂ ਤੇ ਲਿਆ ਦਊਂ ਹਨੇਰੀਆਂ! ਪਰ ਕਦੀ-ਕਦੀ ਥਾਣੇਦਾਰ "ਮੰਗੇੜਾ' ਤੇ ਥਾਣੇਦਾਰ 'ਮੱਲੀ' ਬੜਾ ਮਾਰਦੇ ਨੇ !" ਬੰਟੀ ਨੇ ਕਿਹਾ।

'ਉਹ ਤੇ ਅੱਖ 'ਚ ਪਾਇਆਂ ਨਾ ਰੜਕਣਗੇ। ਉਹਨਾਂ ਦੀ ਚਿੰਤਾ ਹੀ ਛੱਡ। ਉਹ ਤੇ ਵਿਚਾਰੇ... ਨੇ ਸਾਡੇ ਲਈ!" ਸਲਾਰੀਏ ਨੇ ਸਪਸ਼ਟ ਕਿਹਾ।

"ਹੁਣ ਅਗਲਾ ਜਲਸਾ ਕਿਥੇ ਐ ਜਨਾਬ ?" ਪੰਡਤ ਨੇ ਕਿਹਾ।

"ਅਗਲਾ ਜਲਸਾ ਫਤਹਿਪੁਰੀਏ ਨੇ ਅਜੀਤ ਨਗਰ ਦੀ ਆਖਰੀ ਨੁੱਕਰ 'ਕਾਲੜੇ ਦੇ ਹਸਪਤਾਲ' ਦੇ ਨਾਲ ਕਰਕੇ ਰੱਖਿਆ ਹੈ। ਤੁਸੀਂ ਉਹਨੂੰ ਹੁਣ ਤਾਰਪੀਡੋ ਕਰਨੈ।" ਸਲਾਰੀਏ ਨੇ ਪੰਡਤ ਨੂੰ ਕਿਹਾ, ਪਰ ਅੱਖਾਂ ਬੰਟੀ ਤੇ ਰੱਖੀਆਂ।

"ਤੂੰ ਉਏ ਬੰਟੀ। ਸੁਣ ਲਿਐ ? ਹੁਣ ਉਹ ਜਲਸਾ ਸੁਖੀਂ-ਸਾਂਦੀ ਨਹੀਂ ਹੋਣਾ ਚਾਹੀਦਾ।" ਪੰਡਤ ਨੇ ਕਿਹਾ।

"ਜਨਾਬ। ਮੈਂ ਆਪਣੇ ਨਾਲ ਦੇ ਸਾਰੇ ਲਫੰਡਰ ਨਾਲ ਲੈ ਜਾਊ। ਸੱਟ-ਪੇਟ ਤੋਂ ਨਹੀਂ ਡਰਦੇ ਅਸੀਂ, ਤੇ ਨਾ ਹੀ ਛੁਰੀਆਂ ਮਾਰਨ ਤੋਂ! ਬਸ ਤੁਹਾਡਾ ਹੱਥ ਸਿਰ ਤੇ ਚਾਹੀਦੈ।" ਬੰਟੀ ਨੇ ਕਿਹਾ।

"ਬਸ ਇਕ ਵਾਰ ਐਮ. ਐਲ.ਏ. ਬਣ ਲੈਣ ਦੇਹ। ਫੇਰ ਵੇਖੀ...।" ਸਲਾਰੀਏ ਨੇ ਲੋਰ ਵਿਚ ਆਕੇ ਕਿਹਾ।

ਉਹਦੀ ਗੱਲ ਮੁੱਕਦਿਆਂ ਹੀ ਪੰਡਤ ਨੇ ਪੰਜ-ਪੰਜ ਸੌ ਦੇ ਚਾਰ ਨੋਟ ਸਲਾਰੀਏ ਸਾਹਬ ਨੂੰ ਵਿਖਾਕੇ ਬੰਟੀ ਦੀ ਮੁੱਠ ਵਿਚ ਦੇ ਦਿੱਤੇ। ਨਾਲ ਹੀ ਉਂਗਲ ਨਾਲ ਇਸ਼ਾਰਾ ਕਰਕੇ ਕਿਹਾ-

"ਅਹੁ ਪੇਟੀ ਲੈ ਜਾਈਂ। ਦੇਸੀ ਦੀਆਂ ਬਾਰਾਂ ਬੋਤਲਾਂ ਈ ਵਿਚ।"

"ਜੀ ਜਨਾਬ।" ਬੰਟੀ ਨੇ ਕਿਹਾ, ਪਰ ਖੜ੍ਹਾ ਉਹ ਫੇਰ ਵੀ ਰਿਹਾ...

"ਜਾਹ ਹੁਣ। ਹੋਰ ... ਲੈਣਾ ਈ!" ਪੰਡਤ ਨੇ ਉਹਨੂੰ ਖੜ੍ਹਾ ਵੇਖ ਕੇ ਕਿਹਾ।

"ਜਨਾਬ।" ਬੰਟੀ ਨੇ ਕਿਸੇ ਭੇਦ ਭਰੇ ਢੰਗ ਨਾਲ ਸਲਾਰੀਏ ਦੇ, ਤੇ ਫੇਰ ਪੰਡਤ ਦੇ ਗੋਡੇ ਘੁੱਟੇ।

"ਦੇਹ ਪੰਡਤਾ। ਦੋ ਪੁੜੀਆਂ ਵੀ ਦੇਹ ਇਹਨੂੰ।" ਸਲਾਰੀਏ ਤੇ ਪੰਡਤ ਉਹਦੀ ਰਮਜ਼ ਸਮਝ ਗਏ ਸਨ।

"ਲੈ ਮਾਂ— ! ਲੈ ਲੈ !" ਪੰਡਤ ਨੇ ਵੀ ਹੱਸ ਕੇ ਦੋ ਸਮੈਕ ਦੀਆਂ ਪੁੜੀਆਂ ਬੰਟੀ ਮਸੀਹ ਦੇ ਹੱਥ ਦੇ ਦਿੱਤੀਆਂ।

ਬੰਟੀ ਦੀਆਂ ਅੱਖਾਂ ਲਿਸ਼ਕ ਪਈਆਂ। ਉਹਨੇ ਸਲਾਮ ਵੱਜਾਈ ਤੇ ਟੁਰ ਪਿਆ।

"ਉਏ। ਕਿਰਪਾਨਾਂ ਲੈ ਕੇ ਜਾਇਓ ਪੰਡਤ ਕੋਲੋਂ। ਤੇ ਨਾਲੇ ਯਾਦ ਰੱਖਿਓ, ਕਿਰਪਾਨ

ਪੁੱਠੀ ਮਾਰਨੀ ਐ, ਜੀਹਦੇ ਵੀ ਮਾਰੀ! ਸਿੱਧੀ ਨਹੀਂ।" ਸਲਾਰੀਏ ਨੇ ਤੁਰੇ ਜਾਂਦੇ ਬੰਟੀ ਨੂੰ ਕਿਹਾ।

"ਜੀ ਜਨਾਬ! ਕਿਰਪਾਨਾਂ ਲੈ ਕੇ ਜਾਵਾਂਗੇ। ਤੁਸੀਂ ਹੁਣ ਚਿੰਤਾ ਨਾ ਕਰੋ, ਮੈਂ ਤੇ ਰੋਡ ਤੇ ਕੁੱਤੀ ਨਹੀਂ ਬੁੜਕਨ ਦੇਣੀ। ਤੁਸੀਂ ਅਵਾਜ਼ ਕਰਾਓ, ਚਿਹਰਾ ਕਰਾਉ, ਮੈਂ ਤੇ ਸਾਲਿਆਂ ਦੇ – 'ਚੋਂ ਪਾਣੀ ਕੱਢ ਦਿਆਂਗਾ!" ਬੰਟੀ ਨੇ ਸਦੀਆਂ ਤੋਂ ਬੋਲੇ ਜਾਂਦੇ ਆਪਣੇ ਉਹੀ ਅਸ਼ਲੀਲ ਬੋਲ ਬੋਲੇ, ਜਿਹੜੇ ਵਿਹੜੇ ਦੀ ਵਿਰਾਸਤ ਸਨ...

ਬੰਟੀ ਦੇ ਜਾਣ ਤੋਂ ਬਾਦ ਸਲਾਰੀਏ ਤੇ ਪੰਡਤ ਦੀਆਂ ਨਜ਼ਰਾਂ ਮਿਲੀਆਂ। ਕਿਸੇ ਗੁੱਝੀ ਰਮਜ਼ ਤੇ ਕਿਸੇ ਅਕਹਿ ਆਨੰਦ ਵਿਚ ਦੋਹੇਂ ਹੱਸ ਪਏ, ਤੇ ਪੰਡਤ ਨੇ ਕਿਹਾ–

"ਇਹ ਜੀ ਸੰਧੂ ਸਾਹਿਬ, ਸਾਡੇ ਤੁਰੱਪ ਦੇ ਪੱਤੇ ਜੇ! ਜਿਥੇ ਮਰਜੀ ਵਰਤ ਲਵੋ! ਅੰਗਰੇਜੀ ਵਿਚ ਤੁਸੀਂ ਭਲਾ ਕੀ ਆਂਹਦੇ ਹੁੰਦੇ ਜੇ ਇਹਨਾਂ ਨੂੰ?"

"............." ਹੱਸ ਕੇ ਸਲਾਰੀਏ ਸੰਧੂ ਨੇ ਕਿਹਾ।

ਇਹੋ ਬੰਟੀ ਮਸੀਹ ਸੀ, ਜਿਹਨੇ ਮੈਨੂੰ, ਯਾਨੀ ਤੁਹਾਡੇ ਇਸ ਬਿਆਨਕਰਤਾ, ਮਨਿੰਦਰ ਸਿੰਘ ਕਾਂਗ ਨੂੰ ਸਿਆਪਾ ਪਾ ਦਿੱਤਾ ਸੀ। ਮੇਰੀ ਹੀ ਮਾੜੀ ਕਿਸਮਤ ਸੀ, ਜਦੋਂ ਮੈਂ ਆਪਣੇ ਮਿੱਤਰਾਂ ਨਾਲ ਸ਼ਾਮ ਪਏ ਹਰਮੰਦਰ ਸਾਹਿਬ ਦੇ ਰਸਤਿਓਂ–ਰਸਤੇ ਲੰਘਦਾ ਅਜੀਤ ਨਗਰ ਵਲ ਜਾ ਰਿਹਾ ਸਾਂ। ਉਥੇ ਹੀ ਬੰਟੀ ਮਸੀਹ ਤੇ ਉਹਦੇ ਸਾਥੀ ਹੋ ਰਹੇ ਕਾਂਗਰਸੀ ਜਲਸੇ ਨੂੰ ਤਾਰਪੀਡੋ ਕਰਕੇ ਹੱਟੇ ਸਨ ਤੇ ਲੜਾਈ ਹੋ ਕੇ ਹਟੀ ਸੀ।

...ਉਥੇ ਹੀ ਬੰਟੀ ਨੇ ਖੰਜਰ ਹਵਾ ਵਿਚ ਲਹਿਰਾ ਕੇ ਕਿਹਾ ਸੀ...

"ਰੋਡ ਤੇ ਕੁੱਤੀ ਨਹੀਂ ਬੁੜਕਨ ਦਿਆਂਗੇ।"

...ਉਥੇ ਹੀ ਮੇਰੇ ਸਾਥੀਆਂ ਵਿਚੋਂ ਇਕ ਨੇ ਕਿਹਾ ਸੀ–

"ਮੂਰਖ ਜਾਂ ਖਾ ਮੋਏ, ਜਾਂ ਰੱਜ ਮੋਏ।"

... .ਉਥੇ ਹੀ ਮੇਰੇ ਦੂਸਰੇ ਸਾਥੀ ਨੇ ਕਿਹਾ ਸੀ–

..."ਚਿੱਟੇ ਚਾਂਭਲੇ ਹੋਏ ਨੇ।"

ਆਪਣੇ ਦੋਸਤਾਂ ਦੇ ਕਹੇ ਦਾ ਫਲ ਮੈਨੂੰ ਭੁਗਤਣਾ ਪਿਆ ਸੀ। ਆਦਿ–ਮਾਤਾ ਮੇਰੇ ਦੁਆਲੇ ਹੋ ਗਈ ਸੀ ਤੇ ਮੇਰੀ ਜਾਨ ਤਾਂ ਛੱਡਣਾ ਮੰਨੀ ਸੀ, ਜਦੋਂ ਮੈਂ ਇਹਨਾਂ ਦੇ ਜੀਵਨ ਦੀ ਬਾਤ ਪਾਉਣੀ ਮੰਨ ਲਈ ਸੀ।

ਉਂਜ ਇਹ ਗੱਲ ਵੀ ਦੱਸਣੀ ਜ਼ਰੂਰੀ ਹੈ ਕਿ ਜਿਸ ਦਿਨ ਬੰਟੀ ਨੇ ਆਪਣੀ ਲਫੰਟਰ ਪਾਰਟੀ ਨੂੰ ਲੈ ਕੇ ਕਾਂਗਰਸ ਦਾ ਜਲਸਾ ਤਾਰਪੀਡੋ ਕਰਨ ਜਾਣਾ ਸੀ, ਉਹ ਨਿਰਾ ਸਲਾਰੀਏ ਦੀਆਂ ਦਿੱਤੀਆਂ ਜੀਪਾਂ ਤੇ ਕਿਰਪਾਨਾਂ ਦਾ ਆਸਰਾ ਤੱਕ ਕੇ ਨਹੀਂ ਸੀ ਗਿਆ, ਸਗੋਂ ਉਹ ਤਕਰੀਬਨ ਸੌ ਸਾਲ ਪੁਰਾਣੇ ਉਸ ਖੰਜਰ ਨੂੰ ਵੀ ਡੱਬ ਵਿਚ ਲਾ ਕੇ ਗਿਆ ਸੀ, ਜਿਹੜਾ ਉਹਦੇ ਦਾਦਿਆਂ–ਪੜਦਾਦਿਆਂ ਨੂੰ ਗੋਰੇ ਹਾਕਮਾਂ ਕੋਲੋਂ ਮਿਲਿਆ ਸੀ। ਉਹ ਖੰਜਰ ਉਹਨੂੰ ਆਪਣੇ ਇਕੋ ਕਮਰੇ ਵਾਲੇ ਘਰਦੇ ਅੰਦਰ ਬਣੀ ਕੋਠੜੀ ਵਿਚੋਂ ਮਿਲਿਆ ਸੀ, ਜੀਹਨੂੰ ਉਹਦੀ ਦਾਦੀ ਖੋਹਲਣ ਨਹੀਂ ਸੀ ਦੇਂਦੀ। ਤੇ ਜਦੋਂ ਉਹਦੀ ਦਾਦੀ ਮਰੀ, ਉਹਨੇ ਉਹ ਕੋਠੜੀ ਮਾਂ ਦੇ ਵਿਰੋਧ ਕਰਨ ਤੇ ਵੀ ਖੋਹਲ ਲਈ ਸੀ......

...ਤੇ ਵਿਚੋਂ ਨਿਕਲਿਆ ਕੀ ਸੀ?

"...ਸਵਾਹ ਤੇ ਖੇਹ।"

ਕੋਠੜੀ ਵਿਚੋਂ ਇਕ ਤੇ ਗੰਦ ਚੁੱਕਣ ਵਾਲੀ ਲੋਹੇ ਦੀ ਤਸਲੀ ਤੇ ਕਾਪਾ ਮਿਲੇ ਸਨ, ਜਿਹੜੇ ਉਹਨੇ ਨਫ਼ਰਤ ਨਾਲ ਉਥੇ ਹੀ ਸੁੱਟ ਦਿੱਤੇ ਸਨ। ਤੇ ਇਕ ਉਹਨੂੰ ਖੰਜਰ ਮਿਲਿਆ ਸੀ, ਜੀਹਨੂੰ ਅੱਜ ਤੱਕ ਵੀ ਜੰਗ ਨਹੀਂ ਸੀ ਲੱਗਾ। ਤੇ ਜੀਹਦੇ ਤੇ ਪਤਾ ਨਹੀਂ, ਕਿਹੜੀ ਭਾਸ਼ਾ ਵਿਚ ਕੀ ਖੁਦਿਆ ਹੋਇਆ ਸੀ?

ਬੰਟੀ ਨੂੰ ਇਹ ਖੰਜਰ, ਜਿਹੜਾ ਲੋਹਾ, ਤਾਂਬਾ, ਜਿਸਤ ਤੇ ਹੋਰ ਪਤਾ ਨਹੀਂ ਕਿਹੜੀਆਂ ਧਾਤਾਂ ਮਿਕਸ ਕਰਕੇ ਬਣਿਆ ਸੀ, ਬੜੇ ਕੰਮ ਦਾ ਲਗਾ। ਤੇ ਉਹਨੇ ਇਹਨੂੰ ਸਦਾ ਲਈ ਡੱਬ ਵਿਚ ਲਾ ਲਿਆ ਸੀ...

****

...ਤੇ ਲਓ ਬਈ ਪੜ੍ਹਦਿਓ-ਸੁਣਦਿਓ! ਤੇ ਲਓ ਬਈ ਇਰਦ-ਗਿਰਦ ਬੈਠਿਓ! ਮੈਂ ਜੇ ਤੁਹਾਡਾ ਸੇਵਕ ਕਾਂਗ, ਜੀਹਨੇ ਇਹ ਲੰਮੀ ਬਾਤ ਪਾਈ, ਤੇ ਇਹਨੂੰ ਲਿਖਤ ਦਾ ਰੂਪ ਵੀ ਦਿੱਤਾ! ਮੈਂ ਤੇ ਇਹ ਬਾਤ ਕੋਈ ਨਹੀਂ ਸੀ ਜੇ ਪਾਣੀ, ਉਹ ਤੇ ਆਦਿ ਮਾਤਾ ਨੇ ਮੇਰੇ ਗਲ ਗੂਠਾ ਦਿੱਤਾ। ਮੇਰੀ ਜਾਨ ਜਦੋਂ ਲਬਾਂ 'ਤੇ ਆਈ ਤੇ ਮੈਂ ਬਾਤ ਪੌਣੀ ਮੰਨ ਲਈ...

ਹੁਣ ਮੇਰੀ ਬਿਨਤੀ ਜੇ, ਜੋ ਮੈਂ ਉਪਰ ਬੋਲਿਆ-ਸੁਣਿਆ, ਲਿਖਿਆ-ਪੜ੍ਹਿਆ ਏ, ਉਹ ਭਾਂਵੇ ਸਾਰਾ ਭੁੱਲ ਜਾਇਓ, ਪਰ ਜਿਹੜਾ ਸਾਰ-ਤੱਤ ਮੈਂ ਹੁਣ ਦੱਸਣ ਲਗਾਂ, ਉਹ ਨਾ ਕਦੀ ਵੀ ਭੁੱਲਿਓ! ਕਿਉਂਕਿ ਇਹ ਸਾਰ-ਤੱਤ ਹੀ ਤੇ ਅਸਲ ਜੇ, ਬਾਕੀ ਸਭ ਤੇ ਮੈਂ ਆਦਿ-ਮਾਤਾ ਤੋਂ ਡਰਦਿਆਂ ਹੀ ਖਲੇਰਾ ਪਾਇਆ ਜੇ! ਲਉ, ਹੁਣ ਜ਼ਰਾ ਇਹ ਸਾਰ-ਤੱਤ ਵੀ ਪੜ੍ਹ-ਸੁਣ ਲਵੋ।

ਸਾਰ-ਤੱਤ

1. ਪਹਿਲਾ ਸਾਰ-ਤੱਤ ਤੇ ਇਹ ਜੇ ਪਈ ਜਦੋਂ ਆਦਿ-ਮਾਤਾ ਨੇ ਮੈਨੂੰ ਡਰਾਇਆ, ਉਦੋਂ ਇਹ ਚੂਹੜੇ (ਦਰਾਵੜ) ਆਪਣੇ ਦੋਵੇਂ ਦੇਵਤੇ ਵੀ ਗਵਾ ਚੁੱਕੇ ਸਨ। ਹੜਪਾ ਕਾਲ ਦੀ ਏਸ ਸ਼ਾਨਾਮੱਤੀ ਕੌਮ, ਜੀਹਦਾ ਨਾਂ ਚੂਹੜਾ ਸੀ, ਗੁਲਾਮ ਬਣਾ ਕੇ ਆਰੀਆਂ ਨੇ "ਚੂਹੜੇ" ਸ਼ਬਦ ਨੂੰ ਜਿਵੇਂ ਘਿਰਣਾ ਦਾ ਨਾਂ ਦੇ ਦਿੱਤਾ ਸੀ। ਸ਼ਿਵ ਨੂੰ ਹਿੰਦੂਆਂ ਇਹਨਾਂ ਕੋਲੋਂ ਖੋਹਕੇ ਤੇ ਮੌਤ ਦਾ ਦੇਵਤਾ, ਯਾਨੀ ਮੜ੍ਹੀਆਂ ਦਾ ਦੇਵਤਾ ਬਣਾ ਘੱਤਿਆ। ਤੇ ਆਦਿ-ਮਾਤਾ ਨੂੰ ਕਾਲੀ, ਯਾਨੀ ਖੱਪਰ ਭਰ-ਭਰ ਲਹੂ ਪੀਣ ਵਾਲੀ ਬਣਾ ਘੱਤਿਆ ਸੀ।

2. ਜਦ ਚੌਥੇ ਗੁਰੂ ਰਾਮਦਾਸ ਜੀ ਨੇ ਇਹਨਾਂ ਨੂੰ ਪਨਾਹ ਦਿੱਤੀ, ਇਹਨਾਂ ਦੇ ਨਰਕ ਵਾਲੇ ਜੀਵਨ ਦੇ ਲਗਭਗ ਤਿੰਨ੍ਹ ਕੁ ਹਜ਼ਾਰ ਸਾਲ ਹੋ ਗਏ ਸਨ। ਗੁਰੂ ਰਾਮਦਾਸ ਜੀ ਨੂੰ ਵੀ ਜਦੋਂ ਪਤਾ ਲਗਾ ਕਿ ਇਹਨਾਂ ਦੇ ਲੰਗਰ ਵਿਚ ਵੜਨ ਨਾਲ ਬਹੁਤੀ ਸੰਗਤ ਲੰਗਰ ਛੱਡ ਗਈ ਹੈ, ਉਦੋਂ ਉਹਨਾਂ ਵੀ ਹੌਕਾ ਭਰਿਆ ਸੀ।

-ਤੇ ਇਹੀ ਹੌਕਾ ਬਾਬੇ ਬੁੱਢੇ ਜੀ ਨੇ ਵੀ ਭਰਿਆ ਸੀ, ਜਦ ਉਹਨਾਂ ਨੂੰ ਪਤਾ ਲਗਾ ਕਿ ਹੁਣ ਇਹ ਗੰਦ ਚੁੱਕਣ ਦਾ ਕੰਮ ਕਰਦੇ ਨੇ।

3. ਮੁਸਲਮਾਨਾਂ ਵੀ ਜਦੋਂ ਇਹਨਾਂ ਨੂੰ ਕਲਮਾ ਪੜ੍ਹਾਇਆ, ਹੱਥ ਛੁਰੀ ਦੇ ਕੇ ਕਸਾਈ ਬਣਾਇਆ। ਬਾਕੀ ਬਚਦਿਆਂ ਨੂੰ ਮੁਸੱਲੀ ਬਣਾ ਧਰਿਆ। ਹਿੰਦੂਆਂ ਇਸ ਤੋਂ ਵੀ ਕਮਾਲ ਕੀਤੀ। ਕਦੀ ਇਹਨਾਂ ਦੇ ਚਮਾਰ ਭਰਾਵਾਂ ਨੂੰ "ਮਹਾਸ਼ੇ" ਨਾਂ ਦੇ ਦਿੱਤਾ, ਤੇ ਕਦੀ ਸਾਂਝਾ ਨਾਂ "ਹਰੀਜਨ" ਰੱਖ ਛੱਡਿਆ।

4. ਸਿੱਖਾਂ ਦੇ ਰਾਜ ਵਿਚ ਤਾਂ ਇਹਨਾਂ ਨੂੰ ਮਹਾਰਾਜੇ ਦੇ ਦਰਸ਼ਨ ਵੀ ਨਸੀਬ ਨਹੀਂ ਸਨ ਹੋਏ, ਜਿਸ ਕਾਰਨ ਭਾਈ ਮਨਸਾ ਸਿੰਘ ਜੀ ਨੇ ਮਹਾਰਾਜੇ ਲਈ ਬੂਹੇ ਢੋਅ ਲਏ ਸਨ।

5. ਅੰਗਰੇਜ਼ਾਂ ਨੇ ਇਹਨਾਂ ਦੇ ਇਕ ਹੱਥ ਬਾਈਬਾਲ ਦਿੱਤੀ, ਦੂਜੇ ਹੱਥ ਖੰਜਰ ਦਿੱਤਾ, ਜਿਹੜਾ ਕਿ ਸਦੀਆਂ ਤੋਂ ਇਹਨਾਂ ਦੇ ਹੱਥ ਵਿਚ ਹੈ। ਘੁੱਕ ਹੋਰ ਕੋਈ ਨਹੀਂ, ਇਸੇ ਬੰਟੀ ਮਸੀਹ ਦਾ ਹੀ ਪੜਦਾਦਾ ਸੀ, ਜੀਹਨੂੰ ਰਿਚਰਡ ਕਲੈਚੀ ਨੇ 1919 ਵਿਚ ਖੰਜਰ ਸੌਂਪਿਆ ਸੀ।

6. ਅੱਜ ਬੰਟੀ ਮਸੀਹ, ਸੰਨ 1997 ਵਿਚ ਉਹੀ ਖੰਜਰ ਲੈ ਕੇ ਬੜ੍ਹਕਾਂ ਮਾਰ ਰਿਹਾ ਹੈ, ਨਸ਼ੇ ਵਿਚ ਟੱਲੀ ਹੈ, ਜਿਵੇਂ ਕਦੀ ਅੱਸੀ ਸਾਲ ਪਹਿਲਾਂ ਉਹਦਾ ਪੜਦਾਦਾ ਘੁੱਕ ਹੋਇਆ ਸੀ।

7. ਤੇ ਆਖਰੀ ਗੱਲ, ਜਿਹੜੀ ਦੱਸਣੀ ਸਭ ਤੋਂ ਜ਼ਰੂਰੀ ਹੈ, ਕਿ ਇਹ ਸਲਾਹੀਆ ਸੰਧੂ, ਜਿਹੜਾ ਅੱਜ ਇਲੈਕਸ਼ਨ ਲੜਕੇ ਅਕਾਲੀ ਪਾਰਟੀ ਦਾ ਐਮ.ਐਲ.ਏ. ਬਣਨ ਵਲ ਵਧ ਰਿਹਾ ਹੈ, ਭਾਵ ਕਿ ਸਰਕਾਰ ਦਾ ਹੀ ਹਿੱਸਾ ਬਣੇਗਾ! ਇਹ ਸਲਾਹੀਆ ਉਸੇ ਸਵਰਨੇ ਜੱਟ ਦਾ ਪੜਪੋਤਾ ਹੈ, ਜੀਹਨੇ ਕਦੀ ਬੰਟੀ ਦੇ ਪੜਦਾਦੇ ਘੁੱਕ ਨੂੰ ਅਣਜਾਣ ਰਾਹਾਂ ਵੱਲ ਤੋਰਿਆ ਸੀ।

ਹੱਡਾ-ਰੋੜੀ-2/ਬਲਜਿੰਦਰ ਨਸਰਾਲੀ

ਵਲੈਤੀ ਵੱਛਾ ਰੇਹੜੀ ਨੂੰ ਇੰਜ ਧੂਹੀ ਜਾ ਰਿਹਾ ਸੀ ਜਿਵੇਂ ਉਹਨੂੰ ਕੋਈ ਚਾਅ ਚੜ੍ਹਿਆ ਹੋਵੇ। ਮੂਹਰੇ ਰੱਸਾ ਫੜੀ ਬੈਠਾ ਬਿਟੂ ਵੀ ਕਦੇ-ਕਦੇ ਉਸਨੂੰ ਸ਼ਸ਼ਕੇਰ ਦਿੰਦਾ। ਮੱਝ ਬਹੁਤ ਰਾਜ਼ੀ ਸੀ ਪਰ ਵੱਛੇ ਨੂੰ ਜਿਵੇਂ ਪ੍ਰਵਾਹ ਹੀ ਕੋਈ ਨਹੀਂ ਸੀ। ਪਿਛਲੇ ਕਿੰਨੇ ਹੀ ਦਿਨਾਂ ਤੋਂ ਪਸ਼ੂ ਕੋਈ ਮਰਿਆ ਵੀ ਨਹੀਂ ਸੀ। ਵੱਛਾ ਤਾਂ ਕੀਲੇ ਤੇ ਅੱਕਿਆ ਖੜ੍ਹਾ ਸੀ।

ਮੱਝ ਏਡੀ ਲੰਮੀ ਸੀ ਕਿ ਉਸਦਾ ਬੂਥਣਾ ਥੱਲੇ ਤੱਕ ਲਟਕ ਰਿਹਾ ਸੀ। ਇਸ ਮੱਝ ਦੀ ਮਾਂ ਜੈਬੂ ਨੇ ਆਪ ਹੀ ਸਰਪੰਚ ਦੇ ਛੋਟੇ ਭਾਈ ਮਿੰਦਰ ਨੂੰ ਕਈ ਸਾਲ ਪਹਿਲਾਂ ਧਨੌਲੇ ਦੀ ਮੰਡੀ ਤੋਂ ਦਿਵਾਈ ਸੀ। ਮਿੰਦਰ ਦੇ ਇਹ ਗੱਲ ਯਾਦ ਸੀ ਇਸ ਗੱਲ ਦੀ ਜੈਬੂ ਨੂੰ ਖੁਸ਼ੀ ਹੋਈ ਸੀ। ਖੁਸ਼ੀ ਤਾਂ ਉਸਨੂੰ ਹੋਰ ਵੀ ਹੋਈ ਸੀ ਪਰ ਉਸ ਖੁਸ਼ੀ ਨੂੰ ਉਹ ਜ਼ਾਹਰ ਨਹੀਂ ਸੀ ਕਰ ਸਕਦਾ। ਉਸਨੇ ਮੂੰਹੋਂ ਨਿਕਲਣ ਵਾਲੇ ਸ਼ਬਦਾਂ ਤੇ ਵਿਸ਼ੇਸ਼ ਅਨੁਸ਼ਾਸਨ ਲਾਗੂ ਕਰ ਦਿੱਤਾ ਸੀ। ਤੇ ਫਿਰ ਸ਼ਬਦ ਨਿਕਲੇ ਸਨ ਲੈਫਟ-ਰਾਈਟ ਕਰਦੇ ਪਰ ਦ੍ਰਿਸ਼ ਦੀ ਸਮਾਪਤੀ ਤੋਂ ਤੁਰੰਤ ਬਾਅਦ ਹੀ ਉਸਨੂੰ ਜਾਪਿਆ ਸੀ ਜਿਵੇਂ ਸ਼ਬਦਾਂ ਨੂੰ ਵਫ਼ਾ ਨਹੀਂ ਸੀ ਪਾਲੀ। ਬਾਅਦ ਵਿੱਚ ਬਿੱਟੂ ਨੂੰ ਰੇਹੜੀ ਲਿਆਉਣ ਲਈ ਆਵਾਜ਼ ਮਾਰਦਿਆਂ ਤਾਂ ਜਿਵੇਂ ਸ਼ਬਦ ਹੱਥ ਖੜੇ ਹੀ ਕਰ ਗਏ ਹੋਣ। ਉਸਨੇ ਸ਼ਬਦਾਂ ਵੱਲ ਘੂਰਕੇ ਦੇਖਿਆ – ਪਰ ਉਹ ਇਸ ਤਰ੍ਹਾਂ ਲਾਕੇ ਜਿਵੇਂ ਕਹਿੰਦੇ ਹੋਣ-ਸਾਡੇ ਤੋਂ ਨੀਂ ਕਰ ਹੁੰਦੇ ਖੇਖਣ।

ਬਿੱਟੂ ਰੇਹੜੀ ਲੈਣ ਚਲਾ ਗਿਆ ਸੀ, ਮੱਝਾਂ ਵਾਲੇ ਨਾੜੇ 'ਚੋਂ। ਜੱਟਾਂ ਦੇ ਘਰ ਜਾਂਦੀ ਗਲੀ ਦੇ ਮੋੜ ਤੇ ਖੜਾ ਉਹ ਫਿਰ ਕਲਪਨਾ ਦੀ ਮਾਰ ਸਹਿਣ ਲਈ ਮਜ਼ਬੂਰ ਸੀ। ਅਖੀਰ ਉਸਨੇ ਮਿੰਦਰ ਵਾਲੇ ਦ੍ਰਿਸ਼ ਨਾਲ ਦੋ ਹੱਥ ਕਰਨ ਦਾ ਫੈਸਲਾ ਕਰ ਹੀ ਲਿਆ। ਕੋਈ ਵਿਸ਼ੇਸ਼ ਤਰੱਦਦ ਨਹੀਂ ਕਰਨਾ ਪਿਆ ਉਹ ਦੋ ਹੀ ਤਾਂ ਸਨ-ਮਿੰਦਰ ਤੇ ਜੈਬੂ।

ਜੈਬੂ ਬੱਸ ਸਟਾਪ ਤੇ ਬਣੀ ਚੌਂਕੜੀ ਤੇ ਬੈਠਾ ਸੀ। ਚੰਗਾ ਭਲਾ ਉਹ ਗੱਲੀਂ ਰੁੱਝਾ ਹੋਇਆ ਸੀ। ਮਿੰਦਰ ਆਕੇ ਚੌਂਕੜੀ ਦੇ ਨੇੜੇ ਖੜ ਗਿਆ। ਉਹ ਸਾਈਕਲ ਤੋਂ ਨਹੀਂ ਉਤਰਿਆ।

"ਜੈਬੂ ਗੱਲ ਸੁਣੀ ...," ਉਸਨੇ ਕਿਹਾ।

"ਹਾਂ ਜੀ, ਸਰਦਾਰ ਜੀ," ਜੈਬੂ ਉਠਕੇ ਉਸਦੇ ਕੋਲ ਚਲਿਆ ਗਿਆ ਸੀ।

"ਯਾਰ ਮੈਸ੍ਹ ਮਰਗੀ ਆਪਣੀ, ਚੁੱਕ ਕੇ ਲੈਜਾ ...।"

"ਕਿਹੜੀ ?" ਉਸਦੇ ਮੂੰਹੋਂ ਨਿਕਲਿਆ ਸੀ ਬਿਲਕੁਲ ਉਵੇਂ ਜਿਵੇਂ ਹਮੇਸ਼ਾ ਤੋਂ ਨਿਕਲਦਾ ਆਇਆ ਸੀ। ਹਮਦਰਦੀ ਨਾਲ ਲਬਰੇਜ਼।

"ਜਿਹੜੀ ਤੂੰ ਦਿਵਾਈ ਸੀ ਧਨੌਲੇ ਵਾਲੀ ਮੰਡੀ ਤੋਂ, ਯਾਦ ਐ ? ਉਹਦੀ ਓ ਝੋਟੀ ਤੀ ਇਹੇ, ਪੰਦਰਾਂ ਕਿਲੋ ਦੁੱਧ ਤੀ ਥੱਲੇ ...," ਮਿੰਦਰ ਨੇ ਫਿਰ ਪਰੇ ਨੂੰ ਝਾਕਦਿਆਂ ਦੂਰ ਤੱਕ ਖਾਲੀ ਪਈ ਸੜਕ ਤੇ ਨਜ਼ਰ ਮਾਰੀ। ਸਾਈਕਲ ਨੂੰ ਤੋਰਦਿਆਂ ਉਸ ਆਖਿਆ, "ਤੂੰ ਆਕੇ ਲੈਜਾ ਹੁਣੇ ਈ, ਦੂਜੇ ਪਸ਼ੂ ਦਿਲ ਨੂੰ ਲਾ ਲੈਂਦੇ ਨੇ, ਮੌਤ ਦੀ ਤਾਂ ਉਨ੍ਹਾਂ ਨੂੰ ਵੀ, ਰੱਬ ਦੇ ਜੀਆਂ ਨੂੰ, ਸਮਝ ਐ।" "ਬਾਹਲਾ ਲੋਹੜਾ ਹੋਇਆ, ਜੀ ਇਹ ਤਾਂ, ਕੋਈ ਨੀਂ ਮੈਂ ਆਇਆ," ਜੈਬੂ ਨੇ ਕਿਹਾ ਸੀ। ਫਿਰ ਉਹ ਪਲਟ-ਕੇ ਚੌਂਕੜੀ 'ਤੇ ਬੈਠੇਂ ਲੋਕਾਂ ਦੀਆਂ ਨਜ਼ਰਾਂ ਦਾ ਸਾਹਮਣਾ ਨਹੀਂ ਸੀ ਕਰਨਾ ਚਾਹੁੰਦਾ। ਉਸਦੇ ਅੰਦਰ 'ਲੰਮੀ ਉਡੀਕ' ਵਰਗਾ ਕੁਝ ਸੀ ਜਿਹੜਾ ਚਾਂਭੜਾਂ ਪਾ ਰਿਹਾ ਸੀ। ਉਥੋਂ ਘਰ ਵੱਲ ਆਉਂਦਿਆਂ ਉਸਨੇ ਆਪਣੇ ਕਦਮਾਂ ਦੀ ਬੇਲੋੜੀ ਤੇਜ਼ੀ ਤੋਂ ਖਿਝ ਜਾਣਾ ਚਾਹਿਆ। ਉਹ ਖਿੱਝਿਆ ਵੀ। ਪਰ ਪੈਰ ਸਨ ਕਿ ਥੱਲਿਓਂ ਨਿਕਲ-ਨਿਕਲ ਜਾਂਦੇ ਸਨ।

ਦੂਜਾ ਦ੍ਰਿਸ਼ ਘਰ ਦਾ ਸੀ।

ਰੇਹੜੀ ਉੱਤੇ ਮੱਝ ਨੂੰ ਬੰਨਣ ਵਾਲਾ ਰੱਸਾ ਨਹੀਂ ਸੀ ਲੱਭ ਰਿਹਾ।

"ਕੀ ਲੱਭੀ ਜਾਨੈਂ ? ਉਸਦੀ ਘਰਵਾਲੀ ਮੀਤੋ ਨੇ ਪੁੱਛਿਆ ਸੀ।

"ਰੱਸਾ ਨੀਂ ਥਿਆਉਂਦਾ," ਮੈਂ ਐਥੇ ਰੱਖਿਆ ਤੀ ਖੁਰਲੀ ਬਿਚ ...।"

"ਕੀ ਗੱਲ ਪਸ਼ੂ ਮਰ ਗਿਆ ਕੋਈ ?"

"ਆਹੋ, ਮਿੰਦਰ ਕਿਆਂ ਦੀ ਮਹਿੰ ਮਰਗੀ," ਉਸਨੇ ਸ਼ਬਦਾਂ ਨੂੰ ਬੜੀ ਇਹਤਿਹਾਤ ਨਾਲ ਬਾਹਰ ਕੱਢਿਆ।

"ਕਿੰਨਮੇਂ ਸੂਏ ਤੀ ?" ਮੀਤੋ ਜਿਵੇਂ ਮੱਝ ਦੀ ਮੌਤ ਬਾਰੇ ਵਾਜ਼ਬ ਫੈਸਲਾ ਕਰਨਾ ਚਾਹੁੰਦੀ ਹੋਵੇ।

"ਦੂਏ ਸੂਏ 'ਚੇ ਤੀ ਅਜੇ, ਇਹਦੀ ਮਾਂ ਨੂੰ ਮੈਂ ਦਿਵਾਕੇ ਲਿਆਇਆ ਤੀ ਧਨੌਲਿਓਂ ... ਬੜੀ ਚੰਗੀ ਨਸਲ ਦੀ ਮੈਸ੍ਹ ਤੀ, ਚੰਗੀ ਮਹਿੰ ਕਿਤੇ ਮਿਲਦੀ ਐ ...," ਜੈਬੂ ਮੀਤੋ ਦਾ ਜੁਆਬ ਦੇਣਾ ਨਹੀਂ ਸੀ ਚਾਹੁੰਦਾ; ਉਹ ਉਸਨੂੰ ਖੇਖਣ ਜਿਹੇ ਕਰਦੀ ਜਾਪ ਰਹੀ ਸੀ ਪਰ ਚੁੱਪ ਰਹਿਣ ਨਾਲ ਤਾਂ ਖਿਲਾਅ ਵਿੱਚ ਹੋਰ ਜ਼ਹਿਰ ਭਰ ਜਾਣੀ ਸੀ। ਸ਼ਾਇਦ ਇਸੇ ਲਈ ਉਸਨੇ ਆਪਣੀ ਜਾਣ ਵਿੱਚ ਲੰਮਾ ਜੁਆਬ ਦੇ ਕੇ ਖਿਲਾਅ ਨੂੰ ਸ਼ਬਦਾਂ ਨਾਲ ਭਰਨਾ ਚਾਹਿਆ ਸੀ।

ਮੀਤੋ ਤੇ ਜੈਬੂ ਤਾਂ ਰੱਸਾ ਲੱਭ ਹੀ ਰਹੇ ਸਨ, ਸੌਹਰਿਉਂ ਆਈ ਹੋਈ ਛੋਟੀ ਕੁੜੀ ਵੀ ਆਪਣੀ ਨਿੱਕੀ ਜਿਹੀ ਕੁੜੀ ਨੂੰ ਭੁੰਜੇ ਹੀ ਸੁੰਡੀ ਵਾਂਗ ਲਿਟਦੀ ਛੱਡਕੇ ਰੱਸਾ ਲੁਭਾਉਣ ਜਾ ਲੱਗੀ ਸੀ। ਰੱਸਾ ਲੱਭਿਆ ਵੀ ਉਸੇ ਨੂੰ। ਰੱਸਾ ਫੜਾਉਂਦੀ ਉਹ ਜੈਬੂ ਵੱਲ ਇਸ ਤਰ੍ਹਾਂ ਝਾਕੀ, ਜਾਂ ਸ਼ਾਇਦ ਜੈਬੂ ਨੂੰ ਹੀ ਇੰਜ ਲੱਗਿਆ, ਜਿਵੇਂ ਉਹ ਕਹਿ ਰਹੀ ਹੋਵੇ, 'ਹੁਣ ਤਾਂ ਮੈਨੂੰ ਸਾਈਕਲ ਜੋਗੇ ਪੈਸੇ ਦੇ ਦਿਓਗੇ ?'

ਜੈਬੂ ਵਿਆਹ ਵਿੱਚ ਉਸਨੂੰ ਸਾਈਕਲ ਨਹੀਂ ਸੀ ਲੈ ਕੇ ਦੇ ਸਕਿਆ। ਦਿੰਦਾ ਵੀ ਕਿਵੇਂ ਵਿਆਹ ਦੇ ਦਿਨਾਂ ਵਿੱਚ ਹੀ ਤਾਂ ਹੱਡਾ ਰੋੜੀ ਠੇਕੇ ਤੇ ਦੇਣ ਦਾ ਪੰਗਾ ਪਿਆ ਸੀ। ਕੁੜੀ ਦਾ ਵਿਆਹ ਉਹ ਬੱਸ ਠੀਕ-ਠਾਕ ਹੀ ਕਰ ਸਕਿਆ ਸੀ। ਹੁਣ ਉਸਦਾ ਘਰਵਾਲਾ ਸ਼ਹਿਰ ਦਿਹਾੜੀ ਜਾਣ ਲਈ ਸਾਈਕਲ ਮੰਗਦਾ ਸੀ।

ਮਿੰਦਰ ਦੇ ਘਰ ਵੜਦਿਆਂ ਉਹ ਆਪਣੀ ਹਰ ਕਿਸਮ ਦੀ ਹਰਕਤ ਤੇ ਜ਼ਾਬਤਾ ਲਾਗੂ ਕਰਦਾ ਰਿਹਾ। ਵਿਹੜੇ ਵਿੱਚ ਖੜੇ ਤੂਤ ਦੀ ਛਾਵੇਂ ਮੱਝ ਚੁਫਾਲ ਡਿਗੀ ਪਈ ਸੀ। ਉਸਦੇ ਖੁੱਲ੍ਹੇ ਬੂਥਣੇ ਵਿੱਚੋਂ ਲਾਰਾਂ ਬਾਹਰ ਤੱਕ ਲਮਕੀਆਂ ਪਈਆਂ ਸਨ। ਖੁਰਲੀ ਤੇ ਖੜੀਆਂ ਬਾਕੀ ਮੱਝਾਂ ਗਰਦਨਾਂ ਲਮਕਾ-ਲਮਕਾ ਕੇ ਆਪਣੀ ਡਿਗੀ ਪਈ ਸਾਥਣ ਵੱਲ ਦੇਖ ਰਹੀਆਂ ਸਨ। ਕਦੇ-ਕਦੇ ਉਹ ਭਿਆਨਕ ਜਿਹੀ 'ਵਾਜ਼ ਕੱਢਦੀਆਂ। ਇਕ ਮੀਣੀ ਜਿਹੀ ਮੱਝ ਤਾਂ ਜੈਬੂ, ਬਿੱਟੂ ਅਤੇ ਰੇਹੜੀ ਨੂੰ ਦੇਖਕੇ ਟੱਪਣ ਹੀ ਲੱਗ ਪਈ। ਉਸਨੇ ਕੀਲਾ ਪੱਟਣ ਵਾਲਾ ਕਰ ਦਿੱਤਾ। ਜੈਬੂ ਨੂੰ ਉਸਦੀਆਂ ਅੱਖਾਂ ਵਿੱਚ ਭੈਅ ਦਿਖਾਈ ਦਿੱਤਾ। ਇਕ ਹੋਰ ਮੱਥੇ ਫੁੱਲੀ ਮੱਝ ਉਸ ਵੱਲ ਕੈਅਰੀਆਂ ਅੱਖਾਂ ਨਾਲ ਝਾਕੀ ਜਾਂਦੀ ਸੀ। ਮਿੰਦਰ ਦੀ ਘਰਵਾਲੀ ਮੰਜੇ ਤੇ ਬੈਠੀ ਉਦਾਸ ਨਜ਼ਰਾਂ ਨਾਲ ਮੱਝ ਨੂੰ ਘੂਰੀ ਜਾ ਰਹੀ ਸੀ। ਉਸਨੇ ਇਕ ਵਾਰ ਜੈਬੂ ਹੋਰਾਂ ਵੱਲ ਦੇਖਿਆ, ਫਿਰ ਪਾਣੀ ਦਾ ਜੱਗ ਚੁੱਕੀ ਜਾਂਦੇ ਆਪਣੇ ਆਦਮੀ ਵੱਲ ਤੇ ਫਿਰ ਮੱਝ ਵੱਲ ਇਕ-ਟੱਕ ਝਾਕਦੀ ਰਹੀ।

"ਕਿਮੇਂ ਬੀਤਿਆ ਇਹ ਭਾਣਾ, ਮਿੰਦਰ ਸਿਆਂ ?" ਜੈਬੂ ਨੇ ਪੁੱਛਿਆ। ਬਿੱਟੂ ਮੱਝ ਦੀਆਂ ਪਿਛਲੀਆਂ ਲੱਤਾਂ ਨੂੰ ਰੱਸਾ ਪਾਉਣ ਲੱਗ ਪਿਆ ਸੀ।

"ਪਤਾ ਨੀਂ ਯਾਰ, ਕੱਲ੍ਹ ਚੰਗੀ ਭਲੀ ਤੀ। ਮੈਨੂੰ ਲੱਗਦੈ ਚਾਰੇ ਵਿੱਚ ਕੁਸ਼ ਖਾਗੀ। ਮੈਨੂੰ ਤਾਂ ਆਹ ਫੁੱਲੋ ਵੀ ਕੁਸ਼ ਢਿਲੀ ਲੱਗਦੀ ਐ।" ਉਹ ਇਕ ਪਰੇ ਖੜੀ ਮੱਝ ਵੱਲ ਵਧਿਆ; ਜਿਵੇਂ ਜੈਬੂ ਬਾਰੇ ਸਲਾਹ ਲੈਣੀ ਚਾਹੁੰਦਾ ਹੋਵੇ।

"ਲਾਣੇਦਾਰਾ ਪਾਧਾ ਨਾ ਪੁੱਛ, ਡਾਕਟਰ ਨੂੰ ਦਿਖਾਲੈ। ਹਾਂ ਕੋਈ ਡਰ ਨੀਂ," ਜੈਬੂ ਨੂੰ ਲੱਗਿਆ ਜਿਵੇਂ ਸ਼ਬਦਾਂ ਨੇ ਪਹਿਲੀ ਵਾਰ ਵਫ਼ਾ ਪਾਲੀ ਹੋਵੇ।

"ਮੈਂ ਤਾਂ ਸਵੇਰ ਦੀ ਕਹੀ ਜਾਨੀ ਆਂ ਬਈ ਡਾਕਟਰ ਨੂੰ ਬੁਲਾ ਲਿਆ," ਮਿੰਦਰ ਦੀ ਘਰਵਾਲੀ ਕੋਲ ਆ ਖੜੀ ਸੀ।

"ਹੁਣ ਜਾ ਕੇ ਤਾਂ ਆਇਆਂ।"

"ਸਾਡੇ ਤਾਂ ਤਾਇਆ ਜੀ ਦੁੱਧ ਵੀ ਇਹੀ ਦਿੰਦੀ ਤੀ। ਮਿੰਟਾਂ 'ਚੀ ਬਾਰਾਂ ਹਜ਼ਾਰ ਦੀ ਮਹਿੰ ਹੱਥਾਂ 'ਚ ਨਿਕਲਗੀ ...," ਬੋਲਦੀ-ਬੋਲਦੀ ਉਹ ਜਿਵੇਂ ਗਲਾ ਭਰ ਆਈ।

"ਇਹੋ ਜੀ ਨਸਲ ਭਾਈ ਕਿਤੇ ਨਿੱਤ-ਨਿੱਤ ਥਿਆਉਂਦੀ ਐ। ਮੈਂ ਹੀ ਦਿਵਾਕੇ ਲਿਆਇਆ ਤਾ ਧਨੌਲਿਉਂ ਇਹਦੀ ਮਾਂ ...," ਉਹ ਜਿਵੇਂ ਪੁਰਾਣੀਆਂ ਯਾਦਾਂ ਨੂੰ ਸਾਹਮਣੇ ਲਿਆਕੇ ਦੱਸਣਾ ਚਾਹੁੰਦਾ ਸੀ ਕਿ ਉਹ ਉਨ੍ਹਾਂ ਵਿੱਚੋਂ ਹੀ ਸੀ।

ਉਨ੍ਹਾਂ ਦੋਵਾਂ ਨੇ ਹੌਲੀ-ਹੌਲੀ ਮੱਝ ਨੂੰ ਘੜੀਸਕੇ ਰੇਹੜੀ ਤੇ ਕਰ ਲਿਆ। ਮਿੰਦਰ ਗੇਟ ਦੇ ਬਾਹਰ ਤੱਕ ਜੱਗ ਵਿੱਚੋਂ ਪਾਣੀ ਛਿੜਕ-ਕੇ ਰਸਤਾ ਪਵਿੱਤਰ ਕਰ ਰਿਹਾ ਸੀ। ਜੱਗ ਫੜੀ ਗੇਟ ਤੱਕ ਪਿੱਛੇ ਤੁਰੇ ਆਉਂਦੇ ਮਿੰਦਰ ਨਾਲ ਜੈਬੂ ਨੇ ਫਿਰ ਅੱਖਾਂ ਨਾ ਮਿਲਾਈਆਂ। ਉਹ ਹੌਲੀ-ਹੌਲੀ ਉਦਾਸੀ ਦੇ ਪ੍ਰਗਟਾਵੇ ਸਹਿਤ ਹੱਡਾਰੋੜੀ ਵੱਲ ਵਧਣਾ ਚਾਹੁੰਦਾ ਸੀ ਪਰ ਵਲੈਤੀ ਵੱਛਾ ... !

ਪਿੰਡ ਤੋਂ ਬਾਹਰ ਨਿਕਲਕੇ ਉਸਨੇ ਸੁੱਖ ਦਾ ਸਾਹ ਲਿਆ।

ਇਥੋਂ ਤੱਕ ਕਿ, ਪਿੰਡ ਦੇ ਬਾਹਰਵਾਰ ਬਣੇ ਪਸ਼ੂਆਂ ਦੀ ਡਿਸਪੈਂਸਰੀ ਕੋਲ ਦੀ ਉਹ

ਕਿਸੇ ਜੇਤੂ ਵਾਂਗ ਲੰਘਣਾ ਚਾਹੁੰਦਾ ਸੀ। ਆਪਣੀ ਇਹ ਇੱਛਾ ਅਜੇ ਉਸਨੇ ਨੱਪੀ ਹੀ ਸੀ ਕਿ ਬਿੱਟੂ ਨੇ ਉਸਨੂੰ ਇਕ ਹੋਰ ਭਿਆਨਕ ਸਥਿਤੀ ਦੇ ਰੂ-ਬ-ਰੂ ਕਰ ਦਿੱਤਾ। ਰੱਸਾ ਫੜੀ ਬੈਠਾ ਉਹ ਪਿੱਛੇ ਨੂੰ ਝਾਕਦਾ ਬੋਲਿਆ, "ਬਾਪੂ ! ਮੈਨੂੰ ਲੱਗਦੈ ਮੈਸ੍ਹ ਬਚਦੀ ਦੂਜੀ ਵੀ ਨੀਂ। ਕਿਮੇਂ ਖੜੀ ਓ ਅੱਖਾਂ ਮੀਚੀ ਜਾਂਦੀ ਤੀ।"

ਉਹ ਬਿੱਟੂ ਨੂੰ ਦਬਕਾਕੇ ਚੁੱਪ ਕਰਾ ਦੇਣਾ ਚਾਹੁੰਦਾ ਸੀ। ਅਜੇ ਉਹ ਅਜਿਹੀਆਂ ਸਥਿਤੀਆਂ ਤੋਂ ਹਾਰਨ ਦਾ ਆਦੀ ਵੀ ਤਾਂ ਨਹੀਂ ਸੀ। ਕਦੇ ਕਦੇ ਉਸਨੂੰ ਲੱਗਦਾ ਇਹ ਸਾਰੀ ਗਲਤੀ ਉਸਦੀ ਹੀ ਸੀ ਜਿਸਦੇ ਨਤੀਜੇ ਵਜੋਂ ਉਸਨੂੰ ਦੁਸ਼ਹਿਰੇ ਦੇ ਮੈਦਾਨ ਦਾ ਰਾਵਣ ਬਣਨਾ ਪਿਆ ਸੀ। ਅਜਿਹੇ ਵੇਲੇ ਉਸਨੂੰ ਕਾਲੂ ਚੂਹੜਾ ਤੇ ਡਿਵੈਲਪਮੈਂਟ ਅਫ਼ਸਰ ਤੱਥਾਂ ਵਿੱਚ ਤੀਰ ਕਮਾਨ ਫੜੀਂ ਫਿਰਦੇ ਜਾਪਦੇ।

ਫਿਰ ਲੱਗਦਾ ਜਿਵੇਂ ਇਹ ਸਾਰਾ ਕੁਝ ਹੋਣਾ ਹੀ ਸੀ, ਦੂਜੇ ਪਿੰਡਾਂ ਵਿੱਚ ਵੀ ਹੋਇਆ ਸੀ। ਕਾਲੂ ਚੂਹੜੇ ਨਾਲ ਲੜਾਈ ਨੇ ਤਾਂ ਇਕ ਬਹਾਨਾ ਬਣਨਾ ਸੀ। ਕਾਲੂ ਦੇ ਰਾਹੀਂ ਹੀ ਇਹ ਗੱਲ ਹੋਣੀ ਸੀ। ਕੁਝ ਵੀ ਸੀ ਉਸਦੀ ਨਿੱਕੀ ਜਿਹੀ ਗਲਤੀ ਨੇ ਨਿੱਤ ਨਵੀਂਆਂ ਸਥਿਤੀਆਂ ਦੇ ਸਨਮੁੱਖ ਕੀਤਾ ਸੀ।

ਉਸ ਦਿਨ ਉਹ ਕਿਸੇ ਜੱਟ ਦੇ ਖੇਤ ਵਿੱਚ ਕਣਕ ਗੁੱਡ ਰਹੇ ਸਨ। ਵਿਹੜੇ ਦੇ ਚਾਰ ਬੰਦੇ, ਇਕ ਭਈਆ ਤੇ ਜੱਟ ਆਪ ਇਕੋ ਪਾਲ ਵਿੱਚ ਗੁਡਾਈ ਕਰਦੇ ਅੱਗੇ ਵਧ ਰਹੇ ਸਨ। ਨਾਲ ਦੀ ਨਾਲ ਉਹ ਗੱਲਾਂ ਵੀ ਕਰੀ ਜਾ ਰਹੇ ਸਨ। ਜੈਬੂ ਤੋਂ ਕਾਲੂ ਕੇ ਟੱਬਰ ਦੀ ਗੱਲ ਸੁਣਾਈ ਗਈ। "ਭਾਈ ਕਾਲੂ ਦੀ ਛੋਟੀ ਕੁੜੀ ਨੂੰ ਦੇਖਣ ਆਲੇ ਆਗੇ *ਕੇਰਾਂ ਪਿੱਛੇ ਜੇ, ਜਿਹੜੀ ਬਰਫ਼ੀ ਦੇਖਣ ਆਲਿਆਂ ਲਈ ਚਾਹ ਨਾਲ ਰੱਖੀ ਤੀ, ਕੁੜੀ ਸਾਰੀ ਓ ਖਾਗੀ। ਅੱਗੋਂ ਭਾਈ ਦੇਖਣ ਆਏ ਹੋਏ ਚੂਹੜੇ ਸੀਗੇ ਸ਼ਹਿਰੀ ! ਪੜ੍ਹੇ-ਲਿਖੇ ! ਉਹ ਤਾਂ ਭਾਈ ਤਾੜਗੇ ਬਈ ਕੁੜੀ ਸਿੱਧਰੀ ਐ। ਸੋਹਣੀ ਕੀ ਚੱਟਣੀ ਐ ! ਜਦੋਂ ਅਕਲ ਨੀਂ ! ਅਗਲੇ ਕੁੜੀ ਨੂੰ ਨਾ-ਪਸੰਦ ਕਰਗੇ।"

ਜੈਬੂ ਦੀ ਗੱਲ ਸੁਣਕੇ ਸਾਰੇ ਹੱਸ ਪਏ ਸਨ। ਦੋ ਤਿੰਨ ਦਿਨ ਕਣਕ ਗੁੱਡਦੇ ਹੋਏ ਉਹ ਕਾਲੂ ਦੀ ਕੁੜੀ ਵਾਲੀ ਗੱਲ ਯਾਦ ਕਰਕੇ ਹੱਸਦੇ ਰਹੇ ਸਨ।

ਫਿਰ ਕਿਸੇ ਨੇ, ਉਨ੍ਹਾਂ ਵਿੱਚੋਂ ਹੀ, ਜੈਬੂ ਦੀ ਸੁਣਾਈ ਗੱਲ ਕਾਲੂ ਨੂੰ ਜਾ ਦੱਸੀ ਸੀ। ਕਾਲੂ ਨੇ ਇੱਕ ਦਿਨ ਤੁਰੇ ਜਾਂਦੇ ਜੈਬੂ ਨੂੰ ਘੇਰ ਲਿਆ ਸੀ -

"ਕਿਉਂ ਉਏ ਕੁੱਤਿਆ ਚਾਮੜਾ, ਤੂੰ ਸਾਲਿਆ ਗੱਲਾਂ ਬਣਾਉਂਦਾ ਫਿਰਦੈ ਜੱਟਾਂ ਕੋਲ ਸ਼ਾਡੀਆਂ ? ਸਲਾਹ ਕੀ ਐ ਤੇਰੀ ?" ਕਾਲੂ ਨੇ ਦਗਦੀਆਂ ਲਾਲ ਅੱਖਾਂ ਨਾਲ ਪੁੱਛਿਆ ਸੀ।

"ਕਾਲੂ ! ਗੱਲ ਮੂੰਹ ਸੰਭਾਲ ਕੇ ਕਰ, ਕੌਣ ਕਹਿੰਦੇ ਮੈਂ ਗੱਲਾਂ ਬਣਾਉਂਨਾ, ਹੈਂ ਊਈਂ ਤਾਂਹਾਂ-ਤਾਹਾਂ ਚੜ੍ਹੀ ਜਾਂਦੈ ਸਾਲਾ ਚੂਹੜਾ," ਜੈਬੂ ਨੇ ਯਰਕਦਿਆਂ ਕਿਹਾ ਸੀ। ਉਂਜ ਉਸਨੂੰ ਆਪਣੀ ਗਲਤੀ ਦਾ ਅਹਿਸਾਸ ਹੋ ਗਿਆ ਸੀ।

"ਸਾਲਿਆ, ਚਮਾਰਾ ਸ਼ੋਡੇ ਨਾਲੋਂ ਤਾਂ ਹੀਜੜੇ ਈ ਚੰਗੇ ਨੇ ਜਿਹੜੇ ਸਵੇਰੇ ਉਠਕੇ ਕਿਸੇ ਦੇ ਮੁੰਡਾ ਜੰਮਣ ਦੀ ਸੁੱਖ ਤਾਂ ਮੰਗਦੇ ਨੇ, ਤੁਸੀਂ ਤਾਂ ਸਾਲਿਓ ਕਿਸੇ ਦਾ ਡੰਗਰ ਮਰਨ ਦੀ ਹੀ ਸੁੱਖ-ਸੁੱਖਣੀ ਐ ...?" ਕਾਲੂ ਲੜਨ ਦੇ ਇਰਾਦੇ ਵਿੱਚ ਸੀ।

ਕਾਲੂ ਦੀ ਗੜ੍ਹਕੇ ਨਾਲ ਆਖੀ ਗੱਲ ਨਾਲ ਜੈਬੂ ਤੜਫ ਉਠਿਆ ਸੀ। ਉਹ "ਤੇਰੀ ਓ ਮਾਂ ਦੀ, ਕੁੱਤੇ ਚੂਹੜੇ ਦੀ, "ਆਖਦਿਆਂ ਕਾਲੂ ਨੂੰ ਚਿੰਬੜ ਗਿਆ ਸੀ। ਪਰ ਉਨ੍ਹਾਂ ਨੂੰ ਜੱਫਮ-ਜੱਫਾ ਹੁੰਦੇ ਦੇਖਦੇ ਇਕੱਠੇ ਹੋ ਗਏ ਲੋਕਾਂ ਨੇ ਉਨ੍ਹਾਂ ਨੂੰ ਛੁਡਾ ਦਿੱਤਾ ਸੀ। ਗੱਲ ਸ਼ਾਂਤ ਹੋ ਗਈ ਸੀ। ਪਰ ਕਾਲੂ ਦਾ ਗੁੱਸਾ ਸ਼ਾਂਤ ਨਹੀਂ ਸੀ ਹੋਇਆ। ਅਗਲੇ ਹੀ ਦਿਨ ਉਹ ਸਰਪੰਚ ਕੋਲ ਜਾ ਖੜਿਆ ਸੀ।

"ਸਰਪੰਚ ਸਾਹਿਬ ! ਸੋਨੂੰ ਤਾਂ ਪਤੈ ਬਈ ਜੈਬੂ ਚਮਾਰ ਦਾ ਟੱਬਰ ਕਈ ਪੀਹੜੀਆਂ ਤੋਂ ਡੰਗਰ ਚੁੱਕਦਾ ਆਉਂਦੈ। ਅੱਗੇ ਗੱਲ ਹੋਰ ਤੀ। ਉਦੋਂ ਪਸ਼ੂ ਦੀ ਖੱਲ ਬਾਹਲੀ ਮਹਿੰਗੀ ਨੀ ਤੀ ਵਿਕਦੀ। ਹੁਣ ਤਾਂ ਚਮੜਾ ਲੱਭਿਆ ਹੋਇਆ ਨੀਂ ਥਿਆਉਂਦਾ। ਵਿਹੜੇ ਦੇ ਕਈ ਬੰਦੇ ਚਾਹੁੰਦੇ ਨੇ ਬਈ ਹੱਡਾਰੋੜੀ ਦੀ ਬੋਲੀ ਹੋਵੇ। ਜਰਗ ਵਾਲੇ ਵੀ ਬੋਲੀ ਕਰਵਾਉਂਦੇ ਨੇ ਉਥੇ ਤਾਂ ਠੇਕਾ ਤੀਹ-ਤੀਹ ਹਜ਼ਾਰ ਤੱਕ ਚੜ੍ਹ ਜਾਂਦੇ।"

"ਉਏ ਕਾਲੂ ! ਉਹ ਤਾਂ ਵੱਡਾ ਪਿੰਡ ਐ, ਉਥੇ ਤਾਂ ਰੋਜ਼ ਇੱਕ ਅੱਧ ਪਸ਼ੂ ਮਰਦਾ ਰਹਿੰਦੈ। ਅਪਣਾ ਤਾਂ ਦਰਿਮਿਆਨਾ ਜਿਹਾ ਪਿੰਡ ਐ। ਆਪਣੇ ਨੀ ਚੱਲਣਾ ਇਹ ਕੰਮ।" ਸਰਪੰਚ ਮੰਜੇ ਤੇ ਚੱਪ ਮਾਰੀ ਬੈਠਾ ਪੱਗ ਬੰਨ੍ਹ ਰਿਹਾ ਸੀ। ਕਦੇ ਸ਼ੀਸ਼ੇ ਵਿੱਚ ਝਾਕਕੇ ਪੱਗ ਦਾ ਲੜ ਸੰਵਾਰਕੇ ਲਪੇਟਦਾ ਤੇ ਕਦੇ ਸਾਹਮਣੇ ਭੁੰਜੇ ਬੈਠੇ ਕਾਲੂ ਵੱਲ ਦੇਖਦਾ।

"ਪਸ਼ੂ ਤਾਂ ਜੀ ਮਰਦੇ ਈ ਰਹਿੰਦੇ ਨੇ, ਨਾਲੇ ਪਿੰਡ ਦੀ ਆਮਦਨੀ ਵਧੂ। ਤੁਸੀਂ ਮੇਰੀ ਗੱਲ ਤੇ ਗੌਰ ਕਰੋ ਜੀ ...।"

"ਚੰਗਾ, ਮੈਂ ਕਰਦਾਂ ਸਲਾਹ, ਦੇਖਦੇ ਆਂ," ਸਰਪੰਚ ਨੇ ਕਿਹਾ ਸੀ। ਉਸਨੇ ਕਿਤੇ ਜਾਣਾ ਸੀ ਇਸ ਲਈ ਕਾਹਲੀ ਕਰ ਰਿਹਾ ਸੀ।

ਬਾਅਦ ਵਿੱਚ ਕਾਲੂ ਦੇ ਸਰਪੰਚ ਕੋਲ ਜਾਣ ਵਾਲੀ ਗੱਲ ਜੈਬੂ ਨੂੰ ਕਿਸੇ ਨੇ ਦੱਸੀ ਸੀ ਤਾਂ ਜੈਬੂ ਨੇ ਹੱਸਕੇ ਕਿਹਾ ਸੀ, "ਕੋਈ ਨੀਂ, ਭਾਈ ਬੋਲੀ ਕਾਹਤੋਂ ਕਰਾਉਣੀ ਐ ਕਾਲੂ ਸਾਂਭ ਲਵੇ ਇਹ ਕੰਮ ...।"

ਕਹਿਣ ਨੂੰ ਤਾਂ ਜੈਬੂ ਨੇ ਕਹਿ ਦਿੱਤਾ ਸੀ, ਪਰ ਮਗਰੋਂ ਉਹ ਸੋਚਦਾ ਰਿਹਾ ਕਿ ਘਰ ਵਿੱਚ ਹੋਰ ਆਮਦਨੀ ਹੀ ਕਿਹੜੀ ਸੀ। ਹੱਡਾ-ਰੋੜੀ ਦੀ ਆਮਦਨ ਦੇ ਬਾਵਜੂਦ ਉਸਨੂੰ ਦਿਹਾੜੀ-ਜੋਤਾ ਕਰਨਾ ਪੈਂਦਾ ਸੀ। ਸਾਲ ਭਰ ਦੇ ਖਾਣ ਜੋਗੇ ਦਾਣੇ ਉਹ ਹਾੜੀ-ਸਾਉਣੀ ਵਾਢੀ ਦਾ ਕੰਮ ਕਰਕੇ ਜੋੜਦੇ ਸਨ। ਸਾਰਾ ਟੱਬਰ ਕੰਮ ਕਰਦਾ। ਪਰ ਟੱਬਰਦਾਰੀ ਦੇ ਕਿੰਨੇ ਹੀ ਖਰਚ ਸਨ ਜਿਹੜੇ ਉਸਨੂੰ ਸਾਹ ਨਹੀਂ ਸੀ ਲੈਣ ਦਿੰਦੇ।

ਕਿਤੇ ਕਾਲੂ ਸੱਚੀਂ ਹੀ ਕੋਈ ਉਤਾ ਨਾ ਚੁੱਕ ਲਵੇ, ਇਹ ਡਰ ਛਲੇਡਾ ਬਣਕੇ ਉਸਨੂੰ ਤੰਗ ਕਰਨ ਲੱਗਾ ਸੀ। ਕਾਲੂ ਸੁਪਨੇ ਵਿੱਚ ਉਸਨੂੰ ਕਈ-ਕਈ ਵਾਰ ਟੱਕਰਦਾ। ਉਸਨੂੰ ਜਾਪਦਾ ਜਿਵੇਂ ਕਾਲੂ ਇਕ ਭੂਤ ਸੀ ਜਿਹੜਾ ਕਈ-ਕਈ ਰੂਪ ਵਟਾ ਸਕਦਾ ਸੀ। ਕਾਲੂ ਦੇ ਕੋਲ ਦੀ ਉਹ ਨੀਵੀਂ ਪਾ ਕੇ ਲੰਘਦਾ। ਉਸਨੂੰ ਇਸ ਤਰ੍ਹਾਂ ਜ਼ਾਹਰ ਕਰਦਾ ਜਿਵੇਂ ਉਨ੍ਹਾਂ ਦੀ ਕੋਈ ਦੁਸ਼ਮਣੀ ਹੀ ਨਾ ਹੋਵੇ। ਸੱਥ ਵਿੱਚ ਇਕੱਠਿਆਂ ਬੈਠਿਆਂ ਉਹ ਕਾਲੂ ਦੀ ਕਿਸੇ ਗੱਲ ਦਾ ਹੁੰਗਾਰਾ ਵੀ ਭਰ ਜਾਂਦਾ। ਹੁੰਗਾਰਾ ਕਦੇ ਕਦੇ ਕਾਲੂ ਵੀ ਭਰਦਾ; ਅਜਿਹੇ ਵੇਲੇ ਉਸਨੂੰ ਕਾਲੂ ਚੰਗਾ ਚੰਗਾ ਲੱਗਦਾ।

ਇਕ ਦਿਨ ਉਹ ਜੱਟਾਂ ਵਾਲੇ ਪਾਸੇ ਸੱਥ ਕੋਲੋਂ ਲੰਘ ਰਿਹਾ ਸੀ ਤਾਂ ਉਥੇ ਬੈਠੇ ਸਰਪੰਚ ਨੇ ਉਸਨੂੰ ਆਵਾਜ਼ ਮਾਰ ਲਈ।

"ਉਏ ਜੈਬੂ ! ਯਾਰ ਉਹ ਤੇਰੇ ਵਿਹੜੇ ਦੇ ਬੰਦੇ ਆਏ ਸੀ ਮੇਰੇ ਕੋਲ, ਕਹਿੰਦੇ ਹੱਡਾਰੋੜੀ ਦੀ ਬੋਲੀ ਕਰਵਾਉ।"

ਜੈਬੂ ਸਰਪੰਚ ਦੀ ਗੱਲ ਸੁਣਕੇ ਕੁਝ ਪਲ ਤਾਂ ਬੋਲਿਆ ਹੀ ਨਾ। ਕੁਝ ਸੋਚਣ ਲੱਗ ਪਿਆ ਸੀ। ਫਿਰ ਉਸਨੇ ਬੜੀ ਨਿਮਰਤਾ ਨਾਲ ਕਿਹਾ, "ਸਰਦਾਰ ਜੀ, ਇਹ ਕਿਹੜਾ ਕੰਮਾਂ 'ਚੋਂ ਕੰਮ ਐ ਬਈ ਜੀਹਨੂੰ ਠੇਕੇ 'ਤੇ ਦਿੱਤਾ ਜਾਵੇ। ਕੀ ਕੱਢਣ-ਪਾਉਣ ਨੂੰ ਐ ਜੀ ਇਸ ਕੰਮ 'ਚ ? ਨਾਲੇ ਮਰੇ ਹੋਏ ਰੱਬ ਦੇ ਜੀਆਂ ਦੀ ਬੋਲੀ ਕਰਵਾਉਣੀ ਤਾਂ ਉਂਈ ਚੰਗਾ ਕੰਮ ਨੀਂ ਹੁੰਦਾ ... ਜਿਹੜੇ ਬੋਲੀ ਕਰਵਾਉਣ ਨੂੰ ਕਹਿੰਦੇ ਨੇ ਉਹ ਸਾਂਭ ਲੈਣ ਇਹ ਕੰਮ।" ਜੈਬੂ ਦਾ ਦਿਲ ਤੇਜ਼ੀ ਨਾਲ ਧੜਕ ਰਿਹਾ ਸੀ। ਉਸਨੂੰ ਜਾਪਦਾ ਸੀ ਜਿਵੇਂ ਉਸਦੇ ਹੇਠੋਂ ਕੋਈ ਜਣਾ ਜ਼ਮੀਨ ਨੂੰ ਖਿਸਕਾਈ ਜਾ ਰਿਹਾ ਸੀ। ਤੇ ਉਹ ਮੂਧੇ ਮੂੰਹ ਡਿਗਣ ਹੀ ਵਾਲਾ ਸੀ ਬੱਸ ਜਿਵੇਂ।

"ਨਾ-ਨਾ ਇਹ ਕੰਮ ਨਾ ਕਰਿਓ, ਮਰੇ ਹੋਏ ਪਸ਼ੂ ਦੀ ਕੀਮਤ ਪਾਉਣੀ ਤਾਂ ਮਹਾਂ-ਪਾਪ ਐ। ਉਨ੍ਹਾਂ ਨੂੰ ਪੁੱਛੋ ਬਈ ਪਿੰਡ ਏਨਾ ਈ ਨਿੱਘਰ ਗਿਐ," ਕਾਣੇ ਮੱਘਰ ਨੇ ਗੱਲ ਹੱਥ ਮਾਰਦਿਆ ਕੀਤੀ ਸੀ।

"ਐਂ ਤਾਂ ਫਿਰ ਇਹ ਵੀ ਤਾਂ ਖੱਲ ਉਤਾਰਕੇ ਵੇਚਦਾ ਈ ਐ ?" ਸਰਪੰਚ ਨੇ ਮਾਮੂਲੀ ਜਿਹਾ ਹੱਸਦਿਆਂ ਮੱਘਰ ਦੀ ਗੱਲ ਉਲਟਾਉਣ ਦਾ ਯਤਨ ਕੀਤਾ ਸੀ।

"ਉਹ ਤਾਂ ਵੇਚਣੀ ਓ ਐ, ਜਦੋਂ ਅਗਲਾ ਮੁਰਦਾਰ ਨੂੰ ਚੱਕ-ਕੇ ਲੈਕੇ ਜਾਂਦੈ, ਗੰਦਗੀ 'ਚ ਹੱਥ ਪਾਉਂਦੈ, ਨਹੀਂ ਤਾਂ ਫਿਰ ਚੱਕੂ ਕਿਹੜਾ ? ਇਕ ਹੋਰ ਜਣਾ ਵੀ ਜੈਬੂ ਦੇ ਹੱਕ ਵਿੱਚ ਬੋਲਿਆ ਸੀ।

"ਉਏ ! ਆਪਾਂ ਤਾਂ ਕੀ ਲੈਣੇ, ਉਹ ਤਾਂ ਵਿਹੜੇ ਵਾਲੇ ਆਏ ਸੀ, ਮੈਂ ਤਾਂ ਉਨ੍ਹਾਂ ਨੂੰ ਬਥੇਰਾ ਸਮਝਾਇਐ ਪਰ ਉਹ ਬਾਹਲੇ ਗਰਮ ਹੋਏ ਫਿਰਦੇ ਐ ...।" ਸਰਪੰਚ ਢਿੱਲਾ ਪੈ ਗਿਆ ਸੀ।

"ਨਾਲੇ ਸਰਦਾਰ ਜੀ, ਇਕ ਗੱਲ ਹੋਰ ਬੀ ਐ, ਹੁਣ ਤਾਂ ਅਸੀਂ ਇਸ ਕੰਮ ਨੂੰ ਮੁਖ਼ਤ ਦਾ ਸਮਝਕੇ ਕਰੀ ਜਾਨੇ ਆਂ, ਜੇ ਕਿਸੇ ਨੇ ਠਕੇ ਤੇ ਲੈ ਲਿਆ ਤਾਂ ਅਗਲਾ ਕਿਸੇ ਦੇ ਪਸ਼ੂ ਦੇ ਮਰਨ ਦੀ ਅਰਦਾਸ ਵੀ ਕਰਿਆ ਕਰੂ!" ਜੈਬੂ ਨੇ ਕਿਹਾ ਤਾਂ ਉਸਨੂੰ ਸਥਿਤੀ ਆਪਣੇ ਹੱਕ ਵਿੱਚ ਬਦਲਦੀ ਲੱਗੀ।

"ਇਹ ਤਾਂ ਤੇਰੀ ਗੱਲ ਜੈਬੂ ਯਾਰ ਲੱਖ ਦੀ ਐ। ਸਾਲੇ ਵਿਹੜੇ ਵਾਲੇ ਲੈ ਤੀਂਗੜੇ ਨੇ ਬੋਲੀ ਕਰਵਾਉਣ ਨੂੰ, ਤੂੰ ਚੱਕੀ ਚੱਲ ਆਪਾਂ ਨੀਂ ਇਹ ਕੰਮ ਹੋਣ ਦਿੰਦੇ ...," ਸਰਪੰਚ ਪੂਰੀ ਤਰ੍ਹਾਂ ਪਿਘਲ ਗਿਆ ਸੀ ਉਸਦੇ ਹੱਕ ਵਿੱਚ।

ਜਦੋਂ ਪੰਚਾਇਤ ਬੋਲੀ ਕਰਵਾਉਣ ਲਈ ਤਿਆਰ ਨਾ ਹੋਈ ਤਾਂ ਕਾਲੂ ਨੇ ਕੁਝ ਬੰਦਿਆਂ ਦੇ ਦਸਤਖ਼ਤ ਕਰਵਾਕੇ ਅਰਜ਼ੀ ਪੰਚਾਇਤ ਅਫ਼ਸਰ ਨੂੰ ਦੇ ਦਿੱਤੀ। ਛੇਤੀ ਹੀ ਅਰਜ਼ੀ ਮਨਜੂਰ ਹੋ ਗਈ ਤੇ ਅਫ਼ਸਰ ਨੇ ਇਸਦੇ ਆਦੇਸ਼ ਸਰਪੰਚ ਨੂੰ ਭੇਜ ਦਿੱਤੇ। ਉਸ ਦਿਨ ਜੈਬੂ ਬਸ ਸਟਾਪ ਵਾਲੇ ਚੌਂਤਰੇ ਤੇ ਬੈਠਾ ਸੀ। ਸਰਪੰਚ ਬਸ ਚੜ੍ਹਨ ਲਈ ਅੱਡੇ ਤੇ ਆਕੇ ਖੜ੍ਹਾ

ਹੀ ਸੀ ਕਿ ਉਸਨੇ ਜੈਬੂ ਨੂੰ ਆਪਣੇ ਕੋਲ ਬੁਲਾ ਲਿਆ। ਜੈਬੂ ਨੂੰ ਸਾਰੀ ਗੱਲ ਦੱਸੀ। ਜੈਬੂ ਅੰਦਰ ਕੁਝ ਟੁੱਟ ਗਿਆ ਸੀ ਕੜੱਕ ਕਰਕੇ। ਉਹ ਆਪਣੀ ਵਰਤਮਾਨ ਸਥਿਤੀ ਵਿੱਚ ਸਿੱਧਾ ਸਤੋਰ ਖੜਾ ਰਹਿਣਾ ਚਾਹੁੰਦਾ ਸੀ। –

"ਹੁਣ ਕੁਸ਼ ਹੋ ਸਕਦਾ ਜੀ ਕਿ ...?" ਉਸਦੇ ਮੂੰਹੋਂ ਸਾਹ-ਸਤ-ਹੀਣ ਬੋਲ ਮਸਾਂ ਬਾਹਰ ਨਿਕਲੇ।

"ਨਹੀਂ, ਸਰਕਾਰ ਤਾਂ ਕਮਲਿਆ ਆਮਦਨ ਦਾ ਕੋਈ ਨਾ ਕੋਈ ਜ਼ਰੀਆ, ਲੱਭਦੀ ਹੁੰਦੀ ਐ।" ਸਰਪੰਚ ਸਰਸਰੀ ਕਹਿ ਗਿਆ, ਪਰ ਜੈਬੂ ਉੱਤੇ ਜਿਵੇਂ ਸ਼ਬਦਾਂ ਦੀ ਗੜ੍ਹੇਮਾਰ ਹੋ ਗਈ।

"ਮੈਂ ਤਾਂ ਜੀ ਪਿਛਲੇ ਸਾਲ ਨਵੀਂ ਰੇਹੜੀ ਵੀ ਬਣਵਾਈ ਐ ...," ਉਸਨੇ ਜਿਵੇਂ ਹਵਾ ਵਿੱਚ ਸੋਟਾ ਮਾਰਿਆ।

ਉਸ ਵੇਲੇ ਬਸ ਆ ਗਈ। ਸਰਪੰਚ ਬਸ ਵੱਲ ਵਧ ਗਿਆ। ਅੱਡੇ ਤੇ ਖੜੀਆਂ ਪਿੰਡ ਦੀਆਂ ਸਵਾਰੀਆਂ ਜਿਵੇਂ ਬਸ ਨੂੰ ਟੁੱਟ ਕੇ ਪੈ ਗਈਆਂ। ਅੜ੍ਹਾਟ ਜਿਹਾ ਪਾਉਂਦੀ ਬਸ ਸ਼ਹਿਰ ਵੱਲ ਨੂੰ ਵਧਣ ਲੱਗੀ। ਉਸਦੇ ਸਲੰਸਰ ਵਿੱਚੋਂ ਨਿਕਲਿਆ ਧੂੰਆਂ ਜੈਬੂ ਦੇ ਆਲੇ ਦੁਆਲੇ ਫੈਲ ਗਿਆ।

ਅਚਾਨਕ ਉਸਨੂੰ ਖਿਆਲ ਆਇਆ ਕਿ ਹੁਣ ਤੁਰਨਾ ਪਵੇਗਾ। ਅੱਡੇ ਦੀ ਚੌਂਕੜੀ ਉੱਤੇ ਅਜੇ ਵੀ ਚਾਰ ਬੁੜ੍ਹੇ ਬੈਠੇ ਟਾਈਮ ਨੂੰ ਰੀਂਗਦਾ ਹੋਇਆ ਦੇਖ ਰਹੇ ਸਨ। ਚੰਦ ਜੁਲਾਹੇ ਦਾ ਮੁੰਡਾ ਆਪਣੇ ਖੋਖੇ ਵਿੱਚ ਆਪਣੇ ਨਵੇਂ ਗਾਹਕ ਦਾ ਜੂੜਾ ਮੁੰਨ ਰਿਹਾ ਸੀ। ਦੋ ਮੁੰਡੇ ਉਸਦੀ ਕੁਰਸੀ ਕੋਲ ਖੜੇ ਇਹ ਦ੍ਰਿਸ਼ ਜਿਵੇਂ ਪਹਿਲੀ ਵਾਰ ਦੇਖ ਰਹੇ ਸਨ। ਇਕ ਹੋਰ ਮੁੱਛ-ਫੁੱਟ ਮੁੰਡਾ ਬਾਹਰ ਖੜਾ ਅੱਡੇ ਵਿੱਚ ਹੁਣੇ-ਹੁਣੇ ਆਕੇ ਬੈਠੀਆਂ ਦੋ ਕਾਲਜੀਏਟ ਕੁੜੀਆਂ ਵੱਲ ਕਸੂਤਾ ਜਿਹਾ ਝਾਕ ਰਿਹਾ ਸੀ।

ਅੱਡੇ ਤੋਂ ਘਰ ਤੱਕ ਦਾ ਸਫ਼ਰ ਅਜੇ ਵੀ ਉਸਦੇ ਸਾਹਮਣੇ ਸੀ। ਇੰਜ ਲੱਗਦਾ ਸੀ ਜਿਵੇਂ ਸਾਰਾ ਕੁਝ ਹੀ ਬਦਲ ਗਿਆ ਹੋਵੇ। ਸਾਰਾ ਕੁਝ ਹੀ ਉਸਦੇ ਖਿਲਾਫ਼ ਸਾਜ਼ਿਸ਼ ਵਿੱਚ ਸ਼ਰੀਕ ਹੋਵੇ। ਇਥੋਂ ਤੱਕ ਕਿ ਅੱਡੇ ਵਿੱਚ ਹੌਲੀ-ਹੌਲੀ ਤੁਰ ਰਹੇ ਕੁੱਤੇ ਤੇ ਵੀ ਉਸਨੂੰ ਖਿਝ ਚੜ੍ਹੀ।

ਅਖੀਰ ਉਸਨੇ ਘਰ ਵੱਲ ਤੁਰਨ ਦਾ ਫੈਸਲਾ ਕਰ ਹੀ ਲਿਆ। ਗਲੀ ਵਿੱਚ ਦਾਖਲ ਹੋਇਆ ਤਾਂ ਗਲੀ ਵਿੱਚ ਪਸਰੀ ਸੁੰਨ ਸਰਾਂਅ ਉਸਨੂੰ ਬੜੀ ਭਿਆਨਕ ਜਾਪੀ। ਅਚਾਨਕ ਉਸਨੂੰ ਖਿਆਲ ਆਇਆ ਇਹ ਸੁੰਨ-ਸਰਾਂਅ ਤਾਂ ਅਤੀਤ ਤੋਂ ਵਰਤਮਾਨ ਤੱਕ ਫੈਲੀ ਹੋਈ ਸੀ। ਦਿਹਾੜੀਦਾਰ ਦਿਹਾੜੀ ਜਾ ਚੁੱਕੇ ਸਨ। ਤੀਵੀਂਆਂ ਘਾਹ ਖੋਤਣ ਲਈ ਕਦੋਂ ਦੀਆਂ ਪਿੰਡੋਂ ਬਾਹਰ ਨਿਕਲ ਗਈਆਂ ਸਨ। ਫਿਰ ਵੀ ਘਰ ਅਜੇ ਔਖੇ-ਔਖੇ ਸਾਹ ਲੈਂਦੇ ਪ੍ਰਤੀਤ ਹੋਏ। ਖੂਹ ਨੇੜੇ ਖੜੀ ਪਿੱਪਲੀ ਦਾ ਪ੍ਰਛਾਵਾਂ ਗਲੀ ਨੂੰ ਢਕਦਾ ਜਾ ਰਿਹਾ ਸੀ।

ਵਿਹੜੇ ਵਿੱਚ ਮੰਜੇ ਤੇ ਬੈਠਦਿਆਂ ਹੀ ਉਹ ਮੀਤੋ ਵੱਲ ਆਖਰੀ ਵਾਰ ਦੇਖ ਲੈਣਾ ਚਾਹੁੰਦਾ ਸੀ। ਜੈਬੂ ਨੇ ਉਸਦੇ ਧੁੱਪ ਲੂਸੇ ਚਿਹਰੇ ਵੱਲ ਦੇਖਿਆ। ਮੀਤੋ ਬਾਹਰੋਂ ਘਾਹ ਦੀ ਪੰਡ ਲੈਕੇ ਆਈ ਸੀ ਤੇ ਹੁਣ ਥੱਬਾ-ਥੱਬਾ ਘਾਹ ਸਾਰੇ ਪਸ਼ੂਆਂ ਅੱਗੇ ਸੁੱਟ ਰਹੀ ਸੀ।

"ਬੋਲੀ ਹੋਊਗੀ ਹੱਡਾਰੋੜੀ ਦੀ ਹੁਣ, ਠੇਕੇ ਤੇ ਚੜੂਗੀ। ਅਚਾਨਕ ਉਸਨੇ ਜਿਵੇਂ ਵਿਹੜੇ ਵਿੱਚ ਬੰਬ ਚਲਾ ਦਿੱਤਾ।" ਉਸਨੂੰ ਜਾਪਿਆ ਜਿਵੇਂ ਉਸ ਅੰਦਰ ਮੀਤੋ ਨੂੰ ਹੈਰਾਨ ਕਰ ਦੇਣ ਦੀ ਖਾਹਿਸ਼ ਪਈ ਹੋਵੇ।

ਜਿਸ ਤਰ੍ਹਾਂ ਦੇ ਪ੍ਰਤੀਕਰਮਾਂ ਦੀ ਉਸਨੂੰ ਆਸ ਸੀ, ਉਹੋ ਜਿਹਾ ਕੁਝ ਵੀ ਨਹੀਂ ਵਾਪਰਿਆ। ਮੀਤੋ ਇਕ ਵਾਰ ਠਠੰਬਰ-ਕੇ ਉਸ ਵੱਲ ਜ਼ਰੂਰ ਝਾਕੀ। ਅੱਖਾਂ ਸੁੰਗੇੜਦਿਆਂ ਉਸਨੇ ਪਤਾ ਨਹੀਂ ਕੀ ਫੈਸਲਾ ਕੀਤਾ। ਮੱਝਾਂ ਉਸੇ ਤਰ੍ਹਾਂ ਹਾਬੜਿਆਂ ਵਾਂਗ ਘਾਹ ਖਾਂਦੀਆਂ ਰਹੀਆਂ। ਉਸਨੂੰ ਜਾਪਿਆ ਜਿਵੇਂ ਉਸਨੇ ਕੁਝ ਵਧੇਰੇ ਆਸ ਕੀਤੀ ਹੋਵੇ। ਮੀਤੋ ਦਾ ਪਤਲਾ ਲੰਮਾ ਸਰੀਰ ਕਿਸੇ ਬੁੱਤ ਵਾਂਗ ਜਾਪਦਾ ਸੀ , ਤੁਰਦਾ-ਫਿਰਦਾ ਬੁੱਤ। ਘਾਹ ਵਾਲੀ ਪੱਲੀ ਖਾਲੀ ਕਰਕੇ ਉਸਨੇ ਝਾੜ ਦਿੱਤੀ ਤੇ ਫਿਰ ਜੈਬੂ ਵੱਲ ਤੁਰ ਪਈ।

"ਉਨ੍ਹਾਂ ਦੱਬਣਿਆਂ ਨੂੰ ਕਹੀਂ ਬਈ ਕਰਾਲੋ ਬੋਲੀ ਲਾ-ਲੋ ਜਿਹੜਾ ਜ਼ੋਰ ਲਾਉਣੈ, ਅਸੀਂ ਰੋਟੀ ਤੋਂ ਨੀਂ ਮਰਨ ਲੱਗੇ। ਜੈ ਖਾਣੇ ਚੂਹੜੇ ਦੇ ਰੋਟੀ ਪੱਕਦੀ ਨੀਂ ਬੋਲੀ ਦੇ ਲੈਣਗੇ ਏਹੇ, ਕੁੜੀਆਂ ਆਪਦੀਆਂ ਮੇਰੇ ਪਿਉ ਦੇ ਸਾਲੇ ਤੋਂ ਸਾਂਭ ਨੀਂ ਹੁੰਦੀਆਂ, ਉਹੋ ਬੱਗੜ ਜਿਹੀ ਤਾਂ ਬਾਹਮਣਾਂ ਦੇ ਘਰੋਂ ਈ ਨੀ ਨਿਕਲਦੀ। ਬੋਲੀ ਕਰਾਉਣ ਨੂੰ ਮਰਦੈ ... ਚੋਦਿਆ ਬੋਲੀ ਕਰਾਉਣ ਦਾ ...," ਮੀਤੋ ਨੂੰ ਸ਼ਾਇਦ ਪਹਿਲਾਂ ਹੀ ਭਿਣਕ ਪੈ ਚੁੱਕੀ ਸੀ। ਉਸਦੀ ਗੜ੍ਹਕਵੀਂ ਆਵਾਜ਼ ਨੇ ਜੈਬੂ ਅੰਦਰ ਪੈਦਾ ਹੋ ਗਏ ਖਿਲਾਅ ਨੂੰ ਭਰ ਦਿੱਤਾ। ਉਸਨੇ ਹੈਰਾਨੀ ਨਾਲ ਮੀਤੋ ਦੇ ਮੂੰਹ ਵੱਲ ਦੇਖਿਆ। ਮੀਤੋ ਦੇ ਝੁਰੜੀਆਂ ਭਰੇ ਚਿਹਰੇ 'ਤੇ ਕੋਈ ਗੈਬੀ ਜਿਹੀ ਲਿਸ਼ਕ ਆ ਗਈ ਸੀ।

ਕਣਕਾਂ ਚੁੱਕੀਆਂ ਗਈਆਂ ਸਨ ਤੇ ਦੂਰ ਤੱਕ ਖਾਲੀ ਪਏ ਖੇਤਾਂ ਵਿੱਚ ਭੰਗ ਭੁਜਦੀ ਸੀ। ਪੰਚਾਇਤੀ ਜ਼ਮੀਨ ਦੀ ਬੋਲੀ ਸਾਲ ਬਾਅਦ ਇਨ੍ਹਾਂ ਦਿਨਾਂ ਵਿੱਚ ਸਾਉਣੀ ਦੀ ਬਿਜਾਈ ਤੋਂ ਪਹਿਲਾਂ ਹੁੰਦੀ ਸੀ। ਹੱਡਾਰੋੜੀ ਦੀ ਬੋਲੀ ਵੀ ਨਾਲ ਹੀ ਕਰਾਉਣ ਦਾ ਫੈਸਲਾ ਕੀਤਾ ਗਿਆ ਸੀ। ਧਰਮਸ਼ਾਲਾ ਵਿੱਚ ਬੀ. ਡੀ. ਓ. ਕਾਫੀ ਲੇਟ ਆਇਆ ਸੀ। ਗਰਮੀ ਦੇ ਅਕਾਏ ਲੋਕ ਬਿੰਦੇ-ਝੱਟੇ ਅਫ਼ਸਰ ਨੂੰ ਗਾਲ੍ਹਾਂ ਕੱਢਣ ਲੱਗੇ ਪੈਂਦੇ। ਜ਼ਮੀਨ ਠੇਕੇ ਤੇ ਲੈਣ ਵਾਲੇ ਜੱਟਾਂ ਤੇ ਹੋਰ ਕੁੰਢੀਆਂ ਦੇ ਸਿੰਗ ਫਸਦੇ ਦੇਖਣ ਵਾਲੇ ਤਮਾਸ਼ਬੀਨਾਂ ਸਮੇਤ ਕਾਫੀ ਇਕੱਠ ਸੀ। ਸਭ ਤੋਂ ਪਹਿਲਾਂ ਜ਼ਮੀਨ ਦੀ ਬੋਲੀ ਹੋਈ। ਜੱਟ ਇਕ ਦੂਜੇ ਤੋਂ ਵਧ-ਵਧ-ਕੇ ਜ਼ਿਦ-ਜ਼ਿਦ-ਕੇ ਬੋਲੀ ਦਿੰਦੇ ਰਹੇ।

ਇਸ ਦੌਰਾਨ ਜੈਬੂ ਦਾ ਦਿਲ ਪਾਣੀ ਨਾਲੋਂ ਵੀ ਪਤਲਾ ਪਿਆ ਰਿਹਾ। ਉਹ ਸਰਪੰਚ ਦੇ ਨੇੜੇ ਕੁਰਸੀ ਕੋਲ ਬੈਠਾ ਸੀ। ਕਦੇ-ਕਦੇ ਉਹ ਆਲੇ-ਦੁਆਲੇ ਖੜੇ ਬੈਠੇ ਲੋਕਾਂ ਦੇ ਚਿਹਰਿਆਂ ਵੱਲ ਦੇਖਦਾ। ਕਈ ਚਿਹਰੇ ਤਾਂ ਆਪਣਾ ਰੰਗ ਪੂਰੀ ਤਰ੍ਹਾਂ ਵਟਾ ਚੁੱਕੇ ਸਨ।

"ਮੱਝ ਤਾਂ ਬਾਪੂ ਸੱਚੀ ਕੋਈ ਜ਼ਹਿਰੀਲੀ ਚੀਜ਼ ਖਾਗੀ, ਅੰਦਰਲਾ ਰੰਗ ਤਾਂ ਦੇਖ ਕਿਵੇਂ ਵਟਿਆ ਪਿਐ ...," ਬਿੱਟੂ ਮੱਝ ਦੀਆਂ ਆਂਦਰਾਂ ਵੱਲ ਦੇਖਦਾ ਹੋਇਆ ਕਹਿ ਰਿਹਾ ਸੀ। ਪਹਿਲਾਂ ਪਹਿਲ ਉਹ ਹੱਡਾਰੋੜੀ ਤੱਕ ਰੇਹੜੀ ਪੁਚਾ ਜਾਂਦਾ ਸੀ। ਪਸ਼ੂ ਦੀ ਖੱਲ ਉਤਾਰਨ ਸਮੇਂ ਉਹ ਖਿਸਕ ਜਾਂਦਾ। ਇਹ ਕੰਮ ਜੈਬੂ ਨੂੰ ਹੀ ਕਰਨਾ ਪੈਂਦਾ। ਪਰ ਹੁਣ ਉਹ ਥੋੜ੍ਹਾ-ਬਹੁਤ ਹੱਥ ਵਟਾਉਣ ਲੱਗ ਪਿਆ ਸੀ।

ਜੈਬੂ ਨੇ ਮੱਝ ਦੇ ਨੰਗੇ ਹੋ ਚੁੱਕੇ ਦਿਲ ਵੱਲ ਝਾਤੀ ਮਾਰੀ। ਦਿਲ ਸਮੇਤ ਅੰਦਰਲੇ ਕਈ ਅੰਗ ਭੁਸਲੇ ਹੋਏ ਪਏ ਸਨ। ਕਈ ਥਾਵਾਂ ਤੇ ਨੀਲਤੱਣ ਛਾਈ ਹੋਈ ਸੀ। ਛੁਰੀ ਨਾਲ ਚੀਰਾ ਲਾਉਂਦਿਆਂ ਉਸਨੇ ਚੱਡਿਆਂ ਦੀ ਖੱਲ ਨੂੰ ਖਿਚਕੇ ਉਧੇੜ ਸੁੱਟਿਆ। ਤੇਜ਼ ਬਦਬੂ ਜਿਵੇਂ ਧਾਹ ਕੇ ਬਾਹਰ ਨਿਕਲੀ। ਬਿੱਟੂ ਨੱਕ ਢਕਦਾ ਪਰੇ ਨੂੰ ਹੋ ਗਿਆ। ਜੈਬੂ ਇਸ ਬਦਬੂ ਦਾ ਆਦੀ ਸੀ, ਉਹ ਤਾਂ ਕਿੰਨੇ ਹੀ ਸਾਲਾਂ ਤੋਂ ਹਰ ਤਰ੍ਹਾਂ ਦੀ ਬਿਮਾਰੀ ਵਾਲੇ ਪਸ਼ੂ ਨੂੰ ਦੇਖ ਚੁੱਕਾ ਸੀ। ਚਾਲੀ ਸਾਲ ਤਾਂ ਉਸਨੂੰ ਇਹ ਕੰਮ ਕਰਦਿਆਂ ਹੋ ਗਏ ਸਨ।

"ਪਿੰਡ ਵਾਸੀਓ ! ਤੁਹਾਨੂੰ ਸਭ ਨੂੰ ਪਤੈ ਬਈ ਵਿਹੜੇ ਵਾਲਾ ਜੈਬ ਸਿਹੁੰ ਕਈ ਸਾਲਾਂ ਤੋਂ ਮਰੇ ਹੋਏ ਡੰਗਰ ਚੁੱਕਦਾ ਆਉਂਦੈ ...," ਪੰਚਾਇਤ ਸੈਕਟਰੀ ਨੇ ਜ਼ਮੀਨ ਦੀ ਬੋਲੀ ਖ਼ਤਮ ਹੋਣ ਤੋਂ ਤੁਰੰਤ ਬਾਅਦ ਆਖਣਾ ਸ਼ੁਰੂ ਹੀ ਕੀਤਾ ਸੀ ਕਿ ਜੈਬੂ ਤੋਂ ਰਿਹਾ ਨਾ ਗਿਆ।

"ਸਾਲਾਂ ਤੋਂ ਕਿਉਂ ਜੀ, ਸਾਡਾ ਟੱਬਰ ਤਾਂ ਪੁਸ਼ਤਾਂ ਤੋਂ ਇਹੀ ਕੰਮ ਕਰਦੈ-ਚਾਲੀ ਸਾਲ ਤਾਂ ਮੈਨੂੰ ਹੋਗੇ।"

"ਉਏ ਆਹੋ, ਤੁਸੀਂ ਸੁਣੋ ਤਾਂ ਸਈ, ਹੁਣ ਭਾਈ ਵਿਹੜੇ ਦੇ ਕੁਝ ਬੰਦੇ ਚਾਹੁੰਦੇ ਨੇ ਕਿ ਹੱਡਾਰੋੜੀ ਦੀ ਨਿਲਾਮੀ ਕੀਤੀ ਜਾਵੇ। ਬੋਲੀ ਦੇ ਕੇ ਕੋਈ ਮਰਜ਼ੀ ਸਾਂਭ ਲਵੇ ਹੱਡਾਰੋੜੀ। ਇਸ ਨਾਲ ਪੰਚਾਇਤ ਦੀ ਆਮਦਨ ਵਧੂਗੀ।"

ਸਰਪੰਚ ਦੀ ਵਿਰੋਧੀ ਪਾਰਟੀ ਦਾ ਗੇਲ ਸੈਕਟਰੀ ਨੂੰ ਟੋਕਦਾ ਹੋਇਆ ਬੋਲਿਆ, "ਹੋਰ ਆਮਦਨੀ ਕੀ ਸਿਰ ਵਿੱਚ ਮਾਰਨੀ ਐ, ਪਹਿਲਾਂ ਪਏ ਪੈਸਿਆਂ ਨੂੰ ਤਾਂ ਪਿੰਡ ਤੇ ਕੋਈ ਲਾਉਂਦਾ ਨੀਂ..।"

ਇਸ ਟਿੱਪਣੀ 'ਤੇ ਕੁਝ ਦੇਰ ਖਹਿਬੜਬਾਜ਼ੀ ਹੁੰਦੀ ਰਹੀ। ਬੀ. ਡੀ. ਓ. ਕੁਝ ਦੇਰ ਚੁੱਪ ਕੀਤਾ ਪਿੰਡ ਦੇ ਲੋਕਾਂ ਨੂੰ ਬੋਲਦਿਆਂ ਸੁਣਦਾ ਰਿਹਾ। ਫਿਰ ਉਸ ਪੰਚਾਇਤ ਸੈਕਟਰੀ ਨੂੰ ਬੋਲੀ ਸ਼ੁਰੂ ਕਰਨ ਦਾ ਇਸ਼ਾਰਾ ਕੀਤਾ।

"ਹਾਂ ਬਈ ਹੱਡਾਰੋੜੀ ਦੀ ਬੋਲੀ ਸ਼ੁਰੂ ਹੋਣ ਲੱਗੀ ਐ, ਸਰਕਾਰੀ ਬੋਲੀ ਪੰਜ ਸੌ-," ਸੈਕਟਰੀ ਨੇ ਕਿਹਾ ਤਾਂ ਚੌਕੀਦਾਰ ਨੇ ਗੱਲ ਫੜ ਲਈ। ਉਹ ਲੋਕਾਂ ਦੇ ਘੇਰੇ ਦੇ ਵਿਚਕਾਰ ਉੱਠਕੇ ਖੜਾ ਹੋ ਗਿਆ।

"ਛੇ ਸੌ ...," ਕਾਲੂ ਬੋਲਿਆ; ਉਹ ਥਮਲੇ ਨਾਲ ਪਿੱਠ ਲਾਈਂ ਬੈਠਾ ਸੀ।

"ਸੱਤ ਸੌ ...," ਜੈਬੂ ਨੇ ਕਿਹਾ।

"ਅੱਠ ਸੌ ...," ਕਾਲੂ ਦੀ ਆਵਾਜ਼ ਸੀ।

"ਹਾਂ ਬਈ ਕਾਲੂ ਸਿਹੁ ਅੱਠ ਸੌ ...," ਚੌਕੀਂਦਾਰ ਦੁਹਰਾ ਰਿਹਾ ਸੀ।

"ਹਜ਼ਾਰ ...," ਭੀੜ ਵਿੱਚੋਂ ਕਿਸੇ ਨੇ ਕਿਹਾ। ਜਦੋਂ ਨੂੰ ਚੌਕੀਂਦਾਰ "ਕਿਹੜਾ ਬਈ ? ਆਖਕੇ ਪਛਾਣਨ ਲੱਗਾ ਉਦੋਂ ਨੂੰ ਜੈਬੂ ਨੇ ਸੌ ਹੋਰ ਵਧਾ ਦਿੱਤਾ।

"ਬਾਰਾਂ ਸੌ ...," ਕਾਲੂ ਨੇ ਕਿਹਾ ਤਾਂ ਲੋਕਾਂ ਨੇ ਉਸ ਵੱਲ ਮੁੜਕੇ ਦੇਖਿਆ।

ਕੁਝ ਲੋਕ ਜਾ ਚੁੱਕੇ ਸਨ ਪਰ ਬਹੁਤੇ ਜੱਟ ਅਜੇ ਵੀ ਚਮਾਰਾਂ-ਚੂਹੜਿਆਂ ਦੇ ਭੇੜ ਦੇਖਣ ਲਈ ਖੜੇ ਸਨ।

"ਬਾਪੂ ਏਧਰ ਦੇਖ ਕੁੱਤੇ ਦਾ ਗਿਰਝ ਨਾਲ ਭੇੜ ...," ਬਿੱਟੂ ਨੇ ਕਿਹਾ।

ਜੈਬੂ ਨੇ ਦੇਖਿਆ ਕਿ ਕੁੱਤਾ ਹੁਣੇ-ਹੁਣੇ ਉੱਤਰੀ ਗਿਰਝ ਵੱਲ ਦੇਖਕੇ ਘੁਰ-ਘੁਰ ਕਰ ਰਿਹਾ ਸੀ। ਆਸਮਾਨ ਗਿਰਝਾਂ ਨਾਲ ਭਰ ਗਿਆ ਸੀ। ਬਿੱਟੂ ਨਜ਼ਰ ਟਿਕਾਈਂ ਅਸਮਾਨ ਵੱਲ ਦੇਖ ਰਿਹਾ ਸੀ। ਉਸ ਲਈ ਜਿਵੇਂ ਇਹ ਰੌਚਿਕ ਵਰਤਾਰਾ ਸੀ। ਗਿਰਝਾਂ ਨੇ ਫੰਘ ਮਾਰਨੇ ਬੰਦ ਕੀਤੇ ਹੋਏ ਸਨ। ਪਲੋ-ਪਲੀ ਹਰ ਗੇੜੇ ਨਾਲ ਉਹ ਨੀਵੀਂਆਂ ਹੋ ਰਹੀਆਂ ਸਨ। ਉਹ ਪਹੀ ਵਿੱਚ ਉਤਰਦੀਆਂ, ਦੂਰ ਤੱਕ ਭੱਜੀਆਂ ਜਾਂਦੀਆਂ ਉਵੇਂ ਫੰਘ ਖਿਲਾਰੀ। ਫਿਰ ਰੁਕਦੀਆਂ ਤੇ ਫੰਘ ਇਕੱਠੇ ਕਰਦੀਆਂ। ਕੁੱਤਾ ਅਜੇ ਵੀ ਕਦੇ ਜੈਬੂ ਵੱਲ ਦੇਖਦਾ ਤੇ ਕਦੇ ਗਿਰਝਾਂ ਵੱਲ।

"ਇਹ ਕਿਹੜਾ ਕੁੱਤਾ, ਇਹ ਹੁਣ ਭਜਾ ਦੇਣੈ ਗਿਰਝਾਂ ਨੇ ... ਕੁੱਤਾ ਤਾਂ ਉਹ ਤੀ," ਜੈਬੂ ਨੇ ਕਿਹਾ। ਉਸਨੂੰ ਉਸ ਸੁਨੱਖੇ ਕੁੱਤੇ ਦੀ ਯਾਦ ਆ ਗਈ ਜਿਹੜਾ ਸਾਲ ਕੁ ਪਹਿਲਾਂ ਹੱਡਾਰੋੜੀ ਦੇ ਕੁੱਤਿਆਂ ਵਿੱਚ ਆ ਰਲਿਆ ਸੀ। ਹੱਡਾਰੋੜੀ ਦੇ ਆਲੇ ਦੁਆਲੇ ਦੇ ਖੇਤਾਂ ਵਿੱਚ ਕੰਮ ਕਰਦੇ ਬੰਦੇ ਉਸਨੂੰ ਦੇਖਦੇ ਤੇ ਆਖਦੇ, "ਕੁੱਤਾ ਕਿਸੇ ਚੰਗੀ ਨਸਲ ਦੈ।"

ਫਿਰ ਇਕ ਦਿਨ ਮੋਟਿਆਂ ਦੇ ਕੈਨੇਡਾ ਤੋਂ ਮੁੜੇ ਭਾਣਜੇ ਨੇ, ਨਾਨਕੀ ਮਿਲਣ ਆਏ ਨੇ, ਉਸਨੂੰ ਦੇਖਕੇ ਕਿਹਾ, "ਮਾਮਾ ਜੀ, ਇਹ ਤਾਂ ਜ਼ਰਮਨ ਸ਼ੈਫਰਡ ਐ, ਇਹ ਇਥੇ ਕਿਵੇਂ ਆ ਗਿਐ ?"

ਉਹ ਕਈ ਦਿਨ ਉਸਨੂੰ ਫੜਨ ਦਾ ਯਤਨ ਕਰਦਾ ਰਿਹਾ। ਫਿਰ ਉਸਨੇ ਇਕ ਪਿੰਜਰਾ ਬਣਾ ਲਿਆਂਦਾ। ਕੁੱਤਾ ਆਉਂਦਾ ਉਸ ਦਿਨ ਹੀ ਸੀ ਜਿਸ ਦਿਨ ਕੋਈ ਪਸ਼ੂ ਮਰਿਆ ਹੋਵੇ। ਨਹੀਂ ਤਾਂ ਕਿਸੇ ਹੋਰ ਪਿੰਡ ਦੀ ਹੱਡਾਰੋੜੀ ਵਿੱਚ ਜਾਂਦਾ ਰਹਿੰਦਾ ਸੀ।

ਇਕ ਦਿਨ ਇਕ ਕੱਟਾ ਮਰਿਆ ਸੀ। ਮੋਟਿਆਂ ਦੇ ਵੱਡੇ ਮੁੰਡੇ ਨੇ ਪਿੰਜਰਾ ਹੱਡਾਰੋੜੀ ਵਿੱਚ ਲਿਆ ਰੱਖਿਆ। ਕੱਟੇ ਦਾ ਨੰਗਾ ਹੋਇਆ ਮਾਸ ਉਸਨੇ ਭਈਏ ਤੋਂ ਚੁਕਵਾ ਕੇ ਪਿੰਜਰੇ ਵਿੱਚ ਸੁੱਟਵਾ ਦਿੱਤਾ।

"ਹੁਣ ਭੁੱਖਾ ਮਰਦਾ ਸਿੱਧਾ ਪਿੰਜਰੇ 'ਚ ਆਊ ...," ਉਹ ਬੋਲਿਆ।

"ਤੁਸੀਂ ਭਾਈ ਮੱਲਾ ਇਹਨੂੰ ਰੱਬ ਦੇ ਜੀਅ ਨੂੰ ਫੜਕੇ ਕੀ ਕਰੋਗੇ ?" ਜੈਬੂ ਨੂੰ ਕੁੱਤੇ 'ਤੇ ਤਰਸ ਆ ਰਿਹਾ ਸੀ। ਕੁੱਤੇ ਨੂੰ ਮੋਟਿਆਂ ਦੇ ਭਾਣਜੇ ਦੀ ਤਾਂ ਏਨੀ ਪਛਾਣ ਹੋ ਗਈ ਸੀ ਕਿ ਉਹ ਉਸਨੂੰ ਦੇਖਕੇ ਹੱਡਾਰੋੜੀ ਦੇ ਨੇੜੇ ਹੀ ਨਾ ਆਉਂਦਾ। ਕੁੱਤੇ ਨੂੰ ਆਪਣੀ ਆਜ਼ਾਦੀ ਬੜੀ ਪਿਆਰੀ ਸੀ।

"ਵਾਹ ਉਏ ਤਾਇਆ ! ਇਹ ਤਾਂ ਪਿਉਰ ਜ਼ਰਮਨ ਸ਼ੈਫਰਡ ਐ, ਜੇ ਵੇਚਣਾ ਵੀ ਹੋਇਆ ਤਾਂ ਪੰਜ ਹਜ਼ਾਰ ਤੋਂ ਉੱਤੇ-ਉੱਤੇ ਜਿੰਨੇ ਦਾ ਮਰਜ਼ੀ ਵੇਚ ਲੀਏ।"

ਜੁਆਬ ਸੁਣਕੇ ਇਕ ਵਾਰ ਤਾਂ ਜੈਬੂ ਦੀਆਂ ਅੱਖਾਂ ਹੀ ਚੌੜੀਆਂ ਹੋ ਗਈਆਂ ਸਨ। ਉਸਨੇ ਮੁੰਡੇ ਵੱਲ ਮੁੜਕੇ ਦੇਖਿਆ ਵੀ ਸੀ ਬਈ ਕਿਤੇ ਉਹ ਮਜ਼ਾਕ ਤਾਂ ਨੀਂ ਕਰ ਰਿਹਾ। ਪਰ ਮੁੰਡਾ ਗੰਭੀਰ ਮੁਦਰਾ ਵਿੱਚ ਪਰੇ ਖਾਲ੍ਹ ਤੇ ਬੈਠਾ ਕੁੱਤੇ ਵੱਲ ਦੇਖ ਰਿਹਾ ਸੀ। "ਸਾਲੇ ਕੁੱਤੇ ਵੀ ਵਿਕਣ ਲਾਗੇ ?" ਉਸਨੇ ਜਿਵੇਂ ਆਪਣੇ ਆਪਨੂੰ ਪੁੱਛਿਆ। ਫਿਰ ਅਗਲੇ ਹੀ ਪਲ ਖਿਆਲ ਆਇਆ-ਉਸ ਦਿਨ ਸਾਗ ਵੇਚਣ ਵਾਲਾ ਵੀ ਤਾਂ ਉਸਨੇ ਪਹਿਲੀ ਵਾਰ ਹੀ ਦੇਖਿਆ ਸੀ। "ਪਿੰਡ ਵਿੱਚ ਸਾਗ ਕਿਹੜਾ ਖਰੀਦ ਲੂ ਇਹਤੋਂ," ਉਸਨੂੰ ਉਹ ਬੰਦਾ ਨਿਰਾ ਪਾਗਲ ਲੱਗਿਆ ਸੀ। ਪਰ ਉਸਦੀ ਹੈਰਾਨੀ ਦੀ ਕੋਈ ਹੱਦ ਨਾ ਰਹੀ ਜਦੋਂ ਜੁਲਾਹਿਆਂ ਦੇ ਬੈਂਕ ਵਿੱਚ ਨੌਕਰੀ

ਕਰਦੇ ਮੁੰਡੇ ਦੀ ਬਹੂ ਨੇ ਭਾਈ ਨੂੰ ਹਾਕ ਮਾਰਕੇ ਰੋਕ ਲਿਆ ਤੇ ਜੈਬੂ ਦੇ ਦੇਖਦੀ-ਦੇਖਦੀ ਥੱਬਾ ਸਾਰਾ ਸਾਗ ਦਾ ਲੈਕੇ ਅੰਦਰ ਚਲੀ ਗਈ।

ਸਾਗ ਤਾਂ ਚਲੋ ਖਾਣ ਵਾਲੀ ਚੀਜ਼ ਸੀ ਪਰ ਇਹ ਕੁੱਤਾ !!

ਉਹ ਪਿੰਜਰੇ ਵੱਲ ਮੁੜ-ਮੁੜ ਦੇਖਦਾ ਹੌਲੀ-ਹੌਲੀ ਕਦਮ ਪੁੱਟਦਾ ਪਿੰਡ ਵੱਲ ਤੁਰ ਪਿਆ ਸੀ।

ਹੱਡਾਰੋੜੀ ਦੀ ਬੋਲੀ ਸੌ-ਸੌ ਦੇ ਕਦਮ ਪੁੱਟਦੀ ਚਾਰ ਹਜ਼ਾਰ ਤੱਕ ਚਲੀ ਗਈ ਸੀ। ਲੋਕ ਕਦੇ ਕਾਲੂ ਵੱਲ ਦੇਖਦੇ ਤੇ ਕਦੇ ਜੈਬੂ ਵੱਲ। ਕਾਲੂ ਦੇ ਮੁੰਡੇ ਨੇ ਆਪਣੇ ਪਿਉ ਨੂੰ ਬੋਲੀ ਛੱਡ ਦੇਣ ਬਾਰੇ ਆਖ ਦਿੱਤਾ ਸੀ। ਜੈਬੂ ਇਕਤਾਲੀ ਸੌ ਬੋਲਿਆ ਤਾਂ ਕਾਲੂ ਖਾਮੋਸ਼ ਹੋ ਗਿਆ। ਖਾਮੋਸ਼ ਕਿਉਂ ਠੰਡਾ ਜਿਹਾ ਹੋ ਗਿਆ ਸੀ ਉਹ। ਚੌਕੀਦਾਰ ਨੇ ਆਲੇ-ਦੁਆਲੇ ਨਜ਼ਰ ਮਾਰਦਿਆਂ ਕਿਹਾ ਸੀ, "ਹਾਂ ਬਈ ਜੈਬ ਸਿਹੁੰ ਇਕਤਾਲੀ ਸੌ, ਇਕਤਾਲੀ ਸੌ ਇੱਕ, ਇਕਤਾਲੀ ਸੌ ਦੋ ... ਲਿਖ ਦੋ ਜੀ ਜੈਬ ਸਿੰਹੁ ਦੇ ਨਾਉਂ ...।"

ਹੋਰ ਕੋਈ ਨਹੀਂ ਬੋਲਿਆ। ਪੰਚਾਇਤ ਸੈਕਟਰੀ ਨੇ ਕਾਲੂ ਵੱਲ ਦੇਖਿਆ, ਉਹ ਝੂਠਾ ਜਿਹਾ ਹੱਸਦਾ ਕਿਸੇ ਨਾਲ ਗੱਲੀਂ ਪੈ ਗਿਆ ਸੀ। ਸੈਕਟਰੀ ਨੇ ਹੱਡਾਰੋੜੀ ਇਕ ਸਾਲ ਵਾਸਤੇ ਜੈਬੂ ਦੇ ਨਾਮ ਲਿਖ ਦਿੱਤੀ ਸੀ। ਜੈਬੂ ਨੇ ਖੀਸੇ ਵਿੱਚੋਂ ਪੂਰੇ ਇਕਤਾਲੀ ਨੋਟ ਗਿਣਕੇ ਮੇਜ਼ ਤੇ ਰੱਖ ਦਿੱਤੇ ਸਨ।

ਪਹਿਲੇ ਦੋ ਕੁ ਮਹੀਨੇ ਤਾਂ ਪਸ਼ੂ ਆਮ ਵਾਂਗ ਹੀ ਮਰਦੇ ਰਹੇ ਸਨ; ਜੈਬੂ ਨੂੰ ਜਾਪਦਾ ਸੀ ਕਿ ਉਹ ਠੇਕਾ ਪੂਰਾ ਜਲਦੀ ਹੀ ਕਰ ਲਵੇਗਾ। ਫਿਰ ਮਹੀਨਾ ਲੰਘ ਗਿਆ। ਬਾਅਦ ਦੇ ਮਹੀਨਿਆਂ ਵਿੱਚ ਵੀ ਇੱਕਾ ਦੁੱਕਾ ਪਸ਼ੂ ਹੀ ਮਰੇ ਸਨ। ਉਂਝ ਤਾਂ ਪਿੰਡ ਵਿੱਚ ਜਦੋਂ ਦੀ ਪਸ਼ੂ ਡਿਸਪੈਂਸਰੀ ਖੁੱਲ੍ਹੀ ਸੀ ਉਦੋਂ ਤੋਂ ਹੀ ਪਸ਼ੂਆਂ ਦੀ ਮਰਨ ਗਿਣਤੀ ਘੱਟ ਗਈ ਸੀ। ਭਾਵੇਂ ਡਿਸਪੈਂਸਰੀ ਤਾਂ ਦੋ ਢਾਈ ਸਾਲ ਪਹਿਲਾਂ ਖੁੱਲ੍ਹੀ ਸੀ ਪਰ ਜੈਬੂ ਨੂੰ ਉਸਦੀ ਹੋਂਦ ਦਾ ਅਹਿਸਾਸ ਇਨ੍ਹਾਂ ਮਹੀਨਿਆਂ ਵਿੱਚ ਹੀ ਬਹੁਤਾ ਹੋਣ ਲੱਗਾ ਸੀ। ਪਸ਼ੂ ਪਹਿਲਾਂ ਵੀ ਕਈ ਵਾਰ ਮਹੀਨਾ-ਮਹੀਨਾ ਕੋਈ ਮਰਦਾ ਹੀ ਨਹੀਂ ਸੀ ਪਰ ਉਦੋਂ ਡਿਸਪੈਂਸਰੀ ਵੱਲ ਕਦੀ ਧਿਆਨ ਹੀ ਨਹੀਂ ਸੀ ਗਿਆ।

ਜੈਬੂ ਨੇ ਖੱਲ ਨੂੰ ਪੱਲੀ ਵਿੱਚ ਲਪੇਟ ਲਿਆ। ਰੱਸਾ ਤੇ ਛੁਰੀ ਬਿੱਟੂ ਨੇ ਚੁੱਕ ਕੇ ਰੇਹੜੀ ਤੇ ਰੱਖ ਲਏ। ਫਿਰ ਉਹ ਪਰੇ ਵੱਟ ਤੇ ਘਾਹ ਚਰ ਰਹੇ ਵਲੈਤੀ ਵੱਛੇ ਨੂੰ ਫੜਕੇ ਲਿਆਕੇ ਰੇਹੜੀ ਨਾਲ ਜੋੜਨ ਲੱਗਾ। ਜੈਬੂ ਨੂੰ ਰੇਹੜੀ ਉੱਤੇ ਗੱਠੜੀ ਧਰਦਿਆਂ ਪਿੰਡ ਵੱਲ ਨਜ਼ਰ ਮਾਰੀ। ਫਿਰ ਜਿਉਂ ਹੀ ਉਹ ਰੇਹੜੀ ਤੇ ਬੈਠਿਆ ਬਿੱਟੂ ਨੇ ਵੱਛੇ ਨੂੰ ਸ਼ਿਸ਼ਕੇਰ ਦਿੱਤਾ।

ਰੇਹੜੀ 'ਤੇ ਬੈਠਿਆਂ ਉਸਨੂੰ ਮਹਿਸੂਸ ਹੋਇਆ ਜਿਵੇਂ ਹੱਡਾਂ ਵਿੱਚ ਨਿੱਘ ਵਰਗਾ ਕੁਝ ਸਰਕ ਰਿਹਾ ਸੀ। ਚਿਹਰੇ ਦੇ ਹਾਵ-ਭਾਵ ਵੀ ਜਿਵੇਂ ਫਿਰ ਤੋਂ ਜਿਉਂ ਉੱਠੇ ਸਨ। ਪਿੰਡ ਵੜਨ ਤੋਂ ਪਹਿਲਾਂ ਤੱਕ ਉਸਨੇ ਆਪਣੇ ਹਾਵਾਂ ਭਾਵਾਂ ਨੂੰ ਪੂਰਨ ਸੁਤੰਤਰਤਾ ਦੇ ਦਿੱਤੀ। ਇਥੋਂ ਤੱਕ ਕਿ ਡਿਸਪੈਂਸਰੀ ਕੋਲ ਦੀ ਲੰਘਣ ਸਮੇਂ ਵੀ ਉਹ ਕਿਸੇ ਕਿਸਮ ਦਾ ਜਾਬਤਾ ਲਾਗੂ ਨਾ ਕਰ ਸਕਿਆ। ਇਕ ਜੇਤੂ ਅਹਿਸਾਸ ਉਸਦੇ ਧੁਰ ਅੰਦਰ ਕਿਤੇ ਉਸਲਵੱਟੇ ਲੈ ਰਿਹਾ ਸੀ।

ਹੁਣ ਉਸਨੂੰ ਪਿੰਡ ਦੀ ਫਿਰਨੀ ਉਤੋਂ ਮਿੰਦਰ ਦੇ ਘਰ ਸਾਹਮਣੇ ਤੋਂ ਲੰਘਣਾ ਪੈਂਦਾ

ਸੀ। ਹੋਰ ਕੋਈ ਰਸਤਾ ਹੀ ਨਹੀਂ ਸੀ। ਮਿੰਦਰ ਦੇ ਘਰ ਅੱਗੇ ਡੰਗਰਾਂ ਦੇ ਡਾਕਟਰ ਦਾ ਸਕੂਟਰ ਖੜ੍ਹਾ ਸੀ। ਮਿੰਦਰ ਦੇ ਵਿਹੜੇ ਵੱਲ ਨਾ ਝਾਕਣ ਦਾ ਫੈਸਲਾ ਉਸਨੇ ਪੱਕਾ ਕਰ ਲਿਆ। ਇਸ ਤਰ੍ਹਾਂ ਦਾ ਹੀ ਫੈਸਲਾ ਕਰਨ ਬਾਰੇ ਉਹ ਬਿੱਟੂ ਨੂੰ ਵੀ ਆਖਣਾ ਚਾਹੁੰਦਾ ਸੀ ਪਰ ਬਿੱਟੂ ਨੂੰ ਏਨੀ ਬਰੀਕ ਜਿਹੀ ਗੱਲ ਸਮਝਾਉਣੀ ਉਸਨੂੰ ਔਖੀ ਲੱਗੀ।

ਮਿੰਦਰ ਦੇ ਘਰ ਕੋਲੋਂ ਲੰਘਦਿਆਂ ਉਹੀ ਗੱਲ ਹੋਈ ਜਿਸ ਦਾ ਡਰ ਸੀ। ਉਸਨੇ ਆਪ ਤਾਂ ਉਧਰ ਨਹੀਂ ਦੇਖਿਆ ਪਰ ਬਿੱਟੂ ਨੇ ਝਾਤੀ ਮਾਰ ਲਈ। ਹੁਣ ਉਸਨੂੰ ਡਰ ਸੀ ਕਿ ਬਿੱਟੂ ਕਿਤੇ ਕੁਝ ਬੋਲ ਨਾ ਪਵੇ। ਅਗਲੇ ਹੀ ਪਲ ਉਸਨੂੰ ਜਾਪਿਆ ਜਿਵੇਂ ਮਿੰਦਰ ਦੇ ਘਰ ਵੱਲ ਨਾ ਦੇਖਕੇ ਉਸਨੇ ਕੋਈ ਕਾਰਨਾਮਾ ਕਰ ਦਿਖਾਇਆ ਹੋਵੇ। ਉਸ ਅੰਦਰ ਅਜੇ ਵੀ ਪਿੰਡ ਨੂੰ ਪਹਿਲਾਂ ਵਾਂਗ ਤੱਕਣ ਦੀ ਰੀਝ ਧੜਕ ਰਹੀ ਸੀ। ਪਰ ਸਾਹਮਣੇ ਤੋਂ ਅੱਡੇ ਵਾਲੇ ਛੱਪੜ ਵਿੱਚੋਂ ਨਹਾਕੇ ਆ ਰਹੀਆਂ ਮੱਝਾਂ ਉਸ ਲਈ ਚੁਣੌਤੀ ਬਣ ਗਈਆਂ। ਪਿਛਲੇ ਦਿਨਾਂ ਵਿੱਚ ਕਈ ਵਾਰ ਹੋ ਚੁੱਕਾ ਸੀ ਕਿ ਉਹ ਲੋਕਾਂ ਦੀਆਂ ਮੱਝਾਂ ਵੱਲ ਅਜੀਬ ਨਜ਼ਰਾਂ ਨਾਲ ਦੇਖਦਾ। ਕਿਸੇ ਹੱਡਲ ਤੇ ਸੁੱਕੀ ਜਿਹੀ ਮੱਝ ਵੱਲ ਦੇਖਦਿਆਂ ਉਸਤੋਂ ਸੋਚਿਆ ਜਾਂਦਾ, "ਇਹ ਤਾਂ ਚੜ੍ਹਾਈ ਕਰ ਸਕਦੀ ਐ!" ਮੱਝਾਂ ਤੁਰੀਆਂ ਆ ਰਹੀਆਂ ਸਨ ਤੇ ਉਹ ਰੇਹੜੀ ਤੇ ਬੈਠਾ ਹੌਲੀ-ਹੌਲੀ ਉਨ੍ਹਾਂ ਵੱਲ ਵਧ ਰਿਹਾ ਸੀ। ਜੱਟਾਂ ਵਾਲੇ ਪਾਸੇ ਤੋਂ ਵਿਹੜੇ ਤੱਕ ਆਉਂਦਿਆਂ ਉਸਨੂੰ ਰਸਤਾ ਮਾਰੂਥਲ ਬਣਦਾ ਜਾਪਿਆ। ਜਦੋਂ ਮੱਝਾਂ ਦਾ ਵੱਗ ਕੋਲੋਂ ਦੀ ਲੰਘ ਗਿਆ ਤਾਂ ਉਸਨੂੰ ਜਾਪਿਆ ਉਸ ਅੰਦਰ ਲੜਨ ਦੀ ਸ਼ਕਤੀ ਅਜੇ ਮੁੱਕੀ ਨਹੀਂ ਸੀ।

ਬਿੱਟੂ ਰੇਹੜੀ ਲੈਕੇ ਚਲਿਆ ਗਿਆ। ਜੈਬੂ ਅੱਡੇ ਵਾਲੇ ਚੌਂਤਰੇ 'ਤੇ ਆ ਬੈਠਿਆ। ਉਸਨੂੰ ਪਤਾ ਹੀ ਨਾ ਲੱਗਾ ਕਿ ਕਦੋਂ ਉਸਦੀਆਂ ਨਜ਼ਰਾਂ ਫਿਰਨੀ-ਫਿਰਨੀ ਤੁਰਦੀਆਂ ਮਿੰਦਰ ਦੇ ਦਰਾਂ ਤੱਕ ਜਾ ਪਹੁੰਚੀਆਂ; ਤੇ ਕਦੋਂ ਉਹ ਉਥੋਂ ਕਿਸੇ ਪਰਛਾਵੇਂ ਦੀ ਤਲਾਸ਼ ਕਰਨ ਲੱਗ ਪਈਆਂ।